தனிமைத் தளிர்

தனிமைத் தளிர்
தேர்ந்தெடுத்த சிறுகதைகள்

சீதா ரவி (தொகுப்பாசிரியர்)

அஸைட் ஆங்கிலப் பத்திரிகையில் பணியைத் தொடங்கிய சீதா ரவி பின்னர் கல்கி பத்திரிகையின் துணை ஆசிரியராகப் பொறுப்பேற்றார். கல்கி ஆசிரியராக சுமார் 18 ஆண்டுகள் பணியாற்றியவர். எழுத்தாளர், அரசியல் நோக்கர், சமூக ஆர்வலர் என்று பன்முகத்தன்மை கொண்டவர். 'உள்ளே வரலாமா' நாவலும், 'ஏகாந்த ராமன்' சிறுகதைத் தொகுப்பும் இவரது முக்கியப் படைப்புகள். அமரர் கல்கி நினைவு அறக்கட்டளையின் அறங்காவலர்.

கே. பாரதி (தொகுப்பாசிரியர்)

கல்கி பத்திரிகையில் உதவியாளராகப் பணியைத் தொடங்கியவர். இலட்சியப் பெண், மகளிர் சிந்தனை ஆகிய பெண்கள் பத்திரிகை ஆசிரியர் குழுவில் பணியாற்றியவர். சிறுகதைகள், கட்டுரைகள் போன்ற அவரது எழுத்து முயற்சிகள் தொடர்கின்றன. கல்லூரியில் வரலாற்றுப் பேராசிரியராகப் பணியாற்றி வருகிறார். அமரர். ஆர். சூடாமணியின் உயிலைச் செயல் படுத்தியவர். அவரது பெயரில் இயங்கும் நினைவு அறக்கட்டளையின் அறங்காவலர்.

● அன்பார்ந்த வாசகருக்கு,

வணக்கம்.

காலச்சுவடு நூலை வாங்கியமைக்கு நன்றி.

நூலின் உள்ளடக்கம், உருவாக்கம், அட்டைப்படம் இன்ன பிற அம்சங்கள் பற்றிய உங்கள் கருத்துகளையும் ஆலோசனைகளையும் காலச்சுவடு வரவேற்கிறது. தகவல், எழுத்து, வாக்கியப் பிழைகள் தென்பட்டால் அவசியம் தெரிவித்து உதவுங்கள். நூல் தயாரிப்பில் கடும் குறைபாடு இருப்பின் மாற்றுப் பிரதி உங்களுக்குக் கிடைக்கக் காலச்சுவடு ஏற்பாடு செய்யும்.

மின்னஞ்சல்: **publisher@kalachuvadu.com**

காலச்சுவடு நாகர்கோவில் அலுவலகத்திற்குக் கடிதம் அனுப்பலாம்.

தங்கள்
எஸ்.ஆர். சுந்தரம் (கண்ணன்)
பதிப்பாளர் — நிர்வாக இயக்குநர்

Unauthorised use of the contents of this published book, whether in e-book or hardcopy format, for any type of Artificial Intelligence (AI) training — including but not limited to Machine Learning, Deep Learning, Natural Language Processing, Computer Vision, Chatbot Training, Image Recognition Systems, Recommendation Engines, and Language Models — is strictly prohibited without prior licensing from the publisher. Any such unauthorised use may result in legal action.

ஆர். சூடாமணி

தனிமைத் தளிர்
தேர்ந்தெடுத்த சிறுகதைகள்

தேர்வும் தொகுப்பும்
சீதா ரவி
கே. பாரதி

காலச்சுவடு பதிப்பகம்

தனிமைத் தளிர் ♦ தேர்ந்தெடுத்த சிறுகதைகள் ♦ ஆசிரியர்: ஆர். சூடாமணி ♦ © கே. பாரதி ♦ முதல் பதிப்பு: செப்டம்பர் 2013, பதினொன்றாம் பதிப்பு: நவம்பர் 2025 ♦ வெளியீடு: காலச்சுவடு பப்ளிகேஷன்ஸ் (பி) லிட்., 669, கே.பி. சாலை, நாகர்கோவில் 629001

tanimait taLir ♦ Selected Short Stories ♦ Author: R. Chudamani ♦ © K.Bharathi ♦ Language: Tamil ♦ First Edition: September 2013, Eleventh Edition: November 2025 ♦ Size: Royal ♦ Paper: 18.6 kg maplitho ♦ Pages: 648

Published by Kalachuvadu Publications Pvt. Ltd., 669, K.P. Road, Nagercoil 629001, India ♦ Phone: 91-4652-278525 ♦ e-mail: publications@kalachuvadu.com ♦ Printed at Manipal Technologies Limited, Manipal 576104, Karnataka

ISBN: 978-93-81969-81-6

11/2025/S.No. 526, kcp 6116,18.6 (11) uss

பொருளடக்கம்

	முன்னுரை	11
1.	நோன்பின் பலன்	15
2.	அன்பு உள்ளம்	21
3.	யோகம்	31
4.	அவன் வடிவம்	42
5.	ஓவியனும் ஓவியமும்	50
6.	அக்கா	58
7.	இரண்டின் இடையில்	69
8.	அந்த நேரம்!	76
9.	உரிமைப் பொருள்	86
10.	ஒரு கீற்றுப் பொன்	95
11.	இது பெரிது	109
12.	நீலத்தாமரை	118
13.	கடிதம் வந்தது	126
14.	"என் பேர் மாதவன்"	138
15.	திருமஞ்சனம்	147
16.	அன்னையின் முகத்துப் புன்னகை	158
17.	மன்னிப்புக்காக	170
18.	நான்காம் ஆசிரமம்	180
19.	பெருமையின் முடிவில்	194
20.	பிரச்சனையும் குழந்தையும்	202
21.	மேதையின் மனைவி	217
22.	வீடு திரும்பினாள்	229

23.	சுவரொட்டி	240
24.	விலாசதாரர் ராமசாமி	248
25.	உதயபடிவம்	258
26.	இணைப்பறவை	267
27.	ஒரு கூட்டுக் கடிதம்	278
28.	வெறுமையின் இழைகள்	287
29.	பிம்பம்	300
30.	விருந்தினர்களில் ஒருவன்	308
31.	அவள் வீடு	320
32.	தனிமைத் தளிர்	331
33.	துகள் செய்து கிடத்துவள் தாய்	342
34.	செந்திரு ஆகிவிட்டாள்	354
35.	நாகலிங்க மரம்	369
36.	வீணையின் எதிரொலிகள்	379
37.	சோபனாவின் வாழ்வு	390
38.	பொழுது போக . . .	403
39.	இரண்டாவது அப்பா	417
40.	தேவகி	426
41.	நீல ரிப்பனும் வானவில்லும்	434
42.	வாழ்த்துக்கள்	442
43.	கதவை யாரோ தட்டும்போது	450
44.	வெளியே நல்ல மழை	459
45.	அம்மா பிடிவாதக்காரி!	470
46.	ஒரு நாற்காலியும் ஒரு மரணமும்	478
47.	இறுக மூடிய கதவுகள்	487
48.	ஒரு நாளின் 24 மணி நேரம்	496
49.	இருட்டில் இருந்தவள்	503
50.	நாமாவளி	509
51.	புவனாவும் வியாழக் கிரகமும்	517
52.	வழிகள் பல	528

53.	காவலை மீறி	534
54.	ஞாயிறு மாலை	546
55.	பாட்டி	556
56.	நடன விநாயகர்	564
57.	அடிக்கடி வருகிறான்	573
58.	சாம்பலுக்குள்	582
59.	வடிகாலன்	590
60.	பூமாலை	597
61.	அமெரிக்க விருந்தாளி	604
62.	உயர்த்திய விரல்	617
63.	அடையாளம்	629
	பின்னிணைப்பு: ஆர். சூடாமணி கேள்வி – பதில்	639
	ஆசிரியரின் பிற நூல்கள்	646

முன்னுரை

ஆர். சூடாமணி என்ற படைப்பாளி தனது வாழ்க்கையை எதிர்கொண்ட விதத்திலும் வாழ்நாளின் முடிவில் செய்த செயற்கரிய செயலாலும் உன்னத இடத்தை எட்டியவர்.

2010ஆம் ஆண்டு அமரரான அவர் எழுதிவைத்த உயிலின்படி சுமார் பதினொரு கோடிக்கும் மேற்பட்ட அவரது சொத்துக்கள் தொண்டு நிறுவனங்களுக்குச் சென்று சேர்ந்தன.

நன்கொடைக்காக விற்பனைக்கு வந்த அவரது வீடு ஒரு 'கலை இலக்கியப் பொக்கிஷம்'! சூடாமணியின் தாயார் வடித்த சிற்பங்களும் சூடாமணி வரைந்த ஓவியங்களும் அலமாரியில் அடுக்கிவைக்கப்பட்டிருந்த நூற்றுக்கணக்கான புத்தகங்களும் செய்தித்தாளில் வெளிவந்த ஜே.கிருஷ்ணமூர்த்தி, காந்தி, தாகூர் குறித்த கட்டுரைகளின் சேகரிப்பும் சூடாமணியின் ரசனையையும் வரலாற்று உணர்வையும் பறைசாற்றின.

மிகுந்த அக்கறையுடன் ஆர். சூடாமணியின் வீட்டிலிருந்த அவரது கதைகளின் பிரதிகளைச் சேகரிக்கத் தொடங்கினோம்.

தமது அறையின் பழங்கால அலமாரி ஒன்றில் பதிப்பிக்கப் பட்ட தமது நூல்கள், குறுநாவல்கள் மற்றும் சிறுகதைத் தொகுப்புகளின் ஒரு பிரதியை பத்திரப்படுத்தியிருந்தார் சூடாமணி. அவற்றில் சில, ஐம்பது ஆண்டுகள் கடந்துவிட்டமையால் தொட்டால் உடைந்துபோகும் நிலையில் இருந்தன.

இவற்றைத் தவிர, பத்திரிகைகளில் பிரசுரமான தமது சிறுகதைகளைக் கத்தரித்து அடுக்கி, கட்டிவைத்திருந்தார். அவற்றில் எழுபதுகளில் பிரசுரமான கதைகள் காணாமல் போயிருந்தன. அவரது வீட்டில் அங்குலம் அங்குலமாகத் தேடினோம். மாடியறை ஒன்றில் அன்றாடம் புழங்காத பொருட்களைப் போட்டுவைத்திருந்த குவியலின் நடுவில் ஒரு கட்டுக் கதைகள் கிடைத்தன. நாங்கள் தேடிய புதையல் அகப்பட்டதென மகிழ்ந்தோம்.

சிறிய நோட்டுப்புத்தகம் ஒன்றில் தமது படைப்புகளைப் பட்டியலிட்டிருந்தார் சூடாமணி. படைப்பின் தலைப்பு, பிரசுரமான பத்திரிகை மற்றும் தேதி என்று தெளிவான தகவல்கள். துரதிருஷ்டவசமாக அந்த நோட்டுப்புத்தகத்தின் சில பகுதிகள் தண்ணீர்பட்டு அழிந்துபோயிருந்தன.

சூடாமணி எழுதிவைத்திருந்த பட்டியலுடன் நாங்கள் சேகரித்த கதைகளை ஒப்பிட்டுப் பார்த்து வரிசைப்படுத்தினோம். அழிந்துபோன பகுதிக்குரிய ஆரம்பகாலக் கதைகள் எங்களுடன் கண்ணாமூச்சி விளையாடின. அதேசமயம், பட்டியலில் இடம்பெறாத கதை ஒன்றும் குழப்பம் விளைவித்தது. 'ஒளியின் முன்' தொகுப்பில் இடம்பெற்ற 'வீராயி' என்ற அந்தக் கதை, தலைதீபாவளிக்கு வரும் மகளுக்குப் பாயசம் செய்துதர விரும்பும் ஏழைத்தாய் வீராயியின் பகீரதப் பிரயத்தனத்தை விவரித்தது. நாங்கள் தேடிக்கொண்டிருந்த 'தீபாவளிப் பாயசம்' என்ற கதைதான் 'வீராயி' என்று பெயர் மாற்றப்பட்டுப் பிரசுரிக்கப்பட்டதை ஊகிக்க முடிந்தது. பிற்காலத்தில் இவ்வாறு தலைப்பு மாற்றப்பட்டபோது சூடாமணியே அதனைக் கவனமாக அடைக் குறிப்பில் தெரிவித்திருந்தார்.

நாவல்கள், குறுநாவல்கள், சிறுகதைகள், நாடகங்கள், கட்டுரைகள், கவிதைகள் என்று பல்வேறு படைப்பு முயற்சிகளைச் செய்திருந்தாலும் தமது சிறுகதைகளுக்குத்தான் அவர் பிரபலமாக அறியப்பட்டிருந்தார்.

முதல் சிறுகதை 'பரிசுவிமர்சனம்' *1954*ஆம் ஆண்டு வெளிவந்தது. *2004* வரை தொடர்ந்து எழுதியிருக்கிறார். சுமார் *574* சிறுகதைகள் பிரசுரமாகியிருக்கின்றன.

கலைமகள், கல்கி, ஆனந்தவிகடன், சுதேசமித்திரன், தினமணி கதிர், தீபம், அமுதசுரபி, சௌராஷ்டிரமணி, சதங்கை, கணையாழி என்று வெகுஜன பத்திரிகை முதல் இலக்கியப் பத்திரிகை வரை எல்லா வற்றிலும் எழுதியிருக்கிறார்.

நாங்கள் இருவரும் எண்பதுகளிலும் தொண்ணூறுகளிலும் வெளி வந்த சூடாமணியின் கதைகளை மட்டுமே கணிசமாகப் படித்திருக் கிறோம். அவரைச் சந்தித்து விவாதித்தும் இருக்கிறோம். காலவரிசைப்படி அத்தனை கதைகளையும் ஒருசேரப் படிக்கக் கிடைத்த வாய்ப்பு மிகப் பெரிய அனுபவம்!

ஐம்பதுகளில் எளிய சிந்தனை, சாதாரண நடை என்று தொடங்கிய அவரது எழுத்து மெல்ல மெல்ல வலிமைபெற்றது. அறுபதுகளில் கதைசொல்லும் ஆற்றல் அவருக்கு மேலும் வசப்பட்டிருந்தது. எழுபது களில் அவரது எழுத்தின் வீச்சு பிரமிக்கவைப்பதாக இருந்தது. எண்பது களிலும், தொண்ணூறுகளிலும் அவர் எழுதிய சில கதைகள், எழுபதின் உயரங்களை அநாயாசமாக எட்டிப் பிடித்தன.

வலிந்து புனைந்து எழுதப்பட்ட சில கதைகளையும், காலாவதியான சில கதைகளையும் தவிர்த்துவிட்டுப் பார்த்தால், ஒவ்வொரு கதையிலும் ஒரு புதிய பார்வையை, புதிய கோணத்தை முன்வைக்கிறார் சூடாமணி.

மானுட வாழ்வின் எல்லா அம்சங்களையும் பதிவு செய்யும் இக்கதை களினூடே படைப்பாளியின் ஆளுமை பிரமிப்பூட்டுகிறது.

'அன்பைவிட நியாய உணர்வு பெரிது; முக்கியமானது' – ஆர். சூடாமணி இக்கருத்தைத் தமது சிறுகதைகளில் பலமுறை பதிவு செய்கிறார். ஆனால், அவருடைய கதைகளைப் படித்து முடிக்கும் போது தோன்றுவது என்ன தெரியுமா? 'ஆர். சூடாமணியின் பேனாவை நகர்த்துவது வெறும் நியாய உணர்வு அல்ல; நிபந்தனைகளற்ற அன்பு – மானுடத்தின்பேரில் கொண்ட ஆழ்ந்த நேசம்' என்றே நாம் முடிவுக்கு வருகிறோம். 'அவள் வீடு' என்ற கதையில் அவர் எழுதி யிருப்பதுபோல், "எல்லாச் சந்தர்ப்பமுமே அன்புக்கு ஒரு வியாஜம் தான்". அப்படித்தான் இந்த அபூர்வ எழுத்தாளர் வாழ்க்கையைப் பார்த்திருக்கிறார்.

இத்தனைக்கும் சூடாமணியின் கதாபாத்திரங்கள் எல்லோருமே நல்லவர்களோ, நியாய உணர்வு படைத்தவர்களோ, அன்பைப் பெருக்கு பவர்களோ அல்ல! சூடாமணிதான் அவர்களை முழுமையான அன்புப் பார்வை பார்க்கிறார்; நிறை குறைகளுடன் ஏற்கிறார்; 'நிம்மதிக்கும் மகிழ்ச்சிக்கும் அதுவே வழி' என்று கூறாமல் கூறுகிறார்.

சூடாமணி கூறாமல் கூறுபவை இன்னும் மிக நிறைய உண்டு. நுட்பமான உணர்வுகள், விஷயங்கள், மனோ தத்துவங்கள் என்ற எழுத்தாளருக்குச் சவாலான பரப்புகளில் மிக இயல்பாக நுழைந்து பிரமிப்பை ஏற்படுத்துகிறார். வாழ்க்கை வேகத்தில் நாம் தவறவிடும் அழகுகள், ஆழம், அழுக்கு, ஆச்சரியம், அவலம் என்று பலவற்றை நோக்க நம்மைக் கைபிடித்து நிறுத்துகிறார்.

சூடாமணியின் கதைகளின் சிறப்பு அம்சம் அவருக்கு இயல்பாக இசைந்த உளவியல் பார்வை. குறிப்பாக, குழந்தைகளின் உளவியலைத் தராசுப் பார்வையுடன் கூர்ந்து கவனித்துப் பதிவுசெய்திருக்கிறார். அவர்களின் மெல்லுணர்வுகள் நசுக்கப்படுவதை எழுத முடிந்த அவரால் ஒரு குழந்தை மற்றோர் குழந்தையின்பால் ஏவிவிடக்கூடிய வன்முறையின் சாத்தியத்தையும் எழுத முடிந்திருக்கிறது. மாற்றுத்திறனாளிகள், நிராகரிப் புக்கு ஆளானவர்கள், தனிமைப்பட்டுப்போனவர்கள், மனநோயாளிகள், விளிம்புநிலை மனிதர்கள் என்று பல்வேறு வகையினரின் வாழ்வுச் சூழலையும் உளவியல் போராட்டங்களையும் முன்வைக்கிறார்.

கதாசிரியரின் கருத்துப் பதிவாக நின்றுபோகாமல் பாத்திரங்களின் உணர்ச்சிப் பதிவுகளால் உயிர்த்துடிப்புடன் விம்மும் சலனச் சித்திரங் களாக நகரும் அவருடைய கதைகள் யதார்த்தம் ததும்ப நம்மை ஆட்கொள்கின்றன.

ஒரு குறிப்பிட்ட தளத்தில் தன்னை வரையறுத்துக்கொள்ளவில்லை சூடாமணி. அவரது படைப்பூக்கம் எல்லாத் தளங்களையும் அசைத்துப் பார்க்கிறது. பணக்கார உறவினரை அண்டிப் பிழைத்து வாழ வேண்டிய சாமா (ஒரு கீற்றுப் பொன்) போன்ற மனிதரைப் படைக்க முடிந்த அவரால் தனது சுயத்தை இழக்க முடியாத சுதந்திர மனுஷியான சங்கரியையும் (நான்காம் ஆசிரமம்) படைக்க முடிந்திருக்கிறது.

குரலை உயர்த்தாத போராளியாக, மொழிஜாலங்களிலோ, யுக்தி முயற்சிகளிலோ தொலைந்துபோகாதவராக சூடாமணி விளங்குவதே அவர் எழுத்தின் மிகப்பெரிய பலம். நடையில் எளிமையின் செறிவும், அணுகுமுறையில் நேர்மையின் பிரகாசமும் படிப்பதை இலகுவாக்கு வதுடன், கதைகளின் இலக்கிய மதிப்பைக் கூட்டுகின்றன.

ஒரு கட்டத்தில் புதுக்கவிதைத் தெறிப்புகளைப் போன்ற தொடர்கள் சூடாமணியின் கதைகளில் விரவி இருந்திருக்கின்றன. அது புதுக்கவிதை பிரபலமடைந்திராத காலகட்டம் என்பது சுவாரஸ்யமானது!

போகப் போக அத்தெறிப்புகள் இல்லை. ஆனால், கதைப்பொருளே புதுக்கவிதை அந்தஸ்தில் இருக்கிறது. சிந்தனைப் பரப்பு விரிந்து விரிந்து, நீலவானத்தில் கானம் இசைக்கும் ஒற்றை வானம்பாடிபோல் உயர்கிறது; நெஞ்சைத் தொட்டு ஊடுருவி அசைக்கிறது; நெகிழ்த்துகிறது; நிறைக் கிறது. பல கதைகளின் கருத்தாழமும் மாற்றுச் சிந்தனையும் அவர் தமது காலத்துக்கு முற்பட்டவராகத் துணிவுடன் திகழ்ந்ததை அழகாகச் சொல்லிக்கொண்டிருக்கின்றன.

சென்னை
12.4.2013

சீதா ரவி
கே. பாரதி

நோன்பின் பலன்

"அடி யமுனா! எப்போது பார்த்தாலும் அந்தக் கந்தனோடு என்ன விளையாட்டு? உள்ளே வா. நோன்புச் சரடு கட்டிக்கொள்ள வேண்டும்."

யமுனாவின் மனம் விளையாட்டில் லயித்திருந்தது. அம்மாவின் பேச்சு அவளுக்குக் கொஞ்சமும் பிடிக்கவில்லை.

"ஏன் அம்மா இப்போது கூப்பிடுகிறாய்? பாதி ஆட்டத்தில் எப்படி வருவது? எனக்கு ஒன்றும் கட்டிக்கொள்ள வேண்டாம். கந்தா, இப்பொழுது நீ ஆடவேண்டும். அம்மா குறுக்கே பேசின தனாலே நான் திடீரென்று 'அவுட்டாகிவிட்டேன். இப்பொழுது நீ எவ்வளவடா எடுத்திருக்கிறாய்!"

இப்படி அவள் சொல்லிக்கொண்டிருக்கும் போது அம்மா வெளியில் வந்து, "ஏண்டி! அக்காவெல்லாம் உள்ளே காத்துக் கொண்டிருக்கிறாள். இப்பொழுது பாண்டி ஆட்டம் என்ன வந்தது? கந்தா, நீ கொஞ்ச நாழிகை கழித்து வா, யமுனா அதற்குள்ளாகச் சரடு கட்டிக்கொண்டு விளையாடத் தயாராக வந்துவிடுவாள்" என்று சொல்லி யமுனாவை உள்ளே இழுத்துக் கொண்டு போனாள்.

நோன்புச் சரட்டைக் கட்டிக்கொள்வதைப் பெரியவர்களின் விளையாட்டாக நினைத்த யமுனா அதைவிடச் சம வயசுள்ள வேலைக்காரப் பையனுடன் ஆடும் விளையாட்டையே விரும் பினாள். அம்மாவின் பிடியிலிருந்து கையை விடுவித்துக்கொள்ள முயன்றபடியே, "எனக்கு இதெல்லாம் பிடிக்கவில்லை, அம்மா. என்னை விடேன். நான் போய் விளையாட வேண்டும்" என்று பாதிப் பிடிவாதமாகவும் பாதிக் கெஞ்சலாகவும் சொன்னாள்.

"சரடு கட்டிக்கொண்டு போய் விளையாடு."

"ஏன் சரடு கட்டிக்கொள்ள வேண்டும்!"

"இன்று காரடை நோன்பு. அதற்காகத்தான்."

"அப்படியென்றால்?"

“இது சத்தியவான் உயிருக்காகச் சாவித்திரி நோற்ற நோன்பு. புருஷன் க்ஷேமமாக இருக்க வேண்டும் என்பதற்காகப் பெண்களெல்லாம் இந்த நோன்பை நோற்றுச் சரடு கட்டிக்கொள்ள வேண்டும்.”

யமுனா திமிறிக்கொண்டே, “அப்பொழுது என்னை விடேன், அம்மா. எனக்கு எட்டு வயசுதானே ஆகிறது? அக்காவுக்குத்தான் கல்யாணம் ஆகியிருக்கிறது. சரடு கட்டிக்கொள்ள வேண்டும். நான் போய்ப் பாண்டி ஆடவேண்டும், அம்மா” என்று மன்றாடினாள்.

“என்னடி எதிர்த்துப் பேசுகிறாய்? கல்யாணம் ஆகாதவர்களெல்லாம் இந்த நோன்பு நோற்றால் நல்ல புருஷன் வருவான். அவன் க்ஷேமமாக இருப்பான்.”

“அதெல்லாம் எனக்குத் தெரியாது, அம்மா. என்னை விடேன்; நான் போகிறேன். கந்தன் பாவம், காத்துக்கொண்டிருப்பான்.”

“உளறாதே. பேசாமல் உள்ளே வா. சரடு கட்டிக்கொள், அப்போது தான், வரப்போகிற புருஷன் க்ஷேமமாக இருப்பான். அம்மா சொல்வதைக் கேட்காவிட்டால் அடி கிடைக்கும்.”

யமுனா முணுமுணுத்துக்கொண்டே உள்ளே போய் மற்றவர்களோடு உட்கார்ந்துகொண்டாள். பெரிய அக்காவின் புருஷன் அஸ்ஸாமில் இருந்தார். அவள் கவலையோடு சரட்டைப் பயபக்தியுடன் கட்டிக் கொண்டாள். இரண்டாவது அக்காவுக்குச் சமீபத்தில்தான் விவாகமாகி யிருந்தது. புருஷன் நன்றாக இருப்பதை இன்னும் ஆணித்தரமாய் வற்புறுத்துவதுபோல் அவள் சரட்டைப் புன்னகையோடு எடுத்துக் கட்டிக்கொண்டாள். யமுனாவின் மனம் மட்டும் தடைப்பட்ட ஆட்டத்தையே நினைத்துக்கொண்டிருந்தது. ஆட்டத்தைத் தொடர்ந்து ஆடியிருந்தால் இத்தனை நாழிகைக்குள் கந்தன் அவுட்டாகி இருப் பானோ? பிறகு அவள் ஆடி எத்தனை தூரம் வந்திருப்பாள்? ஒரு வேளை ஜயித்து முடித்திருப்பாளோ? அப்படி முடித்திருந்தால் கந்தனுக்குத் தைரியம் சொல்லிவிட்டுத்தான் வந்திருப்பாள். பாவம்! கந்தன். தோற்றால் யாருக்குத்தான் அழுகை வராது? அவளுக்குத் தெரியாதா என்ன?

பூஜை முடிந்து சரடு கட்டிக்கொண்டபின் விடுதலை கிடைத்து விட்டது என்ற உணர்ச்சியுடன் யமுனா குதித்தெழுந்து வாசலை நோக்கி ஓடினாள். சிறிது நேரத்தில் குழந்தைகளின் விளையாட்டுக் கூக்குரல்கள் அங்கிருந்து எதிரொலித்தன.

“யமுனா படிப்பதே இல்லை. எப்போதும் விளையாடிக்கொண்டிருக் கிறாள்” என்றார், அப்போது காரில் வந்து இறங்கிய சின்ன அத்திம்பேர். அதைக் கேட்ட யமுனா, “கந்தனோடே விளையாடினால் என்ன கெட்டுப்போய்விடும்?” என்று பதில் அளித்தாள். சிறிது நேரத்திற்குப் பிறகு கந்தனைப் பார்த்து, “ஏண்டா அடிக்கடி தோற்றுப் போய் விடுகிறாயே! இன்னொரு தரம் ஆட வருகிறாயா?” என்று பரிதாபத்தோடு வினவினாள்.

"எனக்கு ஒன்றும் அப்படியெல்லாம் வேண்டாம். தோற்றால் என்ன?" என்றான் கந்தன்.

"சரியடா, இன்றைக்கு ஆட்டம் போதும். நான் போய்த் தலை பின்னிக்கொள்ள வேண்டும்" என்று பொய்ச்சாக்குச் சொல்லிக் கந்தனின் தோல்விகளுக்கு முற்றுப்புள்ளி வைத்துவிட்டு யமுனா உள்ளே ஓடினாள். ஊஞ்சலில் பெரிய அக்கா உட்கார்ந்து ஒரு கடிதத்தைப் படித்துக்கொண்டிருந்தாள். யமுனா அவளிடம் சென்று, கந்தன் தோல்வியைப் பற்றியும் அதனால் தனக்கு ஏற்பட்ட வருத்தத்தைப் பற்றியும் பேச முயன்றாள். அக்காவோ, "இந்தா அம்மா! அஸ்ஸாமிலிருந்து அத்திம்பேருடைய கடிதம் வந்திருக்கிறது. படித்துவிட்டு அப்புறம் உன் கதையைக் கேட்கிறேன்" என்று நாசுக்காய்ச் சொல்லிவிட்டு மறுபடியும் கடிதம் படிப்பதில் முனைந்துவிட்டாள்.

○

"கந்தா! கந்தா!"

யமுனா சுற்றுமுற்றும் பார்த்தாள். "எங்கே போய்விட்டான்? அப்பொழுதிருந்து கூப்பிடுகிறேன். பதில் பேச மாட்டேன் என்கிறானே. டேய் கந்தா! எங்கேயடா இருக்கிறாய்? காது செவிடா?"

"உஸ்! அங்கே வந்து ஏன் சத்தம் போடுகிறாய்? இப்படி வா. கந்தன் இன்று வரமாட்டான்" என்றாள் அம்மா உள்ளிலிருந்து.

யமுனாவின் முகம் மாறியது. மெள்ள உள்ளே வந்து, "ஏன் அம்மா கந்தன் வரமாட்டான்?" என்று கவலையும் பயமும் தொனிக்கும் குரலில் கேட்டாள்.

"அவனுக்கு இன்று உடம்பு சரியில்லையாம். அவன் அப்பா வந்து சொன்னான்."

யமுனா சற்றுநேரம் பேச்சற்று இருந்தாள். பிறகு "என்ன உடம்பு அவனுக்கு?" என்றாள்.

"ஏதோ ஜுரமாம். மறுபடியும் வருவதற்குச் சில நாட்கள் ஆகும். நீ போய்ப் படி."

யமுனாவால் படிக்க முடியவில்லை. கந்தனுக்கு என்ன ஜுரமா யிருக்கும்? அவனுக்கு ஜுரம் வந்து அவள் பார்த்ததே இல்லையே! அவனோடு விளையாடாமல் எப்படி இருப்பது? அவன் மிகவும் கஷ்டப்படுகிறானோ, என்னவோ? பாவம் கந்தன்! டாக்டர்கள் எல்லாரும் கசப்பு மருந்து கொடுப்பார்களே; அவன் எப்படிப் பொறுத்துக் கொள்வான்? அழுவானோ?

இந்த எண்ணம் மனத்தில் தோன்றியவுடன் அவளுக்கே அழுகை வரும்போல் இருந்தது. கந்தனுக்குச் சீக்கிரம் உடம்பு சரியாக வேண்டுமே? இரண்டு மூன்று நாட்களில் திரும்பி வந்துவிட்டானானால் நன்றாக இருக்கும். அப்புறம் எப்போதும் அவள் அவனையே பாண்டியில் ஜயிக்கவிடுவாள். அவன் தோற்றுப்போய் வருத்தப்பட விடமாட்டாள்.

தனிமைத் தளிர் 17

அன்று இரவு கந்தனுடைய அப்பா அங்கு வந்தான். "நிலைமை மிகவும் மோசமாக இருக்கிறது, அம்மா. என் மகன் பிழைப்பானோ இல்லையோ?" என்று சொல்லி அழுதான். யமுனாவின் அம்மா அவனை மிகவும் தேற்றி அனுப்பினாள். அவன் போகும்போது யமுனா அவனிடம் கொஞ்சம் சர்க்கரையைக் கொண்டுவந்து கொடுத்து, "டாக்டர் கசப்பு மருந்து கொடுத்தால் அதில் இதைப் போட்டுக் கொடு; கசக்காது. சீக்கிரம் உடம்பைச் சரியாக்கிவிடும் என்று சொல்லு" என்று கூறினாள்.

நாட்கள் பல சென்றுகொண்டிருந்தன. கந்தனுக்கு உடம்பு கேவலமாகி வந்தது. 'ஐயோ பாவம்! கந்தன் கஷ்டப்படுகிறானே!' என்று வருந்தியது யமுனாவின் உள்ளம்.

கந்தனின் தகப்பனிடம் அவள் தாத்தா, "இந்தா அப்பா, கவலைப் படாதே. என்னிடம் ஒரு மருந்து இருக்கிறது. பழைய நாளில் எல்லா வியாதிக்கும் இதைத்தான உபயோகித்தேன். இந்த நாள் மருந்தெல்லாம் எதற்கு உபயோகம்? இதை எடுத்துப்போய் அவனுக்குக் கொடு" என்று தைரியம் கூறினார்.

அவள் அப்பா, "எனக்கு ஒரு நல்ல இங்கிலீஷ் டாக்டரைத் தெரியும். அவர் வந்து மருந்து கொடுத்தால் வியாதி இருந்த இடம் தெரியாமல் ஓடிவிடும். அவரை வந்து கந்தனைப் பார்க்கச் சொல் கிறேன்" என்றார்.

அவள் அம்மா, "இதெல்லாம் இருக்கட்டும். பக்கத்து வீட்டு மாமிக்கு உடம்பு சரியில்லாதிருந்தபோது நாட்டு வைத்தியர் கிருஷ்ண மேனன் குணமாக்கினராம். அவர் வந்து பார்ப்பாரா என்று விசாரிக் கிறேன்" என்று வாக்குக் கொடுத்தாள்.

அவள் பாட்டி, "என்ன பைத்தியக்காரத்தனம்! திருப்பதி வேங்கடாசலபதிக்கு ஒரு வேண்டுதலை பண்ணிக்கொள், அப்பா. எல்லாம் சரியாகிவிடும்" என்றாள் நிச்சயமாக.

யமுனா இதையெல்லாம் கேட்டாள். அவள் மனத்தில் நம்பிக்கை தோன்றவில்லை! 'இவர்களெல்லாம் பேசிக்கொண்டே இருக்கிறார்கள். சட்டென்று ஒன்றும் செய்வதில்லையே. கந்தன் செத்துப்போய்விட்டால் என்ன செய்வது?' அவள் மனம் மிகவும் துடித்தது.

"ஐயையோ! கந்தன் சாகக்கூடாது. பெருமாளே, கந்தனைக் காப்பாற்ற மாட்டாயா? அவன் எவ்வளவு நல்லவன்! பாண்டியில் 'அழுவணி' அடிக்க மாட்டானே! தோற்றுப் போனால் அழ மாட்டானே! இவர்கள் எனக்குப் புரியாத விஷயம் பேசும்பொழுது அவன் என்னுடன் விளையாடுவானே! அவன் செத்துப் போய்விடுவான் போல இருக்கிறது என்று சொல்கிறார்களே! அவனை நீ சாக வைக்காதே, பெருமாளே! நீ நல்ல பெருமாள் இல்லையா? என்னிடமிருந்து எதை வேண்டுமானாலும் எடுத்துக்கொள். அன்றைக்கு அப்பா எனக்கு வாங்கிக் கொடுத்த அழகான படம் நிறைந்த புத்தகத்தை உனக்குக் கொடுத்துவிடுகிறேன். என்னுடைய புதுச் சங்கிலிகள் எல்லாவற்றையும்

கொடுத்துவிடுகிறேன். கொஞ்சம் பெரிய மனசு பண்ணு, பெருமாளே! கந்தனை மட்டும் பிழைக்கச் செய்துவிடு.”

இந்தச் சஞ்சல மனநிலையில் யமுனா இரண்டு நாட்கள் கடத்தினாள். அவள் உள்ளம் இடைவிடாது கடவுளை நோக்கிப் பிரார்த்தனை செய்துகொண்டிருந்தது.

அன்று மாலை நெற்றியில் குங்குமம் வைத்துக்கொள்ளக் கண்ணாடி எதிரில் நின்றாள். நிறம் இழந்து வெறும் நூலைப்போல் ஆகிவிட்ட நோன்புச் சரடு அவள் கண்களில் பட்டது. அதைப் பார்த்துக்கொண்டே சற்று நேரம் நின்றாள்.

அவள் மனம் யோசனையில் ஈடுபட்டது. பத்து நிமிஷம் அப்படியே நின்றாள்.

திடீரென்று அன்று அம்மா சொன்னது நினைவுக்கு வந்தது. “கல்யாணம் ஆகாதவர்கள் சரடு கட்டிக்கொண்டால் வருகிற புருஷன் க்ஷேமமாக இருப்பான்.”

யமுனா சற்று நேரம் அப்படியே நின்றாள். கண்ணாடியில் தெரிந்த கண்கள் திடீரென்று பிரகாசித்தன.

‘அப்படி முடியுமா?’

யமுனா தீவிரமாய்ச் சிந்தித்தாள். அம்மா சொன்னது உண்மையா? நிஜமாய் நடக்குமா? நோன்பைப் பற்றி அவள் சொல்லியிருந்தது நிஜந்தானா?

அவள் மனம் சில மாதங்கள் பின்னால் பாய்ந்து ஓடியது. அன்று நடந்த சம்பவங்கள் . . .

ஆமாம்!

அன்று நோன்பு முடிந்தவுடனேயே சின்ன அத்திம்பேர் வர வில்லையா? அது சின்ன அக்காவின் நோன்பினால்தானே? அவர் நேரே வந்தால் எவ்வளவு சௌக்கியமாக இருக்கிறார் என்று எல்லோரும் தெரிந்துகொள்ளத்தானே பெருமாள் அவரை அனுப்பியிருக்க வேண்டும்?

பெரிய அக்காவுக்கு அன்று அஸ்ஸாமிலிருந்து கடிதம் வந்ததே! அத்திம்பேர் சௌக்கியமாக இருக்கிறார் என்பது உடனே தெரிந்து விட்டதல்லவா?

அவர்கள் விஷயத்தில் நோன்பு பலித்ததானால் கல்யாணம் ஆகாதவர்களுக்கும் பலிக்கத்தானே வேண்டும்?

கந்தன் அவளுடைய வரப்போகிற புருஷனாகிவிட்டால் அவன் க்ஷேமமாக இருப்பான்; சாகமாட்டான். அவளுந்தானே நோன்பு நோற்றுச் சரடு கட்டிக்கொண்டாள்?

கந்தன் உயிருக்கு ஆபத்து வந்திருப்பதாக எல்லோரும் சொல் கிறார்கள். அவன் சாகாமல் இருக்க விரும்புகிறார்கள். அது எப்படி முடியும் என்று அவளுக்குத் தெரியும். கந்தனை அவளால் காப்பாற்ற

முடியும். அவனை முன்போலாக்கிச் சந்தோஷமாய்ப் பாண்டி ஆடச் செய்ய முடியும்.

யமுனா ஒரு விநாடி அங்கு நின்றாள். பிறகு ஓடிச்சென்று பூஜை அறையில் தெய்வத்துக்கு முன் மண்டியிட்டுக் கைகளைக் கூப்பிக்கொண்டு கண்களை மூடிக்கொண்டாள்.

"பெருமாளே! கந்தனைக் காப்பாற்றும் வழி எனக்குத் தெரிந்து விட்டது. அவனையே நான் கல்யாணம் செய்துகொள்கிறேன். இப்போது அவன் எனக்கு வரப்போகிற புருஷனாகிவிட்டான். அல்லவா? அவனை நோயின்றிக் குணப்படுத்திவிடு. அவன் உயிரைக் காப்பாற்று. கந்தன் சாகக்கூடாது; நான் சரடு கட்டிக்கொண்டேன். பெருமாளே! நீயே பார்த்துக்கொள். இப்பொழுதுகூட அது என் கழுத்தில்தான் இருக்கிறது. இதைக் கட்டிக்கொள்கிறவர்களுக்கு வரப்போகிற புருஷன் நன்றாக இருக்கவேண்டும். நீ இப்பொழுது கந்தனைக் காப்பாற்றித்தான் ஆக வேண்டும்."

யமுனா கலகலவென்று சிரித்தாள்.

"நீ எவ்வளவு நல்ல பெருமாள்! எனக்கு இந்தச் சரியான வழியைக் காட்டினாயே. உனக்குக்கூடப் பாண்டி ஆடப் பிடிக்குமா? நீ வந்தால் எப்பொழுதும் உன்னையே முதலில் ஆட விடுகிறேன். உனக்கு நான் எதைத்தான் கொடுக்கக் கூடாது? இனிமேல் கந்தனுக்குக் குணமாகிவிடும். அவன் எழுந்து விளையாடுவான். அவன் அப்பா அம்மா மிகவும் சந்தோஷப்படுவார்கள். எங்கள் வீட்டில் எல்லாப் பெரியவர்களும் என்ன என்னவோ சொன்னார்களே; எனக்குத்தானே நீ சரியான யோசனையைத் தந்தாய்? போனால் போகிறது. நான் அவர்களுக்குச் சொல்ல மாட்டேன். கந்தன் சாகமாட்டான். அவன் இனிமேல் கசப்பு மருந்து சாப்பிடவேண்டாம். அவன் அப்பா பாவம், இனிமேல் அழமாட்டான். கந்தனைக்கூட அழாமல் நான் பார்த்துக்கொள்கிறேன், பெருமாளே! அவன் நல்ல பையன். அவனுக்கு ஒரு கெடுதலும் வராது. அவனைக் காப்பாற்றினாயே; உன்னை நான் ஒரு நாளும் மறக்கமாட்டேன், பெருமாளே, ஒரு நாளும் மறக்க மாட்டேன்!"

கந்தன் குணமடைந்து விளையாட வந்துவிட்டான்.

"எங்கள் மருந்துக்கு இணை உண்டா?" என்றார் தாத்தா.

"என் சிநேகித டாக்டர் கை வைத்தால் பொன்தான்" என்று அப்பா தம் சொந்த வெற்றியைப்போல் மகிழ்ச்சியடைந்தார். "என்ன சொல்லுங்கள், இங்கிலீஷ் டாக்டர்களைவிட நாட்டு வைத்தியருக்குத் தான் கைராசி அதிகம்" என்றாள் அம்மா.

"வேங்கடாசலபதி கண்கண்ட தெய்வம்" என்றாள் பாட்டி சுருக்கமாக.

யமுனா ஒன்றும் சொல்லவில்லை. ஆனால் உண்மை தனக்குத்தான் தெரியும் என்ற தோரணையில் பெருமிதமான புன்னகை ஒன்று அவள் முகத்தில் தவழ்ந்து மறைந்தது.

கலைமகள், 1954

ஆர். சூடாமணி

அன்பு உள்ளம்

"அப்படியானால் ராமன் இங்கேயே உன்னுடன் இருக்கட்டும் என்றா சொல்கிறாய்?" என்று கேட்ட கணவனின் முகத்திலும் குரலிலும் இருந்த கவலையைப் பாரதி கவனித்துப் புன்முறுவல் செய்தாள்.

"பெண்கள் பிரசவத்துக்குப் பிறந்தகம் வந்தால், முந்திய குழந்தைகளை அழைத்து வருவதில்லையா?"

"ராமன் உன் சொந்தக் குழந்தையாயிருந்தால் பரவாயில்லை. உன் மூத்தாள் குழந்தையை இங்கே வைத்திருப்பதற்கு உன் பெற்றோர் ஆட்சேபிக்க மாட்டார்களா?"

பாரதியின் அன்பு நிறைந்த முகம் சற்றுச் சுருங்கியது. "மூத்தாளாவது, இளையாளாவது! இப்படியெல்லாம் ஏன் வித்தியாசமாகப் பேசுகிறீர்கள்? ராஜா என்னை 'அம்மா' என்று அழைக்கிறான். நான் அவனை என் குழந்தையென்று நினைக்கிறேன். இதைவிட வேறுஎன்ன பாந்தவ்யம் வேண்டும்!"

அன்பின் உரிமையை எதிர்த்துப் பேச சதாசிவனுக்குத் தைரியமும் வரவில்லை, மனமும் வரவில்லை. அதே சமயத்தில் நான்கு வயதுக் குழந்தை ராஜாராமன் அங்கு வந்தான். சதாசிவன் அவனைத் தன் அருகில் இழுத்து அணைத்துக்கொண்டே, "ராமா! அம்மாவுக்கு உடம்பு சரியாயில்லை. இங்கேயே பாட்டி வீட்டில் கொஞ்ச நாள் இருக்கப் போகிறாள். நீ என்னோடு நாளைக்கு ஊருக்கு வந்துவிடுகிறாயா? அம்மா அப்புறம் வந்துவிடுவாள்" என்று நயமாகக் கேட்டான்.

இந்த நயத்தினால், பேச்சின் பொருளில் இருந்த கொடுமையை ராமன் உணர்ந்துகொள்ளாமல் இல்லை. உடனே அவனை விட்டு விலகி, பாரதியின் மடியில் ஏறி உட்கார்ந்துகொண்டான்.

"போ, அப்பா! அம்மாவை விட்டுட்டு நான் இருப்பேனா? நீ வேணுமானால் ஊருக்குப் போ. நான் இங்கே சமர்த்தாய் இருக்கிறேன்" என்று சொல்லி, அவள் கழுத்தைக் கட்டிக் கொண்டான்.

பாரதியும் குழந்தையை அணைத்துக்கொண்டாள். "பார்த்தீர்களா? மரியாதையாய் என் குழந்தைக்கும் எனக்கும் நடுவே வராமல் போய் விடுங்கள்!" என்று குறும்பாய்ச் சிரித்தாள்.

சதாசிவனின் முதல் மனைவி இறந்தபோது ராமன் இரண்டு மாதக் குழந்தை. அந்த மனைவி சதாசிவனுக்குத் தன் அன்பைக் கொடுக்கவில்லை. குழந்தையினாலேயே வாழ்க்கையில் அவன் ஆறுதல் காண நினைத்தான். ஆனால், அவனுடைய நல்ல அதிர்ஷ்டம் சீக்கிரமே அவன் முன் தோன்றியது. அன்புக்கும் அமைதிக்கும் இருப்பிடமான பாரதியின் வடிவத்தில் அது அவன் வாழ்வில் தோன்றியது.

அப்போது ராமனுக்கு ஒரு வயது. அவன் 'அம்மா' என்று அழைக்கக் கற்றுக்கொண்டபோது அந்த வார்த்தையை அவன் பாரதிக்காகவே உபயோகித்தான். அவன் என்றென்றும் தன் குழந்தை யாகத்தான் இருக்கவேண்டும் என்று பாரதி தீர்மானித்துவிட்டாள். இந்த மகத்தான தீர்மானத்தினால் மூவர் வாழ்க்கையும் நிறைவு பெற்றது.

"அம்மா, எனக்குச் சாதம் போடு" என்றான் ராமன். படுத்துக் கொண்டிருந்த பாரதி மெள்ள எழுந்தாள். அதைப் பார்த்த அவள் தாயார் ஜானகிக்கு வயிறு எரிந்தது.

"என்னடியம்மா, ஒரு நிமிஷம்கூட இந்தப் பிள்ளை உன்னைப் படுக்கவிடமாட்டேனென்கிறது! நன்றாய்த்தான் இடம் கொடுத்திருக் கிறாய்! அடிக்காமலேயே வளர்ந்துவிட்டாயாக்கும்!"

"என் குழந்தையை எதற்காக அடிக்கிறது?"

"ஆமாம், உன் குழந்தைதானே! பத்து மாதம் சுமந்து பெற்றது!"

"அம்மா, நீ இந்த மாதிரியெல்லாம் பேசுவது எனக்குக் கொஞ்சம் கூடப் பிடிக்கவில்லை. குழந்தை எதையாவது புரிந்துகொண்டால் அனர்த்தமாகும்."

"உலகத்தில் சிறுதாயார்களெல்லாம் இப்படித்தானே இருக்கிறார்கள்!"

"இந்தப் பாட்டிக்கு என்னைக் கண்டாலே பிடிக்கல்லையம்மா" என்று ராமன் பாரதியிடம் ஒன்றிக்கொண்டான்.

"அவள் கிடக்கிறாள், ராஜா! நீ வா, நான் சாதம் போடுகிறேன்."

"அம்மா, உன் மடியில் உட்கார்ந்துகொண்டு சாப்பிடுகிறேனே?" என்று குழைந்தான் ராமன்.

ஜானகிக்கு அதற்கு மேல் பொறுக்கவில்லை. "ரொம்ப அழகாயிருக் கிறது! ஏண்டா, அம்மாவுக்கு உடம்பு சரியாயில்லைன்னுதானே படுத்துக்கொண்டிருந்தாள்? அவளை எழுப்பினது போதாமல், மடியில் ஏறித் துவைக்க வேண்டுமா?"

பாரதி ஒரு தரம் தாயாரை விழித்துப் பார்த்தாள். ராமனுக்கு முகம் தொங்கிவிட்டது. “அம்மா, நம்ம வீட்டிலெல்லாம் நீ என்னை மடியில் வைத்துச் சாதம் போடுவாயேன்னுதான் சொன்னேன். உனக்குக் கஷ்டமாயிருந்தால் தொந்திரவு பண்ணுவேனா அம்மா?”

அவன் கண் கலங்கியது. பாரதி சட்டென்று அவனைத் தூக்கித் தன் மடிமீது வைத்துக்கொண்டு கண்ணைத் துடைத்தாள்.

“அழாதேடா, ராஜா. இந்தப் பாட்டியே அசடுதான். அவள் என்ன சொன்னால் உனக்கென்ன, அம்மா பக்கத்தில் இருக்கும்போது? நீ மடியில் உட்கார்ந்துகொண்டால் அம்மாவுக்கு எங்கேயாவது தொந்தரவாயிருக்குமா? சமத்தாய், அழாமல் சாப்பிடு, பார்க்கலாம்” என்று ஒரு உருண்டை சாதத்தை முதலில் தன் கையால் எடுத்து அவனுக்கு ஊட்டினாள். ராமன் ஆறுதலடைந்து ஒருதரம் அவளை அண்ணாந்து பார்த்துச் சிரித்தான். பிறகு, அவள் மிருதுவாய் அவன் தலையை வருடிக்கொண்டிருக்க, அம்மாவுக்குக் கஷ்டமாயிருக்கக் கூடாதென்று, கீழே இறங்கி உட்கார்ந்து உணவருந்தினான்.

பாரதியின் தம்பி தங்கைகளில் ஸரோஜாதான் கடைசி. அவளுக்கு வயது பத்து. ராமனுடன் விளையாடுவதில் அவளுக்கு ஆனந்தம். அவள் ஒருதரம் பாடம் எழுதிக்கொண்டிருப்பதை ராமன் பார்த்தான்.

“நான் கூட எழுதறேனம்மா!” என்று அம்மாவிடம் கெஞ்சினான்.

“ஸரோ! உன்னிடம் ஒரு பென்ஸில் இருந்தால் இவனுக்குக் கொடு” என்று பாரதி கேட்கவும், ஸரோஜா ஒன்றை எடுத்துக்கொண்டு வந்தாள். ஜானகி அதை வெடுக்கென்று பிடுங்கினாள். “இந்தப் பெண் இப்படித்தான், துப்புக் கெட்டது. ஒரு நாளைக்குள் எத்தனை பென்ஸிலைத் தொலைக்கும்? எவளோ பெற்ற பிள்ளைகளுக்கெல்லாம் இங்கே பென்சில் ‘ஸப்ளை’ பண்ணினால் உருப்பட்டாப் போலத்தான்.”

ஸரோஜா திடுக்கிட்டாள். பாரதி ஜுவாலை வீசும் கண்களால் தாயை ஏறிட்டுப் பார்த்தாள். ராமன் பயந்துவிட்டான்.

“அம்மா. இந்தப் பாட்டி என்ன சொல்றா?” என்று கேட்டுக் கொண்டே பாரதியின்மேல் ஒட்டிக்கொண்டான்.

பாரதி அவனை ஆதரவாய் அணைத்துக்கொண்டாள். “அவள் சொல்வதையெல்லாம் நீ காதில் போட்டுக்காதே, ராஜா. உனக்குப் பென்ஸில்தானே வேணும்? நான் வாங்கித் தருகிறேன். எத்தனை வேணும் சொல்லு! இன்னும் என்னன்னெல்லாம் உனக்கு ஆசையா யிருக்கிறது? பந்தா? ரயிலா? மோட்டாரா? என்ன வேணும், கேள்?”

உடனே வேலைக்காரனை அனுப்பிக் குழந்தைக்கு எல்லாச் சாமான்களையும் வாங்கி வரச் சொன்னாள். ராமன் அவள் அணைப்புக் குள்ளேயே பதுங்கியிருந்து ஜானகியை மருண்ட கண்களால் பார்த்துக் கொண்டிருந்தான்.

ஜானகிக்குக் கோபம் தாங்கவில்லை. அது நாளாக ஆக வளர்ந்தது. ராமன் பாரதியின் அருகிலேயே இருப்பதால் தன் மகளுக்கு ஓய்வே கிடைக்கவில்லை என்று எண்ணினாள்.

"பாரதி! நீ போய்த் தூங்கு" என்பாள்.

"குழந்தைக்குத் தலைவாரி விட்டுவிட்டுப் போகிறேன். அம்மா!"

"உன் அருமையான குழந்தைக்கு நான் அதைச் செய்ய மாட்டேனா?"

"நான் தலை வாரினால்தான் ராஜாவுக்குத் திருப்தியாக இருக்கும்!"

அதன் பிறகு ராமன் பாரதியின் அருகில் வந்து உட்கார்ந்து கொண்டான். அவன் அவள் பக்கத்தில்தான் தூங்குவது வழக்கம். ஜானகிக்கு இது சிறிதும் பிடிக்கவில்லை.

"பாரதி, நீ பண்ணுவது ஆனாலும் நன்றாகயில்லை. உடம்பு . . ."

"அம்மா, உன் மடியைக் காட்டேன். நான் வழக்கம் போல் மடிமேல் தலையை வைத்துப் படுத்துக்கறேன் . . . பாட்டுப் பாடறயா?"

"இது வேறா? பச்சைக் குழந்தை, பல் முளைக்கவில்லை, தொட்டிலில் போட்டுத் தாலாட்டு!" என்றாள் ஜானகி.

ராமனுக்குச் சற்றுக் கோபம் வந்தது. "எங்கம்மா எனக்குப் பாடினால் உனக்கென்ன?" என்று சொல்லிப் பாரதியின் மடியில் தலைவைத்துப் படுத்துக்கொண்டான். சட்டென்று ஏதோ நினைத்துக்கொண்டவன் போல ராமன் அவள் மடியிலிருந்து தலையைத் தூக்கினான்.

"என்னடா ராஜா? படுத்துக்கொள்!"

"உனக்குக் கஷ்டமாயிருக்கிறதா, அம்மா?"

பாரதி புன்னகை செய்தாள். குழந்தையின் தலையை மெள்ளத் தன் மடியில் மறுபடியும் இருத்திக்கொண்டு அவனை முத்தமிட்டாள்.

அன்று ராமன் காலையில் தூங்கி எழுந்ததிலிருந்து அம்மாவைக் காணவில்லை. "அம்மா! அம்மா!!" என்று அழைத்தான்.

"சும்மா கத்தாதே! அம்மாவாம்!" என்றாள் ஜானகி. வீட்டிலெங்கும் ஒரே பரபரப்பாய் இருந்தது. "ஆஸ்பத்திரி" என்றும், "ஆண் குழந்தை" என்றும் ஏதேதோ எல்லாரும் பேசிக்கொண்டார்கள். ராமனுக்கு ஒன்றுமே புரியவில்லை.

"அம்மா எங்கே போய்விட்டாள்? நேற்று ராத்திரிகூட என் பக்கத்தில் படுத்திண்டிருந்தாளே?"

"ஆமாம். அதுதான் ஒரு நிமிஷம்கூட அந்தண்டை இந்தண்டை போகாமல் அவள் பிராணனை வாங்கிக்கொண்டிருந்தாயே! கொஞ்ச நாளாவது நிம்மதியாய், ஆஸ்பத்திரியில் படுத்துக்கொண்டிருக்கட்டும் அவள்!"

அந்தப் பெயரைக் கேட்டு ராமன் பதறிவிட்டான். "ஆஸ்பத்திரியா! அம்மா ஏன் ஆஸ்பத்திரிக்குப் போய்விட்டாள்? நான் தொந்தரவு பண்ணினதாலேயா?"

"ஆமாம்!"

"டாக்டர் ஊசி குத்துவாரா?"

"பின்னே குத்தமாட்டாரோ, நீ இப்படிப் பொல்லாதாயிருந்தால்?"

ராமன் கண்களில் நீர் ததும்பியது. "பாட்டி! என்னை அம்மா கிட்ட அழைச்சுண்டு போயேன். நான் இனிமேல் அவளைத் தொந்தரவே பண்ணமாட்டேன். எனக்கு அம்மாவைப் பார்க்காமல் இருக்க முடியாது. அவளை உடனே வீட்டுக்கு அழைச்சுண்டு வரணும்."

"சரிதான், சும்மா இரு. நீ அங்கே வேறே போய் அவள் கழுத்தை அறுக்கவேண்டுமா?"

அன்று முழுவதும் ராமன் "அம்மா, அம்மா!" என்று அழுது கொண்டிருந்தான். ஜானகிக்கு நாராசமாயிருந்தது.

அழுது அழுது வீங்கிய முகத்துடன் ராமன் அநாதைக் குழந்தையைப் போல் தன்னந் தனியாக நின்றான். ஸரோஜாவால்தான் அவனுக்குக் கொஞ்சமாவது ஆறுதல் அளிக்க முடிந்தது. எவ்வளவோ அவன் கெஞ்சிக் கேட்டும் ஜானகி ஒரு தடவைகூட அவனை அழைத்துச் செல்ல இணங்கவில்லை.

"பாட்டி! அம்மாவைப் பார்க்கத்தானே நீ போகிறாய்? நானும் வரேனே! அவளைக் கொஞ்சம் பார்த்துவிட்டு வந்துவிடுகிறேன். கிட்டக்கூட வரமாட்டேன். கஷ்டப்படுத்த மாட்டேன்" என்பான்.

"ஆஸ்பத்திரிக்குச் சின்னக் குழந்தைகள் வந்தால் மூக்கை அறுத்துவிடுவார்கள். நீ ஒழுங்காய் இங்கேயே விழுந்து கிட" என்று சொல்லி, ஜானகி தன் பேரனுக்கு ஏதாவது சாமானை எடுத்துக் கொண்டு சந்தோஷமாகக் காரில் ஏறிக்கொள்வாள்.

அம்மாவைப் பார்க்காத ஏக்கத்தாலும் பாட்டியின் மேல் வந்த கோபத்தாலும் ராமன் நிலை தவறி இருந்தபோதுதான் அந்தச் சம்பவம் நடந்துவிட்டது.

ஸரோஜா ஏதோ அவசரமாக எழுத வேண்டுமென்று அருகிலிருந்த ராமனின் பென்ஸிலை எடுத்து உபயோகிக்கத் தொடங்கினாள்.

அம்மாவைப் பிரிந்ததிலிருந்து அவள் கொடுத்த சாமான்களை மிக பத்திரமாய்க் கண்காணித்து ஆசையுடன் பார்த்துவந்த ராமன் தன் பென்ஸிலைக் காணாது கூச்சலிட்டான்.

"நான்தாண்டா வைத்திருக்கிறேன்," என்றாள் ஸரோஜா.

அப்படியே அவள் மேல் பாய்ந்தான் ராமன். "எங்கம்மாதான் இல்லையேன்னு அவள் கொடுத்த பென்ஸிலைக்கூட எடுத்துக்கப் பார்க்கிறாயா? கொண்டா என் பென்ஸிலை!" என்று அவளிடமிருந்து அதைப் பிடுங்கிக்கொண்டான்.

இந்தக் காட்சியைப் பார்த்துக்கொண்டே வந்த ஜானகி அவனை இழுத்து, முதுகில் ஒரு அடியும் வைத்தாள். "உங்கம்மா யாருடா, உங்கம்மா! அவள் உனக்கு அம்மா இல்லை. ஸரோஜாவுக்குத் தான் அக்கா. உனக்கென்ன பாத்தியதை வந்தது?" என்று குழந்தையிடமிருந்து பென்ஸிலைப் பிடுங்கினாள்.

அசந்து நின்றான் ராமன். "எனக்கா அம்மா இல்லை? ஆஸ்பத்திரியில் இருக்கிறாள்!" என்றான்.

"அவள் ஒன்றும் உன் அம்மா இல்லை. உனக்கு அம்மாவே இல்லை! உன் அம்மா செத்துப்போய்விட்டாள்."

"ஏன் பொய் சொல்றே! அம்மா, என் அம்மா இல்லையா?"

"இல்லை, இல்லை, இல்லை! நீ அவள் வயிற்றில் பிறக்கவேயில்லை. உனக்கும் அவளுக்கும் என்ன சம்பந்தம் வந்தது? நீ இவ்வளவு நாள் நினைத்துக்கொண்டிருந்தது தப்பு. நீ அவள் பிள்ளை இல்லையென்பதை உன்னிடம் சொல்லாமலேயே இருந்தாள். அவ்வளவுதான்."

உள்ளத்தில் அடியைத் தாங்கிக்கொண்டு ராமன் கல்லாய்ச் சமைந்து நின்றான். ஆத்திரம் பொங்கும் கண்களோடு ஜானகியைப் பார்த்தான். திடீரென்று அவள் மேல் விழுந்து தன் சிறிய கைகளால் அவளை மாறி மாறிக் குத்திக்கொண்டே கண்களில் நீர் பெருக, "அம்மா என் அம்மாதான், என் அம்மாதான்!" என்று பெரிதாய்க் கூச்சலிட்டான்.

அவன் கைகளை விலக்கித் தூரத் தள்ளினாள் ஜானகி. "போடா, போடா! நீ அம்மா இல்லாதவன். அவளிடம் உனக்கு ஒரு உறவும் இல்லை," என்று சொல்லி, பிஞ்சு நெஞ்சத்தில் ஊசியைத் தைத்து விட்டு அப்புறம் சென்றாள்.

வெகு நேரம் வரை ராமன் உட்கார்ந்த இடத்தை விட்டு அசைய வில்லை. "எனக்கு அம்மா இல்லையா?" என்று விம்மியது குழந்தை யுள்ளம். அதிலும் "அம்மா என் அம்மா இல்லையா?" என்ற எண்ணம் தாக்கியதும், அவனால் தாங்க முடியவில்லை. குப்புறப் படுத்துக் கொண்டு உடல் குலுங்க விசித்தான்.

அம்மா இல்லையென்றதும் உலகில் தனக்கு ஒன்றுமே இல்லை போல் அவனுக்குத் தோன்றியது. பாரதியின் அன்புதான் அவனுடைய உலகம்; அந்த அன்பை அனுபவிக்கத் தனக்கு உரிமை இல்லை யென்பதை ஒருவாறு ஜானகியின் வார்த்தைகளிலிருந்து புரிந்து கொண்டான். அவன் உலகம் திடீரென்று வெறுமையில் மூழ்கியது.

அன்றிலிருந்து அம்மாவைப் பார்க்க வேண்டுமென்ற தன் ஆசையை அவன் வெளியிடவில்லை. அவள் கொடுத்த சாமான்களை

ஸரோஜாவின் அறையில் கொண்டுபோய் வைத்தான். எப்போதும் ஒரு மூலையில் பதுங்கி அழுதுகொண்டிருந்தான்.

நாளுக்கு நாள் உள்ளத்தில் ஏக்கமும் தனிமையும் அதிகரித்தன.

குழந்தை பிறந்த ஏழாம் நாள் பாரதி வீட்டுக்கு வந்தாள். அன்று வீடு அமர்க்களப்பட்டது. தாத்தா, பாட்டி, சித்திகள், மாமாக்கள் எல்லாரும் கைக் குழந்தையைச் சுற்றி உட்கார்ந்துகொண்டு, “அட கண்ணு! அட சமத்து! அதென்னடா அப்படிப் பார்க்கறே? அட போக்கிரிக் கழுதை! தூக்கிக்கொள்ளணுமா? வா!” என்று ஒருவர் மாற்றி ஒருவர் அதை மடியில் தூக்கி வைத்துக்கொண்டார்கள். இந்தக் கூட்டத்துக்கிடையில் பாரதியின் கண்கள் ராமனைத் தேடின. அவன் இவர்களிடையே தனக்கு இடமில்லை என்று எண்ணியவன் போல் யாரும் பார்க்காதபடி புழக்கடையில் பசுவின் பக்கத்தில் போய் உட்கார்ந்துகொண்டான். “கன்னுக்குட்டி! உனக்குக்கூட அம்மா இருக்கிறது. எனக்குத்தான் இல்லை” என்று வருத்தமாய் முறையிட்டான்.

பாரதி, “ஏம்மா, ராஜா எங்கே, கண்ணிலேயே காணோம்? காலையில் ஒரு நிமிஷம் பார்த்தேன். ஒரு வாரத்தில் இளைத்துத் துரும்பாய்ப் போய்விட்டானே? என்னைப் பார்க்காமல் ஏங்கிப் போய்விட்டானா? நீ ஏன் அவனை அழைத்துக்கொண்டே வரவில்லை?” என்று வினவினாள்.

“நல்ல செல்லம்! அப்படி உனக்காக ஏங்கிக்கொண்டிருந்தால் ஏன் அவன் இன்னும் உன்னிடம் வரவில்லையாம்?”

அதுதான் பாரதிக்கும் புரியவில்லை. மத்தியானம் ஒரு நிமிஷம் ராமன் அவள் கண்களில் தென்பட்டான். “அம்மாகிட்ட வாடா, ராஜா!” என்று கைகளை நீட்டினாள். அவளை ஒரு தரம் பரிதாபமாய்ப் பார்த்துவிட்டு ராமன், தலையை ஆட்டிக்கொண்டு ஓடிவிட்டான். அவ்வப்போது தூரத்திலிருந்து ஆவலும் ஏக்கமும் தோன்ற அவன் தன்னை எட்டிப் பார்ப்பதை பாரதி கவனித்தாள். ஆனால் அவன் அவளை நெருங்கவில்லை.

இந்தச் சிக்கலை விடுவிக்கும் முயற்சியில் தூக்கம் வராமல் படுக்கையில் புரண்டு புரண்டு படுத்தாள் பாரதி. இரவு மணி பதினொன்று. வீட்டில் எங்கும் நிசப்தம். தொட்டிலில் கைக்குழந்தை தூங்கிக்கொண்டிருந்தது. பாரதி ஏதோ தீர்மானத்துக்கு வந்தவளாய் எழுந்து உட்கார்ந்தாள்.

அதே சமயம் கதவுக்கு வெளியே ஒரு சிறிய உருவம் வந்து நின்றது. பாரதி ஆவலுடன் எழுந்து விளக்கை ஏற்றினாள். தாவிச் சென்று ராமனை அணைத்துக்கொண்டாள்.

அவனும் தன் கழுத்தை ஆதுரத்துடன் கட்டிக்கொள்வான் என்றே அவள் எதிர்பார்த்தாள். ஆனால், குழந்தை கை கால்களை அசைக்காமல்

நின்றான். அவன் முகம் வாடியிருந்தது. பதற்றத்துடன் பாரதி அந்த முகத்தைக் கூர்ந்து கவனித்தாள். அந்த முகமும் அவளை நோக்கி நிமிர்ந்தது.

“நீ என் அம்மாவா, இல்லையா?” என்று கேட்டான் ராமன்.

பாரதி திடுக்கிட்டாள். “என்ன ராஜா சொல்கிறாய்?”

“நீ என் அம்மா இல்லைன்னு பாட்டி சொல்றா... நிஜமாய் அப்படியா?”

குழந்தையின் கண்களிலுள்ள வேகத்தையும் கவலையையும் பாரதி கண்டுகொண்டாள். அவனை இன்னும் இறுக அணைத்துக்கொண்டாள்.

“அப்படியா சொன்னாள், பாட்டி? நான் இல்லாத சமயத்தில் உன்னை வருத்தப்படுத்தினாளா? அவளை நான் சும்மா விடமாட்டேன்.”

“நீ என் அம்மாவா, இல்லையா? நான் அம்மா இல்லாதவனா?”

பாரதி அவனைப் பரிவுடன் நோக்கினாள். அவள் கண்களில் நீர் தேங்கியது. குழந்தையின் நெற்றியில் முத்தமிட்டாள்.

“ராஜா! உன் மனத்துக்குள் நான்தான் அம்மா என்று தெரியவில்லையா? நீ என்னை அம்மா என்று கூப்பிடும்போது உனக்கு என்னிடம் ஆசையாக இல்லையா?”

“அதெல்லாம் இருக்கு. ஆனால் நான் உன் வயிற்றில் பிறக்கவில்லைனு பாட்டி சொல்றா.” – ராமன் புருவங்கள் நெரித்து யோசித்தான். “நிஜமாய் உன் வயிற்றில் பிறந்ததாகவே எனக்கு ஞாபகம் இல்லையே?”

“ராஜா! அம்மா வயிற்றில் பிறக்கிறது யாருக்குமே ஞாபகம் இருக்காது. பாட்டி என் அம்மாதானே? அவளுக்கு நான் பிறந்தது எனக்கு ஞாபகமே இல்லை. ஆனாலும், அவள் என் அம்மாவல்லவா?”

“யாருக்குமே ஞாபகம் இருக்காதா? அப்போ நம் அம்மா யார் என்று எல்லோரும் எப்படித் தெரிஞ்சிக்கிறா?”

தன் இன்பத்தை நிர்ணயிக்கும் உண்மையை உணர்ந்துகொள்ள ஆவலுற்று அவன் முகம் அவளை நோக்கிக்கொண்டிருந்தது. குழந்தையுள்ளம் வேதனை ஆழத்துள் மூழ்கி, சாந்தியைத் தேடித் துடித்தது. அந்தச் சாந்தியைத் தரவே பாரதியும் துடித்தாள். மனத்தில் ஆழ்ந்த யோசனையுடன் குழந்தையைப் பார்த்தாள். தன் வயிற்றில் பிறக்காத இந்தக் குழந்தைக்குத் தான் அம்மா என்று அவள் இப்போது நிரூபிக்க வேண்டும் – அந்த இளம் உள்ளம் புரிந்துகொள்ளும் வகையில். அவள் இதய அன்பு ஒரு புன்னகையாய் உதடுகளில் பூத்து நின்றது.

“ராஜா! ஸ்வாமி இருக்கிறாரல்லவா?”

“ஆமாம்!”

“அவர் ஒவ்வொருவர் மனத்திலும் அவர்கள் அம்மாவைத் தெரிந்துகொள்ள வழி வைத்திருக்கிறார். அம்மாவைப் பார்த்ததும் குழந்தையின்

மனத்தில் 'இவள் நம்மிடம் அன்பாயிருப்பாள்' என்று தோன்றும். துக்கம் வந்தால் அவளிடம் போய்ச் சொல்லி அழலாம்போல் தோன்றும். சந்தோஷமாயிருந்தால் அவளோடு சேர்ந்து சிரிக்கலாம்போல் தோன்றும். பயமாய் இருந்தால் அவளைப் போய்க் கட்டிக்கொள்ளலாம்போல் தோன்றும். அவளைப் பார்த்தவுடனேயே ஆசையாய் 'அம்மா' என்று கூப்பிடத் தோன்றும். அப்படியெல்லாம் உனக்கு என்னைப் பார்த்தால் தோன்றுகிறதா?"

"ஆமாம்!" – ராமனின் உதடுகள் ஆவலால் துடித்துக்கொண்டிருந்தன.

"யாராவது தெருவில் போகிறவர்களைப் பார்த்து நீ 'அம்மா' என்று கூப்பிடுவாயா? மாட்டாய். அவர்கள் உன்னை ஆசையாய் 'ஏண்டா ராஜா' என்று சொல்ல மாட்டார்கள். அது உனக்குத் தெரியாதா?"

"தெரியும். எனக்கென்னவோ நீ என் அம்மாதான்னு தோணறது. பாட்டிதான் இல்லையென்கிறாள்."

"அவள் கிடக்கிறாள். எனக்கு உன்னிடம் எவ்வளவு ஆசையென்று உனக்குத் தெரியுமல்லவா? நீ கீழே விழுந்தால் என் உடம்பு வலிக்கிறது; நீ வருத்தப்பட்டால் எனக்கு அழுகை வருகிறது. அப்படி அம்மாவைத் தவிர வேறு யாருக்காவது வருமா?"

ராமனின் துக்கம் மறைய ஆரம்பித்தது. ஆவலுடன் சற்று நெருங்கி வந்து அவள் பேச்சைக் கேட்கலானான். அவன் தலையை வருடிக் கொண்டே அவள் மிருதுவாய்ப் பேசினாள்.

"நீ என்னைப் பார்த்தாய். உன் பாப்பா – மனசில் சந்தோஷம் பொங்கி வந்தது. என்னை 'அம்மா' என்று கூப்பிட்டாய். நான் கைகளை நீட்டினேன். நீ என் கைகளுக்குள் வந்து பதுங்கிக்கொண்டாய். நாம் ஒருவரையொருவர் அன்போடு பார்த்துச் சிரித்துக்கொண்டோம். அப்போதே நான் அம்மா, நீ குழந்தை என்பதை ஸ்வாமி காட்டி விட்டார். அதற்கப்புறம் உனக்கென்ன சந்தேகம்?"

ராமன் அவள் வாயையே பார்த்துக்கொண்டிருந்தான். அவன் ஏக்கம் மறைவது கண்டு பாரதி மகிழ்வடைந்தாள்.

"இப்போ நீயே சொல்லு ராஜா, எல்லாக் குழந்தைகளுக்கும் அவர்கள் அம்மா என்னென்ன பண்ணுகிறாள்?"

ராமன் கிளர்ச்சியுற்றுத் தன் சிறு விரல்களை மடக்கி எண்ண ஆரம்பித்தான்.

"முதலில் . . . சாதம் போடுகிறாள்."

"உம்" என்றாள் பாரதி, அவன் தலை மயிரைக் கோதிக்கொண்டே.

"அப்புறம் . . . குளிப்பாட்டிவிடுகிறாள், டிரஸ் பண்ணிவிடுகிறாள், எண்ணெய் போட்டுத் தலைவாரிவிடுகிறாள், தூங்கப் பண்ணுகிறாள், அப்புறம் . . . அப்புறம் . . ." ராமன் அகமலர்ந்து தொடர்ந்தான்: "மடியில்

தூக்கி வச்சுக்கிறாள்; ஆசையாய்ப் பேசுகிறாள்; முத்தம் கொடுக்கிறாள்; பார்த்துச் சிரிக்கிறாள்." தன் பேச்சிலேயே அவனுக்கு விடை கிடைக்கத் தொடங்கிவிட்டது. சொல்ல முடியாத ஆவலுடன் பாரதியின் முன்னே நின்றான்.

"இதில் நான் உனக்கு எதைப் பண்ணவில்லை ராஜா?"

அவள் குரலில் தொனித்த பரிவு குழந்தையின் சந்தேகத்தை முடிவாகத் தீர்த்துவிட்டது. அவன் அகமும் முகமும் மலர்ந்தன; ஏக்கம் மறைந்தது; தனிமை மறைந்தது; கண்கள் ஒளிர்ந்தன. உள்ளம் நெகிழ்ந்து, கண்ணீர் வழியத் தன் உணர்ச்சியையெல்லாம் தொனியிலே கொட்டி, "அம்மா!" என்று கூவியவாறு அவள் கழுத்தைக் கட்டிக் கொண்டான்.

"அம்மா, அம்மா! நீ இல்லாமல் எனக்கு ஒன்றுமே பிடிக்கவில்லை யம்மா! அழுகை அழுகையாய் வந்தது. ஒத்தருமே இல்லாத மாதிரி இருந்தது. நீ என் அம்மா இல்லைனு அந்தப் பாட்டி சொன்னதும் எனக்கு எப்படி இருந்தது தெரியுமா?" அவன் இன்பமும் நிம்மதியும் ஒரு விம்மலாக வெளியே பீறியெழுந்தன.

பாரதியின் கரங்கள் குழந்தையை அன்போடு அணைத்துக்கொண் டிருந்தன. குழந்தையின் கண்ணீரை அவள் மெள்ளத் துடைத்தாள். அவனும் அவள் மார்பில் தலையைப் புதைத்துக்கொண்டு அசையாமல் உட்கார்ந்திருந்தான்.

"இதிலிருந்தெல்லாம் என்ன தெரிகிறது, ராஜா? ஆசையாயிருப்பவள் அம்மா!"

தொட்டிலில் குழந்தை புரண்டது. முதல் முதலில் அதை அப்போது தான் கவனித்தான் ராமன். ஒரு விசித்திரப் பொருளைப் பார்ப்பது போல் பார்த்தான்.

"அவன்தான் உன் தம்பிப் பாப்பா! போய்த் தொட்டுப் பார்."

ராமன் மெல்ல எழுந்து அம்மாவை அடிக்கடி திரும்பிப் பார்த்துக் கொண்டே குழந்தையை மேலோடு தொட்டான். ஓடிவந்து பாரதியின் மேல் ஒட்டிக்கொண்டு ஓரக் கண்ணால் அது என்ன பண்ணுகிறதென்று பார்த்தான்.

"தம்பிப் பாப்பாவுக்கு இரண்டு நாளில் பெயர் வைக்க வேண்டும். என்ன வைக்கலாம், நீ சொல்லு?"

"எனக்கு ... தெரியலையே!"

"நான் சொல்லட்டுமா? நீ ராமனல்லவா? அவனுக்கு லக்ஷ்மணன் என்று பெயர் வைக்கலாம்."

தாயும் குழந்தையும் ஒருவரோடு ஒருவர் ஒட்டிக்கொண்டார்கள்.

ஆனந்த விகடன், 1954

யோகம்

என்ன இருந்தாலும் வயசு ஐம்பதாகிவிட்டது. உடலில் முன்புபோல் பலம் இல்லை. மேலும், இனியும் சிரமப்படுவானேன்? “சமையலுக்கு ஓர் ஆளைப் போட்டுவிடலாம் அம்மா. நீ ஓய்வாக இரு” என்று பிள்ளை ஆதரவாகச் சொல்லிவிட்டான். மருமகளும், “இத்தனை நாள் பெற்று வளர்த்து ஆளாக்கிப் பாடு பட்டதெல்லாம் போதாதா அம்மா? இப்போது அக்கடா என்று இருங்கள்” என்றாள். செல்லத்துக்கு மிகவும் பெருமையாக இருந்தது. இங்கே மட்டும் அல்ல; அவளுடைய மக்கள் எல்லோருக்குமே அவளிடம் அத்தனை அன்பு, மரியாதை. அம்மாவைத் தாங்குவதில் ஒருவரோடு ஒருவர் போட்டி. வாழ்க்கையில் வேறு என்ன இன்பம் இருக்கிறது?

“சரி. சமையலுக்கு ஓர் அம்மாளை ஏற்பாடு செய்துவிடு. பெண்பிள்ளைதான் வீட்டோடு இருந்து பொறுப்பாய்ச் செய்வாள்” என்று செல்லம் ஒரு நாள் தன் மகன் கோபாலனுக்கு அநுமதி கொடுத்துவிட்டாள். அதன் விளைவாக அந்த வீட்டில் அடி யெடுத்து வைத்தவள் தான் பாகீரதி.

மெலிந்து சுருங்கினாற்போன்ற சரீரம். ஒட்டுப்போட்ட ஒன்பது கஜம் சேலை, ரவிக்கை, பரந்த நெற்றியில் குங்குமம் இல்லை; ஆனால் அமைதி இருந்தது. கண்களில் சாந்தம். சிரித்த முகம். தலைமுடி கறுப்பும் வெள்ளையும் விரவி, தொலைவிலிருந்து, விபூதிக் கற்றையைத் தரித்தது போலத் தோற்றம் அளித்தது.

செல்லத்துக்கு அவளைப் பிடித்துவிட்டது. வந்திருந்தவளுக்கு அவளுடைய வயசோ அல்லது இன்னும் சற்றுக் குறைவான வயசோ இருக்கலாம். ஆகவே கொஞ்ச காலத்துக்காவது பலத்தோடு நன்கு உழைப்பாள்.

“என்ன சம்பளம் வேண்டும் உங்களுக்கு?”

“இஷ்டம்போல் கொடுத்தால் போதும்.”

“அடிக்கடி வீட்டுக்குப் போகிறேனென்று கிளம்பக் கூடாது.”

“இங்கேயே விழுந்து கிடப்பேன் அம்மா. நான் தனி ஆள். யாரையும் போய்ப் பார்க்க வேண்டியதில்லை.”

"சமையல் நன்றாய்ச் செய்வீர்களா?"

"நாற்பது வகையிலும் செய்வேன்."

செல்லத்துக்குத் திடுக்கிட்டது. நாற்பது வகைகளான சமையல் முதலில் அவளுக்கே தெரியாது. ஆகவே அவசரமாய் அந்த விஷயத்தை விட்டாள்.

"அது என்னவோ, எங்களுக்கு நாக்கு ருசியாக இருக்கவேண்டும். அதிகக் காரம் உதவாது. வீட்டில் பிள்ளை, மருமகள், குழந்தைகள் எல்லோரும் உண்டு. வருவோர் போவோர் அநேகம். பொறுப்பாய்ச் செய்ய வேண்டும். குழந்தைகள் ஆளுக்கு ஒன்றாய் ஒரே சமயத்தில் நாலு சாமான் கேட்கும். அதற்கெல்லாம் முகம் காட்டக் கூடாது."

"இது என்ன பிரமாதம்? வீடு என்றால் எல்லாந்தான் இருக்கும்? குழந்தைகளென்றால் எனக்கு உயிராச்சே! இன்னும் பத்துக் குழந்தைகள் வேண்டுமானாலும் தாராளமாய் வரட்டும்; பேஷாய்ச் செய்து போடுகிறேன்."

பேசத் தொடங்கிவிட்டால் நிறுத்தமாட்டாள் போல் இருக்கிறதே! ஆனால் பேச்சிலும் சிரிப்பிலும் 'இவர்களைத் திருப்தி செய்ய வேண்டும்; எப்படியாவது வேலைக்கு வந்துவிட வேண்டும்' என்ற பரிதாபத்தின் குழைவு தென்பட்டது.

"சரி, உள்ளே வாருங்கள்; எல்லாம் காட்டுகிறேன்" என்று எழுந்தாள் செல்லம்.

வேலைக்கு வந்த அன்றையிலிருந்தே பாகீரதியைச் சிறிது அசமந்தம் என்று எண்ணினாலும் எல்லோருக்கும் பிடித்துபோய்விட்டது.

அவளைப் பார்த்துச் சிரிப்பதற்கு நிறைய வாய்ப்பு இருந்தது. பெரியவர்கள், குழந்தைகள், எல்லோருக்காகவும் விடியற்காலை ஐந்து மணியிலிருந்து இரவு பத்து மணி வரை ஓயாமல் உழைத்தாலும் பேசிக் கொண்டே இருப்பதற்கும் அவளுக்கு எப்படியோ நேரம் இருந்தது.

"மாமி, கொஞ்சம் காபி கொடுங்கள்" என்று யாராவது கேட்டு விட்டால் போதும். காப்பியோடு பேச்சும் வரும்.

"காப்பிதானே? தாராளமாய்க் கொடுக்கிறேன். உங்களுக்கு இல்லாத காப்பியா? வீடு நிறையப் பாலும் சர்க்கரையுமாய்க் கொட்டிக் கிடக்கிறதே. கொடுத்தால் குறைந்தா போய்விடும்? இதோ கொண்டுவருகிறேன். நன்றாய்ச் சாப்பிடுங்கள். இன்னும் வேண்டுமானாலும் தாராளமாய்க் கேளுங்கள்."

"மாமி, இன்று ரசம் நன்றாக இருக்கிறது" என்று யாராவது சொல்லிவிட்டால் பிறகு ஏன் சொன்னோம் என்று ஆகிவிடும்.

"நன்றாக இருக்கிறதா? பிடித்தால் சரி. இன்னும் ஏழு தினுசு ரசம் வைப்பேன் நான். எது வேண்டுமோ தாராளமாய்க் கேளுங்கள்.

ஆர். சூடாமணி

என்னிடம் தயக்கமே வேண்டாம். மாமி என்ன சொல்வாளோ என்று யோசிக்க வேண்டாம். எனக்கு கோபமே வராது. ரகம் ரகமாய் செய்து போடுகிறேன். இது ஒரு கஷ்டமா என்ன? உங்களுக்கு வேண்டியதையெல்லாம் செய்து போடுவதைவிட எனக்கு வேறு என்ன பெரிய காரியம்?"

சாப்பாடு முடிந்து எப்போது அந்தப் பேச்சிலிருந்து தப்பி ஓடுவோம் என்று எல்லோருக்கும் இருக்கும்.

"சாப்பிட்டீர்களா மாமி?"

"ஓ! பேஷாய் சாப்பிட்டேன். இங்கே என்ன குறை எனக்கு? மகராஜி உங்கள் புண்ணியத்தில் எல்லாந்தான் கிடைக்கிறது. முந்திய வீட்டிலிருந்து போனவருஷம் அனுப்பிவிட்டார்கள். வேலையில்லாமல் ஒரு வருஷ காலமும் வயிற்றுப் பிழைப்புக்குத் திண்டாடினேன். உங்கள் அகத்துக்கு வந்த அப்புறந்தான் அம்மா நல்ல சாப்பாடாக வயிறு நிறையச் சாப்பிடுகிறேன்."

ஓயாத பேச்சில் கடைசியில் அந்த நன்றியின் நெகிழ்ச்சி பாவம்! இத்தனை சிரமப்பட்டவளா?

"ஏதோ இந்த மட்டுக்கும் ஜகன்மாதா வைத்திருப்பது பற்றிச் சந்தோஷந்தான். நம் வினைக்கு இன்னொருவரை நொந்துகொள்ளலாமா? போகட்டும், இன்றைக்கு என்ன டிபன் செய்யலாம், சொல்லுங்கள். வடைக்கு ஊறப் போடட்டுமா? வைத்துச் சாப்பிடும்படியாகக் குழந்தைகளுக்கு நொறுக்குப் பண்டம் ஏதாவது செய்து டப்பாவில் போட்டு வைக்கிறேன் ஒருநாள். எனக்கு எல்லாம் செய்ய வரும் அம்மா. எது வேண்டுமோ தாராளமாய்க் கேளுங்கள்." பேச்சு நீண்டுகொண்டே போகும்.

அலுப்புச் சலிப்பின்றித் தினமும் ஓடியாடி உழைக்கும் அவளைப் பார்க்கப் பார்க்கச் செல்லம் வியப்படைந்தாள்.

'பாவம், துணையற்ற பிறவி! எங்கேயாவது ஒட்டிக்கொள்ளத் துடிக்கும் அநாதை'.

ஒரு நாள் பாகீரதி அவள் இருக்குமிடம் வந்து, 'ஸ்ஸ்ஸ்' என்ற பெருமூச்சுடன் தரையில் காலை நீட்டி உட்கார்ந்தாள்.

"என்ன மாமி, போய்க் கொஞ்சம் ஓய்வாய் படுத்துக்கொள்ளுங்களேன்," தன் ராமாயணப் புத்தகத்தில் ஆழ்ந்தவாறே கூறினாள் செல்லம்.

"ஆகட்டும். ஓய்வுக்கு என்ன அம்மா? நிறைய எடுத்துக்கொண்டால் போச்சு. எனக்காக நீங்கள் ஒன்று செய்ய வேண்டுமே. இங்கே வந்ததிலிருந்து நினைத்துக்கொண்டே இருக்கிறேன்; கேட்க வாய் வரவில்லை."

தனிமைத் தளிர் ◆ 33 ◆

செல்லம் புத்தகத்தை மூடி வைத்துவிட்டு அவளை நிமிர்ந்து பார்த்தாள். பாகீரதியின் குறுகிய சரீரம் லேசாக இரைத்துக்கொண் டிருந்தது. கண்களின் ஆழத்தில் மப்பு மூடியது போலக் களைப்பின் நிழல்.

"என்ன செய்ய வேண்டும்?"

"இரண்டு கார்டு எழுதிக் கொடுக்க வேண்டும்."

"கார்டா? யாருக்கு?"

"என் பிள்ளைகளுக்கு!"

செல்லம் மிக்க ஆச்சரியத்துடன், "உங்களுக்கு பிள்ளைகள் இருக்கிறார்களா?" என்றாள்.

"இருக்கிறார்கள். இரண்டு பேர்."

"ஓ!" செல்லத்துக்குச் சற்று நேரம் பேச்சு வரவில்லை, பிறகு மெல்ல, "நீங்கள் தனியாள் என்று சொன்னதனால் நான் நினைத்தேன்..." என்று இழுத்தாள்.

பாகீரதியின் வறண்ட உதடுகளின்மேல் புன்னகையின் மெல்லிய கீறல் விரிந்தது. முதல் முதலாக அந்த முகத்தில் ஓர் ஆழத்தையும் விரக்தியையும் கண்டாள் செல்லம்.

"துணைக்கு யாரும் இல்லையென்றால் தனிதானே அம்மா?"

"அவர்கள் எங்கே இருக்கிறார்கள்?"

"பெரியவன் மதுரையில் அக்கௌண்டண்ட். பெண்டாட்டியும் மூன்று குழந்தைகளும் உண்டு. சின்னவன் இங்கேதான் பக்கத்தில் வாங்கூர் கிராமத்தில் இருக்கிறான். நிலபுலனைப் பார்த்துக்கொண்டு ஏதோ சௌகரியமாய்த்தான் இருக்கிறான். இரண்டு குழந்தைகள் அவனுக்கு."

கேட்கக் கேட்கச் செல்லத்துக்கு வியப்பு மிகுந்தது.

"எட்டு மாசம் ஆகிறதம்மா. ஒருவனாவது ஒரு காகிதம் போட வில்லை. பெற்றவள் நம்மைப் பற்றிக் கவலைப்படுவாளே என்று தோன்றினால்தானே. எனக்குத்தான் மனசு அடித்துக்கொள்கிறது. இதெல்லாம் வேண்டுமென்றே செய்துகொள்வதா அம்மா? நாம் ஒதுங்கினாலும் உடம்பு துடிக்கிறதே!"

செல்லம் ஏதும் சொல்லவில்லை. தொண்டை உள்ளேயே கரகரப்பது போல் இருந்தது.

"இரண்டு கார்டு எழுதிக் கொடுக்கிறீர்களா?"

"சரி, என்ன எழுதவேண்டும் சொல்லுங்கள்."

பாகீரதி அரைக்கண் மூடித் தனக்குள் ஆழ்ந்தவளாகக் கடிதத்துக்கு விஷயம் சொல்ல ஆரம்பித்தாள்.

"சிரஞ்சீவி பாச்சாவுக்கு அம்மா அநேக ஆசீர்வாதம். இங்கே நான் சுகம். அங்கே உன் சௌக்கியத்துக்கும், நாட்டுப் பெண் சௌ. சீதாவின் சௌக்கியத்துக்கும், குழந்தைகள் சௌ. ஜயத்தின் சௌக்கியத்துக்கும். சி. ராகவனின் சௌக்கியத்துக்கும், சி. முத்துவின் சௌக்கியத்துக்கும் . . ."

"எல்லாருடைய சௌக்கியத்துக்கும் பதில் போடு என்று ஒன்றாகவே எழுதிவிடுகிறேனே."

"வேண்டாம். ஒவ்வொருவராக விசாரித்தால்தானே நேரில் பார்க்கிறாப்போல் இருக்கிறது?"

"மேலே விஷயத்துக்கு வரலாமே என்றுதான் சொன்னேன்."

"விஷயம் என்ன? அவ்வளவுதான். நான் இங்கே வேலையாக இருக்கிறேன் என்பதைத் தெரிவித்துவிடுங்கள்."

"ம்! மேலே?"

"அவ்வளவுதான். ஆ கட்டாயம் இந்தக் கடுதாசிக்காவது பதில் எழுதவேண்டியது என்று சொல்லி மேலே உங்கள் விலாசத்தை எழுதிவிடுங்கள்."

"இந்தக் கடுதாசிக்காவது என்றால்?"

"இதற்கு முன் ஐந்தாறு கடுதாசி யாராரையோ கொண்டு எழுதிப் போட்டேன். ஒரு பிள்ளையாவது பதில் போடவில்லை."

"அட பாவமே! அப்படியா?"

"ஆமாம். எப்படிப் பதில் போடுவார்கள்?" பாகீரதி அவளை நிதானமாய்ப் பார்த்துக்கொண்டு குரலில் கசப்பு இன்றி வெகு சாதாரண மாய்ச் சொன்னாள்; "அப்போது நான் வேலை கிடைக்காமல் திண்டாடிக்கொண்டிருந்ததனால் ஒரு பத்து ரூபாய் அனுப்பு என்று கடுதாசியில் கேட்டிருந்தேன். அதனால்தான் பதில் இல்லை."

செல்லத்தின் கையிலிருந்து கார்டு நழுவியது. எவ்வளவு அடக்க மாய்ப் பேசிவிட்டாள் இவள்! இது என்ன விவேகம்? கசப்பான, கடுமையான உண்மையை இவ்வளவு அமைதியுடன் ஒப்புக்கொள்வது சாத்தியமா? ஒரு யோகியின் சலனமின்மைக்கும் இதற்கும் என்ன வித்தியாசம்?

"அதற்காகத்தான் இப்போது நான் சம்பாதிப்பதை எழுதச் சொன்னேன். பயம் இல்லாமல் பதில் போடுவார்கள். இல்லையா? எப்படியாவது அவர்கள் சௌக்கியத்தைப் பற்றி எனக்குத் தெரிந்தால் சரி."

செல்லம் சிறிது நேரம் அசையவில்லை. பிறகு ஒருவாறு சாமளித்துக் கொண்டு கீழே கிடந்த கார்டைக் கையில் எடுத்து நாற்காலியில் ஒய்வாகச் சாய்ந்துகொண்டாள்.

“உங்களைச் சிரமப்படுத்திவிட்டேன் அம்மா. எனக்கு தமிழ் எழுத வரும்; ஆனால் இப்போதெல்லாம் கண் சரியாய்த் தெரிவதில்லை. பூச்சி பறக்கிறது. வயசாகவில்லையா? ஒன்றா இரண்டா, இந்த மாசியோடு அறுபதும் முடிந்துவிட்டது.”

சட்டென்று செல்லம் நாற்காலியில் நிமிர்ந்து உட்கார்ந்தாள். தான் ஏதோ பெரும் தவறு செய்துவிட்டதுபோல இருந்தது. தன் ஐம்பது வயசு, உடலில் அலுப்பு, அதற்காக வேலையைக் குறைத்துக் கொண்ட ஓய்வு, பிள்ளை பெண்களின் ஆதரவு எல்லாம் ஈட்டிகளாய் நெஞ்சில் பாய்ந்தன. எதிரே அந்த இன்னொருத்தி; அறுபது வயசின் உட்சுமையைத் தாங்கிக்கொண்டிருந்த சரீரம்; லேசாய் இரைத்துக் கொண்டிருந்த வடிவம்; நல்ல நிலையில் பிள்ளைகள் இருந்தாலும் இந்த வயசில் தானே உழைத்து வயிறு வளர்க்க வேண்டிய நிர்ப்பந்தம். செல்லம் ஒரு தரம் பார்த்துவிட்டுத் தலை குனிந்துகொண்டாள்.

பாகீரதி நினைத்தபடியே இரண்டு பிள்ளைகளிடமிருந்தும் கடிதம் வந்தது.

“பாகீரதி அம்மாள். இந்த வீடுதானா?” என்று தபால்காரர் சந்தேகமாய்க் கேட்டார்.

“ஆமாம். நான்தான் அது” என்று ஓடிவந்து கடிதங்களைப் பெற்றுக்கொண்டாள். செல்லத்தைப் படிக்கச் சொல்லிக் கேட்டுவிட்டு, “அப்பாடா! நல்லபடியாய் இருக்கிறார்கள் இரண்டுபேரும். ஒரு வருஷம் கழித்து நல்ல செய்தி வந்ததே! எல்லாம் ஜகன்மாதா செயல்” என்று சந்தோஷப்பட்டுக்கொண்டாள். செல்லத்துக்கு ஆத்திரந்தான் வந்தது.

ஒவ்வொரு மாதமும் சம்பளப் பணத்தை அவளிடமே கொடுத்துப் பாதுகாக்கச் சொல்லிவிடுவாள் பாகீரதி.

“உங்கள் செலவுக்கு வேண்டாமா?”

“எனக்கு என்ன பெரிய செலவு? உங்கள் புண்ணியத்தில் வயிறார இரண்டு வேளையும் சாப்பிடுகிறேன். மீதி சில்லறைச் செலவுக்கு அவ்வப்போது இரண்டு மூன்று ரூபாய் எடுத்துக்கொண்டால் போதும்.”

“உங்கள் பெயரில் பாங்கில் ஒரு கணக்கு ஆரம்பித்துவிடுகிறேன். வட்டியாவது சேர்ந்துக்கொண்டு வரும்” என்று கூறி, கோபாலன் அவ்விதமே ஏற்பாடு செய்தான்.

ஊரெங்கும் பரவிய இன்புளுயன்ஸா ஜுரத்தில் செல்லமும் படுத்துக் கொண்டுவிட்டாள். மகன் கோபாலன் அன்போடும் கவலையோடும் தனக்குச் செய்த பணிவிடையைப் பாகீரதி கவனிப்பதைக் கண்டபோது அவளுக்கு உள்ளம் கூசியது. ஆனால் பாகீரதியின் பார்வையில் பொறாமை இல்லை; அக்கறையும் ஆமோதிப்புமே இருந்தன.

"மாமி, உங்களைப் பார்த்தால் எனக்கு ரொம்பவும் பரிதாபமா யிருக்கிறது" என்றாள் செல்லம் மனம் தாங்காமல்.

"ஏன்?" என்றுதான் அந்த அசடு கேட்கும் என்று எதிர்பார்த்தாள். ஆனால் பாகீரதி அப்படிக் கேட்கவில்லை. புரிந்துகொண்டவளாக அவளைப் பார்த்துப் புன்னகை செய்தபடியே, "உங்களுடையது புண்ணியம் செய்த வயிறம்மா. அப்படியே என்றைக்கும் இருக்கட்டும்" என்றாள். அவள் இதயத்தின் ஆழம் அறிவுக்கு எட்டவில்லை.

செல்லத்துக்குப் பிறகு பாகீரதிக்கும் ஜுரம் வந்தது. பொறுமையாய் படுக்கையில் உழன்றுக்கொண்டிருந்த அவளை வீட்டார் அனைவரும் பரிவாகக் கவனித்துக்கொண்டார்கள். கூடவே ஒரு சோகமும் கவிந்து கொண்டது.

"பாவமாயிருக்கிறதடா கோபாலா. நீ அவள் பிள்ளைகள் இரண்டு பேருக்கும் அவள் உடம்பைப்பற்றி எழுதிப்போடு. என்னதான் செய் கிறார்கள் பார்ப்போம்" என்றாள் செல்லம். கோபாலன் அவ்வாறே செய்தான். தாயும் மகனும் ஆர்வத்துடன் காத்திருந்தார்கள். ஆயினும் பத்து நாட்கள் சென்றும் எந்தப் பிள்ளையிடமிருந்தும் பதில் வரவில்லை.

"என்ன பிள்ளைகள்? தென்னம் பிள்ளை அணிற் பிள்ளை! இதைவிட அவள் மலடியாகவே இருந்திருக்கலாம்" என்று செல்லம் பரிதாபம் தாங்காமல் பொருமினாள். பாகீரதியின் அவலக்கோலம் நெஞ்சைப் பிழிந்தது. இப்போது அந்த வீட்டவர்கள் இல்லாவிட்டால் அவள் கதி? உடம்புக்கு வந்துப் படுத்துக்கொண்டால் ஒரு வாய் நீர் தர யாருமில்லையா மக்களை ஈன்ற அந்தத் தாய்க்கு?

ஆனால் பாகீரதி இவ்விதச் சிந்தனைகள் செய்ததாகத் தெரிய வில்லை. ஜுரம் விட்டவுடன் எழுந்து வேலைசெய்யத் தொடங்கினாள்.

"இன்னும் நாலு நாள் ஓய்வாக இருங்களேன் மாமி!"

"இன்னும் என்ன ஓய்வு? குண்டுக்கல்லாய் இருக்கிறேன். மகராஜி உங்கள் புண்ணியத்தில் எனக்கு ஒரு குறையும் இல்லை. காபியாயும் சாதமாயும் வயிறு புடைக்கச் சாப்பிடுகிறேன். இல்லை என்று சொன்னால் கண் அவிந்துவிடும். ராத்திரி என்ன சமையல் செய்யலாம். சொல்லுங்கள். மாமி படுத்துக்கொண்டிருந்தாளே பாவம் என்று ஒன்றும் வேண்டாம் என்று எண்ணாதீர்கள். எனக்கு ஒரு சிரமமும் இல்லை. கறி, கீரை, கூட்டு, வறுவல், பச்சடி எல்லாம் செய்து போடுகிறேன். எது வேண்டுமோ சங்கோஜப்படாமல் தாராளமாய்க் கேளுங்கள்."

அதே ஓயாத, வெகுளிப் பேச்சு. இவள் முட்டாளில் முதல் ரகமா, அல்லது முழுப் பக்குவம் பெற்ற துறவியா? இரண்டில் ஒன்றாகத்தான் நிச்சயம் இருக்க வேண்டும்.

கடைசியில் முட்டாள் என்றுதான் நினைக்க வேண்டி வந்தது. அநுபவம் இல்லாததனால் தவறு செய்வது இயல்புதான். ஆனால் அநுபவப்பட்ட பிறகும் தன் அசட்டுத்தனத்தை உணராமல், செய்த தவற்றையே திரும்பத் திரும்பச் செய்துகொண்டிருப்பதோ மன்னிக்க முடியாத பேதைமை; கோபத்துக்குரியது; பரிதாபத்துக்குரியதல்ல.

வீட்டைத் தேடிக்கொண்டு வந்து ஒரு நாள் மாலை வாசற்புறம் தயங்கித் தயங்கி நின்ற ஆளைக் கண்டபோது செல்லத்துக்கு முதல் அபிப்ராயமே நல்லதாய் விழவில்லை.

"யார் அப்பா நீ? யார் வேண்டும்?"

"பாகீரதி அம்மாள் இங்கேதானே இருக்கிறாள்?"

"ஆமாம்." செல்லம் அவனைச் சந்தேகமாகப் பார்த்தாள். வெறுப்பின் சக்தியால் சட்டென்று கீறலிட்ட உள்ளுணர்வின் தெறிப்போடு, "நீ அவள் பிள்ளையா?" என்றாள்.

"ஆமாம், இரண்டாவது பிள்ளை. என் பெயர் கணேசன். வீட்டைத் தேடிக்கொண்டு எங்கெல்லாம் சுற்றிவிட்டேன்! அம்மா எப்படி இருக்கிறாள்?"

"ரொம்பவும் படுத்துக்கொண்டிருந்தாள். உனக்குத் தான் கடிதம் வந்திருக்குமே."

"ம். ஆமாம். இப்போது சௌக்கியமாகிவிட்டாளா?"

"ஏதோ வேலை செய்கிறாள்!"

"நான் அம்மாவைப் பார்க்க வேண்டுமே."

"இப்போது பார்க்க முடியாது. உள்ளே வேலையாக இருக்கிறாள். என்ன விஷயம் சொல்லு."

"இல்லை, அம்மாவையே பார்த்தால் தேவலை."

"ஒருவர் வேலை செய்யும் இடத்துக்குக் கண்டபோது வந்து பார்க்க வேண்டுமென்றால் முடியுமா?" என்றாள் செல்லம் கடுமையாக.

"அப்போது நான் நாளைக்கு வருகிறேன். எந்தச் சமயம் ஒழிவாய் இருப்பாள். சொல்லுங்கள்."

செல்லம் அவனைப் பார்த்து விழித்துவிட்டு உள்ளே சென்றாள். சிறிது நேரத்தில் வாசலுக்கு ஆவலின் பரபரப்போடு ஓடிவந்த பாகீரதியின் கண்களிலும் முகத்திலும் ஒளிவெள்ளம் பெருகிக்கொண்டிருந்தது.

"வாடா கணேசா, வா! உன்னைப் பார்த்து எத்தனை நாளாச்சு! சௌக்கியமாய் இருக்கிறாயா? இளைத்தாப் போல் இருக்கிறாயேடா; உடம்புக்கு ஒன்றும் இல்லையே? எப்போது ஊரிலிருந்து வந்தாய்? உங்களையெல்லாம் பார்க்காமல் கண் பூத்துப் போச்சுடா. நன்றாயிருக்கிறாயா?"

நரம்பு புடைத்த முரட்டுக் கைகளால் மகனின் முகத்தையும் தோள்களையும் தடவிக்கொடுத்த பாகீரதியின் கண்களில் நீர் கசிந்தது.

"எனக்கென்ன அம்மா? நன்றாய் இருக்கிறேன். அந்த மட்டும் உனக்கு வேலை கிடைத்ததே; அது ரொம்ப சந்தோஷம்."

ஜன்னலிலிருந்து கவனித்துக்கொண்டிருந்த செல்லத்துக்கு ஆத்திரம் பொங்கியது. வேலை கிடைத்தது பற்றிச் சந்தோஷமா? அப்படியானால் அதற்கு ஒரே அர்த்தந்தான்.

அவள் ஊகம் தவறவில்லை. கணேசன் நாலைந்து நாள் தாயை வந்து சந்தித்துப் பேசிக்கொண்டிருந்தான். அதற்கு அடுத்த நாள் பாகீரதி செல்லத்தினிடம் வந்து நின்றாள்.

"என்ன மாமி. என்ன விஷயம்? ஏது கடைசியில் மகன் வந்து விட்டான் போலிருக்கிறதே உங்களைப் பார்க்க!"

"ஆமாம் ஓர் ஒத்தாசைக்காக வந்திருக்கிறான்."

"நினைத்தேன். பண ஒத்தாசைதானே?"

"ஆமாம். ஏதோ நில விஷயத்தில் நெருக்கடியாம். அவசரமாய் முந்நூறு ரூபாய் வேண்டுமாம்."

"உங்களை என்ன, கோடீசுவரி என்று நினைத்துக்கொண்டானா? அல்லது கறவை மாடு என்றா?"

"இரண்டும் இல்லை; அம்மா என்று நினைத்து வந்திருக்கிறான்." புன்னகையோடு வந்த அந்தப் பதிலில் செல்லம் அயர்ந்துவிட்டாள்.

"பாங்கியில் என் பணம் இப்போது கிட்டத்தட்ட நூற்றைம்பது ரூபாய் இருக்கிறது. இல்லையாம்மா? அவனிடம் சொன்னேன். அவசரத்துக்கு அதையாவது கொடு என்கிறான். பாவம்! அத்தனை நெருக்கடி. உங்கள் பிள்ளையிடம் சொல்லி அந்தப் பணத்தை வாங்கித் தருகிறீர்களா?"

இது என்ன மீளாத அறிவீனம்?

"மாமி, நான் சொல்கிறேனென்று கோபித்துக்கொள்ளாதீர்கள். அந்தப் பணம் உங்களுக்கு ஓர் ஆபத்து சமயத்திற்கு என்று இருக்கட்டும்."

"பிள்ளைக்கு உதவாத பணம் எதற்கம்மா? அவனுக்கு ஆபத்துச் சமயம் என்றால் அது எனக்குத்தானே?"

"இதற்கு அவன் நன்றி செலுத்தப் போகிறானா? உங்களுக்கு ஒரு கஷ்டம் என்றால் வந்து காப்பாற்றுவானா?"

"மாட்டான்."

"அது தெரிந்துங்கூட, பிள்ளைகள் உங்களை நடத்திய விதத்தைப் பார்த்துங்கூட, இந்த அஞ்ஞானம் விடவில்லையே!"

தனிமைத் தளிர்

“அதற்கு அவர்கள் என்ன செய்வார்கள்?”

செல்லத்திற்கு அதற்குமேல் பொறுக்க முடியவில்லை. ஆவேசமாய்ப் பேசலானாள்.

“பெற்றவர்களின் வயசு காலத்தில் அவர்களைக் காப்பாற்ற வேண்டியது குழந்தைகளின் கடமை அல்லவா மாமி? அவ்வளவுக்கு நன்றி காட்ட வேண்டியது மனிதத் தன்மை அல்லவா? அவர்களுக்காக நாம் எவ்வளவு கஷ்டப்படுகிறோம்? உடல் நோகப் பெற்று வளர்க்கிறோம். ரத்தத்தைப் பாலாக்கி ஊட்டுகிறோம். நம் உயிருக்கும் மேலாக மதித்து அவர்களுடைய நன்மைக்காகவே உடலாலும் உள்ளத்தாலும் பாடுபடுகிறோம். தாய் கவனிக்காவிட்டால் குழந்தை யின் கதி என்ன ஆவது? அப்படி அவர்களைக் கண்ணும் கருத்துமாய்க் காப்பாற்றி ஆளாக்குகிறோமே! அவர்களுக்காக எத்தனை பாடு படுகிறோம். எத்தனை செய்கிறோம்.”

“செய்யாமல் இருக்க முடியுமா?”

அமைதியான குரல் இடையில் ஒலித்தது. செல்லம் ஏறிட்டுப் பார்த்தாள். பாகீரதியின் முகத்தில் தெளிவைத் தவிர வேறு எதுவும் இல்லை.

“நீங்களே சொல்லுங்கள். நாம் செய்யாமல் இருக்க முடியுமா? நம் குழந்தையிடம் நமக்குத் தோன்றும் பாசத்தில் நம் பெருமை என்ன அம்மா இருக்கிறது? நாம் வேண்டுமென்று யோசித்துச் செய்யும் அன்பா அது? நாம் தேர்ந்தெடுத்துக் கொடுக்கும் பொருளா? குழந்தை பிறக்கும்போதே அந்தப் பாசமும் அன்பும் கூடவே நம் மனசில் பிறந்துவிடுகின்றன. அதில் நம் செயல் எதுவும் இல்லை. இயற்கையின் நியதி அது. நம் உடல் தானாக உணரும் ஒரு வேகம். அதைக் கொடுக்காமல், அவர்களுக்குச் செய்யாமல் நாம் இருக்க வேண்டுமென்றாலும் முடியாது.”

செல்லத்துக்கு நாவெழவில்லை.

“நாம் உயிரோடு இருக்கும் வரையில் குழந்தைகளுக்குக் கொடுக் கிறோம். அதில் நமக்குச் சந்தோஷம். நம் சந்தோஷத்துக்காகத்தானே கொடுக்கிறோம்? நன்றியை உணர்வதும் உணராததும் அவர்கள் பொறுப்பு. குழந்தைகள் பதிலுக்குச் செய்வார்களென்றா நமக்கு அந்தப் பாசம் தோன்றுகிறது? நமக்கு அந்தப் பாசத்தைத் தவிர வேறு வழியில்லை.” பாகீரதியின் குரல் மிருதுவாயிற்று; “அதைவிடப் பெரிய பாக்கியமும் இல்லை.”

தன்முன் ஒரு மனிதப்பிறவி பேசுவதாகவே செல்லத்துக்குத் தோன்ற வில்லை. ஏதோ தெய்வத்தின் அசரீரி வாக்காகத்தான் ஒலித்தது. இவளா அசடு? தப்பா எடை போட்டு ஏமாந்து போனால் அல்லவா அசடு? பயன் நோக்காமல் செயல் புரியும் கர்மயோகியாக அன்பையே இறுதி லட்சியமாய்க் கொண்ட இந்தச் சாதனையின் பெயர் என்ன?

"ஏன் மாமி, தாயாகிய நாம் குழந்தைகளைக் காப்பாற்றுகிறோம். அவர்கள் நம்மை நிராதரவு செய்தால் பிறகு நம்மைக் காப்பாற்றுவார் யார்?" என்றாள் மெதுவாக.

"நம் எல்லோரையும் பெற்ற ஜெகன்மாதா இல்லையா?". செல்லம் வாய் திறக்கவில்லை.

நூற்றைம்பது ரூபாயைப் பெற்றுக்கொண்டு கணேசன் சென்றுவிட்டான். ஓய்வின்றி வழக்கம்போல் அமைதியாய் உழைப்பில் ஈடுபட்டுவிட்ட பாகீரதியைப் பார்த்து செல்லத்துக்கு நெஞ்சை அடைத்தது.

உடலில் பலம் உள்ளவரையில் அவள் உழைப்பாள். பிறகு அவள் வேலை செய்ய இயலாமல் பலமொடுங்கி, நாதியற்று, பார்வையிழந்தும் பாசம் இழக்காதவளாய்த் தெருவில் அலையும் காலம் வந்தால் –

அந்த ஜகன்மாதா காப்பாற்றுவாளா?

கலைமகள், ஆகஸ்ட் 1963

அவன் வடிவம்

டெலிபோன் ரிஸீவரை ஆத்திரத்துடன் அதன் இடத்தில் அடித்து வைத்தாள் விஜயா.

"அம்மா! அந்த ஆள் இங்கே மத்தியானம் அப்பாவுடன் சாப்பாட்டுக்கு வருகிறானாம். அப்பா 'போன்' செய்திருக்கிறார்" என்றபோது அவள் முகத்தில் கோபத்தோடு துக்கமும் பரவியது. எதிரே வந்து நின்ற அன்னையைக் கட்டிக்கொண்டு அழவேண்டும் போல் பொங்கிய எழுச்சியை அடக்கிக்கொண்டாள்.

கௌரியின் முகம் வெளிறியது. சிறிது நேரம் அசைவற்று நின்றாள். என்ன சொல்வதென்று புரியவில்லை.

"எத்தனை அலட்சியம் – உன்னைப் பற்றி!" என்று மெதுவாக முணுமுணுத்தாள் விஜயா.

"இங்கே... சாப்பாட்டுக்கா?"

"ஆமாம். விருந்து செய்து போட வேண்டியதுதான்."

"அவன்... ஏதோ வேலையில் அமரப் போவதாய் அல்லவா..."

"வேலை கிடைத்துவிட்டதாம். அப்பாதான் சிபாரிசு செய்தாயிற்றே! இன்று காலை ஊரிலிருந்து வந்தானாம். இந்த ஒரு வேளைக்கு நம் வீட்டில் சாப்பாடு போட்டு அனுப்பிவிட்டால் போதுமாம். ராத்திரியிலிருந்து ஹோட்டலில் தங்க ஏற்பாடு ஆகிவிட்டதாம்."

ஏன் இப்போதும்தான் – இந்த ஒரு வேளைக்கும் கூட – ஏதேனும் ஒரு ஹோட்டலுக்குப் போயிருக்கக் கூடாதா? தாயும் மகளும் மனத்தில் இந்த ஒரே எண்ணத்தோடு ஒருவரையொருவர் பார்த்தார்கள்.

"அப்பாவுக்கு என்ன, மனசே இல்லாமல் போய்விட்டதா? எத்தனை தைரியம்!"

"அவர் வீட்டுக்கு அவர் யாரை வேண்டுமோ அழைத்து விருந்து வைக்கலாம். இதில் நாம் கோபப்பட என்ன இருக்கிறது?" என்றாள் கௌரி.

"அம்மா!" – விஜயா அதிர்ச்சியுடன் கூவினாள்.

"எனக்கு என்ன வென்றால் . . . அந்தப் பையன் எப்படி அதற்கு ஒத்துக்கொண்டான் என்றுதான்."

கௌரி யோசனையோடு மௌனமானாள். அவளைப் பார்த்துக் கொண்டு நின்ற விஜயாவின் கண்களில் மெள்ள ஈரம் கசிந்தது. கணவன் என்னதான் செய்தாலும் அவனைக் குறை கூறாமல் பிறரை நோகும் இந்தக் குணத்தைப் பெண்ணினத்தின் பெருமை என்பதா, பேதைமை என்பதா?

"அவன் பேரிலும் தப்புத்தான். ஆனால் எனக்கு அப்பா மேல்தான் இன்னும் அதிக ஆத்திரம் வருகிறது. இதை 'ஸஜஸ்ட்' செய்ய அவருக்கு மனசு எப்படியம்மா வந்தது? இது . . . உனக்கு அவமானம் இல்லையா? அப்புறம் இந்த வீட்டில் உனக்கு என்னதான் மரியாதை வைத்திருக்கிறா ரென்று ஆயிற்று?" என்றாள் விஜயா.

கௌரியின் பொறுமை பூண்ட முகம் மகளின் பேச்சைக் கேட்கக் கேட்க வேதனையில் சுருங்கியது. இதயத்தை அழுத்திப் பிடித்துக் கொண்டாள்.

"என்னம்மா, என்ன? மறுபடியும் நெஞ்சை வலிக்கிறதா? அம்மா!" ஓடிவந்து அணைத்துக்கொண்ட மகளின் பரிவில் கௌரியின் தாப மெல்லாம், பெண்மையெல்லாம் பொங்கிப் பொருமியது.

"இப்படி அதிர்ச்சி வந்தால் நீ எப்படித் தாங்குவாய்? பாவம். அம்மா, அப்படியே என்மேல் சாய்ந்துகொள் . . ."

"நான் போய்ப் படுத்துக்கொள்கிறேன் விஜயா – எனக்கு என்னமோ படபடப்பாய் இருக்கிறது."

மகளின் அணைப்பிலிருந்து தன்னை மெல்ல விடுவித்துக்கொண்டு கௌரி உள்ளே திரும்பினாள். இந்த இதய நோய் ஒன்று அடிக்கடி தலை தூக்கி அச்சுறுத்துகிறதே! ஏதாவது அதிர்ச்சியானால் இப்படி வந்துவிடுகிறது. அவள் தனக்காகப் பயப்படவில்லை. உலகத்தில் எத்தனை அதிகம் முடியுமோ அத்தனைக் காலம் வாழ்ந்திருக்க அவள் துடித்த தெல்லாம் சந்துருவுக்காகத்தான்.

படுத்துக்கொள்ள எண்ணிச் சென்ற கௌரி இந்த நினைவு எழுந்ததும் சந்துருவின் அருகில் போய் உட்கார்ந்து கால்களை நீட்டிய வாறு சுவரில் சாய்ந்து கண்களை மூடிக்கொண்டாள். வகை வகையான வேதனைகள் முகத்தில் கவிந்தன.

"என்னம்மா? ஏன் இப்படி ஏதோ ஒரு மாதிரி இருக்கிறாய்?"

கௌரி கண்களைத் திறந்தாள். நெஞ்சில் இன்னும் நோவு மாற வில்லை. உதடுகள் துடிக்க மகனைப் பார்த்தாள். இருபது வயது வாலிபன். விஜயாவைவிட இரண்டு வயது மூத்தவன். உலகின் களிப்பில் கலந்து மகிழ்ந்திருக்க வேண்டிய பருவத்தில் இதோ கால் களின் உபயோகத்தை இழந்து படுக்கையோடு முடங்கிக் கிடக்கிறானே!

விதியால் வஞ்சிக்கப்பட்ட அவனது ஐந்தாம் வயதிலிருந்து தாயின் இதயத்தில் ஒரு மாறாத அன்புச் சுமையாக அமைந்துவிட்டான். அவளுடைய கவலையும், துயரமும், கவனிப்பும், பாதுகாப்பும் அவனைச் சுற்றியே கனத்து வளர்ந்தன. பெண்ணைப் பற்றிக்கூட அவளுக்கு அத்தனை சிந்தனை இல்லை. இந்த மகனுக்குத் தாயாக, அன்பினால், அவனுக்கு ஓர் அரணாக, எத்தனை காலம் வாழ்ந்திருக்க முடியுமோ, வாழ வேண்டுமென்ற தாபம்தான் அவளுடையது.

"என்னம்மா?" என்று கேட்டான் சந்துரு மீண்டும்.

"ஒன்றுமில்லையடா!"

"மார்பு வலிக்கிறதா?"

"ஆமாம்."

"படுத்துக்கொள்ளேன். வேலையையெல்லாம் விஜயா பார்த்துக் கொள்ளட்டும். கொஞ்சம் ஓய்வாய் இரேனம்மா."

"இன்றைய நெஞ்சுவலிக்கு மருந்தாகப் படுத்துக்கொண்டுவிட்டால் மட்டும் போதுமா?

இத்தனை நாள் இம்மாதிரியான சந்தர்ப்பம் நேரவில்லை. சாம்பசிவம் தமது இன்னொரு வாழ்க்கையை இந்த வீடுவரை எட்டவில்லை. அவருடைய அலுவல்கள் கௌரிக்குத் தெரியாதவையல்ல. 'கல்யாணம்' என்ற பேச்செல்லாம் அந்த நாளில் காதில் படாமல் இல்லை. பெண்மை வெகுண்டது. ஆயினும், நெஞ்சைக் கொல்லும் ஒரு பெருமூச்சுடன், அவள் முன்பே – இளவயதிலேயே – அந்த விஷயத்தை ஏற்றுக்கொண்டு, விலகிவிட்டாள். அவளுக்கும் அவள் குழந்தைகளுக்கும் செய்ய வேண்டிய கடமைகளில் அவர் ஏதும் குறை வைக்காததாலும், அந்த வீட்டைப் பொறுத்தவரை அவளுடைய கௌரவத்தை மற்றப் பிணைப்புக்களால் பாதிக்காமல் அவர் இருந்ததாலும் அப்படி ஏற்றுக்கொள்வது அவளுக்குச் சாத்தியமாக இருந்தது. குறைவுற்ற மகனைப் பார்க்கும் போதெல்லாம் மட்டும் அவள் உள்ளம் குமுறும். அவருக்கு . . . அவருக்கு எப்படி மனசு வந்தது!. . . இப்படியே ஆண்டுகள் வேகமாகச் சென்றுவிட்டன.

படுக்கையிலேயே கிடந்தவாறு புத்தகம் படிக்கும் சாக்கில் தன்னுள்ளேயே ஆழ்ந்தவனாய் வாழ்ந்து வரும் சந்துருவுக்குத் தகப்பனாரைப் பற்றித் தெரியும். வெளிப்படையான ரசாபாசமில்லாதிருந்தும், யாவருக்கும் விஷயம் தெரிந்திருப்பதைத் தடுக்க முயலாதிருந்த சாம்பசிவத்தின் தன்மையில் ஒரு கண்ணியம் இருந்தாற் போலவும் தோன்றியது. கௌரி அதை ஒப்புக்கொள்ளாமலில்லை. ஆனால் முதலிலெல்லாம் அவள் உணர்ந்த அமைதி பிறகு நிலைக்கவில்லை. 'எவளோ ஒருத்தி' என்ற நினைவுமட்டும் இருந்தபோது அவள் அலட்சியமாய் இருக்க முடிந்தது. ஆனால் அந்த உறவில் குழந்தை ஒன்று இருப்பதாகத் தெரிந்த நாள் முதலாக அவள் உள்ளத்தின் ஒரு பாகம் நிரந்தரக் கல்லாகிவிட்டது. எங்கோ தொலைவில் விவரமற்ற நிழலாக இருந்து வந்த அந்த விஷயத்துக்குத் திடீரென்று ஒரு மறுக்கவொண்ணாத

வாஸ்தவ நிலை ஏற்பட்டுவிட்டதுபோல் இருந்தது. அவருக்கு அவள் மனதில் அதன் பின் மன்னிப்புக் கிட்டவில்லை. தன் குழந்தைகளின் தந்தை என்ற ஒரே மதிப்புடன், ஒட்டாத உறவின் மரியாதை எல்லையில் அவள் அந்த வீட்டில் வாழ்ந்துவந்தாள்.

அந்த அமைதிக்கு அல்லவா இன்று பங்கம் விளைந்துவிட்டது! அந்த ... இன்னொரு குழந்தை – இன்று ஒரு வளர்ந்த வாலிபன் – அவனை இந்த வீட்டில் சாப்பிட அழைத்திருக்கிறாரே அவர்! அவள் இருக்கும் வீட்டில்! விஜயா சொன்னதை அவள் வெளிப்படையாய் ஒப்புக்கொண்டிராவிட்டாலும் உள்ளத்தில் அதே உணர்ச்சிதான்! இது அவளுக்கு அவர் இழைக்கும் எத்தனை பெரிய அவமானம்! என்ன இதயமில்லாத் தன்மை!

'அவர் அவனை இங்கே கூப்பிடுவதை நான் தடுக்க முடியாது. ஆனால் அவனை நான் பார்க்கமாட்டேன். பார்த்துத்தான் ஆகவேண்டும் என்று என்னை யார் கட்டாயப்படுத்த முடியும்? அவர் இந்த வீட்டின் எஜமானர் என்றால் நான் எஜமானி ...'

குரோதமும் துக்கமும் ஆவேசமும் பொங்கச் சிவந்து தோன்றிய தாயின் முகத்தைப் பார்த்துச் சந்துரு வியப்படைந்தான்.

"என்ன விஷயம் அம்மா? மனசிலே என்ன நினைக்கிறாய், முகம் இப்படி மாறும்படியாக..?"

"டே, சந்துரு! எனக்கும் இந்த வீட்டில் அதிகாரம் இருக்குடா, இருக்கு, உன் அப்பா தன்னை என்னவென்று நினைத்துக்கொண்டார்..?"

"அம்மா!"

கௌரியின் மார்பு வேகமாய் ஏறி இறங்கியது. கணவனிடமிருந்து மனக் கசப்பும் உதாசீனமும் நெஞ்சில் புதுப் புயலாக விரிந்திருந்தன.

அவர் என்னமோ தனக்கு இன்றுதான் துரோகம் இழைத்துவிட்டது போல் ஒரு தீவிர ஆக்ரோஷம் தைக்கும் கைகளோடு மகனின் கால்களைத் தடவினாள். எப்படி அவருக்கு மனசு வந்தது? இம்மாதிரி ஒரு மகன் இருக்கும்போது ...

"அம்மா, என்ன நடந்துவிட்டது இன்று? சொல்லம்மா!" சந்துரு முழங்கையை ஊன்றித் தலையணை மேல் முதுகை உயர்த்தி வலது கையால் அவள் தோளைப் பற்றியவாறு கேட்டான்.

அவள் ஆவேசம் சட்டென்று அடங்கியது. கவலை நிறைந்த அவனுடைய முகத்தைப் பார்த்தாள். அவன் ஆண் பிள்ளை. தனது சக்தியற்ற குழந்தை என்ற பரிவு, பாசம், நெருக்கம் யாவையும் மீறிக் கொண்டு அந்தக் கணம் அவன் ஆண், அவள் பெண் என்ற வித்தியாசம் பெரிதாக எழுந்து அவர்களிடையே ஒரு விசித்திரத் தொலைவை உண்டாக்கியது. தன்னுள் பொங்கிய வேதனை எழுச்சிகளை மறைத்துக் கொண்டாள்.

தனிமைத் தளிர்

"மார்பு வலிதான் ரொம்ப அதிகமாக இருக்கிறது சந்துரு. நான் படுக்கப் போகிறேன். நீ படி. என்ன புத்தகம் அது?"

அவன் பதில் அவள் காதுகளில் விழவில்லை. எழுந்து சென்று மாடி அறையில் படுத்துக்கொண்டாள். கீழே சாப்பாட்டு விவரமெல்லாம் விஜயா சமையல்காரனுக்குச் சொல்லிவிடுவாள்.

ஐயோ, இன்று ஏன் நெஞ்சு இப்படி நோகிறது?

கடவுளே! என்னை இத்தனை சீக்கிரம் எடுத்துக்கொண்டு போய் விடாதே. சந்துருவுக்காக நான் ரொம்ப நாள் வாழவேண்டும் – எத்தனை சிரமப்பட்டாலும்...

நேரம் கடந்தது.

"அம்மா! அப்பாவும், அவனும் வந்தாயிற்று. நீ எங்கே என்று அப்பா கேட்கிறார்." பேசிக்கொண்டே விஜயா அறைக்குள் நுழைந்தாள்.

கௌரிக்கு ஒரு நிமிஷம் உடலெல்லாம் தீப்பற்றுவது போல் எரிந்தது. அவன்... வந்துவிட்டானா? இந்த வீட்டிலா?

"நான் கீழே வரவில்லை விஜயா. ரொம்ப மார்பு வலியாய் இருக்கிறதென்று அப்பாவிடம் சொல்லு."

"அதுதான் சரியம்மா. நீ எதற்காகக் கீழே வந்து அவனைப் பார்க்க வேண்டும்? அப்பாவுக்குத்தான் வெட்கமில்லை என்றால்..."

"சீ! சீ! வாயை மூடு! அப்பாவைப் பற்றி இதெல்லாம் பேசாதே. எனக்கு நிஜமாகத்தான் வலிக்கிறது. நீ போய்ச் சொல்லு"

தான் நெருங்க முடியாத ஓர் எல்லை இங்கு இருப்பதை விஜயா உணர்ந்துகொண்டாள். தலை குனிந்தவாறு வெளியேறினாள்.

நேரம் சென்றவாறு இருந்தது. கடிகாரத்தின் அசைவு ஒலிகள் உள்ளத்துள் தாக்கும் சவுக்கடிகளாகத் தோன்றின கௌரிக்கு. நெஞ்சு வலி சற்றுக் குறைந்திருந்தது. ஆனால் நெஞ்சில் வலி தாங்க முடிய வில்லையே?

கீழே சாப்பாட்டு அறையிலிருந்து எழுந்த பேச்சொலிகள் இங்கும் இலேசாய்க் கேட்டன.

அவன் சாப்பிட்டுக்கொண்டிருக்கிறான், அவள் வீட்டில். அவள் செய்து வைத்த ஆவக்காய் ஊறுகாயை இந்நேரம் சுவைத்துக்கொண் டிருப்பான் – அவள் தன் குடும்பத்தினருக்காகச் செய்து வைத்ததை.

ஒரு விதத்தில் அவளுக்கே தன் போக்கு விசித்திரமாக இருந்தது. இத்தனை வயதுக்கு மேல் இதெல்லாம் என்ன உணர்ச்சிகள்? எப்போதோ உருவாகிவிட்ட கட்டத்தின் வெறும் தொடர்ச்சிதான் இன்றைய சம்பவம். ஆனாலும் – இத்தனை நாள் இல்லாமல் இன்று அவளுடைய வீட்டில் அவன்! சந்துருவைப் போல அவனும் அவருடைய மகன். இந்த எண்ணம்தான் தாங்க முடியவில்லை. இதில் புதிது ஒன்றுமில்லை.

ஆர். சூடாமணி

ஆனால் இன்று புதுக் கூர்மையுடன் இதயத்தைத் தாக்குகிறது... அவன் சீக்கிரமே போய்விடட்டுமே.

மாடிப்படிகளில் காலடியோசை கேட்டது. தலை நிமிர்ந்த அவள் முன் சாம்பசிவம் காணப்பட்டார்.

"கௌரி!"

குரலில் இலேசான சீற்றம். அவள் பதில் உரைக்கவில்லை.

"கீழே வராமல் வேண்டுமென்றே சத்தியாக்கிரகம் செய்துவிட்டாய், இல்லையா?"

இதற்கும் பதில் இல்லை.

"அவனை மாடிக்கு அழைத்து வர எனக்கு எத்தனை நேரம் ஆகும்?"

அவள் வாய் துடித்தது. கண்ணீர் நெஞ்சில் பாய்ந்தது.

"இத்தனை நாள் இப்படி ஆயிற்றா? ஏதோ இந்த ஒரு சந்தர்ப்பத்தில்..."

"எனக்கு அவன் முகத்தில் விழிக்க இஷ்டமில்லை. நினைத்தாலே உடம்பு பதைக்கிறது. நீங்கள் செய்த காரியம் உங்களுக்கே நன்றாக இருக்கிறதா? ஊரில் ஹோட்டல்தானா, இல்லை..?"

"இந்த வீட்டில்..."

"சாப்பாடு ஆகிவிட்டதல்லவா? இன்னும் என்ன? முதலில் வெளியே அழைத்துக்கொண்டு போங்கள், உங்களுடைய..." அடுத்த வார்த்தையை அவள் நா உரக்கக் கூற முடியவில்லை. விம்மல் ஒன்று மெல்லத் தெறித்தது.

"கடைசியில் கேவலம் பெண்தானே! அந்த அற்பத் தனத்தைக் காட்டிவிட்டாய்."

"நான் பெண்ணென்பதை நினைத்துப் பார்த்திருந்தால் நீங்கள் இன்று இப்படிச் செய்திருக்க மாட்டீர்கள்."

"அது போகட்டும். பாக்கு எங்கே? அதைக் கேட்கத்தான் நான் வந்தேன். கீழே இல்லை. வேணுவுக்குச் சாப்பாட்டுக்கப்புறம் வாயிலே பாக்குப் போட்டுக்கொள்ள வேண்டும்" என்றார் அவர் சாவதானமாக.

வேணு... வேணு... எத்தனை இயல்பாகச் சொல்லிப் பழக்கப் பட்ட சலுகையோடு அவள் காதில் அப்படி ஒரு புதுப் பெயரைப் போடுகிறார்! வேணு.

சந்துரு.

"பாக்கு நேற்று ராத்திரியோடு ஆகிவிட்டது. இனிமேல் வாங்கினால் தான்." அவள் கோபத்தோடு முகத்தைத் திரும்பிக்கொண்டு படுத்தாள். சிறிதுநேரம் அறையில் அசைவில்லை. பிறகு அவர் வேகமாய்க் கீழே இறங்கிச் செல்லும் சத்தம் கேட்டது.

அவள் மனத்தோடு போராடிக்கொண்டிருந்தாள். வேணுவாம், வேணு. மீண்டும் மீண்டும் ஆத்திரத்தின் அஸ்திவாரத்தில் அதே எண்ணம் – அவருக்கு எப்படி மனசு வந்தது? படுத்த படுக்கையாகச் சந்துரு. அவர்களது செல்வக் குழந்தை. அவன் குறை அவளுடைய நெஞ்சை விட்டு நீங்காத துன்பமாய் அழுத்துகிறதே. சந்துரு... வேணு... அவருக்கு எப்படி மனசு வந்தது?

தோட்டத்தில் பேச்சொலி கேட்டது. நடந்து போகிறார்களா, காரில் கொண்டுபோய் விட்டுவரப் போகிறாரா?

பேச்சொலியோடு இப்போது சிரிப்பொலியும் சேர்ந்தது. அவள் நெஞ்சில் நெருப்பு மூண்டெழுந்தது. கோபமும் துன்பமும் உள்ளத்தைச் சூறையாடின. சட்டென்று ஒரு விவரமற்ற ஆவேசம். அவள் எழுந்தாள். பார்த்தால் வேதனை தாளாது என்று தெரியும். ஆயினும் அந்த வேதனையை வலிய வேண்டிப் போவதில் அவள் கால்கள் பின்னடைய வில்லை.

மாடிப் பால்கனியின் கைப்படிச் சுவரோரம் நின்று கீழே பார்த்தாள்.

கீழே தோட்டத்தில் மோட்டாரின் பக்கமாய் நின்று சாம்பசிவம் பேசிக்கொண்டிருந்தார். அவரோடு இருந்த இளைஞனைக் கௌரிக்குத் தெளிவாகப் பார்க்க முடிந்தது. நல்ல உயரம். அடர்ந்த கரும் கேசம். முகத்தில் அழகான புன்முறுவல். எளிய உடைகளிலும் எடுப்பான வாலிபத் தோற்றம். கௌரி பார்த்துக்கொண்டே இருந்தாள். அவ்விருவரின் சிரிப்பொலி எங்கோ தொலைவிலிருந்து வருவதுபோல் இருந்தது. அவள் உள்ளத்தில் பதற்றம் தாங்க முடியவில்லை. உணர்ச்சி பொங்கிப் பெருகியதில் கீழே மயக்கமாக விழுந்துவிடுவோமோ என்ற பயத்தோடு அவள் பாதி இமை மூடிய நிலையில் கைப்பிடிச் சுவரைப் பிடித்துக்கொண்ட அதே சமயம், விஜயா பின்னாலிருந்து ஓடி வந்து அவளைத் தாவிப் பற்றியவாறே “அம்மா!” என்று கூவினாள்.

அந்தக் குரல் கீழே நின்றவர்களுக்குக் கேட்டிருக்க வேண்டும். சாம்பசிவமும் வேணுவும் நிமிர்ந்து அவர்களைப் பார்த்தார்கள்.

“கொஞ்சம் இருங்கள். பாக்கு வேண்டுமென்றீர்களே!”

திடீரென்று அந்தக் குரல்! விஜயா விழித்தாள். ஆம், கௌரிதான் கணவனுக்குக் குரல் கொடுத்தவள். மயக்க நிலை தெளிந்து தன்னைச் சமாளித்துக்கொண்டு விஜயாவின் கரங்களை மெல்ல விலக்கியவாறே, “இதோ கொண்டுவருகிறேன். அதற்குள் கிளம்பிவிட வேண்டாம்” என்று கூறியவாறு உள் பக்கம் திரும்பினாள்.

சாம்பசிவத்துக்கு வியப்புத் தாங்கவில்லை. சற்று நேரம் முன்பு கசப்பும் வெறுப்பும் பொங்கத் தம்முடன் மாடி அறையில் சண்டை போட்ட மனைவியா இவள்? வேணுவும் அவளைப் பார்த்துவிட்டதால் அன்னியருக்கு முன் கணவனின் மானத்தைக் காப்பாற்ற நினைக்கிறாளா?

கௌரி பீரோவைத் திறந்து, புதிதாய் வாங்கி வைத்திருந்த வாசனைப் பாக்குத்தூளைப் பொட்டலத்துடன் எடுத்துக்கொண்டு படிகளில்

இறங்கித் தோட்டத்தை வந்தடைந்தாள். அவளுள் ஒரு துடிப்பு புது உயிராகப் பற்றி இயக்குவது போல் இருந்தது.

"இதோ, பாக்கு."

சாம்பசிவம் கையை நீட்டினார். ஆனால் கௌரியின் கரம் பாக்கோடு வேணுவின் பக்கம்தான் நீண்டிருந்தது. அவள் கண்களும் அவன் வடிவத்தை விட்டு அகலவில்லை.

"தாங்ஸ்."

இளைஞன் குனிந்த தலை நிமிராமல் அவளிடமிருந்து பொட்டலத்தை பெற்றுக்கொண்டான். கொஞ்சம் பாக்குத்தூளை எடுத்துக்கொண்டு திருப்பித் தந்தான்.

"நமஸ்காரம். நான் வருகிறேன்."

மோட்டார் ஓடி மறைந்தது. அவள் முன் சூனியம். ஆனால் கண்களுள் ஏதோ நிறைந்திருந்த உணர்வை அவளால் அகற்ற முடியவில்லை.

"அம்மா!" விஜயாவின் குரல் ஏமாற்றத்துடன் ஒலித்தது. "கடைசியில் பெண்களுக்கு உறுதி இல்லை என்று சொல்லும்படி நடந்துகொண்டு விட்டாயே! அவனைப் பார்க்க மறுத்து மாடியில் படுத்துக்கொண்டு அப்பா செய்த அவமானத்தைக் கண்டித்தாய் நீ என்று சந்தோஷப் பட்டேனே! உன் சுய கௌரவத் தன்மையைப் பாராட்டிக்கொண்டேனே! கடைசியில் அவனுக்கு நீ உபசாரம் செய்ய வேண்டித்தான் இருந்ததா?"

கௌரி மெல்லத் தன் தலையைத் திருப்பினாள். அவள் முகத்தில் வேதனையின் இடத்தில் இப்போதும் வேதனைதான் இருந்தது. ஆனால் கோபத்தின் இடத்தில் காணப்பட்ட பாவனையை விஜயாவால் புரிந்துகொள்ள முடியவில்லை.

கௌரி தாப வேகத்துடன் உதடு துடிக்கக் கூறினாள்.

"விஜயா! அதே சாயல்தானடி! அப்படியே இருக்கிறான்! அதே அச்சுத்தான்! முகம், உடல்வாகு எல்லாம் சந்துருவின் கால் சரியாயிருந்தால் அவன் எப்படி இருந்திருப்பான் என்று பார்த்துவிட்டேன். இதுபோல் உயரமாய், கம்பீரமாய், கலகலப்பாய் இருப்பான். இன்று என் சந்துருவை முழுசாகப் பார்த்துவிட்டேன் விஜயா! கடவுளே! கடவுளே ... கடவுளே ... அந்தப் பையன் நன்றாயிருக்கட்டும். இனிமேல் ... அவரிடம்கூட எனக்குக் கோபம் இல்லை ..."

முன்பு ஒரு மனைவியின் கொந்தளிப்பைக் கண்டு மனம் நைந்து போன விஜயா, இப்போது ஒரு தாயின் உள்ளத்துக்கு முன், அதன் பிரதிபலிப்பாகக் கண்ணீரிடையே கலந்து ஒளிர்ந்த புன்னகைத் துடிப்புக்கு முன், கண் கூசி நின்றாள்.

***கல்கி,* 15.9.1963**

ஓவியனும் ஓவியமும்

மழை குறைவதற்கான அறிகுறியே காணவில்லை. மின்னல் கீறிப் பிளக்கையில் நோவு தாள மாட்டாத மையிருள் இடிக்குரல் கொண்டு அலறியது. அறையின் கதவும் ஜன்னல்களும் மூடப் பட்டிருந்தாலும், மேலே இருந்த இரும்புக் கம்பிகளின் இடை வெளி வழியே புயலின் ஓலியும் ஒளியும் அறைக்குள் எட்டிய வண்ணமிருந்தன. மாணிக்கம் ஒரு பழைய சாய்வு நாற்காலியில் சுருண்டு கிடந்தான். குளிருக்கு அடக்கமாய் உடலோடு இறுக்கிக் கொண்டிருந்த கரங்களிலும் மூப்பின் வறட்சி மூடத் தொடங்கி விட்டிருந்தது. இத்தனைக்கும் அவனுக்கு நாற்பத்தைந்து பிராயம் இன்னும் முடியவில்லை. உழைப்பு, ஏமாற்றம், இடையறாத உணர்ச்சிப் பரபரப்பு இவற்றின் சேர்க்கையில் விளைந்துவிட்ட வயதை மீறிய வயோதிகம். அலங்கோல ஆடைகள், குளிருக்காக மேலே போர்த்திருந்த கம்பளிச் சால்வையில் பொத்தல்களின் பரிதாபக் கோலம். அழுது வடியும் அறையிலிருந்த ஒரே ஒரு உயிர்ப் பொருள் அவனது துருப்பிடித்த கண்களினின்று இன்னமும் பிடிவாதமாய் எட்டிப் பார்த்துக்கொண்டிருந்த ஒளியின் இழை தான்!

○

அசைவற்ற நிலையில் விழிகளை உறக்கம் கௌவத் தாவிய கணத்தில், யாரோ கதவைத் தட்டும் ஒலி கேட்டது. இந்த இரவு நேரத்தில் வரும் இது யாராக இருக்கும்? மேஜை மீதிருந்த கடியாரத்தைப் பார்த்தான். மணி பதினொன்று. கீழேயிருந்து யாரேனும் இருக்குமோ? கீழே வீட்டுச் சொந்தக்காரர் குடும்பத் தோடு வசித்துவந்தார். ஆனால் அவர்கள் யாரும் மாணிக்கத்தைத் தொந்தரவு செய்யும் வழக்கமில்லை. ஒரு கலைஞனுக்கு இயல்பாகவே அகநோக்கு மனநிலைகளும், தனிமையை நாடும் படைப்புத் துடிப்புக்களும் இருக்கும் என்பதாகத் தாமாகவே ஒப்புக்கொண்டு, அவனுக்குத் தொல்லையளிக்காமல் ஒதுங்கி யிருக்கும் பண்பாளர்கள் அக்குடும்பத்தினர்.

கதவைத் தட்டும் ஓசை மீண்டும் கேட்டது. அவன் எழுந்து வந்தான். இந்த அவநேரத்தில் வரும் வேண்டாத விருந்தாளியிடம்,

தான் அவனது வருகையை விரும்பவில்லை என்பதை ஐயமறத் தெளிவுபடுத்திவிட வேண்டும்!

வந்தது 'அவன்' அல்ல; 'அவள்'. திறந்த கதவுக்கு அப்பால் ஒரு பெண்வடிவம் நின்றது. யாரென்று சட்டெனப் புரியவில்லை. வெளி வராந்தாவின் இருளையே பீடமாக்கிக்கொண்டு, நிற்கும் சிலையென அவள் காட்சியளித்தாள். அறையிலிருந்து படர்ந்த விளக்கொளி அந்த வடிவத்தின் மீது ஆங்காங்கே படிந்து காட்டிய உருவத் துணுக்குகள் சிறிதுநேரம் எவ்விதப் பரிச்சயத்தையும் உணர்த்தவில்லை.

"யாரம்மா நீங்கள்? யாரைப் பார்க்க வேணும்? முதலியாரின் குடும்பத்தினரைப் பார்க்க வேண்டுமென்றால் அவர்களெல்லாம் கீழேயிருக்கிறார்கள். நான் மாடியில் குடியிருப்பவன்..."

"நான் வந்தது மாடியில் குடியிருப்பவரைப் பார்க்கத்தான்." – சீரான இனிய சுரமாய் அவள் குரல் மென்மை குன்றாமல் அவன் பேச்சை இடை வெட்டியது. ஆழ்ந்த, அமைதியான கண்களால் அவள் ஏறிட்டு நோக்கினாள். குரல் பின்னும் மிருதுவாயிற்று. "என்னைத் தெரியவில்லையா?"

அவன் அசையாமல் நின்றான். அடுத்த வினாடி அந்தக் குரலின் ஏதோ ஓர் ஒலித்தன்மை, நிற்கும் நிலையின் நட்புத் தோய்ந்த ஓர் ஒதுக்க பாவம், அவன் நினைவில் வெளிச்சமாய்க் கிளர்ந்தது.

"வள்ளி!... வள்ளி, நீயா?"

"நானேதான். உடன்பிறந்த தங்கையையே தெரிந்துகொள்ள முடியவில்லையா உன்னால் மாணிக்கம்!"

"ரொம்ப நாளாகிறதல்லவா? நீயும் ஒப்புக்கொள்வாயென்று நினைக்கிறேன்! உள்ளே வா."

அவன் ஒதுங்கி நின்றான். லேசான நொண்டலுடன் அவள் மெள்ள நடந்து உள்ளே வந்தாள். கதவை மறுபடியும் தாளிட்டுத் திரும்பிய அவன், அவளுக்கு ஒரு நாற்காலியைச் சுட்டிவிட்டுத் தன் முந்தைய இருக்கையில் அமர்ந்துகொண்டான்.

சிறிதுநேரம் இருவரும் ஒருவரையொருவர் மௌன நோட்டத்தால் கணித்தபடி உட்கார்ந்திருந்தனர். அவனிடம் இலேசான பரபரப்பு, அவளிடம் நிதானம். அவனது ஏழை உடைகளையும் மூப்பேறும் உடலையும், பாழுற்ற சூழலையும் அவள் கவனித்தாள். அவளது சாந்த வடிவத்தையும் எளிதெனினும் சீரான உடைகளையும், நரை கீற்றிடும் அடர்ந்த கருங்கேச மகுடத்தின் கீழ் பொலிந்த நாசுக்கான வெளிர் முகத்தையும் அவன் கண்களுள் பதித்துக்கொண்டான்.

"நீ எப்படி இருக்கிறாய் வள்ளி? இத்தனை ஆண்டுகளாய்?" சங்கடத் தயக்கத்துடன் வெளிப்பட்டது அவன் கேள்வி.

"நன்றாகத்தான் இருக்கிறேன் மாணிக்கம். பார்த்தால் எப்படித் தெரிகிறது?" அவள் புன்முறுவலித்தாள். மறந்துபோன அந்த இளம்

பருவத்தில் தன்னை 'அண்ணா' என்று அழைத்து வந்தவள், இப்போது தன்னைப் பெயர் சொல்லி அழைப்பதை அவன் கவனித்தான்.

"நான் இங்கே இருப்பது உனக்கு எப்படித் தெரிந்தது?"

"தற்செயலாகத்தான். யாரோ சொல்லிக் காதில் விழுந்தது. சரிதான், தங்கையாய், லட்சணமாய் ஒருதரம் பார்த்துவிட்டுப் போகலாமென்று கிளம்பி வந்தேன்!"

"இத்தனை ஆண்டுகளுக்குப் பிறகு! ம்?"

"நீ எப்படி இருக்கிறாயென்று தெரிந்துகொள்ள ஆசைப்பட்டேன், அவ்வளவுதான்." அவள் அறையைச் சுற்றுமுற்றும் பார்த்தாள். "இதைப் பார்த்தால் செழிப்பான இடமாகத் தெரியவில்லையே?"

"இருந்தாலல்லவா தெரியும்?"

"மாடி 'போர்ஷ'னில் எவ்வளவு இடம்?"

"வராந்தா, இந்த அறை, பக்கத்தில் இன்னொரு சின்ன அறை, சமையலறை, பாத்ரூம்."

"அந்தச் சின்ன அறைதான் உன் ஸ்டூடியோவாக்கும்?"

"ஆமாம்."

"தனியாய்த்தான் இருக்கிறாயா?"

"ஆமாம்."

"கலியாணம்? குடும்பம்?"

"எதுவுமே கிடையாது!"

"ஓஹோ." அவன் முகம் போன போக்கைக் கண்டு அவள் சிரித்து விட்டாள். "பயப்படாதே மாணிக்கம்! நான் உன்னுடனேயே இருந்து விட வேண்டுமென்று வரவில்லை/பார்த்துவிட்டு உடனே போய் விடுவேன்."

"இந்த மழையிலா?" அவள் தன்னோடு தங்கிவிடும் நோக்கத்தோடு வரவில்லை என்பது தெரிந்துவிட்ட ஆறுதலில் அவனுள் தயாளம் தலை தூக்கியது. "இரவு இங்கே தங்கிவிட்டுக் காலையில் மழை நின்ற பிறகு போயேன்?"

"வேண்டாம். ரொம்ப நன்றி. இத்தனை வருஷங்களாய் என்னை நானே பார்த்துக்கொள்ளவில்லையா? நாற்பது வயதில்தானா மழைக்கும், புயலுக்கும் பயந்துவிடப் போகிறேன்?"

அவள் பேச்சின் அடியிழையாய் ஒரு குத்தலான கசப்பு ஒலித்ததோ? அவனுள் கோபத்தின் நிழல் அசைந்தது.

"நீயே தேர்ந்தெடுத்துக் கொண்டதுதானே இது, வள்ளி? நீ வீட்டை விட்டு வெளியேறுவதாகவும் உன்னைத் தேட வேண்டாமென்றும்

எனக்கு ஒரு துண்டுக் கடிதம் எழுதி வைத்து விட்டு ஓடிப்போனாய். இத்தனைக்கும் அப்போது உனக்குப் பதினெட்டு வயதுதான். அந்த இளம் வயதிலேயே அத்தனை நெஞ்சழுத்தம், தான்தோன்றித்தனம்! இப்போது என்னை நீ குற்றம் சொல்லிப் பயனில்லை!"

"நான் யாரையும் குற்றம் சொல்லவில்லை, மாணிக்கம்!"

"மேலும், நான் உன்னைத் தேடத்தான் செய்தேன். ஆனால் கண்டுபிடிக்க முடியவில்லை."

"நீ கண்டுபிடிக்க கூடாதென்பதுதான் என் நோக்கம்."

"ஏன் அப்படிச் செய்தாய் வள்ளி?" அவன் திடீரென்று அக்கறையுடன் நிமிர்ந்து உட்கார்ந்தான். "அதைத் தெரிந்துகொள்ள வேண்டுமென்று எனக்கு வெகு நாளாய் ஆவல். ஏன் வீட்டை விட்டுப் போனாய்? தற்கொலை செய்துகொள்ள எண்ணினாயா?" அவன் பார்வை அவள் கால்பக்கமாகத் தாழவும், அவள் சட்டென்று பாதங்களைச் சேலை விளிம்புக்குள் இழுத்துக்கொண்டாள்.

"இல்லை." அவள் குரல் அமைதியாய் வந்தது. "காலில் சிறு நொண்டல் இருப்பதால் வாழவே தகுதியற்றவளென்று என்னை நான் கருதவில்லை."

"அதுதான் சரி."

நன்மை – தீமை தத்துவங்களைக் கரை கண்டுவிட்ட ஞானியைப் போல் அவன் அமர்த்தலாகத் தலையசைத்தபோது, அவளால் சும்மாயிருக்க முடியவில்லை. சன்னமான ஏளனத்தோடு, "உன் மேலான ஆமோதிப்புக்கு மெத்த நன்றி" என்றாள்.

அவனுள் கோபம் கிளர்ந்து குரூரமாய் வெளிப்பட்டது. "ஒரு வேளை உன் நொண்டிக் காலைப் பொருட்படுத்தாத எவனோ ஒரு காதலனுடன் ஓடிப்போனாயோ?"

"அதுவும் இல்லை!" அவள் சிரித்தாள்.

"பின்னே எதற்குத்தான் ஓடிப் போனாய்? என்னைத் தேட வைக்கும் திருப்திக்காகவா?"

"இல்லை."

அறைக்குள் மௌனம் அணு அணுவாய்ச் சேர்ந்து அடர்ந்து, வெளியில் வீசிக்கொண்டிருந்த இயற்கையின் புயலினால் பின்னும் அச்சுறுத்துவதாய் உருக்காட்டியது.

"உனக்கு நான் ஒரு சுமையாய் இருந்துவிடக் கூடாதென்றுதான், ஓடிப்போனேன் மாணிக்கம்."

அவள் தலை நிமிர்ந்தாள். ஒருவரையொருவர் பேச்சின்றி வெறித்தார்கள். அவன் சிறிது நேரம் செயலிழந்து போனான்.

"நீ . . . என்ன!" என்றான் ஒருவாறு, எதுவும் புரியாமல்.

மாரியின் நீர்வீழ்ச்சிகளுக்குத் தடுப்பாய் மூடியிருந்த ஜன்னல் கதவுகளின் மேல் அவள் தன் அடியற்ற கருவிழிகளைப் பதித்தாள். கதவின் மரப்பலகைமீது நீளக் குறுகலாய் ஓடிய ஓர் இடுக்கின் வழியே, வெளியிலிருந்த வானம் மின்னலொளி படும்போதெல்லாம் அறைக்குள் நுழைந்து நுழைந்து மறைந்துகொண்டிருந்தது.

"நாம்தான் எப்போதுமே ஏழைக் குடும்பமாயிற்றே. வேலைக் களத்திலேயே அப்பா உயிர் நீக்க நேர்ந்தபிறகு, அம்மாவுக்கு விதவை பென்ஷன் கிடைத்தும்கூடக் குடும்பத்தை நடத்துவது பெரும்பாடாகத் தான் இருந்தது. ஆகவே நீயும் வேலைக்குப் போகும்படியாயிற்று மாணிக்கம். வீட்டு நிலை காரணமாய், அம்மாவின் வற்புறுத்தலுக் கிணங்கி நீ ஒரு குமாஸ்தாவாகப் பணியாற்றி வந்தாய். ஆயினும் அந்த வேலையை நீ வெறுத்தாய். ஏனென்றால் உன் எண்ணமெல்லாம், உன் ஆர்வமெல்லாம், வேறிடத்தில் இருந்தது. உன் கனவுகளிலேயே இருந்தது. வண்ணமும், தூரிகையும் படைப்பின் பெருமிதமுமாய் ஓவியக் கலை பற்றி நீ கண்டுவந்த கனவுகளிலேயே இருந்தது உன் மனம்."

"ஆமாம்! உண்மை! உண்மை!"

மாணிக்கத்தின் குரல் தாபமுற்றுத் துடித்தது. எழுந்து பதற்றமாக மேலும் கீழுமாய் நடந்தவாறே, "நான் கனவு காணத்தான் செய்தேன். என் அன்பெல்லாம் அந்தக் கலைதான்!" என்று உணர்ச்சி பொங்கக் கதறினான்.

"எனக்கு அது தெரியும்." அவள் குரல் மென்மையாய் உயிர்த்தது. அவள் கண்கள் இன்னும் ஜன்னல் சட்டத்தின் மீதிருந்து அகலவில்லை. மங்கிய 'பல்பு'க்கருகில் மண்டி வந்த ஈசல்களின் ஒரு பகுதி ஜன்னல் மீதும் அப்பியிருந்தது.

"பிறகு அம்மா இன்புளுயென்ஸாவினால் பீடிக்கப்பட்டு மரணத்தின் வாயிலில் கிடந்தாள். நாம் இருவருமே துக்கத்தில் அழுந்திவிட்டோம். ஆனால் உன் மனசில், துக்கத்தோடு கூடவே, இரகசியமாய் ஓர் ஆறுதலுணர்வும் பதுங்கியிருந்தது . . ."

"உளறாதே வள்ளி!"

". . . அவள் கண்மூடிவிட்டால் பிறகு உன்னை யாரும் இஷ்ட மில்லாத வேலையைச் செய்யக் கட்டாயப்படுத்த மாட்டார்கள். நீ சித்திரக் கலைக்கு உன்னை அர்ப்பணித்துக்கொள்ளலாம் என்ற ஆசையினால் விளைந்த ஆறுதல்."

அவன் மறுக்க இயலாது மௌனமானான்.

"ஆனால் மரணப் படுக்கையில் அம்மா உன்னிடம் நீ என்றைக்கும் என்னை, உன் நொண்டித் தங்கையை – காப்பாற்ற வேண்டுமென்று வாக்குறுதி வாங்கிக்கொண்டாள்."

அவன் தலைகவிழ்ந்தான். அவள் மேலே பேசினாள்:

"நீ அவளுக்கு வாக்குறுதியை என்னவோ தந்துவிட்டாய். ஆனால் அதன் மூலம் உனக்கு மறுபடியும் பழைய சிறைவாசம்தான் என்பதும் உனக்குப் புரிந்தது. என்னை அப்போது நீ வெறுத்தாய். ஏனென்றால் என் நலத்துக்கு நீ பொறுப்பாகிவிட்டாய். எனக்குப் பாதுகாப்பான வாழ்வைத் தரவாவது நீ மாதாமாதம் நிலையாய் ஊதியம் தரும் ஒரு வேலையைச் செய்யவேண்டிய நிர்ப்பந்தம் ஏற்பட்டுவிட்டது. அப்படிச் சம்பாதிக்க வேண்டிய அவசியமின்றி, பொறுப்புக்களின்றி, உன் இஷ்டம்போல் ஆசை தீர ஓவியக் கலையில் ஈடுபட்டு அதிலேயே இன்பமாய் மூழ்கிவிட உன் ஆத்மா துடித்தபோது, மீண்டும் வருமானத்துக்காகக் குமாஸ்தாவாய்ப் பணியாற்றி, வெறும் குடும்பத் தலைவனாய் அன்றாட வாழ்வின் கடமைகளில் சிக்கவேண்டிய நிர்ப்பந்தத்தைக் கண்டு நீ பொருமினாய். உன் வேதனையை நான் புரிந்துகொண்டேன். நீ கவலையின்றி மனம்போல் சித்திரங்கள் தீட்டி வாழ்வை முழுமையுறச் செய்துகொள்வதற்கு உனக்கு வாய்ப்பளிக்கத் தான் உன் வாழ்வினின்று நான் வெளியேறிவிடத் தீர்மானித்து, அவ்வாறே செய்தேன்."

அவன் அவளை ஊடுருவி நோக்கி நின்றான். உள்ளத்தில் நன்றியும், தனக்காகத் தியாகம் செய்த சகோதரியின்பால் கனிவும் பெருக்கெடுத்தன. அருகில் வந்து அவள் கையை மென்மையாய்ப் பற்றிக்கொண்டான்.

"நன்றி வள்ளி! ரொம்ப நன்றி!"

அருகிலிருந்து பார்த்தபோதுதான் அவள் முகத்தில் சுருக்கங்கள் ஓடியிருப்பதும், அவள் உடல் குளிரில் நடுங்கிக்கொண்டிருப்பதும் தெரிந்தது. தன்மீது மூடியிருந்த கம்பளிச் சால்வையை அகற்றி அவள் தோள்களைச் சுற்றிப் பரிவுடன் போர்த்தினான். குளிரில் நீலம் பாய்ந்த கைகளினால் அவள் சால்வையை உடலோடு சேர்த்து இழுத்துக்கொண்டு அவனை நோக்கிப் புன்னகைத்தாள்.

"உன்னைப் போன்ற அருமையான தங்கை, யாருக்கும் கிடைக்க மாட்டாள் வள்ளி! மீண்டும், மீண்டும் நன்றி!"

"எனக்கு நன்றி சொல்லாதே மாணிக்கம். நான் செய்ததை உனக்காக அல்ல, எனக்காகவே தான் செய்தேன். ஒரு சுமையாகவும் தடையாகவும் கருதப்படுவதை நான் விரும்பவில்லை. உன்னை விட்டு நான் விலகிய செயல் தங்கையின் தியாகம் என்பதைவிட, என் தன்மான உணர்வின் எதிரொலி என்பதுதான் உண்மை."

அவன் சட்டென்று எழுந்து தள்ளி நின்றான். சிறிது நேரம் பேசவில்லை. பிறகு வேதனையில் சொற்கள் குமுறி வெடித்தன.

"ஆனால் வள்ளி, கடைசியில் எல்லாம் எப்படி முடிந்தது தெரியுமா? நான் ஆண்டுக் கணக்காய் ஓவியங்கள் தீட்டினேன், தீட்டினேன் – என் ஸ்டூடியோ முழுவதும் ஓவியங்கள்தான் – ஆனால் உண்மையான ஆற்றல் என்னிடம் இல்லை. தரமறிந்த கலை விமர்சகர்கள் யாரும் என் படைப்புக்களில் தகுதி இருப்பதாய்க் கருதவில்லை. நான் தோற்று

விட்டேன். முழுவதுமாய்த் தோற்றே போனேன்." கசப்பு நிறைந்த ஏளனத்துடன் அவளைப் பார்த்து அவன் தொடர்ந்து பேசினான்:

"பாவம், வள்ளி! நான் எதையும் சாதிக்கவில்லை. எனக்கு விடுதலையளிக்க நீ மேற்கொண்ட செயல் தோல்வியில்தான் முடிந்தது! இதையறியும்போது, வீட்டையும் பாதுகாப்பையும் துறந்து சென்றதைப் பற்றி இப்போது உனக்கு வருத்தம் ஏற்படுகிறதல்லவா?"

"இல்லை" அவள் அமைதியாய் அவனை நோக்கினாள். "செயலை அதை உந்தும் நோக்கத்தினால் மதிப்பிட வேண்டுமே தவிர, விளைவைக் கொண்டு அல்ல. நான் அந்தச் செயலைச் செய்யவேண்டியதான ஒரு கட்டாயத்தை உணர்ந்து செய்தேன், என் மன அமைதிக்காகவும், உனக்குச் சந்தர்ப்பம் அளிப்பதற்காகவும். எனக்கு வருத்தமேதுமில்லை."

"ஆனால் எனக்குக் கிடைத்த சந்தர்ப்பம் தோல்வியில் முடிந்ததே வள்ளி! என் வாழ்வையெல்லாம் வீணாக்கிவிட்டேன். எனக்குக் கிடைத்ததெல்லாம் இந்த அகாலக் கிழஉடல், இந்த வழுக்கைத் தலை, இந்த வறுமைத் துன்பம், இந்தத் தோல்வியின் துடிப்பு . . ."

"வேறொன்றும் உனக்குக் கிடைக்கவில்லை?"

"இல்லை, வேறொன்றுமே இல்லை."

"எத்தகைய நன்றிகெட்டவன் நீ! மனம் விரும்பிய செயலில் ஈடுபட்டாயே! சீலையில் வண்ணத்தை இட்டு எண்ணிலடங்காத எத்தனையோ மணி நேரங்கள் பேரின்பமயமாய் வான் சுகத்தில் திளைத்துவந்தாயே, அதெல்லொம் ஒன்றுமே இல்லையா?"

"ஆனால் அதெல்லாம் வீணாகிவிட்டது. . ."

"ஏன்? நீ சிறந்த ஓவியனாக ஒப்புக்கொள்ளப்படவில்லை என்பதனாலா? உலகத்தின் மதிப்புப்படி நீ வெற்றி காணவில்லை என்பதனாலா? உனக்கு நன்றியறிவு இல்லை என்பதில் என்ன சந்தேகம் மாணிக்கம்! உலகத்தில் எத்தனை பேருக்குத் தாம் விரும்பும் பணியில் ஈடுபடும் வாய்ப்புக் கிடைக்கிறது? அப்படிக் கிடைப்பதே ஒரு முழுமையான பேறுதான். ஆனால் நான் ஒரு பைத்தியக்காரி; உன்னிடம் சொல்ல வருகிறேன் பார்! உண்மையில் ஓவியக் கலை உன் அன்புக்குரியதாய் இருக்கவில்லை. நீ ஓவியம் தீட்ட மட்டுமே விரும்பியிருந்தாயானால், அதை அன்பு என்று கூறலாம். ஆனால் நீ வெற்றிபெறத்தான் விரும்பியிருக்கிறாய். ஓவியம் படைக்கும் இன்பத் துக்கும் பிறிதாக ஒரு பயனை, நீ கோரினாய். அதில் அன்பு எங்கே இருக்கிறது? நீ மகிழ்ச்சியற்றிருப்பதில் வியப்பேதும் இல்லை. அன்பு இல்லாத இடத்தில் இன்பம் எப்படி இருக்கும்? நான் எண்ணியது போல் நீ கலையிடம் தூய்மையான அன்பு செலுத்தியிருந்தால், நீ ஓவியத்தில் ஈடுபட்ட இத்தனை ஆண்டுகளும், அந்த அறையில் சேர்ந்திருக்கும் அத்தனை ஓவியங்களும் வீணாகிவிட்டதாய் உனக்குத் தோன்ற முடியாது."

அவன் சிலைத்து நின்று, கண்ணிமைக்காத வியப்பில் அவளை வெறித்து நோக்கினான். உள்ளம் குலுங்கி, உண்மையைக் கண்டுவிட்ட அதிசயிப்பில் சிலிர்த்தது. நிரந்தரத்தை மீட்டிக்கொண்டு கடியாரத் துடிப்பு இசை பாடியது. அவன் மீது படிந்த அவள் கண்களில் என்ன ஆழம்! அந்த ஆழத்தில் எத்தகைய அன்பு! அவன் அவளை நோக்கி மெல்ல முறுவலித்தான். அவன் முகமெங்கும் புதியதொரு பேரொளி மலர்ந்தது.

"எத்தகைய உண்மையை எடுத்துக்காட்டிவிட்டாய் வள்ளி" அவன் குரல் அடங்கி ஒலித்தது. வியப்பும் தொழுகையும் கலந்த உணர்ச்சிப் பெருக்கோடு அவளை நோக்கினான். வள்ளி! பெருந்தன்மையான தோற்றம். வெண்மை தழுவிய கூந்தல் கற்றை. ஆழ்ந்த கண்களிலே அடிகாணாச் சோகம். சுருக்கங்களின் மென்கோடுகளே சித்திரமாய்த் தீட்டிவிட்டது போன்ற கம்பீரமான வெளிர் முகம். இவைகளை யெல்லாம் கொண்டு வாழ்க்கையின் அவலத்தையும், விரிவையும் குறித்து, ஏதேதோ மர்மங்களைக் கூறுவதைப் போலிருந்தது அவள் வீற்றிருந்த கோலம். இத்தனை காலமாய் அவள் பிழைப்புக்கு என்ன செய்துவந்தாள் என்று கேட்க அவனது நாத்துணியவில்லை.

"வள்ளி!" என்று அதுவரை உணர்ந்திராத மனத்தெளிவோடு மென்மையாய் அழைத்தான்.

"என்ன மாணிக்கம்?"

"உன்னை ஓவியமாய்த் தீட்ட எனக்கு அனுமதி தருவாயா? அதற்கு நான் வெற்றியை வேண்டவில்லை. நம் இருவர் வாழ்வுக்கும் அடையாளமான ஓர் அன்புத்தூபியாய் அது அமைந்திருக்கும். அதுபோதும் எனக்கு."

"சரி. உன் இஷ்டம் போல் செய்."

"ரொம்ப மகிழ்ச்சி வள்ளி!" அவன் சிறிதுநேரம் அவளைப் பனித்த கண்களினால் பார்த்தான். "நீயே ஓவியமாய் இருக்கும் அந்தப் படைப்புக்கு, நான் என்ன பெயர் இடுவேன் தெரியுமா?"

"என்ன?"

"வாழ்வெனும் மர்மம்!"

கதிர், நவம்பர் 1965

('வாழ்வெனும் மர்மம்' என்ற தலைப்பில் வெளிவந்தது. புத்தகமாக தொகுக்கப்பட்டபோது ஆசிரியரால் தலைப்பு மாற்றப்பட்டுள்ளது.)

அக்கா

வீதி வளைவில் வண்டி திரும்புகையிலேயே பர்வதம் பார்த்துவிட்டாள். தனித் தனியாய்ப் பகுக்க முடியாமல் கொத்தாகத் தலைக் கூட்டம் அந்த வண்டியில் காத்து எதிர்பார்த்து 'பொறு நெஞ்சே! ஆனந்தம் வருகிறது மீண்டும் உன்னை எதிர்கொள்ள' என்று தன்னை ஆவலாய்த் தயார் செய்துகொண்டிருந்த இன்ப மெல்லாம் லாகிரித் துடிப்பாய் மற்றொரு முறை அவள் உடலுள் ஓடியது. இன்பத்துக்குப் பின்னால் மூளையின் ஒதுக்குப் புறத்தில் அவசர அவசரமாக நடைமுறை விஷயங்களைச் சரிபார்த்துக் கொள்ளும் நினைவு. "ஏதும் விட்டுப்போகவில்லையே? அதிகப் படியாய் இரண்டு புட்டி பாலுக்கு மனுப் போட்டு ஏற்பாடு செய்தாயிற்று. ஒன்றரை மாதங்களுக்கென்று தனியாக ஒரு வேலைக்காரக் குட்டிக்குச் சொல்லிவைத்தாயிற்று. (கங்கா கட்டாயம் இன்று மாலையிலிருந்து அனுப்பி வைப்பாள்.) குழந்தை களுக்காகப் பொழுதோடு சமையல் தயாராக வேண்டுமென்று தவிசிப் பிள்ளையிடம் சொல்லி ஆயிற்று'

வாடகை வண்டி வீட்டின் முன் நின்றது. திடீரென்று சுயம்புவாய் முளைத்துவிட்ட ஓர் இரைச்சல் குழப்பம். பளிச் சென்று புன்னகைக்கும் மீனாவின் முகம். குழந்தைகளின் மெத்தென்ற நாணம் படர்ந்த சின்னச் சின்னக் குரல்கள்.

"வா மீனா! வாங்க பசங்களா! ஏ பாலு, அடிப் படி கொஞ்சம் உடைஞ்சிருக்கு, இடிச்சுக்கப் போறே, பார்த்து ஏறு. கைக் குழந்தையை இப்படி என்கிட்டே கொடு மீனா! டே முனியா, அந்தச் சாமானையெல்லாம் கீழே இறக்கு . . . இளைச்சாப்பலே இருக்கிறாயே மீனா, உடம்புக்கு ஒண்ணுமில்லையே? குழந்தை அப்படியே உன்சாயல்தாண்டி! நிறம்தான் கொஞ்சம் உன் வீட்டுக்காரர் மாதிரி. வனிதா, பார்த்து வாம்மா. என் கையைப் பிடிச்சுக்கோ . . ."

பர்வதத்தின் வாயினின்று பேச்சும் வரவேற்பும் பொழிந்த வண்ணம் இருந்தன. அந்த உவகையும் உற்சாகமும் அவளுள்

எங்குதான் புதைந்திருக்குமோ! அது ஒரு மாய ஊற்று. ஒவ்வோராண்டும் அது பொழிவெடுத்து அவள் வாழ்வை நனைத்துக் குளுமையாக்க ஒரு பருவம் உண்டு. முழு ஆண்டுக்கும் பொருள் நல்கும் ஒரே பருவம்.

டாக்ஸியை அனுப்பிவிட்டு மீனா, "என்ன அக்கா, சௌக்கியமா?" என்று அன்பொழுகக் கேட்ட குரல் அவள் மீது பன்னீராக உதிர்ந்தது.

"சௌக்கியந்தான்! எனக்கென்ன குறைச்சல்? அடி மீனா, இந்தக் குட்டிக்கு வேத்து முகமே இல்லையடி? எத்தனை சமர்த்தாய் என் இடுப்பில் உட்கார்ந்திருக்கா பாரேன்! அட என் செல்லத் தங்கம்! வெல்லக் கட்டி!" ஒன்பது திங்கள் நிறைந்த அரும்பை இறுகத் தழுவி உச்சி மோந்தாள் பர்வதம். பிறகு பெரிய குழந்தைகள் மூவரின் பக்கம் திரும்பினாள். "ஏண்டா மணி, சமர்த்தா ஸ்கூலுக்குப் போயிண்டிருக்கியா? கிளாஸிலே நீ தானே முதல்? பாலு, உன் கார் படப் புஸ்தகமெல்லாம் எப்படிடா இருக்கு? வனிதா, உனக்காக நிறைய சாக்குக் கட்டி வாங்கி வச்சிருக்கேன், தரை நெடுக நீ ஆசை தீரக் கிறுக்கலாம்!"

குழந்தைகள் கூச்சத்தில் ஒதுங்கி நின்றனர். வனிதா இப்போதெல்லாம் சாக்குக் கட்டியால் தரையில் கிறுக்குவதில்லை. அவளுக்கு ஐந்து வயது முடிந்துவிடவில்லையா? பாலுவின் ஈடுபாடெல்லாம் இப்போது கிரிக்கெட்டில்தான். ஒன்பது வயதான பெரியவனாயிற்றே அவன்! இன்னமும் புத்தகத்தில் கார் படம் பார்க்கும் பாப்பாவா என்ன? முதல் பையன் மணி மட்டுமே சிரிப்பென்று ஏதோ வாயசைத்து வைத்தான். பதினான்கு வயதில் அவன் தலையைச் சற்றுக் குனிந்து தான் பெரியம்மாவைப் பார்க்கவேண்டியிருந்தது. அதைக் கவனித்த போதுதான் பர்வதத்துக்கு, தான் இரண்டாண்டுகள் முன்பு அவர்களையெல்லாம் கடைசியாய்ப் பார்த்திருந்த காட்சியில் படிந்த நினைவுகளை இன்றையப் பேச்சில் தொடர்வதன் அசம்பாவிதம் சட்டென்று உறைப்பதுபோல் இருந்தது. சாக் கட்டி, படப் புத்தகம் இவற்றின் பேச்சு விளைந்துவிட்டதான உணர்ச்சி, நாவில் குப்பென்று சுட்டது.

மீனா உல்லாசமாய்ச் சிரித்தாள். "ஏ பசங்களா, நம்ம புராணக் கதையெல்லாம் நீங்க தெரிஞ்சுக்கணும்னா இந்தப் பெரியம்மாகிட்டே கேட்டுக்குங்கோ ரொம்ப நன்றாகக் கதை சொல்லுவா பெரியம்மா. விடாதீங்கோ, என்ன?"

குழந்தைகள் தம் கண நேர ஒதுக்கத்தை மறந்து "கதை சொல்றியா பெரியம்மா? நிறைய சொல்லணும்!" என்று கும்மாளமிட்டனர். பர்வதம் நன்றியோடு தங்கையை ஒரு தரம் பார்த்துவிட்டு, "எல்லாம் சொல்வேன், நீங்க முதல்லே சமத்தா உள்ளே வந்து பால் குடியுங்கோ" என்றவள், சட்டென்று தன்னைத் திருத்திக்கொண்டவளாய், "இவாளுக்கெல்லாம் இப்போ பாலா, காப்பியா மீனா?" என்றாள்.

"வனிதாவுக்குப் பால். பெரிசு ரெண்டு பேருக்கும் காப்பி."

“பின்னே வாங்க, பாலும் காப்பியும் தரேன்.”

“ஏன் அக்கா, குழந்தைகளுக்கு மட்டும்தானா? எனக்குக் காப்பியோ பாலோ கிடையாதா? என்று கொஞ்சலாகக் கேட்டவாறு மீனா அக்காவை நோக்கி மென்னகைத்தாள். பார்வைகளின் அன்பிலே, உள்ளிருந்து கசிந்து வாழ்வின் வேர்களையெல்லாம் நனைத்து ஊறி மேலெழுந்து வாக்கற்ற இணைப்பாய்ப் பெருகிய கனிவின் அமுதிலே, அவர்களது உணர்ச்சி நெருக்கத்தின் ஒருமையிலே, குழந்தைகளின் இருப்பும் நினைப்பும் மறந்துபோய்ச் சகோதரிகள் இருவர் மட்டும் சற்றுநேரம் தனித்து நின்றனர். அந்த அன்பே அலாதிதான். கணவன், குழந்தைகள் என்று பின்னால் நேர்ந்த உறவுகளிலும் அருமையானதாய் – அந்த உறவுகளின் இனிமையும் அவசியமும் எத்தகையதே ஆயினும் – செயற்கையோ தனியுணர்வோ இன்றித் தானாக உடனுக்குடன் தோன்றி வயதையும் நிலையையும் மீறிப் படர்கின்ற தெய்விகமாய்த் துலங்குவது உடன்பிறப்பாகிய அந்தப் பந்தம் –

“ஊஹூம், உனக்கு இதெல்லாம் கிடையாது, உனக்கு ருசியாய் போர்ன்வீட்டா தான் போட்டுத் தருவேன்!” என்று சிரித்தாள் பர்வதம். முதிர்ச்சியும் கைம்மையும் நழுவி, மூலவேரினின்று பொங்கிப் புறப்பட்ட ஏதோ ஒளியில் அவள் முகமே உருமாறியது. சகோதரிகள் சிரிக்க, குழந்தைகளும் எதுவும் புரியாமல் – ஆனால் தாம் ஏதோ வகையில் சிறிது நேரம் விடப்பட்டுவிட்டதை மட்டும் உணர்ந்த பொறாமையில் – அவர்களுடன் சேர்ந்து சிரித்தார்கள்.

அன்று மாலை பத்தே விநாடிக்குப் பர்வதம் தன் தோழி கங்காவைப் பூங்காவில் சந்தித்தாள். “என் தங்கை மீனாவும் அவள் குழந்தைகளும் வந்தாச்சு. வீடு கலகலன்னு இருக்கு. குழந்தைகள்ளாம் ‘கதை சொல்றியா?’ன்னு கேக்கறதுகள். மீனா ‘எனக்குக் காப்பியோ பாலோ கிடையாதா?’ அப்படின்னு தமாஷ் செய்யறா. நான் வரேன் கங்கா, நிற்க நேரமில்லை . . .”

ஓராண்டு மீனாவும் ஓராண்டு கமலாவுமாக மாறி மாறித் தம் குழந்தைகளின் விடுமுறையின் போது குழந்தைகளோடு ஊரிலிருந்து வந்து அக்கா பர்வதத்துடன் சிறிது காலம் தங்கிவிட்டுப் போவார்கள். அவர்கள் கணவன்மாருக்கு லீவு கிடைத்தால் அவர்களும் வருவதுண்டு. கிடைக்காதபோது – இவ்வாண்டு மீனாவின் கணவனுக்குக் கிடைக்காதது போல – தங்கையும் குழந்தைகளும் மட்டுமே வருவார்கள். தாய் தந்தையோ சகோதரனோ இல்லாத நிலையிலும் இப்படித் தமக்கொரு பிறந்தகம் இருப்பதை அநுபவித்துச் சீராட வருகிறார்கள் என்பதைவிட, அக்காவிடம் தமக்குள்ள அன்பின் காரணமாக அவளுக்கு இயற்ற வேண்டிய ஒரு கடமையாய் இதை மதித்து வந்து போகிறார்கள் என்பதுதான் உண்மை.

பர்வதத்துக்குத் தங்கைகளைத் தவிர வேறு யார் இருக்கிறார்கள்? கணவன் என்று ஒருவன் இருந்ததும்; இறந்ததும் அவளுக்குச் சொப்பன மாகத்தான் தோன்றுகிறது; மிகப் பழைய சொப்பனம். காலத்தொலைவில் அதன் வேதனைகூட மழுங்கிப் போய், எண்ணப் பரிச்சயத்தினால் விளைந்த ஓர் இயல்புத் தன்மையே கடைசியில் மிஞ்சியது. குங்குமச்

சிமிழையும் பூக்காரி வாடிக்கையையும் காணிக்கையாய்ப் பெற்றுக் கொண்டு எப்போதோ பழசாகிவிட்ட ஒரு வேதனை அது. அந்த வேதனையைப் பர்வதம் மறந்துவிடவில்லை. ஆனால் ஆண்டுக்கொரு முறை தங்கைகளில் ஒருத்தியும் அவள் குழந்தைகளும் வரும்போது அந்த இன்பத்தின் எதிர்நோக்கு, அதற்கான கோலாகலத் தயாரிப்பு, பிறகு அதன் வாஸ்தவமான ரசிப்பு – இவற்றுக்காகப் பர்வதம் வீட்டைச் சீர்படுத்தி வைக்கிறாளே, அப்போது தனது ராமாயண நூலோடும் பொழுதுபோக்குக் கைவேலைகளோடும்கூட முகம் தெரியாத தனது அந்த வேதனையையும் கொஞ்சநாட்களுக்குப் பரண் மீது தூக்கிப் போட்டுவிடுவாள்.

வந்தவர்கள் போன பின்னர் தன் தனி வாழ்வின் அந்தச் சுமையைத் தோழமைக்காக மீண்டும் பக்கத்தில் எடுத்து வைத்துக்கொள்வாள். மாற்றி மாற்றி ஊரிலிருந்து வரும் தங்கைகளுக்காகவே அந்த வீடு அவளுடையதாக இருந்தது. அவர்கள் வந்து செல்லும் அந்த ஒன்றரை அல்லது இரண்டு மாத காலம்தான் அவ்வீட்டின் உயிர் நாடி; அவள் வாழ்வின் பொருள் மிக்க மையம். அவையே விளைச்சல் பருவம். மற்றப் பத்து மாதங்களும் அந்த இரண்டு திங்களுக்காகக் காத்துத் தரிசாய்க் கிடப்பவையே. இதில் ஏதும் தவறு இருப்பதாகப் பர்வதம் நினைக்கவில்லை. பயனுற்ற வாழ்வெனில் மனைவியாய், கணவனாய், தாயாய், சேயாய்த்தான் நிறைவெய்த வேண்டுமா என்ன? ஓர் அக்காவாய் வாழ்வது வாழ்வின் நோக்கமாய் அமையக்கூடாதோ? ஆண் சந்ததியற்ற தன் பெற்றோரின் மூன்று பெண்களுள் தான் மூத்த மகளாய்ப் பிறந்ததும், குழந்தைப் பருவத்துக்கு விடை கொடுக்கும் கடைசி விளையாட்டாகப் பதினாறாவது வயதில் மணவாழ்வு என்றதொரு பொம்மையை இரண்டு மாதங்கள் கையில் வைத்திருந்து நழுவவிட்டதும், இப்படி ஓர் அக்காவாகத் தான் உருப்பெறத்தான் என்று அவள் எண்ணினாள். பெற்றோரின் நினைவுதான் கணவனின் நினைவைவிட அதிகம் அவளுக்கு ஏற்படும்.

அவளுடைய இருபத்தைந்தாம் பிராயம் வரை அவர்கள் உயிருடன் இருந்தார்கள். முதலில் அப்பா சென்றார்; அடுத்த வருஷம் அம்மா. தன்னையன்றி வேறு துணையற்ற அந்த விதவையான மகளை விட்டுப் பிரிய மனம் பொறாதுபோல் அம்மாவின் ஆவி போராடிக்கொண்டே சிறிது சிறிதாய் நோவினிடை பலவந்தமுற்று மறைந்தது. சில சமயம் அவள் குரலுக்காக, அவள் கண்கள் கனிவும் மென்மையும் ததும்பத் தன் மேல் படியுமே, அந்தப் பார்வைக்காகப் பர்வதம் தனக்குள் ஏங்குவாள். உறக்கமற்ற நீளிரவில் அலுப்பு மிக்க ஒரு வெறுமையுடன் அவள் இதயம் சில சமயம் குறியின்றி ஆழ்ந்து கனக்கும்போது, அம்மாவின் மறைந்த கை ஸ்பரிசத்துக்காக அவள் கை இருளில் ஏங்குவதுண்டு; நாற்பது வயதில் முகம் சுருங்கித் தலை நரைத்துத் தங்கையரின் பிறந்தகச் சின்னமாய்த் தாய்மை காட்டி உற்சாகப்படுத்தும் வேளைகளில், தன்னை இளையவளாய், குழந்தையாய் நடத்தி அரவணைக்க அப்பாவின் கரங்களை அவள் கண்கள் மண்ணிலும் விண்ணிலும் காற்றின் ஒவ்வொரு சூனியத் திவலையிலும் தேடுவதுண்டு.

ஆனால் அவையெல்லாம் சிறு பொழுதுக்குத்தான். சகோதரிகளுள் பரஸ்பர பாசம் ஆழமானது. தங்கைகளை வரவேற்கக் கதவுகளைத் திறந்துவைத்துக் காத்திருப்பதில் அவளுக்கு நிறைவு இருக்கத்தான் செய்தது. மற்ற சமயங்களில் படிப்பு, கைவேலை இவை மிருதுவாய் வாழ்வை நிறைக்கும். அந்த மலர் மென்மையிடையே பூந்துகளாய் மணம் கூட்டியது அவளுக்குக் கங்காவிடமிருந்த நட்பு.

கங்கா இரண்டு மைல் தொலைவில் வசித்து வருபவள். அவளுக்கு இன்னும் மணமாகாத காரணத்தால், வயது சில ஆண்டுகளாக முப்பதிலேயே இருந்து வந்தது. வயதை உள்ளபடி வெளியிடும் சலுகை ஒரு பெண்ணுக்கு, மங்கலச் சரட்டைப் போல், திருமணத்துடன் வாய்க்கின்ற உரிமை தான் என்று கூறுவது போல் இருக்கும் அவள் போக்கு. ஆயினும் அவளும் பர்வதமும் நெருங்கிய தோழிகள் தாம். ஏக்கத்தின் இலக்கற்ற வெறுப்பும் தனிமையின் சுமையும் கங்காவைப் பிறரின் அனுபவங்களைச் செவியுறும் மாற்றுச்சுகத்தில் ஒருவித உவகை கொள்ளச் செய்தன. அவளுக்குப் பல சிநேகிதிகள் உண்டு. எல்லோரையும் பேசவைத்து அவள் கேட்பாள். உதடுகள் சுவாரஸ்யத்தில் அச்சாகியிருக்கும். அந்தச் சுவாரஸ்யம் சிலசமயம் அநுதாபம், சிலசமயம் ஆற்றாமை, சிலசமயம் இகழ்ச்சி. பர்வதத்துக்கு இந்த மூன்றாம் உணர்ச்சியைத்தான் அவள் வைத்திருந்தாள். எப்போதும் தங்கைகளையும் அவர்கள் குடும்பத்தையும் பற்றிப் பொறாமையற்ற அன்போடு பர்வதம் பேசும் பாங்கு, சற்றே திரஸ்காரத்துக்குரியது என்பது கங்காவின் எண்ணம். தனக்கென்று ஒரு வாழ்வைக் கோரும் அவள் பிறர் வாழ்வில் நிறை வெய்தும் திருப்தியைச் சுயமதிப்புள்ள பொருளாய் ஏற்றுக்கொள்ள வில்லை. ஆனால் வெளி நடப்பில் அவள் இகழ்ச்சியை யாரும் கண்டுகொள்ள முடியாது. சிநேகிதிக்கு இயன்ற உதவிகளையும் செய்வாள். மனத்தில் மட்டும் அந்த ஏளனச் சிரிப்பு.

பர்வதமும் அவளும் அருகிலிருந்த ஒரு பூங்காவில் தினம் மாலையில் சந்திப்பார்கள். பர்வதம் தன் வீட்டில் நடப்பதையெல்லாம் அவளுக்குச் சொல்லுவாள். ஊரிலிருந்து தங்கைகள் வந்துவிட்டால் பர்வதம் அவளோடு அதிக நேரம் தங்கமாட்டாள். ஆனால் தோழமையையும் சந்திப்பையும் விடவும் மாட்டாள். அவசரமாக வந்து போவாள். விரைவாக ஒரு புன்னகை. விசையை முடுக்கினாற் போல் வேகமாய் அன்றைய நிகழ்ச்சிகளின் விவரப் பட்டியல்.

"இன்னிக்குக் காலம்பர மணியையும் பாலுவையும் பக்கத்து வீட்டுக்காரர்களோட ஒரு மார்னிங் ஷோவுக்கு அனுப்பினேன். அடேயப்பா, அதுக்கு அந்த குட்டி வனிதா என்ன அமர்க்களம் செஞ்சுது தெரியுமா? ரொம்பச் சூடிகை!"

"இன்னிக்கு மத்தியானம் மீனா 'நான்தான் காப்பி போடுவேன்' அப்படின்னு எனக்குப் போட்டுக் கொடுத்தாள். அமிர்தமாயிருந்தது போயேன்!"

"அந்தச் சின்னது இருக்கே, சச்சு, எத்தனை அறிவு என்கிறே அதுக்கு, தினம் தபால்காரர் கடுதாசி கொண்டு வராரா? இன்னிக்கு

லெட்டர் ஏதும் இல்லைன்னு அவர் ரோட்டிலே நேரா போறார், இது என்னடான்னா... ஆளைப் பார்த்துட்டு 'ம் ம்'னு கையை ரோட்டுப்பக்கமா நீட்டறது! கடுதாசி கொடுக்கணுமாம்! எப்படி இருக்கு? இன்னும் பேச்சு வரல்லே அதுக்குள்ளே அத்தனை சூட்சுமம்!"

"மீனா சொல்றா, 'அடி அக்கா, கமலாவும் நானும் எந்த விஷயமாய் இருந்தாலும் அக்காகிட்ட சொல்லிடலாம்னு எதுக்கும் நாங்களாய்க் கவலைப்படாம நிம்மதியாய் இருக்கோமே, நீ ஒருத்தி இல்லாமலிருந்தால் நாங்க என்ன செய்திருப்போம்?' அப்படிங்கறா! கோபுரத்தைப் பொம்மை தாங்கறாப்பலே நான் என்னமோ செய்துடறேனாம்! என்கிட்ட இருக்கற ஆசையினாலே அவளுக்கு அப்படியொரு பிரமை, பாவம்!"

"இன்னிக்கு கமலாகிட்டேருந்து கடுதாசி வந்தது. மீனாவும் நானும் அதை ஒண்ணாப் படிச்சு எங்களோட கூடக் கமலாவும் இருக்கறாப்பலே கற்பனை செஞ்சுண்டோம்."

"கங்கா, கார்த்தாலே என்ன ஆச்சு தெரியுமா? மீனா எனக்குச் சாதம் போட்டுண்டிருக்கா. அப்போ பயல் மணி வந்தான் பாரேன்! சொல்றான் அவம்மாகிட்ட, 'அம்மா, உனக்கு எங்களைவிட அக்கா தான் உசத்தி'ன்னு!"

"எங்க மீனா இருக்கா பாரு கங்கா, அவ குழந்தைகளுக்கு என்னையே சாதம் போடச் சொல்லிடுவா! ஒவ்வொருத்தர் மத்த விஷயங்களிலே எத்தனை ஆசை இருந்தாலும் தன் குழந்தைகளுக்குச் சோறுபோடறதை மட்டும் தாங்களே தான் கவனிச்சுப்பா. பிறத்தியார் சரியாய்ப் போடறாளோ இல்லையோன்னு ஓர் எண்ணம். என் தங்கைக்கு மட்டும் என்கிட்ட அத்தனை நம்பிக்கையடி!"

இப்படி ஒவ்வொரு நாளும் ஒவ்வொரு வகையாய் அவசர அவசரமாக வெளிவரும் பேச்சுக்களின் தொனியிலே மறைந்தும் மறையாமலும் பெருமையின் எதிரொலி சாயலிடும். பர்வதம் என்ற பெயரே ஒரு பரிகாசமாய் அமைந்துவிட்ட காய்ந்து கச்சலான சரீரத்தில் குருதிக்கும் தசைக்கும் பதிலாக, உவகையும் பெருமிதமுமே இடம் கொண்டு இயக்கும் தோற்றம் சிறிது அருவருப்புக்குரியதாகவே கங்காவுக்குக் காணப்படும். மனம் உதட்டைச் சுளிக்க முகத்தில் மலர்ச்சி மின்னலிட, "அப்படியா?" "அட!" "ஆஹா, எத்தனை பிரியம்!" என்றெல்லாம் தூண்டுவாள்.

"ஆமாம். தினமும் காலையில் எழுந்ததுமே 'நம்ம வாழ்வில் இத்தனை அன்பா! இப்படி ஓர் அதிருஷ்டமா'ன்னு பூரிச்சுப்போய் உட்காந்துடறேன். வரட்டுமா கங்கா?"

"இப்போத்தானே வந்தீங்க?" வயது வித்தியாசம் அதிகமோ குறைவோ, தன்னை மிக இளையவளாய்க் காட்டிக்கொள்ள கங்கா அவளைப் பன்மையில்தான் விளிப்பாள். "அதுக்குள்ளே அவசரமா? பார்க்கிலே கொஞ்ச நேரம் ஓய்வா உட்காரக் கூடாதா?"

“நேரமில்லே. வீட்டுக்குப் போய்க் குழந்தைகளுக்குக் கதையை மேலே சொல்லணும். கார்த்தவீரியார்ஜுனன் கதை. மீனாவுமில்லே குழந்தையாட்டமா உட்கார்ந்து கதைகேட்கறா! வரேண்டி கங்கா, அவாள்ளாம் ஊருக்குப் போய்விட்டால் அப்புறம் இருக்கவே இருக்கு நம்ம பேச்சு!”

அன்றாடம் உற்சாகத்தில் புலர்ந்து களிப்பினிடை வளர்ந்து நிம்மதியில் அஸ்தமனமாகி வந்த நாட்கள் தங்கையும் அவள் மக்களும் கொண்டுவந்த இன்பத்தை வாங்கி அதை அவர்களுடனே விண்டு பகிர்ந்துகொண்டு சுவைக்கும் இனிமை.

அன்றும் அப்படித்தான் பொழுது விடிந்தது. பகலெல்லாம் குழந்தைகளுடன் விளையாட்டு. மீனாவுடன் பேச்சு. சகோதரிகளின் அந்தப் பேச்சில் குழந்தைகளினின்றும் விலகிய தனியானதோர் நெருக்கம். குனிந்திருப்போருக்குத் தெரியாமல் அவர் தலைக்கு மேலாக வேறு இருவர் அர்த்தம் பொதிந்த பார்வையைப் பரிமாறிக்கொள்வதைப் போல, அவர்களிடையே அவர்களுடையதே மட்டுமான அந்த அன்பின் அந்தரங்கம்.

மாலையில் பர்வதம் சமையலறையில் அமர்ந்து எல்லோருக்கும் டிபனும் காப்பியும் பாலும் விநியோகம் செய்துகொண்டிருந்தாள். மற்றவர்களுக்கு ஆன பிறகு குழந்தை சச்சுவுக்கான பாலைக் கண்ணாடிப் புட்டியில் ஊற்றி, மீனா கை கழுவ அறையை விட்டுச் சென்றிருந்ததால், தானே சச்சுவை மடியில் படுக்க வைத்துக்கொண்டு புட்டியை அவள் வாயில் இட்டாள். கைக்குழந்தைக்குப் புட்டியில் பால் புகட்டுவது மட்டும் தினம் மீனா செய்வதுதான்.

அதுவரை ஒரு ரப்பர் பொம்மையுடன் விளையாடிக்கொண்டிருந்த குழந்தை, பசியின் வேகத்தில் நாலு விழுங்கு பால் உட்கொண்டபின் மீண்டும் விளையாட்டின் நினைவு வரப்பெற்றவளாய்த் திமிறிக்கொண்டு எழுந்து உட்கார்ந்தாள்.

“சாப்பிடடி கண்ணு, வா.”

குழந்தை கவனிக்கவில்லை. தவழ்ந்து சென்று சற்றுத் தள்ளி உட்கார்ந்து சுற்று முற்றும் பார்த்தாள்.

“இங்கே வந்து பாலைக் குடிச்சுட்டுப் போயிடடி குழந்தை.”

தேடிய பார்வையுடன் ரப்பர் பொம்மை அகப்பட்டுவிட்டது. பெருஞ்சிரிப்புடன் சச்சு அதை நோக்கி விரைந்தாள்.

பர்வதம் எழுந்து அவளருகில் வந்தவாறு, “இந்தாடி தங்கம், பாலைக் குடிச்சுட்டு அப்புறமாய் விளையாடுவியாம்” என்று குழந்தையை மெல்ல இழுத்தாள்.

சச்சு நெளிந்துகொண்டு பக்கவாட்டில் தவழ்ந்து பொம்மையை அடைந்ததும் அவள் உதடுகள் மீண்டும் மகிழ்வில் விரிந்தன.

"பொம்மையை வச்சிண்டே குடி, என்ன? பால் குடிக்கலேன்னா தொப்பை, பாவம், பசியில் அழுமே!" பர்வதம் குழந்தையின் தலையை வலுவாய்த் தன் மடி மீது தாழ்த்திப் புட்டியை வாயில் திணித்தாள்.

ஓவென்று பெரிதாய் அழுகை. குழந்தை பாலைக் குடிக்கவில்லை. புட்டி முனையின் ரப்பர் குழாயினின்று வெண் திரவம் பன்னீராய்ச் சிதற, தலையை இருபுறமும் புரட்டிக் கை, கால்களை உதைத்துக்கொண்டு எழுந்திருக்க முனைந்தாள். உள்ளே அப்போது வந்து நுழைந்த மீனாவுக்கு எதுவும் புரியவில்லை.

"பாலைப் புகட்டிண்டிருக்கியா அக்கா? ஏன் குடிக்க மாட்டேங்கறா?"

"விளையாட்டு நினைவுதான். வயிற்றுப் பசிக்கூடத் தெரியலே. குழந்தைதானே? ஏ சச்சு, இப்போ சமத்தாய்க் குடிக்கப்போறியா இல்லையா? குடிச்சுடடி பட்டுச் செல்லம், என் தங்கக் கிளி . . ."

மீண்டும் திமிறல், ரகளை, மீனா அருகில் வந்து குனிந்தாள். "ம்மா . . . ம்மா!" என்று அழுதவாறே சச்சு தலையை உயர்த்த முயன்றாள். அதே சமயம் புட்டி அவள் வாயில் மறுபடியும் பதியவும் அவள் அசைந்த குலுக்கலின் வேகத்தில் பால் கற்றையாய் விழுந்து குழந்தையின் நெஞ்சில் விக்கி அவள் இருமலானாள்.

"அக்கா, கொஞ்ச நேரம் விட்டுடேன்."

"இருக்கட்டும்டி. குழந்தை அழும்பு செய்யறதுன்னா நாமும் விட்டுடறதா? இதோ சரியாய்ப்போய்க் குடிக்கிறாளா இல்லையா பாரேன் . . ." பர்வதம் இடது கையால் குழந்தையின் தலையைச் சற்று அமுக்கிக்கொண்டு, தலையாட்டலினால் வெளிப்புறமாய் நழுவும் புட்டியை வலக் கையால் வாயினுள் உறுதியாய்த் தள்ளிப் பொருத்தினாள். குழந்தையின் நெஞ்சில் விக்கலும் வீறலும் குழறின. அவளே பயந்து போய்ப் புட்டியை அகற்றிவிட இருந்தபோது மீனாவின் குரல் ஒலித்தது.

"உனக்கு இதெல்லாம் தெரியாது அக்கா. இப்படி என்கிட்ட கொடு."

சுரீரென்று உள்ளத்துள் பாய்ந்த அடியில் பர்வதத்தின் கைகள் சற்று நேரம் அசைவிழந்து போயின. அவள் மடியிலிருந்து குழந்தையை எடுத்து மீனா தன் மடியில் போட்டுக்கொண்டது, பால் புட்டியை ஏதோ வகையில் அதன் வாயிலிட்டது; குழந்தை சாதுவாய்க் குடிக்கத் தொடங்கியது – எல்லாம் கனவுக் காட்சிகளாய் உணர்வுக்கு வெளியில் நிழலிட்டன. உள்ளமெல்லாம் நடுங்க, உடல் மரத்து வேர் பாய, பர்வதம் தலை கவிழ்ந்து மீனாவுக்கு முதுகு காட்டி உட்கார்ந்தவாறே இருந்தாள். நெஞ்சத் துடிப்பு வேகமாய்ப் படபடத்துக்கொண்டிருந்தது. தொண்டையில் என்னமோ அடைப்பு. வாய் வறண்டு முகம் வேர்த்துக் கொட்டியது. உதட்டின் வழி வாயினுள் கசிந்த நீர் உப்புக் கரித்தது. அது வேர்வைதானா, அல்லது கண்ணீரா?

உடல் ஏன் அசையவில்லை? நெஞ்சில் இது என்ன திடீர்க் கனம்? அதுதான் உடலை அசைக்க இயலாமல் அமுக்குகிறதா?

"உனக்கு இதெல்லாம் தெரியாது அக்கா!"

அந்த வார்த்தைகளினால் மனம் ஏன் இப்படிப் புண்ணாகிக் கதறவேண்டும்? மீனாதானே சொன்னவள். அன்பைக் கொட்டிய அருமைத் தங்கை சாதாரணமாய்ச் சொன்ன ஒரு பேச்சுதான். அவள் புண்படுத்தும் எண்ணத்துடனோ, இகழ்ச்சிக் குறியாகவோ அதைச் சொல்லியிருக்க மாட்டாள். அது எத்தகைய பேச்சாய் விழுந்துவிட்டது என்று அவள் உணர்ந்திருக்கக்கூட இல்லை என்பது அவள் சாதாரண மாய், தினம்போல, பேச்சுப் போக்கான சகஜ அன்பின் குரலில் ஏதோ மேலே பேசிக்கொண்டே இருந்ததிலிருந்து தெளிவாயிற்று.

"...அதுக்கப்புறம் நான் அன்னிக்கு விருந்தாளிகளோட சினிமாவுக்குப் போயிருந்தேன் அக்கா..."

என்ன சொல்லிக்கொண்டிருக்கிறாள் அவள்? ஊரில் நடந்த ஏதோ சுவையான நிகழ்ச்சியின் விவரம் போலும், அன்றாடம் சொல்வதைப் போல. ஆனால் இப்போது அவள் என்ன பேசிக் கொண்டிருந்தாள் என்பதே பார்வதத்தின் மூளையில் பதியவில்லை. தலையுள் அடர்ந்து காதருகில் திரும்பத் திரும்ப இரைச்சலிடும் சொற்கள் அவையேதாம். 'உனக்கு இதெல்லாம் தெரியாது அக்கா.' ஏனோ அவை அவள் வாழ்வைப் பற்றிய சிறியதொரு, ஆனால் முழுமையான விமர்சனமாக ஒலித்தன. அவள் வாழ்வே ஒரு தனிமை யென்றும், மக்களோ மங்கலமோ எதுவுமற்ற ஒரு நீண்ட வெற்றுப் பயணம் என்றும் உணர்வுகள் – அவள் அறிந்த ஆனால் பிரித்து நோக்கியிராத உண்மைகள் – மேலே மேலே பரவும் அலைகளாய், ஒரு கல் உருண்டு பின்னால் மலையே சரியும் பயங்கரத் தொடர்ச்சிச் சங்கிலிகளாய், அவள் இதயத்துள் அடித்து மோதின. உயிரினுள் தீப்புண். அதைத் தாங்க இயலவில்லை. எப்படியோ அவள் ஒருவாறு எழுந்தாள். பாதங்கள் தள்ளாடின.

"என்ன அக்கா, உடம்பு ஏதேனும் செய்யறதா?" குழந்தையை அப்படியே தூக்கி உட்கார்த்திவிட்டு மீனா பதறி எழுந்து அவளைப் பிடித்துக்கொண்டாள். அன்பான தங்கைதான், அவள் அன்பில் களங்கமில்லை. அவள் பாராமலேயேதான் அவள் கை அடித்துவிட்டதே! ஆயினும் – அடியின் நோவை மறுக்க முடியவில்லையே!

"ஒன்றுமில்லே மீனா." இதை அவளிடம் விளக்க முடியாது. எத்தனை அன்பிருப்பினும், நெருங்கிய உறவாயினும், இன்று அவர்களிடை அறியாமலே விழுந்துவிட்ட திரை, ஒரு வித்தியாசத்தின் அடிப்படையிலே அமைந்தது. அதைச் சொன்னால் தங்கை துடித்துப் போவாள். அதைச் சொல்லக் கூடாது; சொல்லவும் முடியாது.

"ஒண்ணுமில்லே மீனா." அவள் மெள்ள வெளியே வந்துவிட்டாள். நாற்புறமிருந்தும் கருமை வந்து சூழ்ந்துகொண்டது.

வழக்கம்போல் மாலை ஐந்து மணிக்கு அவள் பூங்காவுக்குச் சென்றபோது அவள் முகத்தில் அந்தக் கருமை தூலமாய்க் கவிந்து

கொண்டிருந்தது. நெஞ்சில் சோர்வு குமைந்தது. பெஞ்சியின் மேல் உட்கார்ந்தாள்.

கங்கா வந்து அவள் அருகில் அமர்ந்துகொண்டாள். பர்வதம் இன்று தினம்போலப் பாடம் ஒப்பிக்கும் தோரணையில் தன் இன்பங் களை அவசரமாய்ப் பட்டியல் செய்துவிட்டுப் போய்விடப் போவதில்லை என்பதை அவள் நின்றுகொண்டிராமல் உட்கார்ந்திருந்த நிலையே உணர்த்திற்று! இன்று ஏதோ விசேஷமான சுவை போலும் எனக் கங்கா தன் இகழ்ச்சியைக் கூர்மையாக்கிக்கொண்டே வெளியில் புன்னகையுடன் "என்ன விஷயம் பர்வதம்?" என்று சுவாரஸ்யமாய் வினவினாள்.

பர்வதம் தலை நிமிர்ந்தாள். கண்களாழத்தில் சிந்தாத நீரின் கனம் பளபளத்தது. குனிந்த முதுகு, வாடிய முகம். சற்றே திறந்த உதடுகள் துடித்தன. உணர்ச்சி நாவின் ஓரத்தில் தேங்கியது. ஆனால் அவள் பேசவில்லை.

"சொல்லுங்களேன் பர்வதம், இன்னிக்கு என்ன நடந்தது? குழந்தைகளோ, உங்க தங்கையோ யாரும் ஏதும் சொல்லலையா?"

பர்வதத்தின் நெஞ்சு கூசிச் சுருங்கியது. இன்று தங்கை ஏதும் சொல்லவில்லையா? 'உனக்கு இதெல்லாம் தெரியாது அக்கா.' இன்று மீனா சொன்னதாகக் கங்காவிடம் அஞ்சல் செய்வதற்கு ஏதும் இருக்கவில்லையா? ஆனால் மீனா சொன்னதைச் சொல்ல முடியுமா? அன்பில் நிறைந்த தங்கை இன்று ஆழ்ந்த புண்ணைத் தந்துவிட்டாள் என்று எப்படிச் சொல்வது? மீனா என்ன, வேண்டுமென்றா புண்படுத் தினாள்? மேலும், தானும் தான் குழந்தைக்கு அப்படிப் புகட்டியிருக்கக் கூடாது. நிஜமாகத்தான் அவளுக்கு இதெல்லாம் என்ன தெரியும்? சொன்னால் மட்டும் கோபம் வருகிறதே! மீனா வேண்டுமென்றும் சொல்லவில்லை, காரணமில்லாமலும் சொல்லவில்லை. 'அக்கா – அக்கா' என்று உயிராயிருந்த அன்பு பொய்க்கவேயில்லை. பர்வதத்துக்குத் தெரியும் அது. அவள் இதயம் அழுவது அவளுடைய சொந்தத் துக்கம். அதற்கு மீனாவைப் பொறுப்பாக்கினால், அது நன்றியின்மையே ஆகும். தங்கையின் அன்பை வெளியில் சொல்லலாம். இதைச் சொன்னால் தங்கைக்குத் துரோகமாகும்.

"ஒண்ணும் சொல்லலே கங்கா."

"அது சும்மா. இன்னிக்கு என்னமோ நடந்திருக்கு. சொல்லுங்களேன்."

"ஒண்ணுமில்லேங்கறேனே."

"பின்னே ஏன் உங்க முகம்?"

"தலைவலி."

"பொய்! என்கிட்டே சொல்லக் கூடாதுன்னு எதையோ மறைக்கறீங்க."

"அப்படித்தான் இருக்கட்டுமே!" பர்வதம் திடீரென்று ஆவேசமாய்ப் பேசினாள். "என் வீட்டிலே எது நடந்தாலும் உன் கிட்ட சொல்லணும்னு

ஏதானும் கட்டாயமா என்ன? இஷ்டமிருந்தால்தான் சொல்வேன். இல்லேன்னா ஒரு நாளும் சொல்லமாட்டேன், புரிஞ்சுதா?" சட்டென்று எழுந்து அவள் பூங்காவினின்று வெளியேறினாள்.

கங்கா வியப்பில் ஆழ்ந்துவிட்டாள். கூடவே, பார்வதம் வீறு கொண்ட கோலத்தினால் முதன் முறையாக அவள் பால் மதிப்பும் தலைதூக்கியது.

பார்வதம் கால் போனவாறு அலைந்துவிட்டு வீடு திரும்பியபோது மீனாவும் குழந்தைகளும் வாசலில் நின்றிருந்தனர்.

"எங்கே அக்கா போயிட்டே? இவ்வளவு நேரமாச்சேன்னு உன்னைப்பத்தி எனக்கு ஒரே கவலையாயிடுத்து." மீனாவின் குரலில் மாற்றுக் குறையாத பாசமும் அக்கறையும் இழைந்தன. பார்வதம் அவளையே பார்த்துக்கொண்டு நின்றாள்.

"பெரியம்மா, பசிக்கிறது!" என்றாள் சிறுமி வனிதா.

பார்வதம் சிறிது தயங்கினாள். "மீனா, குழந்தைகளுக்கு – நீ வேணுமானால் சாதம் போடறயா?"

"ஏனாம்? நீயே போடக்கா! உன் ஆசைக் கையாலே நீ போட்டுக் குழந்தைகள் எத்தனை தேறியிருக்கு பாரு."

பார்வதத்தின் வாயில் புன்னகை ஒன்று முளைவிட்டது. இதயத்தில் கனம் சற்றே லேசாகியது. அந்தச் சிறு புண் அவள் வாழ்வில் தனக்கோர் இடம் பெற்றுக்கொண்டு அமுங்கிவிட்டது. அதை விழுங்கிக்கொண்டு மேலே செல்ல வேண்டியதுதான்.

"வாங்க பசங்களா! சாதம் போடறேன்." பிறகு குரலில் அந்த வழக்கமான தனி அன்பு. "அதற்கப்புறம் நீயும் நானும் ஒன்றாய் உட்கார்ந்து சாப்பிடலாம் மீனா." பார்வதம் உள்ளே சென்றாள்.

அவள் இப்போது மீண்டும் அக்கா! அதுவே அவள் இன்பம், அவள் வாழ்வு!

***ஆனந்த விகடன்*, 13.3.1966**

இரண்டின் இடையில்

ஒரு வழியாகத் தன் மகன் வாசுவின் பிரச்னைக்குத் தீர்வு கண்டுவிட்டதாக எண்ணி கோமதி நிம்மதியுற்றாள். வாசுவுக்கு இப்போதுதான் பதினான்கு பிராயம் நிறைந்திருக்கிறது என்றாலும் அதற்குள்ளாகவே பெற்றோரைத் தன் படிப்பு விஷயமாகக் கதிகலங்க விட்டிருந்தான். அவன் கருத்தூன்றி உழைத்துக் கல்வி பயிலுவானென்ற நம்பிக்கையை அவர்கள் இழந்து வெகுகாலமாகிவிட்டது. அறிவில் குறைவற்ற பையன் தான். ஆனால் மனம் வைத்துப் படித்தால்தானே? எப்படியோ பள்ளியின் ஆண்டுத் தேர்வுகளில் மட்டும் நல்லபடியாய் நெளிந்து புகுந்து வெளிவந்துகொண்டிருந்தான். பள்ளியில்தான் கவனக்குறைவு என்றால் வீட்டிலும் அப்படியே. பெற்றோர் எத்தனை மன்றாடியும் மிரட்டியும் ஆசை காட்டியும்கூட அவனை ஒழுங்காகப் படிக்கச் செய்யும் சாதனை அவர்களுக்கு அப்பாற்பட்டதாகவே இருந்தது. சமூகப் பாடத்தில் அவனுக்கு விசேஷ வெறுப்பு இருந்தாற்போல் தோன்றியது. அவனைச் சரியாகப் படிக்கச் செய்வதற்கு 'பிரைவேட் டியூஷன்'தான் வைக்க வேண்டுமென்று கடைசியில் தீர்மானித்தாள் கோமதி.

அப்படியே ஏற்பாடும் செய்துவிட்டாள். எத்தகைய நல்ல யோசனை அது! இப்போதெல்லாம் வாசு அந்தப் பாடத்தில் உண்மையாகவே அக்கறை காட்டத் தொடங்கியிருந்தான்.

அவன் டீச்சரின் பெயர் சம்பா. அவளுக்கு இருபத்தேழு அல்லது இருபத்தெட்டு வயதிருக்கும். அடுத்த தெருவில் அவள் குடியிருப்பு. பி.ஏ. பட்டதாரி. வசதி நிலையில் இருந்தாலும், பாடம் கற்பித்தல் அவள் விரும்பி மேற்கொண்ட பொழுதுபோக்கு. கோமதி விஷயத்தை எடுத்தவுடனேயே அவள் திருப்தியுடன் ஒப்புக்கொண்டாள். இப்போது வாசு காட்டிவரும் முன்னேற்றத் தைப் பார்த்தபோது, சம்பா ஆசிரியைப் பணிக்கெனவே பிறந்தவளோ என்று வியந்தாள் கோமதி.

ஒரு நாள் விட்டு ஒரு நாள் மாலை நேரத்தில் வாசு பாடம் பயில டீச்சர் வீட்டுக்குச் சென்று வந்தான். இப்போ

தெல்லாம் அவனுக்குச் சமூகப் பாடத்தைப் பற்றியே பேச்சு, அதாவது, சமூகப்பாட டீச்சரைப் பற்றியே.

"அம்மா, டீச்சர் என்ன சொல்றா தெரியுமா? சரித்திரமும் பூகோளமும் ரொம்ப சுவாரஸ்யமான பாடங்களாம்! அது சரின்னு தான் எனக்கும் இப்போ தோண்றது."

"அம்மா, டீச்சர் சொல்றா, சாணக்கியன் இல்லையானால் சந்திரகுப்த ராஜாவாலே ஒண்ணுமே செய்ய முடிஞ்சிருக்காதாம்! எத்தனை ஆச்சரியமான விஷயம் பார்த்தியா?"

"நான் என் புஸ்தகங்களையெல்லாம் 'நீட்'டாய் வைச்சுக்கணும்னு டீச்சர் சொல்றா அம்மா! அது ரொம்ப சரி. இப்பவே எல்லாப் புஸ்தகத்துக்கும் காகித அட்டை போட்டுடலாம்னு இருக்கேன்."

கோமதி வியப்புடன் நிற்பாள். முன்பெல்லாம் அவனிடம் புத்தகங் களைச் சீராக வைத்துக்கொள்ளுமாறு அவள் எத்தனை முறை சொல்லி யிருக்கிறாள்! அவன் கேட்டதே இல்லை. இப்போதோ! சம்பாவிடம் ஏதோ மந்திர வித்தைதான் இருக்க வேண்டும்.

இப்போதெல்லாம் வாசுவின் விழிகளில் ஒரு புதிய ஒளி இருந்தது. புதுப்புதுக் காட்சிகளை மெள்ளக் கண்டு உறிஞ்சிக்கொள்ளும் புதிய தொரு விழிப்பு. உணர்ச்சியின் தீவிரத்தில் சிலிர்த்துக்கொண்டு விறைத்து நிற்பது போன்ற ஒரு தன்மை அவனது இயல்பில் திடீரெனத் தோன்றி யிருந்தது. மாயமாக முகையவிழும் ஏதோ உள்ளுணர்வின் மர்மப் பருவத்தின் மீது துடிப்புடன் நிற்பது போன்ற ஒரு தோற்றம். அவன் நரம்புகளிடை ஒரு புதிய உயிரின் உந்தல். அதில், முன்பு அறியாத உணர்வு முனைகளெல்லாம் கண் விழிக்கின்ற குறுகுறுப்பு. நடை, உடை, பாவனைகளில் ஏதோ ஒரு நூதனப் பெருமிதம், கூடவே ஓர் அமைதியின்மை. அவன் தன்னைவிட மிகவும் அதிக உயரமாகி விட்டதைக் கோமதி சட்டென்று கவனித்தாள். சமீப மாதங்களிலே நேர்ந்த, காட்டுப் புதர் மண்டுவது போன்ற ஒரு திடீரென்ற வளர்ச்சி. நீளமாய்க் கிழித்த ஒரு கோடுபோல் அவன் நின்றான். உள்ளே இனம் விளங்காத தீப்பிரவாகம் சுழித்துப் பொங்கும் ஒரு நீளக்கோடு. அவன் இப்போது பையனா? பெரியவனா? இரண்டின் இருப்புக்களையும் தன்னுள் கொண்டதொரு மூன்றாம் இருப்பு அது. சிறுவன், பெரியவன் என்ற அவ்விரு இருப்புக்களும், அதிசயிப்பின் சிலிர்ப்பு நிறைந்த அந்தப் பதினான்கு வயது நடுப்பருவத்தைத் தமக்கிடையே நிறுவிப் பிடித்திருந்தன. குழந்தைமையும் முதிர்ச்சியும் ஒன்றோடொன்று பொருந்தும் முனைவின் மோதல்தான் அவனிடம் அந்த விசித்திரப் பரபரப்பை விளைவித்திருந்தது.

ஒரு நாள் இரவு வாசு தாயிடம் "அம்மா, டீச்சர் இன்னிக்கு ரொம்ப அழகான ஒரு புடவை கட்டிண்டிருந்தா. உன்கிட்ட அந்த மாதிரியான நல்ல துணிகளே கிடையாது, தெரியுமா?" என்றான்.

கோமதி மகனைக் கூர்மையாய் நோக்கினாள். அந்த ஆர்வமிக்க இளம் முகத்தில் பால் சதையின் கொழுமை மறைந்துவிட்டிருந்தது.

திமிறிப் புறப்படும் ஆண்மையின் நிழல் தாடையிலே தெரிந்தது. துடிக்கும் மேலுதட்டின் மீது சன்னமாய் ஓடும் ஒரு கருங்கோடு. கன்னங்களில் முளைத்திருந்த புள்ளிகள் வேர்க்குறு அல்ல என்பதையும் அவள் உணர்ந்துகொண்டாள்.

இன்னும் அவள் கண்கள் அவனை வெறித்த வண்ணமே இருந்தன. அவள் நின்றுகொண்டிருந்தது ஒரு மகத்தான மாறுதலின் சன்னிதானத்தில்; ஒன்று இழைந்து மற்றொன்று உருவாகும் மந்திரஜாலத்தின் முன்னிலையில் அதற்கு அவள் சிறிது நேரமேனும் மௌனாஞ்சலி செலுத்த வேண்டாமா? பின்னரே மெதுவாக "அப்படியா?" என்றாள்.

"ஆமாம் அம்மா! ரொம்ப ரொம்ப அழகான புடவை."

அன்று மாலை சம்பா தன் வீட்டு வாசலில் நின்றிருந்தபோது கோமதி பார்த்திருந்தாள். ஆகவே அது என்ன சேலை என்பது அவளுக்குத் தெரிந்திருந்தது.

"என்கிட்டயும் தான் அதே மாதிரி புடவை இருக்கே வாசு! உனக்கு நினைவில்லையா? நேற்றுத்தானே நான் அதை உடுத்திண்டிருந்தேன்!"

"அப்படியா? நான் கவனிக்கலே. எப்படியும் டீச்சருக்கு அது ரொம்ப அழகாயிருந்தது."

சட்டென்று கோமதிக்கு அவனுடைய அரை நிஜார் பொருத்த மற்றதாய்த் தோன்றியது. ஒரு காலத்தில்தான் கையிலெடுத்துச் சீராட்டிக் கொஞ்சிய பசலையை எண்ணிக் கணநேரம் அவளுள் அந்தரங்கமாய் ஏக்கம் மின்வெட்டியது எதையோ கைசோர விட்டதைப் போன்ற பிரமிப்பு அடைந்தது.

வாசு ஒரு தரம்கூட டியூஷனுக்குப் போகத் தவறவில்லை. ஒவ்வொரு முறையும் டீச்சரின் வீடு செல்லுமுன் நிலைக் கண்ணாடியின் முன்பாக அரை மணி நேரம் செலவழிப்பான். உடைகளைச் சீராக்கிக் கொள்ள வேண்டும். மின்னும் கருமாணிக்க அலைகளாய்ச் சிகை மேலெழச் சீவிக்கொள்ள வேண்டும். ஆண்மைக்குரிய மிடுக்கு ஊறிய விரல்களால் காலர்களை நாசுக்காகத் தூக்கிவிட்டுக்கொள்ள வேண்டும்.

பாடம் நடக்கும் போதோ கவனமே வடிவாக இருப்பான். டீச்சரின் முகத்தை ஊமைத்தொழுகையாய்ப் பார்த்தவாறே அவள் கற்பிப்பதை அக்கறையுடன் கேட்டு மனத்தில் வடித்துக்கொள்வான். அவளுடைய வீட்டினுள் நுழைந்தவுடன் கூறும் "குட் ஈவினிங் டீச்சர்!" எனும் வார்த்தைகள் ஏதோ பிரார்த்தனையைப் போல் பயபக்தியாகவும் இன்பகரமாகவும் ஒலிக்கும். அவள் அருகாமையே கலப்பற்ற இன்பம். சோபையின் வடிவமாய் அவளைப் பார்த்தவாறே கண் இமைக்காமல் உட்கார்ந்திருப்பது, அவள் குரலைக் கேட்பது, அவள் விளக்கங்களைப் புரிந்துகொள்வது, அவளுக்குத் திருப்தி தருமாறு படித்து அவள் புகழுரையை ஈர்க்கும் ஆவலுடன் அவளது போதனையில் கற்று முன்னேறுவது – இவை ஒவ்வொன்றும் ஓர் அரிய, அற்புத இன்பம்.

சில சமயம் சம்பா ஏதோ யோசனையுற்றவள் போல் காணப் படுவாள். வழிபடும் தெய்வத்திடம் தனி முறையில் ஒரு கேள்வி கேட்பது போல வாசு அச்சம் மறையாத அக்கறையுடன் மெல்லக் கேட்டான்:

"உடம்பு சரியில்லையா டீச்சர்?"

"அப்படி ஒண்ணுமில்லையே வாசு!" மீண்டும் அவள் புன்னகைப்பாள். அவன்மீது அது ஒளித் தூவல்.

○

"அது என்ன வெட்டுக்காயம் உன் விரலில், வாசு?" என்று ஒரு நாள் கேட்ட சம்பா ஒரு தம்பியிடம் தோன்றக்கூடிய பரிவுடன் அவன் விரலைப் பிடித்து அதிலிருந்த காயத்தை ஆராயலானாள். எப்போதும் அவ்விருவரிடை பாட மேஜை இருக்கும். நெருங்கி அமரும் பழக்கம் கிடையாது. இப்போது சம்பாவின் அநுதாபச் செயலாக விளைந்த அந்தப் பரிசம் வாசுவின் முதுகுத் தண்டில் கூர்மையான சிலிர்ப்பைப் பாய்ச்சியது. நொடிப் பொழுதில் அவனுக்கு வேர்த்துவிட்டது. உடலெங்கும் நடுக்கம் ஓடியது. சிறிது நேரம் ஏதும் பேச இயலவில்லை. எண்ணங்களும் உணர்ச்சிகளும் அவனுள் கிளர்ந்து குமைந்தன. அவற்றில் தெளிவில்லை. அவை வெறும் அலங்கோலக் குழப்பம். முக்கால் பாகம் துன்பமான ஓர் இன்பம்.

"என்ன அடி இது, வாசு?"

"ஒண்ணுமில்லே டீச்சர் . . ." சொற்கள் தடுமாறின. "வந்து . . . வந்து . . . நான் மத்தியானம் . . . பென்சில் சீவிண்டிருந்தேன், ப்ளேடு விரலில் கிழிச்சுடுத்து."

"த்ஸொ த்ஸொ! ரொம்ப ஆழமா வெட்டியிருக்கே! இன்னும்கூட ரத்தம் வரது பார். உன் அம்மாகிட்டே காட்டினியா?"

"இல்லை, அவளும் கவனிக்கலே. அவள் உங்கமாதிரி இல்லை." சற்று நிறுத்தினான். பிறகு ஆழ்ந்ததொரு துதியாகச் சொற்கள் உதிர்ந்தன. "அவள் உங்க மாதிரி கெட்டிக்காரி இல்லே டீச்சர்."

"சரி, சரி, இப்படியெல்லாம் என் தலையைத் தடவி விஷயத்தை மாத்திடலாம்னு பாக்கிறியா? அதுதான் நடக்காது. இதைக் கவனிச்சுத் தான் ஆகணும். கொஞ்சம் இரு." சம்பா உள்ளே சென்று மருந்தும் பஞ்சும் துணிக்கிழிசலும் எடுத்து வந்தாள். அவன் விரலை அவள் துடைத்து மருந்திட்டுக் கட்டுப் போட்டபோதெல்லாம் வாசு கீழ் நோக்கிய கண்களுடன், இறுகிய தசை நாளங்களுடன், விசித்திரமான தோர் இன்ப நாகில் பிரயாசையுடன் உயிர்த்தவனாக, நாற்காலி ஓரத்திலேயே அமர்ந்திருந்தான். அவனுக்குப் பெண் உறவினர்கள் எத்தனையோ பேர் இருந்தனர் – தாய், சகோதரிகள், அத்தைமார், சித்திமார், 'கஸின்'கள் – ஆனால் இவளோ பெண்மையெனும் அற்புதமே வடிவு தாங்கி வந்தவளாய் விளங்கினாள். இந்த எண்ணமெல்லாம் அவன் நெஞ்சில் தெளிவுறத் தோன்றவில்லை. எண்ணத்துக்கும்

அறிவாற்றலுக்கும் அப்பால் அவன் குழம்பிய ஆனந்தத்துடன் அந்த அற்புதத்தை இன்னதென்று புரியாமலே உள்ளத்துள் உணர்ந்தான். அந்த உணர்வில் அவன் அவளது அடிமை. அதுவே நிறைவு. அவள் தெய்வம், அவன் பக்தன். வேறெதுவும் வேண்டாம்.

“ஆ! முடிஞ்சுது! இப்போ எப்படி இருக்கு வாசு, விரல் வலிக்கிறதா?”

“இல்லை டீச்சர்!” ஆராதனையின் மகிழ்வு அவன் பார்வையில் மலர்ந்தது.

விரல் காயம் முற்றிலும் குணமான பிறகுகூட ஒரு வாரம் வரை அந்தத் துணிக்கட்டை அப்படியே வைத்திருந்தான் வாசு, புனிதப் பொருளொன்றை அக்கறையாய்ப் பாதுகாப்பதுபோல். அதன் பிறகும்கூட, தாய் நன்கு திட்டியிராவிட்டால், தந்தை அவனைக் ‘கோழை’ என்று பரிகசித்திராவிட்டால், கட்டை அவிழ்த்திருப்பானா என்பது சந்தேகம்தான்.

வழக்கம்போல் அன்றும் அவன் டீச்சர் வீட்டுக்குச் சென்றான். சமூகப் பாடக் கல்வி நடக்கலாயிற்று. பாடம் கற்பித்துக்கொண் டிருக்கையில் திடீரென்று சம்பாவுக்கு விக்கல் எடுக்க ஆரம்பித்தது.

“வாசு!”

அவன் தலை நிமிர்ந்தான். “என்ன?” என்ற கேள்வி ஒலிக்கு முன்பே கண்களிலிருந்து ஆவல் பெருகி அவளிடம் ஓடியது.

“கொஞ்சம் எனக்காகச் சமையலறைக்குப் போய்க் குடிக்கத் தண்ணீர் வாங்கி வரயா வாசு? இந்த விக்கல் – அஹ¬க்! – ரொம்ப கஷ்டமாயிருக்கு”

“இதோ போரேன் டீச்சர்!” அவன் உள்ளே ஓடினான். இப்போ தெல்லாம் அவ்வீட்டில் அவன் பரிச்சயமான நபர். சமையலறைக்கு ஓடி சம்பாவின் தாயிடமிருந்து ஒரு எவர்ஸில்வர் கிண்ணத்தில் நீர் வாங்கிக்கொண்டு பாட அறைக்கு விரைந்து திரும்பினான். சட்டென்று அவன் கால்கள் நின்றுபோயின. யாரோ ஓர் அன்னிய மனிதன் சம்பாவின் நாற்காலியருகில் நின்றுகொண்டிருந்தான். இருவரும் ஒன்றாய்ச் சிரித்துக்கொண்டிருந்தனர். அம்மனிதனின் கை சம்பாவின் தோள்மீது ஒரு நிமிஷம் படிந்ததோ?

“அப்பாடா, வாசு தண்ணி கொண்டுவந்துட்டியா? ரொம்ப தாங்ஸ். கொடு இப்படி. இவர் யார் தெரியுமா? என் வீட்டுக்காரர். நீ பார்த்திருக்கமாட்டே. எங்களுக்கு ஆறுமாசம் முந்தி கல்யாணம் நடந்தது – நீ இங்கே படிக்க வர ஆரம்பிக்கறதுக்கு முந்தியே. அவர் வேலையாய் இருக்கற இடத்திலே வீட்டு வசதி கிடையாது. அதனாலே தான் நான் இங்கே அப்பா அம்மாவோட இருந்துண்டிருக்கேன். அவர் ஒரு வாரம் லீவில் வந்திருக்கார்.”

விக்கல்களிடையே சம்பா சொல்லி முடித்த விவரங்கள் வாசுவின் மனத்தில் பதியவில்லை. அவனுக்குப் புரிந்ததெல்லாம் ஒரே ஒரு

உண்மைதான்: டீச்சருக்குக் கல்யாணமாகிவிட்டது! அவன் அருமை டீச்சருக்கு – ஒரு கணவன் இருக்கிறான்!

நெஞ்சு வேரினின்று பிய்த்துக்கொண்டு புறப்பட்ட வேதனையும் வெறுமையும் இயற்கையின் மூல சக்திகளைப்போல் அவனது அறிவுக்கு எட்டாத பாரமாய் உயிரினுள் கனத்துக் கருத்தன. அவனுக்கு ஏதும் புரியவில்லை. தன்னைத் திடீரென ஒரு விளக்கமற்ற, சொல்லின் எல்லை கடந்த, பெருந்துன்பம் கௌவிப் பிடிப்பதை மட்டுமே உணர முடிந்தது.

“தண்ணியை என்கிட்ட கொடு வாசு! என்ன அப்படி வெறிச்சுப் பார்த்துண்டே இருக்கே?”

அவன் மெல்லடி இட்டு முன்னால் வந்து எவர்ஸில்வர் கிண்ணத்தைப் பற்றியிருந்த தன் கையை எதிரே நீட்டினான். நீட்டிய திசை தவறாகிவிட்டதுபோலும், வேர்த்து நடுங்கிய அவன் கை அவள் முன் நீளாமல் நாற்காலிச் சட்டத்தில் இடிக்கவும் கிண்ணம் கையினின்று எகிறி அம்மனிதனின் பாதத்தின் மேல் கனமாய் விழுந்தது. அவன் “அம்மாடி!” என்று அலறினான்.

“வாசு, என்னடா இது?” சம்பாவின் குரலில் சற்றே கண்டிப்பு. “ஜாக்கிரதையாய்ப் பார்க்கக் கூடாதா?... ஏய் வாசு, ஏண்டா ஓடிப் போறே? திரும்பி வா! இப்போ என்ன குடிமுழுகிப் போச்சு? தம்ளர் கை நழுவி விழுந்தால் போனாப் போறது, நீ வாப்பா வாசு, திரும்பி வா, படிக்க வேணாமா?”

வாசு திரும்பியே பார்க்கவில்லை. ஒரே ஓட்டமாய்த் தன் வீட்டுக்கு ஓடித் தன் படுக்கையில் குப்புறப்படுத்துக்கொண்டு குமுறி அழலானான். அது என்ன துக்கம், ஏன் அப்படிப் பீறிடுகிறது என்பதெல்லாம் விளங்காத அந்தத் துக்கம் அவன் இருப்பின் ஒவ்வொரு அணு மூலையையும் குடைந்துகொண்டு வந்து அவனை உலுக்கியது. துணையில்லாத அநாதைத் துக்கம் மூலம் புரியாத அநாமதேயத் துக்கம்.

விஷயத்தைக் கேட்டறிந்த அவன் தாய் அவனிடம் விரைந்து வந்தாள். “என்னடா கண்ணா இப்படி? ஒண்ணும் பரவாயில்லைனு சம்பாவா சொல்றா, உன்னை வருத்தப்பட வேணாம்னு சொல்லச் சொன்னாள். அவள் புருஷன் காலில் பட்டுத்தேன்னு நீ இப்படி மனசு உடையலாமா? ஏதோ தவறிப் போய் தம்ளர் விழுந்துடுத்து, அழாதே.”

வாசுவின் விம்மல்களைத் தலையணை இழுத்துக்கொண்டே இருந்தது. விம்மல்களிடை அவன் குரல் வந்தது. “அவனைப்பத்தி ஒண்ணும் நான் வருத்தப்படலே. நன்னா வேணும் அவனுக்கு. டீச்சருக்கு வீட்டுக்காரராம்! சீ! வேணும்னே தான் நான் தம்ளரை அவன் கால் மேலே போட்டேன்.”

கோமதி வாயடைத்து நின்றாள். சிறிது சிறிதாய் அவளுக்குப் புரியலாயிற்று. பாலப் பருவத்தினின்று மனிதன் பிறப்பெடுத்துக்

கொண்டிருந்த வேதனை இது. அந்த நோவின் துக்கத்தில்தான் அவன் அழுதுகொண்டிருந்தான். சிறுவனை நீத்து, பெரியவனை அடையும், இடைப்பருவம் இது. இந்தச் சலனங்கள், ஆசைகள், தனக்கே புரியாத கிளர்ச்சிகள், இவை இந்த இடைப் பருவத்தின் சின்னங்களே. சம்பாவினிடம் அவன் உணர்ச்சி, கண்விழிக்கும் ஆண்மையின் ஓர் அடையாளம்தான். அதற்கு வேறு முக்கியத்துவம் இல்லை இன்னும் ஒரு சில ஆண்டுகளில் அந்த விழிப்பு பூரணமாகி அவனுள் மனிதனின் வளர்ச்சி முழுமையுற்றவுடன் இத்தகைய வேதனைகளும் மறைந்து அவன் ஓர் ஆண்மகனாக, தன் இயற்கையின் சாம்ராஜ்யத்துக்கு முழுச் சொந்தக்காரனாக, வெளிப்படுவான். அவனது இந்தப் பருவத்தின் சலனங்களில் கறையேதும் கிடையாது. அவன் தூய்மையில் மாசில்லை. அவள் மகன், அவள் குழந்தை, பெரியவனாகிக்கொண்டிருக்கிறான், அவ்வளவுதான். இந்த விளிம்பு நிலையின் முதற்காட்சிகளது பூரிப்பும் துன்பமும்தான் அவன் இப்போ அநுபவிப்பவை. இந்த நிலை சாசுவத மல்ல, இது கடந்துவிடும். பிறகு அவளுடைய வளர்ந்த மகன் சலனமற்றுப் பொலிவோடு காட்சி தருவான்.

குப்புறப்படுத்திருந்த வடிவத்தைக் கோமதி இரக்கமும் பாசமும் மீதூற நோக்கினாள். பிறகு கட்டிலின் அருகில் அமர்ந்து அவன் தலையை ஆதரவாக மெள்ளத் தடவிக்கொடுக்கலானாள்.

***கற்பனை*, ஏப்ரல்1966**

அந்த நேரம்!

தென்றலின் இனிமையாக அவர்களுடைய நினைவு அவள் உள்ளத்தில் தண்ணென்று வீசியது. கையிலிருந்த இரண்டு வயதுக் குழந்தையை அவள் பார்த்துக்கொண்டிருந்த பார்வையே அந்த எண்ணத்துக்கு ஒரு பிரதிநிதியாய்த் தோன்றவில்லையா?

சங்கர் அடிக்கடி அவளைப் பரிகசிப்பதுண்டு, குழந்தைகளிடம் தான் அவளுக்கு அதிக அன்பு என்பதாக: "உனக்கு நான்கூட இரண்டாம் பட்சம்தான், இல்லையா கோதை?". அவள் அதைப் புன்னகையோடு மறுப்பாள். அவன்பால் தன் பிணைப்பின் ஆழத்தை வெகு கவனமாக ஒவ்வொரு சிறு செயலின் முத்திரை யிலும் காட்டுவாள். "குழந்தைகளிடம் பிரியம் என்றால், கணவனிடம் இல்லை என்று அர்த்தமா?"

அந்தப் பேச்சின் உண்மை அவனுக்குத் தெரியும். மேலுக்கு எத்தனைதான் பரிகசித்தாலும் அவளுடைய அன்பு எல்லா வகைகளிலும் கிளை விரித்து இயல்பாக இயங்குவதை அவன் அறியாமல் இல்லை.

வீட்டின் சீரான நேர்த்தி; அறைகளை அலங்கரிக்கும் ஒழுங்கு; கடமைகளைச் சுமையெனக் கருதாமல், வாழ்க்கை பகிர்ந்தளித்த மிட்டாய்களில் தனது பங்கு என்று எண்ணும் பாவனையாக அவற்றை இனிமை சொட்டக் கடைப்பிடிக்கும் பாங்கு; கணவனிடமும் மக்களிடமும் விருந்தினர்களிடமும் வேலையாட் களிடமும் அவரவர்களுக்குரிய அக்கறையோடு செயல்புரியும் முறை; நண்பர்கள், புத்தகங்கள், கைவேலைகள் எனச் சிலவற்றைத் தனக்கெனவும் ஒதுக்கிக்கொண்டு, மனிதப் பிறவி என்ற முறையில் தன்பாலும் தனக்கொரு கடமை இருப்பதான பொறுப்பை உணர்ந்த சீரிய மனப்பான்மை. இப்படியாக அவள் பாரபட்ச மின்றித் தன்னை யாவிலும் சமமாக விரித்துக்கொண்டிருந்தாள்.

ஜன்னல் வழியே அவள் பார்வை தோட்டத்தில் நிலைத் திருந்தது. சந்துருவும், பாலுவும் இன்னும் சில சிறுவர்களுடன் விளையாடிக்கொண்டிருந்தனர். கிட்டிப்புள், கிரிக்கெட் இரண்டும் முடிந்தாகிவிட்டன. இப்போது விளையாட்டாகக் குத்துச்சண்டை.

ஆர். சூடாமணி

சண்டை ஒரு விளையாட்டா? அவளுக்கு அதில் ஒருபோதும் உடன்பாடு இல்லைதான். ஆயினும், அது பயனென்ன? "இதெல்லாம் வேடிக்கைதாம்மா! என்னவோ பெரிய சண்டையாக்கும்னு நீ ஒண்ணும் பயந்துக்காதே" என்று பெரிய மனிதன் போல் சந்துரு கூறும்போது, அவளுக்குச் சட்டென்று ஒரு நிமிஷம் சிரிப்புக்கூட வந்துவிடும்.

சந்துருவாவது ஒன்பது வயதான சிறுவன். பாலுவுக்கு இப்போது தானே ஐந்து நிறைந்திருக்கிறது! அவன் எத்தனை துணிச்சலோடு தன்னைவிடப் பெரிய ஒரு பையனுடன் கட்டிப்புரண்டு, சண்டை போட்டுக்கொண்டிருக்கிறான்!

பாலுவுக்கு எப்போதுமே துறுதுறுப்பு அதிகம். சண்டை சச்சரவு களில் உற்சாகமாய் இறங்குவான். பள்ளியில் பாடங்களை என்ன கவனிக்கிறானோ, வீட்டுக்கு வந்ததும் பையைத் தூக்கி எறிந்துவிட்டு விளையாட ஓடுவான். மற்ற நேரங்களிலும் அடங்கி இருக்க மாட்டான். அப்பாவோ அம்மாவோ ஏதேனும் வேலையில் ஈடுபட்டிருந்தால், தானும் உதவ வந்துவிடுவான். அவனுக்கு நிமிஷத்தில் ஆயிரம் ஐயங்கள் எழும். விண்வெளி ராக்கெட்டிலிருந்து வேகும் சோறு வரையில் ஒவ்வொன்றும் என்ன, எப்படி, ஏன் என்று கேள்விகள் தொடுத்துக் கொண்டே இருப்பான். 'தங்கைப் பாப்பா' மீது அன்பு அதிகமாகிச் சிறு குழந்தைக்கு மூச்சு முட்டமுட்ட அதை அணைத்துக்கொண்டு முத்தமிடுவான். ஆத்திரம் வந்தால் அறைந்து தள்ளுவான். எப்போதும் உயிர் ததும்பிக்கொண்டிருக்கிற இயல்பு அவனுடையது. அவனைப் பார்க்க வரும் நண்பர்கள் புடைசூழத்தான் அவன் பெரும்பாலும் காட்சியளிப்பான்.

மண் தரையில் நெளியும் இரு சர்ப்பங்களாகச் சண்டையிலே பின்னிக்கொண்டிருந்த உடல்கள் வேறாகி எழுந்து நின்றன. புழுதி படிந்த முடி, சிராய்ப்பு நிறைந்த உடல், பளபளக்கும் கண்கள், திருப்தியால் பல்லிளிப்பைத் தாங்கியிருந்த உதடுகள் – இவற்றில் கோதையின் பார்வை படிந்தது. உதடுகள் – பாலுவின் உதடுகள். பிறவியில் பிளவுபட்டிருந்து பிறகு, தைக்கப்பட்ட உதடுகள், இப்போதும் அவை முழுவதுமாய் இயற்கையாக இல்லை. முகத்தின் நேர்ப்பாதையில் ஒரு குறுக்குச் சந்து புகுந்துவிட்ட தோற்றம்தான்.

அவனையே பார்த்துக்கொண்டிருந்த கோதையின் மனத்தில் எத்தனையோ முறைகள் தோன்றியிருந்த எண்ணம் மீண்டும் எழுந்தது. அவனைக் கருவுற்றிருந்த போது அவள் சந்திர கிரகணம் ஏதும் பார்த்துவிடவில்லையே? பின்னே, ஏன் அவனுக்கு இந்த உதடுப்பிளவு? அடுத்த கணமே தன் மூட நம்பிக்கைக்கு அவளே வெட்கினாள். சந்திரனாவது, கிரகணமாவது? இதோ சந்திரன் போல அவள் குழந்தை யின் தலைவிதியில் ஒரு கிரகணமாய் இந்தக் குறை தோன்றியிருக்கிறதே, இதுதான் சந்திர கிரகணம்.

சிரிப்பும் கும்மாளமுமாய்ச் சிறுவர்கள் உள்ளே நுழைந்தனர். "அம்மா! என் ப்ரெண்ட்ஸுக்கெல்லாம் தாகமாயிருக்காம், தண்ணி

தனிமைத் தளிர் 77

கொடு. அப்படியே எனக்கும் கொடு" என்று இரைப்புக்கிடையே சந்துரு கூறினான்.

மடியிலிருந்த கடைசிக் குழந்தையை இறக்கிவிட்டுக் கோதை எழுந்து நடந்தபோது, குழந்தை அவள் முன்றானையைப் பற்றியபடி சிணுங்கி அழுதுகொண்டு பின் தொடர்ந்தாள்.

"நல்ல பிடிவாதம்..! அசட்டுப் பொண்ணு!" பரிந்தெடுத்துக் கொண்ட தாய்க்கரங்களுள் பால்சதையின் ஸ்பரிசம் மொழுமொழுத்தது. பெண்மையில் வளர்ந்த பார்வையைக் குழந்தை மீது பதித்தாள் கோதை. விழிகளில் சுரந்த பெருமை, நெஞ்சில் ஓர் உவகையலையாக ஏறித் தாழ்ந்தது. குழந்தைதான் என்ன அழகு! அவளுடைய நான்கு மக்களிலேயே அதிக அழகு வாய்ந்தது இந்தக் கடைக் குட்டிதான். இறும்பூது கொஞ்சும் விரல்களினால் தலையைத் தலையோடு பொருத்திக் கொண்டு அவள் உள்ளே போனாள்.

கூஜா நிறைய நீரும், மலைப்பழச் சீப்புமாக அவள் வெளிவந்து சிறுவர்களுக்கு விநியோகித்தபோது, பாலு தங்கையைப் பின்புறமாக அணைத்துத் தூக்கிக்கொண்டவனாய் அவளைத் தொடர்ந்து வந்தான். குழந்தை வீறிட்டுக்கொண்டிருந்தது.

"குழந்தையை அப்படித் தூக்காதேடா! வயிற்றை நோகும்!"

"போம்மா! நான் ஆசையாய்த் தூக்கினால் இது அப்படித்தான் சும்மாவானும் கத்தறது" என்ற பாலு, தங்கையைப் பொத்தென்று போட்டுவிட்டு நண்பர்களுடன் சேர்ந்துகொண்டான். அலறும் குழந்தையைத் தூக்கிக்கொண்டு கோதை சமாதானப்படுத்த முயன்றாள்.

"டே பாலு, நீ தண்ணி குடிக்கலையாடா?" என்றான் ஒரு நண்பன்.

"நான் உள்ளேயே போய்க் குடிச்சுட்டு வந்துட்டேண்டா! நாலு வாழைப் பழமும் 'க்ளோஸ்' பண்ணிட்டேன்!" அவர்களைப் போல் நீருக்காகக் காத்துப் பொறுமையாய் வேறு அறையில் நின்றுகொண் டிருக்கும் நிதானம் அவனுக்குத் தெரியாது.

"டே ரகு, நாளைக்கு வாடா, விளையாடலாம்!" என்றான்.

"போடா, ரகு ஒண்ணும் வர மாட்டான். நீதான் இன்னிக்கு அவனைப் போட்டுச் செம்மையாய் மொத்திட்டேயே!" என்று சிரித்தான் ஒரு பெரிய பையன்.

"அப்படியாடா ரகு? உனக்கு அடி தாங்காதா? நீ கூடத்தானே என்னை அடிச்சே! போடா பயந்தாங்கொள்ளி!" என்று சீண்டினான் பாலு.

"டேய், என்ன சொன்னே?"

மீண்டும் கைகலந்துவிட்டது. எல்லோரும் சேர்ந்து இடையில் புகுந்து சண்டைக்காரர்களைப் பிரித்து விலக்கியபோது பாலுவின் முகம் தீவிரமாகச் சிவந்திருந்த போதிலும், நடந்த ரகளையை நன்கு அனுபவித்திருந்த திருப்தியும், அடிகளை மறந்துவிட்டு மீண்டும் நட்பு காட்டத் தயாராயிருந்த திறந்த தன்மையும் அதில் இழைந்திருந்தன. சதை பொருத்தித் தைத்திருந்த இடத்தில் மேலுதடு முன்னுக்குத் தூக்கியிருந்தது. முகத்தை விகாரப்படுத்தும் அந்தக் குறையின் உணர்வே தெரியவில்லை, அவனது சிரிப்பிலும் வீராப்பிலும் நின்ற நிலையிலும்.

"எப்போ பார்த்தாலும் என்னடா சண்டை பாலு? கொஞ்ச நேரம் சும்மாயிருக்க முடியாதா?" என்று கோதை கடிந்தாள். தனிச் சலுகை ஏதுமின்றி மற்றக் குழந்தைகளிடம் காட்டிய அன்போடும் அக்கறையோடும் கண்டிப்போடும்தான் அவனிடமும் தாய்மை இயல்பாக நடந்துகொண்டது.

இன்னும் எல்லாம் இயல்பாகவே தான் இருந்தது. தான், கணவன், குழந்தைகள், வீடு, ஆட்கள், நட்பு, சுற்றம், இத்தகைய இயல்பான பாகுபாடுகளில் சம நோக்கோடு இயங்கியது. அக்கறைகளில் ஏற்றத் தாழ்வு தோன்றவில்லை. அப்படித் தோன்றும் நேரம் ஒரு நாள் வருமென்பதை அவள் அறிவாள். அவளுள் முழுமை கலைந்து ஒரு பங்கீடு தோன்றும் நேரம் என்றோ வரத்தான் போகிறது. ஆனால், இப்போதுவரை அதற்குத் தேவை எழவில்லை. அவள் உணர்ச்சிகள் இறுக்கமின்றிச் சகஜமாகவே இயங்கிக்கொண்டிருந்தன.

"ஏ பாலு! நீ இப்படி முரடாகவே இருந்துகிட்டிருந்தால் உன்னை விட்டுட்டு எங்களோடு சர்க்கஸுக்குச் சந்துருவை மட்டும்தான் கூட்டிக்கிட்டுப் போவேன், ஜாக்கிரதை!" என்றான், மூன்றாம் வீட்டுப் பையன் கண்ணன். கண்ணனின் வீட்டாரோடு சந்துருவும் பாலுவும் சர்க்கஸ் பார்க்கப் போவதாக ஏற்பாடாகியிருந்தது.

கண்ணன் அவ்வாறு சொன்னதும் பாலு, "டே, டே! அப்படிச் சொல்லாதேடா! நான் இனிமேல் யாரையும் அடிக்கலே!" என்று பொய்யான பணிவுடன் கெஞ்சியவாறு, சற்றுமுன் தன் எதிரியாயிருந்த பையனின் அருகில் சென்று அவனை அணைத்துக்கொண்டான்.

சிறுவர்கள் சென்ற சிறிது நேரத்துக்குப்பின், பெரிய மகள் லதா நடன வகுப்பிலிருந்து திரும்பினாள்.

"அம்மா, இன்னிக்கு நான் ரொம்ப அழகாய் ஆடினேன்னு டீச்சர் சொன்னாள் அம்மா!"

அவள் மகிழ்ச்சியைக் கண்டு தான் மகிழ்ந்து முடிப்பதற்குள் லதாவின் நடன ஆசிரியையே வீடு தேடி வந்துவிட்டாள்.

"எப்படிப் புகழ்வதென்றே தெரியவில்லையம்மா! உங்கள் மகளின் ரத்தத்திலேயே நடனத் திறமை ஓடுகிறது. அவள் பாத அசைவில், பரதத்தின் அர்த்தம் ததும்புகிறது. பன்னிரண்டு வயசில் இத்தனை

கலையம்சம் பொருந்தி நான் யாரையும் பார்த்ததில்லை. சீக்கிரமே அரங்கேற்றம் செய்துவிடலாம் . . .”

விசேஷத் திறமையை ஒரு தரிசனமாகக் கண்டு போற்றி அதை உரியவர்களுடன் பகிர்ந்துகொள்ளும் இன்ப வேகத்துடன் வந்திருந்த டீச்சர் அம்மாளை உபசரிக்கக்கூட அவளுக்குத் தோன்றவில்லை. ‘மெச்சி உனை ஊரார் புகழ்ந்தால், மேனி சிலிர்க்குதடி’ என்ற உணர்வு அவள் நெஞ்சை நிறைத்துக்கொண்டு பொங்கிச் சூழ்ந்தது. மனத்தில் பொடித்த புளகத்துடன் பெருமிதத்தில் ஊமையாகி உட்கார்ந்திருந்தாள் கோதை.

“வருகிறேனம்மா!”

“வணக்கம். ரொம்ப சந்தோஷம்.”

இரவு, குழந்தைகள் நால்வரையும் நிற்க வைத்துத் திருஷ்டி கழித்தபோது, லதாவுக்கு எதிரே மட்டும் கடைசியில் இரண்டு தரம் கற்பூரக் கொழுந்தைச் சுற்றிவிட்டு எடுத்துவந்து தெருவில் போட்டாள். பாலு குறும்புத்தனமாய்ப் பின்னாலேயே ஓடி வந்தான்.

“டே, கழுதை! திருஷ்டி சுற்றிவிட்டுக் கொட்டுவதைப் பார்க்கக் கூடாதென்று எவ்வளவு தரம் சொல்லியிருக்கிறேன்? நில்லு அங்கேயே!”

உரக்கச் சிரித்த பாலு, தாய் வாசலிலிருந்து திரும்பியதும் ஓடி வந்து அவளைக் கட்டிக்கொண்டான். பாசத்துடன் அவன் தலையைத் தடவிக் கொடுத்துவிட்டு அவள் அவனுடன் மற்றவர்களிடம் சென்றாள்.

அந்த நால்வரிலும் அவள் ஒரே மாதிரிதான் திளைத்திருந்தாள். வருமென்று அவள் உணர்ந்திருந்த நேரம் இன்னும் வரவில்லை.

சங்கர் வீடு திரும்பியதும் அவனிடம் லதாவின் ஆசிரியை வந்து போனதைச் சொன்னாள்.

“அட! நம்ம லதா அத்தனை கெட்டிக்காரியா!”

அவன் மகிழ்ச்சியில் அவள் பூரிப்பு இரு மடங்காகியது. லதாவைப் பெற்றோர், இடையில் இருத்திக்கொண்டு ஒன்றாகப் பெருமைப்பட்டுக் கொண்டார்கள்.

“பார்த்தாயா சந்துரு? அக்காவை அவள் டீச்சர் எப்படிப் புகழ்ந்தார் களாம் பார்! அவள் டான்ஸராகப் போகிறாள். நீ என்ன ஆகப் போகிறாய்?”

“என்ஜினியராகப் போறேன் அப்பா!” பளிச்சென்று பதில் வந்தது.

“அட! தீர்மானம் பண்ணிட்டியா?”

“ஆமாம். கணக்குன்னா எனக்கு எத்தனை ஆசை தெரியுமா? பத்தாவது ஸ்டாண்டர்டுக்கு வந்ததும் ஒரு க்ரூப் தேர்ந்தெடுக்கணு மில்லையா? அப்போ என்ஜினியரிங் க்ரூப்தான் எடுக்கப் போறேன்.”

அவர்கள் வியப்படைந்தார்கள். சின்னப் பையன் அதற்குள், தான் போகும் வழியைத் தேர்ந்துகொண்டுவிட்டானா? அவ்வளவு நிச்சயமான அறிவா அவனிடம்? கோதை சந்துருவை இழுத்து அணைத்துக்கொண்டாள்.

“அண்ணா பேச்சைக் கேட்டாயா பாலு? அவன் என்ஜினியராகப் போறான். நீ என்ன ஆகப் போறே?”

“திருடனாகப் போறேன்!”

“என்னடா அது!” என்றான் சங்கர், சிரிப்புக்கிடையே. கோதையும் தன்னுள் சிரித்துக்கொண்டாள்.

“ஆமாம்ப்பா! அப்பத்தான் நிறையபேரோட சண்டை போட முடியும். நான் அகப்பட்டுக்கவே மாட்டேன், தெரியுமா? போலீஸ்காரன் வந்தால் குத்துச்சண்டை போட்டு அவனை அடிச்சி நொறுக்கிடுவேன்.”

“நன்றாயிருக்கு பேச்சு! கற்பனையில்கூட அடிக்கறதுக்கும் நொறுக்கறதுக்கும்தானா?” என்று கடிந்தாள் கோதை.

“ஆமாம்மா! அடிச்சா ஜோராயிருக்கும். கையாலே அடிக்கறதைத் தவிர கத்திகூட வச்சுப்பேன்.”

“அடி சக்கை! கத்தியா?” என்றான் சங்கர்.

“ம்! ‘ஃப்லிக் நைஃப்’! அப்புறம் இன்னொரு விதக் கத்திகூட இருக்கு. ‘ஷிஃப்ட் ப்ளேட்’, அது ரெண்டுலே என்ன வித்தியாசம் தெரியுமா?”

“போதுண்டா! பெரிய பையன்களோடு விளையாடுவதில் கத்துக்கற தெல்லாம் இதுதானா?” என்ற கோதை கடைசிக் குழந்தையைப் பார்த்துச் செல்லமாக, “என் தங்கப் பாப்பா என்னவாக ஆகப் போகிறாள்?” என்றாள்.

“அவள் சும்மா உட்கார்ந்திருந்தாலே போதுமே! இத்தனை அழகு படைத்தவர்கள் உலகத்தில் வேறு என்ன செய்யவேண்டும்?” என்ற சங்கர், குழந்தையை அள்ளி எடுத்துக்கொண்டான்.

இரவு, குழந்தைகள் உறங்கிய பின் அவர்களைப் பற்றித் தமக்குள் பெருமையாகப் பேசிக்கொண்டு நிலா முற்றத்தில் நின்றிருந்தனர் பெற்றவர்கள்.

“பாலு துடிப்பான பையன், தெரியுமா? இந்த விஷமமும் முரட்டுத் தனமும் நல்ல மூளைக் கூர்மையைத்தான் காட்டுகிறது. நம்முடைய நாலும் நாலு பொக்கிஷங்கள்” என்றான் சங்கர்.

அவள் பதில் சொல்லவில்லை. இருள் மண்டும் எண்ணங்களில் உள்ளம் சிறிது நேரம் அழுந்திப் போயிற்று. பாலு நெஞ்சை நிறைத்தான். நீரோட்டமான தெளிவில் ஒரு சலனம், சுழல். நிர்மல விசும்பிடையே ஒரு கருமேகம். ஏன்? இந்தத் துர்ப்பாக்கியம் அவனுக்கு எதற்காக? அவள் செல்வன் என்ன பாபம் செய்துவிட்டான்? அவள் சந்திரனுக்கு இப்படி ஒரு கிரகணம் ஏன்? ஏன் என்ற வினா விளைவில் உள்ளம் சிக்கிவிட்டால் அதற்கு மீட்சியில்லை. தெய்வ அர்ச்சனைக்கு மலர் எடுக்கும் போது ஒன்று சிதைந்திருந்தால் யார் குற்றம் அது? அவளது தாய்மைக் கோயிலில் விழுந்த நான்கு மலர்களில் ஒன்று நசுங்கிப் போயிற்று. ஆயினும், அதுவும் மலர்தான். அந்தக் கோயிலில் அதற்குப் பேதமில்லை. அவள் நெட்டுயிர்த்தாள். "என்ன பெருமூச்சு விடுகிறாய் கோதை?"

"ஒன்றுமில்லை... பாலுவை நினைத்துக்கொண்டேன். நெஞ்சு கனத்துப் போகிறது. நம் கண்மணிக்கு இந்த மறு ஏன்?"

"அதெல்லாம் கவலைப்படாதே. பாலுவின் முகத்திலிருக்கும் அந்தக் குறை அவன் வாழ்வை எந்த விதத்திலும் பாதிக்காதென்றே நினைக்கிறேன். 'ஹேர் லிப்' ஒரு சகஜமான குறைபாடுதான். அதற்குத் தையல் போட்டுக்கொண்டு எத்தனையோ பேர் சாதாரணமாய் வாழ்கிறார்களே?"

அந்த ஆறுதலை அவள் ஏற்றுக்கொண்டாள்.

"கோதை! இரவு எவ்வளவு குளிர்ச்சியாயிருக்கு!"

"ஆமாம்!"

"கொஞ்ச தூரம் வெளியில் குஷாலாய் நடந்து போய்விட்டு வரலாமா?"

"ஓ! போகலாமே!"

"ஆமாம்."

கைகள் பிணைந்த நெருக்கத்துடன் இருவரும் இரவுத் தென்றலில் உலாவி வரப் புறப்பட்டார்கள். அந்த உறவின் சுவையில் அவள் முழுமனத்துடன் உல்லாசமாய் ஈடுபட்டாள். அவள் முழுமை இன்னும் கலையவில்லை. தன்னை யாவிலும் சமமாய் விரித்துக்கொண்டிருந்த நடு நிலைமை தளும்பவில்லை. பங்கீடு ஒரு நாள் நிகழும். ஆனால், அந்த நேரம் இன்னும் வரவில்லை.

○

சர்க்கஸ் பார்க்கச் சென்ற தினம் சிறுவர்கள் இருவரும் மிகுந்த உற்சாகத்துடன் காணப்பட்டார்கள். சந்துரு இரண்டு மாதங்களுக்கு முன் பிடிவாதம் செய்து தைத்துக்கொண்டிருந்த முழுச் சராயை இன்று அணிந்துகொண்டான். அது ஏற்கெனவே கணுக்கால் வரையில்

தூக்கிக்கொண்டுவிட்டிருப்பதைக் கோதை திருப்தியுடன் கவனித்தாள். பாலு தன் மஞ்சள் டெர்லின் அரை நிஜாரும் சட்டையும் உடுத்திய பின், தலையில் நீரைத் தாராளமாய்த் தெளித்துக்கொண்டான்.

“என்னடா இது? எண்ணெய் போட்டு வாரிவிடுகிறேன் வா.”

“எண்ணெயோடு தண்ணியும் போட்டாத்தாம்மா ஸ்டைல்!”

“பெரிய பையன்களின் வழக்கத்தையெல்லாம் பார்த்துக் கற்றுக் கொள்ளாதேன்னு எத்தனை தரம் சொல்வது? வா இப்படி, ராஸ்கல்!”

அவன் சிணுங்கச் சிணுங்கத் தலையைத் துவட்டி, எண்ணெய் தடவிச் சீவிவிட்டாள் கோதை. அண்ணாந்து பார்த்துக்கொண்டிருந்த சிறு முகத்தில் அந்தப் பழுதுண்ட அதரம் தாயின் இதயத்துள் தைத்தது. அவன் இன்னமும் அவள் துவட்டிவிட்டதைப் பற்றிக் கோபித்து உதடுகளைக் குவித்தபோது அந்த உறுப்பு அவளை நோக்கி முறையிடுவது போல் இருந்தது.

“நீங்க ரெண்டு பேரும் அந்த மாமா மாமியைப் படுத்தாமல் இருக்கணும். தெரியுமா? பாதியில் எழுந்து பாத்ரூமுக்குப் போகணு மென்றெல்லாம் சொல்லித் தொந்தரவு செய்யக் கூடாது.”

“கண்ணன் போனால்?”

“அப்போதும் கூடத்தான். சந்துரு, நீ பாலுவின் கையைக் கெட்டி யாய்ப் பிடித்துக்கொண்டிரு, கூட்டத்தில் எங்கேயாவது போய்விடப் போகிறான். சிங்கத்தையெல்லாம் பார்த்து அவன் பயந்துகொள்ளாமல் பார்த்துக்கொள். பாலு, நீயும் அண்ணாவின் பக்கத்தைவிட்டு நகரக் கூடாது, ஜாக்கிரதை!”

அவர்களை அனுப்பிவைத்தாள்.

தோட்டத்தில் பூந்தொட்டிகளினின்று கனகாம்பரப் பூக்கள் தீபக் கொழுந்துகளாய் மின்னின. மேலே விசும்பில் இரண்டு முகிற் குன்று களிடை தெளிந்த வெள்ளியோடை ஒன்று நழுவிப் பாய்ந்தது. திடீரென்று நாற்புறமிருந்தும் மாய அரக்கர்களாக இருள் பிரிகள் மூண்டுவந்தன. மண்ணை அடித்துக் கொண்டுவந்த சுழற்காற்றைத் தொடர்ந்து, ஐந்தே நிமிஷங்களில் வானம் துக்கப்பட்ட பெண்ணைப் போல் கருந்துகிலினால் முகத்தை மூடிக்கொண்டுவிட்டது.

கோதை உள்ளே வந்தாள். மழை வராமலிருக்க வேண்டுமே! குழந்தைகள். பாவம், ஆசையாய் சர்க்கஸுக்குப் போயிருக்கிறார்கள்...

மழை வரவில்லை. எனினும் வானப் பெண்ணின் கரிய பொருமலும் ஓயவில்லை. அவள் சுறுசுறுப்பாகத் தன் வேலைகளைக் கவனித்தாள். மாலை கடந்து இரவு நண்ணியது. சின்னக் குழந்தையைத் தூங்கச் செய்தபின், கணவனுக்கும் லதாவுக்கும் சாப்பாட்டைக் கவனித்தாள். இரு பையன்களுக்கும் அடுப்பின் மேல் சூடாக உணவை எடுத்து வைத்தாள்.

பத்து மணிக்கு வாசலில் கார் வந்து நின்றது. "உங்களை ரொம்பப் படுத்திவிட்டார்களா," என்று அவள், தன் குழந்தைகள் படுத்த மாட்டார்கள் என்று தெரிந்தே பெருமையுடன் கேட்டாள்.

"சேசே! சமர்த்துக் குழந்தைகள்."

"டே, போய்ட்டு வரோம்டா!" என்று கண்ணன் கத்தினான்.

சப்தங்களிடை விடைபெறல் நடந்தது. நண்பர்களும் அவர்களின் பெற்றோரும் சென்றுவிட்டார்கள்.

"துணியை மாற்றிக்கொண்டு சாப்பிட வாருங்கள் பசங்களா!"

உணவை எடுத்து வைத்தாள். சந்துரு உடை மாற்றிக்கொண்டு ஓடி வந்தான். முகம் உற்சாகத்தில் சிவந்து ஒளிர்ந்தது.

"அம்மா, சர்க்கஸ் ரொம்ப ஜோராயிருந்துதம்மா! எத்தனை யானை தெரியுமா? அந்தச் சிங்கத்தைச் சவுக்காலே அடிச்ச ஆளு எவ்வளவு தைரியசாலியாயிருக்கணும், இல்லே?"

"பாலு ஏன் சாப்பிட வரல்லே? கொஞ்சம் இரு சந்துரு, அவனையும் இழுத்துண்டு வரேன்."

ஹாலின் ஒரு மூலையில் அவனைக் கோதை கண்டுபிடித்தாள். சுவரை வெறித்தகண்கள் கலங்கியிருந்தன.

"ஏ, பாலு! என்னடா இது? சாப்பிட வராமல் இங்கே என்ன செய்யறே?"

"எனக்குச் சாப்பாடு வேணாம்!"

"ஏன்?"

"அம்மா!" அந்த முகம் உயர்ந்தது. அதில் புதிதாய்த் தோற்றமளித்த அந்த வாட்டம், அந்தக் கலங்கிய விழிகள், அழுகையின் ஓரத்தில் அதுங்கும் உதடுகள், எச்சிலைக் கூட்டி விழுங்குவதில் ஏறி இறங்கும் தொண்டை. அவள் நெஞ்சில் சுரீரென்று சரம் பாய்ந்தது. பதற்றமாக, "என்னடா ராஜா? என்ன ஆச்சு? ஏன் அழறே? அண்ணா ஏதாவது சொன்னானா?"

"அம்மா! இன்னிக்கு அங்கே கூட்டத்திலே..." சின்னக் குரல் தாபத்துடன் பீறி வந்தது... "என்னை எல்லாரும் உத்து உத்துப் பார்க்கறா அம்மா! என்னைக் காட்டிக் காட்டி என்னமோ பேசிக்கறா... ஏம்மா என்னை அப்படிப் பார்க்கறா? அண்ணாவை அந்த மாதிரி யாரும் பார்க்கலையே... எனக்கு என்னம்மா?"

அவள் துடித்துக்கொண்டு நின்றாள். வருமென்று அவள் உணர்ந் திருந்த நேரம் வந்துவிட்டது.

அவனுக்குத் தெரிய ஆரம்பித்துவிட்டது. இத்தனை நாட்கள் அன்னியர்கள் உற்றுப் பார்க்கவில்லையா? பேசவில்லையா? குழந்தைத்

தனத்தின் கவனம் அதன்மீது படிந்திருக்கவில்லை. இப்போது குழந்தை கவனித்துவிட்டான். இனி ஒவ்வொரு நாளும் பிறர் பார்க்கும்போது அந்தக் கூச்சம், அந்தத் துடிப்பு, தான் சுமந்துகொண்டிருக்கும் துர்ப்பாக்கியத்தின் உணர்வு யாவும் சிறிது சிறிதாக அவனுடன் வளர்ந்துகொண்டு வரும். துறு துறுப்பும் தீவிரமுமே உருவாயிருந்தவன், ஒருவேளை மனிதர்களைக் காணவே கூசுவான்... அச்சம்... ஐயம்... தயக்கம்... ஏக்கம்... அவன் சோதனை தொடங்கிவிட்டது.

உள்ளத்தில் படியத் தொடங்கிவிட்ட துன்பத்தின் கலக்கத்தை ஒன்றும் புரியாமல் முகத்தில் தேக்கி அவன் பழுதுற்ற அதரம் துடிக்க அவளை நிமிர்ந்து பார்த்துக்கொண்டு நின்றபோது, அவளுள் முழுமை கலைந்தது. இரண்டு பாகங்களாய் அவள் பிரிந்தாள். கணவன், வீடு, விருந்தினர், கடமைகள், மற்றக் குழந்தைகள் – அவர்களுக்காக அவளுள் ஒரு பாதிதான் இனி இயங்கும். அந்தப் பாதியில் அவள் கலந்திருக்கும் போதே, அதன் கூடவே, ஒவ்வொரு கணமும் இடையறாது, இன்னொரு பாதி முழுவதும் குழந்தை ஒருவனுக்கே அர்ப்பணமாகி யிருக்கும். அவனையும் அவன் துன்பத்தையும் அரவணைத்துக் காப்பது தான் இனி இந்தப் பாதியின் வாழ்வு, கவனம், எல்லாம்! குறைப்பட்ட குழந்தைக்கும் தாய்க்கும் உள்ள பிணைப்பு அது. அவனுக்கு அவளுடைய தேவை வந்துவிட்டது.

அவனுக்காக அர்ப்பணமான பாதி கண்ணீரும் கனிவுமாகத் துடித்துக் கனத்தது. அந்தத் தவத்துக்கு அவள் தயாராகிவிட்டாள். அவனுக்கு ஆறுதல் கூறத் தொடங்குவதற்காகக் கீழே உட்கார்ந்து அவனைத் தன் மடியில் எடுத்துக்கொண்டாள்.

ஆனந்த விகடன் தீபாவளி மலர், நவம்பர் 1967

உரிமைப் பொருள்

மாலை இளங்காற்றை நுகரும் மயக்கில் ஆழ்ந்து நான் வெளிவராந்தாவில் அமர்ந்திருந்தேன். கையில் பிடித்திருந்த புத்தகத்தின் மீது என் தலை தழைந்திருந்தது. அவ்வப்போது தலை தொங்கி விழ, மூக்குக் கண்ணாடி முன்னால் சரியும். பகல் கிறக்கத்தின் விளைவாக வெயில் சாய்ந்த வேளையிலும் இமைகள் தாமாக ஒன்று சேர்ந்து ஒட்டிக்கொள்ள முனையும் போது 'நமக்கும் எழுபத்திரண்டு வயதாகப் போகிறாப்போல் இருக்கிறதே' என்று லேசாக ஓர் எண்ணம் நினைவுக்கு வந்து போகும்.

கண்கள் அழுந்திவிட்டன என்றுதான் நினைக்கிறேன். உள்ளேயிருந்து ஒரு குரலைக் கேட்டுத் திடுக்கிட்டு விழித்துக் கொண்டேன்.

"அடாடாடா! என்னடாப்பா இப்படி ஒரு விஷமம் செய்யறே! வயசு பன்னிரண்டாச்சே! துளி நிதானம் வேண்டாமா? இப்படி ஏதாவது பண்ணிப் பண்ணி உன் அம்மாவைப் படுத்தித் தான் அவளுக்கு உடம்பே தேறாமல் போய்விட்டது. கொஞ்சம் சும்மாத்தான் இரேண்டா!"

அப்படி ஒன்றும் கடுமையான குரல் என்று சொல்ல முடியாது. தொந்தரவு தாளாமல் வந்த அதட்டல்தான். அப்படியே கடுமையாய்ப் பேசினாலும்தான் என்ன? பேரனைச் சொல்ல ஒரு பாட்டிக்குச் சலுகை இல்லையா?

"நான் என்ன பாட்டி செய்தேன்?"

"அந்த பல்பை ஏன் தொடுகிறாய்? நேற்றுத்தானே உன் அம்மா கூடாது என்றாள்! மறுபடியும் செய்தால் என்ன அர்த்தம்! அது சரியாய்ப் பொருந்தவில்லை, கையில் ஷாக் அடிக்குமென்று தானே வேண்டாமென்கிறது! சொன்னதைக் கேட்காமல் அதென்ன ஒரு பொல்லாத்தனம்? அதைத் தொடக்கூடாது நீ, ஆமாம். அடி அகிலா! நீ சொன்னது ரொம்ப சரி. ஆனாலும் பாலு ரொம்பத்தான் படுத்துகிறான்."

ஐந்து நிமிடங்களுக்கெல்லாம் அகிலா வெளியே வந்தாள். வராந்தாவிலிருந்த மற்றொரு நாற்காலியில் உட்கார்ந்துகொண்டாள்.

அவள் முகத்தில் எத்தனை சிடுசிடுப்பு! தாய் "நீ சொன்னது ரொம்ப சரி" என்று ஆமோதித்ததைப் பற்றி அவளுக்கு ஏதும் திருப்தி இருந்ததாகத் தெரியவில்லை. மாறாக, ஏதோ ஆத்திரமும் ஆற்றாமையும் தான்.

தான் பெற்ற குழந்தையை இன்னொருவர் அதட்டுவதாவது என்ற கோபமா? அந்த இன்னொரு நபர் தன்னைப் பெற்ற தாயாகவே இருந்தாலும்தான் என்ன! மகனிடம் உள்ள அன்பு இவ்வாறு வேறு யாரும் அவனைக் கண்டிப்பதைக் கேட்கப் பொறுக்கவில்லை போலும்.

நான் மனத்துள் சிரித்துக்கொண்டேன்.

இந்தத் தாய்மார்கள் தாம் எத்தகைய விந்தைப் பிறவிகள்! மக்களிடம் தாய்க்கு உள்ள பாசத்தைப் போல் மென்மையான, பவித்திரப் பொருள் வேறு உண்டா?

பரிவோடு அகிலாவை நோக்கினேன். முப்பதைத் தாண்டி இரண்டு மூன்று ஆண்டுகள் இருக்கலாம். பாலு அவளது ஒரே சந்தான செல்வம். கணவனோடு வடக்கே எங்கோ வாழ்ந்து வருகிறாள். ஏதோ பெயர் சொன்னார்கள். எழுபது வயசுக்கு மேல் இதெல்லாம் எங்கே நினைவு இருக்கிறது! மேலும் அடிக்கடி இடம் மாற்றுகிற உத்தியோகம் அவள் கணவனுக்கு. இப்போது அவள் இருக்கும் இடம் அலகாபாதா? அஹ்மதாபாதா? அஹ்மத் நகரா? ஏதோ ஒன்று. பாலுவின் பள்ளி விடுமுறையின்போது இரண்டு மூன்று ஆண்டுகளுக்கு ஒருமுறை அவனோடு இப்படிச் சென்னையில் பிறந்தகம் வந்து ஒரு மாதமோ ஒன்றரை மாதமோ தங்கிச் செல்வாள். அவளுடைய பெற்றோர்களும் வேலையிலிருக்கும் ஒரு தம்பியும் திருமண வயதில் ஒரு தங்கையும் இந்த வீட்டு மாடிப் பகுதியில் வாழ்கிறார்கள். கீழே நான் என் மகனுடைய குடும்பத்துடன் இருந்து வந்தேன். பல காலமாய் எங்கள் இரு குடும்பங்களிடையே பரிச்சயம் இருந்ததால் என்னோடு அகிலாவும் மற்றவர்களும் இயல்பாய்ப் பழகுவார்கள். மேலும், முதுமை என்பது பால் – வேற்றுமையை ஒழித்துவிடுவதாயிற்றே! எழுபது வயதானவனை 'ஆண்' எனப் பெண்கள் நாணுவதோ எழுபது நிறைந்த ஒருத்தியைப் 'பெண்' என ஆண்கள் ரசிப்பதோ கிடையாதல்லவா? வேறுபாடுகளைக் கடந்து இயல்பாக எல்லாருடனும் மனிதத் தன்மையில் பங்குகொண்டு நுழையும் உரிமையை ஒருவருக்கு முதுமைதான் அளிக்கிறது என்று என்னுள் சிலசமயம் நான் எண்ணுவதுண்டு.

"என்னம்மா அகிலா, ஒரு மாதிரி இருக்கிறாயே!" என்றேன்.

"வேறென்ன! இந்தப் பிள்ளை படுத்துகிறபாடுதான். எப்போது பார்த்தாலும் விஷமம். ஊரில் எல்லாரோடும் சண்டை. புத்தகத்தைத் தொடுவதே கிடையாது. பள்ளிக் கூடத்தில் ஒவ்வொரு வருஷமும் மயிரிழையில் பாஸாகிறான் மாமா! எல்லா வசதிகளும் செய்து கொடுக்கும் குடும்பங்களில் குழந்தைகள் நன்றாய்ப் படிக்க என்ன

தனிமைத் தளிர்

கேடு? அவரோ எதையுமே கவனிப்பதில்லை. எல்லாப் பொறுப்பும் என் தலையில்தான். நான் ஒருத்தி எதற்கென்றுதான் உயிரை விடுவேன்!" என்று அகிலா பொரிந்து தள்ளினாள்.

"உன் உடம்பு கூட ரொம்ப இளைப்பாய்த்தான் இருக்கிறது."

என் அநுதாபம் தனிப்பட்ட முறையில் அவளது தன்னிரக்க உணர்வுக்குத் துணை செய்தாப் போன்ற ஓர் ஆமோதிப்பின் தன்மையில் அவள் என் பேச்சை ஏற்றுக்கொண்டாள்.

"ஆம் மாமா. ஒவ்வொரு சமயங்களில் மிகவும் அசதியாகவும் இருக்கிறது."

"நீ கவலைப்படாதே. அந்தப் பயலுக்கு நான் புத்தி சொல்கிறேன். ஆனாலும் இப்படி உன்னைப் படுத்தினால் நீயும்தான் என்ன செய்வாய் பாவம்! ரொம்ப துஷ்டனாயிருக்கிறானே! இப்படி . . ."

"அதெல்லாம் இருக்கட்டும் மாமா, இங்கே ஓடும் தமிழ்ப் படங்களில் எது நன்றாயிருக்கிறது? நல்ல படமாய் ஏதாவது பார்க்க வேண்டும். அந்த ஊரில் தமிழ் சினிமா பார்க்க முடிவதில்லை."

என் பேச்சின் போக்குப் பிடிக்காமல்தான் அவள் வேறு பேச்சுக்குத் தாவுகிறாளென்று புரிந்துகொண்டு உள்ளேயே வியப்புற்றேனானாலும் நானும் வேறு விஷயங்களைப் பற்றிப் பேச ஆரம்பித்தேன். தான் திட்டுகிறாள் மகனை. மற்றவர்கள் சொன்னால் தாங்கவில்லையா? பாவம், எத்தனை பாசம்! தாய்மையின் இயல்பு.

மாடியிலிருந்து அடிக்கடி இரைச்சலும் வாக்குவாதங்களும் கேட்கலாயின. பாலுவின் விஷமத்தால் வருகிற இரைச்சல். அதைக் கண்டித்து அகிலாவின் வாதங்கள். மூன்றாம் குரலை நான் கேட்க முடியவில்லை. அகிலா மிகவும் அன்பினளான மங்கைதான். பெற்றோரிடமும் உடன் பிறந்தவர்களிடமும் உயிராக இருப்பாள். அவர்களுடன் அவள் பேசும்போதும் பழகும்போதும் முகத்தில் அன்பு பொங்கும்; செயல்களில் நெருக்கம் இழையிடும். ஆனால் பாலு சம்பந்தப்படும் சந்தர்ப்பங்களில் மட்டும் அவளிடம் அவர்களி னின்று விலகிய – அவனோடு மட்டுமே பிணைந்த – ஓர் ஒதுக்கம் காணப்படுவதுபோல் இருந்தது. அவனிடம் அவள் பேசும்போதும் கண்டிக்கும்போதும் யாராவது அதில் தொடர்புகொண்டு ஒருசொல் பேசினால் அதை அநாவசியத் தலையீடு என்று அவள் கருதுவதாய்த் தோன்றியது.

அன்று அவர்களெல்லோரும் கடை வீதிக்குப் போய்த் திரும்பி வந்தார்கள். முன் அறையில் இருந்த என்னைப் பார்த்துப் புன்முறுவலித்து விட்டு மற்றவர்கள் மாடிக்குச் சென்ற பின்னும் அகிலாவின் தங்கை ஜயந்தி மட்டும் கீழேயே தயங்கி நின்றாள். ஏதோ யோசனையில் அவள் முகம் வாடியிருந்தது.

"வெளியில் போய்வந்திருக்கிறாயேயம்மா ஜயந்தி! மாடிக்குப் போய் ஏதும் சாப்பிடவில்லையா?" என்று அவளைக் கேட்டேன்.

"ஆகட்டும் போகிறேன்" அவள் மிகுந்த கசப்புணர்ச்சியுடன் சூள் கொட்டினாள். "எனக்கு மனசே சரியாயில்லை மாமா"

"ஏன் அப்படி? இங்கே வந்து உட்கார்ந்து நிதானப்படுத்திக்கொள்,"

நான் காட்டிய நாற்காலியில் ஜயந்தி உட்கார்ந்தாள். சிறிதுநேரம் அவள் ஏதும் பேசவில்லை. பிறகு திடீரென்று சொற்கள் கிளம்பின.

"ஆனாலும் இந்த அகிலா ரொம்ப மோசம்."

'ஏன்?' என்று நான் கேட்கவில்லை. கேட்காமலேயே அவள் சொல்வாளென்று தெரியும்.

"துணிக்கடையில் பாலு ஒரு டீ ஷர்ட்டைப் பார்த்துவிட்டு ஆசைப்பட்டான் மாமா! குழந்தைதானே! வாங்கிக் கொடுத்தால் என்ன? அகிலா கூடாதென்றாள். பாலு ரொம்பவும் கெஞ்சினான். அவள் முகமும் கொஞ்சம் இளகுவது போல் இருக்கவே நான், பைத்தியக்காரி, நாமும் சிபாரிசு செய்தால் நிச்சயம் வாங்கித்தருவாள் என்று நினைத்து 'வாங்கித்தான் கொடேன்! அவனுக்கு அது ரொம்பப் பிடித்திருக்கிறது பார்' என்று சொல்லிவிட்டேன். காரியம் அதோடு கெட்டது போங்களேன்! 'உனக்கு எதற்கடா இப்போது ஒரு புது ஷர்ட்? இருக்கிறதைப் போட்டுக்கொள்ளவே ஆளில்லை. இந்தத் தூம்தாம் எல்லாம் ரொம்பத் தப்பு, எனக்குப் பிடிக்காது' என்று சொல்லி அதை வாங்கித் தராமலேயே அழைத்து வந்துவிட்டாள் மாமா!"

"போகட்டும் விடு ஜயந்தி . . ."

"அதற்கில்லை, அந்த மனப்பான்மையைப் பாருங்கள்." ஜயந்தியின் முகத்தில் வேதனை குமுறியது. "அவளுடையதுதான் அதிகாரமாம்! அவள் மகன்தானே? உடைமைப் பொருள்! 'நீ என்ன சொல்வது என் பிள்ளை விஷயத்தில்!' என்று என்னை முகத்திலடிக்கத்தானே குழந்தைக்கு மறுத்துவிட்டாள்! அவன் விஷயத்தில் அவளைத் தவிர வேறு யாருக்கும் சம்பந்தமில்லை, அவனைப் பற்றிச் சொல்ல உரிமையில்லை என்கிற எண்ணம்தானே! மற்றவர்களை அது எவ்வளவு புண்படுத்துகிறது என்று யோசிக்கிறாளா?"

"நீயாக ஏதாவது எண்ணி மனசை வருத்தப்படுத்திக்கொள்ளாதே."

"நானாக எண்ணுவது என்ன! தினம் பார்க்கிற கூத்துத்தானே! அவனை எதற்காவது நாங்கள் கண்டித்தாலும் அவளுக்குப் பொறுக்கிற தில்லை . . ."

"தன் குழந்தையை இன்னொருவர் சொன்னால் எந்தத் தாய் பொறுப்பாளம்மா? அவர்களுக்கு மனசு கேட்காது."

"இது அந்த வகையானதல்ல மாமா! இது தன் குழந்தைக்குப் பரிகிற அன்பு மட்டுமில்லை. சின்னக் குழந்தைகள் தன் பொம்மையை இன்னொரு குழந்தை தொட்டால் கத்துவதில்லையா? அந்த மாதிரி! சொந்தக்காரத்தனம்."

நான் யோசனையில் ஆழ்ந்தேன்.

○

மாடியில் வானொலிப் பெட்டி பழுதாகிவிட்டது. சீர்ப்பட்டு வர ஒரு வாரம் ஆகும் என்றார்கள் கம்பெனிக்காரர்கள். பாலுவுக்குச் சினிமாப் பாட்டுக்களைக் கேட்பதில் சிறிது ஆர்வம் உண்டு "விவித் பாரதி இந்திப் பாட்டு வைக்கறீங்களா தாத்தா?" என்றவாறு என்னிடம் ஒருநாள் வந்தான். அன்று முதல் ரேடியோ இசைக்காக நான்கு நாட்கள் தொடர்ந்து என் இடத்துக்கு வந்த சிறுவனுடன் அவன் பள்ளி, விளையாட்டுக்கள், என்.ஸி.ஸி. பயிற்சி இப்படியான விஷயங் களைப் பற்றி நான் பேச்சுக் கொடுத்தேன். என்னை அவனுக்குப் பிடித்துவிட்டது போலும். மணிக் கணக்காக என்னுடன் பேசிப் பொழுதுபோக்கலானான். ஐந்தாம் நாள் அவனை எதற்காகவோ அகிலா அழைத்தபோது "கொஞ்சம் இரும்மா, தாத்தாகிட்டே என் 'ஸ்போர்ட்ஸ்' பத்திப் பேசிண்டிருக்கேன்" என்று கூறினான் அவன். அகிலா அப்போது ஏதும் சொல்லவில்லை. அடுத்த நாள் பாலு வரவில்லை.

"உன் பையன் எங்கேயம்மா அகிலா? நாலு நாளாய் வந்து கொண்டிருந்தானே! என்கிட்ட எத்தனை ஒட்டுதல் தெரியுமா? ரொம்ப கெட்டிக்காரப்பயல். விஷமத்துக்குச் சமமாய் மூளையும் இருக்கிறது."

"இப்படி ஏதாவது பேசிக்கொண்டேயிருந்து நேரத்தை வீணாக்கு கிறான் மாமா. லீவு என்றாலும் பாடம் படிக்க வேண்டாமா? நான்தான் மாடியில் உட்கார்ந்து படிக்கச் சொன்னேன்."

நான் அவளை ஒருதரம் ஏறிட்டுப் பார்த்துவிட்டுத் தலைகுனிந்தேன்.

பாலு பழையபடி என்னிடம் வரவில்லை. இன்னொரு நாள். அன்று விடுமுறை தினம். அகிலா, ஜயந்தி, அவர்கள் சகோதரன் ரகு, நான் ஆகிய நால்வரும் மாடி ஹாலில் அமர்ந்து சீட்டாடிக் கொண்டிருந்தோம். பிரிட்ஜ் விளையாட்டு. ஆட்டம் வெகு சுவாரஸ்யமாய் முன்னேறிக்கொண்டிருந்தது.

பிற்பகல் மணி மூன்று அடித்தது. பாலு வந்து, "அம்மா, டிபன் வேணும்" என்றான். அகிலா அப்போது சீட்டைப் பிடித்து ஆடிக் கொண்டிருந்தாள். துருப்பு அவளுடையது. அவள் கட்சியில் எதிரில் அமர்ந்திருந்த ஜயந்தி 'டம்மி'யாகக் கீழே தன் சீட்டுக்களைப் பரப்பியிருந்தாள்.

"கொஞ்சம் இருடா பாலு, இந்தக் கையை முடித்துவிட்டு வருகிறேன்" என்றாள் அகிலா.

"அதற்காக அவன் காத்திருப்பானேன் அகிலா? நான் இந்த ஆட்டத்துக்கு டம்மிதானே! நான் போய் அவனுக்கு டிபன் எடுத்துக் கொடுக்கிறேன், நீ நிதானமாய் முடி" என்றவாறு ஜயந்தி எழுந்தாள்.

"இல்லை ஜயந்தி, வேண்டாம். இந்தா, இந்தச் சீட்டுக்களை வைத்துக்கொண்டு நீ ஆடு" என்று கையிலிருந்த சீட்டுக்களை ஒன்று சேர்த்துத் தங்கையிடம் நீட்டினாள் அகிலா.

சட்டென்று ஜயந்தியின் கண்களில் பொறி எழுந்ததைக் கண்டேன் "ஏன், நான் கொடுக்க மாட்டேனா அவனுக்கு?" என்றபோது அவள் முகம் சற்றே படபடத்தது.

"அவன் ரொம்பப் படுத்துவான். உனக்கு ஏன் சிரமம்? யார் சொல்வதையும்தான் கேட்கிறதில்லையே இந்தப் பிள்ளை! வாடா பாலு, வா. நான் தருகிறேன் உனக்கு டிபன்." அகிலா சீட்டுக்களை வைத்துவிட்டு இரண்டடி நகர்ந்தாள். "இந்தத் தடவை எனக்கு நல்ல கை ஜயந்தி! டம்மியும் பிரமாதம், நிச்சயம் நமக்குத்தான் ஜயம். நீ ஆடு" என்ற சொற்களால் பாலுவின் விஷயத்தை மூடிவிட்ட செயலுக்கு முத்திரை பதித்துவிட்டு அங்கிருந்து சென்றாள். ஜயந்தியின் முகம் அவமானத்தில் குப்பென்று சிவப்பதைப் பார்த்தேன்.

தங்கை தன் மகனுக்குச் சரியாய் உணவளிக்க மாட்டாள் என்ற சந்தேகமில்லை அகிலாவுக்கு. அம்மாதிரியான அற்பத்தனம் அவளிடம் கிடையாது. ஆகவே இது... உரிமைத்தனம் தானோ? பாலுவின் வேலைகளை, பணிவிடைகளை மற்ற யாரிடமும் தராமல் அகிலா தானே கவனித்தாள். அவனுக்கு அவ்வாறு அடிமைகொள்ளும் பிணைப்பின் ஊடும் பாவுமான ஒரே பின்னல்தானோ? அவன் எது தேவையானாலும் தன்னையே கேட்கவேண்டும், எதுவானாலும் தன்னையே நாடி வரவேண்டும் என்ற மனோபாவத்துக்கு வேறென்ன அர்த்தம்!

சேசே, அப்படி ஓர் உடைமையுணர்ச்சி இருக்குமா என்ன? தான் குழந்தையை விலைக்கு வாங்கியிருப்பதாகவா ஒரு தாய் எண்ணுவாள்?

மூன்றாம் வீட்டில் சேகர் என்ற ஒரு சிறுவன் இருந்தான். பல சிறுவர்கள் ஒன்று சேர்ந்து விளையாடும்போது சில சமயம் பாலு அப்பையனை நன்றாக அடித்துவிடுவான். சேகருக்கு எட்டு வயதுதான். இந்தக் குரூரச் செயல் அகிலாவை மிகவும் வருந்தச் செய்தது, மகனுக்கு எத்தனையோ எடுத்துச் சொன்னாள். ஆனால் பாலு திருந்தவில்லை. சேகர் அடிக்கடி வந்து பாலுவின் கொடுமையைப் பற்றிப் புகார் செய்யலானான். நிலைமையைச் சரிசெய்ய முடியாமல் அகிலா மிகவும் தவித்தாள்.

அவள் சகோதரன் ரகு ஒருநாள் பாலுவை அருகில் உட்கார வைத்துக்கொண்டு வெகு நேரம் புத்திமதி கூறினான். சேகரின் வீட்டுக்கே அவனை அழைத்துப் போய்க் காட்டினான். சேகர் ஒரு பலவீனக் குழந்தை என்றும் வாரத்துக்கு ஒருமுறை வைத்தியரிடம் சென்று ஊசி குத்திக்கொண்டு வருகிறான் என்பதையும் அறிந்த பாலுவின் உள்ளத்தில் என்ன இரக்கம் செயல்பட்டதோ தெரியவில்லை. திடீரென்று

தனிமைத் தளிர்

அவனுள் பாலப்பருவத்துக்கே உரிய தூய்மையுடன் பரிவு கரைபுரண்டு பெருகியது. சேகரை அடிப்பதை நிறுத்திவிட்டான்.

அவனிடம் விளைந்த இந்த மாற்றம் அகிலாவுக்கு மகிழ்ச்சியும் நிம்மதியும் அளிக்குமென்று நினைத்தேன். மகனின் குரூரம் நின்றுபோய் விட்டதில் அவளுக்குத் திருப்திதான். ஆனால் ரகுவோடு பேசும்போது அவளிடம் ஒரு புதிய சிடுசிடுப்புத் தோன்றிவிட்டதை நான் கவனித்தேன். பாலுவிடமும் காரணமின்றி எறிந்துவிழ ஆரம்பித்தாள். இரவு எட்டு மணிக்கு அவன் உட்கார்ந்து யாருடனாவது பேசிக்கொண்டிருந்தால் "இன்னும் தூங்கப் போகாமல் என்னடா அரட்டை வேண்டியிருக்கிறது?" என்று சினந்து படுக்கைக்கு விரட்டுவாள். அவன் எங்காவது வெளியில் செல்ல விரும்பினால் "அதெல்லாம் கூடாது," என்று தடுப்பாள். அவன் சிலசமயம் முரண்டு பிடித்து "நீ என்ன எப்பவும் என்னை இப்படிச் சொல்றே?" என்று எதிர்ப்புக் காட்டினால் "ஆமாண்டா! நான் அப்படித்தான் சொல்வேன். அது என் இஷ்டம். நான் உன் அம்மா. வாயை மூடு" என்பாள். வீட்டில் வேறு யாரேனும் அவனிடம் "அடிக்கடி வெளியில் போகாதே பாலு, உடம்பு கெட்டுவிடும்" என்றாலோ உடனே அவள் "அதெல்லாம் ஒன்றுமில்லை. சின்ன வயசிலேயே அப்படி நாசூக்காக வளர்ந்தால் ரொம்பத் தப்பு. நீ எங்கேயாவது போய்விட்டு வாடா பாலு" என்பாள்.

"பார்த்தீர்களா மாமா?" ஜயந்தி என்னைப் பார்த்துச் சிரித்தாள். "அவள் புத்திமதிக்கு அடங்காதவன் ரகுவின் பேச்சைக் கேட்டுத் திருந்திவிட்டான் பாருங்கள்! தன்னைவிட அதிகமாய் இன்னொருவரின் பாதிப்பு அவன்மேல் படிந்திருக்கிறது என்பதில் அவளுக்குக் கோபம், அதனால், தான்தான் உரிமை பெற்ற அம்மா என்பதை அடிக்கடி காட்டிக்கொள்கிறாள்."

"போ போ, சும்மாவானும் சொல்லாதே" என்று நான் ஜயந்தியை அடக்கிவிட்டாலும் என்னுள் சிந்தனை அலைமோதியது.

இரண்டு மூன்று நாட்கள் சென்றிருக்கும். அன்று திடீரென மாடியில் பெரும் அலறல்கள் ஒலிக்கவே என் தள்ளாமையையும் மீறி மாடிக்கு விரைந்தேன்.

பாலு விரலை உதறிக்கொண்டு நின்றிருந்தான். அவனைச் சுற்றி மற்றவர்கள் கூடியிருந்தனர்.

"அந்த பல்புகிட்டே போகாதே என்று எத்தனை தடவை முட்டிக் கொண்டாயிற்று! திரும்பத், திரும்ப இப்படி ஒரு விஷமமா?" என்று அகிலாவின் தாய் இரைந்துவிட்டு 'நல்ல வேளையாய்ச் சின்ன ஷாக்கோடு போச்சு. பெரிதாய் ஏதாவது ஆகியிருந்தால்?" என்று கவலையுடன் அங்கலாய்த்தாள்.

அகிலாவின் முகத்தைப் பார்த்தேன். எத்தனை கொந்தளிப்பு அதில்! குழந்தைக்குப் பெரும் ஆபத்து நேர்ந்திருந்தால் என்ன செய்வது என்ற துடிப்பா? அவன் தன் சொல்லுக்குக் கீழ்ப்படியாமல்

மீண்டும் விஷமம் செய்தானே என்ற கோபமா? அல்லது, தன் தாய் சலுகையுடன் அவனைத் திட்டுகிறாள் என்ற ஆட்சேபமா?

"ஏண்டா குரங்கு, கையையும் காலையும் வைத்துக்கொண்டு சும்மா இருக்கமுடியவில்லையா உன்னால்? இப்படி ஏன் எல்லாருக்கும் தொந்தரவாய் இருந்து தொலைக்கிறாய்?" என்று அநாவசிய ஆத்திரத்துடன் மகனைக் கடிந்தாள்.

"நன்றாய் அதட்டடி அவனை, ஆனாலும் ஒரு பிள்ளைக்கு இத்தனை முரட்டுத்தனமா? செய்யாதே என்ற வேலையை முதலில் செய்கிறானே" என்று மேலும் பேசவந்த தாயை நோக்கி ரகுவும், ஜயந்தியும் 'நிறுத்து' என்று சைகை காட்டியதை நான் கவனித்தேன்.

அகிலாவுக்கு ஏதோ எரிச்சல் பொங்கியது. "டே பாலு, இன்னிக்கு நான் உன்னை நன்றாய் அடிக்காமல் விடப்போகிறதில்லை" என்றாள்.

அவள் தாய் துணுக்குற்றாள். "சீசீ, அதற்காகக் குழந்தையை அடிக்காதே. விஷமம் செய்கிறானே என்பதற்காகச் சொன்னேன். அவ்வளவுதான்" என்றாள் அந்தம்மாள்.

"வாடா பாலு, இப்படி என் எதிரில் வந்து நில்லு" மற்றவர்களைக் கவனிக்காமல், அவர்களை அறவே விலக்கிவிடும் ஒரு தொனியில் அகிலா கண்டிப்புடன் உத்தரவிட்டாள்.

அவள் தாய் தான் ஏதோ குற்றம் இழைத்துவிட்டது போன்ற பதைபதைப்புடன், "ஐயோ அகிலா, வேண்டாமடி! நயமாய்ச் சொல். அதட்டினால்கூடப் போதும், அடிக்காதே" என்று கெஞ்சினாள்.

"ம், வாடா இப்படி பாலு! இந்த நிமிஷமே வா அங்கேயிருந்து!"

"அகிலா அகிலா, குழந்தையை அடிக்காதே, சொல்வதைக் கேள் ...

"டே பாலு, இப்போ வரப்போகிறாயா இல்லையா?"

குரலின் நிதானமான தீவிரத்தில், மற்றவர்களை இல்லாமற் செய்துவிடும் தன்மை. அவர்களுக்கு இதில் ஏதும் உரிமை இல்லை என்று காட்டும் கண்டனம். கேட்டவர்கள் அவமானத்தில் கூசிப்போய் நின்றனர்.

"அகிலா, வேண்டாமடி!..."

"நீ சும்மாயிரு அம்மா. என் பிள்ளையைத்தானே நான் அடிக்கிறேன். அதற்கு எனக்கு உரிமை இல்லையா? நீங்களெல்லாம் இதில் தலையிட வேண்டாம்."

பாலுவின் இரு கன்னங்களிலும் அவள் மாறி மாறி அறையுமுன்பே அவர்களெல்லாம் அந்தத் தண்டனை தமக்குத்தான் என்று உணர்ந்த துடிப்பிலே அடியுண்டவர்கள்போல் வெறித்த கண்களுடன் பின்னே நகர்ந்தார்கள். அருமை மகனை அடிக்கும் துன்பம் தன் முகமெல்லாம் பாய்ந்து நிறைய, அகிலா அவனை ஏதோ வெறியில் அடித்துத்

தீர்த்தாள். பாலு மிகவும் சாதுதான். எவ்வித எதிர்ப்புமின்றி அவன் நோவில் "அம்மா, அடிக்காதேயம்மா" என்று அலற மட்டுமே செய்தானே தவிர, தன்னைக் காத்துக்கொள்ளக்கூட முயலவில்லை. நான் வேகமாய்க் கீழே இறங்கி வந்துவிட்டேன்.

இனியும் சந்தேகமென்ன? உரிமை பாவத்தின் மிக முக்கிய வெளியீடு, தன் உடமைக்கு நோவை அளிக்கும் உரிமை தனக்கு உண்டு என்பதைக் காட்டுவதுதான். இன்னொருவர் தன் குழந்தையைத் திட்டும் சலுகையை மேற்கொள்வது தன் உரிமையில் குறுக்கிடுவதாகும் என்ற நினைப்பினால், அடித்து நிலைநாட்டிக்கொள்கிறாள் தன் உறவை. நான் கால்கள் தொய்ய நாற்காலியில் உட்கார்ந்தேன்.

இது ஏன் இப்படி? தாயன்பு புனிதமானதுதான், எந்தத் தியாகத் துக்கும் தயாராயிருப்பதுதான். ஆனால் அது இன்னொரு உயிரைத் தன் ஆதீனப் பொருளாய்க் கொள்ள விழையும் இந்தத் தீவிரம்? இப்படி அகிலாவைப்போல் எத்தனை தாய்மார்களோ!

குழந்தை பிறக்கிறது. நினைவு தெளியத் தெளியத் தாயையே நாடிப் பற்றுகிறது. தாயையன்றி வேறு புகல் அதற்கு இல்லை. உலகில் கோடான கோடி மாந்தர் இருக்க, தாய் என்ற தனி ஒருத்திக்கே அது முழுமையாக அர்ப்பணமாகிறது. அது போன்ற முழு அர்ப்பணம் இறைவன் ஒருவனுக்கே உரித்தாகும். அவன் ஒருவனே நிதானமிழக்காமல் அதை ஏற்று வகிக்கமுடியும். அத்தகைய ஒரு மகத்தான தொழுகையைக் கேவலம் ஒரு மனிதப் பிறவி அடையும்போது அந்தப் போதை தலைக்கேறிவிடுகிறதோ? வளர்ந்த பிறகும் – என்றுமே – தன் குழந்தை அவ்வாறு தனக்கே முழுப் பிணைப்பு உள்ள தன் உடைமையாக இருக்க வேண்டும் என்று விரும்பச் செய்கிறதோ? தான் அனுபவித்திருந்த சமர்ப்பணச் சுவையை விட்டுவிட மனம் வருவதில்லையோ? மென்மை யான தாய்மையிலே இந்தக் கொடுமையும் ஓர் அம்சம்!

உரிமையை நிலைநாட்டிக்கொண்டுவிட்ட வெற்றியுடன் அகிலா இன்முகத்தினளாய் மாடியிலிருந்து இறங்கி வந்துகொண்டிருந்தாள்.

***கதம்பம்*, நவம்பர் 1967**

ஒரு கீற்றுப் பொன்

வெளியில் செல்வதற்காக ஆடைகள் மாற்றி, மனம் நிறைய மகிழ்ச்சி துள்ள, வராந்தாவுக்கு வந்தபோது நின்றுவிட்டேன்.

நெருங்கலான உருவம். கோடு விழுந்த முகத்துக்கு மேலாக வழுக்கையின் பளபளப்பு. பை பையாகத் தொங்கும் முதுமையின் துவண்ட தோல். தூசி படிந்த வறிய கோலத்தில் கணுக்கால் வரை தூக்கியிருந்த நாலு முழம் அழுக்கு வேட்டி. மேலே கன்னங்கறுப்பாகச் சட்டை. அது நான் வாங்கிக் கொடுத்திருந்த சட்டையாக இருந்ததால் மூல வர்ணம் நீலம் என்பது எனக்குத் தெரிந்திருந்தது. இல்லையானால் கண்டுபிடிக்க முடியாது.

"எங்கேயோ அவசரமாய்ப் போயிண்டிருக்காப்பலே இருக்கு" என்று பழுப்பேறிய பற்களிடையிருந்து குரல் வந்தது. அசுத்த வடிவத்தைக் கண்டபோது அந்தக் குரல்கூட அழுக்குக் குரலாகத் தான் தோன்றியது.

"ஆமாம். தெரியறதோல்லியோ?" ஆத்திரத்துடன் வராந்தாப் படிகளில் இறங்கினேன்.

"சரி; நான் தொந்தரவு செய்யப்படாது. வந்து . . ."

அந்த வழக்கமான வார்த்தையில் என் நடை இடறி நின்றது. திரும்பி அவரைப் பார்த்தேன். வெறிக்கின்ற என் பார்வை அவரை அச்சுறுத்தியிருக்குமோ? பழுப்பேறிய புன்னகையைச் சிறிது நேரம் காணோம். அந்தத் தீனம் எனக்கு ஆத்திரமூட்டியது. எல்லாம்தான் செய்திருக்கிறேனே. இப்போது எந்தக் குறைக்காக இந்த "வந்து . . ."?

"வந்து . . ."

"எனக்கு நேரமில்லை இப்போ" என்றேன், பொருள் பொதிந்த முறையில் கைக்கடியாரத்தைப் பார்த்தவாறே. கிராண்ட் டிரங்க் எக்ஸ்பிரஸ் வர இன்னும் அரைமணிகூட இல்லை. ஹரியைப் பார்க்கத் துடிக்கும் என் விழிகளின் தாபம் இந்தக் கட்டைப் பிரம்மச்சாரிக்கு என்ன தெரியும்?

"அதில்லே . . . ஹரி வரப்போறதாகக் கேள்விப்பட்டேன். நிஜம்மாவா?"

நான் எச்சரிக்கையானேன். "எதுக்கு?"

"சும்மாத்தான். ரொம்ப நாளாச்சே ஹரி வடக்கே போயி. நல்ல பேரோடு கை நிறையச் சம்பாதிச்சுண்டு சௌக்கியமாயிருக்கிறதாகக் கேள்விப்பட்டேன் . . ."

"சரி சரி, எனக்கு நாழியாறது; நான் போகணும்."

"ஆஹா, போகலாமே! . . . ஹரி வந்தால் கண்ணால் பார்க்கலாமேன்னு தான்."

எனக்குப் புரிந்துவிட்டது. என்னைக் கேட்கிற மாதிரி அவனிடமும் உதவி கோரித் தொல்லைப்படுத்தத் திட்டமா?

"அவன் எப்போ வரான்னு எனக்கே தெரியாது. இன்னொண்ணு. உம்மை இங்கே அடிக்கடி வரவேணாம்னு நான் சொல்லவில்லையா? ஏதோ நீர் கஷ்டப்படாமல் இருக்கறதுக்கு வேண்டிய ஏற்பாடு செஞ்சுட்டேன். அதுக்கு மேலே சும்மாச் சும்மா இங்கே வந்து தொந்தரவு செய்தால் அப்புறம் . . . அப்புறம் என்ன ஆனாலும் அதுக்கு நீர்தான் பொறுப்பு. என் மேலே வருத்தப்பட்டுப் பிரயோஜனமில்லை."

வேகமாய் நடந்து மோட்டாரை அணுகிக் கதவைத் திறந்துகொண்டு உள்ளே ஏறி அமர்ந்தேன். கதவை அறைந்து மூடிவிட்டு வண்டியைக் கிளப்பியவன் கணநேரம் தாமதித்து "ப்ரேக்" போட்டுவிட்டுத் தலையைத் திருப்பினேன்.

"சாமா!"

"இதோ வந்தேன்" மெலிந்த உருவத்தில் சட்டை தொளதொளக்க அவர் காரினருகில் தள்ளாடி விரைந்தார்.

"என்ன?"

"முதல்லே, தினம் குளிக்கற வழக்கத்தை ஏற்படுத்திக்கொள்ளும். நீ அங்கே வந்தால் இங்கே இருக்க முடியலே."

மோட்டாரை வேகமாய்ச் செலுத்திக்கொண்டு சென்றேன்.

○

ஹரி வந்துவிட்டான். நாட்களெல்லாம் இப்போது இனித்தன. வட நாட்டில் வேலை பார்க்கும் மகன். எங்கள் ஒரே குழந்தை. இரண்டு ஆண்டுகளுக்கு மேலாகவே ஆகிவிட்டது, அவன் கடைசி முறையாக வந்து. என் மனைவிக்கும் எனக்கும் அவனைப் பார்த்து மகிழ நனவின் பொழுதுகள் போதவில்லை. கனவுகளையும் அவனே நிறைத்தான்.

அன்று மாலை ஹரியோடு நான் முன் அறையில் பேசிக் கொண்டிருக்கையில் கதவுக்கு வெளியே செருப்பொலி கேட்டது.

நெருங்கலான வடிவம். அழுக்கு உடைகள். வரியிட்ட முகம் பழுப்பேறி புன்னகை.

"எங்கே வந்தீர் சாமா?" என்றேன் என்னையறியாது கடுமை ஏறிய குரலில்.

அவர் பாதம் நிலைப்படிக்கு அப்பால் தயங்கியது. காதறுந்த செருப்புக்கு மேலாகப் பாத வெடிப்பு. நான் உதவியிருந்த கொடைகள் – பணம், பொருள் – அவைகளையெல்லாம் அர்த்தமற்றுப் போகச் செய்யும் காட்சி. என்னுள் ஆத்திரம் குமுறியது. இன்னுமா அறுந்த செருப்பு, அழுக்கு வேட்டி? நான் எதற்குத்தான் உதவுகிறேன்? எல்லாம் வறண்ட பூமியைத் தோண்டும் செயல் தானா?

பரிதாபம் இழையிட்ட அசட்டுச் சிரிப்பு என் பக்கமாக எட்டிப் பார்த்தது. "வந்து . . ."

"என்ன வேணும் இப்போ? சோப்பா?"

அவர் தலை சட்டென்று குனிந்துகொண்டது. வழுக்கையின் உச்சிப் பளபளப்பில்கூடச் செம்மை பரவியது.

"இல்லை, இல்லை . . ."

"உம்ம வேஷ்டியின் நிலையைப் பார்த்தால் சோப்பு வேண்டி யிருக்குமோன்னு நினைச்சேன்."

"இருக்கே – தினம் சோப்புப் போட்டுத் துவைச்சுத்தானே கட்டறேன்?" அவர் கவலையோடு என்னைப் பார்த்தார்.

"எங்கே வந்தீர்?"

"சும்மாத்தான். ஹரி வந்தாச்சான்னு பார்த்துட்டுப் போகலாம்னு . . ."

அவன் வரப்போவதை யார் சொல்லியிருப்பார்கள் இந்த மனிதரிடம்? அன்றாடம் இந்த வீதியை வட்டமிட்டிருப்பார் போலும்.

விவரம் தெரியாத ஹரி அவரைக் கண்டதும் மரியாதையுடன் எழுந்து நின்று புன்முறுவலித்தான். "வாங்க மிஸ்டர் சாமா! உங்களைப் பார்த்து ரொம்ப வருஷங்களாயிடுத்தே! உட்காருங்க" என்று அருகிலிருந்த சோபாவைக் காட்டினான்.

என் ஒதுக்கத்தால் எல்லை மீறாது நின்ற பாதம் உள்ளே சரிந்து விட்டது. என் அதிருப்தியை ஈடு செய்துவிடுவதுபோன்ற ஓர் அவசரத் தோடு என் பக்கம் திரும்புவதை ஜாக்கிரதையாகத் தவிர்த்தவாறே மிகையான கலகலப்புடன் அவர் ஹரியை நெருங்கி, "என்ன, சௌக்கியமா? ரொம்ப நாளாச்சு பார்த்து. என்னை நினைவிருக்குப் போலிருக்கே!" என்றார்.

"நினைவில்லாமலென்ன! உட்காருங்க."

ஒரு கணம் என் பக்கம் தேங்கி நின்ற விழிக்கோணம் உடனே திரும்பிவிட்டது. ஹரியின் நட்புத் தோரணையில் என்னைத் தாண்டிக்

கொண்டு ஓர் உரிமையை நிலை நாட்டிக்கொள்பவர் போல் அவர் சோபாவில் உட்கார்ந்துகொண்டார். இருப்பினும் சங்கடம் நீங்கவில்லை. சோபா நுனியில் ஒண்டிக்கொண்டிருந்த தொடைகளின்மேல் கைகள் நிலையற்று ஒன்றையொன்று பற்றிக்கொண்டன. கண்களில் இங்குமங்கும் தத்துகிற பார்வை. அடிக்கடி கழன்று விழுந்துவிடும் புன்னகையை முகத்தில் தொத்தவைத்துக்கொண்டே பேசினார்.

"பத்து வருஷமாச்சே கிட்டதட்ட! அப்படியும் ஞாபகம் இருக்கிறது ஆச்சரியம்தான். கெட்டிக்காரப் பிள்ளை. இப்போ ஹரிக்கு என்ன வயசாறது?" என்று என்னைப் பார்த்துக் கேட்ட கேள்வி எப்படியும் தன் இருப்புக்கு என் சம்மதத்தைப் பெற்றுவிட முனைவதுபோல் இருந்தது.

"இருபத்தெட்டு" என்றேன். நேரடியாகக் கேள்வி கேட்டுவிட்டால் என்ன செய்வது?

"கல்யாணம் கில்யாணம்..."

"பார்த்துண்டிருக்கோம்."

"அதுக்கென்ன, ஆயிடும், நல்ல பர்ஸனாலிடி, வருமானம். உங்க குலம் கோத்திரத்துக்குத்தான் என்ன!... ஹரி சின்ன குழந்தையாக இருந்தப்போ நான் தூக்கி மடியில் வச்சுண்டு விளையாட்டுக் காட்டின தெல்லாம் நேத்துப் போல நினைவிருக்கு. ஆசையாய்த் தூக்கிப்பேன், உடனே குழந்தை மடியை நனைச்சுடும்!" சாமா தாமே சிரித்துக் கொண்டார். தம் பேச்சும் சிரிப்பும் நினைவுகளும் ஏதோ ஒரு பள்ளத்துக்கு அணையிட்டுவிட வேண்டும் என்ற முயற்சியின் ஆவேசம் ததும்பியது அந்தப் பாவனையில். "அப்போ அவ்வளவு சின்னக் குழந்தை. என்னைக் கண்டால் குழந்தைக்கு ரொம்பப் பிடிக்கும். 'தாத்தா'ன்னுதான் கூப்பிடும். இரண்டு மூணு வயதாயிருக்கிற போதெல் லாம் வாதாங்கொட்டை, பப்பரமிட்டுன்னா உயிர். என்னைத்தான் கடையிலேந்து வாங்கிண்டு வர அனுப்புவா வீட்டிலே." சாமா அவனை நேராக நோக்குகிறார். "கடைசியா நீங்க மெட்ராசுக்கு வந்தது எப்போ?"

"நீங்களாவது!" என்றான் ஹரி வியப்புடன். "என்னையா 'நீங்க'ன்னு சொல்றீங்க!"

உணர்வில் பதியும் ஒரு வித்தியாசத்தின் நிழலிலே, வாழ்வுச் சரிவினால் மற்ற எதையும் அண்ணாந்து பார்த்து மரியாதை தரும் பணிவிலே, ஓர் இதயம் குன்றிக் கூசிக் கிடப்பதன் அடையாளத்தைக் கண்டபோது என்னுள் சுரீரென்று நெகிழ்ச்சி உறைத்தது.

"என்ன சாமா அவனைப் போய் 'நீங்க'ன்னு சொல்றீர்! இப்போ நீர் விவரிச்சுண்டிருந்த பழைய நினைவுகளிலிருந்தே அவன் உம்ம பேரன் மாதிரின்னு தெரியலையா? சகஜமாய் நீன்னே சொல்லும்!"

"அது சரி... சின்னப் பிள்ளைதானே..." சாமா சிரித்துச் சமாளித்தார். "ஏம்ப்பா ஹரி, கடைசியா மெட்ராஸ் வந்தது எப்போ?"

"ரெண்டு வருஷத்துக்கு முந்தி."

"டில்லியில் ஜாகையெல்லாம் எப்படி?"

"ஏதோ அட்ஜெஸ்ட் செய்துக்கறேன்."

"க்வார்ட்டர்ஸா?"

"கொடுக்கணும்னு பேரு. இன்னும் கிடைக்கலே. ஒரு சிநேகிதனோட தான் இருந்துண்டிருக்கேன்."

"சாப்பாட்டுக்கு என்ன செய்யறாப்பலேயோ?"

"ஹோட்டல்தான்."

"மெட்ராஸிலே எத்தனை நாள் இருக்கறதாக உத்தேசமோ?"

"ஏறக்குறைய ரெண்டு வாரம்."

"அதுக்குள்ளே இங்கே உடம்பைக் கொஞ்சம் தேற்றிண்டு போகலாம், இல்லையா?"

'நீ' என்றோ, 'நீங்கள்' என்றோ குறிப்பிடுவதைத் தவிர்த்துக்கொண்டே பேச்சைத் தொடரும் பாங்கு பரிதாபமாயிருந்தது. போனால் போகட்டும் என்று காப்பி கொண்டுவரச் சொல்லிக் கொடுத்தேன். பிறகு மரியாதை போதும் என்ற நினைப்புடன், "ஹரி, நான் போய் டிரெஸ் மாத்திண்டு வரேன். நாம் ரெண்டு பேரும் வெளியே போகணும்னு இருந்தோம் பாரு? நீயும் ரெடியாகு. ஓ, கே! சாமா" என்று சொன்னதன் மூலம் அவரை எழுந்து போகுமாறு குறித்துவிட்டு உள்ளே சென்றேன். பத்து நிமிஷத்திற்குப் பின் நான் திரும்பி வந்தபோது ஹரி மட்டும்தான் இருந்தான்.

"அப்பாடா. போனாரா மனுஷன்?"

"அவர் போகணும்கிறதைத்தான் நீங்க ரொம்ப நன்றாய்த் தெளிவு படுத்திட்டீங்களே, அப்பா!" என்று சிரித்த ஹரி, "எனக்கு எதுவுமே புரியலே. ஆனால் அந்தக் கிழவரைப் பார்த்தால் பாவமாயிருந்தது. பரம ஏழையாயிருக்கார், இல்லையா?"

"நீ ஏதானும் கொடுத்தியா?"

"அஞ்சு ரூபா கொடுத்தேன்."

"அவர் கேட்டாரா?"

"இல்லை வாங்கிக்கக்கூட மாட்டேன்னார். நான்தான் வற்புறுத்திக் கையில் திணிச்சேன்."

"சாமர்த்தியமாய் நடிச்சிருக்கார். நீ வந்திருக்கியான்னு அவர் பார்க்க வந்ததே இப்படி உன்கிட்டேருந்து ஏதாவது தண்டலாமேன்னு தான்."

"அப்படியிருந்தால்தான் என்ன தப்பு? ஏழ்மை செய்யச் சொல்றது."

“நான் அவருக்கு வேண்டிய உதவியைச் செய்துண்டுதான் வரேன் ஹரி. அதுக்கு மேலே அவர் உன்கிட்டேருந்தும் வாங்கணும்னு நினைக்கிறது சரியில்லை.”

சாமா. அவரோடு இரண்டு ஆண்டுகள் முன் எனக்கு நேர்ந்த சந்திப்பு நினைவுக்கு வந்தது.

சைனா பஜாரில் ஒரு பஸ் நிலையத்தின் அருகில் பிச்சைக்காரர் குடும்பம் ஒன்று அங்கு திரண்டிருந்த மக்களிடையே மும்முரமாகத் தன் யாசிப்பை நடத்திக்கொண்டிருந்தது. அதில் சாமா இடம்பெற்றிருக்க வில்லை. ஆனால், அப்படி ஓர் இடத்துக்காக ஏங்கும் பார்வை – நடுக்கடலில் புயலிடைச் சிக்குண்டதுபோன்ற ஒரு கிலி படர்ந்த நிராசை – வாழ்வின் விளிம்பில் கால் வைத்துவிட்டு அப்பால் குதித்து விடலாமா என்று கணப்பொழுது தயங்கும் யோசனை – இந்தத் தன்மைகளோடு அந்தப் பிச்சைக்காரர்களைப் பார்த்தவாறு சாமா சற்றுத் தொலைவில் ஒரு கடைப் படியில் உட்கார்ந்திருந்தார். நிச்சயம் அவரால் நின்றிருக்க முடியாது. கால்களும் முதுகும் மடிந்து அவரை மூட்டையாகச் சுருட்டியிருக்கும். அவருடைய அப்போதைய உருவத்தை நான் விவரிக்க முயல்வதில் பயனில்லை. கடவுள் இயற்றக்கூடிய மாய அற்புதங்களுக்கு ஓர் எடுத்துக்காட்டாகத்தான் அந்த உடலில் உயிர் ஒட்டிக்கொண்டிருந்தது என்று சொன்னால் போதும்.

நான் மோட்டாரை விட்டு இறங்கி அவரிடம் சென்றேன்.

சாமா என் தந்தைக்குத் தூரத்து உறவு. வறியவர். அவருக்கு உடன்பிறந்தோர் பலர் இருந்தபோதிலும் எப்படியோ முதலிலிருந்தே தமது மணமான சகோதர சகோதரிகளுடன் இல்லாமல் என் தந்தையின் நிழலிலேயே வாழ்ந்து வந்தார். என் மகன் கிடக்கட்டும், நானே குழந்தைப் பருவத்தில் அவர் மடியில் விளையாடியிருக்கிறேன். ஆனால் சாமாவின் இயல்பு பொன்னின் கலப்பே அற்ற முழுப் பித்தளை. என் தந்தையின் உதவியை ஏதோ தம் உரிமையாகப் பாவித்துப் பெற்றுக்கொண்டு அவரையே பண விஷயத்தில் பலமுறைகள் ஏமாற்றி யிருக்கிறார். அவருக்கும் என் தாய்க்கும் இடையில் இயன்ற போதெல் லாம் கலகங்கள் விளைத்திருக்கிறார். அம்மாவுக்குச் சாமாவிடம் என்றுமே வெறுப்புத்தான். நானும் அவருடைய இயல்பைப் புரிந்து கொண்ட பிறகு அம்மாவின் வெறுப்பைப் பகிர்ந்துகொண்டேன். பல ஆண்டுகள் எங்கள் குடும்பத்தின் துணையில் இளைப்பாறி யிருந்தமைக்கு நன்றி துறந்து கடைசியில் சாமா சண்டை போட்டுக் கொண்டு என் பெற்றோரை வசை பாடிவிட்டு விலகினார். அவர்கள் காலம் முடியும்வரையில் அவரை நான் மறுபடியும் சந்திக்கவில்லை. அதன் பிறகு அவர் அவ்வப்போது என்னைச் சந்திக்க ஆரம்பித்தார். வேலை செய்ய வணங்காத சோம்பலுடன் தம் உடன்பிறந்தோரில் பலருடைய குடும்பங்களை அண்டி வாழ முற்பட்டு ஒவ்வொரு இடத்திலும் சண்டை போட்டு அவர்கள் அதிருப்திக்குப் பாத்திரமாகி வருவதால்தான் மெள்ள என்னுடன் பிணைந்துவிட எண்ணி இப்படி

மீண்டும் தொடர்பை மேற்கொள்கிறார் என்பதைப் புரிந்துகொண்ட நான் அவரிடம் எச்சரிக்கையாகவே நடந்துகொண்டு வந்தேன்.

அதன் பிறகு நிகழ்ந்தவைகளை அவர் அன்று, சைனா பஜாரில் பிச்சைக்காரர்களைப் பொறாமையோடு பார்த்துக்கொண்டிருக்கையில் நான் சந்தித்த தினம், என்னிடம் கூறினார்.

உடன்பிறந்த அனைவரும் அவரை முடிவாக ஒதுக்கிவிட்டனர். அதற்கு அவருடைய இயல்பே காரணமாக இருந்திருக்கும் என்பதில் ஐயமில்லை. கடைசியாகத் தம் மூத்த சகோதரனின் பேரன் ஒருவனின் குடும்பத்தோடு வசிக்கலானார். ஓரளவு அவரிடம் ஒட்டியிருந்தவன் அவன். ஆனால் நாளடைவில் அவனும் அவருடைய இருப்பை ஒரு சுமையாக உணரலானான். அவருக்குச் சோற்றுடன் வசை கிடைத்தது. பிறகு அதுவும் அதிகப்படியென்று கருதப்பட்டது. "நானும் ஏழை தானே? என் பெண்டாட்டி பிள்ளைகளை நான் காப்பாற்ற வேணாமா? ஒரு வேலையும் செய்யாமல், பைசாக் காசு சம்பாதிக்கத் துப்பில்லாமல், நீங்க இப்படி வந்து உட்கார்ந்துட்டால் நான் மட்டும் என்ன செய்யறது?" என்று பேரன் முடிவாகத் தீர்ப்புச் செய்துவிட்டான். மாதத்தில் பாதி நாட்கள் அவர் தெருத் தெருவாகச் சுற்றுவார். வீடு திரும்பும் நாட்களில் சில சமயம் இடிசோறு கிடைத்தாலும் கிடைக்கும். சில சமயம் பட்டினிதான்.

கைத்தாங்கலாக அவரைப் பிடித்துக்கொண்டு காரில் ஏற்றிப் போய் ஓர் ஓட்டலில் முதலில் வயிறாரச் சாப்பாடு வாங்கிக் கொடுத்தேன்.

"இருக்க இடமில்லை. அநாதை நாய் மாதிரி தெருவிலே அலையறேன்" என்று அவர் அழுதார்.

அதன் பொருள் எனக்குத் தெரியும். ஆனால் நான் என் வீட்டில் சேர்த்துக்கொண்டுவிட்டால் சிறிது காலம் ஒழுங்காக நடந்துகொள்வார். உடலில் சதை பிடித்ததும் உள்ளத்தில் கறை படியும். என் தந்தையிடம் அவர் காட்டிய 'விசுவாசம்'தான் என்னிடமும் காட்டுவார். குடும்பக் கலகங்களினால் என் அன்னை கண்ணீர் சிந்தியதுபோல் என் மனைவி சிந்துவாள். வறுமை வடித்திருந்த பணிவு இது. இதனால் பித்தளை பொன்னாகிவிடாது.

"ஒண்ணும் கவலைப்படாதீர்கள் சாமா. நான் மாசா மாசம் ஐம்பது ரூபாய் தரேன். அதைக் கொடுத்துண்டு உம்முடைய பேரன் கிட்டயே இரும். பணத்தை வாங்கிண்டு சோறு போட யாரும் மறுக்க மாட்டார்கள். உம்முடைய கஷ்டம் தீர்ந்தது" என அன்று நான் ஏற்பாடு செய்தபோது அவர் அப்படியே என் கால்களைப் பிடித்துக் கொண்டுவிட்டார். கணப்பொழுது திகைத்து நான் அவரைப் பிடித்து நிமிர்த்துகையில் என் கண்களில் குப்பென்று ஈரம் சுரந்துவிட்டது.

இருவரும் உணர்ச்சிவச நிலையைத் தாண்டி வந்த பிறகு நான், "அதுக்காக அடிக்கடி நீர் என் வீட்டுக்கு வரவேணாம். மாசாமாசம் முதல் தேதி வந்து பணத்தை வாங்கிண்டு போனால் போதும்" என்றேன்.

முதலில் பணத்துக்காக மட்டும் வந்துகொண்டிருந்தார். பிறகு அடிக்கடி தலை காட்டலானார். "வந்து..." என்று இழுப்பார்.

"என்ன?" என்பேன், இந்த அதிகப்படி தொடர்பை விரும்பாமல்.

"துணியெல்லாம் கிழிஞ்சுபோச்சு."

"வந்து, செருப்பு இல்லாம நடந்து கால் புண்ணாகறது..."

"வந்து, நாலு நாளாய் ஜுரம். பேரன் டாக்டருக்காகச் செலவு செய்ய மாட்டேங்கறான்..."

இது போன்ற அவசியங்களுக்கு நான் உதவாமல் இருப்பதில்லை. அதில் பாதிதான் முறையாகச் செலவாகும்; பாதி சினிமாவுக்கோ வெற்றிலைக்கோ காணிக்கையாகும் என்று ஒரு பயம் இருந்தாலும் நான் அதிகமாய்க் கவலைப்படவில்லை. ஏதோ, வயதான ஜீவன். இருக்கிறவரையில் திருப்தியாக இருந்துவிட்டுப் போகட்டும். என் வீட்டில் வந்து உட்கார்ந்துவிடாதிருந்தால் சரி.

இதையெல்லாம் நான் ஹரியிடம் சொல்லி முடித்துவிட்டு, "அவருக்கு வேண்டியதையெல்லாம் நான் கவனிச்சுண்டு வரபோது சும்மாச் சும்மா இங்கேயே ஏன் வந்து சுத்தறார்னு எனக்குக் கோபம் தான் வரது. இதுக்கெல்லாம் நாம் இடம் கொடுக்கக்கூடாது. நீயும் சம்பாதிக்கிறவன் என்கிறதாலே நீ ஊரிலேருந்து வருகிற விஷயத்தைத் தெரிஞ்சுண்டு உன்னை வேறு வந்து தொந்தரவு செய்யக் கிளம்பிட்டாரே, அந்த மனப்பான்மையைப் பார்" என்றேன்.

"போறார் விடுங்கள்."

"அதுக்கில்லை ஹரி. எனக்கு மட்டும் கருணை இல்லைனு நினைக்காதே..."

"நீங்க அவருக்காக இத்தனை செய்யறபோது நான் எப்படியப்பா அந்த மாதிரி நினைக்க முடியும்?"

"அந்த ஆள் நல்லவரோ பொல்லாதவரோ, ஒரு மனுஷப் பிறவி பட்டினி கிடந்து சாகறதைப் பார்த்துண்டிருக்கிறது தப்பு. அந்த அளவுக்கு நான் கடைசி வரைக்கும் அவருக்கு உதவி செய்யத் தயார். ஆனால், இரக்கம் ஒருவனை முட்டாளாய்ச் செய்ய வேண்டிய அவசியமில்லை. அவர் அழுகைக்கெல்லாம் ஏமாந்து நான் அளவுமீறிச் சலுகை கொடுத்தால், அதைத் துருபயோகம் செய்துக்கக்கூடிய மனுஷன் அவர். அதைத் தெரிஞ்சு நாம் கருணையோடு கண்டிப்பாகவும் இருக்கறதுதான் சரி. நீயும் அதை ஞாபகம் வச்சுண்டே அவர்கிட்டப் பழகு. பணம் கொடுத்து ஊக்காதே. அடுத்து "வீட்டிலேயே வந்து இருக்கேனே" அப்படின்னு ஆரம்பிப்பார்" என்றேன்.

○

நான்கு நாட்கள் கடந்தன. ஐந்தாம் நாள் காலை என்னிடம் வேலையாள் செய்தித் தாளைக் கொடுத்தபோது, "சாமா ஐயர் விடிகாலையிலேருந்து வந்து காத்துகிட்டிருக்காரு" என்றான்.

"என்னவாம்?"

"தெரியலே."

"கேட்டுண்டு வா."

அவன் வாசலுக்குப் போய் வந்தான். "ஒண்ணுமில்லையாம். ஐயாவைக் கொஞ்சம் பார்க்கணுமாம்."

"இப்போ முடியாதுன்னு சொல்லு."

சிறிது நேரத்துக்குப் பிறகு நான் வாசல் வராந்தாவுக்குச் சென்ற போது அப்போதும் பெஞ்சிமீது தலை குனிந்து காத்து உட்கார்ந்திருந்த அழுக்கு வடிவத்தைக் கண்டதும் எனக்குக் கோபம் வந்தது.

"இன்னுமா நீர் போகலே?"

"இல்லை, வந்து..." மரியாதைப் பாங்கில் எழுந்து நின்ற தொள தொளத்த உருவம். நேராக என்னைப் பார்க்க அஞ்சி அங்குமிங்கும் சுழல்கிற பார்வை. அதற்கு ஜோடி சேர்கிற ஓர் அசட்டுப் பதற்றமுள்ள அரைச் சிரிப்பு. அந்த மிதமீறிய பரிதாபக் கோலம் என் ஆத்திரத்தைப் பின்னும் வளர்த்தது. பரிதாபமும் இவருக்கு ஓர் ஆயுதமா?

"என்ன வேணும்?"

"ஒண்ணுமில்லை ... ஹரி..."

"ஹரியை இப்போ நீங்க பார்க்க முடியாது. சிநேகிதர்களோடு வெளியே போகப் போறான்."

"அதுக்கில்லே... ஒண்ணுமில்லே..."

"ஒண்ணுமில்லேன்னா போய்ட்டு வாரும். முதல் தேதி பணம் வாங்கிக்க வந்தால் போதும்."

அவர் தலை குனிந்திருந்தது. மேலேறும் வெயிலில் உச்சந்தலையின் வழுக்கை வேர்த்தது.

"குளிச்சு எத்தனை நாளாகறது?"

அவர் திடுக்கிட்டாப்போல் நிமிர்ந்தார்.

"எத்தனை தடவைதான் சொல்றது? நான் கொடுக்கற பணம் எதுவும் சோப்போ டூத் பேஸ்டோ வாங்கறதுக்காகச் செலவாகறதாய்த் தெரியலே."

"இல்லையே... வாங்கறேனே..."

குரல்கூட அழுக்காகத்தான் தோன்றியது.

அதன் பிறகு பல முறைகள் அவர் வந்தார். ஒரு சமயம் மாடி ஜன்னல் வழியாகப் பார்த்துவிட்டு நான் வீட்டில் இல்லை என்று சொல்லி அனுப்பினேன். வேறொரு நாள் ஹரியும் நானுமாக

தனிமைத் தளிர்

மோட்டாரில் சென்றுகொண்டிருந்தபோது வீதி வளைவில் அவர் வருவதைப் பார்த்துவிட்டுப் பாராதவன் போல் ஓட்டிச் சென்று விட்டேன். என் மோசடி என்னையே சிறுமையுறுத்த, அவ்வாறு நான் சிறுமைப்பட வேண்டிய ஓர் அவசியத்தை ஏற்படுத்திவிட்டதற்காக அவர் மீது என் சினம் மேலும் வளர்ந்தது. இப்போதெல்லாம் அவர் ஹரியைச் சந்திக்கச் செய்த முயற்சிகளே அதிகம். அதில் அவர் வென்றுவிடாமல் மிகவும் கண்காணிப்பாக இருந்தேன்.

"ஹரி!"

அவர் குரல். திரும்பிப் பார்த்தேன். காம்பவுண்டுக்குள் எப்போது வந்து நின்றிருந்தார் அவர்? பாதங்களில், நான் அண்மையில் வாங்கித் தந்திருந்த புதுச் செருப்புகள். அச்சமயம் வெளியிலிருந்து வாயிலுள் நுழைந்துகொண்டிருந்த ஹரியை நோக்கி அவர் ஆவலாக முன்னேறிய வாறிருந்தார். ஹரியும் புன்னகையுடன் "என்ன ஸார், சௌக்கியமா?" என்றான்.

"ஓ, எனக்கென்ன! அங்கே... அங்கேயும் சௌக்கியந்தானே?"

"நீ சௌக்கியமான்னு கேளுங்க ஸார்! எனக்கு மரியாதை போடணுமான்னு இன்னுமா உங்களுக்குச் சந்தேகம்?"

சாமா அசடு வழியச் சிரித்தார். "வந்து..."

"சாமா!" நான்தான் அழைத்தவாறு அங்கு சென்றேன். "ஹரி இப்போத்தான் வெளியிலேருந்து வந்திருக்கான். உள்ளே வந்து ஏதாவது சாப்பிட்டு இளைப்பாறட்டும். நீர் இன்னொரு சமயம் வாரும்."

சாமா அசையவில்லை.

"நான் சொல்றது காதிலே விழறதோ?" சொற்களுக்கு முனை இருந்தால் நிச்சயம் அவர் மீது காயம் படிந்திருக்கும்.

"வந்து..."

"வந்து?"

"இன்னொரு சமயம்னா... எப்ப வரலாம்? அவர்... அதாவது ஹரி எப்ப ஊருக்குப் போறாப்பலேயோ?"

"அடுத்த ரெண்டாம் தேதி போறான்." சாமா சென்றுவிட்டார்.

"ஏம்ப்பா அப்படிச் சொன்னீங்க?" என்று கேட்டான் ஹரி.

"நீ இந்த மாசம் இருபத்தேழாம் தேதியே போறது தெரிஞ்சால் அதுக்குள்ளே வந்துடுவாரே! இப்போன்னா ஒருவேளை ரெண்டு நாள் தள்ளி வரலாம். அதுக்குள்ளே நீ ஊருக்குப் போயிருப்பே."

அவன் யோசனையோடு சீட்டியடித்தான்.

"அப்புறம் ஏதாவது பணம் கொடுத்தியா அவருக்கு?"

"நீங்கதான் எங்களைச் சந்திக்கவே விடவில்லையே!" ஹரி சிரித்தான்.

“குட். உனக்கு ஒண்ணும் தெரியாது. எதுக்கும் இன்னொண்ணும் சொல்லிவைக்கறேன். அப்படி ஒருவேளை என்னையும் மீறி அவர் உன்னை எப்படியாவது தனியாய்ப் பார்த்து ஊரில் உன் அட்ரெஸ் கிட்ரெஸ்னு ஏதாவது கேட்டார்னா கொடுத்துடாதே.”

நான் எத்தனை கவனமாக இருந்துதான் என்ன? கடைசியில்...

ரயில் நிலையத்தின் கூட்டத்திடை ஹரியோடு நின்றிருந்தேன். என் கைப்பிடியில் அவன் தோள். என் கண்களில் அவன் உருவம். என் நெஞ்சில் அவனுக்காகத் தளும்பும் கசிவு.

“போய்ட்டு வாடா ராஜா! மறுபடியும் எப்போ லீவு கிடைக்கும்?”

என் மனைவி அவனிடம் “உடம்பைப் பார்த்துக்கோப்பா ஹரி. ஊருக்குப் போய்ச் சேர்ந்ததும் தந்தி கொடு” என்றாள்.

“ஓட்டல் சாப்பாடு ரொம்ப மோசமாய்ட்டால் உன் சிநேகிதன் கிட்டயே பணம் கொடுத்துச் சாப்பாட்டுக்கு ஏற்பாடு செய்துக்கோ.”

“ஒண்ணும் கவலையே படாதீங்கப்பா. நான் என்னை நன்றாய்க் கவனிச்சுப்பேன்” என்றான் ஹரி.

“இந்தத் தடவைதான் ஒரு இடமும் சரிப்பட்டு வரலே. அடுத்த தரம் வர போதாவது ஒரு பெண்ணின் கழுத்திலே மூணு முடிச்சுப் போட்டு, கூட அழைச்சுண்டு போ.”

“எதுக்கும்மா? அப்புறம் நீ விதவிதமாய்ப் பட்சணமும் பழமும் கொடுத்தனுப்பறது நின்னுபோயிடுமே!”

“பழம் என்றதும் ஞாபகம் வரது. மலைப்பழச் சீப்பை வீட்டிலேருந்து எடுத்துண்டு வந்தோமோ? சாமான்களோடு அதைக் காணோமே?” என்றாள் என் மனைவி.

“இரு, நான் பார்க்கறேன்” என்றவாறு நான் அவனுடைய பெட்டி படுக்கைகளிடையே தேடினேன். என் மனைவி தேன்குழலும் வெல்லச் சீடையும் வைத்து மூடியிருந்த அலுமினிய டப்பா இருந்ததே தவிர, வீட்டில் அதனுடன் வைத்திருந்த பழங்களைக் காணவில்லை.

“விட்டுப் போய்ட்டாப்பலே இருக்கு. இங்கே காணோம்” என்றேன்.

“அடடா! நல்லதாய் அவனுக்குன்னு பொறுக்கி வாங்கினேனே! ஆள் எடுத்து வைக்க மறந்துட்டான்போலிருக்கு.”

“அதுக்கென்ன, இதோ போய் இங்கேயே பார்த்து வாங்கிண்டு வரேன்” என்றேன்.

“வேணாம்ப்பா! இப்போ வாழைப்பழம் இல்லாட்டா என்ன முழுகிப் போச்சு? இங்கேயே பேசிண்டிருங்களேன் ரயில் கிளம்பற வரைக்கும்” என்றான் ஹரி.

“இன்னும் நேரம் இருக்குடா ராஜா! இதோ போய்ட்டு உடனே வந்துடறேன், நீ அம்மாவோடு பேசிண்டிரு.”

“வாழைப்பழத்துக்காகப் போய் . . .”

“இருக்கட்டும்டா! ஏதோ நீ அதை எடுத்துண்டு போய் வழியிலே சாப்பிட்டால் எங்களுக்கு ஒரு திருப்தி.”

அவன் தோளைத் தட்டிக்கொடுத்துவிட்டுக் கூட்டத்தில் வழுக்கிய வாறு வெளியே வந்தேன். அவன் ஊருக்குக் கிளம்புமுன் அவனுக்காக வென்று ஒரு செயல் இயற்றுவதில்தான் எத்தனை இனிமை!

ஸ்டேஷனில் பழைய சரக்குத்தான் இருந்தது. கட்டடத்துக்கு வெளியே சிறிது தொலைவில்தான் கடைசியில் நல்ல பழங்கள் கிடைத்தன. ஒரு டஜன் வாங்கிக்கொண்டு உள்ளே விரைந்து திரும்பிய போதெல்லாம் தாமதம் செய்துவிட்டேனோ என்ற பதைப்புத்தான். மனித, வாகன நெரிசலிடை எதிர் நீச்சல் போட்டுக்கொண்டு இரண்டு தரம் போர்ட்டர்கள்மீது இடித்து மன்னிப்புக் கேட்டுக்கொண்டவாறே ரயில் நின்றிருந்த இடத்தை நோக்கிச் சென்றேன். “இதோ கிடைச் சுடுத்து! நல்ல பழம்தான்” என்று கூவிய என் குரலை அந்தத் தொலைவில் ஸ்டேஷனின் பேரொலிகள் விழுங்கிவிட்டன. அவசரமாக முன்னேறினேன்; நின்றுவிட்டேன்.

அத்தனை வகையினரான ஜனங்களிடை அந்த நெருங்கலான வடிவம் தனிப்பட்டு நிற்பதுபோல் என் பார்வையை அறைந்தது. பை பையாகத் தொங்கும் முதிய தோல். வழுக்கை மண்டை, பழுப்பேறிய புன்னகை, அழுக்கு உடைகள். கணுக்கால் வேட்டிக்குக் கீழே செருப்பணிந்த, வெடிப்புற்ற பாதங்கள். யாராவது ஊருக்குக் கிளம்பும் செய்தியென்றால் தெரிந்தவர்களின் மூலம் எப்படிப் பலரிடையே பரவிவிடுகிறது! இவர் எவ்வளவு நேரமாக நின்று இந்த அசட்டுப் பிள்ளையை வசியம் செய்கிறாரோ? நான் ஏன் இங்கிருந்து போனேன்?

என் மனைவி சற்றுத் தள்ளி யாரோ தெரிந்தவர்களுடன் பேசிக் கொண்டிருந்தாள். சாமாவோ ஹரியோ என்னைப் பார்க்கவில்லை. ஏதோ ஒரு மேடையை இந்த இருவருக்காக ஒதுக்கிவிட்டிருப்பதைப் போல் பளிச்சென்ற ஒரு தனி அமைப்பாக அந்த ஜோடி என் கண்களில் பட்டது.

சாமா அவனைப் பார்த்து வாயசைத்தார். “வந்து . . .” சங்கடத்துடன் தத்தி ஓடுகிற பார்வை. குழைந்து நிற்கும் முக பாவம். ஏதோ தயவுக்கு எதிர்நோக்கிக் கூழைக் கும்பிடு போடும் ஒரு மிகையான கலவரப் புன்னகை. முகத்தை நேராகப் பார்க்க முடியாமல் தவிக்கும் மன நிலையிலே இழையும் ஒரு பரிதாபம்.

அப்போது என்னுள் சீறி எழுந்த கோபத்தை என்னவென்று சொல்வேன்! “என்ன ஐயா, யாசகம் கேட்பதே வேலையாய்ப் போச்சா உமக்கு? நான் ஒருவன் இருக்கறபோது அவன் உயிரையும் ஏன் எடுத்துத் தொலைக்கிறீர்?” என்று கூவியதாக எண்ணினேனே தவிர அச்சொற்கள் என் மனத்தில் மூண்ட கோப நிழல்கள்தாம் என்றும் அவற்றை வெளியிட முடியாமல் சினம் என்னை அக்கணம் ஊமை யாக்கித் திணறவைத்துக் கொண்டிருந்தபோது, “போய்ட்டு வரேன்,

சாமா ஸார்! உடம்பைப் பார்த்துக்குங்க" என்று ஹரி சொல்லிக் கொண்டிருந்தான்.

"என் உடம்புக்கென்ன... நான் கிழவன். ஹரி அடுத்த தரம் வரபோது நான் உயிரோடு இருக்கிறேனோ, இல்லையோ..."

"என்னை 'நீ'ன்னே சொல்லுங்களேன்! எனக்கெதிரேயே என்னை ஹரின்னு குறிப்பிடணுமா?"

"மரியாதை தரணுமில்லையா?"

"எனக்கு என்ன ஸார் மரியாதை? உங்க பேரனுக்குச் சமானம் நான்."

"இருக்கட்டும்... வந்து... எனக்கு ரொம்ப நாளா ஒரு ஆசை..."

"என்ன?" ஹரி தன் நிஜார்ப் பையில் கைவிட்டான். பர்சை எடுத்துக் கேட்டதைத் தரலாமென்ற அவன் எண்ணத்தைப் புரிந்து கொண்டேன்.

ஆத்திரத்துடன் நெருங்கிக்கொண்டே இருந்தவன் அவர் மேலே பேசப் பேச அசையாமல் உறைந்துவிட்டேன்.

"உங்கப்பா... உங்கப்பாவை நான் சைனா பஜாரில் பார்த்த தினத்தை என்னாலே மறக்கவே முடியாது... உயிரை விட்டுடலாமான்னு அன்னிக்கு நான் யோசிச்சுண்டிருந்தேன், அப்போ உங்கப்பா தெய்வம் மாதிரி வந்து எனக்கு ஒரு ஏற்பாடு செஞ்சு காப்பாத்தினார்... என் ஆயுள் வரைக்கும் அதை மறக்க முடியாது. அவர்தான் நான் கும்பிடற தெய்வம். அவர் இல்லேன்னா நான் எப்பவோ அநாதைப் பிணமாய்... இந்த உயிர் அவர் கொடுத்தது. அவருக்கு நன்றி சொல்றாப்பலே... சின்னதாய் ஏதாவது... ஆனால் அதெல்லாம் அவருக்குப் பிடிக்காதுன்னு தெரியும்..."

சாமா அழுக்கு வேட்டியின் நுனியில் முகத்தைத் துடைத்துக் கொண்டார்.

"அப்பத்தான் ஹரி ஊரிலேருந்து வரப் போறதாகக் கேள்விப் பட்டேன்... பிள்ளைக்கு ஏதாவது செஞ்சு அப்பாகிட்ட இருக்கிற நன்றியைக் காட்டலாமில்லையா? அதுதான் ஹரிக்கு என்ன பிடிக்கும்னு அவரைக் கேட்கலாம்னு பலதடவைப் பார்த்துப் பேச முயற்சி பண்ணினேன்... முடியலே... அப்புறம் ஹரிகிட்டயே கேட்கலாம்னா, அதுவும் முடியலே... இன்னிக்கு ஹரி ஊருக்குப் போறதனாலே... அடுத்த தடவைக்கு நான் உயிரோடு இருக்கேனோ, இல்லையோ? சின்னதாய், என் நன்றிக்கு ஒரு சின்ன அடையாளமாய், நானாக ஏதானும் வாங்கி வந்து... ஒருதடவையாவது நான் கை நீட்டறவனா யில்லாமல் கொடுக்கறவனாயிருக்கணும்... எல்லாம் உங்க அப்பாவின் பணம்தான். இருந்தாலும் ஏதோ சின்னதாய்... ஹரிக்கு என்ன பிடிக்குமோ தெரியாது. இது முந்தி பிடிக்கும். குழந்தையாயிருந்தபோது, இப்போ எப்படியோ! இருந்தாலும்... வாங்கிக்கணும்... மாட்டேங்கப் படாது..."

தயவுக்கு இறைஞ்சும் அதே முகபாவத்துடன் அவர் அழுக்குச் சட்டைப்பைக்குள் கைவிட்டு ஒரு சிறு காகிதப் பொட்டலத்தை எடுத்தார். அதை அவன் கையில் திணித்துவிட்டு அச்சத்துடன் இங்குமங்கும் பார்த்தவாறே ஓர் அசட்டுச் சிரிப்புடன் அங்கிருந்து விரைந்து ஏகினார். நான் வந்துவிடப்போகிறேனோ என்ற பயமா? ஒருகணம் திகைத்து நின்ற ஹரி பிறகு உரக்க "போய்ட்டு வரேன் ஸார்!" என்று கத்தியது நிச்சயமாக அவர் காதில் விழுந்திருக்காது. அந்த நெருங்கலான வடிவம் கூட்டத்திடை மறைந்துவிட்டது.

என் பாதங்கள் இரும்பாகக் கனத்தன. மெள்ள நடந்து ஹரியின் முன்னே சென்று நின்றேன். அவன் என்னை மௌனமாக உற்றுப் பார்த்தான். அந்தப் பார்வையைத் தாளமுடியாமல் அவமானத்தில் நான் தலைகவிழ்ந்தபோது என் கண்கள் சரிந்த இடத்தில் அவனுடைய கைகளில் பிரித்திருந்த காகிதப் பொட்டலம் தென்பட்டது.

அதில் நான்கு வாதாங்கொட்டை மிட்டாய்கள் இருந்தன.

***சுதேசமித்திரன் தீபாவளிமலர்*, அக்டோபர் 1968**

இது பெரிது

நோவு நீங்கி, களைப்பில் இதமுற உறங்கும் முகம். அதைச் சிறிது நேரம் நீர் மல்கும் கண்களுடன் பார்த்துக்கொண்டிருந்த வேதம் 'சட்'டென்று திரும்பிக்கொண்டாள். தாயின் கண்ணே படும் என்ற சிறு நினைப்பு உள்ளே உறுத்தியது. எத்தனை அச்சமும் கவலையும் கண்ணீரும் அஞ்சலியாகச் சென்ற பின் கிடைத்த பிச்சையென அவன் உயிர் மீண்டும் கிடைத்திருக்கிறது!

உடல் முழுதும் முள் எழும்பி நிற்கும் உணர்வு பரவியது. அவள் குனிந்து தன் கரங்களைப் பார்த்துக்கொண்டாள். ஊசி பாய்ந்த தடம். அவள் காட்டிய பாசத்தின் முத்திரை கோபுவின் உயிர் ஊசலாடிக்கொண்டிருந்தபோது அவன் நாளங்களுள் செலுத்த அவள் தன் உதிரத்தை ஈந்த அடையாள இடம். நல்லவேளையாக அவள் ரத்தம் 'ஓ' வர்க்கத்தைச் சேர்ந்ததாக இருந்தது. அதை யாருக்கும் தரலாமாதலால் அந்த நெருக்கடி நிலையில் தன் மகனுக்கே தந்து அவனுக்கு இரண்டாம் முறையாக உயிர் அளிக்கும் பேறு பெற்ற தாய் அவள்.

கோபு விழித்துக்கொண்டான்.

"எப்போம்மா வந்தே?"

"வழக்கம் போல் அஞ்சு மணிக்குத்தான். எப்படிடா இருக்கே ராஜா?" நாற்காலியை அருகில் போட்டுக்கொண்டு அவன் தலைமுடியை மெல்லக் கோதினாள். "இன்னிக்கு எப்படி இருக்கு?"

"தெம்பாய்த்தான் இருக்கும்மா."

"நீ வீட்டுக்கு வந்தப்புறம் ஒரு தடவை திருப்பதிக்குப் போய்ட்டு வரணும்டா ராஜா. நீ பிழைச்சால் உன்னைக் கூட்டிண்டு ரெண்டு பேருமாய் நடந்தே மலைக்கு வரோம்னு வேண்டிண்டேன்."

"ஜமாய்ச்சுடலாம்!"

"எல்லாம் அந்தத் தெய்வம் இட்ட பிச்சைதான்."

"இல்லையில்லை, இந்தத் தெய்வம் கொடுத்ததாக்கும்!" – அவன் புன்னகையுடன் அவளைச் சுட்டிக் காட்டினான். "தெய்வம் மாதிரியான நீ எனக்காகத் துடிச்சபோது எமன்கூட எப்படிம்மா என்கிட்டே வருவான்?"

அவன் சிரித்துக்கொண்டே பேசினான். அந்தச் சொற்களுக்கு அர்த்தமே தேவையில்லை. உள்ளம் நெகிழ்ந்த கசிவுக்கு ஒரு வடிவம் அவை.

"இந்தா, ஆரஞ்சு வாங்கிண்டு வந்தேன். உரிச்சுத் தரட்டுமா?"

உரித்து உரித்து அவன் வாயில் போடுகையில் மனம் பூரித்தது. மகனுக்காகச் செய்யும் ஒவ்வொரு சிறு பணியும் இன்பத்தின் ஒவ்வொரு புது அர்த்தம்.

"நீயும் சாப்பிடும்மா!"

"எனக்கெதுக்குடா! நீதான் உடம்பு சரியில்லாம இருக்கே."

"ஒரே ஒரு சுளை சாப்பிடுவயாம், ஏம்மா? ப்ளீஸ்! என் தங்க அம்மா இல்லே?" – பதினெட்டு வயதானவன் பச்சைக் குழந்தையாய்க் கொஞ்சினான். அதை அவளால் எப்படி மறுக்க முடியும்!

"சங்கர் கூட மூணு ஆரஞ்சு கொண்டு வந்தானம்மா! நான் ஒரு பழத்திலே பாதி சாப்பிட்டுட்டு மீதியை நர்ஸ்கள், ரூம் பெருக்கற பையன், எல்லோருக்குமாய்க் கொடுத்துட்டேன்."

"சங்கர் வந்திருந்தானா என்ன?"

"ஆமாம், மத்தியானம்."

"ஆபீஸ் இல்லையா?"

"காலையிலே கொஞ்சம் காய்ச்சலாய் இருந்துதாம். லீவு போட்டா னாம். மத்தியானத்துக்குள்ளே தேவலையாயிடுத்தாம். என்னை வந்து பார்க்கலாம்னு தோணித்தோம்."

"ஏதோ அதுவரைக்கும் உன் ஞாபகம் இருந்துதே."

"சங்கர் எப்பவுமே என்கிட்டே ஆசையாய்த்தானேம்மா இருந் திருக்கான்?"

"யார் இல்லேன்னா இப்போ?"

"உன்கிட்டக் கூட அவனுக்கு ரொம்பப் பிரியம்தான், இல்லையா?"

"நான் மட்டும் அவன்கிட்ட சரியாய் நடந்துக்கலையா என்ன? ஒவ்வொருத்தி, மூத்தாள் குழந்தைகளை என்னமாய் ஆட்டி வெக்கறா! நான் பயந்து பயந்துதான் நடந்துண்டு வந்தேன் எப்பவுமே."

"சங்கர்கிட்ட யார் எதுக்காகப் பயப்படணும்? அவன்தான் நல்லவனாச்சே!"

என்ன இருந்தாலும் ரத்தத் தொடர்பு. அது பேசாமல் விடுமா? வேதம் தம் மாற்றாள் மகனை வெறுக்கவில்லைதான். எனினும் இவன் இந்த உடல்நிலையில், பெற்றவளின் பாசத்தை அருகில் சுவைத்துக்கொண்டிருக்கும் கனிந்த பொழுதில், இப்படி அவனுடைய புகழ்பாடுவதைக் கேட்டபோது சிறிது எரிச்சலாகத்தான் இருந்தது.

“சரிடா, ரொம்பப் பேசி அலட்டிக்காதே. அப்புறம் களைப்பா யிருக்கும். பழம் பிடிச்சிருக்காடா, ராஜா?”

கோபு பதில் கூறவில்லை.

“ஏன், பிடிக்கலையா?

“பிடிச்சிருக்கும்மா! ஆனா நீதானே என்னைப் பேசக் கூடாதுன்னே?”

“போடா, போக்கிரி!” அவள் அவனுடைய நெற்றியை மெல்லத் தடவிக்கொடுத்தாள்.

“ஆரஞ்சு சாப்பிட்டுச் சாப்பிட்டு அலுத்துப் போச்சும்மா. ஆப்பிள் தின்னணும் போலிருக்கு. நாளைக்கு வரபோது வாங்கிண்டு வரயா?”

“ஓ, கட்டாயம். ஏண்டா கண்ணா முன்னாடியே சொல்லல்லே? நான் இன்னிக்கே வாங்கிண்டு வந்திருப்பேனே!”

“அது போகட்டும்மா; சங்கர் சொன்னான் . . .”

“உனக்கு வேற வேலையில்லையா?”

“ஓகே. நான் சொல்லலே.”

“சரி சரி, சொல்லி முடி. உனக்கேன் அந்தக் குறை!”

“ ‘டே கோபு, உனக்கு ஒரு மன்னி வரப் போறாள்டா!’ன்னு சொன்னான், நிஜம்மாவாம்மா?”

சங்கரின் திருமணத்துக்காக அவன் தாய்மாமன் விசாரித்துக் கொண்டிருந்தார். சென்ற வாரம் வேதம் சங்கரிடம் கேட்டபோது, அவன், தன் மாமா இரண்டு இடங்களை நல்ல சம்பந்தமென்று தேர்ந்திருப்பதாகக் கூறியிருந்தான்.

“ஆமாம். ஏதோ ரெண்டு நல்ல இடம் இருக்காம். பெண் பார்த்து மத்த விஷயங்களையும் பேசி, ரெண்டிலே ஒண்ணை நிச்சயம் பண்ணுவார்கள்.”

“அவன் கல்யாணத்துக்குள்ளே எனக்குப் பூரா சரியாயிடாது அம்மா?”

“ஆயிடும்டா கண்ணே!” அவள் நாத் தழுதழுத்தது.

அவ்வப்போது வந்து பார்த்துச் சென்றுகொண்டிருந்த பணிப்பெண், மாலை ஐந்தரை மணிக்கு நோயாளிக்குப் பாலும் ரொட்டியும் எடுத்து வந்தாள். கோபு தூங்கிவிட்டிருந்ததால் அந்தத் தாமதம். பிறகு வைத்தியர் வந்து பரிசோதித்தார். “நீங்க கவலையே பட வேணாம்மா!” என்று தினம் போல அவர் கூறிய உறுதி மொழி, வேதத்தின் நெஞ்சில் தண்மையாக இறங்கியது. சில நாட்களாக அவள் தன் உடம்பில் உணர்ந்து வந்த இலேசான சோர்வும் பலவீனமும்கூட மறந்துவிட்டது. அவர் சென்ற பின் அவள் மறுபடியும் உட்கார்ந்துகொண்டாள்.

அந்திப் பொழுது மயங்கிக் கொஞ்சம் கொஞ்சமாய் இருட்டிக் கொண்டு வந்தது.

மீண்டும் பணிப்பெண் வந்து நோயாளிக்கு உணவளித்து, தேவைகளைக் கவனித்துவிட்டுச் சென்றாள். வேதம், தான் கொணர்ந்திருந்த டிபன் அடுக்கிலிருந்து தன் இரவு உணவை எடுத்து உண்ட பின், ஜமுக்காளத்தைத் தரையில் விரித்துக்கொண்டாள். கடன் வாங்கியேனும் அவனை 'ஸ்பெஷல் வார்'டில் சேர்த்திருந்ததால் இரவில் அவனோடு தங்க முடிந்தது. கோபுவின் உடல்நிலை கவலைக்கிடமாக இருந்தபோது அவள் அல்லும் பகலும் ஆஸ்பத்திரியிலேயே கழித்தாள். இப்போது பத்து நாட்களாகத்தான், கோபு நன்கு முன்னேறத் தொடங்கிய பின், அந்த நியமம் மாறியது. அநுதினம் மாலையில் வந்து இரவு அங்கு படுத்திருப்பாள். பொழுது விடிந்ததும் மகனின் முகத்தை நோக்கி உள்ளத்தை நிறைத்துக்கொள்வாள். அது சூரிய தரிசனம். பிறகுதான் வீட்டுக்குப் புறப்படுவாள்.

மறுநாள் காலை அவள் வீடு சேர்ந்து, இல்லத்துப் பணிகளை முடித்துக் கொண்டு கூடத்தின் பழங்கால மெத்தை நாற்காலியில் உட்கார்ந்து, சோர்வுடன் சாய்ந்துகொண்டபோது கண்கள் எதிர்ச் சுவரில் மாட்டியிருந்த படங்கள் மீது சென்றன. நான்கிலுமே, இறந்து போனவர் இடம்பெற்றிருந்தார். பெரிதாக்கி நடுநாயகமாய் விளங்கியது அவர் தனி வடிவம். இப்போதுகூட அவளால் அதைக் கண்களில் கசிவு இல்லாமல் பார்க்க முடிவதில்லை. இன்னொரு படத்தில் அவரும் அவளும், மூன்றாம் படத்தில் அவ்விருவரிடையே கோபு தோன்றியிருக்கிறான். நான்காம் படத்தில் பெருமித முகத்துடன் நடுவில் தந்தை, வலக்கைப் பிடியில் ஒரு வயதுக் குழந்தை கோபு, இடக்கையின் அணைப்பில் எட்டு வயதுப் பையன் சங்கர்.

சங்கர்!

சிறிது நேரம் அவள் பார்வையில் யோசனை குழம்பியது. நேற்று அவனுக்கு ஜுரமடிப்பது போல் இருந்ததாகக் கோபுவிடமிருந்து அறிந்துகொண்டாளே, 'எப்படி இருக்கிறது என்று போய் விசாரிக்க வேண்டாமா?' இலேசாக எழுந்த எண்ணம் உருப்பெறு முன்பே விழுந்து போயிற்று. அதுதான் பிறகு தேவலை என்று சொன்னானாமே! அப்புறம் என்ன?

சங்கருடன் அவள் தொடர்பு என்றுமே சகஜமாக இருந்ததில்லை. அவன் என்னமோ 'சித்தி, சித்தி' என்று எப்போதும் ஒட்டுதலாகப் பழகி வந்தானே தவிர, அவள் உள்ளத்தில் மட்டும் ஒதுக்கம் மாறவில்லை. அவனைக் கவனித்துக்கொள்வதில் அவள் குறை வைக்கவில்லைதான். மாற்றாந்தாய் என்று உலகம் கூறும் வகையில் ஒரு கடுஞ்சொல்லோ, சினச் செயலோ அவன்பால் அவள் இழைத்ததில்லை. ஆயினும் அவன் உறவின் நினைப்பில் ஏதோ சங்கடம்.

கணவர் இறந்ததும் பன்னிரண்டு வயதான சங்கரை அவன் தாய்மாமன் தமது வீட்டுக்கு அழைத்துச் சென்றுவிட்டார். சங்கர் அதன் பிறகும் அடிக்கடி வந்து அவளைப் பார்த்துப் பேசிவிட்டுப் போவான். தம்பியிடம் அவனுக்கு உயிர். அவளும் அவனிடம் வெளி

மரியாதையின் இலக்கணம் பிறழாமலே நடந்துகொண்டாள். ஆயினும் அந்தப் பழக்கத்தில் ஒரு பதைப்புத்தான், சங்கடம் தான். ஒட்டிய மனிதர்களிடம் உணர்வாகும் இயல்புத் தன்மை இல்லை. சில சமயம் அவளே தன்னை நொந்துகொள்வாள். அந்தப் பையனிடம் தான் அன்பு பாராட்டாதது குற்றமல்லவா? கோபு என்னும்போது உள்ளம் நீராய்க் கரைகிறது. ஆனால், சங்கர் விஷயத்தில் அப்படியில்லையே? அவள் அவனிடமும் அன்பை உணர வேண்டாமா?...

நாற்காலியினின்று எழுந்திருக்கப் போனவள், 'சட்'டென்று மீண்டும் சாய்ந்து கண்களை மூடிக்கொண்டாள். தலை சுற்றுவது போலிருந்தது.

நாலைந்து நாட்களாகவே இப்படி ஒரு தலை சுற்றல். உடம்பு முழுவதும் பஞ்சாகிவிட்ட மாதிரி ஒரு தீவிர அசதி. ரத்தம் கொடுத்ததனாலா? அல்லது ஒரு மாத காலமாக மகனின் நிலை எண்ணிப் பீதிகொண்டு, கண்ணுறக்கமின்றி ஓயாக் கவலையில் ஆழ்ந்திருந்ததன் விளைவா? எதுவாயினும் ஒரு பலவீனம் தன்னைப் பீடித்திருப்பதை அவள் உணர்ந்தாள். பாசத்தின் வலிமை உள்ளத்துக்குத்தான். உடல் வெறும் ஊன் சுமைதானே!

ஜாக்கிரதையாகக் கண் திறந்தாள். தலை சுற்றல் அடங்கியிருந்தாலும் மறையவில்லை. 'சாயங்காலம் கோபுவிடம் போக முடியாமல் உடம்புக்கு வந்துவிடக் கூடாதே' – அந்த எண்ணமே திகிலளித்தது. தான் திடமாக இருப்பதை ஊர்ஜிதப்படுத்திக்கொள்ள மெதுவாக எழுந்து வாசல் வராந்தா வரை நடந்தாள். நல்ல வேளை. இப்போது தலை சுற்றவில்லை.

திரும்பி உட்புறம் நுழைந்தபோது, பின்னால் அடியோசை கேட்டுத் திரும்பிப் பார்த்தாள். சங்கர் வந்துகொண்டிருந்தான். உள்ளன்பு இல்லாமல் "வாப்பா" என்று வரவேற்றாள்.

உள்ளே வந்து நாற்காலியில் அமர்ந்தவன், "எப்படி இருக்கே சித்தி?" என்று விசாரித்தான்.

"எனக்கென்னப்பா? நல்லாத்தான் இருக்கேன்."

"போன தடவை நான் உன்னைப் பார்த்ததுக்கு இப்போ இளைச்சிருக்கே."

அவள் ஏதும் சொல்லவில்லை.

"நேத்து கோபுவைப் போய்ப் பார்த்தேன். கலகலப்பாய்ப் பேசிண்டிருந்தான். முன்னைக்கிப்போ தேறியிருக்கான், இல்லையா? மூஞ்சி 'பளிச்'சுனு இருந்துது."

வேதம் உள்ளுக்குள் விறைத்துக்கொண்டாள். இன்று ஆஸ்பத்திரிக்குப் போகும்போது கற்பூரம் எடுத்துப் போய் முதல் காரியமாய்க் குழந்தைக்குச் சுற்றிப் போட வேண்டும்.

"சித்தி, நீ எனக்கு ஒண்ணு செய்யணுமே!"

"நான் உனக்குச் செய்ய என்ன இருக்கு?"

தனிமைத் தளிர்

"இன்னிக்குச் சாயங்காலம்..." சங்கர் அசட்டுச் சிரிப்பொன்றை உகுத்துக்கொண்டே சற்றுத் தயங்கியவாறு பேசினான்: "பெண் பார்க்கப் போகணுமாம். மாமா ஏற்பாடெல்லாம் செஞ்சிருக்கார். நீயும் எங்களோட வா, சித்தி."

"நான் என்னத்துக்கு?"

"என்னத்துக்காவது? பெண் பார்க்கத்தான்! உனக்குப் பெண்ணைப் பிடிக்கிறதான்னு நான் தெரிஞ்சுக்க வேணாமா?"

"எனக்குப் பிடிச்சால் என்ன – பிடிக்காட்டா என்ன? கல்யாணம் செய்துக்கப் போறவன் நீ. மேலும், உன் மாமா மாமிக்கெல்லாம் தெரியாததா நான் சொல்லிடப் போறேன்?"

"மாமாவும் மாமியும் பார்த்தால் மட்டும் போறுமா சித்தி? நீதானே எனக்கு அம்மா மாதிரி?"

அவளால் இதற்கு உடனே பதில் சொல்ல முடியவில்லை. எனினும், மனத்தின் ஒரு மூலையில் குற்ற உணர்வு ஒன்று உறுத்தினாலும், அவளுக்கு ஒப்ப விருப்பமில்லை. அந்த அளவுக்கு இவ்விஷயத்தில் அவளால் அக்கறை காட்ட இயலவில்லைதான்.

"என்னைப் போலிருப்பவர்கள் நல்ல காரியத்துக்கு முதல்லே கிளம்பக்கூடாது சங்கர்" என்றாள்.

"எனக்கு அதிலெல்லாம் நம்பிக்கை கிடையாது. நீ வந்தால்தான் எனக்குச் சந்தோஷமாய் இருக்கும்."

"எப்போ போகணும்?"

"சாயங்காலம் ஆறு மணிக்கு. நானே இங்கே வந்து உன்னை அழைச்சுண்டு போறேன். வரியா, சித்தி?" என்றான் அவன் ஆவலாக.

ஆறு மணி. அப்படியென்றால் அதற்கு முன் ஆஸ்பத்திரிக்குக் கிளம்புவதில் அர்த்தமில்லை. போன இடத்திலிருந்து திரும்ப ஒரு மணி நேரமாவது ஆகலாம். அதாவது, கோபுவுடன் தங்கும் நேரத்தில் கணிசமாக இரண்டு மணிப் பொழுதாவது குறைந்துவிடும். அதுகூடப் போகட்டும். இன்று உடல் நிலை இருக்கும் இருப்பில் அந்த அலைச்சலி னால் உடம்பு பின்னும் நலிந்து காய்ச்சல் வந்துவிட்டால், அது சரியாகும் வரையில் வீட்டைவிட்டே கிளம்ப முடியாதே? இரண்டு மூன்று நாட்கள் கோபுவைப் பாராமல் எப்படி இருப்பது?

அவளை மேலும் பயமுறுத்துவது போல் மறுபடியும் ஒரு மயக்க உணர்ச்சி மூடியது. உடம்பில் படபடப்பு ஏறியதும் அப்படியே நாற்காலியில் சாய்ந்துகொண்டாள்.

"இல்லேப்பா, நான் வரல்லே. எனக்கு இன்னிக்கு உடம்பே சரியாயில்லை. ஓய்வாய்ப் படுத்துண்டிருக்கணும் போல இருக்கு."

"என்ன உடம்பு சித்தி? நீ முதல்லேயே ஏன் சொல்லலே? டாக்டர் கிட்ட அழைச்சுண்டு போகட்டுமா?" என்றான் அவன் கவலையுடன்.

"சேசே, அதெல்லாம் வேணாம்பா. பெரிசா ஒண்ணுமில்லே. கோபுவின் விபத்து ஆனதிலேருந்து ஒரே அலைச்சலும் கவலையுமாய் இருந்தோமில்லையா நாமெல்லாம்? அது எனக்கு ஆகலே. அவ்வளவு தான். கொஞ்சம் ஓய்வு எடுத்துண்டால், சரியாயிடும்."

அவன் அவளுடைய முகத்தைச் சிறிது நேரம் உற்றுப் பார்த்த பின் "சரி, சித்தி. அப்படின்னா வேணாம். நீ ரெஸ்ட் எடுத்துக்கோ" என்று கூறி விட்டு எழுந்து நின்றான்.

"நான் வரல்லையேன்னு ஒண்ணும் தப்பாய் நினைச்சுக்காதேப்பா."

"சேசே, அதெல்லாம் ஒண்ணுமில்லே."

"உடம்பு சரியாயிருந்தால், கட்டாயம் வந்திருப்பேன். மன்னிச்சுக் கோப்பா."

"நீ பெரியவ சித்தி. மன்னிச்சுக்கோன்னெல்லாம் என்கிட்ட சொல்லலாமா?... அப்போ நான் வரட்டுமா?"

"போய்ட்டு வா. பெண் பார்த்ததும் எனக்கு எல்லாம் விவரமாய் வந்து சொல்லு. உன் மனசு போல எல்லாம் முடியணும்."

"தாங்ஸ். வரேன்."

"கொஞ்சம் காப்பி சாப்பிடறயா?"

"காப்பி போடற வேலை இப்போ உனக்கு எதுக்கு சித்தி? ஓய்வு எடுத்துக்கோ" என்று சிரித்தவாறே கூறிவிட்டு அவன் சென்றுவிட்டான்.

அவளுக்கு உள்ளே என்னமோ சங்கடமாயிருந்தது. இவன் எதற்காக வந்து அவள் அமைதியைக் குலைத்துவிட்டுப் போகிறான்? ஆனால், அவள் அமைதி ஏன் குலைய வேண்டும்? அவள் முறையானதைத்தானே கூறினாள்?

எதிரே சுவர்ப் படம் கண்களைக் குத்தியது. நடுவே தந்தை. இருபுறத்தில் சங்கரும், கோபுவும். இருவரும் அவருடைய மகன்கள். அவள் வேறுபுறம் திரும்பிக்கொண்டாள்.

உடலை அழுத்தும் பலவீன உணர்ச்சி. அந்தக் களைப்பை உணர்வதில் அவளுக்கு உள்ளூற ஓர் ஆறுதல் பிறந்தது. அவள் உடல்நிலை நிஜமாகவேதான் சரியாயில்லை. சங்கரிடம் கூறியது தவறில்லையே!

பொழுதெல்லாம் ஓய்வாகப் படுத்திருந்தால்தான் மாலையில் மெதுவாக ஆஸ்பத்திரிக்குப் போக முடியும்.

அவள் தரையில் தலைப்பை விரித்துப் படுத்துக்கொண்டாள்.

நண்பகலின் வெப்ப போதையில் இமைகள் அழுந்தின. நல்ல உறக்கம். திடீரென்று அவள் விழித்துக்கொண்டாள். மணி நாலே முக்கால். நேரமாகிவிட்ட உணர்வு மட்டுமல்ல அவளை எழுப்பியது. இன்னும் ஏதோ ஒரு நினைவு தூக்கத்திலும் அணையா விளக்கான ஓர்

அன்பில் பிணைந்த நினைவு – பிரக்ஞையின் பின்னிருந்தே அந்தத் தாயை எழுப்பி உட்கார வைத்திருந்தது.

கவலையில்லாமல் உறங்கிவிட்டாளே! மாலை வரையில் ஓய்வு எடுத்துக்கொண்டு நேரே ஆஸ்பத்திரிக்குப் போக வேண்டியதுதான் என்று என்ன மறதியில் கணக்குச் செய்துவிட்டாள்? இன்னும் ஒரு வேலை இருந்ததே! நேற்றே குழந்தை கேட்டானே, இன்று ஆப்பிள் பழம் வேண்டுமென்று! மார்க்கெட் எத்தனை தொலைவு? அதற்கு நேரமே வைத்துக்கொள்ளவில்லையே அவள்!

தலை சீவி முடியப் பொறுமை இல்லை. துணிப் பையை அவசரமாக எடுத்துக்கொண்டாள். செருப்புக்களை மாட்டிக்கொண்டு, தெருக் கதவைப் பூட்டவும் மறந்தவளாய் வெளியே விரைந்தாள்.

இன்னமும் அனல் தணியாத வேனிற் பொழுது. ஆனால், வெப்பமோ உடலசதியோ, பஸ் கூட்டத்தில் நெருக்கியடித்துப் பயணம் செய்ததோ, அங்காடி நெரிசலில் கடை கடையாகச் சென்று குனிந்து நிமிர்ந்து அங்கொன்றும் இங்கொன்றுமாக நல்ல பழங்களைப் பொறுக்கியெடுத்த பிரயாசையின் களைப்போ தெரியவில்லை. மகன் விரும்பத்தக்க நற்கனிகள் கிடைத்துவிட்ட திருப்திதான் மிஞ்சியது.

அப்பாடா! விலை கூடுதலானாலும் நல்ல சரக்கு. கோபுவுக்குப் பிடிக்கும்.

எவ்வளவு தூரம் அலைச்சல் இன்று! ஆனால், சிறிதும் சோர்வு தெரியவில்லை. சோர்வு தோன்றலாம் என்ற உணர்வுகூட ஏற்படவில்லை, கோபுவுக்காக – தன் மகனுக்காகப் பழம் வாங்கக் கிளம்பியபோது. ஆனால், சங்கர் வந்து அழைத்த பொழுது?...

எண்ணமே சில்லிட்டுவிட்டாற்போல் அவள் உறைந்து போனாள். முகம் தெரியாத ஒரு நீதிபதியின் முன்னே ஆயிரமாயிரம் விரல்கள் அவளைச் சுட்டிக் காட்டுவது போன்ற இந்தப் பிரமை ஏன் சூழுகிறது?

அலைச்சல் தாங்காமல் உடல் நலிந்துவிடுமோ என்ற எண்ணத்திலல்லவா சங்கருடன் செல்ல மறுத்தாள்? ஆனால், மகனுக்குப் பழம் வாங்கும் நினைப்பு வந்தவுடன் வேறுவித யோசனை எதுவுமே குறுக்கிடவில்லை. அசதியாக இருக்கும் என்ற நினைப்பு மங்கலாகக் கூடத் தோன்றவில்லை. காலையில் தலை சுற்றலும் பலவீனமும் தோன்றியது நிஜந்தான். எனினும், சங்கருக்காகச் செயல்பட விருப்பமில்லாததால், அவளறியாமலே அவற்றை உணர்வினுள் மிகைப்படுத்திக் கொண்டுவிட்டிருந்தாள் போல் இருக்கிறது.

சங்கருக்காகச் செயல்பட விருப்பமில்லை. அதுதான் உண்மை.

அவனுக்காக ஒரு முக்கிய சந்தர்ப்பத்தில்கூடப் பங்குகொள்ள இயலாமல் களைப்புக் குறுக்கிட்டது. 'உடம்பு சரியில்லாமல்' இருந்தது. ஆனால், தான் பெற்ற மகனுடைய ஒரு சின்னஞ்சிறு ஆசை என்றாலோ, உடனே உடம்பில் பலமும், மனத்தில் ஊக்கமும் எங்கிருந்தோ வந்து விட்டன!

பெற்ற மகனிடம் பாசம் அதிகம் இருக்கலாம். அது இயற்கை. இயற்கையில் எதுவுமே தவறில்லை. ஆனால், அந்த இன்னொருவனிடம் அவளுக்குள்ள உறவைப் பொறுத்தவரையில் அவனுக்கும் அவளிடம் அதே அளவு உரிமை இருந்தது என்பதை அவள் ஏன் மறந்துவிட்டாள்?

சங்கரிடம் தனக்கு அன்பு இல்லையே என்று அவள் நொந்து கொள்ள அவசியமே இல்லை. ஏனென்றால் அன்பு என்பதே ஒரு கட்டாய அவசியம் இல்லை. ஆனால், மகனுக்கு ஒரு விதி, மற்றவனுக்கு இன்னொரு விதி என்று பேதம் காட்டும்போது அங்கு நியாய உணர்வல்லவா சிதைந்து போகிறது? அன்பு எல்லா இடங்களுக்கும் படர முடியாது. அது சிறு பொருள். ஆனால், நியாயம் என்பது உலகம் முழுவதற்கும் ஒரே நெறியாய் விச்வரூபம் எடுத்து வியாபிக்க முடியுமே! அது, படைப்புக்கெல்லாம் பொதுவான தாய்ப் பாசத்தைப் போல் வெறும் நுண்ணுணர்வல்ல. அது ஊனிலிருந்து பிறப்பதல்ல. நியாய உணர்வு என்பது ஊனின் குறுகல் அனைத்தையும் தாண்டிய பெருக்கம். பண்பட்ட அறிவில் தோன்றும் தலையாய லட்சியங்களின் சாரம். மானிடத்தின் பாற்கடலினின்று எழுகின்ற அமுதம்.

மற்ற உயிர்களிலிருந்து மனிதனை உயர்த்தும் பண்பு எது என்பது கணப்பொழுதில் புரிந்துபோயிற்று.

நடுவில் தந்தை. இரு புறமும் இருவர். இருவரும் அவர் மகன்கள்.

ஒரு தீவிரமான அவமான உணர்ச்சியில் அவள் குறுகிப்போனாள்.

'சட்'டென்று கண்கள் மணிக்கூண்டை நோக்கின. ஐந்து – நாற்பது. ஆறு மணிக்குக் கிளம்ப வேண்டுமென்றானே சங்கர். இப்போது புறப்பட்டால் நேரத்துக்குப் போய்ச் சேர முடியுமா? உடனே பஸ் கிடைத்து, அவர்களும் சீக்கிரமாகக் கிளம்பிவிடாதிருந்தால் இயலும் . . .

அவளைக் கண்டபோது சங்கரின் கண்கள் வியப்பாலும் மகிழ்ச்சியாலும் அகன்றன.

"சித்தி!"

"மத்தியானமெல்லாம் ஓய்வு எடுத்துண்டதிலே எனக்கு இப்போ தெம்பாயிருக்கு சங்கர். அதுதான் வந்துட்டேன்."

"ரொம்பச் சந்தோஷம் சித்தி. கிளம்பலாமா? நாங்களெல்லாம் ரெடி. இதென்ன, பையிலே?"

"பெண் பார்க்கப் போறபோது வெறும் கையோடு போகலாமா? கொஞ்சம் ஆப்பிள் வாங்கிண்டு வந்தேன்."

தன் கையிலிருந்த ஆப்பிள் பழங்களை அவள் பார்த்தாள்.

கோபு அவற்றுக்காகக் காத்திருப்பானே! பரவாயில்லை. அதைவிட இது பெரிது?

ஆனந்த விகடன், 29.12.1968

நீலத்தாமரை

மாலை நேரமாகியும் வெயில் தணியவில்லை. அவர் மேல்துண்டால் முகத்து வியர்வையை ஒற்றியவாறு வீதியில் நடந்துகொண்டிருந்தார். அருகில் அவர் மனைவி.

வீதியை அடுத்திருந்த சுவர்களில்தான் எத்தனை வகை சுவரொட்டிகள்! சினிமா போஸ்டர்கள், அரசியல் விளம்பரங்கள்.

அடையாற்றிலிருந்து கிளம்பிப் பாலத்தைத் தாண்டிக் கொண்டு இருவரும் நடந்தனர். எதிரும் புதிருமாகச் செல்லும் வாகனங்களுக்காக இரண்டாகத் தடுக்கப்பட்ட பாலத்தின் விளிம்பில் இருந்த பாதசாரிப் பாதையில் நடந்தபோது ஆறும் தொலைவில் அடையாறு மாளிகையும் அழகாகத் தெரிந்தன.

கவலை சூழ்ந்த நெஞ்சில் காவிய மணமும் கனக்க, சர்மா நடந்தார். காவியம், கவிதை, அறிவு ... வடமொழி இலக்கியத்தையே முக்கியமாக அறிவு இலக்கியம் என்று கருதுபவர் உண்டல்லவா? அறிவும் அழகுமான ஒன்றை வேண்டாம் என்று தள்ளுவதுதான் என்ன விந்தை! அறிவை ஒதுக்குவதுதான் பகுத்தறிவா?

“சம்ஸ்கிருதம் எத்தனை அழகுன்னு யாருமே ஒரு நிமிஷம் கூட நின்னு யோசிக்கலை, பாரு!” என்று திடீரென்று கூறினார் சர்மா. கற்பகம் பதில் சொல்லவில்லை.

“பாஷையில் என்னடி துவேஷம்?” என்றார் அவர் மீண்டும். கற்பகம் இப்போதும் அக்கறை காட்டவில்லை. இது அவளுக்கு அலுத்துப்போன விஷயம். எத்தனையோ நாட்களாய்ச் சர்மா பேசிப் பேசி அந்த விஷயம் உருத் தேய்ந்துபோயாகிவிட்டது. அவருடைய துடிதுடிப்பும், “சம்ஸ்கிருதத்தை எடுத்துடறதாவது!” என்ற ஆரம்பச் சீற்றமும், அது தாய்ப்பாசம் போல் சம்ஸ்கிருதத்தைக் குழந்தையாய் அணைத்துக்கொண்டு கதறிய வேகமும் இப்போது அவளுக்குப் பழைமையான தொலைவுப் பொருள்களாகிவிட்டன. “தீர்ந்துபோன விஷயத்தைச் சொல்லிச் சொல்லி அழறதில் என்ன பிரயோஜனம்?” என்ற அவள் சமாதானங்களுக்கெல்லாம் அவர் மூடிய கதவாகிவிட்ட பிறகு அவளும் மேலே எதுவும்

சொல்ல முடியவில்லை. அந்த இழப்பும் வேதனையும் தனக்கு முழுவதுமாகப் புரிய முடியாது என்பதையும் அவள் உணர்வாள். அந்த மொழி அவளைப் பொறுத்தமட்டில் அவள் கணவரின் வருவாய்க்கான ஒரு தொழில் மாத்திரமே. அவருக்கு அது அழகாய், அன்பாய், அறிவாய், உயிராய், நிலவிய பான்மைக்கு இப்போது அவள் என்ன சொல்ல முடியும்? வேலை இழந்த சம்ஸ்கிருத ஆசிரியர் களுக்கு நூலகராகவோ பிற பணிகளிலோ வயிற்றுப் பிழைப்புக்கு வழி செய்து கொடுக்கத் தயாராயிருந்த அரசாங்கத்தின் உதவியை ஏற்க அவருக்கு மனமில்லாததை அவள் வாய் திறவாமல் பார்த்துக் கொண்டிருந்த பொறுமையே அவள் அவரிடம் காட்டிய விசுவாசம் தான்.

"சமஸ்கிருதம் அவனுது இவனுது அப்படின்னு ஏதும் இல்லை, தெரியுமோல்லியோ கற்பகம்? அது இந்த நாட்டின் சொத்து, இந்த நாட்டின் பெருமை. அது இந்தியக் கலாச்சாரம், அது இந்தியத்துவம். என்னைக் கேட்டால், ஓரளவாவது சம்ஸ்கிருத ஞானம் இருக்கிறது தான் ஓர் இந்தியனுடைய முத்திரைன்னு சொல்வேன்..."

"கால் வலிக்கிறது" என்றாள் கற்பகம்.

"வெளிநாட்டு சர்வகலாசாலைகளிலெல்லாம் சம்ஸ்கிருதம் கற்றுக் கொடுக்கிறாடீ! நாம் அதை வேணாம்னு தள்ளிடறதா?"

"எவ்வளவு நேரமாய் நடக்கிறது? சித்த எங்கேயாவது உட்காருவோமா?"

"சம்ஸ்கிருதம் படிக்கிறதனால் தமிழில் இருக்கிற ஆசையும் மதிப்பும் போயிடுத்துன்னு எப்படி அர்த்தமாகும்?"

"நடக்கவே முடியலே. பஸ்ஸிலே போயிடுவோம். வாங்களேன்."

ராஜகோபால சர்மா நின்று திரும்பி மனைவியைப் பார்த்தார். எவ்வளவு களைத்திருந்தாள் அவள்! கேசம் கலைந்து மூச்சு இலேசாக இரைத்துக்கொண்டிருந்தது. வட்டமாய் வைத்திருந்த குங்குமப் பொட்டு வேர்வையினால் நெற்றியில் கால்வாய் வெட்டி ஓடியிருந்தது, அவருக்கு இரக்கம் எழுந்தது. பாவம், கற்பகம். அவரை மணந்துகொண்ட பாவத்துக்காக அவளுமல்லவோ சிறிது காலமாகப் பற்றாக்குறையோடு போராட நேர்ந்திருக்கிறது! "லைப்ரேரியன் வேலையையா நான் போய் ஒத்துக்கறது?" என்ற வீம்பில் வறுமையிடையே கூட அவருக்கு வேண்டுமானால் ஏதோ ஆத்ம திருப்தி இருக்கலாம். வால்மீகியும் காளிதாஸனும் பாஸனும் பர்த்ருஹரியும் அவர் கனவில் வந்து இனிமை கூட்டலாம். அவளுக்கு?

"பஸ்ஸில் போகலாம்னா சொல்லறே கற்பகம்?"

அவருக்குத் தயக்கம்தான். சென்ற முறையின் அநுபவம் அச்சுறுத் தியது. அவருடைய பஞ்சகச்சம், குடுமி, நெற்றியின் நீறு, அவளுடைய பதினெட்டு முழச் சேலைக் கட்டு – ஓடி வந்து அருகில் நெருங்கி உள்ளே ஏறக் கால்வைக்கும் விநாடிக்குச் சரியாக வேண்டுமென்றே வண்டி விஸில் ஒலியோடு குலுங்கிக்கொண்டு கிளம்பிய நிகழ்ச்சி!

அவர்களது வயதான தோற்றம் கண்டுகூடவா கனிவு இல்லை? பத்தடி சென்று தள்ளி நின்ற வண்டி – "ஸாரி ஸார்! நீங்க ஏற இருந்ததைக் கவனிக்கலே. வாங்க. ஏறுங்கோஓஓ மாமீஈஈ!" என்ற குறும்பான நீட்டி முழக்கல் – அதற்குப் பாராட்டாகப் பயணிகளிடை யிருந்து இரண்டு கிளுகிளுப்புகள் . . .

இருவரும் பஸ்ஸில் ஏறி உட்கார்ந்தார்கள். எவ்வித அசந்தர்ப்பமான பேச்சோ செயலோ நிகழவில்லை. வண்டியிலிருந்த யாவரும் இயல்பாகவே இருந்தனர்.

வண்டிக்குள் எழுதப்பட்டிருந்த குறட்பாவைச் சர்மா யோசனை யோடு வெறித்தார். 'வள்ளுவர், வால்மீகி இருவருமே என் பிதுரார்ஜிதச் சொத்து! இதில் திணித்தல், விலக்கல் இரண்டுமே அநாவசியம்' என்று கத்த வேண்டும் போலிருந்தது. அவரும் தமிழர்தான். தமிழ்ப் பற்று உடையவர்தான். ஆனால் வடமொழியை விலக்கினால்தான் தமிழார்வம் இருப்பதாக அர்த்தமா? அரசாங்கக் கல்வி நிறுவனங்களில் வடமொழி போதித்தால் அதனால் தமிழ் மாய்ந்தா போய்விடும்?

அவர் தம் ஆட்சேபக் குரலை எழுப்பத்தான் செய்வார். சம்ஸ்கிருதத்தில் உள்ள ஈடுபாடு, காதல், உயிர்க் கலப்பு – அதை அவர் வேறு எதிலும் வழிப்படுத்த மாட்டார்.

இப்போது போவதும் அதற்குத்தானே! மயிலாப்பூரில் ஒரு நண்பர் வீட்டில் அம்மொழியில் பற்று உள்ள சில தேர்ந்தெடுத்த அன்பர்களின் முன் அவர் வால்மீகி ராமாயணத்திலிருந்து சில பாடல்களைக் கூறப் போகிறார், எல்லோருமாய்ச் சேர்ந்து சுவைக்கும் விருந்தாக. வாயும் மனமும் இனிக்க வடமொழி சொல்லப் போகிறார். அந்த இனிமைக்கு வேறு காரணமோ விளக்கமோ பெயரோ தேவை யில்லை. வால்மீகக் குயிலைப் போலவே அவரும் ராமன் என்ற மதுரமான எழுத்துக்களை இன்புறக் கூவப்போகிறார், அவ்வளவுதான்.

கற்பகத்தின் முகம் சாம்பியிருந்தது. சில நாட்களாகவே வீட்டில் வயிறாரச் சோறு கிடையாது. அவர் செய்வது தவறல்லவா? அவரை அண்டி இன்னொரு ஜீவன் இருக்கும்போது மாற்று வேலையை ஏற்க விரும்பாமல் இருப்பது தவறன்றி வேறென்ன?

அந்த எண்ணத்திலிருந்து சிந்தனையை விலக்க அவர் தம்முள் ஒரு வடமொழிச் சுலோகத்தைச் சொல்லிக்கொள்ள ஆரம்பித்தார். மணி மண்டபத்தில் ராஜாராமன் வீற்றிருக்கிறான். உடன்பிறந்த சகோதரர்கள் உடன் பிறவாச் சகோதரர்கள், சீதை, அநுமன், அங்கதன், ஜாம்பவான் ஆகியோர் புடைசூழ மத்தியில் ஒரு நீலத்தாமரையை நிகர்த்த பொலிவுடன் கரிய செம்மல் கொலுவிருக்கிறான் . . . ஆதிசங்கரரின் மனம்தான் எத்தனை அழகியது! நீலத்தாமரை. அம்மொழியின் காவிய அழகையெல்லாம் எடுத்துக்காட்ட ஏற்றதொரு சாராம்சமாக அந்தத் தொடர் அவருக்குத் தோன்றியது. காவிய அழகுதான். வடமொழி என்றால் அவர் நெஞ்சில் அதுதான் அர்த்தம். அந்த மொழி வெறும் மந்திரமல்ல, ஜபமல்ல. தெய்வ கதை சொல்லும் புராணமல்ல. கடவுளை

வர்ணிக்கும் வெறும் பக்தியல்ல. அந்த வர்ணனைகளிலும் அவர் கண்டது காவிய எழில்தான், கவி நயம்தான்.

சிறிது நேரம் அதிலேயே உருகிப்போய் உட்கார்ந்திருந்தார்.

மழைக்கு அறிகுறியாக வானில் கருமுகில்கள் சூழலாயின.

குளக்கரை நிறுத்தத்தில் இறங்கியாயிற்று. அவர் இதயத்தில் கவிதை அழகாக வடமொழி வீற்றிருந்த பூரிப்பு அப்போதும் கலையவில்லை. நாடி வந்த வீட்டில் நுழைகையில் வாசலுக்கு வந்து வரவேற்ற நண்பர், "இன்னிக்கு நீல . . ." என்று ஏதோ சொல்ல ஆரம்பிக்கையில் அவர் இன்னும் அந்தப் பூரிப்பிலேயே ஆழ்ந்தவராக, "ஆமாம், நீலகண்டம், நீலத்தாமரை, அப்படின்னெல்லாம் அழகே நீலமாய் வந்து நிற்கிறது, இல்லையா?" என்றார்.

"என்ன சொல்லறேள்?"

சர்மாவுக்குச் சட்டென்று வெட்கத்தில் முகம் சிவந்துவிட்டது.

"மனசில் ஏதோ நினைப்பாக்கும், பேச்சும் அப்படியே வரது!" என்று நண்பர் புன்னகை செய்தார்.

"ஆமாம். நானும் கோபிகையாய்ட்டேன்"

"அதாவது?"

"இப்படி அழகாலே மனசை அள்ளறாரே இந்த லீலா சுகர், அவரை என்ன செஞ்சா என்ன? கோபிகை தயிர் முதலான பண்டங்கள் எல்லாம் சுமந்துண்டு போறா விற்கிறதுக்கு. அப்போ 'தயிரோ தயிர்' என்கிற மாதிரிதானே ஏதாவது கூவணும்? ஆனா மனசை ஒட்டி வாய் என்ன கூவறதாம் தெரியுமோ? 'கோவிந்தா, தாமோதரா, மாதவா' என்கிறதாம்?"

"ஆமாம், அதனால் பிழைப்பும் கோவிந்தா ஆகியிருக்கும்" என்றாள் கற்பகம் அதற்கு மேலும் தாங்க முடியாமல்.

சர்மா அடக்கமுற்றார். "நீங்க சொல்ல வந்தது என்ன?" என்றார் நண்பரிடம்.

"ஒண்ணுமில்லே. நம்ம நீலகண்டராவ் இருக்காரில்லையா, 'ராதா டிரான்ஸ்போர்ட்' முதலாளி? அவர் பெண்ணுக்குச் சம்ஸ்கிருத சுலோகங்கள்னா ரொம்ப ஈடுபாடாம். அவள் ஆசையின் பேரிலே அவளை அழைச்சுண்டு அவரும் வரார் இன்னிக்கு."

பொறுக்கி எடுத்த நண்பர்களாக ஏழெட்டுப் பேர்தான் ஹாலில் கூடினார்கள். வீட்டுக்கார அம்மாள் எல்லாருக்கும் சர்க்கரையிட்ட முலாம்பழத் துண்டங்களும் நீர் மோரும் கொடுத்தாள். கற்பகத்துக்குச் சிறிது களைப்புத் தெளிந்தது.

நீலகண்ட ராவ் தம் மகளைச் சர்மா தம்பதிக்கு அறிமுகம் செய்துவைத்தார்.

“ராதாவுக்குச் சம்ஸ்கிருதம்னா உயிர், வீட்டில் அவளுக்கு வாத்தியார்கூட வைச்சிருக்கேன். ஆர்வமாய்ப் படிக்கிறாள்” என்றார் சர்மாவிடம்.

“ரொம்ப சந்தோஷம். இப்ப என்னம்மா படிச்சுண்டிருக்கே நீ? மாகமா? மேகமா? இல்லை வேறெதாவதா?”

ராதா புரியாமல் விழித்தாள்.

“ஓய் சர்மா, உங்க பரிபாஷையெல்லாம் அந்தக் குழந்தைக்குப் புரியுமா? ராதா, நீ மாகனுடைய படைப்பு ஏதானும் படிக்கிறயா? அல்லது மேகஸந்தேசம் படிக்கிறயா, இல்லே வேறேதாவதா அப்படின்னு அவர் கேக்கறார்” என்று ஒருவர் விளக்கினார்.

“இன்னும் அவ்வளவு தூரமெல்லாம் வரலே மாமா. கொஞ்ச நாட்களாய்த்தான் கத்துக்கறேன்” என்றாள் ராதா.

“அவளுக்குக் கல்யாணம் நிச்சயமாயிடுத்து. போகிற இடத்திலும் இந்த ஆசையெல்லாம் மதிச்சு வளர்க்கிறவர்களாய் இருக்கணும்” என்று பாசமும் கவலையும் இழையக் கூறினார் ராதாவின் தந்தை. ராதா நாணம் செறிந்த முகபாவத்துடன் தலை கவிழ்ந்து நின்றிருந்தாள்.

அதைக் கண்ட சர்மாவுக்கு உற்சாகம் பிறந்துவிட்டது. “கல்யாணம் என்றதும் பெண்ணுக்கு வெட்கத்தைப் பாருங்கோ! இந்தப் பார்வதியும் அப்படித்தான் . . .”

“எந்தப் பார்வதி?”

“அட, எத்தனை பார்வதி இருக்காளாம்? ஸப்த ரிஷிகள் வந்து அவள் தகப்பனார் இமவான்கிட்ட அவளை ஈச்வரனுக்குப் பெண் கேட்கிறா. அவள் தன் அப்பாவின் பக்கமாய் நின்னுண்டு வெட்கத்தோடு தலை குனிஞ்சு கையில் இருந்த ஒரு தாமரையின் இதழ்களை எண்ணிண்டிருக்காளாம். எப்படி அந்தச் சித்திரம்! உவமைக்கு ஒரு காளிதாசன்னுதான் சொல்லுவா. இந்த இடத்தில் அவனுடைய நயத்தின் இன்னோர் அம்சம்னா தெரியறது!” என்று பேசிக்கொண்டே போனார் சர்மா.

“அது என்ன நயமோ! தயிர் சாதம்!” என்று கற்பகம் மெல்லிய குரலில் நொடித்தது எல்லாருடைய காதிலும் விழுந்தது.

மற்றவர்களுக்குச் சங்கடமாகிவிட்டது. ஆனால் ராஜகோபால சர்மாவின் உற்சாகம் அப்போதும் குன்றவில்லை! “அப்படிச் சொல்லு!” என்று உரக்கக் கூவியவாறே முகமும் குரலும் ஒளி சிந்த ஆள்காட்டி விரலால் காற்றைக் குத்தினார். “தயிர்சாதம் தான். எருமைத் தயிர் சாதம் போடுன்னுதான் பாட்டிலே அர்த்தம். ஆனா அந்தத் தயிரின் வெள்ளையை எப்படி வர்ணிக்கிறான்? சரத்கால சந்திரிகை அப்படின்னு உவமை காட்டறான், போஜனுக்கு உடனே புரிஞ்சு போச்சே, அது யாருடைய கைவண்ணம்னு! காளிதாசனா கொக்கா!”

இந்தப் பரவசப் பிதற்றல்களில் நேரம் கடத்துவதை நிறுத்திவிட்டு அவர் எப்போது விஷயத்துக்கு வரப் பாகிறார் என்று வீட்டக்கார நண்பருக்கே ஒரு விநாடி பொறுமை நலிந்தது.

“வால்மீகியை ஆரம்பிப்போமே!” என்று யாரோ சொன்னதும், “இதோ, இப்பவே” என்று சர்மா உடனே தயாராகிவிட்டார்.

மற்றவர்கள் சூழ நடுவில் உட்கார்ந்த அவர் ஒரு நிமிஷம் மௌன மாகக் கீழ்நோக்கிய பார்வையுள் ஆழ்ந்திருந்தார். வால்மீகி முனிவரைப் பார்த்து, ‘இப்படி வந்து என் நாவில் சௌகரியமாய் அமரலாமே!’ என்று கைலாகு கொடுத்து அழைத்து வருவதுபோல் ஒரு நிலை.

நாலைந்து பேர் புத்தகம் எடுத்து வந்திருந்தார்கள். சர்மாவுக்குப் புத்தகம் பார்க்கத் தேவை இருக்கவில்லை. அவர் நெஞ்சும் மூச்சுமே வடமொழி இலக்கியமாக இருந்தது. அவர் ராமாயணத்தைத் தொடங் கினார். ராமகுணப் பெருங்கடலில் மூழ்கி முக்குளிக்கலானார். தம் லயிப்பில் அனைவரையும் இழுத்துக்கொண்டார். ஏதோ ஓர் அற்புதமான சென்ற யுகத்தின் லட்சியப் பொற் கனவுக்குள் யாவரையும் அழைத்துச் சென்று முழுமையான ஓர் ஆனந்த மரணத்தினுள் ஆழ்த்தினார்.

“ . . . சமுத்திரம் போல் கம்பீரமானவன், இமயம்போல் உறுதி யானவன் . . . கோபத்தில் காலாக்கினியை ஒப்பான், பொறுமையில் பூமியை நிகர்ப்பான் . . .”

கடியாரமுள் ‘ராமராம’ என்று அடித்துக்கொண்டே சென்றது. சொன்ன வாய்க்கும் கேட்ட செவிகளுக்கும் பேதமழித்து ஒரு பாலமாய் விரிந்துகொண்டே போயிற்று, அந்தக் கதையின் மலர்ச்சி.

சர்மாவின் மனம் உருகிக் கனிந்தது. அழகைச் சுவைத்த இன்பத் திளைப்பில் பரவசம் கொண்டிருந்த நிலை எளிதில் கலையவில்லை. ஒருவாறு காவிய அலைகள் கரை சேர்ந்து குரல் நின்றபோதுகூட அந்தப் பரவசம் உடனடியாய் மறையவில்லை. இசையின் ரீங்காரம் போன்று தயங்கி நிற்கும் இனிமை வடிந்து உணர்வு மீண்டு அவர் கடைசியில் கண்களில் பார்வையோடு எதிரே நோக்கினார்.

என்ன இது? இவ்வளவு கூட்டம் எப்படி வந்தது? ஏழெட்டுப் பேருக்கு மேல் அறையில் இல்லையே முதலில்? ஹால் நிறைந்து, வெளித் தாழ்வாரம் நிறைந்து . . .

ஒரு கணம் உவகை பொங்கி உள்ளம் குதித்து எழுந்தது. வட மொழியில் மக்களுக்கு இத்தனை ஆர்வமா! ஐயா வால்மீகி, என்ன மாயக்காரனய்யா நீங்கள்! இந்த மொழியை யாரால் சிதைக்க முடியும்!

கூட்டத்தில் சலசலப்புக்கிடையே மக்கள் எழுந்து நிற்கலானார்கள்.

“அருமையான உபன்யாசம்.”

“இங்கே உபன்யாசம் நடக்கிறதாக வெளியில் போர்டு ஏதும் இல்லையே? ஒரு பந்தல்கூடப் போடலையே?”

“பேப்பரில் ‘டுடேஸ் எங்கேஜ்மெண்ட்ஸ்’ பட்டியலில்கூட ஒண்ணும் குறிப்பிடலையே?”

“புண்ணிய பலன். சத் விஷயம் காதில் விழுந்துது.”

“தெய்வ கதையைக் கேட்கிறதுன்னா சும்மாவா? கொடுத்து வச்சிருக்கணுமே!”

வீட்டுக்காரர் வியப்பும் மகிழ்ச்சியும் தாங்காமல் கூறினார்: “இப்படிப் பல பேர் வந்து கதை கேட்டதுக்கு நாங்க பெருமைன்னா படணும்? சம்ஸ்கிருத சுலோகம் காதில் விழற புண்ணியம் உங்களுக்குக் கிடைச்சதுன்னா . . . அதைக் கிடைக்கப் பண்ணின எங்களுக்கும் புண்ணியத்தில் பங்கு உண்டில்லையா!”

“ராமநாமம் காதில் பட்டது. இன்னிக்குப் பண்ணின பாவமெல் லாம் தொலைஞ்சுது. ஏதோ எண்ணலானது . . .” என்று கூறிக்கொண்டே முன்னால் வந்த ஒரு கரத்தைத் தொடர்ந்து பல கரங்கள் காணிக்கை யுடன் நீண்டன. “தட்டெடுப்பீர்கள்னு நினைச்சேன். மறந்துட்டாப்பிலே இருக்கு. பரவாயில்லை. இப்பத்தான் வாங்கிண்டாப்போச்சு” என்றார் ஒரு முதியவர்.

அருகிலிருந்த தாம்பூலத் தட்டின் மீது கலகலவென்று ஒலி கொட்டியது.

நண்பர் தலை திருப்பிச் சர்மாவைப் பார்த்தார். “இந்த ஐடியா நமக்குத் தோணாமலே போயிடுத்தே! கல்வி நிலையங்களிலே போதிக்காட்டா என்ன? நம் ஊரில் சம்ஸ்கிருதத்துக்கு வரவேற்பு ஒரு நாளும் குறையாது. இப்படிப் பிரவசனம், காலட்சேபம்னு பண்ணினாலே கூட்டமாய் வருவார்களே! அதுவே ஒரு ப்ரொஃபெஷ னாய்ட்டால் வரும்படியும் உண்டு. இனிமேல் நீங்க கவலையே பட வேணாம், சர்மா! நம் ஊரில் கொஞ்ச காலமாய் உபன்யாசங்களுக்கு ஏற்பட்டிருக்கிற மவுசை மறந்துவிட்டோம் நாம். பக்தியின் மறு மலர்ச்சியாச்சே இப்போ!”

சர்மா பேசாமல், அசையாமல், கல்லாக உட்கார்ந்திருந்தார். அதிர்ச்சியிலிருந்து அவர் இன்னும் மீளவில்லை. கண்கள் நிலைகுத்தியே இருந்தன. அந்தக் கண்களின் முன் நீலத்தாமரை இதழ் கூம்பிப் பரிதாபமாய்க் கிடந்தது.

“நீங்க ஆசைப்பட்ட மாதிரி சம்ஸ்கிருதமே உங்கள் வாழ்வுக்கு வழியாய் அமைய முடியும் சர்மா! உங்க வித்வத்துக்கு நீங்க இப்ப இருக்கிற அத்தனை உபன்யாசகர்களையும் ஜெயிச்சுண்டு வந்துட முடியாதா!”

சர்மா தலை நிமிரவில்லை.

“உங்க மாதிரி பாகவதர்கள் கிடைக்கிறது அபூர்வம். அடேயப்பா, கடகடகடகடன்னு ஸான்ஸ்க்ரிட் எப்படி வந்து விழறது! ரிமார்க்கபில்! எனக்குப் புரியாவிட்டாலும் அசந்து போயிட்டேன்” என்றார் ஓர் அன்பர்.

“பக்தியை வளர்த்து நல்ல காரியம் செய்கிறீர்கள்” என்று இன்னொருவர் பாராட்டினார்.

அப்போது சர்மா சிரிக்க ஆரம்பித்தார். தாம்பாளத்தில் நாணயங்களும் நோட்டுக்களுமாய் மேடு தட்டியிருந்தது. அதைப் பார்த்துப் பார்த்து அடக்கமாட்டாமல் சிரித்தார். “கற்பகம், நான் சில சிநேகிதர்களோடு காவிய அழகைச் சேர்ந்து ரசிக்க வந்தேன், பிரவசனம் பண்ண வரல்லே, ஆனால் தட்டெடுத்திருக்கா பார்த்தியா? புண்ணிய பலனாம்! எல்லாரும் ராமாயணம் கேட்டா, யாரும் கவிதை கேட்கலே.” எப்படியோ பேசி முடித்துவிட்டு மறுபடியும் சிரித்தார் சர்மா. சிரித்துச் சிரித்துக் கண்களிலிருந்து நீர் வழிந்தது. அது சிரிப்பின் கண்ணீரா அல்லது அழுகையின் சிரிப்பா என்று தெரியவில்லை.

திகைப்படைந்த ஓர் அன்பர், “உபன்யாசகர்வாள்...” என்று ஏதோ சொல்லத் தொடங்கினார்.

சர்மாவின் கை சட்டென்று உயர்ந்து தடை செய்தது. சிரிப்பு, அழுகை இரண்டுமே நொடியில் வற்றிப் போயின.

“நான் உபன்யாசகர் இல்லை. நான் லைப்ரேரியன்.” அவர் தம் மனைவியின் பக்கம் திரும்பினார். “அந்த வேலைக்கே போயிடறேன் கற்பகம்!”

கற்பகம் பதில் சொல்லவில்லை, நிம்மதியின் பெயர் மௌனம்.

***கல்கி,* 5.7.1970**

கடிதம் வந்தது

அந்தக் கடிதத்தைப் பற்றி நினைக்கக்கூடாது என்று எவ்வளவுதான் தீர்மானித்தாலும் திரும்பத் திரும்ப அதுதான் வந்து நினைவில் நின்றது.

அவனுக்கு என்ன துணிச்சல்! 'காலனியில் எல்லாரும் ஒரு குடும்பம் போல் பழகுகிறார்களென்றால் அதற்காக இப்படியா? கையில் காகிதமும் பேனாவும் கிடைத்துவிட்டதாக்கும். உருப்படியாக ஏதாவது பயின்றிருந்தால் தானே? தெரிந்ததெல்லாம் காதல் கடிதம் எழுதத்தான். இந்த மாதிரி சோதாக்களை என்னதான் செய்யக்கூடாது?'

"என்னடி ரேணு, என்னவோ மாதிரி இருக்கே நாலு நாளா? மூஞ்சி வெண்கலப் பானையாட்டம் இருக்கே?"

பாட்டியின் கேள்வியில் ரேணுவின் ஆத்திரம் இரட்டித்தது. "வெண்கலப் பானையுமில்லை, வெந்நீர்த் தவலையுமில்லை. நீ வேறே என் வயத்தெரிச்சலைக் கொட்டிக்காதே!" என்று எரிந்து விழுந்தாள்.

"உடம்பு சரியில்லையா என்ன உனக்கு? இல்லை, மனசு சரியில்லையா? கொஞ்சம் என்கூட வேண்டுமானால் வெளியே வந்துட்டு வாயேன், மாறுதலாக இருக்கும்."

"எங்கே?"

"அஸிஸ்டென்ட் இஞ்சினீர் வீட்டுக்கு."

"இஞ்சிநீர், சுக்குநீர் வீட்டில் என்ன விசேஷம்? அவர்கள் கொல்லைச் செடியில் இன்னுமொரு பூ பூத்திருக்காமா? அப்போ எல்லார் வீடுகளிலேருந்தும் போகணுமே!" என்று நையாண்டி செய்தாள் ரேணு. சற்று மிகைப்படுத்திச் சொன்னாளென்றாலும் அடிப்படையில் அவள் சொன்னது உண்மைதான். ஏதாவது நல்லதோ கெட்டதோ எது நடந்தாலும் இந்த ரெயில்வே காலனியின் எல்லாக் குடும்பங்களும் ஒன்று சேர்ந்து, கூட்டு நிகழ்ச்சியாகத்தான் அதைக் கொண்டாடின. அப்படி ஒரு

நெருங்கிய பிணைப்பு. ஒவ்வொரு குடும்பமும் ரெயில்வே திட்டத்தில் ஊழியம் செய்ய இந்த ஆந்திரச் சிற்றூருக்கு வந்திருந்தது. பட்டண வசதி எதுவும் இங்கே இல்லை. கல்லூரி என்ன, உயர்நிலைப் பள்ளிக்கு அனுப்ப வேண்டிய தம் குழந்தைகளைக்கூட அனைவரும் பெரிய நகரங்களில் விட்டுத்தான் இங்கு வரவேண்டியிருந்தது. விடுமுறைக்குத் தான் குழந்தைகள் இங்கே பெற்றோரிடம் வருவார்கள். ரேணுவும் சென்னையில் முதல் ஆண்டு பி.எஸ்ஸி., தேர்வு எழுதியிருந்தாள். திட்டப் பணிகளையன்றி வேறு பரபரப்பு அதிகமில்லாத இந்த மலைப்பாங்கான ஊரில் கிராம எளிமை நிலவியது. பாட்டி அதன் இன்பத்தில் திளைத்துக்கொண்டிருந்ததாகத்தான் ரேணுவுக்குத் தோன்றியது. அந்த வீட்டுக்கு மட்டுமல்ல, பாட்டி காலனி முழுவதற்குமே அல்லவா பாட்டியாகத் திகழ்ந்தாள்? யாருக்கு எவ்வித உதவி தேவை யானாலும் அவளிடந்தான் வருவார்கள்.

ரேணு சொன்னதைக் கேட்டு பாட்டி சிரித்தாள். "நீ வேடிக்கை செய்யறே. ஆனால் இந்த நெருக்கத்தில் அழகு இல்லையா என்ன? போகட்டும். நான் இப்போ போறது அவர்களுக்குக் கொஞ்சம் ஊறுகாய் கொண்டு போய்க் கொடுக்க."

"ஸ்பெஷலாக ஏதாவதா?"

"ஆந்திராவில் இல்லாத ஸ்பெஷல் ஊறுகாயா? வெறும் மாங்காய் ஊறுகாய்தான். அந்த அஸிஸ்டென்ட் இஞ்சினீர் பெண்டாட்டிக்கு வயிறு பலகீனம். காரம் ஒத்துக்கிறதில்லை. 'இந்த ஊர் ஊறுகாயெல்லாம் ரொம்பக் காரமாயிருக்கு பாட்டி. நீங்க காரமில்லாம ஏதானும் போட்டுக் கொடுங்கோ'ன்னு சொன்னா. அதுதான் போட்டு எடுத்துண்டு போறேன். வரியா நீ?"

ரேணு வாய் பேசாமல் பாட்டியையே பார்த்தாள். பனிக் கிரீடம் வைத்தது போன்ற கூந்தல். கசங்கிய பழந்துகிலையே தோலுக்குப் பதிலாகப் போர்த்துவிட்டாற்போல் காணுமாறு அடிமுடி பரவலாக ஒரே சுருக்கங்கள். தன் தந்தையின் தாயை வேறுவிதத் தோற்றத்தோடு பார்த்ததாக ரேணுவுக்கு நினைவில்லை. அவளுக்கு நினைவு தெரிந்த காலம் முதல் பாட்டி கிழவிதான். அவள் அப்பா சொல்வார், "அம்மா இளவயசுக்காரியாக இருந்ததாக எனக்குக்கூட ஞாபகமில்லையே!" என்று. அவர் பரிகாசந்தான் செய்தார் என்றாலும், பாட்டியின் மிதமிஞ்சிய முதுமைத் தோற்றத்தைப் பார்க்கும்போது அது அவளுடன் இரண்டுபடுத்த முடியாத இயற்கைத் தன்மை கொண்டதாகவே பிரமைகொள்ளச் செய்யும். பாட்டி கிழவியாகவே பிறந்தது மட்டுமல்ல; கணவனை இழந்தவளாகவும் மூன்று பெண்களும் இரண்டு பிள்ளை களும் பதினான்கு பேரக் குழந்தைகளும் உள்ளவளாகவுமே கூடப் பிறந்திருக்க வேண்டும்!

"பாட்டி, உனக்கு ஒரு பெயர் இருக்கோல்லியோ?" என்றாள், ரேணு புன்சிரிப்போடு.

பாட்டி புருவங்களைச் சுருக்கி ஒருகணம் யோசித்துவிட்டு, “இருந்திருக்கணும்னுதான் தோன்றது? இல்லை?” என்றாள்.

“அது என்னன்னு உனக்குத் தெரியுமோ!”

“யோசிச்சுத்தான் சொல்லணும்.”

“அது என்னவாக இருக்கும்னு எனக்குத் தோன்றது தெரியுமா?”

“சொல்லேன்.”

“ ‘பாட்டி’ன்னு.”

“ஆ, சரியாய்ச் சொல்லிட்டியே! அதேதான், எனக்கும் இப்ப ஞாபகம் வந்துடுத்து.”

ரேணு ஆசை தாங்காமல் பாட்டியைக் கட்டிக் கொண்டாள்.

வாசலில் “பெத்தம்மா!” என்ற குரல் கேட்டது. தலைமைக் கணக்கர் வீட்டுப் பெண்டாட்டியை நோக்கி வேகமாக ஏதோ தெலுங்கில் சொல்லிவிட்டுப் பாட்டியின் “வஸ்தானு” என்ற பதிலைப் பெற்றுக் கொண்டு சென்றாள்.

“என்னவாம் பாட்டி?”

“அந்த வடக்கத்திக்காரர் வீட்டு அம்மாளுக்கு முதுகில் சுளுக்கிண்டு ரொம்ப அவஸ்தைப்படறாளாம். மந்திரிக்க நான் வர முடியுமான்னு கேட்டாளாம். முதல்லே நான் அதுக்குப் போய்ட்டு வந்துடறேன். இந்த ஊறுகாய்க்கு இப்ப ஒண்ணும் அவசரமில்லை” என்று கூறிப் பாட்டி விரைந்தாள்.

அந்தத் தேசீய ரெயில்வே திட்டத்தில் பணியாற்றியவர்களில் பல வட இந்திய மாநிலத்தவர்களும் இருந்தார்கள். ஆனால் பாட்டி ‘வடக்கத்தியர்’ என்பது அவர்களையல்ல. ‘வடக்கத்தியர்’ என்றால் அவர் அகராதியில் ஆந்திரர் என்று பொருள். அது அவள் தலைமுறையினரிடையே வழங்கிய பழைய மரபு. அப்போதெல்லாம் ஆந்திரத்துக்கு வடக்கே அதிகமாக எங்கும் போக்குவரவை அவர்கள் அறியார் போலும். திருவல்லிக்கேணியில் தாங்கள் எல்லாரும் பல ஆண்டுகள் முன்பு குடியிருந்த காலத்தில் எப்படி ஒரு ‘வடக்கத்தியான்’ பஞ்சகச்சத்துடன் சைக்கிள் மீது உட்கார்ந்து நெய் விற்றுக்கொண்டு வருவான் என்பதை அவள் அடிக்கடி தன் அலுப்புற்ற பேரன் பேத்திகளுக்குச் சொன்னதுண்டு. நெய் அமிருதமாக இருக்குமாம். அவனைத் தவிர யாரிடமும் நெய் வாங்க மாட்டாளாம். அவனும் வரும்போதே, “பெத்தம்மகாரு உன்னாரா?” என்றுதான் கேட்டுக்கொண்டே வருவானாம்.

பாட்டி மந்திரிக்கப் போய்விட்டாள். அவளுக்குத் தெரியாததே இல்லையோ? எவ்வித உதவிக்கும் அவளிடம் வருகிறார்களே! தானும் அந்தக் கடிதத்தைப் பாட்டியிடம் காட்டி அபிப்பிராயம் கேட்டால்

என்ன? யாரோ ஒரு கூலிக்காரச் சிறுவன் கைத் தபாலாகத் தந்துவிட்டு ஓடிய அந்தக் கடிதம் வந்த இந்த நாலு நாட்களாக ரேணு தன்னுள் பொருமிக்கொண்டிருந்தாளே தவிர, அதை யாரிடமும் காட்டவில்லை. ஏதோ பயம், தயக்கம். கூடவே அவளுக்கே புரியாத ஒரு குறுகுறுப்பு. கோபி அப்படி ஒரு கடிதம் அவளுக்கு எழுதியிருக்கக் கூடாதுதான். அவன் 'ஒண்ணாம் நம்பர் அயோக்கியன்' எனினும், மனத்துக்குள் விழித்துக்கொள்ளத் துவங்கிய கண்களின் முன் 'நீ பெண் என்ற தேவ குலத்தைச் சேர்ந்த பொக்கிஷம்' என்று அவளையே அவளுக்கு அறிமுகம் செய்துவைத்துவிட்டது போல் இருந்தது அவன் செயல். திகைப்பும் பரபரப்பும் எக்களிப்புமாக முகையவிழும் ஓர் உணர்ச்சியைச் சுட்டி காட்டிய மாதிரி இருந்தது. கோபம், அவமானம் அவை இருந்ததென்னவோ உண்மை. ஆயினும், தன்னை அறியாமலே நிலைக்கண்ணாடியின் முன் தயங்கும் பாதங்கள். இப்படியும் அப்படியுமாக இலேசாகத் திரும்பிப் புதிய பெருமிதத்துடன் தன்னையே அளந்துகொள்ளும் பார்வை. முகத்துப் பவுடரை, குழல் சுருளை, சூடிய பூவைச் சீர் செய்யும்போது கணநேரம் அதிகமாக அதன் மேல் தயங்கிச் செல்லம் கொடுக்கும் விரல்கள்.

பாட்டிக்கு என்ன புரியும், வயசானவள்! இந்த நுட்பங்களெல்லாம் கிடக்கட்டும். இப்படி ஓர் ஆண் ஒரு பெண்ணுக்குப் போக்கிரித்தனமாகக் கடிதம் எழுத முடியும் என்று அறிந்தாலே அவள் மூர்ச்சை போட்டு விழுந்துவிடுவாள். இல்லாவிட்டால் குடிமுழுகிவிட்ட மாதிரி ஒப்பாரி வைப்பாள், அல்லது அவளையே திட்டுவாள்; அல்லது 'கட்டையிலே போறவனே, உன் கண்ணைப் பாம்பு பிடுங்க!' என்ற முறையில் அவனோடு போருக்குக் கிளம்புவாள். மானம் போய்விடும்.

அப்பாவிடம் சொல்லலாமா? அம்மாவிடம்? அப்பா இங்குள்ளவர் களிலேயே பெரிய அதிகாரி. 'டிவிஷனல்' தரத்தில் உள்ளவர். அற்ப விஷயத்துக்கே எல்லாரும் கூடிவிடும் இந்தக் காலனியில் இது பெரிய குருக்ஷேத்திரத்தில் கொண்டுபோய்விடும். கோபியை அடித்து விரட்டுவார்களே, அதை எண்ணினாலும் பரிதாபமாகத் தான் இருந்தது. அவளைப் போலவே அவனும் கல்லூரிவாசி. ரெயில்வே வைத்தியருக்குச் சொந்தக்காரன். பம்பாயிலிருந்து விடுமுறைக்கு வந்திருப்பவன். சில நாட்களே இருந்து போகிறவனைப் பத்துப் பேர் முன்னிலையில் தலை குனிய வைப்பானேன்?

கடிதத்தைக் கிழித்து போட்டுவிட்டு பேசாமல் இருந்துவிடலாம். ஆனால் அதை அவன் தனக்குச் சாதகமான குறிப்பு என்று பொருள் கொண்டுவிட்டால்? இப்போதே எங்கே போனாலும் சொல்லி வைத்தாற் போல் அவனும் வந்து நிற்கிறான். அப்புறம் ரசாபாசமாகிவிடும். அதற்காக வெளியிலேயே போகாமல் எத்தனை நாள் இருப்பது? இந்த நான்கு நாள் அப்படி இருந்ததே சலித்துவிட்டது.

உள்ளே அநீதா நுழைந்ததும் அவள் முகம் சிறிது மலர்ந்தது. அநீதா இளம் ஸிந்திய பெண். கையில் மின்னிய சிவப்பு நிறத்

தந்த வளையல்கள் அண்மையில் மணமானவள் என்பதைக் கூறின. திருமணமான அடுத்த மாதமே கணவனுக்கு இந்தப் பொட்டற் காட்டில் மாற்றல் ஆனதும் இங்கே குடித்தனம் செய்ய வந்துவிட்டாள்.

ரேணுவும் அவளும் நெருங்கிய தோழிகளாகிவிட்டனர். பாவம், வடக்கிலிருந்து இங்கே ஆந்திரத்துக்குத் திடீரென்று குடி பெயர்ந்த அநீதாவுக்கு இந்தக் குன்றும் காடுமான ஒதுக்குப் பிரதேசத்தில் எப்படித்தான் பொழுது போகிறதோ? முந்திய வாரம் இருவருமாகச் சில உல்லாசப் பயணிகளுடன் ஜீப்பில் அடிவாரத்துப் பெரிய நகரத்துக்குச் சென்று, ஹிந்தி சினிமாப் பார்த்துவிட்டு வந்ததை இருவருமே ரசித்தார்கள். (அங்கும் அல்லவா பின் வரிசையில் அவன் உட்கார்ந்திருந்தான்!) அதுபோல் எப்போதாவது ஒரு மாறுதல் கிட்டும்.

இருவரும் ஆங்கிலத்தில் உரையாடிக்கொண்டே, ஏற்ற இறக்கமான மலைப்பாதைகளில் உலாவச் சென்றனர். பட்டுப் போன்ற இளவெயில் இறங்கிக் குளிர்ந்த காற்று வீசிக்கொண்டிருந்தது.

உதவி எஞ்சினியர் வீட்டின்முன் ஒரு சிறிய மனிதக் கொத்துச் சேர்ந்திருந்தது. இருவருக்கும் காரணம் புரியவில்லை. எதிரில் வந்த வட்டார ஆளிடம் விசாரிக்கலாமென்றால் இருவருக்குமே தெலுங்கு வராது. இந்தப் பாட்டி தேவலை. சென்னையில் இருந்தபோதே அவளுக்குத் தெலுங்கும் தெரியும்; மற்றத் தென்னிந்திய மொழிகளிலும் சிறிது பரிச்சயம் உண்டு. பாட்டி மாதிரி தனக்கும் அப்படி எல்லாம் தெரிந்திருக்கக் கூடாதா என்று ரேணு ஏங்கினாள். அவள் தெலுங்கறிவு ‘ஏமி’, ‘ரண்டி’ என்ற இரண்டே சொற்களுடன் ரத்தினச் சுருக்கமாக நிறைவுகொண்டிருந்தது. அவை கூடத் தமிழ்த் தொனியோடுதான் வரும்.

“அந்த வீட்டில் என்ன விசேஷம்?” என்று தமிழிலேயே கேட்டு விட்டு அவள் பதிலுக்குக் காத்திராமல் மேலே நடக்க முற்பட்டாள். ஆனால் அந்த மனிதர் திராவிட ஆந்திரர். அந்த இனத்தவர் ஆதியில் தமிழகத்தினராக இருந்து பிறகு ஆந்திரத்தில் குடியேறியவர்களாம். தமிழ், தெலுங்கு இரு மொழிகளிலுமே பேச வல்லவர்கள்.

“அந்த வீட்டுப் பூனை ஒரு லாரிச் சக்கரத்தில் மாட்டிகிட்டுச் செத்துப் போச்சும்மா” என்று அவர் பதிலளித்தார்.

சிறிது, நேரத்தில் காலனியின் பல வீடுகளின்றும் அங்கே கும்பல் நெரிந்தது. அடிபட்டு ரத்தச் சுருளாக இறந்து கிடந்த பூனையைச் சுற்றி அனுதாப முகங்கள்.

“ஐயோ பாவமே; எப்படி இறந்தது?” என்ற கேள்வி பற்பல இந்திய மொழிகளில் ஒலித்தது.

அஸிஸ்டென்ட் எஞ்சினியரின் எட்டு வயதுக் குழந்தை நளினி ஆற்ற முடியாமல் அழுதுகொண்டிருந்தாள். பூனை அவளுடையது. அதைக் கரங்களுள் அணைத்தபடிதான் எங்கும் காட்சி தருவாள். அந்தக் கைகள் இப்போது அநாதையாக இருந்தன.

சிலர் அவளைத் தேற்ற முனைந்தனர். வேறு சிலர் 'த்ஸொ த்ஸொ' சுருதியின் பின்னணியில் இசைக்கப்பட்ட பூனையின் இறுதிக் கதையைச் செவியுற்றனர்.

சாதாரணமாக அந்தப் பூனை தன் குட்டி எஜமானியின் அணைப்பில் இல்லாத நேரங்களில், ஓடும் வாகனங்களைக் கண்டால் ஒதுக்கமாக மூலையில் பதுங்கிக்கொண்டுவிடும். அன்று நிச்சயம் ஏமன்தான் லாரி வடிவில் வந்திருக்க வேண்டும். ('த்ஸொ த்ஸொ!') இல்லாவிட்டால் குழந்தை மலைச்சரிவின் செடியிலிருந்து தலை நீட்டிய ஒரு நீலலார்க் ஸ்பர் பூவைக் கண்டு என்று என்றுமில்லாமல் அன்று மோகித்திருப்பாளா? "வால் பூ!" என்று கூவி அதைப் பறிக்க விரும்பிப் பூனையை இறக்கிவிட்டு அதனிடம் ஓடியிருப்பாளா? ("அச்சா!" "அலாகனா?") அப்போது பார்த்து, கீழ்மட்டத்திலிருந்த ஒரு தொழில் தளத்துக்காகச் சாமான்களை எடுத்துப் போய் இறக்கிவிட்டு இங்குள்ள மளிகைக் கடைக்கு அங்கிருந்து சரக்குப் போட்டுக்கொண்டு மேலேறி வந்த லாரி அந்த இடத்தை அடைந்திருக்குமா? அப்போதுதான் ஏதோ ஒரு விளையாட்டு மனநிலையில் பூனை நடுப்பாதையின் இளவெயிலில் இதமாகக் குனிந்துப் புரண்டுகொண்டிருக்க வேண்டுமா? லாரியின் வேகத்தின் முன் . . . பாவம்!

குழந்தையின் விருப்பத்துக்காகப் பூனையின் சடலத்துக்கு எல்லா மரியாதைகளும் நடந்தன. அதை எங்கே புதைப்பது என்பது பற்றி நீண்ட விவாதங்கள் நடைபெற்றன. நளினி தான் படுக்கும் அறையின் ஜன்னலுக்கு வெளியே அதைப் புதைக்க வேண்டும் என்றாள். அப்படிச் செய்தால் குழந்தையின் சோகம் பிறகு வெறியாகிவிடும் என்று சொல்லித் தடுத்தவள் பாட்டிதான். அவள் கூறியதை யாவரும் ஏற்றுக்கொண்டனர். பனிக் கிரீடத்தின் ஆக்கினைக்கு மறுப்பு ஏது? கடைசியில், நளினி பூப் பறித்த இடத்திலேயே செடிகளுக்கு அருகில் பூனையை அடக்கம் செய்தார்கள். பல வீட்டுக்காரர்களும் குழுமியிருந்த அந்த இடத்தில் கோபி வேண்டுமென்றே தன் அருகில் நிற்பதைக் கண்ட ரேணு ஆத்திரத்துடன் அநீதாவின் பக்கமாகச் சரிந்து கொண்டாள். ஆழ்ந்த மௌனத்தில் நளினி அவ்வப்போது மூக்கை உறிஞ்சிக்கொள்ளும் ஒலி மட்டுமே கேட்டது. பாட்டி அவளைத் தன் வயிற்றோடு சேர்த்துக் கொண்டு, குலுங்கும் பின் தலையை ஆதரவாக நீவிக் கொடுத்தாள். வீடு திரும்பு முன் குழந்தையின் தந்தையிடம் அவளுக்குச் சிறிது காலத்துக்குப் பின் இன்னொரு பூனை பரிசளித்துவிடும்படி சொல்லி விட்டு வந்தாள்.

பாட்டி தன்னுடன் இருந்த தைரியத்தில் ரேணு ஒரு முறை திரும்பக் கோபியை நேராகப் பார்த்தாள். அந்தத் தடியன் உடனே தன் பார்வையை விலக்கிக்கொண்டு எதிரே பார்த்தவாறு இடையை ஒடித்து எட்டுக் கோணலாக நின்றுகொண்டு மெல்லொலியில் சீட்டியடிக்கலானான். பெரிய ஹீரோதான்!

வீட்டுக்கு வந்த பிறகும் அந்த அருவருப்பு, சினம் குறையவில்லை. இரவு உணவின்போது பேச்சே இல்லை. அது என்ன தொந்தரவு!

இதை எப்படிச் சமாளிப்பது? அவன் எக்கேடு கெட்டால் என்ன என்று அப்பாவிடம் கடிதத்தைக் காட்டிவிடலாமா?

"என்னடி பேசாமலேயே இருக்கே? டீ ரேணு, என்ன ஆயிடுத்து உனக்கு நாலு நாளா?" என்ற பாட்டியின் குரல் அவள் நினைவைத் திருப்பியது.

"ம் . . . வந்து . . ."

"நீயும் இப்போ நளினியாட்டம் அந்தப் பூனையை நினைச் சுண்டுட்டியா?"

"இல்லை பாட்டி. பாவம்! அவளுக்கு நாளைக்கே அவப்பா இன்னொரு பூனை வாங்கிக் கொடுத்துட்டா தேவலை."

"நாளைக்கே கொடுத்தால் இப்ப இருக்கற வருத்தத்தில குழந்தை அதை ஏத்துக்காது. தன் செல்லப் பூனையின் அருமையைப் பெரியவர்கள் தெரிஞ்சுக்காம தன்னோடு விளையாடுவதாகக் கூடத் தோன்றி மனசு புண்பட்டுடலாம். அதனாலே சில நாள் கழிச்சு, துக்கம் ஆறத் தயாரா யிருக்கிற சமயத்தில், இன்னொரு பூனையைத் தந்தால் குழந்தைக்கு அப்பத்தான் முழுத் திருப்தி ஏற்படும்."

பாட்டி எவ்வளவு ஆழ்ந்து எல்லாம் யோசிக்கிறாள்? இத்தனை அறிவாளியான பாட்டியிடம் தன் கவலையைச் சொல்லி யோசனை கேட்டால்தான் என்ன?

சாப்பாடு முடிந்து படுக்கச் சென்ற சமயத்தில் அவள் பாட்டியின் அருகில் வந்து உட்கார்ந்தாள்.

"தூக்கம் வரவில்லையா ரேணு!"

"அதுக்கில்லை பாட்டி . . . வந்து . . ." விளக்கு ஒளியில் பாட்டியின் வடிவம் தெரிந்தது, முதுமையே ரேணுவின் இளமையைப் பார்த்துக் குசலம் விசாரித்துப் போவதற்காகக் காலத்தின் இன்னொரு முனையில் வந்து நிற்பது போல் தோன்றியது, எத்தகைய வேறுபாடு! கிழவிக்கு என்ன புரியும்? ஒரு வேளை சிறிது சிறிதாக விளக்கினால் புரியுமோ?

"பாட்டி, ஒரு பெண் குழந்தையாகவே இல்லாம ஏன் தான் பெரியவளாய் வளரணுமோன்னு எனக்குத் தோன்றது" நல்லதொரு பீடிகைதான், இல்லையா? பாவம்! பாட்டியை அதிர்ச்சியுறுத்த வேண்டாம், "வளர்ந்தால் ஒரு பெண்ணுக்கு என்ன சிரமமெல்லாம் வரது தெரியுமா?"

அவள் முடிப்பதற்குள் பாட்டி வெகு சாவதானமாகக் கூறினாள். "இந்தப் பேச்செல்லாம் ஏன் கிளம்பறது? அந்தப் பயல் கோபி இன்னிக்கு அந்தக் கூட்டத்தில் அத்தனை நேரமும் உன்னையே முழிச்சு முழிச்சுப் பார்த்துண்டிருந்ததனால் தானே? இப்ப என்ன புதிசு? அவன் தான் நீ இங்கே வந்த நாளாய் அப்படிப் பார்க்கிறானே?"

ரேணுவால் சிறிது நேரம் பேச முடியவில்லை. பாட்டி எல்லா வற்றையும் கவனித்து, அறிந்து வைத்துக்கொண்டு எவ்வளவு சாதாரண மாகப் பேசுகிறாள்?

அவள் மெல்லச் சமாளித்துக்கொண்டாள். "அவன் சுத்த சோதாப் பயல் பாட்டி. என்ன திமிர், பார்த்தாயா?"

"விட்டுத் தள்ளுடி! இதெல்லாம் லோகத்திலே சகஜம். தப்புத் தண்டாவாக அவன் நடந்துக்காத வரையில் இதையெல்லாம் பெரிசு பண்ணாம சிரிச்சுண்டு போயிடணும்."

"அதெப்படி முடியும்? அவன் முறைச்சுப் பார்க்கறச்சே எனக்கு எப்படிப் பத்திண்டு வரது, தெரியுமா?"

பாட்டி அவள் தலைமயிரைக் கனிவுடன் கோதினாள். "நீ சிறிசு, இப்போ அப்படித்தான் தோணும்கிறதை மறந்துட்டு நான்பாட்டுக்கு என் வயசுக்குச் சரியாய்ப் பேசறேன் பாரு! நான் முட்டாள். ஆனா ரேணு, அந்தப் பையன் கெட்டவன்னு எனக்குத் தோணலை."

"உனக்கு இதெல்லாம் என்ன தெரியும் பாட்டி? உன் காலத்தில் எல்லாம் ரொம்ப அடக்கமாக இருந்திருக்கும். எவனும் இப்படி பெண்கள் பின்னால் சுத்தியிருக்க மாட்டான்."

"மனுஷ இயல்பு காலத்துக்குக் காலம் மாறுமா என்ன?"

"உனக்கு இந்த மாதிரி அநுபவம் நேர்ந்திருந்தால் அப்போ தெரியும்" என்றாள் ரேணு மிடுக்காக.

"நேர்ந்திருந்தால் என்ன! நேர்ந்திருக்கு!"

ரேணு அவளைப் பார்த்து வெறித்தாள். சிறிது நேரம் வாய் பேசாமல் வெறித்துக்கொண்டே இருந்தாள்.

"உனக்கா?"

"ஆமாம். நானும் ஒரு காலத்தில் இளம் பெண்ணாகத்தானே இருந்தேன்?"

"இருந்திருக்க முடியாதே!... மேலே சொல்லு."

"அப்போ நடந்தது."

"உன் பின்னாலேயா ஒருத்தன் சுத்தினான்?"

"ஆமாம்"

"நிஜம்மாவா"

"ஆமாம்"

ரேணுவுக்குத் திடீரென்று சுவாரசியம் பிறந்தது. "என்ன ஆச்சு பாட்டி? விவரமாய்ச் சொல்லேன்."

பாட்டி பழைய நினைவுகளில் ஆழ்ந்து இலேசாகச் சிரித்துக் கொண்டாள். "எனக்கு அப்போ கல்யாணமாகலை. கிராமத்தில் எங்கப்பா கர்ணம். நான் தினம் தண்ணியெடுக்கக் காவேரிக்குப் போறது வழக்கம். அம்மா இல்லாததனால் அப்பாவையும் தங்கை தமபிகளையும் பார்த்துக்கற பொறுப்பெல்லாம் என்னுதுதான். அதனால் சீக்கிரம் வீட்டுக்குத் திரும்பி வந்து எல்லாம் கவனிக்கணு மேன்னு நான் ரொம்ப அதிகாலையிலேயே எழுந்து காவேரிக்குப் போயிடுவேன். வேற பெண்கள் யாரும் அப்போ போகமாட்டா . . ."

"ம் ?"

"அப்படியிருக்கறபோது, ஓர் இளைஞனுக்கு என் மேலே ஒரு கண் போலிருக்கு. சாதாரணமாய் நல்ல பிள்ளைன்னு ஊரிலே பேர் எடுத்த ஆள்தான். என் போறாத வேளை, அந்த மனுஷனுக்குப் புத்தி கெட்டுப் போச்சு. என்னைத் தொடர்ந்து வரணும்னு ஆசை ஏற்பட்டுப்போச்சு. தினம் நான் காவேரிக்குப் போறபோதும் வரபோதும் பத்தடி தள்ளிப் பின்னாலேயே தொடர்ந்து வரவேண்டியது, நான் திரும்பினால் வேறெங்கேயோ பார்த்துண்டு நிற்க வேண்டியது, தெரிஞ்ச முகம் ஏதேனும் எதிர்ப்பட்டால் மெல்ல நழுவிவிட வேண்டியது. அப்புறம் மறுபடி என்னைத் தொடர வேண்டியது . . ."

"அப்புறம் ?"

"அதிகாலை இருட்டு. வெறிச்சோடின ஆற்றங்கரை. தினம் என் பின்னால் தொடர்ந்து வருகிற ஒரு வாலிபன்."

"வளர்த்தாதே பாட்டி ! அப்புறம் என்ன ஆச்சு ? என்னிக்கானும் உன்கிட்ட வம்பு பண்ணினானா அவன் ?" என்று ரேணு படபடத்தாள்.

"அதுக்கு முந்தியே நான் அதைக் கத்தரிச்சுட்டேன்."

"அப்படின்னா ?"

"ஒரு நாள் அப்படி என்னைப் பின்பற்றி வந்தபோது நான் பளிச்சுனு திரும்பி நின்னு அந்த ஆளை நேருக்கு நேராய்ப் பார்த்தேன். 'ஏண்டாப்பா தெரிஞ்சவாளை கண்டதும் உடனே ஓடிப்போய் மறைஞ்சுக்கறே ? யாரேனும் பார்த்துடப் போறாளேன்னா ? நீ ஒண்ணும் அதுக்காகக் கவலைப்படாதே. யாரானும் கேட்டால் நான்தான் உன்னை என்கூட அழைச்சுண்டு வறேன்னு சொல்றேன். உன்னைப் போல் அந்தண்டை இந்தண்டை அசையாமல் என் கூடவே கவனமாய் பார்த்துண்டு வருகிற துணை இப்படி எனக்கு வேறெங்கே கிடைக்கும் ? நீயே சொல்லு. இவ்வளவு அக்கறையாக ஒரு நாயைப்போல் வேறு யாருடாப்பா வருவா ?' அப்படின்னேன். அடுத்த நாளிலேருந்து அந்த ஆள் ஏன் அங்கே தலைகாட்டறார் ?"

ரேணு அயர்ந்து போய்விட்டாள். பாட்டியா ! பாட்டியா இப்படி ? பாட்டி இளம்பெண் ! அவள் பின்னால் ஒருவன் ! அவனுக்கு அவள்

கொடுக்கும் சூடு! சிறிதுநேரம் மனம் தம்பித்துவிட்டது. பிறகு ரேணு தாவி வந்து பாட்டியை அணைத்துக்கொண்டாள். பாட்டியின் பேச்சில் ஏதோ ஒன்று விசித்திரமாகத் தொனித்தது என்ற உணர்வு கணநேரம் துள்ளி மறைந்தது. மிஞ்சியதெல்லாம் வியப்பும் அதிசயமும் பாராட்டுந்தாம்.

"பாட்டி, பாட்டி! நீ எத்தனை தைரியமா உன் காலத்தில்கூட ... இப்படியெல்லாம்..! எனக்குத் தோணவே இல்லை பாட்டி! நான் நினைச்சேன். என் காலத்தில் தான்... எனக்கு முன்னால் எந்தப் பெண்ணையும் எந்த ஆணும் பார்த்திருக்க மாட்டான் என்கிறாப் போல் ஒரு புதுமையான உணர்ச்சிதான் எனக்கு ஏற்பட்டது, பாட்டி. என்ன முட்டாள்தனம்!"

"இல்லை ரேணு, அது ரொம்ப இயற்கையான உணர்ச்சிதான்." பாட்டியின் குரல் மென்மையில் கனிந்தது. "ஒவ்வொருவருக்கும் தன் அநுபவம் புதுசுதான். தன் வரைக்கும் அது உலகத்திலேயே முதல் தடவையாக நடக்கிறதுதான். இல்லைன்னா ஈசுவர சிருஷ்டியில் ஒருவன் ஐம்பதாவது வயசில் செத்துப் போனால் அடுத்தவன் ஐம்பத்தோராவது வயசோடு பிறக்கணும்னு ஏன் விதிக்கலை? ஒவ்வொரு மனுஷனுக்கும் வயசு ஏன் ஒண்ணு ரெண்டுன்னு திரும்பத் திரும்ப அடியிலிருந்தே ஆரம்பிக்கணும்?"

பாட்டியையே ஒவ்வொரு விநாடியும் புதிது புதிதாகக் கண்டு பிடித்துக்கொண்டே இருப்பதுபோல் தோன்றியது, அவள் அணைப்பில் கிட்டிய தைரியமும் பாதுகாப்பு உணர்ச்சியும் ரேணுவுக்கு ஆறுதலளித்தன.

பாட்டியிடம் காட்டலாமா என்ற தயக்கத்துக்கு இனி என்ன அர்த்தம்? ரேணு எழுந்து சென்று அந்தக் கடிதத்தை எடுத்து வந்து அதன் ஆங்கிலத்தைத் தமிழாக்கிப் பாட்டிக்குச் சொன்னாள்.

பாட்டி சிறிது நேரம் பேசவில்லை. யோசனையில் ஆழ்ந்திருந்தாள்.

"கடுதாசி எழுதுற அளவுக்குத் துணிஞ்சுட்டானா? அப்போ பயலை ஒரு தட்டுத் தட்டி வைக்க வேண்டியது தான்."

"அப்பாகிட்டச் சொல்லிடட்டுமா?"

பாட்டி திடீரென்று ஒரு முடிவுக்கு வந்துவிட்டாள்.

"வேணாம். விஷயம் ரொம்பப் பெரிசாயிடும். பையன் பொல்லாத வன்னு எனக்கு இப்பகூட தோணலை. ஏதோ அசட்டுத்தனம்; வயசுக் கோளாறு; சட்டுனு ஒரு வேகத்தில் எழுதியிருக்கான். கடுதாசியைப் பார்த்தால் அப்படித்தான் தோணறது."

"இப்போ என்ன செய்யலாம்?"

"இதுக்குப் பதில் எழுதணும்?"

"நானா!"

"சேசே! ஓர் அந்நிய வாலிபனுக்கு இந்த விஷயத்திலே உன் கைப்பட எழுதச் சொல்வேனா? நான்தான் எழுதப் போகிறேன் அவனுக்கு."

"நீயா? ஏன்?"

"கொஞ்சம் பயம் காட்டத்தான். நல்லவேளை, பையன் நம்பூர்க் காரன். தமிழில் எழுதினால் புரியும். போய் ஒரு காகிதம், பேனா, என் மூக்குக் கண்ணாடி எல்லாம் கொண்டா."

பாட்டி எழுதிக் கொடுத்த கடிதத்தை ரேணு படித்தாள்.

"அன்புள்ள சிரஞ்சீவி கோபிக்கு, அநேக ஆசீர்வாதம்..."

"என்ன பாட்டி இது, அவனோடு போய்க் கொஞ்சிண்டு!"

"சரிதாண்டி. நான் கிழவிதானே? அவனுக்கு ஆசீர்வாதம் பண்ணினால் தப்பா? மேலே படி."

ரேணு ஆத்திரத்தை அடக்கிக்கொண்டு படித்தாள்:

"நீ எங்க ரேணுவுக்கு எழுதிய கடுதாசிக்குத்தான் இப்போ நான் பதில் போடுகிறேன். நான் அவளுடைய பாட்டி. ஏண்டாப்பா பிள்ளை யாண்டானே, உடம்பு எப்படி இருக்கு? உன் கடுதாசியை ரேணு என் கிட்டத்தான் காட்டினாள். அவள் அப்பாக்கிட்டக் காட்டவில்லை. அதனால்தான் உன் முதுகும் முதுகுத்தோலும் இன்னும் ஒண்ணாயிருக்கு.

"நீ என்னமோ ரேணுவின் 'அழகான' பாதங்கள் உன் இதயத்தை அமுக்கி மிதிச்சுடுத்துன்னு எழுதியிருக்கிறாயே, அப்படி மிதிச்சபோது அந்தப் பாதங்களை நீ நன்றாய்ப் பார்த்திருப்பாய் இல்லையா? அவள் புதுச் செருப்புகள் போட்டுண்டிருக்கான்னு அப்போ கவனித்தாயா? பழைய ஜோடி ரொம்பத் தேஞ்சுப் போயிடுத்துன்னு புதுசு வாங்கிக் கொண்டிருக்கிறாள். அந்தப் பழைய தேய்ந்த செருப்புக்கு இப்போ எனக்கு ஓர் அருமையான உபயோகம் தோணறது. உனக்கு அப்படித் தோணலை.

"உடம்பைப் பார்த்துக்கொள்ளுடாப்பா அம்பி! இல்லேன்னா உன் அப்பா வந்து மருந்து போட்டுப் பார்த்துக்கொள்ளும்படி ஆகிவிடும். மறுபடியும் ஆசீர்வாதம்,

உன் அன்பான,
பாட்டி."

ரேணு சிரித்துக்கொண்டே, "நீ பலே பாட்டிதான். ஆனால் அவனைப் பகிரங்கமாகக் கண்டிக்க உனக்கு மனசில்லை. அப்படித்தானே?" என்றாள்.

"அவசியம் வந்தால் பார்த்துக்கலாம். வீணாய், அவன் மானத்தை ஏன் தெருவுக்குக் கொண்டு வரணும்? அநேகமாய்ப் பையன் இதிலேயே

அடங்கிப் போயிடுவான். நமக்கு வேண்டியது அவ்வளவுதானே? ராம கிருஷ்ணர் சொன்ன பாம்பு கதை தெரியுமோல்லியோ? சீறலாம், ஆனா கடிக்கக் கூடாது. இளவயசு காரணமாய் ஏதோ இப்படி ஒண்ணு செஞ்சுட்டதனால் மட்டுமே ஒருவனைக் கெட்டவன்னு முடிவு பண்ணிவிடக் கூடாது ரேணு! ஏதோ ஒரு சலனம், அவ்வளவு தான். அடிப்படையில் அவன் நல்லவனாயிருக்கலாம். நாம் மன்னிக்கக் கத்துக்கணும்."

அடிப்படையில் நல்லவன். மன்னிக்கக் கற்க வேண்டும். சட்டென்று ரேணுவுக்கு, பாட்டியின் பேச்சில சற்றுமுன் தனக்கு விசித்திரமாகத் தோன்றியது என்ன என்பது புலனாகிறது. தன்னை அதுபோல் தொடர்ந்து வருகிற ஆண்பிள்ளையை எவளும் அவன் இவன் என்று தான் ஆத்திரமாகப் பேசுவாள், பாட்டி அந்த ஆளைப் பற்றிக் குறிப்பிடுகையில் 'அவர்' என்றல்லவோ சொன்னாள்? நல்ல குணத்தைப் பின்னால் அறிந்து மன்னித்துவிட்டாளா?

"ஏன் பாட்டி, தாத்தா வந்து . . ."

"ஷ்! பழைய விஷயமெல்லாம், எதுக்கு? ரொம்ப நேரமாறது. போய்ப் படுத்துண்டு இனிமேலாவது நிம்மதியாய்த் தூங்கு" என்றவாறு பாட்டி தானும் படுத்துக் கண்களை மூடிக்கொண்டாள்.

கலைமகள், ஜூலை 1970

"என் பேர் மாதவன்"

சுமார் ஐந்தரை அடி உயரம். சிவப்போடு வகை சேரும் மாநிறம். தயக்கத்தில் கூம்பி ஆவலில் மலரும் அரைகுறைப் பூவாக முகம். பருக்களின் மிகுதியினால் காய்த்துத் தடித்த கன்னத்துச் சதை. இளிப்பான சிரிப்புக்கு மேலே கூரிய மூக்கு, நிலைத்த சிறு கண்கள், மேட்டு நெற்றி, கூப்பிய கைகளின் ஆர்வ நடுக்கம். சிறுவன் வாலிபனுள் புகுந்துகொண்டிருக்கும் பருவம். இத்தனையின் ஒரு மொத்த அர்த்தமாக அந்தப் பெயரை அவன் சொன்னான்.

"என் பேர் மாதவன்."

"உக்காருங்க" என்றேன்.

அவன் பாதங்கள் முன்னால் இரண்டு அடி தேடித்தேடி வைத்து நகர்ந்தன. என்னை மீறி அவனைப் பிடித்து நடத்தக் கரம் நீட்டிவிட்டேன். பிறகு நிறுத்திக்கொண்டேன். அவனுக்குப் பிடிக்குமோ என்னமோ? எனினும் கவலையுடன்தான் கவனித் தேன். சிறிதே தடுமாற்றத்துடனும் அந்தத் தடுமாற்றத்தைச் சமாளிக்கப் பழகியிருந்த லாகவத்துடனும் ஓர் அன்னிய வீட்டில் விபத்தின்றி அடியிட்டு நடந்து உட்கார்ந்துவிட்ட பெருமிதத் துடனும் அவன் ஒரு முக்காலி மீது அமர்ந்தபோது நிம்மதியான பெருமூச்சு வந்தது – அவனிடமிருந்தல்ல, என்னிடமிருந்து.

"அந்த ஸ்டூல் சௌகரியமாயிருக்குதா? இல்லேன்னா பக்கத்திலே நாற்காலி இருக்கு, அதுலே வேணா உக்காரலாம்" என்று, அவன் உட்கார்ந்திருப்பது ஸ்டூல் என்பதை உணர்த்தினேன். நாற்காலி என்று எண்ணிப் பின்னால் சாய்ந்து விழுந்துவிடாதிருக்க வேண்டுமே?

"பரவாயில்லை ஸார்! இதுவே நல்லாயிருக்குது" என்றான் அவன். மாதவன். இன்றுதான் அவன் பெயரைக் கேட்டு அறிந்துகொள்கிறேன்.

ஏறக்குறைய ஐந்து மாதங்களுக்கு முன் முதல் முறை அவனை நான் பார்த்தபோது அவன் தனியாக இல்லை. உடன்

ஒரு பெரியவர் இருந்தார். வலது கையினால் ஒரு அகலமான புத்தகத்தை மார்போடு அணைத்தபடி வாசல் 'கொலாப்ஸிபில்' இரும்புக் கதவுக்கு வெளியே நின்றிருந்தார்.

அவருடைய தொடர்ச்சியாக, பின்னால் அவன். நடத்தி வந்திருந்த வரின் கையை அப்போதுதான் அவன் விட்டிருக்க வேண்டும். கசங்கிய, ஆனால் அழுக்கற்ற, தொளதொளத்த வெள்ளை நிஜார். பழுப்பு நிறச் சட்டை வேர்வையினால் அக்குள் புறங்களில் கறுப்பாகத் தெரிந்தது. முகத்தில் பூத்த புன்னகை "யார்?" என்று அதட்டிக் கேட்டவாறு எதிரே போய் நின்ற எனக்காகத்தானே தோன்றியிருக்க வேண்டும்? ஆனால் பார்வை என் மீதின்றிச் சுவர் மீதல்லவா இருந்தது? ஒன்றரைக் கண்ணோ? ஆனால் மறுவிநாடியே இரு நிலைத்த கண்ணாடிக் கண்களைக் கவனித்தேன்.

"யார்?" என்று மீண்டும் நான் வினவியபோது குரல் அதட்டலாக இல்லை.

"நாங்க ... ஒரு பார்வையற்றவங்க விடுதியிலேருந்து வரோம்." பெரியவர் சற்று நிறுத்திவிட்டு என் முகத்தைப் பார்த்தார். அவருக்குப் பார்வை இருந்தது. விடுதியில் ஓர் ஊழியர் போலும், "இதைப் பார்க்கறீங்களா?"

அவர் நீட்டிய புத்தகத்தை வாங்கிக்கொண்ட போதும் நான் அவனைத்தான் பார்த்துக்கொண்டிருந்தேன் பார்வையற்ற கண்ணாடி விழிகள். கூடவே ஒரு மலர்ச்சியா அந்த முகத்தில்?

புத்தகத்தைக் குனிந்து பார்த்தேன். 'பார்வையற்றோர் நலன் நிறுவனம்' என்று ஆங்கிலத்தில் முதல் பக்கத்தின் உச்சியில் ஒரு மகுடம். அடியில் ஒரு பார்க்டவுன் முகவரி. இடப்புறம் அதில் பணியாற்றும் முக்கியப் பதவியாளர்களின் பெயர்ப்பட்டியல் தட்டெழுதப்பட்டிருந்தது. வலப்புறம் 'ஒரு விண்ணப்பம்' என்ற தலைப்பில் பார்வையற்றோரின் நலத்துக்காகப் பாடுபடும் அந்த அமைப்புக்கு நல்லுள்ளம் படைத்தோரின் உதவியைக் கோரும் விண்ணப்பம் பேனாவால் எழுதப்பட்டு அடியில் மசி கலைந்த ஒரு கிறுக்கலான கையெழுத்தோடு விளங்கியது. புத்தகத்தின் தாள்களைச் சிறிது புரட்டினேன். பணத் தொகைகளும் வழங்கியவர் பெயர்களும் விரல் ஓட்டத்தில் மின் வெட்டின.

அந்த நிறுவனத்தின் விவரங்களைப் பெரியவர் கூறிக்கொண்டே இருந்தபோதெல்லாம் நான் இளைஞனைத்தான் பார்த்துக்கொண்டிருந்தேன்.

"...பிரம்பு வேலை, தச்சு வேலை, கூடைப் பின்னல், இப்படிப் பல தொழில் கற்றுக்கிட்டுத்தான் பார்வையற்றவங்க அந்தப் பூந்தமல்லி ஹைரோட் பயிற்சிப் பள்ளியிலேருந்து எங்க நிறுவனத்துக்கு வராங் கன்னாக்கூட அதை நாங்க இன்னும் வளர்த்து நிறையப் பயிற்சி தரோம். பல இடங்களுக்கு எழுதி எங்க நிறுவனத்தின் பார்வையற்றவங் களுக்காக வேலைகளில் கொஞ்சம் ஒதுக்கி வைக்கணும் அப்படின்னு

தனிமைத் தளிர்

கேட்டுக்கறோம். அதுபோலவே எத்தனையோ பேர் வேலை கிடைச்சுப் போறாங்க, சில பேர் கல்யாணம்கூடச் செய்துக்கறாங்க . . .”

பார்வையற்றவர்கள். புத்தகத்திலும் அந்தப் பெயர்தான். ‘தி ஸைட்லெஸ்.’ ஏனோ ‘குருடு’ என்பதைவிட இந்தப் பெயர் அதிக மனிதத் தன்மை வாய்ந்ததாகத் தொனித்தது. இந்தப் பெரியவர் ஒருமுறையேனும் தங்களுடைய நிறுவனத்தில் தஞ்சமடைந்தவர்களைக் ‘குருடர்’ என்று சொல்லாததை ஒரு பொருள் பொதிந்த விலக்காக உணர்ந்தேன். குருடு, ஊமை, செவிடு என்பன போலன்றி ‘பார்வை யற்றவர்கள்’, ‘பேச்சு இழந்தவர்கள்’, ‘கேள இயலாதவர்கள்’ என்ற பெயர்களில் இகழ்ச்சி இல்லை, சூடிமுடிப்பு இல்லை. மாறாக, அவர்களின் இல்லாமையைக் குறிப்பிட்டு ‘உங்களுடைய அபாக்கியத் தோழர்களை ஏற்றுக்கொள்ளுங்கள்’ என்று அள்ளித் தருவதுபோல் இருக்கிறது.

“. . . அரசாங்கத்திலே, பெரிய பிரமுகர்கள்கிட்டே இப்படியெல்லாம் நிதி வசூலிக்கிறோம். அப்படியே . . . இந்த மாதிரி . . . தனிப்பட்ட நபர்களிடமும் . . .”

பழுப்பேறி, ஓரம் நைந்து, இலேசாக அழுக்கு நெடி வீசிய புத்தக ஏடுகளில் குறித்திருந்த பணத் தொகைகளின் மேல் மறுபடியும் நோட்டமிட்டேன். ஐம்பது காசு, ஐந்து ரூபாய், ஒரு ரூபாய், இரண்டு ரூபாய் . . . ஒரு ரூபாய்தான் அதிகமாய்க் கண்ணில் பட்டது. புத்தகத்தை அவர் கையில் தந்துவிட்டுச் சட்டைப் பையிலிருந்து பர்சை எடுத்து ஒரு ரூபாய் நோட்டு ஒன்றை உருவி அவரிடம் கொடுத்தேன்.

“தாங்ஸ் ஸார்.”

அவரை அடுத்து அவனும் கைகூப்பினான். மீண்டும் ஒரு புன்சிரிப்பு, சுவரைப் பார்த்து.

பிறகு அவர்கள் மாதந்தோறும் முதல் தேதியன்று வரலானார்கள். நான் ஒவ்வொரு மாதமும் ஒரு ரூபாய் கொடுத்து வந்தேன். அவனை நன்கு பரிச்சயம் செய்துகொள்ள எனக்கு ஆவல். ஆனால் பெரியவரின் இருப்பு என்னை தடுத்தது. அவரைத் தொடர்ந்து “போய் வரேன் ஸார்” என்பான் அவனும். கூப்பிய இணைக்கரங்களைப் பற்றி உள்ளே இழுத்து வந்து ‘நீ யார்? நீ என்ற இந்த மர்மம் என்ன? எந்தத் தனியுலகத் தலைவன் நீ? உன்னுள் உறையும் மனிதனை எனக்கு காட்டமாட்டாயா? எனக்கு தரமாட்டாயா?’ என்று அவன் முன் நெக்குருக வேண்டும் போல் மனம் துடிப்பேன். ‘போய் வாங்க’ என்று பதிலளித்துவிட்டு உள்ளே திரும்புவேன்.

அவன் ஒரு மென்பொருள். ஜாக்கிரதையாய்க் கைவைத்து நாசுக்கும் நளினமுமாய் ஊதி ஊதிப் பிரிக்க வேண்டிய புத்தகம். அவனை எப்படி நெருங்குவது?

ஒரு நாள் வாய்ப்புக் கைகூடியது. எதிரே அவனைப் பார்த்தபடியே நான் பெரியவரிடம் ரூபாயைக் கொடுத்துக்கொண்டிருந்தேன்.

வீட்டினுள்ளிருந்து தட்டெழுத்து யந்திரம் ‘டட்டட்டடடடடட்’ என்று ஒலித்த சப்தம் வந்தது.

அவன் முகம் சட்டென்று தம்பித்தது. “டைப்ரைட்டரா ஸார்?” என்றான்.

“ஆமாம்.”

“உங்ககிட்ட இருக்குதா? நீங்க டைப் அடிப்பீங்களா?”

“எனக்கு வராது. மெஷின் என் அக்கா மகனுடையது. அவனுக்கு ரெண்டு மாசம் வெளியூரில் வேலை டிரெயினிங். திரும்பி வர வரைக்கும் இங்கே இருக்கட்டும்னு கொண்டுவந்து வச்சிட்டுப் போனான். எப்பவானும் அக்கம்பக்கத்துக்காரங்களுக்கு அவசரமா ஏதானும் டைப் செய்யணும்னா இங்கே வந்து அடிச்சுகிட்டுப் போவாங்க. காலையிலே பக்கத்து வீட்டுப் பெண் வந்து தன் காலேஜ் மாகஸினுக்காக ஒரு கட்டுரை டைப் செய்யணும்னு சொல்லிச்சு. அதுதான் இப்ப செஞ்சுகிட்டிருக்கு.”

அவன் சிறிதுநேரம் பேசவில்லை. மகிழ்ச்சி மடலவிழும் முகம் உன்னிப்பாய்ச் செவியுறுகிற அடையாளத்தில் சற்றே ஒரு பக்கமாய்ச் சாய்ந்திருந்தது. டட்டட்டடடட் ... டடட் ... டடட்டடட் ... டடட் ... டடட்டடட்டடடடட் ... டட்டட்டடட்டட்டடட்டடட் ...

“ஏதோ தப்பாயிடுச்சிபோல் இருக்குது. அதுதான் ‘ஸ்கோர் அவுட்’ செய்யறாங்க” என்று அவன் சொன்னபோதுதான் கடைசியாக ஒலித்த சப்த வரிசை மாறுபட்டிருந்ததை நான் கவனித்தேன். அவனை வியப்புடன் பார்த்தேன்.

“உங்களுக்கு டைப்பிங் தெரியுமா? உங்க நிறுவனத்தில் அதுவும் சொல்லித் தராங்களா?”

பெரியவர் பதில் சொன்னார். “இல்லேங்க. அதுக்குத் தனியா ப்ரெயில் மெஷின்கள் இருக்குது. எங்க சங்கத்தில் வசதி இல்லே. இவரு அதுக்கு முந்தியே டைப் கத்துகிட்டிருந்தவரு. அதாவது, பார்வையை இழக்கறதுக்கு முந்தி.”

“பார்வையை ..!”

“எடுபிடி வேலை செஞ்சுகிட்டிருந்தாலும் எனக்கு அதில் ஆசை இருந்தது ஸார்!” ஆர்வ மிகுதியினால் பேச்சை அவரிடமிருந்து அவன் பிடுங்கிக்கொண்டுவிட்டான். “எங்க பாக்டரி முதலாளி நல்லவர். தன் சிநேகிதர் ஒருத்தரின் இன்ஸ்ட்டியூட்டில் எனக்கு இலவசமாய்க் கற்றுத்தர ஏற்பாடு செஞ்சார். அப்புறம் நல்ல வேலைகூட ஏதானும் கிடைக்கும்னார். அந்த இன்ஸ்ட்டிட்யூட்டில் ரெண்டு வருஷம் படிச்சுகிட்டேன். எனக்கு ரொம்ப ஆசை அதிலே ...” அவன் விரல்கள் உயர்ந்து டைப் அடிக்கும் அபிநயத்தில் நடனமாடின. “முதல்லே யெல்லாம் அப்பப்ப திருட்டுத்தனமாய் மெஷினைப் பார்த்துட்டு

அடிப்பேன். வாத்தியார் கவனிச்சு திட்டுவார். 'மெஷின் மேலே துணியை விரிச்சிட்டு அடிடா! இல்லேன்னா கண்ணு ரெண்டையும் மூடிகிட்டு அடி' அப்படிம்பார்..." அந்தக் கடைசி வார்த்தைகளை உற்றுப் பார்ப்பவனாக அவன் ஒரு நிமிஷம் பேச்சை நிறுத்தினான். பிறகு சிரித்துவிட்டான்.

நான் முகத்தைத் திருப்பிக்கொண்டேன். அதில் மண்டும் வேதனையை அவனால் பார்க்க முடியாது என்பதையும் மறந்து.

பாக்டரி வேலை. என்ன பாக்டரியோ? ஏதேனும் தொழில் விபத்தில் கண்கள் குரு... கண்கள் பார்வையை இழந்திருக்கலாம். அல்லது வேறு ஆயிரம் காரணங்கள் இருக்கலாம். அதைப் பற்றி என்ன? பிறகு வேலை செய்திருக்க முடியாது. அல்லது நல்ல முதலாளி காலமாகியிருப்பார். அதைப்பற்றி என்ன? கண்களை இழந்து அநாதை யாக விடுதிக்கு வந்துவிட்டான் என்பதுதான் விஷயம். அவன் இன்னும் பரவசத்தில் ஆழ்ந்தே நின்றிருந்தான். நான் திடீரென்று கேட்டேன்: "அப்படின்னா இப்பகூட உங்களுக்கு ப்ரெயில் இல்லாம சாதாரண மெஷின்ல அடிக்க முடியும், இல்லையா?"

"ஓ, அடிப்பேனே! டச் ஸிஸ்டம்தானே! முதல்ல கைகளைச் சரியா வச்சுகிட்டா போதும்."

என் மூளை வேகமாய் ஓடியது. அடுத்த வீட்டு மாணவியைப் பார்த்துக் கொஞ்ச காலமாக என் மனைவிக்கும் இலக்கிய ஜுரம் தொற்றியிருந்தது. மாதர் சஞ்சிகைகளுக்கு அனுப்ப வேண்டுமென்று ஒரே காதலும் சோகமுமாய்க் கதைகள் எழுதிக் குவித்திருந்தாள். அவற்றைப் படித்துவிட்டு டைப்புக்குக் கொடுக்கத் தீவிரமாக மறுத்து வந்த நான் இப்போது அவற்றை என் துணையாக உணர்ந்தேன்.

"நம்ம வீட்டில் கதை எழுதறாங்க. நாங்க யாரானும் படிச்சுச் சொன்னா நீங்க டைப்படிச்சுத் தரமுடியுமா? இங்கிலீஷ்தான். வெளியிலே மாமுல் ரேட் எதுவோ கொடுத்திடறேன். சௌகரியமானப்ப வந்தா போதும். நானே உங்களோடு கூடவந்து விடுதியிலே கொண்டு விட்டுடறேன்."

அவன் முகம் லட்சம் விளக்குகளாய் ஒளிர்ந்தது. விரல்களின் நர்த்தனம் உடல் முழுதும் ஓடினாற்போல் ஒரு கணம் குலுங்கி நின்றான். அகல இளிப்பில் ஈறுவெளி வந்தது. ஆவலாக நிமிர்ந்த முகம் ஓரடி தள்ளி உவகையுடன் நோக்கியிருந்தது.

"சரி ஸார்! வரேன் ஸார்! என்ன மெஷின் ஸார் உங்களுது? ரெமிங்டன் போர்ட்டபிளா? எனக்குப் பழக்கம்தான் அது. எங்கே இருக்குது? மாடியானால்கூட மெதுவா ஏறி வந்துடறேன். ரெண்டு நாள் ஜாக்கிரதையா வந்தால் பழகிடும்..."

அப்படித் தொடங்கியது அந்தக் கட்டம். விடுதியின் இசைவு எளிதில் கிடைத்தது. இதுவும் ஊதியத்துக்கான வழிதானே? பிறகு

ஒரு நாளை நிச்சயித்துக்கொண்டு பெரியவர் அவனுடன் வந்து அவனை விட்டுவிட்டுச் சென்றார். ஆர்வமும் துடிப்புமாக அவன் நின்றான். நெருக்கத்தின் துவக்கத்தைக் கொண்டாடும் முதல் இணைப்பாக அன்றுதான் நான் கேட்டேன்:

“உங்க பேர் என்ன?”

அவன் பதில் சொன்னான். அந்த ஆர்வத்துக்கும் கலகலப்புக்கும் என்னில் பாதி வயதேயான இளமைக்கும் அந்தத் துர்ப்பாக்கியத்துக்கும் அதில் சிரிக்கும் சிரிப்புக்கும் பெயராக அன்றுதான் அந்த ‘மாதவன்’ என்ற அடையாளத்தை அறிந்துகொண்டேன்.

முக்காலி மீது உட்கார்ந்த மாதவன் இரண்டு கணங்கள்தான் அப்படியே இருந்தான். பிறகு “மெஷீன் எங்கே ஸார்?” என்றான்.

அவனை அழைத்துப் போய் உரிய இடத்தில் உட்கார வைத்தேன். மேஜை மேல் சாய்ந்து அவன் அதன் மீதிருந்த டைப்ரைட்டரை இரு கைகளாலும் பற்றித் தடவிப் பார்த்தான். தடவிப் பார்த்தான். தடவிப் பார்த்தான். பிறகு குனிந்து அதன்மேல் முகத்தைப் பொருத்திக் கொண்டான். வாயில் புன்னகை வழிந்தது.

அப்போது அவன் அங்கே இல்லை. வேறெங்கோ இருந்தான். எங்கே? பாக்டரியிலா? தட்டெழுத்து நிலையத்திலா? அப்போதெல்லாம் கண் என்றால் பார்வை என்று அர்த்தம். அவன் பார்க்கிறான். வண்ணமயமான, வடிவமயமான, உலகத்தைப் பார்க்கிறான். மனிதர்களை உறுப்புகளாகப் பகுத்துக் காண்கிறான். இருபுறமும் தலைதிருப்பி நோக்கிவிட்டுத் தொலைவு பஸ் நெருங்குவதற்குள் வீதியை தாண்டிக் குறுக்கே ஓடுகிறான். ‘டடடடட் . . . டட்டடடடடட் . . .’ என்ற லாகவத்துக்கிடையே கருங்கண்கள் ஒளிமயமாய்க் கள்ளத்தன மாகத் தாழ்ந்து ‘கீ போர்டை’ நோக்குகின்றன. “கண்ணை மூடிகிட்டு அடிடா” என்று அதட்டும் குரலுக்கு ஒரு கண்டிப்பான முகமும் இருக்கிறது. நமட்டுச் சிரிப்புடன் பார்வையை மேலே தூக்குகிறான். யந்திரத்தில் பொருந்திய தாளில் பார்வையை நிறுத்துகிறான். வரி முடியப்போவதை எச்சரிக்கும் மணிச்சத்தம் ஒலிக்கும் முன்பே தாளின் ஓரத்தை அடைந்துவிட்டதை அவன் கண்கள் பார்க்கின்றன . . . இன்னும்? இன்னும்? இன்னும் என்னென்ன காட்சிகள் அந்தக் கண்ணாடிக் கண்களின் உள்ளே?

அவன் இங்கே இல்லை. அவன் போகுமிடத்துக்கு என்னால் தொடர்ந்து செல்ல முடியாது. ஏனென்றால் என் கண்களில் பார்வை இருக்கிறது.

அவன் நிமிர்ந்தான். மெஷின் மீது மெள்ளக் கைகளை ஓட்டினான். “இது சின்ன மெஷின் ரெமிங்டனா?”

“இல்லே. ஹெர்மீஸ்.”

“கைப்பழக்கம் ஆகணும். ஒரு காகிதம் தரீங்களா ஸார்!”

கை திட்டத்திலேயே அநாயாசமாய்த் தாளை மையத்தில் வைத்து ஸிலிண்டரை முடுக்கிக் காகிதத்தைப் பொருத்தி நிறுத்தினான். கை அளப்பில் ஓரங்களைக் கணக்குச் செய்துகொண்டு விரல்களைப் பொருத்திக்கொண்டான்.

"ஏ எஸ் டி எஃப் ஜி எஃப்..."

தன்மயமாய் நிலைத்த முகத்தினின்று எழுத்துக்கள் மந்திரங்களாக எழுந்தன.

நடு வரிசைக்குப் பின் மேலே இரண்டாம் வரிசை. "க்யூ டபிள்யூ ஈ ஆர்..."

அவன் முகத்தையே பார்த்துக்கொண்டிருந்தேன். அறிமுகம் செய்துவைக்க நான் அழைத்திருந்த என் மனைவி தன் கையில் பற்றியிருந்த கதைக் கையெழுத்துப் பிரதியோடு அவனை ஏற இறங்கப் பார்த்துக்கொண்டு நின்றிருந்தாள்.

வலதுகை விரல்கள் சுண்டு விரலிலிருந்து தொடங்கி ஒவ்வொன் றாக இப்போது அடி வரிசையில் எண்ணுவது போல் தொட்டுத் தொட்டு நகர்ந்துகொண்டிருந்தன. "ஃபுல் ஸ்டாப், கமா, எம், என், பி... எனக்கு எதுவும் மறக்கவேயில்லை ஸார்! எல்லாமே நினைவு இருக்குது! இப்ப ஆல்ஃபபெட் பூரா ஒரு தரம் வரிசையாய் அடிச்சுப் பார்த்துடட்டுமா? ஏ பி ஸி டி ஈ எஃப் ஜி...

விரல்கள் பறந்தன. நான் பார்த்துக்கொண்டே நின்றேன். பிறகு அவன் செயலை மெச்சுவது போல் என் மனைவியைப் பார்த்தேன். அவளுக்குப் பின்னே கதவருகில் என் தாய் நின்றிருந்தது அப்போது தான் தெரிந்தது. அம்மாவின் கண்கள் மாதவனின் மேல் நிலைத்திருந்த விதம் அவள் ஒரு ஸர்க்கஸைப் பார்த்துக்கொண்டிருந்தாள் என்பதை உணர்த்தியது.

"... வி டபிள்வியூ எக்ஸ் வொய் ஃஸெட் ஃபுல் ஸ்டாப். முடிச்சுட்டேன் ஸார்! எல்லாம் சரியாயிருக்கா கொஞ்சம் பார்த்துச் சொல்றீங்களா?"

நான் தாள்மீது நோட்டம் விட்டுவிட்டுக் கூறினேன். "சபாஷ்! முழுக்க முழுக்க சரி."

பெருமிதமும் களிப்பும் அவன் முகத்தில் நிறைத்தன. "ஆச்சரியம் ஒண்ணுமில்லே. எனக்கு மறக்கலே பாருங்க! ஆனா வேறுவித மெஷினாயிருக்கறதால் சில குறிகள் வேறு இடங்களில் இருக்கலாம். உதாரணமாய்..." ஆள்காட்டி விரல் மேல் வரிசையின் ஒரு சாவியைக் குத்தியது. "அந்த மெஷின்ல இதுதான் ஹைஃபன். இதிலேயும் அப்படியா?"

எனக்குத் தொண்டைக்குள் என்னமோ செய்தது. ஆனால் அவன் முகமலர்ச்சிக்கு முன் சற்று நிதானித்து அதை அடக்கிக்கொண்டேன்.

“என்ன ஸார் கம்முனு இருக்கீங்க? ஒரே ‘கீ’யில் ரெண்டு குறி இருக்குதேன்னு பார்க்கிறீங்களா? கீழே இருக்கறதைச் சொல்லுங்க.”

“இது ஹைஃபன் இல்லே.”

“பார்த்தீங்களா? இந்தச் சில்லறை வித்தியாசங்கள் இருக்கலாம். மேல் வரிசையில் ஒவ்வொண்ணும் என்னென்னன்னு சொல்லிகிட்டே, வாங்க, நான் மனப்பாடம் செய்துக்கறேன். நம்பர்ஸ் அதே இடமாய்த் தான் இருக்கும். அப்புறம் மற்ற குறிகளையும் படிச்சுச் சொல்லுங்க. அதன் அர்த்தம் உங்களுக்குப் புரியலேன்னா பரவாயில்லை. எனக்குப் புரியும்.”

உறுதி, தன்னம்பிக்கை, தன் சாம்ராஜ்யத்தில் தான் இருக்கும் இயல்பான, உள்ளுணர்வான பெருமை.

மனிதனைப் பார்த்துப் புல்லரிக்கும் மனத்தோடு நான் சொல்லச் சொல்ல அவன் உரிய சாவிகளைத் தொட்டுத் தொட்டு அடையாளம் பார்த்துக்கொண்டான். பிறகு கைப்பழக்கத்துக்காகத் தானாகச் சில வாக்கியங்களைத் தட்டெழுதிப் பார்த்தான். “சரியாயிருக்குதா ஸார்?”

நான் குனிந்தேன். “ஒரு இடத்தில் ‘ஈ’க்குப் பதிலாய் ‘ஐ’ விழுந்திருக்குது.”

அவன் மறுபடியும் அந்த வரியை அடித்தான்.

“இப்ப?”

“கரெக்ட்.”

“நான் தயார்.”

நான் என் மனைவியை முன்னுக்கு அழைத்து அறிமுகம் செய்து வைத்தேன். எதிரே பார்த்த முகத்துடன் அவன் “வணக்கம்” என்றான். பிறகு சுறுசுறுப்பாக, வேலையைத் தொடங்கப் பரபரக்கும் முனைப்போடு, “காகிதத்தின் கடைசிக்கு வரப்ப மட்டும் கொஞ்சம் சொல்லுங்கம்மா! புது பேப்பர் வச்சிடறேன். இப்ப டைப் காகிதம் தரீங்களா? நான் அதைப் பொருத்தினதும் நீங்க படிக்க ஆரம்பிச்சிடலாம். டபில் ஸ்பேஸிங்தானே? ஒன் ப்ளஸ் ஒன்னா, டுவா, எப்படி?... ஓ, ஸாரி! அதாவது எத்தனை காப்பீஸ் வேணும்? கார்பன் ஷீட்ஸ் வாங்கிட்டீங் களா?” என்று உற்சாகமாய்ப் பேசிக்கொண்டே போனான் அந்தப் பார்வையற்றவன். நான் புன்னகையோடு அவனைப் பார்த்துக்கொண்டே நின்றேன். என் மனைவி இன்னும் அவனுக்குப் பதில் சொல்லவில்லை.

அப்போதுதான் என் அம்மாவின் குரல் வந்தது; “அட! குருடன் எத்தனை கெட்டிக்காரனாயிருக்கான்! டைப்படிக்கக்கூடத் தெரியுதே!”

அவன் நிமிர்ந்தான். சிகப்பில் வகைசேரும் மாநிறமா அவன்? இல்லை. அவன் முகம் வெறும் வெளுப்பு. ரத்தமெல்லாம் வற்றிப்போன

வெள்ளை. மலர்ச்சி, கலகலப்பு, மனித அந்தஸ்து, தலைவணங்காத் தன்னம்பிக்கை – ஏதும் இப்போது இல்லை. அவன் செத்துவிட்டான்.

நாற்காலியைவிட்டு அந்தப் பார்வையற்றவன் மெதுவாக எழுந்தான். "ஸார், கொஞ்சம் என்னை வாசல் வரைக்கும் கூட்டிக்கிட்டுப் போறீங்களா? அதுக்குமேல் நானே போயிடுவேன். ரோடு பழக்கம்தான்."

நான் என் தாயின் முகத்தை ஒருதரம் வெறித்துப் பார்த்தேன். பிறகு பேசாமல் அவனிடம் சென்று அவன் கையைப் பற்றி நடத்த ஆரம்பித்தேன். இனிப் பேசவோ 'இரு' என்று சொல்லவோ எனக்கு என்ன உரிமை? அவன் இனி இங்கு வரமாட்டான்.

அறைக்கதவு வரை வந்து அவன் நின்றான். என் தாயின் குரல் ஒலித்திருந்த திசையில் முகத்தைத் திருப்பினான். "என் பேர் குருடன் இல்லே." அறையைத் தாண்டி நாலடி இட்டான். களைத்த குரலில் சொன்னான்! "என் பேர் மாதவன்."

கொலாப்ஸிபில் கதவைக் கடந்து நான் அவனை வாசலுக்கு நடத்திச் சென்றேன்.

கணையாழி, ஆகஸ்ட் 1970

திருமஞ்சனம்

துளசி தந்தையை யோசனையுடன் பார்த்தாள். ஸ்ரீநிவாசன் சுவாமி அறையில் தம் தொழுகையை மன மெய் மொழிகளின் பூரண ஒருமைப்பாட்டுடன் செய்துகொண்டிருந்தார். கோவிலில் அர்ச்சகர் என்பதற்காக வீட்டு பூஜையில் அவர் ஊனம் செய்வ தில்லை. இனிப்புப் பிடித்த குழந்தை மிட்டாய் தின்றுவிட்டு உடனேயே சாக்லேட்டுக்குக் கை நீட்டுவதுபோல், எத்தனை முறை பூஜித்தாலும் அது அவருக்குத் தெவிட்டாத இனிமை.

"திருக்கண்ணமுது தயாராயிருக்காம்மா?"

"இதோ கொண்டு வரேம்ப்பா."

அதை ஆண்டவனுக்குப் படைத்தபோது, பார்க்கும்போதே பாயசத்தின் தரம் புலப்படும் நேர்த்தியை அவர் மகிழ்ச்சியும் துயரமுமாய் வியந்தார். துளசி எது செய்தாலும் தனி அழகுதான். இதோ சுவாமி மேடைக்கு நேரே மண்டபமும் அரங்குமாகக் கோலங்கள் போட்டிருக்கிறாளே. இவைகளின் எழிலும் நளினமுமே அவளுக்கு ஓர் அறிமுகம். வழக்கம்போல் அழகும் குணமும் இருப்பதனால் அதிருஷ்டம் தான் சூம்பிவிட்டது. இவளோடு நெடிது வாழ அந்த அற்பாயுள் கணவனுக்கும்தான், பாவம், கொடுத்து வைக்கவில்லை.

கண்மூடித் தியானித்தபோது வேண்டுதலெல்லாம் மகளுக்குக் காகத்தான். எனினும் துளசிக்கு எதை ஆசித்து அவர் பிரார்த்தனை செய்ய முடியும்? 'அதற்குள் அவளுக்கு யாவையும் முடித்து விட்டாயே இறைவா, மன அமைதியேனும் தா' என்று ஒருகால் அமையலாம். ஆனால் அதற்கும் தான் என்ன அர்த்தம்? எல்லாம் முடிந்த பிறகு அமைதியாவது!

கீழே நெடுஞ்சாண்கிடையாக விழுந்து எழுந்த பிறகு, "துளசி, நைவேத்தியம் பண்ணிட்டேன். வந்து சேவிச்சிட்டுக் கண்ணமுதை எடுத்துண்டு போ. நான் கோவிலுக்குக் கிளம்பறேன்" என்றார்.

"சரிப்பா."

"இன்னிக்குக் கோவிலில் திருமஞ்சனம். நீயும் வரியா?"

"வீட்டில் வேலை இருக்கு."

"உன் இஷ்டம்."

வெளியே கிளம்பியபோது ஸ்ரீநிவாசன், அந்தச் சிறுவன் வீட்டின் அருகிலேயே வட்டமிடுவதைக் கவனித்தார். அவரைக் கண்டால் மருண்டு பதுங்கும் பையன். துளசிக்காகத்தான் வருகிறான்! என்ன வசியம் செய்து அவள் அந்த இளம் உள்ளத்தில் அநாயசமாக ஏறிப் பீடம் கொண்டுவிட்டாளோ! ஏழெட்டு வயதுள்ள அநாதைச் சிறுவனிடம் ஒருத்தி கனிவு காட்டினால் அவன் முன் அவள் தாயாகிவிடுகிறாள் போலும். ஏதோ 'ஈதர்' என்று சொல்கிறார்களே, அதுபோல் தாய்மை என்ற தத்துவம் எங்கும் சூட்சுமமாக நிறைந்திருக்கிறதா? தொட்ட இடந்தொறும் சுரக்கிறதா? அவர் அந்த அன்பைத் தடைசெய்யவில்லை. சிறுவனுக்கு அவளாலான இதமெல்லாம் அவள் தரட்டும். ஆனால் ஏதோ ஓர் ஊர்பேரற்ற பையனைத் தம் பேரன் என்று மாற்றி அவர் எப்படி ஏற்றுக்கொள்ள முடியும்? அதுவும் அவன் வெறும் அநாதை மட்டுமல்ல, வெறும் சேரிப்பையன் மட்டுமல்ல, நான்கு வர்ணங்களிலுமே இடம் பெறாதவனுமாக அல்லவோ இருக்கிறான்?

அவன் வர்ணம் கறுப்பு. 'தொட்டு இட்டுக்கொள்ளும் கறுப்பு' என்பார்களே அந்த வகை. அதனால் பரிகாசமாக அவனுக்குக் குப்பத்தில் வழங்கிய பெயர் 'வெள்ளை' உண்மைப் பெயர் யாருக்கும் தெரியாது. வெள்ளைக்கு அதற்குள்ளாகவே தன் நிலை புரிந்திருந்தது. "என்னை யாரும் தீண்டக்கூடாதாம், தெரியுமா?" என்பான். "தொட்டால் ஷாக் அடிக்கும்!" என்று சொல்லிவிட்டுச் சிரிப்பான்.

ஸ்ரீநிவாசனின் முகத்தில் களிப்புத் தோன்றியது. தம்மை அவர் பழைமைவாதி என்றோ மனிதத் தன்மை அற்றவர் என்றோ கருதிக் கொள்ளவில்லை. அப்படி இருந்தால் ஆசார சீலரான தம் வீட்டின் அருகில்கூட அந்தப் பிள்ளையை வரவிடுவாரா? துளசியை அவனோடு பழகவிடுவாரா? எனினும் எதற்குமே ஒரு வரம்பு இருக்கிறதல்லவா? தாய் தகப்பன் இல்லாத, பெயர் தெரியாத, குலம் பொலியாத எங்கிருந்தோ தான் தோன்றிபோல முளைத்த ஒரு பொடியனை...

தாய் தந்தை இல்லாத, பெயர் இல்லாத, குலம் இல்லாத, சுயம்புவான எதுவோ ஒன்றைத்தானே அவரும் நாமரூபங்கள் கற்பித்து வீட்டிலும் ஆலயத்திலும் அன்றாடம் தொழுகிறார்?...

நாராயணா, நாராயணா! என்ன அபசாரம் இது? ஒரு கணம் அந்த உவமையினால் தோன்றிய மலைப்பை உதறிக்கொண்டு அவர் விரைவாக நடந்தார்.

துளசி அவனை அழைத்தாள். கருநொச்சிச் செடிகளின் பின்னே ஒளிந்துகொண்டு எட்டி எட்டிப் பார்த்தவாறு இருந்த வெள்ளை ஓடிவந்தான்.

“இந்தாடா வெள்ளை, பாயசம் குடி.”

“பெரியவரு எங்கேனாச்சும் திரும்பி வந்துடப் போவுறாரேம்மா!”

“மாட்டார்டா!”

“என்னெப் பார்த்துட்டார். அதனால்தான் சொல்றேன்.”

முன்னே ஒரு காலும், பின்னே ஒரு காலுமாகத் தப்பி ஓட நிறுவிய உடலைத் தளர்த்தாமலேயே அவன் பேசினான். குழந்தைப் பருவத்துக்கு ஒவ்வாத ஜாக்கிரதை, முதிர்ந்த பயம். இந்த வேதனை அப்பாவைத் தாக்கவேயில்லையா?

“உலகத்தில் எத்தனையோ அநாதைகளம்மா! பரிதாபமும் இரக்கமும் எனக்கு மட்டும் இல்லையா என்ன? ஆனா அதுக்காக யாரை வேணா நேரே வீட்டுக்குள்ளே சேர்த்துண்டுட முடியுமா?”

அறிவின் வாதம் அது. ஆனால் அவள் அறிவைத் தாண்டியல்லவோ போய்விட்டாள்! இரக்கம், பரிதாபம் என்ற சொற்கள்கூட அவள் அச்சிறுவனுக்காக உணர்வதைச் சுருக்கிவிடுகின்றன. பார்த்தவுடனேயே அள்ளி அணைத்துக்கொள்ள வேண்டும்போல இதயம் உணர்கிற வேகத்துக்கு வெறும் இரக்கம் என்று பெயரா?

“அவர் உன்னைப் பார்த்துட்டா அதனால் என்னடா வெள்ளை? உன்மேலே அவருக்கு மட்டும் வெறுப்பா என்ன?”

“திட்டுவாரு.”

“ஒண்ணும் மாட்டார். வா இப்படி, உட்காரு.”

வாசற்படியில் அவன் உட்கார்ந்தான்.

“கூடத்தில் வந்து உட்காருடா!”

“இல்லேம்மா இப்படியே குந்தறேன்.”

அவனுக்கு ஏழு வயதுதானா? நூற்றுக்கணக்கான வயது. அத்தனை நூற்றாண்டுகளும் ஒருசேரப் பேசும் பேச்சு அது. விட்டுத்தான் பிடிக்க வேண்டும்.

“இந்தா, பாயசம்.”

“இது வூட்டு ஏனமாச்சுங்களே!”

“சரிதாண்டா, குடி சும்மா.”

தயங்கியவாறே வாங்கிய நூற்றுக்கணக்கான வயது இனிப்பு வாயில் பட்டதுமே வெறும் ஏழாக மாறி யாவையும் மறந்து சுவைத்து மகிழ்ந்தது.

இரண்டு வயதுக் குழந்தையாக இருந்தபோது ஏதோ ஒரு நாடோடிக் கூட்டத்தாரோடு சேரிக்கு வந்து சேர்ந்தானாம். அவன் வந்த குலத்தை யும் பெற்றோர் ஒரு காலராப் பரவலில் இறந்து போனதையும்

அக்கூட்டத்தினரில் சிலர் சொல்லித் தெரிந்ததாம். வேறு விவரங்கள் ஏதும் யாருக்குமே தெரியாது – துளசியைத் தவிர. அவளுக்குத்தான் மேற்கொண்டு ஒரு விவரம் தெரியும்; தான் அவனிடம் பாசத்தால் நெகிழ்ந்துவிடும் விவரம்.

"நன்னாயிருக்காடா?" என்று அவள் அவனுடைய தலையை மெல்ல வருடினாள். அவன் விலக முயன்றான்.

"தொடாதீங்கம்மா!"

"எனக்கு ஒண்ணும் ஷாக் அடிக்கவில்லையே!"

அவன் சிரித்தான். கரிய முகத்தில் பகுத்துச் சொல்லத் தெரியாத ஒரு நன்றியின் சாயல்.

"நல்லாயிருக்கான்னேனே!"

"ரொம்ப நல்லா இருக்கம்மா!"

அம்மா. மரியாதைச் சொல். அவ்வளவுதானா? அவன் விழிகளின் ஏக்கம் அதில் புகுத்தும் அர்த்தம் அவ்வளவுதானா?

எந்தப் பெண்ணைப் பார்த்தும் பொதுவிளியாக, மரியாதையாக, சலுகையாகச் சொல்லும் அந்த அம்மா என்ற வெறும் சொல் அவளுக்குப் போதாது. அவன் அவளை நோக்கி உரைக்கையில் அது உயிரின் சாரமெல்லாம் ததும்பும் ஓங்கார மந்திரமாக ஒலிக்க வேண்டும்... அவள் தேவையின் பூர்த்தியாகச் சுடர வேண்டும்...

அப்பா சொன்னார்: "அப்படி ஒரு தேவை உனக்கு இருந்தால் அதில் ஒண்ணும் தப்பில்லே துளசி. ஒவ்வொரு பெண்ணும் ஒரு தாயார்தான். ஆனா அதுக்கு எத்தனையோ நல்ல நிலையங்கள் இருக்கு. தகுதி பார்த்து ஒரு குழந்தையைச் சுவீகாரம் பண்ணிக்கோயேன்."

அப்பாவுக்குப் புரியவில்லை. முதலில் தேவை தோன்றியிருந்தால் அதன் பின் ஏற்பாடுகளோடு நிறைவைத் தேடலாம். ஆனால் அவளோ நிறைவைக் கண்ட பிறகன்றோ தேவையையே உணர்ந்தாள், வெள்ளை யைப் பார்க்கும் வரை தானும் – கன்னியாகி, மனைவியாகி, குழந்தை யற்ற கைம்பெண்ணாகிய தானும் ஒரு தாயார் என்பதை அவளே அறிந்திருக்கவில்லையே! கண்முன் அவன் எதிர்ப்பட்ட பிறகுதான் அவள் அவனுக்காகவே தான் காத்திருந்ததை உணர்ந்தாள். அந்த மகன் முளைத்துத்தான் அவளைத் தாயாக்கினான். 'வேறே யாரை யேனும் சுவீகாரம் பண்ணிக்கோ' என்று சொல்வதில் என்ன அர்த்தம்?

'நீ பிறக்கு முன்பே என் பெண்மையின் கனவுகளிலும் இளம் பருவ விளையாட்டுக்களிலும் நீ இருந்தாய், கண்ணே!' என்று ஒரு தாய் தன் மகனிடம் சொல்வதாகப் பொருள் படக் குருதேவர் தாகூர் எழுதியதை அவள் நினைத்துக்கொண்டாள். அந்த உணர்ச்சி தான் எத்தனை உண்மையானது! அவளும் அதுபோலத்தான் என்றுமே – உலகில் தான் தோன்றியது முதலே வெள்ளையைத் தன் உள்ளத்திலும்

உயிரிலும் மூச்சாய், எண்ணமாய், கனவாய், இலட்சியமாய்த் தாங்கி யிருந்தாளோ?

அவள் குழந்தையாயிருந்தபோது ஸ்ரீநிவாசன் திருச்சியில் இருந்தார். கோவில் ஒன்றில் உதவி பட்டாச்சாரி. தன் மதலைப் பருவத்தில் அவள், மடியுடுத்து வரும் அவர்மீது விழுந்து புரண்டு அவரிடம் செல்லமான அதட்டல் மட்டுமே பெற்றுக் கலகலவென்று நகைப்பாளே, அந்த இன்பத்தில் வெள்ளைதான் இருந்தானோ?

டவுன் பஸ்ஸில் ஏறிக்கொண்டு சாரதியின் இருக்கைக்குப் பக்கத் திலேயே உட்கார்ந்து இருமருங்கும் குழந்தைக் கண்களைத் திருப்பி வீதியும் வீடுகளும் மரங்களும் மனிதர்களும் சரிந்து பாயும் விரைவில் திளைத்திருந்த போதும் சாலையின் ஒருபுறத்தில் எச்சிப் பிள்ளையார் கோயிலும் இன்னொரு புறம் அரங்கனின் ஆலயமும் தொலைவில் எழும்பிக் காட்சி தந்த அழகில் மூழ்கியபோதும் அந்த இனிமையில் வெள்ளைதான் இருந்தானோ?

பெற்றோருடன் ஸ்ரீரங்கம் சென்று அரங்கனைத் தரிசித்து, அந்த அழகென்னும் அமுதைக் கண்ட கண்களினால் மற்றொன்றினைக் காண விரும்பியிராத திருப்பாணாழ்வாரின் பக்தியை அவள் எண்ணிய போது அந்தச் சிலிர்ப்பில் வெள்ளைதான் இருந்தானோ?

மேலச் சிந்தாமணியில் அவர்கள் வீடு. அந்தச் சாரியின் பின்புறத் திலேயே காவிரி ஓடிக்கொண்டிருக்கும். ஆற்றில் நீர் நிறைகிற பருவத்தில் கொல்லைக் கதவைத் திறந்து படி இறங்கினால் காவிரி அன்னையோடு கொஞ்சி விளையாடலாம். அவ்வாறு ஒரு நாள் பிற்பகலில் அவள் படித்துறையின் கீழ் வரிசைகள் ஒன்றில் பாதங்களால் நீரை அளைந்தபடி உட்கார்ந்திருந்தபோது அவள் தந்தை வந்து அவளுக்குத் தாம் திருமணம் நிச்சயித்திருப்பதாகச் சொன்னாரே. அப்போது விளைந்த மனக் கிளர்ச்சியின் பின்னேயும் அடிவேராக நின்றவன் இந்த வெள்ளை தானோ?

பாயசம் குடித்து முடித்த வெள்ளை. “நான் கொல்லைப் பக்கமாய் வந்து டம்ளரைக் கழுவி விடட்டுமாம்மா?” என்றான்.

“ஒண்ணும் வேணாம். நான் கழுவி வச்சுடறேன்” என்ற துளசி அவனைப் புன்னகையோடு பார்த்தாள்.

“ஏ வெள்ளை, என்னை உனக்குப் பிடிச்சிருக்காடா?”

சிறுவன் நிமிர்ந்து பார்த்தான். பேச்சிழந்த உதடுகள் துடித்தன. கண்களில் ஈரம் ததும்பியது. அடுத்த கணம் துளசி அவனைச் சேர்த்து அணைத்துக்கொண்டாள். இப்போது அவன் விலக முயலவில்லை. அந்த அணைப்பு விமரிசனங்களுக்கு அப்பாற்பட்டது.

“அம்மா ..! அம்மா ..!”

அவள் பேசவில்லை. அவனை அணைத்துக்கொண்டேயிருந்தாள்.

அவள் இல்லறம் இனிமையாகத்தான் அமைந்தது. ஆனால் அதிக நாட்கள் நீடிக்கவில்லை. அந்த இடிக்குப் பிறகு அங்கு இருக்கப் பிடிக்காமல் ஸ்ரீநிவாசன் குடும்பத்தோடு பட்டணம் வந்துவிட்டார். தாயாரும் இறந்தபின் துளசியே வீட்டுக்குத் தலைவியானாள்.

வெளியில் முகமலர்ச்சியுடன் விளங்கிய மகளைப் பார்த்துப் பார்த்து அவளது உள் வெறுமையை எண்ணித் தந்தை குமைந்தார். அந்த வெறுமையை நிறைக்க அவளுக்கு ஒரு குழந்தையாவது பிறந்திருக்கக் கூடாதா என்று ஏங்கினார்.

அந்நிலையில்தான் ஒரு நாள் அவள் தனக்கு ஏழு வயதில் ஒரு குழந்தை இருப்பதாய்த் தான் உணர்வதாக அவரிடம் அறிவித்தாள். ஸ்ரீநிவாசன் திகைத்துப் போனார். 'அவளுக்கு அப்படி ஒரு குறை இருந்தால் தாராளமாக 'நல்ல' குழந்தை ஒன்றை எடுத்து வளர்த்துக் கொள்ளட்டுமே! இந்தப் பையன்தானா கிடைத்தான்? ஊர் உலகம் என்ன சொல்லும்? அவர் ஜாதி என்ன, குலம் என்ன, தொழில் என்ன! அவருடைய பெண் போயும் போயும் ஒரு..! தூ! அவருக்கே அந்த நினைப்பு வெறுப்பை அளித்தது. எத்தனையோ குழந்தைகளுடன் சாதாரணமாக ஆசையுடன் பழகுவது போல்தான் துளசி இந்தப் பையனிடமும் பரிவு காட்டத் தொடங்கினாள். இவ்வளவு தூரம் அவனிடம் பாசத்தை ஊன்றிவிடுவாள் என்று அவர் நினைக்கவில்லை. எவ்வகையில் அதுபற்றி யோசித்தாலும் அவர் குழப்பம் நீங்கவில்லை. துளசியின் மனம் மாறவே மாறாதா? அருமை மகளின் ஆழ்ந்த ஒரு விருப்பம். ஒப்பிவிடலாமா? சேசே! அந்தப் பஞ்சமனா அவர் பேரனாக... நாராயணா! அத்தகைய பாபத்துக்குப் பரிகாரம்தான் உண்டா!

ஆனால் துளசியோ ஏங்குகிறாள். அந்தப் பொடியனும் சாதாரண 'அம்மா' என்ற விளியில் யுகயுகாந்தரங்களின் தொடர்பைப் பொருத்தி நெஞ்சைப் பிழிகிறான்.

இந்த நிலையில் என்ன செய்வது?

அவர் ஆராதிக்கும் நாராயணன்தான் வழி காட்ட வேண்டும்.

அந்த எண்ணத்தில் மனம் லேசாகும். சுமையை இறக்கி இன்னொருவரிடம் ஒப்படைத்துவிட்ட நிம்மதியில் அவர் தம் அன்றாடக் கடமைகளில் ஈடுபடுவார்.

கோயிலுக்குள் நுழைந்ததுமே ஸ்ரீநிவாசனின் உள்ளம் புத்துயிர் கொண்டு உவகையுற்றது. பூஜை நியமங்கள் தொடங்க, மற்ற எண்ணங்கள் மறந்து போயின.

கோயிலில் சுமாரான கூட்டம். ஒருவர் கைகூடிய பிரார்த்தனைக் காக, நேர்ந்துகொண்டிருந்தபடி சிதறுகாய் போட்டார். இன்னொரு வரின் வீட்டில் குழந்தைக்கு இரண்டு நாட்களில் ஆண்டு நிறைவு வருகிறதாம். ஒரு சர்க்கரைப் பொங்கல் 'முழுத் தளிகை'க்கு ஏற்பாடு

செய்துவிட்டுப் போனார். ஒரு வாடிக்கைப் பக்தரின் கைங்கரியமாகச் சுவாமிக்குத் திருமஞ்சனம் நிகழ்ந்தது.

மூல விக்கிரகத்துக்கு ஸ்ரீநிவாசன் திருமஞ்சனம் செய்யத் தொடங்கினார். இடையில் துண்டத்தோடு நின்ற படிமத்துக்கு மனித முறைப்படி தலையையும் உடலையும் இதமாக அமுக்கி அமுக்கி எண்ணெய் பூசினார். பிறகு நீராட்டினார். அதன்பின் பால் அபிஷேகம், தயிர் அபிஷேகம், இளநீர் அபிஷேகம். மீண்டும் நீராட்டல். சாம்பிராணி தூப ஆரத்தி, கர்ப்பூர ஆரத்தி, பிறகு சந்நிதிக் கதவுகள் மூடப்பட்டன. அவை மறுபடியும் திறந்தபோது சுவாமிக்குச் சந்தனக் காப்பு நிகழ்ந்திருந்தது. மீண்டும் ஆரத்தி வகைகள், நீராட்டல். அவர் மூல விக்கிரகத்துக்குச் செய்த ஒவ்வொரு சடங்கையும் இன்னோர் அர்ச்சகர் அதன்பின் உற்சவ மூர்த்திக்குச் செய்தார். மணியடிக்கும் பையன் நீராட்டலுக்காகச் செப்புக் குடத்தில் தீர்த்தம் கொண்டு வந்தவாறே இருந்தான்.

அக்கறையும் மனத் தூய்மையுமாகத் தெய்வத் தொண்டு இயற்றிய நேரத்தில் நெஞ்சில் பூரண சமர்ப்பணம் இலங்கியது. 'நாராயணா, நீதான் வழிகாட்ட வேண்டும். நாங்கள் உனக்கு அடைக்கலம்.'

இரண்டாம் முறை கதவுகள் அடைக்கப்பட்டபோது, பார்த்துக் கொண்டிருந்தவர்களிடையே ஒரு குழந்தை தானும் உள்ளே போக வேண்டும் என்று பிடிவாதம் செய்தது. அதன் தந்தை பராக்குக் காட்டித் தூக்கிக்கொண்டு போனார்.

கதவுகள் மீண்டும் திறந்தபோது விக்கிரகம் நன்றாக நீராட்டப்பட்டுப் புது வேஷ்டியும் சுடர்விடும் அணி பணிகளும் வெள்ளிக் கவசமும் சங்கு சக்கர வைபவங்களும் பூமாலையுமாக முழு அலங்காரத்துடன் பொலிந்தது. மணியடித்துத் தூப தீப ஆரத்திகள் நடைபெற்றன. பக்தர்கள் மெய்மறந்து கன்னத்தில் போட்டுக்கொண்டார்கள். கீழே விழுந்து வணங்கினார்கள்.

திருமஞ்சனப் பொருள்களைப் பிரசாதமாய் வழங்கி மற்றப் பணிகளையும் நிறைவேற்றிவிட்டு ஸ்ரீநிவாசன் வீடு திரும்பியபோது மணி ஒன்று. துளசி வட்டித்த உணவு களைப்பாற்றி அவருக்கு உயிரூட்டியது.

"சித்த நாழி படுத்துக்குங்கோ அப்பா!"

"ஆகட்டும்."

"முகம் ரொம்பக் களைச்சிருக்கு."

"வயசாச்சோன்னா? தள்ளலை."

கூடத்தில் தலைக்குக் கட்டை வைத்துக்கொண்டு படுத்தவர் சிறிது நேரம் தெருவில் ஒலித்த எவர்சில்வர்க்காரன் கூவல்களுக்கும் மர மறைவின் அசரீரியான பறவையொலிகளுக்கும் செவி சாய்த்தவாறே

ஒரு கோழித் தூக்கம் போட்டார். எழுந்து உட்கார்ந்தபோது உடலில் தெம்பு தோன்றியது.

"இன்னிக்குச் சாயங்காலம் கோயிலுக்கு வரியா துளசி?"

"ம்."

"அப்படித்தான் சொல்வே, ஆனால் வரமாட்டே."

துளசி சிரித்தாள். "நீங்களே அதையும் சொல்லி இதையும் சொல்லிட்டா அப்புறம் நான் சொல்றதுக்கு என்னப்பா இருக்கு?"

"உன் வழக்கத்தைப் பார்த்துட்டுத்தான் சொல்றேன். எவ்வளவு நாள் கோயிலுக்கு வா வான்னு கூப்பிடறேன்? உன் மனசுக்கு அமைதி கிட்டும்னுதானே வரச் சொல்றேன்? நீயோ வரேன்னு சொல்றியே தவிர அநேகமா வரதே இல்லை. பத்துத் தடவை கூப்பிட்டால் ஒரு தடவை வந்தியானால் ஒசத்தி"

"என்னமோ நேர்றதில்லை."

"மனசில்லைன்னு சொல்லு."

"மனசில்லாமல் என்னப்பா?"

"உனக்குப் பெருமாள் மேலே கோபம்."

"அப்படியெல்லாம் ஒண்ணுமில்லை."

"முந்தி, குழந்தையாயிருக்கிற போது ரெண்டு நாளுக்கு ஒரு தரம் உச்சிப் பிள்ளையாரைத் தரிசனம் பண்ணலேன்னா உனக்குத் தலை வெடிச்சுடும். ஸ்ரீரங்கம் கோயிலுக்குப் போனால் வீட்டுக்குத் திரும்பி வரமாட்டேன்னு அழும்பு பண்ணுவே."

"அது குழந்தைத்தனம்தானேப்பா? சுவாமி கோயில்லே மட்டும் இல்லேன்னு புரியற வயசு இப்போ. அதுக்காகப் பக்தி இல்லேன்னு ஆயிடுமா?"

"அப்படின்னா இன்னிக்குச் சாயங்காலம் வா. ஏதானும் ஒரு நாள் சாயங்காலமோ காலம்பறவோ ..."

"சாயங்காலமாவே இருக்கட்டும். காலை வேளையிலே வேணாம்."

"ஏன்?" அவர் மகளைக் கூர்ந்து பார்த்தார். "கார்த்தாலே அந்தப் பொடிசு வருமாக்கும்?"

துளசி சிறிது நேரம் பேசவில்லை.

"அதானே துளசி?"

"அது மட்டுமில்லேப்பா. கார்த்தாலே ஒரு கால் நீங்க திருமஞ்சனம் பண்ணறதாக இருக்கலாம்."

"அதனாலே என்ன?"

"அந்தச் சடங்கே எனக்குக் கட்டோடு பிடிக்கலே?"

"ஏன்?"

"கடவுளுக்கு என்ன நாம் குளிப்பாட்டறது?"

"இதெல்லாம் ஓர் அருமைக்காக, ஓர் அன்புக்காக, ஒவ்வொரு சின்ன செயலிலும் நம்ம நெஞ்சைத்தானே காணிக்கையாய் வைக்கிறோம்? ஆண்டவன் நமக்கு எவ்வளவு நெருக்கமாயிருந்தால் மனுஷாளுக்குச் செய்யறாப்பலே துண்டம் கட்டி எண்ணெய் தேய்ச்சு, முழுக்காட்டி, ஜலதோஷம் பிடிக்காமலிருக்கச் சாம்பிராணி தூபம் காட்டி..."

"என்ன அபத்தம்ப்பா! சுவாமிக்குக்கூட நம்மைப் போல் ஜலதோஷம் பிடிக்குமா?"

"அதான் சொன்னேனே துளசி! எல்லாம் ஓர் அழகான நெருக்கத்தையும் சலுகையையும் அன்பையும் காட்டற சின்னம்..."

"அப்படின்னு நீங்க சொல்றேள். எனக்கு எப்படித் தோணறது தெரியுமா? இந்த மாதிரியான சடங்குகளிலெல்லாம் நம் குழந்தைத்தனம் தான் தெரியறதாக நான் நினைக்கிறேன். தெய்வத்துக்கு மனுஷா மாதிரி எண்ணெய் ஸ்நானம் பண்ணி வைக்கறதும் ஜலதோஷம் பிடிக்காமலிருக்க... ஜலதோஷம்!" அவள் தாங்க முடியாமல் சிரித்தாள். பிறகு திடீரென்று சிரிப்பை நிறுத்திவிட்டுக் கம்பீரமாகக் கேட்டாள்:

"ஏம்பா, தெய்வம்னு ஒரு மகத்துவத்தை நாம் நம்பினால், நம்மையே அந்தத் தெய்வத்திலே பார்த்துக்கறதுதான் சிறப்பா? தெய்வத்தையல்லவா நம்மில் பார்க்கக் கத்துக்கணும்?"

அவரை யாரோ பிடித்து உலுக்கிய மாதிரி இருந்தது. ஞானோபதேசம் செய்யும் குருவைப் பார்ப்பதுபோல் ஒரு திடீர் ஒளியின் திகைப்போடும் அதிர்ச்சியோடும் அச்சத்தோடும் மகளின் முகத்தை ஏறிட்டு நோக்கினார்.

நாராயணா, இது உன் குரலா? உன் பேச்சா? உன் அர்த்தமா?

தெய்வத்தை நம்மில் பார்ப்பதானால் – தெய்வத்தையே நம் யாவரிலும் பார்ப்பதானால் – அதன்பின் வேற்றுமைகளுக்கு என்ன பொருள்?

"துளசி..." என்று ஆரம்பித்தபோது அவர் குரலும் உடலும் நடுங்கின.

"அப்பா, என்னமோ என்னை மீறிப் பேசிட்டேன். நீங்க படிக்காத சாஸ்திரமில்லே. உங்களுக்கு எடுத்துச் சொல்ல எனக்கு என்னப்பா தெரியும்? மன்னிச்சுடுங்கோ..."

"உனக்கு என்ன தெரியுமா? உனக்கு என்ன தெரியுமா?..." அவர் குரல் நிலைக்கொள்ளாமல் தடுமாறியது. உள்ளம் வசமின்றித் துவண்டது.

"எனக்குத் தெரிஞ்சதெல்லாம் . . ."

"சொல்லும்மா !"

"அந்தக் குழந்தை என் இதயத்துக்கு வேணும்கறது ஒண்ணுதான்."

அவர் உடல் குலுங்கியது. கண்கள் பதறி இங்குமங்கும் பாய்ந்த போது சுவரில் பதிந்தன. அங்கே துளசி வட்டமிட்டு மாட்டியிருந்த படத்தில் கிழவர் புன்னகையோடு காட்சி தந்தார். நாட்டுப் பிதா மட்டுமா? "தீண்டாதவர்களல்ல, ஹரிஜனங்கள்" என்று திருத்தியவர். ஹரியின் ஜனங்கள். துளசி சொன்னது போல், அந்த மகானும் தெய்வத்தை மனிதர்களிடம் கண்டவர்தான். எங்கோ எந்தச் சரித்திரத்திலோ எட்டாத கற்பனையிலோ வாழ்ந்த லட்சியக் கதாநாயகனல்ல. கண்கூடாய் அண்மைக் காலத்தில் இலட்சியத்தை வாழ்ந்து காட்டியவர்.

நேரம் சென்றதே தெரியவில்லை. தலைகுனிந்து அவர் உட்கார்ந்த படியே இருந்தார். துளசி விளக்கை ஏற்றினாள்.

"கோயிலுக்குப் போக நாழிகையாகலையாப்பா?"

அழுத சுவடு தெரியாமல் அவள் முகம் கழுவிக்கொண்டு மிகையாய்ப் புன்முறுவலிப்பது புரிந்தது. அவர் அவளை ஒருதரம் பார்த்துவிட்டு மெதுவாக எழுந்தார். மனம் ஒரேயடியாய்க் குழம்பிக் கிடந்தது.

தடதடவென்று உள்ளே பாதங்கள் நுழையும் சத்தம் வந்தது. அண்டை வீட்டின் இரண்டு இளவயசுப் பிள்ளைகள்.

"பார்த்தீங்களா ஸார் பேப்பரை? என்ன அக்கிரமம்!" என்று ஒருவன் முகம் சிவக்கக் கையிலிருந்த செய்தித்தாளைத் தீவிரமாய் ஆட்டினான்.

"என்னப்பா விஷயம்?"

"பேப்பரில் நியூஸ் போட்டிருக்கான். ஏதோ தகராறில் ரெண்டு ஹரிஜனப் பையன்களை உயிரோடு நெருப்பு வச்சுக் கொளுத்திட்டாங் களாம் . . ."

அந்தக் கொடிய நிகழ்ச்சி நடைபெற்ற இடம், மாநிலம், சந்தர்ப்பச் சூழ்நிலைகள் முதலிய விவரங்களை அவன் சொல்லிக்கொண்டே போனான். ஆனால் ஸ்ரீநிவாசனின் சிலைத்த வெறிப்பில் அதொன்றும் புரியவில்லை.

என்ன அரக்கத்தனம்! என்ன அரக்கத்தனம்! என்னதான் தகராறு என்றாலும் இத்தகைய ஒரு கொடுந்தீமை இயற்ற எப்படி மனம் வந்தது? ஹரிஜனங்கள் என்பதனாலா? மனிதனுக்கு மனிதன் வேற்றுமை என்பதோடு கூட அந்த வேற்றுமைக்கு இப்படியோர் உச்சமா?

எண்ணிப் பார்க்கவே முடியவில்லை. ரத்தம் கொதித்தது.

அடுத்த நிமிஷம் அவர் அமைதியுற்றார். இப்போது குழப்பமே இல்லை.

காலம் காலமாக அழுந்தித் தழும்பேறிப் போய்விட்ட தளைகளின் கொடுமையை இறைவன் அவருக்கு உணர்த்துகிறானா? மனித குலம் தன்னிடம் தெய்வத்தை ஏற்காமல் பேயை ஏற்கும் விபரீதத்தைக் காட்டிச் சாடுகிறானா? "தெய்வத்தையல்லவா நம்மில் பார்க்கக் கத்துக்கணும்?" அது நாராயணனின் குரல்தான்.

"இந்த வித்தியாசங்களெல்லாம் போகணும்! போயே ஆகணும்! ஒவ்வொருத்தனும் தன் தன் அளவில் வேற்றுமையைத் தகர்த்தெறிஞ்சா போறும், வேற்றுமைங்கிறதே பூண்டோடு அழிஞ்சிடும்!" என்று ஆவேசம் கொண்டவர் போல் முழங்கினார் ஸ்ரீநிவாசன். பிறகு, வியந்து நின்ற மகளின் பக்கம் திரும்பினார்.

"சுவாமிக்குத் திருமஞ்சனம் அவசியமில்லைதான் துளசி! மனுஷனுக்குத்தான் அது வேணும், அழுக்கைப் போக்கிண்டு தூய்மையும் தெய்விகமும் அடையறதுக்கு."

துளசி பிரமித்தாள். பிறகு புரிந்துகொண்டபோது, அவள் உடல் மயிர்க்கூச்சலுற்றது. 'அம்மா' எனும் கன்றின் குரலோடு ஒரு கறுப்பு வடிவம் தன் மடியில் புரள்வதை உணர முடிந்தது.

கல்கி தீபாவளி மலர், அக்டோபர் 1970

அன்னையின் முகத்துப் புன்னகை

சின்னஞ்சிறு அளவில் ஒற்றைக் கனகாம்பரப் பூ மலர்ந்து நிற்பதுபோல் ஊதுவத்தியின் கொழுந்துப் புள்ளி ஒளிர்ந்தது. புகை மணத்தைக் காயத்திரி ஆழ உயிர்த்து ஒரு வித நாடக சோகத்தோடு அநுபவித்தாள். "புகை புகையாய் உயிரை வெளியே கக்கிட்டு ஊதுவத்தி அணைஞ்சு போயிடும். அதுமாதிரியே என் உயிரும் போயிண்டிருக்கு" என்றாள் மெல்லிய புன்னகையோடு.

உடலின் வலிமையெல்லாம் ஒடுங்கி நோய்ப்பட்டுப் படுக்கையில் கிடக்கும் நிலை. அப்போதும் அவளுடைய பேச்சில் மட்டும் அந்த இலேசான செயற்கைத் தன்மை மாறவில்லை. அது அவள் முத்திரை.

"நீ இன்னும் ரொம்ப நாள் உயிரோடு இருப்பே அம்மா. வீணா மனசை ஏன் போட்டு அலட்டிக்கறே? கொஞ்ச நேரம் தூங்கு. முன்பொழுது தாண்டிட்டால்தான் முழிச்சுண்டுடறியே, பாவம்!" என்றான் மணி.

"கொஞ்ச நேரம் என்னடா? ரொம்ப நேரம் தூங்கத்தான் போறேன். மீளாத தூக்கம்."

மணி ஏதும் சொல்லவில்லை.

"வயசு கொஞ்சமாவா ஆறது? இந்தப் புரட்டாசி வந்தால் அறுபது முடிஞ்சுடும்டா எனக்கு! யமன் எப்போ வரப் போறான்னு ஆரத்தி கரைச்சு வச்சுண்டு காத்துண்டிருக்கேண்டா!"

மணி தாயை யோசனையோடு பார்த்தான்.

வாழ்க்கையையே ஒரு வேஷமாக, யாரோ கேட்பதற்காக வசனம் பேசும் நாடக மேடையாக அமைத்துக்கொண்டு விட்டாளா அவன் தாய்? அவள் உருவத்தையே கூட ஒரு வேஷம் என்று சொல்லலாம். அறுபது வயசு என்றால் யாரும் நம்ப மாட்டார்கள். முகத்தில் சுருக்கங்கள் இல்லை. உடம்பில் தொய்வு இல்லை. சருமத்தின் மினுமினுப்பு மாறவில்லை. கல்லை வாயில் வைத்துக் கடித்தால் கல்தான் உடையும். அத்தகைய

பற்கள். நாற்பது வயதளவில் மூக்குக் கண்ணாடி அணியாமலே வெள்ளெழுத்துப் பருவத்தைக் கடத்திவிட்டதனால் பார்வை அதன் பிறகு சீர்குலையவில்லை. கண்ணாடி அணியவும் நேரவில்லை. அண்மையில் நாலைந்து ஆண்டுகளாகத்தான் அவள் வயது திடீரென்று தன்னை நினைவுறுத்திக் கொண்டுவிட்டாற் போல் தலை முடியின் கறுப்பில் சிறு நரையிழைகள் தோன்றின.

எந்த இளமையில் வாழ்வை இழந்தாளோ அது தனக்கு இழைக்கப் பட்ட அநீதியின் நிலைத்த சாட்சியாக அவள் மேலேயே எல்லாரும் பார்க்கும் விதமாகப் பிடிவாதமாக நின்றுவிட்டதா? இல்லையானால் அவலத்தின் சுமையில் அழுந்தி நொறுங்கிப் போனவளிடம் இத்தகைய ஓர் இளந்தோற்றம் எப்படி நிலைத்திருக்க முடியும்?

“உனக்கு அறுபது வயசுன்னு யமன்கூடக் கண்டுபிடிக்க மாட்டாம்மா! அதனால் கிட்டயே வராம போயிடுவான்” என்றான் மணி.

காயத்திரி சிறிது நேரம் மகனை உற்றுப் பார்த்துக்கொண்டிருந்தாள். தலையணை மீது கிடந்த அவள் முகம் தொட்டி நீர் போல் சலன மற்றிருந்தது. எத்தனை சிவப்பு அவன் தாய்! எத்தனை அழகு! மூளியான நெற்றிகூட சிற்பி தன் படைப்பில் அதிகப்படியாய்க் கை வைக்காமல் பரிபூரண அழகின் எளிமையில் விட்டுவிட்டது போன்ற ஓர் ஆதித் தூய்மையோடு பொலிந்தது.

அருகில் நாற்காலியில் உட்கார்ந்திருந்த மகனின் கையைக் காயத்திரி மெல்ல எட்டிப் பற்றிக்கொண்டாள்.

“நீதான் கிழவனாய்ட்டேடா ராஜா!” என்றாள்.

“நாற்பத்திரண்டு வயசுதாம்மா ஆறது எனக்கு” என்றான் அவன்.

“உனக்கு ஒரு கல்யாணம் பண்ணி வைக்காமலே போறேன் பாவி!” என்று காயத்திரி நெட்டுயிர்த்தாள்.

“நா . . . ற்பத்திரண்டு ஆயிடுத்தும்மா எனக்கு!” என்று சிரித்தான் மணி.

“என்னமோப்பா, எத்தனை வயசானாலும் எனக்கு நீ குழந்தை தானே? நீயும் பெண்டாட்டி பிள்ளைன்னு ஒரு குடும்பஸ்தனாய் இருந்திருந்தா – உன்னை மாலையும் கழுத்துமாய் நான் பார்த்திருந்தா – இப்பச் சந்தோஷத்தில் நோயெல்லாம் போய் அமுதம் சாப்பிட்டவ ளாட்டம் நான் துள்ளி எழுந்து உட்கார்ந்திருக்க மாட்டேனா?”

தான் பொய் சொல்வது காயத்திரிக்குத் தெரியாது. ‘அதுதானோ அவள் வாழ்வின் தலையாய பரிதாபம்?’ என்று மணி அடிக்கடி தன்னையே கேட்டுக்கொள்வான்.

“அப்படியெல்லாம் நினைச்சுக்காதேம்மா! உனக்குப் பிள்ளையாய் மட்டும் இருந்ததில் எனக்குச் சந்தோஷந்தான்” என்றான்.

அவள் கண்களில் – சுருக்கம் விழாத அந்த யௌவன ஒளி விழிகளில் – அது எத்தகைய வெற்றிப் பொறி!

"நிஜமாவாடா சொல்ற ராஜா? கல்யாணம் பண்ணிக்கலையே, நமக்குன்னு ஒரு வாழ்வு இல்லையே, அப்படின்னு உனக்கு எப்பவுமே குறை தோணலையா?"

"இல்லை" என்றான் மணி நிதானமாக.

அவளுக்கு முழுத் திருப்தி ஏற்படவில்லையா? ஏன் முகம் அதிகமாக மலரவில்லை?

"உன்னைப் போல ஒரு அம்மா இருக்கிறபோது வேறு யாரும் இல்லையேங்கற குறை எப்படியம்மா தோணும்? நீ இருந்தா போதும் எனக்கு." இதை அவன் எத்தனை தரம் சொல்லியிருக்கிறான் அவளிடம்!

அவள் முகத்தில் அடர்ந்து பரவிய இன்பத்தில் அவன் சொற்கள் பயனுற்றன. வேறு என்ன வேண்டும் அவனுக்கு? அவளுக்குத்தான் வேறு என்ன இருக்கிறது!

மலரும் முகத்தை உடனே வாட வைத்துக்கொண்டு காயத்திரி அவன் கையை மென்மையாக வருடினாள். "ஹம், நீ நல்ல குழந்தை, அதனால் அப்படிச் சொல்றே. ஆனாலும் பெத்தவ கடமையைச் செய்யாத வரைக்கும் நான் குற்றவாளிதானே? நாளைக்குத் தெய்வம் என்கிட்ட, 'உனக்கு கொள்ளி போடறபோது பிள்ளைப் பக்கத்தில் நாட்டுப் பெண்ணும் இருந்தாளா?'ன்னு கேட்டால் நான் என்ன சொல்வேன்?"

உணர்வின் ஏதோ மூலையில் அவளுக்குள் உருவின்றி இந்தத் தாபமுந்தானா?

"தெய்வம் அப்படியெல்லாம் ஒண்ணும் கேக்காதும்மா. அதுக்கு உன்னைத் தெரியாதா?"

"இப்பவுந்தானாகட்டும். வேணும்னா உனக்கு ஆசையாயிருந்தா, ஒரு கல்யாணத்தைப் பண்ணிண்டுடறியா?"

மணி. தன் நரைத்த தலையையும் மூக்குக் கண்ணாடியையும் உள் வாங்கிய கன்னங்களையும் தொட்டுக் காட்டிச் சிரித்தான்.

"நீ கிழவின்னா நான் முக்கால் கிழவனம்மா. இனிமேல்தானா ஒரு கல்யாணம்? எனக்கு அந்த மாதிரி ஆசையே கிடையாது."

"நிச்சயமாய்க் கிடையாதா?"

"நிச்சயமாய்க் கிடையாது."

"எப்பவுமே குறை தோணலையா?"

"நான் முழுக்க முழுக்க உன்னுடையவன். அம்மாவுக்குப் பிள்ளையாய் இருக்கிற சந்தோஷத்தைத் தாண்டி எனக்கு எந்தக் குறையும் கிடையாது."

மீண்டும் அந்த எழில் முகத்தில் வெற்றியின் பெருமிதம்.

“ஏதோப்பா அதுதான் உன் இஷ்டம்னா நான் வேறு என்ன சொல்றது?” என்றவாறு காயத்திரி மகனைப் பார்த்து புன்முறுவல் செய்தாள்.

இது அவர்களுக்குள் அன்றாடம் நடக்கும் பரிமாறல். அவளுக்குக் கேட்டு அலுப்பதில்லை. ஆகவே அவனுக்கும் சொல்லி அலுப்பதில்லை.

சமையற்காரர் ரங்கநாதன் தம்ளரில் பாலோடு அறைக்குள் வந்தார்.

“வேலையெல்லாம் முடிஞ்சுடுத்தா?” என்று காயத்திரி அவரைக் கேட்டாள்.

“ஆச்சும்மா” என்றார் ரங்கநாதன்.

“நான் பாலை வாங்கித் தறேம்மா உனக்கு” என்றான் மணி தாயிடம்.

மனமில்லாமலே அவள் அவனுடைய கையிலிருந்து தன் பிடியை அகற்றினாள்.

ரங்கநாதன் அவனிடம் பால் தம்ளரை நீட்டினார். இடக் கையினால் மணி அதை வாங்கினான்; மரியாதைக் குறைவினால் அல்ல, அவனுக்கு இடக்கை வாகு, அவ்வளவுதான். வலக்கையினால் தாயின் தலையைச் சற்று உயர்த்தி இடக்கையில் பற்றியிருந்த தம்ளரை அவள் வாயில் வைத்தான். அன்றாடம் அவன் அவளுக்குச் செய்யும் பணிவிடைகளில் அது ஒன்று. மகனின் முகத்தையே பார்த்தவாறு காயத்திரி ஒவ்வொரு மிடறாகப் பருகினாள்.

“நொட்டாங்கை அதிருஷ்டம்னு சொல்வா. உன் விஷயத்தில்தான் அது பலிக்கலே ராஜா. பாவி என் வயித்தில் பிறந்தயோன்னோ?”

“உன் வயித்தில் பிறந்ததில் எனக்கு ஒண்ணும் குறைஞ்சு போயிடலேம்மா.”

காலித் தம்ளரை மணி மேஜைமேல் வைத்தான். இடக் கையினாலேயே துண்டை எடுத்து அவள் உதடுகளை மெல்ல ஒற்றி விட்டு அவள் தலையை மீண்டும் படுக்கையில் இட்டான்.

“அப்ப நான் போயிட்டு வரட்டுமாம்மா?” என்றார் சமையற்காரர்.

“ம்.”

ரங்கநாதன் காலை ஆறு மணிக்கு வந்து, இரவில் வேலை முடிந்த பிறகு வீட்டுக்குப் போய்விடுவார். பதினைந்து ஆண்டுகளாக இதேதான் வழக்கம். அவர் வீடு அருகிலேயே, இரண்டு தெருக்கள் தள்ளி இருந்தது. எனினும் முதுமை காரணமாய்க் கண் பார்வை இரவு நேரத்தில் அவருக்கு மிகவும் மங்கிவிட்டிருந்ததினால் கடந்த ஐந்து ஆண்டுகளாக இந்தச் சிறிய தொலைவுக்குக்கூட மணி அவருக்குத் துணையாகச் சென்று வீட்டில் சேர்த்துவிட்டு வந்துகொண்டிருந்தான்.

“நான் போய் அவரை விட்டுட்டு வந்துடறேம்மா.” என்றவாறு எழுந்தான் மணி.

“சரி ராஜா. சீக்கிரம் வந்துடு. நீ பக்கத்திலே இல்லேன்னா என்னமோ மாதிரி” என்றாள் காயத்திரி.

அவன் தன் தாயின் குறிக்கோள்.

அவன் தன் தாயின் வாழ்வு, சாதனை.

கணவனை இழந்தபோது காயத்திரிக்குப் பதினெட்டு வயது நிறையவில்லை. அதன் பின் இரண்டு மாதங்களில் பதினெட்டு நிறைந்தது; மகனும் பிறந்தான்.

“‘பாஸ்துமஸ் பேபி’ என்று குழந்தையிடம் இரக்கப்பட்டவர்கள் – ‘பிறக்கறதுக்கு முந்தியே தகப்பனை உருட்டிடுத்து, தோசி’ என்று சபித்தவர்கள் – இன்னும் பற்பல விமரிசனங்களுக்கு அவனை ஆளாக்கிய வர்களிடையே காயத்திரி அவனை வெறித்துப் பார்த்துக்கொண்டு மணிக்கணக்காகத் திக்பிரமித்து உட்கார்ந்திருப்பாள்.

மணி யோசனை செய்வான்; ‘அப்போது அந்தப் பதினெட்டு வயது இளம்பெண்ணின் மனத்தில் என்னவெல்லாம் தோன்றியிருக்கும்?

‘அதற்குள் எல்லாம் ஆகி முடிந்துவிட்ட நிலையில் இந்தப் பொறுப்பு வேறு சேர்ந்துகொள்ள வேண்டுமா?’ என்றா?

‘நிமிஷ நேரக் கனவாக வாழ்க்கை நழுவிவிட்டாலும் அதில் நான் பூரணமாக வாழ்ந்தேனென்பதை எனக்குக் காட்டி ஆறுதலளிக்கும் அடையாளம் இது’ என்றா?

வாழத் துடிக்கும் பருவத்தில், கனவுகளின் எல்லை இன்னமும் முழுவதுமாகப் புலனாகிக்கூட இராத இளமையின் ஆதுர வயதில், தொடங்கியதுமே முடிந்துவிட்ட மருளூட்டும் அசம்பாவிதத்தில், அப்படியெல்லாம் சின்னம் என்றும் அடையாளம் என்றும் சொல்லி வாழ்வைப் பூரணமாய் நுகர்ந்துவிட்டதாகத் தன்னைத்தானே ஏய்த்துக் கொள்ள முடியுமா? அவன் தாயும் ரத்தமும் தசையும் கொண்ட மனிதப் பிறவிதானே?

பொட்டென்று இறந்து போய்விட்ட அநீதிக்காக அவனுடைய தந்தையை அவள் அப்போது வெறுத்திருந்தால் வியப்பில்லை. முன்பு அவளுக்குக் கிட்டியதும் இனி ஒரு போதும் கிட்ட முடியாததனால் அந்த இழப்பின் நிரந்தரத்தினாலேயே அதிகக் கொடுமையாகி விட்டதுமான ஓர் இனிமையின் தன்மைக்கு அந்தக் குழந்தை நாசுக்கான குரூர நினைவுறுத்தலாக இருந்ததற்காக அதை அவள் வெறுத்திருந்தால் வியப்பில்லை.

அந்த அழகிய இளமங்கை இயற்கைக்குப் புறம்பாகக் கட்டாய மூளித்தனத்தில் சிறைபடுத்தப்பட்டு, அப்படித் தன் குழந்தையைப் பார்த்தவாறு உட்கார்ந்திருந்தபோது சிறிது சிறிதாக அவளறியாமலே ஒரு தீவிரப் பகையில் அவள் நெஞ்சில் பந்தம் பிணைத்திருந்தால் அதில் ஆச்சரியம் ஏதும் இல்லை. அந்த அன்பு முக்கால் பாகம் வெறுப்பாகத்தான் இருந்திருக்க முடியும்.

யாவற்றையும் இழந்தபோது, ஏதுமற்றுப்போன அவள் வாழ்வை நியாயப்படுத்த இருந்த ஒன்றே ஒன்று அவன்தான். அவனையும் இழந்துவிட்டால் அவளுடைய மகத்தான இழப்புக்கு அர்த்தமே இல்லாமற்போய்விடும். அவனை நிறுத்திக்கொள்வதில்தான் தனக்கு வெறுமையைத் தந்துவிட்ட விதியின் முகத்தில் அவள் வெற்றி மிதத்துடன் காறி உமிழ முடியும்.

இப்படியெல்லாம் நினைத்ததை அவளே முழுப் பிரக்ஞையுடன் உணர்ந்திருக்கமாட்டாள் என்பதும் மணிக்குப் புரிந்தது. தன் அவலத் துக்கும் ஆற்றாமைக்கும் தானே, கைதாகி அந்த நிர்பந்தத்தில்தான் தன் ஒவ்வோர் எண்ணமும் செயலும் உருவாவதை அவள் நிச்சயம் உணர்ந்திருக்கமாட்டாள். தான் சுதந்திரமாக இயங்குவதாகத்தான் அவள் எண்ணியிருக்க முடியும். குழந்தையை வாரி அணைத்துக் கொண்டு உச்சி மோந்த போதெல்லாம் அதனிடம் தனக்கு அன்பு ஒன்றைத் தவிர வேறு எதுவும் இல்லை என்றுதான் அவள் நினைத்திருக்க முடியும்.

அவனுடைய தாத்தா – தந்தையின் தந்தை – அவர்களைப் பராமரித்து வந்தார். தம் காலத்துக்குப் பிறகும் மருமகளின் பாதுகாப்பு நிலைத்திருக்க வேண்டும் என்ற நோக்கத்துடன் தம் உயிலையும் தயாரித்திருந்தார்.

மணிக்கு இருபத்துநான்கு வயதாகியது. தாத்தா ஒரு பெண்ணை அவனுக்கு நிச்சயித்தார்.

“நல்ல இடம். மனுஷாளெல்லாம் நல்லவா. உனக்கும் நாளைக்கு ஒரு ஆதரவாய் இருப்பா” என்று அவர் காயத்திரியிடம் சொன்னபோது அவள் வழக்கம் போல் தலைகுனிந்து பணிவாக அதை ஏற்றுக் கொண்டாள். வெளிப்பார்வைக்கு அவளும் அந்த ஏற்பாட்டில் உற்சாகமாக இருந்ததாகவே தோன்றியது. ஆனால் அவள் கண்களின் ஆழத்தில் அமைதி இல்லை. மகனைப் பார்க்கும் அவள் பார்வையை ஏதேச்சையாக அவன் சில சமயம் கவனித்தபோது அதில் கலக்கமும் ஒருவித வெறியும் தென்பட்டன. எப்போதும் ஜன்னியில் உளறுவது போல் ஏதாவது பேசிக்கொண்டே இருந்தாள். சொற்களின் ஓசையில் நெஞ்சை மறைப்பவளாக.

“ஆச்சு, இன்னும் ரெண்டு வாரம்தான்; எனக்கு நாட்டுப்பெண் வந்துடுவா. அப்புறம் எனக்கென்ன குறை? ஜோடியா, பிள்ளையையும் அவன் பொண்டாட்டியையும் பார்த்துண்டே இருந்துட்டால் எனக்கு அதுதான் சாயுஜ்ய பதவி.”

“ஆச்சு, இன்னும் பத்து நாள்தான்; எனக்கு நாட்டுப் பெண் வந்துடுவா.”

“ஆச்சு. இன்னும் எட்டே நாள்தான்; எனக்கு நாட்டுப் பெண் வந்துடுவா.”

இரவில் அவன் எப்போது விழித்துக்கொள்ள நேர்ந்தாலும் தாய் படுக்கையில் உட்கார்ந்துகொண்டிருப்பதையோ மொட்டை மாடியில்

நின்று வானத்தை வெறித்துக்கொண்டிருப்பதையோ அல்லது அறையில் குறுக்கும் நெடுக்குமாக நடந்துகொண்டிருப்பதையோ பார்ப்பான்.

"தூங்கலையாம்மா?"

"தூக்கம் வரலைடா. அத்தனை சந்தோஷம் ஆச்சு, இன்னும் அஞ்சே நாள்; எனக்கு நாட்டுப்பெண் வந்துடுவா. நீ ஒருத்திக்குப் புருஷன் ஆயிடுவே." அருகில் வந்து அவன் முகத்தை உற்றுப் பார்ப்பாள். எச்சரிக்கை இன்றி வேறொரு கேள்வி பிரித்த பேனாக்கத்திபோல் 'படக்'கென்று நீளும்: "ஆனா எனக்கும் பிள்ளைதான்; இல்லையா?"

"அதிலென்னம்மா சந்தேகம்?"

அப்போதுதான் அவனுக்குப் புரிய ஆரம்பித்ததா? இல்லையானால் திடீரென்று அவளுக்காக அவனுள் அப்படி ஓர் இரக்கமும் துயரமும் ஏன் வெள்ளமிட்டுக்கொண்டு வரவேண்டும்? இல்லையானால் கல்யாணத் தேதிக்கு மூன்று நாள் முன்பு தாத்தா திடீரென்று மாரடைப்பில் மரணமடைந்ததும் காயத்திரி அதைக் காரணம் காட்டி, 'இந்தப் பெண் தமக்கு அதிருஷ்டமில்லை' என்று கூறிக் கல்யாணத்தை நிறுத்தியபோது அவனுக்குத் தாத்தாவை இழந்த துக்கத்தோடு கூடவே தாயைப் பார்த்து ஒருவித நிம்மதியும் ஏன் தோன்ற வேண்டும்?

அடுத்த இரண்டு ஆண்டுகளுக்கு அவன் கல்யாணப் பேச்சே எழவில்லை. "பிள்ளைக்குக் காலாகாலத்தில் செய்ய வேண்டியதைக் கவனிக்காம இருக்கியேடி?" "கைநிறையச் சம்பாதிக்கிறான்; சின்ன வயசு. உடனே ஒரு கால்கட்டுப் போட்டு வைக்கலேன்னா கெட்டுப் போயிடுவான்." "நீ பார்க்க இன்னும் சின்னவளாவே இருக்கிறதனால் உனக்கு நாட்டுப்பெண்ணே வர வேணாம்னு அர்த்தமா?" என்பது போல் அக்கம்பக்கத்துப் பெண்கள் நச்சரித்ததன் விளைவாகத்தானோ அவள் ஒரு நாள், "பண்ணக்கூடாதுன்னு எனக்கென்ன? நல்ல இடமாய் இருந்தா சொல்லுங்களேன்?" என்று கூறினாள்.

அவனுக்கு ஏறக்குறைய இருபத்தேழு வயதானபோது மறுபடியும் திருமணம் நிச்சயமாயிற்று. எத்தனையோ பெண்களைப் பற்பல காரணங்கள் காட்டி காயத்திரி மறுத்தளித்த பின் ஏதுமே தடை சொல்ல இடமில்லாமல் ஒரு சம்பந்தம் வரவே அவள் மௌனமாகிவிட நேர்ந்தது.

மீண்டும் அவளுடைய அமைதியற்ற பார்வைகள். இரவு நேர விழிப்பு. அதிகப்படியான கலகலப்போடு, "ஆச்சு, இன்னும் இருபத்தாறு நாள்தான், இன்னும் இருபத்தஞ்சு நாள்தான்" என்று கணக்கெடுக்கும் பதைப்பு.

வேறு எந்தத் தடை இருந்தாலும் செல்லுபடி ஆகாதோ என்று பயந்தவன்போல், அந்தப் பெண்ணே திருமணத் தேதிக்குப் பன்னிரண்டு நாள் முன்பு ஒரு கார் விபத்தில் மாண்டு போனாள்.

"என்னடா உனக்கு கல்யாணப் பேச்சு எடுத்தாலே இப்படி ஏதானும் ஆயிடறது?" என்று மகனைக் கேட்ட காயத்திரியின் சுருக்கமற்ற

இளமுகத்தில் திகைப்பா, சோகமா, கிளர்ச்சியா, திருப்தியா? மகனை இழக்க வேண்டியதில்லை என்ற ஆறுதல் மட்டுந்தானா? அல்லது இளமையிலேயே தனியாகிப்போன ஒன்று, இன்னொன்றை இணையாகப் காணப் பொறாமல் கொண்ட தவிப்பு விலகிவிட்ட ஆறுதலுங்கூடவா?

அவளுக்கே புரிந்திருக்குமா?

மணி அவளைச் சிறிது நேரம் ஆழ்ந்து நோக்கினான். அடிபட்டுத் துடிக்கும் ஒன்றை எடுத்து அணைத்துத் தடவிக் கொடுக்க வேண்டும் என்ற நெகிழ்ச்சி அவனுள் படர்ந்தது.

ஒரு வேளை நான் கல்யாணமே பண்ணிக்கக் கூடாதுன்னு இருக்கோ என்னமோ? என்றான்.

அவள் கண்கள் சட்டென்று ஒளிர்ந்தன. அடுத்த நிமிஷமே, “சீசீ, உளறாதே. நீ குடியும் குடித்தனமுமாய் வாழ வேண்டாமா? அதை நான் பார்த்துச் சந்தோஷப்பட வேண்டாமா?” என்று சொல்லி விரைந்து அப்பால் போய்விட்டாள்.

அந்த ஒளிர்ந்த கண்கள் உண்மையா? அல்லது இந்தப் பேச்சு உண்மையா?

இரண்டுமே உண்மைதான்.

அன்றிரவு அவள் நன்றாகத் தூங்கினாள்.

அதன் பிறகு காயத்திரி மகனுக்கு மும்முரமாகப் பெண் தேட வில்லை. எப்போதாவது ஏதேனும் சம்பந்தம் வரும். பிறகு கை நழுவிவிடும். அப்படிக் கை நழுவுவதில் தாயின் பொறுப்பு அதிகமா, மகனின் பொறுப்பு அதிகமா என்று சொல்ல முடியாது. அவள் அடித்தளத்து உருப்புரியாத உணர்ச்சியில் பாதி செய்தாள். அவன் அதைப் புரிந்துகொண்ட முழுமையில் மீதியைச் செய்தான்; அவ்வளவு தான்.

“நான் நல்ல இடமாய்த்தாண்டா உனக்குத் தேடறேன்.”

“தெரியும்மா.”

“ஒண்ணும் சரியா அமையவே மாட்டேங்கறதே.”

“போகட்டும். என்ன அவசரம் இப்போ!”

“அது சரி. இந்த நாளில் முப்பது வயசுக்கு மேலே கூடப் பண்ணிக்கிறா. உனக்குன்னு ஒருத்தி இனிமே தானா பிறக்கப் போறா?”

“நீ கவலைப்படாம இரு அம்மா.”

“என்னமோ போ, இந்த வீட்டுக்கு ஒரு மகாலக்ஷ்மி வந்துவிட்டால் ‘இந்தாடியம்மா நாட்டுப் பெண்ணே, இனிமே இந்த வீடு, உன் புருஷன் எல்லாம் உன் பொறுப்பு பிடி சாவியை’ன்னு கொடுத்துட்டு அக்கடான்னு கோயில் எங்கே குளம் எங்கேன்னு நான் பாட்டுக்கு இருந்துடுவேன்.”

நவரசங்களும் தாறுமாறாய்க் குழம்பிப் போன ஒரு வக்கிர காவியம் போன்ற அந்த மாசுமறுவற்ற முகத்தை, நிரந்தரக் குற்றச் சாட்டாக இளமையும் அழகும் பிடிவாதமாய் நிலைத்துப் போய்விட்ட அந்தப் பரிதாப முகத்தை, அவன் கருணையுடன் உற்றுப் பார்ப்பான். ‘உனக்குப் பலி கொடுத்துச் சாந்தப்படுத்த எனக்கு ஒரு வாழ்க்கை தானே இருக்கிறது மகா காளியே?’ என்று அன்பில் உருகிக் கதற வேண்டும் போல் இருக்கும்.

ஆண்டுகள் கடந்தன. எப்போதாவது “ஏண்டா, உன் கல்யாணம் இப்படித் தள்ளிண்டே போறதே. உனக்குத் தனிமையா இருக்கா?” என்று தாய் கேட்டு, “அதெல்லாம் ஒண்ணுமில்லேம்மா” என்று மகன் பதில் சொல்வதுடன் சரி.

“ஏண்டா ராஜா, நீ சந்தோஷமா இருக்கியா?” என்று அவள் சில சமயம் வேதனையோடு அவன் தலைமுடியைக் கோதியபடியே கேட்பாள்.

“இல்லாம என்னம்மா?”

“கல்யாணம் பண்ணிக்கலையேன்னு குறையாய் இல்லையா?”

“இல்லை. எனக்குக் கல்யாணத்திலேயே ஆசையில்லை.”

அவள் புன்முறுவல் பூப்பாள். உடனே புன்னகை மறைந்துவிடும். “என் கடமையைப் பண்ணாம இருக்கேனே பாவி! என்னைவிட உனக்குத் தலை நரைச்சுப் போச்சேடா” என்பாள்.

“போகட்டும்மா, விடு.”

“நீயும் நானும்னு இந்த வீட்டில் ரெண்டே பேராய் இருக்கோம்.”

“ஆமாம்” என்பான் மணி மிருதுவாக, இடக்கையினால் அவள் கையைத் தட்டிக் கொடுத்தவாறே.

“ஆனா அப்படி இருக்கிறதுதான் உனக்குப் பிரியம்னு சொன்னே; இல்லையா?” என்று உடனே ஒருவித கலவரத்துடன் அவள் கேட்பாள்.

“ஆமாம்மா” என்பான் அவன். பார்வையின் உள் அறையில் ஏதோ கலக்கம் துளும்ப அவள் கேட்பாள்; “நான் . . . நான் பொல்லாத வளாடா ராஜா?”

“இல்லேம்மா. நீ ரொம்ப நல்லவள். உன் மாதிரி நல்லவள் உலகத்திலேயே கிடையாது” என்று அவன் கூறுவான்.

அவன் அவளுடைய அர்த்தம்.

இளமைக்குள் வழிதவறி வந்துவிட்ட அந்தச் சில நரையிழைகளை அவள் நெற்றி மீதிருந்த இடக்கையால் ஒதுக்கிச் சரி செய்தான் மணி.

வைகறையின் இருள் பிரிந்துகொண்டிருந்தது. முந்திய இரவு தண்ணீருக்குள் அமுக்கி வைத்திருந்த பாலை ஸ்டவ்வில் காய்ச்சி

டப்பாக் காபிப் பொடியைச் சேர்த்துக் காபி கலந்து தாய்க்கும் கொடுத்துவிட்டுத் தானும் பருகியிருந்தான். அது அன்றாட நியமம். பால்காரரும் சமையற்காரரும் வரும் நேரம் அதற்குப் பிறகுதான்.

"பெண்பிள்ளை மாதிரி எனக்கு இந்த வேலையையெல்லாம் செய்யறே" என்றாள் காயத்திரி.

"உனக்குச் செஞ்சா குறைஞ்சு போயிடுவேனாம்மா?" என்றான் மணி.

"உனக்கு இப்படி ஒருத்தி பணிவிடை செய்யணும். அதை விட்டு நீ ஒண்டிக்கட்டையாய் இருந்து இந்தக் கிழத்துக்குச் செய்யறே."

அவன் எதுவும் சொல்லவில்லை.

"இப்பவும் பரவாயில்லை. ஆம்பிள்ளைக்கு நாப்பத்திரண்டு ஒரு வயசா? உனக்கு ஆசையாயிருந்தா ஒரு பெண்ணைப் பார்த்துப் பண்ணிக்கோ."

தனது நாற்பத்திரண்டாம் வயதில் அடுத்த தலைமுறையான மகனின் திருமணத்தை ஏற்பாடு செய்வதை அப்போது நினைத்திருப்பாளோ? கண்களின் பின்னே தெரியும் அந்தத் துடிப்பின் பொருளென்ன?

"எனக்கு அப்படியெல்லாம் ஒண்ணும் ஆசையில்லேம்மா" என்றான் மணி.

"குறைப்படலையா நீ?"

"இல்லை."

"நிஜமாவே குறைப்படலையா?"

ஹாலின் கடிகாரம் அடித்தது. வாசலில் செருப்புச் சப்தம் கேட்டது. தொடர்ந்து ரங்கநாதன் உள்ளே வந்தார்.

"மன்னிக்கணும்மா. இன்னிக்குக் கொஞ்சம் நேரமாயிடுத்து நான் வர. பேரப்பிள்ளை கீழே விழுந்து ரொம்ப ரகளையாய்ப் போச்சு" என்று மூச்சு இரைக்கப் பேசிக்கொண்டே போனார். அவருக்கு ஒரே மகள். அவள் குழந்தை அந்தப் பிள்ளை.

"அடி கிடி பட்டதா?" என்று விசாரித்தாள் காயத்திரி.

"நல்ல வேளையாய் அதிகமா ஒண்ணுமில்லே. வெறும் சிராய்ப்பு தான். குழந்தை பயந்துட்டான்."

"பாவம், சின்னக் குழந்தைதானே! என்ன வயசு ஆறது இப்போ?"

"மூணு" என்று ரங்கநாதன் சொல்லிக்கொண்டிருந்தபோதே, "தாத்தா!" என்ற பிஞ்சுக் குரலோடு அந்த மூன்று வயதான இளம் பாலகன் உள்ளே நுழைந்தான்.

சட்டென்று எழுந்து நின்ற மணி ரங்கநாதனைப் பார்த்து, "வேலை செய்யறபோது குழந்தையையும் கூட்டி வந்துட்டா எப்படி?" என்றான். குழந்தையை அழைத்து வரக்கூடாது என்பது அவன் உத்தரவு.

"கோபிக்காதீங்க ஸார். அவன் அழுது ஓய்ஞ்சதும் என்னைப் பிடிச்சுண்டு கூடவே வந்துதான் தீருவேன்னு அடம் பண்ணினான். வேற வழி இல்லாமல் அழச்சுண்டு வந்துட்டேன். அடுப்பில் பருப்புப் போட்டுட்டுக் கொண்டுபோய் விட்டுடறேன்" என்ற ரங்கநாதன் அவசரமாகச் சென்று பேரனைத் தூக்கிக்கொண்டார்.

"குழந்தையை முன்னே எப்பவானும் இங்கே கூட்டிண்டு வந்திருக்கீரா?" என்று அவரிடம் காயத்திரி கேட்டாள்.

"இல்லேம்மா. நான் அந்தமாதிரி உரிமையெல்லாம் எப்ப எடுத்துண்டிருக்கேன். இன்னிக்குத்தான் முதல் தடவையா, அதுவும் இப்படி ஒரு சந்தர்ப்பத்தால் . . ."

"அதுக்கில்லே, முன்னேயே பார்த்திருக்குற குழந்தையாட்டம் இருந்தது அசப்பில். அதுதான் கேட்டேன்."

"இல்லே, கொண்டு வந்ததில்லே."

"மூஞ்சி துறுதுறுன்னு அழகா இருக்கு. உங்க பெண்ணும் அப்படித் தானே இருப்பா? அவள் சௌக்கியமா?"

"ஏதோ இருக்கா, உங்க ஆசிர்வாதத்தில்." சமையற்காரர் குழந்தை யோடு அறையைவிட்டுப் போகத் தொடங்கினார்.

"முதல்ல அவனை வீட்டில் கொண்டு விட்டுட்டு அப்புறம் வந்து சமையல் பண்ணுங்க" என்றான் மணி.

"ஏண்டா குழந்தையை விரட்டறே? அதுபாட்டுக்கு இருந்துட்டுப் போறது" என்று அவனைக் கடிந்துகொண்ட காயத்திரி ரங்கநாதனிடம், "ஒரு நிமிஷம் இருங்கோ" என்றாள்.

சமையற்காரர் நின்றார். காயத்திரி தன் தலைப்புற மேஜைமேல் தனக்காக வைத்திருந்த இரண்டு வாழைப் பழங்களில் ஒன்றை எடுத்து நீட்டினாள். "இந்தாடா குழந்தே, பழம் வாங்கிக்கோ. ஆப்பயம் பிடிக்குமோன்னோ?"

வேறுவழியில்லாமல் ரங்கநாதன் கட்டிலை நோக்கிக் குழந்தையோடு வந்தார். அதற்கு மேலும் தான் சும்மா இருக்க முடியாதென்பது மணிக்குத் தெரிந்தது. "பழத்தை நான் குடுக்கறேம்மா" என்றவாறு காயத்திரியிடமிருந்து வாங்கிக்கொண்டான். பிறகு, குழந்தையின் உருவம் அவளுக்குத் தெரியாத வகையில், குழந்தை இடக் கையினால் பழத்தை வாங்குவதை அவள் பார்க்க முடியாதபடி, தன் முதுகினால் மறைத்துக்கொண்டு பழத்தை அதன் கையில் கொடுத்தான்.

ரங்கநாதன் பேரனுடன் அங்கிருந்து விரைந்து சென்றார்.

மணி திரும்பி வந்து தாயின் கட்டில் பக்கத்தில் நாற்காலியில் உட்கார்ந்துகொண்டான்.

"எனக்கு நீ பதில் சொல்லலையே ராஜா!" என்று காயத்திரி அவனை ஆர்வத்துடன் கேட்டாள்.

"எதுக்கும்மா பதில்?"

"கல்யாணம் பண்ணிக்கலையேன்னு உனக்கு நிஜம்மா குறையே இல்லையா? உனக்குன்னு ஒரு குடும்பம், ஒரு வாழ்க்கை இல்லையேன்னு?"

"எனக்கு அப்படியெல்லாம் குறையே கிடையாதும்மா. அந்த மாதிரி ஆசையே கிடையாது."

"நான் செத்தப்புறம் வேணா..."

"நீ செத்தப்புறமும் நான் உனக்கு மட்டுந்தாம்மா! உனக்குப் பிள்ளையாயிருக்கிற சந்தோஷம் ஒண்ணே எனக்குப் போதும். எத்தனையோ தடவை நான் சொல்லலையாம்மா? எனக்கு நீதான் எல்லாம்" என்றான் மணி கனிவுடன்.

அவனுடைய முழுமையான சமர்ப்பணத்தில் அவள் வெற்றியின் பொற்சிகரம் சோதி வடிவமாய்க் கனன்றது. உடல் முழுவதும் அதிரும் உணர்ச்சியின் தீவிரத்தோடு அவள் அவனுடைய கையை வெறியுடன் பற்றித் தன் கன்னத்தில் பதித்துக்கொண்டாள்.

"நீ தங்கமான குழந்தையடா ராஜா! உன் மாதிரி ஒரு பிள்ளையைப் பெறக் கோடி ஜன்மங்கள் எடுக்கலாமே!" என்று செயற்கையான வார்த்தைகளுடனும் உண்மையான நிறைவுடனும் புன்னகைப் பூத்தாள்.

அவள் பார்வையில் தீபங்கள் சுடர்ந்தன. அதுவே அவன் இன்பம், அவன் லட்சியம்.

கலைமகள் தீபாவளிமலர், 1971

மன்னிப்புக்காக

அதோ, அது ஒரு சடலம். அந்த அது ஓர் 'அவள்' என்று இருந்தபோது அந்த அவள் என் மனைவியாக இருந்தாள். அதாவது இன்று விடியற்காலை வரையில்.

ஆஸ்பத்திரியில் அவள் உயிர் போய்க்கொண்டிருந்தபோது கூட அதுதான் முடிவு என்று எனக்குப் புரியவில்லை. சாகும் தறுவாயில் உள்ளவர்கள் மயங்கிக் கிடப்பார்கள், அல்லது மலங்க விழிப்பார்கள், அல்லது கண் செருகி வாய் குழறி, புத்தகங்களில் படிக்கிறோமே அப்படியெல்லாம் ஏதேதோ கோலங்களில் இருப்பார்கள் என்றுதான் நான் எண்ணியிருந்தேன். கடைசிப் பார்வை வரையில் தெளிவும் புன்னகையுமாய் இருந்துவிட்டுக் கண்களை மூடிக்கொண்ட மைதிலி அப்படியே மரணத்தினுள் நழுவிவிட்டாள் என்பது எனக்கு அதன்பின் வைத்தியர் சொல்லித் தான் தெரிந்தது. ஓவியத்தில் வண்ணங்கள் கலப்பது போல் அவள் உயிரும் மறைவும் கலந்துவிட்டன.

நான் திகைப்புற்று நின்றிருந்த காலத்துக்குள் செய்தி எப்படித் தான் அத்தனை விரைவில் பரவிவிட்டதோ! ஒரே பரபரப்பு, ஏற்பாடுகள், நடைமுறை மும்முரங்கள். நான் நிதானித்துக்கொண்டு பார்த்தபோது மைதிலியின் உடல் வீட்டுக்கு வந்தாகிவிட்டது. முன் கூடத்தில் அவளைச் சம்பிரதாயமாக நீட்டிக் கிடத்தியிருந்தது. சுற்றிலும் ஒரே கூட்டம். உறவினர்கள், நண்பர்கள், தெரிந்தவர்கள், தெரியாதவர்கள். மதுரையில் வேலை பார்த்த எங்கள் மகன் நாணுவுக்குத் தந்தி கொடுத்துவிட்டதாக என் மைத்துனன் சொன்னான். எனக்கு இன்னமும் திகைப்பு மாறவில்லை. அந்தக் கூட்டத்தை அணுக முடியாத அந்நியன்போல் ஒதுங்கியிருந்தே தான் மைதிலியை எட்டி எட்டிப் பார்த்துக்கொண்டிருந்தேன். யாரோ அழுதுகொண்டிருந்தார்கள். இப்போது இந்த மாலை வேளையில், அழுகைச் சப்தம், கூட்டம் எல்லாமே அதிகரித்திருந் தன. நாணு தந்தி கிடைத்துப் பஸ்ஸிலேயே வந்து சேர்ந்துவிட்டான். திடீரென்று அவன்தான் அங்கு மிகவும் முக்கியமானவனாக மாறியிருந்தான். ஈமச் சடங்கு நடத்தி வைத்த புரோகிதர் அவனைத் தான் விளித்துச் செயல்முறைகளைச் சொன்னார். அவன்தான்

ஆர். சூடாமணி

தலைமுழுகி, ஈரவேட்டியும் மாற்றுப் பூணூலும் அழுது சிவந்த கண்களுமாய் மந்திரங்கள் சொல்லித் தாயின் சடலத்தினருகில் மும்முரமாக இயங்கிக்கொண்டிருந்தான்.

நான்? நான்? இந்தக் கூட்டத்திலிருந்து விலக்கப்பட்டவன் தானா? மைதிலியின் கையிலிருந்து என் கைக்கு ஒரு விளக்கைக் கொடுத்து அவ்வளவுதான் எனக்கு அங்கு வேலை என்று சொல்லாமல் சொல்லி விட்டார்கள். செய்ய எதுவுமே இல்லாமல் நான் சும்மா ஒதுங்கி நின்றிருந்தேன். இனி மைதிலிக்கும் எனக்கும் சம்பந்தம் கிடையாதா? அவளுடைய பதினைந்தாவது வயதிலிருந்து கணவன் பதவி ஏற்று முப்பது ஆண்டுகள் இணை வாழ்க்கை வாழ்ந்திருந்த நான் இப்போது அவள் உயிர்போன கணமே திடீரென்று பின்னுக்குத் தள்ளப்பட்டு விட்டேனா? இந்தப் பயல் முக்கியமாகிவிட்டானா? எல்லாக் காரியங் களும் அவனுக்குத்தான் இருந்தன.

அங்கங்கே சலசலத்த பேச்சுக்கள் காதில் விழுந்தன.

"மைதிலிக்கு உடம்பு தேறிண்டுதான் வந்தது. திடீர்னு இப்படி ஆகும்னு யாரும் நினைக்கலே."

"நாணுவுக்குக் கர்மதசை வந்திருக்கும். அப்புறம் யார் தடுக்க முடியும்?"

"அது சரி. அவன்தானே கர்த்தா?"

"இந்தாங்கோ மிஸ்டர் நாணு, இப்படி இதை அம்மாவின் உடம்பு மேலே . . ."

நாணு நாணு நாணு!

ஒரு பெண் ஆயுளெல்லாம் கணவனுடையவளாக இருந்துவிட்டு, ஆயுள் முடிந்ததுமே மகனுடையவளாகி விடுகிறாளா?

தாம்பத்திய வாழ்வினூடே ஒரு பெண்ணின் அடி உணர்வில் அவளே அறியாமல் தோன்றி மூடிக்கிடக்கும் எதிர்ப்புக்கெல்லாம் பழிவாங்கும் விதமாகக் கடைசியில் கணவனுக்கு அவள் தந்துவிடும் நுட்பமான தண்டனையா இது?

மைதிலியைக் கூட்டம் சூழ்ந்துகொண்டுவிட்டது. என்னால் அணுக முடியவில்லைதான். அப்படியே அணுகினாலும் இத்தனை பேருக்கு எதிரே நான் அவள்முன் என் உணர்ச்சிகளைக் காட்டத்தான் முடியுமா?

சிலருடைய அழுகை என்னைப் பார்த்ததும் மிகுந்தது. சிலர் என்னிடம் வந்து துக்கம் விசாரித்து விம்மினார்கள். "உங்களுக்குத்தான் பாவம், கஷ்டம்! வயசான பிறகு பெண்டாட்டியை இழக்கறது நெருப்பு இல்லாமலே சுட்டுவிடக்கூடிய துன்பம்னு சொல்வா" என்று சிலர் கூறினார்கள். "அந்த மகராஜிக்கென்னா, மஞ்சள் குங்குமத்தோடு போய்ச் சேர்ந்துட்ட புண்ணியவதி. அவளுக்கு இனிமேல் குறையில்லை. உங்க நிலைதான் . . ." என்று சிலர் அநுதாபம் தெரிவித்தார்கள்.

ஆனால், 'இந்த, மனுஷனுக்கென்ன, அவள் போய்விட்ட துக்கங் கூட இருக்காது. இன்னொருத்தியோடு சுற்றுகிறவன்தானே?' என்று தான் பெரும்பான்மையோர் தமக்குள் சொல்லிக்கொண்டிருப்பார்கள் என்று எனக்குத் தெரியும். சிலர் என்னைப் பார்த்த பார்வைகள் அதைச் சொல்லவே செய்தன என்றும் எனக்குத் தெரியும்.

என் முகத்தைப் பார்த்தால்கூட நான் கடுமையானவன்தான் என்று எத்தனையோ பேர் நிச்சயமாக எண்ணியிருப்பார்கள். ஏனெனில் நான் அழவில்லை. முகத்தை உருக்கமாக வைத்துக்கொள்ளவில்லை. உள்ளே துடிக்கும் இதயம் உதட்டில் தெரிந்துவிடக்கூடாது என்பதற் காகச் சற்று அதிகப்படியான கடுமையையே முகத்தில் வரவழைத்துக் கொண்டேன். தனி இயல்பு இன்றிக் கேவலம் கூட்டத்தில் ஒருவனாக நின்று நான் மைதிலியை வெளிப்படையான நெகிழ்ச்சியுடனோ இதயப் பிளவுடனோ பார்க்க முடியுமா? அது எங்கள் தாம்பத்தியத்துக்கு எத்தனை பெரிய அநீதியாகும்!

"இந்தாங்கோ மிஸ்டர் நாணு, இப்போ இந்த மந்திரத்தைச் சொல்லிண்டே . . ."

நாணு நாணு நாணு! மைதிலியின் முகத்தில் அது என்ன, எறும்பா ஊர்கிறது? யாரோ எடுத்துத் தூர எறிந்தார்கள். அப்பாடா!

அந்தக் கூட்டத்தின் விளிம்பிலிருந்து நான் எட்டி எட்டிப் பார்த்துக் கொண்டு நின்றேன்.

இன்று காலை 'அது'வாக மாறுமுன் 'அவளா'க இருந்த என் மனைவி இறந்து போனதுமே இப்படியா ஊரெல்லாம் வந்து சூழ்ந்து கொள்ள வேண்டும்?

என் மனைவி.

அவளோடு நான் சிறிது நேரம் தனியாக இருக்க விரும்பலாம் என்று ஏன் யாருக்குமே தோன்றவில்லை?

என் மகனுக்குகூடத் தோன்றவில்லையே!

மகனாவது! அவனல்லவோ இன்று என் முதல் வைரியாக இருக்கிறான்! என்னைப் பின்னுக்குத் தள்ளிவிட்டு, அவளுக்கு மிக நெருக்க மானவனாக மாறி, அவளுக்காக மந்திரம் சொல்லி, அவளுக்கு நற்கதி காட்ட உரிமை பெற்று வந்தவன் என்னும் பாவனை கண்களில் தெரிய, இன்றையக் கதாநாயகனாக அல்லவோ நடமாடிக்கொண் டிருந்தான்?

என் மகன் என்று சொல்லக்கூடாது. இன்று அவன் என் எதிரி; என் மனைவியை என்னிடமிருந்து பறித்துக்கொண்டுவிட்ட போட்டியாளன்.

நான் வழி தவறி எங்கேயோ வந்துவிட்ட குழந்தை போல், சொந்தக்காரனற்ற தெரு நாயைப் போல, இலக்கின்றி வளைய வந்துகொண்டிருந்தேன். மைதிலியின் அருகில் வந்து எல்லாரோடும்

ஒருவனாகக் கூட்டுப் புலம்பலில் சேர்ந்துகொள்ள விரும்பாமல் நான் வாசற் பக்கமாகப் போனாலோ, “மனுஷன் கிட்டக்கூட வராம தூர வாசலுக்குப் போய்ட்டான் பார்! கல் மனசு” என்ற முணுமுணுப்பை அத்தனை பேருடைய முகபாவனையிலும் உணர முடிந்தது. அவளை நான் நெருங்கி நின்ற சமயங்களிலோ என் குறிப்பை உணர்ந்து மற்றவர்கள் எங்களைத் தனியாக விட்டு அகலவில்லை. அவளைக் குளிப்பாட்டிப் புத்தாடை பூட்டி மாலை போட்டுக் குங்குமம் வைத்து – எல்லாம் மற்றவர்கள் கூட்டம் கூட்டமாக நின்று செய்தார்கள். பாதகர் கூட்டம்.

“மஞ்சள் குங்குமத்தோடு மகாலக்ஷ்மி ஜாம் ஜாம்னு போறா.”

அட பாவிகளே! அந்த மஞ்சள் குங்குமத்துக்கு நான் தான் காரணம் என்பதற்காகவாவது என்னை அவளோடு கொஞ்சம் தனியாய் விட்டுப் போகக் கூடாதா?

அந்த மஞ்சள் குங்குமத்தை அவள் இழந்திருந்தால் அதற்கும் நான் தான் காரணமாக இருந்திருப்பேன் என்பதற்காகக் கூடவா எங்களுக்குச் சிறிது தனிமையைத் தரகூடாது?

தனிமையில் அந்தச் சடலத்தைக் கட்டிக்கொண்டு கதறி அழ வேண்டுமென்று நான் எப்படித் துடித்தேன்!

அவள் உயிரோடு இருந்தவரையில் அருணாவைப் பற்றி அவளிடம் சொல்ல எனக்குத் துணிவு வரவில்லை. சில சமயம் மைதிலியின் கண்களில் தற்செயலாக ஏதோ ஒரு பார்வையை எதிர்கொண்டு நான், ‘அவளுக்குத் தெரியும்போல் இருக்கிறதே!’ என்று எண்ணியதுண்டு. ஊரில் யார் யாருக்கோ தெரிந்திருக்கும்போது மைதிலியின் காதுக்கு எட்டாமலேயா இருந்திருக்கும்? நான் சொல்லாமலே அவளுக்குத் தெரியும் என்று எண்ணிக்கொள்வதில் எனக்குப் பொறுப்பு விட்டது போன்ற ஒரு நிம்மதி ஏற்படும், அப்படித் தெரிந்தும் என்னோடு தொடர்ந்து வாழ்க்கை நடத்துகிறாள் என்பதனால் என்னை மன்னித்தும் விட்டாள் என்று பொருள் கொள்வதில் இரட்டிப்பு நிம்மதியும் மகிழ்ச்சியும் தோன்றும். ஆனால் வேறு சமயங்களில் அவள் கண்ணிலும் முகத்திலும் எப்போதும் பழகிய ஜாடையை மட்டுமே காணும்போது ‘அவளுக்கு இன்னும் தெரியாது’ என்றுதான் உணர்வாகும். அப்போது நான் உள்ளேயே புழுங்கிப் போவேன். அவளிடம் சொல்லி, என் பலவீனத்தை ஒப்புக்கொண்டு மன்னிப்புக் கோர வேண்டும் என்ற தாபம் மிகும். ஆனால் துணிவு வராது. நாட்களைத் தள்ளிப்போட்டுக் கொண்டே போனேன். பிறகு அவளுக்குக் கல்லீரலில் கோளாறு வந்து ஆஸ்பத்திரிக்குக் கொண்டுசென்றபோது, ‘இப்போதேனும் அவளிடம் சொல்லிவிட வேண்டும்’ என்ற நினைப்பும் இந்தச் சமயத்தில் உடல் நோயோடு மனநோவும் தரக்கூடாது என்ற மாற்று எண்ணமும் ஒன்றோடொன்று போரிட்டுக்கொண்டன. அதன் முடிவு தெளிவுபடு முன்பே, ஆபரேஷனுக்குப் பிறகு உடல்நிலை சீர்குலைந்து அவள் உயிர் பிரிந்துபோகும் கட்டம் வந்துவிட்டது.

அந்த நிமிஷத்திலிருந்து – இன்று காலையிலிருந்து – இப்போது வரை ஒரே ஒரு தாபந்தான்: அந்தச் சடலத்தை அணைத்துக்கொண்டு, 'என்னை மன்னித்துவிடு மைதிலி!' என்று நெஞ்சைக் கொட்டிக் கதறித் தீர்க்க வேண்டும்.

இந்தச் சலுகை யாருக்கு வேண்டாம்? உலகத்தில் யாருக்குத்தான் மன்னிப்பு வேண்டாம்? ஒருவர் இறந்து போனால் அவருடைய நெருங்கிய மனிதர்கள் ஒவ்வொருவரையும் சிறிது நேரம் அந்த உடலோடு தனியாக விட்டுவைப்பது ஓர் அவசியமான மனிதாபிமானச் செயல் என்று எனக்குத் தோன்றியது.

அந்த நிறைவேறாத தாபத்தின் வேதனைச் சுமையை அவளை இழந்துவிட்ட துன்பத்துடன் சேர்த்துச் சுமந்துகொண்டு கூட்டத்தினரிடையிருந்து அந்நியன்போல அவளை எட்டி எட்டிப் பார்த்துக்கொண்டு மட்டும் நின்றேன்.

ஓலம் பெரிதாகியது. அவளைத் தூக்கிப் போக வேண்டிய நேரம் நெருங்கிவிட்டது. பல கண்கள் என் பக்கமாக ஆராய்வதைக் கவனித்தேன். நான் அழுகிறேனா, உடைந்து போய்விடுகிறேனா என்பவை போன்ற கேள்விகள் கனலும் கண்கள்.

நான் மைதிலியை அணுகினேன். அந்த வெளிறிய முகம் ஒரு நிலையான ரகசியம் போல் மூடிக்கிடந்தது. நான் முன்பே சொல்லியிருக்க வேண்டும். ஆனால் எப்படி முடியும்? 'உனக்கு துரோகம் இழைத்துக்கொண்டிருக்கிறேன்' என்று மனைவியிடம் சொல்ல முடியுமா?

மெல்லக் கையை நீட்டி அவள் முன்னுச்சிக் குழலைத் தொட்டேன். வெளுக்கத் தொடங்கிவிட்ட கறுப்பு. என் விரல்கள் கல்லாய்க் கனத்தன. நெஞ்சு அலைபாயும் சுழற்சி முகத்திலும் உடலிலும் பீறி அடிக்கவில்லை. அத்தனை பேருக்கு நடுவில் நான் அப்படித்தான் நிற்க முடியும்.

'எல்லாரும் இங்கிருந்து போங்களேன்! முப்பது வருஷம் உடன் வாழ்ந்தவள் இதோ பிடி சாம்பலாய் ஆகக் காத்திருக்கிறாள். அதற்கு முன் நான் அவளிடம் சொல்ல வேண்டியதையெல்லாம் மனம் விட்டு வாய்விட்டுச் சொல்லிக் கதற வாய்ப்பளித்து எல்லோரும் இங்கிருந்து போய்த் தொலையுங்களேன்! உண்மையில் உங்களுக்கெல்லாம் இங்கே என்ன வேலை? கணவனுக்கும் மனைவிக்குமிடையே ஏன் குறிக்கிடுகிறீர்கள்?'

இப்படியெல்லாம் என் நெஞ்சு இரைந்து முழங்கியது. நான் மௌனமாக நின்றிருந்தேன். என் கண்கள் அந்தச் செத்த முகத்திலேயே பதிந்திருந்தன. ஒரு துளிக் கண்ணீர்கூட விழவில்லை. உள்ளே இதயந்தான் சிதள் சிதளாக நொறுங்கிக்கொண்டிருந்தது. அவள் தலைமூடியிலிருந்து கையை எடுத்துவிட்டு விலகி நின்றேன்.

ஏதோ ஒரு பரீட்சையில் நான் தோற்றுவிட்டாற் போல் எல்லாரும் ஒருவித ஏளனக் கோபத்துடன் என்னைப் பார்த்தார்கள்.

பாடை உள்ளே வந்தது. ஓலம் உச்சகட்டத்தை அடைந்தது, பலவகை அலறல்கள். ஒப்பாரிகள். மார்பிலும் தலையிலும் அடித்துக் கொள்ளும் ஒலிகள்.

'விடுங்கள், விடுங்கள், என் மனைவியை எடுத்துப் போய்விடாதீர்கள். நான் அவளோடு தனியாய்க் கொஞ்சம் பேசவேண்டும். எங்கள் அத்தியாயம் இன்னும் முடிவுறவில்லை!' என்று என் உள்ளம் சப்தமிட்டது. நினைவைத் தொடர்ந்து சிறிதே முன்னால் நீண்டுவிட்ட கரத்தைப் பின்னுக்கு இழுத்துக்கொண்டேன். ஓலைப் படுக்கையில் நால்வர் தோள்களில் மைதிலி கிளம்பிவிட்டாள். நாணு தீச்சட்டியும் உள் டிராயர் தெரியும் ஈர வேட்டியுமாய் அவளுக்கு இவ்வுலகிலும் மறு உலகிலும் வழி காட்ட முன்னே நடந்தான். கூடவே ஒரு கும்பல் தொடர்ந்தது. நான் ஏக்கமுற்ற அநாதையாய் வாசல்வரை வந்து நின்று மைதிலி போனதைப் பார்த்தேன். நானும் வருவேன் என்ற நிச்சயத்தில் கும்பல் என்னைத் திரும்பிப் பார்த்துவிட்டு மேலே நடந்தது.

திடீரென்று நான், மைதிலியும் மற்றவர்களும் சென்ற திசைக்கு எதிர்த் திசையில் நடக்கத் தொடங்கினேன். நான் எதற்காக அவர்களுடன் போகவேண்டும்? என் துயர் தணிய அவளுடன் சிறுபொழுது தனித் திருக்க யாரும் எனக்கு வாய்ப்பு அளிக்கவில்லை. இனி அத்தகைய வாய்ப்புக்கு நம்பிக்கை கிடையாது. சடலத்துக்கு உரிமை பெற்ற மகன் அவளைக் கொண்டுசென்றுவிட்டான். இனித் தன் உரிமையின் முழுமையைத் தீயினால் முத்திரை வைத்து நிலைநாட்டிவிடுவான். இத்தனை நேரம் எனக்கு மைதிலியோடு இருந்த சிறிதளவு நெருக்கமும் போயாகிவிட்டது. இனி அவர்களிடையே எனக்கு என்ன வேலை?

"அந்த மனுஷனைப் பாரேன், நம்மோடு மயானத்துக்கு வராம வேற பக்கமாய்ப் போறான்! என்ன அக்கிரமம்! பாவிக்கு மனசே இல்லையா?" என்று அந்தக் கூட்டத்திலிருந்த என் மைத்துனன் சொன்ன வார்த்தைகளுக்குப் பின், நான் அவர்கள் பேச்சுக் காதில் விழ முடியாத தொலைவுக்கு வந்துவிட்டேன். அவர்களுடைய பாதை யிலிருந்து மாறுபட்ட வேறு பாதையில் நடந்துகொண்டே இருந்தேன்.

இதயத்துள் இருள் தூலமாக அப்பிக்கொண்டு அழுத்தியது. மைதிலி, மைதிலி, மைதிலி!

அவள் இப்போது உயிரோடு இல்லையா? இன்று வைகறையோடு அவள் முடிந்துவிட்டாளா? இன்னும் சிறிது நேரத்தில் நாணு அவள் உடலுக்கு எரியூட்டி விடுவானா?

என்ன துணிச்சல் அவனுக்கு? அவள் வாழ்க்கைக்கு 'முற்றும்' எழுதப்போகும் செருக்கா இந்தப் பயலுக்கு? டே நாணு, உனக்கு என்னடா தெரியும் அவளைப் பற்றி? வாழ்வின் எல்லாச் சுவைகளிலும்,

தனிமைத் தளிர்

எல்லா நிலைகளிலும், அவளை அறிந்து அவள் முழுமையைக் கண்டவன் நான்தானடா! என்னுள் அவள் உயிர்க்கும் வரை அவள் கதை முடிவுறாது. இந்தக் காவியத்தின் தன்மை தெரியாமல் 'முற்றும்' போடக் கிளம்பிவிட்ட நீ எப்படிப்பட்ட மடையன்!

எனினும் கடைசியில் அவனுக்குத்தானே சொந்தமாகிவிட்டாள் என் மைதிலி? "பிள்ளைக்குத் தந்தி கொடுத்தாச்சா?", "எப்படியும் அவன் வருகிற வரைக்கும் உடம்பை எடுக்க முடியாது", "அநேகமாய் பஸ்ஸில்தான் வருவான். மழை பிடிக்காம இருக்கணுமே." நான் உனக்கு ஒன்றுமே இல்லையா மைதிலி? உன் உயிருள்ள உடல் எனக்குச் சொந்தம் என்று திட்டம் செய்துகொடுத்த உலகம், உன் உயிரற்ற சடலத்தோடு கேவலம் பத்து நிமிஷங்கூட நான் தனியாக இருக்கும் உரிமையை மறுத்துவிட்டதே! உன்னிடம் நான் மன்னிப்புக் கேட்க முடியாமலேயே போய்விட்டதே!

என்னை மன்னித்துவிடு மைதிலி, என்னை மன்னித்துவிடு.

எனக்கு இன்னொருத்தி உண்டு. ஆமாம், நான் அப்படிப்பட்டவன் தான். நான் உன்னை விரும்புகிறேன், நீ எனக்கு எப்போதுமே அருமையானவள் என்று நம் ஒரே குழந்தையின் மேல் ஆணையாய்ச் சொல்கிறேன். எனினும் நான் சபலத்துக்கு இடம் கொடுத்துவிட்டேன். இதற்காக என்னை மன்னித்துவிடு. இப்படி இருப்பதனால் நான் முழுக்க முழுக்கத் தீயவன் என்று அர்த்தமல்ல மைதிலி. நான் கொஞ்சம் கெட்டவன், கொஞ்சம் நல்லவன். உலகத்தில் யாருமே இதற்குமேல் தன்னைப் பற்றிச் சொல்லிக்கொள்ள முடியாது. இதை நீ புரிந்து கொண்டால் போதும்; என்னை மன்னித்துவிடுவாய்.

இந்த மன்னிப்புத்தான் எனக்குத் தேவை மைதிலி; உன் சடலத்தைக் கட்டிக்கொண்டு 'என்னை மன்னித்துவிடு!' என்று நான் கதறியிருந்தால் என் மனம் எத்தனையோ ஆறுதல் அடைந்திருக்கும்.

எங்கே போய்க்கொண்டிருந்தேன்? என் கால்கள் தம்மளவில் நடந்து நெருங்கிக்கொண்டிருந்த இடம்...

என்னைக் கல்நெஞ்சன் என்று அந்தக் கூட்டம் கணித்தது சரிதானா?

மனைவியின் உடல் அங்கு தீப்படுவதற்குள் இங்கு நான் மற்றவளின் இடத்துக்கா?

ஆனால் என் உள்ளத்தில் ஒரு பாதகனின் உணர்ச்சி தோன்ற வில்லை. என் துயரம் தூய்மையானது. அதன் மையப் பொருளாய் என்னுள் தொடர்ந்து வரும் மைதிலியின் நினைவும் தூய்மையானது. ஆகவே அதை இப்போது நான் எடுத்துப்போகும் இடமும் தூய்மை யானது.

அகலமோ துப்புரவோ ஏனைய நகர லட்சணங்களோ ஏதுமற்ற நெரிசலான ஒரு பேட்டை அது. ஒன்றன்மேலொன்று இடித்துக்

கொண்டிருக்கும் வீடுகளில் எதற்கும் முன்னிடமோ சுற்றுச் சுவரோ இல்லை. குறுகலான தெருவிலிருந்தே வீடுகளின் வாசற் கதவு தொடங்கும். பின்கட்டு வரையில் நீளம் அங்கிருந்தே தெரியும்.

தெருக் கோடியில் இருந்த பம்ப் குழாயில் ஒரு சிறுவன் தண்ணீர் இறைக்க முயன்றுகொண்டிருந்தான். அங்கிருந்து கொஞ்சம் தள்ளி, வெள்ளையடித்து வெகு நாளாகிவிட்டது போன்ற தோற்றத்துடன் ஒரு வீட்டுச் சுவர் காணப்பட்டது. வாசற் கதவின் மேற்பகுதியில் அமைந்திருந்த கம்பிகளின் வழியாகப் பின்கட்டில் கொடியின் ஓரத்தில் சுருண்டு தொங்கிக்கொண்டிருந்த ஒரு துவாலையைப் பார்க்க முடிந்தது. கதவைத் தள்ளிக்கொண்டு நான் அந்த வீட்டினுள் நுழைந்து கூடத்தை அடுத்திருந்த அறைக்குச் சென்றேன். அறையில் 'டோம்' இல்லாத ஒரு நாற்பது 'பவர்' பல்ப் அழுக்கு வெளிச்சத்தோடு எரிந்துகொண்டிருந்தது.

என்னுள் நான் சுமந்துகொண்டிருந்த வேதனை இப்போது என் முகத்தில் தெரிந்திருக்கும். ஏனெனில் இப்போது யாரிடமிருந்தும் அதை மறைப்பதற்காக நான் கடுமையைத் துணைகொள்ள வேண்டிய அவசியம் இருக்கவில்லை. இங்கு நான் நானாகவே இருக்கலாம்.

இன்று விடியற்காலையிலிருந்து இடையறாத மனக் குமுறலில் அமைதி இழந்து தவித்து, தண்ணீர்கூட அருந்தாமல் இப்போது மாலை ஆறரை மணியின் கசகசத்த புழுக்க மங்கலில் கேசமும் உடைகளும் அலங்கோலமாய்க் காணும் பரிதாபக் கோலத்தில் நான் நின்ற அந்தக் காட்சியைப் பார்த்து அருணாவுக்கு என்ன தோன்றியிருக்கும்?

"என்ன விஷயம்? என்ன ஆயிடுத்து உங்களுக்கு?" என்ற அவள் கேள்வி அவளுடைய முழு அதிர்ச்சியைக் காட்டியதாக நான் நினைக்க வில்லை. பிரமித்துப் போய் என்னை வெறித்துக்கொண்டே அவள் நின்றிருந்தபோது நான் மனக்கலக்கமும் உடற்களைப்பும் என்னை மீறிவிட்ட சோர்வில் மூச்சிரைக்க ஒருகணம் அப்படியே பின்னால் சுவர்மீது சாய்ந்துகொண்டேன்.

"என்ன செய்யறது உடம்பை? என்ன நடந்தது? ஏன் ஏதோமாதிரி இருக்கிறீர்கள்?" என்று பதறிக்கொண்டு அவள் என் அருகில் விரைந்தாள்.

நான் ஜன்னலருகில் போய் நின்றுகொண்டேன். தெருவுக்கு மறுபுறத்திலிருந்த வீட்டின் சார்ப்புக் கூரை மீது ஒரு வெள்ளைப் பூனை தன் இரண்டு வெள்ளைக் குட்டிகளுக்கு ஊட்டிக்கொண்டிருக்க, சொகுசாய்ப் படுத்திருந்தது.

"இன்னிக்கு விடியற்காலை... அவள் போய்விட்டாள்."

எனக்குப் பின்னே அருணா அதிர்ச்சியில் மூச்சை உள்ளே இழுக்கும் ஒலி கேட்டது.

"எ... என்ன?"

"போய்விட்டாள்."

“யார்? உங்க...” மனைவி என்றோ மைதிலி என்றோ குறிப்பிட்டுச் சொல்வதுகூட அவமரியாதை என்று எண்ணும் ஓர் உயர்ந்த நாசுக்கில் அருணா எப்போதுமே அந்த விஷயத்தில் பணிவுடன் விலகியே நிற்பாள்.

“ஆமாம். என் மைதிலிதான். போய்ட்டாள் என் மைதிலி.”

‘என் மைதிலி’ என்று வெளிப்படையாக உருகக்கூடிய அளவுக்கு நான் அருணாவின் முன் இயல்பாக இருக்க முடிந்தது. என் மனைவியைப் பற்றி அன்பு கனிந்தும் மனம் நெகிழ்ந்தும் அந்தரங்கம் திறந்தும் நான் பேச முடிகிற அளவுக்கு இந்த என் காதலியின் முன்னிலையில் எனக்கு ஒரு சுதந்திர உணர்ச்சி இருந்தது. அருணாவின் உயர்வுக்கு அளவுகோல் அதுதான். அவளும் நானுமாக இருக்கும்போது நாங்கள் அன்பர்கள் மட்டுமல்ல; ஆணும் பெண்ணும் மட்டுமல்ல: இரு நண்பர்கள்; அதைவிட முக்கியமாக, இரு மனிதர்கள். வயது என்று பார்த்தால் அவளுக்கு முப்பத்திரண்டுதான். ஆனால் அவளிடம் இயல்பாக அமைந்திருந்த கறைபடியாத மனிதத்தன்மைக்கு வயதும் இல்லை: தூலமான கணக்குகளின் தொடர்பும் சிறிதும் இல்லை.

“திடீர்னு ஏன்?... உடம்பு கொஞ்சம் தேவலைன்னு முந்தி நீங்க சொல்லலே?”

“அது முந்தி. கொஞ்ச நாளாச் சரிவுதான். கடைசியில்... இன்னிக்கு...”

“ஐ ஆம் ஸாரி” என்று அவள் மென்மையாய் உயிர்த்தாள்.

“அவள் போனதுமே எல்லாரும் அவளைச் சூழ்ந்துண்டு – நான் கடைசியா எதுவுமே அவள்கிட்டச் சொல்ல முடியலே. ஆசை தீர அவள் தலையை ஒரு தரம் எடுத்து என் மடிமேல்கூட வச்சுக்கலே, அருணா. என்னோடு அவளை விடாமல் அப்படியே சுடுகாட்டுக்குத் தூக்கிண்டு போய்ட்டா.”

“நீங்க... அங்கே போகாமல் – இங்கே – ம்?”

“ஆமாம்.”

நான் திரும்பி நின்றேன். அவளை நேராகப் பார்த்தேன். அவள் முகத்தில்தான் எத்தனை இரக்கம், எத்தனை நெகிழ்ச்சி! நான் இங்கே வந்ததை அவள் புரிந்துகொண்டுவிட்டாள். அன்புக்கு துரோகம் செய்யாமலே என் நொந்த இருதயம் அன்பு இருந்த இடத்தைத் தாயகமாய் நாடி வந்திருந்ததை அவள் உணர்ந்துகொண்டுவிட்டாள் என்பதை அவளது கனிந்த புன்னகை காட்டியது.

எதிர்ப்பும் கண்டனமும் ஆராய்ச்சியுமாக என்னைப் பார்த்த கூட்டத்தின் முன் என்னை நான் கடுமையில் பூட்டிப் பத்திரப்படுத்திக் கொண்டேன். அத்தனை கடுமையும் இப்போது என் எதிரே நின்ற இந்த அநுதாபத்தின் முன்னிலையில் கரைந்து நீராகியது. உள்ளத்தை அப்பி அமுக்கியிருந்த துன்பமெல்லாம் கண்ணீராய் விடுபட்டு என்னை மூழ்கடித்தது. இனியும் தாளமுடியாமல் அப்படியே சரிந்து ஒரு

மேஜைமீது தலையைப் பொருத்திக் கரங்களால் மூடிக்கொண்டு அழ ஆரம்பித்தேன். இன்று காலைமுதல் எதற்காக ஏங்கிக் குமைந்து மௌனமாகத் துடித்துக்கொண்டிருந்தேனா அந்த உணர்ச்சி இப்போது காட்சி மாறிவிட்டதையும் மறந்து பைத்தியம் போல் பொங்கி வெளியே வெள்ளமாகக் கொட்டியது.

"மைதிலி, மைதிலி, என்னை மன்னிச்சுடு. என்னை மன்னிச்சுடு மைதிலி, மைதிலி, என் மைதிலி, என்னை மன்னிச்சுடு."

அப்போது அருணா என்னை நெருங்கி வந்தாள். என் தேவையை புரிந்துகொண்டாளா? அவள் ஒருத்தியால்தான் அதைப் புரிந்துகொள்ள முடியுமா? மைதிலியின் பெயரை நேரடியாக வாய்விட்டு உச்சரிப்பது கூட முறையன்று என மரியாதையின் எல்லையில் நின்றவள், இப்போது என் ஆறுதலின் பொருட்டு மைதிலியாகவே மாறினாள். அவள் கரங்கள் என்னைக் கருணையோடு அணைத்துக்கொள்வதை உணர்ந்தேன். அவள் குரல் என் காதருகில் மென்மையாய் ஒலித்தது; "மன்னிச்சுட்டேன், அழாதீங்கோ. உங்களை மன்னிச்சுட்டேன், மன்னிச்சுட்டேன்."

கலைமகள், பிப்ரவரி 1972

('கனகமணி' என்ற புனைப்பெயரில் எழுதப்பட்ட கதை.)

நான்காம் ஆசிரமம்

அண்ணாந்து பார்த்தேன். ஒரே மேகக்கூட்டம். வானம் பாளம் பாளமாக வெடித்திருந்தது.

இருள் மூண்டு வருகிறதே. மழை பெய்யுமோ?

சங்கரி நனைந்துவிடுவாளே. திறந்த வெளியில் படுக்க வைத்திருக்கிறதே அவளை.

பைத்தியமா எனக்கு? திறந்த வெளியில் படுத்திருக்கும் உயிருள்ள ஆளா என்ன அவள்? சிதையில் எரிந்து நினைவும் சாம்பலுமாய் நின்று போகும் சடலத்துக்கு மழையானால் என்ன வெயிலானால் என்ன?

அவள் இறந்துவிட்டாள் என்ற எண்ணமே இன்னும் பழகி யிராததால் இப்படி ஒரு மயக்கம். நான் என்னைச் சமாளித்துக் கொள்ள வேண்டும். அவள் மரணத்தின் வாஸ்தவத்தை உறிஞ்சி உறிஞ்சி என்னுள் நிறைத்துக்கொள்ள வேண்டும்.

இத்தனைக்கும், தீ மூட்டியவன் நான்தான்.

சங்கரிக்கு மகன் இருக்கிறான். எனினும் நான்தான் அவளுக்கு இறுதிச் சடங்கு நடத்தினேன்.

சங்கரி இறந்துவிட்டாள். என் மனைவி சங்கரி இறந்து விட்டாள். மூன்றாம் மாடியிலிருந்து கீழே விழுந்த என் மனைவி சங்கரி இறந்துவிட்டாள்.

வார்த்தை அடுக்குகளில் அவளுக்கு சமாதி எழுப்புகிறேனா? அவளை எந்தச் சமாதியிலேனும் அடக்கத்தான் முடியுமா என்ன?

அவள் விரிவு, அவள் முழுமை, அவள் பெருக்கம் – அவைகளைப் பிறப்புரிமையாகக் கேட்கும் முதிர்ச்சியல்லவா அவளுடையது?

அவளை எதிலும் அடைக்க முடியாது. தளைப்படுத்த முடியாது. அது ஒரு சுதந்திர ஜீவன். சிறையும் விடுதலையும்

ஆர். சூடாமணி

நாமாக ஆக்கிக்கொள்வதுதானே? அவள் கட்டுப்பாடுகளுக்கு அப்பாற்பட்ட ஜீவன்.

மழையா தூறுகிறது?

நிமிர்ந்து பார்த்தேன். வானம் முன்பைவிடத் தெளிந்திருந்தது. பின்னே கன்னத்தில் படிந்த துளிகள்?

உனக்காகவா அழுகிறேன் சங்கரி? அல்லது எனக்காகவா?

யாருக்காக என் கண்ணீர்?

நேற்று அவள் இறந்தாள்.

நீ இன்னும் பல காலம் வாழ்ந்து மகிழவில்லையே என்பதற்காகவா கண்ணீர் வடிக்கிறேன் சங்கரி?

இல்லை. எனக்காகவேதான் அழுகிறேன். உன்னை இழந்துவிட்ட மகத்தான இழப்பை எண்ணி. இனி இப்படி ஒரு பொக்கிஷத்தை எங்கு காணப்போகிறேன் என்று ஏங்கி.

நான் தன்னலக்காரனாகத்தானே ஆகிவிட்டேன். இல்லையானால் இப்படி முடிந்திருக்குமா?

சங்கரி. நண்பரின் மகளாய், பிறகு மாணவியாய், பிறகு மனைவியாய், இலங்கிய சங்கரி. என்னைவிட ஏறக்குறைய இருபது வயது இளையவள். எனினும் என்னை விரும்பி மணந்தாள்.

'சங்கரி, நீ என்ன செய்யறேன்னு உனக்கு தெரியறதா?'

'தெரியறது ப்ரொபஸர்! நான் எதையுமே தெரியாமல் செய்யறதில்லை.'

சிரித்துக்கொண்டே சொன்னாள்.

அப்போது அவள் வயது முப்பத்தெட்டு. நான் எத்தனையோ ஆண்டுகளாய் நண்பரின் மகள் என்ற முறையில் அறிந்திருந்த பரிச்சயமானவள். அந்த உருவம், அந்தச் சிரிப்பு – யாவுமே எனக்குப் பழகியவைதான். அவள் அழகியா இல்லையா? எனக்குச் சொல்லத் தெரியவில்லை. பார்ப்பவரின் கண்ணோட்டத்தைப் பொறுத்த அழகு அது. ஒவ்வொருவரும் தம்தம் மனோபாவத்துக்கேற்ப அர்த்தமிட்டுக் கொள்ளத்தக்க பலமுகக் கவிதை போன்ற அழகு. என்னைப் பார்த்துச் சிரித்துக்கொண்டே அவள் அப்படிச் சொன்னபோது அந்தப் பரிச்சயப் பெண் திடீரென்று புதிராக புதுமையாக நான் தேடிய அர்த்தமெல்லாமாக, முற்றிலும் தூயதான ஒரு தரிசனமாக, என் முன் நிற்பதை உணர்ந்தேன்.

ஐம்பத்தெட்டு வயது வரை ஒற்றை வாழ்விலேயே திருப்தியுற்றிருந்த என் நெஞ்சில் அப்போது விளைந்த காதல் ஒரு விந்தைதான்! அது காதலாகத்தான் இருக்க வேண்டுமென்று நினைக்கிறேன். ஏனெனில்,

எங்கள் மணவாழ்க்கை ஒரு கிழவனின் காலங்கடந்த அசட்டுக் கல்யாணமாக இல்லை. இரு சம உயிர்களின் சந்திப்பான பூர்ண இல்லறமாகத்தான் இலங்கியது.

தொண்டைக்குள் என்னமோ அடைத்தது. கால்கள் பலவீனமாய்த் துவள்வதுபோல் இருந்தன. பலத்தையெல்லாம் அவளோடுகூட கிருஷ்ணாம்பேட்டையிலேயே எரித்துவிட்டேனா? வானம் நன்றாக வெளுத்துவிட்டிருந்தாலும் காலை 11 மணிக்குரிய வெப்பம் உறைக்கவில்லை. கார்த்திகை மாதத்தின் இதமான நாள்தான். எனினும் என் வழுக்கைத் தலையின் உச்சியிலிருந்து வேர்வை வெடித்து வழிந்தது.

மயானத்திலிருந்து எவ்வளவு தொலைவு நடந்திருப்பேன்? இதோ லஸ் கடைகளின் இயக்க மும்முரம். களைப்புடன் ஒரு டிபார்ட்மெண்ட் ஸ்டோர் வாசலில் உட்கார்ந்தேன்.

நெஞ்சம் கனத்தது. காற்றுப்போல் இலேசாக விடுதலைக்குள் பறந்துவிட்ட சங்கரி என் இதயத்துள் மட்டும் ஏன் கனக்கிறாள்?

'ப்ரொபெஸர்!' என்றுதான் என்னை எப்போதுமே அழைப்பாள். 'நான் உன் கணவனாக்கும் இப்போ! இன்னமுமா வெறும் ப்ரொபெஸர்?' என்று கேட்டிருக்கிறேன். "வெறும்" ப்ரொபெஸராவது! எல்லாமான ப்ரொபெஸர் என்று அவள் சொன்னபோது அந்தப் புன்சிரிப்பு என்னைத் தலைகுனிய வைத்தது.

எல்லாமான ப்ரொபெஸர். உண்மைதான். ஒரு பேராசிரியராகத் தான், உயர்ந்த சிந்தனைகளிடையே விளையாடும் கல்விமானாகத்தான், அவள் என்னை அறிந்து, என்னை எல்லாமாக உயர்த்தி, அந்த மதிப்பீட் டில் அன்பை ஊன்றினாள். அவள் என்னை மணந்துகொண்டதன் அடிப்படையே அதுதான். புத்தகங்கள், தத்துவ விசாரணைகள், பெரிய பெரிய விஷயங்களின் விவாத லயிப்புகள், ரசனை பரிமாற்றங்கள் – இவை போன்ற சுவைகளில் நாங்கள் நேரம் போவது தெரியாமல் ஆழ்ந்து திளைப்போம். சில சமயம் என்னை மட்டும் பேசவிட்டு அவள் கவனமாய்ச் செவியுறுவாள். 'நீங்க எடுத்துச் சொல்றபோது இந்த ஃபிலாஸபருடைய எத்தனை நுட்பமான கருத்துக்கள்கூட எத்தனை எளிமையாய்ப் புரிஞ்சு போயிடறது ப்ரொபெஸர்!' என்று பாராட்டுவாள். 'நான் உங்களோடு எவ்வளவு சந்தோஷமாயிருக்கேன் தெரியுமா?' என்று உருகுவாள்...

"ஹலோ ப்ரொபெஸர்!"

திடுக்கிட்டேன். பிறகு, எதிரே நின்ற உருவத்தைக் கண்டு தலையை அசைத்தேன். "ஹலோ."

மூர்த்தி நின்றிருந்தான். வருமான வரி இலாகாவில் ஓர் அதிகாரி. என் வரையில் 'அவன்' என்று குறிப்பிட்டாலும் அவனுக்கு ஏறக்குறைய ஐம்பது வயது ஆகிறது. சங்கரியை விட ஏழு வயது மூத்தவன். எனக்கு முன் சங்கரியை மணந்திருந்தவன்.

"இப்படி உங்க பக்கத்தில் நான் கொஞ்ச நேரம் உட்கார்ந் திருக்கலாமா?" என்றான்.

"தாராளமாய்."

அவன் உட்கார்ந்தான். ஐம்பது பிராயமென்றாலும் இளமை முற்றாத வடிவம். அடர்ந்த தலைமுடியில் இப்போதுதான் நரை தோன்ற ஆரம்பித்திருந்தது. முகம் இப்போது ஆழ்ந்த வாட்டத்தில் சாம்பியிருந்தது.

"மயானத்துக்கு வந்திருந்தேன். நியூஸைக் கேட்டதும் வீட்டுக்கே ஓடி வரணும்னு பதைச்சுது. தைரியம் வரல்லே" என்றான்.

"ஏன் அப்படி? நான் புரிஞ்சுண்டிருப்பேன்."

"மூணாம் மாடியிலேருந்து தவறி விழுந்துட்டாளாம்."

"ஆமாம்."

"எப்படித் துடிச்சிருப்பாளோன்னு நினைச்சுண்டுட்டா மனசு வெடிச்சுப் போறது."

"அவள் கஷ்டப்படலே. அந்தக் கணமே பிராணன் போயிடுத்து."

"அப்பாடா! தாங்க் யூ ப்ரொபெஸர்."

சிறிது நேரம் இருவரும் மௌனமாயிருந்தோம்.

"சங்கரிகிட்ட எனக்கு இன்னும் இத்தனை பிடிப்பா அப்படின்னு நினைச்சு நீங்க ஒருவேளை வியப்படையலாம்" என்றான் மூர்த்தி.

"இதில் வியக்க என்ன இருக்கு? சங்கரி யாருமே அன்பு செய்யத் தகுதி உள்ளவளாய்த் தானே இருந்தாள்."

"இருந்தாலும் நான் அவளைப் போகவிட்டவன்தானே!"

"போக விடறதுக்கும் தைரியம் வேணும். அன்பு வேணும்."

"ஆனால் நான் அவளை அன்பின் காரணமாய்த்தான் போக விட்டேனா அப்படின்னு எனக்கே நிச்சயமாய்த் தெரியலே ப்ரொபெஸர். விவாகரத்து வேணும்னு அவள் என்னைக் கேட்டபோது எனக்கு ஏற்பட்ட உணர்ச்சி நிஜத்தில் என்ன? என்னைவிட்டுப் போகணும்னு சொல்றாளே என்கிற கோபமா? அதனால்தான் அவளை நான் போகவிட்டிருந்தால் அது எப்படி அன்பாகும்?"

சிறிது நேரம் மௌனத்துக்குப் பிறகு அவன் தொடர்ந்தான்.

"அதுவும், உங்களைக் கல்யாணம் செய்துக்க விரும்பறதாகச் சொன்னாள். என்னோடு அத்தனை அன்னியோன்னியமாய் வாழ்ந்த பிறகு . . . அவளையும் என்னையும் பத்தி எல்லாரும் எப்படி வர்ணிச்சார்கள்னு உங்களுக்குத் தெரியும், இல்லையா ப்ரொபெஸர்?"

“ஆமாம். ‘ரதியும் மன்மதனும்போல’ அப்படின்னு பாதி இடக்காகவும் பாதி பொறாமையாயும் பலபேர் உங்க ரெண்டு பேரை வர்ணிச்சது எனக்குத் தெரியும்.”

மூர்த்தி பெருமூச்சு விட்டான். உண்மையாகவே சங்கரியும் அவனும் வாழ்ந்த ஓர் இணைப்புக்கு உவமையே கூற முடியாது. உடலின் தெய்வீகத்துக்கு மகுடம் அணிவிப்பவர்கள்போல் சிற்றின்ப வாழ்வையே உயிரின் லட்சியமாக வாழ்ந்து காட்டிய தம்பதி அவர்கள்.

“அப்படி என்னோடு வாழ்ந்தவள் திடீர்னு என்னை விவாகரத்து பண்ணிட்டுத் தன்னைவிட இருபது வயசு பெரிய ஒருவரை மணந்துக்க ஆசைப்பட்டாள் என்கிறபோது எனக்கு எத்தனை ஆத்திரம் வந்திருக்கும்! எத்தனை பொறாமையாய் இருந்திருக்கும்! அதன் காரணமாய்த்தான் கடைசியில் நான் ரத்துக்குச் சம்மதிச்சேனோ என்னமோ! என்னை விட இன்னொருவரை உயர்த்தியாய் நினைக்கிறவளோடு இனியும் ஏன் வாழணும் அப்படின்னுதான் நினைச்சேனோ என்னமோ! அது அன்பு இல்லையே! ஆத்திரம்தானே? தன்மானத்துக்கு நேர்ந்த அவமானம்தானே?”

“இருக்கலாம். அதே சமயம், உங்களைவிட்டுப் போகணும்னு சொன்னவள் உங்களுக்குச் சம வயசுக்காரனான இன்னொருவனுக்காக இல்லாமல் ஒரு கிழவனுக்காகத்தான் போக விரும்பினதால் ஒருவேளை அது நிஜமான போட்டியில்லைனு கருதி உங்க தன்மானத்துக்கு அவ்வளவாக அடிபடாமலும் இருந்திருக்கலாமில்லையா?”

“உண்மைதான். நம்மையே நமக்கு எங்கே புரியறது? ஆனால் ஒண்ணு. எங்க விவாகரத்துக்கப்புறம் ஒரு வருஷம் முடிஞ்சு அவள் உங்களைக் கல்யாணம் பண்ணிண்டபோது என் மனசில் என்ன உணர்ச்சிகள் ஏற்பட்டிருந்தாலும் இன்றுவரை ஏதோ ஒரு அன்பு தங்கித்தான் இருந்திருக்கு, அவள் இறந்துபோன செய்தியைக் கேட்டதும் மனசுக்குப் பொறுக்கத்தான் முடியலே. மயானத்துக்கானும் வந்து கூட்டத்தோடு கலந்து யாரும் கவனிக்காமல் ஒருதரம் அந்த உடம்பைக் கண்ணால் பார்த்துட்டுப் போகணும்கிற தாபத்தைக் கட்டுப்படுத்திக்க முடியத்தான் இல்லே.”

இருவரும் நினைவுகளில் ஆழ்ந்து உட்கார்ந்திருந்தோம்.

கடைச் சிப்பந்தி ஒருவர் சந்தேகத்துடன் எங்களை எட்டிப் பார்த்தார். “ஏதேனும் வாங்கணுங்களா?” என்ற அவர் கேள்வியில் ‘அப்படி இல்லாவிட்டால் எழுந்து நடங்கள்’ என்ற அர்த்தம் புரிந்தது.

நாங்கள் எழுந்து நடந்தோம்.

“இப்போ எங்கே போகணும் நீங்க? வீட்டுக்கா?” என்று மூர்த்தி வினவினான்.

“ஏதும் திட்டமில்லை, வீட்டுக்குப்போக என்ன அவசரம்? யார் இருக்கா இப்போ அங்கே!” என்றேன்.

"எனக்கும் மனசு சரியாயில்லே. உங்களோடு கொஞ்ச நேரம் சங்கரியைப் பத்திப் பேசிண்டிருந்தால் ஆறுதலாயிருக்கும்போல் இருக்கு."

"பேசுவமே."

"குறியில்லாமல் நடந்துண்டே இருக்கிறதை விட அதோ அந்த ஓட்டலுக்குள் போய் உட்கார்ந்துக்கலாமா? நம்மால் இப்போ ஏதும் சாப்பிட முடியாதுன்னு எனக்குத் தெரியும். ஆனால் ஆர்டர் பண்ணிட்டுச் சாப்பிடாமலே பேசிண்டிருந்தாலும் அங்கே எழுந்து போகச் சொல்லமாட்டார்களில்லையா?"

உள்ளே போய் ஒரு மேஜையின் முன் உட்கார்ந்துகொண்டோம். மூர்த்தி ஏதோ சிற்றுண்டிகள் 'ஆர்டர்' செய்தான். என்ன பொருள்களென்று எனக்கு உணர்வாகவில்லை. அவனும்தான் உணர்ந்தானோ என்னமோ! நிறைந்த தட்டுகள் எங்கள் முன் வைக்கப்பட்டன. அவைகளினூடே நாங்கள் சூனியத்தை வெறித்தோம்.

திடீரென்று மூர்த்தி கேட்டான்: "அவள் காலேஜில் படிக்கிறபோது நீங்க அவளுடைய இலக்கியப் பேராசிரியராய் இருந்திருக்கீங்க, இல்லையா? அப்பவே அவளுக்கு உங்க மேலே ஆசையா? அதனால் தான் கடைசியில் என்னை விட்டுவிட்டு உங்களைக் கல்யாணம் செய்துக்கணும்னு சொன்னாளா?"

"இல்லே. அவள் என் மாணவியாயிருந்தபோது மாணவியாய் மட்டும்தான் இருந்தாள்."

பின்னால்தான் அவள் மனம் என்னிடம் திரும்பியதென்று அவளே சொல்லி எனக்குத் தெரியும். 'காலேஜில் நீங்க எனக்குச் சொல்லித் தந்த காலத்தில் "ப்ரொபெஸர் ஞானஸ்கந்தன் மாதிரி இன்னொருவர் இருக்க முடியுமா!" அப்படின்னு உங்களைப் பத்தி எவ்வளவோ தடவை எண்ணியிருக்கேன். உங்க அறிவும் சிந்தனைத் திறமையும் என்னை அப்படிப் பாராட்ட வச்சுது. இப்போ, இத்தனை வருஷங்களுக்கப்புறம், அந்தக் குணங்கள்தான் எனக்குத் தேவையாயிருக்கு ப்ரொபெஸர்! முந்தி நான் வெறுமே பாராட்டின அந்தக் குணங்களை இப்போ நினைச்சுப் பார்த்துண்டு அவைகளைக் காதலிச்சு வந்திருக்கேன்.'

"தன்னை விட அவ்வளவு மூத்த ஒருவர், தனக்கு ஆசிரியராயிருந்தவர், எத்தனையோ வருஷங்களாய்ப் பரிச்சயமான அப்பாவின் நண்பர், அப்படித் திடீர்னு ஒரு நல்ல கணவனாய் அவள் மனசுக்குத் தோன்றுவானேன்?" என்றான் மூர்த்தி.

"நீங்க அவளைப் புரிஞ்சுக்கவே இல்லைன்னு நினைக்கறேன் மிஸ்டர் மூர்த்தி" என்றேன்.

"புரிஞ்சுக்கத்தான் இல்லை ப்ரொபெஸர். வருஷக் கணக்காய் உடலும் உயிரும் இணைஞ்சு என்னோடு வாழ்ந்தவள் – என்னுடைய இரண்டு குழந்தைகளுக்குத் தாயானவள் – கடைசியில் ஏன் அப்படி விவாகரத்து கேட்டாள்னு எனக்கு இன்னும்கூட புரியத்தான் இல்லை. உங்ககிட்ட அவளுக்கு என்ன கவர்ச்சி?"

"என்னோடு புஸ்தக ஆராய்ச்சி செய்யலாம், பெரிய பெரிய சிந்தனைகளை என்னோடு பேசிப் பகிர்ந்துக்கலாம், ராத்திரி வேளையில் ஆணும் பெண்ணுமாய் நாங்க படுக்கையறையில் இருக்கும்போது மானிட இயல்பைப் பத்தி ஏசுநாதர் கணிச்சது சரியா நீட்செ கணிச்சது சரியா அப்படின்னு விடிய விடிய விவாதிச்சபடி உட்கார்ந்திருக்கலாம் – இப்படியெல்லாமான தன்மையானது அந்தக் கவர்ச்சி என்று நான் சொன்னால் உங்களால் புரிஞ்சுக்க முடியுமா?"

அவன் என்னைச் சற்றுநேரம் வியப்புடன் உற்றுப் பார்த்தான். பிறகு மெல்லிய தொனியில் சீட்டியடித்தவாறு மேஜைமீது விரல் நுனிகளால் தட்டிக்கொண்டே யோசனையில் ஆழ்ந்தான்.

"இப்போ புரியறது." யோசனை குரல்பூண்டு பேசியது. "விவாகரத்து வேணும்னு கேக்கறதுக்குக் கொஞ்ச காலம் முன்னாலிருந்தே அவள் மாறித்தான் போயிருந்தாள். சாயங்காலம் ஆபீசிலிருந்து திரும்பி வந்து ஆவலாய் அவள் கையைப் பிடிச்சுண்டு 'சினிமாவுக்குப் போகலாமா?' என்பேன். ஒரு சிந்தனையாளரின் பேரைச் சொல்லி 'அவருடைய பேச்சு இன்னிக்கு அடையாற்றில் ஏழு மணிக்கு இருக்கு. அதுக்குப் போகலாமே!' அப்படின்னு சொல்வாள். ஒரு நாள் ராத்திரி என்கிட்ட கிளர்ச்சியுற்ற முகத்தோடு கையில் ஒரு புஸ்தகத்துடன் வந்து 'இதைப் படிச்சுப் பாருங்க. உயர்ந்த இலக்கியம். அதில் எத்தனையோ தத்துவ அறிவு அடங்கியிருக்காப்பலே இருக்கு. அதே மாதிரி, சில தத்துவ அறிஞர்கள் தங்கள் கருத்தை விளக்கற கோர்வையில் ஒரு இலக்கிய நயம் இருக்காப்பலே தோணறது, இல்லையா!' அப்படின்னு கேட்டாள். எனக்கு அதெல்லாம் ரசிக்கலே. அவள் பேச்சே எனக்குப் புரியலே. எங்க உறவு முந்தி மாதிரி இல்லேன்னு மட்டும்தான் புரிஞ்சுது. அவள் உடம்பு என்னோடு இருந்தபோதே அவள் மனசு எங்கேயோ ஆகாயத்தில் இருந்துதுன்னு எனக்குப் பல தடவை உணர்வாகியிருக்கு. நாங்க வாழ்ந்த அன்னியோன்னியத்துக்கப்புறம் இந்த வித்தியாசம் புரியாதா? பளிச்சுனு நிலா காயும். முந்தியெல்லாம் அதன் கிளர்ச்சி எங்க உடம்பில் துள்ளும். ஆனால் இப்போ? சங்கரி கேட்டாள்: 'இந்த சந்திரனில் மனுஷனை இறக்கியாச்சு. அற்புதமான சாதனை. ஆனால், இன்னும் உலகத்தில் வகுப்பு, இனவெறிகளால் நேரும் கொடுமைகளைப் பத்திப் படிக்கறபோது பல நூற்றாண்டுகளுக்கு முந்தி க்ரூஸேட் போன கிறிஸ்தவர்கள் தாங்கள் ஆக்கிரமிச்ச இடங்களில் நடத்தின கொடுமைகளைப் படிக்கறாப்பலேயே இருக்கு. அப்படின்னா இது ரெண்டில் எது மனுஷனை உள்ளபடி பிரதிபலிக்கிறது? முன்னேற்றம்னா என்ன? அப்படின்னு கேட்டாள்."

"நீங்க அந்தக் கேள்விக்கு என்ன பதில் சொன்னீங்க?"

"'உளறாதே'ன்னு சொன்னேன்."

நான் வருத்தமாய்ச் சிரித்தேன். அவனைப் பார்த்தால் எனக்குப் பரிதாபமாயிருந்தது.

"கடைசியில் ஒரு இரவு, நான் அவளை ஆர்வமாய் நெருங்கிய சமயம், ஏதோ ஒரு முக்கியமான தகவல் சொல்ற தோரணையில்

அவள் என்னைப் பார்த்து கடவுளைக் 'கருணைக் கடல்'னு சொல்றா. ஆனால் உலக நடப்பைப் பார்க்கறபோது, மனசில் நிஜமான கருணை உள்ளவன் எவனும் கடவுள் என்கிற ஒண்ணை நம்பவே முடியாதுன்னு தான் முடிவுசெய்ய வேண்டியிருக்கு. நீங்க என்ன நினைக்கறீங்க?' அப்படின்னாள். அன்னிக்கு எனக்கு வந்த ஆத்திரத்தை என்ன சொல்றது ப்ரொபெஸர்! 'இப்படியெல்லாம் ஏதாவது பிதற்றிண்டே இருந்தியானால் உன்னைப் பைத்தியக்கார ஆஸ்பத்திரியில் கொண்டுபோய் விட்டுடு வேன்'னு கத்தினேன். அப்போ அவள் என்னைப் பார்த்த பார்வை! அந்தப் பார்வையிலேயே அவள் என்னை விலகிப் போய்ட்டாள்னு இன்னிக்குப் புரிஞ்சுக்கறேன்."

உடலின் தெய்விகத்தை அவளோடு இணைந்து கொண்டாடியவன் தான். அந்தக் கொடையை அவன் தரமுடிந்தது. ஆனால் உடலைத் தாண்டி அவள் விரிந்தபோது அவனால் உடன்வர முடியவில்லை.

'ப்ரொபெஸர், உங்க துணையில் என் சிந்தனை ஒளிக் குழந்தையாய் வளர்ந்து நிக்கறது!' என்பாள் சங்கரி . . .

'ப்ரொபெஸர். இந்த அயல்நாட்டுத் தத்துவஞானி சொல்றதில் நம்ம சங்கரரின் ஜகத்மித்யை கருத்து தொனிக்கிறது. இல்லே?' என்பாள். 'ப்ரொபெஸர், நாலு பேர் ஒண்ணாய்க் கூடி உள்ளே கபடம் இல்லாமல் மனம்விட்டுச் சந்தோஷமாய்ச் சிரிக்கிறதைவிட அழகான காட்சி உலகத்தில் வேறு இருக்க முடியுமா? இது தெரியாமல் மனுஷா ஏன் ஒருவரையொருவர் வருத்தப்படுத்திண்டு உலகத்தை நரகமாக்கணும்?' என்பாள். அதைப் பற்றியெல்லாம் பேசுவோம் . . .

'ப்ரொபெஸர், நிலா எத்தனை அழகாய்க் காயறது! இந்த இன்பமான நேரத்தைப் பூர்த்தி செய்ய கவிதையோ வேறேதாவது உயர்ந்த எழுத்தோ வேணும்னு உங்களுக்குத் தோணலே, சேர்ந்து படிக்கலாம் வரீங்களா?' என்பாள். 'சரி சங்கரி' என்பேன். அவள் முகம் உடம்பற்ற இன்பமாய் ஒளிரும் . . .

'உங்களிடம் அவளுக்கு என்ன கவர்ச்சி?' என்று இவன் கேட்கறான்.

"அவள் ரொம்ப சுதந்திரமானவள் ப்ரொபெஸர்" என்றான் மூர்த்தி.

"ஆமாம்" என்றேன்.

"என்கிட்டேருந்து அவள் மனசு வேறுபட்ட பிறகு விலகிடணும்னு உடனேயே தீர்மானிச்சுட்டாள் போலிருக்கு. அப்புறம் அவள் என்னோடு என் மனைவியாய் வாழலே. தனக்கு அதிருப்தி தரும் எதனோடும் பிணைஞ்சிருக்க அவள் இயல்பு இடம் தராது. அவளை எதுவுமே கட்டுப்படுத்த முடியாது. அவள் ஒரு சுதந்திர உயிர்."

"ஆமாம்."

"அதுக்கப்புறம்தான் அவளுக்கு உங்களைக் கல்யாணம் செய்துக்கற எண்ணம் ஏற்பட்டிருக்குன்னு இப்போ புரியறது. விவாகரத்து வேணும்னு என்கிட்ட கேட்கிற நேர்மையும் அவளுக்கு இருந்தது."

“அதைக் கொடுக்கும் பெருந்தன்மை உங்ககிட்டயும் இருந்தது” என்றேன். ‘பரஸ்பர சம்மதத்தின் பேரில் விவாகரத்து’ என்று செய்து விட அவன் ஒப்புக்கொண்டதையும் அதற்கு ஏற்பாடாக அவர்களிருவரும் அதற்கு முன் ஓர் ஆண்டு பிரிந்து தனித்தனி இடங்களில் வாழ்ந்து சட்டத்தின் நிபந்தனையைப் பூர்த்தி செய்ததையும் நினைத்துக்கொண்டு:

“பெருந்தன்மை என்ன ப்ரொபெஸர்! அவள் உங்களைக் கல்யாணம் செஞ்சுண்ட பிறகு ஒரு நாளாவது நான் ஒரு சாதாரண நண்பனாய், பழசையெல்லாம் மறந்துட்டு, அவளை வந்து பார்த்து ‘சௌக்கியமா?’ன்னு விசாரிச்சிருக்கேனா? என்னை ரத்து பண்ணிட்டு இன்னொருவரை மணந்தவள் என்கிற காரணத்துக்காக எங்க மகனும் மகளும் இனி அவள் முகத்திலேயே முழிக்க மாட்டோம்னு சொல்லி அவளை அறவே வெறுத்துட்டதுக்கும் நான் நடந்துண்ட விதத்துக்கும் கடைசியில் என்ன வித்தியாசம்? அவளை வந்து பார்க்காமலேயே இருந்ததன் மூலம் நானும் அவர்களத்தனை குறுகிய மனசுள்ளவனாய்த் தானே இருந்திருக்கேன்?”

“உங்க மனசைக் குறுகியதுன்னு யார் சொல்ல முடியும் மிஸ்டர் மூர்த்தி? குறுகிய மனசாயிருந்தால் விதவையான சங்கரியை நீங்க முதலில் கல்யாணம் செஞ்சுண்டிருப்பீர்களா?”

தட்டுக்களை எடுத்துப் போக வந்த ஓட்டல் பையன் அவை இன்னும் தொடப்படாமலேயே இருந்ததைக் கண்டு எங்களை ஏறிட்டுப் பார்த்தான்.

“இன்னும் கொஞ்ச நேரத்தில் காப்பியோடு வாப்பா ஸர்வர். அதுக்குள் இதெல்லாம் காலியாயிடும்” என்றேன். பையன் அகன்றான்.

சோகமாய்க் கனத்த சங்கரியின் நினைவில் அழுந்தித் தலையைக் கைகளில் பற்றிக்கொண்டேன்.

மூர்த்தி பேசினான்: “நான் சங்கரியைக் கல்யாணம் செஞ்சுண்ட போது ஒரு விதவையைச் செஞ்சுண்டேன் என்கிறதே எனக்கு எப்பவும் மனசுக்கு வரதில்லை. அவளுடைய அந்த முதல் கல்யாணத்தைப் பத்தி இப்பத்தான் சுவாரஸ்யம் ஏற்படறது. உங்களுக்கு அதைப்பத்திக் தெரியும்னு நினைக்கறேன். இல்லையா ப்ரொபெஸர்?”

மெதுவாகக் கனத்தை ஒதுக்கிக்கொண்டு தலை நிமிர்ந்தேன். “நான் அவள் அப்பாவுடைய நெருங்கிய நண்பனாச்சே! அந்தக் குடும்பத்தை எனக்கு நன்றாய்த் தெரியும். சங்கரி மனோகரனைக் கல்யாணம் செய்துண்டபோதும் நான் கல்யாணத்துக்கு வந்து அவர்களை ஆசீர்வாதம் பண்ணியிருக்கேன், அவள் உங்களைச் செய்துண்டபோதும் வந்து ஆசீர்வாதம் பண்ணியிருக்கேன்.”

மூர்த்தி மெதுவாகச் சிரித்தான்.

“என் ஆசீர்வாதம் ரெண்டு தடவையிலுமே எப்படி முடிஞ்சு போச்சுன்னு நினைச்சுப் பார்த்துச் சிரிக்கிறீர்களா மிஸ்டர் மூர்த்தி?”

"இல்லை இல்லை" என்று அவன் சொன்ன அவசரமே அதுதான் அவன் எண்ணம் என்பதைத் தெளிவாய்க் காட்டியது. இளந்தோற்றம் முழுவதும் ஆர்வமாக, "எனக்கு அந்தக் கல்யாணத்தைப் பத்திச் சொல்லுங்க ப்ரொபெஸர்!" என்றான்.

"சொல்ல அதிகமில்லை. பதினாறு வயசில் அவள் அவன் மேல் தனக்குக் காதல் ஏற்பட்டதாய்ச் சொல்லிப் பிடிவாதமாய் அவனையே கல்யாணம் பண்ணிண்டாள். முடிவாய்ச் சம்மதம் கொடுக்கறத்துக்கு முந்தி அவள் அப்பா என்னை ஆலோசனை கேட்டார். 'கண் விழிக்கும் புது உயிர் தன்மீது தானே காதல்கொண்டிருக்கு. அதை எப்படித் தடுக்க முடியும்? சம்மதம்னு சொல்லுங்க' அப்படின்னு நான்தான் அவர்கிட்ட அடிச்சுச் சொன்னேன்."

"எனக்குப் புரியலையே."

"அவளுக்கு இள வயசு. வாழ்க்கை, உலகம், உயிர் எல்லாமே புத்துணர்ச்சியோடு, ஒரு அற்புதமாயும் அதிசயமாயும் தோன்றுகிற பருவம். இதயம் கண்விழிக்கிற பருவம். பார்க்கிறது எல்லாமே பேரழகாயும் பேராச்சரியமாயும் காணும் புதுமைப் பருவம். ஒவ்வொரு நாளுமே ஒரு கனவாக மயக்க போதை தரும் இன்பப் பருவம். அந்தப் பரவசத்தின் வெளிவடிவமாய்த்தான் அமைஞ்சிருந்தது மனோகரிடம் அவளுக்கு ஏற்பட்ட அன்பு. அந்தப் பையனுக்குப் பதினெட்டு வயசுதான். அவளுடைய புது மலர்ச்சியின் பிரதிபிம்பத்தை அவன் கண்களில் பார்க்கலாம். அதே புதுப் பருவம்தான் அவனுடையதும். அவள் கனவின் உருவகம்தான் அவன். சொல்லப்போனால், அவளுக்கு மனோகர்கிட்ட காதல் என்கிறதைவிட உயிர் கிட்டத்தான் காதல், அவள் உணர்வில் உதயமாகிற புத்தொளிகிட்டத்தான் காதல், வாழ்வில் துளிர்க்கிற இளமைகிட்டேதான் காதல் என்பது தான் உண்மை. கனவைக் காதலிச்சுக் கல்யாணம் பண்ணிண்ட அவளுடைய அந்தக் கல்யாணத்தில் உடல் ரீதியான அம்சமும் இருந்திருக்கும்னு நினைச்சுப் பார்க்கவே சிரமமாயிருக்கு."

"அந்த மனோகர் சீக்கிரமே இறந்து போய்ட்டான், இல்லையா?"

"ஆமாம், லுகீமியா."

"என்ன வயசு அப்போ அவனுக்கு?"

"இருபத்தொண்ணு."

"ஐயோ பாவம். அல்பாயுஸ்."

"ஒரு விதமாய்ப் பார்த்தால் அவன் அப்படிப் புது வாலிபத்திலேயே போய்ட்டது பொருத்தம்னுதான் சொல்லணும், சங்கரியின் உணர்ச்சிப் புதுமைகளின் பரவசம் மங்கினப்புறமும் அவன்பாட்டுக்கு எல்லாரைப் போல் வயசாகி நரை திரை வந்து வாழ்ந்துண்டிருந்தான்னா அபசுரமாய்ப் போயிருக்கும்; அவனுடைய அர்த்தமே கலைஞ்சு போயிருக்கும். கனவுகள் மூப்படையக் கூடாது மிஸ்டர் மூர்த்தி."

மீண்டும் மௌனம் கவிந்தது. இரண்டு கிழவர்கள், ஒரு பெண்ணின் மூன்று மாஜி கணவர்களில் ஒருவனைப் பற்றிப் பேசிக்கொண்டிருக்கும் மற்ற இருவர். அவளுடைய நினைவில் ஒருவருக்கொருவர் துணையாக வேதனையோடு உட்கார்ந்திருந்த அவலத்தை அந்த ஓட்டல் அறையில் அவர்களையும் அவர்களுடைய உண்ணப்படாத உணவுத் தட்டுகளையும் விசித்திரமாய் வெறித்துப் பார்த்தவர்கள் அறிய முடியாது.

ஸர்வர் காப்பியோடு வந்தான். அவன் புருவங்கள் உயர்ந்தன: "என்ன ஸார், இன்னும் சாப்பிடலையா?"

மூர்த்திதான் முதலில் சமாளித்துக்கொண்டான். "எங்களுக்குப் பசிக்கலேப்பா. தட்டுகளை எடுத்துட்டுப் போயிடு. பணம் கொடுத்துடறோம், பயப்படாதே. காப்பியை மட்டும் வச்சிட்டுப்போய் பில் கொண்டுவா."

பையன் தட்டுகளை எடுத்துக்கொண்டு போனான்.

"எப்படியாயினும் நாம் காப்பியை விழுங்கித்தான் ஆகணும்னு நினைக்கறேன் ப்ரொபெஸர்."

மூர்த்தி காப்பியைப் பருகினான். நானும் தம்ளரை எடுத்து வாயருகில் கொண்டு போனேன்.

உடல் இதற்குள் முற்றிலும் எரிந்து சாம்பலாகியிருக்குமா?

தம்ளரை வைத்துவிட்டேன். நெஞ்ச ஆழத்தினின்று சுருட்டிக் கொண்டு கிளம்பிவந்த இருளை விழுங்கியதிலேயே வயிறு நிறைந்து விட்டது.

"ஏன் ப்ரொபெஸர்?"

"முடியலே. மன்னிச்சிடுங்க."

சங்கரி இறந்துவிட்டாள். நான் இனி நடைபிணம்.

அவன்தான் பணம் கொடுத்தான். இருவரும் ஓட்டலை விட்டு வந்து லஸ்சர்ச் சாலையில் நேராக நடந்தோம்.

"மனோகரன், நான், நீங்க – இந்த மூணுபேரில் அவளுக்கு நிலையான பிணைப்பு ஏற்பட்டது உங்களிடம்தான்னு நினைக்கறேன்" என்றான் மூர்த்தி. என்னுடைய தளர்ந்த வடிவத்தை ஒருதரம் ஏற இறங்க நோக்கிய அவன் பார்வையில் ஒருவித ஆற்றாமை புலனாகியது.

"இல்லை. கடைசியில் என்னையும் விட்டுப் போகணும்னு விரும்பி அவள் என்கிட்ட விவாகரத்து கேட்டாள்" என்றேன் மிக அமைதியாய்.

அவன் நடை சட்டென்று நின்றது. வீதியின் வாகன நெரிசலைக் கண்டு நான்தான் "இப்படி ஓரமாய் நடை பாதைமேலே வாங்க" என்று உஷார்ப்படுத்தினேன்.

நடைபாதைக்கு வந்த அவன் என்னை நோக்கி வெறித்தான். அவன் வியப்புத் தீர சிறிது நேரமாகியது. "என்ன! உங்ககிட்டேயுமா

விவாகரத்து கேட்டாள்?" என்று ஒலித்த குரலில் அவநம்பிக்கை மாறவில்லை.

"ஆமாம்."

"ஏன்?" அவன் புன்னகையில் முதன்முதலாக இகழ்ச்சி ஓடியது. "நாலாவதாய் இன்னும் எவனையாவது கல்யாணம் பண்ணிக்க ஆசைப்பட்டாளா நாப்பத்துமூணு வயசிலே?"

"அட முட்டாளே!" என்றேன் மிருதுவாக.

"என்ன ப்ரொபெஸர் வசையில் இறங்கறீங்க?" அவன் முகம் சிவந்தது.

"பின்னே என்ன? நீங்க அவளைப் புரிஞ்சுக்கவே இல்லை."

"இத்தனை வயசுக்கப்புறம் எதுக்காக அவள் விவாகரத்து விரும்பணும்?"

"தனியாயிருக்க." நான் சிறிது நிறுத்திவிட்டு அடுத்த சொல்லை உச்சரித்தேன்.

"தானாயிருக்க."

"புரியலே."

"அந்த உயிர் பூரண பக்குவத்துக்குத் தயாராயிடுத்து மிஸ்டர் மூர்த்தி."

என் மனசில் சங்கரி நின்றாள். எலும்புகளின் நேர்த்தியான அமைப்புத் தெரிகிற ஒட்டிய முகத்திலிருந்து இரண்டு பெரிய, ஆழமான, அமைதியான கண்கள் என்னைச் சலனமின்றி நேருக்குநேர் பார்த்தன. நான் புரிந்துகொள்வேன் என்று என் அறிவில் முழுநம்பிக்கை கொண்டிருந்த திடத்தினால் குரல் தடங்கலின்றித் தெளிவாய் ஒலித்தது:

"என்னை விவாகரத்து பண்ணிடுங்க ப்ரொபெஸர்! நான் இங்கிருந்து கிளம்பிப் போயிட விரும்பறேன். தன்னிச்சையாய் வாழ விரும்பறேன். இதுவரை பந்தத்தில், துணையில், நான் அடைய வேண்டிய பக்குவத்தை யெல்லாம் அடைஞ்சுட்டேன். இனிமேல் என் சுதந்திரம் தனிமையில் தான் முழுமை பெற முடியும். என்னை நான் அரை குறையாய் நிறுத்திக்க முடியாது. என்னைப் போகவிடுங்க."

"விளக்கமாய்ச் சொல்லுங்க ப்ரொபெஸர். எனக்கு இன்னும் புரியலே" என்றான் மூர்த்தி.

வெயில் இப்போது நன்றாக உறைத்துக்கொண்டிருந்தது. சட்டைக்குள் வேர்வைத் துளி ஒன்று நடுமுதுகில் உருண்டு இறங்குவதை உணர முடிந்தது.

நான் யோசனையின் ஆழத்திலிருந்து மெதுவாய்ப் பேசினேன்: "ஒவ்வொரு மனித உயிரும் நிஜத்தில் தனிதான் மூர்த்தி. எத்தனை தொடர்புகள் வந்தாலும் அதிலெல்லாம் தன்னை உருவாக்கிண்டு,

வளர்ந்து, முதிர்ச்சியடைஞ்சு, ஆனால் அவைகளிலேருந்து விலகி வந்து கடைசியில் தனிமையில்தான், தானாக மட்டும் இருப்பதில்தான், யாரும் தன் உண்மையான மோட்சத்தைக் காணமுடியும். அதை ரொம்ப பேர் உணர்ந்துக்கறதில்லை. சங்கரி உணர்ந்துண்டாள். படிப்படியாய் வளர்ந்து தன்னை நிறைவு செய்துக்கற முழுமையான ஜீவன் அவள். முதலில் வெறும் உணர்ச்சியும் கனவும் உயிர்ச்சிலிர்ப்புமாய் அரும்பிய பருவத்தில் மனோகரனோடு இருந்தாள். பிறகு உணர்ச்சி நிலை கடந்து, உடம்பின் வாழ்க்கை வந்தது – உங்ககூட. நம் மூணு பேரோடு அவள் இயல்பான தாம்பத்தியம் நடத்தியிருந்தாலும் உங்களோடுதான் தாம்பத்தியத்தில் அவள் குழந்தைகளையும் அடைஞ்சாள் என்கிறது ஒரு பொருள் பொதிஞ்ச விஷயமாய் எனக்குத் தோணறது. உடலாய், பெண்ணாய், தாயாய், அவள் பூர்ணமாயிட்டாள். அப்புறம் உடலும் தாண்டிப் போய் அறிவும் சிந்தனையும் உள்விரிவும் முந்திண்டு வந்தபோது என்கூட வாழ்ந்தாள். அந்த நிலையில் முழுமை அடைஞ்சு கடைசியில் அதையும் கடந்து அவள் 'தான்' என்கிற தனிமையில் மட்டுமே நிலையான நிறைவு அடைய முடிகிற முதிர்ச்சிக்கு வந்துட்டபோது எல்லாக் கட்டுகளையுமே – கல்யாணம் என்கிற கட்டு உட்பட – அறுத்துண்டு சுதந்திர மானிடமாய் மாறிட வேண்டிய அவசியம் ஏற்பட்டுப் போச்சு. ஒரு முழுமையான ஜீவன் அந்தக் கட்டத்துக்கு வராமல் எப்படி இருக்கும்! உறவுகள், தொடர்புகள், கடமைகள், கல்யாணம், குடும்பம் எல்லாத்தையும் விட்டுட்டு – இல்லை, எல்லாத்தையும் அனுபவிச்சுக் கடந்து கழட்டிட்டதால், 'அவுட் க்ரோ' பண்ணிட்டதால் – விடுதலையடைஞ்சு தனியாயிட விரும்பித்தான் அவள் என்கிட்ட விவாகரத்து வேணும்னு கேட்டாள்."

"ஆச்சரியம்!"

"பார்க்கப் போனால் இதில் ஆச்சரியம் என்ன இருக்கு மிஸ்டர் மூர்த்தி? நம் முன்னோர்கள் அந்தக் காலத்தில் மனுஷனுக்கு பிரமசரியம் முதலான நாலு ஆசிரமங்கள் விதிக்கலையா? அதுபோல் இது ஒரு பெண்ணுக்கு ஏற்பட்ட இன்னொரு வகையான நாலு ஆசிரமங்கனு வச்சுக்குங்களேன். முதல் மூன்றில் அடைய வேண்டியவைகளை சங்கரி அடைஞ்சு முடிச்சுட்டாள். நான்காவதுக்குத் தயாராய்ட்டாள். அதுக்கு வழிவிடும்படிதான் என்கிட்ட கேட்டாள்."

"நீங்களும் சம்மதிச்சிருப்பீர்கள், இல்லையா? அவளைப் புரிஞ்சுக்கற அறிவு உங்களிடம் இருக்கு."

நான் ஒரு நிமிஷத் தயக்கத்துக்குப் பிறகுதான் பதில் சொன்னேன்: "அறிவு இருந்து என்ன பயன்?"

"ஏன்?"

"நான் அவளிடம் பிணைஞ்சு போய்ட்டேன் மூர்த்தி! அவள் ஒவ்வொரு உறவையும் வாழ்ந்து களைத்து அதிலேருந்து விடுபட்டுண்டே வெளிவந்துட்டாள். நானோ ஐம்பத்தெட்டு வயசில் முதல் முதலாய் ஏற்படுத்திண்ட உறவிலேயே முழுக்க முழுக்க மூழ்கி என்னையே

இழந்துட்டேன். அறிவோடு கூடவே அன்பும் ஒரு வெறியாய் என்னிடம் வளர்ந்து போயிடுத்து. அதனால், அவளைப் புரிஞ்சுண்டாலும்கூட அவளைப் போகவிடற அளவுக்கு முதிர்ச்சி ஏற்படாமல் அவள்கிட்ட எனக்கு வளர்ந்துட்ட அதீதமான பற்றுதலும் அதனால் வரும் பேராசையும் என் கண்ணை மறைச்சுடுத்து."

அவன் என்னை வெறித்துக்கொண்டே நின்றான்.

"நான் அப்போ உங்களிடம் சொன்னேன் பாருங்க மிஸ்டர் மூர்த்தி, அவளைப் போகவிடற பெருந்தன்மை உங்ககிட்ட இருந்துதுன்னு? என்கிட்ட அது இல்லைங்கற மனக்கசப்பால்தான் அப்படிச் சொன்னேன்." என் உடல் அவமானத்தில் கூசிச் சிறுத்தது. "நான் அவளை இழக்க விரும்பலே. அவளை நான் போக விடலே மூர்த்தி! அவள் விரும்பிய விடுதலையில் அவளை வாழவிட நான் மறுத்துட்டேன். அவளுடைய பரிபூரணத்துக்குக் குறுக்கே நின்னேன். விவாகரத்து செய்யமாட்டேன்னு அவளிடம் கண்டிப்பாய்ச் சொல்லிட்டேன்."

அவன் அதிர்ந்துபோய் என்னைப் பார்த்தான். என் வேதனையுற்ற குரலும் நடுங்கும் உடலும் அவனுக்கு அப்போதே மீதத்தை உரைத்து விட்டனவென்று நினைக்கிறேன். விழித்த கண்கள் விலகாமலே அவன் என்முன் சமைந்து நின்றான். நான் அவனை ஏறிட்டுப் பார்த்தேன். நெஞ்சம் இருளாய்க் கனன்றது.

"நமக்குத்தான் தெரியுமே மூர்த்தி. அவள் ஒரு சுதந்திரப் பிறவி. அவளை எதுவும் கட்டுப்படுத்தி வைக்க முடியாது."

மூர்த்தி இப்போதும் பேசவில்லை.

"நான் அவளைப் போகவிடலே . . ."

"அதனால் . . ?" அவன் குரல் பாதாளத்தில் ஒலித்தது.

"ஆமாம். அதனால் அவள் தப்பிச்சுண்டு போய்ட்டாள்."

அவன் உடன் வருகிறானா என்றுகூடப் பார்க்காமல் நான் நடையைத் தொடர்ந்தேன்.

***கணையாழி*, பிப்ரவரி 1972**

பெருமையின் முடிவில்

விமலை சாளரத்தின் அருகில் நின்று வானத்தைப் பார்த்துக்கொண்டிருந்தாள். அவளுள் சிந்தனை சூழ்ந்தது. பகலின் விசையான வேலை இயக்கத்தில் அது தலைதூக்க இடம் இருப்ப தில்லை. இரவு ஆகவேண்டியதுதான். நிலாப் பூக்களைப்போல் நினைவுகள் மடல் அவிழ்ந்துவிடுகின்றன.

நினைவுகள்.

இன்பமும் துன்பமும் பாசமும் தாபமுமாகப் பதினேழு ஆண்டுகளாய்க் குமுறும் நினைவுகள்.

அப்பா! அம்மா! வேலு!

வேலு. வேல் முருகன். அவளுடைய குட்டித் தம்பி...

வானத்தை அண்ணாந்து பார்த்தவாறே அவள் உணர்ச்சித் ததும்பலாய் நின்றிருந்தாள்.

"விமலா!"

அவள் திரும்பினாள். கதிரேசன் அவளைப் பார்த்துக் கொண்டிருந்தார்.

"என்ன யோசிச்சுக்கிட்டிருக்கே?"

"ஒண்ணுமில்லையே."

அந்த 'ஒண்ணுமில்லையே' அவருடைய வெற்றி. அவள் தன் உணர்ச்சி எதையுமே அவரிடம் காட்டிக் குறுக்கிடாமல், தனக்கு ஒரு தனித்துவம் இருப்பதாகவே இல்லாமல், எதிலும் அவர் பேச்சையும் மன நிலையையுமே அநுசரித்துப் போவது அவருடைய வெற்றி அல்லாமல் வேறென்ன?

"இல்லே, என்னமோ அசையாமல் நின்னு ஆகாயத்தைப் பார்த்துக்கிட்டிருக்கியேன்னு கேட்டேன்" என்றார் வேண்டு மென்றே, தம் பெருமையை ஊர்ஜிதப்படுத்திக்கொள்ள.

“இன்னிக்கு ஆகாயம் ரொம்பத் தெளிவாயிருக்கு. நிறைய நட்சத்திரங்கள் தெரியுது. அதைத்தான் பார்த்துண்டிருந்தேன்.”

அந்த அப்பட்டமான பொய் அவர் வெற்றிக்கு மெருகூட்டியது. அவருள் சுய திருப்தியின் வெதுவெதுப்பு இதமாக ஓடியது.

தன் மனிதர்களோடு விமலையின் பிணைப்பு முறிந்து பதினேழு ஆண்டுகளாகிவிட்டன. கதிரேசனின் விதவைத் தாயாரின் சர்வாதி காரத்தைப் பழிக்கும் விதமாக விமலையின் தந்தை ஏதோ சொல்லி விட்டார். அதுதான் பகைக்குக் காரணம். அவர் குடும்பத்திடமே வெகுண்டெழுந்த கதிரேசன் தன் மனைவியிடம் ‘உனக்கு நான் வேணும்னா இவங்க உறவை நிரந்தரமா உதறிட்டு என்னோடு கிளம்பு. மறுபடியும் இந்த ஜன்மத்தில் அப்பா, அம்மா, தம்பி அப்படின்னு இவங்க முகத்தில் விழிக்கக் கூடாது. சம்மதமானால் வா. இல்லேன்னா என்னை மறந்துவிட்டு ஆயுசெல்லாம் இவங்களோடேயே இரு’ என்று முழங்கியபோது அந்த ஆணைக் குரலைப் பின்தொடர்ந்த அவள் வெளியே வந்துவிட்டாள். வாழாவெட்டி என்ற சமூகச் சூடிழுப்புக்கு அஞ்சித்தான் வந்திருப்பாளோ? எதுவானால் என்ன? வெற்றி அவருடையது. இப்போது விமலைக்கு வயது நாற்பத்தொன்று. வளர்ந்த மக்களின் தாயார். உயர்நிலைப் பள்ளி ஒன்றில் கண்ணியம் மிக்க ஓர் ஆசிரியை. எனினும் இன்றளவும் அவள் வாய் திறந்து தன் மனிதர்களைப் பார்க்க வேண்டுமென்று சொன்னதில்லை. தன் பிறந்தகத்தையோ, பெற்றாரையோ, அவள் விட்டு வந்தபோது ஆறு வயதே நிரம்பிய பாலகனாய் இருந்த உடன் பிறந்தானையோ, எண்ணாமலா அவள் வாழ முடியும்? அவள் அவர்களை நெஞ்சினுள் தாங்கித் தாங்கி உருகாமலா இருப்பாள்? ஆனால் அதை அவள் வெளியிட மாட்டாள். அவர்களைப் பற்றிய பேச்சே அவ்வீட்டில் எழாது. ஏனென்றால் அதுதான் அவர் விருப்பம். அவர் விருப்பம்தான் அங்கு செலாவணி. அவர் அவர்களோடு பகைமை கொண்டு துண்டித்து விட்டார் என்பதால் அவளைப் பொறுத்தவரையிலும்கூட அதுவே தான் முடிவு; தீர்மானம். தன் நெகிழ்ச்சி உணர்வுகளை அவள் வெளியிடாததன் மூலம் அவருடைய தீர்ப்புக்கு முழு ஆதிக்கம் ஏற்பட்டுவிடுகிறது.

கதிரேசன் பெருமையுடன் சாப்பாட்டு அறைக்கு வந்து மேஜை யருகில் உட்கார்ந்தார். விமலையும் உடன் வந்தாள். சமையல் என்ன என்று அவர் கேட்கவில்லை. தமக்குப் பிடித்த ஏதேனுமாகத் தான் இருக்கும் என்று அவர் அறிவார். விமலைக்குப் பிடித்தது என்றுகூடத் தனியாக ஒன்று அவ்வீட்டில் உண்டா என்ன?

“பையன் பேர் வேல்முருகன். பஞ்சாபில் இருக்கான். படத்தைக்கூடப் பார்த்தேன். ஆள் வாட்டசாட்டமாய் அழகாய்த்தான் இருக்கான். இருபத்து மூணு வயசுதான். எங்க மாதவிக்கு நல்ல ஈடு. இருந்தாலும் என்ன செய்யறது? பையன் ராணுவத்தில் லெப்டினென்ட்டா

யிருக்கானாம். வேணாம்னுட்டேன். என்னதான் ஆறிலும் சாவு; நூறிலும் சாவுன்னாக்கூட ராணுவம்னா பயமா இருக்கே!"

ஒரு வெள்ளிக்கிழமை மாலை நண்பர்கள் சிலர் வந்து பொழுது போக்காக உரையாடிக்கொண்டிருந்தபோது ஒரு நண்பரிடம் கதிரேசன் "உங்க மகளுக்கு மாப்பிள்ளை பார்த்துக்கிட்டிருந்தீங்களே, என்ன ஆச்சு?" என்று கேட்டபோது நண்பர் அளித்த பதிலின் ஒரு பகுதி இது. பல வரன்களில் ஒருவனாக அவர் பேச்சில் அந்த வேல்முருகன் இடம்பெற்றான். அவனுடைய தாய் தந்தையர், பிற விவரங்கள் முதலிய யாவினாலும் கதிரேசனுக்கு அது யார் என்று புரிந்துபோயிற்று. பேசியவருக்குத்தான் உண்மை தெரியாது. விமலைக்குப் பெற்றோர்களோ சகோதரனோ இருப்பதே கதிரேசனின் நண்பர்கள் யாருக்கும் தெரியாது. அவரைச் சேர்ந்த வட்டாரத்தில் அவளைச் சேர்ந்த எதற்கும் இடமில்லை.

கதிரேசன் கண்களை மலர்த்தினார். இவன்... இந்த வேல் முருகன்... விமலையின் தம்பிதான், சந்தேகமில்லை. ராணுவத்திலா இருக்கிறான்? விமலை திடுக்கிடுவாளோ?அவர் ரகசியமாய் அவளைக் கவனித்தார். அவள் எவ்விதமான மாறுபாடும் இல்லாமல் வழக்கம் போல் காணப்பட்ட முறை அவரையே ஒரு கணம் வியப்பில் ஆழ்த்தியது. அவளுக்கும்தானே அந்தப் பையன் யார் என்பது புரிந்திருக்கும்? பின்னே ஏன் இப்படிச் சலனமின்றி இருக்கிறாள்? ஒருக்கால் அவள் ஏற்கனவே கேள்விப்பட்டிருப்பாளோ, அவன் ராணுவத்தில் இருப்பதை? அல்லது தன் குடும்பத்தாரை அவள் அறவே துறந்துவிட வேண்டுமென்று அவர் விதித்திருந்த கட்டளையை அவள் எப்போதுமே கீழ்ப்படிந்து வந்த நடப்பின் தொடர்ச்சியா இது? இத்தனை ஆண்டுகளாக அந்தக் கீழ்ப்படிதல் பழகியிருந்தும்கூட அதன் காட்சி எப்போதும் போலவே இப்போதும் அவருடைய சக்திக்கும் ஆதிக்கத்துக்கும் சான்றாய்ப் பெருமிதம் அளித்தது.

விருந்தாளிகள் சென்ற பிறகு அவர் அவளைக் கூர்ந்து நோக்கினார். எப்போதும் போன்ற ஊடுருவ முடியாத முகத்துடன் அவள், "ராத்திரிக்கு என்ன சமையல் செய்யலாம்? சொல்லுங்க" என்றாள்.

"அதிருக்கட்டும் விமலா. அந்த மனுஷன் தன் மகளுக்காகப் பார்த்த பையன்களைப் பத்திச் சொன்னதையெல்லாம் கேட்டியா?"

"கேட்டேன்."

"ரொம்ப சுவாரசியமாய் இருந்தது இல்லையா?"

"ஆமாம்."

"அதைப் பற்றி உனக்கு என்ன தோணுது?" என்று வேண்டுமென்றே குத்தினார்.

"சீக்கிரமாய் அவர் மகளுக்கு ஒரு நல்ல வரன் கிடைச்சுக் கல்யாணம் நடந்துவிட்டால் நல்லாயிருக்கும்னு தோணுது."

கதிரேசன் புன்னகை பூத்துக்கொண்டார்.

"நம் கல்யாணம் பெரிய வெற்றி இல்லையா விமலா?"

"ஆமாம்."

"உனக்கு வாழ்க்கையில் எந்தக் குறையும் கிடையாது, அப்படித் தானே?"

"ஆமாம்."

மீண்டும் அந்தக் குரூரத் திருப்தி – அவளைக் குத்திவிட்டதிலும் அவள் அதைக் காட்டிக்கொள்ளாததிலும்.

1971ஆம் ஆண்டு டிசம்பர் மாதம் மூன்றாம் தேதி நள்ளிரவு. நாடெங்கும் வீடுதோறும் மக்கள் வானொலிப் பெட்டியின் அருகில் பதற்றமாக நின்றிருந்தார்கள். பிரதம மந்திரியின் முக்கிய அறிவிப்பு ஒலிபரப்பாகியது.

பாகிஸ்தான் காரணமின்றித் திடீரென்று பாரதத்தைப் பல முனைகளில் தாக்கிவிட்டது. நாடெங்கும் நெருக்கடி நிலை பிரகடனம் செய்யப்பட்டுவிட்டது.

அடுத்து வந்த தினங்களில் பாரதத்தின் மூலைக்கு மூலை கவலையும் போர் மும்முரத்தின் கலவரமும் நிறைந்திருந்தன. போரில் நேரில் ஈடுபடாதவர்கள் வேறு பல வகைகளில் தம்மால் இயன்ற பணியை நல்கினர். பிளவுகள் மறைந்து, நாடு முழுவதும் தேசபக்தி உணர்வும் தர்மாவேசமும் மேலோங்கின. கிழக்கு மேற்கு இரு முனைகளிலும் கடும் போர். பாரதம் வென்று முன்னேறி வந்ததென்றாலும் சேதமும் பெருமளவில் இருந்தது – குறிப்பாக மேற்குப் பகுதியில்.

போரும் வீரமும் தியாகமும் தைரியமும் மரணமும் சாதனையு மாக இரண்டு வாரங்கள் கடந்தன. அதன் முடிவில் உலகமே வியந்து பாராட்ட, நாட்டுப் புகழ் நெடிதோங்கி நிற்க, அரசுத் தலைமையின் சிறப்பும், போர்த் தலைமையின் திறமும், படைவீரரின் உயரிய ஆற்றலும் உருச்செய்த வெற்றித் திருவைப் பாரதம் எய்தியது. போர் நின்றது.

நாட்கள் கடந்தன.

கதிரேசன் அலுவலகத்திலிருந்து வீடு திரும்பியபோது அவருடைய முந்தைய நண்பர் வீட்டு வாசலிலிருந்து கிளம்பிக்கொண்டிருந்தார்.

"என்ன ஸார், கிளம்பிட்டீங்களா? உள்ளே வாங்களேன்!" என்றவாறு கதிரேசன் காரைவிட்டு இறங்கினார்.

"நான் அப்பவே வந்துட்டேன். நீங்க வந்துடுவீங்கன்னு சொல்லி உங்க மிஸஸ் உட்கார வைச்சுப் பேசிக்கிட்டிருந்தாங்க. நேரம் ஆயிடவே நாளைக்கு வரேன்னு சொல்லிட்டு இப்பத்தான் கிளம்பினேன். உங்க கிட்ட ஒரு உதவிக்காக வந்தேன்" என்றார் நண்பர்.

"என்ன உதவி? உள்ளே வந்து உட்கார்ந்து சொல்லுங்களேன்."

"ஒண்ணுமில்லே. என் மகள் மாதவிக்குக் கல்யாணம் நிச்சய மாயிடுச்சு. நீங்க வேலை பார்க்கிற பாங்க் மூலமாய் என் வீட்டின் பேரில் ஒரு கடனுக்கு ஏற்பாடு செய்யணும். இந்த விஷயமாய் உங்க உதவி தேவையாயிருக்குது."

"அதுக்கென்ன, முடிஞ்சதைச் செய்யறேன். விவரம் சொல்லுங்க."

கால் மணி நேரம் ஹாலில் விவரமாகப் பேசிய பிறகு நண்பர் எழுந்து கைகுவித்தார்.

"அப்போ நான் வரேன் மிஸ்டர் கதிரேஷ். ரொம்ப நன்றி."

"நாளைக்குப் பத்து மணிக்கெல்லாம் பாங்குக்கு வந்துடுங்க. நான் உங்களுக்கு ஜாமீன்தாரராயிருந்து எல்லாம் ஏற்பாடு செய்யறேன். ஏதோ குழந்தைக்கு நல்ல இடத்தில் கல்யாணம் நிச்சயமானது பற்றி ரொம்ப சந்தோஷம்."

"கல்யாணம்கிறது தெய்வ சங்கல்பங்க! பாருங்களேன், என்னமோ அந்த ராணுவப் பையனுக்குக் கொடுக்க வேணாம்னு தோணிச்சு. அதுக்குத் தகுந்தாப்பலே, இப்ப பாகிஸ்தானோடு நடந்த யுத்தத்தில் அவன் இறந்துபோய்விட்டான்னு கேள்விப்பட்டேன் . . ."

கதிரேசன் அவரை வெறித்துப் பார்த்தார். "அந்தப் பையன் . . . யார், வேல்முருகன்னு சொன்னீங்களே, அவனா?"

"ஆமாம், சம்ப் அரங்கத்தில் நடந்த சண்டையில் செத்துவிட்டானாம். ஏதோ மாதவியின் அதிருஷ்டம் சரியா இருந்தது. நம்ம கையில் என்ன ஸார் இருக்கு? இப்ப உங்க மிஸஸ்கிட்டக்கூட இதைத்தான் சொல்லிக்கிட்டிருந்தேன்."

"என்ன! விமலாகிட்டவா? அந்த ராணுவப் பையன் போயிட் டான்னு சொன்னீங்களா?"

"ஆமா, ஏன்?"

"அவள் என்ன சொன்னாள்?"

"சட்டுன்னு எழுந்து 'இதோ காப்பி கொண்டு வரேன். கொஞ்சம் இருங்க'ன்னு சொல்லி உள்ளே போய்ட்டுக் கொஞ்ச நேரம் பொறுத்து வந்தாங்க."

"ஓ!"

"நான் வரட்டுமா ஸார்? நீங்களும் இப்பத்தான் களைச்சு வந்திருக்கீங்க. போய்க் கை கால் கழுவிவிட்டு ஏதாவது சாப்பிடுங்க."

நண்பர் போய்விட்டார். கதிரேசன் தனியாய் நின்றார்.

அந்த வாலிபன் – வேலு – விமலையின் தம்பி இறந்துவிட்டானா?

அவர் என்றுமே விமலையின் மனிதர்களைப் பற்றி எண்ணியவரல்ல. அவளை அவர்களிடமிருந்து வேறுபடுத்திக் கொண்டுவந்துவிட்டதைப்

பற்றி எவ்விதத் தனி உணர்வும் இல்லாதது மட்டுமின்றிக் கண நேர மனக் கலக்கம்கூடக் கொண்டதில்லை. எனினும் இப்போது அந்த இளைஞன் – முகம்கூட மறந்துவிட்ட ஒரு பாலகனின் வளர்ந்த தோற்றம் – இருப்புக்கூட மறந்துவிட்ட விமலையின் சகோதரன் – இறந்துவிட்டான் என்பதைக் கேட்டபோது உள்ளே ஏதோ நெருடத்தான் செய்தது.

விமலை துடித்துக்கொண்டிருப்பாளே! இத்தனை ஆண்டுகளாக நெஞ்சோடு மறுகியிருந்தவள் இப்போது இந்தப் பேரதிர்ச்சியை எப்படித் தாங்குவாளோ?

இன்று அவளைப் பேச விடவேண்டும். பாவம், துக்கத்தைச் சொல்லி ஆற்றிக்கொள்ளட்டுமே.

அவர் மெதுவாக உள்ளே வந்து அவள் அறை வாசலில் நின்றார்.

பாவம், விமலை.

அவர் குற்றவாளியோ? அவர்களைப் பார்க்கவே கூடாது என்று விதித்தது கொடுமை அல்லவா? இனி அந்தச் சகோதரனைப் பார்க்க அவர் அனுமதித்தாலும் முடியாதே! விமலை அவரை மன்னிப்பாளா?

அறையில் அவள் இல்லை. தொண்டைக்குள் புதியதொரு வறட்சியுடன், அவர் மெல்ல அழைத்தார்: "விமலா!"

"இதோ வந்துவிட்டேன்!" – கொல்லைப்பக்கத்திலிருந்து அவள் குரல் வந்தது. நடுக்கமோ, பதற்றமோ எதுவுமில்லாக் குரல்; அன்றாடக் குரல்.

ஈர முகமும் ஈரத்தினால் நெற்றிமீதும் காதுப்புறங்களிலும் வளைந்து வளைந்து இறங்கி ஒட்டிக்கொண்டிருந்த முடி இழைகளும் மூக்கு மற்றும் மோவாயிலிருந்து நிண்டு வழிந்து தரையில் சொட்டும் நீர்த் துளிகளுமாய் விமலை குளியலறையினின்று வெளிவந்தாள்.

"ரொம்பப் புழுக்கமாயிருந்தது. முகம் கழுவிக்கிட்டிருந்தேன். நாழியாயிடிச்சு. ரொம்ப நேரமாய்க் காத்துக்கிட்டிருக்கீங்களா?" என்றபடி அவள் அலமாரியிலிருந்து ஒரு துவாலையை எடுத்து முகத்தைத் துடைத்துக்கொண்டாள். கண்களின் கீழும் மூக்கிலும் இலேசாக மாவு ஒற்றிக்கொண்டாள். பிறகு திரும்பி நின்று எப்போதும் போல் அவரைப் பார்த்துப் புன்னகை செய்தாள். "காப்பி கொண்டு வரட்டுமா?"

அவள் குரல் ஜலதோஷமுற்றது போல் நாசித்தொனியுடன் கனத்து ஒலித்தது. அந்தத் திடீர் ஜலதோஷம் அழுகையினால் விளைந்ததென்று இவருக்குத் தெரிந்தது. அதை ஒதுக்கிவிட்டு, அழுத சுவடுகளை முகம் கழுவியும் மாவு பூசியும் அகற்றிவிட்டு அவள் யாதொன்றும் இல்லாத – அவர் மனைவி மட்டுமாக – என்றும் போல் இயல்பாகப் பேசிக்கொண்டு எதிரே நின்றபோது கதிரேசன் சமைந்துபோனார்.

"விமலா . . . விமலா . . ."

"என்ன?"

எப்படி கேட்பார்? என்னவென்று சொல்வார்? என்ன சொல்ல அவருக்கு உரிமை இருக்கிறது?

"விமலா ... வந்து ... அவர் ... அதுதான், என் சிநேகிதர், உன்னோடு பேசிக்கிட்டிருந்தேன்னார் ..."

"ஆமாம். அவர் மகளுக்குக் கல்யாணம் நிச்சயமாயிடுச்சாம். ரொம்ப நல்ல செய்தி இல்லீங்களா?"

அவருக்கு அப்போதுதான் புரிந்தது. அவள் சொல்லப் போவதில்லை. இப்போதும் மனம் திறந்து பேசப்போவதில்லை. அவள் தன் வாழ்வின் ஒரு பகுதியை நிரந்தரமாய்த் துண்டித்துவிட வேண்டு மென்று அவர் ஆணையிட்டார். அதன்படி கட்டுக்குள் அடங்கிக் கொண்ட அவள், மரணத்தின் முன்னிலையில்கூட அந்தக் கட்டைத் தளர்த்தப்போவதில்லை. அவர் இல்லாமற் செய்துவிட்ட ஓர் உறவுக்கு அவள் தன் பேச்சினால் அவர் முன் மீண்டும் இருப்புத் தரப் போவதில்லை.

அவர் தவித்தார். 'அதைப் பற்றிப் பேசேன் விமலா! திறந்து அழுதுவிடேன். 'என் தம்பி போய்விட்டான். தெரியுமா' என்று என்னிடம் சொல்லிக் கதறேன். வேண்டுமானால் இப்படிப் போகப் போகிறவனிட மிருந்து பிரித்தே வைத்திருந்ததற்காக என்னை வாயில் வந்தபடி திட்டி மனப் பாரத்தைக் குறைத்துக்கொள்ளேன்!' என்றெல்லாம் அவர் உள்ளம் புலம்பியது.

"அது சரி விமலா ... அவர் ... வேறு ஒன்றும் சொல்லவில்லையா?"

"சொன்னாரே! ஏதோ கடனுக்கு நீங்க ஏற்பாடு செஞ்சு தர முடியுமான்னு கேக்கணும்னார். அதுக்காகத்தான் வந்திருந்தார். வாசலில் பார்த்தீங்களா? இல்லை நீங்க வரதுக்குள்ளே போய்ட்டாரா?"

விமலா! விமலா! இன்னுமா உன்னை மறைத்துக்கொள்ளப் போகிறாய்? பேச மாட்டாயா? அதைப் பற்றிப் பேச மாட்டாயா?

பிறந்தக பந்தங்களினின்று வேர் பறிக்கப்பட்டதனால் துன்பத்தில் பொசுங்கிப் புண்ணாகியிருக்கிறாள் விமலை. இத்தனை காலமும் அதை அவருக்குக் காட்டாமலே மறைத்து வாழ்ந்ததில் அந்த மறைப்பு ஒன்றையே தனக்கு எஞ்சிய தன்மானமாகக் கடைப்பிடித்திருக்கிறாள். இதை அவர் திடீரென்று உணர்ந்துகொண்டார்.

'என் மனிதர்களைத்தான் ஒதுக்கிவிடச் சொன்னாயே, இப்போது இந்தத் துக்கத்தில் உனக்கு என்ன சம்பந்தம்?' என்று அவரை ஒதுக்கித் தள்ளிவிடவில்லையா அவளுடைய அந்த வழக்கமான புன்னகையும் பேச்சும்?

"நான் அதைக் கேக்கலே விமலா ..." அவர் மேலே பேச முடியாமல் நிறுத்தினார். அவளாக அவ்விஷயத்தைக் குறிப்பிடாதபோது அவர் எப்படிப் பேசுவார்? எதன் தொடர்ச்சியாகப் பேசுவார்?

“பாங்கில் ஸெக்யூரிட்டிக்கு அவர்கிட்ட வீடு இருக்குதுன்னார்” என்றாள் விமலா.

தன் மனிதர்களை அவள் துறந்துவிட வேண்டும் என்று உத்தரவிட்டு அதன்படி அவள் நடந்துகொள்ளுகிறாளென்று திருப்தியுற்றிருந்தாரே! தமது மனைவியாக அன்றி வேறு இருப்பு அவளுக்கு இல்லை என்பதை எண்ணி எண்ணி இறுமாப்பு அடைந்திருந்தாரே! உள்ளே என்ன நினைத்து நைந்தாலும் அவர் வரையில் அவள் அதைக் காட்டாமல் மறைத்துக்கொள்வதைத் தமது வெற்றி என்று கருதினாரே!

அதன் மடமை இப்போது புரிந்தது. இத்தனை ஆண்டுகளில் இருந்ததையெல்லாம்விட இப்போது இத்தகைய ஒரு மகத்தான துயரத்தை அடைந்துவிட்ட தீவிர நேரத்தில்கூட அவள் தன் உள்ளத்தை அவருக்குக் காட்ட மாட்டாள் எனும் உண்மை மூளையில் அழுந்தப் படிந்தபோதுதான் அந்த மடமை அவருக்கு அதிர்ச்சியுடன் உறைத்தது.

எத்தகைய ஏழை அவர்! அவளது முழுமையைத் தமக்கு வேண்டாம் என்று உதறிவிட்ட பரம ஏழை!

அவர் பேசவில்லை. துன்பத்தைத் திரையிட்டு மூடிய அவள் முகத்தை ஒரு புதிய ஏக்கத்துடனும் ஆற்றாமையுடனும் பார்த்தவாறு பிரமை பிடித்தாற் போல் மௌனமாகவே நின்றிருந்தார்.

“நீங்க போய் டிரஸ் மாத்திக்குங்க. டிபன் காப்பி எடுத்து வரேன்” என்று விமலை அவருக்கு முகத்தை மறைத்துக்கொண்டு அங்கிருந்து விரைவாய் அகன்றாள்.

விநாடிகள் நகர்ந்தன. அவர் மட்டும் அசையவில்லை. தாம் ஒரு மாபெரும் இழப்புக்கு ஆளானவர் என்பதைப் புரிந்துகொள்ள முயலும் அவஸ்தையிலேயே அமிழ்ந்துபோய் நின்றிருந்தார், அந்த நிராகரிக்கப்பட்டவர்.

***கல்கி தீபாவளி மலர்*, நவம்பர் 1972**

பிரச்சனையும் குழந்தையும்

சாம்பல் நிற அம்பாஸிடரைத் தெருவோரமாக நிறுத்தி விட்டு அழகேசன் இறங்கி நின்று கண்கள் மீதிருந்த குளிர் கண்ணாடியைச் கழற்றி மடக்கிக் கோட்டுப் பையில் போட்டுக் கொண்டான். பக்கத்தில் உட்கார்ந்திருந்த வள்ளி தன் தலைமுடி பறக்காமலிருக்கக் கட்டியிருந்த பெரிய வர்ணக் கைக்குட்டையை அவிழ்த்து எறிந்தாள். பிறகு அவன் இருக்கைக்கே நகர்ந்து வந்து அவன் இறங்கிய கதவு வழியாகவே இறங்கி அவன்மேல் உரசினாப்போல் ஒட்டி நின்றுகொண்டாள். அந்தச் செயலில் தனிப்பட்ட உரிமையினால் ஏதோ ஒரு முக்கிய விவாதத்தின் முதல் கட்டத்தைத் திடமாகத் துவங்கிவிட்டத் தோரணையோடு தானும் தனது குளிர் கண்ணாடியை முகத்திலிருந்து மிடுக்காக அகற்றினாள். பளீரென்ற மாறுபாட்டில் கறுப்பைச் சுற்றி ஒளியிட்ட வெள்ளைச் சட்டத்தில் ஒரு காதைப் பிடித்து இரு விரல்களிடை சுழற்றிக்கொண்டே மூன்றாம் பிளாக்கின் அந்த வீட்டை அளப்பதுபோல் பார்த்தாள்.

வாசற்புறமிருந்த ஸென்ட் ரோஜா மற்றும் சண்பகச் செடிகளை அடுத்து இரு பையன்கள் பம்பரம் சுற்றி விளையாடிக் கொண்டிருந்தார்கள். பெரியவனுக்குப் பத்துப் பன்னிரண்டு வயதிருக்கலாம். கீழே ஆணி முனையில் சுற்றிக்கொண்டிருந்த பம்பரத்தை அவன் அநாயாசமாய் ஜாட்டியால் சொடுக்கித் தூக்கிப் போட்டு 'அப்பீட்' பிடித்த நேர்த்தியை இளையவன் மலைப்புடன் பார்த்தவாறிருந்தான். அந்த ஆண் உலகினுள் புக அநுமதியின்றிச் சற்றுத் தள்ளி நின்றிருந்த இளஞ் சிறுமியின் பார்வையில் பொறாமை கனன்றுகொண்டிருந்தது.

"அந்தப் பையன்களிலே சின்னவன் இருக்கானே. அவன் தான் என் பையன் கண்ணன். ஆறு வயசாகுது, மத்த ரெண்டும் என் மச்சான் குழந்தைங்க" என்றான் அழகேசன் அங்கேயே பார்த்துக்கொண்டு.

வள்ளி சில கணங்கள் அந்த இளைய சிறுவனின் முகத்தை உற்று நோக்கினாள். அவள் திருமணத்துக்கு ஒரு வாரம் முன்பே

அச்சிறுவன் இங்கு அனுப்பப்பட்டுவிட்டான். இங்குள்ள மற்றவர்கள் – அழகேசனின் மாமியார், மைத்துனன், மைத்துனனின் மனைவி மக்கள் – யாருமே சென்னையில் நடந்த திருமணத்துக்கு வரவில்லை. இப்போது இந்த முதல் சந்திப்பை அவள் சிறிதும் பதற்றமோ சலனமோ இன்றி எதிர்கொண்டாள். கணவனின் குழந்தையை வெகு நிதானமாகப் பார்த்தாள். பிறகு கண்களைத் திருப்பிக் கணவனைப் பார்த்தாள்.

அழகேசனும் அப்போது அவள் முகத்தைத்தான் பார்த்துக்கொண் டிருந்தான். என்ன எதிர்பார்த்தான் அதில்? நெகிழ்ச்சியா? மென்மையா? என்னதான் அவளுடைய தீர்மானத்தை ஏற்றுக்கொண்டு விட்டிருந்தா னென்றாலும் அந்தக் குழந்தையின் பால்வடியும் முகத்தைப் பார்த்தால் மனம் மாறிவிடுவாள் என்ற ஒரு திருட்டு ஆசை இருந்ததா? ராஜாஜி நகருக்குள் நுழைந்ததிலிருந்தே அவனுள் ஏறத் தொடங்கியிருந்த படபடப்புக்கு அதுதான் காரணமா? இப்போது வள்ளியின் முகத்துச் சலனமின்மையைப் பார்த்தபோது, உதகையின் பனிமலைகளிடையும் இங்கே பெங்களூரின் இதமான மாலைத் தண்மையிலும் உணர்வாகாத பிறிதொரு கடும் குளிரில் நெஞ்சம் உறைந்துபோயிற்று.

“என்ன பார்க்கறீங்க?” வள்ளி மெல்லச் சிரித்தாள்.

“பிள்ளையைப் பார்த்ததும் பாசம் பொங்கிட்டு வருதா?”

“பிள்ளையைப் பார்த்தால்தான் பாசமா?”

வள்ளியின் சிரிப்பு மறைந்தது. “அப்படின்னா? . . . சரி, உங்க இஷ்டம், என்கிட்ட உறுதின்னு சொன்னதையும் மீறி உங்களுக்குப் பிள்ளைப் பாசம்தான் பெரிசாய்ப் போச்சுன்னா அப்படியே இருக்கட்டும் . . . நான் . . .”

ஒட்டி நின்றவள் கத்தரித்தாப் போல் விலகினாள். கறுப்புக் கண்ணாடியைக் காருக்குள் எறிந்துவிட்டு டிக்கியின் பக்கம் நடந்து சென்றாள். வண்டியின் பின்புறக் கண்ணாடியில் ஒட்டியிருந்த வேங்கடேசுவர சுவாமியின் படத்தைப் பார்வையின்றி வெறித்துக் கொண்டே, பகல் முழுவதும் நீண்ட சாலைப் பயணம் செய்திருந்ததன் விளைவாக டிக்கியின்மீது அப்பியிருந்த புழுதியில் விரலால் கோடு கிறுக்கினாள்.

அழகேசன் ஒன்றும் சொல்லாமல் அவளிடம் வந்து கையோடு கை இணைத்துக்கொண்டான். அவன் முகத்தை ஏறிட்டுப் பார்த்த வள்ளி திருப்தியுற்றுப் புன்முறுவலித்தாள்.

“அதோ முத்துவும் அவன் பெண்ஜாதியும் நம்மை வரவேற்க வராங்க. வா, வீட்டுக்குள் போகலாம்.”

வாயில் முகப்பினுள் அவர்கள் நுழைந்த அதே நேரம் அழகேசனின் மைத்துனன் முத்தையன் மடித்துக் கட்டியிருந்த வேட்டியைச் சரியாக நீளமாய் அவிழ்த்துவிட்டுக்கொண்டவாறே தன் மனைவி பாரிஜாதத்துடன் வெளியே வந்தான்.

விளையாடும் சிறுவர்களில் மூத்தவனின் தலை தற்செயலாய் வாயிற்புறமாக நிமிர்ந்தது: "டே கண்ணா! உங்கப்பாடா!" என்றான் மெதுவாக.

கண்ணன் தலையை உயர்த்தினான். தந்தையைக் கண்ட உணர்ச்சி ஏதும் தெளிவாக முகத்தில் பதியவில்லை. ஒரு மாதத்துக்கு மேலாகவே இங்கு இருந்து இனிமையாய்ப் பொழுது போக்கி வந்திருந்த புதிய நியதியில் தந்தையின் தோற்றம் ஓர் அநாவசியத் திகைப்பாக மட்டுமே கணநேரம் பார்வையில் இடறியது.

"நல்லாயிருக்கியாடா கண்ணா?" என்றான் அழகேசன். கைகள் ஆவலாய் முன்னே நீண்டு மகனை இழுத்துக்கொண்டன. ஆனால் அருகில் வள்ளியின் இருப்பை உணராதிருக்க முடியவில்லை. வாஞ்சை யுடன் தழுவத் துடித்த கரங்களில் ஒரு சம்பிரதாயத் தட்டல் மட்டுமே மிஞ்சியது.

"நல்லாயிருக்கியாடா கண்ணா?"

"ம்."

வாசல் வராந்தாவில் நின்றபடி வள்ளியைக் கண்களால் ஆராய்ந்து கொண்டிருந்த பாரிஜாதம் சட்டென்று இந்தக் காட்சியைக் கூர்மையான பார்வையில் பதித்துக்கொண்டாள்.

வள்ளி அவளை ஒரு முறை ஏற இறங்கப் பார்த்துவிட்டுக் கணவனின் பக்கம் திரும்பி "எனக்கு அசதியாயிருக்குது. ஏங்க, நாம் இப்படி வாசலிலேயேதான் நின்னுகிட்டிருக்கணுமா?" என்று அவன் தோளைத் தட்டினாள்.

அழகேசன் மகனை விட்டுவிட்டுத் திரும்பினான். "ஸாரி வள்ளி. அறிமுகம் செஞ்சு வைக்கவே மறந்துட்டேன், இல்லே?"

அறிமுகங்களும் வணக்கங்களும் நடைபெற்றன.

"ஊட்டியிலிருந்தே ட்ரைவ் பண்ணிகிட்டு வந்திருக்கே, இல்லையா அழகு? காலையில் எத்தனை மணிக்குக் கிளம்பினீங்க ரெண்டு பேரும்?" என்று முத்தையன் விசாரித்தான்.

"பத்து மணி இருக்கும்" என்று பதிலளித்து அழகேசன் மீண்டும் ஓரக்கண்ணால் மகனைப் பார்த்தான். கண்ணன் இப்போது பழையபடி மற்றக் குழந்தைகளுடன் சேர்ந்துகொண்டிருந்தான். ஆனால் பம்பர விளையாட்டுத் தொடரவில்லை. பெரியவர்களின் இருப்பு ஆட்டத்துக்குப் பெரும் இடையூறாக இருந்தது.

"ரோடு மண் பூரா எங்கமேலேதான். தலை, உடம்பு, துணி எல்லாம் வெறும் புழுதி. கொஞ்சம் குளிச்சால் தேவலை. முடியுமா?" என்றாள் வள்ளி பாரிஜாதத்திடம்.

பாரிஜாதம் சிரித்தாள். "முடியுமான்னா என்ன அர்த்தம்? எங்க வீட்டிலும் பாத்ரூம் இருக்குது."

வள்ளியின் முகம் சிவப்பதைக் கண்ட முத்தையன் அவசரமாக, "தண்ணியெல்லாம் ரெடியாய் ஹீட்டர் போட்டுச் சுடவச்சிருக்குதுங்க! நீங்க போய்க் குளிச்சவுடன் காப்பி பலகாரம் சாப்பிடலாம். பாரிஜாதம், அந்தம்மாவை உள்ளே அழைச்சுகிட்டுப் போய் முதல்ல குங்குமம் குடு; முதல் முதலா நம்ம வீட்டுக்கு வராங்க" என்றான். வள்ளியை அநாவசியமாக எதிர்த்துக்கொண்டால் காரியம் கெட்டுவிடக்கூடும்! அவனும் பாரிஜாதமும் பேசி முடிவு செய்திருந்த தீர்மானத்தை நிறைவேற்றும் வரை எவ்வளவு நயமாய் நடந்துகொண்டாக வேண்டும்!

இரண்டு பெண்களும் வீட்டுக்குள் சென்றார்கள். அழகேசன் காருக்குச் சென்று பின் இருக்கையிலிருந்து ஒரு ஸூட்கேஸை எடுத்துக் கொண்டு வந்தான்.

"அப்புறம் என்னப்பா சமாசாரம் அழகு? ஹனிமூனெல்லாம் முடிஞ்சுது போலிருக்கு. ரெண்டு வாரத்துக்கு ஹனிமூன்னு சொல்லிட்டு ஒரு மாசமாக்கிட்டியே!" என்றான் முத்தையன் அழகேசனோடு சேர்ந்து வீட்டுப் பக்கமாக நடந்துகொண்டே.

"எனக்கு ஆபீசில் நிறைய லீவு சேர்ந்திருந்தது. வள்ளியும் இன்னும் சில இடங்களில் தன் சிநேகிதிங்க சிலபேரைப் பார்க்கணும்னு சொன்னாள். சொந்தமாய் கார்தான் இருக்குதே! அதனால் காரிலேயே அங்கேயெல்லாம் முதல்ல போய்ட்டு அப்புறம் நிம்மதியாய் ஊட்டியில் ரெண்டு வாரம் இருந்துட்டு நேரே வரோம்."

"ஊட்டியில்கூட இப்பல்லாம் குளிர் அதிகமில்லேன்னு சொல்லிக் கிறாங்க."

"ஆமாம். எனக்கும் அப்படித்தான் தோணிச்சு. நாங்க காலை பத்து மணிக்குக் கிளம்பறபோதே ஸ்வெட்டர் எதுவும் தேவைப்படலே. கூடலூர் தாண்டினதும் நல்ல வெயிலே தெரிய ஆரம்பிச்சிட்டுது. மெட்ராஸூக்குப் போனதும் இன்னும் வெந்து சாகணும்."

ஏதேதோ பேசிக்கொண்டிருந்தாலும் இருவர் மனத்திலும் கனத்துக் கொண்டிருந்த பிரச்னை கண்ணன்தான். அழகேசன் தலையைத் திருப்பி மறுபடியும் வாசல்பக்கம் பார்த்தான். குழந்தைகளுடன் இப்போது வேறு சில சிறுவர்களும் சேர்ந்திருந்தார்கள். பக்கத்து அல்லது எதிர்வீட்டுக் குழந்தைகளோ? இந்தச் சூழ்நிலையில் கண்ணனின் முகம்தான் எத்தனை பிரகாசமாயிருக்கிறது? இரண்டு ஆண்டுகளுக்கு முன் அவன் தாய் இறந்தது முதல் வீட்டில் தந்தையோடும் தாதியோடும் வாழ்ந்து வந்த காலத்திலெல்லாம் இல்லாத ஒரு புதிய பொலிவல்லவோ இப்போது அவன் கண்களில் தெரிகிறது! இங்கே சந்தோஷமாய் இருக்கிறான் போலும். அவனுக்கு ஏற்ற தோழமை, விளையாட்டு . . .

உட்பக்கம் மறுபடியும் திரும்பியபோது சோலையம்மாள் காணப் பட்டாள். அழகேசன் கைகளை இணைத்துக் கும்பிட்டவாறே "வணக்கங்க" என்றான்.

"வாங்க" என்றாள் சோலையம்மாள். மிகவும் முயன்று தன் மனக்குமுறலை மறைத்துக்கொண்டாளே தவிர முன்புபோல் 'வாங்க மாப்பிள்ளை' என்று சொல்ல என்ன இருந்தாலும் நா எழவில்லை. மகளே போனபிறகு மாப்பிள்ளை உறவு ஒரு கேடா? அதுவும் கண்ணனுக்குத் தந்தையாக மட்டும் அவன் இருந்திருந்தால் அந்த விச்வாசத்துக்காகவேனும் ஒரு மருமகனின் அந்தஸ்தை அவனுக்குத் தரலாம். இப்போதுதான் இன்னொரு துணையைத் தேடிக்கொண்டு விட்டானே! 'மாப்பிள்ளை' என்று அழைக்கப் புதிய மாமியார் வந்துவிட்டாள்... சோலையம்மாளின் வயிறு கொதித்தது. மகளை இழந்து துக்கம் இரண்டு ஆண்டுகளாகியும் குறையவில்லை. இந்த முத்துமட்டும் அதற்குள் தங்கையை எப்படி மறந்து போனான்? அந்தப் புதுப்பெண் வள்ளியைப் பார்த்தாலே அவள் நெஞ்சு பற்றி எரிகிறபோது முத்துவால் எப்படி அவளையும் அழகேசனையும் இத்தனை இயல்பாக வீட்டினுள் அழைத்து உரையாட முடிகிறது?

ஆனால் அவன் மட்டும் வெறும் நட்புக்காகவா செய்கிறான்? ஊட்டியிலிருந்து அழகேசன் எழுதியிருந்த கடிதத்தின் விளைவு இதெல்லாம். தனக்கு இளைய தாரம் வந்துவிட்டதால் கண்ணன் தங்களுடன் சேர்ந்து இருக்கச் சங்கடப்படுவான் என்றும், அதனால் அவன் தொடர்ந்து இங்கு மாமன் வீட்டிலேயே இருந்தால் எல்லோருக்கும் சௌகரியமென்றும், அவனது பராமரிப்பின் செலவு முழுவதையும் தான் ஏற்றுக்கொள்வதாகவும் அழகேசன் முத்துவுக்கு எழுதியிருந்தான். அந்தக் கடிதம் வந்த அன்று இந்த வீட்டில் எப்படிப் புயல் வீசியது என்று சோலையம்மாளுக்குத் தெரியும். பாரிஜாதம் அப்படி வெகுண்டாள். கடைசியில் முத்தையன் அழகேசனுக்கு, அவன் சொன்ன ஏற்பாட்டைத் தன்னால் ஏற்க முடியாமலிருப்பதாகவும், அதற்காக மிகவும் வருந்துவ தாகவும், சென்னைக்குத் திரும்பு முன் அவன் இங்கே பெங்களூருக்கு வந்துவிட்டுப் போனால் நேரிலேயே விஷயத்தை நன்கு அலசிப் பேசிவிடலாமென்றும் பதில் எழுதினான். அதன் தொடர்ச்சிதான் இன்று அழகேசனின் வருகை.

"ஊட்டியிலேருந்து உங்களுக்காக யூகலிப்டஸ் தைலம் ரெண்டு பாட்டில் கொண்டுவந்தேன்" என்றவாறு அழகேசன் தோல் பெட்டியின் ஃஜிப்பை இழுத்துத் திறந்து எடுத்துக் கொடுத்தான். "உனக்கு மலைத்தேன் கொண்டு வந்திருக்கேன் முத்து. மூணு குழந்தைகளுக்கும் சாக்லேட்."

மூன்று குழந்தைகள் என்று மூவரையும் ஒன்றாக்கிப் பேசியதில் அவற்றில் ஒன்று தன்னுடையது என்ற உண்மையை அப்புறப்படுத்தி விடும் தந்திரத்தைக் கவனித்துச் சோலையம்மாள் துணுக்குற்றாள்.

"ரெண்டு நாள் இருப்பீங்களா?" என்றாள்.

"நாளைக்கு ராத்திரி கிளம்பறோம்."

"ரயிலிலா?"

"இல்லை, காரிலேயேதான்."

"பின்னே ராத்திரின்னு சொன்னீங்களே."

"நைட் ட்ரைவிங்தான் எனக்குச் சௌகரியம். வெயிலில் கஷ்டப் படாம விடியற்காலைக்குள் மெட்ராஸ் போய்ச் சேர்ந்துடலாம்.

"பகலில் கார்ச் சவாரி பண்ணினால் குழந்தை வேடிக்கை பார்த்துக் கிட்டே வருவான்."

கிழக்கண்கள் தாபத்துடன் அழகேசனின் முகத்தில் தேடின. இதற்கு என்ன சொல்லப்போகிறான் இவன்? அந்தக் குழந்தைக்கு தந்தையின் அரவணைப்பு உண்டா? இவன் என்ன முடிவுடன் வந்திருக்கிறான்?

அழகேசன் சிறிது நேரம் ஏதும் சொல்லவில்லை. கடைசியில் அவன் பேசியபோது அது அவள் பேச்சுக்கு நேர்ப்பதிலாக இல்லை. "வள்ளி குளிச்சிட்டு வந்துட்டாளா? அப்புறம் நானும் போய்க் குளிக்கணும்... வள்ளிதாங்க என் சம்சாரத்தின் பேர். நான்... நான்... இப்போ ரெண்டாம் கல்யாணம் கட்டிக்கிட்டவன் என்கிறதை நீங்க நினைவு வச்சுக்கணும்..."

அதை மறக்க முடியுமா? என்றபோது சோலையம்மாளின் குரலில் சூடு ஏறியது. முத்தையன் எச்சரிக்கை செய்பவன் போல் அவளை விழித்துப் பார்த்தான். கிழவி பொருட்படுத்தவில்லை.

அழகேசன் அந்த முதிய முகத்தின் வேதனைக் கோடுகளை ஒரு கணம் மௌனமாய் வெறித்தான். பிறகு, "நீங்க கோபப்படறது நியாயந்தான். ஆனா நான் சன்னியாசியில்லே" என்றான்.

"இதுவே நீங்க கண்ணை மூடியிருந்தால் என் மகள் ஆயுசுக்கும் சன்னியாசியாய் இருந்திருப்பா, இல்லையா?"

"அம்மா!" என்றான் முத்தையன் அதட்டலாக. சோலையம்மாள் சட்டென்று முகத்தைத் திருப்பிக்கொண்டாள். அழகேசன் யோசனையோடு தலைகுனிந்திருந்தான்.

"உயிரோடு இருக்கிறவங்களைப் பார்த்து இப்படிக் கேக்கறது எத்தனை அநாகரிகம்! உங்களுக்கு இன்னிக்கு என்னம்மா ஆயிடுச்சி?" என்றான் முத்தையன்.

"அவங்களை ஏதும் சொல்லாதே முத்து."

வள்ளியும் பாரிஜாதமும் அறைக்குள் வந்தார்கள். வள்ளி உடை மாற்றி, நீள அவிழ்த்துத் தொங்கவிட்ட ஈரத் தலைமுடியைத் துவாலையால் துவட்டிக்கொண்டிருந்தாள். "நீங்க போய்க் குளியுங்க, அப்புறம் பலகாரம் சாப்பிடலாம். எனக்குப் பசிக்குது" என்றாள் கணவனிடம்.

"பசிச்சா நீ சாப்பிட்டுடு. ஏழு மணியாகப் போவுது. நான் இன்னும் கொஞ்சநேரம் கழிச்சுப் பலகாரம் சாப்பிடறேன். ராத்திரி சாப்பாடு வேணாம். இப்போ கொஞ்சம் காப்பி மட்டும் கொடுத்தீங்கன்னா

போதும்” என்று கடைசி வார்த்தைகளைப் பாரிஜாதத்தைப் பார்த்து சொல்லிவிட்டு அழகேசன் கோட்டைக் கழற்றினான்.

“எத்தனை மணிக்கு உங்க வீட்டில் சாப்பாட்டு நேரம்?” என்று பாரிஜாதத்திடம் கேட்டாள் வள்ளி.

“எட்டு மணிக்கு. குழந்தைங்க மட்டும் ஏழுக்கெல்லாம் சாப்டுடுவாங்க.”

“அப்படின்னா எனக்கும் இப்ப வெறும் காப்பி போதும். நானும் ராத்திரி பலகாரம் சாப்டுக்கறேன். இப்போ நீங்க எங்களுக்காக ஒழிச்சு விட்டிருக்கிற ரூமுக்குப் போகட்டுமா? ரொம்ப களைப்பாயிருக்குது.”

“சும்மா சாப்பாட்டு இடத்துக்குத்தான் வந்து உட்காந்திருங்களேன். குழந்தைங்க சாப்பிடறதைப் பார்க்கலாம்” என்றாள் பாரிஜாதம்.

“அதில் பார்க்க என்ன இருக்குது?”

“கண்ணன் என்ன சாப்பிடறான்னு நீங்க தெரிஞ்சுக்க வேணாமா? அதுக்காகத்தான்.”

“நான் ஏதும் தெரிஞ்சுக்க வேணாம்.”

“இனிமேல் இதையெல்லாம் கவனிக்க வேண்டியதே நீங்க தானே!”

“நான் ரூமுக்குப் போறேன்” என்று வள்ளி திரும்பினாள்.

“காப்பி குடிக்காமலா? கொஞ்சம் இருங்க. அட, இதெல்லாம் என்ன பாக்கெட்டுங்க?”

“சாக்கலேட். குழந்தைங்களுக்காக அழகு வாங்கி வந்திருக்கான்” என்றான் முத்தையன்.

பாரிஜாதம் பொட்டலங்களைக் கையில் எடுத்தாள். “அட! எல்லாம் உசத்தியான ஸ்விட்ஜர்லந்த் சரக்கு! மூணு பாக்கெட்டா? இதில் பெரிசுதான் கண்ணனுக்கா?”

“அப்படி ஏதும் வித்தியாசமில்லே. எல்லாத்தையும் சமமாய்ப் பிரிச்சுக் கொடுங்க” என்றாள் வள்ளி.

“அது எப்படிங்க வித்தியாசமில்லாம போகும்? பெத்த பிள்ளைன்னா அலாதியில்லையா? கண்ணன் அவரைச் சேர்ந்தவன். அதை மறந்துடாதீங்க.”

“இதுக்குத்தான் ஹோட்டலில் தங்கலாம்னு நான் அடிச்சுக்கிட்டேன். கேட்டீங்களா?” என்று உரக்கக் கூவிக் கணவனை முறைத்துப் பார்த்து விட்டு வள்ளி அங்கிருந்து வேகமாய்ச் சென்றாள்.

“உள்ளதைச் சொன்னால் உங்க பெண்ஜாதிக்கு ஏங்க இத்தனை கோவம் வருது? கண்ணன் விஷயத்தை நாம் இப்பவே பேசிப் பைசல் பண்ணிவிட்டால் நல்லதுன்னு நினைக்கறேன்” என்றாள் பாரிஜாதம் படபடப்பாக.

அழகேசன் கைக்குட்டையால் முகத்தைத் துடைத்துக்கொண்டான். “இன்னிக்கு ஒரு ராத்திரி போகட்டுமே. பிரயாண அலுப்பு ரொம்ப அசத்துது. பொழுது விடியட்டும். நாளைக்கு இந்த விஷயத்தைத் தீரப் பேசி முடிவு செய்துடலாம்” என்றவாறு மனைவியை விரைவாய்த் தொடர்ந்து சென்றான்.

சோலையம்மாள் கண்ணீரை விழுங்கிக்கொண்டு குழந்தைகளுக்கு உணவு படைக்க உள்ளே போனாள்.

○

“கொஞ்சம் இப்படி வாங்க,” பாரிஜாதம் மெல்லிய குரலில் கணவனை அழைத்தாள். இருவரும் வாசலுக்கு வந்தார்கள். “அந்தப் பொம்புளை மகா கெட்டிக்காரிங்க! பையனைக் கூட்டிகிட்டுப் போற எண்ணமே அவளுக்கு இல்லே” என்றாள் பாரிஜாதம்.

“ஆமாம்.”

“அந்த மனுஷன் தன் குழந்தையை ஆசையாய்க் கட்டிக்கக்கூட எப்படித் தயங்கினார் பார்த்தீங்களா? பெண்டாட்டின்னா அப்படி ஒரு பயமா? கல்யாணமாகி ஒரு மாசம்தான் ஆவுது. அதுக்குள் இப்படியா!”

“பின்னே இளையாள் மோகம்னு சும்மாவா சொல்றாங்க! அவளுடைய போக்கைப் பார்த்தால்தான் எனக்கு ஒரு பயம் வருது பாரிஜாதம்.”

“என்ன பயம்?”

“இப்படி வேண்டாம்னு தள்ளுகிற ஒருத்தியோடு பிள்ளையை அனுப்பிச்சா நாளைக்கு அது மாற்றாந்தாய்கிட்ட கொடுமைப் பட்டுதுன்னா?”

பாரிஜாதம் அவனை உக்கிரமாய் ஏறிட்டுப் பார்த்தாள்.

“அப்படிங்களா விஷயம்? தங்கச்சி பிள்ளையைக் கூடவே வச்சுக்கணும்தான் உங்களுக்கும் ஆசையா?

“இல்லையில்லை பாரிஜாதம், அதெல்லாம் ஒண்ணுமில்லே. சும்மா ஒரு இதுக்காக, ஒரு பேச்சுக்காகச் சொன்னேன் ... என்னமோ பரிதாபமாய் இருந்துச்சு ...”

“ஆயி அப்பன் இல்லாத குழந்தைன்னா பரிதாபப்படணும். பெத்த தகப்பன் கல்லாட்டம் இருக்கறப்ப நாம் பரிதாபப்படவோ நம்மோடு வச்சுக்கிட்டு வளர்க்கவோ என்ன அவசியம்?”

“அதுக்கில்லே ... நான் எதுக்குச் சொன்னேன்னா ... பணச் செலவை எப்படியும் அழகுதான் செய்யப்போறான். பார்த்துக்கறதுக்குத் தான் அம்மா இருக்காங்க. இதில் உனக்கோ எனக்கோ தனிப்பட்ட ஒரு கஷ்டமும் இல்லையேன்னு சொல்ல வந்தேன் ...”

“இதோ பாருங்க. எனக்கு மாப்பிள்ளை தேடறபோதே எங்கப்பா அம்மா புகுந்த வீட்டு ஜனங்க தொல்லை இல்லாத இடமாய்த்தான் தேடினாங்க. ஏதோ கடைசியில் இந்த இடந்தான் அமைஞ்சுது. ஒரே நாத்தி, அவளையும் கட்டிக் கொடுத்தாச்சு. அப்புறம் வீட்டிலே இருக்கிறது ஒரு விதவை மாமியார்தானே, மகனை நம்பி வாழறவங்க ளானதால் மருமகள்கிட்ட சரியாய் நடந்துப்பாங்க அப்படின்னு நினைச்சு என்னை உங்களுக்குக் கட்டிவச்சாங்க. நானும் இதுவரை உங்கம்மாகிட்ட அவமரியாதையாய் நடந்துகிட்டிருக்கேனா? உங்க தங்கச்சி உயிரோடு இருந்த வரையில் அவளோடும் நான் ஏதும் சண்டைபோட்டதில்லே. நமக்குக் குழந்தை பிறந்தப்புறமும் சில வருஷம் அவள் குழந்தையில்லாம இருந்தபோதுகூட அவளை ஒரு வார்த்தை ஏளனமாய்ப் பேசினதில்லே. ஆனா இப்ப அவள் மகன் ஒரு பெரிய பிரச்சனையாய் நிக்கறான். அவன் இங்கே தங்கினால் நாளைக்கு உங்க தங்கச்சி புக்ககத்துக்காரங்கன்னு பல பேர் வருவாங்க, போவாங்க. நாம் தடுக்க முடியாது. அதிக மனுஷங்க வேணாம்னு நினைச்சதுபோக ஒவ்வொண்ணாய் உறவுன்னும் சொந்தம்னும் வந்து சேரும். அதையெல்லாம் ஏத்துக்க நான் தயாராயில்லே. உங்களைப் பெத்தவங்க என்ற முறையில் உங்கம்மா நான் இருக்கிற வீட்டில் இருக்கலாமே தவிர உங்களுடைய மத்த சொந்தக்காராங்க யாரோடும் சேர்ந்திருக்கிற எண்ணம் எனக்குக் கிடையாது. இதை நீங்க புரிஞ்சு கிட்டா நம்ம எல்லோருக்குமே நல்லது. இல்லேன்னா நீங்களும் உங்கம்மாவும் உங்க மருமகனும் இந்த வீட்டில் குஷாலாய்க் குடித்தனம் நடத்துங்க. என் பிள்ளைங்களோடு நான் வெளியே போயிடறேன்.”

“வெளியே போறேன் போறேன்னு அந்த ஒரு வார்த்தையை மட்டும் என் காது கேட்கச் சொல்லாதே பாரிஜாதம்! நான் தாங்க மாட்டேன். உனக்கு இஷ்டமில்லேன்னு நீ சொன்னதிலேருந்தே நான்தான் உன் தீர்மானத்தை ஏத்துக்கிட்டேனே! அப்புறம் ஏன் இப்படியெல்லாம் பேசறே?”

“அப்படின்னா உங்க உறுதியைக் காரியத்தில் காட்டுங்க. அந்தப் பொம்புளையை லேசுப்பட்டவளாய் நினைக்க வேணாம். கண்ணனை நம்ம தலையில்தான் கட்டப் பார்ப்பாள். இந்தச் சொகுசுக்காரிக்கு மூத்தாள் பிள்ளை ஆகாட்டி அதுக்கு நாம்தானா பொணை? அது ஒண்ணு இருக்குன்னு தெரிஞ்சுதானே ரெண்டாம் தாரமாய்க் கழுத்தை நீட்டினா? இப்ப வேணாம்னா விடுமா? கல்யாணத்தப்ப பையன் அங்கே இருக்க வேணாம், அப்புறம் ஒரு பத்து நாள் ஹனிமூன் அப்படின்னு ஏதேதோ சொல்லி இங்கே அனுப்பி வச்சாங்க. மெள்ள கிட்டதட்ட நாப்பது நாளாக்கிட்டாங்களே ஏற்கனவே! அந்தக் கெட்டிக்காரத்தனத்தைப் பார்த்திங்களா?”

“நீ சொல்றது சரிதான்.”

“நாளைக்கு ராத்திரி அவங்க ஊருக்குக் கிளம்பறபோது பையனும் அவங்களோடு கிளம்பியாகணும். இதைக் கண்டிப்பா அவங்களண்டை

சொல்லிடுங்க. வழவழா கொழகொழன்னு இருந்தீங்கன்னா அந்தப் பொம்புளை நம் எல்லோரையும் உயிரோடு சாப்பிட்டு ஏப்பம் விட்டுடுவா."

"நான் நாளைக்கு உறுதியாய் அவங்களண்டை நம்ம தீர்மானத்தைச் சொல்லிடறேன் பாரிஜாதம். ஒண்ணும் கவலைப்படாதே. பிள்ளையைக் கட்டாயம் அவங்ககூட அனுப்பிவச்சிடுறேன்" என்றான் முத்தையன்.

○

"உங்க மச்சான் பெண்ஜாதியை லேசுப்பட்டவள்னு நினைக்காதீங்க. பிள்ளையை இங்கே வச்சுக்கற எண்ணமே அவளுக்கு இல்லே" என்றாள் வள்ளி அன்றிரவு தன் கணவனிடம்.

யோசனையோடு சுவரைப் பார்த்துக்கொண்டிருந்த அழகேசன் சட்டென்று திரும்பி "ஆமாம் வள்ளி. அதனால்தான் எனக்குத் தோணுது . . ." என்று ஆவலுடன் தொடங்கி, அவள் கண்கள் கடுமை யாவதைக் கண்டு உடனே நிறுத்திக்கொண்டான்.

"என்ன தோணுது?" என்றாள் வள்ளி அவனைக் கூர்மையாய் நோக்கியவாறே.

"ஒண்ணுமில்லே."

"என்கிட்ட எதையும் மறைச்சா எனக்குப் பிடிக்காது. தெரியுமில்லே?"

"கோச்சிக்காதே வள்ளி, நான் உன்கிட்ட மறைப்பேனா? ஒண்ணு மில்லே . . ." அருகில் நெருங்கி உட்கார்ந்து அவளது இன்னும் ஈரம் முற்றிலும் காய்ந்திராத கூந்தலை மெல்ல வருடினான். "உன் முடி சில்க் மாதிரி இருக்குது வள்ளி."

"பேச்சை மாத்தவேணாம், விஷயத்துக்கு வாங்க. என்ன சொல்ல நினைச்சீங்க?"

"ஐ லவ் யூன்னு சொல்ல நினைச்சேன்."

"பையனைக் கூடவே வச்சுக்கணும்னு ஆசையாயிருக்குதா?"

"வெல் . . . இத்தனை காலமாய் என் கூடத்தான் இருந்திருக்கான். அப்படியே இனியும் இருந்துட்டுப் போறதில் பிரமாத தொல்லை என்ன வந்துடப் போகுது?. . . அப்படி முழிச்சுப் பார்க்காதே வள்ளி! உன் கோவத்தை என்னால் தாங்க முடியுமா? உனக்கு இடைஞ்சலே இல்லாமே தனியாய் அவனுக்குன்னு ரெண்டு ரூமை ஒதுக்கி வச்சுடறேன். வழக்கம்போல வேலைக்காரியே அவனைக் கவனிச்சுக்கட்டும் . . ."

வள்ளி விருட்டென்று எழுந்து தன் பெட்டியின் அருகில் சென்றாள். "இங்கிருந்து பம்பாய்க்குப் போற அடுத்த ரயில் எப்ப கிளம்புது?"

அழகேசன் பதறி எழுந்து வந்து அவளை அணைத்துக்கொண்டு முகத்தைப் பற்றி நிமிர்த்தினான். "என்ன வள்ளி இது? நீ கோச்சுக்

கிட்டுப் பிறந்தகம் போற மாதிரி இப்ப என்ன நடந்துட்டுது? சும்மா ஒரு பேச்சுக்குச் சொன்னால்."

"சும்மாக்கூட எனக்கு அந்தப் பேச்சுப் பிடிக்கலே. பையனை இங்கே விட்டு வைக்கிறதுக்கு வேண்டிய ஏற்பாட்டைக் கவனிக்கறதானால் மேலே பேசலாம். இல்லேன்னா ..."

"என்னை விட்டு நீ போனால் நான் தாங்குவேனா வள்ளி? உன் இஷ்டத்தை மீறி எதுவும் செய்வேனா? நீ சொன்னதால்தானே நான் ஊட்டியிலிருந்து முத்துவுக்கு அந்த மாதிரி ஒரு காகிதம் எழுதினேன்?"

"பின்னே இப்ப ஏன் கால் மாறறீங்க?"

"ஒண்ணுமில்லே ... வந்து ... ஸ்கூல் விஷயம் ஒண்ணு இருக்குது. இங்கே ஸ்கூலில் சேர்ந்தால் அவன் கன்னடம் படிக்கணும். அவனுக்கு அந்த பாஷை தெரியாது."

"தன்னாலே கத்துக்கறான். சின்னப் பிள்ளைங்களுக்கே எந்த பாஷையும் சட்டுனு வந்துடும்."

"அது சரி ..."

"இங்கே மாமன் குழந்தைங்களோடு விளையாடிப் பொழுது போக்கிட்டுச் சந்தோஷமாய் இருப்பான். மெட்ராஸில் இந்த கம்பெனி அவனுக்கு ஏது?"

"அதுவும் சரிதான் ..."

"பின்னே இன்னும் என்ன யோசனை? செலவு முழுக்க எப்படியும் உங்களுதுதான். பார்த்துக்கவோ அவனுடைய ஆயா இருக்காங்க. இதில் உங்க மச்சானுக்கோ அவரு பெண்ஜாதிக்கோ என்ன கஷ்டம்?"

"தாங்க எதுக்காகப் பார்த்துக்கணும்னு அவங்களெல்லாம் நினைக்கலாமில்லையா? கடைசியில் அவன் என் மகன்தானே?"

"அந்த நினைப்பைத் தான் என்னால் சகிச்சுக்க முடியலே."

அறை வெகு நேரம் மௌனத்தில் ஆழ்ந்திருந்திருந்தது.

"அப்போ ... முடிவாய் நீ என்னதான் சொல்றே வள்ளி?"

"இன்னுமா உங்களுக்குச் சந்தேகம்? அப்பப்பா, என்ன பிரச்சனை இந்தப் பையன்! இதோ, நல்லா கேட்டுக்குங்க. நாளைக்கு ராத்திரி நாம் ஊருக்குக் கிளம்பறப்ப பையனை இங்கே விட்டுட்டுத்தான் போகணும். அதை எப்படிச் சொல்லணுமோ சொல்லி அவர்களை ஒப்புக்க வைக்கிறது உங்க பொறுப்பு. அந்தப் பொம்புளை ரொம்ப பிடிவாதக்காரியாய்த் தெரியறா. அதை மீறிக்கிட்டுப் பிள்ளையை இங்கே விடணும்னா நீங்க ரொம்ப உறுதியாயிருந்தாகணும். உங்க

வழக்கமான மசமசப்பையெல்லாம் விட்டுடணும், என்ன சொல்றீங்க? என் இஷ்டப்படி நடத்தித் தரீங்களா அல்லது..."

"நீ சொன்னபுறம் அல்லதுன்னு ஒரு வார்த்தை எதுக்கு வள்ளி? கவலையே படாதே. நம்ம தீர்மானத்தை நாளைக்கு அவங்களண்டை கண்டிப்பாய்ச் சொல்லிக் கண்ணனை இங்கே விட்டுட்டே வரேன்" என்றான் அழகேசன்.

○

சோலையம்மாள் தன் படுக்கையில் குமுறிக் குமுறி அழுதாள்.

நாளை... நாளை...

நாளைக்கு என்ன ஆகப்போகிறது? நினைத்தாலே குலை நடுங்குகிறதே!

கண்ணா! கண்ணா! கண்ணா!

அழகேசனுக்குப் பெற்றோர் இல்லை. அவனுடைய உடன் பிறந்தவர்கள் யாரேனும் குழந்தையை வைத்துக்கொள்வார்களா என்று கடிதமெழுதி விசாரிக்கலாமா?

அவளே ஓர் ஆணாக இருந்தால் – சொந்த வருமானம் உள்ளவளா யிருந்தால் – தனியாய் வாழும் தகுதி படைத்தவளாயிருந்தால் – மகள் விட்டுச் சென்ற அருமைச் செல்வத்தை இப்படிப் பிறர் பந்தாட விடுவாளா? தன்னிடமே வைத்துக்கொண்டு பாதுகாப்பாளே!

மகளே, அடிப்பாவி, நீ செத்து இப்படி உன் மகனை ஒரு பிரச்சனையாக நிறுத்திவிட்டுப் போய்விட்டாயே!

நாளை... நாளை... நாளை...

நாளை வராமலே போகக் கூடாதா? காலம் இந்தக் கணத்திலேயே நின்றுவிடக் கூடாதா? இந்த இரவுப் பொழுது முடிவின்றி நீளக் கூடாதா? நளாயினியைப் போல் சூரியன் உதிக்காமற்போகச் சபிக்கும் ஆற்றல் அவளுக்கு இருக்கக் கூடாதா?

○

ஒளிமிக்க பெரிய விழிகள் அந்த இருட்டிலும் கருஞ்சுடர்களாய் மின்ன, முகம் கிளர்ச்சியுற்று விரிய, கண்ணன் தன் மாமனின் மகன் படுத்திருந்த அடுத்த படுக்கைக்கு அருகே மெல்ல நெளிந்து வந்து "டே பழனி!" என்று கிசுகிசுத்தான்.

இரவு பத்துமணி இருக்கும், சிறுவர்கள் படுத்திருந்த இடத்தில் விளக்குகள் அணைக்கப்பட்டு விடிவிளக்கு மட்டும் மங்கலாய் எரிந்தது. பழனி அநேகமாய்த் தூங்கிவிட்டான். வழக்கமாய்க் கண்ணனும் தூங்கிவிடும் நேரம்தான் இது. இன்று ஏன் விழித்திருக்கிறான்?

"என்னடா? நீ இன்னும் தூங்கலே?" என்றான் கண்களைத் திறக்காமலே.

"இல்லே, இதைக் கேளேன்..."

"போடா, எனக்குத் தூக்கம் வருது, நீயும் தூங்கு. நாளைக்குப் பேசிக்கலாம்" என்றபோதே பழனியின் குரல் மங்கியது. போர்வையை நன்றாய் மேலே இழுத்துவிட்டுக்கொண்டு திரும்பிப் படுத்தான்.

"ரொம்ப முக்கியமான விஷயம்டா! நான் சாப்டுட்டுக் கை கழுவ வாசலுக்குப் போனேன் பாரு? அப்போ வெங்கப்பா போய்க்கிட்டிருந்தான். என்னைப் பார்த்ததும் கிட்ட வந்து 'தம்பி, எங்க லில்லி சாயந்திரம் குட்டி போட்டுடுச்சு'ன்னு சொன்னான்" என்றான் கண்ணன்.

பழனியின் தூக்கம் நொடியில் மறைந்தது. போர்வையை உதறி விட்டுத் துள்ளி எழுந்து உட்கார்ந்தான்.

வெங்கப்பா மல்லேசுவரத்தில் ஒரு வீட்டில் தோட்ட வேலை செய்பவன். தாய்மொழி கன்னடமென்றாலும் அந்தப் பகுதியில் நிறையத் தமிழர்கள் வசித்ததால் அவனுக்குத் தமிழ் நன்கு தெரியும். பழனியும் கண்ணனும் வெளியே விளையாடப்போன சில சந்தர்ப்பங்களில் வெங்கப்பாவைக் கண்டு பரிச்சயமாகியிருந்தார்கள். குழந்தைகளை விரும்பும் வெங்கப்பா அவர்களுடன் நட்பை விரைவாக வளர்த்துக் கொண்ட பின், தான் வேலை பார்க்கும் வீட்டிலிருந்து பூந்தோட்டத்தைப் பற்றியும் வீட்டுக்காரரின் வெள்ளைநிறப் பெண் நாய் லில்லியைப் பற்றியும் அவர்களுக்குச் சொல்லியிருந்தான். லில்லி குட்டி போடப் போவதாய் அவன் அறிவித்தது மட்டுமன்றி, போட்டதும் அவர்களுக்கு ஒரு குட்டியைத் தருவதாகவும் வாக்களித்திருந்தான். எப்போதுமே எஜமானர் சில குட்டிகளை மற்றவர்களுக்கு அன்பளிப்பாய்த் தந்து விடுவதுதான் வழக்கமாம். ஆகவே இவர்களுக்கும் ஒன்றைத் தர அவர் மறுக்கமாட்டாராம்.

"நிஜம்மாவா! குட்டி போட்டுடுச்சாமா?" என்றான் பழனி. கண்ணன் எழுச்சி பொங்கும் முகத்தை மேலும் கீழுமாக வேகமாய் ஆட்டினான்.

"ஆமாம். அஞ்சு குட்டிங்களாம். மூணு வெள்ளையாம், ரெண்டு கறுப்பாம். ஏன்னா குட்டிங்களோட அப்பா கறுப்புக் கலராம். நமக்கு எது பிடிச்சிருக்கிறதோ பொறுக்கிக்கலாம்னு சொன்னான்" என்று உவகை குதிபோடும் ரகசியக் குரலில் அறிவித்தான் கண்ணன். பெரியவர்களுக்குக் கேட்டுவிடக் கூடாதே என்பதற்காகச் சிரிப்பைக் கஷ்டப்பட்டு உதடுகளுள் தேக்கி அழுந்த மூடிக்கொண்டிருந்தான். அந்த அழுத்தத்தால் நலுங்கிய ஈர இதழ்களும், ஆர்வத்தினால் சிவந்திருந்த உப்பிய கன்னங்களும் விடி விளக்கின் நீல ஒளியில் பளபளத்தன.

"இன்னும் என்ன சொன்னான் வெங்கப்பா?"

கண்ணன் மற்றவனை நெருங்கி உட்கார்ந்தான். முகத்தின் கறுப்பு நட்சத்திரங்கள் பின்னும் பிரகாசமாய்ச் சுடர்ந்தன. "அந்த வீட்டுக்காரர்

அவனை இன்னக்கி ராத்திரி ஏதோ வேலையாய் வெளியூர் அனுப்பறாங் களாம். அடுத்த வாரம் வந்துடுவானாம். வந்ததுமே நம்மை அந்தக் குட்டிங்களைப் பார்க்க அழைச்சுக்கிட்டுப் போவானாம். நமக்கு எதுவேணும்னு பார்த்துப் பொறுக்கிகிட்டா குட்டிக்குக் கண் தெறந்ததும் நம்மகிட்ட குடுத்துடுவாங்களாம்" என்றான் குரலில் சிலிர்ப்பு ஓட.

"ஆம்புளைக் குட்டிங்களா பொம்புளைக் குட்டிங்களா?"

"அஞ்சும் ஆம்புளையாம்."

"குட்! அப்ப நாம் அதுக்கு நல்ல நல்ல விளையாட்டெல்லாம் கத்துக்குடுக்கலாம். எனக்குப் பொட்டைங்களே பிடிக்காது."

"ஏண்டா பழனி..." கண்ணனின் குரலில் கவலை இழைந்தது. "சில நாய்ங்க பந்தை விட்டெறிஞ்சா ஓடிப்போய்க் கௌவி எடுத்துக் கிட்டு வந்து குடுக்குமே, நம்ம நாய் அந்த மாதிரி செய்யுமோ?"

"ஓ எஸ். கத்துக்குடுத்தா செய்யும்"

"நீ சாமர்த்தியமாய்க் கத்துக்குடுப்பியோ?"

"என் சாமர்த்தியத்துக்கென்னடா குறைச்சல்? நீதான் சின்னப் பையன். உனக்குத்தான் சாமர்த்தியமே கெடயாது."

"கெடயும்" என்றான் கண்ணன் ரோசத்துடன்.

"முதல்ல நல்ல பேராய்ப் பொறுக்கி வைக்கணும்டா."

"ஏதானும் சாமி பேர் வைக்கலாமா நம்ம குட்டிக்கு?"

இருவரும் ஒரே படுக்கையில் படுத்துக்கொண்டு ஒரே போர்வையால் போர்த்துக்கொண்டு சிறிது நேரம் நாய்க்குட்டியைப் பற்றியே குறுகுறுப் புடன் மெல்லிய குரலில் பேசிக்கொண்டார்கள். பிறகு பழனியின் கண்கள் சிறிது சிறிதாய் மூடிக்கொள்ளத் தொடங்கின. கண்ணனின் விழிகள் உலகத்தின் மகிழ்ச்சியையெல்லாம் கண்வழியே வாங்கிக் கொண்டுவிடும்போல் அகலத் திறந்து விரிந்திருந்தன. வாய் இன்னமும் ஈரப் புன்னகையில் அலர்ந்திருந்தது. கிளர்ச்சி மிகுதியினால் நெஞ்சு படபடவென்று வேகமாய் அடித்துக்கொண்டிருந்தது.

"டே பழனி!"

"ம்?" பக்கத்துக் குரலில் தூக்கக் கலக்கம்.

"அடுத்த வாரம் எப்போ வரும்னு இருக்குடா!"

"ம்"

சிறிது நேரம் மௌனம் நிலைத்தது.

"பழனி!"

பதிலில்லை.

"டே பழனீ ஈ ஈ!" கண்ணன் அவன் தோளில் லேசாய் ஒரு கிள்ளு கிள்ளினான்.

"ஸ், என்னடாது?" திடுக்கிட்டு விழித்த பழனி "என்னடா? இன்னும் தூங்கலையா நீ" என்றான்.

"நாம வெள்ளைக்குட்டி எடுத்துக்கலாமா? கறுப்புக்குட்டி எடுத்துக்கலாமாடா?"

"போய்ப் பார்த்து எது அழகாயிருக்குதோ எடுத்துக்கலாம். இப்ப தூங்குடா, நல்ல பிள்ளையில்லே!" என்று அவனை அணைத்துக் கொண்ட பழனி மறுவினாடியே ஆழ்ந்த உறக்கத்தில் மூழ்கிப் போனான்.

கண்ணனும் கண்களை இறுக மூடிக்கொண்டான். ஆனால் அவனுக்குத் தூக்கம் வரவில்லை. 'அடுத்த வாரம் வெள்ளை நாய்க் குட்டியைத் தேர்ந்தெடுப்பதா அல்லது கறுப்புக் குட்டியையா?' என்ற கேள்வியின் இன்பப் பரபரப்பு அவனைத் தூங்கவிடாமல் தடுத்தது.

கணையாழி, ஆகஸ்ட் 1973

மேதையின் மனைவி

மெல்லிய குரலில் தமக்குள் பேசிக்கொண்டிருந்த இருவரும் அந்த அம்மாள் அறைக்குள் நுழைந்ததுமே பேச்சை நிறுத்திவிட்டு எழுந்து நின்று கைகுவித்து "வணக்கம்" என்றனர்.

"நமஸ்காரம். உக்காருங்கோ!"

வந்த இருவருக்கும் நாற்பத்தைந்திலிருந்து ஐம்பதுக்குள் பிராயம் இருக்கலாம். ஒரே பாணியில் வேட்டி ஜிப்பா உடுப்பும், தடியான கறுப்புச் சட்ட மூக்குக் கண்ணாடியும், நெற்றியில் சந்தனக் கீற்றுமாகக் காட்சியளித்தார்கள். ஒருவர் கையில் தோல் பை இருந்தது. அவர் அம்மாளைப் பார்த்து, "நான்தான் விழாக் கமிட்டிச் செயலாளர் எழில்வேந்தன். இவர் திரு. ரங்கநாதன். மலருக்குப் பொறுப்பேத்திருக்கிறவர்" என்றார்.

அம்மாள் ஏதும் சொல்லாமல் தலையை இலேசாக அசைத்தாள்.

"விவரமெல்லாம்தான் நாங்க ஏற்கனவே தெரிவிச்சு எழுதிட்டோம். உங்களைச் சந்திக்க இன்னிக்கு வரலாம்னு உங்க பேத்தி எழுதியிருந்தாங்க."

"ம்."

"காலஞ்சென்ற திரு. பஞ்சநதம் அவர்களுக்கு நம்ம கர்நாடக சங்கீத உலகம் ரொம்பவும் கடமைப்பட்டிருக்குது. அவரைப் பத்தின குறிப்புகள் சங்கீத ரசிகர்களுக்கு ஒரு பெரிய பொக்கிஷம் மாதிரி இருக்கும்னு நினைக்கிறேன்."

"அவாளுக்கு மட்டுமென்ன? சங்கீத உலகத்தோடு சம்பந்தப் பட்ட மத்த வித்வான்கள், அப்புறம் விமர்சகர்கள், எங்களைப் போல் சபாக்களில் ஈடுபட்ட சங்கீத அபிமானிகள் யாருக்குமே அவருடைய வாழ்க்கையைப் பத்தின எந்த நுட்பமான விவரங் களும் தெரியாதே! அதனால் எங்களுக்கும் அந்தத் தகவலெல்லாம் ஒரு வரப்ரசாதமாய்த்தான் இருக்கும்" என்றார் ரங்கநாதன்.

"ம்"

வந்தவர்களுக்குச் சங்கடமாகிவிட்டது. எதிரேயுள்ள அந்தக் கிழ வடிவத்திலிருந்து இப்படி ஒவ்வொரு "ம் ம்"மாகத்தான் அவர்கள் தகவலையெல்லாம் பிடுங்கி இழுத்துச் சேகரித்தாக வேண்டுமா? கிழவியின் சார்பில் அவர்களுக்குக் கடிதம் எழுதி இன்று சற்றுமுன் வாசலில் அவர்களை வரவேற்று உள்ளே உட்கார வைத்து, "பாட்டியிடம் போய் நீங்க வந்திருக்கிறதைச் சொல்றேன்" என்று கூறிச்சென்ற இளம் பெண் எங்கே போனாள்?

"எங்களை சந்திக்க நீங்க முதலில் மறுத்தபோது நாங்க ரொம்ப சோர்ந்துட்டோம். கடைசியில் உங்க சம்மதம் கிடைச்சப்புறம்தான் நிம்மதியாச்சு" என்றார் எழில்வேந்தன்.

"ஆனா" அம்மாளின் சலனமற்ற முகத்தில் உதடுகள் அசைவதாகவே தோன்றவில்லை. "ஆனா இப்பவும் என்னால உங்களுக்கு உதவ முடியும்னு தோணலே."

வந்தவர்கள் முகங்கள் அதிர்ச்சி கொண்டன. எழில் வேந்தன் முதலில் சமாளித்துக்கொண்டார்.

"நீங்க ஏன் இப்படிச் சொல்றீங்கன்னு எங்களுக்குப் புரியலே. எங்க நிறுவனத்துக்கு தகவல் கொடுக்க உங்களுக்கு என்ன தடை இருக்க முடியும்? இது ரொம்ப பழமையான சபா, ரொம்ப கௌரவ மானது."

முதியவளின் முகத்தில் ஒரு புன்னகை கீற்றாக ஓடியது. "சாரதா சங்கீத நிலையம் வைர விழாக் கொண்டாடறது. என்னதான் எனக்குப் பாடத் தெரியாவிட்டாலும் சங்கீதமே காவிரியாய் ஓடற தஞ்சாவூர் ஜில்லாவைச் சேர்ந்தவள்தான் நானும். அதைவிட, ஒரு சங்கீத வித்வானின் வாழ்க்கையைப் பகிர்ந்துண்டவள். அந்த சகவாச தோஷத்தாலேயாவது அந்த நிலையத்தைப் பத்தி எனக்குத் தெரியாமலிருக்குமா? நீங்க அதை எனக்கு அறிமுகம் செய்ய வேண்டியதேயில்லை."

"கொல்லன் தெருவிலே ஊசி விக்க வந்துட்டேன் போல் இருக்குது. மன்னிச்சிடுங்க. எங்க அமைப்பைப்பத்தி இப்படி நல்ல அபிப்பிராயம் இருக்கிறப்ப நீங்க ஏன் ஒத்துழைக்க விரும்பலேங்கறீங்க?

"மலரைப் பத்தி உங்களுக்குச் சந்தேகமாயிருக்கா?" என்று இப்போது ரங்கநாதன் பேச்சைப் பிடித்துக்கொண்டார். "இந்த மலரில் பெரிய பெரிய இசை மேதைகளைப் பத்தியெல்லாம் பேட்டிகளும் கட்டுரைகளும் நினைவுகளும் வரப்போறது. நாங்க வெளியிடற மலர்களின் தரத்தைப் பத்தி உங்களுக்கு நிச்சயப்படுத்திக்கணும்னா..." அவர் எழில்வேந்தனிட மிருந்து தோல் பையை வாங்கித் திறந்தார்.

"வீணாய் சிரமப்படாதீங்கோ. உங்க மலரின் தரம் உசத்தியாய்த் தானிருக்கும் என்கிறதில் எனக்குச் சந்தேகமே இல்லை. ஆனாலும் இதுக்கு நீங்க கேக்கற மாதிரியான தகவல்கள் ஏதும் நான் கொடுக்கறதுக் கில்லையேன்னுதான் வருத்தம்."

இருவரும் திகைப்புடன் அந்த மெல்லிய குரல் வந்த திசையைப் பார்த்தார்கள். பலவீனக் குரலில் இத்தனை உறுதியான பேச்சை வெளிப்படுத்துவதும் சாத்தியமா? மெலிந்த கிழ வடிவத்துக்குள் இத்தனை வஜ்ரமா?

வியப்பும் இலேசான எரிச்சலும் இழைந்த அந்தப் பார்வைகளைக் கெளரியம்மாள் அமைதியாக எதிர்கொண்டாள். அறுபது பிராயத்தைக் கடந்துவிட்ட வடிவத்தில் சதைப்பற்றே இல்லை. எலும்புக்கூடாக ஆகிவிடாமல் தலைமுடியின் கீழே உடலின் மாநிறத்தில் தோல் அங்கங்கே சுருக்கம் கண்டு கோடு கிழித்திருந்தது. ‘காட்ராக்ட்’ கண்ணாடியின் சோடா புட்டிப் பருமனுக்குப் பின்னேயிருந்து கண்கள் பெரிதாக்கப்பட்டு முறைப்பது போல் வெறித்தன. ஆனால் முகபாவத்தில் கடுமை இல்லை. அந்த அமைதியைச் சாந்தம் என்றும் சொல்ல முடியாதபடி ஒருவகையான ஒதுங்கல் தன்மையே அதில் மேலோங்கி யிருந்தது. நெற்றியில் குங்குமமின்றி வெறும் விபூதிப் பூச்சு மட்டும் காணப்பட்டது. மூக்குத்திகளைக் களைந்து எத்தனையோ ஆண்டுகளாகி யிருக்க வேண்டும். எனினும் இப்போதும் மூக்கின் இருபுறமும் தூர்ந்த துளைகளின் அடையாளம் தெரிந்தது.

அந்த வடிவத்தில் இப்போதுள்ள ஒருவித இணக்கம் நிச்சயம் முதுமையின் பரிசுதான். வாலிபத்தில்கூட அவள் அழகாக இருந்திருக்க முடியாது.

மேலே அவளுடன் எப்படிப் பேசி அணுகுவது என்று யோசித்த அவர்கள் அறைக்குள் புவனா வருவதைக் கண்டு நிம்மதியடைந்து ஒரு புதிய நம்பிக்கை கொண்டார்கள்.

ஒரு தட்டில் இரண்டு கோப்பைகள் காப்பியோடு வந்த புவனா அவ்விருவரின் முன்னே ஒரு மேஜைமேல் ‘ட்ரே’யை வைத்தாள்.

“பாட்டிகிட்ட நீங்க வந்திருக்கிறதைச் சொல்லிவிட்டு நான் காப்பி கலந்துண்டு வரலாம்னு சமையல் கட்டுக்குப் போய்ட்டேன். அதுதான் உடனே வந்து இங்கே எல்லாரோடும் சேர்ந்துக்கலே. ரொம்ப ஸாரி.” வந்தவர்களிடம் முகமலர்ச்சியோடு பேசிய அந்த அழகான யுவதிக்குப் பதினேழு அல்லது பதினெட்டு வயது இருக்கலாம். தொடர்ந்து அவள் “பாட்டிகிட்ட பேசினேளா? நீங்க முதல்லே கடுதாசி போட்ட திலிருந்து பாட்டியைவிட நான்தான் இன்னும் ‘எக்ஸைட்டெட்’டா இருக்கேன்!” என்று கூறிவிட்டுச் சற்றுத் தள்ளி இன்னொரு நாற்காலியில் உட்கார்ந்து கொண்டாள்.

“உங்க பாட்டிக்கு இந்த விஷயத்தில் ரொம்ப அக்கறை இருக்கிறதாய்த் தெரியலேங்க . . .”

“என்ன இது! நான் எத்தனையோ வாதாடி உங்களை இங்கே வரச் சொல்றதுக்குப் பாட்டிகிட்ட அனுமதி வாங்கினேனே! அக்கறை இல்லாமலா பாட்டி அனுமதிக் கொடுத்தா?”

இந்த அழகு நிச்சயமாய் இவளுக்கு அக்கிழவியிடமிருந்து வரவில்லை... பழைய காலத்து மங்கிய புகைப்படம் ஒன்றை அவர்கள் நினைவுறுத்திக்கொண்டார்கள். தேசு துலங்கும் முகம், குடுமியும் திருநீறும் காதுக் கடுக்கனும் உயர்கழுத்துக் கோட்டும் அங்கவஸ்திரமுமாக மார்பளவு உருவம் பழைமையின் வார்ப்பாக இலங்கினாலும் அவற்றினூடே இயற்கையான கம்பீரம் பொலிந்தது. அகன்ற நெற்றி, மலர்ந்த சுடர்விழிகள், கிரேக்க சிற்பம் போன்ற நேரான நாசி. செதுக்கி எடுத்த உதடுகளும் மோவாயும். அப்படத்தில் பஞ்சநதம் முப்பது வயதினர். வனப்பும் ஒளியும் அந்த மூலாதாரத்தினின்றுதான் இந்தப் பெண்ணை வந்து அடைந்திருக்க வேண்டும். எழில்வேந்தன் தம் எண்ணங்களை விலக்கிவிட்டு "அதென்னமோ அம்மா. உங்க பாட்டிக்கிட்ட, இப்ப அனுமதி வாங்கிதர வேண்டியது உங்க பொறுப்பு" என்று கூறி இணக்கமாய்ப் புன்முறுவலித்தார்.

"என்ன பாட்டி இதெல்லாம்! தாத்தாவைப் பத்தி அவாளுக்கு வேண்டிய விவரங்களைச் சொன்னால் உனக்கென்ன? ஜம்முனு அதெல்லாம் சிறப்பு மலர்லே வந்தால் நமக்கு எவ்வளவு பெருமை!"

கௌரி எதுவும் சொல்லவில்லை.

திருவல்லிக்கேணியிலிருந்த 'சாரதா சங்கீத நிலையம்' என்ற அமைப்பிலிருந்து அவளுக்குச் சுமார் இரண்டு வாரங்களுக்கு முன் ஒரு கடிதம் வந்திருந்தது. சங்கீதக் கலைக்கும் இசைவாணர்களுக்கும் பலவித வாத்தியக் கலைஞர்களுக்கும் அறுபது ஆண்டுகளாகச் சீரிய தொண்டு புரிந்துவரும் அந்தப் பழம்பெரும் நிறுவனம் இன்னும் மூன்று மாதங்களில் தன் வைர விழாவை விமரிசையாய்க் கொண்டாட இருந்தது. அந்தச் சந்தர்ப்பத்தில் வெளியிடப்பட இருந்த சிறப்பு மலரில் பல்வேறு சங்கீத வித்வான்களைப் பற்றிய சிறு வாழ்க்கைக் குறிப்புகளும் சுவையான தகவல்களும் சேர்க்கப்படுவதாக இருந்தது.

பழைய சங்கீதக்காரர்கள் வரிசையில் பஞ்சநதம் என்பவரின் பெயர் முக்கியமான ஒன்று. தமது முப்பத்திரண்டாவது வயதிலேயே காலமாகிவிட்ட அன்னார் ஓர் இசை மேதை. அவர் காலத்தில் ஒரு முன்னணிப் பாடகராய் விளங்கியது மட்டுமன்றி வடமொழியிலும் தமிழிலும் அவர் பல கீர்த்தனங்களை அமைத்துமிருந்தார். சில அபூர்வ ராகங்களின் ஜீவநாடியைச் சாராம்சமாக எடுத்துத் தருவதில் அவருடைய படைப்புகள் தன்னிகர் அற்றவை என்று விமர்சகர்களிடையே ஒரு சாரார் கருதினர். அவர் ஒரு புதிய ராகத்தையே கூட ஏற்படுத்தியிருந்தார். எனவே அவரைப் பற்றிய குறிப்புகளையும் விழா மலரில் சேர்க்க விரும்பி மலர்க் குழுவினர் கௌரியம்மாளிடம் அந்தக் குறிப்புகளை ஆசித்துக் கடிதம் எழுதியிருந்தார்கள். ஆனால் கௌரி தனக்கு அது இயலாத காரியம் என்று பதிலெழுதிவிட்டாள். எனினும் அருகில் இருந்த புவனா தன் பாட்டனாரைப் பற்றிய கட்டுரை ஒன்று அந்தக் கண்ணியமான சபையின் முக்கிய மலரில் இடம்பெற வேண்டுமென்ற ஆவலோடு தன் பாட்டியைச் சம்மதிக்கும்படி வற்புறுத்தியிருந்தாள்.

“அப்போ சரின்னு சொல்லிவிட்டு இப்போ பேசாமலிருந்தா என்ன பாட்டி அர்த்தம்?” என்றாள் புவனா.

கௌரியம்மாள் தன் எதிரே உட்கார்ந்திருந்தவர்களைப் பார்த்தாள், “நீங்க ஒண்ணும் தப்பாய் நினைச்சுக்கப்படாது. இல்லேங்கறதை நேரில் விவரிச்சுச் சொன்னால்தான் உங்களுக்கு நம்பிக்கை வரும்னு தோணினதாலும் என் பேத்தி ரொம்ப நச்சரிச்சதாலும்தான் உங்களை இங்கே வரச்சொல்லி அவள் கடுதாசி போட ஒத்துண்டேன். அதில்கூட நீங்க ஒண்ணும் அதிகமாய் எதிர்பார்க்க வேணாம்னு எழுதச் சொன்னேனே? புவனா அப்படி எழுதலையா?”

“அப்படித்தான் எழுதினாங்க. ஆனாலும் எதுவுமே சொல்றதுக் கில்லைன்னு நீங்க சொன்னது வியப்பாயிருந்தது” என்றார் எழில்வேந்தன்.

“தகவல்னா என்ன தகவல்? அவர் ஆயிரத்துத் தொள்ளாயிரத்து ஆறாம் வருஷம் தஞ்சாவூர் ஜில்லாவிலே சோழவரத்தில் ஒரு வைதீகப் பிராமண குடும்பத்தில் பிறந்தார். தஞ்சாவூர் ஜில்லாக்காரா தாய்ப் பாலோடயே சங்கீத ரசனையையும் சேர்த்து உள்ளே வாங்கி ஐக்கியப் படுத்திக்கிறவர்கள் அப்படின்னு சொல்றது வழக்கம். அந்த மாதிரியே அவருக்கும் சின்ன வயசிலிருந்தே சங்கீதத்திலே ஆசையும் பாடற திறமையும் இருந்ததுன்னு எங்க மாமனார் சொல்லியிருக்கார். முப்பத்திரண்டு வயசுக்குள்ளேயே பிரபல சங்கீத வித்வான்னும் பேர் வாங்கி கிட்டத்தட்ட இருநூத்தம்பது கிருதிகளும் சொந்தமாய்க் கவனப் பண்ணனும்னா கருவிலே திருவாய் இருந்தால்தானே சாத்திய மாகும்? அவர் ஸ்கூல் ஃபைனலோடு படிப்பை நிறுத்திட்டார். அதுக்குப் படிச்சுண்டிருந்தபோதே, எங்க கல்யாணம் நடந்தது. தன் பேருக்குத் தகுந்தாப்பலே அவருக்குத் திருவையாறுன்னா ஒரே ஈடுபாடு. தியாகப் பிரம்மம்னா அப்படி ஒரு பக்தி. வேறு குருவும் அவருக்குக் கிடையாது. வாசஸ்தலம் திருவையாறுதான். ஆனால் நிறைய இடங்களுக்கும் பிரயாணம் போயிண்டே இருப்பார். திடீர்னு திருவனந்தபுரம் போறேம்பார். திடீர்னு இங்கே பட்டணத்துக்கு வருவார். திடீர்னு ஈரோடு பொள்ளாச்சி இப்படிக் கிளம்பிடுவார். எங்கேயிருந்தாலும் தியானம் மட்டும் சதா கர்நாடக சங்கீதத்தில்தான். எங்களுக்கு ஒரே பெண் – இதோ இவளுடைய அம்மா. அவளுக்கு அஞ்சு வயசாயிருந்த போது ஒருநாள் அவர் ஏதோ ஜுரம்னு படுத்தார். இந்த நாள் மாதிரி அப்போ வைத்தியம் ஏது? என்ன விஷக்காய்ச்சலோ என்னமோ. நாலு நாள் அடிச்சுது. அஞ்சாம் நாள் கண்ணை மூடிட்டார். அப்போ முப்பத்திரண்டு வயசு.”

ஏற்றத்தாழ்வு இல்லாத தெளிவான சமக்குரலில் எவ்வித உணர்ச்சிக் கலவையும் இன்றிப் பாடம் ஒப்பிப்பது போல் பேசி முடித்தாள் கௌரி. உதடுகள்கூட அதிகம் அசையவில்லை. இது ஒரு சடங்கு, செய்து தீர்த்தாக வேண்டும் என்பது போல் இருந்தது அவள் தோரணை.

ரங்கநாதனின் புன்சிரிப்பில் அசடு வழிந்தது; நாற்காலியில் நெளிந்தவாறே அவர், “இது ... இதெல்லாம் அவரைப் பத்தி ஏற்கனவே

தெரிஞ்ச விஷயங்கள்தான். நாங்க கேக்கறது இதையில்லே. புள்ளி விவரங்கள் மாதிரி இப்போ நீங்க சொன்னதெல்லாம் வெளி உலகத்துக்குப் பரவலாய்த் தெரிஞ்சதுதானே தவிரப் புதிசு ஒண்ணுமில்லே ...” என்று கூறி நிறுத்தினார். தாம் தோல்பையிலிருந்து எடுத்திருந்த காகிதங்களை நீட்டியவாறு எழுந்து அவளருகில் வந்து “நீங்களே வேணும்னா பாருங்கோ” என்றார்.

கௌரியம்மாள் புன்னகையோடு தலையசைத்துவிட்டு “நான் பார்ப்பானேன்? நீங்க சொன்னா போறும்” என்று விஷயத்தை ஒதுக்கி விட்டாள்.

ஆனால் புவனா ஆவலோடு எழுந்து, “எங்கே, நான் பார்க்கறேன். காட்டுங்கோ” என்று அந்தக் காகிதங்களை வாங்கிக்கொண்டாள். ‘சாரதா சங்கீத நிலையம்’ அவ்வப்போது, வெளியிட்டிருந்த சில விசேஷ மலர்களைத் தவிர, வித்வான் பஞ்சநதம் புகைப்படமும் தெளிவின்றி அச்சாகியிருக்கிறது.

“இதோ தாத்தா போட்டோ! நம்மாத்தில் இருக்கிற அதே படம்தானே பாட்டி இதுவும்?” என்று உற்சாகமாய் கூவிக்கொண்டே புவனா அந்தத் தாளை முதியவளிடம் எடுத்துச் சென்றாள்.

கௌரியம்மாள் அதன்மேல் பார்வையைத் திருப்பக்கூட இல்லை. “அதே படம்தான். உன் தாத்தா படம் அது ஒண்ணுதானே இருக்கு! அவருக்கு முப்பது வயசாய் இருக்கச்சே எடுத்த போட்டோ” என்றாள்.

“இதே படம் எங்காத்தில்கூட இருக்கு ஸார்! உள்ளே ஃப்ரேம் போட்டு மாட்டி வச்சிருக்கு” என்றாள் புவனா.

“என்னம்மா, ஏதும் சொல்லாமலிருக்கேளே!” என்று கிழவியிடம் கேட்டார் ரங்கநாதன்.

“அதுதான் நிறையச் சொன்னேனே, மூச்சுவிடாமே!” என்று அந்த இறுகிய உதடுகள் பதிலளித்தன.

“இதெல்லாம் ஏற்கனவே எல்லோருக்கும் தெரிந்த விவரங்கள்தான் ...”

“நீங்க உண்மை வேணுங்கறேளா? அல்லது தெரியாத விவரங்கள் வேணும்கறேளா?” கிழவியை ஏதோ ஒரு திடீர் குறும்பு பற்றிக்கொண்டாற் போலிருந்தது. “எங்க பெண் பேர் ஜானகி. அவளுக்குக் கல்யாணம் பண்ணின கையோட நானும் இங்கே மெட்ராஸுக்கு வந்து நெலைச் சுட்டேன். அவ ஆத்துக்காரர் வாஞ்சிநாதன் ஒரு வக்கீல். அவர் வீடு அபிராமபுரத்தில் இருக்கு. அவளுக்கு ரெண்டு பசங்கள். இவதான் பெரியவள், பேர் புவனா. இந்த வருஷம் பி.யு.ஸியில் சேர்ந்திருக்கா. அப்பப்போ என்னைப் பார்க்க இங்கே எழும்பூருக்கு வருவா. அடுத்தது பையன். தாத்தா பேர்தான் பஞ்சுன்னு கூப்பிடுவா. இதெல்லாம் உங்களுக்குத் தெரியாத விவரங்கள்னு நினைக்கிறேன்.”

வந்தவர்கள் தம் ஆத்திரத்தை அடக்கிக்கொள்ள முயன்றார்கள். மறைந்த இசைக் கலைஞரைப் பற்றித் தகவல் கேட்டால் பொல்லாத

கிழவி வேண்டுமென்றே அவரைத் தவிர மற்றவர்களைப் பற்றி யெல்லாம் பேசுகிறாளே! "தெற்கத்தி இடைவெட்டு" என்று சொல்வது சரியாகத்தான் இருக்கிறது.

கௌரியம்மாவின் முகம் கணநேரத்தில் பழையபடி திரையாக மூடிக்கொண்டது. "அதெல்லாம் கிடக்கறது. காப்பியை எடுத்துச் சாப்பிடுங்கோ. ஆறிடப் போறது."

அவள் வயதுக்கு மதிப்புக் கொடுத்து அவர்கள் தம்மைக் கட்டுப் படுத்திக்கொண்டு காப்பியை அருந்தினார்கள். பிறகு ரங்கநாதன், "இதெல்லாமும் உபயோகப்படும். ஆனா முக்கியமாய் அவரைப் பத்தித் தனிப்பட்ட செய்திகள் ஏதாவது சொல்லமுடிஞ்சா நன்னா யிருக்கும். எங்களுக்கு வேண்டியது அந்த மாதிரிதான்" என்றார்.

"தனிப்பட்ட செய்திகள்னா?"

"அவருடைய ருசிகள், பழக்கவழக்கங்கள், பிரத்தியேகமாய் அடிக்கடி சொல்ற ஒரு வார்த்தை, சிரிக்கிற அல்லது பேசற பாணி... 'மானரிஸம்'னு சொல்வாளே அந்த மாதிரி ஏதாவது"

"பொதுவாய்ச் சொல்றதானால் படிக்கிறவங்களுக்கு சுவையா யிருக்கிற 'ஹியூமன் இன்டரெஸ்ட்'டோடு கூடிய சின்னச் சின்ன விவரங்கள்" என்று விளக்கினார் எழில்வேந்தன்.

"அந்த மாதிரி எதுவும் இல்லையே" என்றாள் கௌரியம்மாள். 'ருசிகளா? பழக்க வழக்கங்களா? அவர் ஒரு பெரிய பக்தர். பக்தர் என்றால் அழகின் உபாசகர். அழகு என்றால் மனித அழகு. மனிதர்கள் என்றால் ஆண்பால் விலக்கலாக. மீதத்திலும் பத்து வயதுக்குக் கீழேயும் ஐம்பது வயதுக்கு மேலேயும் தள்ளுபடி' என்று சொன்னால் அவர் ருசிகளையும் வழக்கங்களையும் பற்றிய தம் கேள்விகளுக்கு விடையாக அதை அவர்கள் ஏற்றுக்கொள்வார்களா?

"கொஞ்சம் யோசிச்சுப் பாருங்கம்மா! நீங்க அவர் கூடவே இருந்து குடித்தனம் செஞ்ச மனைவி. அவரைப் பத்தின 'பர்ஸனல்' தகவல்களைச் சொல்ல உங்களைவிட வேறு யாருக்குத் தகுதி இருக்கு? ஒண்ணுமில்லே. அவருக்குப் பிடிச்ச சாப்பாட்டுப் பொருள்..."

"முப்பத்தஞ்சு வருஷம் ஆறது அவர் போய். இப்போ நான் எதை ஞாபகம் வச்சுண்டு சொல்ல முடியும்?"

"அவா பெரிய விஷயமாய் எதுவும் கேட்கலை பாட்டி! மத்தியானம் காப்பி சாப்பிட்டப்புறம் தாத்தா சிலசமயம் 'வெட்டலாய் ஒரு பாக்கு கொடு இப்படி'ன்னு கேட்பார்னு சொல்லுவியே, அந்த மாதிரியான துண்டு சமாசாரங்கள்தான் இவா கேட்கறா" என்றாள் புவனா.

ரங்கநாதனின் முகம் அலர்ந்தது; "ஆ, அதேமாதிரிதான், அப்ப டின்னா உங்களுக்குச் சின்ன விவரங்களெல்லாம் நினைவிருக்குன்னு சொல்லுங்கோ! இதே மாதிரி இன்னும் நிறையச் சொல்ல முடியுமா?

இதை முதலில் எழுதிண்டுடறேன். "பிற்பகல் காப்பி குடித்த பிறகு அவர் வெட்டல் பாக்கு கேட்பார்" கடைசி வாக்கியத்தை உதட்டுக்குள் சொல்லிக்கொண்டவாறு அவர் தோல்பையிலிருந்து காகிதமும் பேனாவும் எடுத்து எழுதிக்கொள்ளலானார்.

கௌரி சிரித்தாள். கொஞ்சம் கொஞ்சமாய் உரத்துக்கொண்டே போகும் குரலில் சிரித்தாள். சிரிப்பைத் தாங்கமாட்டாமல் சாய்வு நாற்காலியில் தலையைப் பின்னுக்குத் தள்ளிக்கொண்டு செயலின்றிச் சிரித்தாள். மூக்குக் கண்ணாடியைக் கழற்றிவிட்டுக் கண்களில் துளித்த நீரைத் துடைத்துக்கொண்டு மறுபடியும் உடல் குலுங்கச் சிரித்தாள்.

மற்ற மூவரும் அவளை விசித்திரமாய்ப் பார்த்தார்கள்.

திடீரென்று தொடங்கியதைப்போலவே கௌரியம்மாளின் சிரிப்புத் திடீரென்று நின்றது. சில வினாடிகள் மேல் மூச்சு வாங்க அப்படியே உட்கார்ந்திருந்தாள். பிறகு மெதுவாக மூக்குக் கண்ணாடியைத் திரும்பவும் அணிந்துகொண்டாள். அவள் முகத்தில் ஒரு புதிய மென்மை படர்ந்தது. சத்தியத்தின் நெஞ்சுள் புகுந்து உயிர்க்கும் கீதம் போல் பேச்சு ஓர் அசாதரண சக்தியோடும் இனிமையோடும் வந்தது.

"அவர் ஒரு மேதை. கலைமகளுடைய வீணையிலிருந்து பிறந்தவர் மாதிரி பாடினார். அமரகிருதிகளைப் படைச்சார். அவர் மத்தியானம் காப்பி சாப்பிட்டப்புறம் வெட்டல் பாக்கு அடக்கிண்டாரா அல்லது கைச்சீவல் போட்டுண்டாரா என்கிறதா முக்கியம்? உலகத்தில் எல்லார் மாதிரிதான் அவரும் சாப்பிட்டார், தூங்கினார், மூச்சு விட்டார், பாத்ரூமுக்குப் போனார். வெயில்லே வேர்த்தார், பனியிலே குளிர்ந்தார், குழந்தை பெத்தார், பிறந்து இறந்தார். ஆனா அதையெல்லாம் வச்சா ஒரு மேதையைக் கணிக்கிறது? மேதைகளை அவாளுடைய தெய்வீகமான நேரங்களை மட்டும் வச்சுத்தான் மதிப்பிடணும். அந்த நேரங்கள்தான் அவாளுடைய நிஜமான வாழ்க்கை; நிஜமான அர்த்தம். அவா உலகத்தில் வந்து போறதுக்கு ஒரு நியாயமே மத்தவாகிட்டேருந்து அவாளைத் தனிப்படுத்திக் காட்டற அந்த வெளிச்சமான நேரங்கள்தான். மத்த நேரங்களைப் பத்தி நாம் கவலைப்பட வேணாம்."

அந்த மற்ற நேரங்கள் பெண் வடிவங்களின் கோர்வையாகவே இருந்தாலும் சிறிது நேரம் யாரும் பேசவில்லை.

பிறகு எழில்வேந்தன் தொண்டையை மெள்ளச் செருமிக்கொண்டார். "நீங்க சொல்றதெல்லாம் சரிதாங்க. இருந்தாலும் அந்த சாதாரண நேரங்களிலேயும் பொதுமக்களுக்கு அக்கறை இருக்குமில்லையா?"

"சொல்லப் போனால் சாதாரண ஜனங்களுக்கு சாதாரண நேரங்களைப் பத்தித்தான் இன்னும் அதிக அக்கறை இருக்கும்" என்றார் ரங்கநாதன்.

"அப்போ சாதாரணமானவாளைப் பத்தி ஜனங்க படிச்சுக்கட்டுமே!" என்றாள் கௌரி.

"ஆனா அந்தச் சாதாரண செய்திகள் க்ரேட் பீபிளைப்பத்தி இருக்கறதானா தானே மக்களுக்குச் சுவாரஸ்யம்! உலகத்தில் தாடிக்

காரங்க எத்தனையோ பேர் இருக்காங்க; ஆனா ஒரு தாகூர் தாடி வச்சிகிட்டிருந்தால்தானே அதை ஒரு விஷயமாய்ச் சொல்றோம்!"

"ஒரு மேதை கிட்ட இருந்தால்தான் சாதாரணச் செய்திகளுக்குக் கூட சுவாரஸ்யம் ஏற்படறதுன்னா அப்போ அதில் முக்கிய அம்சம் அந்த மேதைதான்னு ஆகிறது, இல்லையா? பின்னே மேதைகளை நிம்மதியாய் அந்த உயரத்திலேயே விட்டுடுங்கோளேன்! அவாளை ஏன் நம்ம மட்டத்துக்கு இறக்கிச் சந்தோஷப்படணும்?"

"இருந்தாலும் எங்களுக்குக் கொஞ்சம் 'ஹ்யூமன் இன்டரெஸ்ட்' தகவல்கள் கிடைச்சா நல்லாயிருக்கும். கலைக்கு முதலிடமா குடும்பத் துக்கு முதலிடமா என்கிற பிரச்சனையை அவர் எப்படிச் சமாளிச்சார்? அவர் ஒரு நல்ல கணவனாய் இருந்தாரா இல்லையான்னு மனைவி என்கிற முறையில் உங்க கருத்து என்ன? வெளியூர்களுக்குப் போற போதெல்லாம் உங்களுக்கு மறக்காம கடிதம் போடுவாரா? அவர் எழுதின கடிதம் ஏதாவது உங்களண்டை இருக்குதா? அதைக் கட்டுரை யில் வெளியிட்டால் படிக்கிறவங்களுக்குச் சுவையாயிருக்கும்..." என்று பேசிக்கொண்டே போன எழில்வேந்தனைக் கௌரியம்மாள் குறுக்கிட்டுக் கேட்டாள். "ஒரு பக்கம் மேதைகிட்டேயும் சாதாரண அம்சத்தைப் பார்க்கணும்னு சொல்றேள். இன்னொரு பக்கம் என்ன டான்னா ஒரு சாதாரணமானவனுக்கு இருக்கிற சலுகையை மேதைக்கு மறுக்கறேளே! இது என்ன நியாயம்?"

"நீங்க என்ன சொல்றீங்கன்னு புரியலீங்களே."

"ஒவ்வொரு மனுஷனுக்கும் தன் சொந்த வாழ்க்கை என்கிறது அந்தரங்க விஷயம். அதை அந்தரங்கமாய் வச்சுக்கற உரிமை ஒவ்வொரு வனுக்கும் உண்டு. நீங்க கேக்கற கேள்வியெல்லாம் அந்த உரிமையில் குறுக்கிடறாப்பலேன்னா இருக்கு? உதாரணமாய், 'கடுதாசின்னு சொன்னேளே, புருஷன் பெண்டாட்டிக்குள்ள கடுதாசி போக்குவரத்து எத்தனை அந்தரங்கமானது! அதையா கட்டுரையில் பிரசுரம் பண்ணனும்னு சொல்றேள்?"

"அப்படின்னா அவர் கடுதாசி ஏதாவது உங்ககிட்ட இருக்கா?" என்று ரங்கநாதன் ஆவலோடு கேட்டார்.

"அதைப் பத்தி என்ன! அப்படி இருந்தாலும் நான் கொடுக்கத் தயாராயில்லை என்கிறதுதான் விஷயம். ஒருத்தன் சராசரிக்குமேல் உயர்ந்து மேம்பட்டவனாய் இருந்தால் அந்தரங்கங்களை வச்சுக்கிற உரிமை அவனுக்குப் பறி போயிடுமா? அவனுடைய பழக்க வழக்கங்கள், விருப்பு வெறுப்புகள், சுக துக்கங்கள், எல்லாமே பொதுச் சொத்தாயிடுமா? சிறப்புக்குத் தண்டனையா? சாதாரணம், அசாதாரணத்தை இப்படித் தான் பழி வாங்குமா?"

"எது சொன்னாலும் நீங்க தப்பர்த்தம் செஞ்சுண்டால் என்னம்மா பண்ணறது? போகட்டும். அவர் அபூர்வ ராகங்களிலே நிறைய கீர்த்தனை கள் இயற்றினாரே, அதைப்பத்தி நீங்க ஏதானும் சொல்ல முடியுமா?"

"எண்பது உருப்படிகள் இருக்கும்."

"நான் எண்ணிக்கையைக் கேக்கலே, அந்தக் கீர்த்தனைகளை அவர் ரொம்ப கஷ்டப்பட்டு இயற்றுவாரா அல்லது சுலபமாய் அமைஞ்சுடுமா? அவருக்கு 'இன்ஸ்ப்ரேஷன்' எப்படி வரும்? அபூர்வ ராகங்களிலே ஈடுபாடு எப்படி?"

"எந்தக் கலையிலுமே சிருஷ்டிங்கறது மனுஷன் தெய்வத்தோடு பேசற பாஷை. அதில் மூணாம் ஆளுக்கு இடம் கிடையாது. அப்படியிருக்கும்போது அவருடைய பிரசவ வேதனைகளைப் பத்தி எனக்கு என்ன தெரிய முடியும்?"

"அவர் ஒரு புது ராகம் படைச்சாரே. அதுக்கு 'கிரிஸுதா'ன்னு ஏன் பேர் வச்சார்? உங்களைப் பாராட்டற விதமாய் அப்படி வச்சார்னு நாம் ஊகிக்கலாமா?"

கௌரியம்மாள் தொலைவில் சூனியத்தை வெறித்தாள். "இல்லே. அந்தப் பேரை அவர் எனக்காக வைக்கலே. அவர் எப்பவுமே அம்பாள் உபாசகர்."

"அது ஒரு புது பாயிண்ட். அதை எழுதிக்கறேன் . . . சரி, அப்புறம் வேறேதானும்."

"என்னை மன்னிக்கணும். தயவு செஞ்சு வித்தியாசமாய் நினைக்காதீங்கோ. நீங்க கேக்கற மாதிரி எந்தத் தகவலும் நான் கொடுக்கும் படியாய் இல்லே. இவ்வளவு தூரம் இங்கே வந்ததுக்கு நன்றி."

நீங்கள் போகலாம் என்று அவள் சொல்லாமல் சொல்லிவிட்டாள்.

"அப்ப சரி. இதுதான் உங்க இஷ்டம்னா நாங்க வேறென்ன செய்ய முடியும்! நாங்க வரோம்மா! உங்களுக்கு ரொம்ப தொந்தரவு கொடுத்துட்டோம்."

ஒரு மரியாதைக்காகக் கூடக் கிழவி அதை மறுக்கவில்லை "பாட்டி, ஆனாலும் நீ இப்படி . . ." என்று படபடப்பாய் ஆரம்பித்த புவனாவை அவள் குறுக்கிட்டு, "அவாளை வாசல் வரைக்கும் போய் வழியனுப்பிட்டு வா புவனா" என்று மட்டுமே சொன்னாள். அந்தக் குரலின் அமைதியான அதிகாரத்துக்கு முன் மற்றவர்கள் மௌனமானார்கள்.

தன் ஆணையை நிறைவேற்றப் புவனாவை அனுப்பிய பின் முதியவள் எழுந்து தன் அறையுள் நுழைந்து கதவைத் தாழிட்டுக் கொண்டாள். அங்கு சுவரில் குடுமி, காதுக் கடுக்கன், உயர்கழுத்துக் கோட்டு, அங்கவஸ்திரம் சகிதம் சட்டமிட்ட பழைய மார்பளவுப் புகைப் படத்திலிருந்து ஓர் ஒளிமிக்க ஆண்முகம் அவளைப் பார்த்துப் புன்முறுவலித்துக்கொண்டிருந்தது. முப்பதே வயதான அழகிய வாலிபன்.

கௌரி சிறிது நேரம் அந்தப் படத்தை வெறித்துக் கொண்டு எதிரே நின்றாள். என்ன புன்சிரிப்பு அது! ஆளை மயக்கும் சிரிப்பு. அதில்தான் வலைப்பட்டார்களோ அத்தனை பெண்களும்? ஆனால்

அந்த வாய் அப்படிச் சிரிக்கவும் மயக்கவும் மட்டுமா செய்யும்? உயிர் உருகப் பாடுவதற்கும் விரியும், அந்த உதடுகள்.

சங்கீதம், சிருஷ்டி, கிரிஸாதா. எவளுடைய போதை தந்த வெறியில் அந்த ராகம் அவர் இதயத்தில் பிறந்ததோ! அதற்கு மனைவியை நினைவுறுத்தும் வகையில் பெயரிட்டது அவருடைய ஏளனமா? அல்லது குற்ற மனப்பான்மையா?

குற்றம் புரிந்துவிட்ட உணர்வோ கழிவிரக்கமோ தெரியுமாறு அவர் எப்போதுமே அவளிடம் நடந்துகொள்ளவில்லையே!

சங்கீதத்தை ஒரு கண்ணாகவும் துரோகத்தை இன்னொரு கண்ணாகவும் கொண்ட அவரது நடத்தையை எண்ணி எண்ணி அவள் எத்தனை காலத்தைக் கண்ணீரில் கழித்திருக்கிறாள்! அவர் மனத்தை மாற்ற எத்தனை முயன்று தோற்றிருக்கிறாள்! பொறாமையும் குரோதமும் எவ்வளவு தீவிரமாய் எரித்தபோதிலும்கூட, என்றாவது ஒரு நாள் தன் அன்பினால் அவர் அன்பை முழுமையாய்க் கவர்ந்து விடலாம் என்று நம்பியிருந்தாளே! அவரது அகால மரணம் அந்த நம்பிக்கையைப் பொய்யாக்கி அவளை இளம் விதவையாய் நிறுத்தி விட்டு அவருடைய துரோகத்தையே நிரந்தரமாக்கிவிட்ட பின் அவள் துடித்த துடிப்பு கொஞ்சமா? அந்த அநுபவங்கள் யாவுமே அவளுடைய ரகசிய நரகம். அவரை நினைக்கும் போதெல்லாம் எழும் ஆத்திரம், வசமிழந்த அன்பு, ஒரு மனைவியின் பொறாமை, கணக்கற்ற பெண்களிடம் வெறுப்பு . . .

அதுவும் அந்தக் கடிதத்தை எடுத்துப் பார்க்கும் போதெல்லாம் . . .

திருவனந்தபுரத்தில் எவளுக்கோ அவர் எழுதியது. பிறகு அது எப்படியோ அவருடைய உடமைகளுடன் கலந்துபோய்விட்டது. அவர் இறந்தபின் கௌரிக்கு அவருடைய துணிமணிகளிடையே அது கிடைத்தது. அவரது சில உடமைகளை ஞாபகார்த்தமாக அவள் எடுத்து வைத்த போது அந்தக் கடிதத்தையும் பத்திரப் படுத்திக் கொண்டாள். தன்னைப் புண்படுத்திய அக்கருவியைப் பார்த்துப் பார்த்து மனம் குமுறித் தன்னையே சித்திரவதை செய்துகொள்வது ஒரு பழக்கமாகிவிட்டது. அந்தக் கடிதத்தைப் பார்க்கும்போதும், படிக்கும்போதும் ஆவேசமாய் அதைக் கிழித்துப் போடத் தோன்றும். ஆனால் இன்றளவும் வைத்திருக்கிறாள்.

கௌரி மெதுவாகத் தன் பீரோவிடம் வந்து தரையில் உட்கார்ந்து கொண்டு அடிப் பகுதியிலிருந்த இழுப்பறையின் பூட்டைத் திறந்து ஒரு பழங்காலச் சிறு நீல டிரங்க் பெட்டியை வெளியே எடுத்தாள். துரு ஏறிய கீல்கள் கிறீச்சிட, அதன் மூடியைத் திறந்தாள். குப்பென்று பழமையின் நெடியும் பாச்சையுருண்டைகளின் நெடியும் அடர்த்தியாய் எழுந்து முகத்தை அறைந்தன. பெட்டியினுள் ஞாபகார்த்தப் பொருட்கள் நிறைந்திருந்தன. அவர் உடுத்திருந்த சில ஆடைகள். எப்போதோ யாரோ அவருக்கு அணிவித்த ரோஜா மாலையின் தோள் பகுதியில் பதிந்திருந்த இரு சின்ன நெட்டிக் கிளிப் பதுமைகள், அவளுடைய

திருமணக் கூறைப் புடவை, அவர் தம் சங்கீத, சாகித்தியப் படைப்புகளுக்ககாகக் குறிப்பெழுதியிருந்த சில நோட் புத்தகங்கள், அவர் உபயோகித்த கட்டைப் பேனா, அவர் அவளுக்கு எழுதியிருந்த மிகச் சில சாரமற்ற தபாலட்டைகள், பிறகு முகமெல்லாம் குத்துப்பட்ட அந்தக் கடிதம்.

அவள் தன் மெலிந்த கைகளை முன்னே நீட்டி அந்தக் கடிதத்தை எடுத்துப் பிரித்துக்கொண்டாள். நடுங்கும் கைகளிடையே நடுங்கிய காகிதம் பழுப்பேறி நலிந்திருந்தது; சிதள் சிதளாக உடைந்துவிடும் போன்ற நிலையிலிருந்தது. அது அவளுக்கு மனப்பாடம்தான். எத்தனை தடவைகள் படித்திருப்பாள்! அன்பும், காதலும், பிரிவாற்றாமையும் ததும்பும் உணர்ச்சிக் காவியம் அது. நெடுகிலும் பெயரின்றி 'கண்ணே' 'அன்பே' என்கிற விளிகள் தென்பட்ட அக்கடிதத்தை அவர் தனக்கு எழுதியதாகச் சொல்லி அவள் இன்று வந்தவர்களிடம் கொடுத்திருந்தால் அவர்கள் அதை நம்பி 'ஆஹா, எத்தனை அன்பான கணவன்!' என்று ரொம்ப மகிழ்ச்சியுடன் பிரசுரித்திருப்பார்கள். வாசகர்களுக்கு 'ஹ்யூமன் இன்டரெஸ்ட்' அமோகமாய்க் கிட்டியிருக்கும். அவள் இந்த நினைப்பில் எழுந்த வறண்ட புன்சிரிப்போடு கடிதத்தை எத்தனை நூறாவது தடவையாகவோ மீண்டும் தனக்குள் படித்துக்கொள்ளலானாள்.

படித்து முடித்தாள். அவளுக்கே விந்தையாக இருந்தது. வழக்கமாக அவளுள் எழும்பும் புயல் இப்போது ஏன் வீசவில்லை? ஆத்திரமும் பொறாமையுமாய் உள்ளத்தைக் கிழித்துக்கொண்டு வழக்கமாய்ப் பாயும் ஈட்டிகள் இன்று எங்கே போயின? இதயம் ஏன் துன்பத்தில் குமுறி அரற்றவில்லை? இத்தனை அமைதியாக உட்கார்ந்திருக்கிறாளே!

ஆறாது என்று அவள் நினைத்திருந்த புண் எப்படி ஆறியது? காலம் அவள் கட்சியில் இருந்துவிட்டதா?

இளமை பொங்கும் அந்த ஆண்முகத்தின் முன்னே அவள் தன் நரைமுடியோடும் உடற் சுருக்கங்களோடும் 'காட்ராக்ட்' கண்ணாடியோடும் உட்கார்ந்திருந்தாள். முப்பத்தைந்து ஆண்டுகளுக்கு முன் இறந்து போன அந்த ஆள் யார்? உண்மையில் அவளுடைய கணவன் தானா?

அவனைப் பார்த்தால் அவளுக்கு இப்போது கணவனாகத் தெரியவில்லை. "எனக்குப் பிள்ளையாக இருக்கக்கூடிய சிறு பையனப்பா நீ" என்ற விசித்திர உணர்வின் முன்னே அந்தப் பையனின் காதல் கடிதமும் கூர்மை இழந்து அவளுடைய உயரத்துக்குமுன் அற்பப் பொருளாகத் தாழ்ந்து மங்கிப் போயிற்று.

***சுதேசமித்திரன் தீபாவளி மலர்,* அக்டோபர் 1973**

வீடு திரும்பினாள்

வீடு திரும்பிய முதலாகவே பவானி கவனித்தாள். குழந்தைகள் அவளிடம் வரவில்லை. வழக்கமாக அதிகாரம் செய்யும் மாமியார் சமையலறையிலேயே பதுங்கியிருந்தாள். ஏதோ துக்கம் நிகழ்ந்துவிட்ட வீடுபோல் எல்லோரும் ஒருவருக் கொருவர் தாழ்ந்த குரலில் பேசிக்கொள்வதும் ஒலியெழுப்பாமல் நடப்பதும் தொலைவிலிருந்தே அவளை எட்டிப் பார்த்துவிட்டுப் பதுங்கிக்கொள்வதுமாய் இருந்தார்கள்.

"ஏண்டி ஜயா ஓடி ஓடி ஒளிஞ்சுக்கறே? இப்படி வா. இப்போ என்ன, பள்ளிக்கூடம் லீவா?" என்று அவளாகவே பெரிய மகளை அழைத்துப் பேசினாள்.

ஜயா கதவின் அருகிலேயே நின்றிருந்தாள். அவசியமானால் அப்படியே அறைக்கு வெளியே ஓடிவிடலாம் என்று அவள் நினைத்திருக்க வேண்டும்.

நெஞ்சில் சுரீரென்று கீறிய வேதனையை மறைத்துக்கொண்டு பவானி புன்முறுவலித்தவாறே அவளைப் பார்த்தாள். பதின்மூன்று வயதிலேயே எத்தனை வளர்த்தியாக, பெரியவளாகத் தெரிகிறாள் ஜயா! தாவணி அவள் அழகைக் கூட்டுகிறது என்பதில் சந்தேக மில்லை. தான் இவ்வீட்டில் இல்லாத கடந்த மூன்று மாதங்களில் எப்போதோ அவள் தாவணி உடுத்த ஆரம்பித்திருக்க வேண்டும்.

"சொல்லேன் ஜயா, இப்போ ஸ்கூல் லீவா?" என்றாள் மீண்டும்.

"ம்."

வாயில் நெளியும் சிறு ஒலி. அத்தனைக்கத்தனை ஈடு செய்வது போல் கண்களில் பிரம்மாண்டமான பயம்.

"நவராத்திரி லீவா?"

"ம்."

"அதை மைக்கெல்மஸ் லீவுன்னு சொல்லணுமா, நவராத்திரி லீவுன்னு சொல்லணுமா?"

ஜயா மௌனமாயிருந்தாள்.

"சொல்லேன் ஜயா! இந்த லீவுக்கு என்ன பேர்?"

"எப்படி... எப்படி... வேணும்னாலும் சொல்லலாம்... நான் போகட்டுமா?"

"என்ன அவசரம்? அம்மா மூணு மாசத்துக்கப்புறம் ஆத்துக்குத் திரும்பி வந்திருக்கேன். உக்காந்து நிறையப் பேசணும்னு உனக்குத் தோணலையா?"

ஜயாவின் சிரிப்பில் தயக்கமும், சங்கடமும் இழைந்தன. ஒன்றும் சொல்லாமல் தாவணித் தலைப்பைக் கைவிரல்களிடை முறுக்கினாள்.

"மேலாக்கு உனக்கு அழகாயிருக்கு. எப்பலேருந்து போட்டுக்க ஆரம்பிச்சிருக்கே?"

ஜயா ஒருதரம் எச்சிலைக் கூட்டி விழுங்கினாள். ஏதோ சொன்னாள்.

"காதில் விழல்லே. கொஞ்சம் உரக்கச் சொல்லு."

"ப்... போன மாசத்திலேந்து."

"என்ன?... ஓ, போன மாசத்திலேந்தா? நல்லதுதான். ஏன் இத்தனை மெதுவாய்ப் பேசறே? தொண்டைக்கு ஒண்ணுமில்லையே?"

ஜயா 'இல்லை' என்ற பாவனையில் தலையை ஆட்டினாள்.

"இந்தப் பச்சைக்கலர் உனக்கு எடுப்பாயிருக்கு. மேலாக்குப் போடணும்னு யார் சொன்னா? அப்பாவா?"

"பாட்டி."

"பாட்டி சொன்னால் சரியாய்த்தான் இருக்கும்... உனக்கு லீவு எப்போ வரைக்கும் இருக்கு?"

"அக்டோபர் ரெண்டு வரைக்கும்."

"மூணாம் தேதி ஸ்கூலுக்குப் போகணுமா?"

ஜயா 'ஆம்' என்ற பாவனையில் தலையை ஆட்டினாள்.

"அப்போ இன்னும் ஒரு வாரம் லீவு இருக்கு, இல்லையா?"

மீண்டும் ஆம் என்ற தலையசைப்பு.

"நாமெல்லாரும் சேர்ந்து எங்கேயாவது பிக்னிக் போய்ட்டு வரலாமா?"

ஜயாவின் முகம் குப்பென்று வேர்த்தது. அவள் மௌனமாய் நின்றாள்.

"ஏன் பேசவே மாட்டங்கறே ஜயா?"

"நான்... நான் போகட்டுமா? பாட்டி உள்ளே தனியாய்க் காரியம் பண்ணிண்டிருக்கா. நான் போய்க் கூடமாட சுத்துவேலை செய்யணும்."

"அதுதான் நல்ல பொண்ணு ... அடடா, மேலாக்குத் தலைப்பைச் சுருட்டிப் போட்டிண்டிருக்கியே! எப்படி உடுத்தனும் தெரியுமா? பாவம் குழந்தை நீ. அம்மா சொல்லிக்கொடுத்தால் தானே தெரியும்? இதோ, காட்டறேன் பார்."

ஏதோ சாக்கில் மகளைத் தொட்டுத் தடவிக்கொடுக்க வேண்டு மென்ற ஆவலுடன் பவானி சிறுமியை நெருங்கி அவளைத் தீண்டப் போனாள். ஜயாவின் முகம் பேயறைந்தாப்போல் வெளிறியது. அப்படியே பின்னுக்குத் தாவி அவள், "பரவாயில்லே, நானே சரியாய்ப் போட்டுக்கறேன்" என்று கூறியவாறே அங்கிருந்து விரைந்து ஓடினாள்.

அப்படி ஒரு பயமா? பேசவே பார்க்கவே அருகில் நிற்கவே பயமா? தவறிக்கூட ஒருமுறையேனும் 'அம்மா' என்று கூப்பிடவே யில்லையே! இனி என்றுமே இப்படித்தான் இருக்கப்போகிறதா? பவானி செயலற்று நின்றாள்.

சமையலறைக்குள் பாட்டியும் பேத்தியுமாய் ஏதோ முணு முணுத்துக்கொள்வது கேட்டது. அவள் மெள்ள வாசற்பக்கம் வந்தாள். கண்கள் ஒளிகொண்டு விரிந்தன. வரந்தாவின் படிக்கட்டில் மேல் படியில் உட்கார்ந்து அவளுடைய இரண்டாவது மகள் ஆறு வயதான நளினி ஒரு ஸ்லேட்டுப் பலகையில் சாக்குக்கட்டியால் உருவக் கோடுகள் வரைந்துகொண்டிருந்தாள்.

பாவானியின் நெஞ்சம் சுரந்து நிறைந்தது. ஓடிப்போய்த் தன் மகளைத் தழுவிக்கொள்ளக் கரங்கள் துடித்தன. ஆனால் ஜயாவின் போக்கினால் அவளுக்கு ஏற்பட்டிருந்த தயக்கம் தடைசெய்ய, பின்னிருந்து குழந்தையைப் பார்த்தபடியே நின்றிருந்தாள்.

நுனி நாக்கை நீட்டியபடி தன்வேலையில் உன்னிப்பாய் முனைந் திருந்த நளினி தற்செயலாய்த் தலையைத் திருப்பியபோது பவானியைக் கண்டு அவள் கண்கள் பீதியில் நிலைகுத்தி நின்றன.

பவானியின் உள்ளத்தில் நோவு பீரியெழுந்தது. அதைக் காட்டிக் கொள்ளாமல் புன்னகை செய்தவாறே, "படம் வரைஞ்சுண்டிருக்கியா நளினிக்கண்ணு?" என்றாள்.

சிறுமி வெறித்துக்கொண்டே இருந்தாள்.

"ஏன் என்னை அப்படிப் பார்க்கறே நளினி? நான் உன் அம்மா இல்லையா? மூணு மாசம் நான் இங்கே இல்லாததால் அம்மாவை மறந்து போச்சா?"

நளினியின் உடல் பயத்தில் குறுகியது. கைகளிலிருந்து பலகையும் சாக்குக்கட்டியும் நழுவி விழுந்தன.

"நான் திரும்பி வந்ததிலேருந்து நீ என்கிட்டே வரவேயில்லையே நளினிக்கண்ணு! அம்மாவுக்கு இந்தப் பாப்பாவைப் பார்க்காம எத்தனை கஷ்டமாயிருந்தது தெரியுமா?"

மருட்சி கவிந்த இளங்கண்கள் யாரையேனும் துணைக்குத் தேடி இங்குமங்கும் பறந்தன.

பவானி கண்ணீரை விழுங்கிக்கொண்டு இன்னும் சிரிப்பை விடாமலேயே, "என்ன வரைஞ்சுண்டிருந்தே? குச்சி மனுஷனா? நான் வரைஞ்சு தரட்டுமா இதோ பார்" என்றவாறு முன்னே நடந்து தானும் படியில் உட்கார்ந்து ஒரு கையால் மகளின் தோளை அணைத்தவாறே மற்றொன்றினால் கரும்பலகையை எடுக்கப்போனாள்.

"ஐயையோ, பாட்டீஈஈஈ!" நளினி வீறிட்டு அலறினாள். தன் தோளை அணைத்த கரத்தைப் பிய்த்து எறிந்துவிட்டு அழுகையோடு தடுமாறி எழுந்துகொண்டு ஏதோ ஒரு கொடிய விலங்கைப் பார்ப்பது போன்ற அச்சத்துடன் தாயை ஒருமுறை பார்த்து விழுந்தடித்துக் கொண்டு ஓடினாள். "ஐயோ, பாட்டீ! பாட்டீ!..."

அந்த அலறல்கள் பவானியின் நெஞ்சைத் துளைத்தன. சிறுமியின் ஓலத்தைக்கேட்டு வெளியே ஓடி வந்த அவளுடைய மாமியார், "என்னடிக் கண்ணு, ஏன் அழறே?" என்று கூவியது அவளுக்குக் கேட்டது.

"பாட்டி, அவ ... அவ ..." பயத்தினால் நளினிக்கு வார்த்தைகள் வரவில்லை. பெரிய கேவலோடு தாவிப்போய் கிழவியைக் கட்டிக் கொண்டாள்.

"என்ன பண்ணினாள் அவ?" பேத்தியை இறுக அணைத்துக் கொண்ட பாட்டி வராந்தாப் படியைப் பார்த்துக்கொண்டே குரலைத் தாழ்த்தி, "அடிச்சாளா? ஏண்டி கண்ணு? அம்மா உன்னை அடிச்சுட் டாளா?" என்றாள்.

"இல்லே ... தொட்டாள் ... ஐயோ பாட்டி பயமாயிருக்கு ..."

இதற்குள் ஜயாவும் பாட்டியிடம் வந்து அவளுடைய அணைப்பில் புதைந்திருந்த தங்கையைத் தானும் சாமாதானப்படுத்த முயன்றாள். பாட்டியும் பேத்தியுமாகத் தமக்குள் கீழ்க்குரலில் ஏதோ பேசிக் கொண்டார்கள். அப்போது பவானி எழுந்து உள்ளே வருவதைக் கண்டதும் அவர்கள் பேச்சு சட்டென்று நின்றது. அவளை இரண்டொரு முறை திரும்பித் திரும்பிப் பார்த்துக்கொண்டே வேகமாய்ச் சென்று சமையலறைக்குள் புகுந்துகொண்டார்கள்.

பவானி அடி உதட்டைக் கடித்துக்கொண்டாள். சில விநாடிகள் அப்படியே தரையைப் பார்த்தபடி கல்லாய் நின்றாள்.

சமையலறைக்கு எதிரே தாழ்வாரத்தின் மற்றொரு முனையிலிருந்த அறையில் தொட்டில் அசைவது அவள் கண்களுக்குத் தெரிந்தது. அவள் குழந்தை! ஆறு மாசத்துப் பாலகன். நேற்று மாலை அவளை அவள் கணவன் ஆஸ்பத்திரியிலிருந்து வீட்டுக்கு அழைத்து வந்ததுமுதல் அந்தக் கைக் குழந்தையைக் கூட அவள் ஆசை தீரப் பார்க்க மாமியார் விடவில்லையே! நல்லவேளை, இப்போது தாழ்வாரத்தில் யாருமில்லை.

அவள் அந்த அறைக்கு விரைந்து சென்றாள். தொட்டிலில் புரண்ட குழந்தையைச் சற்றுநேரம் பார்த்துக்கொண்டு நின்றாள். நெஞ்சு பொங்கியது.

தூக்கத்தில் சிறு அசைவுதான். குழந்தை விழித்துக்கொள்ளவில்லை. எனினும் அவள் தொட்டில் கயிறுகளைப்பற்றி மெல்ல ஆட்டினாள்.

பின்னே அரவம் கேட்டது. கதவருகில் அவள் மாமியார்; நளினியை அணைத்துக்கொண்டவாறு நிற்கும் ஜயா. மூவர் பார்வைகளிலும் பயம் அப்பியிருந்தது. கிழவி தொட்டிலையும் மருமகளையும் மாறி மாறிப் பார்த்தாள். 'இவள் நெருங்கிவிடுகிற மாதிரி குழந்தையைத் தனியாய் விட்டுவிட்டுப் போய்விட்டோமே' என்று அவள் தன்னையே நொந்துகொள்வது புரிந்தது.

"குழந்தை முழிச்சுண்டுட்டானா என்ன?" என்றாள் ஈனசுரத்தில்.

"இல்லே, கொஞ்சம் சிணுங்கினான், ரெண்டு ஆட்டு ஆட்டினேன், தூங்கிட்டான்" என்றாள் பவானி இயல்பாக. நட்புத் தோரணையில் மாமியாரைப் பார்த்து ஒரு புன்னகையும் செய்தாள்.

"பின்னே சரி, நான் பார்த்துக்கறேன். நீ உன் ரூமுக்குப் போ" என்றவாறு கிழவி நெருங்கி வந்தாள். பவானியை அணுகுவதில் இருந்த பயமும் குழந்தையைப் பாதுகாக்க வேண்டுமே என்ற கவலையும் அவள் செயலில் கலந்திருந்தன.

பவானியின் புன்னகை மறைந்தது. "ஏன், என் குழந்தைக்கு நான் தொட்டிலாட்டக் கூடாதா?"

அவள் குரல் உயர்ந்ததுமே கிழவி அரண்டு பின்வாங்கினாள். கதவருகில் இரு சிறுமியரும் ஒருவரோடொருவர் ஒட்டிக்கொண்டனர்.

இதையெல்லாம் கவனித்த பவானியின் நெஞ்சம் நோவில் துடித்தது. அதன் எதிரொலியாக ஆத்திரம் எழுந்தது. "நான் பெத்த குழந்தைகிட்ட நானே வரக்கூடாதுன்னு உத்தரவு போடப்போறேளா?"

"இல்லே பவானி . . ." கிழவி திக்கித் திணறினாள். "உனக்கு ஏன் வீண் சிரமம்னுதான். நான் எல்லாம் பார்த்துக்கறேன். நீ போய் ஓய்வெடுத்துக்கோ."

"நான் ஒரே ஓய்வாய்ப் போய்த் தொலைஞ்சிருந்தா நீங்க ரொம்ப சந்தோஷப்பட்டிருப்பேள், இல்லையா?" ஆவேசமாய்க் கூவிய பவானி தொட்டில் கயிற்றை உதறிவிட்டு அறைக்கு வெளியே நடந்தாள். பிறகு சற்று நின்று அவள் திரும்பிப் பார்த்தபோது கிழவி தொட்டிலில் தூங்கிய குழந்தையை இப்படியும் அப்படியுமாய்க் கவலையுடன் தீண்டியும் தடவியும் பார்ப்பதைக் கண்டாள். அவள் ஆத்திரம் பன்மடங்காகியது.

"குழந்தையை நான் எங்கேயாவது கடிச்சு முழுங்கிட்டேனான்னு அப்படிச் சரிபார்க்கறேளா?". அவள் தன் அறைக்குத் திரும்பினாள். உள்ளே நுழையும் சமயம் தொட்டிலறையின் கதவிடையிருந்து நளினியின் திகில் கவிந்த சன்னக்குரல் அவள் காதில் விழுந்தது. "பைத்தியம்னா மனுஷாளைக் கூடக் கடிச்சு முழுங்கிடுவாளா பாட்டி?"

பவானி காதுகளைப் பொத்திக்கொண்டு தன் படுக்கையில் விழுந்தாள். சிறிது நேரம் இதயம் வெடிக்க அழுது தீர்த்த பிறகுதான் துயர மூட்டம் நெகிழ்ந்து எண்ணங்கள் மறுபடியும் தனியே பிரிந்தன.

இனி வாழ்நாள் முடிய இப்படியேதான் இருக்கப் போகிறதா? எல்லாருமே பயந்து பயந்து ஒதுக்கப் போகிறார்களா? கடவுளே, இது என்ன கொடுமை!

அவள் மெள்ள எழுந்து உட்கார்ந்து கண்களைத் துடைத்துக் கொண்டாள். ஜன்னல் வழியாக வந்த பிற்பகல் வெயிலை வெறித்தாள்.

கதவருகில் நிழல் தட்டியது. அவள் மாமியார் கையில் காப்பித் தம்ளருடன் நின்றிருந்தாள்.

"இந்தா."

தம்ளரை அப்படியே கீழே வைத்துவிட்டு அறைக்குள் நுழையாமலே திரும்பிப்போக இருந்தவள் மருமகளின் "சித்த நில்லுங்கோ" என்ற சொற்களைக் கேட்டு நின்றாள். உடல் தன்னையறியாமல் சுருங்கிப் பின் வாங்கியது.

"எதுக்காக என்கிட்ட இப்படிப் பயப்படறேள்? டாக்டர்கள் என்னை முழுக்கக் குணப்படுத்திட்டான்னு நீங்க நம்பலையா?"

கிழவி பதில் சொல்லவில்லை. வறண்டுபோன உதடுகளை நாவினால் ஈரமாக்கிக்கொண்டாள்.

"நேத்தியே பிடிச்சுப் பார்க்கறேன். என்னை ஏன் இப்படி விலக்கறேள்? எனக்குன்னு ஒரு ரூம் ஒழிச்சுக்குடுத்து அங்கேயே நான் இன்னமும் நோயாளி மாதிரி கிடக்கணுமா? நீங்களும் குழந்தைகளும் முந்திமாதிரி என்கிட்ட பழகலேன்னா நான் எதுக்குத்தான் ஆத்துக்கு திரும்பி வந்தேன்? ஆஸ்பத்திரிலேயே இருந்திருக்கலாமே?"

மாமியாருக்கும் அவளுக்குமிடை உறவு எப்போதுமே சுமூகமாய் இருந்ததில்லை. அவளை அடக்கியாண்டு ஒன்றுமில்லாமலாக்கிவிட வேண்டுமென்று ஒரு தீவிரம் கிழவிக்கு. அதை வெளிப்படையாய் எதிர்க்கும் துணிவு இல்லையென்றாலும் உள்ளே அதை எண்ணிப் பொருமும் பகை பவானிக்கு. எனினும் இப்போது ஒரு கோட்டைத் தாண்டித் தன்னை ஏற்றுக்கொள்ள இந்தப் பகையாளிகூட இயல்பான உலகின் சராசரிப் பிரதிநிதியாகவே பவானிக்குத் தோன்றினாள்.

பவானி ஒரு புன்னகையுடன் எழுந்தாள். கதவை நோக்கி வந்தவாறு கனிவான குரலில், "இத பாருங்கோ, முதல்லே கொஞ்சம் இப்படி உள்ளே வந்து நீங்க உக்காண்டாதான் என்ன!" என்றவள் அப்படியே சமைந்து போனாள். அவள் நாலடி நடந்து முன்னால் வந்ததுமே கிழவி நாலடி பின்னால் நகர்ந்து போயிருந்தாள். அவள் முகம் வெளுத்துப்போய்விட்டிருந்தது.

அதிர்ச்சி நீங்கியதும் பவானிக்கு எரிச்சல் பீறி வந்தது. "இப்போ எதுக்கு இந்தப் பயம்? என்ன பண்ணிடுவேன் உங்களை? குழந்தைகள்

பயந்தால் அவாளைச் சமாதானப்படுத்தி ‘உங்க அம்மாடி அவள்’ அப்படின்னு எடுத்துச் சொல்லிச் சரி பண்றதுபோக, விவரம் தெரிஞ்ச நீங்களே இப்படிப் பயந்து செத்தால் என்ன அர்த்தம்? என்ன அர்த்தம்னு கேக்கறேன்?”

அவள் குரல் ஆத்திரத்தில் உயர்ந்தது. எதிரே கிழவி பயத்தில் வெடவெடவென்று நடுங்கினாள். அந்த பயத்தைக் கண்டதும் நிராசையால் பவானியின் கோபம் பின்னும் அதிகரித்தது.

“நீங்க இப்படிப் பயப்படறதுக்காகவே உங்க தலையில் எதையானும் தூக்கிப் போடணும்போல இருக்கு!” என்று கத்தினாள்.

“ஐயோடீ..!” கிழவி இரு கரங்களினாலும் தலையை மூடிப் பாதுகாத்துக்கொண்டே அங்கிருந்து ஓட்டம் பிடித்தாள். அவள் மகன் ரமணன் இவளை நேற்று மாலை மருத்துவ விடுதியிலிருந்து வீட்டுக்கு அழைத்துவந்துவிட்டு எதுவுமே பரபரப்பின்றி இன்று காலை வழக்கம் போல் அலுவலகம் போய்விட்டானே! நாளெல்லாம் இந்தப் பைத்தியத்தோடு இருந்து யார் மாரடிப்பது?

மாலை நான்கு மணிக்கு டிப்போவிலிருந்து பால் வந்தது. பவானி சமையலறைக்குச் சென்று ஸ்டவ்வை ஏற்றினாள். மாமியாரும் பெண்களும் பதுங்கிப் பதுங்கி வீசிய பார்வைகளின் அச்சத்தையோ அதிருப்தியையோ அவள் பொருட்படுத்தவில்லை. பாலைக் காய்ச்சிய பின் இரு தம்ளர்களில் ஊற்றி ஆற வைத்தாள்.

“ஜயா, நளினி, வந்து உங்க பாலை எடுத்துச் சாப்பிடுங்கோ” என்றாள்.

சிறுமியர் வரவில்லை. எட்ட நின்றபடியே, தம்முடன் இருந்த பாட்டியை ஏறிட்டுப் பார்த்தார்கள். கிழவிக்குத் தொண்டை வறண்டது. ஒருவாறு தைரியத்தை வரவழைத்துக்கொண்டாள்.

“ப... பவானி... நீ எதுக்கு இதெல்லாம் செய்யறே? நான் பார்த்துக்கறேன்...”

“ஏன்? இது எப்பவும் நான் செய்யற வேலைதானே?” என்றாள் பவானி. தான் இயல்பாகப் பேசி நடந்துகொள்வதன் மூலம் மற்றவர் களையும் இயல்பாக்கிவிட முடியாதா? அவள் முகம் அவர்களைப் பார்த்துக் கெஞ்சுவதுபோல் இருந்தது.

“வந்து... இப்போ மூணு மாசமாய் நான்தானே இதையெல்லாம் பண்ணினேன். அதே மாதிரி இப்பவும் பண்ணறேன்...”

“மூணு மாசமாய் நான் இங்கே இல்லே, அதனால் நீங்க பண்ணும் படியாச்சு. நான்தான் வந்துட்டேனே. இனிமேல் என் வேலைகளை முந்தி மாதிரி நானே கவனிக்கறேன்... வந்து பாலை எடுத்துக்கோங்க ளேண்டி ரெண்டு பேரும்! அப்புறம் நான் போய்க் குழந்தைக்குப் பால் கரைக்கணும்...”

கிழவிக்குத் திடுக்கிட்டது. “நீ சிரமப்படாதே பவானி, உன் ரூமில் போய் ரெஸ்ட் எடுத்துக்கோ. வீட்டுக் கவலையெல்லாம்

உனக்கெதுக்கு?" என்றாள் அவசரமாக. பவானி அவளைப் பார்த்து முறைத்தாள். "நான் உங்ககிட்டயா கேட்டேன் இப்போ? நளினி, ஜயா, வாங்கம்மா ரெண்டுபேரும்! அம்மா கூப்பிடறேன், வர வேணாமா?" என்றவாறு தம்ளர்களுடன் சிறுமியரை அணுகினாள். "என் தங்கமாச்சே ரெண்டுபேரும்! பாலைப் பிடியுங்கோ. ஜயாவுக்கு மேலாக்கு ரொம்ப ஏர்வையாய் இருக்கு அம்மா, இல்லே? நீங்கதான் போட்டுக்கச் சொன்னேளாம். நான் அப்போ கோபத்தில் ஏதேதோ பேசிட்டதைத் தயவுசெஞ்சி மன்னிச்சுடுங்கோ" என்று தன் நட்பில் மாமியாரையும் சேர்த்துக்கொள்ள முயன்றவாறு மூவரையும் புன்னகையுடன் பார்த்தாள்.

சிறுமியர் அவசரமாய்ப் பாட்டியின் அருகில் நகர்ந்துகொண்டார்கள்; "பாலை . . . பாலைப் பாட்டியே குடுக்கட்டும்" என்றாள் ஜயா அரண்ட குரலில்.

"ஆமாம் பவானி, நீ போ, நான் எல்லாம் கவனிச்சுக்கறேன்" என்று கிழவி இரு சிறுமியரையும் அணைத்தாப்போல் நின்றாள். மூவரும் ஒரு கொத்தாக ஒட்டிக்கொண்டார்கள்.

பவானி மாமியாரை வெறித்துப் பார்த்தாள்.

"அப்படி முழிச்சுப் பார்க்காதேடி, பயமாயிருக்கு" என்றபோது கிழவியின் குரல் நடுங்கியது.

"நீங்க பண்றதையெல்லாம் பண்ணிட்டு என்னைப் பார்த்தாலா பயமாயிருக்கு?" திடீரென்று ஒரு தீவிர வெறி பவானியை ஆட்கொண்டது. பல்லைக் கடித்துக்கொண்டு அவள் தம்ளரை உயர்த்தி அதிலிருந்த பாலை அப்படியே கிழவியின் தலைமேல் கொட்டினாள்.

"ஐயையோ, ஐயையோ, தலையிலே கொட்டுறாளே, மறுபடியும் மூளை கலங்கிடுத்தே இவளுக்கு . . . ஐயோ நான் என்ன பண்ணுவேன்?" என்று கிழவி கிலியுற்று ஓலமிடலானாள். சிறுமியர் மிரட்சி மிகுந்து பாட்டியை இறுகப் பற்றிக்கொண்டு இன்னவென்றே புரியாமல் அழ ஆரம்பித்தார்கள்.

"இப்போ எதுக்குப் பிலாக்கணம் வைக்கறேள் எல்லாரும்? நான் என்ன செத்தா போய்ட்டேன்? வாயை மூடப்போறேளா இல்லையா?" என்று பவானி இரைந்து கத்தினாள். எதிரிலிருந்த மூன்று முகங்களும் பீதியில் உறைந்தன.

உரத்த சப்தத்தால் எழுப்பப்பட்ட கைக்குழந்தை மறு அறையில் விழித்துக்கொண்டு ஆ ஊ என்று ஒலிகளை எழுப்பியது.

பவானி கணநேரம் அப்படியே நின்றாள். பிறகு அந்த அறைக்கு ஓடிச்சென்றாள். தொட்டிலை அடைந்து குழந்தையை அள்ளி எடுத்துக் கொண்டு உச்சி மோந்தாள்.

"ஐயோ ஐயோ, பைத்தியம் குழந்தையைத் தூக்கிண்டுடுத்தே, ஏதானும் பண்ணிப்படப் போறதே! பிடுங்குங்கடி பிடுங்குங்கோ;"

என்று கூப்பாடு போட்டபடி முதியவள் விரைந்து வந்தாள். சிறுமியரும் அவள் பின்னே ஓடி வந்தார்கள்.

பவானி தன் கரங்களிலிருந்த குழந்தையின் முகத்தைப் பார்த்தாள். நன்கு தூங்கி எழுந்து திருப்தியாய்க் கொட்டாவி விட்ட குழந்தை அவளைப் பார்த்துச் சிரித்தது.

பவானியின் உடம்பு புல்லரித்தது. நேற்று வீடு திரும்பியதிலிருந்து அவளுடைய ஒரு குழந்தை அவளைப் பார்த்தும் பயப்படாமல் முகம் மலர்ந்து புன்னகை செய்வது இதுதான் முதல் தடவை. அவள் உள்ளம் பொங்கி வந்தது. கண்களில் நீர் முட்டியது. "என் கண்ணே என் ராஜா, என் தங்கம் ..." என்று குழறியவாறே குழந்தையை இறுக அணைத்துக்கொண்டு அதன் கன்னங்களிலும் தலையிலும் உடலிலும் முத்தங்களைச் சொரிந்தாள்.

"ஐயோ குழந்தையை அமுக்கிக் கொல்றாளே ..." கிழவி அவளிடமிருந்து குழந்தையைப் பிடுங்க முயன்றாள்.

"விடுங்கோ என் குழந்தையை ... இப்போ எல்லாரும் அந்தண்டை போகப்போறாளோ இல்லையா?" என்று சீறினாள் பவானி.

"ஐயோ, பாப்பாவை அவ கடிச்சு முழுங்கப்போறா!" என்று கூவிய நளினி பெரிதாய் ஓலமிட்டு அழலானாள்.

"குழந்தையை இப்படிக் கொடுடிம்மா! நீ சமத்தில்லே? பவானி நல்ல பொண்ணாம், அந்தப் பொம்மையை இப்படிக் கொடுத்துடுவாளாமே ..." என்று நைச்சியம் செய்ய முயன்ற மாமியாரின் கையைப் பவானி வெடுக்கென்று பிடித்துத் தள்ளினாள்.

"சீ கிழவி, போ அந்தண்டை; என்னைப் பைத்தியம்னே உட்காத்தி வச்சுடப் பார்க்கறியா? போ சொல்றேன், போ!"

ஆத்திரத்துடன் உரக்க முழங்கிய பவானியின் கவனம் கிழவியின் மீது இருக்கவே ஜயா இன்னொரு பக்கமாய் வந்து குழந்தையை அவளிடமிருந்து பிடுங்கப் பார்த்தாள்.

"அடி மூதேவி, உன் பாட்டியோடு சேர்ந்துண்டு நீயும் எனக்கு எதிரியாயிட்டியா? விடுடி என் குழந்தையை, அடி நாசமாய்ப் போறவளே, விடு சொல்றேன். விடுடின்னா ..." பவானி பதற்றமாய்க் குழந்தையைத் தன்னிடமே இழுத்துக்கொள்ளப் பார்த்தாள். ஆனால் ஜயா, கிழவி இருவர் வலிமையும் சேர்ந்து அவளை வென்றுவிட்டன. குழந்தையை அவர்கள் எடுத்துக்கொண்டுவிட்டார்கள்.

"அடப் பாவிகளே, இந்த அக்கிரமம் உண்டா? சனியன்களே, ராட்சஸிகளே ..." பவானி சீற்றம் பொங்க ஜயாவின் கன்னத்தில் அறைந்தாள். ஜயா பயத்தில் வெலவெலத்துச் சமைந்து போனாள். கிழவி ஓடி விலகி நின்று மருமகளை ஏதோ ஒரு பிசாசைப்போல் பார்த்துவிட்டுக் குழந்தையைத் தன் கரங்களில் நன்கு பதுக்கிக் கொண்டாள்.

நளினியின் ஓலம் பின்னும் உரத்தது. சிறுமியர் பாட்டியுடன் ஒன்றிக்கொண்டார்கள்.

"உங்களையெல்லாம் கேட்பாரில்லையா? இந்த அநியாயம் அடுக்குமா?" என்று பவானியின் குரல் தாபம் மிகுந்து வீறிட்டது. அதே சமயம் "என்ன நடக்கறது இங்கே?" என்ற கேள்வி தாழ்வாரத்திலிருந்து ஒலித்தது. மனைவி எப்படி இருக்கிறாளோ என்ற கவலையினால் சீக்கிரமே வேலையிலிருந்து திரும்பியிருந்த ரமணன் அறைக்குள் நுழைந்தான்.

எல்லோருடைய பார்வைகளும் அவன்மேல் பதிந்தன. கிழவியும் சிறுமிகளும் கிலியில் முகம் வெளுத்து நின்றிருந்தார்கள். சின்னக் குழந்தை அப்போதும் சிரித்துக்கொண்டிருந்தான். பவானியின் உருவம் ஆத்திரமும் துன்பமும் கலந்து செதுக்கிய தீவிர இருப்பாக இலங்கியது. துடிதுடிக்கும் இதயத்தின் புலம்பலைக் கண்களில் தாங்கி அவள் கணவனைப் பார்த்தாள்.

"நீங்களே பாருங்கோ, இந்த அக்கிரமத்தை நீங்கதான் கேக்கணும் . . . என்னை டாக்டர்கள் முழுசாய்க் குணப்படுத்தி டிஸ்ஜார்ஜ் பண்ணிடலையா? எனக்கு இப்போ உடம்பு சரியாய்ப் போயிடலையா? இருந்தாலும் இவாள்ளாம் . . . இவாள்ளாம் . . . என் குழந்தையையே நான் எடுக்கக் கூடாதுன்னு பிடுங்கிண்டுட்டா எல்லாரும் . . ."

ரமணன் பாய்ந்து வந்து அவளை அணைத்துக்கொண்டான். அவன் மார்பில் புதைந்த குரல் தெளிவின்றி ஒலித்தது. "இதோ இருக்காளே, உங்கம்மா, மகராசி, என் குழந்தைகளையே என்கிட்டேருந்து விலக்கித் தன்னுடையதாய்ப் பண்ணிண்டுடணும்னு பார்க்கறா . . . எப்பவுமே அவள் எண்ணம் அதுதான் . . . என்னைக் கண்டால் ஆகிறதில்லை . . ."

ரமணன் எதுவும் பேசாமல் அவள் முதுகைப் பரிவாகத் தட்டிக் கொடுத்தபடியே இருந்தான்.

"பைத்தியமாயிருந்தாலும் நாக்கு இருக்கு முழநீளம். கடங்காரி பேசறதைப் பார்த்தியாடா?" என்று கிழவி வெகுண்டாள். மகன் வந்துவிட்டான் என்ற தைரியத்தில் பவானியிடம் இருந்த பயம் கணநேரம் மறைந்தது.

"நான் பைத்தியம்தான். நான் பைத்தியம்தான் . . ." துக்கம் தளும்பும் குரல் தடைப்பட்டுத் தடைப்பட்டு வந்தது. "நான் இவாளையெல்லாம் கண்டபடி பேசிட்டேன் . . . ஜயாவைக் கன்னத்தில் அடிச்சுட்டேன் . . . உங்க அம்மாவைக்கூட . . . பெரியவாங்கிற மரியாதை இல்லாம தாறுமாறாத் திட்டிட்டேன் . . . அவர் தலையிலே . . . தலையிலே . . . பாலைக்கொட்டினேன் . . . நான் நிச்சயம் இன்னும் பைத்தியமாய்த் தான் இருக்கணும் . . . இல்லேன்னா இப்படியெல்லாம் நடந்திருப்பேனா? அவா சொல்றதெல்லாம் நிஜம்தான் . . ."

"அசடு, நீ ஒண்ணும் பைத்தியமில்லே." ரமணன் மிருதுவான குரலில் பேசியவாறு மனைவியின் தலையை மெல்ல வருடினான்.

"நீ முதல்லேருந்தே இப்படியெல்லாம் நடந்துண்டிருந்தால், நீ அந்த ஆஸ்பத்திரிக்கே போகவேண்டியிருந்திருக்காது. வருத்தத்தையும் கோப தாபங்களையும் எல்லா உணர்ச்சிகளையுமே நீ வெளியே விடாமல் மனசுக்குள்ளேயே போட்டுப் போட்டுப் புதைச்சு வச்சதால்தான் உனக்கு மூளை கலங்கித்துன்னு டாக்டர் சொன்னார். நீ இன்னிக்கு இப்படியெல்லாம் நடந்துண்டேன்னா எனக்குச் சந்தோஷம்தான். நீ இனிமேல் எப்பவும் மனசு விட்டுப் பேசு பவானி! வருத்தமாயிருந்தால் அழு, சந்தோஷமாயிருந்தால் சிரி, கோவம் வந்தால் திட்டு, ஏதானும் பிடிக்காட்டால் பிடிக்கலேன்னு சொல்லு. அப்புறம் பாரேன், உனக்கு ஒரு கெடுதலுமே நேராது."

சட்டென்று தலையை உயர்த்திப் பவானி கணவனின் முகத்தை நோக்கினாள். அதிலிருந்த அன்பும் கனிவும் அரவணைப்பும் அவளை ஆழப் பற்றி உலுக்கி உயிரின் அடித்தளங்களில் புதைந்திருந்த உண்மை யான கண்ணீரையெல்லாம் தட்டி எழுப்புவதுபோல் இருந்தது. இதயம் நிறைந்து பொங்க, உடல் முழுவதும் தண்ணென்று சிலிர்க்க, உதடுகள் நடுங்க பவானி அவனை நோக்கிப் புன்முறுவல் செய்தாள். மறுவிநாடி அவள் கண்களிலிருந்து நீர் பொழியலாயிற்று. அவன் மார்பில் மீண்டும் அவள் தலை புதைந்தபோது விம்மல்கள் மெல்லத் தெறித்தன. பிறகு சிறிது சிறிதாய்ப் பெரிதாயின. அழுகையினூடே நொந்த உள்ளம் அவலமாய் முறையிட்டது.

"நான் பைத்தியமில்லையா? நிஜம்மா இல்லையே..? ஆமாம், நான் பைத்தியமில்லே, டாக்டர்கள் என்னைக் குணப்படுத்தியாச்சு... ஆனா இவாள்ளாம் சொல்றா... அதுவும் ஜயாவும் நளினியும்... அவா கண்ணை என்னால் பார்க்கவே முடியலே. என் வயத்திலே பிறந்த குழந்தைகளே என்னைப் பார்த்துப் பயப்பட்டால் அப்புறம் நான் எதுக்குத்தான் உயிரோடு இருக்கணும்?..."

விம்மல்களில் அவள் முதுகு குலுங்கியது. அந்த முதுகை ஆதரவாகத் தடவிக்கொடுத்தவாறே ரமணன் எதிரேயிருந்த தன் பெண்களைப் பார்த்தான். அவன் குரல்கூட உயரவில்லை.

"ஜயா! நளினி! அம்மா அழறா பார்த்தேளா? அம்மாவை நீங்க ரெண்டுபேரும் அழவிடத்தான் போறேளா?"

பவானி அழுதுகொண்டே இருந்தாள். கணவனின் கரங்கள் தனக்கு ஆறுதல் தருவதை உணர்ந்து அழுதுகொண்டிருந்தாள். பிறகு முதுகின்மேல் இன்னும் ஒரு மெல்லிய ஸ்பரிசம் படிவதை அவள் உணர்ந்தாள். முழங்கையின் மேல் மற்றொன்று.

"அம்மா, அழாதேம்மா!"

"அழாதேம்மா! அம்மா! அம்மா!"

அவள் உலகம் முழுமையாய் மீண்டுவிட்டது.

***சௌராஷ்டிர மணி தீபாவளி மலர்*, அக்டோபர் 1973**

சுவரொட்டி

அண்டவெளியெங்கும் ஊடுருவி நிற்கும் பரம்பொருளை அப்பரப்பின் எந்த ஓர் அணுவும் முழுவதுமாய் பிரதிபலிக்கும் என்பதுபோல் பரதகண்டத்தின் ஜனத்தொகை மிகுதியை அந்த ஒரு வீதியே கூடப் பூரணமாய் உணர்த்தியது. கண் பார்வை எங்கு படிந்தாலும் மனிதர்கள் மேல்தான் படிய வேண்டும் எனத்தகும் கூட்டம். இத்தனைக்கும் மாலைப் பொழுது முற்றவில்லை. பிற்பகலின் பிற்பகுதிதான். வெயில் இன்னமும் உறைத்துக்கொண்டிருந்தது. இந்த வெயிலிலும் பெருமூச்சு விட்டுக்கொண்டாவது, வேர்வையைத் துடைத்துக்கொண்டாவது இப்படி ஓயாத அலுவல்களில் அவசரமாய் விரைந்துகொண்டே யிருக்கும் மனித இனம் நிச்சயம் எதையோ சாதித்துத்தான் தீரும் என்று நினைக்க வைத்தது அந்த மும்முரம்.

சென்னை நகரம் மாந்தர்களாகவும் வாகன வகைகளாகவும் பல்லுருக்களில் பல்கி இயங்கிக்கொண்டிருந்தது. எண்ணற்ற தினுசுகளில் ஒலித்த மனிதக் குரல்கள், ஒலியை ஏழு சுரங்களென்று சங்கீதம் வரையறுத்ததை மறு பரிசீலனை செய்யத் தூண்டுவதா யிருந்தன.

பல்லவன் போக்குவரத்துக் கழக ஊர்தி ஒன்று படிகளில் வீங்கித் தொங்கும் மனிதக் குவியல்களினால் ஒரு பக்கமாய் மிகவும் சாய்ந்திருந்த நிலையிலேயே வேகத்தைச் சிறிதும் குறைக் காமல் – நடுவீதியிலிருந்து சற்றும் ஒதுங்காமல் 'நான் பஸ்ஸாக்கும், தெரிகிறதா!' என்று பறைசாற்றிக்கொண்டு ஓடியது. முன்னாலும் பின்னாலும் பெரிய இறகு விரித்து நீண்டிருந்த ஓர் இம்பாலா வுக்கும் ஒரு ஸ்டுடிபேக்கருக்கும் இடையே ஒரு சப்பைமூக்கு ஆட்டோரிக்ஷா மிதிபட்ட நாய் கீச்சிடுவதுபோன்ற ஹார்ன் சப்தத்துடன் குறுக்கே புகுந்து விரைந்தது.

திரைப்பட அரங்குகளும் பொது அலுவலகங்களும் பெரிய கடைகளுமாய் இரு மருங்கும் பொலிந்த அந்த மௌண்ட் ரோட்டின் ஒரு திருப்பத்தில் இரண்டு ஆள் உயரத்துக்கு ஒரு குளிர்பானப் புட்டியின் பெரிய அட்டை வடிவம் கம்பத்தில்

ஆர். சூடாமணி

பிணைக்கப்பட்டுத் தலைக்குமேல் நின்றது. அதன் பக்கத்தில் இரண்டொரு வர்த்தகப் பொருள்களின் சிறிய விளம்பரப் படங்கள். அவைகளை அடுத்து வரிசையாகப் பல அகலமான பெரிய சினிமா சுவரொட்டிகள். எத்தனை வர்ணங்கள் அவற்றில்! எத்தனை வடிவங்கள்! அந்த வடிங்களில் பெரும்பாலானவை எந்த நாட்டு, எந்த மொழிப் படங்களைச் சேர்ந்தவர்கள் இவர்கள் என்பதே புரியாதபடி நவநாகரிக மேனட்டுப் பாணி உடையணிந்த ஆண்களையும் வெட்டிய முடியும் மினி கவுனுமாய் விளங்கிய பெண்களையும் காட்டின.

சேலை கட்டிய மாதரும் அந்தச் சுவரொட்டிகளில் இடம் பெறாமலில்லை. ஆனால் அச்சேலைகள் ஒரு சம்பிரதாயத்துக்காக மட்டுமே உடுத்தப்பட்டவை போல் உடலின் எந்த அழகையும் மறைக்காமல் இருந்தன. ஒரு சுவரொட்டி; திரௌபதி காவியம் என்ற புராணப் படத்தினுடையது. அதில் காணப்பட்ட கதாநாயகியின் உருவம் கண்ணைப் பறித்தது. ஆனால் அதுதான் திரௌபதியின் இயல்பான உடுப்பு முறையாக இருந்தால் துகிலுரிதலைப் பற்றி அவள் ஏன் கவலைப்பட்டாள் என்பது மட்டும் புரியவில்லை.

அதையடுத்து இன்னொரு பெரிய சுவரொட்டி. அதில் இந்தி திரைப்படமொன்றின் பெயர் இந்தி, ஆங்கிலம், தமிழ் ஆகிய மூன்று மொழிகளிலும் காணப்பட்டது. அந்த நீண்ட அகன்ற போஸ்டரை வியாபித்துக்கொண்டு குறுக்கே ஒரு பெண் வடிவம் குப்புறப் படுத் திருந்தது. பின்னே ஓர் ஆடவன். பெண்ணின் முதுகிலிருந்து சேலைத் தலைப்பு நழுவியாகிவிட்டது. மிட்டாய் ரோஸ் நிறத்தில் இருந்த ரவிக்கையின் பித்தான்கள் அவிழ்ந்து, உள்ளேயிருந்து வெள்ளை ப்ராவின் பின்புறம் தெரிந்தது. சினிமாத் துறையின் புதிய ‘மாடர்ன்’ முத்திரையான கற்பழிப்புக் காட்சியைச் சேர்ந்ததாக அந்தப் படம் இருக்கலாம்; அல்லது கதாநாயகனும் கதாநாயகியும் மனம் ஒருமித்துள்ள காட்சியாகவும் இருக்கலாம். எதையுமே கற்பனைக்கு விடக்கூடாது என்ற தத்துவத்தைக் கொண்ட புத்தலைத் திரைப்படம் அது என்பதில் மட்டும் சந்தேகமில்லை.

நடை பாதையின் ஓரத் தடுப்பில் சாய்ந்தவாறு சுமார் பதினேழு, பதினெட்டு வயதுள்ள நாலைந்து இளைஞர்கள் அந்தச் சுவரொட்டியை அண்ணாந்து பார்த்தபடி தமக்குள் விஷமமாக விமர்சித்துக் கொண்டிருந் தார்கள். என்ன பேசுகிறார்களென்பதைச் செவியுறாதவர்களுக்கும் அந்தப் பேச்சைத் தெரிவிக்கக் கூடியதாயிருந்தது அவர்களுடைய முகபாவம்.

ஒருவன் ஒரு பிரபல தமிழ்ச் சினிமா நடிகரின் உருவம் பதித்த சிவப்புக் கைலியும் முண்டா பனியனும் உடுத்திருந்தான். இன்னொருவன் தன் பழுப்பேறிய சட்டை வேட்டிகளில் வேட்டியை உள்ளேயிருந்து அரை நிஜாரின் விளிம்பு தெரிய மடித்துக் கட்டியிருந்தான். இரண்டு மூன்று பேர் சற்றுக் கிழிந்த உடைகளிலும், ஒருவன் அரை நிஜாருக்கு மேல் சட்டையற்ற வெற்றுடம்போடும் இருந்தார்கள்.

அவர்கள் பணக்காரர்களல்ல. அந்த அகலமான தார்ச் சாலையைக் கடந்து சிறிது தூரம் சென்று முனை திரும்பினால் திடீரென்று மண் சந்துகளும், தாழ்வான குடிசைகளும், தேங்கிய சாக்கடைகளுமாய்க் காட்சி மாறும். பலவகையான கழிவு நாற்றங்கள் பரவலாக வீசும். முன்னேற்ற நகரத்தின் மடியிலேயே இப்படி ஒரு பிற்போக்குக் கிராமம் உட்கார்ந்திருக்க முடியுமா என்று வியப்புத் தோன்றும். சொர்க்கத்துக்கு ஒரு பின் குறிப்பாக இருந்த அந்த நரகத்திலிருந்து வருபவர்கள்தான் அந்த இளைஞர்கள். ஆனால் கிளர்ச்சியூட்டும் சுவரொட்டியை அண்ணாந்து பார்த்துக்கொண்டு நின்றிருந்த அவர்களது முகபாவத்துக்கும், அதே சுவரொட்டியைத் திரும்பித் திரும்பி வெறித்தவாறு நடந்தோ காரிலோ ஸ்கூட்டரிலோ சென்றுகொண்டிருந்த இறுக்க உடை – கறுப்புக் கண்ணாடி – கிருதா – நீளமுடி பணக்கார வாலிபர்களின் முகபாவத்துக்கும் எவ்வித வேறுபாடும் இருக்கவில்லை. இது வர்க்க பேதங்களைக் கடந்த சுவாரஸ்யம்.

“ஷோக்காயிருக்குடா போஸ்டர்” என்றான் ஒரு கிழிந்த உடையினன்.

“இந்த சினிமா பார்க்கணும்” என்றான் கைலி பனியன்.

“ஹிந்தியாமில்லே! ஒனக்கின்னாடா புரியும்? இந்தி ஒளிக ஒளிகன்னு எளுதினது மறந்து போயுடுச்சா?” என்றான் வேட்டி சட்டை.

“கதை புரியாட்டி இன்னாடா? பார்க்கறதுக்குத் தானே போறோம்!” என்று கைலி சிரித்தான்.

“நீ பெரிய கில்லாடிடா!”

“பொண்ணு ஷோக்காகீராடா”

“சும்மா தள தளன்னு மாம்பளம் கணக்கா.”

“இம்மாம் படா ஸ்டைல்காரியை பார்த்ததேயில்லே”

“முதுகைக் காட்டிப் படுத்திருக்கறா. எழுந்து உட்கார்ந்தான்னா எப்படி இருக்கும்!”

எல்லோருக்கும் மூச்சு ஒருகணம் குப்பென்று உள்வாங்கியது.

“அந்த ஆள் அதிருஷ்டக்காரண்டா!”

குரலைத் தாழ்த்தி அவர்கள் பின்னும் அந்தரங்கமான விவரங்களைத் தமக்குள் சொல்லிக் கிளுகிளுத்துக் கொண்டார்கள்.

சட்டையின்றி அரை நிஜார் மட்டும் அணிந்திருந்தவன் யாவரினும் இளையவனாயிருந்தான். பதினான்கு அல்லது பதினைந்து வயதிருக்கும். அவன் ஒரு வார்த்தை கூடப் பேசாமல் அந்த நேரத்தைக் கண்களால் மட்டுமே வாழ்ந்துகொண்டிருந்தான். பிறகு கண்களை விலக்காமலேயே திடீரென்று சீட்டியடிக்க ஆரம்பித்தான். அதில் அவனுக்குத் திறமை போதாமல் பாதி முயற்சி வெறும் காற்றாகத்தான் வந்தது.

மற்றவர்கள் அவனைத் திரும்பிப் பார்த்தார்கள்.

"இன்னாடா, குஷி பொறந்திடுச்சா?" என்றான் ஒருவன்.

"கொல்றானே பொடியன்!" என்று இன்னொருவன் சிரித்தான்.

சீட்டியொலி தடைப்படவில்லை. அதன் அபசுர ஒலியின் உன்னிப்பிலும் கூட அவனுடைய ஒரு முகச் சிந்தனையின் தன்மயம் தெரிந்தது. அதனால் அவன் தரம் உயர்ந்துவிடுவதைப் போன்ற இனமற்ற ஓர் உணர்வால் எரிச்சலடைந்து கைலி, "போடா போடா வெத்துப் பயலே. உனக்கென்னா தெரியும் இதெல்லாம்? இது இன்னா விஷயம்னு கூட மொதல்ல உனக்குப் புரியாது, மீசை மொளைக்காத ரவுண்டு பய! மூஞ்சியைப் பாரு!" என்று ஏளனம் செய்தான்.

சீட்டியொலி கணநேரம் நின்றது. அரை நிஜார் இன்னும் சுவரொட்டியையே பார்த்துக்கொண்டு ஏற்றத் தாழ்வில்லாத குரலில், "எனக்கு எல்லாம் தெரியும்," என்று சொல்லிவிட்டுத் தொடர்ந்து சீட்டியடிக்கலானான்.

அவன் சொன்னதை நம்பாதிருக்க முடியவில்லை. அனேகமாய் அவர்கள் யாவருமே வாழ்வின் நுழைவுப் பரீட்சையைத் தேறி விட்டவர்கள்தான். சமூகத்தில் நடுத்தர வர்க்கத்துக்குத்தான் வரை முறைகள், கூடாதுகள், உரிய காலங்கள். மேல் தட்டும் அடித்தட்டும் பிஞ்சிலே பழுக்கும் தன்மையுடையவை.

ஆபாசப் பத்திரிகைகளையும் திரைப்படங்களையும் சுவரொட்டி களையும் கண்டனம் செய்து மன்றங்களிலும் மேடைகளிலும் அவ்வப்போது கருத்துக்கள் காரசாரமாய் அடிபடும். நகராட்சியின் தடுப்புக் கெடுபிடிகள் தூள்பறக்கும். புதியதாகச் சில அப்பட்டமான சுவரொட்டிகள் தோன்றி நாலே நாட்களில் அகற்றப்பட்டிருக்கும். சில போஸ்டர்களில் ஒரு வாரத்துக்குப் பிறகு மிகவும் ஆட்சேபகரமாய் கருதப்படும் பெண்களின் தோற்றங்களில் மார்புப் பகுதியின் மேல் காகிதம் ஒட்டி மறைத்திருக்கும். ஆனால் சில நாட்களுக்குள்ளேயே வேறு ஆட்சேபகரப் படங்கள் நகரின் இன்னுமேதாவது வட்டாரத்தில் 'ஹோர்டிங்' மீது தலைதூக்கும். புத்தலை உண்மையாகவே அலையாகத் தான் இயங்கியது. பின்வாங்குவது போல் வாங்கி மீண்டும் மீண்டும் உயர எழும்பி வந்துகொண்டேயிருந்தது.

'திரௌபதி காவியம்' சுவரொட்டியையும் ஒரு நாள் காணோம். கலியுகத்துப் போலீஸ் கிருஷ்ணன் யாரோ பாஞ்சாலியின் மானத்தைக் காப்பாற்றியிருந்தார். ஆனால் மிட்டாய் ரோஸ் ரவிக்கை அழகியும் அந்த ஆடவனும் (அவளுடைய காதலனா வில்லனா) யாருடைய தடையீடும் இன்றி தொடர்ந்து கிளர்ச்சியூட்டிவாறு அப்படியே காட்சி தந்துகொண்டிருந்தார்கள். வீதியின் நெரிசலான போக்குவரத்துக் கிடையிலேயும் பற்பல கண்கள் அந்தச் சுவரொட்டியின் மேல் ஓர் அவசர நோட்டம் விடாமலில்லை. அதன் எதிரே தேங்கும் விடலை களுக்கும் குறைவில்லை. நாட்கள் எத்தனை கடந்தாலும் அந்தச் சுவை அலுக்கவில்லை.

அந்தத் திருப்பத்தில் நான்கு சாலைகள் கிளை பிரிந்தன. அங்கு ஆடொமாடிக் ட்ராஃபிக் விளக்கு முறை அமைந்திருந்தது. சாரி சாரியாய் வரும் வண்டிகள் ஒரு நிறமாற்றத்தில் கட்டுண்டு நின்றுவிட, பாதசாரிகள் ஓட்டமும் நடையுமாய், சில சமயம் சிரித்துக்கொண்டு, சில சமயம் ஒருவர் கையை ஒருவர் பாதுகாப்பாகப் பிடித்துக்கொண்டு, வெள்ளைக் குறி இட்ட இடத்தில் வீதியைக் குறுக்கே கடந்து செல்வார்கள்.

இரவு வந்துவிட்டால் நகரம் பல்லாயிர விளக்குகளால் தன்னை அணிசெய்துகொண்டு நட்சத்திர வானத்தைப் புறம் கண்டு பொலியும். அந்த வீதியின் கண்ணாடி முகக் கடைகளெல்லாம் திடீரென்று பல வர்ண நியான் விளக்கொளியில் மாயாபுரியாக மினுமினுக்கும். வாகனங்களில் பளிச்சென்று விளக்குள் எரியத் தொடங்கி, சாலை ஓடும் ஒளிகளின் ஆறாக மாறிவிடும். வீதி விளக்குகள், கட்டட ஒளிகள் இவைகளின் கடும் பிரகாசத்தின் விளைவாக மேலே நட்சத்திரங்கள் சுடர்களாய்ப் பளீரென்று ஜொலிக்காமல், ஒரு வாளியில் வெளிச்சத்தைக் கரைத்துப் பொதுவாக இறைத்திருந்தாற் போல் வானம் பரவலாக மட்டுமே வெளுத்திருக்கும்.

ஒவ்வொரு நாளும் வீதி தன்பாட்டுக்கு நாகரிக ஆரவாரத்தில் இயங்கிக்கொண்டிருந்தது.

மாலை நேர நெரிசலில் வரிசையாகக் கார்கள் வந்தன. ஸிக்னலின் பச்சை விளக்கில் வாகனங்கள் நேரே சென்றன. பிறகு வலப்புறமாய்த் தடுப்பின்றித் திரும்பின. திடீரென்று சிகப்பு வந்துவிட்டது. ஸிக்னல் மாறுவதற்குள் போய்விடலாம் என்று எண்ணிச் சீறிக்கொண்டு பாய்ந்து வந்த ஒரு சவர்லெ திடீர் பிரேக்கில் அதிர்ந்து நின்றது. அதை ஓட்டி வந்த முதியவர் எஞ்சினின் தாழ்ந்த உறுமலுக்குச் சரியாகத் தம் எரிச்சலை முணுமுணுத்தார். தம்மை – தம்மைநிறுத்தக் கூடிய ஒரு ட்ராஃபிக் ஸிக்னல் முறையைக் கண்டுபிடித்தவனைப் பற்றித் தம் கருத்தை சந்தேகத்துக்கு இடமின்றி வெளியிட்டார். அவருடைய ரேயான் ஸூட்டிங் உடையையும், முதலைத் தோல் காலணிகளையும், 'கோ – கோ' கண்ணாடியையும், விரல்களிடை புகையும் இண்டியா கிங்ஸ் சிகரெட்டையும் பார்ப்பவர்கள் அவருக்கு இந்த ரக வசை மொழிகள்கூடத் தெரியுமா என்று வியக்கமாலிருக்க முடியாது. பச்சையான திட்டல்களுடன் தலையைத் தற்செயலாய்த் திருப்பியவரின் கண்களில் உயரேயிருந்த அந்தச் சுவரொட்டி தென்பட்டது. திட்டல்கள் நின்றன. அவர் அதையே வெறித்து நோக்கினார். பிறகு கறுப்புக் கண்ணாடியைக் கழற்றிவிட்டுத் தெளிவாக, நிதானமாக, அதைப் பார்த்தார். எரிச்சல் அடங்கியது. அவர் லைனுக்கு ஒருவாறு பச்சையொளி வந்தபோது, அத்தனை நேரம் காத்திருந்ததன் அலுப்புத் தெரியவில்லை.

சில்லென்று காற்று வீசியது. மாலை முதிர்ந்துகொண்டு வந்தது. நாட்களின் ஓட்டத்தில் கோடை நகர்ந்து இப்போது மழையின் சிலிர்ப்புகள் தலைநீட்டத் தொடங்கியிருந்தன.

நடைபாதையின் ஓரத் தடுப்பில் இப்போதும் இளமுகங்களின் தாகம். சினிமாச் சுவரொட்டிகளின் வரிசையில் இன்று ஓர் இடம்

காலியாக, பல்லைப் பிடுங்கியது போல் மூளியாய்க் காட்சியளித்தது. அங்கிருந்து நீக்கப்பட்ட போஸ்டர் இன்னும் இரண்டொரு நாட்களில் சில காகித ஒட்டல்களுடன் மறுபடியும் வந்து மேலே ஏறிக்கொள்ளும். அந்த இல்லாத போஸ்டரைக் குறித்து இளையவர்கள் அதிக நேரம் வருந்தவில்லை. அவர்களுடைய அபிமான சுவரொட்டி மீண்டும் அவர்கள் கவனத்தை முழுமையாய் ஈர்த்துக்கொண்டது. சயனித்த அழகை நோக்கியபடி ஒருவன் பெருமூச்சு விட்டான். இன்னொருவன் வாயால் பார்க்கிறானா கண்ணால் பார்க்கிறானா என்று வியக்கும் வகையில் வாயைத் திறந்தபடியே பார்த்துக்கொண்டிருந்தான்.

முன்பு நடிகர் உருவம் அச்சிட்ட கைலி உடுத்திருந்தவன் இன்று ஒரு நைந்த காக்கி அரை நிஜார் போட்டிருந்தான். முண்டா பனியன் மட்டும் அதே. தலைமுடியைச் சுற்றி ஒரு கைக்குட்டை, அது கட்டப் பட்டிருந்த மிடுக்கான தோரணையினால் ஒரு மகுடமாகிவிட்டது. மற்ற இளையவர்களிலும் பலர் பழைய கோஷ்டியைச் சேர்ந்தவர்கள் தாம். சீட்டியடித்த சிறுவன் மட்டும் அங்கு இல்லை. அவன் இடத்தை நிரப்புகிறவள் போல் அதே மாதிரி இடுப்புக்கு மேல் நிர்வாணமாய் ஒரு சிறுமி பாவாடை மட்டும் உடுத்தி நின்றிருந்தாள். அவளுக்கு ஏழெட்டு வயதுதான் இருக்கும். அவளும் ஒரு பக்கமாய் நின்று அந்தச் சுவரொட்டியையே அண்ணாந்து பார்த்துக்கொண்டிருந்தாள்.

சாலையில் மனித கும்பல்கள் நெரிந்துகொண்டு சென்றன. இரண்டடுக்குப் பெரிய பஸ் ஒன்று சுற்றிலுமுள்ள போக்குவரத்தைப் பொம்மையாக்கிக் கொண்டு போயிற்று. ஒரு ஸ்கூட்டரில் முன்னே ஆணும் பின்னே பெண்ணும் அவள் மடியில் குழந்தையுமாய் விரைந் தார்கள். இன்னொரு ஸ்கூட்டர் பிலியனில் அமர்ந்திருந்த யுவதி வலக்கையால் ஓட்டியின் தோளைப் பற்றியிருந்தாள். தன் தோள் மீதிருந்து சரிந்து சரிந்து விழுந்த முன்றானையை இடக் கையால் நாசுக்காய்த் தொற்ற வைத்துக்கொண்டிருப்பது அவளுக்கு ஓர் இடைவிடாத வேலையாக இருந்தாலும், தலைப்பை நன்றாய் இழுத்து இடுப்பில் செருகிக்கொண்டால் இந்தத் தொல்லை தீருமே என்று அவள் நினைத்ததாய்த் தெரியவில்லை. உயர்த்திக் கட்டிய கொண்டையின் கீழே, தாழ இறங்கிய கழுத்தும் ப்ராவின் கோடு ஏறக்குறைய அடி வரம்பாய் அமைந்ததுமான சோலியின் மூலம் எவ்வளவு தூரத்துக்கு முடியுமோ அவ்வளவு முதுகுப் பகுதி திறந்து கிடந்த அந்தப் பாணியில் உடை தரித்த பற்பல பெண்களில் அவள் ஒருத்தி. பக்கத்தில் கார்களிலும் டாக்ஸிகளிலும் சைக்கிள்களிலும் போன ஆண்களில் பலருடைய பார்வை இதுபோன்ற ஸ்கூட்டர்களைக் கடக்கும்போது அந்தப் பக்கம் திரும்பாமல் போவதில்லை.

வண்டிகளின் ஹார்ன் சப்தம், சக்கர உறுமல்கள், மனித இரைச்சல்கள் . . .

சுவரொட்டியின் முன்னே இளவட்டங்களின் ரசனைகள்.

"ஷோக்காய்த் தாண்டா கீரா."

"படம் பார்த்தாயிட்டுதா?"

“இன்னும் இல்லே.”

“இன்னா வாத்யாரே, நெறைய கும் கும் சண்டை வருதாமில்லே, இன்னுமா நீ பார்க்கலே?”

சிரிப்பு ஒலித்தது.

“அட சர்த்தான் போடா கேப் மாறி! கும் கும் சண்டைக்காகத் தானா இந்தப் படத்தில் ஒனக்கு அக்கறை?”

சிரிப்பு அதிகரித்தது. பிறகு மீண்டும் மௌனத்திடை பார்வைகள் அண்ணாந்து நிலைத்தன.

குப்புறக் கிடந்த முதுகு, பித்தான்கள் அவிழ்ந்த மிட்டாய் ரோஸ் ரவிக்கை, அதனுள் சிரிக்கும் வெள்ளைக் கச்சு. பின்னே ஓர் அவன்.

“அதிர்ஷ்டக்காரண்டா!”

“ஷ்!” முண்டா பனியன் எச்சரிக்கை செய்தவாறே ஓரக்கண்ணால் அந்தச் சிறுமியைப் பார்த்தான். அவளும் மூன்று நான்கு நாட்களாய் இங்கு வந்து அந்தச் சுவரொட்டியைப் பார்த்துக்கொண்டு நிற்பதை அவன் கவனித்திருந்தான். அது அவனுக்குப் பெரிய இடைஞ்சலாகத் தோன்றியது. அந்த நடைபாதையில் எத்தனையோ பேர் போய் வந்துகொண்டுதான் இருந்தார்கள். ஆனால் ரசிகர் குழாம் ரசித்துக் கொண்டு நிற்பதற்கு அவர்கள் இடையூறல்ல. ஏனென்றால் அவர்கள் சதா கடந்து போகும் கும்பல். இந்தப் பெண்ணோ பழியாக இங்கே வந்து டேராவல்லவா போட்டுவிடுகிறாள்? வயசுப் பெண்ணாய் இருந்தாலாவது குஷியாய் இருக்கும். இவளோ கிழிசல் பாவாடைக்கு மேலே சொக்காய் போடாமல் வந்து நிற்கக் கூடிய வயதிலுள்ள குழந்தைச் சிறுமி. மார்பில் எலும்புகள் தான் துருத்திக்கொண்டிருந்தன. நண்பர்கள் தமக்குள் திறந்து பேசி மகிழ்வதற்கு இவள் ஒரு தடை மட்டுமே.

“அந்த கஸ்மாலத்தை வெரட்டிப்புட்டு அப்புறம் பேசுவம்டா” என்று மெதுவான குரலில் கூறிவிட்டு அவன் அந்தச் சிறுமியைப் பார்த்து “ஏய், இங்கே வந்து நிண்ணுகிட்டு இன்னா பண்றே? அப்பாலே போ” என்றான்.

சிறுமி அவனை லட்சியமே செய்யவில்லை. முகத்தை நிமிர்த்தி அந்தச் சுவரொட்டியைப் பார்த்த நிலையிலேயே அசையாமல் நின்றிருந்தாள்.

“ஏய், ஒன்னத்தான், காது என்ன டமாரமா?”

“நீ பிச்சைக்காரப் பொண்ணு தானே? நான் பார்த்திருக்கேன். இங்கே வந்து இன்னாத்துக்கு சும்மா நின்னுக்கிட்டிருக்கறே? தெருவுக்குப் போய் நாலு பேர்கிட்டே கை ஏந்தினா எதுனாச்சும் கெடைக்குமில்லே? போ” என்றான் இன்னொருவன்.

சிறுமி இப்போதும் அசையவில்லை. முண்டா பனியனுக்குக் கோபம் வந்தது. மழைக்குக் கட்டியம் கூறும் ஈரக்காற்றின் சிலிர்ப்பினால்

விடுபட்டுக் கண்மேல் அடித்த கைக்குட்டையின் முடிச்சு நுனியைத் தலைமீது நன்றாகத் தள்ளிச் செருகிக்கொண்டே, "ஏ, குட்டிச் சாத்தான், இப்ப இங்கேருந்து போகாட்டி ஒன் செவுட்டுலே அறைஞ்சு வெரட்டுவேன், தெரியுமா?" என்று அதட்டினான்.

சிறுமி கண்களை இறக்கி அவனை ஒரு கணம் அலட்சியமாய் நோக்கினாள், "அறையேன் பார்த்துடலாம்! இது இன்னா உன் பாட்டன் வூட்டு ரோடா? நானுந்தான் நிப்பேன்" என்றாள்.

"துடுக்காப் பேசுறே? இப்ப ஒடனே இங்கேருந்து ஓடறியா டாணாக்காரன் கையிலே புடிச்சிக் கொடுக்கவா?"

"எனக்கு இன்னாத்துக்கு டாணாக்காரன்? எல்லாம் நீ போய்க்க மாமியா வூட்டுக்கு" என்று சொல்லிவிட்டுச் சிறுமி மீண்டும் சுவரொட்டியின் மேல் பார்வையை உயர்த்தினாள்.

இளைஞர்களுக்கு ஒரு நிமிஷம் என்ன சொல்வதென்று புரியவில்லை. பிறகு ஒருவன் சற்றுச் சமாளித்துக் கொண்டு, "அங்கே இன்னா பார்க்கிற மேலே?" என்றான், ஏதோ சொல்ல வேண்டுமே என்பதற்காக.

"நீங்கள்ளாம் பார்க்குறதையேத்தான்" என்றாள் சிறுமி கண்களை விலக்காமல்.

பையன்கள் குற்றவாளிகளைப் போல் ஒருவரையொருவர் பார்த்துக்கொண்டார்கள். பிறகு ஒரு வேட்டி சட்டைக்காரன், "நாங்க பார்க்கறதனாலே நீயும் எதுக்குப் பார்க்கணும்?" என்றான்.

"பார்த்தா இன்னா பண்ணிடுவே?"

"தம்மாத்தூண்டு குட்டி நீ! ஒனக்கு இதெல்லாம் இன்னா புரியும்?"

"எல்லாம் புரியுது."

"இன்னா புரிஞ்சிடுச்சாம்? சொல்லேன் பார்க்கலாம்" என்று முண்டா பனியன் ஆத்திரமாய்ச் சவால் விட்டான்.

"அவ ஒரு சொக்காய்க்குள்ளே இன்னொரு சொக்காயும் போட்டிருக்கறா."

பதில் சொல்லிவிட்டுச் சிறுமி காற்றுச் சிலிர்ப்பில் நடுங்கும் தன் எலும்பெடுத்த வெற்று மார்பின் குறுக்கே இரு கரங்களையும் மடக்கி அணைத்துச் சுருங்கிக்கொண்டவாறே அங்கிருந்து விரைந்து சென்றாள்.

சதங்கை, அக்டோபர் 1973

விலாசதாரர் ராமசாமி

படர்கொடியில் வெள்ளையும் சிவப்பும் ஊதாவும் மஜெந்தாவுமாக போகன்வில்லா மலர்கள் பூத்திருந்தன. ரோஜாச் செடிகளிலும் ஐந்து நாட்கள் முன்பு வரையில் நிறையத்தான் மலர்ச்சி இருந்தது. கிழவனும் இருந்தான். முதல் முதலில் அவன் பதியன்கள் கொண்டுவந்து நட்டபோது எனக்குச் சந்தேகம்தான். “இந்த மண்ணில் ரோஜா வராது கிழவா! ஏன் வீணுக்குக் கஷ்டப்படறே?” என்றேன். கிழவன் அப்போது என்னிடம் வேலைக்கு வந்த புதிது. “நான் வச்சுப் பார்க்கறேன் ஸார்! பூ வந்தா அம்மா சாமிக்கு எடுத்துப் போடட்டுமே!” என்றான்.

“இதுவரைக்கும் நான் எத்தனையோ தடவை முயற்சி பண்ணிப் பார்த்தாச்சு. ஏதும் பிரயோஜனமில்லை.”

“ஒருவேளை வெயில் காலத்திலே கொண்டாந்து நட்டீங்களோ என்னமோ! ரோஜா குளிர்செடியாச்சுங்களே.”

அம்மாவுக்குப் பூந்தோட்டம் பயிரிட ஆசை இருந்ததால் நான் அதற்குமேல் ஏதும் சொல்லவில்லை. கிழவன் நர்ஸரிக்குப் போய்வந்தான். அதைத் தொடர்ந்து தோட்டத்தின் வடிவம் மாறியது. ரோஜா, மல்லிகை, சாமந்தி, சூரியகாந்தி, செம்பருத்தி, போகன்வில்லா, ஜீனியா, கானாவாழை, ப்ளூ பெல்ஸ் இப்படி யாகச் செடிகளும் கொடிகளும் தூறுகளும் இளமரங்களுமாகப் பற்பலப் பூவகைகள் பருவத்துக்கேற்ப எங்கள் வீட்டின் முன்புற இடத்தை அழகுறுத்திவிட்டன.

ரோஜா செழிக்கத் தொடங்கியதுமே அம்மாவுக்கு மகிழ்ச்சி தாங்கவில்லை. அவள் பூக்களுக்காகப் பணம் கேட்டபோதெல்லாம் நான் கொடுத்துவிட்டு அடுத்த கணமே அதைப்பற்றி மறந்து விடுவேன். அந்தப் பணமெல்லாம் கண் முன்னேயே வர்ணமாகவும் வாசனையாகவும் மாறிக் காட்சியளித்தபோது எனக்கு அதில் ஏதும் விசேஷ அக்கறை தோன்றவில்லை. கிழவன் எப்போது விதை அல்லது உரம் அல்லது செடி வாங்கி வருவானோ எனக்குத் தெரியாது. “என்ன கிழவா, புதுச்செடியா?” என்ற ஒரு யந்திரக் கேள்வியுடன் நான் என் வேலையைக் கவனிக்கப்

போய்விடுவேன். அவன் ரப்பர்க் குழாயினால் நீர் பாய்ச்சுவதோ, மல்லிகைக் கொடி ஒன்றை உருவிவிடுவதோ, பூ வேலியைச் சீராக்குவதோ, களிமண்ணைப் பிசைந்துகொண்டிருப்பதோ எப்போதாவது கண்ணில் படும். "நேத்து கிளம்பின மொட்டெல்லாம் இப்போ பூத்துடுத்தா கிழவா?" என்பதுபோல் அம்மாவின் கேள்வி ஏதானுமொன்று காதில் விழும். என்னைப் பொருத்தவரையில் அதெல்லாம் அந்தப் பூந்தோட்டம் என்ற சொல்லின் பல அர்த்தங்கள், அவ்வளவுதான். செடியோடும் பூவோடும் மண்ணோடும் உழைப்பில் ஒன்று கலந்திருக்கும் அவனும் ஒரு செடி அல்லது பூ அல்லது மண்.

கிழவன் எங்களிடம் வந்து பத்து ஆண்டுகள் இருக்குமா? ஆமாம், சுமார் அவ்வளவுதான் இருக்கும். அறுபத்து மூன்றாம் வருஷமா? இல்லை, அறுபத்து நான்கு செப்டம்பரில் – ஒருகால் அக்டோபரோ? ஏதோ ஒன்று – அவன் வந்தான். அப்போது எனக்குத் திருமணம் ஆகவில்லை. அப்பா போய்விட்ட துக்கத்திலிருந்து கொஞ்சம் கொஞ்ச மாக அம்மாவும், அதைவிடச் சிறிது வேகமாய் அண்ணாவும், நானும் சமாளித்து வெளிவந்துகொண்டிருந்த சமயம். என்னைவிடப் பல வயது முத்தவரான அண்ணா அப்போதிலிருந்தே வட இந்தியாவில் உத்தியோகம் பார்த்துவந்தார். அந்த ஊர் மொழி புரியாத காரணத்தால் என் தாய் என்னுடனேயேதான் வசித்துவந்தாள்.

அம்மாவுக்குப் பூக்கள் என்றால் உயிர். அன்றாடம் சுவாமி அறையில் வழிபடும்போது மலரிட்டுத் தொழ விரும்பினாள். "ரோஜாப்பூ சாத்தினால் நன்னாயிருக்கும்டா முத்து! அதுவும் வீட்டில் பூத்ததுன்னா இன்னும் விசேஷம்தான்" என்பாள். அதனால்தான் கிழவன் ஒருநாள் வந்து தோட்ட வேலை தெரியுமென்று சொன்னபோது "வச்சுக்கலாமே" என்றாள். "சரி" என்றேன்.

இப்போது எனக்கு மனைவி இருக்கிறாள். எங்கள் மகள் கலாவுக்கு ஆறு வயது நிரம்பப் போகிறது. இப்போது பூக்கள் சுவாமிக்கு மட்டுமில்லை. இவ்விருவருக்கும்கூடத்தான். ஆளுயரச் செடிமரத்தில் இளவேனிலில் செக்கச் சிவக்க நீளமாய்ப் பூக்கும் செம்பருத்தி மலரின் அருகே கலா பரவசத்தோடு நிற்பாள். மழைக் காலத்தில் கானாச் செடியில் வாழைபோல் நீண்ட இலைகளிடையே மஞ்சளாகவும், ஆரஞ்சாகவும், மஞ்சளில் செம்புள்ளிகள் கொண்டதாகவும் மலர்கின்ற வண்ணப் பூக்களைக் கண்டு பூரித்துப் போவாள். ஒரு முறை குளிர் நாளில் சாமந்தியும் சூரிய காந்தியும் போதாதென்று கலா "அப்பா, மாரிகோல்ட் வேணும்ப்பா" என்றபின் அதுவும் வந்தது. தனக்கே உரிய ஒருவித மெல்லிய மனத்துடன், கிழவன்தான் கொண்டு வந்திருப்பான்போலும் "வெள்ளைச் சாமந்திகூட இருக்குப்பா நம்மாத்திலே!" என்று கலா ஒரு நாள் முழங்குவாள். "பட்டு ரோஜாப்பா! எவ்வளவு அழகாயிருக்கு பார்த்தியா?" என்பாள் வேறொரு நாள். நாலடி உயரத்துக்குக்கூட வளரும் விசேஷ சூரியகாந்திச் செடியில், செடிக்கு ஒன்றுதான் என்று மலரும் ராட்சஸப் பெரும் பூ தன் கனத்தில் தானே துவண்டவாறு கதிரவனோடு மெல்ல மெல்லத் திசை திரும்பிச் சாய்கிற அழகைப் பார்த்துக் கைகொட்டி ஆரவாரிப்பாள்.

இன்னொரு அற்புத நாட்டு ஆலிஸ்போல் தினந்தோறும் தோட்டத்தினுள் புதுப்புது விந்தையுலகங்களைக் கண்டுவந்தாள் என் மகள்.

"செடியெல்லாம் வாடிப் போச்சுப்பா" என்றாள் இப்போது.

கூர்ந்து பார்த்தேன். ரோஜா, சாமந்தி, ஜீனியாச் செடிகள் யாவும் நீரின்றிக் காய்ந்துபோயிருந்தன. பொதுவாகத் தோட்டம் முழுவதுமே உலர்ந்துதான் இருந்தது. எப்போதோ வாடி உதிர்ந்திருந்த ரோஜாக் களும் வேறு சில மலர்களும் நீக்குவாரின்றிப் பூமியின் மேலேயே குப்பையாய்க் கிடந்தன.

அப்போதுதான் உணர்வாகியது. ஐந்து நாட்களாக யாரும் தோட்டத்தைக் கவனித்திருக்க மாட்டார்களே! செடிகளுக்கு நீர் வார்த்திருக்க மாட்டார்களே! கிழவன் இறந்துபோய் ஐந்து நாட் களல்லவோ ஆகின்றன?

"கிழவன் செத்துப் போய்ட்டானாப்பா?" என்றாள் கலா.

"செத்துப்போறதைப் பத்தியெல்லாம் குழந்தைக பேசக்கூடாது, வா உள்ளே" என்று அதட்டிவிட்டு அவளோடு வீட்டினுள் திரும்பினேன். அம்மா பூஜை அறையிலிருந்து வெளியே வந்துகொண்டிருந்தாள்.

"தண்ணியில்லாம செடி கொடியெல்லாம் வாடிப் போயிடுத்துடா முத்து! தோட்டம் அம்போன்னு கிடக்கறது" என்றாள்.

"என்னை என்ன செய்யச் சொல்றே அதுக்கு?" என்றேன் எரிச்சலுடன்.

"செடியில் ஒரு ரோஜாவோ சாமந்தியோ இல்லை. மல்லிக்கு இப்போ காலமில்லை. இனிமே நீயானும் தினம் செடிகளுக்குத் தண்ணி விடு."

"எனக்கு இந்தத் தோட்டப் பைத்தியமே கிடையாதுன்னு உனக்குத் தெரியாதாம்மா . . ?

"பின்னே இன்னொரு தோட்டக்காரனுக்கானும் ஏற்பாடு செய். கிழவன் இல்லாம கையொடிஞ்சாப்பல இருக்கு."

"கையும் ஒடியவேணாம் காலும் ஒடியவேணாம். தோட்டம்னு ஒண்ணு வச்சுண்டா தானே இந்தத் தலைவலியெல்லாம்? எல்லாத்தையும் பிடுங்கி எறிஞ்சுட்டா தொல்லையே இல்லை."

"என்னத்துக்குடா பிடுங்கி எறியறது? செடியெல்லாம் பச்சைப் பசேல்னு செழிக்கப் பூ கொடுக்கறது, இவன் பிடுங்கி எறியறானாமே பிடுங்கி! குழந்தைக்கும் பூன்னா கொள்ளை ஆசை. இன்னொரு தோட்டக்காரனைப் பார்த்துப் போடச் சோம்பிண்டு இதெல்லாம் என்ன பேச்சுடா?"

பொருமிக்கொண்டே குளிக்கச் சென்றேன். கிழவனின் மேல் தாளமுடியாத ஆத்திரம் வந்தது. இவனை யார் சாகச் சொன்னார்கள்? உயிருடனிருந்த வரையில் இருக்குமிடம் தெரியாமல் இருந்துவிட்டு

இப்போது செத்த பிறகல்லவா ஒரு தொந்தரவாய் என் கழுத்தை அறுக்கிறான்!

ஐந்து நாட்களுக்கு முன் அவன் என் தோட்டத்தில் பட்டு ரோஜாச் செடியின் அருகிலேயே இறந்து கிடந்தான். நோய்நொடி ஏதுமின்றி உயிர் ரொம்ப சாதாரணமாய் வெளியேறிவிட்டது. அவனுக்கு வேண்டியவர்களென்று யாரும் உரிமைகோரி வரவில்லை. ஆகவே மாலையில் நானே நகராட்சிமன்றம் மூலம் உரிய ஏற்பாடுகளைச் செய்தேன். ஒரு கார்ப்பரேஷன் வண்டி வந்து அவனைத் தூக்கிப் போட்டுக்கொண்டு போயிற்று. அதோடு அந்தக் கதை முடிந்தது.

ஐந்து நாட்களாகச் செடிகளுக்குத் தண்ணீர் ஊற்றவில்லை.

குளியலை முடித்துவிட்டு டிராயருக்கு மேல் வேட்டியைச் சுற்றிக் கொண்டவாறே வெளியே வந்தேன்.

அம்மா இன்னும் பேசிக்கொண்டிருந்தாள்: "ஒரோரு சமயம் 'கிழவா, பூப்பறிச்சுக் கொண்டா' அப்படின்னு ஏதானும் ஒரு பேச்சு வாய்தவறி வந்துடறது. அப்புறம் தான் சட்டுனு நாக்கைக் கடிச்சுக் கிறேன்..."

"சரி, சரி, தட்டு போடும்மா, இதோ தலைவாரிண்டு சாப்பிட வரேன்" என்றேன் எரிச்சலுடன். கண்ணாடியின் முன் நின்று தலை முடியைச் சீவிக்கொண்டேன். மிகவும் வளர்ந்துவிட்டது. வருகிற ஞாயிற்றுக்கிழமை ஸலூனுக்குப் போக வேண்டும்... சீப்பை வைத்துவிட்டுத் திரும்பினேன். வாசலில் செருப்புச் சப்தம் கேட்டது.

"போஸ்ட்!"

என் தாய், மனைவி, நான் மூவரும் வாசலுக்கு வந்தோம். எனக்கு இரண்டு உள்நாட்டு உறைகள் வந்திருந்தன அவைகளை என்னிடம் கொடுத்து விட்டுத் தபால்காரர் தம்மிடமிருந்த கடிதக் கற்றையிலிருந்து ஓர் ஒட்டிய உறையைக் கையில் எடுத்தவாறு, "ஸார், ராமசாமின்னு இங்கே யாரானும் இருக்கிறாங்களா?" என்று கேட்டார்.

"ராமசாமியா?" என்றேன், வெறும் எதிரொலியாக.

"ஆமாம்..." அவர் பார்வை ஒரு முறை உறையின் மேல் படிந்தது. "ராமசாமிதான். ஜி. ராமசாமின்னு போட்டிருக்குது."

"இங்கே அப்படியாரும் இல்லையே? கொடுங்க பார்க்கலாம்?" என்று உறையை அவரிடமிருந்து வாங்கி நானும் ஒருதரம் பார்த்தேன். என் கையிலிருந்து என் மனைவியும் பிறகு தாயும் அதை வாங்கிப் பார்த்தார்கள். தாயிடமிருந்து மறுபடியும் நான் வாங்கிக் கொண்டே புருவங்களைச் சுருக்கியவாறு "இந்தப் பேரில் அப்படி யாரும் இங்கே இல்லையே?" என்றேன் மீண்டும்.

"இந்த வீட்டு அட்ரெஸ்தான் போட்டிருந்தது. யாரானும் சமீபத்திலே விருந்தாளிகள் வந்திருந்தாங்களா? இல்லே, உங்களுக்குத் தெரிஞ்ச வேறு யாரானுமாயிருக்குமா?"

தனிமைத் தளிர்

"ஜி. ராமசாமி ... இந்தப் பேரில் எனக்கு யாரையும் தெரியாதே ... ராமசாமிங்கறது ரொம்ப காமன் நேம். எத்தனையோ ஆசாமி இருப்பான்க அந்தப் பேரில் ..."

"ஆனா விலாசம் இந்த வீட்டுதாயிருக்குதே ஸார்?"

"இந்தத் தெரு முனையைத் திரும்பினால் ரங்கநாதன் தெருன்னு ஒண்ணு இருக்கே, ஒரு வேளை அதுக்குப் பதிலாய் ராமநாதன் தெருன்னு இந்தத் தெருவின் பேரை யாரானும் தவறுதலாய் எழுதியிருக்கலாமோ என்னமோ?" என்றாள் என் மனைவி. அது கொஞ்சம் புத்திசாலித் தனமான ஊகமாய் இருக்கவே நானும் உடனே, "ஆமாம், அப்படித் தான் இருக்கணும்" என்றவாறே உறையைத் தபால்காரரிடம் நீட்டினேன்.

அதைப் பெற்றுக்கொண்ட அவருக்கு இன்னும் திருப்தி ஏற்பட வில்லை. "இருக்கலாம் ... ஆனா அந்த மாதிரி தவறுகள் சாதாரணமாய் வரதில்லே ... நிச்சயம் இது உங்க வீட்டுக்கு இல்லை?"

"இந்த வீட்டில் ஒரே ஒரு ஆம்புளை நான்தான் என் பேர் முத்துசாமின்னுதான் உங்களுக்கே தெரியும்."

"எதுக்கும் உடைச்சுப் பாரேன்" என்றாள் அம்மா.

"இன்னொருத்தர் பேர் போட்ட லெட்டரையா? ரொம்ப நன்னா யிருக்கு."

"வேற யாருமே உங்க வீட்டில் இல்லையா? சமையல்காரன், வேலைக்காரன் ...?"

"ஒரு தோட்டக்காரன் இருந்தான். அவன் செத்து அஞ்சு நாள் ஆறது."

"அவரு பேர் என்ன?"

"கி ..." என்று ஆரம்பித்த நான் சட்டென்று நிறுத்திக்கொண்டேன். கிழவனின் பெயர் என்ன?

"பேரா? பேரா?" பெயர் என்றுகூட ஒன்று உண்டா என்ன அவனுக்கு? கிழவன் என்பதே அவன் பெயர். எங்களைப் பொறுத்த வரையில், அதைத் தவிர வேறு பெயரா, நினைப்பே விசித்திரமாயிருந்தது.

"ம். அந்தத் தோட்டக்காரர் பேரென்ன?"

"எனக்கு ... தெரியாதே". என்றவாறே இரு பெண் பிள்ளைகளையும் பார்த்தேன். அவர்களும் உதட்டைப் பிதுக்கினார்கள்.

"ஓ". தபால்காரர் முகத்தில் இகழ்ச்சியா வியப்பா விநோதமா? எனக்குப் பிடிபடவில்லை, அது ஒரு முக்கிய விஷயமாகவும் எனக்குத் தோன்றவில்லை. திடீரென்று பெரிய அடியாக என்னுள் தாக்கியது 'அவன் பேர் என்ன?' என்ற பிரம்மாண்டமான கேள்விதான்.

"இதுக்கு முந்தி அவருக்கு வேறெப்பவானும் லெட்டர் வந்திருக்குதா? நான் இந்த வட்டாரத்தில் போஸ்ட்மேன் ஆகிறதுக்கு முந்தி?"

"ஊஹூம் . . . வந்ததில்லே."

"அப்படின்னா இது அவராயில்லாம இருக்கலாம், ஏன் ஸார்?"

"ஆமாம். அவனாயில்லாம இருக்கலாம்."

அவனாகவும் இருக்கலாம். அதுதான் விஷயம். எனக்குத் தெரியாது. அந்தத் தெரியாமையில்தான் திடீரென்று முக்கியத்துவமெல்லாம் அடங்கியிருந்தது.

"சரி, பக்கத்து வீடுங்கள்ளே விசாரிச்சுப் பார்க்கிறேன். ஒரு வேளை வீட்டு நம்பர்தான் வித்தியாசப்படுதோ என்னமோ."

வீட்டு நம்பர் வித்தியாசப்படுகிறதா? அல்லது ஒருகால் இதே வீடுதானா? அவன் பெயர் ராமசாமிதானா? அவனுக்கும் ஒரு பெயர் இருந்திருக்குமல்லவா? இருந்திருக்க வேண்டும். ஆனால் எனக்குத் தெரியாது. அந்தப் பெயர் ராமசாமிதானா? ஏன் நான் அதைத் தெரிந்துகொள்ளவேயில்லை? ராமசாமி அந்த "ஜி" என்னவாக இருக்கும்?

"கிழவனைப் பார்க்க யாரும் வந்ததில்லே, அவனும் எங்கேயும் போனதில்லே. அவன் பாட்டுக்குச் சிவனேன்னு தோட்டமுண்டு தானுண்டுன்னு கிடப்பான். அதனால் அவனுக்குச் சொந்த பந்தம்னு யாரானும் இருக்காளான்னு எங்களுக்குத் தெரியாது. அவன் செத்துக் கூட யாரும் வரலையா. இப்போ கடுதாசி போடற உறவுக்காரா யார் முளைக்கப் போறா திடீர்னு?" என்று தபால்காரர் போன பிறகுகூட என் தாய் பேசிக்கொண்டே இருந்தாள்.

எனக்கு வாய் கசந்தது. அந்த உறையைப் பிரித்துக் கடிதத்தைப் படித்துப் பார்த்திருந்தால் கிழவனுக்கு வந்ததுதானா என்று புரிந் திருக்குமோ? ஆனால், அம்மா சொன்னது போல் தன் மனிதர்களென்றே யாருமில்லாமல் பத்து ஆண்டுகளாக இருந்தவனுக்குத் திடீரென்று சொந்தமும் சுற்றமும் எங்கிருந்து வரும்? . . . கிழவனுக்குக் கடிதம் கிழவனுக்குத்தானா? அவன் பெயர்தான் ராமசாமியா? ராமசாமி என்ற ஒரு மனிதன் இத்தனை காலம் என் வீட்டில் இருந்து வந்தானா?

"ஆபீசுக்குப் போக நாழியாகலையாடா? சாப்பிட வா" என்று அம்மா அழைத்தாள். போய்த் தட்டின் முன் உட்கார்ந்தேன்.

ராமசாமி, கிழவன் அவன் இங்கே வேலைக்கு வந்தபோதே உடல் முழுவதும் சுருக்கங்களும் கூன் விழுந்த முதுகும் பொக்கை வாயுமாகத்தான் இருந்தான். நான் மட்டுமென்ன, அம்மாகூட அவனைக் "கிழவா" என்றுதான் முதலிலிருந்தே அழைத்தாள். பிறகு என் மனைவியும் அவ்வாறே அழைத்தாள். அதற்குப் பின் வந்த குழந்தை கலாவும் அப்படியே அழைத்தாள். உருவமே பெயராகி விட்ட தோற்றத்தினன். கிழவனை ஒரு தனி இருப்பாகவே நான் உணர்ந்ததில்லை. மாதாமாதம் சம்பளம் கொடுத்ததுகூட வெறும் யந்திரச் செயல்தான். அவன் செடி, பூ, வேலி, உரம். என் கவனமற்ற பார்வையின் முன் அவ்வப்போது மிதந்து சென்ற ஒரு நிழல். அவனுக்கு வீடு என்றோ உறவு என்றோ ஏதும் இருந்ததாய்த் தெரியவில்லை. எங்களிடம் வேலைக்கு வந்ததிலிருந்து

தனிமைத் தளிர் ☙ 253 ❧

பகலில் அவனை என் தோட்டத்திலும், இரவில் என் வீட்டு வாசல் வராந்தாவிலுமே பார்த்திருக்கிறேன். அவன் எங்கேயாவது வெளியே போய் வந்திருப்பானா? சோறாக்கித் தின்றிருப்பானா? சாப்பிடாமல் ஒரு மனிதன் எப்படி ஜீவிக்க முடியும்? ஆகவே அவன் நிச்சயம் சாப்பிட்டிருப்பான். ஆனால் எனக்குத் தெரியாது. நான் பார்த்ததில்லை. பார்த்ததில்லை என்பதைக்கூட இப்போது வரை உணர்ந்ததில்லை. ‘செடிகள் தண்ணீர் ஊற்றப்படாமல் வாடுகின்றன’ என்ற ஒரு நடைமுறை மாற்றத்தில்தான் முதல் முதலாக அவன் என் கவனத்தில் சிறிதேனும் இடறியிருந்தான். ஒருவித எதிர்மறை இருப்புப் பெற்றிருந்தான். அதற்கு முன் அவன் ஏதுமில்லை. அந்த ‘ஏதுமில்லை’க்கு ஒரு பெயரா? எங்கள் யாருக்கும் தோன்றவேயில்லையே! ராமசாமிதானா? அவனுக்கும் ஒரு பெயர்!

கலா வெள்ளைச் சாமந்தியைக் கண்டு கைகொட்டிய போதும், ராட்சஸப் பூவை நோக்கி வியந்து நின்றபோதும் அந்த ஆலிஸின் அற்புத உலகைப் படைத்துத் தந்தவன் என்பதாக அவற்றின் பின்னே ஓர் இருப்பு!

“வேறொரு தோட்டக்காரனை அமர்த்திவிட்டு மறுவேலை பாருடா முத்து.”

“சரிம்மா, சரிம்மா. எத்தனை தடவை சொல்வே.”

“என்மேல் எரிஞ்சு விழுந்தா? நானா கிழவனைச் சாகச் சொன்னேன்? அவன் பாட்டுக்குத் தோட்டத்தைக் கவனிச்சுண்டிருந்தான். நான் சுவாமிக்குப் பூ வச்சுப் பூஜை பண்ணிண்டு நிம்மதியாயிருந்தேன். பாவி பொட்டுனு மண்டையைப் போட்டுட்டானே!”

“தோட்டம் இப்போ நன்னாவே இல்லேன்னா! வேறு ஆள் நமக்கு உடனடியா தேவைதான்” என்றாள் என் மனைவி, எனக்குத் தயிர் வார்த்துக்கொண்டே.

அவன் பெயர் ராமசாமிதானா என்ற மகத்தான கேள்வியின் கனம் இவர்களுக்கெல்லாம் ஏன் உறைக்கவே இல்லை? . . . என்ன பெயர் அவனுக்கு? எனக்கு அவசியம் தெரியவேண்டுமே . . . ஆனால் இனித் தெரியவே முடியாதே . . .

ஒரு மனிதனைக் காணத் தவறி விடுவதற்கு என்ன தண்டனை?

சாப்பிட்டு முடிந்து எழுந்து அலுவலக உடைகளை அணிந்து கொண்டேன்.

அடுத்த தெருவிலிருந்த என் நண்பன் கண்ணாயிரம் வீதியில் விரைந்துகொண்டிருந்தது தெரிந்தது. கண்ணாயிரம்; கிழவனின் பெயர் ஒரு வேளை கண்ணாயிரமோ?

எண்ணற்ற எத்தனையோ ஆண் பெயர்களில் அவனுடையது எதுவாகவும் இருந்திருக்கலாம்.

பத்து ஆண்டுகளாக என் வீட்டில் வேலை பார்த்தவன்; ஆனால் அவன் பெயர் எனக்குத் தெரியாது.

“ஏண்டா முத்து . . .”

முத்துவோ? அவன் பெயரும் முத்துசாமியாக இருந்திருக்கலாமோ? என்னைத் தேடிக்கொண்டு யாராவது வந்து “முத்துசாமி இருக்காரா?” என்று விசாரித்த போதும், என் தாய் ‘முத்து!’ என்று பாசத்துடன் அழைத்த சந்தர்ப்பங்களிலும் கிழவன் தன்னையறியாமல் சட்டென்று தலைநிமிர்ந்து பார்த்திருப்பானோ? மங்கிய முதுமைக் கண்களின் பின்னால் ஏதோ முற்பிறப்பின் ஒளி பிரகாசிக்கத் துவங்கி அடங்கி யிருக்குமோ? நான் ஏன் கவனிக்கவில்லை?

“என்னடா முத்து, நான் பாட்டுக்குப் பேசிண்டிருக்கேன். சும்மா கல்லுளிமங்கனாட்டம் நிக்கறயே!”

“என்னம்மா? சொல்லு, ஏதோ யோசனையில் இருந்துட்டேன்.”

“உன் அண்ணன்காரன் தன் பெண்ணுக்கு ஏதோ பெரிய ஆபீசரோடு சம்பந்தம் நிச்சயமாகும்போல் இருக்குன்னு முந்தி எழுதியிருந்தானே, அப்புறம் அதைப்பத்தி ஏதாவது தகவல் அனுப்பினானா?”

“இல்லையே.”

அன்று வந்த இரு கடிதங்களில் ஒன்றின் மேல் முகவரி அண்ணாவின் கையெழுத்தாக இருந்ததென்பது அப்போதுதான் நினைவுக்கு வந்தது. கடிதங்களில் எதையுமே நான் இன்னும் பிரிக்கவில்லை. இப்போதும் அதில் மனம் செல்லாமல் அலுவலகத்தில் சிற்றுண்டி நேரத்தில் படித்துக்கொள்ளலாம் என்று நினைத்துக் கால்சராய் பையில் இரண்டையும் திணித்துக்கொண்டேன். கடியாரத்தை மணிக்கட்டில் சுற்றிக்கொண்டவாறே வாசலுக்கு விரைந்தேன். என்னதான் உதவி நிர்வாகியானாலும் அளவு மீறித் தாமதிக்கலாமா? மானேஜரும் புதிது. யாராவது குமாஸ்தா இரண்டு நிமிடம் தாமதமாக வந்தாலும் “வீட்டிலே என்னய்யா, கல்யாணமா, கருமாதியா?” என்று கேட்பார். மற்ற ஊழியர்களுக்கும் அது ஒரு சவுக்கடி. “விஷநாக்கு வேணுகோபால்” என்றுதான் அலுவலகத்தில் அவரைப் பற்றிக் குறிப்பிடுவார்கள்.

அவன் பெயர் வேணுகோபாலனாக இருந்திருக்குமோ?

மோட்டார் சைக்கிளில் ஏறிக்கொண்டு புறப்பட்டேன். ஜி. ராமசாமி, அவன்தானா ஒரு வேளை? . . . அந்த இன்ஷியல் தகப்பனாருக்காகவா அல்லது ஊர் பெயரா? . . . “இந்தா கிழவா உன் சம்பளம்” என்று எத்தனை முறைகள் கூப்பிட்டுக் கொடுத்திருக்கிறேன்! செடியையும் உரத்தையும்தானா கடைசிவரை கூப்பிட்டுக் கொண்டிருந்தேன்?

‘உன் பேர் என்ன?’ என்று கேட்டிருக்கலாம். எத்தனை வாய்ப்புகள் இருந்தன! அவனை நான் பார்க்கவில்லை; கடைசி வரையிலும் தான்.

ராமசாமிதானா? அவனுக்கு ஒரு மனைவி இருந்திருந்தால் – அவனுக்கு யார் இருந்தார்கள் யார் இல்லை என்று யாருக்குத்தான் தெரியும்?– அவளை யாராவது ‘உன் வீட்டுக்காரர் பேர் என்னம்மா?’ என்று கேட்டிருந்தால், அவள் நாணிக் கோணிக்கொண்டு கால்விரலால்

தரையில் கோடு கிறுக்கியபடியே, 'அதாங்க சீதையம்மன் இல்லெ, அவங்க புருசன் பேருதான். அந்தச் சாமிதான்' என்று பதில் சொல்லி யிருப்பாளோ?

எண்ணங்கள் அர்த்தமே இல்லாமல் எங்கெங்கோ தறிகெட்டு அலைவதைப் பிரயாசையுடன் கட்டுப்படுத்திக்கொண்டேன். இது என்ன பெரிய விஷயமென்று இப்படி ஒரு சிறுமையுணர்ச்சியை உணர வேண்டும்? அப்படி என்னதான் குற்றம் செய்து விட்டேன்? வேண்டுமென்றேயா அவனை அலட்சியம் செய்தேன்? என்னமோ அவன் பெயரைக் கேட்கத் தோன்றவில்லை. இதை எவ்வளவுக்கென்று பெரிசு பண்ணுவது? அவனவன் ஐந்து கொலைகளை அடுக்காய்ச் செய்துவிட்டு நமக்குச் சமானமில்லை என்று மார்தட்டிக்கொண்டு நிற்கிறான். நான் அற்பத்திலும் அற்பத்தை எப்படிப் பூதமாக்குகிறேன்! ஏண்டா முத்து, உனக்கு மண்டைக்குள் ஏதாவது இருக்கிறதா இல்லையா?

அலுவலகத்தை அடைவதற்குள் என் மனநிலை முற்றிலும் மாறி விட்டது. சோர்வு தீர்ந்து இயல்பான உற்சாகம் மறுபடியும் வந்துவிட்டது. பியூன் அழகேசன், தலைமைக் குமாஸ்தா சொக்கலிங்கம், ஸ்டெனோ பரிமளா ஆகியோரின் வரவேற்புப் புன்னகைகளைப் புன்னகையால் ஏற்றுக்கொண்டு என் மேஜைக்குச் சென்று அன்றைய பணிகளைத் தொடங்கினேன். எங்கள் யந்திரத் தொழில் நிறுவனம் வளமாக முன்னேறி வந்த ஒன்று. மேலிடத்தில் எனக்கும் நல்ல பெயர். நாகபுரியில் திறக்கப்பட இருந்த கிளைப் பிரிவுக்கு என்னை நிர்வாகியாக உத்தியோக உயர்வுடன் அனுப்புவார்கள் என்ற நம்பிக்கை இருந்தது. அன்று வேணுகோபால் ஏதோ தொழில் விஷயமாக என்னோடு பேசிய பிறகு அதிசயமாக என் தோளில் தட்டிக் கொடுத்து, "நீங்களும் நானும் சமம்தான். நமக்குள் ப்ரொப்ரைட்டீஸ் என்ன வேண்டியிருக்குது?" என்று சிரித்துக்கொண்டு சொன்னபோது என் வேலை உயர்வு அதிகத் தொலைவில் இல்லை என்ற அறிகுறி புலப்பட்டு எனக்கு மகிழ்ச்சி பிடிபடவில்லை. இதுதொடக்கம். அதற்கும் பிறகு மேலே மேலே என் முன்னேற்றம்... நீரில் விரியும் வட்டங்களாகக் கற்பனைக்கு முடிவுதான் ஏது? உல்லாசமாய்ச் சீட்டியடித்துக் கொண்டபோது பொன்னான எதிர்காலம் என் மனசில் பிரகாசித்தது.

பிற்பகல் கான்டீனில் சிற்றுண்டி புசித்தபோது நான் வழக்கத்தை விட அதிகமாய்ச் சிரித்ததையும் அரட்டை அடித்ததையும் பார்த்து என்னுடன் சாப்பிட்டுக்கொண்டிருந்த சக ஊழியர்கள் என்ன நினைத்துக் கொண்டிருப்பார்களோ? "போண்டா ரொம்ப காரம்" என்று விளம்பரப் பிரிவு சண்முகம் யாரிடமோ சொன்னபோது நான் அவரைப் பார்த்துச் சிரித்துக்கொண்டே "ஆமாம் மிஸ்டர் சண்முகம்! நம்ம சமையல்காரர் வரவர எல்லாத்திலும் காரத்தை ஏத்திண்டு போறார். ஒருநாள் ஜிலேபியில் மிளகாயை அரைச்சு விட்டார்னாகூட ஆச்சரியமில்லை" என்றேன். பொதுவாக நான் இம்மாதிரி அசட்டு ஹாஸ்யத்திலெல்லாம் இறங்குவதில்லை. எனக்குத் திடீரென்று என்ன ஆகிவிட்டது என்று எல்லோரும் நினைத்திருக்கலாம்.

காப்பியைப் பருகியபின் வாயைத் துடைத்துக்கொள்வதற்காகக் கைக்குட்டையை எடுக்க நிஜார்ப்பையில் கையை நுழைத்தேன். காலையில் வந்திருந்த தபால் உறைகள் தட்டுப்பட்டன. இன்னும் அந்தக் கடிதங்களைப் படிக்கவில்லை என்பது நினைவுக்கு வரவே அவைகளை வெளியே எடுத்தேன். என் மூத்த சகோதரரிடமிருந்து வந்திருந்த கடிதத்தை முதலில் பிரித்தேன். அண்ணாவிடமிருந்து கடிதம் வராமல் கொஞ்ச காலம் ஆகியிருந்தது. அவரும் மன்னியும் நலமாகத்தானே இருப்பார்கள்? மகள் ருக்மிணியின் திருமணப் பேச்சு எந்த நிலையில் இருக்கிறதோ. அம்மா கூட இன்று அதுபற்றிக் குறிப்பிட்டிருந்தாளே. கடிதத்தைப் படிக்க ஆரம்பித்தேன்.

"அன்பார்ந்த சிரஞ்சீவி முத்துவுக்கு!

அனேக ஆசீர்வாதம். உபயகுசலம். நான் இம்முறை உனக்குக் கடிதம் எழுதக் கொஞ்சம் காலதமாதமாகிவிட்டது. செள ருக்குவின் கல்யாணத்துக்காக ஏற்பாடுகள் செய்வதில் முனைந்திருந்ததால் வேறெதையும் கவனிக்க முடியவில்லை. எப்படியோ பணத்துக்குப் பெருமளவும் ஏற்பாடு செய்துவிட்டேன். இன்னும் ஒரு மூவாயிரம் ரூபாய் துண்டு விழுகிறது. என்ன முயன்றும் அதைப் புரட்ட முடியவில்லை. இந்தத் தொகைக்காக அருணாசலத்தைப் போன்ற ஒரு க்ளாஸ் ஒன் ஆபீஸர் வரனைக் கைநழுவ விடவும் எனக்கு மனமில்லை. நீ எப்படியாவது எனக்கு மூவாயிரம் ரூபாய் கடனாக வாங்கித் தர முடியுமா? ஒரு வருஷத்தில் திருப்பித் தந்து விடுகிறேன். அப்படியில்லாமல் அம்மா தன் நகைகளில் எதையாவது தந்து உதவினாலும் சரி. அம்மாவின் சொத்தில் நம் இருவருக்கும் உள்ள சமபாகத்தில் என் பங்குக்குச் சேர வேண்டியதிலிருந்து கொடுப்பதாய் இருந்தாலும் இருக்கட்டும். அல்லது, ருக்கு அம்மாவுடைய முதல் பேர்த்திக் குழந்தையாதலால் அவளுக்காகச் சற்று அதிகப்படியாய்க் கொடுப்பதாக இது இருந்தாலும் இருக்கட்டும். அது அம்மா, நீ, அகமுடையாள் மூவரும் சேர்ந்து தீர்மானிக்க வேண்டிய விஷயம். நீ கடனாகப் பணம் வாங்கித் தந்தாலும் எனக்குப் போதும். உன் செளகரியம் எப்படி என்பதை எனக்கு உடனே தெரிவிக்கவும்.

குழந்தை கலா எப்படி இருக்கிறாள்? ருக்கு அவளுக்குத் தன் அன்பைச் சொல்லச் சொன்னாள். அம்மாவுக்கு என் நமஸ்காரம்.

அன்புள்ள
உன் அண்ணா"

கடிதத்தைக் கையில் வைத்துக்கொண்டு அப்படியே உட்கார்ந் திருந்தேன். கண்கள் எதிரே சுவரை வெறித்தன மனம் சிந்தனையில் ஆழ்ந்திருந்தது.

ஒருகால் அவன் பெயர் அருணாசலம் என்று இருந்திருக்குமோ?

***ஞானரதம்*, ஏப்ரல் 1974.**

உதயபடிவம்

பிரகாஷிடம் தான் இயல்பாகப் பழகமுடியாமல் போனதற்கே தன் கணவன் ராஜன்தான் காரணம் என்று சரளா கருதினாள். ஏனென்றால் பிரகாஷ் அவளை நேசிக்கிறாள் என்று கூறியவன் ராஜன்தான்.

"சீச்சீ, உளறாதீங்க" என்று வெகுண்டாள் சரளா.

"இதில் உளறலென்ன? உண்மையைத்தானே சொல்றேன்?" ராஜன் பதறாமல் அமைதியாக, சர்வ சாதாரணமாக, புன்னகை செய்துகொண்டே சொன்னான்.

"சொந்தப் பெண்டாட்டியைப் பத்தி இப்படி ஒரு விஷயத்தை அவள்கிட்டயே சொல்ல உங்களுக்கு வெட்கமாயில்லே?"

"இதுக்கு ஏன் வெட்கப்படணும் சரளா? ஒருத்தரைப் பிடிக்கவும் பிடிக்காதிருக்கவும் மத்தவங்களுக்கு உரிமை இல்லையா? பிரகாஷுக்கு உன்னைப் பிடிச்சால் அது அவன் சொந்த விஷயம். அவன் தன் உணர்ச்சியின் காரணமாய் அசட்டுப் பிசட்டுன்னு நடந்துக்காத வரையில் அந்த உணர்ச்சியைக் கேள்வி கேக்க நாம யாரு?"

"எல்லாம் உங்க கற்பனை. அவன் சின்னப் பையன். இந்த மாதிரி உணர்ச்சியையெல்லாம் அவன் என்ன கண்டான்? அதுவும் அவன் ரொம்ப நல்லவனுங்க!"

"இப்ப நான் சொன்ன விஷயத்தினால அவன் கெட்டவன்னு ஆய்ப்போச்சா? கட்டாயம் அவன் நல்ல பையன்தான், என்ன சந்தேகம்? அவன்கிட்ட எனக்கு எத்தனை அன்பு என்கிறதும் உனக்குத் தெரியும்."

சரளாவினால் அதன்பிறகு பிரகாஷோடு சகஜமாய் பழக முடியவில்லை.

அவளுக்கு இருபத்தைந்து வயது. மாட்சிமை சுடர் விடும் இயற்கையழகு பொருந்திய உருவம். அன்பான கணவன். சித்திரம் போல் இரண்டு வயதில் பாபு என்று ஓர் ஆண் குழந்தை.

ஆர். சூடாமணி

பிரகாஷ் மூன்றாம் வீட்டுப் பையன். பி.எஸ்ஸி. இரண்டாவது ஆண்டு படிக்கும் பதினெட்டு வயதான மாணவன். இந்த வீட்டாரோடு அவனுக்கும் அவன் பெற்றோருக்கும் நெருங்கிய தொடர்பு உண்டு. பிரகாஷ் கல்லூரி இல்லாத நேரத்தைப் பெரும்பாலும் இங்கேதான் கழிப்பான். குழந்தை பாபுவோடு விளையாடுவதென்றால் அவனுக்கு அலுக்காது. பாபுவுக்கும் அவனைக் கண்டால் உற்சாகம் கரைபுரண்டு விடும். "பகாத் அண்ணா" என்று அழைத்துக்கொண்டு அவன்மீது ஏறிக் குதிப்பான். அவன் என்ன செய்தாலும் பிரகாஷ் தடுத்துக் கூறாமல் பொறுத்துக்கொள்வான். கலகலப்பாக அவன் உரக்கச் சிரிக்கும்போது ஒரு வளர்ந்த குழந்தை போலல்லவா தெரிவான்? அவளும் அவனை ஒரு தம்பி போலல்லவா நடத்திவந்தாள்? அவன் மனசிலா அவளைப்பற்றி இப்படி...

இரண்டொரு பழைய நிகழ்ச்சிகள் அவளுக்கு நினைவு வந்தன. ஒருநாள் பிற்பகல் பாபு தூங்காமல் அடம் பிடித்துக்கொண்டிருந்த போது பிரகாஷ் அவளிடம் "நீங்க ரொம்ப களைச்சுப்போய்ட்டீங்க மிஸஸ் ராஜன், போய் ரெஸ்ட் எடுத்துக்குங்க. இவனை நான் பார்த்துக் கறேன்" என்று சொல்லிக் குழந்தையை வாங்கிக்கொண்டு போனான். ஒரு மணி நேரம் அவள் தன் அறையில் நிம்மதியாய்த் தூங்கி எழுந்து ஹாலுக்கு வந்தபோது தரை விரிப்பின் மீது பாபு, பிரகாஷ் இருவரும் கண் அயர்ந்திருந்தனர். இருவரில் பிரகாஷ் அதிகச் சோர்வாய்த் தெரிந்தான். பாபு நன்றாகப் படுத்திவிட்டான் போலும்! அன்று அவள் நன்றி கூறியபோது பிரகாஷ் அவள் மீது தீவிரமாய் பதித்த விழிகளுடன் "உங்களுக்கு நான் கொஞ்சம் உதவியாயிருக்க முடிஞ்சால் எனக்கு வேறெதுவும் வேணாம் மிஸஸ் ராஜன்" என்றான்.

இன்னொரு சமயம் கல்லூரியில் தான் படிப்புத் திறமைக்காகப் பெற்ற ஒரு பாராட்டுச் சீட்டைக் கொண்டுவந்து அவளிடம் தந்துவிட்டு எதிரே ஆவலுடன் நின்றான்.

"பலே பிரகாஷ்! ரொம்ப சந்தோஷம்ப்பா! கங்கிராஜுலேஷன்ஸ்!" என்றாள் அவள்.

"தாங்ஸ்... நீங்க... நீங்க என்னை முழுக்க முழுக்க மக்குன்னு நினைக்கக்கூடாதுன்னு எனக்கு ஆசை..."

"என்னப்பா இது! உன்னை நான் மக்குன்னே எப்பவும் நினைக்கலியே!"

"நிஜம்மாவா!" அவன் கண்கள் குபீரென்று ஒளிர்ந்தன. கிளர்ச்சி யின் பரபரப்பில் உருவம் முழுவதுமே ஒளிர்வதுபோல் இருந்தது. "அப்படின்னா உங்களுக்கு என்னைப்பத்தி நல்ல அபிப்பிராயம் உண்டுன்னு சொல்றீங்களா மிஸஸ் ராஜன்?"

சின்னச் சின்ன காட்சிகள், உரையாடல்கள், அவை நிகழ்ந்தபோது ஒன்றுமில்லாதவைகளாய்க் கடந்துபோனவை, இப்போது பெரியதோர் அர்த்தத்தையும் முக்கியத்தையும் சுமந்துகொண்டு பேருருவங்களாய் அல்லவா எழுகின்றன?

○

கணவனின்மேல் அவளுக்குக் கோபம் வந்தது. இவரை யார் இப்படி ஒன்றை அவளிடம் சொல்லச் சொன்னார்கள்? பிரகாஷின் முன்னிலையில் அவளுக்கு நிவர்த்திக்க முடியாத ஒரு சங்கட உணர்வல்லவா தோன்றிவிட்டது!

ஒருநாள் அவர்கள் வீட்டில் சுதந்திர தினத்தை முன்னிட்டு ஒரு விருந்து நடந்தது. சாப்பாடு முடிந்தபின் எல்லோரும் பேசிக் களித்துக்கொண்டிருந்தபோது சிலர் மற்றவர்கள் கேட்டதன் பேரில் பாடவும் செய்தார்கள். நாலைந்துபேர் பாடியபின் விருந்தினர்கள் சரளாவையும் ஏதாவது பாடும்படி கேட்டார்கள்.

சரளா தன் பள்ளி நாட்களில் பாடியதுதான். ஆகவே முதலில் தயங்கி மறுத்தாள். பிறகு மற்றவர்களின் வற்புறுத்தலைத் தட்ட முடியாமல், அந்த நன்னாளுக்குப் பொருத்தமாய்ப் பாரதியாரின் “தாயின் மணிக்கொடி பாரீர்” என்ற பாடலைப் பயந்துகொண்டே தொடங்கினாள். பல ஆண்டுகள் சாதகமில்லாதிருந்தும்கூடத் தன் குரல் எள்ளளவும் தூய்மையும் இனிமையும் கெடாதிருப்பதைத் கண்ட போது எல்லாரைவிட அதிக வியப்பு அவளுக்குத்தான் ஏற்பட்டது. மகிழ்ச்சியாகவும் இருந்தது.

பாட்டு முடிந்ததும் எழுந்த உரத்த கரகோஷத்தில் வெட்கி அவள் தலைகுனிந்தாள். பாராட்டுக் குரல்களில் ஒன்று ராஜனிடம் “உங்க ஒய்ஃப் இத்தனை நல்லா பாடுவாங்கன்னு நீங்க சொல்லவே இல்லையே!” என்றது.

“எனக்கே தெரியாதே!” என்று ராஜன் மனைவியைப் பெருமையோடு பார்த்தான்.

“இன்னொண்ணு பாடுங்க மிஸஸ் ராஜன்! ப்ளீஸ்!”

பல குரல்கள் முறையிட்டதைத் தொடர்ந்து சரளா இரண்டாவ தாகத் தியாகைய்யரின் ஒரு கல்யாணிராகக் கீர்த்தனையைப் பாட ஆரம்பித்தாள். பல்லவியின் சங்கதிகளில் அநாயாசமாய் விளையாடி விட்டு அனுபல்லவிக்கு வந்தபோது அவள் கண்கள் தன்னைச் சூழ்ந்திருந்த முகங்களில் ஒன்றின்மீது தற்செயலாய் படிந்தன.

அந்த உன்னிப்பு முகபாவத்தில் அந்த ஆவேசமான பாராட்டு, அந்த உன்மத்த லயிப்பு . . . கண்களில் இப்படி ஓர் அதீத ஒளியா? ஒருவரைப் பார்வையினாலேயே பருகுவது என்று இதுவரையில் அவள் கேள்விப்பட்டுத்தான் இருக்கிறாளே தவிர . . .

அவளுக்குப் பதற்றத்தினால் முகம் வெளுத்தது. பாட்டு அறுபட்டு நின்றது.

“என்ன, என்ன?”

“ஏன் நிறுத்திட்டீங்க?”

“பாதியில் நிறுத்திட்டீங்களே மிஸஸ் ராஜன்! முழுக்கப் பாடிடுங்க.”

"ஏன் என்ன ஆச்சு?"

அவள் சங்கடத்துடன் நெளிந்தாள். சிரிக்க முயன்றாள். "எனக்கு எனக்கு ... வார்த்தைங்க மறந்து போயிடுச்சு ... பாடி ரொம்ப வருஷமாகுது பாருங்க . . ."

அவள் தவிப்புடன் பிரகாஷை ஓரக்கண்ணால் பார்த்தாள். அந்த முகத்தின் ஆவேசப் பாராட்டுத் தோற்றம் சிறிதும் மாறவில்லை. அன்று அவன் வீடு செல்லுமுன் விடைபெற வந்தபோது அவளுக்கு நெருப்பின்மேல் நிற்பது போலிருந்தது.

"மிஸஸ் ராஜன்! உங்க பாட்டு அற்புதம், பிரமாதம்! இந்த மாதிரி தெய்வீகமான உசந்த பாட்டை நான் கேட்டதே இல்லே ... உங்களை எப்படிப் புகழறதுன்னே எனக்குத் தெரியலே ... நீங்க கை வைக்கிறதெல்லாம் பொன்னாய் மின்னுது". அவன் விழிகள் அகல விரிந்து சொல்லொணாத் தொழுகையுணர்வின் நெகிழ்ச்சியோடு அவள் முகத்தின் மீது ஒட்டிக்கொண்டிருந்தன. அப்படியே அவள் கால்களில் விழுந்துவிடுவான்போல் இருந்தது. சரளாவுக்குப் பேச்சே எழவில்லை.

பிரகாஷின் முகத்தில் திடீரென்று சினக்குறி தோன்றியது.

"மிஸ்டர் ராஜன் நீங்க நல்லா பாடுவீங்கன்னு தனக்கே தெரியாதுன்னாரே! சீ, என்ன மனுஷன்! எப்படிப்பட்ட பொக்கிஷமாய் ஒரு பெண்டாட்டி வாய்ச்சிருக்காள்னு தெரியாமல் இப்படியா! சுத்த மோசம்!"

அவள் சட்டென்று முகத்தைத் திருப்பிக்கொண்டாள். அவனுடைய ஆர்வமயமான பேச்சும் உன்னிப்பான முகபாவமும் முன்பெல்லாம் அவள் கவனத்தில் பதிந்திராமல் இருக்கலாம். இப்போது அவன் மன உணர்ச்சி தெரிந்திருக்கையில் . . . அவள் கணவனை அவன் சாடிய எழுச்சியில் அவளுக்கு ஒருவகை பயம் உணர்வாகியது. மறுகணம் தன்னையே கடிந்துகொண்டாள். சே, இப்படி எறும்பை யானையாக்கக் கூடாது.

வேறொரு நாள் மாலை அவன் அவளுடைய வீட்டு ஹாலில் குழந்தை பாபுவோடு விளையாடிக்கொண்டிருந்தான். "பகாத் அண்ணா, இங்க ஒக்காரு" என்று அவனை உட்காரவைத்து பாபு ஒரு சீப்பை அவன் தலைமுடியில் தாறுமாறாய் நுழைத்து வெகு கவனமாக 'வாரி'விட்டுக்கொண்டிருந்தான். சீப்புப் பற்கள் முடியில் மாட்டி இழுக்கும் நோவைப் பொருட்படுத்தாமல் பிரகாஷ் பொறுமையாகக் குழந்தைக்குத் தலையை குனிந்து காட்டியபடி உட்கார்ந்திருந்தான். அருகில் சோபாவில் இருந்த ராஜனின் பார்வை இந்தக் காட்சியின் மேல் பரிவாக நிலைத்திருந்தது.

சரளா உள்ளேயிருந்து இரண்டு கோப்பைகளில் தேநீரோடு வந்தாள். ஒன்றைக் கணவனிடம் கொடுத்துவிட்டு மற்றதை மேஜைமேல் வைத்தபடி "டீ எடுத்துக்க பிரகாஷ்" என்றாள். முன்பாக இருந்தால்

சகஜமாக அவன் கையில் கொடுத்திருப்பாள். இப்போது உணர்வு நெருடியது.

"நம்ம பாபு அவனுக்குத் தலைசீவிவிட்டுக்கிட்டிருக்கான் சரளா. அவன் சீவி முடிக்கறதுக்குள்ளே பிரகாஷுக்கு, பாவம், தலையில் முடியே மிச்சமிருக்காது" என்றான் ராஜன், பிரகாஷின் தோளை அன்போடு தட்டிக்கொடுத்தவாறே.

பாபு சீப்பைக் கீழே போட்டுவிட்டு "எனக்கும் டீ!" என்று கூவினான். பிரகாஷ் அவனை மடியில் இருத்திக்கொண்டு தன் கோப்பையை அவன் வாயில் வைத்து இரண்டு விழுங்கு தேநீரைப் பருகுவித்தான்.

"நம்ம பிரகாஷுக்குக் குழந்தைங்கன்னா ரொம்ப ஆசை" என்றான் ராஜன்.

"ஒண்ணுமில்லே" என்று பிரகாஷ் மறுத்தான்.

"பின்னே பாபுகிட்ட இத்தனை ஆசையாயிருக்கியே!"

"அவன் ஆம்புளைக் குழந்தையாயிருக்கறதனால்தான்"

"அப்படின்னா உனக்குப் பெண் குழந்தைங்க பிடிக்காதா?"

"பெண் குழந்தைங்க மட்டுமென்ன, எனக்குப் பொம்பிளைங் களையே பிடிக்காது."

"அப்படி என்னப்பா உனக்குப் பொம்பிளைங்க மேலே கோவம்?" என்று சம்பாஷணைப் போக்காகக் கேட்டுவிட்டுச் சரளா சிரித்தாள்.

பிரகாஷ் சட்டென்று நிமிர்ந்து அவளைப் பார்த்தான். அவன் கண்களில் நெகிழ்ச்சியும் ஆராதனையும் நிறைந்தன. உதடுகளில் அழுகை போன்ற ஓர் அசைவு புன்னகையாய்த் துடித்தது. ஏதோ அதிசயக் காட்சியில் கண் கூசியவன்போல் கணநேரம் நிறுத்திவிட்டு மிருதுவான குரலில் கூறினான்: "நான் சொன்னது சரியில்லே மிஸஸ் ராஜன்".

அவள் சரேலென்று உள்ளே போய்விட்டாள்.

ஓ

ஓரிரவு கனத்த மழை பெய்துகொண்டிருந்தபோது அவன் வந்து கதவை இடித்தான். இந்த நேரத்தில் யாராக இருக்கும் என்று வியந்தவாறு சரளா ஹால் கதவைத் திறந்தபோது பிரகாஷ் மழைத் துளிகள் சொட்டச் சொட்ட உள்ளே நுழைந்து, காற்றின் வேகத்தில் பேயாய் ஆடிய கதவை எதிர்நீச்சலாகத் தோளால் தள்ளிச் சார்த்தித் தாளிட்டான். கையிலிருந்த குடையை ஒரு பக்கம் வைத்தான்.

வியப்பிலிருந்து ஒருவாறு விடுபட்ட சரளா "என்னப்பா பிரகாஷ், இந்த ராத்திரியிலே?" என்றாள்.

அவன் தன் தலைமுடியில் கையை ஓட்டிக்கொண்டே சொன்னான்: "நாங்க குடும்பத்தோடு ஒரு கல்யாணத்துக்குப் போயிருந்தோம் மிஸஸ் ராஜன். சொந்தக்காரங்க வீட்டுக் கல்யாணம். நாளைக் காலையில் முகூர்த்தம். நாளைக்கு ராத்திரிதான் திரும்பி வருதுன்னு ஏற்பாடு செஞ்சிட்டு வீட்டைப் பூட்டிகிட்டு எல்லாருமாய்ப் போய்ட்டோம். மாப்பிள்ளை அழைப்பு முடிஞ்சு சாப்பாடு ஆச்சு. எனக்கு திடீர்னு போரடிச்சுது. உள்ளூர்க் கல்யாணம்தானே, காலையில முகூர்த்தத்துக்கு மறுபடி போயிடலாம்னு எண்ணி பஸ் புடிச்சு வந்துட்டேன். கொஞ்சம் காலேஜ் பாடமும் இருந்தது. இங்கே வந்து பார்த்தப்பொறகுதான் அவசரத்தில் என் அப்பாகிட்டேருந்து சாவி வாங்கிக்காம வந்துட்டேன்னு தெரிஞ்சுது. அதுனாலே . . . அதுனாலே . . ."

"அதுனாலே?"

"இப்ப ராத்திரிக்கு நான் உங்க வீட்டு கெஸ்ட் ரூம்ல படுத்துக்க உத்தரவு கொடுப்பீங்களா? விடிகாலை எழுந்துபோயிடுவேன். நீங்க காப்பிக்கூடத் தரவேணாம்."

அவளுக்குச் சிரிப்பு வந்துவிட்டது. அந்தப் பேச்சில் எத்தகைய குழந்தைத்தனம்! ஆனால் முகத்தில்? கண்களில்? தீவிரப் பரவசமாகப் பார்க்கும் அந்தப் பார்வையின் உருகலில்? இவனா குழந்தை? அவள் நன்கு நிமிர்ந்து பார்க்கவேண்டிய உயரம். முகத்தின் கீழ்ப்பாகமெங்கும் அடர்ந்துகிடக்கும் கரிய முட்கள்.

அவள் தன் குழப்பத்தைக் கட்டுப்படுத்திக்கொண்டாள். "ராத்திரி தங்கணுமா? இரு, மிஸ்டர் ராஜன் தூங்கிக்கிட்டிருக்கார், அவரை எழுப்பறேன். அவர் வந்து உன்னை கெஸ்ட் ரூமுக்கு அழைச்சிட்டுப் போய் வசதியெல்லாம் பார்த்துப் பண்ணிக்கொடுப்பார்."

"ரொம்ப தாங்ஸ் . . . அப்புறம் . . . மிஸஸ் ராஜன் . . ."

"என்ன?"

"வந்து . . . என்னான்னா . . . எனக்கு . . . வந்து . . ."

அவன் பேசுவதை நிறுத்தினான். முகம் கிளர்ச்சியுற்றிருந்தது. அதனூடே ஓடும் வேதனையின் இழை. அவனது இந்த உணர்ச்சி இன்பமும் துன்பமும் சேர்ந்த ஒன்றா? சிறுவனும் பெரியவனும் அவனில் இப்போது இணைந்திருப்பது போலவா?

"சொல்லு பிரகாஷ், ஏன் தயங்கறே?"

"வந்து . . . என் துணிங்க நனைஞ்சிருக்கிறதனாலே . . ."

அவள் அவ்னை ஏற இறங்கப் பார்த்தாள். மழையின் மிகுதியைக் கவனிக்கும்போது அவனுடைய வேட்டியோ சட்டையோ அப்படி ஒன்றும் அதிகம் நனைந்திருந்ததாய்ச் சொல்லமுடியாது. குடை எடுத்துக்கொண்டுதான் வந்திருக்கிறான். எதற்கு இந்தப் பொய்?

“...வந்து ...அதனாலே ...மிஸ்டர் ராஜனுடைய துணி எதையானும் எனக்கு இன்னிக்கு ஒரு ராத்திரிக்கு உடுத்த இரவல் தர முடியுமா?”

கேட்டு முடிப்பதற்குள் அவனுக்கு வேர்த்துக்கொட்டிவிட்டது. மழையிலும் உலர்ந்திருந்த முகத்தில் இப்போது ஈரம் பொழிந்தது. அவன் உதடுகள் லேசாய்த் திறந்து துடித்துக்கொண்டிருந்தன. கண்கள் செவ்வரி தெரிய ஆர்வத்தில் மலர்ந்து அவள்மீது நிலைத்திருந்தன. விழிகளாலேயே அவளை அணைத்துக்கொண்டிருந்தானா?

அவள் சட்டென்று முகத்தைத் திருப்பிக்கொண்டாள். நெஞ்சம் கலவரத்தில் படபடத்தது. அவன் கோரிக்கை சாதாரணமானதுதான். அதை ஏன் அவன் சாதாரணமாய்க் கேட்கக்கூடாது? பேசாத அர்த்தங்களாய் ஆயிரமாயிரம் கனங்களைத் திணித்து இப்படி என் ஒரு மகத்தான உக்கிரத்தை உண்டாக்குகிறான்?

அவள் இயல்பாய்ப் பேச முயன்றாள். “துணிதானே? இதென்ன பிரமாதம்? மிஸ்டர் ராஜன்கிட்டே சொல்றேன்.”

சரளா உள்ளே வந்து தன் கணவனை உறக்கத்திலிருந்து எழுப்பி விஷயத்தைச் சொன்னாள். ராஜன் ஹாலுக்கு வந்தான்.

“வாப்பா பிரகாஷ்! நல்லவேளை, எங்க வீட்டுக்கு வரலாம்னு சுவாதீனமாத் தோணிச்சே. நீ முதல்ல கெஸ்ட் ரூமுக்குப் போ. அங்கே மெத்தை இருக்குது, நான் ஒரு தலைகாணி எடுத்துட்டு வரேன்.”

பிரகாஷை விருந்தினர் அறைக்கு அனுப்பிவிட்டு ராஜன் வேறு அறையில் துணி பீரோவிலிருந்து தலையணைக்குப் போட உறையை எடுத்துக்கொண்டிருந்தபோது சரளா அவனிடம் “உங்க உடுப்புகூட ஏதானும் கேட்டான். அவன் போட்டிருக்கிறது நனைஞ்சுபோயிடுச்சாம். ஆனா எனக்கு ஒண்ணும் அப்படித் தோணலே” என்றாள்.

ராஜனின் முகத்தில் ஒரு புன்னகை மெல்லப் பரவியது. தனது ஒரு வேட்டியையும் ஜிப்பாவையும் பீரோவிலிருந்து எடுத்து அவளிடம் கொடுத்து “நீயே போய்க் கொடுத்திட்டு வா” என்றான்.

“எல்லாம் நீங்க கொடுங்க.”

“அசடு, நீ கொடுத்தால் அவன் இன்னும் சந்தோஷப்படுவான். உனக்குப் புரியலையா சரளா அவன் ஏன் ஏதோ சாக்கைச் சொல்லிட்டு என் துணிகளைக் கேக்கறான்னு? உன்கிட்ட அவனுக்கு இருக்கிற உணர்ச்சியினாலே என்னோடு தன்னைக் கொஞ்ச நேரத்துக்காவது ஐக்கியப் படுத்திக்க விரும்பறான்.”

“என்னது!” சரளாவின் முகம் சிவந்துவிட்டது. “சேசே, என்ன இப்படியெல்லாம் அசிங்கமாய்ப் பேசறீங்க? சொந்தப் பெண்டாட்டியைப் பத்திப் பேசற பேச்சா இது? உங்களுக்கு மான ரோசம் ஏதுமில்லே? என்னை ஏன் இப்படி அவமானப் படுத்தறீங்க?”

துக்கம் தாங்காமல் கண்ணீர் வெடித்துக்கொண்டு வந்தபோது ராஜன் பரிவுடன் அவள் கண்களைத் துடைத்துத் தேற்றினான்.

"அழாதே சரளா. உன்னை நான் அவமானப்படுத்துவேனா? அப்படி நீ என்னமாய் நினைக்க முடியும்!"

"பின்னே ... இந்த மாதிரி ... அந்தப் பையன் ஏதோ நினைக் கறான்னு சொல்றீங்க. அது எனக்கு எப்படி இருக்குது தெரியுமா? உங்களுக்கு அதுவுமா வேடிக்கை? அவனை முதல்ல வெளியே போகச் சொல்லுங்க ..."

"பைத்தியமா உனக்கு? அவன் என்ன தப்பு செஞ்சான்? அவன் மனசு வளர்ந்து பூ விடறது ஒரு தப்பா?"

"ரொம்ப நல்லாயிருக்குது உங்க பேச்சு ... அந்த ராஸ்கலுக்கு எத்தனை துணிச்சல்! நான் அவனுக்கு ஒரு அக்கா மாதிரி ..."

"அவன் நிஜத்தில் உன்னைக் கௌரவிச்சிருக்கான் சரளா! ஒரு ஆணாய் அவன் உணர்ச்சிகள் கண்விழிக்கறப்ப பெண்ணாய் தரிசனம் கொடுத்திருக்கிறது நீ! இதுக்கு என்ன அர்த்தம் தெரியுமா? நீ – சரளா – மிஸஸ்ராஜன் – பாபுவின் அம்மா. இத்தனை உயரம் இத்தனை பருமன் இந்த நிறம் இந்தக் குரல் அப்படின்னெல்லாம் அமைஞ்ச ஒரு குறிப்பிட்ட பெண் – இவங்க யாரையுமே அவன் பார்க்கலே. அவன் பார்க்கறது, அவன் நேசிக்கிறது, அவன் கசிஞ்சு கரைஞ்சு போறது, எல்லாம் இந்த உலகத்தில் அவன் பார்வைக்குப் புதுசாய் உதயமாயிருக்கிற பெண்மை என்கிற ஆச்சரியகரமான, அழகுமயமான, பிரம்மாண்டமான ஒரு தத்துவத்தைத்தான். அந்த பிரம்மாண்டத்துக்கு நீ அவனுக்கு வழிகாட்டியிருக்கே. உன்னை அதன் உயிர் நாடியாய் அவன் தூக்கி வச்சிருக்கான். இதுக்கு நீ அவன்மேல் கோவப்படணுமா அல்லது அவன் கொடுத்திருக்கிற மதிப்பைப் புரிஞ்சுகிட்டு நன்றி சொல்லணுமா?"

சரளா மெள்ளத் தன்னைச் சமாளித்துக்கொண்டாள்.

"நான் தலைகாணிக்கு உறைபோட்டு எடுத்துட்டு வரேன். நீ அதுக்குள்ள என் டிரஸ்ஸை எடுத்துப்போய் அவனண்டை கொடு. போ."

"எடுத்துப்போய் அவன் மூஞ்சியில் விட்டெறியறேன்" என்றாள் சரளா ஆத்திரமாய்.

"அதான் உன் இஷ்டம்னா அப்படியே செய். ஆனா அவனைப் பொறுத்த வரைக்கும் இப்ப பெண்மைன்னா நீதான் என்கிறதை ஞாபகம் வச்சிக்க. நீ கடுமையாய் நடந்துகிட்டா அவன் பெண்களெல் லாருமே கடுமையானவங்கன்னு அர்த்தம் செய்துக்குவான்."

சரளா கணவனின் ஆடைகளை எடுத்துக்கொண்டு மெல்ல விருந்தினர் அறை வாசலை அணுகிக் கதவுக்கு வெளியே நின்றாள்.

உள்ளே நாற்காலியில் உட்கார்ந்திருந்த பிரகாஷ் அவளைக் கண்டதுமே எழுந்து நின்றான். அவள் மீது அவன் பார்வை வழக்கம் போல் தீவிர ஆதூரத்துடன் படிந்தது. பிறகு நெக்குருகி நீராகியது.

"இதோ ... துணிங்க." அவள் ஒருவாறு பேசினாள்.

"மிஸ்டர் ராஜனுடையதா?"

"ம்."

"கொடுங்க." பேராவல் உந்த அவன் விரைந்துவந்து அவள் கைகளினின்று துணிகளை வாங்கிக்கொண்டான். வாங்கி அவற்றை மார்போடு அழுந்தப் பற்றிக்கொண்டே இறுக்கத்தில் அவன் புறங் கைகளில் நரம்புகள் புடைத்துக்கொண்டன. உணர்ச்சி மிகுதியில் முகம் சிவந்தது. "தாங்ஸ்" என்று உதடுகள் சொன்னதை விடப் பல்லாயிர மடங்கு ஆழ்ந்த நன்றியைப் பார்வையின் ஆவேசம் உணர்த்தியது.

ஒருவிதத் தயக்கத்துடன் சரளா அவன் முகத்தைப் பார்த்தாள். கணவன் சொன்னது சட்டென்று புரிகிறாப்போல் இருந்தது.

அந்த உடைகளில் அவன் ராஜனாவான். ஏனெனில் அவன் காணும் பெண்மையுலகின் பெயர் சரளா. உணர்வு காட்டிய படிவம் அது. விச்வரூபத்தின் பிரதிநிதி. பின்னால் அவன் ஒருத்தியை விரும்பிக் கைப்பிடிக்கும்போது, பெண்மை என்ற பெரும்சாரம் பெண் எனும் தனித்துளியாய் இனிமையுற வடிவுகொள்ளும்.

அவள் அமைதியுற்றாள். "துணியை மாத்திகிட்டு ராத்திரி நல்லா தூங்குப்பா பிரகாஷ். காலையில் காப்பி குடிச்சிட்டே போகலாம். குட்நைட்" என்று சொல்லிவிட்டு அங்கிருந்து திரும்பினாள்.

***சௌராஷ்டிரமணி தீபாவளி மலர்*, நவம்பர் 1974**

இணைப்பறவை

வாசலில் அரவம் கேட்டது. முன் அறை ஜன்னல் வழியாக வெளியே எட்டிப் பார்த்த தாத்தா வேகமாய்ப் பின்கட்டுக்குச் சென்றுவிட்டார். சிறிது நேரத்தில் ஸ்ரீமதி அவரைத் தேடிக் கொண்டு அங்கே வந்தாள்.

"யாரோல்லாம் வந்திருக்கா தாத்தா."

"தெரியும்."

"அங்கே வரேளா?"

"ம்ஹூம்."

"உங்களைப் பார்க்கத்தானே அவா . . ."

"எனக்கு யாரையும் பார்க்கவாணாம். நீயே அவா சொல்றதை யெல்லாம் கேட்டுண்டு அனுப்பிச்சுடு."

"உங்களைப் பார்க்காம போவாளா?"

"ஏதானும் காரணம் சொல்லேன். எனக்கு உடம்பு சரியா யில்லேன்னு சொல்லேன்."

"நம்பவே மாட்டா."

"அப்போ நான் செத்துப்போய்ட்டேன்னு சொல்லு, போ."

ஸ்ரீமதி மறு பேச்சில்லாமல் திரும்பினாள். நெஞ்சம் கனத்தது. இதுவரை தாத்தாவிடம் எத்தனைபேர் வந்துவிட்டார்கள். தம் சொல்லடுக்குகளுடன்! பாடம் ஒப்பிக்கிற மாதிரிதான். "பாவம், இந்த வயசில் உங்களுக்கு இந்தக் கஷ்டம் வந்திருக்கவேணாம்." "போனவ புண்ணியவதி, பழுத்த சுமங்கலியாய் மஞ்சக்குங்குமத் தோட ஜம்னு கல்யாணப் பொண்ணாட்டம் போய்ட்டா. அதை நினைச்சுத்தான் நீங்க மனசைத் தேத்திக்கணும்." "பிள்ளையும் மாட்டுப் பெண்ணும் உங்களை உள்ளங்கையில் வச்சுத் தாங்கறா. பேரன் பேத்திகளுக்கு உங்கமேலே உசிரு. அதையெல்லாம் நினைச்சு ஆறுதலாயிருங்கோ."

"பாவம், தள்ளாத வயசில் உங்களுக்கு எப்பேர்ப்பட்ட இடி! . . ." ஸ்ரீமதிக்கே அதெல்லாம் அர்த்தமற்ற, உயிரற்ற, உண்மையின் விளிம்பைக் கூட நெருங்காத, வார்த்தைக்குப்பையாகத் தோன்றியதென்றால், தாத்தாவுக்கு எப்படி இருக்கும்.

வந்தவர்களை அப்படியே பேசி வெளியே அனுப்பிவிட வேண்டு மென்ற உறுதியோடு அவள் சென்றாள். ஆனால் பயனில்லை. அவள் நாசுக்காக எவ்வளவு உணர்த்தியும் கேட்காமல் அவர்களில் ஒருவர் தாத்தாவைப் பார்த்தே தீருவதென்று பின்கட்டுக்கு வந்துவிட்டார்.

"என்ன, மிஸ்டர் சாரி . . ."

மாட்டுக் கொட்டிலின் பக்கத்தில் நின்று வானத்தைப் பார்த்துக் கொண்டிருந்த தாத்தாவின் உடல் விறைத்துக்கொண்டது.

"யாரு வரதனா? வாங்கோ. ஆகாசத்தைப் பார்த்தேளா? மழைவரும்போல இல்லே?" என்றார் தாத்தா திரும்பாமலே.

வந்தவர் திகைத்துப் போனார். சட்டென்று பேச முடியவில்லை.

"என்ன பேசவே காணோம்? மழை வந்தா இப்போ ஊரிலிருக்கற தண்ணிக் கஷ்டத்துக்கு விமோசனம் பிறக்கும், இல்லையா?" என்றார் தாத்தா தொடர்ந்து. பிறகு திரும்பி நின்று, வந்தவரைப் பார்த்துப் புன்னகை செய்தார்.

"நீங்க அப்படி நினைக்கலே போலிருக்கு. அதுவும் சரிதான். நம்ம வறட்சிக்குக் கொஞ்ச மழை போறாதுதான். நன்னா அடிச்சுப் பெய்யணும். உங்களுக்கு என்ன தோணறது?"

துக்கம் விசாரிக்க வந்தவர் ஒருவாறு சமாளித்துக்கொண்டார். "விஷயத்தைக் கேள்விப்பட்டேன் மிஸ்டர் சாரி. அப்போ நான் ஊரிலில்லே. திருச்சிக்கு ஒரு காரியமாப் போயிருந்தேன். வந்ததுமே இப்படின்னு சொன்னா. மனசு ரொம்ப சங்கடப்பட்டுது. ஆறுதலாய் உங்களுக்கு என்ன சொல்றதுன்னே தெரியலே . . ."

"உங்க ரெண்டாவது பையன் ஏதோ இன்ட்டர்வ்யூவுக்குப் போயிருந்தானே. என்ன ஆச்சு?"

"நீங்க அதை நெனைக்கக்கூடாதுன்னு இருக்காப்லே இருக்கு. ரொம்ப விவேகந்தான். துக்கத்துக்கு இடம் கொடுத்தா அப்பறம் மனுஷன் மீள முடியாது. நீங்களாவேதான் எப்படியோ மனசைத் தேத்திக்கணும். இந்த வயசில் உங்களுக்கு இப்படி ஒரு கஷ்டம் வந்திருக்கப்படாது. என்னதான் மாமி தன் வரைக்கும் ஒரு குறையும் இல்லாம மகாலக்ஷ்மியாட்டம் போய்ட்டாள்னாகூட . . ."

"பாங்க் வேலைக்காகத்தானே அந்த இன்ட்டர்வ்யூ? அல்லது வேறேதானும் கம்பெனிக்கு அப்ளிகேஷன் போட்டிருந்தானா?"

வரதன் அவரை வெறிக்கப் பார்த்தார். ஒரு விநாடி மனத்தில் மின்னிய சந்தேகத்தை அடக்கிக்கொண்டார். சேசே, அப்படியெல்லாம் இருக்காது.

“சில சிநேகிதாளோட வந்திருக்கேன். அவாளுக்கு எங்கேயோ கடைத்தெருவுக்குப் போகணுமாம் ... இத்தனை பெரிய உலகத்தில் மாமிக்குத்தானா இடமில்லாம போயிடுத்து? ஆனா நம்ம கையில் என்ன இருக்கு? எல்லாம் அவன் செயல். உயிர் என்னிக்கிருந்தாலும் அநித்தியந்தான். மனசைச் சமாதானப்படுத்திக்கணும். பெருமாள் உங்களுக்கு அதுக்கான தெம்பைக் குடுக்கட்டும். தைரியமாய் இருங்கோ ஸார். இந்த மாதிரிச் சந்தர்ப்பத்திலே போய்ட்டு வரேன்னு சொல்லிக்கக் கூடாதும்பா ...”

“அப்போ கிளம்பிட்டேளா? சரி, போய்ட்டு வாங்கோ. இன்னொரு நாள் சாவகாசமா வாங்களேன்! வெய்யத்தாழ வந்தால் ‘ப்ளெஸன்ட் வாக்’காகவும் இருக்கும்” என்றார் தாத்தா.

வந்தவர் போனபோது தன் நண்பர்களிடம், “என்னைக்குமே மண்டைக்கனந்தான். இந்தச் சந்தர்ப்பத்தில்கூட மூஞ்சிகொடுத்துப் பேச இஷ்டப்படல்லே பாருங்களேன்! அந்தம்மா எப்படித்தான் இந்த மனுஷன்கூடக் குடித்தனம் பண்ணினாளோ, பாவம்!” என்று சொல்லிக்கொண்டு போனது ஸ்ரீமதியின் காதில் விழுந்தது. அவள் மீண்டும் கொல்லைப் பக்கம் வந்தாள்.

தாத்தா இப்போதும் வானத்தைத்தான் வெறித்துப் பார்த்துக் கொண்டிருந்தார். பிறகு பார்வையை இறக்கி மாட்டுத் தொழுவத்தைப் பார்த்தார். அதனருகில் இருந்த துணி துவைக்கும் கல்லைப் பார்த்தார். பிறகு வேலியாகப் படர்ந்திருந்த மல்லிகைக் கொடிகளைப் பார்த்தார். ஒவ்வொன்றையும் பார்வை தடவிக்கொடுப்பதுபோல் இருந்தது. பாட்டி தொழுவத்தில் மாட்டுக்குத் தவிடும் பிண்ணாக்கும் வைப்பது, கல்லில் தன் மடிப் புடைவையைத் தோய்ப்பது, மல்லிகைக் கொடிகளை ஆசையுடன் வளர்ப்பது எல்லாம் ஸ்ரீமதிக்கு நினைவு வந்தன. பாட்டி இறந்தபோது சடலத்தைத் தாத்தா இமைக்காமல் நோக்கினார். ஆனால் அழவில்லை. அப்போது சரி, பிறகு இந்த இரண்டு வாரங்களிலும் சரி, அவர் அழுது யாரும் பார்க்கவில்லை. இப்படி வீட்டை இடம் இடமாக, பொருள் பொருளாக, கண்களினால் வருடிக்கொடுக்கிறாரே, அவ்வளவுதான்!

வந்த சுவடு தெரியாமல் திரும்பிவிட அவள் முனைந்தபோது தாத்தாவின் பார்வை தற்செயலாய் அவள் மேல் விழுந்தது.

“என்ன, இன்னும் யாரானும் வந்திருக்காளோ, துக்கம் விசாரிக்க?”

ஸ்ரீமதி எச்சிலை விழுங்கிக்கொண்டாள். அறுபதாண்டுக்கால உறுதுணையின் இழப்பு. இதை இழப்பு என்று சொல்லிவிட்டால் போதுமா? அதை ஏந்துவதற்கு வார்த்தையில் இடமுண்டா? அறுபது ஆண்டுகள்! பிரபவ, விபவ என்று தொடங்கி அக்ஷய வரையில் ஒரு வட்டமே முழுசாக அடங்கிவிட்ட தாம்பத்தியம். அறுபது வருடத் தோழமை என்பது மட்டுந்தானா! பாட்டியைத் தவிர இன்னொரு பெண்ணை இவர் திரும்பிக்கூடப் பார்த்ததில்லை. “நான் ரொம்பக் குடுத்து வச்சவடீ!” என்று பாட்டி எத்தனை தரம் கண்களில் நீர்

மல்கச் சொல்லிக் கசிந்திருக்கிறாள்! செத்த முகத்தில்கூட அந்தப் பரவசம் மாறாமல் இருந்தது. அதன் அர்த்தத்தின் விரிவுகளையெல்லாம் கேவலம் துக்க விசாரிப்பு என்ற சம்பிரதாயத்தின் எல்லைகளுள் அடக்கிவிட முடியுமா? வார்த்தைகளுக்கு எப்போது மௌனமாய் இருக்க வேண்டுமென்று தெரிவதில்லை.

"இனிமே இப்படி யாரானும் நீட்டி முழக்கிப் பேசிண்டு என்கிட்ட அழ வந்தாளோ, ஜோட்டாலேயே அடிச்சு வெரட்டிடுவேன். ஜாக்கிரதை!" என்றார் தாத்தா.

"சரி தாத்தா. யாரும் வராம பார்த்துக்கறேன்."

"நல்ல பொண்ணு. இப்படி வா."

பின்கட்டுத் தாழ்வாரப் படிகளிலே மேல் படியில் – பாட்டி வழக்கமாக உட்கார்ந்து காற்று வாங்கும் படியில் – தாத்தா உட்கார்ந்து கொண்டார். அவளை அருகில் இருத்திக்கொண்டு அவள் கையைத் தம் கையில் பற்றிக்கொண்டார். பார்வை மறுபடியும் மல்லிகைக் கொடியில் நிலைத்தது. அவர் எதுவும் பேசவில்லை. நிறைந்து ததும்பும் பாத்திரத்திலிருந்து துளிகள் சிந்திவிடாதபடி ஜாக்கிரதையாய்ப் பற்றுவதுபோல், ஸ்ரீமதி அந்த மௌனத்தை வெகு கவனமாய்ப் பாதுகாத்தாள். தாத்தாவின் முகத்தை நிமிர்ந்து பார்க்கும் சிறு சலனங் கூட ஒரு குறுக்கீடென்று கருதி அசையாமல் உட்கார்ந்திருந்தாள். அவ்வப்போது அவர் உடம்பில் ஒரு நடுக்கம் பாய்வதை மட்டும் அவர் கையில் பிணைந்திருக்கும் தன் கையின் மூலம் அவளால் உணர முடிந்தது.

"அப்பா, சாப்பிடப் போகலாமா?"

இரவு ஆகிவிட்டதா என்ன? ஸ்ரீமதியின் தந்தை பின்னால் நின்று குரல் கொடுத்தபோது, அந்த ஒலி ஒரு பாறாங்கல்லாக மௌனத்தின் மீது விழுந்தது. ஸ்ரீமதி பதறிக்கொண்டு தாத்தாவைப் பார்த்தாள். ஆனால் அவர், "ம். வரேன் போ" என்றார் சாதாரணமாக. ஸ்ரீமதியின் கையை விட்டுவிட்டு. "நீயும் போய் எலையிலே உக்காரு. வந்துடறேன்" என்றார். ஆனால் எல்லாரும் உட்கார்ந்து சாப்பிட ஆரம்பித்த பிறகும் அவர் வரவில்லை.

"இன்னுமா அங்கேயே இருட்டுலே வெறிச்சுண்டு உக்காண்டிருக்கார்?" என்றார் ஸ்ரீமதியின் தந்தை.

"சாப்பிட வரணும்னே மறந்துட்டாப்போல் இருக்கு" என்றான் ஸ்ரீமதியின் தம்பி. "பாட்டி இருந்தால் இப்போ அவருக்கு ஒரு டோஸ் குடுத்து அழைச்சுண்டு வருவா."

ஸ்ரீமதியின் அண்ணன் எதுவும் பேசாமல் சாப்பிட்டுக்கொண்டிருந் தான். அவன் புதிதாகத் திருமணம் ஆனவன். மனைவி இன்னும் வீட்டுக்கு வரவில்லை.

"இது தினம் நடக்கற கூத்தாப் போயிடுத்து" என்றாள் ஸ்ரீமதியின் தாய்.

“பாவம் அப்பா! அவர் வாய்விட்டுக் கதறி அழுதுட்டார்னா தேவலைன்னு எனக்குத் தோண்றது. துக்கத்தையெல்லாம் இப்படி உள்ளேயே வச்சுண்டு மறுகக்கூடாது” என்றார் ஸ்ரீமதியின் தந்தை தம் மனைவியைப் பார்த்து.

“அது என்ன துக்கமோ! என்னதான் மனசை அடக்கிண்டாலும் நிஜமாய்த் துக்கம் இருந்துதானால் கட்டின பெண்டாட்டி செத்துக் கிடக்கறபோதுகூடவா கண்ணில் ஜலமே வராம இருக்கும்?”

“நீ என்ன, அப்பாவுக்கு அம்மா மேலே பிரியமே இல்லேன்னு சொல்றியா!”

“நான் என்னத்தைக் கண்டேன்! ஆனா இந்த ஆம்பிள்ளைகளை மட்டும் நம்பவே முடியாது.”

ஸ்ரீமதி எழுந்துவிட்டாள். “நான் போய்த் தாத்தாவைக் கூப்பிட்டு வர்ரேன்” என்று சொல்லி வேகமாய் அறையை விட்டுச் சென்றாள்.

தாத்தா வந்து உட்கார்ந்து சாப்பிட்டார். எதுவுமே பேசவில்லை. ஸ்ரீமதியின் தாய் எப்போதும் போல் அவருக்கு மரியாதையுடன் உணவு பரிமாறினாள். தாத்தா அவ்வப்போது தலை நிமிர்ந்தபோதெல்லாம் அவர் பார்வை நாற்புறமும் ஏதோ தேடுவதுபோல் அலைந்தது. சாப்பிட்டு முடித்துவிட்டு எழுந்துபோய்க் கைக்கழுவிக்கொண்டார்.

சிப்பல் தட்டில் சாதம் எடுத்து வந்த ஸ்ரீமதியின் தாய் வியப்புடன், “என்ன மாமா, அதுக்குள்ளே எழுந்துட்டேளே?” என்றாள்.

“ஏன்? சாப்டுட்டேன், எழுந்துண்டேன்” என்று தாத்தா பதிலளித்தார்.

“மோர் சாதம் சாப்பிடல்லையே இன்னும்?”

“ஓ” என்றார் தாத்தா. பிறகு, “பரவாயில்லே, வயிறு ரொம்பிடுத்து” என்றார்.

ஸ்ரீமதியின் தந்தை அவரை அநுதாபத்துடன் நோக்கினார். “புரியறது அப்பா! எனக்கும் அதேமாதிரிதான் இருக்கு. துக்கம் நெஞ்சை அடைக்கற போது என்ன செய்யறோம்னே சில சமயம் நினைவிருக்கறதில்லே. ஒவ்வொரு நிமிஷமும் அம்மா ஞாபகம் வந்துண்டே இருக்கு. எங்கே பார்த்தாலும் அவ நிக்கறமாதிரியே தோண்றது. அம்மா உயிரோடு இல்லேன்னே இன்னமும் நம்ப முடியலே . . .”

“ஸ்ரீமதி நன்னா வளந்துட்டா. சீக்கிரம் அவளுக்கும் வரன் பார்க்க ஆரம்பிக்கணும்” என்றார் தாத்தா.

அவர் அந்த அறையைவிட்டுச் சென்றதும் ஸ்ரீமதியின் தம்பி தன் தந்தையிடம், “தாத்தாவுக்குக் கல்யாணமாகச்சே அவருக்கு என்ன வயசுப்பா?” என்று கேட்டான்.

“நீ அவசியம் தெரிஞ்சுண்டாகணுமோ? போடா, சாப்பிட்டாச்சுன்னா எழுந்து கையலம்பிண்டு போய்ப் படி.”

ஸ்ரீமதியும் அவள் சகோதரர்களும் அங்கிருந்து சென்றார்கள்.

ஸ்ரீமதியின் பெற்றோர்கள் ஒருவரையொருவர் பார்த்துக்கொண் டார்கள்.

"அப்பா ஆனாலும் அழுத்தந்தான்" என்றார் ரங்கன்.

"எனக்கு அவரைப் பார்க்கறபோது பயமாயிருக்கு" என்றாள் கனகம்.

"ஏன் ?"

"இப்படி உணர்ச்சியில்லாமல் ஒரு மனுஷன் நடந்துக்க முடியுமான்னு தான். பாவம், உங்கம்மா அவருக்காகக் கொஞ்சமாவா உழைச்சா? ஆயுசெல்லாம் கூடவே இருந்தவள் போய்ட்டாளேன்னு துளிக்கூட இல்லையே!"

"உனக்கு என் அம்மாகிட்ட இது என்ன புதுக் கரிசனம்! அவள் உயிரோடு இருந்தப்போ அப்படி ஒண்ணும் நீ ரொம்ப அநுசரிச்சுப் போகலையே! அவள் தேமேன்னு மாட்டைக் குளிப்பாட்டினாலும் தன் புடைவையைத் தோய்ச்சுண்டாலும் கொஞ்சம் ஒத்தாசை பண்ணக் கூடக் கிட்டப் போகமாட்டியே!" என்று ரங்கன் சிரித்தபோது, கனகம் கோபமாய் அவரை விழித்துப் பார்த்தாள்.

"நீங்களும் சமயம் பார்த்துத்தான் சொல்லிக் காட்டறாப்பலே இருக்கு! ஏன், அப்போ சொல்றதுக்கென்ன, என் அம்மாவுக்குப் போய் ஒத்தாசை பண்ணுடீன்னு?"

"இதெல்லாம், சொல்லித்தான் தெரியணுமா?"

"மனசுக்குள்ளேயே வச்சுண்டால் மத்தவாளுக்கு மூக்கிலே வேர்க்குமா என்ன? நான் கொஞ்சம் கிட்டே போனாலும் என்னமோ பெரிசா ஆசாரம் கெட்டுப்போயிடுத்துன்னு உங்கம்மா ஆகாசத்துக்கும் பூமிக்குமா குதிப்பாளே, அது எங்கே தெரிஞ்சிருக்கப்போறது உங்களுக்கு! நான் செய்யறதுதான் கண்ணிலே படும்."

"அவள் போனப்புறம் கூடவா அவள் மேலே குத்தம் சொல்லணும்? அதான் இருக்கிறவரைக்கும் தினம் வீட்டிலே குருக்ஷேத்ரம் நடத்தியாச்சே?"

"அடேயப்பா, இத்தனை ஆங்காரம் இருக்கா உங்களுக்கு மனசுக் குள்ளே? இந்தப் பூனையும் பாலைக் குடிக்குமான்னு இருந்தேளே அப்போ! ம்ஹ்ம், ஆயிரம்தான் இருக்கட்டுமே, ஆம்பிள்ளை ஒவ்வொருத் தருமே கடைசியில் அம்மாக் கோதண்டராமன்தான். பெண்டாட்டி எத்தனை செஞ்சாலும் எடுபடாது. மனசிலே ஆழமான இடம் என்னிக்கும் அம்மாவுக்குன்னு தத்தம் பண்ணினதுதான்."

"அப்படித்தான் வச்சுக்கோயேன். நம்ம நாணுவும் அதே மாதிரி பெண்டாட்டிகிட்ட எத்தனை ஆசையாயிருந்தாலும், மனசில் முக்கிய இடத்தை உனக்குத் தத்தம் பண்ணியிருப்பான்னு நீயும் சந்தோஷப் படேன்; அவனுக்குக் கல்யாணம் பண்ணிட்டதனால் இனிமே இந்த சந்தோஷம் உனக்கு ரொம்ப அவசியமில்லையா? இந்த உணர்ச்சி

இல்லேன்னா எந்த அம்மாவானாலும் தன் பிள்ளைக்குக் கல்யாணம் பண்ணுவாளான்னு சந்தேகந்தான்."

"நான் ஒண்ணும் அப்படி இல்லே. பாவம்னு உங்கம்மாவுக்குப் பரிஞ்சுண்டு வந்ததுக்கு எனக்கு இது நன்னா வேணும்" என்று கனகம் முகத்தைத் திருப்பிக்கொண்டாள்.

உள்ளதைச் சொன்னால் கோபம் வருகிறது என்று நினைத்துக் கொண்டு ரங்கன் கூறினார்: "கோவிச்சுக்காதே கனகம், சும்மா சொன்னேன். அப்பா போக்கு எனக்குமட்டும் பிடிக்கிறதா என்ன? சாவு என்கிறதே ஒரு அன்னியமான எண்ணம். அழுது அதுக்குக் கொடுக்க வேண்டியதைக் கொடுத்துட்டால் கொஞ்சத்துக்குக் கொஞ்சம் அந்தத் திகைப்பு குறையறாப்பலே இருக்கும். அதைக் கொடுக்காம ஒருத்தர் கல்லாட்டம் இருந்தால் நீ சொன்னாப்பலே ஒருவிதத்தில் பயமாத்தானிருக்கு."

"அதுக்கில்லேன்னா! உங்கம்மாவுக்காக உங்கப்பா அழாமலிருக் கிறதைப் பார்க்கறபோது, ஒரு பெண்டாட்டியாய்ப் பாடுபடறது எல்லாமே கடைசியில் இத்தனை வியர்த்தம் தானான்னு தோணிப் போறது. நம்மை நிராகரிச்சுட்டா பார்த்தியான்னு மனசைத் தாக்கறது ..." கனகத்தின் குரல் கம்மியது.

தன்னை அந்த இடத்தில் வைத்துப் பார்த்திருக்கிறாள் இவள்! உலகத்தில் எல்லாருமே மரணம் என்ற மகா மர்மம் கூட ஒரு சிறு தன்னுணர்ச்சியில்தான் அஸ்திவாரம் கொண்டிருக்கிறதா? ம்ஹ்ம்! மனிதனைப் பொறுத்தவரையில் உலகம் என்றுமே சிறியதுதான். அதற்குச் சந்திரமண்டலம் போகவேண்டியதில்லை.

"என்னத்தையானும் நினைச்சு மனசைக் கஷ்டப்படுத்திக்காதே கனகம்" என்று ரங்கன் அவள் முதுகில் தட்டிக்கொடுத்து ஆசுவாசப் படுத்தினார்.

"நம்ம மாட்டுப் பொண்ணு ஆத்துக்கு வரட்டும். அவளும் நானும் எத்தனை ஒத்துமையாயிருக்கப் போறோம் பாருங்கோ" என்றாள் கனகம்.

○

ஸ்ரீமதியின் அண்ணன் சாப்பாடு முடிந்ததுமே ஸ்கூட்டரில் ஏறிக்கொண்டு தன் வேட்டகத்துக்குச் சென்றான். வத்ஸலாவின் முகம் அவனைப் பார்த்ததுமே மலர்ந்துவிட்டது.

"என்ன திடீர்னு? இன்னிக்கு வரப்போறதாச் சொல்லவே இல்லையே? சாப்பாடு ஆச்சா?" என்று விசாரித்தாள்.

"ஆச்சு" என்றான் நாராயணன். இருவரும் வத்ஸலாவின் அறைக்குச் சென்றார்கள். அவர்களுக்குக் கல்யாணமாகி ஒரு மாதமாகியிருந்தது. அவளை அவனுடைய வீட்டுக்கு அழைத்துவர நல்ல நாள் பார்த்துக் கொண்டிருந்த போது, அவன் பாட்டி இறந்துவிடவே அது தள்ளிப் போய்விட்டது.

"வீட்டிலே பாட்டி பேச்சாவே இருந்தது. எனக்கு உன் ஞாபகம் வந்துடுத்து, உடனே கிளம்பி வந்துட்டேன்" என்றான் நாராயணன்.

"என்னைப் பார்த்தா ஒரு பாட்டியாட்டம் தெரியறதோ உங்களுக்கு?" என்று வத்ஸலா செல்லக் கோபத்துடன் சிணுங்கினாள். நாராயணன் அவளை அருகில் இழுத்துக்கொண்டான்.

"இதெல்லாம் இப்ப வேணாம். உங்க குடும்பம் இப்ப துக்கத்தில் இருக்கிறதாய் அர்த்தம், இல்லையா? சல்லாபத்தையெல்லாம் கொஞ்சம் ஒத்தி வச்சிக்குங்கோ!" என்று வத்ஸலா சிரித்தாள்.

"பாட்டிக்காகத் துக்கம் கொண்டாடறவா பாட்டியையே புரிஞ்சுக் காதவா. அப்படிப் பார்த்தால் தாத்தா நடந்துக்கற விதம் சரின்னுதான் சொல்லணும்."

"உங்க தாத்தா துளிக்கூட அழவேயில்லையாமே? இதுவரை ஒரு வார்த்தைகூட உங்க பாட்டியைப் பத்திப் பேசவும் இல்லையாமே? ஆமா, உங்க குடும்பத்தில் எல்லா ஆம்பிள்ளைகளுக்குமே இந்த மாதிரிக் கல்லு மனசுதானா?"

"போக்கிரி!.. புருஷன் பெண்டாட்டிக்குள் எத்தனையோ இருக்கும். தாத்தா போக்குக்குத் தக்க காரணம் ஏதாவது இருக்கலாம். மத்தவாளுக்குப் புரிய முடியுமா? நான் அதைச் சொல்லலே."

"பின்னே?"

நாராயணன் கண்கள் மிருதுவாயின.

"எங்க பாட்டி ரொம்ப அருமையான மனுஷி."

"உங்க எல்லாருக்கும் அவள் கிட்ட உயிராம். ஸ்ரீமதி சொல்லியிருக்கா."

"பாட்டியைத் தெரிஞ்ச யாரும் அதைப் பத்தி ஆச்சரியப்பட முடியாது. அவளோட வெளியில எலியும் பூனையுமாய்ச் சண்டை போட்ட எங்கம்மா கூட..."

"ஐயையோ, மாமியார் மாட்டுப் பெண் சண்டை உண்டா உங்க வீட்டிலே? எனக்கு இப்பவே பயமாயிருக்கே!... வந்து, எங்கப்பா கூடச் சொன்னார், முதல்லேருந்தே தனிக் குடித்தனமாய்ப் போயிடுங்களேன்னு..."

நாராயணன் சிரித்துக்கொண்டே அவள் காதை விளையாட்டாகக் கிள்ளினான். "ஸில்லி! பயம் எதுக்கு? மாமியார் மாட்டுப் பெண் சண்டைங்கறது அவாளுக்குள் சும்மா ஒரு சம்பிரதாயம், அவ்வளவு தான். வெளியிலே வெட்டி மடிஞ்சுப்பா. ஆனா தினம் பாட்டிக்கு ராத்திரியில் பாலை எங்கம்மா தன் கையாலே தான் குங்குமப்பூ சேர்த்துச் சுண்டக் காய்ச்சித் தயார் பண்ணுவா. அந்த வேலையை ஸ்ரீமதிகிட்டகூட நம்பி விடமாட்டா. அதே மாதிரி பாட்டியும் எதை மறந்தாலும் எங்கம்மாவின் பிறந்த நாளை மறக்காம அன்னிக்குக் கோவிலுக்குப் போய் அவள் பேரிலே அர்ச்சனை பண்ணிட்டு வருவா."

"ஓ . . . அப்படியா அது!"

"எதுக்குச் சொல்றேன்னா, பாட்டியோடு பழகினவாளிலே அவள் அருமை தெரியாதவாளே கிடையாது. அதுக்குக் காரணம் என்ன தெரியுமா?"

"என்ன?"

"அவளைப் பார்த்தாலே யாருக்கும் தான் உயிரோடு இருக்கிறதைப் பத்தியே ஒரு சந்தோஷம் ஏற்படும். அவள் உயிரே வடிவமாயிருந்தவள். வாழ்க்கையோடு பிணைஞ்சிருந்தவள். நாங்க குழந்தைகளாயிருந்தபோது அவள் எங்களுக்குச் சொன்ன ராஜா ராணிக் கதைகள், புராண காவியக் கதைகள், தேவதைக் கதைகள், எல்லாத்திலேயும் நல்லது ஜயிக்கிறது, கெட்டது தோற்கறது என்கிறதை இன்னும் அடிப்படைக்குப் போய் வாழ்க்கை, வளர்ச்சி என்கிற உயிர்த் தத்துவம் ஜயிக்கிறதுன்னும் அழிவும் சாவும் தோற்கறதுன்னும் மனசில் பதியறாப்பலே சொல்வா. நன்மை ஏன் ஜயிக்கிறதுன்னா அது வாழ்வு. தீமை ஏன் தோற்கறதுன்னா அது அழிவு. அவள் பார்வையில் வாழ்க்கையே ஒரு பெரிய திருவிழா. உயிர் ஒரு நிரந்தரமான வசந்தம். அவளுக்குச் சாவில் நம்பிக்கை கிடையாது. அதனால்தான் சொன்னேன். அவளுக்காகத் துக்கம் கொண்டாடினால் அவளைப் புரிஞ்சுக்காத மாதிரின்னு."

வத்ஸலா அதிசயத்துடன் கேட்டுக்கொண்டிருந்தாள். கணவனின் முகத்துப் பூரிப்பு, கண்களின் நினைவுப் பரவசம், அவளை ஒரு மாய வட்டத்தினுள் இழுத்துக்கொண்டிருப்பது போல் இருந்தது.

"உங்க பாட்டியை எனக்குத் தெரியாதேன்னு இப்போ வருத்தமா யிருக்கு" என்றாள்.

"வருத்தமே வேணாம். வருத்தமிருக்கிற மனசாலே பாட்டியைத் தெரிஞ்சுக்க முடியாது. வாழ்க்கை அற்புதமானதுன்னு உணர்கிற உணர்ச்சிதான் என் பாட்டி."

சிறிது நேரம் இருவரும் மௌனமாயிருந்தார்கள். நாராயணன் மனைவியைக் கனிவோடு பார்த்தான். "நாம துக்கம் கொண்டாட வேணாம் வத்ஸலா! வாழ்க்கையைக் கொண்டாடுவோம். உயிரை அழுத்தமாய் ஆமோதிப்போம். பாட்டிகிட்ட என் பிரியத்தை இதைவிட அழகாயும் பொருத்தமாயும் வேறெப்படியும் காட்ட முடியாதுன்னு தோணித்தான் நான் அவள் பேச்சுலே உன்னை நினைச்சுண்டு வந்தேன்." அவன் கரங்கள் அவளைச் சுற்றிக்கொண்டன. "உனக்கு ஏதானும் தடை உண்டா வத்ஸலா?"

அவள் அவன் தோளில் தலையைப் பொருத்திக்கொண்டாள்.

❍

"ஏண்டி அழுதுண்டிருக்கே?" என்று கேட்டுக்கொண்டு ஸ்ரீமதியின் தம்பி அவள் பக்கத்தில் வந்து உட்கார்ந்தாள்.

ஸ்ரீமதி கண்களைத் துடைத்துக்கொண்டாள். "எனக்கே தெரியலேடா" என்றாள்.

"பாட்டியை நெனச்சுண்டியா? எனக்குக் கூட மனசு தாங்கலே ஸ்ரீமதி. பாட்டி இல்லாம வீடே நன்னாயில்லே."

ஆமா. ஆனா நான் இப்போ பாட்டிக்காக அழலேடா வாசு. என்ன வேடிக்கை பாரேன்! எனக்குத் தாத்தாவை நினைச்சாத்தான் அழுகை வரது."

"அவருக்கென்ன கேடு! அவர் துளிக்கூட அழல்லே, அவருக்காக இவள் அழறாளாம். போடி, நீ ஒரு பைத்தியம். அது கிடக்கறது ஸ்ரீமதி. நான் ஒரு கவிதை எழுதியிருக்கேன். கேக்கறயா? பாட்டி செத்துப்போனதைப் பத்தி."

"எங்கே, படியேன் கேக்கலாம்."

வாசு தன் கவிதையை எடுத்துவந்து உற்சாகமாய்ப் படித்துக்காட்ட ஆரம்பித்தான். பாட்டியின் மறைவை உருக்கமாக வர்ணித்திருந்தான். சிறிது சிறிதாகப் பொருளின் உருக்கம் மறைந்து படைப்பின் கிளர்ச்சி அவன் முகத்தில் ஒளி கூட்டியது. "இந்த இடத்திலே அப்படியே அழுகை வராப்பலே 'மூவிங்'கா இல்லே?" என்று கேட்டபோது அவன் முகம் சந்தோஷமாக இருந்தது.

அவன் படித்துக்கொண்டிருந்தபோது ஸ்ரீமதியின் கண்கள் முன்வாசல் தரையில் நிலைத்திருந்தன. அந்த இடம் கோலத்தின் சுவடு படாமல் மூளியாயிருந்தது. இன்னும் ஒரு வருஷத்துக்கு அங்கே கோலம் காணப்படாது.

வெளி வராந்தாவில்தான் ஒரு பக்கமாகத் தாத்தா நாற்காலியில் உட்கார்ந்திருந்தார். பலபேரோடு இருக்கும்போது அவர் தனியாயிருப்பவர் போல் தெரிகிறார். ஆனால் இப்படித் தான் மட்டுமாக முகத்தில் அந்த லயிப்புடன் இருக்கும்போது அவர் தனியாயில்லாத மாதிரி தோன்றுகிறதே, என்ன ஆச்சரியம் என்று ஸ்ரீமதி வியந்தாள்.

அவள் தம்பி எழுந்து போன பிறகுகூடத் தாத்தா அதே நிலையில் இருந்தார். ஸ்ரீமதி மெள்ள அவரிடம் வந்தாள். "தூக்கம் வரல்லையா தாத்தா? முந்திமாதிரி ராமாயணம் ஏதானும் படிச்சுச் சொல்லட்டுமா?"

"வேணாம்மா. தூக்கம் வராப்பலே இருக்கு. போய்ப் படுத்துக்கறேன்."

ஹாலில் தாத்தாவும் ஸ்ரீமதியும் அவள் தம்பியும் படுத்துக்கொண்டு வெகு நேரமாகிவிட்டது. தம்பி எப்போதோ தூங்கிவிட்டான். ஆனால் தாத்தா இன்னும் தூங்கவில்லை என்று ஸ்ரீமதிக்குத் தெரியும். அது அவளுக்கு இப்போதெல்லாம் ஒவ்வொரு இரவும் தெரிகிற விஷயம் என்பது தாத்தாவுக்குத் தெரியாது. அவர் புரண்டு புரண்டு படுப்பதும் உலகம் உறங்கும் நள்ளிரவு வேளையில் கிழக் கண்களைத் திறந்து கொண்டு விட்டத்து இருளை வெறித்துக்கொண்டிருப்பதும் அவளுக்குத் தெரியுமென்பது அவருக்குத் தெரியாது.

அவர் படுக்கையில் எழுந்து உட்காரும் மெல்லிய சத்தம் வந்தது. அவள் திடுக்கிட்டுப் பார்த்தாள். ‘தீர்த்தம் வேணுமா?’ என்று கேட்கலாமா? ஆனால் அவருடைய அந்தரங்கத்தைத் தீண்டத் தைரியம் வரவில்லை.

தாத்தா எழுந்து நின்றார். நடக்க ஆரம்பித்தார். ஶ்ரீமதி ஓர் அச்சத்துடன் எழுந்து அவர் அறியாமல் இருளில் மறைந்து மறைந்து அவரைப் பின்தொடர்ந்தாள்.

தாத்தா வீட்டினுள் ஒவ்வொரு அறையாகச் சென்றார். நின்று நின்று இடங்களை வெறித்தார். பாட்டி பூஜை செய்த அறைக்குச் சென்று அசையாமல் சிறிது நேரம் நின்றார். பிறகு கொல்லைக் கதவைத் திறந்துகொண்டு பின் கட்டுக்குப் போனார். தூக்கத்தில் நடப்பது போல் நடை. யந்திரப் போக்காய் இயங்கியது. தொழுவம், துவைக்கும் கல், மல்லிகைக் கொடி ஒவ்வொன்றின் அருகிலாக இருட்டினூடே சென்று நின்றார். அங்கங்கே தயங்கித் தயங்கி நின்று மண்ணிலும் வானத்திலும் பார்வையை நெடுக அலையவிட்டார். பிறகு வீட்டுக்குள் திரும்பிவந்தார். தட்டுத் தடுமாறி நடந்து வந்து தம் படுக்கையை மீண்டும் அடைந்தார். நடையின் தள்ளாட்டம் இருட்டினால்தானா என்று புரியவில்லை. பயத்துடன் தொடர்ந்து சென்ற ஶ்ரீமதியும் நிம்மதியுடன் பூனைபோல் உள்ளே வந்து தன் படுக்கையில் படுத்துக்கொண்டு தூங்குவதுபோல் பாவனை செய்தாள். பார்வை மட்டும் அரை இமைத் திறப்போடு தாத்தாவின் மேலேயே படிந்திருந்தது.

தாத்தா சிறிது நேரம் அசையாமல் படுக்கையின்மீது உட்கார்ந்திருந்தார். பிறகு படுத்துக்கொண்டார். ஆனால் தூங்கவில்லையென்று தெரிந்தது. அவர் கண்கள் திறந்துதான் இருந்தனவென்பதைக் கருமணிகள் இருளில் பளபளப்பதிலிருந்து ஶ்ரீமதி தெரிந்துகொண்டாள். அவர் ஆழமாகப் பெரு மூச்சு விடுவது அவளுக்குக் கேட்டது.

மறுநாள் காலை தாத்தா எழுந்திருக்கவில்லை.

கலைமகள், ஜூன் 1975

ஒரு கூட்டுக் கடிதம்

அன்புள்ள சிரஞ்சீவி ராஜகோபாலனுக்கு அம்மா ஆசீர்வாதம்.

'சிரஞ்சீவி' என்று எழுதும்போது இன்று ஒன்று தோன்றுகிறது. உலகத்தில் யார்தான் சிரஞ்சீவி? அன்றாடம் மனிதர்கள் இறப்பதைப் பார்க்கிறோம். மகாபாரதத்தில் தர்ம புத்திரர் சொன்னது போல் இங்கு நான் சொல்ல வரவில்லை. என்னை அவ்வளவு உயர்ந்தவளாக நான் கருதிக்கொள்ளவில்லை. ஆனாலும் அவருக்கு எழுந்த சிந்தனையைப் போல் மற்ற யாருக்கும் ஏதாவது ஒரு சமயமாவது தோன்றக் கூடாதா என்ன? மிக மேலோருக்கும், மிகக் கீழோருக்கும் மனிதத்தன்மை என்ற அம்சம் பொது தானே? உலகத்தவர் எல்லாருமே மகான்கள் அல்ல; ஆனால் மகான்களின் குடும்பத்தார். அதற்கு ஒரு மதிப்பு உண்டு.

என்ன சொல்ல வந்தேன்? வலி அதிகமானால் எல்லாம் மறந்துவிடுகிறது. மருந்தைத் தான் விழுங்கிக்கொண்டிருக்கிறேன். வியாதி என்னை விழுங்கிக்கொண்டிருக்கிறது... ஆமாம், சிரஞ்சீவி... தினம் மரணங்களைப் பார்த்து வந்தும் — ஏன், இந்த உடலையே மரணத்தின் வித்து ஊன்றி வளரும் ஒரு மரமாகச் சுமந்துகொண்டிருந்துங்கூட இன்னொருவரைச் சிரஞ்சீவி என்று சொல்ல முடிகிறதென்றால் அது விசித்திரமாக இல்லையா? ஆனாலும் அது பொய்யாக ஒலிக்கவில்லையே? அப்படியானால் சிரஞ்சீவி என்பது நாம் பார்க்கும் வாழ்வையும் மரணத்தையும் கடந்த ஏதோ ஒரு நித்தியத்தைக் குறிக்கிறது என்று நினைக்கிறேன். அந்தப் பெரியதையே ஒவ்வொரு தாயும் தன் பிள்ளைக்கு விரும்பி ஆசீர்வதிக்கிறாள், அவனைச் சிரஞ்சீவி என்று சொல்லும்போது.

சிரிக்கிறாயா ராஜகோபாலா! எனக்கும் சிரிப்பு வருகிறது. இன்று என்ன நான் இப்படியெல்லாம், திடீரென்று? நீ வேலையாகி வெளியூர் போன நாளாய் உனக்குக் கடிதம் எழுதிக்கொண்டிருக் கிறேன். வாரத்துக்கு ஒன்று தவறாமல் எழுதுகிறேன். உன்

ஆர். சூடாமணி

அப்பா உயிரோடு இருந்த காலத்தில்கூடக் கடிதம் எழுதும் வேலை எப்போதும் என்னுடையது தான். ஒவ்வொரு கடிதத்தையும் 'சிரஞ்சீவி' என்றுதான் ஆரம்பிக்கிறேன். ஆனால் இன்று என்னவோ புது வழக்கமாய் இப்படியெல்லாம் அந்த வார்த்தையை ஆராய்ந்துகொண்டிருக்கிறேன். இப்போதெல்லாம் என்னவோ தெரியவில்லை, எதைப் பார்த்தாலும் அதைத் தாண்டி ஏதேதோ காட்சிகளும் அர்த்தங்களும் தெரிகின்றன. புதிதாக இரண்டு கண்களை வாங்கிக்கொண்டு வந்து விட்டாற்போல் இருக்கிறது. நேற்று அப்படித்தான். நம் வேலைக்காரி அஞ்சலை கூடத்தைப் பெருக்கிக்கொண்டிருந்த போது பார்த்தேன். அவளை இன்று நேற்றா தெரியும்? ஐந்து வருஷமாய் நம்மிடம் வேலை பார்க்கிறவள். என்னவோ திடீரென்று நேற்று அவளை பார்த்தபோது 'நம்ம அஞ்சலை இத்தனை அழகானவளா?' என்று பிரமித்துப் போய் விட்டேன். அதே உருவம், அதே கண்கள், கை கால்கள், ஆனால் எல்லாம் புதிதுமாதிரி தோன்றின. எங்கிருந்தோ அழகுகள் வந்து அவள் மேல் உட்கார்ந்துகொண்டுவிட்டன. இப்போதெல்லாம் அடிக்கடி இப்படித்தான். எதைப் பார்த்தாலும், எதை நினைத்தாலும் இப்படிப் புதிய தோற்றங்கள். வலியிலிருந்து தான் அழகு பிறக்கிறதா? என் வயிற்றில் வலி அதிகமாக ஆக உலகமே இப்படி மாறிப் போவானேன்? மரணம் ஒவ்வொருவரையுமே கவியாக்கிவிடுகிறதா ?... என்னென்னவோ எழுதுகிறேன் இல்லை? அம்மா சரியான லூஸ் என்று நினைத்துக் கொள்கிறாயோ? இப்படியெல்லாம் எழுதப் போகிறேனென்று நானே நினைக்கவில்லை. காகிதத்தில் பேனாவை வைத்து அதன் போக்குக்கு விட்டுவிட்டேன். அதன் உள்ளே அடைத்திருப்பது மசியா அல்லது எண்ணங்களா என்னும்படி அது பாட்டுக்கு ஏதேதோ எழுதிக்கொண்டே போகிறது. நான் பேசாமல் அதைப் பின்தொடர்ந்து போகிறேன்.

வலிக்கிறதடா ராஜகோபாலா! இப்போதெல்லாம் ரொம்பவும் வலிக்கிறது. ஆனால், ஏன் வலிக்கக்கூடாது? ராமகிருஷ்ணருக்கும் ரமணருக்கும் வலிக்கலாமென்றால் கேவலம் இந்தத் தங்கம்மாவுக்கு வலிக்கக்கூடாதா? உயர்ந்தவர்களையும் தாழ்ந்தவர்களையும் ஒரே மனித குலத்தவர்களாக்குவது சிந்தனைகள் மட்டும் அல்ல, நோவும் மரணமுங்கூடத்தான்.

சாரு என்னை ரொம்ப நன்றாய்க் கவனித்துக்கொள்கிறாள். நான் அவள் தாயல்ல, அவளுடைய குழந்தை என்கிறாப்போல் கண்ணுக்குள் வைத்துக் காப்பாற்றுகிறாள். இந்த வலியை இன்னொருவர் வாங்கிக்கொள்ள முடியாது. அதைத் தவிர மற்ற எல்லாம் செய்கிறாள். ஒன்றுவிட்டு ஒரு நாள் கரண்ட் வைத்துக்கொள்ள என்னை இன்ஸ்டிட்யூட் டுக்கு அலுக்காமல் சலிக்காமல் அழைத்துப் போவது மட்டும் இல்லை. வீட்டிலும் மருந்துகளை அளவோடு கொடுத்தபின் அலமாரியில் வைத்து ஜாக்கிரதையாய்ப் பூட்டிவிட்டு அஞ்சலையை என் பக்கத்தில் உட்கார்த்திவிட்டே வேலைக்குப் போகிறாள். எங்கே வலி பொறுக்காமல் தூக்க மாத்திரைகளை வேண்டுமென்றே நிறையச் சாப்பிட்டுவிடுவேனோ என்று பயம்! பைத்தியக்காரி. வாழ்க்கையின் எந்தக் கட்டத்தையும் நான் உதாசீனம் செய்யமாட்டேன். நோவும் மரணமும் வாழ்க்கையின்

அங்கங்கள் என்றால் அவை தம் இஷ்டம் போல் உரிய காலத்தில் என்னை ஆக்கிரமித்துக்கொள்ளட்டும். வாழ்வில் நான் நிறையச் சந்தோஷத்தை அடைந்திருக்கிறேன். அதே வாழ்வு இப்போது நோவைக் கொடுத்தால் அதை மட்டும் ஒதுக்கிவிட்டுத் தப்பியோடிவிடுவேனா? விளையாட்டுப் பருவத்தில்கூட நான் ஒருபோதும் தோற்றுப் போய்க் கொண்டிருக்கிறோமே என்பதற்காகப் பாதி ஆட்டத்தில் எழுந்து போனது கிடையாது. அழகு என்பது வெள்ளையாக மட்டுமல்ல, கறுப்பாகவும் இருக்கும் என்பதைப் புரிந்துகொண்ட இந்த வயதிலா அதைச் செய்யப்போகிறேன்?

ஆனால் சாருவுக்கு, பாவம், இது எப்படித் தெரியும்? அவள் பயந்து பயந்து, என்னைப் பாதுகாக்கிறாள். தேய்பிறைச் சந்திரனை இரண்டு கைகளாலும் பற்றி நிறுத்த முயல்கிறாள். அவள் கவனிப்பை மீறிக்கொண்டு அடுத்த நாள் அது இன்னும் கொஞ்சம் தேய்கிறது. ஒருநாள் அது முழுவதும் மறைந்தே போய்விடும். இதனால் அவள் கவனிப்பின் மதிப்புக் குறைந்துவிட்டது என்று அர்த்தம் அல்ல. தொழில் முறையாகவும் நர்ஸ் அல்லவா? நம் அம்மா என்ற பாசத்தோடு கூடப் பயிற்சியின் திறமையும் சேர்ந்து அவள் எனக்குச் செய்யும் பணிவிடைக்கு நான் அவள் வயிற்றில் குழந்தையாய்ப் பிறந்து சேவை செய்தால்தான் . . . ஆனால் அது எங்கே? அவள்தான் கல்யாணம் என்றாலே சண்டைக்கு வருகிறாளே! அந்த விஷயத்தில் அவள் மனம் மாறவேயில்லை. நான் கண்ணை மூடுவதற்குள் அவளுக்கு ஒரு நல்ல காரியம் ஆகுமோ என்னவோ! அப்புறமாவது பண்ணிக் கொண்டாளானால் சரி. நீதான் பார்த்துப் பண்ணி வைக்க வேண்டும். உனக்கு ஒரு நல்ல மனைவி வாய்த்ததுபோல் அவளுக்கு ஒரு நல்ல கணவன் வாய்க்க வேண்டும். நல்லவர்கள் கல்யாணம் செய்துகொண்டு குழந்தைகளைப் பெறவில்லையானால் உலகத்தின் தரம் என்ன ஆகும்? யானைகள் பெருகாவிட்டால் பன்றிகள் தான் பெருகும். இதைச் சொன்னால் அவள் கேட்பதில்லை. மூன்று மாதத்துக்கு முன் அவளை வந்து பார்த்துவிட்டுப் போனானே ஒரு வரன் – என் வற்புறுத்தலுக்காக அவர்கள் வர இவள் ஒப்புக்கொண்டாள். அந்தப் பையன் இவளைத் தான் செய்து கொள்வேன் என்று ஒற்றைக்காலில் நிற்கிறானாம்! இல்லாவிட்டால் கல்யாணமே வேண்டாம் என்கிறானாம். இவன் மறுத்துவிட்டதாலும் அதன் பிறகு வேறெந்தப் பெண்ணையும் பார்க்க வில்லையாம். இவள் மனசு மாறினால் எத்தனை நன்றாக இருக்கும்! சுருக் சுருக் என்று வயிற்றுக்குள் வலி குத்துகிறதடா ராஜகோபாலா! வலியோடு கூடக் கரன்ட்டின் எரிச்சல் வேறு. பாராட்டக் கூடாதென்று தான் பார்க்கிறேன். ஈசுவரன் சிரித்துப் புரமெரித்தது நாம் எல்லாம் கஷ்டங்களைச் சிரித்துச் சமாளிக்க வேண்டும் என்பதை உணர்த்தவே என்று நினைக்கிறேன். முன்பெல்லாம் சுலபமாயிருந்தது. இப்போது அப்படி இல்லை. வலி அதிகம் . . . இந்த மாதிரி சமயங்களில் உலகமே நழுவிப் போய்விடுகிறது.

என் விஷயம் கிடக்கட்டும். பல வருஷங்களுக்குப் பிறகு சமீபத்தில் ஒரு நாள் உன் அத்தை வந்திருந்தாள். சுலோசனா அத்தையை

ஞாபகம் இருக்கிறதல்லவா? உங்களையெல்லாம் விசாரித்தாள். பாவம், ரொம்பக் கஷ்டப்படுகிறாள்.

ஏதேதோ எழுதிக்கொண்டு போகிறேனே, உன்னைப் பற்றி நான் கேட்கவே இல்லையேடா குழந்தை! நீ சௌக்கியமாய் இருக்கிறாயா? ஒவ்வொரு வாரமும் இப்படி விசாரித்தாலும் எனக்குத் திருப்தி ஏற்படுவதில்லை. 'நான் சௌக்கியம் அம்மா' என்று நீ சொல்லிக் கொண்டே இரு. எனக்கு அதுதான் தேவகானம். 'உனக்குப் பிள்ளை தான் உசத்தி' என்று சாரு சொல்கிறாள். அது உண்மைதானா? எனக்கு நீதான் உசத்தியா, ராஜகோபாலா? உன்னை நான் கூப்பிடும் விதத்தையே பாரேன்! எல்லோரையும்போல் உன் பெயரைச் சுருக்கி ராஜு என்று கூப்பிட எனக்கு எப்போதுமே பிடித்ததில்லை. சாரதா என்ற பெயரை மற்றவர்களைப் போல் சாரு என்று சுருக்குகிறேன். ஆனால் நீ எனக்கு என்றுமே ராஜகோபாலன்தான். உன்னை அழைக்கும் போது என் வாயில் அந்தப் பெயர் அப்படிப் பெரிதாக விரிவது உனக்காக என் வயிறு விரிந்ததற்குச் சமமாய் இருக்கிறது!

போன மாதந்தான் நீ வந்துவிட்டுப் போனாய். அதற்குள் மறுபடியும் உன்னைப் பார்க்க வேண்டும் போல் இருக்கிறது. எனக்குத்தான் எத்தனை பேராசை பாரேன்! உன் உத்தியோகம் என்ன ஆகும் என்ற கவலைகூட இல்லாமல் எத்தனை சுயநலம் எனக்கு. ஆனால் என் கண்கள் என் பேச்சைக் கேட்கவில்லை. மறுபடியும் எப்போது உனக்கு லீவ் கிடைக்கும்? பம்பாயில் இப்போது அடை மழையாமே? நனையாமல் ஜாக்கிரதையாய் இரு. வெளியே போகும்போது மறந்து கூட ரெய்ன்கோட் போட்டுக்கொள்ளாமல் போய்விடாதே. இங்கேயும் இந்த மாதம் நல்ல மழை. நம் தோட்டத்தில் செடிகள் பூத்துக் குலுங்கு கின்றன. அதைப் பார்க்கும்போது உங்களையெல்லாம் நினைத்துக் கொள்கிறேன். ஒரு பூ என் ராஜகோபாலன், இன்னொன்று சாரு, இன்னொன்று என் நாட்டுப் பெண், இன்னொன்று என் பேரன், இன்னொன்று வரவேண்டிய என் மாப்பிள்ளை, இன்னொன்று மறைந்து போன உன் அப்பா, இன்னொன்று மறுபடியும் என் ராஜகோபாலன் ... சாரு குற்றம் சாட்டுவது சரிதான்போல் இருக்கிறது!

உடம்பைப் பார்த்துக்கொள். உன் அகமுடையாள் சௌக்கியமா? குளித்துக்கொண்டிருக்கிறாளா? குழந்தை எப்படி இருக்கிறான்? அவனுக்குப் 'பாட்டி முத்தம்' என்று எனக்காக ஒரு முத்தம் கொடு. நேற்றுப் புடலங்காய்ப் பால் கூட்டுச் சாப்பிடும்போது உனக்குப் பிடிக்குமென்று நினைத்துக்கொண்டேன். நீ மறுபடியும் எப்போது வருவாய் ராஜகோ ...

... அம்மா வலியில் துவண்டு சாய்ந்துவிட்டாள். பேனாவைப் பிடித்து எழுத முடியவில்லை. ஆகவே கடிதத்தை நான் தொடர்ந்து எழுதுகிறேன். இந்தக் கையெழுத்து மாற்றம் இன்னும் எவ்வளவு பெரிய மாற்றத்துக்கு முன்னோடி! சிறிது சிறிதாய் உடல்நிலை மோசமாகி இப்போது கடிதங்கூட எழுத முடியாத அளவுக்கு அம்மாவின் வலி அதிகரித்துவிட்டது. நோயின் வளர்ச்சியில் இன்னுமொரு படி. இனி

அம்மாவால் மறுபடியும் கடிதம் எழுத முடியுமோ என்னவோ? அவளுடைய கையொப்பம் இல்லாமலே உனக்கு வந்து சேரப்போகும் இது அவள் கடைசிக் கடிதமாகவே இருக்கலாம். இனி அவள் எவ்வளவு நாள் நம்மோடு இருக்கப் போகிறாள் அண்ணா! கோபால்ட் 'தெரபி'யில் கூட ஒன்றும் பயனில்லை. கூடிய சீக்கிரமே மார்ஃபியாவில் வைக்கும் படி ஆகிவிடும்.

அம்மாவுக்கே தான் எத்தகைய நோய்க்குப் பலியாகியிருக்கிறோ மென்று தெரியும். இந்த வலி தன்னை எங்கே இழுத்துப் போகிறதென்று அவளுக்குத் தெரியும். தான் பிழைக்கப் போவதாக அவள் தன்னையே ஏமாற்றிக்கொள்ளவில்லை. ஆனால் அவள் முகத்தில் புன்சிரிப்பு மாறவே இல்லை. அண்ணா! அம்மா முகத்தின் அவயங்கள்... இரு கண்கள், இரு காதுகள், இரு கன்னங்கள், ஒரு மோவாய், ஒரு நெற்றி, ஒரு மூக்கு, ஒரு வாய், ஒரு புன்னகை. சாகத் தயாராகிவிட்டால் அப்புறம் எல்லாமே ஒரு சிரிப்புத்தானா? முறையான மன வளர்ச்சி பெற்று வருபவர்கள் அழுகையில் பிறந்தாலும் சிரிப்பில்தான் இறக்கிறார்களா?

அம்மா எதற்குத்தான் சிரிக்கவில்லை? உனக்கு நினைவிருக்கிறதா அண்ணா? போன தடவை நீ வந்திருந்தபோது என்னிடம் சொன்னாய்! 'நீங்க ரெண்டு பேரும் என்கூட பாம்பேக்கு வந்துடுங்கோ சாரு. அம்மாவுக்கு அங்கே இன்னும் நல்ல வைத்தியம் பார்க்கலாம். அங்கே இல்லாட்டா, உலகத்திலே இதுக்கு எங்கே வைத்தியம் இருந்தாலும் நான் அழைச்சுண்டு போகத் தயார். செலவு பொருட்டில்லே.' நீ அப்படிச் சொன்னது தெரிந்து அம்மா பிறகு உன்னிடம் சொன்னாளே, 'உலகத்திலே யமன் நுழையாத இடமாய் ஏதோ பார்த்து வச்சிருக்கியாமே ராஜகோபாலா, என்னை அழைச்சுண்டு போக!' என்று கூறினாளே நினைவிருக்கிறதா? சொல்லிவிட்டுச் சிரித்தாளே. அந்த மாதிரி சிரிக்க அவளைத் தவிர வேறு யாரால் முடியும்? எப்போதும் அதே சிரிப்பு தான், மலர்ச்சிதான். சமீபத்தில்தான் அந்தச் சிரிப்பு அவ்வப்போது அவளுக்குத் துரோகம் செய்துவிடுகிறது; கைவிட்டுவிடுகிறது. வலி அதிகமாகும்போது தன்னை மீறி வேதனையில் முனகிவிடுகிறாள். ஆனால் அது தாற்காலிகந்தான். ஓடிப்போன சிரிப்பை அம்மா மறுகணமே காதைப் பிடித்து இழுத்துக்கொண்டு வந்துவிடுகிறாள். நோய் அவளை உருக்குலைத்துவிட்டது. வயதாகாமலேயே கிழவியாகி விட்டாள்; ஆனால் ஒரு போர்வை மூடுவது போல் சிதைவு பரவும் போதுகூட, வாய் வலியில் கோணும்போதுகூட, கண் ஓரங்கள் துடித்துச் சுருங்கும்போதுகூட, அந்த முகத்தில் எத்தகைய சாந்தி! அந்த வலிக்கும் தனக்கும் சம்பந்தம் இல்லை என்று சொல்கிற இந்தச் சாந்தி எங்கிருந்து வருகிறது?

இதுதான் எனக்குப் புரியமாட்டேன் என்கிறது. இது என்ன தன்மை? இத்தனை அமைதியோடு ஒருவரால் எப்படிக் கொஞ்சம் கொஞ்சமாய்ச் சாக முடிகிறது? வலி தாங்காமல் தற்கொலை செய்து கொண்டு விடப்போகிறாளே என்று நான் முதலில் ரொம்பப் பயந்தேன். இப்போதும் மருந்துகளைப் பூட்டித்தான் வைக்கிறேன் என்றாலும்

இது வெறும் பழக்கதோஷந்தான். அவள் அப்படி ஏதும் செய்துகொண்டு விடமாட்டாள் என்று இப்போது எனக்குத் தெரியும்.

அம்மா உனக்கு எழுதிய கடிதத்தில் இப்படி அவளைப் பற்றிய என் எண்ணங்களை எழுதுவது என்னவோபோல் இருக்கிறது. நீங்கள் இருவரும் பேசிக்கொண்டிருக்கும்போது கதவைத் திறந்துகொண்டு உள்ளே நுழைந்து குறுக்கிடுவதுபோல் இருக்கிறது. ஆனால் நான் உண்மையில் உங்கள் 'ப்ரைவஸி'யைக் கெடுக்கவில்லை, தெரியுமா அண்ணா? அவள் எழுதியிருப்பதை நான் படிக்கவில்லை. கடைசி வார்த்தை முடிக்கப்படாமல் இருப்பதை மட்டும் பார்த்துவிட்டு மேலே கடிதம் எழுத உட்கார்ந்தேன். நான் கதவைத் திறக்கவில்லை. நீ அவளுடைய செல்லக் குழந்தை. (மறுக்காதே வீண் வேலை!) உங்கள் இருவர்க்கிடையே நான் குறுக்கிடமாட்டேன்.

அம்மாவுக்கு வேண்டியவற்றைக் கவனித்த பின் அவள் மயங்கி உறங்கும்போது இந்த இரவின் அமைதியில் மேஜை விளக்கின் வட்ட வெளிச்சத்தில் நான் உனக்கு இப்படிக் கடிதம் எழுதிக்கொண் டிருக்கும் காரணம், அவளைப் மற்றிய வியப்பை உன்னோடு பகிர்ந்து கொள்ளத்தான்.

மரணம் நெருங்க நெருங்க அவள் மனசில் இருட்டுக்குப் பதில் புதிது புதிதாய் அழகும் ஒளியும் ஆனந்தமும் வளர்ந்துகொண்டிருக் கின்றன. அண்ணா! வலியில் முகம் சுருங்குகிறது. அடுத்த நிமிஷம் 'இன்னிக்கு நட்சத்திரம் எல்லாம் எத்தனை பிரகாசமாய்த் தெரியறது' என்று மகிழ்கிறாள். இது போன அமாவாசை இரவு நடந்தது.

நான் அம்மாவின் பக்கத்தில் இருந்து கவனித்துக்கொள்ளும்போது, ஒரு நோயாளிக்குப் பணிவிடை செய்யவில்லை, ஓர் அதிசயத்தைக் கூடவே இருந்து பார்த்துக்கொண்டிருக்கிறேன். ஏதோ ஒரு புது இனத்தைக் காண்பதுபோல் இருக்கிறது எனக்கு.

ஒரு நர்ஸ் என்ற முறையில் ஆஸ்பத்திரியில் நோயையும் அலறலையும் சாவையும் பார்த்துப் பார்த்து எனக்கு வாழ்க்கையே கசந்திருந்தது. கல்யாணத்தில் வெறுப்பும் எனக்கு அதனால்தான். வலியில் சிணுங்கும் முகங்களிலிருந்துதான் அழகு எத்தனை சீக்கிரம் வெளியேறுகிறது. ஏனென்றால் அவர்களெல்லாம் வலியைத் தனக்கு இழைக்கப்பட்ட அநீதியாய்க் கருதி எதிர்க்கிறவர்கள். 'ஸிஸ்டர், தாங்கலையே, நான் பிழைப்பேனா?' என்று எத்தனை பேர் என்னிடமே முறையிடுகிறார்கள் தெரியுமா? இத்தனைக்கும் அவை அநேகமாய்த் தற்காலிக வலிகள்தாம்.

நூறு நாள் நோவில் துடித்தாலும் நூற்று ஓராம் நாள் குணம் பெற்று எழுந்து உட்காரலாம் என்பதுபோன்ற வியாதிகள்தாம். அம்மாவுக்கு அப்படியா? அவள் வலிக்கு நிவாரணமில்லை. அது மரணத்தின் தலைவாசல். நம்பிக்கையற்ற நிலைதான் நரகம் என்கிறார்கள். கான்ஸர் – அதனால்தான் நரகம், கடைசியில் உயிர் குடிக்கிறது என்பதனால் இல்லை.

இந்த மாதிரி ஒரு நோயில், அம்மா எத்தனை அநாயாசமான சந்தோஷத்தோடு இருக்கிறாள்! அமாவாசை இருளிலும் சந்திரன் இல்லாததை யல்ல, நட்சத்திரங்கள் இருப்பதைப் பார்க்கிறாள். எவ்விதக் குற்றமும் இல்லாத வாழ்க்கை வாழ்ந்தவள். ஆனால் 'நல்லவளான எனக்கு ஏன் இது வரவேண்டும்?' என்று அவள் அலறவில்லை, இதைவிடச் சாதாரண கஷ்டங்களுக்கே பெரும்பாலான என் பேஷண்டுகள் அலறுவதுபோல்.

இது என்னைச் சிந்திக்கச் செய்கிறது. 'சாக மாட்டேன் சாக மாட்டேன்' என்று எதிர்த்துக்கொண்டே –'என் வாழ்க்கை', 'என் குடும்பம்', 'என் சொத்து' என்று அங்கலாய்த்துக் கொண்டே – இறப்பவர் களைப் பார்த்துப் பார்த்து மனித வர்க்கத்திடமே இகழ்ச்சியும் கசப்பும் கொண்டிருந்த என்னை, அம்மா 'நட்சத்திரம் எத்தனை பிரகாசமாய் தெரியறது' என்று சொல்லிச் சிந்திக்கவைக்கிறாள். சாவிலிருந்தும் என் மனசிலிருந்தும் ஒரு சேர விஷயத்தை அகற்றிவிட்டு என்னைப் புதுவழியில் யோசிக்கத் தூண்டுகிறாள்.

நான்கு நாட்கள் முன்பு நம் அத்தை திடீரென்று வந்திருந்தாள். இந்த வீட்டில் கால் வைக்க அவளுக்கு எப்படித் தைரியம் வந்ததோ? பழைய நாளில் அப்பாவிடம் அம்மாவைப் பற்றி இல்லாததும் பொல்லாததும் கதை கட்டிச் சொல்லி, அம்மாவைத் தள்ளி வைத்து விட்டு வேறு கல்யாணம் செய்துகொள்ளும்படி ஆலோசனை சொன்னவளாம். அப்பாவும் அதைக் கேட்டுக்கொண்டு கொஞ்ச நாள் குதித்தாராமே! அப்புறம் ஏதோ நல்ல வேளையாய் எல்லாம் சரியாய்ப் போயிற்றாம். இல்லாவிட்டால் அம்மாவின் கதி என்னவாகி யிருக்கும்? அப்படியெல்லாம் செய்தோமே என்று மனச்சாட்சி உறுத்தாமல் அத்தை வந்து நின்றாள். இத்தனை வருஷங்களாய்த் தொடர்பு விட்டுப் போயிற்றே என்ற தயக்கமாவது இருக்காதோ? ஊஹூம் . . . கொடுத்து வைத்தவள் போல் வந்து நுழைந்தாள். 'ஏண்டி தங்கம் சௌக்கியமா?' என்று அவள் கேட்டபோது எனக்கு அறையலாம் போல் வந்தது. அம்மா செத்துக்கொண்டுருக்கிறாள் என்று இவள் கேள்விப்படாமலேயா இருப்பாள்? சௌக்கியமாவாம்! திமிர்தானே? நானாக இருந்தால் வாசற்படி ஏற விட்டிருக்கமாட்டேன். ஆனால் இந்த அம்மா! 'வா சுலோ' என்று சிரித்து வரவேற்றாள். அப்போது மட்டும் எனக்கு அந்தச் சிரிப்பைப் பார்த்துப் பற்றிக்கொண்டு வந்தது.

அத்தை ஒரு நாள் முழுவதும் இங்கே டேரா போட்டாள். நம்மையெல்லாம் பற்றி ஒப்புக்கு விசாரித்தாள். 'ஓ இவதான் சாரதாவா? நன்னா வளர்ந்துட்டாளே' என்று என்னை ஒருதரம் ஏற இறங்கப் பார்த்தாள். இருபது வருஷத்துக்கு முன் பார்த்த அதே சிறுமியாய் இருப்பேனென்று நினைத்தாளா? என்ன அர்த்தமற்ற வார்த்தைகள்! அப்புறம் உன்னைப் பற்றிக் கேட்டாள். ஆனால் எந்தப் பதிலையும் காதில் வாங்கிக்கொள்ளவில்லை.

இவள் வந்தது நிஜத்தில் தன்னைப் பற்றிப் பேசத்தான். அம்மாவிடம் நன்றாய் அழுது தீர்த்தாள். அவள் பிள்ளைகள் அவளைக் கவனிக்க

வில்லையாம். தெருவில் விட்டுவிட்டார்களாம். இவள் நம் அப்பா அம்மாவுக்கு நடுவில் கலகம் செய்ததுபோல் பிள்ளைகளுக்கும் மருமகளுக்கும் நடுவில் செய்திருந்தால் அவர்கள் இவளை விரட்டி யடிக்காமல் வேறு என்ன செய்வார்களாம்? இப்போது எங்கேயோ ஒரு மைத்துனன் வீட்டில் அண்டிப் பிழைக்கிறாளாம். அலுத்துக் கொண்டே அரைவயிற்றுச் சோறு போடுகிறார்களாம். தன் கஷ்டங் களையே சொன்னாளே தவிர, அம்மாவிடம் 'நீ இப்படி உருமாறிப் போய்விட்டாயே!' என்று ஒரு வார்த்தை கேட்கவில்லை. ஆனால் அம்மா அதைப் பொருட்படுத்தினால் தானே! இவளுக்கு ஆறுதல் சொல்லித் தேற்றினாள். கண்ணீரைத் துடைத்தாள். இரண்டு வேளையும் மூக்குப் பிடிக்கச் சாப்பிடச் சொன்னாள். அதைத் தவிரக் காபி பலகாரம் விமரிசைகள் வேறே! போகும்போது கையில் ஐம்பது ரூபாய் பணமும் கொடுத்து, 'ஒண்ணும் கவலைப்படாதே சுலோ. உனக்கு யாரும் நாதியில்லாமப் போய்ட்டால் என் குழந்தைகள் கிட்டே உன்னை ஆயுசுக்கும் சம்ரட்சிக்கணும்னு சொல்றேன். என் வார்த்தையை அவா மீறமாட்டா' என்றாள். எனக்கானால் ஆத்திரமான ஆத்திரம். சுடச்சுட ஏதாவது அத்தையைச் சொல்லியிருப்பேன். ஆனால், என்ன ஆச்சரியம்! அப்போது அத்தை திடீரென்று அப்படியே அம்மா காலில் விழுந்தாள். 'மன்னி, என்னை மன்னிச்சுடு' என்று கதறிவிட்டுத் திரும்பிப் பார்க்காமல் போய்விட்டாள்.

அன்று ராத்திரி நான் தூங்கவில்லை. கிருஷ்ணனின் விசுவரூபத்தைப் பார்த்த அன்று அர்ஜுனனும் தூங்கியிருக்கமாட்டானென்று நினைக்கிறேன்.

பகைவனுக் கருள்வாய் என்று ஏட்டில் அல்ல, வீட்டிலேயே பிரத்தியட்சமாய் படித்துவிட்டேன் அண்ணா! மரணத்தின் அருகில் இருக்கும்போதுகூட அம்மாவால் இப்படி நடந்துகொள்ள முடிகிறது. அம்மா சாவுக்கு மேலே ரொம்பத் தூரம் போய்விட்டாள். இனி மரணம் அவளிடம் வரும்போது அதற்கு அர்த்தம் இருக்காது. அதனால் தான் அவள் தற்கொலை செய்துகொள்ள மாட்டாள் என்ற நிச்சயம் எனக்கு ஏற்பட்டிருக்கிறது. சாவு அவள்முன் ஒரு திருணம். அதை ஒரு பொருட்டாய் மதித்து அவள் ஏன் அதை வலிய அழைக்கப் போகிறாள்?

என் மனசுக்குள் எல்லாம் தெளிகிறாப் போல் இருக்கிறது. நோவையும் சாவையும் பார்த்துப் பார்த்து வாழ்க்கை வெறுத்துப் போன எனக்கு அம்மா புதுப் பாடம் கற்பிக்கிறாள். நம் எண்ணத் திலிருந்தே அழகும் அர்த்தமும் பிறக்கின்றன என்று காட்டுகிறாள்.

அந்த நோயாளிகள் அரற்றுவதன் காரணம் அவர்களிடம் உள்ள பலவீனந்தான். அம்மா சாவையும் அழகாக்குவது அவளிடமே உள்ள அழகினால்தான். வெளிக்காட்சிகளில் என்ன இருக்கிறது? நம் தன்மையைத் தான் உலகத்துக்கு ஏற்றுகிறோம். இந்த மண் உருண்டையை எப்படி வேண்டுமானாலும் உருவாக்கலாம். அது அவரவர் கைத் திறமையைப் பொறுத்தது. நம் தரத்தையொட்டித்தான் உலகுக்கு

எதிரொலிக்கிறோம். காட்சிகள் நம்முன் எழுப்பும் உணர்ச்சிகள் நம்மையே நமக்குக் காட்டும் கண்ணாடிகள் என்பதை இப்போது புரிந்துகொள்கிறேன்.

இத்தனை நாள் பாதி மட்டுமே பார்த்திருந்த உண்மையை இப்போது முழுதுமாய்ப் பார்க்கிறேன். உலகத்தில் அந்தப் பரிதாபத்துக்குரிய நோயாளிகள் மட்டும் அல்ல. அம்மாவைப் போன்றவர்களும் இருக்கிறார்கள் என்பதை உணரும்போது என் கசப்பு மெல்ல மெல்ல மறைகிறது.

கடிதம் ரொம்ப ஸீரியஸாப் போய்விட்டது இல்லையா அண்ணா? நீ ஒருவேளை சிரிப்பாயோ என்னவோ? ஆனால் மனசில் தோன்றியதையெல்லாம் அப்படியே உன்னிடம் சொல்லவேண்டும் போல் இருந்தது. அதுவும் அம்மாவின் கடிதத்தைத் தொடர்ந்தே..! அதில் ஒரு தனித் திருப்தி. அவளுடன், அவள் செல்லப் பிள்ளையுடன் ... இல்லையில்லை. மறுபடியும் சொல்லவில்லை, கோபித்துக்கொள்ளாதே!

நீங்கள் எல்லாரும் எப்படி இருக்கிறீர்கள்? எனக்கு ஆஸ்பத்திரியில் வழக்கம்போல் வேலை மும்முரந்தான். இந்த மெட்ராஸிலேயே ஆரோக்கியமானவர்கள் கிடையாதோ என்று சந்தேகப்படும்படி எப்போதும் ஒரு கூட்டம். ஒரு நாள் ஒரு நோயாளியைப் பார்க்க வந்த விஸிட்டர்களில் குறிப்பிட்ட ஒருவர் என்னைப் பார்த்துத் தயங்கி நின்றுகொண்டே இருந்தார். "சௌக்கியமா?" என்று கேட்டார். அவர் என்னிடம் கோபமடையாமல் இருந்தது எனக்கு ஆச்சரியம் அளித்தது. அப்புறந்தான் காதில் விழுந்தது. அவர் எனக்குப் பின் வேறு எந்தப் பெண்ணையும் பார்க்கவில்லையாம்.

யார் கண்டார்கள்? ஒருவேளை நான் அவரை ... அம்மாவுக்குச் சந்தோஷமாயிருக்கும்.

அதென்ன கடிகாரத்தில் இரண்டா அடிக்கிறது? இத்துடன் நிறுத்திக்கொள்கிறேன் அண்ணா! போய்ப் படுக்கவேண்டும். அம்மாவும் அயர்ந்து தூங்குகிறாள். தூக்க மாத்திரை சாப்பிட்டுவிட்டுத்தான். அப்படியும் தூக்கத்தில் வலியினால் முனகினாளானால் 'ஐயோ' 'அப்பா' என்றெல்லாம் அரற்றுவதில்லை. 'ஈசுவரா' என்றுதான் வார்த்தை வருகிறது. நாம் எத்தகைய சொத்துக்கு வாரிசுகள் அண்ணா!

ரொம்ப நேரமாகிவிட்டது. நான் இப்போதாவது படுத்துத் தூங்கினால்தான் வேலைக்குப் போக ஃப்ரெஷ்ஷாய் இருக்கும். குழந்தைக்கு என் அன்பு.

அன்புள்ள உன் தங்கை
சாரு

பி.கு.: கடிதமா இது? கத்தை கத்தையாய்ப் பக்கங்கள், கதைமாதிரி! புக்போஸ்டில்தான் அனுப்பவேண்டும்! சாரு.

கலைமகள், செப்டம்பர் 1976

வெறுமையின் இழைகள்

தெய்வப் படிமத்தின் மீதிருந்து நகைகளைக் கழற்றிப் பெட்டியில் வைத்துப் பூட்டியபோது இரவு பதினோரு மணி ஆகியது. பெட்டியைப் பொக்கிஷ அறையில் பத்திரம் செய்தபின் கோவிலைப் பூட்டிக்கொண்டு தெருவில் இறங்கினேன். அரைக் கல் தொலைவு நடக்க வேண்டும், புரசவாக்கம் சந்தில் வீட்டை அடைய. இரவின் குளிர்ச்சியில் காலாற நடப்பது இதமாயிருந்தது. உடலுக்கு, மனசுக்கு. மனசுக்கு என்பது சரிதானா? இந்த வெளிக் குளிர்ச்சியில் மனம் எப்படி அமைதியுற முடியும்?

சிறிது காலமாகவே மனத்தில் அமைதி இல்லை. கோவிலில் தெய்வத்தின் அருகிலேயே இருந்து பூஜை செய்யும் குருக்கள் மன அமைதியை இழந்தால் அதன் பின் பரிகாரம் ஏது? முன்பெல்லாம் நான் அந்தத் தெய்வ சன்னிதானத்தில் மிக்க மகிழ்ச்சியோடு இருந்தவன் தான். இப்போது, இந்தச் சலனம், சந்தேகம். நம்பிக்கை போய்விட்ட பிறகு பஞ்ச கச்சமும் திருநீறும் ருத்திராட்சமும் தரித்திருப்பதனால் மட்டுமே குருக்களாய்த் தொடர்ந்து பணியாற்றத் தகுதி இருப்பதாய் ஆய்விடுமா? அந்தச் சன்னிதியில் அமைதியின்றி நின்றபோதே என் ஆஸ்திகம் போய் விட்டது.

வீட்டை அடைந்தேன். நான் கதவைத் தட்டு முன்பே தாள் நீக்கப்படும் சப்தம் வந்தது. அதையடுத்துக் கதவு திறந்தது. முக்தா நின்றிருந்தாள். 25 வாட் பல்பின் மங்கிய ஒளியில் அழகின் வெறும் ஆரம்பமாக அவள் முகம்.

“கால் அலம்பிண்டு வாங்கோப்பா. இலை போடறேன்.”

“ரொம்ப நாழியாயிடுத்தும்மா. பசியெல்லாம் அடைச்சுப் போயிடுத்து; ஒரு டம்ளர் மோர்த் தீர்த்தம் கொடு. போறும்.”

“கொஞ்சம் ரசம் சாதமாவது சாப்டுட்டு மோர் சாப்பிடுங் கோப்பா. இல்லேன்னா பாதி ராத்திரியில் பசிக்கும். நாழியானா என்ன?”

"சீக்கிரம் சோத்துக் கடையை முடிச்சுண்டு ரெண்டு பேரும் விளக்கை அணைச்சுட்டுப் போய்ப் படுத்துக்குங்கோ. நல்ல அப்பா; நல்ல பொண்ணு' என்று தூக்கக் கலக்கத்தோடு என் மனைவியின் குரல் அறையின் ஒரு மூலையிலிருந்து வந்தது. விடியற்காலையிலேயே கண் விழித்து அப்போதிலிருந்து வேலை செய்த களைப்பு அவளுக்கு. இரவு பதினோரு மணிக்கு மேலும் தூங்க விடாவிட்டால் தொந்தரவாகத் தான் இருக்கும். நான் கதவைச் சார்த்தித் தாளிட்டு அறையில் விளக்கையும் அணைத்தேன். சுவர் ஸ்டாண்டில் விடிவிளக்கின் பச்சை யொளி கணநேரம் இருளில் மூழ்கி மூச்சுத் திணறிவிட்டுச் சுதாரித்துக் கொண்டது. ஜாக்கிரதையாய் அடிவைத்து நடந்து முக்தாவைத் தொடர்ந்து பின் கட்டுக்குப் போனேன்.

ரசம் பரிமாறியபோது கரண்டியைப் பிடித்திருந்த அவள் கையைப் பார்த்தேன். தந்தம் போன்ற நிறம் அவளுடையது. ஏழை அர்ச்சகன் வீட்டுப் பெண்ணானாலும் இயற்கையான வாளிப்பில் உருண்டிருந்த கரம். அதாவது, அவளுக்குக் கல்யாணம் ஆவதற்கு முன்பு. என் வீட்டில் என் குழந்தையாய் ஓடியாடியிருந்த காலத்தில், மகிழ்ச்சியே ஒரு போஷாக்காய் இருந்த காலம் அது. இப்போது? தந்தம் வாடிவிட்டது.

கரண்டியைப் பிடித்து விரல்கள் கூம்பி இருந்ததால் உள்ளங்கை தெரியவில்லை. நல்ல வேளை.

கை கழுவிக் கொண்டு மேல் துண்டால் வாயைத் துடைத்துக் கொண்டேன். "சம்போ மஹாதேவா!" பழக்க தோஷத்தினால் என் வாய் கூறிய பெயர். சாப்பிட்டு முடித்ததும் அதிலிருந்து தானாக வெளிவரும் இன்னொரு ஏப்பம்.

"முக்தா, நீ போய்ப் படுத்துக்கோ. எனக்குத் தூக்கம் வரல்லே. சித்த நாழி வாசத்திண்ணையிலே காத்தாட இருந்துட்டு வரேன்."

விடிவிளக்கின் மப்பு ஒளியை லேசாய் மிதித்துக்கொண்டு வாசலுக்கு வந்தேன். கையை அணை கொடுத்துத் திண்ணையில் படுத்துக் கண்களை மூடிக்கொண்டேன். இமைத் திரைக்குள் சிவப்பாய்ச் சரங்கள் இறங்கின. உருத் தெரியாமல் காட்சிகள், நாள் முழுதும் பார்த்திருந்த இடங்கள், முகங்கள், லிங்கம், அம்மன். பிறகு அவற்றை அழித்துக்கொண்டு முக்தா, எலும்பும் தோலுமாய், அழகின் வரைகோடாய்; என் மகள், முன்பெல்லாம் நிறையப் பேசுவாள், சிரிப்பாள். இப்போது அப்படி இல்லை. அவசியத்துக்குப் பேச்சு, சம்பிரதாயத்துக்குச் சிரிப்பு. சிரிப்புக்கூட இப்போது வாயிலிருந்து மட்டும்தான். முன்பெல்லாம் கண்களும் சிரிக்கும்.

திருச்சியின் அருகில் அந்தக் கிராமந்தர ஊரிலுள்ள தன் புக்ககத் திலிருந்து அவள் இம்முறை இங்கு வந்தது முதலே இந்த மாற்றம் அதிகம் தெரிவதைக் கவனிக்கிறேன். அவள் எங்களிடம் விளக்கமாக எதுவும் சொல்லவில்லை; அதுவே ஏதோ சொல்லியது.

இமைக்குள் நெருக்கிய கருமையில் பூதங்கள் அதிகரித்தன, கண்களைத் திறந்தேன். திண்ணையோரம் என் கால்மாட்டில்... இவள் இன்னும் தூங்கப் போகவில்லையா?

"என்னம்மா முக்தா? பாதி ராத்திரியாகப் போறதே? ஏன் படுக்கப் போகாம இங்கே வந்து உக்காந்துண்டிருக்கே?"

"உங்ககிட்ட உக்கார்ந்திருந்தால் பாதுகாப்பாய்த் தோண்றது அப்பா."

என் மனத்தை வேதனை வெட்டியது. என்ன சொல்கிறாள் இவள்? என்ன பயம் இவளைச் சூழ்கிறது? விபூதி கொடுக்கலாமா? 'தேடற்கினிய சீரளிக்கும் சிவாயநம என்று இடும் நீறே ...' எண்ணத்தின் யந்திர இயக்கமாய் இவை என்ன வார்த்தைகள்? பக்திக் கவிதைகளில் பக்தி இருக்கிறது; கவிதை இருக்கிறது. ஆகவே அழகு இருக்கிறது. ஆனால் அந்த உணர்ச்சிக்கு உண்மையின் ஆதாரம் இருக்க வேண்டு மென்று அவசியமில்லையே! அர்த்தமற்ற வார்த்தைகள்.

நம்பினால்தான் தெய்வமாம். அப்படியானால் நம்பிக்கைதானே தெய்வத்தை உண்டாக்குகிறது? சிந்தனையாளன் சிந்தனையை உண்டாக்குகிறானென்றால், தனியாக அதற்கு இருப்பு ஏது? தனியொரு பொருளானால் எல்லோருக்கும் சமமாகப் புலனாக வேண்டாமா?

என் மகள் பயப்படுகிறாள். நான் அதைக் கண்டு துடிக்கிறேன். இவ்வளவுதான் உண்மை. இதில் தெய்வத்துக்கு வேலையில்லை.

"நாழியாறதும்மா, உள்ளே போகலாம் வா" என்று எழுந்தேன்.

மறுநாள் காலை நான் கண் விழித்தபோது சிறிது தாமதமாகி விட்டது. அவசரமாய் எழுந்து பல் கழுவினேன். கூடத்துக்கு வந்தபோது எதிர் அறை கண்ணில் பட்டது. சுவாமி படங்களும் குத்துவிளக்கும் பூவும் கோலமுமாய்த் திகழ்ந்த பூஜை அறை. படங்களுக்கு எதிரே கை கூப்பிக் கண்மூடிய நிலையில் என் பேரன்கள். இருவரும் பாலகர்கள்; ஏழு வயது, ஐந்து வயது. ஸ்நானம் செய்து விபூதி ஒளிரும் நெற்றியுடன் உன்னிப்பான முகபாகத்தோடு ஈர இதழ்கள் அலுங்க "த்ரயீ வேத்யம் ஹ்ருத்யம் த்ரிபுரஹரம் ஆத்யம் த்ரிநயனம்" என்று சிவானந்த லஹரி சுலோகம் சொல்லிக்கொண்டிருந்தார்கள். அது முடிந்ததும் 'பித்தா பிறை சூடிபெருமானே அருளாளா" என்று தேவாரப் பாசுரம். பிறகு கண்களைத் திறந்து தரையில் விழுந்து வணங்கி எழுந்தார்கள். இளம் முகங்களில் என்ன திருப்தி! அருகில் நின்றிருந்த தம் தாயைப் பார்த்து அவளுடைய புன்னகையைப் பெற்றுக்கொண்டு அறையை விட்டு வெளியே வந்தார்கள். அவள் – என் மருமகள் – சிந்தனை படிந்த விழிகளால் அந்தப் பூஜைப் படங்களைப் பார்ப்பது தெரிந்தது.

"தாத்தா, சுலோகம் சொல்லி சுவாமிக்கு நமஸ்காரம் பண்ணிட் டோம்" என்றார்கள் குழந்தைகள். அவர்களுடைய சந்தோஷமான மலர்ந்த முகங்களைப் பார்த்தவாறு "சரி" என்றேன்.

"நாங்க நல்ல பிள்ளைக தானே?" என்றான் சின்னவன்.

"ஆமாண்டா கண்ணா."

"என் க்ளாஸில் சுரேஷ்னு ஒரு பையன் இருக்கான் தாத்தா, ரொம்ப பொல்லாதவன். சுவாமி கும்பிடமாட்டான். தெய்வமே

இல்லேன்னு சொல்லுவான், என் விபூதியைப் பார்த்துக் கிண்டல் கூடப் பண்ணுவான்னா பாரேன் தாத்தா! அவன் நரகத்துக்குத்தானே போவான்?” என்றான் பெரியவன்.

இவர்கள் தகப்பன் இப்போது எங்கே இருக்கிறான்? நரகத்திலா சொர்க்கத்திலா? ஓடும் ரயிலுக்குள் புகுந்த திருடனோடு மல்லுக்கு நின்று அவனால் வண்டிக்கு வெளியே தள்ளப் பட்டுச் சாகும் வாழ்வுத் துடிப்புள்ள காளைப் பருவத்தினர் எந்த இடத்துக்குப் போகிறார்கள்? அவனும் தெய்வத்தை நம்பியவன்தான்; இவர்களைப் போலவே சுலோகங்களும் இசைத்து அன்றாடம் பூஜை அறையில் தொழுது எழுவான். நான்தான் அதெல்லாம் கற்றுக்கொடுத்தேன். அதைவிட, திருடனிடமிருந்து தன்னை எப்படிக் காப்பாற்றிக்கொள்வது என்பதைக் கற்றுக்கொடுத்திருந்தால் ..?

“சொல்லு தாத்தா, அவன் நரகத்துக்குத்தானே போவான்?”

“யாரையும் நரகத்துக்குப் போகணும்னு நாம் சொல்லக் கூடாதுடா கண்ணா!”

“பொல்லாதவா நரகத்துக்குத்தான் போவா. அவன் பொல்லாதவன் தானே! சுவாமியை நம்பறவா தான் நல்லவா. அவாளுக்குத்தான் எல்லாம் நல்லதாய் ஆகும். சுவாமி இல்லேன்னு சொல்றவாளை சுவாமி தண்டிச்சுடுவார்.”

என்ன நம்பிக்கை, எவ்வளவு நிச்சயம்! நானும் ஒரு காலத்தில் அப்படி இருந்தவன்தான். இப்போது ஏன் மாறிப் போனேன்? என் மகனுக்குச் செய்ததைப் போல் இவர்களுக்குச் சுலோகங்களும் தொழுகையும் கற்றுக் கொடுக்காதது மட்டுமன்றி என் மனைவி அதைச் செய்வதைக் கூட உணர்ச்சியின்றி அன்னியன் போல் சும்மா பார்ப்பவனாக எப்படி ஆனேன்?

என் முன்னே ஆர்வம் நிறைந்து சிவப்பேறிய முகங்களோடு பக்திப் பிஞ்சுகளாகத் திருநீறு தரித்த அந்த இரு பாலகர்கள்!

ஒருகணம் மீண்டும் அந்தப் பரிபூரண குழந்தை யுறுதிக்காக ஏங்கினேன். அதில் ஒரு பாதுகாப்பு இருந்திருக்கும்... ‘உங்க கிட்ட உக்காந்துண்டிருந்தால் பாதுகாப்பாய்த் தோணறது.’ நினைவில் நெஞ்சம் அதிர்ந்தது. அவள் ஏன் அப்படிச் சொன்னாள்?

வேண்டாம். எனக்கு இந்தக் குழந்தைத் தனமான நிச்சய உணர்வு வேண்டாம். இனி அது கிடைக்கவும் கிடைக்காது. குழந்தைப் பருவத்தில் நாம் சில மதிப்புகளைப் பெரியவர்களிடமிருந்து கற்றுக்கொள்கிறோம். ஆனால் வாழ்க்கையின் ஊடே அவை மாறித்தான் போகும்; மாறத் தான் வேண்டும். மாற்றம்தான் வாழ்க்கையின் உயிர்த் தத்துவம். வாழ்வின் அநுபவங்களூடே அந்த ஆரம்ப மதிப்புகள் ஒன்று உறுதிப்பட வேண்டும். அல்லது மறைந்து போக வேண்டும். முதல் நிலையிலேயே, கொடுக்கப்பட்டுப் பெறும் ‘ரெடிமேட்’ மதிப்புகளாகவே, அவை என்றைக்கும் இருந்துவிட முடியாது. அப்படி ஒருவனுக்கு இருக்கு

மானால் அவன் மனம் வளரவே இல்லை என்றுதான் அர்த்தம். வாழ்க்கை அவனிடம் வீணாகிறது.

"நான் சொல்றது சரிதானே தாத்தா? சுவாமி இருக்காரோன்னோ?"

"நீ இப்படிப் பேசிண்டேயிருந்தியானால் ஸ்கூலுக்கு நாழியாயிடும். ஹோம்ஒர்க் ஏதானும் பாக்கி இருக்கா?"

அவர்கள் அங்கிருந்து நகர்ந்ததுமே என் மனைவி கடுகடுத்த முகத்துடன் வந்தாள். "ஏன்னா, நானுந்தான் தெரியாம கேக்கறேன். வரவர உங்களுக்கென்ன ஆயிடுத்து? குழந்தைக ஆவலாய் ஒரு கேள்வி கேட்டால் பதில் சொல்லப்படாதா?"

"என்னன்னு பதில் சொல்றது சொல்லு. சுவாமி இருக்காரோன்னோ அப்படின்னு கேக்கறா எனக்கு என்ன தெரியும்?"

"சிவ சிவா! இது என்ன நாஸ்திகம், அதுவும் கோயில் குருக்களாய் இருந்துண்டு? எத்தனையோ துக்கத்துக்கு நடுவில் பக்தியும் பூஜையும் தான் மனசுக்கு ஆறுதலாயிருக்கு. நீங்களானா . . ."

அவள் பேச்சு நின்றது. எங்கள் இருவர் பார்வைகளும் ஒரே இடத்துக்குத்தான் சென்றன. பூஜை அறை. அங்கு பூஜை முடிந்த நைவேத்தியத் தட்டை முக்தாவிடம் எங்கள் நாட்டுப் பெண் கொடுத்துக் கொண்டிருந்தாள். பக்தியின் பணிவோடு முக்தா இரு உள்ளங்கைகளையும் விரித்து ஏந்தித் தட்டைப் பெற்றுக்கொண்டாள். திறந்த உள்ளங் கைகளில் சதை வெந்துபோன வெள்ளைத் திட்டுகள் தெரிந்த போது என் உடம்பு தன்னையறியாமல் நடுங்கியது. புக்ககத்தில் ஒருநாள் சமைத்து முடித்ததும் பாத்திரம் கொதிக்கிறது என்பதை மறந்து இரு உள்ளங்கைகளையும் விரித்துப் பாத்திரத்தை இரு பக்கங்களிலும் ஏந்திப் பிடித்துவிட்டதாகவும் கைகள் சுட்டுப் புண்ணாகி ஆறியபின் அந்த இடங்களில் சதையின் தழும்பு வெள்ளையாய் நின்று போய்விட்ட தாகவும் முக்தா இங்கு வந்த அன்று எங்களிடம் சொல்லியிருந்தாள்.

"அவ கையையே பாருங்கோ. ஏதோ பெரிய கண்டமாய்த்தான் இருந்திருக்கணும். தலைக்கு வந்தது தலைப் பாகையோடு போச்சுங் கறாப்பல, அந்த மட்டும் புடவை கிடவை தீப்பிடிச்சுண்டு உயிருக்கே உலை வைக்காம கையைச் சுண்டுண்டதோடு நின்னுதே. அது தெய்வத்தின் கருணைதானே? இல்லாட்டா பிள்ளையை வாரிக்கொடுத்தது போறா துன்னு பெண்ணையும்னா கொடுத்திருப்போம் . . . சுவாமி இல்லேன்னு வாய் கிழியப் பேசிட்டா ஆயிடுத்தா?" என்றாள் என் மனைவி அழுகை அடைக்கும் குரலில்.

"நான் குளிக்கப் போறேன், நாழியாறது" என்றவாறு பின்கட்டுக்கு விரைந்தேன். மற்ற எல்லோரும் எப்போதோ குளித்து முடித்தாயிற்று. பேரன்கள் பள்ளி சென்றுவிட்டார்கள். மருமகள் கார்ப்பொரேஷன் பள்ளியில் ஆசிரியை. அவள் வேலைக்குப் புறப்பட்ட போது முக்தா வாசல் கதவிடை நின்று அவள் போவதையே பார்த்துக்கொண்டிருந்தாள்.

நான் ஸ்நானம் செய்து முடித்துப் பழக்கம் காரணமாய் நெற்றியில் திருநீறு அணிந்துகொண்டேன். பிறகு அதே நியமத்தில் சந்தி செய்தேன். நான் பொய்யன் பொய்யன் என்று மனம் இடித்துக் காட்டியது.

வாசலில் ஒரு கார் வந்து நின்றது. பிறகு என் மனைவி உள்ளே வந்தாள். "பாங்கர் ஆத்து டிரைவர் கார் கொண்டு வந்திருக்கான். அவாள்ளாம் கோவிலுக்கு வந்திருக்காளாம். சாவியை எடுத்துண்டு உங்களை உடனே காரிலேயே புறப்பட்டு வரச் சொன்னாளாம்."

எந்த உத்யோகமானாலும் அதில் இருக்கிற வரையில் பொறுப்பாய்ச் செய்ய வேண்டாமா? கடமையில் தவறிவிட்ட குற்ற உணர்வுடன் உடனே தயாராகி வாசலுக்கு ஓடினேன்.

"ஒண்ணுமே சாப்பிடாம போறேளே!"

"நாழியாச்சு, மத்தியானம் வந்து சாப்டுக்கறேன்."

"இன்னிக்கு ஏன்தான் இப்படி வழக்கத்துக்கு விரோதமாய் மெள்ளத் தூங்கியெழுந்தேளோ! பெரிய மனுஷாள்ளாம் கோவிலுக்கு வரபோது கோயில் பூட்டியிருக்கு. குருக்கள் இன்னும் வரல்லேன்னா என்ன நினைச்சுப்பா!"

காரோட்டி என் தொழிலை எண்ணிய ஓர் ஏளனப் புன்னகையுடன் எனக்காக வண்டிக்கதவைத் திறந்தான். என்னை ஏற்றிக்கொண்டு காரைக் கிளப்பினான். டிரைவர் என்ற முறையில் கடமைக்காகத் தன் முதலாளி வார்த்தைக்குக் கீழ்ப்படிந்து எனக்கு வண்டியை எடுத்து வந்திருந்தானே தவிர, அவன் வெளிப்படையாகவே பிள்ளையார் உடைக்கும் கோஷ்டியைச் சேர்ந்தவன். கோயில் இருந்த தெருவின் முனையில் திரும்பியபோது இருமல் வந்தாற்போல் வேண்டுமென்றே தொண்டையைச் செருமித் தெருவில் காறி உமிழ்ந்தான். தெய்வத்தை அவமதித்துவிட்டதாக ஒரு திருப்தி. எத்தனை நிச்சயம் அவனுக்கு, அவமதிக்க ஒரு தெய்வம் இருக்கிறதென்று! எனக்கு? எங்கும் ஒரு மகத்தான வெறுமையைக் காணும் எனக்குப் பூசாரித் தொழில் செய்ய இனியும் என்ன அருகதை?

கார் நின்றது. அவசரமாக இறங்கினேன்.

"வாங்கோ வாங்கோ குருக்களே, என்ன இன்னிக்கு இத்தனை லேட்? ராத்திரி தூங்க ரொம்ப நேரமாயிடுத்தோ?" என்று அந்த வங்கி அதிகாரி என்னைப் பார்த்துக் கண்ணைச் சிமிட்டினார். அருகில் நின்றிருந்த அவருடைய மனைவியின் முகம் வேதனையில் சுருங்கியது. அவர்களுடன் வாலிப மகன்கள் இருவர், மகள் ஒருத்தி.

நான் கோவிலைத் திறந்துகொண்டு உள்ளே போனேன். இந்தக் குடும்பத்தினரைத் தவிர அதுவரை வேறு யாரும் வரவில்லை. அவசரமாக அம்மனின் நகைகளை எடுத்து விக்கிரகத்துக்கு அணிவிக்கலானேன். 'நாநாரத்ன விசித்ர பூஷணகரீ...' அழகிய சொல்லடுக்கு!

"...எத்தனையோ பர்னிங் ஸோஷல் ப்ராப்ளம்ஸ் இருக்கச்சே இன்னும் இதை ஒரு விஷயமாய் எடுத்துண்டு ரிஸர்ச் பண்றாரே..."

என்று யாரோ ஒரு பேராசிரியரின் கட்டுரையைக் கண்டனம் செய்துகொண்டிருந்தான் அதிகாரியின் மகன்களில் ஒருவன். முன்பே விவாதித்துக்கொண்டிருந்த எதனுடையதோ தொடர்ச்சி என்று புரிந்தது.

“ஏன், வரதட்சிணைப் பழக்கமும் ஒரு ஸோஷல் ப்ராப்ளம் இல்லையா?” என்றான் அவன் சகோதரன்.

“அது பழசாய்ப் போன ப்ராப்ளம், இப்போ அது எத்தனையோ குறைஞ்சு போச்சு. நான் பைசாக்காசு வாங்கிக்காமல்தான் கல்யாணம் பண்ணிக்கப் போறேன். என் சிநேகிதாளும் அப்படித்தான். நீயும் அப்படித்தான். நம்ம லீலாவுக்கும் நாம வரதட்சிணை தரப் போற தில்லே. ‘தி ப்ராப்ளம் இஸ் நாட் ரெலவன்ட் எனிமோர்.” செத்த பாம்பை அடிக்கறாப்பல வரதட்சிணை இப்போ என்ன பிரச்னை? இன்னும் பொலிடிகலாய், ஸோஷலாஜிகலாய், அல்லது மனுஷ இனத்தைப் பத்தி இனவெறி மாதிரி எதையானும் பத்தி, இப்படிப் பெரிசா ஒரு விஷயம் எடுத்து ரிஸர்ச் பண்ணி பேப்பர் எழுதினாலும் பிரயோஜனமுண்டு . . .”

“அன்னிக்கு ஒரு ஆர்ட்டிகள் படிச்சுண்டிருந்தேன். பொறாமைப் படறதில் பொண்களை ஆண்கள் மிஞ்ச முடியாதாம். எனக்குக் கோவமா வந்தது” என்றாள் அவன் சகோதரி.

“எதுக்குக் கோவம் வரணும்? அது உண்மைதானே! பொறாமையில் மட்டுமென்ன, பொதுவா ஒரு பெண் பொல்லாதவளாயிருக்கறதுன்னு ஆரம்பிச்சுட்டால் ஆண்கள் லைஃப் நரகம்தான். பெண் தன் கவர்ச்சியை உபயோகப்படுத்தி ஆணை வலை போட்டுப் பிடிக்கறாள். தன் பாதுகாப்புக்காகவும் வளத்துக்காகவும் அவனைச் சக்கையாய்ப் பிழியறாள். அவளுக்கு அந்தஸ்தும் பகட்டும்தான் முக்கியம். அவன் புஸ்தகம் படிக்கணும்னோ இயற்கையை ரசிக்கணும்னோ நினைக்கற போது அவளுக்கு ஆடம்பரமாய் உடுத்திண்டு லேடீஸ் க்ளப்பில் ஹஸ்பெண்டுனுடைய உத்தியோகப் பெருமையைச் சொல்லிண்டு ரம்மி ஆடினால் போதும். அவளுக்கு எல்லாமே மெடீரியல் வால்யூஸ் தான். ஆணை உண்மையாய்ப் புரிஞ்சுண்டு அநுசரிச்சுப் போற பெண்கள் ரொம்ப அபூர்வம்.”

“சமீபத்தில் ஏதாவது மேல் நாட்டு நாவல்கள் படிச்சியா அல்லது எவனாவது உன் சிநேகிதனுடைய ஒரு கேஸைப் பார்த்துட்டு வெளுத்துக் கட்டறியா?” என்று சிரித்தாள் அந்தப் பெண். பேசியவனின் முகம் சிவந்துவிட்டது.

“நீ என்ன வேணும்னாலும் சொல்லு லீலா, பெண்ணின் டிஸ்ட்ரக்டிவ் சக்திக்கு முன்னாலே ஆம்புளை, பாவம், ஒரு துரும்பு தான். பெண்கள் கஷ்டப்படறதாகச் சொல்றதெல்லாம் இப்போ காலத்துக்கு ஒவ்வாத பேச்சு.”

உண்மைதானா அவன் சொல்வது? ஆண் பெண் சமத்துவம் அவ்வளவு பரிபூரணமாகிவிட்டதா? பெண்ணின் பைசாசத் தன்மையை நானும் சில குடும்பங்களில் கவனித்திருக்கிறேன். ஒரு கால் உண்மை –

வழக்கம் போல் அந்த முனையிலும் இல்லாமல் இந்த முனையிலும் இல்லாமல் மத்தியில் எங்கோ ... உண்மை என்று ஒருமையில் சொல்வதே தவறுதானே. உண்மைகள் என்றுதான் சொல்ல வேண்டும். ஒவ்வொருவர் அனுபவமும் ஓர் உண்மை. உலகில் எத்தனை மனிதர்கள் உண்டோ அத்தனை உண்மைகள். யாரை யார் மறுக்க முடியும்?

பெண் பலவீனளல்ல என்றால் ஒருவேளை நானும் முக்தாவைப் பற்றிக் கவலைப்பட வேண்டாமோ? பின்ன அவள் சோர்வு? சிரிப்பை இழந்துவிட்ட அந்தக் கண்கள் என்னுள் கனக்கும்போது ...

இதென்ன, என் கைகள் சிலைக்கு அர்ச்சனை செய்துகொண்டிருக் கின்றனவா? அலங்காரம் எப்போது முடிந்தது? இதை எப்போது தொடங்கினேன்? பாங்கரின் குடும்பம் கை கூப்பி அம்மனைப் பார்த்திருக்க, சன்னிதிக்கு எதிரே பக்தர்கள் பலர் கூடியிருக்க, நான் குருக்களாய் மந்திரம் சொல்லிப் பூஜை செய்துகொண்டிருக்க ... இப்போது தான் எல்லாமே கவனத்தில் பதிகிறது. சே, இப்படி வேற்றுச் சிந்தனைகளுடன், என்ன செய்கிறோமென்ற நினைவே இல்லாமல் கனவியக்கம் போலவா பூஜை செய்வது? இது எனக்கும் நியாயமல்ல, தெய்வம் என்று ஒன்றிருந்தால் அதற்கும் நியாயமல்ல.

“குருக்களய்யா, ஈசுவரனுக்கு ஒரு அபிஷேகம் செய்யணும் ...”

கோவிலில் நிறையக் கூட்டம் சேர்ந்துவிட்டது.

○

மதிய உணவுக்காக நான் வீடு திரும்பிய போது பிற்பகல் இரண்டு மணி. சாப்பிட்டு முடிந்ததும் அசதியோடு சிறிது நேரம் பெஞ்சில் படுத்துக்கொண்டிருந்தேன். இரவு சரியான தூக்கமில்லாததால் கண்கள் எரிந்தன. என்ன இருந்தாலும் அதிகாலைத் தூக்கம் மட்டுமே புத்துணர்ச்சி தருவதில்லை. இப்போது சிறிது கண்ணயர்ந்தால் இதமாயிருக்கும். ஆனால் மூடிய இமைகளுள் தூக்கம் பிடிபட மறுத்தது.

“ஏன்னா, தூங்கறேளா?”

ஆத்திரம் பொங்கக் கண்களைத் திறந்து என் மனைவியைப் பார்த்து முறைத்தேன். “ஆமாம், தூங்கறேன். இப்பவும் தூக்கத்திலேதான் பேசறேன்.”

“கோச்சுக்காதீங்கோ.” அவள் தரையில் உட்கார்ந்து ஆயாசத்துடன் பெருமூச்சு விட்டாள். “ஒரு விஷயம் பேசலாம்னு வந்தேன். தூங்கிண் டிருந்தேள்னா எழுப்பித் தொந்தரவு செய்ய வேணாமேன்னு பார்த்தேன். அவ்வளவு தான்.”

“எழுப்ப வேணாமேன்னுதான் அப்படிக் கிட்ட வந்து உரக்கக் கூப்பிட்டயாக்கும்.”

“ஈசுவரா” என்று முணுமுணுத்து அவள் கணநேரம் தலைகவிழ்ந்து தரையை வெறித்தாள். எனக்கு பரிதாபமாகிவிட்டது. “என்ன விஷயம் சொல்லு” என்றேன்.

"ஒண்ணுமில்லே. இந்தப் பொண்ணு ஊர்லேருந்து வந்து கிட்டத் தட்ட ஒரு மாசம் ஆறது. திருப்பி அழைச்சுண்டு போக வேணாமா?"

"அவ ரொம்ப இளைச்சிருக்கா. உடம்பு முடியாம படுத்துண்டால் அந்தக் குக்கிராமத்தில் சரியான வைத்தியம்கூட கிடையாது. இன்னும் கொஞ்ச நாள் இங்கே ஓய்வாயிருந்துட்டுப் போகட்டுமே."

"எத்தனை நாள் இருந்தாலும் கடைசியில் போய்த் தானே ஆகணும்? நாள் கடத்தக் கடத்த அவ புக்காத்து மனுஷாளுக்குக் கோவம்தான் வரும்."

"வரச் சொல்லி லெட்டர் ஏதானும் போட்டிருக்காராமா மாப்பிள்ளை? முக்தா ஏதானும் சொன்னாளா?"

"அந்தக் கல்லுளிமங்கன் என்னத்தைச் சொல்றா? 'உங்காத்துக்காரர் எத்தனை நாளைக்குடீ லீவ் கொடுத்திருக்கார்?'னு கேட்டேன். சித்த நாழி வெறிச்சுப் பார்த்துட்டு 'தெரியலே'ங்கறா. என்னமோ கசமுச இருக்கும் போலிருக்கு. நாம அது ஒண்ணையும் கண்டுக்காம அவளை அழைச்சுண்டு போய் விட்டுட வேண்டியதுதான். வாழற வயசு. முன்னே பின்னே இருந்தாலும் அவ இருக்க வேண்டிய இடம் அதுதானே?"

"இப்போ ரயில் சார்ஜ் தயார் பண்ணுங்கறே."

"அது மட்டுமா? நகையும் துணியுமாய் அள்ளித் தராட்டாலும் ரெண்டு தினுசு பட்சணங்களாவது பண்ணித்தான் கொண்டு போய் விடணும்."

"பணத்துக்கு எங்கே போறது?"

"எல்லாம் ஈசுவரன் வழிகாட்டுவான்."

"இது வரைக்கும் காட்டின மாதிரியா?"

"நீங்க இப்படிப் பேசறதானால் நான் எழுந்து போறேன். சுவாமி பேரை தினம் சொல்லி ஜபிக்கற உன்னதமான கோயில் குருக்களாய் இருந்துண்டு . . ."

"இந்த வேலையை நான் விட்டுடப் போறேன்."

அவள் என்னை விழித்துப் பார்த்தாள். "ஏன்?"

"அதுதான் நியாயம். நாளைக்கே தர்மகர்த்தாக்களைக் கண்டு பேசலாம்னு இருக்கேன்."

அவள் முகத்தில் . . . பயமா? சோகமா? கவலையா? "உங்களுக்கென்ன ஆயிடுத்து?" என்றாள் மெல்லிய குரலில்.

"என் மனசிலே அமைதி இல்லே. சந்தேகங்களும் சஞ்சலங்களும் வச்சுண்டு என் தொழிலைச் செய்யப்படாது."

"அப்புறம் ஜீவனத்துக்கு வழி?"

நான் சிரித்துவிட்டேன். "பார்த்தியா? கடைசியில் நீயும் உன்னதமான கோயில் குருக்களாய் நான் இருக்கணுங்கறதுக்காகப் பேசலே. வயித்துப் பிழைப்புக்காகத் தான் சொல்றே! பயப்படாதே. அந்த பாங்கர் மூலமாய் முதலீட்டுக்குக் கொஞ்சம் கடனுதவி வாங்கி ஏதானும் சின்னதா ஒரு கடை கிடை வச்சு வியாபாரம் பண்ணலாம்னு இருக்கேன்."

"வயித்துப் பாட்டைப்பத்தி நான் கவலைப் படலேன்னு சொல்லலே. நாம் ஏழைகள். கவலைப்படாம இருக்க முடியுமா? ஆனா உங்க வேலை தெய்வப் பணியாய் இருக்குங்கறதில் எனக்கு அலாதியான ஒரு சந்தோஷமும் நிம்மதியும் உண்டு. அதுவும் நிஜந்தான்."

பல உண்மைகள். ஒன்றுக்கொன்று முரணாக அருகருகே நிற்கும் பல உண்மைகள்.

என் குரல் எங்கோ தொலைவில் கரைந்தது. "எனக்கும் தான் அந்த நிம்மதியும் சந்தோஷமும் ஒரு காலத்தில் இருந்தது. சுவாமி நான் வழிபடற ஒரு சின்னமாய் மட்டுமில்லாமல் என் உயிருக்குள் துடிப்பாய் அடிக்கற சத்தியமாக இருந்தார். அந்த அழகில் உலகத்தையே அழகாக்கிடலாம்னு எல்லாம் என்னென்னமோ நினைச்சேன். ஆனால் கடைசில ... ஹம். வாழ்க்கை ஒரு பெரிய துரோகி."

அவள் என் தோளை மிகமிக மென்மையாய்த் தொட்டு ஆறுதலாய்ப் புன்னகை செய்தாள். "எனக்குப் புரியறது. ஆனா நான் புரிஞ்சுக்க இஷ்டப்படலே. உங்க மனசு இப்போ சரியாயில்லே. கொஞ்ச நாழி இளைப்பாறுங்கோ" என்று சொல்லி எழுந்து உள்ளே போனாள்.

நான் கூரையை வெறித்துக்கொண்டு சிறிது நேரம் அப்படியே மல்லாந்து கிடந்தேன். அருகில் நிழல் தட்டியது. முக்தா.

எழுந்து பெஞ்ச் மேல் உட்கார்ந்து கொண்டு பக்கத்து இடத்தைச் சுட்டிக் காட்டினேன். "உட்காரு."

அவள் உட்கார்ந்தாள். சிரிப்பை மறந்துவிட்ட அந்தக் கண்களைப் பார்த்தேன். எத்தனை சோர்ந்திருக்கிறாள்! வெறும் சோர்வுதானா இது? உயிரின் வேரிலேயே பூச்சி பிடித்துவிட்டாற் போன்ற ஒரு தேய்வு. ஏதாவது கொடிய நோயாக இருக்குமா? சம்போ மஹாதேவா! அந்த வார்த்தைகள் ஓர் 'எக்ஸ்ளமேஷன்,' அவ்வளவுதான். எப்போதும் போல் வியப்பின், துயரின், அதிர்ச்சியின் மொழி.

அவளைப் பார்த்துக்கொண்டிருந்த போதே என் கண்களில் நீர் திரையிட்டது.

"அப்பா!"

"என்னம்மா?"

"அம்மா நான் சீக்கிரம் ஊருக்குத் திரும்பிப்போகணும்னு சொல்றா. நான் ... நான் போகலேப்பா."

"நானும் அவள்கிட்ட அதான் சொன்னேன். நீ இன்னும் கொஞ்ச நாள் இங்கே இருந்து ரெஸ்ட் எடுத்துக்கோ. ஒரேயடியா இளைச்சுத் துரும்பாயிட்டயேம்மா முக்தா. உடம்புக்கு ஒண்ணும் இல்லையே?"

அவள் பதில் சொல்லவில்லை. தலை கவிழ்ந்தபடியே உட்கார்ந் திருந்தாள். பிறகு மெள்ளத் தன் இரு உள்ளங்கைகளையும் என் முன்னே விரித்து நீட்டினாள். வெளுத்துப் போன சதையை நான் பார்த்தேன்.

"அப்பா, இது நிஜத்தில் நான் கொதிக்கிற பாத்திரத்தைத் தவறுதலாய்ப் பிடிச்சதினால் ஆகலேப்பா. என்னை ரெண்டு கையையும் நீட்ட வச்சு என் ரெண்டு நாத்தனார் கெட்டியாய்ப் பிடிச்சுண்டு என் மாமியார் எரியற தணல்களை என் உள்ளங்கைகள் மேல் வச்சதனால் இப்படி ஆச்சு."

அண்டமே சரிந்து என் தலைமேல் விழுந்தது. என்னுள் வெடித்த எரிமலை கொதிக்கக் கொதிக்கத் தீக்குழம்பைக் கக்கிவிட்டு ஓய்ந்த போது என் உடம்பு முழுவதும் வேர்வையில் குளித்திருந்ததையும் என் கரங்கள் என் குழந்தையை இறுக அணைத்துக் கொண்டிருப்பதையும் உணர்ந்தேன்.

"என்ன! என்ன சொன்னே? என்ன உளர்றே? இப்படி ... இப்படி யெல்லாம் கூட யாராவது ... சேசே! சொப்பனம் கண்டயா என்ன? முக்தா, என்னம்மா இது? நிஜம்மாவா சொல்றே!"

அவள் மௌனமாக அழுது கொண்டிருந்தாள்.

"இந்த அக்கிரமத்தைக் கேக்க அங்கே யாருமில்லையா? உன் ஆத்துக்காரர்கிட்ட உடனே சொல்றதுக்கென்ன? அவர் சும்மாவா இருந்தார்?"

"அவர் தாம்ப்பா அடுப்பிலேருந்து இடுக்கியாலே தணலை எடுத்து என் மாமியார்கிட்ட கொடுத்தார்."

குப்பென்று என் உதட்டில் ரத்தக் கரிப்பை உணர்ந்தேன். கடித்துக் கொண்டுவிட்ட இடத்தில் ரத்தம் வந்திருந்தது. சூறாவளியாய்ச் சுழன்ற இதயத்தில் திடீரென்று பதற்றம் ஓய்ந்தது. இனி எதற்குப் பதற்றம்?

அப்போது நான் உணர்ந்ததெல்லாம் ஒன்றே ஒன்று தான்: அந்தக் கணம் என் மாப்பிள்ளை என் எதிரில் இருந்திருந்தானானால் கூசாமல் பதறாமல் என் இரண்டு கைகளாலேயே அவன் கழுத்தை நெரித்துக் கொன்றிருப்பேன் என்ற நிச்சயம்.

"ஏன் அப்படிப் பண்ணினா?" என்றபோது என் குரல் மரக்கட்டையா யிருந்தது.

"அன்னிக்குக் காலம்பற நான் வழக்கம் போல் இருட்டோடு எழுந்து வந்து காப்பி போடலேங்கறது நான் பண்ணிண குத்தம். முந்தின நாள் ரெண்டு படி அரிசி தோசைக்கு அரைச்ச களைப்பிலே

தனிமைத் தளிர்   297

கொஞ்சம் அதிகமாய்த் தூங்கிட்டேம்ப்பா! நான் வேணும்னே திமிர் புடிச்சு அப்படி மெத்தனமாய் இருந்தேன்னு மாமியார் ஏசினா.”

“அடப் பாவிகளா!”

“அதெல்லாம் சாக்குத்தாம்ப்பா, நிஜமான காரணம் அதில்லே. நீங்க எனக்காகத் தரவேண்டிய வரதட்சிணையை இதுவரைக்கும் முழுசா கொடுக்கலையாம். சீர் செனத்தி நகை நட்டு பாத்திரம் பண்டம்னு எதுவுமே எந்த விசேஷத்துக்கும் தரலையாம். இப்படி அஷ்டதரித்திரமாய் இருப்போம்னு அவா நினைக்கலையாம். ரொம்ப நாளாவே அப்படியெல்லாம் சொல்லிச் சொல்லி என்னை வதைச்சுண்டிருந்தா. செக்கு மாடு மாதிரி வேலை வாங்கினா. கட்டின புருஷன் கொஞ்சம் பிரியமாய் இருந்திருந்தா மத்ததையெல்லாம் பொறுத்துக்கலாம். அதுவுமில்லே. இந்தத் தண்டனையை ஒரு எச்சரிக்கை மாதிரி வேணும்னே கொடுத்துத்தான் என்னை இங்கே அனுப்பினா. இப்படி என்னைப் பண்ணினதை நான் இங்கே சொல்லக் கூடாதுன்னு கண்டிப்பாய் உத்தரவு. ஆனா மறுபடியும் இப்படி எதுவும் என்னைப் பண்ணிடக் கூடாதேங்கற பயத்தாலே நான் எப்படியாவது உங்களை நிறையப் பணம் காசோடு என்னை அனுப்பிவைக்கும்படி செய்வேன்னு அவா எண்ணம்...”

எனக்கு ஹோஹோவென்று சிரிக்க வேண்டும் போல் இருந்தது. அந்த வாலிபனின் பேச்சு நினைவில் ஒலித்தது. ‘செத்த பாம்பை அடிக்கறாப்பல வரதட்சிணை இப்போ என்ன பிரச்னை? தி ப்ராப்ளம் இஸ் நாட் ரெலவன்ட் எனிமோர்.’ ...பெண்கள் கஷ்டப்படறதாகச் சொல்றதெல்லாம் இப்போ காலத்துக்கு ஒவ்வாத பேச்சு. ஒரு சில உதாரணங்களின் ஆதாரத்தில் எப்படி ஒட்டு மொத்தமாய்த் தீர்ப்பளித்து விட்டான்! வாலிபமல்லவா? வரையறுக்கத் தான் செய்யும். உண்மை பலவாகும் என்பது அந்த வயசில் எப்படிப் புரியும்?

பட்டணத்தின் மேல்தட்டு நாகரிகத்திலேயே உட்கார்ந்திருக்கும் அவனால் இந்தச் சமூகத்தை உள்ளபடி அறிவது சாத்தியமா? அவன் கண்டதும் உண்மைதான். ஆனால் சிறுபான்மை உண்மை. இங்கே நான் கேட்டுக்கொண்டிருப்பதுதான் இன்னும் வியாபித்துள்ள பரவலான பெரும்பான்மை உண்மை.

என் குழந்தை... அவள் சதையின் மேல் வேண்டுமென்றே இட்ட எரியும் தீக்கங்குகள்...

கடவுளே... வெறும் சருகாகி அந்தச் சொல் உதிர்ந்தது. இது பரிபூரண வெறுமை. சாவை ஒத்த அழிவு. இதற்கு மேல் இனி என்ன இருக்கிறது?

“அப்பா!”

“என்னம்மா?” என்ற பதில் என் காதிலேயே தெளிவாக ஒலிக்கவில்லை.

"நான் மறுபடியும் அங்கே போனேன்னா உயிரோடு திரும்பி வருவேன்னு தோணலேப்பா."

"முக்தா!"

"எனக்கு அங்கே போக இஷ்டமில்லே. இப்போதுக்கு மட்டுமில்லே, எப்பவுமே."

நான் கண்களை மூடிக்கொண்டேன். இந்த அவலம், பயம், சீரழிவு, இவற்றை விளைவித்த அரக்கத்தனம்...

பரிகாரம் எங்கே? மனித அநுதாபம், மனித உதவி, மனித அன்பு, வேறென்ன இருக்கிறது? வேறென்ன வேண்டும்?

நான் ஒரு கனவு கண்டிருந்தேன். பிதுரார்ஜிதம் போன்று பரம்பரையாய் வந்த அழகுமயமான ஒரு கனவு எனக்கும் இருந்தது. அந்தக் கனவின் மணமாக நீ இருந்தாய். நினைவிருக்கிறதா கடவுளே? நீ எப்போது போனாய்? ஆனால் நீ காலி செய்த இடத்திலும் ஒரு மணம் தங்கி நிற்கிறது. 'நீ'யின் மணம் மறைந்தபின் 'நா'னின் மணம். என் ஐயம், என் மாற்றம், என் மறுப்பு – 'நா'னின் விச்வரூபத்தின் மணம். நான் இருளில் நிற்கிறேன். தனியாய் நிற்கிறேன். உலகமென்னும் கேள்விக்குறியின் முன் நிற்கிறேன். இனி நான் 'கடவுளே' என்றால் அது இந்தத் தைரியத்தின் பெயர்.

கண்களைத் திறந்தேன்.

"கவலைப்படாதே முக்தா. நீ இனிமேல் அங்கே போக வேணாம். நாம எப்படியோ பிழைச்சுக்கலாம். உலகம் இதோடு முடிஞ்சு போயிடலே" என்றேன்.

தீபம், அக்டோபர் 1976

பிம்பம்

உன் பேரென்ன?

மைத்ரேயி.

உன் பேரென்ன?

லக்ஷ்மி பாய். ஜான்ஸி ராணி.

உன் பேரென்ன?

பத்மினி. சித்தூர் ராணி.

உன் பேரென்ன?

ஃப்ளாரன்ஸ் நைட்டிங்கேல்.

உன் பேரென்ன?

ஜோன் அஃப் ஆர்க்.

உன் பேரென்ன?

ஹெலன் கெல்லர். ஐடா ஸ்கட்டர். எம்மலீன் பாங்க் ஹர்ட்ஸ். ஜேன் ஆஸ்டின். அம்ருதா ஹெர்கில். அன்னிபெஸன்ட். சகோதரி சுப்புலக்ஷ்மி. பண்டிதா ராமாபாய். லதா மங்கேஷ்கர்.

இன்னும் இன்னும் இன்னும் எல்லாப் பிரசித்தி பெற்ற பெண்களும்தான். வேத காலத்திலிருந்து இன்று கிரிக்கெட்டில் சுடரும் யுவதி சாந்தா ரங்கஸ்வாமி வரை எல்லாம் என் பெயர்கள். அதனால்தான் சிறுமிப் பருவத்தில் எத்தனையோ முறை எஸ். மீனாட்சி என்ற பெயருக்குப் பதில் தர மறந்து கனவுகளில் ஆழ்ந்துவிட்டு ஆஜர்ப் பட்டியல் எடுக்கும் வகுப்பு ஆசிரியைகளிடம் வசை தின்றிருக்கிறேன்.

யார் இந்த எஸ். மீனாட்சி? அவளுக்கு என் முகம் இருக்கிறது. என் உருவம் இருக்கிறது. ஆனால் வெறும் அவளல்ல நான். நான் புகழில் சிறக்கப் போகிறேன். குழந்தைப் பருவத்திலிருந்து அதுதான் என் கனவு. ஆகவே அதுதான் என் உள்ளம். எத்தனையோ மீனாட்சிகளில் ஒருத்தியான இந்த எஸ். மீனாட்சியா நான்?

ஒருகாலும் இல்லை. நான் சரஸவாணி, நான் சாரதாமணி. நான் சூடிக்கொடுத்த சுடர்க்கொடி.

“மீனா!”

அம்மாவின் மெலிந்த குரல் அவள் சிந்தனையைக் கலைத்தது. ஊஞ்சலில் உட்கார்ந்து ஆடுவதை நிறுத்திவிட்டு உள்ளே போனாள்.

சமையலறையில் காஸ் அடுப்படியில் நின்றுகொண்டே பாத்திரத்தைக் கிளறிவிட்டுக்கொண்டிருந்த அம்மா அவளைப் பார்த்ததும் புன்னகை செய்தவாறு “அப்பா தகவல் சொன்னாரோல்லியா? நல்ல செய்தி வந்திருக்கு” என்றாள்.

“எதைப் பத்தி?”

“என்னடி பொண்ணு நீ! எல்லாம் உன் கல்யாணத்தைப் பத்தித்தான். போன வாரம் வந்து உன்னைப் பார்த்துவிட்டுப் போனவா சம்மதம்னு எழுதியிருக்கா. ஆனால், எனக்கு ஆச்சரியமில்லே. அந்தப் பையன் உன்னைவிட்டுக் கண்களை எடுக்கவே இல்லையே! சொக்குப் பொடி போட்டுட்டே!”

மகிழ்ச்சியும் பெருமையும் குதி போட, அம்மா கைக் காரியத்தை நிறுத்தாமலேயே இடது கையை நீட்டி அவள் கன்னத்தை வருடினாள். மீனாவுக்கு உடனுக்குடன் ஓர் இன்பம் உண்டாயிற்று. அந்த வரனின் அழகான, பண்பட்ட முகம் நினைவில் எழுந்தது. அவள் அவனை அடிமை கொள்வாள். கிளியோ பாட்ரா போல, நூர்ஜஹான் போல.

“அப்பா சொல்லலையா உனக்கு?”

“இல்லேம்மா.”

“என்ன சொல்லலே நான்?” என்று கேட்டவாறே அப்பா வந்தார்.

“அவளைப் பிடிச்சிருக்குன்னு அந்தப் பெங்களூர் பார்ட்டி கடுதாசி போட்டிருக்காளே, அதைப் பற்றி!”

“அதை நீ குடுகுடுன்னு சொல்லிட்டியோ அவளுக்கு? இப்போ சொல்லலாம்னு தான் நான் வந்தேன். இந்த வீட்டில் எந்த ஒரு முக்கியமான விஷயத்தையும் நான் தான் மத்தவாளுக்கு அறிவிக்கணுன்னு உனக்குத் தெரியாது?”

அம்மாவின் முகத்துச் சந்தோஷம் அப்படியே வற்றியது. “கோச்சுக்காதீங்கோ. இத்தனை நல்ல சமாசாரமானதால் நீங்க அவகிட்ட இதுக்குள் சொல்லியிருப்பேள்னு நினைச்சுத்தான் நானும் சொல்லிட்டேன்.”

“அவசரக் குடுக்கை. அதிகப்பிரசங்கி. அதென்ன, பீன்ஸா நறுக்கி வைச்சிருக்கே? அது வேணாம். எனக்கு இன்னிக்குப் புடலங்காய்க் கூட்டுத் தொட்டுக்கணும் போல் இருக்கு. அதைப் பண்ணிடு, ஆமாம்.”

அப்பா அங்கிருந்து போனதும் மீனா தாயை இரக்கத்தோடு பார்த்தாள். அம்மா மௌனமாய்ப் பீன்ஸ் கறியை வலை பீரோவில் வைத்துவிட்டுப் புடலங்காய் நறுக்க ஆரம்பித்தாள். அப்பாவின்

பேச்சுக்கு மறு பேச்சு அவள் இன்றளவும் பேசியதில்லை. அவருடைய சேவையிலேயே அவள் கை எலும்பெடுத்துவிட்டது. ஐந்து குழந்தைகள் பிறந்து உடலை ஓடாக்கிவிட்டன. எனினும், அவள் ஒரு காலத்தில் எத்தனை அழகாயிருந்திருக்க வேண்டும் என்பதை இப்போதும் அந்த நெற்றி வாகும், கண் அமைப்பும், குச்சி உடம்பு நிற்கும் இயல்பான ஒய்யாரமும் உணர்த்தின. மீனாவின் அழகைப் புகழும் யாரும் "அப்படியே அவம்மா சாயல்" என்று சொல்லாமல் இருந்ததில்லை.

எங்கே போயிற்று அம்மாவின் அழகெல்லாம்? ஐந்து குழந்தைகளில், அடுப்படி நியமத்தில், அப்பாவுக்குப் பயந்து பயந்தே வாழும் குறுகலில், அது கரைந்து போய்விட்டதா? ஊதுவத்தி எரிந்து உதிரும் சாம்பல் அதே வடிவத்தில்தான் கீழே படிகிறது. எனினும் அந்த வடிவம் ஊதுவத்தியல்ல, எரிந்து முடிந்த சாம்பல்தான்.

அடுத்து வந்த நாட்களில் வீட்டில் கல்யாணப் பேச்சு நிறைய அடிபட்டது. மீனா அதில் இனிமையாய்த் திளைத்தாள். ஒரு எம்.ஏ. பட்டதாரி, வங்கியில் வேலை பார்ப்பவள், நூலகத்துக்குச் சென்று ஆழமான புத்தகங்களை அள்ளிக்கொண்டு வந்து கரைத்துக் குடிப்பவள், கல்யாணப் பெண்ணின் பாமரமான களிப்புத் தன்னையும் தீண்டுவது கண்டு வியப்புற்றாள். பிறகு தானே சமாதானமும் செய்துகொண்டாள். இந்த மகிழ்ச்சியில் என்ன தவறு? கல்யாணம் செய்துகொள்வதில் என்ன தவறு? ஜோன் ஆஃப் ஆர்க் கன்னி வீராங்கனையாய் இருந்திருக்கலாம். ஆனால் ஜான்ஸி ராணி மணமானவள் தானே? உண்மையா – சிறப்புகளும் தகுதிகளும் திருமணத்தினால் புகையுண்டு போய்விட்டது. தீபச் சுடரைப் போர்வை போட்டு மூடிவிட முடியுமா?

நான் மேடம் க்யூரி, கணவனுடன் சேர்ந்து நோபல் பரிசு வாங்கி, தாம்பத்தியம் இப்படியும் இருக்க முடியும் என்று நிரூபித்தவள்.

இரு கைகளாலும் அணைத்துக்கொண்டு வந்த புத்தகங்களை ஊஞ்சலில் கவிழ்த்து விட்டு மீனா "அப்பாடா!" என்று பெருமூச்சு விட்டாள்.

நூல்களில் இரண்டு வாழ்க்கை வரலாறுகள். ஒன்று மாண்டிஸோரி அம்மையார் பற்றியது. மற்றது அன்னை தெரிஸா பற்றியது.

நானும் இப்படி வாழ முடிந்தால்! – புத்தம் புதியதாய் ஓர் அரும்புக் கல்வி படைப்பவளாக; ஆண்டவன் பெயரால் அநாதைகளின் கண்ணீர் துடைப்பவளாக.

"இந்தா! காப்பியைச் சாப்பிட்டுவிட்டுப் படி!"

"ஓ, ஸாரிம்மா. நானே உள்ளே வந்து வாங்கிண்டிருந்திருக்கணும். வீணாய் உன்னைத் தொந்தரவு பண்ணிட்டேன்" என்றவாறு மீனா காப்பியை வாங்கிக்கொண்டாள்.

"படிப்பு சுவாரசியம், அதானே?"

"ஆமாம்."

“எனக்குத் தெரியும். நானும் உன் வயசில் அப்படித்தான் படிப்பேன். சம்ஸ்கிருத புத்தகங்கள்னா விடவே மாட்டேன்.”

“சம்ஸ்கிருதமா! உனக்கு சம்ஸ்கிருதம் தெரியுமாம்மா? ஆச்சரியமாயிருக்கே!”

“உங்க தாத்தா – அதான், என் அப்பா – பெரிய சம்ஸ்கிருதப் பண்டிதரில்லையா? எங்க எல்லாருக்குமே தேவபாஷைன்னு ரொம்ப அக்கறையாகச் சொல்லிக்கொடுத்தார். நான் தான் ரொம்ப நன்னாக் கத்துண்டேன்னு என்கிட்ட அவருக்குத் தனிப் பெருமை. அவர்கிட்ட இருந்த காவியங்கள், நாடகங்கள், கவிதை அத்தனை சமஸ்கிருத புஸ்தகங்களையும் எனக்குத்தான் கொடுத்தார். திருப்பித் திருப்பி அதையெல்லாம் நேரம் போறது தெரியாமல் படிப்பேன்.”

அவளுக்கு நினைவு தெரிந்து அம்மா ஒரு சம்ஸ்கிருத நூல் படித்துக் கூட அவள் பார்த்ததில்லையே? வீட்டில் வடமொழி நூல்கள் முதலில் கண்ணுக்கே படவில்லையே?

அதைப் பற்றிக் கேட்க அவள் வாய் திறந்தபோது, வெளியிலிருந்து அப்பா, “இன்னிக்கு அந்தப் பெங்களூர்க்காரர்கிட்டேருந்து இன்னொரு லெட்டர் வந்திருக்கு மீனா” என்று சொல்லிக்கொண்டே வந்தார்.

அவள் ஆவல் அடைந்தாலும் கேள்வி கேட்காமல் ஏறிட்டு நோக்கினாள்.

“பையனுக்கு உன்னைப் பத்தி எல்லாம் பிடிச்சிருக்காம். ஆனா நீ வேலை பார்க்கிறது மட்டும் பிடிக்கவில்லையாம். கல்யாணம் ஆனதும் வேலையை விட்டுடணும்னு எழுதியிருக்கான்.”

மீனா அதிர்ச்சியடைந்தாள். “என்னப்பா இது? என்னால் வேலையை விடமுடியாது.”

“உளறாதே. ஏதோ ஆசைக்குப் பார்க்கிற வேலை தானே? நீ சம்பாதிச்சு இப்போ யாரைக் காப்பாத்தணும்? இதுக்காக இத்தனை நல்ல வரனை விட்டுவிடக் கூடாது. பையன் அழகாயிருக்கான், பெரிய உத்தியோகம், நல்ல மனுஷா. பணம் காசு வாங்கிக்காமல் கல்யாணம் பண்ணிக்கப் போறா. இந்த இடம் கிடைக்க நாம அதிருஷ்டம் பண்ணியிருக்கணும்.”

மீனா வெகு நேரம் பொருமிக் கொண்டிருந்தாள். கடைசியில் சமாதானமடைந்துவிட்டாள். இந்த வங்கி வேலையை அவள் அப்படி ஒன்றும் மனம் ஒட்டிச் செய்யவில்லை. எம்.ஏ. முடித்ததும் செய்தித்தாள் அறிவிப்பைப் பார்த்து பாங்க் பரீட்சை எழுதினாள். திறமை இருந்து எழுத்துப் பரீட்சை நேர்முகப் பரீட்சை எல்லாம் தேறிவிடவே வேலை கிடைத்துவிட்டது. மேஜையடிக் கணக்கு வேலையில் என்ன பெரிதாய் ஈடுபாடு கொண்டு மன நிறைவு பெற்றுவிட முடியும்? இதுவும் என்ன, தன்னையே அர்ப்பணித்து ஆக்கம் காணும் ஏதேனும் தொழிலா? (நான் மேரி வர்க்கீஸ். நான் முத்துலட்சுமி ரெட்டி.) இந்த பாங்க் வேலையை விடுவது ஒன்றும் பெரிய நஷ்டமில்லை.

சொல்லப் போனால் வேலையில்லாத் திண்டாட்டம் மலிந்த இக் காலத்தில் யாரேனும் ஒரு குடும்பத் தலைவன் அல்லது தலைவிக்குச் சேர வேண்டிய வேலையை அவளைப் போல் வெறும் பொழுது போக்குக்காக உத்தியோகம் பார்ப்பவர்கள் எடுத்துக்கொள்வதே ஒருவிதத் திருட்டுத்தானே?

அவள் வேலையை விட்டுவிட ஒப்புக்கொண்ட தகவல் பிள்ளை வீட்டாருக்குச் சென்றது. கல்யாண ஏற்பாடுகள் துரிதமாக முன்னேறின.

"இது என்ன மாம்பழமா? மாங்காயா?" அப்பாவின் கோபக் குரல்.

"ஏன், புளிக்கிறதா என்ன? வாசல்லே போனாள். மாம்பழம் உங்களுக்குப் பிடிக்குமேன்னு ஓடிப்போய் வாங்கினேன். பார்க்க மஞ்சளாய், வாசனையாய் இருந்ததே! நன்னாயில்லையா?" என்றது அம்மாவின் குரல்.

"உன் மூஞ்சி மாதிரி இருக்கு. வீட்லபுளி ஆயிடுத்துன்னா இதை உபயோகிச்சுக்கலாம். மாம்பழம் வாங்கினாளாம், மாம்பழம். ஒரு எழவும் தெரியாட்டாச் சும்மாவானும் இருக்கக் கூடாது? எதுக்குக் காசைக் கரியாக்கணும்? இப்போ எனக்கு மாம்பழம் வாங்கிண்டு வான்னு உன்கிட்டே கேட்டேனா? தூக்கிண்டு போய்க் குப்பைத் தொட்டியிலே எறி."

ஏன் இந்த அப்பா இப்படி இருக்கிறார்? 'புளிப்புத்தான். ஆனாலும் எனக்காகப் பழம் வாங்கி வந்தாயே! ரொம்பச் சந்தோஷம்' என்று ஒரு பேச்சுச் சொல்லியிருந்தால் அம்மா எப்படிப் பூரித்திருப்பாள்!

இரவு வெகு நேரம் படித்துக்கொண்டிருந்தபோது அம்மா உள்ளே வந்தாள்.

"இன்னுமா தூங்கலே மீனா? மணி இரண்டாகப் போறதே!"

"நீயும் ஏன் ரெண்டு மணி வரைக்கும் முழிச்சுண்டிருக்கே?

"என்னமோ தூக்கம் வரல்லே ... நீ ரொம்ப நாழி கண் விழிக்காதே மீனா. கார்த்தாலே வேலைக்குப் போகணும். அதுவும் தவிர, கல்யாண மாகப் போற பொண்ணு ராக்கண் முழிச்சா கண் குழி விழுந்து போகும். அழகு கெட்டுப் போகும். நன்னாத் தூங்கிச் சாப்பிட்டு, சந்தோஷமா ஆரோக்கியமா இருக்க வேண்டிய பருவம் இது."

"அதெல்லாம் சரியம்மா. ஆனா புஸ்தகத்தை எடுத்துட்டால் உலகமே மறந்து போயிடறதே."

"உண்மைதான். அதுவும் எனக்குப் புரியறது."

திடீரென்று மீனாவுக்கு நினைவு வந்தது. அன்றொரு நாள் தடைப்பட்ட கேள்வியை இப்போது கேட்டாள்:

"ஏம்மா நீ இப்போதெல்லாம் சம்ஸ்கிருதப் புஸ்தகங்கள் படிக்கிற தில்லே? நேரமில்லையா? நீ படிச்சுச் சொல்லிக் கேட்கணும் போல்

எனக்கு ஆசையாயிருக்கும்மா. நீ இவ்வளவு பெரிய பண்டிட்னே இவ்வளவு நாட்கள் எனக்குத் தெரியாமல் போயிடுத்தே. தாத்தா உனக்குக் கொடுத்த புஸ்தகம் எல்லாம் எங்கே?"

"பழைய புத்தகக்காரன் கிட்டே இருக்கு."

"ஏன்?"

"உங்கப்பா உத்தரவு. அவருக்கு நான் சமஸ்கிருதம் படிக்கிறது பிடிக்கலே. அவருக்கு அந்த பாஷை தெரியாது. 'நீதான் ரொம்ப கெட்டிக்காரின்னு பகட்டிக்கறயோ? இனிமேல் அதையெல்லாம் தொடப்படாது. மூட்டை கட்டிண்டு போய்க் கடையிலே போட்டுட்டு வா!' அப்படின்னு சொன்னார், இருபத்தஞ்சு வருஷங்களுக்கு முன்னாலே. என் சம்ஸ்கிருதத்தின் சாவுக்கு வெள்ளி விழா ஆயிடுத்து."

அம்மாவின் முகத்தில் எவ்வித உணர்ச்சியும் இல்லை திடீரென்று மீனா அவளை அணைத்துக்கொண்டாள்.

"என்ன இது, பச்சைக் குழந்தையாட்டம்! புஸ்தகத்தையெல்லாம் மூடி வைச்சுட்டுப் படுத்துண்டு தூங்கு."

செல்லமாக ஒரு தரம் அவள் தலையைக் கோதிவிட்டு அம்மா தன்னை விடுவித்துக்கொண்டாள்.

அன்றிரவு தூங்கும்போது கனவில் மீனா மறுபடியும் பள்ளிச் சிறுமியானாள்.

"எஸ். மீனாட்சி!... எஸ். மீனாட்சி!... என்ன பதிலைக் காணோம்? ஆப்ஸெண்டா?"

"இல்லை மிஸ். இதோ இருக்கேனே ஆனால் என் பேர் எஸ். மீனாட்சி இல்லே, என் பேர் மரியா மாண்டிஸோரி, என் பேர் மதர் தெரிஸா. என் பேர் பால சரஸ்வதி. என் பேர் சகுந்தலா தேவி, என் பேர் சரோஜினி நாயுடு..."

கல்யாண மாதம் நெருங்கிக்கொண்டிருந்தது. அன்று மீண்டும் பெங்களூரிலிருந்து ஒரு கடிதம்.

"மீனா! பிள்ளை வீட்டிலேர்ந்து கடுதாசி வந்திருக்கு. பையனுக்கு எல்லாம் பிடிச்சிருக்காம். ஆனா அவம்மா பழங்காலமாம். நீ மூக்குக் குத்திக்கணும்னு அந்தம்மா சொல்றாளாம். 'என் அம்மா இஷ்டத்துக்காக அதைக் கொஞ்சம் பண்ணிடுங்கோ. அப்போ எனக்கும் சந்தோஷமா யிருக்கும்'னு பையன் எழுதியிருக்கான். நாளைக்கே தட்டானை அழைச்சிண்டு வந்து உனக்கு மூக்குக் குத்திட்டு அவனுக்கு எழுதிப் போட்டுடறேன்," என்ற அப்பா அம்மாவிடம் "வெத்திலை பாக்கு பழம், தட்சிணை எல்லாம் தயார் பண்ணி வை" என்றார்.

மீனா வெகுண்டாள். "என்னப்பா பேத்தல் இது! மூக்கைக் குத்திக்கிறதாவது, நாக்கைக் குத்திக்கிறதாவது! எனக்கு அதெல்லாம் பிடிக்கல்லே. நான் குத்திக்க மாட்டேன்."

"மூக்குக் குத்திண்டா என்னடி தப்பு? லக்ஷ்மீகரமாய் அழகாய்த் தான் இருக்கும். அவாளே உனக்கு மூக்குத்தியும் பேஸரியுமா பண்ணிப் போடுவா . . ."

"நான் மாட்டேம்ப்பா. என்னை வந்து பார்த்த அன்னிக்கு நான் மூக்குக் குத்திண்டு இல்லைன்னு அவாளுக்குத் தெரிஞ்சுதோல்லியா? பின்னே ஏன் சம்மதம்னு சொன்னா? மூக்குத்தி போடாத பெண் வேண்டாம்னு சொல்றதுக்கென்ன?"

"மூக்கு கோணலாயிருந்தால் வேணாங்கலாம். மூக்குக் குத்திக்காதது நாம் மாத்திக்கக்கூடிய விஷயம்தானே, அதுக்காக ஏன் மறுக்கப் போறா? உன்னை அவாளுக்கு ரொம்பப் பிடிச்சிருக்கிறதால்தான் இத்தனை தூரம் எழுதியிருக்கா. இந்த அற்ப விஷயத்துக்காக நல்ல வரனை விட முடியாது. நாளைக்குத் தட்டானை ஆத்துக்கு அழைச்சுண்டு வருவேன், தயாராயிரு."

மீனாவின் சீற்றமும் ஆட்சேபமும் அடங்க வெகு நேரமாயிற்று. அம்மாவும் வந்து "போட்டும் மீனா. இதைப் பெரிசு பண்ணாதே. விட்டுக் கொடுத்துடு" என்ற பின் அவள் சிறிது அமைதி கொண்டாள். யோசிக்க யோசிக்க அவளுக்கும் அது பெரிசு பண்ண வேண்டாத அற்ப விஷயமென்றுதான் தோன்றியது. எத்தனையோ பெண்கள் மூக்குக் குத்திக் கொண்டிருக்கவில்லையா? இப்போது மூக்குத்தியே ஒரு ஃபாஷனாக அல்லவா திரும்பி வந்துகொண்டிருக்கிறது! சம்மதித் தால் ஒன்றும் குற்றமில்லை. அந்த வரனின் முகம் அவள் மூக்குத்தி யைப் பார்த்து மகிழ்ச்சி கொண்டு பன்மடங்கு அதிக சோபையுடன் விளங்கும் காட்சியைக் கற்பனை செய்துகொண்டபோது உள்ளம் துள்ளியது. மெல்லிய குரலில் பாடிக்கொண்டு இரவு நிலைக் கண்ணாடி முன் நின்று தன்னைப் பார்த்துக் கொண்டபோது மனம் மிகவும் உல்லாசமாயிருந்து.

மூக்கு குத்திக்கொண்டால் எனக்கு எப்படி இருக்கும்?

முகப் பவுடர் டப்பாவை இடது உள்ளங்கையில் தெளித்தாள். வெள்ளை மாவைக் கையால் எடுத்துக் கண்ணாடியைப் பார்த்து மூக்கின் வலது புறம் கீழ்ப் பகுதியில் அகலமாய்ப் பொட்டு வைத்தாள். பெரிய முத்து மூக்குத்தி அணிந்தாற் போன்ற தோற்றம் நிலை கண்ணாடியில் தெரிந்தது. எத்தனை அழகாய் இருக்கிறது எனக்கு! மூக்குத்தி எனக்கு இத்தனை பாந்தமாக இருக்கும் என்று நானே நினைக்கவில்லையே! அடே யப்பா! . . . அவர் மயங்கிப் போய்விடுவார். அவருக்கு ரொம்பச் சந்தோஷமாயிருக்கும். அவருக்காக . . .

நிலைக்கண்ணாடியில் தெரிந்த உருவத்தைச் சிறிது நேரம் பார்த்துக்கொண்டேயிருந்தாள். யார் உருவாம் இது? இந்த முக ஜாடையும் மூக்குத்தியும் அம்மாவேதான். வெறும் வெளித் தோற்றத்தில் மட்டும்தானா?

அப்பா பேச்சுக்கு மறு பேச்சில்லாத அம்மா. அன்பு கிடைக்காமல் வதங்கும் அம்மா. ஆசைகளின் அழிவுக்கு வெள்ளிவிழாக் காணும் அம்மா.

சமஸ்கிருதப் புத்தகங்களையெல்லாம் தூக்கிக்கொண்டு கடையில் போடு. சரி.

நான்? நான்?.. வேறென்ன?

வேலையை உதற வேண்டுமா? சரி.

மூக்கைத் தொளைக்க வேண்டுமா? சரி.

குழந்தைப் பருவம் முதல் கண்டு வந்த கனவுகளின் விளிம்பு இப்போது திடீரென்று எதிர்ப்பட்டது. கிடுகிடு பாதாளத்தின் வாஸ்தவ நிலை கண்களை அறைந்தது. உடல் முழுதும் சுரீரென்ற பயத்தில் முள் குத்தியது.

அவள் ஜான்ஸி ராணியும் ஆகப் போவதில்லை, மதர் தெரிஸாவும் ஆகப் போவதில்லை, எண்ணற்ற அந்தப் பெயர்களில் வேறு யாராகவும் ஆகப் போவதில்லை. இப்படியே போய்க்கொண்டிருந்தால் இன்னொரு அம்மாவாகத்தான் ஆகப் போகிறாள். அம்மாவின் பிம்பத்தில் அவளுடைய மறு வார்ப்பு ஏற்கனவே தொடங்கிவிட்டது.

இன்னும் இறுகிவிடவில்லையே?

உடனே உட்கார்ந்து பெங்களூருக்கு ஒரு கடிதம் எழுதினாள். “நான் மூக்கைக் குத்திக்கொள்ளப் போவதில்லை. வேலையைவிடப் போவதில்லை. இப்படியே என்னைக் கல்யாணம் செய்துகொள்வதானால் எனக்கும் சம்மதம். இல்லையென்றால் உங்களை மணந்துகொள்ள மறுக்க வேண்டுமென்பதை வருத்தத்துடன் தெரிவித்துக்கொள்கிறேன்.”

உறையை ஒட்டி முகவரி எழுதி மேஜை மேல் வைத்தாள். காலையில் முதல் வேலையாய்த் தபாலில் சேர்த்து விட வேண்டியது தான்.

விளிம்பில் கால் வைத்து மீண்டுவிட்ட சிலிர்ப்புடன் படுத்துக் கொண்ட போது நிம்மதியாய்த் தூக்கம் வந்தது. தூக்கத்தில் கனவுகள் பூத்தன.

நீ யார்?

நான், நான்தான்.

உன் பேரென்ன?

எஸ். மீனாட்சி.

எஸ். மீனாட்சி!

ப்ரெஸன்ட்.

***கல்கி,* 17.4.1977**

விருந்தினர்களில் ஒருவன்

மாலை நான்கு மணிக்கு மேல்தான் விருந்தினர்கள் வருவதாக அவர் தெரிவித்திருந்தார். எனினும் சுகந்தி இரண்டு மணியிலிருந்தே தயாராகிவிட்டாள்.

நடேசன் மனைவியைச் சுவாரசியத்துடன் பார்த்தார். பாசிப் பச்சைப் புடைவையையும் சோலியையும் பிரித்துக் காட்டிய பொன்னிறப் பார்டரைவிட அவளே அதிகமாய் ஒளிர்ந்தாள். நாசூக்கான, மெல்லிய தங்க நகைகள். கழுத்தில் அந்தத் தங்க நெக்லஸ் புதிதா? வழக்கமாய்ப் பெட்டியில் தூங்கும் நெக்லஸ், இன்று தாலிச் சரட்டுக்கு மேலே உள்ளங்கழுத்தில் மின்னுகிறது. விசேக்ஷ அலங்காரந்தான். விருந்தினர்களுக்காகவா? அவ்வளவு தூரமா மனிதர்களுக்காக ஏங்கியிருக்கிறாள்? வாரத்தில் நான்கு மாலைப் பொழுதுகள் போய்வருகிற மாதர் மன்றத்தினால் என்ன பிரமாதமாய்ப் பொழுது போய்விடப் போகிறது? இந்தக் காட்டுப் பிரதேசத்தில் 'ஸோஷல் கால்' என்று வீட்டுக்கு வருபவர்கள் அபூர்வந்தான். பாவம், சுகந்தி! வனாந்தரங்களில் உத்தியோகம் பார்க்கும் எஞ்சினீயர்களெல்லாம் கல்யாணம் செய்துகொள்ளக் கூடாது. அதுவும் இந்த வயதில், அதுவும் இப்படி ஒருத்தியை.

இரண்டு நாட்களாகப் பெய்த மழை அன்று காலையில் தான் நின்றிருந்தது. மெத்தென்ற வெயிலும், மரங்களினூடே பரவும் குளிர்ச்சியுமாய் ஓர் இதமான கலவை நிலவியது.

"இன்னிக்கு மறுபடியும் மழை வந்துடாம இருக்கணும்" என்றாள் சுகந்தி. விருத்தினர்களின் வருகை தடைப்படாமல் இருக்க வேண்டுமென்ற கவலை போலும். பிறகு, "இந்த அலங்காரம் எனக்கு எப்படி இருக்கு?" என்று கேட்டபடி அவரெதிரே வந்து நின்றாள்.

நடேசனால் உடனே பதில் சொல்ல முடியவில்லை. உடையை நம்பியா இருக்கிறது அவள் தோற்றம்? சூரிய கிரணத்துக்கு மெருகேற்ற வேண்டுமா என்ன?

"பிடிக்கலையா?"

கண்ணும் உதடும் மலர நின்றிருந்த முகம் கணப்போதில் வாடி விட்டது. அணைத்துக்கொள்ள ஓடி வந்த ஒரு குழந்தையை ஓங்கி அடித்துவிட்டதுபோல் இருந்தது நடேசனுக்கு.

"பிடிக்கலையாவது! அப்படியே அள்ளிக்கிட்டுப் போவுது" என்றார்.

"அதை முன்னாலயே சொன்னா என்னவாம்? நான் கேட்ட அப்புறம்தான் சொல்லணுமா?"

"உனக்கு எதுதான் அழகாயில்லே சுகி? அதை எப்படிப் புகழறதுன்னு வார்த்தை தெரியாமத்தான் சும்மா இருந்தேன்."

"ஆமா, இதிலே ஒண்ணும் குறைச்சலில்லே போங்க" என்று அவள் சிணுங்கினாள். ஆனால் முகம் அவருடைய புகழ்ச்சியைக் கேட்டு மறுபடியும் மலர்ந்துவிட்டது. நடேசன் சட்டென்று கண்களை விலக்கிக்கொண்டார். தொண்டையை அடைத்தது; சமாளித்துக் கொண்டார்.

"என் மனைவியைப் பத்தி எனக்கு எத்தனை பெருமை தெரியுமா? இன்னிக்கு வரவங்களெல்லாம் என்னைப் பார்த்துப் 'பொறாமைப் படப் போறாங்க பாரேன்! 'கிழவனுக்கு அடிச்சுதுடா பரிசு'ன்னு மலைச்சுட போறாங்க."

"ஹூக்கும், நீங்க ஒண்ணும் கிழவரில்லே" என்றவாறு சுகந்தி அறையை விட்டு வேகமாய்ச் சென்றாள். பின் கழுத்தில் ஏறியிருந்த ரத்தமும், கொண்டையின் பூவளையும், முதுகின் கீழ் கால்களின் விரைவுமே தெரிந்தன. தம் வயசைப் பற்றி ஒருகால் அப்படிப் பேசியிருக்கக் கூடாதோ? ஓர் இளம் பெண் தன் கணவனைப் பற்றிக் கேட்க விரும்பாத அப்பட்ட வார்த்தைகள்; பாசிப் பச்சையில் சுடர்ந்த விளக்கு அணைந்து போனது அதனால் தானே? கழுத்தில் தங்கங்கூடக் கருத்துவிட்டதா என்ன?

கோபித்துக்கொண்டு விட்டாளோ? அது கூடப் பாவம், குழந்தை! குழந்தையாவது! அவருடைய மனைவி, தாலி கட்டிய பெண்டாட்டி.

அவர் சிறிது நேரம் சுவரை வெறித்துக்கொண்டிருந்தார். பிறகு தம் அறைக்குச் சென்று, மறுநாள் தாம் சென்று பார்வையிட வேண்டிய வனாந்தரப் பகுதிகளைப் பற்றிய வரை படங்களை ஆராயலானார்.

கொத்துக் கொத்தாய் மலர்ந்து ஜூவாலை விரித்திருந்த காட்டுப் பூக்களைத் தாண்டி முள்வேலி காம்பவுண்டுக்கு வெளியே ஒரு ஜீப் வந்து நின்றது. அவர் வாசலுக்கு வந்து பார்த்தார்.

"வாங்க, வாங்க!"

சற்று வயதான ஒரு ஜோடியும் ஒரு வாலிபனும் ஜீப்பிலிருந்து இறங்கி வந்தார்கள். பெரியவர் தாம் ஜீப்பை ஓட்டி வந்திருந்தார்.

“வணக்கம், வணக்கம்மா!”

“வணக்கம். நல்லாயிருக்கீங்களா? எட்டு வருஷத்துக்கு முந்தி பார்த்தாப்பலேயே இருக்கீங்களே!” என்றாள் அந்தப் பெண்மணி.

“இல்லே இல்லே, அப்போதைவிட அவர் இன்னும் பாலிய மாய்ட்டாரு!” என்று குறும்பு தெரியச் சிரித்தார் நண்பர்.

நடேசனின் முகம் லேசாய்ச் சிவந்தது. இடைப்பட்ட காலத்தில் அவர் இரண்டாம் திருமணம் செய்துகொண்டதைக் குத்திக் காட்டு கிறாரா?

“உங்களுக்கு என்ன எப்பவும் கிண்டல்தான். தம்பி யாரு, தெரியலையே?” என்றவாறு, வாளிப்பான உருவமும் நாகரிக உடையுமாய் நின்ற வாலிபனைப் பார்த்தார் நடேசன்.

“என் தங்கச்சி மகன். பேரு செந்தில். சென்னையில் வேலையா யிருக்கான். ஆபீஸ் விஷயமா ஒரு வாரம் இந்தப் பக்கம் வந்தான். நாளன்னிக்குத் திரும்பிப் போறான். ஞாயித்துக்கிழமையில்ல? வீட்ல இருந்தான், ‘என் சிநேகிதர் தாண்டா? நீயும் வா’ன்னு அழைச்சிட்டு வந்தேன்.”

அறிமுகங்களைத் தொடர்ந்து எல்லாரும் முன் அறைக்குள் நுழைந்தார்கள்.

“சுகி! எங்கே இருக்கே? அவங்கள்ளாம் வந்துட்டாங்க பாரு. வா வா” என்று நடேசன் குரல் கொடுத்தார். கடைசியாக அவள் சிறிது பிணக்குடன் உள்ளே சென்றிருந்தது நினைவுக்கு வந்தது. இன்னும் கோபமாய்த் தான் இருக்கிறாளா? இல்லை, இதோ இயல்பாகத்தான் வருகிறாள். அப் . . . பா, அவளுடன் கொள்ளை அழகும் வருகிறது. ‘மூன்று பேருக்குமேல் சிறு அறையில் இன்னும் யாரோ இருப்பதுபோல் அடைக்கிறதே’ என்றார்களாமே முதலாழ்வார்கள், அதுபோல், இந்த அறையை மூச்சு முட்ட அடைத்து நெருக்குகிறாப் போல் இப்படி ஒரு பொலிவின் வீச்சா!

அந்த எண்ணம் கடந்தபின் அவளை ஒரு தனி இருப்பாகப் பார்த்தபோதுதான் அவளிடம் ஒரு விதத் தயக்கமும் அச்சமும் காணப்பட்டன.

பரீட்சையில் தேறுவோமா என்று கவலைப்படும் மாணவனைப் போல் கணவனின் நண்பர்கள் தன்னை ஒப்புக்கொள்ள வேண்டுமே என்று தவிக்கும் இள மனைவி. இளமைக்கு இப்படி ஒரு தண்டனையா?

“என் மனைவி சுகந்தி” என்று அவர்களிடம் சொன்ன போது அவர் குரல் இளகியிருந்தது. பிறகு அவள் பக்கம் திரும்பி அதே மென்மையுடன் கூறினார்: “வேதாசலம் வேதாசலம்னு அடிக்கடி சொல்லுவேனே, தெரியுமில்லே சுகி? இவருதான். முந்தி நான் வட இந்தியாவில் ஒரு ப்ராஜெக்ட்ல வேலை பார்த்தப்ப அங்கே தணிக்கையாளராக இருந்தவர். எனக்கு நெருங்கிய சிநேகிதர். ஆனா

எங்கெங்கேயோ மாத்தலாகிப் போய் எட்டு வருஷத்துக்கப்புறம் இப்பத்தான் மறுபடி சந்திக்கிறோம். அன்னிக்கு ஒரு நாள் வேலை யிலிருந்து திரும்பறப்ப தற்செயலாக் கண்ணில் பட்டதுந்தான் இவரும் இங்கே இருக்காருன்னு தெரிஞ்சுது. விலாசங்களைக் கேட்டுத் தெரிஞ்சுக் கிட்டோம். வீட்டுக்கு வரச்சொன்னேன். அந்தம்மா அவரு சம்சாரம். அந்தப் பிள்ளையாண்டான் அவரு தங்கச்சி மகன். மிஸ்டர் செந்தில். சென்னையில் உத்தியோகமா இருக்காரு."

தம் நீண்ட பேச்சு அவளுக்கு நீண்ட மௌனத்தைத் தந்து தன் கூச்சத்தைச் சமாளித்துக்கொள்ள வாய்ப்பளிக்கும் என்று அவர் நினைத்தது பலித்ததாய்த் தோன்றவில்லை. அவள் இன்னும் மருட்சியோடு தான் இருந்தாள். புன்சிரிப்பும் சங்கடப்பட்டது. நெற்றியில் வேர்வைத் துளிகள் வேர்க்குரு போல் அரும்பியிருந்தன. "வணக்கம், வாங்க!" என்ற அவள் விருந்தினர்களைப் பார்த்துக் கரம் குவித்தபோது குரல் மெல்லியதாயிருந்தது.

வந்தவர்கள் அவளை ஆராய்ந்து பார்த்தார்கள். வேதாசலத்தின் பார்வையில் தெரிந்த லேசான பொறாமை அவள் அழகுக்குச் சான்றிதழ் தந்தது. அவர் மனைவி கமலத்துக்கு நடேசனின் முதல் மனைவியை நன்றாகத் தெரியும். தன் சிநேகிதியின் இடத்தில் இன்னொருத்தியா என்று அவள் நினைத்திருக்கலாம். வெளியே எதையும் காட்டிக் கொள்ளாமல், "இந்தாம்மா" என்று கையிலிருந்த ஒரு சிறு பிளாஸ்டிக் கூடையை அவள் சுகந்தியிடம் தந்தாள். கூடையில் ஆரஞ்சுப் பழங்கள் இருந்தன. "எதுக்குங்க இதெல்லாம்?" என்று சுகந்தி வெட்கப்பட்டாள்.

"உள்ளே கொண்டுபோய் வச்சுக்கம்மா. புதுப் பொண்ணைப் பார்க்க வரப்ப வெறுங்கையோடயா வருவாங்க?"

"ரொம்ப நன்றிங்க."

"எல்லாருமா இப்படியே உக்காந்து பேசுவமே! பழத்தையும் இங்கேயே எங்காவது வை சுகி! வேணும்னா எடுத்துச் சாப்பிட்டுக்கிட்டே பேசலாம்" என்றார் நடேசன். சுகந்தி பழக்கூடையை ஒரு மேஜை மேல் வைத்தாள். எல்லாரும் அங்கிருந்த நாற்காலிகளில் உட்கார்ந்தார்கள். சுகந்தி கமலத்தின் அருகில் உட்கார்ந்து அவளைப் பார்த்தாள். எதிர்ச் சோபாவில் அமர்ந்த செந்திலின் பார்வை தன் மீது படிந்திருப்பதை அப்போதுதான் கவனித்தாள் சுகந்தி. தீவிரமான பார்வை. எத்தனை நேரமாய் அப்படிப் பார்த்துக்கொண்டிருக்கிறான்? முன்பின் தெரியாத வளை, அதுவும் ஊரார் பெண்டாட்டியை, இப்படியா முறைப்பார்கள்? காலிப் பயல்! அவளுக்குக் கோபம் வந்தது. சங்கடமாகவும் இருந்தது. கமலத்தின் பக்கம் திரும்பிக்கொண்டாள்.

"உனக்கு சொந்த ஊர் எதும்மா?"

இரண்டுதரம் எச்சிலை விழுங்கியபின் அவள் சொன்னாள். "பூர்விகம் கோயமுத்தூர்ப் பக்கம்னு அம்மா சொல்வாங்க. ஆனா நெனவு தெரிஞ்ச நாளா நாங்கள்ளாம் சென்னையில்தான் இருக்கோம்."

"அதனால சொந்த ஊர் சென்னைதான் சொல்லு."

சுகந்தி புன்னகை செய்தாள். கைக்குட்டையால் முகத்தை ஒற்றிக் கொண்டாள். சில்லென்று காற்றுக் குளிர்ந்தது. மறுபடியும் மழையா? ஜன்னல் வழியாக வெளியே பார்த்தாள். மழை இல்லை. பார்வை திரும்பிய போது மீண்டும் செந்தில் கண்ணில் தென்பட்டான். அவள் அவசரமாகத் தலையைத் திருப்பிக்கொண்டாள். எப்படிப் பார்க்கிறான்! இளவயதுக்காரன், அவளுடைய தலைமுறைக்காரன். அதனால்தான் அந்தப் பார்வை. சுகந்திக்குத் தவிப்பு அதிகரித்தது; மார்பு வேகமாய் அடித்துக் கொண்டது; கன்னங்களில் செம்மை ஏறியது.

"நான் ஒத்தைப் படையிலே பேசறேன்னு தப்பா நெனச்சுக்காதே. நீ வயசில் ரொம்பச் சின்னவ. அந்தம்மாவை நீங்கன்னு சொன்னாப்பல உன்னைச் சொல்ல வேணாம்னு நான் நினைக்கிறேன்."

பேசி முடிந்ததுமே 'அந்தம்மா' என்று சொன்ன தன் அசட்டுத் தனத்தை எண்ணிக் கமலம் நாவைக் கடித்துக்கொண்டாள். ஆனால் சுகந்தி அதைப் பொருட்படுத்தியதாய்த் தெரியவில்லை. "என்னை 'நீ'ன்னே சொல்லுங்க. நீங்க சொன்னாப்பல நான் சின்னவதானே!" என்றவாறு ஓரக்கண்ணால் செந்திலின் திசையில், அவன் தன்னை இன்னும் பார்த்துக்கொண்டிருக்கிறானா என்று கவனிக்க, கணநேரம் பார்வையைச் செலுத்தி மீட்டாள்.

"உன் அப்பா என்ன செய்யறாரு? கூடப் பிறந்தவங்க இருக்காங்களா?"

"ரெண்டு தங்கை, ரெண்டு தம்பி."

அப்பா என்ன செய்கிறாரென்று அவள் சொல்லவில்லை. சொல்லிக் கொள்ளும்படி ஏதுமில்லை என்று கமலத்துக்குப் புரிந்தது. ஏழைக் குடும்பந்தான் போல் இருக்கிறது. ஐந்து குழந்தைகள். இவள் மூத்தவள். ஏழைக் குடும்பம். கமலம் ஒரு மெல்லிய சோகம் இழையோட நடேசனை ஒருமுறை பார்த்தாள்.

சிறிது நேரம் இரு பெண்களிடையேயும் மௌனம் நிலவியது. நடேசன் தம் நண்பருடன் உத்தியோகப் பிரச்னைகளைப் பற்றிப் பேசிக்கொண்டிருந்தார்.

"சென்னையில் நீங்க எங்கே இருக்கீங்க?"

இமைப்போது நிசப்தம். பிறகு ஒரு திடுக்கிடல். அந்தக் கேள்வி தன்னைப் பார்த்துக் கேட்கப்படுகிறதென்பதைச் சுகந்தி உணர்ந்தாள். சட்டென்று நிமிர்ந்த கண்களின் எதிரே செந்திலின் மலர்ந்த முகம், ஆர்வம் பொங்கும் கண்கள். குரலில் ஆண்மையோடு கூட இழைந்த ஒரு நயம் சங்கீதம் கேட்பது போல் காதில் இதமாய் ஒலித்தது.

அவளுக்கு உடனே பேச்சு வரவில்லை. குப்பென்று ஒரு பரபரப்புப் பற்றிக்கொண்டது. முகத்தில் யாரோ தீமூட்டிவிட்டது போல் சூடு உறைத்தது.

"சென்னையிலெ உங்க குடும்பம் எந்த ஏரியாவில் இருக்குது மிஸஸ் நடேசன்?" என்று அவன் மறுபடியும் கேட்டான். சம்பாஷணைப் போக்கான கேள்விதான். ஆனால் அவளுக்குத் திடீரென்று ஒரு மகிழ்ச்சி உணர்வாகியது. காற்றின் மூச்சில் ஓர் இணக்கம் சேர்ந்துகொண்டது. ஒரு திரை அகன்று எதிரே தோழமை முகம் ஒன்று தோன்றினாற் போல் இருந்தது.

"மாம்பலத்தில் இருக்கு. ரங்கநாதன் தெரு" என்று சொல்வதற்குள் இனம் புரியாமல் திணறிவிட்டாள்.

"நாங்க கருணாநிதி நகரில் இருக்கோம்."

"எனக்கு அந்த வட்டாரமெல்லாம் தெரியாது."

"புதுசா வந்த இடந்தான். இப்ப பஸ்ஸெல்லாம் ஓடுது."

"நான் கல்யாணமாகி வந்தப்புறம் இன்னும் சென்னைக்கே போகலே." சிறிது மௌனம். பிறகு அவள் தொடர்ந்தாள்: "புதுசுப் புதுசா நிறைய இடங்க இப்ப வந்திருக்குது, இல்லே?"

"ஆமா, நிறைய 'நகர்'கள். சாஸ்திரி நகர், பெஸண்ட் நகர், இந்திரா நகர், தங்கசாலைக்குப் பதிலா வள்ளலார் நகர்."

"பெஸன்ட் நகர் எனக்குத் தெரியும். ஒரு சிநேகிதி அங்கே இருக்கா; கடிதம் எல்லாம் போடுவா. அவ நல்ல பணக்காரி."

பேச்சு நின்றது. அது நின்றபோது, தான் நிறையப் பேசிவிட்டது போல் தோன்றி அவள் துணுக்குற்றாள். அவன் என்ன நினைத்துக் கொள்வானோ?

இப்போது கமலம் பேச்சில் கலந்துகொண்டாள். "இங்கே உனக்குப் பொழுது போகுதாம்மா? காட்டுப் பிரதேசம். இன்னும் முழுசா நாகரிகமாகல்லே" என்று அவள் சொன்னபோது வேதாசலம், "அதுவே ஓர் அழகுதானே கமலம்? இயற்கை அதிகம் கெடாம இருக்குது. இந்த வீட்டையே பாரேன்! மரங்களுக்கு நடுவே ஆசிரமம் மாதிரி அழகா, அமைதியா இருக்குது."

"அது சரிங்க, அது நம்மையெல்லாம் போல வயசானவங்களுக்குப் பிடிக்கலாம். அது சின்னப் பொண்ணில்ல? கொஞ்சம் வசதி வேணாமா?"

'வயதைப் பற்றி மனைவி யோசனையின்றி உளறுகிறாளே, நண்பர் என்ன நினைத்துக்கொள்வாரோ?' என்ற கவலையுடன் வேதாசலம் நடேசனைப் பார்த்தார். நடேசன் சிரித்த முகமாய்த்தான் இருந்தார்.

"இங்கே ஒரு மாதர் சங்கம் இருக்குது, தெரியுமா? அதில் அவளைச் சேர்த்துவிட்டிருக்கேன். வீட்ல ரேடியோ வச்சிருக்கோம். இந்த வட்டாரத் திலேயே ரெண்டொரு வீடுகள்ளதான் ரேடியோவுக்கு மின் வசதி இருக்குது. அதைத் தவிர எப்பவாணும் எனக்கு வேலை இல்லாதப்பச் சினிமாவுக்குப் போவோம்" என்று பேசிக்கொண்டு வந்த நடேசன், "சொல்லேன் சுகி!" என்றார்.

"ஆமாம், ரேடியோ, சினிமா இருக்குது. பொழுது போயிடும்" என்றாள் சுகந்தி.

"இங்கே சினிமாகூட இருக்குதா?" என்ற செந்தில் கேட்டான்.

"ம், இருக்குது. மேலும் கீழுமா வளைஞ்சு வளைஞ்சு ஜீப்பிலே அரைமணி போகணும். பழைய படந்தான் போடுவாங்க. அப்பப்போ அப்பப்போ ஸவுண்ட் வராது. ரீல் அறுந்து போகும். மாதர் சங்கத் திலேருந்து ஒரு விண்ணப்பம் அனுப்பியிருக்கோம், புதுப் படங்களும் இங்கே அனுப்பி வைக்கணும்னு." சுகந்தி அவனுக்குப் பதில் சொன்னாள். பேசப் பேசத் தன் உவகை அதிகரிக்கும் உணர்வு அவளுக்கே இனிமையா யிருந்தது. அவனுந்தான் எவ்வளவு அக்கறையாய்க் கேட்டுக்கொண் டிருக்கிறான்.

"சென்னையில இப்ப 'பாபி' படம் சக்கைப் போடு போட்டிருக்கு. அதைப் பார்க்கவானும் ஒருதரம் நீங்க சென்னை வரணும்" என்று கூறிச் செந்தில் சிரித்தான்.

"படம் பார்க்காட்டியும் அதன் பாட்டெல்லாம் ரேடியோவில் அடிக்கடி கேக்கறேன்."

"சினிமாப் பாட்டு உங்களுக்குப் பிடிக்குமா?"

"ம், கேக்க, பாட, எல்லாமே பிடிக்கும்!"

"பாடவா? உனக்குப் பாட வருமா சுகி? இத்தனை நாள் எனக்கு அது தெரியாதே?" என்றார் நடேசன் வியப்புடன்.

சுகந்தி திடுக்கிட்டு மௌனமானாள். உண்மைதான். அவருக்கு அது தெரியாது. அவள் சொன்னதில்லை. இப்போது திடீரென்று ஏன் சொன்னாள்?

சொன்னோம் என்பதை உணராமலேயே இப்போது ஏன் திறமை களும் உற்சாகங்களும் இவ்வளவு சகஜமாய் நினைவுக்கு வருகின்றன?

"இப்ப ஏதானும் பாடிக்காட்டேம்மா!" என்றாள் கமலம்.

"பாபி' பாட்டு வேணாம்! கேட்டுக் கேட்டுக் காது புளிச்சுப் போயிடிச்சு" என்றார் வேதாசலம்.

"தமிழ்ப் பாட்டு ஏதானும்" என்றாள் கமலம்.

சுகந்தி தயங்கியவாறே கண்களை உயர்த்தினாள். எதிரே இருந்த செந்தில் அவளையே பார்த்துக்கொண்டிருந்தான். அவன் பார்வை இப்போது கோபப்படுத்தவில்லை.

"பாடேம்மா!" என்றாள் கமலம் மறுபடியும்.

அவள் மீது நிலைத்திருந்த செந்திலின் கண்கள் ஆவலில் அலாதியாய் மின்னிக்கொண்டிருந்தன. அவளுள் ஒரு கிளர்ச்சி துள்ளியது. திரும்பிக் கணவனைப் பார்த்தாள். "பாடு சுகி" என்றார் நடேசன்.

"சினிமாப் பாட்டுப் பரவாயில்லையா?" என்றாள் அவள் கமலத்திடம்.

"ஓ, பாடேன்!"

அவள், 'ஏழு ஸ்வரங்களுக்குள் எத்தனை பாடல்' என்று பாடினாள். முதலில் குரல் மெல்லியதாய் வெளிப்பட்டது; நடுங்கியது. போகப் போக அதில் பலம் வந்தது. உள்ளமும் உயிரும் உணர்ச்சியும் வந்தன. உலகம் முழுவதையும், நினைத்துக்கொண்டு அவள், அவள் இசை, எதிரே ஆர்வம் ததும்பும் ஒரு முகம்.

பாடி முடித்த பின் விருந்தினர்களின் பாராட்டு மொழிகள் அவள்மேல் வர்ஷித்தன. அவளுக்குத் திடீரென்று கூச்சம் தாங்கவில்லை. சிவந்து போன முகத்தைக் கவிழ்த்துக்கொண்டாள். நீரைப் பாசி மூடுவதுபோல் பாசிப் பச்சைப் புடவையின் தலைப்பை முகமும் கழுத்தும் மறைய இழுத்துப் போர்த்துக்கொண்டாள்.

"நீ இவ்வளவு அருமையாய்ப் பாடுவேன்னு நான் நினைக்கவே இல்லே சுகி!" என்றார் நடேசன்.

அவள் சட்டென்று தலை நிமிர்ந்து அவரைப் பார்த்தாள். அவர் சொன்னது பாராட்டா கண்டனமா என்று புரியவில்லை.

"பாப் ம்யூஸிக் கூட இத்தனை நல்லாப் பாடுவீங்களா? 'எஞ்சாய் யுவர்ஸெல்ஃப், இட்டிஸ் லேட்டர் தென் யு திங்க், அதெல்லாம்?" என்று கேட்டான் செந்தில்.

"இல்லை. எனக்கு அதெல்லாம் தெரியாது." அவள் தலை மீண்டும் தாழ்ந்தது.

"நீ சிட்சை வச்சே பாட்டுக் கத்துக்கிட்டியா சுகி? கீர்த்தனையெல்லாம் கூடப் பாடுவியா?" என்று நடேசன் கேட்டார்.

"ஏதோ பாடுவேன். ஆனா சிட்சை வைத்துக் கத்துக்கிடலே. கேட்டுக் கேட்டு வந்ததுதான். எப்பவானும் யாரானும் வாணிமஹாலில கச்சேரிக்குக் கூட்டிட்டுப் போவாங்க." கணவனுக்குப் பதில் சொல்லத் தான் ஆரம்பித்தாள். ஆனால் செந்திலை நோக்கித்தான் பேச்சு முடிந்தது.

உரையாடல்களிடையே நேரம் கடந்தது. "டிபன் காப்பி கொண்டு வந்துடு சுகி" என்றார் நடேசன்.

"அதெல்லாம் எதுக்குங்க? வீண் சிரமம்" என்றார் வேதாசலம்.

"நல்லாருக்கே! வீட்டுக்கு வந்தவங்களுக்குச் சாப்பிட ஏதும் கொடுக்காம அனுப்பிடுவாங்களா?"

"முதல்ல எல்லாரும் பழம் எடுத்துக்குங்க. உள்ளே போய் டிபன் கொண்டுவரேன்" என்றவாறு சுகந்தி எழுந்து, பிளாஸ்டிக் கூடையிலிருந்து ஆரஞ்சுகளை எடுத்து ஒவ்வொருவர் முன்னாலும் மேஜைமேல் வைத்தாள்.

"இப்ப பழம் எதுக்குங்க? வேணாம். டிபன் தான் சாப்பிடப் போறோமே" என்றான் செந்தில்.

"அதோட பழமும் சாப்பிட்டா அஜீர்ணமாயிடுமா என்ன?" என்று அவனைப் பார்த்துப் புன்னகை செய்தவாறே சுகந்தி பழத்தை அவனுக்கு இன்னும் அருகில் நகர்த்தினாள். செந்தில் இப்போது மறுக்கவில்லை. சுகந்தி உள்ளே போய் ஒரு பழைய காலி அட்டைப் பெட்டி எடுத்து வந்தாள். "எல்லாரும் தோலை உரிச்சு இதுக்குள்ள போட்டுடுங்க" என்று அதையும் ஒரு முக்காலிமேல் வைத்தாள். மற்றவர்களின் இருக்கைகளைவிடச் செந்தில் உட்கார்ந்திருந்த சோபா வுக்கு அருகில் இருந்தது அந்த முக்காலி. செந்தில் நன்றி கூறும் பாவத்தில் அவளை நோக்கிப் புன்முறுவலித்தான். சுகந்தி துள்ளு நடையுடன் உள்ளே சென்றாள். உள் அறைக்குள் அவள் மறையும் வரையில் அவன் பார்வை தன்னைத் தொடர்வதை அவளால் உணர முடிந்தது. நடையின் துள்ளல் நடனமாகவே ஒயில் கொண்டது.

சமையலறைக்குச் சென்று, தான் முன்பே செய்து அடுப்பின்மேல் சூடாக மூடிவைத்திருந்த மசால் வடைகளைத் திறந்து பார்த்தாள். மசால்வடை அவனுக்குப் பிடிக்குமோ? பூரி உருளைக்கிழங்கு செய்திருந் தால் பின்னும் நன்றாயிருக்குமோ? வீட்டில் இன்றைக்கென்று கோதுமை மாவு தீர்ந்துவிட்டதை நினைத்து அவளுக்கு இப்போது வருத்தமாயிருந்தது. ஆனால் மோகன்தாலைப் பார்த்ததும் அந்த வருத்தம் மறைந்தது. பவுன் நிறமாக, அழகிய கேக் விள்ளல்கள்! நல்ல வேளை, திருப்பித் திருப்பி யாரும் செய்கிற ஒரு ரவா கேசரியோ கடலை உருண்டையோ செய்யாமல் மோகன்தால் செய்யத் தோன்றியதே என்று மகிழ்ச்சி அடைந்தாள்.

பீங்கான் தட்டுகளில் வடையும் சட்னியும் இனிப்பும் எடுத்து வைத்துக்கொண்டிருந்தபோது திடீரென்று ஏதோ தோன்ற, அவற்றை அப்படியே வைத்துவிட்டுக் குளியலறைக்குச் சென்றாள். அது வழக்கமான நேரமில்லாவிட்டாலும் முகத்தைச் சோப்புப் போட்டுக் கழுவிக் கொண்டாள். கண்ணாடியைப் பார்த்து லேசாய் மாவு ஒற்றிக்கொண்டு நெற்றியில் வழக்கமாய் வைத்துக்கொள்ளும் வட்டத் திலகத்தை மாற்றிக் கவர்ச்சியாகக் கொழுந்து வடிவில் நீட்டித் தீற்றிக்கொண்டாள். இன்று அந்தத் தங்க நெக்லஸ் அணிந்துகொண்டிருப்பது பற்றி விசேஷத் திருப்தியாய் இருந்தது. சேலையின்மேல் உதிர்ந்த மாவைத் தட்டிவிட்டு முகத்தில் மாவு அங்கங்கே திட்டாகத் தெரியாதிருக்கிறதா என்று சரி பார்த்துக்கொண்டாள். பிறகு அப்படியே நிலைக் கண்ணாடிக்குள் தன் அழகைப் பார்த்தவாறு சிறிது நேரம் அசையாமல் நின்றாள். மனத்தில் ஓர் உல்லாசம், குறுகுறுப்பு. அதன் பின் அவசரமாக மீண்டும் சமையலறைக்கு வந்து உணவுப் பொருள்களை ஒரு மரத் தாம்பாளத்தில் வைத்து எடுத்துக்கொண்டு முன் அறைக்கு வந்தாள்.

அவளைக் கண்டதுமே கமலம், செந்தில் இருவரும் எழுந்தார்கள். கமலம் அவள் அருகில் விரைந்து, "ட்ரேயை இப்படி என்னிடம் கொடும்மா" என்றாள்.

"பரவாயில்லீங்க. எனக்கொண்ணும் கஷ்டமில்லே" என்ற சுகந்தி ட்ரேயை நடு மேஜைமேல் வைத்துவிட்டுத் தட்டுகளை எல்லாருக்கும்

விநியோகம் செய்தாள். முதலில் கமலத்துக்கும் பிறகு வேதாசலம் மற்றும் நடேசனுக்கும் கொடுத்தபின் செந்தில் அருகில் உணவுப் பொருள்களை வைத்துக்கொண்டே, "வடை பிடிக்குமில்ல?" என்று கவலையுடன் விசாரித்தாள்.

"நான் பெரிய சாப்பாட்டுராமனுங்க, எனக்கு எல்லாம் பிடிக்கும்!"

"அதனாலத்தான் ஆரஞ்சு வேணாம்னீங்களாக்கும்!" என்று குறும்பாகக் கேட்டாள் அவள்.

செந்தில் சிரித்துக்கொண்டே இனிப்பை எடுத்துச் சிறிது கடித்தான். "அட, ரொம்ப ஜோராயிருக்குதே!"

"நான் செஞ்சேன்! புது ஸ்வீட், மோகன்தால்னு பேரு."

"மனமோகனதால்னே சொல்லலாம் போல இருக்குது."

சுகந்தி கண்களில் ஒளி பாய, கன்னங்கள் சிவக்க, ஆயிரம் சரவிளக்கு ஏற்றினாற்போல் புன்னகை பூத்தாள். பிறகு திரும்பி மற்றவர்களைப் பார்த்து, "எல்லாம் சரியாயிருக்குதா?" என்று கேட்டாள். கணவனின் கண்கள் சம்பாஷணைக்கிடையிலும் அடிக்கடி தன் மீதே படிவதை அப்போதுதான் கவனித்தாள். அவள் புதியதாய் முகம் கழுவி அலங்காரம் செய்துகொண்டிருப்பதைப் பார்த்து வியக்கிறாரா? அவள் சட்டென்று தலைகுனிந்து "இதோ வரேன்" என்று உள்ளே போய்க் கண்ணாடித் தம்ளர்களில் குடிநீர் கொண்டு வந்து வைத்துவிட்டு மறுபடியும் சமையலறைக்குச் சென்றாள். அவள் காப்பி கலக்கும் போது கமலமும் உள்ளே வந்து எல்லாருக்கும் விநியோகிக்க உதவி செய்தாள்.

"நீங்க இத்தனை சிரமம் எடுத்துட்டிருக்கவே வேணாம் மிஸஸ் நடேசன்! உங்களுக்குத்தான் நாங்க புதுசே தவிர நடேசனும் நானும் கூடப் பிறந்தவங்க மாதிரி. நமக்குள் என்ன உபசாரம்?" என்றார் வேதாசலம்.

"இருக்கட்டுங்க. நீங்கள்ளாம் வந்ததில் எனக்கும் சந்தோஷந்தான்."

"நான் அதுக்குச் சொல்லலீங்க மிஸஸ் நடேசன்..."

"என்னைச் சுகந்தின்னே கூப்பிடலாமே? நான் சின்னவதானே" என்றவள் சுரீரென்ற ஒரு பயத்தோடு கணநேரம் கணவனின் முகத்தைப் பார்த்துவிட்டுத் தலை கவிழ்ந்தாள்.

வேதாசலம் நண்பரின் பக்கம் திரும்பி, "உங்களுக்கு இன்னும் இந்த ஊர்ல எத்தனை வருஷம் போடுவாங்க, நடேசன்?" என்று விசாரித்தார்.

"திட்டத்தின் பூர்வாங்க வேலையெல்லாம் முடிஞ்சிருக்கு. பாலம் கட்ட இடம் தேர்ந்தெடுத்துக் காட்டை அழித்துச் செப்பனிடணும். போகப் போகத்தான் தெரியும்."

தனிமைத் தளிர்

பொதுப் பேச்சுக்கள் தொடர்ந்தன. எல்லாரும் கலந்துகொண்டார்கள்.

மாலை முற்றி இருட்டத் தொடங்கியது. சுகந்தி அறையில் விளக்கை ஏற்றினாள். விருந்தினர்கள் விடை பெற்றுக்கொண்டு எழுந்தார்கள்.

"அப்ப நாங்க வரட்டுமா?"

"கிளம்பிட்டீங்களா?" என்றாள் சுகந்தி.

"சீக்கிரம் ஒரு நாள் நம்ம வீட்டுக்கு வாம்மா" என்று கமலம் அழைத்தாள்.

எல்லோரும் வாசலுக்கு வந்தார்கள். வீட்டுக்கு வெளியே சூரிய வெளிச்சம் இன்னும் இருந்தது. வேலிக்கு அப்பால் நின்றிருந்த ஜீப்பை நோக்கி விருந்தினர்கள் செல்ல, நடேசனும் சுகந்தியும் அவர்களை வழியனுப்பி வைக்கக் கூடவே வந்தார்கள். எப்படி நேர்ந்ததென்றே தெரியாமல் நடேசனும் வேதாசலம் தம்பதியும் சற்று முன்னாலும் சுகந்தியும் செந்திலும் சற்றுப் பின் தங்கியும் நடந்து போனார்கள்.

"இன்னிக்கு இங்கே வந்தேனேன்னு எனக்கு ரொம்ப சந்தோஷமா யிருக்குது மிஸஸ் நடேசன்" என்றான் செந்தில்.

சுகந்தி பேசவில்லை. உள்ளே என்னவோ கிளர்ந்து வந்து அடைத்தது.

"வீட்டுக்கு வரீங்களா?" என்று அவன்தான் மறுபடியும் பேசினான்.

"அவரு கூட்டிக்கிட்டு வந்தால் வரேன்" என்றாள் அவள் மெல்லிய குரலில்.

"நான் நாளைக்கு அடுத்த நாள் ஊருக்குப் போயிடுவேன்."

அவள் அடி உதட்டைக் கடித்துக்கொண்டாள். இருவரிடையே மௌனம் விழுந்தது. அவன் அவ்வப்போது பக்கவாட்டில் திரும்பி அவளைப் பார்த்துக்கொண்டே நடந்தான். அவள் முகத்தில் ரத்தம் குழம்பியிருந்தது. மூச்சு விடவே பயமாயிருந்தது.

"உங்க பாட்டு ரொம்பப் பிரமாதம்."

செந்தில் "ஏழு ஸ்வரங்களுக்குள்" என்று தொடங்கி அப்பாடலின் முதல் அடிகளை லேசான கீழ்க்குரலில் பாடினான். தன்னையறியாமல் சுகந்தி கூடவே அந்த மெட்டைத் தானும் 'ஹம்' செய்தாள். இரண்டு மெல்லிய குரல் இழைகள் சேர்ந்து ஒலித்தன. சட்டென்று ஏதோ ஒரு பெரிய இன்பத்தில் அதிர்ந்தவள் போல் அவள் அவனை நிமிர்ந்து பார்த்துவிட்டுப் புன்முறுவலித்தாள். பிறகு பாட்டுக் குரல்கள் அமுங்கின. யுவதியும் இளைஞனும் மௌனமாய் நடந்தபோது காலடிகள் மட்டுமே ஒத்த தாளலயத்தில் விழுந்தன.

பரஸ்பர வணக்கங்களுக்குப் பிறகு விருந்தினர்களை ஏற்றிக் கொண்டு ஜீப் புறப்பட்டது. அந்தக் காட்டுப் பிரதேசத்தின் சவுக்கு மரங்களைக் கடந்து தொலைவில் மாலைக் கதிரொளியில் வெளிர் மஞ்சளாய்ப் பளபளத்துப்கொண்டிருந்த 'ஸில்வர் ஓக்' இலைகளுக்கப்பால் மறைந்தது.

திடீரென்று சுகந்திக்கு உலகமே வெறுமையாகிவிட்டாற்போல் தெரிந்தது. எதிலும் அழகில்லை, சாரமில்லை. ஒரு பெரும் பாரம் அவள்மேல் வந்து கவிந்தது. புத்தாடைகளையும் தங்க நெக்லஸையும் திலக அலங்காரத்தையும் களைந்து எறிந்துவிட்டு அந்தப் பாரம் நீங்க அப்படியே உட்கார்ந்து இருளோடு இருளாகக் கரைந்து மறைந்து போய்விட வேண்டும்போல் இருந்தது.

விழிகளைத் திருப்பினாள். நடேசன் அவளையே பார்த்துக்கொண்டு நின்றிருந்தார். எப்போதையும் விட அதிகக் கிழவராய் அப்போது அவர் தெரிந்தார்.

சுகந்தியின் இதயத்தில் ஏதோ கூர்மையாய்ப் பாய்ந்தது. உதடுகள் துடித்தன. தாங்க முடியாத ஒரு குற்ற உணர்வின் துயரம் வந்து தாக்க அவள் முகத்தைக் கைகளால் மூடிக்கொண்டு அழத் தொடங்கினாள்.

நடேசன், அருகில் – வந்து அவள் முதுகைத் தட்டிக்கொடுத்தார். தோளை அணைத்துக்கொண்டார். அவள் தலையை மெல்லக் கோதி விட்டார்.

"அழாதே சுகி. தப்பு உன்னுது இல்லே, அழாதே..."

பொழுது சாய்ந்து இருள் பரவலாயிற்று. அவள் இன்னும் விசும்பிக் கொண்டே இருந்தாள். அவர் அவளைத் தேற்றிக்கொண்டே இருந்தார்.

கலைமகள், மே 1977

அவள் வீடு

அவன் வீட்டினுள் நுழைந்த பிறகும் அவள் வாசல் முகப்பிலேயே தயங்கி நின்றாள்.

"ஏன் அங்கேயே நிக்கறீங்க? உள்ளே வாங்க அண்ணி."

"எனக்கு... இப்போ கூட இது சரியில்லேன்னுதான் தோணுது. திரும்பிப் போயிடணும் போல இருக்குது."

"இதெல்லாம் நாம பேசி முடிச்ச விஷயங்கள். தீர்மானம் பண்ணப்புறம் பின் வாங்கக்கூடாது."

"நான்... நான் தீர்மானம் பண்ணினேனா? எனக்கே புரியலே..."

"சரி, நீங்களாய்ப் பண்ணலே, நான் தீர்மானத்தை உங்க மேல திணிச்சேன்னே வச்சிக்குங்க. எப்படியும் தீர்மானம்னு ஒண்ணு ஆகிப்போச்சில்ல? அதைச் சரியாய் நிறைவேத்த முடியுதா, இல்லையா அப்படின்னு முயற்சி கூடப் பண்ணிப் பார்க்காம, ஆரம்பத்திலேயே திரும்பிட்டா எப்படி? உள்ளே வாங்க. இது உங்க வீடு!"

வாணி தயங்கிக்கொண்டே வீட்டினுள் நுழைந்தாள்.

அவள் வீடு! உண்மைதானா அது?

இந்த இடங்களை, அறைகளை, ஃபர்னீச்சர் அமைப்புகளை, மாடிப் படிக்கட்டில் சிமென்ட் விளிம்பு சிறிது பெயர்ந்திருந்த முதல் படியை, சுழலும்போது லேசாய் ஆடிப் பயமெழுப்பும் இந்த ஹால் விசிறியை அவள் அறிவாள். இரண்டு வருஷப் பரிச்சயத்தினால் இவ்வீட்டின் முகமே அவளைக் குசலம் விசாரித்தது. இன்னும் மாடியிலுள்ள அந்த அறை, அதன் அந்தரங்கங்கள் – அவை அவள் இதயத்தினுள் உறைந்து போனவை.

எனினும்... அவள் வீடுதானா இது? இனியுமா?

டாக்சி வந்து நின்ற சப்தம் கேட்டு வெளியே விரைந்து வந்து "வாங்க சார்" என்று வரவேற்ற சமையற்காரர் கண்ணப்பன், வாணியைப் பார்த்ததும் அதிர்ந்து நின்றார்.

குமரன் மிகவும் இயல்பான தோரணையில், "பம்பாய்க்குப் போயிருந்தப்ப அண்ணியையும் பார்த்தேன். அழைச்சிட்டு வந்தேன். எங்க ரெண்டு பேருக்கும் காப்பி எடுத்து வர்ரீங்களா? டிபன் ஏதாவது பண்ணியிருந்தா அதுவும் கொண்டாங்க" என்றான்.

திகைத்துப் போய் நின்றிருந்த சமையற்காரர் மெள்ளச் சமாளித்துக் கொண்டார்.

"இதோ கொண்டு வரேன் ... பெரியம்மாவும் பெரியய்யாவும் ஊரில் இல்லே. திருப்பதிக்குப் போயிருக்காங்க. நாளைக்குத் தான் வருவாங்க ..."

வாணியை நேரே பார்த்துப் பேசாமலே, இதை அவளுக்காகவே சொன்னவர் 'அவர்கள் இல்லாதபோது இவள் இப்படி வந்து நிற்கிறாளே?' என்பது போல், தம் பேச்சுக்கு ஏதோ ஓர் எதிர் விளைவு அல்லது தொடர்ச்சியை எதிர்பார்த்தவராகப் பேச்சை நிறுத்தி விட்டு, குமரனைப் பார்த்தார்.

"அந்த விவரமெல்லாம் எனக்குத் தெரியும். நீங்க போய் டிபன் காப்பி எடுத்துட்டுவாங்க. அப்படியே பச்சையம்மாகிட்ட, அண்ணிக்கு மாடியில் அவங்களுடைய பழைய ரூமை ஒழிச்சுவச்சுத் தயார்ப் படுத்தச் சொல்லுங்க" என்ற குமரன், வெளி வராந்தாவுக்குச் சென்று ஒரு கையில் தன் பிரீஃப் கேஸையும், மற்றொன்றில் வாணியின் தோல் பெட்டியையும் எடுத்துக்கொண்டு ஹாலுக்கு வந்து, அவைகளை சுவரோரமாய் வைத்தான். வெறித்துப் பார்த்த சமையற்காரர் எதுவும் சொல்லாமல் உள்ளே போனார்.

"அவருக்கு இப்போ ஒரு ஹார்ட் அட்டாக் வரப் போகுது" என்றாள் வாணி குமரனிடம்.

"வரட்டும், சிலபேருக்கு ஹார்ட் அட்டாக் வந்துதான், ஹார்ட் இருக்குங்கறதையே ருசுப்படுத்த வேண்டியிருக்கு!"

"இவரே இப்படீன்னா உங்க அப்பா, அம்மா என்ன சொல் வாங்களோ?"

"தானே நாளைக்குத் தெரியுது!"

"உங்களுக்கு இருக்கற தைரியம் எனக்கு இல்லே."

"பாத் – ரூமுக்குப் போய்க் கைகால் கழுவிக்கிட்டு வாங்க, டிபன் சாப்பிடலாம். இல்லாட்டி ரயிலழுக்குப் போகக் குளிச்சிட்டே வரீங்களா?"

"நீங்க இன்னிக்கு ஆபீசுக்குப் போகணுமா?"

"ஆமாம். பாம்பே ஏஜன்ஸி பத்தின விவரமெல்லாம் கம்பெனிக்கு ரிப்போர்ட் பண்ணணுமில்லே?"

"நீங்களும் இல்லாம நான் இந்த வீட்லே ... இந்த ஆளுங்களோடு கூட ... அவங்களைப் பார்க்கற துணிவே எனக்கில்லே."

"இதோ டிபன் காப்பி வந்துட்டுது. நீங்க அப்புறமாத்தான் குளிக்கணும்."

குமரன் கைகால் கழுவி வரச் சென்றான். மேஜை மேல் டிபன் தட்டுகளை வைத்த சமையற்காரர் ஓரக் கண்ணால் வாணியைப் பார்த்து விட்டு, அவள் பார்த்ததும் தன் கண்களை விலக்கிக்கொண்டார். வாணிக்குத் தவிப்பு மிகுந்தது. சிரிக்க முயன்றவாறே "நல்லாயிருக் கீங்களா?" என்றாள்.

"ம்." அவர் உள்ளே போனார்.

மாடிப்படி அருகில் வேலைக்காரி நின்று தன்னையே கண் அகலப் பார்த்துக்கொண்டிருந்ததை வாணி கவனித்தாள்.

அந்தத் தீட்சண்யமான பார்வைக்கு முன் அவளால் புன்னகை செய்ய முயலக்கூட முடியவில்லை. ஒரு குற்றவாளி போல் தலை கவிழ்ந்து நின்றாள்.

குமரன் அறைக்குள் வந்தான். "பச்சையம்மா, என்ன சும்மா நின்னுட்டிருக்கே? முதல்லே மேலே போய் அண்ணன் அண்ணியுடைய பழைய ரூமை நல்லாப் பெருக்கித் தூசி தட்டி க்ளீன் பண்ணி வை. அதோ இருக்குதே அண்ணி ஸூட்கேஸ், அதையும் கொண்டு போய் அங்கே வை" என்று வேலைக்காரியிடம் சொல்லிவிட்டு, வாணியிடம், "நீங்க பாத் ரூமுக்குப் போயிட்டு வாங்க" என்றான். வாணி மௌனமாய் சென்றாள். அவள் முதுகையே மறையும் வரைப் பார்த்திருந்து விட்டு, குமரனையும் ஒரு தரம் விசித்திரமாய் நோக்கிய பின், வேலைக்காரி உதடுகளை இறுக்கிக் கொண்டு ஸூட்கேஸுடன் மாடிக்குச் சென்றாள்.

டிபன் காப்பி சாப்பிடும் போது வாணி பேசவே இல்லை. சமையற் காரரும் குமரனோடு மட்டும்தான் பேசினார்.

"அவர் என்னோட பேசவே இஷ்டப்படலே. நான் இருக்கறதைக் கண்டுக்கக் கூட இஷ்டப்படலே" என்றாள் வாணி.

"நீங்க வருவீங்கன்னு அவர் எதிர்பார்க்கலை. இல்லையா? அதுதான், தானே சரியாயிடும்." குமரன் போய்விட்டான்.

இது ... அவள் வீடா? அவள் வீடுதானா?

இந்த வீடு, இந்த இடங்கள் – அவளுக்கு எவ்வளவு பரிச்சயமானவை! இதோ இந்த மாடி அறையில் – இந்த 'அண்ணன் அண்ணியுடைய

பழைய ரூம்' – இதன் ஒவ்வொரு மூலையிலும் நினைவுகள் உயிர்த்து அந்தரங்கத்தின் மணம் கமழ்கிறதே! இப்போது அவள் ஒருத்திக்காகத் தயாரித்து வைத்துள்ள அறைதான். புடவைகள் மட்டும், ரவிக்கைகள் மட்டும், ஒற்றைப் பெட்டி மட்டும், ஒற்றைக் கட்டில் மட்டும். ஆனால் இதை இன்று அவள் அறையாக்கிய பழமையின் அலைகளின் மேல் அடித்து வருவது இரட்டை முகங்கள். புடவையும் வேட்டியுமாய். ஜோடிக் கட்டில்களாய். குங்குமச் சிமிழும் அதன் பக்கத்தில் சிகரெட் பாக்கெட்டுமாய் . . .

கலகலவென்று அவனுடைய இனிமையான சிரிப்பொலி திடீரென்று அறையெங்கும் பீரிட, அவள் திடுக்கிட்டு மயிர்க் கூச்செறிந்தாள்.

"வாணி! பொறுக்கிப் பொறுக்கி இந்த மக்குப் பெண்ணுக்குப் இப்படிப் பேர் வச்சாங்களே!" – கேலியுடன் உயிர்க்கும் கொஞ்சல், காதோரம் உரசும் முகம்.

இரண்டு வருஷங்கள்தானா? இரண்டே இரண்டு வருஷங்கள்தானா? பல அமரங்கள் ஒரு நொடிக்குள் அடங்கி விடும் அதிசயம் இப்போது புரிந்தது. இல்லாவிட்டால் அந்த இரண்டாண்டுகளுக்கு முன்பு இருபது ஆண்டுகள். அதற்குப் பிறகு ஐந்து ஆண்டுகள். இவற்றின் பரப்பில் முழுகி இருக்குமிடம் தெரியாமல் போக வேண்டிய அந்தக் கேவலம் இரண்டே ஆண்டுகள் – இப்படி ஒரு தனிப் பிரம்மாண்டமாய் – அவளையும் இந்த அறையையும் கணப்பொழுதில் நிறைத்துக்கொண்டு, மூச்சு முட்டச் செய்யுமா?

அவள் கட்டிலில் குப்புறப் படுத்துக்கொண்டு விம்மினாள். தனக்காக, அவனுக்காக, அவர்கள் இழந்த எல்லாவற்றுக்காக.

ஒருவாறு கடைசியில் நிமிர்ந்தபோது கண்ணீர் தானாக வற்றி விட்டது. தன்னைச் சுற்றிலும் பார்த்தாள். ஜோடி ஜோடியாய் அழகுகள் மலர்ந்திருந்த அறை இப்போது ஒற்றையாய் வெளிறிப் போய்க் காட்சி அளித்தது. சேலைகள் மட்டும், ரவிக்கைகள் மட்டும். இங்கு கோட் ஸ்டாண்டில் இப்போது வேட்டியோ சட்டையோ சராயோ தொங்கவில்லை. இங்கு இப்போது சிகரெட் பாக்கெட்டும் இல்லை; குங்குமச் சிமிழும் இல்லே!

பின்னே அவள் மட்டும் எப்படி இருக்கலாம்? இந்தக் கேள்வி தானே சமையற்காரர் கண்களில், வேலைக்காரி கண்களில்? அவர்கள் மௌனத்தில்? அவர்கள் ஒதுக்கத்தில்?

நாளைக்கு மாமனாரும் மாமியாரும் வந்த பிறகு ஒலிக்கப் போவதும் இதே கேள்வி தானே?

'நீ ஏன் இங்கு வந்தாய்? உனக்கு இங்கே என்ன வேலை?'

குமரனுக்கு மட்டும்தான் புரியவில்லையா? இல்லையில்லை! அவன் அந்தக் கேள்வியைவிட உயர்ந்துவிட்டான். கணவனோடு

இன்பமாய் வாழ்ந்திருந்த காலத்தில் வீட்டினுள் வளைய வரும் பல நிழல்களில் ஒன்றாய்க் கருதிய அந்தச் சாதாரணக் கொழுந்தப் பிள்ளை, இப்படி ஒரு நாள் மனிதாகாரமாய் வளர்ந்த ஓர் உள்ளமாக வெளிப்பட்டு, அவளுக்குத் தேறுதல் கூறி அடைக்கலம் தரக்கூடியவன் என்று அவள் கற்பனையாகிலும் செய்திருப்பாளா?

அடைக்கலம்தான்! வேறென்ன?

'கவலைப்படாதீங்க, உங்களை நான் அழைச்சிட்டுப் போயிடறேன்' என்று அவன் சொன்னபோது, நடைமுறை சிக்கல்களெல்லாம் நினைவுக்கு வருமுன் – அவளுக்கு முதல் கணத்தில் உணர்வானது தூய ஆறுதல்தானே? அதையும் அவன் அடைக்கலமென்பதாகக் கூறவில்லை. தன் கொடையை அவள் உரிமையாக்கினான். 'அது உங்க வீடு' என்றான். எத்தகைய இதயப்பரிமாணத்தில் பிறக்கும் வார்த்தைகள் அவை! அவள் சிலிர்த்துத் தான் போனாள்.

'சனியனே, ஏன் எதிரே வந்து தொலைக்கறே?', 'எங்கேயோ ஒரு மனுஷன் லாரியிலே மோதிச் செத்தால் நம்ம தலையிலா வந்து விடியணும்?', 'துணியெல்லாம் அப்படியே போர் போராக் குவிஞ்சு கெடக்குதே, தோய்க்காம பட்ட பகல்ல பிரேதமாட்டம் தூங்கிட்டுக் கெடந்தியானா வீடு உருப்படுமா?" என்பது போன்றவையும் வார்த்தைகள், 'அது உங்க வீடு' என்பதும் வார்த்தைகளா? வெட்ட வெளிக் காற்று மூங்கிலில் புகுந்ததும் சுநாதமாகி விடும் உருமாற்றமா இதுவும்?

ஆனால் முதல் நிம்மதி கடந்ததுமே அது இயலாத காரியமென்று தோன்றி அவள் வர மறுத்தாள். தடைகள் எழுப்பினாள். நிலைமை எத்தனை நெருடலுக்கு உட்படும் என்று எடுத்துக் காட்டினாள். குமரனின் உறுதி தளரவே இல்லை. அவன் தீர்மானம் வென்றது அழைத்து வந்துவிட்டான்.

இறுதி வரை வெல்வானா?

பூகம்பம் இனிதானே வெடிக்கப் போகிறது?

நாளைக்கு!

மாடிப்படிகளில் அடியோசை கேட்டது. தன்னையறியாமல் அவள் சுருங்கிக் கொண்டாள். எழுந்து கதவை உட்புறம் தாளிட்டுக்கொள்ளக் கை பரபரத்தது. சே, என்ன பயம்! இப்படியே போனால் முடிவில்லை... அவள் திடமாக எழுந்து வெளியே வந்தாள். மாடிப்படிகளின் மேல் நிலையில் நின்று அவள் அறைப் பக்கமே வெறித்துக்கொண்டிருந்த வேலைக்காரி, அவளைக் கண்டதும் சட்டென்று ஒரு துணியால் படிக்கட்டுக் கைப்பிடியைத் துடைக்கலானாள்.

"என்ன பச்சையம்மா. எப்படி இருக்கிறே? நாள் முடிய வேலையா? என் கூடப் பேசவே நேரம் கிடைக்கலையே உனக்கு?" என்றாள் வாணி சற்று அதிகமாகவே புன்னகை செய்து.

ஆர். சூடாமணி

"ஆமாங்க. இன்னும் கீழே போய் வாசல் கூட்டணம்."

"உன் பெண்ணுக்குக் கல்யாணம் செய்யணும்னு சொல்லிட்டிருந்தியே. ஆயிடிச்சா?"

"பரிசம் போட்டாயிடிச்சு."

"ரொம்ப சந்தோஷம். பையன் இந்த ஊர்தானா?"

"செஞ்சிப் பக்கம். பெரியம்மாவும் ஐயாவும் ஊர்லே இல்லை. நாளைக்கு வராங்க."

"தெரியுமே! அவங்கதான் வருஷா வருஷம் இந்த மாசத்தில் சாமி கும்பிடத் திருப்பதி போவாங்களே! எனக்குத் தெரியாதா? 'அவங்க எட்டாந் தேதி திரும்பறாங்க, என் டூர் முன்னாலேயே முடிஞ்சு போகுது. நாம ஏழாந்தேதியே மெட்ராஸ் போய்ச் சேர்ந்துடுவோம்' – அப்படின்னு குமரய்யா சொன்னாரு" என்றாள் வாணி, பிடிவாதமான கலகலப்புடன்.

"உங்க வூட்ல அல்லாரும் நல்லாயிருக்காங்களா?"

'உங்க வூட்ல!'

"உம்."

"உங்கண்ணன், அண்ணி, அவங்க பிள்ளைங்க?"

"நல்லாயிருக்காங்க."

"இங்க ஒரு பத்து நாள் இருப்பீங்களா?"

வாணி கண்களை விலக்கிக் கொண்டாள்.

முகத்தில் வலிய வரவழைத்திருந்த கலகலப்பு மறைந்தது.

"என்னோடப் பேசிட்டிருந்தா உன் வேலை கெட்டுப் போறது. பாவம் நீ போய் வாசலைக் கூட்டு."

வேலைக்காரி கீழே போய் விட்டுக் கையில் தேநீர்க் கோப்பையுடன் மறுபடியும் வந்தாள். சுவரை வெறித்துக்கொண்டே நின்றிருந்த வாணி இன்னும் அங்கிருந்து அசையவில்லை.

"உங்களுக்கு டீ கொடுத்தனுப்பியிருக்காரு சமையல்காரய்யா,"

கோப்பையை அங்கேயே ஒரு முக்காலி மேல் வைத்து விட்டு அவள் வேறு பேச்சின்றி இறங்கிப் போனாள்.

வாணி அதிர்ந்து திரும்பினாள். ஒரு பகல் பொழுது முழுவதையும் அவள் இங்கு கழித்திருக்கிறாள். ஆனால் வீட்டு ஆட்கள் அவளை ஒரு பொருட்டாகவே எண்ணவில்லை.

அவளை மீண்டும் பயம் பற்றிக்கொண்டது. இங்கு இனி அவளுக்கு ஏது இடம்? குமரன் ஒருவனின் நல்லெண்ணத்தை மட்டும் துணை கொண்டு அவள் தாக்குப் பிடிக்க முடியுமா? அவனையே இங்கு எடுத்து எறிந்து விடுவார்கள். அவன் உயரத்துக்கு இந்த வாமன உலகில் இடமில்லை.

கிளம்பிவிட வேண்டியதுதான்!

உடலின் ஒவ்வொரு அணுவும் 'வேண்டாம் வேண்டாம்' என்று கதறியது.

அவளுக்கு மட்டும் படிப்பு இருந்திருந்தால்? எஸ்.எஸ்.எல்.ஸி. ஃபெய்ல். கைத்திறமைகளும் கிடையாது. (என் மக்கு வாணி! நல்ல பேர் வெச்சாங்க.) சிறு வயதில் தையல் கலையில் ஆர்வம் இருந்தது. அதை முறையாய் வளர்த்துக் கொண்டிருந்தாலாவது இன்று பிறர் கையை எதிர்பார்க்காமல் சுதந்திரமாய் இருந்திருக்கலாம். தன்னை யார் காப்பாற்றுவார்கள் என்று கவலைப்பட வேண்டாம்.

தேநீர் ஆறிக்கொண்டிருந்தது. அவளுக்குப் பசிக்கவில்லை.

மறுநாள் எதிர்பார்த்த பூகம்பம் வெடித்தது. திருப்பதி கோவில் லட்டுப் பிரசாதத்துடன் "குமரு நேத்தே பாம்பேலேர்ந்து வந்திருப்பானே? இந்தா தம்பி, சாமி பிரசாதம்" என்று சொல்லிக்கொண்டு வீடு சேர்ந்த வீட்டுக்கார தம்பதி, மருமகளைப் பார்த்ததுமே திடுக்கிட்டு நின்றுவிட்டார்கள். பிறகு குமரன் பேசப் பேச அவர்கள் திகைப்பும் சினமும் அதிகரித்தன. நாள் முழுவதும் விவாதங்கள்தான். வாணி மூலைகளில் பதுங்கிப் பதுங்கி நின்றாள். பெரியவர்கள் அவளை இன்னொரு கிரகத்திலிருந்து வந்தவளைப் பார்ப்பது போல் பார்த்தார்கள்.

"அம்மா வாணி, நீ இங்கே தங்கி என்னம்மா செய்யப் போறே? புருஷன் செத்தப்பறம் புகுந்த வீட்டில இருக்கறது உனக்கும் மனசுக்குக் கஷ்டம்தான். பிறந்த வீடு தான் கொஞ்சமானும் மனசுக்கு ஆறுதலாயிருக்கும். வந்தது வந்துட்டே, ரெண்டு நாள் இருந்து, ரயில் அலுப்பு தீர்ந்ததும் நல்லபடியா ஊருக்குப் போய்ச் சேர்" என்று அவர்கள் சொன்னபோது, அவளுடைய மரத்துப் போன மனத்தில் எந்த உணர்ச்சியுமே எழவில்லை. 'வேலைக்காரி கூடப் பத்து நாள் அனுமதித்தாள்; இவர்கள் எனக்குத் தருவது இரண்டு நாள்தான்' என்ற எண்ணம் ஒரு வேடிக்கை போல் எங்கோ எட்ட மிதந்து மறைந்தது.

"என்னமோ பாவம், இருந்து வாழ வேண்டிய இடம்தான். அதிருஷ்டம்தான் இப்படி இருக்குதே! யாரை நொந்து என்ன செய்ய? உனக்கு இங்கே மனசு ஒருநாளும் தரிக்காது" என்று மாமியார் முத்தாய்ப்பு வைத்தாள்.

அதன் தொடர்ச்சி மாடியில் குமரனின் விவாதமாக எதிரொலித்தது. கீழே வாணியின் காதில் எல்லாம் விழுந்தது.

“அண்ணிக்கு மனசு தரிக்காதுன்னு நீங்களாக ஏம்மா தீர்மானிக் கறீங்க? உங்களுக்கு அவங்க பாரமாத் தோணுது, அது தானே? மகன் போனப்புறம் மருமக ஒரு தொந்தரவுன்னு நினைக்கறீங்க?”

“உளறாதேடா குமரா. உனக்கு அறிவு இருக்குதா? உலக ஞானம் ஏதானும் இருக்குதா? உன் அண்ணன் போனதுமே இவளோட நமக்குப் பந்தமும் போயிடிச்சு ...”

“ஏன்? எதுக்குப் போகணும்? செத்தவனோடு பந்தம் போகவே போகலேன்னு ஒரு பெண்ணை ஆயுசுக்கும் அலங்கோலமாய் நசுக் கறாங்களே. அப்போ அந்தப் பந்தத்தைப் புகுந்த வீட்டுக்காரங்க மட்டும் உதறி எறிஞ்சிடறது என்ன நியாயம்?”

“அவன் உயிரோடு இல்லை. அவ விதவை!”

“என் அண்ணனுடைய விதவைதான்! அன்னியமில்லே. அவன் கட்டின தாலியைத்தான் அவங்க இழந்திருக்காங்க. அந்தச் சம்பந்தம் நமக்கும் இருக்குது. அவன் நிறைவேத்த முடியாமல் போயிட்ட கடமையை – அவங்களைப் பார்த்துக்க வேண்டிய பொறுப்பை – நாம் ஏத்துக்கறது முறைதான், ஏதும் தப்பில்லே. விதவையாயிட்டால் ஒரு பெண் பிறந்த வீட்டுக்குத் திரும்பிப் போயிடணும்னு என்ன சாஸ்திரம்?”

“அதைத்தாண்டா ஒரு பெண் விரும்புவா. இது ஏன் உனக்குப் புரியலே? புகுந்த வீடுங்கற உறவே ஒருத்திக்குப் புருஷனாலத்தான் வருது. அவன் போனப்புறம் அவளுக்கு அங்கே என்ன ஒட்டுதல் இருக்க முடியும்? குழந்தைங்க இருந்தாலும் ஏதோ ஒரு சம்பந்தம். அதுவும் இல்லாதப்ப ...”

“குழந்தைங்க இல்லாத போனால் ஒருவன் மனைவிங்கற உறவே இல்லைன்னு சொல்லிடுவானா? அதே மாதிரி. அவங்க இந்த வீட்டு மருமகள் என்கிற உறவு குழந்தை இல்லாததால் எப்படிம்மா மாறிடும்?”

“நல்லா கூத்தடிக்கிறேடா? வேலை விஷயமாய் பம்பாய்க்குப் போனானாம் அண்ணியைப் போய்ப் பார்த்துட்டு வரலாம்னு தோணிச்சாம். போனவன் நீ இனிமே எங்களோடயே இருக்கலாம்னு சொல்லி கையோட ஊருக்கு அழைச்சிட்டு வந்துட்டானாம். எங்கே யானும் உண்டா இப்படி?”

“அப்போ சரி. நான் இந்த வீட்டைவிட்டுப் போய் தனியா ஒரு இடம் பார்த்துகிட்டு அண்ணியை அங்கே வச்சுக் காப்பாத்தறேன்.”

கீழே ஹாலில் பெட்டியோடு உட்கார்ந்திருந்த வாணி சட்டென்று தலை நிமிர்ந்து மாடிப் பக்கம் வெறித்தாள்.

“என்னடா உளர்றே? நீ சின்னப் பையன், அவளுக்கும் விடிய விடிய இருபத்தேழு வயசுதான் ஆகுது. தனியாய் அவளோடு போய் இருந்தியானா ஊர் உலகம் என்ன சொல்லும்?”

"என்ன வேணும்னாலும் சொல்லிக்கட்டும். நீங்க அவங்களை வச்சுக்கச் சம்மதிக்காட்டி நான் அப்படித்தான் செய்யப் போறேன்."

"டே குமரா!"

"அம்மா! அப்பா!" குமரனின் பார்வை நெகிழ்ந்தது. ஓர் ஆழ்ந்த சோகம் இழையிட அவன் கூறினான். "கல்யாணம்னா கடைசியில் என்ன? புருஷன் – பெண்டாட்டி என்கிற ஜோடி வாழ்க்கையைத் தவிர, இன்னொரு அர்த்தமும் இருக்குதில்லையா? ஒரு சம்பந்தம் ஏற்பட்டப்புறம் ஒரு பையனுக்கும் சரி, ஒரு பெண்ணுக்கும் சரி, தன் குடும்பத்தையும் தன் வீட்டையும் தவிர, இன்னொரு குடும்பமும் இன்னொரு வீடும் கிடைச்சு, அவங்க வாழ்வு விரிவடையுது. இப்படின்னும் கல்யாணத்துக்கு அர்த்தம் இல்லையா? இருக்க வேணாமா? என்னிக்கு அண்ணி இந்த வீட்டு மருமகளாய் இங்கே வந்தாங்களோ, இந்த இடத்தைச் சேர்ந்தவங்களாயிட்டாங்க. அதுக்கப் புறம் அண்ணன் உயிரோடு இருந்தாலும் இல்லாமப் போனாலும், பிறந்த வீடு மாதிரியே இதுவும் அவங்க வீடுதான்! இங்கே அவங்களுக்கு இடமில்லேன்னா நான் வெளியே போறதிலும் தப்பில்லே."

வாணி மௌனமாய் அழ ஆரம்பித்தாள். பிறகு எழுந்து ஸூட் – கேஸை எடுத்துக்கொண்டு வெளி கேட்டை நோக்கி நடக்கத் தொடங்கினாள். பெற்றோரிடம் பேசி விட்டு ஆவேசமாய்க் கீழே இறங்கி, "அண்ணி! அண்ணி!" என்று அழைத்த குமரன் அவளைக் காணாமல் திடுக்கிட்டு, பிறகு வெளியேறும் உருவத்தைப் பார்த்துவிட்டு அவள் பின்னால் ஓடி வந்தான்.

"நில்லுங்க அண்ணி! நானும் என் சாமான்களை எடுத்துக்கறேன். ஒரு டாக்ஸி வச்சுக்கிட்டு ரெண்டு பேருமாவே ஏதானும் ஹோட்டலுக்கு முதல்லே போயிடலாம்..."

"இல்லே... நான் போறேன். எனக்காக நீங்க எடுத்துக்கிட்ட முயற்சி... ஆனா பெரியவங்க பேச்சை மீற வேணாம்."

"அண்ணி." அவன் மிக நிதானமாய்ப் பேசினான். "கொஞ்சம் நின்னு நான் சொல்றதைக் காதில் வாங்கிக்குங்க. அப்புறம் போகணும்னா போங்க."

அவள் கண்ணைத் துடைத்துக்கொண்டு நின்று அவன் முகத்தை ஏறிட்டுப் பார்த்தாள்.

"வாழ்க்கை ரொம்ப அருமையான பொருள்னு நான் நினைக்கிறேன் அண்ணி. ஆனா கஷ்டங்களும் தீமைகளும் மரணங்களும் அதைச் சுத்திக்கிட்டே இருக்குது. அதுங்களையெல்லாம் மீறிக்கிட்டு நல்லதை எடுத்துக்க முடியறதுதான் வாழ்க்கைக்கு நாம் காட்டக் கூடிய நன்றி."

சிறிது நேர மௌனத்தில் வாணி அவன் முகத்திலிருந்து கண்களை விலக்கவில்லை.

"நல்லது என்கிற போது, வாழ்க்கையில் எல்லாத்தையும்விட பெரிய நல்லது மனுஷங்க ஒருத்தர்கிட்ட ஒருத்தர் காட்டக்கூடிய பாசமும் அன்பும்தான். எல்லா சந்தர்ப்பமுமே கடைசியில் அன்புக்கு ஒரு வியாஜம்தான் அண்ணி! நம்ம ரெண்டு பேர் குடும்பமும் ஒண்ணையொண்ணு தெரிஞ்சுக்க. நீங்க என் அண்ணனைக் கல்யாணம் செஞ்சுக்கிட்டது ஒரு சந்தர்ப்பமாச்சு. அது வியாஜம். அவ்வளவுதான். அதிலிருந்து பரஸ்பரம் ஒருத்தர்கிட்ட ஒருத்தருக்கு ஏற்படற அன்பு. மனுஷங்க என்கிற அடிப்படையில் தான் ஏற்படுது. புருஷன் பெண்டாண்டி கூட முதல் கவர்ச்சியெல்லாம் ஆன பிறகு, கடைசியில் ஒருத்தரையொருத்தர் மனுஷங்களாய் மதிச்சு அன்பு செய்யற போதுதான் அன்புக்கே அர்த்தம் வருது. இல்லையா? எல்லா உறவுகளுமே அடிப்படையில் அப்படித்தானே?"

வாணி பேசவில்லை.

"நீங்க என் அண்ணிங்கற காரணமாய், நான் உங்க கொழுந்தன்கிற காரணமாய், நமக்கு அறிமுகமாச்சு. ஆனா இப்போ நாம் ரெண்டு மனுஷங்க, அவ்வளவுதான். உங்க கஷ்டத்தில் உங்களுக்கு என்னாலான உதவியைச் செய்யணும்னு நான் துடிக்கிறது அந்த மனுஷத்தனத்தினாலே ஏற்படற பாச உணர்ச்சியால்தான். மனித அன்பு என்கிறது வந்தப்புறம் எந்தக் காரணமாய் முதல்லே சம்பந்தம் தோணிச்சு, யாருக்கு யார் என்ன உறவு என்கிறதெல்லாம் அநாவசியமாயிடுது. நீங்க விதவை என்கிறதோ, புருஷன் போனப்புறம் ஒரு பெண்ணுக்குப் புக்ககத்தில் இடம் இருக்குதா இல்லையா என்கிற மாதிரி கேள்விகளோ, இந்தக் கட்டத்திலே அர்த்தமில்லாதது. மனுஷத்தனத்தின் பேரால், வாழ்க்கையில் கடைசியில் ஒரே சாராம்சமாய் நீடிக்கிற மனுஷ அன்பின் பேரால், உங்களை என் பாதுகாப்பில் வச்சு ஆறுதல் தரணும்னு இஷ்டப்படுறேன். இதுக்கு மேலே பெரிசு படுத்த இதில் ஒண்ணுமில்லே. அன்பு என்கிறதே அபத்தம்னு நினைக்கிற பட்சத்தில் நீங்க போகலாம். அப்படி இல்லேன்னா நான் சொல்றதை ஏத்துக்குங்க."

அவள் பேசவில்லை. உதடுகள் துடித்தன.

"வீடு பார்த்து உங்களை வச்சிட்டு, அப்புறம் உங்களை என்னமோ என்னிக்கும் எனக்குச் சமைச்சுப் போடச் சொல்லிகிட்டு இருப்பேன்னு பயந்துடாதீங்க! நீங்க இஷ்டப்பட்டால் படிச்சு பிரைவேட்டா மெட்ரிக் எழுதலாம். இல்லே வேற ஏதானும் துறையிலே ஆசை இருந்தால் அதைச் செய்யலாம். சுதந்திரமாய் வாழற தகுதியைச் சம்பாதிச்சுக்குங்க. அதுக்கு என்னாலானதைச் செய்யறேன். அதுக்கப்புறமும் நீங்க எனக்கு ஒரு கப் காப்பி போட்டுக் கொடுத்தாலும் வேணாம்னு சொல்லிட மாட்டேன்!"

அவள் உதடுகளில் புன்னகை நெளிந்தது. கண்கள் லேசாய்த் ததும்பின.

தனிமைத் தளிர் ❦ 329 ❧

"என்ன சொல்றீங்க அண்ணி? தனியாத்தான் போகப் போறீங்களா. இல்லே கொஞ்சம் நின்னு நானும் என் சாமான்களைக் கட்டிக்கிட்டு டாக்ஸி கொண்டுவர வரைக்கும் காத்திருக்கீங்களா?"

ஒரு மனிதத் தன்மையின் அன்பு எதிர்ப்படும் போது அதை ஏற்றுக்கொள்ளும் அன்பில் கூடவா அவள் குறை வைப்பது?

"சரி தம்பி, நீ சொல்றபடியே செய்யறேன்" என்றாள் அமைதியாக.

அவன் சிறு பையன் போல் குதூகலமாய்ச் சிரித்தான். அதே சமயம். மகன் வீட்டைவிட்டுப் போய்விடப் போகிறானே என்ற பயத்தினால் அவன் தாய் மாடி பால்கனியில் வந்து நின்று. "வாணி! இருட்டிப் போகுதேம்மா! குமருவையும் அழைச்சுக்கிட்டு உன் வீட்டுக்குள்ளே வா" என்று அன்புடன் அழைக்கும் குரல் கேட்டது!

மங்கை, 15.5.1977

தனிமைத் தளிர்

பிரபஞ்சம் அனைத்திலும் தன்னந்தனியளாய் ஒரு சிறுமி; பாட்டி வீட்டின் பெரிய தோட்டத்து மா, கொய்யா, மகிழ மரங்களின் நிழலில் நின்று நின்று பூமியிலும் வானத்திலும் தனிமையைத் துழாவிக்கொண்டிருக்கும் சிறுமி.

"அடி கண்ணகி, ஸ்கூல்லேந்து வந்து எத்தனை நேரமாவுது? உள்ளே வந்து ஸ்கூல் துணிகளை மாத்திட்டுப் பாலைக் குடிச்சிட்டுப் போவியா; வா வா" என்று அதிகாரமாய் ஒலித்தது, பாட்டியின் குரல். அதிகாரத்தின் இடையிலும் பாசம் இழைவது கண்ணகிக்குத் தெரியும். எனினும் அது தனிமையை மாற்றவில்லை.

பள்ளிச் சீருடையைக் களைந்து விட்டு வீட்டு உடுப்புகளை அணிந்து சிற்றுண்டியும் பாலும் உட்கொண்ட பின், மாடிப்படி வளைவில் உட்கார்ந்து பள்ளிப் பாடங்களைப் படித்தான பின், பாட்டியிடம் கதை கேட்டபின், சாப்பிட்டபின், உறங்கிய பின், கண்விழித்தபின், பள்ளிக்குச் சென்ற பின், திரும்பி வந்தபின் . . . எல்லாவற்றிலும் எஞ்சி நின்றது அந்தத் தனிமை ஒன்றுதான்.

விடியற்காலையின் குளிர்ந்த பறவையொலிகள். மாமர மறைவிலிருந்து குயிலின் இனிய கூவல். விண்ணுக்கும் மண்ணுக்கும் இடைவெளி புரியாத அடர்ந்த மழை பெய்து ஓய்ந்த பின் மா இலைகளிலிருந்து சொட்டும் வைரப் பொறி நீர்த்துளிகள். அனல் தணிந்த அந்திவானில் மீண்டும் தீயாய்ப் பற்றும் அஸ்தமன நிறப் பீறல்கள் – இவற்றையெல்லாம் பார்த்த போது அடிமனத்தில் கண நேரம் உவகை கிளர்ந்தெழ, யாருடனாவது அந்த இன்பத்தைப் பகிர்ந்துகொள்ள உந்தும் மனநிலையோடு திரும்புகையில் – யாரோடு? தாத்தா? பாட்டி? வேலையாட்கள்? பள்ளித்தோழிகள்? இல்லை இல்லை, அவர்கள் யாருக்கும் அர்த்தமே இல்லை. அவர்கள் அவளுக்குத் துணை அல்ல. கணப் போது மறந்திருந்த தனிமை மீண்டும் பேயாய்க் கிளம்பி அவள் பார்த்திருந்த அந்த அழகுகளிலெல்லாம் புகுந்துவிடும்.

வாசலில், "ஸார், போஸ்ட்!" என்ற சொற்கள் ஒலித்தால் முதலில் அவள் ஓடிவந்து நிற்பாள். தபால்காரர் நீட்டும் கடிதங்களின் மேல் முகவரிகளை எழுதிய கையெழுத்தைக் கண்கள் கவ்வும்.

"என்ன பாப்பா, உனக்கு எதுனாச்சும் கடுதாசி வந்திருக்குதான்னு பார்க்க வந்தியா? இந்த வயசிலே என்ன லவ் லெட்டர் வரப்போகுது உனக்கு?" என்று வயதான சலுகையின் பேரில் தபால்காரர் பரிகாசம் செய்வார். கண்ணகி அசையமாட்டாள். கண்கள் அந்த உறைகளின் மேலேயே அப்பியிருக்கும். சில நாட்கள் அவை உடனே வாடிவிடும். வேறு சில நாட்கள், தேடிய கையெழுத்தைக் கண்டுவிடும்போது, உயிர்கொண்டு சிலிர்த்தெழும். கடிதங்களை வாங்கிப்போகும் பாட்டியையோ தாத்தாவையோ சுற்றிக்கொண்டே இருப்பாள்.

"என்னடி பொண்ணு, சுணங்கிச் சுணங்கி நிக்கறே? ஸ்கூலுக்கு நேரமாகலையா?"

"இதோ போறேன்."

காலங்காலமாய்க் காத்திருக்கும் ஒரு தவம். 'இந்தா, உனக்கும் ஒரு கடுதாசி இருக்குது' என்று தமக்கு வந்த கடிதத்தோடு கங்காரு வயிற்றுக் குட்டிபோல் வைக்கப்பட்டிருக்கும் மற்றொரு துண்டுக் காகிதத்தை அவர்கள் எடுத்துத் தரமாட்டார்களா?

"கருக்கல்லிலேயே எழுந்திருச்சிடறே. அப்பவேருந்து சோம்பிச் சோம்பி நின்னுட்டிருந்தா என்ன அர்த்தம்? சீக்கிரமா தயாரானால் நேரத்தோடு ஸ்கூலுக்குப் போகலாமில்ல? உன் பாட்டி எப்பவோ சமைச்சு முடிச்சாயிடறது. நீயானா, தலை சீவிக்கவே அவளண்டை நிதானமா எட்டு மணிக்கு வர்ரே" என்று தாத்தா கோபிப்பார்.

அவள் வாய் திறக்காமல் பள்ளிக்கு ஆயத்தமாவாள்.

"கண்ணகி!"

"என்ன பாட்டி?" குப்பென்று குரலில் ஆவல் எழ ஓடிவருவாள். இதயம் படபடக்கும். கை நீள்வதற்குத் துடிக்கும். அடக்கிக் கொள்வாள். 'இந்தா, உனக்கு ஒரு லெட்டர்' என்ற பிறகுதான் கையை நீட்ட வேண்டும்.

"காலையிலே பல் விளக்கினப்புறம் போர்ன்விட்டாவைக் குடிக்காம அப்படியே வச்சிட்டியே. இத்தனை மறதியா? சாப்பிட மறப்பியான்னு பேச்சுக்குக் கேட்பாங்க. நீயானா நிஜமாவே சாப்பிட மறந்துடறே. சாப்பாட்டுக்கு மேலே இப்ப அதையும் குடிச்சுட்டுத்தான் போகணும்."

முகம் முறிந்துபோக, புத்தகப் பையுடன் பள்ளி செல்லும்போது மீண்டும் அந்தத் தனிமைதான் நிழலாகக் கூடவே வரும்.

சில நாட்கள் தாத்தாவும் பாட்டியும் ஒருவரோடொருவர் பேசிக்கொள்வது கேட்கும்.

"வேணிகிட்டேருந்து காகிதம் வந்திருக்குது."

"என்ன எழுதியிருக்கறா?"

"மருமகப் பிள்ளைக்கு உடம்பு சரியில்லாம இருந்து..."

"ஐயையோ!"

"அதுக்குள்ள பதறிப் போயிடறயே! இப்போ நல்லா குணமாயிடுச்சாம்."

"என்ன உடம்பாம்?"

"ரெண்டு மாசமா விடாம இருமலாம். டி.பி. கி.பி.ன்னு ஏதானும் இருந்துடப் போகுதேன்னு கவலைப்பட்டிருக்காங்க. நல்ல வேளை, அதெல்லாம் இல்லையாம்! ஏதோ சாதாரண இருமல்தான்."

"இப்போ பூரா சரியாயிடிச்சில்ல?"

"பூரா குணந்தான்."

"இன்னும் என்ன எழுதியிருக்கறா?"

"ஒண்ணுமில்லே. நீங்களெல்லாம் சௌக்கியமான்னு வழக்கம்போல ஒரு வரி எழுதி முடிச்சிருக்கறா. திரும்பித் திரும்பி எழுத என்ன விஷயம் இருக்குது? இந்த மாதிரி ஏதானும் செய்தியின்னு இருந்தால் தானே வேணி லெட்டரே போடறா?"

"அது சரி. கண்ணகியைப் பத்தி விசாரிச்சு எதுனாச்சும் எழுதி யிருக்காளா?"

"விசாரிக்க என்ன இருக்குது? குழந்தையை நாம் நல்லாப் பார்த்துப் போம்னுதான் அவளுக்கே தெரியுமே!"

"இருந்தாலும்கூட, குழந்தைக்குன்னு ஒரு வரி எழுதினாளோன்னு கேட்டேன்."

"எல்லாரும் சௌக்கியமான்னு கேட்டிருக்கிறாளில்ல? அதில் குழந்தையும் அடக்கந்தானே?"

தனிமைப் பூதத்துக்கு அன்று பத்துத் தலைகள் கூடிவிடும்.

எப்போதாவது ஒரு சமயம், "கண்ணகி எப்படி இருக்குதுன்னு விசாரிச்சிருக்கறா" அல்லது, "கண்ணகி பரீட்சையில் நல்லா எழுதி யிருக்குதான்னு கேட்டிருக்கறா" என்பது போல் ஒரு பேச்சுக் காதில் விழும். பாட்டியே அது போன்ற செய்தியை அவளிடம் வந்து சொல்வாள். "உன்னை விசாரிச்சு எழுதியிருக்கறா உன் அம்மா" என்று தெரிவிக்கும் போது பாட்டியின் குரலும் கண்களும் ஏதோ வகையில் அதிக மென்மையாய் இருக்கும். பாட்டியின் ஆழ்ந்த பார்வை அவள் இதயத்தினுள்ளேயே பிரவேசித்துவிட்டாற் போல் நீர் மல்கிப் போகும். "ம்" என்று விறைப்பாய்ச் சொல்லிவிட்டுக் கண்ணகி ஓடிப்போய் மகிழ மரத்தடியின் தனிமையில் உட்கார்ந்துகொண்டு அந்தச் சொற்களின் இனிமையில் மூழ்கிவிடும்போது பாட்டி வெகு நேரம் வரை அவளை அழைக்காமலே இருப்பாள்.

"தாத்தா பாட்டியோட இருக்கேன்னு சொல்றியே, உனக்கு அப்பா அம்மா இல்லையா?"

"இருக்காங்க."

"ஓ!"

"எங்கே?"

"நாக்பூர்ல."

"அது பெரிய பட்டணமாச்சே. நல்ல ஸ்கூலெல்லாம் இருக்குமே."

"ம்."

"பின்னே? நிறையக் குழந்தைங்களா உங்கப்பா அம்மாவுக்கு?"

"இல்லே. நான் மட்டுந்தான்."

"அப்படின்னா அம்மாவுக்கு உடம்பு கிடம்பு சரியில்லையா?"

"இல்லியே, நல்லாயிருக்காங்களே!, எங்கம்மா குண்டா, சிவப்பா, அழகாயிருப்பாங்க."

"உங்கப்பா என்ன செய்யறார்?"

"அவர் பெரிய ஐ.ஏ.எஸ். ஆபீஸராச்சே!"

"பின்னே வசதியான குடும்பந்தான். நீ நாக்பூருக்குப் போவியா?"

"லீவுக்கெல்லாம் போவேன்."

"உன் அப்பா அம்மா மெட்ராஸுக்கு அடிக்கடி வருவாங்களா?"

"ஊஹூம். ரொம்ப நாளைக்கு ஒருவாட்டி தான் வருவாங்க."

"நீ எத்தனை வருஷமா தாத்தா பாட்டியோட இருக்கே?"

"எப்பவுமே."

"உன்னை இங்கே விட்டுட்டுப் போனப்புறம் எத்தனை வாட்டி வந்திருக்காங்க?"

"ஒரு வாட்டி."

கேள்வி கேட்டவளின் புருவங்கள் உயர்ந்தன. அதில் என்ன தோன்றியதோ, கண்ணகி சட்டென்று, "எங்கப்பா அம்மா ரொம்ப நல்லவங்க" என்றாள்.

தோழி யாருடைய வீட்டுக்காவது சென்று, தோழியின் தாயோடு இப்படி ஏதாவது உரையாடல் நடக்கும் சந்தர்ப்பங்களிலெல்லாம், புகைந்துகொண்டிருக்கும் தழலை ஊதி விட்டது போல் ஆகிவிடும்.

அப்பா அம்மா! அப்பா அம்மா!

அம்மா! அம்மா! அம்மா!

ஆர். சூடாமணி

நாக்பூருக்குச் செல்லும் உள்ளம் இன்பம் தாங்காமல் துள்ளிக் கொண்டிருக்கும், ஆனால் அங்கே . . .

“வா கண்ணகி. நல்லாயிருக்கியா? அடடே, தலையெல்லாம் பரட்டையாய்த் தூசி படிந்திருக்குதே! வீட்டுக்குப் போனதும் முதல்ல ஸோப் போட்டுக் குளி. குளிக்கிற வழக்கம் உண்டில்லே? இல்லாட்டி எப்பவுமே இப்படித் தான் அழுக்காயிருப்பியா?” என்று சிரிப்பார் அப்பா.

“என்ன இளைச்சாப்பலே இருக்கறே? சரியாய்ச் சாப்பிட்டியா இல்லையா? வேணாம்னு சொன்னால் பாட்டி, பாவம். குழந்தை யாச்சேன்னு விட்டுடுவாங்களாக்கும். என்கிட்ட அந்தப் பாச்சா பலிக்காது. ஸ்கூல் புக்ஸெல்லாம் எடுத்துட்டு வந்திருக்கறேல்ல? லீவு நாள்னா சோம்பிக்கிட்டு வீண்பொழுது போக்கணும்னு அவசிய மில்லே. தினம் பாடம் படிக்கணும்” என்று கட்டளையிடுவாள் அம்மா.

அவள் உடம்பு பரபரக்கும். ஓடிப்போய் அவர்களைக் கட்டிக்கொள்ள வேண்டும் போல் இருக்கும். செய்துவிட்டால் என்ன? அவர்களுக்குப் பிடிக்காவிட்டாலும் கட்டிக்கொண்டு விட்டபின் அதை இல்லையாக்கி விட முடியாதே! அதுவும் அம்மாவிடம் சற்றுப் புகுந்துகொள்ளா விட்டால் தலையே வெடித்துவிடும்.

ஒரே ஒரு தடவை அவள் அதைச் செய்தாள்.

“சீ சீ! ரெயில் அழுக்கோட இப்படி வந்து மேலே விழறியே! என் சேலையெல்லாம் கசங்கிடும். மெட்ராஸ் ஸ்கூல்ல இந்த அசட்டுத் தனந்தான் படிச்சுக்கிட்டியா?”

அதன் பின் அவள் அப்படி ரெயிலடியில் அம்மாவைக் கட்டிக் கொள்ளவில்லை. எனினும் தாபம் தாங்காமல் ஓர் இரவு அவள் அம்மாவைக் கட்டிக் கொண்டு மடியில் படுத்து அழுதுவிட்டாள்.

அம்மா அவளைத் தூக்கி உட்காரவைத்தாள். “என்ன இது கண்ணகி, வெக்கமாயில்லே? இப்ப எதுக்காக அழறே? இப்படியெல்லாம் அழுதா எனக்குப் பிடிக்காது. தெரியுமா? அசடு அசடு! பெரிய பொண்ணில்லே நீ? சின்னக் குழந்தையா என்ன? நல்லாத்தான் இருக்குது போ!”

அப்பாவும் அம்மாவும் அவளைத் தம்மோடு காரில் வெளியே அழைத்துப் போவார்கள். ஆனால் காரை ஓட்டும் அப்பாவின் பக்கத்தில் முன் ஸீட்டில் அம்மா உட்கார்ந்திருக்க, அவள் பின் இருக்கையில் தனியாய் உட்கார்ந்திருப்பாள். ஸீட்டில் சாய்ந்து கொள்ளாமல் நுனியில் ஒட்டிக்கொண்டு இரண்டு கைகளாலும் முன் ஸீட்டின் முதுகைப் பிடித்துக்கொண்டு அப்பாவுக்கும் அம்மாவுக்கும் இடையில் முன் ஸீட்டில் அந்த இடத்தில் தான் உட்கார்ந்திருப்பதாய்க் கற்பனை செய்துகொள்வாள்.

ஒரு சமயம் அவள் அப்படி ஓரத்தில் தொத்தி உட்கார்ந்திருந்தபோது அப்பா திடீர் ப்ரேக் போட, அவள் முன் ஸீட்டில் மோதிக்கொண்டு விழுந்தாள். மோவாயில் பலமாக அடிபட்டு நோவு தெறித்தது. அப்பா அவளைத் திரும்பிப் பார்த்துக் கோபமாய் விழித்தார். அவர் கோபத்தால் பயந்து அதன் தீவிரத்தைக் குறைக்க அவள் "மோவாய்க் கட்டைல இடிச்சுக்கிட்டேன். நோகுது" என்றாள்.

"சனியனே! சரியாய் உட்கார்றதுக்கு என்ன கேடு? இல்லாதபோனா அப்படித்தான் விழுந்து அடிபட்டுக்கும்படி ஆகும். அவ்வளவு பெரிய ஸீட்டில் அப்படி நுனியிலே தான் தொத்திக்கணுமா? நீ விழறியா இல்லையான்னு பார்த்துக்கிட்டா நான் ப்ரேக் போடறது? எதிரே வர வண்டிமேலே காரை ஏத்தி ஆக்ஸிடன்ட் ஆகணுங்கறியா? சரியா ஸீட்டில் சாஞ்சு உக்காராட்டி இனிமே நான் உன்னை வெளியே அழைச்சுகிட்டே வரமாட்டேன்."

கண்ணகியின் உதடுகள் துடித்தன. அம்மாவைப் பார்த்தாள். அம்மா மௌனமாயிருந்தாள். அவளுக்காகப் பரிந்து பேசவில்லை. கண்ணகி இருக்கையில் சாய்ந்துகொண்டாள். கார் மறுபடியும் கிளம்புவதற்குள் அவள் அழுகை பீறிக்கொண்டு வெடித்தது. 'அழக் கூடாது' என்று இப்போது அவளை யாரும் தடுக்கவில்லை. மோவாயில் இடித்துக்கொண்ட அடியினால்தான் அழுகிறாள் என்று அவர்கள் நினைத்திருக்க வேண்டும்.

விடுமுறை முழுவதும் அவள் அந்த வீட்டில் வளைய வருவாள். பெற்றோர்களின் உலகத்துக்குச் சிறிது அப்பால் தனியே சுழலும் ஓர் உபக்கிரகமாக. அவர்கள் தமக்குள் இணைந்து வாழும் வாழ்வில் திடீரென்று நினைவு வந்தாற்போல் அவளை நோக்கி ஒரு புன்னகையைத் தருவார்கள்.

"நல்லாச் சாப்பிடு கண்ணகி. இந்தச் சீஸ் ரொம்ப ருசியாயிருக்கும். உன் அம்மாவுக்கு உயிர். அப்படியே ஒரு பாக்கெட்டையும் ஒரே விழுங்காய் விழுங்கிடுவா! இல்லே வேணி!" என்று அம்மாவை உல்லாசமாய்ப் பார்த்துக் கண் சிமிட்டிவிட்டு அப்பா, "இன்னிக்கு ராத்திரி நாங்க ரெண்டுபேரும் சினிமாவுக்குப் போறோம் கண்ணகி. ஸெகண்ட் ஷோவானதாலே நீ வர முடியாது. பயப்படாமே நல்ல பிள்ளையாய் வீட்ல படுத்து நேரத்தோடே தூங்கிடு" என்பார். கண்ணகி குனிந்த தலை நிமிரமாட்டாள்.

ஒரு தரம் விடுமுறை முடிந்து ஊர் திரும்பும் தினம் அவள் தயங்கிக் கொண்டே வெட்கத்துடன், "அம்மா, நீ எப்பவும் பாட்டிக்கோ தாத்தாவுக்கோ மட்டும் லெட்டர் போடறயே! எனக்கும் எப்பவாவது போடேன்" என்றாள்.

"உனக்கு நான் என்ன எழுதறது கண்ணு? ஏதானும் விஷயம் இருக்கிறப்ப தாத்தா பாட்டிக்கு எழுதினால் அவங்க உனக்குச் சொல்லிட றாங்க. நீ எப்படி இருக்கேன்னு அவங்களை நான் அப்பப்போ விசாரிச்சுக்கிட்டுத்தான் இருக்கேன். தனியா உனக்கு நான் எழுத என்ன இருக்கிறது? நீ சின்னக் குழந்தைதானே?"

கண்ணகி விழிகளை மலர்த்தி அம்மாவை ஏறிட்டுப் பார்த்தாள். மோவாய் நடுங்கியது. ஆனால் அவள் அழவில்லை. பிறகு அந்த விஷயமாய்ப் பேசவும் இல்லை.

சென்னைக்குப் போகும் யாராவது நண்பர்களுடன் அவளை ரெயிலேற்றி விடுவதற்கு வரும் பெற்றோர்கள், "ஜாக்கிரதையாய்ப் போய்ட்டு வரியா கண்ணகி? ஊர் போய்ச் சேர்ந்ததும் தாத்தாவையோ பாட்டியையோ லெட்டர் போடச் சொல்லு, என்ன? டாடா!" என்று ரெயில் கிளம்புவதற்கு முன்பே அவளிடம் விடைபெற்றுக்கொண்டு ஓட்டலுக்கும் சினிமாவுக்கும் விரைவார்கள்.

ஆயினும் தாத்தாவின் வீட்டிலிருக்கும் போதெல்லாம் அவள் சபலம் நீங்காது. தபால்காரர் வருகை அன்றாடச் சூரியோதயமாகவே இருந்தது.

"உனக்கு ஏதும் லவ் லெட்டர் வரல்லே பாப்பா!"

தோட்டத்து மா, கொய்யா, மகிழ மரங்களிடையே தனிமையோடு போராட அவள் ஓடிவருவாள்.

இப்போது மீண்டும் ஒரு விடுமுறை நெருங்கிக்கொண்டிருந்தது. அவள் கண்களில் உயிர் எட்டிப் பார்த்தது.

"பாட்டி, மகிழம்பூவெல்லாம் ரெண்டு நாளானாலும் வாடாதே?" என்று திடீரென்று ஒரு நாள் கேட்டாள்.

"வாடாது. அதாவது, வாசனை போகாது."

"இந்தத் தடவை ஊருக்குப் போற அன்னிக்குக் கொஞ்சம் மகிழம்பூச் சரம் கோத்து எடுத்துட்டுப் போகட்டுமா?"

"போயேன்! நல்ல யோசனைதான்" என்று பாட்டி புன்னகையுடன் வெகு இயல்பாகச் சொன்னாள்.

கண்ணகி மகிழ மரத்தின்கீழ் வட்டமாய் விழுந்து கிடந்த சின்னஞ் சிறு பூக்களைப் பார்த்தாள். திரட்டி அள்ளி மோந்தாள். அவற்றின் மென்மையில் கன்னத்தைப் பதித்துக்கொண்டாள்.

ஊருக்குக் கிளம்பும் தினம் வந்தது. இரவு ரெயிலேற வேண்டும். அவள் ஊசி நூல் எடுத்து வந்து மகிழ மலர்களைச் சரமாய்க் கோத்தாள். பெரிய சரம் கோத்து முடித்து அதைப் பார்த்தபோது மகிழ்ச்சி பிடிபட வில்லை. இத்தகைய ஒரு பரிசை எடுத்துப் போகப்போவது குறித்துப் பெருமையாயிருந்தது.

"கண்ணகி! இப்ப வந்த தபாலிலே உன் அம்மா ஒரு விஷயம் எழுதியிருக்கிறாம்மா."

பாட்டியின் குரல் கேட்டதுமே அவள் ஆவலாக ஓடி வந்தாள். ஆனால் பாட்டியின் முகத்தைப் பார்த்ததும் ஆவல் அடங்கிவிட்டது. இனம் தெரியாத பதற்றம் பிடித்தது.

தனிமைத் தளிர்

“அங்கே ஊர்லே உங்கப்பா அம்மா வீட்டுக்குப் பக்கத்தில் சில வீட்டுக் குழந்தைகளுக்குச் சின்னம்மை போட்டிருக்குதாம். உன் அம்மா வுக்கும் கூட வந்து இப்பத்தான் தலைக்குத் தண்ணி விட்டுக்கிட்டாளாம். அதனால இப்போ உன்னை அங்கே வரவேணாம்னும் பிரயாணத்தை உடனே நிறுத்திடணும்னும் எழுதியிருக்கா.”

கண்ணகி வெறித்துக்கொண்டே நின்றாள். பாட்டியின் முகத்துச் சோகம் அதிகரித்தது. சிறுமியை மெல்ல அருகில் இழுத்துக்கொண்டு கனிந்த குரலில் சொன்னாள்: “வருத்தப் படாதேடி குழந்தே! மகமாயி தொத்து நோயில்ல? உனக்கும் வந்துவிடக் கூடாதேங்கற அக்கறையால் தானே உன் அம்மா எழுதியிருக்கிறா? ஒண்ணும் கவலைப்படாதே. இந்த வாட்டி உன் லீவில நீ, தாத்தா, நான் மூணு பேருமா வேற ஊர்களுக்குப் போய் வரலாம்; என்ன? நீ மதுரை, திருவனந்தபுரம், கன்னியாகுமரி எதுவும் பார்த்ததில்லையே? நாம் அந்த மாதிரி எங்கேயாவது போகலாம். உனக்கு ஜம்முனு பொழுது போயிடும், பாரேன்!”

கண்ணகி சிறிது நேரம் தொய்ந்து நின்றாள். பிறகு மெல்லத் தன்னை விடுவித்துக்கொண்டு தோட்டத்துக்குப் போனாள். நாலைந்து மாங்காய்கள் பறவைகள் கொத்திக் கீழே விழுந்து கிடந்தன. அவள் மகிழ மரத்தடியில் உட்கார்ந்துகொண்டாள். வெகு நேரம் வரை அங்கிருந்து அசையவில்லை.

பிற்பகலில் அவள் தன் தோழி ஒருத்தியின் வீட்டுக்குச் சென்ற போது தோழி வியப்படைந்தாள். கண்ணகி அப்படியெல்லாம் சரளமாய் வந்து போய்க்கொண்டிருப்பவளே அல்ல.

“என்ன கண்ணகி, ஊருக்குப் போறேன்னு சொல்லிட்டுப் போக வந்தியா?”

“இல்லே, இந்தா.”

கைக்குட்டையில் வைத்து எடுத்து வந்திருந்த மகிழம்பூச் சரத்தைத் தோழியிடம் நீட்டினாள்.

“எதுக்கு இது?”

“உன் அம்மாக்குக் கொடு.”

“என்ன இப்பத் திடீர்னு? நீ வச்சுக்கலையா?”

“அம்மாவுக்காகத்தான் கோத்தேன். வாங்கிக்க.”

பூவைக் கொடுத்துவிட்டு மறுகணம் அங்கு நில்லாமல் திரும்பி விட்டாள். அன்றிரவு அவள் தூங்கவில்லை. மறுபடியும் சரியாகத் தூங்க ஆரம்பிக்கச் சில நாட்கள் ஆயின.

விடுமுறை நாட்கள். அவற்றைச் சென்னையில் கழிப்பது புதிய அநுபவம். செய்வதற்கு ஏதும் இல்லை. வீட்டிலும் தோட்டத்திலும் சுற்றிச் சுற்றி வருவதும் அசையாமல் உட்கார்ந்து வெட்ட வெளியை வெறித்துப் பார்ப்பதும் நியமமாயின. பாட்டி நிறையப் புதுக்கதைகள்

சொன்னாள். அவளோடு தாயம், பல்வாங்குழி, ஆடு – புலி எல்லாம் விளையாடினாள். அருகிலிருந்த ஒரு வீணைப் பள்ளியில் தாற்காலிகமாய்ச் சேர்ந்தாள். தாத்தாவிடம் சொல்லி மூவருமாய் ஒரு சிறிய தென்னிந்தியப் பயணம் சென்று வர ஏற்பாடு செய்தாள். தாத்தா தேவாரப் பாசுரங்களுடன் திருவெம்பாவையும் திருப்பாவையும் கற்பித்தார்.

அவள் எல்லாவற்றிலும் பங்கு எடுத்துக்கொண்டாள். எனினும் நாற்புறமும் தனிமையே நிறைந்தது.

நாட்களுடே, மாதங்களுடே, பெரிய தோட்டத்து மரங்களடியில் குறியின்றி அலைந்தபோது பிரபஞ்ச வெளியில் அவள் ஒற்றையாய் நடந்தாள்.

"இன்னிக்கு வேணிகிட்டேருந்து காகிதம் வந்திருக்குது" என்று தாத்தாவின் குரல் கேட்டது.

"என்ன எழுதியிருக்கு!"

"அவ வீட்டுக்காரருக்குப் பிரமோஷனோட மாத்தல் ஆகியிருக்குதாம். டெல்லிக்குப் போறாங்களாம்.

"பிரமோஷனா? ரொம்ப சந்தோஷம். எப்பப் போறாங்க?"

"இந்த மாசக் கடைசில. ஆனா க்வாட்டர்ஸ் கிடைக்கக் கொஞ்ச நாளாகுமாம்."

"அப்போ அதுவரைக்கும் வேணி இங்கே வந்து இருப்பாளில்லே?"

"இல்லே. ஒண்ணாவே கிளம்பிப் போயிடறாங்களாம். வீடு கிடைக்கிற வரைக்கும் கெஸ்டு ஹவுஸிலேயே இவளும் இருப்பாளாம்."

'ஏன், இங்கே வந்தா என்னவாம் அவளுக்கு? லீவில் குழந்தை கூட ஊருக்குப் போகலே. கொஞ்சநாள் இங்கே வந்து குழந்தையோடும் தங்கின மாதிரி இருக்குமில்லே?"

"அவ சுபாவந்தான் தெரியுமே. புருஷனை விட்டுட்டு அவ வந்து இருப்பாளா? இல்லே மருமகப் பிள்ளைதான் இருக்க விடுவாரா?"

"பெரீ . . . ய புருஷன் பொண்டாட்டிதான் உலகத்திலில்லாத அதிசயம்!"

அன்றிரவு கண்ணகியைச் சுற்றி இருள் மிகக் கடுமையாயிருந்தது. ஜன்னல் வழியாகத் தெரிந்த நட்சத்திரங்கள் கூட அவிந்துபோயின. வானம் முழுவதும் பரவி மறைத்துக்கொண்ட மேகக் கூட்டங்களில் இருட்டு அலை அலையாய்ச் சுருண்டு எழும்பியது. சிறிது நேரத்தில் அந்தக் காரிருள் விண்வெளியெங்கும் பாய்ந்து பெருகி இடம் போதாமல் மரங்களின்மேல் குதித்து, இலைகளின் திடல்களிலே வழுக்கிப் பூமியில் விழுந்து, காற்றின் துருத்தி வீச்சில் பின்னும் வேகம் கொண்டு வீட்டுச் சுவர்களில் இடித்து மோதி, ஜன்னல் வழியே அறைக்குள் பாய்ந்து வந்து அவள்மீது கவிந்தது. அடிவயிற்றில் எங்கோ பிறாண்டி இழுக்கும் கேவல்களின் தாக்கலில் அவள் உடல் சிதைந்தது. மெல்லிய

கோடாய் மௌனமாய்க் கிளம்பிச் சிறிது சிறிதாய் வலிமை பெற்று இரைச்சலிட்டு உயர்ந்து உச்சந்தலையில் ஹோவென்ற பேரோசையோடு வெடித்த அழுகை தலையணையை மட்டுமன்றி அந்த இரவையே வெள்ளமாய் நனைத்தது.

"அம்மா ! . . அம்மா ! . . அம்மா ! . ."

ஆழங்காணாக் கருமையில் தண்ணென்று பன்னீர் தெளித்த இதமுடன் பாட்டியின் கரங்கள் வந்து மிருதுவாய் அணைத்துக் கொண்டன.

"அழாதேடி குழந்தே, அம்மா வந்துடுவா, கட்டாயம் ஒருநாள் வருவா பாரேன்; நீ அழாதே . . . என் கண்ணில்ல, அழாதே!"

பள்ளி, உணவு, உறக்கம், பாட்டியிடம் கதை, தாத்தாவிடம் பாசுரம், தோட்டத்து மரங்கள்.

காலம் ஓடிக்கொண்டிருந்தது.

கண்ணகி முன்னைவிட உயரமாய் இருந்தாள். வெறுமையைத் துழாவும் கண்களில் புதிய ஆழங்கள். மகிழ மரத்தடியில் உட்கார்ந் திருக்கும் தன் மயத்தில் மௌன அர்த்தங்கள். நெஞ்சுக்குள் சந்திரன் உதயமாவதுபோல் ஓர் ஒளியின் குளிர்ந்த அடையாளம்.

புத்தகப் பையைத் தோளில் மாட்டிக்கொண்டு "போய்வரேன் பாட்டி!" என்று கூவியவளாய்ப் பள்ளிக்குக் கிளம்பிக்கொண்டிருக்கையில் தபால்காரர் வந்தார்.

"இதை ஆயாகிட்டக் கொடுத்துடு பாப்பா. அட, இப்போ பாப்பா இல்லே! கொஞ்சநாளில் நிஜமாவே லவ் லெட்டர் வரலாம் போல் இருக்குதே!"

தபால்காரர் மேலே செல்ல, பாட்டி கடிதத்தைப் பிரித்துப் படித்தாள். அவளும் வெளி கேட் வரை நடந்துவிட்டாள். திடீரென்று அந்தக் கிளர்ச்சியுற்ற குரல் அவளைத் தடுத்து நிறுத்தியது.

"கண்ணகி! இங்கே ஓடி வா! இந்த நல்ல சேதியைக் கேளு."

அவள் திரும்பி வந்தாள்.

"குழந்தே, உன் ஏக்கமெல்லாம் தீரக் காலம் வந்திடிச்சும்மா கடைசில! உன் அம்மா வருவா, கவலைப்படாதேன்னு நான் சொல்லலே? அடுத்த வாரம் வராளாம். பத்து நாள் இருப்பாளாம். அது மட்டுமில்லே, திரும்பிப் போறப்ப உன்னையும் கூட்டிக்கிட்டுப் போகப் போறாளாம்! இனிமே நீ அங்கேயே இருந்துடலாமாம்! கண்ணகிப் பொண்ணு இனிமே அப்பா அம்மாவை விட்டுப் பிரியவே பிரியாது, அவங்க ளோடேயே இருக்கப்போகுதாம்!"

'கண்ணகி நன்றாய் வளர்ந்த குழந்தையாகிவிட்டாள். இனி அவள் எங்களுடனேயே இருப்பதில் உன் மாப்பிள்ளைக்கும் ஏதும் தடையில்லை.'

அந்த வரிகளில் கிழவியின் நினைவில் பழைய காட்சிகள் தெரிந்தன. வேணி, கைக்குழந்தை, தொட்டில் விழா, மருமகப் பிள்ளை ஊரிலிருந்து வந்துவிட்டுப் போகிறார். வேணி தாயிடம் வந்து முறையிடு கிறாள்: "அம்மா அவர் குழந்தையை ஒரு தொல்லைனு சொல்றாரம்மா! 'நாம சந்தோஷமாயிருக்க முடியாம இந்தச் சனியன் குறுக்கே வந்துடுச்சு' அப்படின்னு சொல்றாரம்மா!" வேணி அழுகிறாள். எனினும், குழந்தை பிறந்து ஒரே ஒரு மாதம் ஆனதுமே கணவன் அதை அவள் தன் பெற்றோரிடமே விட்டுட்டு உடனே புறப்பட்டு வரவேண்டுமென்று கடிதம் எழுதியபோது மறுபேச்சின்றிக் கீழ்ப்படிகிறாள். பாசத்தின் கலக்கம் நாளடைவில் மறந்துவிட்டதா அல்லது நீறு பூத்த நெருப்பாய் இன்னமும் இருக்கிறதா? வெறும் சதைப் போக்கான மதிப்பீடுகளுக்கு மேல் உயராத கணவனோடு பழகிப் பழகி அவன் குணமே அவளுக்கும் வந்துவிட்டதா என்ன? இப்போது குழந்தை ஒரு ந்யூஸென்ஸாக இல்லாத அளவுக்கு வளர்ந்துவிட்டதால் அவளை இனித் தம்முடனேயே வைத்துக்கொள்ள இயலுமென்பதில் அவளுடைய உணர்ச்சி என்ன?

"கண்ணகி, என்னடி கண்ணு, அப்படிச் சும்மா நிக்கறே? நான் சொன்னதைக் கவனிச்சியா; இல்லையா? உன் அம்மா! உன்னை டெல்லிக்கு அழைச்சுக்கிட்டு போகப் போறா. இனிமே நீ ஆசைதீர அப்பா அம்மாவோடதான் இருக்க போறே!..."

கண்ணகி பாட்டியையே பார்த்துக்கொண்டு நின்றிருந்தாள். சின்னஞ்சிறு பொட்டுகளாக முகம் வேர்த்தது. புத்தகப் பையைத் தோளிலிருந்து கழற்றி நழுவவிட்டாள். முன்னே நடந்து வந்து பாட்டியின் இடுப்பில் கரங்களை வளைத்து இறுகத் தழுவிக்கொண்டாள்.

"பாட்டி! எனக்கு ஊருக்குப் போகவேணாம். நான் உன்னோடயே தான் இருப்பேன்..!"

கலைமகள், ஆகஸ்ட் 1977

துகள் செய்து கிடத்துவள் தாய்

குழந்தை கண்திறந்து பார்க்கப் போகிறாளா? நான்கு நாட்களாய் விடாமல் காய்ச்சலடிப்பதனால் கூட அந்த முகத்தில் ரத்தக் கலக்கம் இல்லை. வெளிறிப்போன அதே வெள்ளைதான்; ரத்தமெல்லாம் சுண்டிப்போய் விட்டதா நிரந்தரமாக?

“கண்ணு! லதா ... லதாம்மா!” விக்கி விக்கி அழுது உடைந்து போன குழந்தையைப் பார்த்தபோது அழுகையை நிறுத்த மாட்டாளா என்று அன்று பதறியிருந்ததெல்லாம் அவளுக்கு நினைவு வந்தது. இன்றோ குழந்தை மறுபடியும் அழமாட்டாளா என்று துடித்தாள். லதா அழுதால் – உயிர்ப்பின் அடையாளமாய்ச் சிறியதொரு கேவல் அந்த மௌனத்தைக் கலைத்தால்... அலையடங்கிய கடலாய்க் கிடந்த உருவத்தில் ஒரு சிறிய அசைவு தோன்றுமானால் ...

“லதா, கண்களைத் திறந்து பாருடியம்மா! அம்மான்னு கூப்பிடு!”

அன்று அடிவயிற்றிலிருந்து கிழித்துக்கொண்டு வந்த கேவல்களில் சின்ன உடம்பு அலைபாய “அம்மா ... அம்மா ...” என்று வேறொன்றும் சொல்ல முடியாமல் வாசல் நிலையிலேயே சுவரில் முகம் புதைத்துக்கொண்டு குழந்தை அடிமுடியற்ற ஒரு துன்பத்தில் புதைந்துபோன நினைவு எழுந்தபோது அத்தகைய ஒரு நிலையிருந்து மீண்டுவர சின்னஞ்சிறு அரும்புக்குத் தெம்பு தான் உண்டா என்ற சந்தேகமும் பயமும் தாயைப் பீடித்தன.

வாசல் கதவைத் தட்டும் சப்தம் கேட்டது. குழந்தையின் தலைமேல் ஐஸ் பையைச் சரி செய்துவிட்டு அவள் எழுந்து வந்தாள்.

இரண்டு பெண்கள் நின்றிருந்தார்கள். அவளுக்கு அறிமுக மில்லாதவர்கள்.

“யாரு?”

“நீங்க ... லதாங்ற குழந்தை இருக்கிறது இந்த வீடுதானே?”

“ஆமாம்.”

"குழந்தைக்கு உடம்பு இப்ப எப்படி இருக்குது?"

"அப்படியேதான்"; பிறகுதான் ஆச்சரியம் உறைத்தது. "அவளுக்கு உடம்பு சரியில்லேன்னு உங்களுக்கு எப்படித் தெரியும்?"

அவர்கள் ஒருவரை யொருவர் பார்த்துக்கொண்டார்கள். இரண்டாமவள் சொன்னாள்: "எங்க குழந்தைகளும் அதே வகுப்பில்தான் படிக்கிறாங்க... என் மகள் மேரி சொல்லிச்சு, லதாவுக்குக் காய்ச்சலாம், சில நாளாய் ஸ்கூலுக்கு வரல்லே அப்படின்னு."

லதாவுக்குக் காய்ச்சல். ஏதோ மழையில் நனைந்தாள், அல்லது வெய்யிலில் சுற்றினாள். காய்ச்சல் வந்தது என்பது போலவா? "அம்மா... அம்மா..." தூக்கித் தூக்கிப் போட்ட பிஞ்சு உடல். இளம் உலகைச் சிதைத்துக்கொண்டு ஆக்கிரமித்த பூதாகாரமான பயம் அந்தக் கண்களில். பயம், அதிர்ச்சி, சிறுமை, யாவினும் மேலாய் அவமானம்...

"காய்ச்சல் கொஞ்சம் கூட இறங்கலைங்களா?" என்றாள் முதலில் பேசியவள்.

"இதுவரையில் இல்லே."

"டாக்டர் என்ன சொல்றாரு?"

"மருந்து கொடுத்துண்டு தலைக்கு ஐஸ் வைக்கச் சொன்னார். நாளைக்குள் ஜுரம் இறங்காட்டா உடம்புக்கு 'ஐஸ்பாத்' கொடுக்கணுமாம்."

"தெய்வம் காப்பாத்தும், கவலைப்படாதீங்க... நீங்க லதாவின் அம்மாதானே?"

"ஆமாம்."

"நாங்க ரெண்டுபேரும் குழந்தையைப் பார்க்கணும்னு தான் வந்தோம். பார்க்கலாமா?"

லதாவின் அம்மா ஏதும் சொல்லவில்லை.

"எங்க குழந்தைகளும் – இவங்களுடைய மேரி, என் கயல்விழி– இதே மாதிரி ஒரு சந்தர்ப்பத்திலே இருந்திருக்காங்க. அதாவது, அதே தண்டனை, அதே அவமானம். காய்ச்சல் வந்து படுக்கை போடல்லையே தவிர அவங்க அழுது வேதனைப்பட்டதெல்லாம்... அதனால் உங்க லதா மனசு எங்களுக்கும் புரியுது. ரெண்டு நாள் குமுறிட்டு அவங்க சமாளிச்சுகிட்டாப்போல் இல்லாம உங்க குழந்தை உடம்புக்கே வந்து படுத்துக்கிட்டாள்னு கேட்டபோது எங்களுக்குத் தாங்க முடியலே. அதனால் குழந்தையைப் பார்த்துட்டு உங்களையும் பார்த்துட்டுப் போகலாம்னு வந்தோம்."

அவள் அவர்களை ஏறிட்டு நோக்கினாள். அக்கறையும் அநுதாபமும் நிறைந்த முகங்கள். "வாங்கோ."

துவண்ட நிழலாய் போர்த்தியிருந்த போர்வைக்குக்கூட ஓர் உருவம் கொடுக்காத வெற்றுக்கோடாய், லதா கண்மூடிக் கிடந்தாள்.

அந்தப் பெண்களும் குழந்தையின் வெளிறிய, பிரக்ஞையற்ற முகத்தைப் பார்த்துக்கொண்டே நின்றிருந்தார்கள், உதட்டைக் கடித்து எச்சிலை விழுங்கிக்கொண்டார்களே தவிர ஏதும் சொல்லவில்லை. ஆனால் அந்தச் செயல்களில் லதாவின் தாய் தனக்கு ஆப்தர்களைக் கண்டு கொண்டாள். தோழமை தந்த லேசான நெகிழ்ச்சியோடு ஐஸ் பையை எடுத்து நீரைக் கொட்டிவிட்டுப் பெரிய கட்டிகளைப் போட்டு மூடி மீண்டும் நோயாளியின் தலைமேல் பொருத்தினாள்; "லதா! லதாம்மா!"

ஜுரம் வந்தபோது மயக்கத்தில் எப்படியெல்லாம் அரற்றியிருந்தாள்! "வேணாம் மிஸ், நான் இனிமே சரியா பாடம் எழுதிண்டு வரேன், விட்டுடுங்கோ மிஸ்... வேணாம் வேணாம்... நான் மாட்டேன்... என்னை இப்படிப் பண்ணக்கூடாது. அம்மா! அம்மா!!" நெஞ்சை உறைய வைக்கும் அலறல்கள். ஆனால் அந்தக் குரலையாவது கேட்க முடிந்ததே! இப்போது இந்த மௌனமும் முழு மயக்கமும்... எந்தத் தொலைவுக்குப் போய்விட்டாள் குழந்தை? திரும்பி வருவாளா?

"முதல்ல ஜன்னி கண்டு வாய் ஓயாம பேத்திண்டு இருந்தா. அப்புறம் எல்லாமே அடங்கிப்போச்சு..."

ஒருத்தியின் கை அவள் தோள்மேல் மிருதுவாய்ப் படிந்தது. இன்னொருத்தி குழந்தையின் கட்டிலருகில் கீழே மண்டியிட்டுக் கண்களை மூடிக்கொண்டாள். உதடுகள் ஒலியின்றி அசைந்தன. பிரார்த்தனை முடிந்து தலை கவிழ்ந்து உடலில் சிலுவைக் குறி இட்டுக் கொண்டபின் கண்களைத் திறந்தாள். "கர்த்தர் அருள் நிறைஞ்சவரம்மா! குழந்தைங்கன்னா அவருக்குத் தனி அன்பு. இந்த ஆட்டுக் குட்டியை அவர் கட்டாயம் காப்பாத்துவார். கவலைப்படாதீங்க."

குழந்தையைப் பார்க்கமுடிகிறாப்போல் கதவுகளைத் திறந்து வைத்து அடுத்திருந்த அறையில் அவர்களை உட்காரவைத்தாள் லதாவின் தாய். சிறிது நேரம் மூவரும் மௌனமாயிருந்தார்கள்.

"கான்ஸென்ட்ரேஷன் காம்ப்ல அதிகாரியாய் இருக்க வேண்டிய வங்களையெல்லாம் ஸ்கூல் டீச்சராய் போட்டால் என்ன அர்த்தம்?" என்று திடீரென்று அவள் வெடித்தாள்.

"இந்த டீச்சர் செய்யறதெல்லாம் மத்த டீச்சர்ஸுக்குக் கூடப் பிடிக்கலைன்னு தெரியுது. எத்தனையோ ஆட்சேபிச்சுப் பேசுவாங்களாம். ஆனா இந்தம்மாவுக்கு மாமன் ஒருத்தர் எஜுகேஷன் டிபார்ட்மென்ட்ல இருக்காராம். அதனால் ஹெட்மிஸ்ட்ரஸ், கரஸ்பாண்டென்ட் ரெண்டு பேருமே இவங்களைக் கண்டிக்கப் பயப்படறாங்களாம். அதனால் இவங்க மத்த டீச்சர்ஸ் பேச்சை லட்சியம் செய்யாம இஷ்டம்போல் நடந்துக்கறாங்களாம்."

"அதுக்காக இப்படியா! குழந்தைக சரியாப் படிக்காட்டா டீச்சர் கண்டிச்சுத் திருத்தறது தான். ரொம்ப அடங்காம போனால் ரெண்டு அடிகூட வைக்கலாம், நான் தப்புன்னு சொல்ல மாட்டேன். ஆனா இந்த மாதிரி ஒரு தண்டனை கொடுக்க எப்படி மனசு வரும்? பிஞ்சு உள்ளங்களை இப்படியா நசுக்கிச் சிறுமைப்படுத்தறது? அவளுக்குக் குழந்தை குட்டி கிடையாதா?"

“அது ஒரு ஃப்ரஸ்ட்ரேடட் கேஸுங்க! இல்லாகாட்டி இப்படிச் சைத்தான் மாதிரி ஒரு தண்டனை கொடுக்கத் தோணுமா?” என்றாள் மேரியின் தாய்.

“அந்தம்மா ஃப்ரஸ்ட்ரேடட் கேஸாயிருந்தா அதுக்காக நம்ம குழந்தைங்க பலியா?” என்றாள் கயல்விழியின் தாய்.

“லதா ... லதா ரொம்ப நாசுக்கான குழந்தை. வெட்கம் ஜாஸ்தி. நான் எண்ணெய் தேய்ச்சு விடச்சேகூட வெட்கப்படுவா. உடம்பைச் சரியாய்த் தேய்க்கவிடாம கையால மூடிண்டுடுவா. எடுடீ கையை, அம்மாகிட்ட என்ன வெக்கம்?’னு நான் அதட்டிக் கையை விலக்கி விட்டுண்டே முழுக்காட்டுவேன் ...” என்று விம்மலை அடக்கிக் கொண்டாள் லதாவின் தாய்.

அன்று லதா சுவரோடு பதுங்கி அழுதுகொண்டு நின்றபோது ஓடிவந்து “என்னடி கண்ணு ஆச்சு?” என்றவாறு குழந்தையை அள்ளிக் கொண்டு உள்ளே வந்து மடியில் போட்டுக்கொண்டு தேற்ற முயன்றதை யும், குழந்தை “அம்மா ... அம்மா ...” என்று மூச்சுத்திணறக் கேவியதையும், கடைசியில் கேவல்களிடையே விஷயத்தை ஒருவாறு திக்கித்திணறிச் சொன்னதையும் நினைத்துக்கொண்டபோது அவள் உடல் இப்போது தீப்பற்றினாற்போல் எரிந்தது.

“அந்த டீச்சரைத் தட்டிக்கேட்க ஆளே இல்லையா? இப்படி எத்தனை குழந்தைகளின் வயித்தெரிச்சலைக் கொட்டிப்பா?”

“கயல்விழியை அப்படித் தண்டிச்சபோது நான் அந்த ஸ்கூலுக்குப் புகார் சொல்லப் போனேன். தலைமை ஆசிரியையைப் பார்க்க முடியலே. ஏழாம் ஸ்டாண்டர்ட் க்ளாஸ் டீச்சர் வந்து என்ன விஷயம்னு விசாரிச்சாங்க. சொன்னேன். ரொம்ப வருத்தப்பட்டாங்க. இந்த டீச்சர் செய்யறதெல்லாம் தன்னை மாதிரி மத்த டீச்சருங்களுக்கே பிடிக்கலைன்னும், ஆனா எத்தனை சொன்னாலும் அந்தம்மா காதில் போட்டுக்கறதில்லேன்னும், அதுக்குக் காரணத்தையும் அப்பத்தான் சொன்னாங்க. இதே மாதிரியான கம்பளெயிண்ட் ஏற்கனவே இன்னொரு குழந்தையின் பெற்றோர்கிட்டேருந்து வந்துதுன்னு சொல்லி அந்த டீச்சர் மேலே பேரன்ட்ஸெல்லாம் சேர்ந்து புகார் பண்ணினால் ஒருவேளை வேறு வழியில்லாம மானேஜ்மென்ட் அவங்களை வெளியேத்திடலாம்னும் ஆலோசனை சொன்னாங்க. அதுக்கப்புறம்தான் நானும் என் வீட்டுக்காரரும் மேரி வீட்டுக்குப் போய் அதும் பெற்றோர்களை அறிமுகம் செஞ்சுகிட்டோம். இப்போ இன்னும் ஒரு கேஸ் அப்படி ஆச்சுன்னு தெரிஞ்சு நாங்க ரெண்டு பேருமா உங்களைப் பார்க்க வந்தோம்.”

“நம்ம மூணு குடும்பங்களும் சேர்ந்து கம்ப்ளெய்ன் பண்ணி எப்படியாவது அந்த டீச்சரை விரட்டியாகணும். இல்லாகாட்டி நம்ம குழந்தைகளுக்கும் இன்னும் எத்தனையோ குழந்தைகளுக்கும் நிம்மதியே இருக்காது.”

கதவைத் தாண்டி உள் அறையில் கட்டில் மேல் நிழல் படிந்தாற் போல் கிடந்த சிறு வடிவத்தைப் பார்த்தாள் அதன் தாய். முதலில்

ஜன்னியில் அந்தப் பயங்கரமான அரற்றல்கள், முறையீடுகள், 'வேணாம் மிஸ், நான் இனிமே தப்பு பண்ணலே, அவுக்காதீங்கோ, அவுக்கா தீங்கோ ... ஜட்டி மட்டுமானும் இருக்கட்டும் ... ஐயோ வேணாம் மிஸ், எல்லாரும் பார்க்கறாளே, நான் இப்படி என்னமாய் நிப்பேன் ... ஐயோ, அம்மா! அம்மா! ..'

"கடவுளே!" லதாவின் தாய் முகத்தை மூடிக்கொண்டாள். மற்ற இருவரும் நெருங்கி உட்கார்ந்து தோளையும் முதுகையும் தட்டிக் கொடுத்தார்கள்.

○

ஆசிரியைகள் ஓய்வு அறையில் அவள் முகத்தில் வெற்றிப் பொலிவுடன் தன் 'லஞ்ச் பாக்ஸ்'லிருந்து மதிய உணவைப் புசித்துக் கொண்டிருந்தாள்.

இன்னும் மூன்று ஆசிரியைகள் கதவருகில் வந்து நின்றார்கள். அவள் இருப்பதைப் பார்த்ததுமே ஒருத்தி—ஏழாம்படிவ வகுப்பாசிரியை உள்ளே நுழையாமல் தாண்டிச் சென்றுவிட்டாள். மற்ற இருவரும் தயக்கத்துடன் உள்ளே வந்து அவளிடமிருந்து தள்ளியிருந்த இரு நாற்காலிகளில் உட்கார்ந்து மௌனமாய்ச் சாப்பிட ஆரம்பித்தார்கள். சற்று நேரத்தில் இன்னும் ஒரே ஒரு ஆசிரியை உள்ளே வந்து அறையின் மறு கோடியில் உட்கார்ந்து ஒரு செய்திப் பத்திரிகையைப் பிரித்துக் கொண்டாள்.

வழக்கமாக அந்த ஓய்வு நேரத்தில் 'ஸ்டாஃப் ரூமி'ல் நிறைய பேர் இருப்பார்கள். மதிய உணவு உட்கொள்பவர்கள், பள்ளி விஷயங் களும் குடும்ப விஷயங்களும் அலசுபவர்கள். பொது நிலவரங்களைப் பற்றி விவாதிப்பவர்கள், இப்படிப் பலவகையினர். இன்று அறையில் அந்த நாலு பேருக்கு மேல் சேரவில்லை. அவ்வப்போது உள்ளே எட்டிப்பார்த்துவிட்டு வெளித் தாழ்வாரத்துக்குப் போய்விட்டவர்களின் எண்ணிக்கைதான் அதிகமிருந்தது.

வெற்றிப் பொலிவுடன் விளங்கிய ஆசிரியை அறையில் சூழ்ந்த மௌனத்தையும் சக ஆசிரியைகளின் கண்டன முகங்களையும் ரசித்தவள் போல் தனக்குள் மெள்ளச் சிரித்துக்கொண்டாள். வேண்டுமென்றே சப்தம் போட்டுச் சாப்பிட்டு 'உங்கள் உணர்ச்சிகளைப் பற்றி எனக்கு அக்கறையில்லை' என்பதைத் தெளிவுபடுத்தினாள். பிறகு பெரிய குரலில், "என்ன எல்லாரும் பேசாம இருக்கீங்க? திடீர்னு வாரத்துக்கு ஒரு நாள் மௌன விரதம் இருக்கறதுன்னு தீர்மானமா என்ன? என்னை யாரும் கங்கிராஜுலேட் பண்ணப் போறதில்லையா?" என்று கேட்டுவிட்டுக் கண்ணாடித் தம்ளரில் மோரை ஊற்றிச் சப்தமெழ உறிஞ்சிக் குடித்துவிட்டு நொட்டைவிட்டாள்.

சாப்பிட்டுக் கொண்டிருந்த மற்ற இருவரும் தலை நிமிர்ந்து அவளைப் பார்த்தார்கள். அறைக் கோடியில் இருந்தவள் பத்திரிகை யிலிருந்து கண்களை எடுக்கவில்லை.

"கங்கிராஜுலேட் பண்ண என்ன இருக்குது? எதிர் பார்த்த முடிவுதானே?" என்றாள் இருவரில் ஒருத்தி. கல்வி இலாகாவில்

ஒரு மாமா இருந்தால் ஐயிப்பது என்ன ஆச்சரியம் என்ற தொனி அச்சொற்களில் பின்னியிருந்தது.

"எதிர்பார்த்ததுதான், இல்லையா? பின்னே என்னைப் பத்தி புகார் பண்ணி ஏதும் புண்ணியமில்லேன்னு நீங்கள்ளாமாவது அந்த மூணு குடும்பங்களுக்குச் சொல்லியிருக்கக்கூடாதா?"

அவர்கள் பேசவில்லை. அந்த மூன்று குடும்பங்களைத் தடுப்பது கிடக்கட்டும், அந்தக் குடும்பத்தனர்களின் கட்சி வெல்ல வேண்டுமென் றல்லவா அவர்கள் பிரார்த்தித்திருந்தார்கள்.

அது தனக்குத் தெரியும் என்ற முகபாவத்துடன் அவள், "பாவம், அவங்க புகார் வீணாய் போய்ட்டதில் உங்களுக்கெல்லாம் ரொம்ப வருத்தம். இல்லையா? ஸெவன்த்தின் க்ளாஸ் டீச்சர் மாதிரி இன்னும் எத்தனை பேர் அப்படி புகார் செய்ய அந்த பேரென்ட்ஸை தூண்டி விட்டீங்களோ யார் கண்டது! நான் வேலையிலேர்ந்து டிஸ்மிஸ் ஆகியிருந்தா பாயசம் வச்சுக் குடிச்சிருப்பீங்க பாவம்! ஆனால் அந்தத் திருப்தியை உங்களுக்கு நான் தரப்போறதில்லே!" என்று சிரித்தாள்.

அவர்கள் தலை நிமிரவில்லை.

மேரி, கயல்விழி, லதா என்ற மூன்று குழந்தைகளின் பெற்றோர்கள் அவள் மேல் புகார் கொண்டு வந்திருந்தனர். தமது குழந்தைகள் பாடத்தைச் சரியாக எழுதத்தவறிய போது அந்த ஆசிரியை முழு வகுப்புக்கு எதிரே அவர்கள் ஆடைகளைக் களைந்து நிர்வாணமாய் அறையை ஒரு தரம் சுற்றி வந்து மேஜை மேல் அப்படியே அரைமணி நேரம் நிற்கச் செய்தாள் என்று குற்றம் சாட்டி அத்தகைய குரூர தண்டனையை ஆட்சேபித்து அந்த ஆசிரியையை வேலை நீக்கம் செய்ய வேண்டுமென்று விண்ணப்பித்திருந்தார்கள். ஆனால் தலைமை ஆசிரியை, கரெஸ்பாண்டென்ட் இருவருக்குமே அவள் மீது நடவடிக்கை எடுக்கத் துணிவு வரவில்லை. அது அரசு மானிய உதவியில் நடை பெறும் பள்ளி. அவள் தாய்மாமன் கல்வி இலாகாவில் அமைச்சருக்கு மிகவும் வேண்டிய அதிகாரி. இந்தத் தயக்கத்துடனேயே தலைமை ஆசிரியை அரை மனதுடன் அவளைக் கூப்பிட்டு விசாரித்தபோது அந்த ஆசிரியை குற்றச்சாட்டை மறுத்து, தன் வகுப்பின் பிற மாணவி களைச் சாட்சிக்கு அழைத்தாள். அத்தனை குழந்தைகளும் அந்த டீச்சர் அம்மாதிரியான தண்டனை கொடுக்கவே இல்லை என்று சாட்சி சொன்னார்கள். எனவே அந்த மூன்று குழந்தைகளும் அதீத கற்பனைத் திறத்தால் ஏதோ சொல்லியிருக்கிறார்கள் என்று முடிவாகியது. தலைமை ஆசிரியை அந்த மூன்று ஜோடி பெற்றோர்களுக்கும் அவர்களுடைய குழந்தைகளை ஸைக்கியாட்ரிஸ்ட்டிடம் அழைத்துப் போகுமாறு ஆலோசனை கூறிவிட்டு அந்த ஆசிரியைக்குப் புகாரிலிருந்து பூர்ண மீட்சியும் அளித்தாள்.

"பாவம், குழந்தைகள்!" என்ற எண்ணம் இப்போது அந்த மற்ற இரு ஆசிரியைகள் நெஞ்சில் ஓடியது. தண்டனைக்கு உள்ளான குழந்தைகள் மட்டுமல்ல. சாட்சி சொன்ன குழந்தைகளும்தான். எத்தனை

பயம் இருக்க வேண்டும் அவர்களுக்கு இவளிடம்! இப்படிப் பயமுறுத்தவா இந்த மேலான ஆசிரியத் தொழிலுக்கு வருவது? அதுவும் கிள்ளை மொழிப் பிஞ்சுகளின் வகுப்புக்கு இத்தகைய குரூர நெஞ்சங்கள் வரலாமா? பெரியவர்களின் அரக்கத்தனத்தின் முன் சின்ன சின்ன குழந்தைகள் என்னதான் செய்ய முடியும்?

ஒளி ததும்பும் அரும்பு முகங்களில் கல்வியின் ஆர்வத்தைப் பரவச் செய்து அறிவின் புதுப்புது அற்புத உலகங்களைக் கண்டு வியக்கும் பூரிப்பையும் கிளர்ச்சியையும் அந்த இளம் கண்களில் உருவாக்கவல்ல ஆசான் இப்படி ஒரு பயத்தையா உருவாக்குவது? வாழ்வில் ஏதுமற்ற இந்த வறண்ட ஜீவன் எத்தகைய இன்பத்தையும் நிறைவையும் பொக்கிஷமாய்ப் பெறலாம் சிறு குழந்தைகளின் மலர்ச்சியிலே! அன்பை விடுத்துக் கொடுமையைத் தேர்ந்தெடுக்கும் இவளுக்குத் தன் இழப்பு எத்தகையது என்று புரிகிறதா?

"நீங்க டிஸ்மிஸ் ஆகிப் போக வேண்டாம். ஆனா இனிமேலாவது குழந்தைங்க கிட்ட கொஞ்சம் மென்மையா நடந்துகிட்டீங்கன்னா நம்ம பள்ளிக்கூடத்துக்கு நல்லது. என்னதான் இருந்தாலும் இந்த மாதிரி ஒரு புகார் வந்துதுன்னு வெளியே தெரிஞ்சால் ஸ்கூல் பேரு தானே கெட்டுப் போகும்?" என்று அவர்களில் ஓர் ஆசிரியை கூறினாள்.

"ஸ்கூல் பேரு மட்டுமா? என் பேரும் கூடத்தான். எத்தனை துணிச்சல் அந்த மூணு குழந்தைகளுக்கு, வீட்டுக்குப் போய் இப்படி என்னைப் பத்திப் புகார் சொல்ல! இருக்கட்டும் இருக்கட்டும். அவங்களை ..." என்று அந்த ஆசிரியை பல்லைக் கடித்தபோது முகம் மிகவும் விகாரமாகியது. மற்றவர்கள் துணுக்குற்றார்கள்.

"சேசே, என்ன இது, நீங்க ஒண்ணு! குழந்தைகளுக்குச் சமமாய் நாம் பெரியவங்க மல்லு கட்டிகிட்டு நிக்கலாமா? பச்சைப் பிள்ளைங் கன்னு விட்டுடுங்க" என்றாள் ஒருத்தி.

"பச்சைப் பிள்ளைங்களா? விஷப் பாம்புங்க. இப்படியெல்லாம் சொல்றது நியாயமா? வாயைத் திறந்தா புளுகுதுங்க. இதுங்க உருப்படுமா? நான் அந்த மாதரியெல்லாம் ஏதும் தண்டனையே கொடுக்கலே, அது தெரியுமில்லையா உங்களுக்கு?" என்று அவள் அவர்களைக் கூர்ந்து நோக்கினாள்.

அவர்கள் உடனடியாய்ப் பதிலளிக்கவில்லை. பிறகு ஒருத்தி பேசினாள்: "எதுவானாலும் குழந்தைங்க அறிவை வளர்த்து அவங்களை நல்ல பிரஜைகளாய் உருவாக்க வேண்டியது நம்ம கடமை. நிஜமோ பொய்யோ, அவங்க மனசிலே இப்படி ஒரு எண்ணம் தோண விடலாமா? நீங்க ரொம்பக் கண்டிப்பாய் இருக்கீங்கன்னு நினைக்கிறேன். ஒண்ணாங்கிளாஸ் குழந்தைகளுக்கு என்ன புரியும் பாவம்! நாம்தான் அதுங்க போற வழியிலேயே விட்டுப் பக்குவமாய்ச் சொல்லிக் கொடுக்கணும். அதுக்கு அன்பாய்ப் பழகறது ரொம்ப முக்கியம். நாம் அன்பு காட்டினா குழந்தைங்க எப்படி ஒட்டிக்கும் தெரியுங்களா? போன பேரன்ட்ஸ் – டீச்சர் மீட்டிங்ல ஒரு தாயார் என் மாணவி

ஒருத்தியைப் பத்தி என்னண்டை சொன்னாங்க. ‘நாங்க வீட்ல ஏதானும் சொன்னாகூட எங்க மகள் நீங்க சொல்றது தப்பு. எங்க டீச்சர் இப்படித்தான் சொல்லியிருக்காங்கன்னு சொல்லுதும்மா’ அப்படின்னு.”

“நாம் மாணவர்களுக்கு அவங்க ஆயுசிலேயே பொன்னான காலங்களில் ஒண்ணைக் கொடுக்கிறதுக்காகத் தான் இந்தத் துறைக்கு வந்திருக்கோம். அவங்களை அழ வைக்கிறதுக்காக இல்லை. அதுவும் முக்கியமா ப்ரைமரி ஸெக்ஷன்ல சின்னக் குழந்தைகளோடு டீல் பண்றப்ப ரொம்ப மென்மையோடும் அண்டர்ஸ்டாண்டிங்கோடும் பழகணும். இல்லேன்னா அதுங்க மனசு முறிஞ்சு போயிடும். நாம் நல்லா நடந்துகிட்டு நல்லா சொல்லிக் கொடுத்து அதனால் அவங்க அறிவு வளர்ந்து பளிச்சுன்னு அவங்க ஒரு பேச்சுப் பேசறபோது அது நமக்கு எப்படிப்பட்ட ஒரு வெகுமதி தெரியுங்களா! நம்ம தொழிலே அப்பத்தான் ஒரு தொண்டாகுது” என்றாள் இன்னொருத்தி.

“எனக்குத் தொண்டு வேணாம், தொழிலே போதும். டீச்சர்ஸெல்லாம் வழவழா கொழ கொழன்னு இருந்தால் டிஸிப்ளின் எங்கேர்ந்து வரும்? உங்க க்ளாஸில் புதுசா சேர்ற குழந்தைங்கள்ளாம் அழுதுகிட்டு உங்க பின்னாலேயே வருது. நீங்க பாத்ரூமுக்குப் போறப்ப கூட ஒரு குழந்தை கதவுக்கு வெளியிலேயே அழுதுகிட்டு நின்னுட்டிருந்து நீங்க வெளியே வந்ததுமே மறுபடியும் உங்க முந்தானையைப் பிடிச்சு கிட்டதை ஒருநாள் பார்த்தேன். இப்படியா இடம் கொடுப்பாங்க? ரெண்டு அறை வச்சு சரிப்படுத்த வேணாம்?”

“எதுக்காக அறையறது? ரொம்ப சின்னக் குழந்தைங்க புதுசா ஸ்கூலுக்கு வரபோது கொஞ்ச நாளுக்கு டீச்சரை ‘மதர் இமேஜ்’ல தான் பார்க்கறாங்க. அதிலே ஆச்சரியமென்ன? அந்த சமயத்தில் அவங்களை அரவணைச்சு நடத்தினோமானால் தானே கொஞ்சம் கொஞ்சமாய் பயம் வெட்கம், தயக்கம் எல்லாம் சரியாகி நார்மலாய் ஆயிடுவாங்க. என் ஸ்டூடன்ஸ் எல்லாருக்கும் என்கிட்ட அன்புங்கறதில் எனக்கு ரொம்ப பெருமை.”

“அப்படி அவங்க இழுத்த இழுப்புக்கெல்லாம் வளையாம முதல்லேருந்தே கண்டிப்பா நடந்துகிட்டால் அவங்க இன்னும் சீக்கிரம் நார்மலாவாங்க. ஸ்கூல்னா அழுதுகிட்டும் விளையாடிக்கிட்டும் டீச்சர் மடியில் ஏறி உட்கார்ந்துகிட்டும் இருக்கிறதுக்கு ஒரு இடமில்லே, ஒழுங்கா படிச்சு சொன்னதைக் கேட்க வேண்டிய இடம், இல்லாட்டி தண்டனை கிடைக்கும் அப்படின்னு புரிஞ்சுகிட்டாத்தான் குழந்தைங்க உருப்படுவாங்க.” அவள் அறைக் கோடியில் உட்கார்ந்திருந்தவளைப் பார்த்துச் சொன்னாள். “உங்க க்ளாஸில் பிள்ளைங்க என்னமா சத்தம் போடுது! நீங்க எப்படித்தான் சும்மா இருக்கீங்களோ.”

அந்த ஆசிரியை திரும்பிப் பார்த்தாள். பிறகு செய்தித்தாளை மடித்துக்கொண்டே “அவங்க பாடத்தை நல்லாப் படிக்கிறாங்க. மத்தபடி கேள்வி கேக்கறப்போ அல்லது பதில் சொல்றப்போ உரக்கப்பேசினால் என்ன தப்பு? டீச்சர் என்ன புலியா பூதமா அவங்க பயந்துகிட்டே இருக்க?” என்றாள்.

"பயப்படாட்டி டிஸிப்ளின் இருக்காது."

"என் மாணவிங்க டிஸிப்பிளினில் ஏதும் குறையில்லே ஸ்பிரிடெட் சில்ரனாயிருக்கிறதனால் உற்சாக மிகுதியிலே. அப்படிப் பேசறாங்க."

"அப்புறம் துளிர்த்துப் போயிடுவாங்க, கட்டுப்படுத்தவே முடியாது. ஸ்பிரிடெடாவது சில்ரனாவது! நீங்க உடம்பு சரியில்லாத உங்கம்மாவைப் பார்க்க ஒரு வாரம் லீவு எடுத்துகிட்டு ஊருக்குப் போய் வரணும்னு சொல்லிட்டிருந்தீங்க, இல்லையா? சமூகப் பாடம் எடுக்க அந்த வாரத்தில் உங்க வகுப்புக்கு நான் வராமலேயா போயிடுவேன்? அப்போ அவங்க ஸ்பிரிட்டை ப்ரேக் பண்றேனா இல்லையா பாருங்க" என்றபோது அவள் முகத்தின் வெறி பார்க்கப் பயங்கரமாய் இருந்தது.

"எதுக்கும் நீங்க உங்க நல்லதுக்காகவே குழந்தைங்ககிட்ட கொஞ்சம் ஸாஃப்ட்டா நடந்துக்குங்க" என்றாள் ஒருத்தி.

"என்னை யாரும் அசைக்க முடியாது. மறுபடியும் என்கிட்டே அந்த மூணு குழந்தைகளும் வாலாட்டினால்..." அவள் மூச்சிரைக்க நிறுத்தினாள். "அந்தப் பிசாசுகளை நிர்வாணமாய் நிறுத்தி வைத்தது போதாது..."

"ரெண்டு குழந்தைங்கதான், கயல்விழியும் மேரியும்."

"ஏன், லதாவுக்கு என்ன ஆச்சு? அதான் பிழைச்சுகிட்டுதே?"

"பிழைச்சாலும் ரொம்ப பலகீனமாயும் 'நர்வஸ் ரெக்'காயும் இருக்கு, பாவம். அது மறுபடியும் முந்திமாதிரி ஸ்கூலுக்கு வர எத்தனை காலமாகுமோ?"

"என்மேல் புகார் சொன்னால் கஷ்டபட வேண்டியது தான்."

வெறுப்பு நிறைந்த அந்த முகத்தை மூவரும் மௌனமாய்ப் பார்த்தார்கள். பிறகு மௌனமாகவே எழுந்து வெளியே சென்றார்கள். அவளும் பிற்பகல் வகுப்புக்களுக்காக வெளியே வந்தாள். கண்ணில் தென்பட்ட ஒவ்வொரு ஆசிரியையுமே அவளைக் கண்டதும் முகத்தைத் திருப்பிக்கொண்டு போனபோது அவளுக்கு ஒரு பக்கம் ஆத்திரமும் ஒரு பக்கம் இகழ்ச்சியும் தோன்றின.

அந்த மனநிலையிலேயே அன்று வகுப்புகள் முடிந்தபின் வீடு திரும்பினாள். சின்னஞ்சிறு வீடு, ஆனால் தனி வீடு. மற்றவர்களுடன் ஒண்டுக் குடித்தனமாய்ப் பகிர்ந்து கொள்வதை அவள் விரும்பவில்லை. வேலைக்காரி ஒருத்தி இரண்டு வேளையும் வந்து போனாள். மற்றபடி அவளுடைய ஏகாதிபத்தியம்தான். வீட்டில் தனியாய் இருக்க அவளுக்குப் பயமில்லை. தனிமை நன்றாகப் பழகிவிட்டது. பெற்றோருடனேயே ஒத்துப்போக முடியாமல் சண்டை பிடித்துக்கொண்டு வந்துவிட்டவள். முப்பத்தைந்து வயதிலும் தனிக்கட்டை. கணவன், குழந்தை என்றெல்லாம் ஏங்கியிருந்த ஏக்கம் கடைசியில் ஒரு கடுந்தன்மையாக உருமாறி உள்ளே உறைந்து போனபின் ஏக்கங்கள்கூட மறைந்து அந்தக் கடுமையே ஒரு சுகமாகவும், அதற்கிணங்க நடந்துகொள்வதே ஒரு நிறைவாகவும் ஆகிவிட்டது.

ஆர். சூடாமணி

மாலை ஐந்துமணி. பள்ளிநோட்டுப் புத்தகங்களைத் திருத்திக் குழந்தைகளுக்குக் குறைவான மார்க்குகள் போட்டு மகிழ்ந்துகொண்டிருந்தவள் கடியாரத்தில் மணி அடித்த ஒலியைக் கேட்டுப் புத்தகங்களை மூடிவைத்துவிட்டு எழுந்தாள். ஐந்து மணிக்கு ஒரு கோப்பை தேநீர் அருந்துவது அவள் வழக்கம்.

அறைக் கதவிடையே நிழலாடியது. அவள் ஏறிட்டுப் பார்த்தாள். கதவுக்கு அப்பால் மூன்று பெண்கள் நின்றிருந்தார்கள். லேசாய்ப் பரிச்சயமான முகங்கள். ஆனால் சட்டென்றும் நினைவுக்கு வரவில்லை. "யாரு?" என்றாள் அதட்டலாக.

அவர்கள் பதில் சொல்லாமல் அவளையே உற்றுப் பார்த்துக் கொண்டிருந்தார்கள்.

"யார் நீங்க? என்ன வேணும்? ஏதானும் அட்ரஸ் தேடி வந்தீங்களா?" என்றாள் குரலில் கோபம் எழ.

"சரியான அட்ரஸுக்குத்தான் வந்திருக்கோம்" என்றாள் வந்தவர்களில் ஒருத்தி.

"அப்படின்னா? நான் யாருன்னு தெரியுமா?"

அவர்கள் அவள் வேலை பார்க்கும் பெண்கள் உயர்நிலைப் பள்ளியின் பெயரைச் சொல்லி அவள் பெயரையும் குறிப்பிட்டு "ஒண்ணாம் க்ளாஸ் எடுக்கற அந்த டீச்சர்தானே?" என்றார்கள்.

"ஆமாம். நீங்க என்ன, ஏதாவது அட்மிஷனுக்காக வந்திருக்கீங்களா? அதெல்லாம் முடிஞ்சு ஸ்கூல் திறந்து ரொம்ப நாளாகுது. போய்வாங்க" என்று அவள் கதவை மூட ஆரம்பித்தாள். அப்பெண்கள் அவர் கரத்தை அநாயாசமாக ஒதுக்கிக்கொண்டு உள்ளே நுழைந்தார்கள்.

"நாங்கள் அட்மிஷனுக்காக வரல்லே, உனக்காகத்தான் வந்திருக்கோம்."

ஒற்றைப்படைப் பேச்சிலேயே மனசுக்கு ஏதோ அபசுரம் தட்டியது. தொடர்ந்து அவர்களில் ஒருத்தி கதவைமூடி உட்புறம் தாளிட்டதும் லேசாக ஒரு கலவரம் தலைதூக்கியது. அப்போது அதன் விளைவாக முதலில் எழும்பியது கோபம்தான்.

"வாட் நான்சென்ஸ்! என்ன இதெல்லாம்? எதுக்காகக் கதவை மூடறீங்க? திடீர்னு ஒருத்தருடைய வீட்டுக்குள் நுழைஞ்சு இது என்ன கலாட்டா? யார் நீங்கள்ளாம்?"

"எங்களைத் தெரியலே?" மூவரும் அவள் முன் கல்லாக அசையாமல் நின்றார்கள்.

"நான் மேரியின் அம்மா."

"நான் கயல்விழியின் அம்மா."

"நான் லதாவின் அம்மா."

அவர்களுடைய நிலைத்த, நிதானமான பார்வைக்கு முன் அவள் முதுகுத்தண்டு ஏனோ சிலிர்த்தது. அந்தக் குழந்தைகளின் தாயார்.

ஏன் இப்படி இப்போது அவள் வீட்டுக்குள் நுழைந்திருக்கிறார்கள்? அதுவும் கதவைத் தாளிடுவானேன்?

"ஓஹோ, ரொம்ப சரி. முதல்ல ஒழுங்கா அந்தக் கதவைத் திறந்துடுங்க. என்ன விஷயமாய் வந்தீங்க? நீங்களும் உங்க புருஷன்மாரும் என்னைப் பத்தி ஸ்கூல்ல புகார் பண்ணினீங்க, இல்லையா? ஆனா ஹெட்மிஸ்ட்ரஸ் விசாரிச்சபோது மத்தக் குழந்தைகளின் சாட்சியத்திலே உங்க மகளுங்க சொன்னது பொய்யினு ருசுவாயிட்டதுதான் உங்களுக்குத் தெரியுமே. அதுக்குமேலே என்ன? உங்க குழந்தைங்களைக் கொஞ்சம் அடக்கி வச்சு நிஜம் பேசக் கத்துக் குடுங்க, போங்க."

அம்மூவரும் பேசவில்லை, அவளையே பார்த்தபடி அசையாமல் நின்றிருந்தார்கள். அவள் உடல் குபீரென்று வேர்த்தது.

"இன்னும் எதுக்கு நிக்கறீங்க? இந்தத் தீர்ப்பு பிடிக்காட்டி டைரக்டர் போர்டுக்கே கம்ப்ளெயின் பண்ணிக்குங்க. வீணா என் வீட்டுக்கு வந்து தொல்லை கொடுக்கவேணாம், போங்க."

அவர்கள் அசையவுமில்லை; பேசவுமில்லை.

அவள் நாவு வறண்டது. ஏன் அப்படித் தன்னை வெறித்துப் பார்க்கிறார்கள்?

"என்ன விஷயம்? இப்படி வாயை மூடிட்டிருந்தா என்ன அர்த்தம்? எதுக்கு வந்திருக்கீங்க?"

"எங்க குழந்தைங்களை அம்மணமாய் நடு க்ளாஸில் நிக்கவச்சே, இல்லே?"

"இல்லே, இல்லவே இல்லை. அது முழுப் பொய்."

"அப்போ அதுங்க எப்படிக் கூசிக் குறுகியிருக்கும், அதுங்க மனசு என்ன பாடு பட்டிருக்கும் என்கிறதையெல்லாம் நீ தெரிஞ்சுக்க வேணாமா?"

மூன்று இருப்புகளினின்று ஒருசேர எழுவது போன்ற அந்த நிதாமான குரல் என்ன சொல்கிறது? இந்தப் பேச்சின் அர்த்தம்..?

"இப்போ உன்னை நாங்க அதுமாதிரியே அம்மணமாக்கப் போறோம். ஆக்கிட்டு நடுத்தெருவுக்கு இழுத்துகிட்டு போகப்போறோம். தெருவிலே ஜனங்க கூட்டம்கூடி உன்னைப் பார்ப்பாங்க, எங்க குழந்தைங்களை நீயும் வகுப்பில் மத்த குழந்தைங்களும் பார்த்தாப் போல."

அவள் நெஞ்சில் திடீரென்று பனி அறைந்தது. பயங்கர உணர்ச்சி மேலிட்டு ஒருகணம் இதை நம்ப முடியாமல் உறைந்து நின்றவள் அவர்கள் முகங்களைக் கண்டு தீயை மிதித்தவள் போல் பின்னுக்குத் துள்ளினாள்.

"என்ன உளர்றீங்க? என்ன பேத்தல் இதெல்லாம்? மரியாதையா வெளியே போயிடுங்க இப்போ பைத்தியக்கார ஆஸ்பத்திரியிலேர்ந்து தப்பிச்சு வந்தீங்களா? போலீஸைக் கூப்பிடுவேன், கெட் அவுட்..."

அவர்கள் அவளை நோக்கிவர ஆரம்பித்தார்கள்.

அவள் கண்கள் திடீரென்று பிதுங்கின. "வேணாம் வேணாம். ப்ளீஸ், என்னை ஒண்ணும் செய்யாதீங்க, கையெடுத்துக் கும்பிடறேன். இனிமே நான் அப்படிச் செய்யவே மாட்டேன். பெண்ணுக்குப் பெண்ணே இந்தக் கொடுமையைச் செய்யலாமா? ப்ளீஸ், இரக்கம் காட்டி என்னை விட்டுடுங்க, விட்டுடுங்க . . !"

"சரி. ஆனால் ஒரு நிபந்தனை."

"என்ன நிபந்தனை? எதுவானாலும் ஒப்புத்துக்கறேன், என்னை விட்டுடுங்க . . !"

"உன் வேலையை ராஜிநாமா செய்யணும்."

"ஐயோ, என் தொழிலாச்சுங்களே அது. நான் படிச்சிருக்கிறது இந்த ஒரு தொழிலுக்குத்தான் . . ."

அவர்கள் மீண்டும் அவளை நெருங்கினார்கள். ஒருத்தி அவள் முன்றானையைப் பற்றினாள்.

"ஐயோ, வேணாம், வேணாம், என்னை ஒன்னும் செய்யாதீங்க, ராஜிநாமா பண்ணிடறேன்!"

"இங்கேயே இப்பவே உக்கார்ந்து ராஜிநாமாக் கடுதாசியை எழுது."

அவள் எழுதினாள்.

"உறையில் போட்டு ஒட்டி உங்க ஹெட்மிஸ்ட்ரஸ் விலாசத்தை எழுது."

அவள் எழுதினாள்.

உறையை ஒருத்தி பிடுங்கி முகவரி சரியாய் இருக்கிறதா என்று பார்த்துக்கொண்டாள்.

"நாங்க இதை எடுத்துகிட்டு நேரே மொபைல் போஸ்ட் ஆபீசுக்குப் போய் போஸ்ட் செய்யறோம். பின்னால் நீ ஏதாவது தில்லுமுல்லு செஞ்சு ராஜிநாமாவை வாபஸ் வாங்கினியோ . . ."

"அப்புறம் ரெண்டாம் தடவை நாங்க தாட்சண்யம் காட்ட மாட்டோம், நினைவிருக்கட்டும்."

"புரிஞ்சுகிட்டயா?"

மூவரும் கதவைத் திறந்துகொண்டு வெளியேறினார்கள்.

***தீபம்*, நவம்பர் 1977**

செந்திரு ஆகிவிட்டாள்

அப்பாடா! கிராமத்துக் காற்று மேலே பட்டாலே எத்தனை சுகமாய் இருக்கிறது! அதோடுகூட அம்மாவின் சமையலும் சேர்ந்துகொண்டால் சொர்க்கந்தான். பம்பாயின் நெரிசலிலிருந்து இப்படிச் சொந்த ஊரை அடுத்த கிராமப் புறத்துக்கு – திறந்த வெளிகள் மலிந்த இயற்கையின் மடிக்கு – வருவதே ஒரு நல்ல விடுமுறையாகத் தோன்றியது நித்யாவுக்கு. சுரேஷையும் அழைத்து வந்திருந்த போதிலும் கவலையில்லை. அவனை அம்மா கவனித்துக்கொள்வாள். அப்பா அவனோடு விளையாடுவார். அவளுக்குப் பொறுப்பு இல்லை. பிறந்தகத்தில் இருக்கும் ஒரு மாதமும் அவள் குழந்தையாய்த்தான் ஆகிவிடுவாள். பெற்றோரின் அரவணைப்பில் சுகமாய்க் குளிர் காய்ந்துகொண்டு சோம்பியிருக்கும் திட்டத்தோடுதான் அவள் வந்திருந்தாள். கணவனிடங்கூட, "ஊர் போய்ச் சேர்ந்ததும் ஒரு கடிதம் போடுவேன். அப்புறம் திரும்பி வரப்போ தேதியைத் தெரிவிச்சு இன்னொரு கடிதம். அவ்வளவு தான். நடுவில் நான் எழுத மாட்டேன். எனக்கு விடுமுறை. கல்யாணமானவளாகவோ குழந்தைகளுக்குத் தாயாகவோ இல்லாம நானே குழந்தையாய் அப்பா அம்மாவின் செல்லத்தை அநுபவிச்சிட்டு வரப்போறேன்" என்று சொல்லியிருந்தாள்.

தந்தை சொக்கலிங்கம் அவளை எதிர்கொண்டு சென்னை சென்டிரலுக்கே வந்துவிட்டார். "வாடா கண்ணு சுரேஷ்! என்னை நெனைப்பிருக்குதா? உன் பாட்டண்டா! இந்தா" என்று மூன்று வயசுப் பாலகனிடம் ஒரு மிட்டாய் டப்பாவைக் கொடுத்து அவன் திமிறத் திமிறத் தூக்கி முத்தமிட்டார். "பிரயாணமெல்லாம் சுகமாயிருந்துதாம்மா, நித்யா? உன் வீட்டுக்காரர் நல்லாயிருக்காரா? அவரும் வந்து ஒரு பத்து நாள் இருக்கக்கூடாதா?" என்றெல்லாம் அக்கறையாய்க் கேட்டார்.

"அவருக்கு லீவு கிடைக்கலேப்பா! அதுவும் கிராமத்தில் அவருக்குப் பொழுது எப்படிப் போகும்? எனக்குத்தான் அப்பா அம்மாவோடு கொஞ்சிக்கிட்டிருந்தால் ஒரு மாசமும் நிமிஷமாய்ப் பறந்துபோயிடும்" என்ற நித்யா, "உங்களுக்குக்கூடப் பட்டிக்

காட்டில் பொழுது போறது கஷ்டமாய்த்தானப்பா இருக்கும். ஓய்வு பெற்றதும் இங்கே சென்னையிலேயே ஸெட்டில் பண்ணியிருக்கக் கூடாதா?" என்றாள்.

"அங்கேயும் பொழுது போகுதும்மா. இங்கேயிருந்து புஸ்தகங்களை வரவழைச்சுக்கறேன். என்னடா பயலே துள்ளுறே? தாத்தாவின் தாடியைப் பார்த்தால் பயமாயிருக்குதா? ஊருக்குப் போனதுமே ஷேவ் பண்ணிடறேன், கவலைப்படாதே."

"நாம் எழும்பூரில் ரெயில் பிடிச்சுக் காஞ்சிபுரத்துக்குப் போகணும், இல்லேப்பா? அங்கேயிருந்து கிராமத்துக்கு ரெயில் அல்லது பஸ் இருக்குதா? இல்லே மாட்டுவண்டிச் சவாரிதானா?

சொக்கலிங்கம் சிரித்தார். "பயப்படாதே! பஸ் இருக்குது. ஆனா நாம் இங்கேருந்து நேராக் கிராமத்துக்கே பஸ்ஸில் போயிட ஏற்பாடு செஞ்சிட்டேன்."

"நல்லதாப் போச்சு. ஒரு எக்ஸ்ட்ரா மாத்தல் குறைஞ்சுது. அம்மா ஏம்ப்பா வரலே? என்னைப் பார்க்க அவங்களுக்கு மட்டும் ஆசை யில்லையா?" "உங்கம்மாவுக்கு வரமுடியலே. வேலையாய் இருக்கறா."

"வேலையா? அம்மாவுக்கு என்ன வேலை திடீர்னு?"

சொக்கலிங்கம் ஏதும் சொல்லாமல் அவளை முதலில் காபி ஸ்டாலுக்கு அழைத்துப் போனார்.

வீட்டு வாசலில் மாட்டு வண்டியிலிருந்து இறங்கி நின்றதுமே விடுதலையின் மூச்சுத் தன் மேல் வீசுவது போல் உணர்ந்தாள் நித்யா. சுரேஷ் அந்தப் புதிய சூழ்நிலையை அதிசயத்துடன் பார்த்தபோது அவளுக்குச் சிரிப்பு வந்தது. வீடு சிறியது. கூரை வீடாயினும் அக்கம் பக்கத்திலும் பின்புறத்திலும் தெரிந்த ஓலைக் குடிசைகளினின்று அதிக வேறுபாடு தெரியாத எளிமையான தோற்றம். நெருக்கமான புளிய, அரச மரங்களுக்கிடையே ஓர் ஆசிரமம் போல் விளங்கியது. வீட்டை ஒட்டி ஓடிய மூங்கில் முள் படலுக்குள் காய்கறிப் பந்தல்களும் செடிகளும் பாத்திகளும் காணப்பட்டன. அம்மா வீட்டிலேயே காய்கறி பயிரிடுகிறாளா என்ன? வீட்டுக் காயும் அம்மா கை மணமும் சேர்ந்தால் சாப்பாடு அமுதமாய்த்தான் இருக்கும்.

"அம்மா! என்று அழைத்துக்கொண்டு ஓரடி முன்னால் செல்லு முன்பு செந்திருவே வீட்டிலிருந்து வெளிப்பட்டாள்.

"வா நித்யா! நல்லாயிருக்கியா! ஏ குட்டிப் பயலே!" செந்திரு குழந்தையைத் தூக்கிக்கொண்டாள். "அடேயப்பா! பெரியவனாய்ட் டானே! ஜீன்ஸும் ஸ்லாக்கும் போட்டுக்கிட்டு ...ம்! பலே பலே! பார்த்து ரெண்டு வருஷம் ஆயிடிச்சில்லே? நல்லா வளர்ந்திட்டான். என்னடா அப்படிப் பார்க்கறே? நான் உன் பாட்டிடா! ஏங்க. இவன் அப்படியே மருமகப்பிள்ளை ஜாடைதான், இல்லே?"

"ஆமாம், அப்பனை உரிச்சுக்கிட்டு வந்திருக்கு" என்றார் சொக்கலிங்கம்.

“உள்ளே வாம்மா, நித்யா.”

தாயைத் தொடர்ந்து நித்யா வீட்டுக்குள் சென்றாள். அம்மா. அதே இனிய அன்பு ததும்பும் தோற்றம். எனினும், ஏதோ ஒரு வகையில் வித்தியாசமாகவும் தெரியவில்லையா? முன்பெல்லாம் அம்மா சேலையையும் கூந்தலையும் சீர்படுத்திக் கொள்ளாமலேயே வீட்டுக் காரியங்களில் மூழ்கியிருப்பாள். எண்ணெய் வழியும் முகத்தில் வேர்வை சொட்டச் சொட்டப் புன்னகை செய்து கொண்டு, ‘தலை சீவிவிடட்டுமாடி?’ அல்லது ‘உனக்கு அடை பிடிக்குமேன்னு ஊறப் போட்டிருக்கிறேன்’ என்பது போல் ஏதாவது சொல்லிக்கொண்டு வருவாள். ஓடிப்போய் அவளைக் கட்டிக்கொள்ள வேண்டும் போல் இருக்கும். இன்று அம்மாவின் எளிய நூல் சேலை நேர்த்தியாய் இருந்தது. தலையைப் படிய வாரி முடிந்திருந்தாள். அதையெல்லாம் விட அந்தத் தோரணையில் ஏதோ ஒரு புதிய உயிர்ப்புச் சக்தி. வயது கூடக் குறைந்துவிட்டது போல் பிரமை தோன்றுகிறதே! ‘நா உன் பாட்டிடா’ என்று சொன்னவள் பாட்டி மாதிரியே இல்லை.

“இந்தா காபி” என்று அம்மா கொண்டு வந்து கொடுத்தபோது நித்யாவின் எண்ண ஓட்டம் கலைந்தது. காபியை அப்படிக் கையில் கொண்டுவந்து கொடுத்த அம்மா நிச்சயம் பழைய அம்மாதான்.

ஒரு வாய் உறிஞ்சியவள், “நீ போடற காபியே பிரமாதம்மா. பம்பாயிலே இந்த மாதிரி எங்கே கிடைக்குது? ஆமாம், வெறும் காபிதானா? காலையில் எப்பவும் பலகாரம் இருக்குமே, இன்னிக்கு ஏதும் இல்லையா?” என்று கொஞ்சினாள்.

“இல்லாம என்ன? இன்னிக்கு இட்டிலி பலகாரம். நான் சாப்பிட் டாச்சு. மாவு தயாரா வச்சிருக்கேன். அப்பா உனக்குச் சமையலறையைக் காட்டுவாரு. போய் அவருக்கும் சுட்டுக் கொடுத்துட்டு நீயும் சாப்பிடு. குழந்தை சாப்பிடுவான்னா அவனுக்கும் கொடு. எண்ணெயும் மிளகாய்ப் பொடியும் வலைப் பீரோவில் இருக்கும். உனக்குச் சட்னி வேணும்னா அரைச்சுக்க. தேங்கா மூடி அம்மி பக்கத்திலேயே இருக்குது. நான் கொஞ்சம் வெளியே போய்ட்டு வரேன்” என்றாள் செந்திரு.

நித்யாவுக்கு ஒன்றும் புரியவில்லை. ”வெளியே போறியா?” என்றாள் யந்திரமாக.

“ஆமாம், மன்றத்துக்கு. தையல் வகுப்பு எடுக்கணும், நேரமாகுது, திரும்பி வந்து விவரமாய்ச் சொல்றேன். என்ன? எல்லாம் பாத்துக்கிறியா? நான் வரேங்க” என்று கடைசியாய்க் கணவனுக்கும் குரல் கொடுத்து விட்டுச் செந்திரு செருப்பை மாட்டிக்கொண்டு வேகமாய் நடந்து சென்று மறைந்தாள்.

“என்னப்பா இதெல்லாம்?” என்று கண்களை விரித்தாள் நித்யா.

“ஒண்ணும் இல்லேம்மா. உன் அம்மா செந்திருவாய்ட்டாள். அவ்வளவுதான்” என்றார் சொக்கலிங்கம் சாவதானமாக.

"அப்படின்னா?"

"முந்தி உங்களுக்கெல்லாம் அம்மாவாய் மட்டும் இருந்தாள், இல்லையா? இப்போ அவளுக்குத் தனிப்பட்ட முறையில் ஒரு ஸ்தானம் ஏற்பட்டிருக்கு."

"என்ன மன்றத்துக்குப் போறாங்க?"

"இங்கே கிராமப்புறத்திலே பல மகளிர் மன்றங்கள் இருக்குது."

"நகரத்தில் லேடீஸ் கிளப் இருக்கற மாதிரியா? நாம சென்னையில் இருந்தப்பகூட அம்மா வீட்டோடுதானே இருந்தாங்க. எந்த லேடீஸ் கிளப்பிலும் சேரல்லையே! இங்கே என்ன, எல்லாம் புதுப் பழக்கம்?"

அப்பா அவளை ஒரு விநோதப் பொருளைப் போல் பார்த்து மெல்லச் சிரித்தார். ஏதும் சொல்லவில்லை.

"இந்த மன்றத்தில் அம்மா என்ன செய்யறாங்க?"

"முதல்ல வாலன்டரித் தொண்டராய்த் தன்னாலான பணியெல்லாம் செய்ய ஆரம்பிச்சா. கிராமப் பெண்களுக்கு நவீன சுகாதார முறைகள் கத்துக்கொடுக்கறது, குழந்தைங்க இல்லங்களில் உணவு தயாரிக்கப் போறது, ஒரு பண்டிகை பருவம்னா படிப்பற்ற ஜனங்களுக்கு வரவு செலவு கணக்கு எழுதி வச்சுக் கொடுக்கறது, திடீர்னு அவசரமா யாருக்கானும் ப்ரைமரி ஹெல்த் ஸென்டருக்குப் போகவேண்டியிருந்தால் கூட்டிக்கிட்டுப் போறது, இப்படி ஏதேதோ செஞ்சுகிட்டிருந்தவள் ஒரு சந்தர்ப்பத்தில் இரண்டு பெண்கள் தையல் வகுப்பில் கத்துக்கிட்டது சரியாய்ப் பிடிபடாம கொஞ்சம் சிரமப்பட்டபோது கட்டிங் செய்யறதிலும் உதவி பண்ணினாள்."

"அம்மாவுக்கு அந்த அளவுக்குத் தையல் வருமா என்ன?"

"பாத்தியா, அது உனக்கே தெரியாது. உங்களையெல்லாம் பார்த்துக்கிட்டிருந்த போது தன்கிட்ட வேறு சில தனிப்பட்ட திறமைகளும் இருந்துதுன்னு அவளுக்கே நெனப்பு இருந்துச்சோ இல்லையோ?"

ஏதோ ஒரு வகையில் அப்பா தன்னையும் தன் உடன் பிறந்தவர்களையும் குறை கூறிப் பரிகாசம் செய்வதான உணர்வில் நித்யாவின் முகம் சிவந்தது. "சரி, கட்டிங்கில் உதவி செஞ்சாங்க; அப்புறம்?"

"அந்தத் துறையில் அவளுக்குத் தகுதி இருந்துதுன்னு கிராம சேவிகை கவனிச்சு மனசில் குறிச்சு வச்சிருந்தாங்க போல் இருக்குது. பஞ்சாயத்து யூனியன் தையல் டீச்சருங்களிலே ஒரு அம்மாவுக்குத் திடீர்னு உடம்புக்கு முடியாம வேலையே விட்டபோது உன் அம்மாவைப் பத்தி அவங்க யூனியன் கமிஷனர் கிட்டப் பேசினாங்க. இப்போ அஞ்சுமாசமாய் உன் அம்மா நிரந்தரத் தையல் ஆசிரியை."

நித்யா மௌனமானாள். அவளை, அம்மா வீட்டு முகப்புக்கு வந்து வரவேற்ற செயல் மகளைக் காணும் ஆவலினால் மட்டும்

இல்லையா? ஒரு சுறுசுறுப்பான தையல் ஆசிரியை தன் அலுவலில் வெளியே செல்லும்போது அவசரமாய் இன்னொரு செயலையும் தன் நிகழ்ச்சி நிரலில் சேர்த்துக்கொண்ட சுறுசுறுப்புத்தானா அது?

நித்யாவின் உள்ளத்தில் இன்னதென்று புரியாத ஓர் ஏமாற்றம் தலைதூக்கியது. பம்பாயிலிருந்து இத்தனை தூரம் வந்திருக்கிறாள். அம்மா அவளை 'வா' என்று சொல்லிவிட்டு உடனே வெளியே போய்விட்டாளே! தான் சுகமாய்ப் படுக்கையில் சாய்ந்துகொண்டு அரட்டையடிக்கும்போது அம்மா இட்டிலி பண்ணி கையில் கொடுப்பது போக, அம்மா வெளியே போய்விட இவள் தானாகவே பலகாரம் செய்து சாப்பிட வேண்டுமாமே!

"என்ன நித்யா, அப்படியே பிரமிச்சு உக்காந்துட்டே? எனக்குப் பசிக்குது. நீ வந்து இட்டலி ஆக்கித் தரியா அல்லது நான் ஆக்கி உனக்கும் தரட்டுமா?" என்றார் அப்பா.

அவள் விழிப்படைந்தாள். "வேணாம்ப்பா, இதோ நான் வரேன்" என்று எழுந்தாள்.

பிற்பகல் இரண்டு மணி அளவில் செந்திரு இன்னும் ஒரு பெண்ணுடன் வீடு திரும்பினாள்.

"இவள் தாங்க என் மகள் நித்யா. பம்பாயில் கட்டிக்கொடுத் திருக்குது. குழந்தை எங்கே நித்யா? தூங்கறானா? உங்க ரெண்டு பேரையும் இந்தம்மாவுக்குக் காட்டணும்னு தான் அழைச்சுட்டு வந்தேன். இவங்க தான் இந்த வட்டாரத்துக்குக் கிராம சேவிகை. திருமதி தேவமணி வேலாயுதம்னு பேரு. இங்கே வந்த புதுசில் நான் வீட்டில் தோட்டம் போடணும்னு ஆசைப்பட்டேன். இவங்க அது விஷயமாய் நல்ல ஆலோசனை சொல்வாங்கன்னு அக்கம்பக்கத்தில் சொல்லவே இவங்களண்டை போனேன். அப்படித்தான் எங்களுக்குள் அறிமுகம் ஆச்சு" என்று செந்திரு கலகலப்பாய்ப் பேசினாள்.

புதிய பெண்மணிக்கு ஐம்பது, ஐம்பத்திரண்டு வயது இருக்கலாம். அம்மாவைப் போன்ற வயதுதான். சாந்தமான மலர்ந்த முகம். ஆனால் அவளுக்கு வணக்கம் தெரிவித்த போதும் நித்யா தாயைத்தான் கவனித்துக்கொண்டிருந்தாள். உண்மையில் இப்போது புதியவள் அம்மாதான்.

"உன்னைச் சந்திச்சது ரொம்பச் சந்தோஷம்மா! ஏன் செந்திரும்மா, இவள் உங்களுக்கு ஒரே மகளா?"

"இல்லே, இல்லே, மொத்தம் அஞ்சு குழந்தைங்க எங்களுக்கு. ரெண்டு பையன் மூணு பொண்ணு. இவள் தான் கடைசி. நீங்க உக்காருங்க. கொஞ்சம் மோர் கொண்டு வரேன். நித்யா, நீயும் அப்பாவும் சாப்பிட்டீங்களா?"

"ஆச்சு. நீ வரதுக்கு நேரமாகும்னு சொல்லி அப்பாதான் சாப்பிட்டுட லாம்னு சொன்னார்." அம்மா கையால் போட்டுச் சாப்பிடும் சலுகையை

வந்த முதல் நாள் சாப்பாட்டு வேளையிலேயே இழந்துவிட்ட ஆத்திரத்தை வெளியே காட்டிக்கொள்ளாமல் பேசினாள் நித்யா.

செந்திரு உள்ளே போனாள். தேவமணி அம்மாள் அவளைப் பற்றி உற்சாகமாய்ப் பேசினாள். "உன் அம்மாவைப் பத்தி உனக்குப் பெருமையாயிருக்கும். இல்லையா? எத்தனை ஆர்வத்தோடு மன்றங் களிலேயும் தனிப்பட்ட முறையிலும் உழைக்கறாங்க! அவங்க வந்தப் புறம் தையல் வகுப்பின் தரமே உயர்ந்து போயிடிச்சு. அதைத் தவிர வயது முதிர்ந்தோர் கல்வித் திட்டத்திலும் கலந்துக்கிட்டு உதவறாங்க. அவங்களும் நானும் ரொம்பச் சிநேகமாயிட்டோம்."

நித்யாவுக்குப் பழைய நாட்கள் நினைவுக்கு வந்தன. அம்மா வீட்டில் இருப்பாள். அவள் வெளியிலிருந்து தோழிகளை அழைத்து வந்து அறிமுகம் செய்து வைப்பாள். அவர்களில் எவளாவது, "உங்க மகள் கட்டுரை தான் முதல் தரம். இன்னிக்கு லெக்சரர் அதை வகுப்பில் உரக்கப் படிச்சாங்க, மிஸஸ் சொக்கலிங்கம்!" என்பாள். இப்போது எல்லாம் தலைகீழ்.

"இந்தாங்க."

செந்திரு கொண்டுவந்த மோரைக் குடித்துவிட்டுக் கிராம சேவிகை சிறிது நேரம் நித்யாவிடம் பம்பாயைப் பற்றி விசாரித்துக்கொண்டிருந்தாள். செந்திரு உணவை முடித்துக்கொண்டு வந்தபின் இருவரிடமும் விடை பெற்றுக்கொண்டு சென்றாள்.

"இப்படி வந்து உக்காரு நித்யா. காலையிலேர்ந்து உன்னோட பேசக்கூட நேரமில்லாமப் போயிடிச்சு" என்றாள் அம்மா.

"பேசவா? பார்க்கக்கூடத்தான் நேரமில்லையே, உனக்கு!"

செந்திரு சிரித்துக்கொண்டே உட்கார்ந்து மகளை அருகில் இழுத்துக் கொண்டாள். "குறும்புக்காரப் பொண்ணு! நான் வீட்டில் இருந்துகிட்டா உன்னைப் பார்க்காம இருந்தேன்?"

"ஏன் வீட்டில் இருந்தால் என்னவாம்? என்கிட்ட உனக்கு ஆசையே இல்லை. போ. சென்னைக்கே நீயும் அப்பாவோடு வந்து என்னை அழைச்சிட்டு வந்திருக்கலாம்."

"எனக்கும் ஆசைதான். ஆனா என்ன செய்யறது சொல்லு? மன்ற வேலையிலேர்ந்து ஓழிவு கிடைக்கலையே நித்யா! ஒரு பணியை ஏத்துக்கிட்டாச் சரியாய்ச் செய்ய வேணாமா! ஆனா உறுப்பினர்களுக் கெல்லாம் கத்துக்க எத்தனை ஆர்வம்கிறே? அதுவே உழைப்புக்கெல்லாம் பயனாயிடுது. மங்கம்மான்னு ஒரு பொண்ணு இருக்கறா பாரு. உன் வயசுதான் இருக்கும். எம்பிராய்டரியை எப்படிப் பிடிச்சுக்கிட்டா, தெரியுமா?"

"போதும்மா! வீட்டுக்கு வந்தப்புறங்கூட அந்த நினைப்புத்தானா? நான் இவ்வளவு தூரம் ஊரிலேர்ந்து வந்திருக்கேன்."

"அதுக்குத்தான் இப்போ விச்ராந்தியாய்ப் பேச வந்திருக்கேனே! நீ எப்படி இருக்கே நித்யா? மாப்பிள்ளை நல்லாயிருக்காரா? சுரேஷ் பயல் லட்டாட்டம் இருக்கிறான்; ஸ்கூல்ல போட்டிருக்கியா?"

சிறிது சிறிதாய் நித்யாவும் கலகலப்பானாள். அம்மா அவளைப் பற்றியும் அவள் குடும்பத்தைப் பற்றியும் பேசப் பேச அவளுக்குத் திருப்தி உண்டாயிற்று. சுரேஷ் கண்விழித்ததும் அம்மா பேரனை எடுத்துக் கொஞ்சினாள். தாத்தாவும் பாட்டியும் பேரனின் அன்புக்குப் போட்டி போட்டார்கள். மாலையில் நித்யா கூந்தலை அவிழ்த்துக் கொண்டு வந்து உட்கார்ந்தபோது அம்மா அவளுக்குத் தலை சீவிப் பின்னல் போட்டாள். நித்யாவின் திருப்தி முழுமை பெற்றது. எல்லாம் மறுபடியும் பழைய நாட்கள் மாதிரி இனிமையாய் ஆகிவிட்டனவே! இதுதான் சரியான அம்மா. 'அம்மா!' என்று மடியில் தலையை வைத்துச் சிறிது நேரம் செல்லம் கொஞ்சினாள். அம்மா சுரேஷுக்குப் பால் காய்ச்சிக் கொண்டுவந்த போதும் இரவு உணவு சமைத்து அவளுக்கும் அப்பாவுக்கும் பரிமாறியபோதும் நித்யா ஆமோதித்துத் தலையை ஆட்டிக்கொண்டாள்.

"இன்னும் கொஞ்சம் போடட்டுமாடி? ஏன் இப்படிக் கொறிக்கறே? நல்லாச் சாப்பிடு. இங்கேருந்து நீ திரும்பிப் போறதுக்குள் அடையாளம் தெரியாதபடி குண்டாகி மருமகப்பிள்ளை 'இவள் யாரு?'ன்னு கேக்கணு மாக்கும்!" அம்மா வருந்தி வருந்தி உபசரித்துத் தன் கை மணம் வீசும் சாப்பாடு போட்டபோது, எதிர்பார்த்த சொர்க்கம் கிடைத்து, நித்யா மகிழ்ச்சியில் திளைத்தாள்.

சாப்பிட்டு முடித்து மூவரும் பொழுபோக்காய்ச் சிறிது நேரம் பேசிக்கொண்டிருந்த பிறகு நித்யா களைப்பாக இருப்பதாய்ச் சொல்லிப் படுக்கச் சென்றுவிட்டாள். உடனே தூக்கம் வரவில்லை. பெற்றோர்கள் வெளித் தாழ்வாரத்தில் பேசிக்கொண்டிருந்தது மங்கலாய்க் காதில் விழுந்தது; சிறிது நேரம் அவளைப் பற்றிப் பேசினார்கள். அவளுக்குச் சந்தோஷமாய் இருந்தது. அதன்பின் அப்பா, அம்மாவின் இன்றைய மகளிர் மன்ற அலுவலையும் மற்றப் பணிகளையும் பற்றி விசாரித்தார். அம்மா அவர் சென்னையிலிருந்து கொண்டு வந்திருந்த புத்தகங்களையும் அவர் அப்போது படித்துக்கொண்டிருந்த நவீன கவிதைத் தொகுப்பின் நுட்பமான அம்சங்களையும் பற்றி விசாரித்தாள். நித்யாவுக்கு இந்தப் பரிவர்த்தனை எரிச்சலாக வந்தது. கடைசியில் அம்மா அவளைத் தொட்டு எழச்செய்து பால் தம்ளரைக் கொடுத்த போதுதான் ஒருவாறு சமாதானமடைந்து தூக்கத்தில் ஆழ்ந்தாள்.

மறுநாள் காலை அம்மா காலைப் பலகாரம் தயாரித்து எல்லாருக்கும் கொடுத்த பிறகு சமையல் வேலையில் ஈடுபட்டிருந்தபோது வாசலில் ஓர் இளங்குரல், "செந்திரும்மா!" என்று அழைத்தது.

அம்மா வருமுன்பே நித்யா எட்டிப் பார்த்தாள். ஏழெட்டு வயது சொல்லக்கூடிய ஒரு பெண் சிறுமி கையில் ஒரு நோட்டுப் புத்தகத்துடன் நின்றிருந்தாள். "வாசுகியா? என்னம்மா?" என்றவாறு செந்திரு வெளியே வந்தாள்.

"இன்னிக்கு ராத்திரி எங்க வீட்ல எல்லாரும் ஒரு கல்யாணத்துக் காகப் பக்கத்து ஊருக்குப் போறோமுங்க, அதனால இப்பவே எனக்குக் கத்துக் கொடுத்துடறீங்களா?" என்று சிறுமி வெட்கத்துடன் கேட்டாள்.

"இப்ப வேலையாயிருக்கேனே" என்று கண நேரம் செந்திரு தயங்கினாள். அதற்குள் சொக்கலிங்கம், "குழந்தை இவ்வளவு தூரம் வந்திருக்குது, வெறுமே திருப்பி அனுப்பவேணாம். போய்ச் சொல்லிக் கொடு" என்றார். செந்திரு கைகளைக் கழுவித் துவாலையில் துடைத்து விட்டுச் சுருதிப் பெட்டி ஒன்றை எடுத்துக்கொண்டு வாசலுக்குப் போனாள்.

"உக்காரு வாசுகி. இந்த ஹம்ஸத்வனி வர்ணத்தை இன்னிக்கு முடிச்சுடலாம். சொல்லிக் கொடுத்தவரைக்கும் பாடம் பண்ணிட்டே யில்லே?"

"ஓ பண்ணிட்டேன்!"

"எங்கே, பாடு?"

அம்மா சுருதிப் பெட்டியை இயக்க, சிறுமி தாளம் போட்டுக் கொண்டு பாடத் தொடங்கினாள். இரண்டோர் இடங்களில் அம்மா திருத்தினாள்.

"என்னப்பா இது? அம்மா பாட்டு ட்யூஷன் வேறு எடுக்கறாங்களா?" என்றாள் நித்யா.

"சும்மா ஆசைக்கு, பத்துக் குழந்தைங்க வாரத்துக்கு மூணுவாட்டி வந்து கத்துக்குதுங்க. இலவசமாய்த்தான்" என்று மனைவி விட்டுச் சென்ற சமையலைத் தொடர்ந்து செய்துகொண்டே அப்பா கூறினார். அதையே சிறிது நேரம் வெறித்தாள் நித்யா. பிறகு திடீரென்று, "ஆனாலும் அம்மா இத்தனை மோசமாய் மாறிவிடுவாங்கன்னு நான் நினைக்கலே" என்றாள்.

"என்ன மாறிட்டா?"

"புருஷனைச் சமைக்க வச்சிட்டு யாருக்கோ பாட்டுச் சொல்லிக் கொடுக்காட்டி என்ன? எதுக்கு இந்த அநாவசிய விவகாரமெல்லாம்? வீட்டையும் உங்களையும் கவனிச்சுட்டுச் சிவனென்னு இருந்தாப் போதாதா?"

"வயிற்றில் பிறந்தவங்களையும் கவனிச்சுக்கிட்டுன்னு சொல்லு!" என்று கூறி அப்பா சிரித்தார். நித்யாவின் முகம் சிவந்தது. எனினும் தாயின் இந்தப் புதிய வடிவம் பிடித்திருப்பதாய்ச் சொல்ல முடியவில்லை தான்.

"உங்கம்மா உங்களுக்கெல்லாம் தன் கடமைகளில் ஒரு குறையும் வைக்காமல் எல்லாம் செஞ்சுட்டாள். அதுக்கப்புறம் குடும்பத்தைச் சேராத மத்தவங்களுடனும் சமூகத்துடனும் அவள் ஒரு தனிப்பட்ட மனுஷியாய்த் தொடர்பு வச்சுக்கிறதில் என்ன தப்பு?"

தனிமைத் தளிர்

"ஆனாலும் அம்மா இப்படித் தனக்கு ஒரு தனி அக்கறை ஏற்படுத்திக் கிட்டு உங்களை வேலை செய்யவிடறது நல்லாவா இருக்குது? உங்களுக்கு இது பிடிக்குதா அப்பா?"

சொக்கலிங்கம் அடுப்பிலிருந்து சோற்று வெண்கலப் பானையை இறக்கி வாயில் துணியைக் கட்டித் தண்ணீர் போகும் துவாரத்தின் அருகே சாய்த்து வைத்துவிட்டு நிமிர்ந்தார். அவளை ஒரு கணம் உற்றுப் பார்த்தார். பிறகு ஆங்கிலத்தில் சொன்னார்:

"நான் மிகவும் தன்மானம் உள்ளவன். என்னை என் அடிமையோ என் நிழலோ நேசிப்பதைவிட முழு வளர்ச்சி பெற்றுத் தானாக விளங்கும் ஒரு மனித வியக்தி நேசிப்பதில் நான் அதிகம் பெருமை கொள்கிறேன்."

நித்யா பதில் சொல்லத் தெரியாமல் நின்றாள்.

திடீரென்று அப்பா சிரிக்க ஆரம்பித்தார்.

"இப்ப எதுக்குச் சிரிக்கிறீங்க?" என்றாள் அவள் எரிச்சலோடு.

"நம்ம வேலை முறை மாறியிருக்குது, இல்லையா? அதை நினைச்சு சிரிச்சேன். என் பெண்டாட்டி எனக்கு உழைக்கிற யந்திரமாய் மட்டுமே இருக்கணும்னு நான் சொல்லணும். பெண்ணும் ஒரு மனுஷப் பிறவி யில்லையான்னு நீ கேட்கணும். ஆனா இங்கே நடந்தது தலை கீழே. பெண்களுக்கு எதிரி பெண்கள்தான்னு சொல்றது சரியாய்தான் இருக்குது இல்லே, நல்ல தமாஷ்!"

"உங்களுக்கு எல்லாமே தமாஷ்தான்" என்று கடிந்துகொண்டு அவள் வாசல் பக்கம் வந்தாள். அம்மா வர்ணத்தின் கடைசிப் பகுதியைப் நோட்டில் எழுதிவிட்டு அதைப் பயில்வித்துக்கொண்டிருந்தாள். அம்மாவின் குரல் எத்தனை இனிமையாக இருக்கிறது! அவளுக்குப் பாடவரும் என்று கூட அவர்களுக்கெல்லாம் தெரியாதே! தையல், சங்கீதம், இன்னும் என்னவெல்லாம் தெரியும் அம்மாவுக்கு?

பயிற்சி நடந்து கொண்டிருந்தபோது சுரேஷ் அங்கேயே உட்கார்ந்துகொண்டிருந்தான். போக்கிரி! பாட்டியோடு அவனுக்கு எப்படியோ அதற்குள் பிடிப்பு ஏற்பட்டுவிட்டதே! காலையிலிருந்து தன் உடைந்த தமிழில் அவளுடன் ஒரே அரட்டைதான்.

பயிற்சி முடிந்ததும் சுருதிப் பெட்டியின் கொக்கியை மாட்டிவிட்டு ஓர் ஓரமாய் வைத்தாள் செந்திரு. பிறகு சுரேஷைத் தூக்கி மடியில் வைத்துக்கொண்டாள்.

"பாட்டுப் பிடிச்சுதா சுரேஷ்?"

"ஓ, புச்சு."

செந்திரு சிரித்துக்கொண்டே அவனை முகத்தோடு முகம் சேர்த்து அணைத்துக்கொண்டாள். பிறகு எதிரே பார்த்து, "இவன் யாரு தெரியுமா வாசுகி? என் பேரன். பம்பாயிலேருந்து வந்திருக்கான்" என்றாள்.

அவனையே பொறாமையோடு பார்த்த சிறுமி, "ஆனாலும் நீங்க எனக்குத்தான் டீச்சர், அவனுக்கில்லே. அப்படித்தானே?" என்றாள்.

மாணவியை அருமையாய்க் கன்னத்தில் தட்டிக்கொடுத்து அனுப்பிவிட்டுச் செந்திரு பேரனோடு உள்ளே வந்ததுமே நித்யா, "இந்த ஊர்ல நீ ரொம்பப் பெரிய பிரமுகியாய்ப் போய்ட்டே போல் இருக்குதே அம்மா! இன்னும் என்ன என்ன அலுவல்களெல்லாம் வச்சிக்கிட்டிருக்கே?" என்றாள்.

"போடி பைத்தியம், பிரமுகியுமில்லே ஒண்ணுமில்லே. ஏதோ நமக்குத் தெரிஞ்சதை நாலு பேருக்குச் சொல்லிக் கொடுத்தால் அது ஒரு பெரிய விஷயமா?"

"நீ பாட்டெல்லாம் முறையாக் கத்துக்கிட்டிருக்கியா அம்மா?"

"எந்தக் காலத்திலோ கத்துக்கிட்டதுதான். இப்போ இவங்களை என்ன, பரீட்சைக்கா அனுப்பப்போறேன்? ஏதோ ஆசைக்குக் கத்துக் கறாங்க, பாடறாங்க. என் பாட்டு அந்த அளவுக்குப் போதும். நான் மெட்ராஸிலேர்ந்து சில பாட்டுப் புஸ்தகங்களைத் தருவிச்சு எனக்குத் தெரிஞ்சதைக் கொஞ்சம் புதுப்பிச்சுக்கிட்டேன். தியாகையர், சிவன் கீர்த்தனைகளை ஸ்வர வரிசையோடு வாங்கியிருக்கேன். தீட்சிதர் கிருதிங்க தான் இன்னும் கிடைக்கலே. பாரதியார், கவிமணி, கோபால கிருஷ்ண பாரதி எல்லாம் இருக்கு."

"எதுக்கு இந்த அநாவசியத் தொல்லையெல்லாம்?"

"தொல்லையாவது? குழந்தைங்க ஆசையாய்க் கத்துகிற போது எனக்கு எத்தனை சந்தோஷமாயிருக்குது தெரியுமா? இப்ப இந்த வாசுகியையே பாரேன். புத்திசாலிக் குழந்தை. பாட்டில் இருக்கிற ஆசையிலே, சாயங்காலம் வரமுடியாதுங்கறதுக்காகக் காலையிலேயே வந்து கத்துக்கிட்டுப் போயிடிச்சில்லே! இவளுக்கு ஓர் அக்கா இருக்கா! காமாட்சின்னு பேரு. சென்னையில் நர்சுக்குப் படிக்கறா. லீவில் வர்றபோதெல்லாம் அவளும் பாட்டுக் கத்துக்க வந்துடுவா! அப்புறம் ..."

"அதெல்லாம் இருக்கட்டும்மா. அப்பா சமையலெல்லாம் முடிச் சிட்டார். இன்னிக்கானும் சாப்பாடு போட நீ வரமாட்டியா?"

"தையல் வகுப்பு முடிஞ்சுதானே நான் வரமுடியும் நித்யா?"

"நான் இங்கே இருக்கிறவரைக்கும் லீவ் போட்டுடேன்."

"ரொம்ப நல்லாயிருக்கே! நீ என்ன பச்சைக் குழந்தையா, நான் உன்கூடவே இருக்கிறதுக்கு? என் வேலைகளையும் பார்த்துக்கறேன், உன்னோடவும்தான் பேசறேன்."

"போம்மா, உனக்கு என்கிட்டே ஆசையே இல்லே."

அப்பாவிடம் அம்மா, "சமையலையெல்லாம் நீங்களே முடிச்சிட் டீங்களா? ரொம்பத் தாங்ஸ்" என்று சொல்லி அவசரமாய்த் தையல்

வகுப்புக்குக் கிளம்பிவிட்டாள். பிறகு வீடு திரும்பிச் சிறிதுநேரம் குடும்பத்தில் மூழ்கியிருந்தாள். எல்லாருமாய்ப் பசிய வயல்களூடே சிறிது நேரம் காலாற உலாவிவிட்டு வந்தார்கள். மாலை ஏழெட்டுச் சிறுவர் சிறுமியர் சங்கீதம் கற்றுக்கொள்ள வீட்டுக்கு வந்துவிட்டார்கள். வகுப்பு முடிந்து அம்மா எழுந்து வந்தபோது இரவு ஏழரை மணி.

"நாளைக்கு இங்கே பாட்டு ட்யூஷன் கிடையாதே?" என்றாள் நித்யா நொடிப்பாக.

"கிடையாது."

"நல்ல வேளை!"

மறுநாள் பிற்பகல் நித்யா தாயிடம், "அம்மா, அடைக்கு ஊறப் போடறயா? ராத்திரி பலகாரம் சாப்பிடலாம்" என்றாள்.

"ஓ, போடறேனே. உனக்குத்தான் அடைன்னா உயிராச்சே!"

"சாப்பிட்டு ரொம்ப நாளாகுதும்மா."

செந்திரு அடைக்குத் தயாரிக்கலானாள். மாலையில் அவள் ஆட்டுரலைச் சுத்தம் செய்வதை நித்யா வெகு திருப்தியோடு கவனித்தாள். பிறகு அம்மா "நீ அரைச்சு வச்சிடு, நித்யா. நான் கொஞ்சம் வெளியே போய்ட்டு வந்துடறேன்" என்றாள்.

"என்னம்மா இது! பாட்டு வகுப்பு இல்லேன்னு சொன்னதும் நீ இன்னிக்குச் சாயங்காலம் ஒய்வாயிருப்பேன்னுல்ல நினைச்சேன்? அதனாலதானே அடை செய்யச் சொன்னேன்?"

"வயதானவர்கள் கல்வித் திட்டத்தில் நான் உதவற தாய் சொல்லி யிருக்கேன் நித்யா. வாரத்தில் ரெண்டு சாயங்காலம். இன்னிக்குப் போகவேண்டிய நாள். சீக்கிரம் வந்துடுவேன். கிளம்பட்டுமா?"

அம்மா, சீரான தலைக் கொண்டையும் வீட்டுச் சலவையில் மின்னிக் கஞ்சியில் விறைத்த சுத்தமான எளிய உடைகளுமாய்க் கையில் சில புத்தகங்களுடன் வெளியே சென்றபோது நித்யாவுக்கு ஆத்திரம் பொங்கியது. பிறகு உரலில் அடைக்கு மாவாட்டிய போது அழுகையே வந்துவிட்டது.

பிறந்தகத்தில் சீராட வந்ததென்ன, அம்மா ஜம்மென்று வெளியே போக, ஆட்டுரல் அடியில் அவள் நோவதென்ன?

நித்யா பழைய நாட்களை நினைத்துக் கொண்டாள். சென்னையில் இருந்தபோது அவளோ அக்காள்மாரோ அண்ணன்மாரோ ஊரிலிருந்து வரும்போதெல்லாம் எந்த வேலையும் செய்யமாட்டார்கள். எல்லாப் பொறுப்புகளையும் அம்மாவே ஏற்றுக்கொள்வாள். அம்மா வெளியே போகமாட்டாள்; குழந்தைகளை வீட்டில் விட்டு அவளைப் பார்த்துக் கொள்ளச் சொல்லிவிட்டு அவர்களெல்லாம் சினிமா என்றும் ஷாப்பிங் என்றும் வெளியே கிளம்பி விடுவார்கள். இரவு பத்து மணிக்குத்

திரும்பி வந்தாலும் அம்மா தட்டுப் போட்டு வைத்திருந்து சுடச்சுட உணவு பரிமாறுவாள். குழந்தைகளை அதற்குள்ளாகச் சாப்பாடு போட்டுத் தூங்கச் செய்திருப்பாள். அவர்கள் வெளியே இருந்து வந்ததும் துணி மாற்றிக் களைந்துபோடும் புதுச் சேலைகளையும் நிஜார்களையும் எடுத்து மடித்து வைப்பாள். இரண்டாம் ஆட்டம் சினிமாப் பார்த்துவிட்டு வந்தாலும் விழித்திருந்து அவர்களுக்கு மலர்ந்த முகத்துடன் கதவைத் திறந்து விடுவாள். இத்தனையும் செய்துவிட்டு, "நாளைக்குக் காலையிலே என்ன டிபன் வேணும் உங்களுக்கெல்லாம்?" என்று கேட்டு ஒவ்வொருவருக்கும் பிடித்ததைத் தனித்தனியே செய்து வைத்துப் பரிமாறுவாள். தண்ணீரோ காபியோ கையில் கொண்டுவந்து கொடுப்பாள்.

அம்மா என்றால் அப்படியல்லவா இருக்கவேண்டும்! எப்படி இவ்விதம் மாறிப் போனாள்?

இரவு செந்திரு பேரனுக்குப் பால் சோறு ஊட்டிப் படுக்கவைத்துத் தூங்கச் செய்த காட்சி நித்யாவுக்குச் சிறிது ஆறுதலளித்தது. பிறகு அவளையும் அப்பாவையும் உட்கார வைத்து அம்மா அடை பண்ணி வெல்லமும் வெண்ணெயும் சேர்த்துத் தட்டில் பரிமாறினாள். நித்யா சப்புக் கொட்டிக்கொண்டு புசித்தாள்.

"ரொம்ப ஜோராயிருக்குதும்மா! இன்னும் ஒண்ணு போடேன்!"

செந்திரு போட்டாள். பிறகு தனக்கு ஒன்று ஆக்கித் தட்டில் வைத்து எடுத்து வந்து உட்கார்ந்து மெல்ல உட்கொண்டாள்.

"வயித்தில் இடம் இல்லாதமாதிரி இருந்துச்சு. ஒண்ணு போதும்னு நினைச்சேன். இப்போ இன்னொண்ணு சாப்பிடலாம்னு தோணுது. எனக்கு ரொம்பக் களைப்பாயிருக்குது நித்யா. நீ ஒரு அடை சுட்டு எனக்குக் கொண்டுவந்து போடறியா?"

நித்யா தாயைப் பார்த்துக் கோபமாய் விழித்தாள். அம்மாவுக்கு அவள் வேலை செய்யவேண்டுமா? இதென்ன அநியாயம்? வேண்டா வெறுப்பாய் எழுந்து போய் ஓர் அடையைத் தட்டிக்கொண்டு வந்து தாயின் தட்டில் போட்டபடியே, "களைப்பாயிருக்குன்னா ஏன் இருக்காது? வீடு, வீட்டு வேலைன்னு மட்டும் இருந்தால் உடம்புக்குத் தெம்பாயிருக்கும். ஊர்ல இருக்கிற அநாவசிய அலுவலையெல்லாம் எதுக்காக இழுத்துப் போட்டுக்கறே? எல்லாப் பொம்புளைங்களும் இப்படியா இருக்காங்க? உனக்கேன் இந்த வீண் வேலை?" என்றாள் ஆத்திரத்துடன்.

செந்திரு அவளைக் கணநேரம் பார்த்தாள். பிறகு கணவனின் பக்கம் திரும்பி, "நாளைக்கு நான் தேவ மணி அம்மாளோடு அடுத்த கிராமம் வரைக்கும் போயிட்டு வரலாம்னு இருக்கேங்க. அங்கே வயது வந்தவங்களுக்குச் சொல்லிக் கொடுக்கற முறையைப் பத்திப் புதுசா ஏதானும் தெரிஞ்சுக்க முடியுமான்னு பார்க்கப் போறேன்" என்றாள்.

பத்து நாட்களில் நித்யாவுக்குத் தாயின் புது நியமம் பழகிவிட்டது. நாளாக ஆகப் பொருமலுடன் ஒருவாறு அதை ஏற்றுக்கொண்டாள். அம்மா அவளோடு பேசாமல் இல்லை. செல்லம் கொடுக்காமல் இல்லை. சமைத்தாள், இயன்றபோதெல்லாம் பரிமாறினாள். வெள்ளி தோறும் கூந்தலுக்கு எண்ணெய் வைத்து அலசினாள். அன்றாடம் தலை சீவி விட்டாள். வேறு பணிகள் இல்லாதபோதெல்லாம் பேரனைக் கவனித்துக்கொண்டாள். நித்யா அங்கே தங்கியிருந்த காலத்தில் இரண்டு ஞாயிறுகளில் பெற்றோர்கள் அவளையும் பேரனையும் அழைத்துக்கொண்டு காஞ்சீபுரம், தாம்பரம் என்று பொழுதுபோக்காய்ப் போய் வந்தார்கள். எனினும், இரவில் அம்மா தன் அருகில் படுத்துக் கொண்டு பம்பாயையும் அங்கே தன் வாழ்க்கையையும் பற்றி அவள் சொல்லச் சுவாரசியத்துடன் கேட்டுக்கொண்டிருக்கையில் திடீர் திடீரென்று, “அந்த மங்கம்மாவுடைய எம்பிராய்டரி டேபிள் க்ளாத் ஒண்ணு இருபத்தஞ்சு ரூபாய்க்கு விலை போச்சு. எத்தனை அழகாய்ப் போட்டிருந்தா, தெரியுமா?” என்பது போல் ஏதாவது சொல்லும்போது அம்மாவின் உலகம் இப்போது ஒரு புதிய பரிமாணத்தை உள்ளடக்கி யிருக்கிறதென்ற உணர்வு குப்பென்று வந்து தாக்க, கணநேரம் தாயை ஓர் அந்நியளாகக் கண்டு குழம்பிப் போவாள்.

அவள் அங்கு வந்த சில நாட்களுக்குப் பிறகு அம்மா பேசிய ஒரு பேச்சினால் அவளுடைய அந்தக் குழப்பம் அதிகமாகியது.

மங்களூரிலிருந்த அவளுடைய இரண்டாவது அக்காவிடமிருந்து அம்மாவுக்குக் கடிதம் வந்திருந்தது. சவலைக் குழந்தையும் கைக் குழந்தையுமாக இருப்பதால் இரண்டையும் பார்த்துக்கொள்வது தனக்குச் சிரமமாயிருப்பதாகவும், கைக்குழந்தை சற்றுப் பெரிதாகும் வரை அம்மா ஆறுமாத காலம் தன்னோடு வந்து தங்கியிருந்தால் சௌகரிய மாயிருக்கும் என்றும் எழுதியிருந்தாள்.

கடிதத்தைப் படித்துவிட்டு அம்மா சிரித்தாள். “ஏம்மா சிரிக்கறே? அக்கா, பாவம், எவ்வளவு உருக்கமாய் எழுதியிருக்கா? நீ உதவிக்குப் போவே இல்லையா?” என்றாள் நித்யா.

“இந்த உதவிக்கு அவள் ஓர் ஆயாவைப் போட்டுக்கலாம். நான் தேவையில்லை.”

“என்னம்மா இப்படி இரக்கமில்லாமே பேசறே?”

“இதோ பாரு நித்யா; இந்த வீட்டுக்கு என் மகளோ மகனோ மருமகளோ மருமகனோ பேரக் குழந்தைகளோ யார் வேணும்னாலும் வரட்டும். இது அவங்க வீடுதான். நான் எப்பவும் வரவேற்கத் தயாரா யிருக்கேன். என்னாலானவரை பார்த்துக்கறேன், எல்லாம் செஞ்சு கொடுக்கறேன், ஒரு வேளை பெரிய ஆபத்தாய் யாருக்கானும் வந்துட்டால் அப்போ எல்லாத்தையும் விட்டுட்டு அவங்ககிட்ட ஓடிப்போகவும் நான் தயார். ஆனா, சின்னச் சின்னச் சிரமங்களுக்குக் கூட, என்னவோ அம்மாதான் வந்து உழைக்கக் கடமைப்பட்டவள் என்கிற மாதிரி எண்ணினால் அதுக்கு நான் உடன்படமாட்டேன்.

எனக்கு வீடு இல்லையா? யார் எப்போ கைதட்டிக் கூப்பிட்டாலும் ஓடிவந்து நிற்க நான் என்ன எடுபிடி ஆளா? இப்போ உன் அக்கா என்னை ஓர் ஆயாவாய்த்தான் நினைச்சுக் கூப்பிடறா. ஒரு வேலைக் காரியைப் போட்டுக்க வசதியில்லாதவளா அவள்? அம்மாவைப் பார்த்தால் வீணாப் போறாப்பல தோணுதா?"

நித்யா அயர்ந்து போய்விட்டாள். பிறகு இரண்டொரு நாட்கள் அதிகம் பேசாமல் தலை கவிழ்ந்தபடியே நடமாடினாள். தாயைப் புரிந்துகொள்ளாமல் பேசிவிட்டதற்கு வருந்தி அவமானப்படுகிறாள் என்று நினைத்து செந்திரு அவளைக் கனிவோடு அணைத்துக்கொண் டாள். "வருத்தப்படாதேம்மா, நித்யா. நான் உன்னைத் தப்பா நினைப்பேனா?"

நித்யா ஆவலாய்த் தலை நிமிர்ந்தாள். "அப்படின்னா நீ சும்மாத் தான் சொன்னியா அம்மா? அக்காவுக்கு உதவ மங்களூர்க்குப் போகத்தான் போறே, இல்லே?"

செந்திரு வியப்பு மிகுந்து அவளை வெறித்துப் பார்த்தாள். அன்றிரவு கணவனிடம், "குழந்தைங்களே தாயார் எப்பவும் தங்களிடமே ஈடுபட்ட வளாயும் தங்களுக்கே அடிமை செய்யறவளாயும் இருக்கிறதைத் தவிர வேறு வகையில் அந்தத் தாயைப் பார்க்க விரும்பமாட்டாங்க போல் இருக்குது" என்ற கசப்புடன் கூறினாள்.

"குழந்தைங்களுக்கு மட்டும் என்ன செந்திரு? இன்னொருத்தரைத் தன்னோடு சம்பந்தப்படுத்திக்காமல் ஒரு தனி நபராய்ப் பார்க்கறது எத்தனை பேருக்குச் சாத்தியமாகிற விஷயம்? விட்டுத் தள்ளு. அவங்க புத்தி அவ்வளவுதான். மனசை வருத்திக்காமப் போய்ப் படுத்துக்க" என்று கூறி, சொக்கலிங்கம் அவள் முதுகில் ஆதரவாய்த் தடவிக் கொடுத்தார்.

ஒரு மாத முடிவில் நித்யா கிராமத்திலிருந்து திரும்பினாள். இந்த முறை பிறந்தக விஜயம் அவளுக்கு ஒரு கலப்படமான அநுபவமாக இருந்தது. அப்பா எப்போதும்போல் தான் இருந்தார். அம்மாதான் ஒரேயடியாய் மாறிவிட்டாள். முன்புபோல் பாசமாக இல்லையா என்ன? பாசத்தைப்பற்றிச் சந்தேகம் இல்லை. இப்போதும் அவள் ஊருக்குக் கிளம்பும்போது அவளுக்குப் பிடித்தமான எத்தனை தின்பண்டங்கள் செய்து கூடைகளில் அடுக்கிவிட்டாள்! "ஊருக்குப் போற நாள் வந்திடிச்சா?" என்று குரல் கம்மக் கேட்டு எத்தனை தரம் தலையை வருடிக்கொடுத்தாள்! எனினும் மன மூலையில் நித்யாவுக்கு ஓர் அதிருப்தி நிழலாடாமல் இல்லை.

சென்னையில் அவளை ரெயிலேற்றிவிட அப்பாவோடு அம்மாவும் வந்தாள். வண்டி கிளம்பும் வரை அம்மா பேரனைக் கையிலேயே வைத்துக்கொண்டிருந்தாள். அவனுக்குப் பிஸ்கெட் வாங்கித் தந்தாள். "உடம்பைப் பார்த்துக்க நித்யா. போய் சேர்ந்ததுமே லெட்டர் போடு" என்று சொன்னாள். "நீயும் குழந்தையும் இல்லாம வீடு வெறிச்சுனு போயிடும்" என்று திரும்பத் திரும்ப உருகினாள். நித்யா சிறிது மிதப்புடன்

இருக்கையில் சாய்ந்து உட்கார்ந்தாள். ரெயில் விசில் சப்தம் ஒலித்ததும் குழந்தையை அம்மா பிரிய முடியாமல் பிரிந்து மகளிடம் கொடுத்தாள். "ஜாக்கிரதையாய்ப் போய் வா நித்யா. ஜன்னல் பக்கமாய் உக்காராதே. பாத்ரூமுக்குப் போற போது பார்த்துப் போ. குழந்தை பத்திரம்" என்றெல்லாம் அறிவுரைகள் சொன்னாள். ரெயில் நகரத் தொடங்கியது.

"போய்ட்டு வரேம்மா, அப்பா வரேன். சுரேஷ், தாத்தாவுக்கும் பாட்டிக்கும் டாடா சொல்லு!" என்ற நித்யா, ஓடும் ரெயிலோடு அம்மாவும் தன்னை நோக்கி ஓடிவருவதைக் கண்டாள். என்ன சொல்வதற்காக வண்டியைத் துரத்திக்கொண்டு வருகிறாள் அம்மா?

"நித்யா, நித்யா. ஒண்ணு சொல்ல மறந்துட்டேனே!"

"என்னம்மா?"

இரவு ஞாபகமாய் ஃப்ளாஸ்கிலுள்ள பாலைக் குடி என்று சொல்வாள், வேறென்ன? நித்யா அமர்த்தலாய்ச் சிரித்துக்கொண்டாள்.

"பம்பாயில் நிறையப் பெண்கள் பத்திரிகையெல்லாம் இருக்குமே; எதிலானும் புதுசா எம்பிராய்டரி டிஸைன் போட்டிருந்தால் கத்திரிச்சு எனக்கு அனுப்பு" என்று ஓடிக்கொண்டே இரைக்க இரைக்கக் கூவினாள். செந்திரு.

கலைமகள், பிப்ரவரி 1978

நாகலிங்க மரம்

"பிருந்தா! காப்பி கொண்டாம்மா"

பிருந்தா காப்பி கொண்டுவந்தாள்.

"இவதான் பிருந்தா." நன்றாய்ப் பார்த்துக் கொள்ளுங்கள் என்பதை அந்தத் தொனி சொல்லியது.

வந்தவர்களும் நன்றாகவே பார்த்துக்கொண்டார்கள். பெண் சிவப்பில்லை, மாநிறம்தான். ஆனால் மாநிறச் சிலை. ஒன்றுக் கொன்று சவால் விடும் முகமும் உடலும், சராசரிக்கு மேற்பட்ட உயரம். ஈயை விரட்டுவது போல் வறுமையை ஒதுக்கிக் கொண்டு அநாயாசமாய் சுடர் விடும் கம்பீரம்.

"வந்தவாளுக்கெல்லாம் நமஸ்காரம் பண்ணு" என்று தொடர்ந்து உத்தரவிட்டார் பெண்ணின் தந்தை. வந்தவர்களுக் கெல்லாம் பிருந்தா நமஸ்காரம் பண்ணினாள்.

"உக்காரும்மா!" என்றார் பிள்ளையின் தந்தை. பிருந்தா உட்கார்ந்து எதிரே ஜன்னல் வழியாகத் தெரிந்த நாகலிங்க மரத்தைப் பார்க்கலானாள்.

பிள்ளையின் தாய் தன் கணவனை ரகசியமாய் முறைத்துப் பார்த்தாள். அவள் இருக்கும்போது அவர் என்ன உட்காரச் சொல்லக் கிடக்கிறது பெண்ணை? அந்தப் பெண்ணும் உடனே உட்கார்ந்து விட்டதே.

"காப்பி சாப்பிடுங்கோ" என்று பெண்ணின் தந்தை உபசரித்தார்.

"இருக்கட்டும். ஏண்டியம்மா, நீ என்ன படிச்சிருக்கே?" என்றாள் பிள்ளையின் தாய் பெண்ணிடம்.

பெண்ணின் தந்தை திடுக்கிட்டார். இந்த விவரங்களெல்லாம் தரகர் சொல்லவில்லையா என்ன, அவர்களிடம்?

"எய்த் ஸ்டாண்டர்டோட நிறுத்திட்டோம் அவளை..."

"ஏன், படிப்பு ஏறல்லையா?"

பிருந்தா அதி தீவிரமாய் மரத்தைப் பார்த்தாள். உயரத்தில் மேலேயெல்லாம் பம்மென்று பச்சிலைகள் விரிந்து படர்ந்திருக்க, சற்றுத் தாழ்ந்த கிளைகளிலிருந்து தொடங்கி மரத்தின் தண்டெங்கும் கொத்துக் கொத்தாக விழுதுகள் போல் கீழ் நோக்கித் தொங்கும் மெல்லிய குச்சி கிளைகளில் பூக்கள் மலர்ந்திருந்தன. எனக்கு நாகலிங்கம் என்று பெயரிடுங்கள் என்று வலுவில் கூவி அழைப்பது போல நாகமும் லிங்கமுமாய் வடிவம் அமைந்த பூக்கள். வெண் மஞ்சளும் ரோஸ் நிற சிவப்புமாய் சுற்றிலும் அந்த இதழ்களும் நடுவில் குடை விரிந்த நாகமும் சின்ன லிங்கக் குமிழுமாய்த் தனியான ஓர் அழகுதான் இவற்றுக்கு.

"படிப்பில் ரொம்ப சூடிகை அவ, படிக்கணும்னு ஆசைப்பட்டா. எங்களுக்குத்தான் வசதியில்லே."

"இலவசப் படிப்புத்தானே! வசதி எதுக்கு?"

"வசதின்னு வீட்டு நெலவரத்தைச் சொன்னேன். என் வொய்ஃபுக்கு ஹெல்த் போறாது. எனக்கு ஊரூராய்ச் சுத்தற மருந்து விக்கற வேலை. பிருந்தா தான் படிப்பை நிறுத்திட்டு வீட்டையும் தாயாரையும் பார்த்துக்க வேண்டியிருந்தது."

"அது ஒண்ணும் பரவாயில்லை. ஸ்கூலுக்குப் போய்ப் படிச்சாத் தானா?" என்றான் பிள்ளை.

யாருமே எதிர்பார்க்காத இதைக் கேட்டு பிருந்தாவைத் தவிர மற்றவர்களின் கண்கள் அவன் மீது திரும்பின. அவன் தாயின் முகம் கோபத்தில் சிவந்தது. தந்தை கூட 'அட அசட்டு முண்டமே' என்பதுபோல் ஒரு சங்கடத்துடன் அவனைப் பார்த்தவாறு "இந்த நாளில் பி.ஏ. கூட சாதாரணமாயிருக்கிறபோது ஸ்கூல் படிப்பையே முடிக்கலேன்னா ஆச்சரியம்தானேடா?" என்றார்.

"எங்களைப் பத்தின எல்லா விவரங்களும் உங்ககிட்ட சொல்லிடும் படி புரோக்கர்கிட்ட சொல்லியிருந்தேனே, சொன்னாரோல்லியோ?" என்றார் பெண்ணின் தந்தை கவலையுடன்.

"ம், சொன்னார் சொன்னார்."

பின் ஏன் அந்தக் கேள்வி என்பது போல் பெண்ணின் தாய் முதல் முதலாகத் தலை நிமிர்ந்து பிள்ளையின் தாயைப் பார்த்தாள். 'படிப்பு ஏறவில்லையா?' என்று கேட்கும் சுகத்துக்காகவா?

"காப்பி ஆறிப் போறதே" என்றார் பெண்ணின் தந்தை. வந்தவர்கள் எடுத்துப் பருகினார்கள்.

"பேஷாயிருக்கு காப்பி" என்றார் பிள்ளையின் தந்தை. இந்த ஒரு நாளுக்காக ஸ்பெஷலாய்ப் போட்டிருப்பார்கள் என்று எண்ணம் ஓடியது.

"எங்க பிருந்தா போட்டதுதான். போண்டாவும் ரவா கேசரியும் கூட அவதான் பண்ணினா. ரொம்ப கெட்டிக்காரி. எல்லாக் காரியமும்

தெரியும்" என்று ஒரு கடைக்காரப் பெருமையுடன் சொன்னார் பெண்ணின் தந்தை. பெண்ணின் தாய் கண் ஓரத்தில் தெரிந்த மகளின் உருவத்தைத் திரும்பிப் பார்க்காமலே உட்கார்ந்திருந்தாள். பார்த்தால் உடைந்து விடுவோமோ என்ற பயம்.

எத்தனை பூக்கள் அந்த மரத்தில்! பிருந்தா கண் போன வரையில் எண்ணினாள். ஒன்று இரண்டு மூன்று நான்கு ஐந்து... ஒரு டஜன் எண்ணுவதற்குள் பூக்கள் குழம்பிவிட்டன. அந்த மேல் கிளைப் பூவை எண்ணியாகிவிட்டதா இல்லையா? மொத்தம் இரண்டு டஜன் பூக்கள் இருக்கும் போலிருந்தது. மழமழவென்று வர்ணமென்மையாய் ஒரே பூத்திரவியம். இன்னும் மரத்தடியில் வேறு விழுந்திருக்கும். ஜன்னலுக்குக் கீழுள்ள சுவர்ப்பகுதி மறைக்கிறது. எழுந்து நின்றால் தெரியும்.

"பொண்ணு என்ன பேசவே காணோம்? ஏண்டியம்மா, அப்படி என்ன வெறிச்சுப் பார்த்துண்டிருக்கே அங்கே?" என்று பிருந்தாவிடம் கேட்டாள் பிள்ளையின் தாய்.

பிருந்தா பார்வையை அகற்றாமலேயே "நாகலிங்க மரத்தைப் பார்த்துண்டிருக்கேன்" என்றாள்.

"அதை என்ன பார்வை? இப்படித் திரும்பி எங்ககூடப் பேசு."

'என்ன பேசறது?' இன்னும் அந்தப் பார்வை மரத்திலிருந்து கழலவில்லை. திடீரென்று அவள் பேசினாள். "இந்த மரத்தைப் பத்தி உங்களுக்குத் தெரியுமா? வருஷத்தில் மூன்று தடவையாவது இதுக்கு இலையுதிர் காலம் வரது. நாலஞ்சு நாள் சருகெல்லாம் அப்படியே காத்தில் உதிர்ந்து விழுந்துண்டே இருக்கும். கீழேயெல்லாம் குவிஞ்சு போயிடும். குப்பை பெருக்கி மாளாது. அப்புறம் அடுத்த நாலஞ்சு நாளுக்குள்ளேயே, நாம் பார்த்துண்டிருக்கறபோதே, கபகபன்னு பச்சையா இலைகள் மொளைச்சு அப்படியே மரத்தை நெறைச்சுடும்! இந்த மரமா மொட்டையா இருந்துதுன்னு ஆச்சரியமாயிருக்கும்! சருகுகள் ஆடி ஆடி உதிர்ந்திண்டிருக்கறபோதே பக்கத்திலேயே பச்சை பச்சையா சின்னச் சின்னதா துளிர்விட்டிருக்கறதைப் பார்க்க எத்தனை அழகாயிருக்கும் தெரியுமா? என்னமோ பழைய மரத்துக்குள்ளேருந்தே தோல் உரிச்சுண்டு புது மரம் கிளம்பறாப்பல இருக்கும்."

பிள்ளை பெண்ணை மிக சந்தோஷத்துடன் பார்த்துக்கொண்டிருந் தான். பெண்ணின் தந்தை, பிள்ளையின் தாய் இருவருமே இதைக் கவனித்தார்கள்.

கொஞ்சங்கூடப் பிகுவே தெரியவில்லையே பாவிப் பயலுக்கு! கண் பிதுங்கி விழுந்துடப் போறதுடா!... பிள்ளையின் தாய் ஆத்திரத்தை அடக்கிக்கொண்டு அந்தக் கவனத்தை மாற்றப் பெண்ணின் பக்கம் அவசரமாய்த் திரும்பி "ஏம்மா பிருந்தா, டிபனெல்லாம் நீ தான் பண்ணினேன்னாரே உங்கப்பா, அப்போ சமையல் கூடப் பண்ணுவியா?" என்றாள்.

தனிமைத் தளிர்

இரண்டு டஜன் பூக்கள் இல்லை. நாலைந்து குறைவு தான். அகல அகலமாய் இதழ்கள் விரிந்திருப்பதில் இன்னும் நிறையப் பூக்கள் இருப்பதுபோல் பிரமை அவ்வளவுதான்.

"ஏ பிருந்தா, மாமி கேக்கறது காதில் விழலே? என்ன பேசாம உக்காண்டிருக்கே? அவாளைப் பார்க்கறாப்பல திரும்பி உக்காந்துண்டு பதில் சொல்லு" என்று அதட்டினார் பெண்ணின் தந்தை. பிருந்தா திரும்பி உட்கார்ந்து பதில் சொன்னாள். "என்ன கேட்டேள் மாமி?"

"சமையல் பண்ணுவியோன்னு கேட்டேன்."

"பண்ணுவேன்."

"அதான் சொன்னேனே, எங்க பிருந்தா ரொம்ப கெட்டிக்காரி" என்றார் பெண்ணின் தந்தை.

"ம். ம்."

"எங்க பையன்கள்ல பெரியவன் சீனு இருக்கானே, அவனும் ரொம்ப ப்ரில்லியண்ட் பாய். காலேஜ்ல சேர்த்தா நன்னாப் படிச்சு முன்னுக்கு வருவான். அந்தப் புண்ணியத்தையும் நீங்க கட்டிண்டா ..." என்று குழைந்து புன்னகைத்தார் பெண்ணின் தந்தை. 'கேட்டுப் பாருங்களேன்! அவா ஒத்துண்டா உங்களுக்கு நல்லதுதானே' என்று தரகர் சொல்லியிருந்த ஆலோசனை தைரியமளித்தது.

பிள்ளையின் பெற்றோருக்கு அதிர்ச்சி தீர சிறிது நேரமாகியது. பிறகு "ரொம்ப நன்னாயிருக்கே கதை! ஏதோ உங்க நிலைமையைத் தெரிஞ்சுண்டு போனாப் போறதுன்னு வரதட்சிணை உள்பட ஏழாயிரத்துக்குத்தான் செய்ய முடியும்னு சொன்னதை ஒத்துண்டால் இன்னும் உங்க பிள்ளையை வேற படிக்க வைக்கணும்னு கேக்கறேளே, எங்கேயானும் உண்டா இந்த மாதிரி?" என்று வெடித்தாள் பிள்ளையின் தாய்.

"அவர் கேட்டா நாம் என்ன, சரின்னுடப் போறமா? ஏதோ ஆசைக்குக் கேட்டுப் பார்க்கறார். விடேன் சொல்றேன்" என்றார் பிள்ளையின் தந்தை.

"ஆசைன்னாலும் பேராசையாவா இருக்கும்? வாய் புளிச்சுதோ மாங்கா புளிச்சுதோன்னு பேசப்படாது" என்றாள் பிள்ளையின் தாய்.

"நான் ஒண்ணும் தப்பாக் கேக்கலேம்மா. என்னமோ எங்களுக்கு உபகாரம் செய்யுங்கோன்னு கேக்கறேன். நாங்களும் வேத்து மனுஷா இல்லே, பொண்ணைக் குடுத்து சம்பந்தியாயிடப் போறோம்" என்றார் பெண்ணின் தந்தை.

"பிள்ளையைப் பெத்தவா ஒவ்வொருத்தர் பத்தாயிரம் கொண்டா இருபதாயிரம் கொண்டான்னு கேப்பா. நாங்க ஏதோ போறதுன்னு ஏழாயிரத்துக்கு ஒத்துண்டோம். அதை நினைச்சுப் பார்க்கலையே நீங்க? உலகத்திலில்லாத அதிசயமான்னா இருக்கு நீங்க கேக்கறது?"

“அந்த ஏழாயிரும் எங்களுக்கு எழுபதாயிரத்துக்குச் சமம் அம்மா! அத்தனை கஷ்ட ஜீவனம். இருந்தாலும் பொண்ணுக்குச் செய்யாம விடச் கூடாதுன்னு செய்யறோம். அதை நினைச்சு நீங்க பெரிய மனசு பண்ணி என் பையனுக்குக் கொஞ்சம் உபகாரம் செஞ்சா ...”

“உங்க கடமையை நீங்க செய்யறேள். அவ்வளவுதானே. அதுக்கு மேல் ஒரு லாபம் வேற அடையணும்னு பார்க்கறது என்ன நியாயம்? கொடுக்கிற பணத்தை இந்த வழியில் திரும்ப வாங்கினுட்டா பிள்ளை வீட்டுக்காரா எங்களுக்கு என்ன மிஞ்சறது?”

பிருந்தா மறுபடியும் நாகலிங்க மரத்தைப் பார்க்க ஆரம்பித்தாள்.

“ஒண்ணுமே மிஞ்சலையா? பொண்ணு எப்படிப்பட்ட பொண்ணாம்?” என்றார் பெண்ணின் தந்தை.

“படிப்பு கிடையாது. அதுக்கே இன்னும் ஒரு மூவாயிரம் சேர்த்துக் கொடுக்கலாம் நீங்க” என்றாள் பிள்ளையின் தாய்.

“ஆனா அவ காரியமெல்லாம் எப்படி இருக்கு? அதுக்கு நீங்க ஒரு ரெண்டாயிரம் குறைச்சுக்கலாமே!”

“என்ன காரியமோ! போண்டா ஒரே காரம். காப்பியில் பொடி வாசனை அடிக்கறது ... பத்தாயிரம் இல்லாம ஒரு கல்யாணமா? ஏதோ நாங்க போனாப் போறதுன்னு ...”

“கிளியாட்டம் பொண்ணு கிடைக்கறதொண்ணே எத்தனையோ பத்தாயிரம் பெறுமே!”

“வெளிலே சொல்லாதீங்கோ, கைகொட்டிச் சிரிக்கப் போறா. பொண்ணு ஏதோ பார்க்கக் கொஞ்சம் சுமாராயிருப்பாள்னு தரகர் சொல்லியிருந்ததால்தான் இந்த சீப் ரேட்டுக்கு ஒத்துண்டோம். இல்லேன்னா பிள்ளை வீட்டுக்காரா ஒரு இருபதாயிரமாவது எதிர் பார்க்க மாட்டாளா?”

பெண்ணின் தந்தை பிள்ளையின் பக்கம் ஒரு பார்வை பார்த்தார். ‘இந்தப் பிள்ளைக்கா?’ என்று வாயால் கேட்கவில்லை. ஆனால் பிள்ளை கணப்பொழுதில் முகம் சிவந்து வலது காலை வேஷ்டிக்குள் இழுத்துக்கொண்டான். அவன் பெற்றோரும் சட்டென்று மௌன மானார்கள்.

பெண்ணின் தந்தை சிரித்தவாறே, “நமக்குள் இந்தத் தர்க்க மெல்லாம் எதுக்கு சொல்லுங்கோ. இருக்கிற விஷயத்தை தரகர் ரெண்டு தரப்புக்குமே சொல்லியிருக்கார் இல்லையா?” என்றார்.

“அப்போ பேச்சு வார்த்தையை முடிச்சுக்க வேண்டியது தானே? எதுக்குப் புதுசா பையன் படிப்புன்னு ஒண்ணைக் கிளப்பணும்?” என்றார் பிள்ளையின் தந்தை.

“அது அப்படி ஒண்ணும் தகாத விஷயமில்லையே ...”

தனிமைத் தளிர் ◦ 373 ◦

"பொண்ணின் தம்பியைப் பிள்ளை வீட்டுக்காரா படிக்க வைக்கறதுன்னு லோகத்தில் உண்டா? என்னய்யா பித்தலாட்டம் இது?"

பெண்ணின் தந்தை மென்மையான குரலில் "உங்க பிள்ளைக்கு நிறைய இடங்களில் தட்டிப் போய்ட்டதாக தரகர் சொன்னார்" என்றார்.

பிள்ளையின் தந்தை முகத்தில் வெடித்த வேர்வையை ஒற்றிக் கொண்டார். பிள்ளையின் தாய் ஒரு மௌனத்துக்குப் பிறகு "சரி பத்தாயிரமாக் குடுங்கோ. உங்க பையன் படிப்புக்கு உதவி செய்யறோம்" என்றாள்.

"அவ்வளவுக்கு வசதி இருந்தா நானே அவனை முன்னுக்குக் கொண்டுவந்துட மாட்டேனாம்மா?"

"பின்னே அந்தப் பேச்சு வேணாம்."

"ஒரு புத்திசாலி ஏழைப் பையனைப் படிக்க வச்ச பெருமை உங்களைச் சேரப்படாதா? லட்சணமான பொண்ணும் பணம் ஏழாயிரமும் தரேனே, பதிலுக்கு ஒரு சின்ன உதவி ... உங்களுக்கும் இதனால் ஏதும் குறைஞ்சுப் போகப் போறதில்லே ..."

"இந்தக் கல்யாணம் நடக்கணும்னு உங்களுக்கு இஷ்டம் இருக்கா இல்லையா?"

அவர்களின் கோபத்தினால் பெண்ணின் தாயின் கண்கள் ஒரு நம்பிக்கையில் கணநேரம் பளிச்சிட்டன. தைரியமாய் மகளின் பக்கம் திரும்பிப் பார்த்தாள்.

பிருந்தாவின் மனம் எத்தனையாவதோ தடவையாக "... பதினாறு பதினேழு பதினெட்டு ..." என்று நாகலிங்க மலர்களை முதலிலிருந்து திரும்பத் திரும்ப எண்ணி வந்த எண்ணிக்கையில் இப்போது 'பதினெட்டு' என்பதோடு அப்படியே நின்றது.

"சேசேசே, இதென்னம்மா பேச்சு? இஷ்டமில்லாமலா இத்தனை தூரம் இதில் முனைஞ்சு இறங்கினது? நான் சொன்னதைத் தப்பா எடுத்துண்டேள் போலிருக்கே!" பெண்ணின் தந்தை கவலையுடன் புன்னகை செய்தார். "என் பையன் படிப்புக்கு உதவி பண்ணலேன்னா விட்டுடுங்கோ, பரவாயில்லே. அதுக்காகக் கல்யாணப் பேச்சு முறிய வேணாம்."

பதினெட்டு, பத்தொன்பது ... இருபது ... இருபத்தொன்று இருபத்திரண்டு ... இல்லை, இருபத்தொன்றுதான். அந்த இன்னொன்று வெறும் மொட்டு. ஒன்று இரண்டு மூன்று நான்கு ...

"அப்படிச் சொல்லுங்கோ. யார் பிள்ளையை யார் படிக்க வைக்கறது?"

"அதான் விட்டுடுங்கோன்னுட்டேனே."

"அப்போ சரி, விஷயம் தீந்துது."

"வந்து . . ."

"இன்னும் என்ன?"

"எங்க நெலமையை உள்ளபடி சொல்லிட்டேன். ஏதோ நீங்களாப் பார்த்து பெரிய மனசு பண்ணி ஏழாயிரத்தில கொஞ்சம் ஒரு மூவாயிரம்னு வையுங்களேன் . . . குறைச்சுண்டேள்னா உபகாரமாயிருக்கும்."

"ரொம்ப அழகாயிருக்கு! ஏழாயிரமே வெறும் பிசாத்து. நாங்க பிள்ளை வீட்டுக்காரா என்கிறது ஞாபகமிருக்கட்டும். எங்க பிள்ளை படிப்புக்கு ஆன செலவை ஈடுகட்டவே இன்னும் எத்தனையோ நாங்க பெண் வீட்டுக்காராகிட்ட கேக்கலாம் . . ."

"இல்லேங்கலே. இருந்தாலும் பொண்ணின் அழகை நினைச்சாவது ஒரு மூவாயிரம் குறைச்சுக்கணும்."

"இதைத் தலையிலே ஏறி மிதிக்கிற அழகெல்லாம் எத்தனையோ இருக்கு உலகத்தில."

"நன்னாயிருக்காள்னு நீங்க ஒத்துக்கலையா?"

"சுமாராயிருக்கா, ஆனா என்ன பிரமாத அழகு? மாநிறம்."

"நிறம் ஒண்ணுதானா முக்கியம்? திரௌபதியைப் போல அழகில் லேன்னு மகாபாரதம் வர்ணிக்கிறது. அவ என்ன நிறம்? சரியான கறுப்பு! கலரில் என்னம்மா இருக்கு? எங்க பிருந்தாவுக்கு ஒவ்வொரு ஃபீச்சரும் வச்சுப் பண்ணினமாதிரி என்ன நேர்த்தி! ஒரு ரெண்டா யிரத்தைன்னூறாவது குறைச்சுண்டால் . . ."

"நாகலிங்கப்பூ எத்தனை அழகு தெரியுமோ?" பிருந்தாவின் குரல் இடைவெட்டிக்கொண்டு வந்தது. "தெருவில் போறவாளெல்லாம் இந்த வீட்டையேதான் பார்த்துண்டு போறா. பத்தில் ஒருத்தர் உள்ளே வந்து 'பூஜைக்கு நாலு நாகலிங்கப்பூ தரமுடியுமா'ன்னு கேக்காம போறதில்லே. சிவ பூஜைக்கு ரொம்ப எடுத்ததாமே இது? இதுவே லிங்கம்தானே! இதையே வச்சுக்கூட பூஜை பண்ணலாம். எங்கம்மா தினமும் பூஜை பண்ணுவா, உங்களுக்குத் தெரியுமோ? இல்லேம்மா? சிவனுக்கு மட்டுமில்லே, எல்லாத் தெய்வப் படங்களுக்கும் இந்தப் பூவைப் போடுவா. கும் . . . முனு ரூம் பூராவுமே வாசனையாயிருக்கும். கேட்டுக்குள் நுழையறப்பவே இந்த மரத்திலேர்ந்து உங்களுக்குக்கூட வாசனை மூக்கைத் துளைச்சிருக்குமே? ஆனா வாடிப் போய்ட்டா அடுத்த நாள் நாத்தம் சகிக்காது. இதழ்களும் தொட்டாலே கழண்டுண்ட மாதிரி பொத்து பொத்துனு விழுந்துடும். ஆனா புதுசா இருக்கறபோது அத்தனை அழகு. பூஜைக்கு ஏத்த பூ. தெருவில் போறவாளெல்லாம் உள்ளே நுழைஞ்சு சிவ பூஜைக்குப் பூ தரேளான்னு கேக்கற மாதிரி ஒரு பூ. இன்னும் எத்தனையோ பூவெல்லாம்கூட இருக்கே பூஜைக்கு போடற மாதிரி. மல்லி, ரோஜா, சம்பங்கி இப்படி இல்லையா? ஆனா அதையெல்லாம்விட நாகலிங்கப் பூதான் அபூர்வம் . . ."

பெண்ணின் தாய் கண்களை நிமிர்த்தவே இல்லை.

"அவ கண்ணையும் தலைமயிரையுமே இன்னிக்கெல்லாம் பார்த்துண்டிருக்கலாமே! இந்த மாதிரி அழகும் குணமும் சமத்தும் கெட்டிக்காரத்தனமும் உள்ள பொண்ணைப் பைசாக்காசு வாங்காமலேயே பண்ணிக்கலாம். நான் அப்படியெல்லாம் கேக்கல்லே. ஏழாயிரத்தில் ரெண்டாயிரத்தைன்னூறு குறைச்சுக்குங்கோன்னு தான் கேட்டுக்கறேன். அல்லது ஒரு ரெண்டாயிரமாவது . . ." பெண்ணின் தந்தை பிள்ளையின் காலைப் பார்த்தார்.

பிள்ளை அவர் பேச்சை கவனிக்காமல் பெண்ணையே பார்த்துக் கொண்டிருந்தான்.

பெண் நாகலிங்க மரத்தைப் பார்த்துக்கொண்டிருந்தாள். கிளை நுனிகளில் கொத்தாகப் பச்சைக் காய்கள்போல் மொட்டுகள் தெரிந்தன. வருங்கால மலர்கள். பூக்கர்ப்பங்கள்.

பிள்ளையின் தாய் வெடுக்கென்று பேசினாள். "என்ன இருந்தாலும் அவன் ஆம்பிளை. ஆம்பிளை எப்படி இருந்தா என்ன? அவன் என்ன படிச்சிருக்கலையா உத்தியோகம் பார்க்கலையா? இருந்தாலும் நாலையும் உத்தேசிச்சுத்தான் இருபதாயிரம் முப்பதாயிரம் கேக்காம ஏழாயிரத்துக்குச் சம்மதிச்சது. அதில் போய் பேரம் பேசினா?"

பெண்ணின் தந்தை மகளைப் பார்த்தார். "அம்மா பிருந்தா, ஏன் இந்த நார்ப்பட்டை உடுத்திண்டு உக்காண்டிருக்கே? உன் ஃப்ரெண்ட் மீனாட்சி போன வாரம் குடுத்தாளே ஒரு ஜார்ஜெட் புடவை, போய் அதை உடுத்திண்டு வா. மாமியெல்லாம் பார்க்கட்டும். போ."

பிருந்தா அசையவில்லை.

"எழுந்து போடின்னா!"

பிருந்தா ஒரு தரம் கண்களை இறுக மூடித் திறந்தாள். பிறகு எழுந்து போனாள்.

"எங்க பிருந்தாவுக்கு ஒரு செட்டியார்ப் பொண்ணு ரொம்ப சிநேகிதம். அந்தப் பொண் பேர்தான் மீனாட்சி. அவளும் பிருந்தாவும் குழந்தையிலேர்ந்து இணை பிரியாம பழகினவா. அவ சிங்கப்பூருக்கோ வேறெங்கேயாவதோ போய்ட்டு வரபோதெல்லாம் இவளுக்கு ஏதாவது ப்ரெஸன்ட் வாங்காம வரதில்லே. பெரிய லட்சாதிபதி அவப்பா. மீனாட்சி பிரியமா இவளுக்கு எத்தனை நைலக்ஸ், ஜார்ஜெட் புடவைக வாங்கிண்டு வந்திருக்கா தெரியுமோ?"

பிருந்தா ஜார்ஜெட் புடவை அணிந்து வந்தாள். ஒட்டிப் படிந்த துகில் அவள் உடலழகைத் துல்லியமாய் எடுத்துக் காட்டியது. பிள்ளையின் கண்கள் விரிந்தன. அவனை ஓரப் பார்வையாய்ப் பார்த்துக் கொண்டே பெண்ணின் தந்தை அவன் பெற்றோரிடம் கூறினார். "புடவை எத்தனை அழகாயிருக்கு பார்த்தேளா? மீனாட்சிக்கு இவகிட்ட

உயிர், விலையுயர்ந்த துணியெல்லாம் வாங்கிண்டு வந்து எடுத்துக்கத் தான் வேணும்னு பிடிவாதமாய்க் கையில் திணிச்சுட்டுப் போவா. தங்கமான பொண்ணு . . .”

பிருந்தா உட்கார இருந்தாள்,

“இந்தா பிருந்தா, அதோ அந்த மேஜை மேல ஒரு சவரன் பாக்குப் பொட்டலம் வச்சிருந்தேன், கொஞ்சம் எடுத்துண்டு வாயேன்” என்றார் அவள் தந்தை.

அறையின் மறுகோடியிலிருந்த மேஜை வரையில் நடந்துவிட்டுத் திரும்பினாள் பிருந்தா. பிள்ளையின் கண்கள் அவளைத் தொடர்ந்தன.

“பாக்குப் பொட்டலம் ஒண்ணும் அங்கே இல்லையேப்பா?”

“ஓ, அப்பவே வாயில் போட்டுண்டுட்டேனா? மறந்து போயிடுத்து. போகட்டும், நீ உக்காரு . . .”

பிருந்தா உட்கார்ந்தாள். பையனின் கண்களும் அவளுடன் உட்கார்ந்தன.

பெண்ணின் தாய் விருட்டென்று எழுந்து உள்ளே போய்விட்டாள்.

“ஏதோ அந்த மாதிரி ஒரு பணக்கார சிநேகிதி என் பொண்ணுக்கு இருந்தாக்கூட நான் பரம ஏழை. குழந்தைக்குக் கல்யாணம் செய்யணுங்கிற ஒரு ஆசையில் செய்யறேன். பெரிய சம்சாரி, பெண்டாட்டி ஒரு நோயாளி. ஏழாயிரம் என் சக்திக்கு மீறின தொகை தான். கடன் வாங்கி எப்படி அடைக்கப் போறோம்னு நினைச்சுண்டா குலை நடுங்கறது. என்னை வித்தால்கூட அவ்வளவு கிடைக்காது. ஏதோ நீங்கதான் கொஞ்சம் தயவு காட்டணும். சம்பிரதாயத்துக்குக் குறை வைக்காம முக்கியமாய்ச் செய்ய வேண்டியதையெல்லாம் செஞ்சு மந்திரலோபம் இல்லாம கல்யாணத்தை நடத்திடறேன். ஒரு ரெண்டாயிர மாவது குறைச்சுண்டேள்னா உபகாரமாயிருக்கும் . . .” என்றார் பெண்ணின் தந்தை.

“என்னமோ லட்ச ரூபாய் பாழாப் போறாப் போலத்தான்! ஒத்துண்டது பிச்சைக்காசு ஏழாயிரம். அதில போய் இன்னும் ரெண்டா யிரம் குறைச்சுக்கணுமாமே! அப்படியிருந்தா இந்த சம்பந்தமே . . .” என்று ஹபிள்ளையின் தாய் பேசி முடிக்கவில்லை.

“குறைச்சால் என்னம்மா தப்பு? பரவாயில்லே ஸார், நீங்க ஐயாயிரத்துக்குச் செய்யுங்கோ, போறும்” என்றான் பிள்ளை.

அவன் பெற்றோர்கள் அவனை ஆத்திரம் பொங்க முறைத்தார்கள். பிருந்தா நாகலிங்க மரத்தைப் பார்க்கலானாள்.

“என்னடா உளர்றே?”

“உளறலேம்மா. பாவம் அவர் அத்தனை கெஞ்சறார். கல்லு மாதிரி இருக்க முடியுமா?” என்றான் பிள்ளை.

"பெரிய தாராளப் பிரபுதாண்டா! டே அசடு..." என்று அவன் தந்தை தொடங்கினார். அவன் கையமர்த்தினான்.

"கல்யாணம் பண்ணிக்கப் போறவன் நான். எனக்கு ஆட்சேப மில்லேன்னா உங்களுக்கு என்ன வந்துது?" பிள்ளையின் தந்தை வாயடைத்துப் போனார்.

பிருந்தா மிகத் தீவிரமாய் நாகலிங்க மலர்களை எண்ணினாள். ஒன்று இரண்டு மூன்று...

இரண்டாயிரம் ரூபாயை எந்த எந்த வகைகளில் குறைப்பது என்பது பரஸ்பர ஒப்புதலோடு தீர்மானமாகியபின் வந்தவர்கள் கல்யாணத்துக்கு நாள் பார்க்கச் சொல்லிவிட்டு விடைபெற்றுச் சென்றார்கள். அவர்கள் போனபின், ஒரு மரியாதைக்காக மட்டுமே விடை கொடுக்கக் கடைசி நிமிஷத்தில் மறுபடியும் தாய் தன் கணவனை நேருக்கு நேர் நிமிர்ந்து பார்த்தாள்.

அவர் முகத்தைத் திருப்பிக்கொண்டார். "என்னை அப்படிப் பார்க்காதே. எனக்கு ரௌரவ நரகம் காத்துண்டிருக்கு, தெரியும். நான் பார்க் வரைக்கும் நடந்து போய்ட்டு வரேன்", அவர் செருப்புகளை மாட்டிக்கொண்டு தம்மிடமிருந்தே தப்பி ஓடுகிறவரைப் போல் விரைந்து தெருவில் இறங்கி மறைந்தார்.

பெண்ணின் தாய் மகளின் பக்கம் திரும்பினாள். பிறகு பார்வையை விலக்கிக்கொண்டாள். தள்ளாடி உட்கார்ந்தாள்.

"இன்னிக்கு நாகலிங்க மரத்திலே நிறையப் பூ பூத்திருக்கும்மா. மேலேயெல்லாம் கூட இருக்கு, தரையிலேயும் விழுந்திருக்கு. எல்லாத்தை யும் சேர்த்து எண்ணப்போறேன். குறைஞ்சபட்சம் மூணு டஜனாவது இருக்கும்." பிருந்தா மரத்தை உன்னிப்பாய்க் கவனிக்கலானாள். பூக்களை எண்ண வேண்டும். பூக்களை எண்ண வேண்டும். வேறொன்றுமில்லை. கவனமாய்ப் பார்த்துப் பூக்களைச் சரியாக எண்ணிவிட வேண்டும்... ஒன்பது பத்து பதினொன்று பன்னிரண்டு பதிமூன்று பதினான்கு... நிச்சயம் மூன்று டஜன் பூக்கள் இருக்கும்... இருபத்தைந்து இருபத்தாறு இருபத்தேழு இருபத்தெட்டு... அவள் எண்ணிக்கொண்டே வந்தபோது இருந்தாற்போலிருந்து மரத்தில் பூக்கள் மறைந்து மூன்று டஜன் நொண்டிக் கால்கள் தெரிந்தன.

கணையாழி, ஆகஸ்ட் 78

வீணையின் எதிரொலிகள்

எழுத்துக்கள் காகிதத்திலிருந்து பிய்த்துக்கொண்டு வந்து முகத்தில் அறைந்தன என்று சொல்ல முடியாது. அந்த அளவுக்குப் பழக்கம் இல்லை. எனினும், மறந்து போயிருந்த ஒரு முகம் திடீரென்று ஒரு வடுவுடன் மீண்டும் தோன்றினால் ஏற்படக் கூடிய லேசான அதிர்ச்சி அவளைப் பற்றவே செய்தது.

'காலமானார்' வரிசையில் மூன்றாவது பெயர். ஏ.பி. ஜகதீசுவர சர்மா.

"பிரபல வீணை வித்துவான் நாகப்பட்டினம் ஏ.பி. ஜகதீசுவர சர்மா சில மாதங்களாக நோய்வாய்ப்பட்டிருந்து நேற்று மாலை ராயப்பேட்டை ஆஸ்பத்திரியில் தமது அறுபதாம் வயதில் காலமானார். ஒரு சங்கீதக் குடும்பத்தில் பிறந்த அவர் பதினைந் தாவது வயதிலிருந்தே மேடையேறி வீணைக் கச்சேரிகள் செய்துவந்தார். நாகப்பட்டினத்திலும் சென்னையிலும் அவர் நிறுவிய வீணைப் பள்ளிகள் சுத்தமான கர்நாடக இசைப் பரம்பரை யில் இயங்கி வருபவை. சொந்தமாகப் பல கீர்த்தனைகள் இயற்றி யுள்ள அவர் இரண்டு புதிய ராகங்களுக்கும் (ஜகதா, ஈசுவரி) சிருஷ்டிகர்த்தா ஆவார். எண்ணற்ற மேடை, வானொலிக் கச்சேரிகள் செய்து நாடெங்கும் சங்கீத ரசிகர்களிடையே நல்ல பெயர் பெற்றிருந்தாலும் அயல்நாடு சென்று வாசிப்பதற்குக் கிடைத்த வாய்ப்பு எதையும் அவர் ஏற்றுக்கொள்ளவில்லை. 'வைணிகோத்தமர்' பட்டமும் முன்னாள் பாரத அரசின் பத்மஸ்ரீ விருதும் சங்கீத நாடக அகாடமியின் வாத்திய இசைப் பரிசும் பெற்றிருந்த அவருக்கு மனைவியும் இரண்டு புதல்வர்களும் இருக்கிறார்கள்."

அவள் பெருமூச்சில் நினைவுகள் லேசாய் விசிறப்பட்டுக் கண் விழித்தன. ஆனால் அவற்றில் கனல் ஏதும் இல்லை. சிறியதொரு வெதுவெதுப்புத்தான். அவரை அவள் கூர்மையாய் ஞாபகம் வைத்துக்கொண்டிருக்கவில்லை. இளவயதில் அந்த அந்தச் சமயத்து நாகரிகப் போக்கையொட்டிப் பாட்டு வாத்தியார், டான்ஸ் மாஸ்டர், ஹிந்தி வகுப்பு என்று எத்தனையோ அம்சங்கள்

வந்து போனது போல் அவர் வீணை வாத்தியார். இரண்டு ஆண்டுகளே பயின்றாள். வாரந்தோறும் திங்களும் வெள்ளியும் அவர் மாலை ஐந்தரை மணிக்கு வீட்டுக்கு வந்து, இரண்டு மணிநேரம் அவளுக்கு வீணைப் பயிற்சி அளித்தார். பெண் சகலகலாவல்லியாகத் திகழ வேண்டும் என்ற பெற்றோரின் உற்சாகத்தால் அந்த நியமத்துக்கு அவள் கட்டுப்பட்டாளே தவிர, வீணை வாசிப்பில் அப்படி ஒன்றும் அவளுக்குக் குறிப்பாக ஈடுபாடு இருக்கவில்லை. வீணை டியூஷன் நின்றுபோனபோது வருத்தம் எதுவும் தோன்றவில்லை. மாறாக, அதையே சாக்காய் வைத்து அதன்பின் மறுபடியும் டியூஷனே வேண்டாம் என்று பெற்றோரிடம் கூறி வீணை கற்றுக்கொள்ளும் தொல்லையிலிருந்து விடுபட்டுத் திருப்திதான் அடைந்தாள். எனினும், ஒதுங்கி ஒதுங்கிப் போகிறவரிடம் ஒரு குழந்தை வலிய வலிய வந்து ஒட்டிக்கொள்வதுபோல் இசைப் பொக்கிஷம் அவளுடைய அலட்சிய விரல்களுள் தானாக மோகித்து வந்து புகுந்து கொண்டது. தாம் அற்புதமாய் வீணையில் மீட்டிக் காட்டும் இசையின் அழகு அவளுடைய வீணையில் நான்கு சிறகுக் கண்ணாடிப் பிரதி பிம்பமாய்ப் பெருகித் தோன்றும் போது ஜகதீசுவரன் அதிசயத்தில் மூழ்கிப் போய்ப் பார்த்துக் கொண்டே உட்கார்ந்துவிடுவார்.

அதெல்லாம் இப்போது கனவு போல் நினைவில் எழுந்தது. கண்முன் நின்ற அவருடைய மரணச் செய்தியால் திடீரென்று கூர்மையாய்த் தெளிவு பெற்றெழுந்தது நினைவு. வானொலியிலோ ஏதேனும் சபாவிலோ அவர் பெயரைக் கேட்கும் போது, அல்லது நிகழ்ச்சி நிரலில் பார்க்கும் போது, 'ஓ நம்ம பழைய வீணை வாத்தியார்' என்று நினைத்துக்கொண்டு அடுத்த கணம் மறந்து போவாள். இப்போது என்னவோ அவர் இறந்துவிட்டாரென்றதும் சட்டென்று ஓர் அநுதாபம் தோன்றியது. முப்பது வருஷங்களுக்கு முன் நின்று போய்விட்ட குரு ஒரு புதிய இருப்புப் பெற்றார். இறந்தார் என்றபோது அது வரை வாழ்ந்திருந்தார் என்பதில் அவர் இப்போது மீண்டும் உயிர்கொண்டார். பட்டங்களும் பரிசுகளுமாய் எங்கோ ஒரு வாழ்க்கை இயங்கியிருந்திருக்கிறது. சங்கீத நாடக அகாடமியின் பரிசு அவருக்குக் கிடைத்ததை அவள் எந்தப் பத்திரிகையிலும் பார்த்ததாக நினைவில்லையே! பத்மஸ்ரீ வேறா? ஒவ்வோர் ஆண்டும் தேசீய விருது பெறுவோர் பட்டியல் ஒன்று நாளிதழ்களில் வெளியாகும். பத்ம விபூஷண், பத்மபூஷண் விருது பெறுவோர் எண்ணிக்கை குறைவாக இருப்பதால் தனித் தனியே படிக்கமுடியும். பத்மஸ்ரீ பட்டியல் நீண்டு செல்லும். மேலோட்டமாய்க் கண்களைச் செலுத்தியபோது எந்த ஆண்டு அந்தப் பெயரைத் தவறவிட்டாளோ? எந்த நிகழ்ச்சி நிரலிலும் கூட அவர் பெயருக்கு முன் அந்த விருதை அச்சிட்டிருக்கவில்லையே!

"இன்னுமா பேப்பர் படிச்சுண்டிருக்கே ரமி?"

அறைக்குள் அவள் கணவர் நுழைந்ததும் ரம்யா செய்தித்தாளைத் தாழ்த்தி விட்டுத் தன் வெள்ளெழுத்துக் கண்ணாடியைக் கழற்றி மேஜை மேல் வைத்தாள்.

“ஒண்ணும் இல்லே. ஆபிசுவரியில் தெரிஞ்ச பேராய் ஒண்ணு இருந்தது. பார்த்துண்டே உக்கார்ந்திருந்துட்டேன்.”

“அட பாவமே! யாரது?” ‘ஆபிசுவரி’ என்ற சொல்லின் தவிர்க்க முடியாத எதிர்விளைவைப் போல் அப்படிக் கேட்டுவிட்டு அவர் தொடர்ந்து, “ஆமாம், இன்னிக்குச் சாயங்காலம் அந்த மெல்லிசை நிகழ்ச்சிக்கு உன்கூட உன் சிநேகிதி எவளோ வருவாள்னியே, அது நிச்சயந்தானா? இல்லே நான் வரணுமா?” என்றார்.

“நானே சொல்லணும்னு இருந்தேன், மறந்துட்டேன். உங்களுக்குப் போரடிக்குமேன்னுதான் நான் அவளைக் கூப்பிட்டிருந்தேன். ஆனா இன்னிக்குச் சாயங்காலம் அவள் வீட்ல எல்லாரும் ‘எக்ஸார்ஸிஸ்ட்’ சினிமாவுக்குப் போறாளாம்.”

“எத்தனையாவது தடவையா?”

“உங்களுக்கென்ன அதைப்பத்தி? அதனால் அவ வரல்லே. நீங்கதான் என்கூட வரவேண்டியிருக்கும்னு தோணறது.”

“சரி, அப்போ சாயங்காலம் கொஞ்சம் சீக்கிரமாவே வந்துடறேன். யூனிவர்ஸிடி ஸென்டினரி ஹால்லதானே?”

“ம்.”

“எத்தனை மணிக்கு நிகழ்ச்சிகள் ஆரம்பம்?”

“ஆறுக்கு.”

“சரி, வர்றேன்” என்றபடி அவர் வேலைக்குக் கிளம்பிப் போனார். ரம்யாவும் சிரித்துக்கொண்டாள்.

இந்த நாளில் எத்தனை இளம் பெண்கள் அயல் நாடுகளுக்குக் கூடத் தனியாக விமானமேறிச் செல்லுகிறார்கள்! தனக்கோ கீழ்ப்பாக்கத்திலிருந்து சேப்பாக்கத்துக்குத் துணையாகச் சிநேகிதியோ கணவனோ வரவேண்டும்! நல்ல வேடிக்கைதான். பாவம், அவர் தனக்காக எதிலும் சரிக் கட்டிக்கொண்டு போகிறார். மெல்லிசையே அவருக்குப் பிடிக்காது. அப்படியென்றால் கனமான கர்நாடக இசை அவருக்குப் பிடிக்கிறதா என்ன? ஏதோ, அதைக் கேட்பது ஒரு சம்பிரதாயமாய்ப் படிந்துவிட்டது. அவ்வளவுதான்.

வேலைக்காரன் ஜுரம் காரணமாக இரண்டு நாட்களாய் வரவில்லை. ரம்யா சோபா நாற்காலிகளைத் தட்டினாள். புத்தக அலமாரியில் புத்தகங்களை ஒழுங்காய் அடுக்கி வைத்தாள். இஸ்திரி போடும் ஆள் வந்து வாசலில் குரல் கொடுத்ததும் கஞ்சி போட்டுத் துவைத்துத் தயாராய் வைத்திருந்த தன் உடைகளையும் கணவரின் உடைகளையும் எடுத்துப் போய்ப் பெட்டி போட்டு வாங்கி வந்தாள். வாசற்கதவைத் தாழிட்டுவிட்டு உள்ளே போய்ப் பகலுணவை முடித்துக் கொண்டு முன் அறையில் வந்து உட்கார்ந்தாள்.

கர்நாடக சங்கீதத்தை அவர் ஏதோ பழக்கம் காரணமாய்த்தான் கேட்கிறார் என்றால் அவள் மட்டும் அதை நிரம்பப் புரிந்துகொண்டு ஆழ்ந்து போய்த்தான் ரசிக்கிறாளா என்ன? அதெல்லாம் ஒன்றும் இல்லை. மேலோட்டமான அறிவுதான். முக்கியமான ராகங்கள் தெரியும். ஞானத்தை விடச் செவியின்பம் புரியும். மெல்லிசையை அநுபவிப்பது போன்ற சுவாரசியந்தான்.

என்றைக்கு இருந்தது தனக்கு அந்த ஆழ்ந்த ஈடுபாடு, இப்போது இல்லை என்று சொல்வதற்கு?

"ஆஹா அப்படித்தான், அப்படித்தான்!... இது விரலா குரலா? இப்படியா வாத்தியத்தில் ஒரு கமகம்! வீணைக்கு உயிர் வந்துடுத்தே!" என்றெல்லாம் அந்தக் காலத்தில் ஜகதீசுவரன் வியந்து பாராட்டிய போது, 'கமலாவோடு போய்ப் பாட்மிண்டன் ஆடமுடியாம இந்த டியூஷன் என்ன கழுத்தறுப்பு?' என்று தோன்றியிருந்ததே தவிர மனம் இசையிலா கரைந்தது?

அவள் மீண்டும் பத்திரிகையைப் பிரித்து அந்த மரணச் செய்தியை நோக்கினாள்.

ஒரு கால், அவளுக்குச் சங்கீதத்தில் உண்மையான ரசனையும் பக்தியும் இருந்திருந்தால், அவரை, ஜகதீசுவரனை, வாத்தியார் ஸாரை, அன்று புரிந்துகொண்டிருந்திருப்பாளோ? பின்னால்தான் – பல ஆண்டு களுக்குப் பிறகு – புரிந்தது, அவர் முத்தமிட்டது அவள் விரல்களையல்ல, அவற்றில் சாந்நித்தியமாகியிருந்த ஸ்வர தேவதையை என்பது.

அன்று – முப்பது ஆண்டுகளுக்கு முந்தைய அந்தத் தினம், ஒளியும் நிழலுமாய் ஓர் இனிய கவிதையழகோடு சூழ்ந்து வந்த சந்திப் பொழுதில், அவள், 'மாமவ பட்டாபி ராம' என்று வீணையில் ராமனின் மணிமகுட வைபவத்தை அப்படியே இசைக் கோலமாய்த் தீட்டி முடித்ததுமே, அந்த நாதப் பேரழகில் இசைத்தெய்வத்தின் பிரத்தியட்சத்தைக் கண்டு கிறக்கம் கொண்ட அவர் தன்மயமுற்றவராய், "ஆஹா, நீ ரம்யாதாம்மா, இது ரம்மியந்தான், ரம்மியந்தான்!" என்று கண்ணீர் மல்கக்கதறி, வீணை மீதிருந்த அவளது இடக்கை விரல்கள் மீது ஆவேசமாய்த் தம் உதடுகளைப் பதித்தபோது, அவள் அங்கு ஓர் இசைப் பக்தன்மீது சாமியேறிவிட்டதென்ற உண்மையை உணரும் மனப்பக்குவம் இல்லாத வெறும் பதினேழு வயது இளம் பெண்ணாய்ப் பயந்து போய், "ஐயோ அம்மா!" என்று வீறிட்டாள்.

அதன்பின் நடந்த அமர்க்களம்: அப்பா வித்துவானின் கன்னத்தில் அறைந்தது, அம்மா அவருக்குச் சாபங்கள் கொடுத்தது, "நல்ல மாதிரின்னு நாலு பேர் சொன்னதை நம்பி உன்னை வீட்டுக்குள் சேர்த்தது எங்க பொண்ணுக்கு வீணை கத்துக்குடுக்கச் சொன்னா வாலையா ஆட்டறே வாத்திப் பயலே?" என்று இருவரும் அவரைச் சாடியது. 'இனிமே இந்த வீட்டுப் படியை மிதிச்சயானால் மரியாதை கெட்டுடுண்டா ராஸ்கல், நட வெளியே' என்று ஏசி அவரை விரட்டியடித்தது...

ரம்யா செய்தித் தாளைப் பார்த்து, "எங்களை மன்னிச்சுடுங்கோ ஸார்" என்று மௌனமாய் வேண்டினாள்.

அன்று கூட அவள் என்னவோ குருவை வெறுக்கவோ தூற்றவோ இல்லை. ஆனால் ஒரு விசித்திரத்தைத் திடீரென்று எதிர்கொண்டுவிட்ட பயம் உறைத்தது. இசைக் கலையின் உயிர்நாடி உடல் அம்சங்களை யெல்லாம் கடந்துபோய் ஒரு தத்துவச் சத்தாக இயங்கியிருந்த விநாடி அது என்பதை இப்போது நினைத்துப் பார்த்தபோது, அப்படி அவமானப் பட்ட தினம் ஒரு கலைஞனின் உள்ளம் என்ன பாடுபட்டிருக்கும், எப்படி வேதனையில் கூசியிருக்கும் என்ற உணர்வும் தோன்றி உறுத்தியது.

"எங்களை மன்னிச்சுடுங்கோ ஸார்."

'... அவருக்கு மனைவியும் இரு புதல்வர்களும் இருக்கிறார்கள்.'

நல்லவேளை! தன் பெற்றோரின் செயலால் ஓர் இளம் பிரம்மசாரியின் பெயர் வெளியில் சந்தி சிரித்து வாழ்வு வீணாகிவிடவில்லை. எல்லோரை யும் போல் அவரும் பிறகு கல்யாணம் என்றும் குழந்தைகள் என்றும் இயல்பாக வாழ்ந்திருக்கிறார். நல்லவேளை!

நேற்று மாலை காலமானார்.

இந்நேரம் சாம்பலாகியிருப்பார்.

'இது ரம்மியந்தான், ரம்மியந்தான்.' – அந்தச் சொற்கள், இப்போது கூர்மை பெற்று நினைவுக்கு வருகிற அந்த முகப்பரவசம், இசை என்ற ரம்மியத்தின் சாரத்தில் மற்றயாவையும் மறந்து மூழ்கிப் போய் விட்ட அந்தத் தூய்மையான தன்மயம், எல்லாம் சாம்பலாகியிருக்கும்.

பாவம், வாத்தியார்!

'செத்துப் போயிட்டேளா ஸார்?'

அரங்கத்தின் பெருங்கூட்டம் மெல்லிசையின் தாளமயக்கத்தில் மெய்ம் மறந்து உற்சாகித்திருந்தது.

கே.எஸ். உதயகுமார் இசைக் குழுவின் நிகழ்ச்சி. முன்னுக்கு வந்து கொண்டிருந்த ஒரு திரைப்படப் பின்னணிப் பாடகியை உள்ளிட்ட பல இனிமையான ஆண் பெண் குரல்கள். நெடிதுயர்ந்த கம்பீரமான பெரும் சங்கீத விருட்சத்திலிருந்து சிறிய மெல்லிய பூ இதழ்களை எடுத்து வழங்கிக்கொண்டிருந்தன. பக்கவாத்தியமாக அக்கார்டியன், குழல், வயோலா, கிடார், டிரம், மிருதங்கம், மெல்லிசைப் பாடலாசிரியர் களின் படைப்புகள், நவீன தமிழ்க் கவிகளின் கவிதைகளை மெட்டில் அமைத்த பாடல்கள், இந்தி, தமிழ்த் திரைப்படப் பாடல்கள்...

ரம்யா நிகழ்ச்சியை ரசித்துக்கொண்டிருந்தாள். அருகில் அவள் கணவர் அவ்வப்போது விரல்களுக்குப் பின்னே கொட்டாவி விடுவதும் கைக்கடிகாரத்தைப் பார்ப்பதுமாய் இருந்தார்.

நீள் முடியும் கோ – கோக் கண்ணாடியும் விசிறிக்கால் சராயுமாய் ஓர் இளைஞன் மிக இனிய குரலில், "ஆஜ் கேபெ லே ஆஜ் ஸே ஜ்யாதா ..." என்று பாடி முடித்தபின் பின்னணிப் பாடகியோடு குழுத்தலைவர் மைக்கின் முன் வந்து நின்று அறிவித்தார்.

"இப்போது குமாரி வி. உமா அவர்கள் பாடப்போகும் பாரதியாரின் நாட்டுப் பாடலை நான் ஈச்வரி என்ற ராகத்தின் அடிப்படையில் அமைத்திருக்கிறேன். பத்மஸ்ரீ விருது பெற்றிருந்த திரு. ஜகதீசுவர சர்மா என்ற வீணை வித்துவானின் படைப்பு இந்த ராகம். அவர் நேற்று மாலை காலமானார். நான் தற்செயலாக அந்த ராகத்தில் பாடலுக்கு இசையமைத்தது இன்று அந்தப் பெரிய இசை மேதையின் நினைவுக்கு நாங்கள் செலுத்தும் அஞ்சலியாகவும் அமைகிறது."

ஈச்வரியில் பாரதியார் சுடர் விட்டார்.

இதுதான் ஈச்வரி ராகமா? கேட்டிருக்கிறாள், பெயரைக் கவனித்த தில்லை. சிறிது சுருட்டியின் சாயல் தெரிகிறதோ? ராகத்தின் மிடுக்கைப் பார்க்கும் போதே ஸ்வரங்களால் மட்டுமே இசைக்க வேண்டிய ஒரு வாத்தியக் கலைஞனின் சிருஷ்டி என்பது தெளிவாயிருந்தது. எப்படியாயினும் காதுக்கு மிக ரம்மியமான ராகம்.

இசையின் ரம்மியத்தைக் கண்முன் தரிசனமாய்க் கண்டவர் அவர். முப்பது வருஷங்களுக்கு முன்பே, எத்தகைய ஈடுபாடு! உண்மையில் அந்த வாழ்க்கை மிகச் சிறந்ததாகத்தான் இருந்திருக்க வேண்டும். சங்கீதமே ஒரே சத்தியம் என்று வாழ்ந்த வாழ்க்கை. அவர் தம் கலைக்கு அயல்நாட்டுப் பயணம் என்ற விளம்பரத்தைத் தேடியிருக்கவில்லை. வைணிகோத்தமர் என்றோ பத்மஸ்ரீ என்றோ தம் பெயருக்கு முன்னால் போட்டுக்கொள்ளவில்லை. அதெல்லாம் அவருக்கு ஒரு பொருட்டாக இருந்ததாகவே தெரியவில்லை. இசையை நாதோபாசனையாக மட்டுமே பேணிய கலைஞராய் வாழ்ந்திருக்கிறார்.

அவர் போய்விட்டதைப் பற்றி அநுதாபம் தெரிவித்துவிட்டு வந்தால் என்ன? எப்போதோ தன் பதினைந்து முதல் பதினேழாம் வயது வரையில் அறிந்திருந்த ஒரு வீணை வாத்தியார். அதன் பின் பழக்கமே இல்லை. ஏன்? நினைவுகூட இல்லை, இன்று திடீரென்று அது மரணத்தில் பிறப்பெடுக்கும் வரை. "ரொம்ப வருந்துகிறேன்" என்று சொன்னால் அபத்தமாய்த்தான் இருக்கும். எனினும் உள்ளே ஏதோ எழுச்சி, சிறந்த கலைஞருக்குத் தன் மரியாதையைத் தெரிவிப்பது போல் ஓர் அநுதாப வார்த்தை, அவர் மறைவைத் தெரிந்துகொண்ட ஓர் அடையாளம் வெளியிட வேண்டும் என்பதாக. இது போன்ற திடீர் எழுச்சிகளை அபத்தமென்று கருதுவானேன்? திட்டமோ ஏற்பாடோ இல்லாமல் குபீரென்று முளைக்கும் எண்ணங்களே ஒரு வேளை தூசி படாத சத்திய விநாடிகளாய் இருக்கலாம் அல்லவா?

கூட்டத்தில் மிதந்துகொண்டு வெளியே வந்தபோது, "அந்த ஜகதீசுவர சர்மா ரொம்ப வருஷத்துக்கு முந்தி எனக்குக் கொஞ்ச நாள் வீணை வாத்தியாராய் இருந்தார்" என்றாள் கணவரிடம்.

"அடி சக்கை! உனக்கு வீணை வாசிக்கத் தெரியுமா ரமி? எனக்குச் சொல்லவே இல்லையே!"

"விட்டு எந்தக் காலமோ ஆச்சு. இன்னி வரைக்கும் அது நினைவு கூட வரல்லே. போகட்டும். அவர் வீட்டு விலாசத்தைத் தெரிஞ்சுக்கணுமே எனக்கு! இந்த லைட் மியூஸிக் குழுவைக் கேட்டாச் சொல்வாளா? அவர்களை எப்படி விசாரிக்கறது?"

கடைசியில் ஹால் நிர்வாகத்தைச் சேர்ந்த ஒருவர் மூலம் கே.எஸ். உதயகுமாரிடமிருந்தே முகவரியைத் தெரிந்து கொண்டாள். மறுநாள் பிற்பகல் நான்கு மணிக்கு வடபழனியில் இருந்த அந்த வீட்டை அடைந்தாள்.

சிறிய வீடு, ஆனால் பளிச்சென்று சமீபத்திய வெள்ளைப் பூச்சும் வாசற்படிக்கு அணையாய், க்ரோடன்ஸ் பூந்தொட்டிகளுமாய்ப் பார்க்க நேர்த்தியாய் இருந்தது. போவோரும் வருவோருமாகச் சிறிது ஆள் நடமாட்டம் இருப்பதை ரம்யா கண்டாள். துக்கம் விசாரிக்க வந்தவர்களாய் இருக்கவேண்டும். அவள் தயங்கியவாறே வீட்டு முகப்பில் நின்றாள். முன் அறையிலிருந்து இரண்டு பேர் எழுந்து போனார்கள். ஒரு பெண்மணி இப்போது அங்கே தனியாய் நின்றாள். ஒல்லியல்ல, ஆனால் ஒல்லியாய்க் காட்டும் உயரம். கறுப்பை, வெள்ளை போட்டியில் ஜயிக்க ஆரம்பித்துவிட்ட தலை. ஐம்பது வயசு இருக்கலாம். ஆனால் உறுப்புகளின் அமைப்புக் காரணமாய் இன்னும் களை குன்றாத முகம். 'எத்தனை அழகாய் இருக்கிறாள்!' என்று நினைத்து முடிக்கு முன்பே அந்த முகத்திலிருந்து பளீரென்று பீரியடிக்கும் ஆழ்ந்த சோகம். இன்னும் அமங்கலக் கோலம் எதுவும் தென்படவில்லை. ஆனால் அவளைப் பார்த்ததுமே இறந்தவரின் மனைவி என்று தெரிந்து விட்டது.

அவள் புருவங்களை உயர்த்தி ரம்யாவைப் பார்த்தாள், ரம்யா கரம் குவித்தாள்.

"நான் . . . என் பேர் ரம்யா மகாதேவன். என் வீட்டுக்காரர் ரிஸர்வ் பாங்கில் வேலை பார்க்கிறார். ரொம்ப வருஷத்துக்கு முந்தி நான் ஸாருடைய வீணை மாணவியாயிருந்தேன். சின்ன வயசில். முந்தாநாள் பேப்பர்ல நியூஸைப் பார்த்தப்போ மனசுக்கு ரொம்பக் கஷ்டமாயிருந்தது. என் அநுதாபத்தை நேர்ல சொல்லணும் போல இருந்துது."

"ஓ! உள்ளே வந்து உட்காருங்கோ, நான்தான் அவரோட மனைவி."

ஒவ்வொரு சொல்லிலும் துயரமும் கசப்பும் ததும்பின. துயரம்; சரி. கசப்பு ஏன்? வாழ்க்கை வசதிகளில் ஏதும் குறை இருப்பதாய்த் தெரியவில்லையே! அறையில் மேஜை நாற்காலிகள். ஜன்னல்களில் திரைச்சீலைகள். தரையில் 'கயிற்றுப்' பாய் விரிப்பு. மேலே மின் விசிறி, மூலை மேஜை மேல் ஒரு வானொலிப் பெட்டி, பக்கத்தில்

ஸ்டீரியோ ரிக்கார்ட் ப்ளேயர். கதவில்லாத ஒரு ஷெல்ஃப் நிறைய இசைத் தட்டுகள். சுவரிலிருந்த ஒரே ஒரு படத்தில் வீணாபாணியாய்ச் சரஸ்வதி காட்சியளித்தாள்.

வெளியிலேயே செருப்புகளை உதறிவிட்டு அறைக்குள் நுழைந்து ஒரு நாற்காலியில் உட்கார்ந்த ரம்யாவுக்குச் சிறிது நேரம் என்ன பேசுவதென்றே புரியவில்லை. முன்பின் தெரியாதவர்கள் வீட்டுக்கு இப்படி ஓர் உத்வேகத்தில் வந்திருக்க வேண்டாமென்று இப்போது தோன்றியது. நிஜமாகத்தான் எதற்காக வந்தாள்? நேரில் கிடக்கட்டும், கடிதத்தில் அநுநாபம் தெரிவிக்கு மளவுக்குக் கூடப் பழக்கம் இல்லையே. எப்போதோ இளம் பருவத்தில் இரண்டு ஆண்டுகள் வாரத்தில் இருமுறை வந்து போரடித்த வாத்தியார். ஒரு குறுகிய காலம் அவள் வாழ்க்கையினூடே கடந்து சென்ற முக்கியமற்ற ஒரு நபர். இப்போது இறந்த அறுபது வயதுக்காரருக்கு எவ்வளவோ காலத்துக்கு முன்பே அந்த முப்பது வயது வாலிபன் இறந்தாகிவிட்டது? அவனுக்கும் இவருக்கும் அவளைப் பொறுத்த வரையில் சம்பந்தம் கூட இல்லை. பின் எதற்குத்தான் வந்தாள்? 'எங்களை மன்னிச்சுடுங்கோ ஸாரி'ன் ஒரு பகுதியா இது?

"எனக்கு என்ன சொல்றதுன்னே தெரியலே! உங்களுக்கு இன்னொருத்தர் ஆறுதல் சொல்லித் தீர்ற துக்கமில்லே இது" என்று ஏதேதோ சம்பிரதாயமாய்ச் சொன்னாள்.

அந்தப் பெண்மணி, "ஆமாம். என்னால இப்போகூட நம்பவே முடியலே. ஒரே மலைப்பா இருக்கு" என்ற போதே அவள் கண்களில் நீர் பெருகத் தொடங்கிவிட்டது. கண நேரம் குமுறிவிட்டுச் சமாளித்துக் கொண்டு கண்ணீரை ஒட்டத் துடைத்தாள். மௌனமானாள். பிறகு திடீரென்று மௌனத்தைக் கலைத்துக்கொண்டு பேசினாள்.

"ஆனா என் பெரிய பிள்ளை விசுவம் இருக்கானே, அவன் எதுக்கும் இப்படி மலைச்சே உக்காரமாட்டான். எந்தச் சந்தர்ப்பத்திலேயும் நாலு பேர் கிட்ட நன்னா, கோவையா பேசுவான். எம்.எஸ்ஸி. படிச்சிருக்கான். கோயமுத்தூர்ல கம்பெனி உத்தியோகம். இங்கே இவருக்கு ஜாஸ்தியானதுமே அவனுக்குத் தந்தி கொடுத்தோம். முந்தாநாள் பஸ்ஸில் வந்துட்டான். நேத்துத் தகனமெல்லாம் ஆச்சா? ஒரு பகல்தான் தங்க முடிஞ்சது அவனுக்கு. மறுபடியும் பத்தாம் நாள்ளேருந்து காரியத்துக் கெல்லாம் லீவு எடுத்துண்டு வரேன்னு சொல்லி நேத்து ராத்திரியே ரெயிலேறிட்டான். அவன் கம்பெனியில் அவனுக்கு லீவு கிடைக்கறதே அபூர்வம். இவனைத்தான் எல்லாத்துக்கும் நம்பி விடறா. இருபத்தாறு வயசுதான். அதுக்குள்ளே அத்தனை நல்ல பேர் எடுத்திருக்கான். சென்னை, தலைமைக் காரியாலயத்துலே அவனை வெளிநாட்டுக்கு அனுப்பத் தேர்ந்தெடுத்திருக்கா, அத்தனை கெட்டிக்காரன். அவனும் போக ஒத்துண்டுட்டான்."

ரம்யா இந்தப் பேச்சுப் பெருக்கில் திக்குமுக்காடிப் போனாள். பிறகு, "வாத்தியார் ஸார் சில மாசமாய்ப் படுத்துண்டிருந்தார்னு

பேப்பர்ல பார்த்தேன்" என்று ஆரம்பித்தவளை மற்றவள் குறுக்கிட்டுக் கூறினாள். "அவர் பத்மஸ்ரீ விருது வாங்கினவர்னும் பேப்பர்ல போட்டிருந்தானோல்லியோ? நான்தான் மறக்காமப் போடுங்கோன்னேன். ரொம்பப் பேருக்கு அந்தத் தகவலே தெரியாது. உங்களுக்குத் தெரியுமோ?"

"பேப்பரைப் பார்த்துத்தான் தெரியும்."

"பார்த்தேளா?"

"அவருக்கு என்ன உடம்பு?"

"நீரிழிவு; அதோடு இரத்த அழுத்தம் வேற. அவர் உடம்பை எங்கே கவனிச்சுண்டார்? வீணை ஸ்கூல் வீணை ஸ்கூல்னு இந்தப் பாழாப் போற பள்ளிக்கூடங்களின் தொல்லையைத் தலைமேல போட்டுண்டு இங்கேயும் நாகப்பட்டினத்துக்குமா ஓடிண்டே இருந்தார். பத்தியச் சாப்பாடு, மருந்து நியமம் எல்லாத்தையும் காத்தில் விட்டுடுவார். வீட்ல இருக்கறபோது நான் பார்த்துச் செஞ்சால்தான் உண்டு. இப்படி அலையாதீங்களேன், பள்ளிக்கூடங்கதான் ஒரு மாதிரி நிலைப்பட்டு நடந்துண்டிருக்கே. மத்தவா கவனிச்சுக்கட்டும். நீங்க ரெஸ்டாயிருங் கோன்னு சொன்னாக் கேக்கறதில்லே. அவ்வளவு தூரம் சங்கீதத்தைத் தவிர வேறு உலகமே இல்லேங்கறாப் போல ஒரு ஈடுபாடு." அவள் பெருமூச்சு விட்டு மௌனமானாள்.

'அவருக்கு மனைவியும் இரண்டு புதல்வர்களும் இருக்கிறார்கள்.'

"கடைசில என்ன ஆச்சு?" என்றாள் ரம்யா மென்மையான குரலில்.

"டயபெடீஸ் கட்டி வந்துடுத்து. ஆபரேஷன் பண்ணமுடியலே. மருந்துக்கெல்லாம் கட்டுப் படாமே புரையோடிப் போய் ஜுரம் வந்து ராயப்பேட்டை ஆஸ்பத்திரிக்குத் தூக்கிண்டு ஓடினோம். ரெண்டு நாளில் 'கோமா' வந்துடுத்து. அன்னிக்குச் சாயங்காலம்.. அவ்வளவு தான்."

அவள் மறுபடியும் கண்களைத் துடைத்துக்கொண்டாள். "கோமா வந்ததுமே விசுவத்துக்குத் தந்தி போச்சு. உடனே கிளம்பி வந்துட்டான். முதல்ல அவசரத்துக்குப் பஸ்ல டிக்கெட் கிடைக்காம அப்புறம் எப்படியோ சமாளிச்சேன்னு சொன்னான். செய்யக் கூடியவன்தான். ரொம்பக் கெட்டிக்காரன். பின்னே கம்பெனியிலே எல்லா ஆபீஸர் களையுமேவா வெளிநாட்டுக்கு அனுப்பறா? அமெரிக்காவாய் இருந் தாலும் இருக்குமாம். ரொம்பப் பெருமையில்லே?"

ரம்யா அவளை உற்றுப் பார்த்தாள். அப்போது, "அம்மா" என்று அழைத்துக்கொண்டு ஓர் இளைஞன் உள்ளே வந்து, ரம்யாவைக் கண்டதும் தடைப்பட்டு நின்றான்.

ஜகதீசுவரனின் மனைவி, "இவன் தான் சின்னவன் பாலு. பி.ஏ. முடிச்சுட்டு வேலை தேடிண்டிருக்கான். வேலைக்கென்னடா அவசரம், ஃபாரின் போய் மேலே படிக்க ஏதானும் ஸ்காலர்ஷிப் கிடைக்குமா பாருன்னு சொல்றேன் நான்" என்றாள்.

"ஸாரின் வீணைப் பள்ளிக்கூடங்களில் இவா ரெண்டு பேருக்கும் ஈடுபாடு உண்டா?" என்றாள் ரம்யா.

"அதெல்லாம் எங்கே! விசுவத்துக்கு வேலை ஒண்ணுலதான் குறி. இல்லாட்டா இத்தனை நல்லபேர் எடுத்து வெளி நாட்டுக்குப் போற சான்ஸெல்லாம் வருமா? இவனுக்கு வேலை கிடைக்கணுமேங்கற கவலை. ஏண்டா பாலு, எங்கேருந்துவரே? காலம்பற அஸ்தியைக் கரைச்சப்புறம் தலைமுழுகிச் சாப்பிட்டு வெளியே போனவன் இப்பத் தான் திரும்பிவரே, எங்கே ஊர் சுத்திண்டிருந்தே? வீட்ல இருந்தா துக்கம் கேக்க வரவாளோட பேசி எனக்கு ஒத்தாசையாயிருக்கலா மோல்லியோ? இனிமே எனக்கு நீங்கள்ளாம்தானேடா கதி? உங்கப்பா தான் என்னைத் தனியா நிறுத்திட்டுப் போய்ட்டாரே!" மீண்டும் கண்ணீர் திமிறிக்கொண்டு வந்தது. பாலு பல்லைக் கடித்துக்கொண்டு வெளியேறினான்.

வாசலில் ஒரு டாக்ஸி வந்து நிற்பதை ரம்யா கவனித்தாள். இன்னும் யாரோ வருகிறார்கள். துக்கம் விசாரிக்க. அவள் எழுந்து நின்றாள்.

"போய்ட்டு வரேன்னு சொல்லிக்கக் கூடாதும்பா. ஏதோ நீங்கதான் மனசைத் திடப்படுத்திண்டு பிள்ளைகளுக்காகவானும் தைரியமா யிருக்கணும்" என்று மீண்டும் சம்பிரதாயத்தை உகுத்தபோது தன்னிடமே அவளுக்கு வெறுப்புத் தோன்றியது.

"கிளம்பிட்டேளா?" வைணிகர் மனைவி கண்களைத் துடைத்துக் கொண்டு எழுந்தாள். "எனக்கு நீங்க ஓர் உதவி செய்ய முடியுமா?"

"என்ன?"

"இங்கே அவர் வாசிச்சிண்டிருந்த பெரிய வீணை ஒண்ணு இருக்கு. புராதனமான வேலைப்பாடெல்லாம் பண்ணினது. ரொம்ப விலை யுயர்ந்ததுன்னு நினைக்கறேன். உங்களுக்குத் தெரிஞ்ச யாராவது பெரிய மனுஷா அதை விலைக்கு வாங்கிப்பாளான்னு நீங்க விசாரிச்சுக் சொல்ல முடியுமா? உள்ளே வந்து அதைப் பார்த்துச் சுமார் எத்தனை ரூபாய் மதிப்புப் பெறும்னு சொல்லுங்களேன். நீங்க அவர் மாணவியா யிருந்ததால் உங்களுக்கு வீணைகளைப் பத்தித் தெரிஞ்சிருக்கும். உங்க வீட்டுக்காரரும் ரிஸர்வ் பாங்க் உத்தியோகஸ்தர்னா நிறையப் பெரிய மனுஷாளோடப் பழக்கம் இருக்கும்."

ரம்யாவால் சிறிது நேரம் பேச முடியவில்லை. எதிரே இருந்தவளைப் பார்த்துக்கொண்டே நின்றாள். பிறகு ஒரு பெரும் பிரயாசையோடு தன்னைச் சுதாரித்துக்கொண்டு கூறினாள். "மன்னிக்கணும். எனக்கு வீணையோடு பரிச்சயம் விட்டுப் போய் எந்தக் காலமோ ஆச்சு. இப்போ எனக்கு வீணைகளைப்பத்தி எதுவும் தெரியாது."

யாரோ வந்து இறங்கிய அந்த டாக்ஸி புறப்பட இருந்தபோது நிறுத்தி அதில் ஏறி உட்கார்ந்து தன் வீட்டு முகவரியைச் சொன்னாள்.

வண்டி கிளம்பியது. அவள் சாய்ந்து உட்கார்ந்துகொண்டு எதிரே வெறித்தாள்.

'நீங்க செத்துத்தான் போய்ட்டேள் ஸார்.'

"பாவம், யாரோ பெரிய வீணை வித்வானுங்களாமே அந்த வீட்ல போய்ட்டவரு?" என்றான் பேச்சாளியாகத் தெரிந்த டாக்ஸிக்கார இளைஞன், இரண்டு பஸ்களிடையே அம்பாய்ப் பாய்ந்து ஓட்டிக் கொண்டு.

"ஆமாம்ப்பா" என்றாள் ரம்யா.

"ரெண்டு குழந்தைங்களாமே?" என்றான் அவன் தொடர்ந்து.

"ஆமாம். ஜகதா, ஈச்வரி."

கலைமகள் தீபாவளி மலர், அக்டோபர் 1978

சோபனாவின் வாழ்வு

மார்புக்குள் துடிப்பு இடியாய் ஒலித்தது. "போ போ போ ..." நான் கத்திக்கொண்டே இருந்தேன். சிறிது நேரத்துக்குப் பிறகுதான் எதிரே பூரணமௌனம் உணர்வாகியது. முத்து எப்போதோ எழுந்து போய்விட்டான் போல் இருக்கிறது.

குலைந்துபோய் உட்கார்ந்தேன். மறுபடியும் எழுந்தேன். நாலடி நடந்தேன். நின்றேன். வாசல் வராந்தாவுக்குச் சென்றேன். எனக்கே சொந்தமான இருட்டை வெறித்தேன். மீண்டும் அறைக்குள் வந்தேன். உட்கார்ந்தேன். எழுந்து என் படுக்கைக்குச் சென்றேன். படுத்துக்கொண்டேன்.

பழகிய வீடு. எவ்விதத் தடங்கலும் இன்றி என்னால் இதில் நடமாட முடியும். பழகினாலே ஒரு சுவாதீனம் வந்துவிடுகிறது ... பழகிய சுவாதீனத்தால்தான் என்னிடம் ஓர் அலட்சியம் ஏற்பட்டு அவள் இப்படி மனம் போனபடி நடந்துகொள்ள ஆரம்பித்திருக்கிறாளா?

முத்து சொன்னது உண்மையாகவா இருக்கும்? சோபனா, அவளோடு ஓர் அன்னிய ஆண்பிள்ளை. இருவரும் ஓட்டலிலிருந்து ஒன்றாய் வெளியேறுகிறார்கள். ஒரு விருந்துக்காகக் குளிர் பானங்களுக்கு ஏற்பாடு செய்ய அங்கே போன முத்து அதைப் பார்த்துவிடுகிறான். அவள் தனக்குப் பரிச்சயமானவளென்பதைக் காட்டிக்கொள்ளாமல் அவர்களைப் பற்றி மானேஜரிடம் விசாரிக்கிறான். இரண்டு நாள் முன்பு வந்து மாடியில் ஓர் அறையைப் பதிவு செய்துகொண்ட தம்பதி என்கிறார் நிர்வாகி. பெயர் மிஸ்டர் அண்ட் மிஸஸ் ...

சோபி!

என் கைகள் துடித்தன. அவள் கழுத்தை அப்படியே பிடித்து ... சீ, என் மகளா அவள்?

முத்து சொன்னது ஒருவேளை பொய்யா? கடவுளே, அப்படியே இருக்கட்டுமே! ஆனால் நெடுங்காலம் பழகிய நண்பர் குடும்பத்து இளைஞன் எதற்காகப் பொய் சொல்லப் போகிறான்?

என்னால் பார்க்க முடிந்திருந்தால், அந்த விஷயத்தைச் சொல்லும்போது முத்துவின் முகத்தில் வருத்தம் நிறைவதைக்கூட நான் ஒருகால் பார்த்திருக்கலாம்.

பாவி, பாவி, நீயும் ஒரு பெண்ணா? இப்படிச் செய்ததைவிட செத்து ஒழிந்திருக்கலாமே நீ! ... இந்த மாதிரி ஒரு குறை இருந்திருந்தால் நீ கல்யாணம் செய்துகொண்டிருக்கலாமே. எத்தனையோ வரன்கள் உன்னைப் பார்த்துச் சம்மதம் தெரிவிக்கவில்லையா அந்த நாளில்.

“ஸார், டீ கொண்டு வந்திருக்கேன்.”

சமையற்கார ஐயரின் இதமான குரலைக் கேட்டு மெள்ள எழுந்து உட்கார்ந்தேன். எனக்கு வேண்டிய சூட்டுக்குச் சரியானபடி ஆற்றிய தம்ளரை அவர் என் கையில் வைத்தார்.

முன்பெல்லாம் – பெண் பார்க்கப் பிள்ளை வீடுகளிலிருந்து வந்து கொண்டிருந்தபோது – சொஜ்ஜி பஜ்ஜியெல்லாம் சோபனாவே செய்தாள். (என் மனைவி இறந்து எந்தக் காலமோ ஆகிவிட்டிருந்தது.) அவளுக்கு அப்போது சிறிய உத்தியோகம், சொற்ப சம்பளம். ஆட்கள் யாரும் கிடையாது. சோபனாவே வீட்டு வேலைகளையும் பார்த்து, வெளி அலுவல்களையும் கவனித்து, எனக்கும் பணிவிடைகள் செய்து, ஆபீசுக்கும் போய்க்கொண்டு ... ஆணுக்கு ஆணாய், பெண்ணுக்குப் பெண்ணாய் ...

தேநீரைப் பருகி முடித்துக் கையை நீட்டியதுமே கண நேரமும் தாமதிக்காமல் சமையற்காரர் தம்ளரை வாங்கிக்கொண்டார். சோபனா அப்படிப் பழக்கியிருந்தாள் அவரை. வீட்டிலும் ஊரிலும் அவள் இல்லாதபோதுகூட எனக்கு எவ்விதக் குறைவும் நேராமல் கவனித்துக் கொள்ளும்படியான ஏற்பாடுகளைச் செய்திருந்தாள். சமையற்காரரைத் தவிர வீட்டோடு தங்கி எனக்கு எல்லாவற்றையும் உடனிருந்து உதவி செய்யும் ஒரு பணியாளன். இதைத் தவிர, காலையில் இரண்டு மணி நேரத்துக்கு ஒரு சிறுவன் வந்து எனக்குப் புத்தகம் படித்துச் சொல்லிவிட்டுப் போவான். நான் எப்போது வேண்டுமானாலும் பாட்டுக் கேட்கும்படியாகக் கைக்கு அடக்கமாய் ஒரு டிரான்ஸிஸ்டர் ரேடியோ. இத்தனையும் சோபனா நாளடைவில் எனக்குச் செய்து தந்திருந்த வசதிகள். பொதுவாக, பெற்றோர்கள்தான் குழந்தையைப் பற்றிச் சொல்வார்கள், நான் ஒரு குறைவும் வைக்கவில்லை என்று. ஆனால், இந்த வீட்டில் என் நிம்மதியான வாழ்வில் என் மகளின் குரலில் கேட்கிறது, ‘அப்பா! நான் உங்களுக்கு என்ன குறை வைத்தேன்?’

அதற்காக எவனுடனோ ஓட்டல் அறையில் போய்த் தங்கிவிட்டு வரவேண்டுமா? நம் பண்பாடு என்ன, நம் மதிப்புகள் என்ன ... அதுவும் ஒரு பெண் ... பெண்ணாய்ப் பிறந்தவள் மனசைக் கட்டுப்படுத்த வேண்டாமோ?

தவறாக இருக்குமா? முத்து பார்த்தது வேறு எவளோவாக இருக்குமோ ஒருவேளை?

தனிமைத் தளிர் 391

எழுந்து மறுபடியும் வாசலுக்கு வந்தேன். உத்தேசமாய் அடிவைத்து உட்கார்ந்தபோது சரியாய்ப் பிரம்பு ஈஸி சேரில் உட்கார்ந்தேன். முகத்தில் காற்றுப் படிந்தது. அதில் இழைந்த இலேசான நறுமணத்திலிருந்து மல்லிகைப் பந்தல் பூத்துவிட்டது என்பதை உணர முடிந்தது. தேநீர் அருந்திவிட்டதால் இப்போது மாலை நாலரை மணி. வானத்தில் இன்னும் சுள்ளென்று வெள்ளை கனன்றுகொண்டிருக்கும். வெள்ளை மாறி வர்ணக் குழம்புகள் பரவத் தொடங்க இன்னும் நேரமிருந்தது. அப்போது சோபனா வருவாளா? வெளியூரில் சில நாட்களுக்கான ஆபீஸ் வேலை முடிந்து இன்று மாலை ஊர் திரும்புவதாக என்னிடம் சொல்லியிருந்தாள்.

இதுவரை இப்படி ஆபீஸ் வேலையாக வெளியூர் போவதாகச் சொல்லிச் சென்றது எவ்வளவு முறை பொய்யாக இருந்திருக்கும்? யார் அவன்? சக உத்தியோகஸ்தனா? வெளி ஆளா? எங்கே சந்தித்தாள் அவனை? எத்தனை காலமாக இந்த உறவு?

இதைவிட ஒரு கல்யாணம் செய்துகொண்டிருக்கலாமேடி பாவி நீ!

“அப்பா, நான் கல்யாணம் செய்துகிட்டுப் போய்ட்டா நீங்க என்ன செய்வீங்க?”

எத்தனை தடவை அப்படிக் கேட்டிருப்பாள்! ஒவ்வொரு முறை பிள்ளை வீட்டார் சம்மதம் தெரிவிக்கும்போதும் நான் “கல்யாணம் செஞ்சுக்கிடும்மா” என்று சொன்னதற்கு அவள் தந்த பதில் அந்தக் கேள்விதான்.

“எனக்காகப் பார்த்தியானா நீ ஆயுசுக்கும் இப்படியே . . .”

“எனக்குக் கல்யாணத்தில் ஏதும் வெறுப்பு இல்லேப்பா. நான் செய்துக்கத் தயார்தான். ஆனா என் நிபந்தனைக்கு ஒத்துக்கிறவரைத் தானேப்பா நான் செய்துக்க முடியும்? எனக்கு நீங்கதாம்ப்பா முதல். உங்களை ஏத்துக்காதவங்களை நானும் ஏத்துக்கமாட்டேன்.”

இந்தப் பெண்ணைப் பிடித்திருந்தால் மட்டும் போதாது அவளை மணந்துகொண்டால் மட்டும் போதாது. மனைவியோடு மாமனாரும் தன்னோடு வந்து இருக்க மணமகன் ஒப்பவேண்டும். ஏனெனில், பார்வையையும் அதனால் வேலையையும் இழந்துவிட்ட அவர் தமது ஒரே குழந்தையான அந்த மகளைத்தான் நம்பி வாழ்கிறார். அவரை மாப்பிள்ளை சம்ரட்சிக்க வேண்டாம், பெண்ணே தொடர்ந்து வேலை பார்த்துத் தந்தையைக் காப்பாற்றுவாள். அதற்கும் அவன் ஒப்ப வேண்டும்.

யாரும் ஒப்பவில்லை.

ஒவ்வொரு தடவை கல்யாணப் பேச்சு முறிந்துபோனபோதும் நான் உணர்ந்தது என்ன? ‘நீ கல்யாணம் செஞ்சுக்கோம்மா’ என்று நான் சொன்னபோதெல்லாம் ஆந்தரிகமாய்த்தான் சொன்னேன். அவள் ஒற்றை வாழ்வு வாழவேண்டுமென்று நான் விரும்பவில்லை.

‘நீங்க என்னப்பா செய்வீங்க?’ என்ற அவள் கேள்விக்கு, ‘ஏதானும் தர்ம சத்திரத்தில் போய்ச் சேர்ந்துக்கேறன்’ என்ற பதிலையும் தயாராகவே சொன்னேன். எனினும் உள்ளம் பதைக்கவே செய்தது. அவளிடமிருந்து பேச்சு வருகிற ஒரு கணத்துக்குள் நரகவேதனை அநுபவித்துவிடுவேன். ஒப்புக்கொள்கிறாளா? என்னைக் கைவிட்டு விடுகிறாளா? உணர்வுகள் இடிச்சுமையாய்த் தலைமேல் வந்து அழுத்தும். தெரு விபத்தில் கண்களை இழந்ததை விட, உயிரையே இழந்திருக்க லாகாதா என்று நெஞ்சுக்குள் சூறாவளி வெடிக்கும். மறுகணம் “அப்படி உங்களை அநாதையாட்டம் சத்திரத்துக்கு அனுப்பிட்டுக் கிடைக்கற இல்லற வாழ்க்கை எனக்கு வேணாம்பா” என்று அமைதியான குரலில் வரும் பதிலைக் கேட்டு, உடல் நிம்மதியில் குபீரென்று வேர்க்கும்போது அவமானத்தால் உள்ளேயே கூசிக்குறுகி மடிந்து போவேன்.

“சோபி, நீ... இப்படி நீ எனக்காக உன் வாழ்க்கையைப் பாழாக்கிக்காதேம்மா..!

“பாழ் என்னப்பா? கல்யாணம் இல்லாட்டி வாழ்க்கையே பாழா என்ன? எனக்கு இதில் வருத்தமில்லே. நான் ஒரு மகனாய் இருந்தா உங்களைக் காப்பாற்ற மாட்டேனா? இப்பவும் எனக்கு அந்த கடமை இருக்குது.”

அவளை மகனாகவே ஏற்றுக்கொண்டேன்.

ஊரில் பரவலாகப் பேச்சு அடிபட்டது! நான் என் சுயநலத்துக்காக மகளுக்கு மாப்பிள்ளையே பார்க்காமல் என்னுடனேயே வைத்துக் கொண்டு விட்டேனாம். என் காதிலும் விழுந்தது. நான் என்ன செய்ய முடியும்? நானா மாப்பிள்ளை பார்க்கவில்லை? அவள் ஒவ்வொரு வரனையும் மறுத்துவிட்டால் அது என் தவறா? நான் ஒன்றும் பொல்லாதவனில்லை, சுயநலமில்லை...

திடீரென்று இப்போது நிமிர்ந்து உட்கார்ந்து குரல் கொடுத்தேன். “இந்தாங்க, ஐயரே!”

சமையற்காரர் விரைந்து வரும் அடியோசை கேட்டது. “என்ன ஸார்?”

“என்னைப் பத்தி நீங்க என்ன நினைக்கிறீங்க?”

சம்பந்தமில்லாமல் புறப்பட்ட அக்கேள்வியால் அவர் விழித்திருக்க வேண்டும். மௌனம் சொல்லியது.

“அதாவது, இப்ப ஏழெட்டு வருஷமா நம்ம வீட்ல பழகிகிட்டு வரீங்களே, என்னைப் பத்தி ஒரு அபிப்பிராயம் இருக்குமில்ல?”

“வந்து... அபிப்பிராயம்னா எப்படி...”

“அட. நான் நல்லவனா பொல்லாதவனா அப்படின்னு எதுனாச்சும் ஒரு கணிப்பு இல்லையா?”

“ஓ, அதுவா. நீங்க நல்லவர்தான் ஸார். அதில் என்ன சந்தேகம்?”

தனிமைத் தளிர் ❨ 393 ❩

"நல்லவன் தானே?"

"ஆமாம்."

"நிச்சயமாய்த்தானே சொல்றீங்க?"

"நிச்சயமாய்த்தான்."

"அதாவது, என்னை நல்லவன்னு சொல்றீங்க, இல்லையா?"

"ஆமாம்."

"அதாவது?"

"நீங்க நல்லவர்."

நான் சௌகரியமாய்ச் சாய்ந்து கொண்டேன்.

"என் மகள் எப்படின்னு நினைக்கறீங்க?"

எதிரே மௌனம்.

"என்ன ஐயரே பேசாம இருக்கீங்க? சோபனாவைப் பத்தி உங்களுக்கு என்ன தோணுது?"

"உள்ளபடி சொல்லட்டுமா?"

"சொல்லுங்க."

தீக்குச்சி உரசினாற்போல் கப்பென்று உள்ளே ஒரு பதற்றம். என்ன சொல்லப்போகிறார்? அவள் நடத்தையைப் பற்றி இவர் ஏதாவது கவனித்திருப்பாரா? குருட்டுத் தகப்பன் ஒருவன்தான் உண்மையிலேயே குருடாய் இருந்திருக்கிறேனா ...

"உங்க பொண்ணுக்காகத்தான் லோகத்தில் மழை பெய்யறது, வெயில் காயறது."

திடுக்கிட்டுப் போனேன். ஏன் அப்படிச் சொல்கிறார்? 'உனக்காகத் தான் வாழ்வையே விட்டுக் கொடுத்திருக்கிறாளே. எப்படிப்பட்ட உயர்ந்த பிறவி' என்கிறாரோ? "சரி, உள்ளே போங்க. உங்களுக்கு வேலை இருக்கும். சோபிகூட இப்ப வந்தாலும் வந்துடுவாளே. காபிக்கு எல்லாம் தயாரா வச்சிருங்க."

அவர் காலடியோசை மங்கி மறைந்தது.

எத்தனை சிறப்பாய் அவளைப்பற்றி எண்ணியிருக்கிறார்! எல்லோருமே அப்படித்தான் கருதுகிறார்கள் ... எனக்காக அவள் தன் வாழ்வை விட்டுக்கொடுத்தாளா? இது உண்மை தானா? வாழ்வை விட்டுக் கொடுப்பதென்றால் என்ன? கல்யாணம் ஒன்றுதான் வாழ்வா ஒரு பெண்ணுக்கு, ஒரு மனிதப் பிறவிக்கு? அவளே கேட்டிருக்க வில்லையா, 'கல்யாணம் இல்லாட்டி வாழ்க்கையே பாழா என்ன?' என்று?

ஆனால் அவள் சொல்லியிருந்தது அது மட்டும்தானா? 'எனக்குக் கல்யாணத்தில் ஏதும் வெறுப்பு இல்லேப்பா. நான் செய்துக்கத் தயார்தான்.'

அப்படியானால் ..?

அதனால்தானா ..?

நான் வற்புறுத்திச் செய்து வைத்திருக்க வேண்டுமா?

ஒரே இருளாக இருக்கிறதே கடவுளே.

நான் என்ன செய்திருக்க வேண்டும்?

அதற்காக நடத்தை கெட்டுப்போக வேண்டுமா என்ன? ஓட்டல் அறையாம், ஜோடியாம், மிஸ்டர் அண்ட் மிஸஸ்ஸாம்.

சோபி, நீயா இப்படி? இது நீ தானா? என்னுள் எழுதி வைத்த உன் உருவம் மாறிப் போகிறதா? குருடனுக்கு இருப்பதெல்லாம் உள் உருவங்கள்தானே? கனவுகளால் ஆக்கி வைத்த வார்ப்படங்கள் தானே? அவை அழிந்து போனால் அவனுக்கு மிஞ்சுவது ஏதுமில்லை. இது தெரியாதா உனக்கு, சோபி? உனக்குப் பற்பல தோழமைகள் கிடைக்கலாம். ஆனால், எனக்கு இருப்பதெல்லாம் உன் ஒரே ஒரு, முழுமையான, சிதையாத வடிவம்.

எத்தனை நாளாய் இந்த உறவு?

சே, இருக்காது. முத்து பார்த்தது வேறு யாரோ.

உன் கழுத்தை நெரித்துப் போட்டால் என்னடி பாவி?

என்னையே முதன்மையாக வைத்தவளின் கழுத்தையா?

சோபி, சோபி, எனக்கு என்ன நினைப்பதென்றே தெரியவில்லையே. ஒரே குழப்பமாயிருக்கிறதே ... எழுந்து நின்றேன். மீண்டும் உள்ளே வந்தேன். ஒரு நாற்காலியில் உட்கார்ந்தேன். என் வேலையாள் வாசல் வராந்தாவுக்குப் போகும் நடை ஒலித்தது. பிறகு வராந்தாவில் ஸ்விச்சைத் தட்டும் ஒலி. விளக்குப் போடும் நேரமாகிவிட்டதா? உட்கார முடிய வில்லை. மறுபடியும் வாசலுக்கு வந்தேன். இப்போது தலைக்குமேல் பல்ப் எரிந்துகொண்டிருக்கும். வானத்தில் வர்ணங்கள் எழுந்து மறைந்து இப்போது கருமை பரவிக்கொண்டிருக்கும். சில்லென்று புதிதாய்க் காற்றின் அலை ஒன்று எழுந்தது. யார் வீட்டிலோ வெண்ணய் காய்ச்சும் வாசனையைச் சேர்த்துக் கொண்டுவந்த காற்று.

இத்தனை ஆண்டுகளில் ஒரு முறையாவது அவள் குரலிலோ தோரணையிலோ ஏக்கத்தின் சாயலே படிந்ததில்லை.

"அப்பா, சாப்பிட்டீங்களா?"

"அப்பா, உங்க மெத்தை ரொம்ப நஞ்சி போயிடிச்சேன்னு புதுசா பஞ்சடைக்க ஆளை வரச்சொல்லியிருக்கேன்."

"ஒடுங்கிக்கிட்டுப் படுத்திருக்கீங்களேப்பா! குளுருதா? இருங்க போத்திவிடறேன்."

"தூக்கம் வராட்டி ஏதானும் கதை கேக்கறீங்களாப்பா? படிச்சு சொல்லட்டுமா?"

"ஹைதராபாத் திராட்சை ரொம்ப நல்லாயிருந்துதுப்பா மார்க்கெட்ல. வாங்கிட்டு வந்தேன். இந்தாங்க."

"அப்பா, இந்தப் புது செருப்புக்களைப் போட்டுக்குங்க. ஏதோ ஸ்பெஷல் லெதராம். காலுக்கு உறுத்தாம மெத்துன்னு இருக்குமாம்."

"உங்களுக்காக ஒரு டேப் ரெக்கார்டர் வாங்கியிருக்கேம்ப்பா! உங்களுக்குப் பிடிச்ச ப்ரோகிராமையெல்லாம் இனிமே டேப் பண்ணி வச்சுகிட்டு எப்போ இஷ்டமானாலும் போட்டுக் கேக்கலாம்."

ஒருநாள் வானொலியில் ஓர் அபிமான வித்வானின் இரண்டு பாடல்களைப் பதிவு செய்த பின், "நீ ஏதாவது பேசேன் சோபி! அதையும் டேப் பண்ணிடலாம்" என்றேன்.

"என்ன பேசறது?"

"ஏதானும்."

"நாமதான் இப்போகூடப் பேசிகிட்டிருக்கோமே. இது பேச்சில்லையா?"

"இருந்தாலும் ஏதானும் ஸ்பெஷலாய்ச் சொல்லேன்."

"என்ன சொல்றது?"

வழக்கமாக மணிக்கணக்காய் உற்சாகத்துடன் பேசிக்கொண் டிருப்பவளுக்கு 'ஏதாவது பேசு' என்றதும் எதுவுமே பேசத் தோன்றாமல் போயிற்று.

"என்ன பேசறதுன்னே தெரியலையே."

"வாய்க்கு வந்ததைப் பேசேன். தினம் ஆபீசில் நடந்த எதையானும் பத்தி சொல்லுவியே."

"ஆமாம்."

"அந்த மாதிரி இன்னிக்கி நடந்ததைச் சொல்லேன்."

"ம்? எதுவுமே நடக்கலையே . . ."

ஒரு சிறு மௌனம். பிறகு நிலைமையின் வேடிக்கை வந்து தாக்கியதும் இருவரும் ஒரே சமயத்தில் சிரித்துவிட்டோம்.

அன்று பதிவுசெய்த பாடல்களைப் பிறகு டேப் போட்டுக் கேட்டபோது, பாடல்கள் முடிந்தபின் நாங்கள் பேசிய அந்த என்ன பேசுவதென்று தெரியாத உரையாடலும், சிரிப்பும்கூடத் தொடர்ந்து பதிவாகியிருப்பது தெரிந்து, அன்று எப்படி கைகொட்டி மகிழ்ந்தோம்! "டேப்பை நிறுத்த மறந்துவிட்டோம்! போகுது இது இருக்கட்டும், அழிக்கவேணாம்" என்று சொல்லி விட்டேன்.

இரண்டு ஆண்டுகளுக்கு முன்பு நடந்தது அது. இப்போது என்னமோ திடீரென்று எழுந்த ஓர் உந்தலோடு மறுபடியும் உள்ளே சென்றேன். என் அறைக்குள் நுழைந்தேன். முன்னே இரண்டடி நடை. பிறகு வலது பக்கம் திரும்பி நாலடி. மேஜை மேல் காஸெட் இருந்தது. என் ஆளை அழைத்தேன்.

"அந்தப் பித்துக்குளி முருகதாஸ் டேப்பை கொஞ்சம் எடுத்துக் கொடப்பா."

'உலகத்து நாயகியே' என்று மெல்லிய தேன் இழை கிளம்பியது. இன்று அதில் எனக்கு நாட்டமில்லை. குமிழை அமுக்கிப் பகுதியை நகர்த்தினேன். இசைத்தட்டு முடிவுற்ற 'கொர்ர்ர்ர்' ஒலித்தது. அதன்பின்:

நீ ஏதாவது பேசேன் சோபி! அதையும் டேப் பண்ணிடலாம்.

என்ன பேசறது?

ஏதானும்.

நாமதான் இப்போகூடப் பேசிகிட்டிருக்கோமே. இது பேச்சில்லையா?

இருந்தாலும் ஏதானும் ஸ்பெஷலாய்ச் சொல்லேன். என்ன சொல்றது?... என்ன பேசறதுன்னே தெரியலையே. வாய்க்கு வந்ததைப் பேசேன். தினம் ஆபீசில் நடந்த எதையானும் பத்திச் சொல்லுவியே.

ஆமாம்.

அந்த மாதிரி இன்னிக்கு நடந்ததைச் சொல்லேன்.

ம்? எதுவுமே நடக்கவில்லையே.

ஒரு சிறு மௌனம். பிறகு கலகலவென்று தந்தையும், மகளும் சேர்ந்து சிரிக்கும் சிரிப்பு.

காஸெட்டை நிறுத்தினேன்.

உடம்பில் பெரியதொரு அசதி வந்து அழுத்த அப்படியே தரையில் சரிந்து உட்கார்ந்தேன்.

"ஐயா, என்னங்க?" பணியாளனின் நடையும், குரலும் என்னை வேகமாய் அணுகின.

"ஒண்ணுமில்லேப்பா. நீ போ. போய் வாசல்ல நின்னு அம்மா வராங்களான்னு பாரு."

அவன் போவதை உணர்ந்தேன். அக்கறை நிறைந்த பணியாள் ... அவனை மட்டுமா? என்னை அரவணைக்கும் இந்த வாழ்க்கையையே வழங்கியவள் ... அந்த அவள் ...

எத்தனை தளர்ச்சி அந்தக் குரலில்! அவளுடைய குரலின் இளமை என்ன ஆயிற்று? எப்போது மறைந்தது அது? இது கனம் படிந்து அமுங்கினாற்போல் முற்றி வரும் குரல். இரண்டு ஆண்டுகளுக்கு முன் பதிவான குரல். அப்போதே நான் எப்படிக் கவனிக்காமல்

போனேன்? இப்போதும் அன்றாடம் கேட்டு வரும்போதும் ஏன் உறைக்கவில்லை? அன்றாடம் கேட்பதனாலேயேதானா இப்போது திடீரென்று முத்து காட்டிய காட்சியின் வெளிச்சத்தில் அந்தக் குரலும் கண்ணுக்குத் தெரிகிறதா?

இத்தனை ஆண்டுகளில் என்னைப்பற்றி நினைத்திருக்கிறேன். ஒவ்வொரு டிஸம்பர் முப்பத்தொன்றும் மனத்தில் ஓர் அதிகப்படி சுமையாய் அழுந்தும். இன்னும் ஒரு வயது ஏறிவிட்டது. இப்போது நான் எப்படி இருக்கிறேன்? என் தலை நரைத்திருக்கிறதா? இப்போ தெல்லாம் நடக்கும்போது சற்று மூச்சு வாங்குகிறதே. ஒருகால் என் முகத்திலும் சுருக்கங்கள் தெரியுமோ? சருமம் உலர்ந்திருக்குமோ?

இப்படியெல்லாம் எண்ணியிருக்கிறேன். சில சமயம் பணியாளிடம் அவன் எனக்கு முகம் மழிக்கும்போதோ, துணி உடுக்க உதவும் போதோ கேட்டுமிருக்கிறேன். ஆனால், ஒரு முறைகூட அவள் இப்போது எப்படி இருக்கிறாள் என்று நான் ஏன் யோசித்தே பார்க்கவில்லை?

அமுங்கியும் அமுங்காமல், துண்டு துண்டாய் ஏதேதோ நினைவுகள் ... வீட்டுக்கு வரும் விருந்தாளிகள் பேச்சுப் போக்காய் உதிர்ந்த விமர்சனங்கள் ... எங்கோ அடிப்பிரக்ஞையிலிருந்து மேலெழுந்து அர்த்தம் பெறும் வார்த்தைகள் ...

‘என்ன சோபி, சம்பாதிக்கிறதெல்லாம் சாப்பாடாவே போகுதா? இடுப்பில் ஸ்பேர் டயர் போட்டுட்டியே!’

‘என்னடி இது, பித்த நரையா? வைத்தியரண்டை போய் ஏதாவது தைலம் வாங்கிக்கறதுதானே?’

‘முன்னேயெல்லாம் எங்கமாதிரி யாராணும் கெஸ்ட் வந்தா பாதி ராத்திரி வரைக்கும்கூட உக்காந்து குஷாலாய் அரட்டை அடிப்பியே சோபி, இப்போ என்ன, ஒம்பது மணிக்கே கொட்டாவி?’

அவளுக்கு இப்போது முப்பத்தாறு வயசாகிறது.

இன்றளவும் என்னிடம் அந்தக் கனிவில் எவ்வித மாற்றமுமில்லை, என்னைக் குற்றம் சாட்டும் தொனி ஏதும் இல்லை. தன் வாழ்க்கையைக் குறித்து ஏக்கமோ, குறையோ, கழிவிரக்கமோ, ஆற்றாமையோ அவள் நடப்பில் சிறிதுகூடக் காணப்பட்டதில்லை. இப்போதும் அவள் என்னிடம் பழகும் முறையின் ஒவ்வொரு மூச்சும் ‘எனக்கு நீங்கதாம்ப்பா முதல்’ என்றுதான் உருகுகிறது.

என் சேவையிலேயே கிழவியாகிக்கொண்டிருக்கும் மகள். நான் மெல்ல எழுந்தேன். வராந்தாவுக்கு வந்து, சாய்வு நாற்காலியில் உட்கார்ந்துகொண்டேன். கழுத்திலும் நெற்றியிலும் விழுந்த ஈக்களைக் கையால் விசிறிக் கலைத்துக்கொண்டபோது விளக்கின் மீது நிறைய ஈசல்கள் மொய்த்துக்கொண்டிருக்க வேண்டும் என்று புரிந்தது.

“ஒரே ஈசலாயிருக்குதுங்களே, ஐயா! உங்களுக்குத் தொல்லையா யிருக்கும். விளக்கை அணைச்சிடட்டுமா?” என்றான் ஆள்.

"வேணாம்பா. அம்மா வரப்ப வாசல் இருளோன்னு கிடக்க வேணாம்."

அதற்குள்ளாகவே ஓர் ஈசல் என் முதுகுச் சட்டைக்குள் போய் விட்டது. அவன் அதை வெளியே எடுத்துப் போட்டான்.

'உங்களுக்கு நான் ஒரு குறைவும் வைக்கவில்லை அப்பா.'

உண்மைதான் . . .

நான் பெருமூச்செறிந்தேன்.

கடமைகளும், ஆசைகளும் ஒன்றுக்கொன்று விலக்காகத்தான் இருக்க வேண்டுமா என்ன?

'கேட்'டுக்கு வெளியே ஒரு வண்டி வந்து நிற்கும் சப்தம் கேட்டது. டாக்ஸியாக இருக்கும். அல்லது எவனோ சொந்தக் காரில் கொண்டு வந்து விடுவதாகவும் இருக்கலாம் . . . அவன் எப்படி இருப்பான்?

சில நிமிடங்களில் செருப்புப் பாதங்கள் என்னை நோக்கி விரைந்து வந்தன.

"அப்பா! வந்துட்டேம்ப்பா. எப்படி இருக்கீங்க?"

மூன்றுநாள் பிரிவிலேயே அந்த விசாரிப்பு. குரலில் அதே கனிவு, அக்கறை. தலையை வருடுகிற, முதுகைத் தட்டிக் கொடுக்கிற, குரல். அவள் என் குழந்தையா அல்லது நான் அவள் குழந்தையா?

இந்தக் குரலின் புத்திளமை மாறி எத்தனை காலமாகிறது?

"நல்லாத்தாம்மா இருக்கேன். நீ எப்படியிருக்கே? ஆபீஸ் வேலையெல்லாம் முடிஞ்சுதா?"

"ம். சாயங்காலம் அஞ்சு மணிக்கே நான் வந்திருக்கணும். ரயில் லேட்."

"உள்ளே போய் கைகால் கழுவிகிட்டு ஏதாவது சாப்பிட்டு வா சோபி."

"ஸ்டேஷனில் காப்பி குடிச்சிட்டேன். இப்போ ஒண்ணும் வேணாம். உள்ளே போய் ஸூட்கேஸை வச்சிட்டு முகம் கழுவிட்டு வந்துடறேன். ஒரே ஈசலாயிருக்குதேப்பா! இங்கே உக்காந்திருக்கீங்களே, கஷ்டமா யில்லே? விளக்கை அணைச்சிடறேன், என்ன?"

ஸ்விச் அணையும் ஒலியைத் தொடர்ந்து அவள் பாத ஒலி வீட்டுக்குள் மறைந்தது. சிறிது நேரத்தில் "டிபன் வேணாம்னாலும் கொஞ்சம் காப்பியாவது சாப்பிடுங்கோம்மா, சூடாய்க் கலந்து தரேன்" என்று சமையற்காரரின் பரிவான உபசாரம் உள்ளேயிருந்து கேட்டது.

"வேணாம் ஐயரே, வயித்தில் இடமில்லே, அப்பா எல்லாம் சரியாய்ச் சாப்பிட்டாரா?"

“ம் சாப்ட்டார். ஒரு அரை டம்ளர் சாப்பிடுங்கோளேம்மா.”

“சரி, உங்க இஷ்டம். கொடுங்க.”

சிறிது நேரத்தில் அவள் காலடியோசை வந்தது. அடுத்த நாற்காலியில் அவள் உட்காரும் சேலை உரசல் கேட்டது. இப்போது ஈசல் உபத்திரவம் இல்லை.

“மூணு நாள்ல ஏதானும் விசேஷம் உண்டாப்பா? என்ன செய்துட்டிருந்தீங்க?” அவள் பேசியபோது லேசாய் காப்பி மணம் வந்தது.

“ஸ்பெஷலா ஒண்ணுமில்லே.”

“பொழுது போக்காய்ப் பேச யாரானும் வந்திருந்தாங்களா?”

“முத்து வந்தான். வேறு யாரும் வரல்லே.”

“எப்படி இருக்கான் முத்து? கொஞ்ச நாளாய் அவன் வரவே யில்லையே. நல்லா இருக்கானில்ல?”

“ம்.” பாவம், அவனை நான் அப்படிக் கோபித்துக்கொண்டிருக்க வேண்டாம்.

“அழகேசன் அந்த சரித்திர நாவலை முழுக்கப் படிச்சுக் காட்டிட்டானா?”

“ஓ, ஆயிடிச்சு. இப்படி இன்னும் என் பக்கமாய் உன் நாற்காலியைத் தள்ளிக்க சோபி.”

நாற்காலி இழுக்கப்படும் ஒலி கேட்டது. “ம், தள்ளிகிட்டேம்ப்பா.”

நான் அவள் பக்கமாய்த் துழாவித் தலையைக் கண்டுபிடித்து மெல்லக் கோதினேன். கூந்தல் மென்மையாக இல்லை. நரைக்கவா தொடங்கிவிட்டது? என் மகளை அதுவரை என் பாதுகாவலாக அன்றித் தனி நபராக நான் நினைத்துப் பார்க்கவே இல்லையா? முப்பத்தாறு வயதில் முகத்தில் நுட்பமான மாறுதல்கள் வந்திருக்குமே. இருபது ஆண்டுகளுக்கு முன் நான் கடைசியாகப் பார்த்திருந்த இளம் பெண் இதற்குள் இவளுடைய தூரத்து உறவினளாகிவிட்டிருப்பாள்.

“ரயில் பிரயாணம் செஞ்சுட்டு வந்து களைப்பாயிருக்கா சோபி? கொஞ்சநேரம் போய்ப் படுத்து ரெஸ்ட் எடுத்துக்கறியா?”

“வேணாம்ப்பா. நாம பேசிக்கிட்டிருந்தா எனக்குக் களைப்பே தெரியாது. அப்பா, தமிழ்ப் பாசுரமெல்லாம் படிக்கணும்போல் இருக்குன்னு ஒருநாள் சொன்னீங்களே. ஒரு பண்டிதரைப் போய்ப் பார்த்துப் பேசினேன். உங்களுக்குச் சம்மதம்னா அவர் அடுத்த மாசத்திலேர்ந்து வாரத்துக்கு ரெண்டு நாள் வந்து உங்களுக்குப் பாசுரங்க படிச்சுச் சொல்லி அர்த்தமும் சொல்றேன்னாரு.”

“ஓ . . . ரொம்ப நல்லது.”

எச்சிலை விழுங்கிக்கொண்டு மீண்டும் அவள் கூந்தலை வருடினேன். இத்தனை அருகாமையில் அதிலிருந்து ரோஜாப்பூ மணம் லேசாய் வீசுவதை உணர முடிந்தது. ஆனால் கொண்டையில் என் விரல்கள் பட்டபோது அதில் பூ இல்லை... ஒருமுறை அவள் முகத்தை மெல்லத் தடவி கொடுத்தேன். அவள் கழுத்தை லேசாகத் தீண்டினேன். இந்தக் கழுத்தையா நெறிக்க வேண்டுமென்று ஆத்திரம் கொண்டிருந்தேன்?

“என்னப்பா உங்க உடம்பு நடுங்குது?” அவள் கை என் நெற்றியைத் தொட்டுப் பார்த்தது.

“சாயங்காலமானா குளிருது சோபி – வயசாயிடுச்சில்லே? ஆமா நீ நாளைக்கே ஆபீசுக்குப் போகணுமா என்ன?”

“ஆமாம்பா.”

“ஒரு நாள் கூட வீட்ல ரெஸ்ட் எடுக்க முடியாதா?”

“ஊஹூம், ஆபீஸில் நிறைய வேலையிருக்குது.”

“நீ இப்போ என்ன நிறத்தில் சேலை உடுத்துக்கிட்டிருக்கே? முந்தியெல்லாம் அடிக்கடி பச்சைதான் உடுத்துவே. இப்ப உனக்கு என்ன கலர் பிடிக்குது?”

கலீரென்று அவள் சிரிப்பொலி உதிர்ந்தது.

“அப்பாவே அப்பா! என்ன திடீர்னு ஸெண்டிமென்டலாய் ஆய்ட்டீங்க?” என்றபோது அவள் குரலின் செல்லத்திலிருந்து முக மென்மையை உணர முடிந்தது.

என் மகள்... ஒரு பெண் இப்படி நடந்துகொள்ளலாமா என்றல்லவா குமுறியிருந்தேன்? ஆண்டாண்டுகளாய் ஊறிப்போன மரபின் எதிரொலி, இவளே மகனாயிருந்தால் அந்த ஓட்டல் சமாசாரம் கேட்டு அத்தனை நிலை குலைந்து போயிருப்பேனா? ஆனால் இவளை மகனாகக் கருதி இவளது சம்ரட்சணையில் இதமாய் வாழும்போது (இவ்வகையில் ஒரு மரபு மீறலையும், ஒரு சமூக மாறுதலையும் வெகு சுலபமாய் ஏற்றுக்கொண்டாகிவிட்டது.) அந்த இன்னொரு விஷயத்தில் மட்டும் மகனாய் காண ஏன் தயக்கம்? இவளும் ரத்தமும் சதையுமான ஒரு ஜீவன்தானே?

“ஸென்டிமெண்டல் அப்பா!”

“ஸென்டிமெண்டல் ஒண்ணுமில்லே சோபி. ரொம்ப காலமா உன்னைப் பத்தி ஒண்ணுமே கேக்கலே பாரு நான். இப்ப நீ எப்படி இருக்கே. என்ன செய்யறே, எந்த மாதிரி உடுத்தறே... அப்புறம், உன் சிநேகிதங்க யாரு அப்படின்னெல்லாம் தெரிஞ்சுக்கணும் போல இருக்குது... உன் சிநேகிதங்களை வீட்டுக்கு அழைச்சிட்டு வாயேன் சோபி. எனக்கு அறிமுகம் செஞ்சு வையேன். ம்... யாரானும் விசேஷ ஃப்ரெண்ட் இருந்தால் கூடத்தான்... எனக்கு ஏதும் தடையில்லே.

என்னை கவனிச்சுக்கிறதைத் தவிர உனக்குன்னும் தனியாய் ஒரு வாழ்க்கை இருக்குதேன்னு எனக்குச் சந்தோஷம்தான்..."

சற்று நேரம் பதில் வரவில்லை. அவளுடைய ஒரே சீரான மெல்லிய சுவாசம் மட்டும் அந்த ஆழ்ந்த மௌனத்தில் தெளிவாகக் கேட்டது. பிறகு அவள் பேச்சு வந்தது.

"முத்துவுக்கு நாம் ரொம்ப நன்றி சொல்லணும். இல்லேப்பா?" என்றபோது அந்தக் குரலிலேயே அவள் புன்னகை தெரிந்தது.

"ஏன் அப்படிச் சொல்றே?"

"இத்தனை நாளுக்கப்புறம் உங்களைப் பார்க்க வந்தானே, அதுக்குத்தான்." அவள் கை என் கை மீது மிருதுவாய் படிந்தது. "அப்பா, உங்களுக்குச் சந்தோஷம்னு இப்ப சொன்னீங்களே. எனக்கு அதுவே போதும். அதுக்கு மேல நான்... ம்... விசேஷ ஃப்ரெண்ட் யாரையும் இங்கே வீட்டுக்கு அழைச்சிட்டு வரணும்னு அவசியமே இல்லே."

தீபம், நவம்பர் 1978

பொழுது போக...

வஞ்சி வாசலில் வந்து நின்றாள். வெயில் சவுக்கடி போல் கண்களை வீறியது. பத்துக் குடித்தனங்கள் கொண்ட சிறு வீட்டுப் பொந்தில் இருளினுள்ளிருந்து வெளியே வந்ததற்கு அந்த வரவேற்பு. கண்களைச் சற்று மூடிவிட்டுத் திறந்தாள். இமைகள் இன்னும் கூட முறையிடுவது போல் படபடத்தன.

சுரீரென்று மேலேறும் தீவிர வெப்பம்தான் இன்னமும். அவள் வீட்டு வேலைகளை முடித்துக் கொண்டு, காலையில் அம்மா சமைத்து வைத்துப் போயிருந்த சோற்றைச் சுட வைத்து தம்பிக்கு ஊட்டிவிட்டு, தானும் சாப்பிட்டாகிவிட்டது. துணி களைத் துவைத்து உலர்த்தியாகிவிட்டது. சோம்பேறி நேரம், இன்னும் கூட நண்பகலையே எட்டவில்லை. இன்னும் நாளெல் லாம் போக வேண்டும். இரவு ஏழு மணிக்குத்தான் அம்மா வீடு திரும்புவாள்.

அவள் உடல் துறுதுறுத்தது. ஏதாவது செய்ய வேண்டும் போல் இருந்தது. அதோ வெளிர் நீலமாய் வானம் தெரிகிறதே, கை எட்டும் தூரத்துக்குத் தாழ்த்தி வைத்த வெறும் நீலக் காகிதம் போல் இல்லை? விடுவிடென்று ஓடிப்போய் அதைத் தொட்டு விட்டு வர முடிந்தால் எவ்வளவு நன்றாயிருக்கும்! ஏதோ ஒரு காரியம் செய்தோமென்றாவது இருக்கும்.

அவள் சலிப்புடன் தலையைத் திருப்பி வீட்டுக்குள் பார்த் தாள். அவர்கள் பகுதியில் அறைக் கதவுக்கு வெளியே தாழ்வார ஓரமாக குழந்தை உட்கார்ந்து ஓர் உடைந்த பிளாஸ்டிக் மூடியை வைத்துக்கொண்டு சந்தோஷமாய் விளையாடிக் கொண்டிருந்தது. வேளா வேளைக்கு வயிற்றுக்கு ஏதாவது போட்டு விட்டால் சோலைப் பயலால் தொந்தரவே இல்லை. அவன் தொந்தரவு செய்பவனாய் இருந்திருக்கக் கூடாதா என்று அவள் எண்ணினாள். குழந்தையை அடக்கிச் சமாளிப்பது என்ற ஒரு முழு நேர வேலை அப்போது இருந்திருக்கும்.

இவனைப் பார்த்துக் கொள்வதற்கென்று அம்மா தன்னைப் பள்ளிக்கூடத்திலிருந்து நிறுத்திவிட்டாளே என்று ஆற்றாமை பொங்காது...

ஐந்தாம் படிவ டீச்சர் எப்படி "எஸ். வஞ்சிக்கொடி இல்லாமல் நான் வகுப்பு எடுக்க மாட்டேன்" என்று சொல்லாமல் போய்விட்டார்?

அவள் பார்த்த போது தற்செயலாகத் தலையைத் தூக்கிய குழந்தை புன்முறுவலித்தது. வஞ்சி முகத்தை வலித்து அழகு காட்டினாள். வெகு சீக்கிரம் குழந்தைக்கு அம்மா முகத்தைவிட அவள் முகம்தான் அதிகப் பரிச்சயமாகிவிடப் போகிறது ... அந்த நினைப்பில் அவளுக்கு மீண்டும் எரிச்சல் வந்தது.

○

அவள் உள்ளே வந்தாள். குழந்தை பிளாஸ்டிக் மூடியைப் போட்டு விட்டு, கறுப்புக் கயிற்று அரை நாணில் செருகிய கீழ்த் துணி நீளமாய்ப் பின்னே இழுத்துக் கொண்டுவர, அவளை நோக்கித் தவழ்ந்து வந்தது. வஞ்சி கீழே உட்கார்ந்ததும் அவள் மடியில் புகுந்து கொண்டது.

ஒரு வயது முடிந்துவிட்டது. இன்னும் நடக்கத் தெரியவில்லை. சனியன். இது ஒன்று எதற்காகப் பிறந்தது? தனக்கும் இதற்கும் இடையில் மூன்று குழந்தைகள் செத்துப் போயிற்றே, அதே மாதிரி இதுவும் தொலைந்திருக்கக் கூடாதா?

அவள் குனிந்து தம்பியைப் பார்த்தாள். அத்தனை ஆத்திரத்துக்கு இடையிலும், குழந்தை அவ்வளவு நம்பிக்கையும் நிம்மதியுமாய் அவள் தொடை மேல் கன்னத்தைப் பதித்துப் படுத்திருந்ததைப் பார்த்தபோது ஒரு செல்ல உணர்ச்சியும் எழுந்தது. அதன் முதுகில் தட்டிக் கொடுத்தாள். "தூங்குறியாடா சோல?"

சோலைக்குத் தூக்கம் வரவில்லை. தட்டுகிறாளே என்று திமிறி முகத்தைத் திருப்பி அழுத்திக்கொண்டு எழுந்து உட்கார்ந்தான். அழுத்திய போது வாய் திறந்து பற்கள் அழுந்திவிட, வீலென்று வஞ்சி கத்தினாள்.

"சனியனே, கடிக்கவாடா கடிக்கறே? நாய் ஜன்மமாடா நீ? உனக்காக நான் ஸ்கூல் கூடப் போகாம வீட்லயே உக்காந்திருக்கேன், கடிக்கவாடா தோணுது? பீடை, கசுமாலம் ..."

ஆத்திரமாய் அதன் முதுகில் ஓர் அறை வைத்தாள். சீட்டிப் பாவாடையை வழித்துத் தொடையைப் பார்த்துக் கொண்டாள். இப்போது அத்தனை வலி இல்லாவிட்டாலும் இரண்டு அரிசிப் பற்களின் லேசான தடயம் தெரிந்தபோது துக்கம் புதிதாய்க் கிளம்பியது. அம்மா மீதும், ஸ்கூல் மீதும், செத்துப் போன அப்பா மீதும், சாகாமலிருக்கும் தம்பி மீதும் இருந்த கோபத்தை எல்லாம் சேர்த்துக் குழந்தையின் முதுகிலும், பின் புறத்திலும் ஓங்கி ஓங்கி அறைந்தாள்.

"கடிப்பியாடா? இனிமே கடிப்பியாடா?"

குழந்தை பெரிதாக அலறி அழ ஆரம்பித்தது. மற்றக் குடித்தனக் காரர்களில் நாலைந்து பெண்கள் ஓடி வந்து பார்த்தார்கள்.

"ஏண்டி வஞ்சி குழந்தையை அடிச்சுக் கொல்றே? ஐயையோ, என்னடி அக்கிரமம் இது?"

“இந்தப் பிசாசு என்ன செஞ்சுது தெரியுமா? என்னைக் கடிச்சிட்டுது”

“குழந்தை தெரிஞ்சாடி கடிக்குது? அதுக்குப் பல்லு ஊறும். நாமதான் ஜாக்கிரதையா இருக்கணும். அதுக்காக இப்படிப் பேயறை அறையறியே! நிறுத்துடி உடனே! இரு இரு சாயந்திரம் உங்கம்மா வரட்டும் இதைச் சொல்றோம்.”

“நீங்கள்ளாம் போங்க அப்பால. நான் என் தம்பியை என்ன செஞ்சா உங்களுக்கென்ன? அவனை நீங்களா பார்த்துக்கறீங்க? ‘நாங்க பார்த்துக்கறோம், வஞ்சி ஸ்கூலுக்குப் போகட்டும்’னு என் அம்மாவண்டை சொல்றது தானே? இப்ப அடிக்கறபோது மட்டும் பெரிசா தடுக்க வரீங்களே! போங்க போங்க.”

“அடி வாய்ப்பட்டி! பதிமூணு வயசிலேயே நாக்கைப் பாரு! எப்படியானும் தொலை” என்று அவர்கள் அவசர அவசரமாய்த் தம்தம் பகுதிகளுக்குப் போய்விட்டார்கள்.

❍

வஞ்சியின் ஆத்திரம் சற்றுத் தணிந்திருந்தது. தம்பியைப் பார்த்தாள். குழந்தை இன்னும் அழுதுகொண்டிருந்தது. கண்ணீர்ப் பெருக்கில் கன்னங்கள் பளபளத்தன. “ம்ம், போதும் அழுதது, நிறுத்து. நிறுத்தப் போறியா இல்லையா? இப்படி வா” என்ற குழந்தையை அருகில் இழுத்து, தன் தாவணி நுனியால் அதன் கண்களையும் முகத்தையும் துடைத்தபோது, வஞ்சி தானும் அழுது கொண்டிருப்பதை உணர்ந்தாள். ஏனென்று அவளுக்கே புரியவில்லை. கண்ணீரைத் துடைத்துக் கொண்டாள்.

“இப்ப என்னடா செய்யப் போறே? தூங்கறியா?”

சோலை ‘இல்லை’ என்ற பாவனையில் தலையை ஆட்டினான். எங்கே பிடித்துத் தூங்கச் செய்வாளோ என்ற பயத்துடன் அவளிட மிருந்து விலகித் தவழ்ந்தான்.

“என்னடா இது. பின்னால நீளமா வாலு? சோலைக் குரங்கு” என்றவாறு வஞ்சி குழந்தையின் துணியை அவிழ்த்துச் சரியாகக் கட்டிவிட்டாள்.

“இன்னும் என்ன, தவுந்துக்கிட்டு? எந்திரிச்சு நடடா! ம், எந்திரி சொல்றேன்.”

இரண்டு கைகளாலும் குழந்தையைத் தூக்கி நிற்க வைத்தாள். பயந்து அவள் தோள்களில் ஒட்டிக்கொண்ட சின்னக் கைகளை உரித்து, அவனுக்குத் தன் தோள்கள் எட்டாதவாறு தொலைவில் நிற்க வைத்துத் தன் கரங்களை அகற்றினாள். திகிலோடு முனகிய குழந்தை கணநேரம் தள்ளாடி நின்றுவிட்டுப் பொத்தென்று கீழே விழுந்ததும் அழ ஆரம்பித்தது.

தனிமைத் தளிர் ❨ 405 ❩

"சீ சீ, அழக்கூடாது. இப்படியே இருந்தா எப்பத்தான் நிக்கிறது, நடக்கிறது? சோல நல்ல பிள்ளையில்ல? வா, செவுத்தைப் பிடிச்சுக்கிட்டு நடப்பியாம்"

வஞ்சி அவனைத் தூக்கிச் சுவரின் பக்கத்தில் நிற்க வைத்தாள். "ம், இப்படிப் புடிச்சுக்க செவுரை. இப்ப நட பார்க்கலாம்!"

குழந்தை முதலில் அவள் பாவாடைக் கால்களைக் கட்டிக்கொண்டு நகர மறுத்தது. வஞ்சி அதன் கைகளைப் பிரித்து இழுத்து சுவரில் பதித்துவிட்டு விலகி நின்றாள்.

"ம், நடடா மக்கு முண்டம்."

பயந்து பயந்து, பிறகு சிறிது தைரியமாய், குழந்தை சுவரைப் பிடித்துக் கொண்டே ஒவ்வொரு அடியாகத் தடுமாறி மேலே வைத்து வைத்து முன்னேறியது. தன் சாதனையில் ஒரு மகிழ்ச்சி ஏற்பட்டாற் போல் கடைசியில் சற்றுச் சிரிக்கவும் செய்தது. சுவர் முடிவில் ஜாக்கிரதையாய்ச் சரிந்து தரைக்கு வந்து உட்கார்ந்தது.

"ம். மறுபடியும்."

ஐந்தாறு முறைகள் ஆனபின் "இப்போ பிடிச்சுக்காம நட பார்க்க லாம்" என்று வஞ்சி தம்பியை அறை நடுவில் நிற்க வைத்தாள். ஓர் அடி எடுத்து வைக்க முயன்று கீழே விழுந்த குழந்தை மறுபடியும் அழத் தொடங்கியது.

"கத்தாதே கத்தாதே. சனியன், நடக்கத் தெரியாட்டியும் நல்லாத் தொண்டை கிழியக் கத்தத் தெரியுது."

அழுகை அடங்கவில்லை. வஞ்சி மூலையிலிருந்த தகர டப்பா விலிருந்து தட்டையான சிறு பிளாஸ்டிக் ஸ்பூன்களின் கொத்தை எடுத்து தம்பியிடம் போட்டாள்.

மாடிப் பகுதிகள் ஒன்றில் வசித்த வீட்டுச் சொந்தக்காரரின் குடும்பத்தில் ஐஸ்கிரீம் வாங்கிச் சாப்பிடும் போதெல்லாம் தட்டையான ஸ்பூனைக் கழுவிப் பத்திரப்படுத்துவார்கள். ஒரு டஜனைத் தொளை போட்டுக் கட்டி, சோலைக்காகக் கொடுத்திருந்தார்கள். வெவ்வேறு நிறங்களிலான ஸ்பூன்களின் கொத்து. பார்க்கவும் கவர்ச்சியாய், உரசி ஒலி எழுப்புவதால் ஒரு கிலுகிலுப்பை மாதிரியுமாய் இருந்தது. சோலைக்கு ரொம்பவும் பிடித்த விளையாட்டுப் பொருள் அது!

வஞ்சி அதை எடுத்துப் போட்டதுமே அவன் அழுவதை நிறுத்தி விட்டு விரைவாய்த் தவழ்ந்து வந்து அதை எடுத்துக்கொண்டான். மகிழ்ச்சி மிகுதியில் சிரித்து அவளைப் பார்த்து "க்க்க் காய விவியுச் சட்டூ ..." என்று எச்சில் தெறிக்க ஏதேதோ ஒலிகளைப் பொழிந்தான்.

சனியன் இன்னும் 'அம்மா' என்பதற்கு மேல் வேறெந்த வார்த்தை யும் வரவில்லை. ஆனால் "க்கா" என்ற ஒலி சற்று அதிகமாய் இப்போதெல்லாம் வருகிறாப் போல் தோன்றி அவளுக்குக் கொஞ்சம் திருப்தியளித்தது.

“உனக்காக நான் வீட்லயே விழுந்து கெடக்கறதுக்கு நீ இன்னும் பத்து நாளுக்குள் ‘அக்கா’ன்னு சரியாச் சொல்லக் கத்துக்கலே, கொன்னு போட்டுடுவேன் பார்த்துக்க” என்றாள் குழந்தையிடம். குழந்தை அவளைக் கவனிக்கக்கூட இல்லை. சந்தோஷமாய்க் ‘கிலு கிலுப்பு’டன் விளையாடிக்கொண்டிருந்தது.

❍

வஞ்சி ஸ்டாண்ட் கடியாரத்தைப் பார்த்தாள்.

அப்பா இருந்த போது வாங்கிப் போட்டிருந்த சிறு சொத்துக்களில் அதுவும் ஒன்று. அதன் ‘டிக் டிக்’ ஒலிதான் அவருடைய நெஞ்சத் துடிப்பு என்றும், அவர் உண்மையில் காய்ச்சல் வந்து சாகவே இல்லை என்றும், இன்னும் ஆபீஸ் அட்டெண்டராக வேலை பார்த்துக்கொண் டிருக்கிறார் என்றும், அம்மா வேலைக்குப் போகாமல் வீட்டிலேயே இருக்கிறாள் என்றும், தான் இரட்டைப் பின்னல்கள் துள்ளப் புத்தகமும், நோட்டும், பென்சிலுமாய்ப் பள்ளிக்குக் குதித்து ஓடுவதாகவும் அவள் அடிக்கடி நினைத்துக் கொள்வாள்.

சிறிது நேரம் மனம் நினைவுகளில் ஆழ்ந்தது. பிறகு அவள் தலையை உசுப்பிக் கொண்டு மீண்டும் கடியாரத்தைப் பார்த்தாள். மணி ஒன்று.

“இப்பவானும் தூங்குறியாடா?”

சோலை திரும்பியே பார்க்கவில்லை. வஞ்சி சமையல் அறைக்குச் சென்று தண்ணீர் குடித்துவிட்டு வந்தாள்.

“உன்கூட வெளையாடட்டுமாடா சோல? எங்கே, அக்காக்கு ‘முட்டு முட்டு’ குடு பார்க்கலாம்?” என்று தம்பியை அணுகினாள்.

அவள் தலையோடு தலை வைத்ததுமே சோலை ‘ஹம்ம்’ என்று உறுமித் தன் தலையை வெடுக்கென்று இழுத்துக்கொண்டான்.

“க்கும், இந்தக் குழந்தைக்காகத்தான் என்னை ஸ்கூல்லேருந்து நிப்பாட்டியிருக்குது” என்று பொருமியவளாய் வஞ்சி, காலையில் பெருக்கி முடித்திருந்த வீட்டை மீண்டும் பெருக்க ஆரம்பித்தாள். சிறிது நேரத்தில் தலையைத் தூக்கியவள் திடுக்கிட்டாள். குழந்தை கையில் விளையாட்டுப் பொருளுடன் அப்படியே தரையில் சுருண்டு தூங்கிக்கொண்டிருந்தது.

‘அட, கசுமாலம்! இதைத் தூங்க வைக்கிற வேலையைக் கூடத் தனக்கு இல்லாமல் செய்துவிட்டதா?’

❍

அவள் ஆத்திரத்தோடு வாருகோலை எறிந்துவிட்டுத் தம்பின் முதுகில் ஓங்கி ஓர் அறை வைத்தாள். அதிர்ந்து விழித்துக் கொண்ட குழந்தை அலறத் தொடங்கியது.

"சனியனே, வாயை மூடு. தூங்கறியா தூங்கறியான்னு கேட்டப் போல்லாம் கம்முனு இருந்தியே! நீயா தின்னுட்டு, நீயா தூங்கறதானால் அப்புறம் உனக்கு வீட்டோட நான் ஒரு காவல் எதுக்கு? ஒழுங்கா பாய் மேல வந்து படு, வா, சனியன்" என்று குழந்தையைத் தூக்கி நிறுத்தி, அழ அழ அதன் கையைப் பிடித்து இழுத்துக்கொண்டு போய்த் தரையில் பாயை விரித்து ஒரு பழந் துணியைப் போட்டுப் படுக்க வைத்தாள். குழந்தையின் அழுகை அதிகரித்திருந்தது.

"இப்ப கத்தறதை நிறுத்தப் போறியா இல்லையா? கொன்னுடுவேன்." அதன் முகத்தைப் பாயோடு அமுக்கி முதுகைத் தட்டினாள். மூச்சுத் திணறிய குழந்தை தலையைப் புரட்டிப் புரட்டித் திரும்பிக் கொண்டு ஓலமிட்டது. வஞ்சி இன்னும் ஓர் அறை வைத்துவிட்டு "தூங்குடா தரித்திரம். தொண்டையைப் பாரு! பிசாசாட்டம்" என்று ஒரு கையால் அதன் கண்களை மூடி, இன்னொரு கையால் முதுகில் தட்டினாள். அழுகை சிறிது சிறிதாய்க் கேவலாக இளைத்தது.

திடீரென்று குழந்தை தலையை உயர்த்தி நகர்ந்து வந்து அவள் தொடை மேல் தலையை வைத்துக்கொண்டு படுத்தது. அவளைப் பார்த்துக் கெஞ்சுவது போல் கேவியது. வஞ்சி ஒரு கணம் அதன் கண்ணீர் படிந்த முகத்தை நோக்கினாள். இரண்டு கைகளாலும் தம்பியைத் தூக்கி மார்போடு அணைத்துக்கொண்டாள். அதன் கண்களைத் துடைத்துக் கன்னத்தில் ஒரு முத்தம் கொடுத்து விட்டுத் தன் மடியில் படுக்க வைத்துக்கொண்டாள். புன்னகையோடு குழந்தை தூங்கிப் போயிற்று.

◯

அதைப் பாயில் சரியாய்ப் படுக்க வைத்துவிட்டு எழுந்து நின்ற வஞ்சி, வீட்டை இரண்டாம் முறையாகப் பெருக்கி முடித்தாள். பிறகு, இப்போது தான் செய்ய வேறு எதுவுமில்லை என்பதை உணர்ந்தாள்—மூன்றாம் முறையாகப் பெருக்குவதைத் தவிர.

வாசலில் போய் உட்காரலாமா? ஆனால் இந்தப் பகல் வேளையில் தெருவில் வேடிக்கை பார்க்க நடமாட்டமே அதிகம் இருக்காது. அவள் தன்னுடன் முன்பு படித்த—இப்போதும் பள்ளியில் தொடர்ந்து படிக்கிற—பழைய தோழிகளைப் பொறாமையோடு நினைத்துக் கொண்டு சிறிது நேரம் சப்தமின்றி அழுதாள். பிறகு முகத்தைத் துடைத்துக்கொண்டு பாயில் தம்பியின் அருகில் படுத்துக் கண்களை மூடிக்கொண்டு தூங்க முயன்றாள். தூக்கத்தில் புரண்டு புரண்டு படுத்த குழந்தை அவளை அடிக்கடி உதைத்தது. "கழுதை ஜன்மம்" என்று திட்டி அதன் காலில் ஒரு தட்டுத் தட்டிவிட்டு எழுந்து உட்கார்ந்தாள். தூக்கம் வரவில்லை.

எழுந்து மாடிக்குப் போய் வீட்டுச் சொந்தக்காரர் மனைவியிடமிருந்து ஒரு தமிழ் வாரப் பத்திரிகையை வாங்கி வந்து சுவரோரமாய்த் தன் தலையணையைப் போட்டுப் படுத்துக்கொண்டாள்.

ஆர். சூடாமணி

பத்திரிகையைப் பிரித்து நகைச்சுவைத் துணுக்குகளைப் படித்தாள். அங்கங்கே பார்வையில் பட்ட கதைகளுக்கான படங்கள் கண்களை இழுத்து நிறுத்தின. அம்மா அவைகளைப் பார்க்கக்கூடாது என்று சொல்லி இருந்ததை நினைவில் வைத்து, அந்தப் பக்கங்களை உறுதியாய்ப் புரட்டித் துணுக்குகளை மட்டும் படித்தாள். பிறகு கை தானாக அந்தப் பக்கங்களுக்கு வந்தது. ஒவ்வொன்றையும் சிறிது நேரம் பார்த்துக் கொண்டே இருந்தாள்.

ஆண்கள், பெண்கள்... இப்படிக் கூட நிலைகள் உண்டா என்ன?... ஐயே, அசிங்கம்! பார்க்கக்கூடாது... இந்தப் பொம்புளைகள் ஏன் இப்படிச் சேலை உடுத்துகிறார்கள்? தன் தாவணி சிறிது விலகினால் கூட அம்மா "மேல் துணியைச் சரியாப் போடுடீ" என்று அதட்டு கிறாளே... சீசீ, ரொம்ப அசிங்கம், இனிமேல் பார்க்கக்கூடாது...

அவளையும் மீறி அந்தப் படங்களைப் பார்த்துக் கொண்டிருந்த போது அவளுக்குத் தன் உடம்பு மிகத் தீவிரமாய் உணர்வாகியது. ஒரு கணம் குனிந்து தன்னைப் பார்த்துக்கொண்டாள். சட்டென்று ஒரு கூச்சத்துடன் எழுந்து உட்கார்ந்து தாவணியைச் சரியாய் இழுத்து விட்டுக்கொண்டு முதுகைச் சுற்றிப் போர்த்துக்கொண்டு படுத்தாள். எனினும் கண்கள் படங்களிலிருந்து பெயரவில்லை. மனசிலும் உடலிலும் இனந்தெரியாத குறுகுறுப்பு ஓடியது. அசிங்கம் அசிங்கம்... இந்தச் சனியனெல்லாம் பத்திரிகையில் ஏன் வருது?

இனிப் படங்களைப் பார்க்கக் கூடாது என்ற தீர்மானத்துடன் அவள் ஒரு கதையைப் படிக்கலானாள். படம், படமாகச் சொன்னதைக் கதை எழுத்தாகச் சொல்லியது. அவளுக்குச் சரியாய்ப் புரியவில்லை. ஆனாலும் சுவாரஸ்யத்துடன் படித்தாள். அந்தக் கதைக்கு இடையில் அப்படி ஒரு படம் வந்த போது இடது கையால் படத்தை மூடி மறைத்துக்கொண்டே படித்தாள். படித்துக் கொண்டிருக்கையிலேயே அப்படி ஒரு படம் அங்கே இருக்கிறது. அதை கையால் மறைத்திருக் கிறோம். கையை அகற்றிவிட்டால் அது தெரியும் என்ற உணர்வு இருந்துகொண்டே இருந்தது.

○

திடீரென்று துணுக்குற்றாப் போல் வஞ்சி கண் விழித்தாள். பத்திரிகை பக்கத்தில் விழுந்து கிடந்தது. கடியாரம் மூன்று மணியைக் காட்டியது. பாயில் மேல் குழந்தையின் மெல்லிய சிணுங்கல் ஒலிகள் கேட்டன. படித்துக்கொண்டே தன்னை அறியாமல் தூங்கி விட்டாளா?

நல்ல வேளை, மணி மூன்று. இப்போது கொஞ்சம் வேலை இருக்கிறது.

அவள் சுறுசுறுப்பாக எழுந்து முதலில் பத்திரிகையை மாடியில் கொண்டு போய்க் கொடுத்துவிட்டு வந்தாள்.

குழந்தை பாயில் எழுந்து உட்கார்ந்திருந்தது. "ஏண்டா சோலப் பயலே எந்திரிச்சிட்டியா? பால் குடிக்கிறியா?" என்று செல்லமாய்க்

கேட்டுக்கொண்டே வந்தவள், பாயும் குழந்தையின் இடுப்புத் துணியும் ஈரமாயிருப்பதைக் கண்டாள்.

"அட சனியனே! படுக்கையிலேயே ஒண்ணுக்கிருக்காதேன்னு எத்தினி வாட்டி சொல்லறது?" என்று கோபமாய்க் கத்திய போது, தம்பியைத் தூங்க வைக்குமுன் தான் அவனைக் கழிவறைக்கு அழைத்துப் போகாதது தன் தவறு என்பது நினைவுக்கு வந்து மௌனமானாள்.

குழந்தையை நிற்க வைத்து, அது அவள் ஒவ்வொரு தோள் மேல் ஒவ்வொரு கையை ஊன்றியிருக்க, ஈரத் துணியை அவிழ்த்து அதைக்கொண்டே பாயைத் துடைத்தாள் துணியை ஓர் ஓரமாக வீசி விட்டு, குழந்தையைத் தூக்கிக்கொண்டு கழிவறைக்குச் சென்று அவனை நிற்கவைத்துக் பிடித்துக் கொண்டாள். பிறகு தூக்கி வந்து வேறொரு உலர்ந்த துணியை அதற்குக் கோவணம் போல் கட்டி விட்டாள். பாயை எடுத்துப் போய்க் கொல்லை முற்றத்தின் வெயிலில் காய்வதற்காக விரித்துப் போட்டாள். அது ஈரமாயிருப்பதை அம்மா பார்த்தால் திட்டுவாள்.

○

சமையலறைக்குச் சென்று, காலையில் எடுத்து வைத்திருந்த தண்ணீர் கலந்த பாலைச் சுடவைத்து அலுமினியக் கிண்டியில் ஊற்றி தம்பிக்குக் குடிப்பித்தாள். அவளுக்கும் பசித்தது. ஆனால் நாலு மணிக்குப் போய் பால் வாங்கி வந்த பின்தான் அவளுக்குக் காப்பி. காலையில் வாங்கும் கால் லிட்டர் பாலில் தண்ணீரைக் கொட்டிக் காய்ச்சி அம்மாவும் அவளும் காப்பி குடித்து, குழந்தைக்கும் பாலைக் கொடுத்தபின், பிற்பகலில் அவன் இன்னும் சிறிது குடிக்கத்தான் மீதமிருக்கும்.

"ஆ, பால் குடிச்சாச்சு. இப்ப மறுபடியும் நடக்கக் கத்துக்கலாமா?"

இம்முறை குழந்தை சிறிதும் ஒத்துழைக்கவில்லை. அவள் அதைச் சுவருக்கு அழைத்துப் போய், அதன் கைகளைச் சுவரில் பதித்ததுமே முரண்டு செய்து அவள் பிடியிலிருந்து பிய்த்துக்கொண்டு வேகமாய்த் தவழ்ந்து போய்த் தன் கிலுகிலுப்பையை எடுத்துக்கொண்டு சந்தோஷமாய் உட்கார்ந்தது.

"சனியன் சனியன்! எப்பத்தான் நடக்கிறது, எப்பத்தான் பேசறது?"

"ச்சாட்டட்டட்த்துப்பிய்யீக்கா . . !"

"ஆமா, உன் தலை! மூஞ்சப் பாரு! சோமாறி"

அவள் சாக்கட்டியால் தரையில் தாயக் கட்டங்கள் கிழித்து ஒருத்தியாகவே இரண்டு பேர் ஆட்டம் ஆடலானாள்.

"போடு தாயம்!"

"எங்கே, ஓர் அஞ்சு ஓடி வா! எதிராளியை வெட்டிட்டு மலை யேறலாம் . . ."

"பன்னண்டில்லே விழுந்தியிச்சு, மறுபடியும் ஆடணுண்டீ!"

இப்படி ஆடுவதில் ஒரு சௌகரியம். யார் வென்றாலும் வெற்றி தனக்குத்தான்.

திடீரென்று குழந்தை அவள் செய்கையில் சுவாரஸ்யம் திரும்பப் பெற்று வேகமாய்த் தவழ்ந்து வந்து வெள்ளைக் கட்டங்களின் மேல் கையை வீசிக் காய்களைக் கலைத்தது.

"அட பீடை, சனியன், பிசாசு, உன்னை வாரிகிட்டுப் போக!" அவள் ஆத்திரத்துடன் கையை ஓங்கும் போதே குழந்தை விலகித் தவழ்ந்து சென்று திரும்பி உட்கார்ந்து பிளாஸ்டிக் ஸ்பூன்களைத் தரையில் அடித்து அந்த ஒலி கேட்டு மகிழ்ந்துகொண்டது.

வஞ்சி மிக மோசமான ஒரு வசவைச் சொல்லித் தம்பியைத் திட்டினாள். பிறகு காய்களைப் பொறுக்கி மீண்டும் விளையாட நினைத்தவள், ஓர் எரிச்சலில் அவைகளை அப்படியே குவித்துப் போட்டுவிட்டு, தம்பியின் முதுகுக்கு அழகு காட்டிவிட்டு வாசலுக்குப் போனாள்.

சிறிது நேரம் படியில் உட்கார்ந்து தெருவை வேடிக்கை பார்த்தாள். தெருச் சாக்கடை ஓரம் பல குழந்தைகள் செய்திருந்த அசுத்தம் வயிற்றைக் குமட்டியது. எழுந்து உள்ளே வந்தாள்.

நான்கு மணி ஆகியது. வஞ்சி குவளையும் சில்லரையும் எடுத்துக் கொண்டாள். தம்பியை அவனது கிலுகிலுப்பையோடு தூக்கி இடுப்பில் வைத்துக்கொண்டு தங்கள் பகுதியின் முக்கியக் கதவைப் பூட்டிக் கொண்டு இரண்டு தெருக்கள் தள்ளியிருந்த 'கோபால் மில்க் டிப்போ' வுக்குப் போனாள். அங்கிருந்த பசுக்களையும் கன்றுகளையும் வியந்தவாறு அவ்விடத்துச் சுறுசுறுப்பான சூழலைக் கண்டபோது, ஸ்கூலுக்குத் தான் போகாவிட்டாலும் இத்தகைய ஓர் இடத்தில் தனக்கு வேலையாவது கிடைத்தால் எவ்வளவு நன்றாக இருக்கும் என்று தினம் போலவே நினைத்துக்கொண்டாள்.

கோனார் கால் லிட்டர் பாலோடு வழக்கம் போல் "இது சோலைப் பயலுக்கு" என்று தாராளமாகக் கொசுறும் சேர்த்து அவள் குவளையில் ஊற்றினார். சில்லறையைக் கொடுத்தவாறே வஞ்சி புன்னகையில் நன்றி கூறிவிட்டுத் திரும்பினாள்.

வீட்டுக்கு வந்ததும் பால் காய்ச்சிக் காப்பி குடித்தாள். அரிசி களைந்து உலையிலிட்டாள். கத்தரிக்காய்ப் பொரியல் செய்தாள். காலையில் அம்மா வைத்த குழம்பு மீதமிருந்தது. அது போதும். கொடியில் உலர்ந்திருந்த துணிகளை உருவி மடித்து வைத்தாள். தம்பிக்கு முகம் துடைத்து வேறு சொக்காய் மாட்டினாள். தான் தலை சீவிப் பின்னிக்கொண்டாள். பாவாடையையும் தாவணியையும் அவிழ்த்துச் சீராய் உடுத்திக்கொண்டாள். அம்மாவின் கிழிசல் சேலையிலிருந்து எடுத்த சுமாரான பகுதிகள்தான் அவள் தாவணிகள்.

"கொஞ்சம் காசு சேரட்டும், புதுத் தாவணி எடுத்துத் தரேண்டி என் வஞ்சிக்கொடி" என்று அம்மா சொல்லி இருக்கிறாள். மிகவும் ஆசையான நேரங்களில் அம்மா அவளை முழுப் பெயர் சொல்லி அழைப்பாள்.

சோற்றை இறக்கி வைத்தாள். முகம் கழுவிப் பவுடர் பூசிக்கொண்டு குழந்தையை இடுப்பில் வைத்துக்கொண்டு வாசலுக்கு வந்தாள். சிறிது நேரம் நின்று வேடிக்கைப் பார்த்தாள். மாலை ஐந்து மணிக்கு மேல் ஆகிவிட்டதால் சில சைக்கிள்களும் சைக்கிள் ரிக்ஷாக்களும் போவோர் வருவோருமாய் அந்தக் குறுகிய தெருவில் கூடக் கலகலப்பு அதிகரித்திருந்தது.

பிள்ளையார் கோயிலின் அருகில் வசிக்கும் இரு பெண்கள் தெருக்கோடிக் குழாயில் தண்ணீர் பிடித்துக்கொண்டிருப்பது தெரிந்தது. சிறிது நேரம் தெருவைப் பார்த்துக்கொண்டிருந்த பின் அதுவும் அலுத்துப் போயிற்று.

○

மாலைப் பணிகளும் முடிந்துவிட்டன. இனி அம்மா வந்து தம்பிக்குச் சோறு ஊட்டி மற்ற வேலைகளைப் பார்த்துக்கொள்வாள். அவள் எதுவும் செய்ய வேண்டாம். இப்போது எங்கேயாவது வெளியே போய்விட்டு வந்தால் என்ன?

நாலைந்து நாட்களாக மாலையில் வஞ்சி கங்காதரேசுவரர் கோயிலுக்குப் போய் வந்திருந்தாள். இன்று அங்கு போக வேண்டும் போல் இல்லை . . .

எவளாவது சிநேகிதியின் வீட்டுக்குப் போகலாமா?

முன்பு அவளுடன் படித்த பள்ளித் தோழிகள் இப்போது நெருங்கிப் பழகவில்லை. அவளோடு விளையாடச் சம்மதிப்பவர்களும் "கொழந்தையையும் எடுத்துட்டு வந்தா எப்படிடீ?" என்றார்கள். இந்தச் சனியனை எங்கே விட்டுவிட்டுப் போவது? அதற்கு ஓர் இடம் இருந்தால்தான் அவள் பள்ளிக்கே போயிருக்கலாமே. இவனால் தொந்தரவு ஏதும் இல்லை. போட்ட இடத்தில் விளையாடிக் கொண்டு கிடப்பான். ஆயினும் இவனை அழைத்து வர எந்தத் தோழியும் அனுமதிப்பதில்லை.

குடித்தனக்காரர்களும் பார்த்துக்கொள்ள மாட்டார்கள். "ஊரார் குழந்தைக்குப் பொறுப்பேத்துக்க முடியுமா? அது தற்செயலா விழுந்து தலையில் காலில் அடிபட்டுக்கிட்டாகூட நாம சரியா கவனிச்சுக்க லேன்னு தானே பொல்லாப்பு வரும்?" என்று ஒதுங்கிவிட்டார்கள்.

இன்று பார்க் வரை போய்விட்டு வரலாமா?

வீட்டைப் பூட்டிக்கொண்டு குழந்தையைத் தூக்கிக்கொண்டு அவள் தெருவில் இறங்கினாள்.

நேரு பூங்காவை அடைந்தபோது வெயில் நன்றாக இறங்கிப் பொன் மஞ்சளாய்க் கனிந்திருந்தது. காற்று சுகமாய் வீசியது. அதன் இனிமையை வஞ்சி ஆழமாய் நுகர்ந்தாள்.

பூங்காவில் அதிகக் கூட்டமில்லை. அவள் ஒரு சிமிட்டிப் பெஞ்சில் உட்கார்ந்து தம்பியைப் பக்கத்தில் அமர்த்திக்கொண்டாள். அவன் எழுந்து பெஞ்ச் மீது அதன் முதுகுப் பிடியைப் பற்றியவாறு இப்படியும் அப்படியுமாய் நடந்து தனக்குத்தானே மகிழ்ந்துகொண்டிருந்த போது, அவள் அங்கிருந்த மரங்களையும் பூக்களையும் புல்வெளியையும் பார்த்துப் பொழுது போக்க முயன்றாள்.

○

எதிரே இருந்த இன்னொரு பெஞ்சில் ஒருவன் வந்து உட்கார்ந்தான். ஒட்டிய கால்சராய், அரும்பு மீசை, தலைமுடி அதிக நீளமாயில்லை. இருபத்தாறு இருபத்தேழு வயதிருக்கலாம். ஒரு தாசபிரகாஷ் ஐஸ்க்ரீமை பிளாஸ்டிக் ஸ்பூனால் எடுத்துச் சாப்பிட்டுக்கொண்டிருந்தான்.

முதலில் வஞ்சி அவனைக் கவனிக்கவில்லை. பிறகு பார்த்தபோது அவன் தன்னையே பார்த்துக்கொண்டிருந்ததைக் கவனித்தாள். அவளுக்கு என்னமோ மாதிரி இருந்தது. கண்களை விலக்கிக்கொண்டாள். ஆயினும் அவ்வப்போது அவன் தன்னை இன்னும் பார்க்கிறானா என்பதைப் பார்க்க அவனைப் பார்த்தாள். அவள் பார்த்தபோதெல்லாம் அவன் இன்னும் அவளையே தான் பார்த்துக்கொண்டிருந்தான். அவள் பார்க்கிறாளே என்பதற்காக அவன் திரும்பிக் கொள்ளவுமில்லை. மாறாக, நாலைந்து முறைகளுக்குப் பிறகு அவள் அவனை அப்படிக் கவனித்தபோது ஒரு புன்னகையை வீசினான். பதிலுக்குப் புன்னகை செய்வதா இல்லையா என்று வஞ்சிக்குத் தெரியவில்லை. ஏனோ பயமாயிருந்தது. செய்ய வேண்டாம் என்ற முடிவோடு தலையைத் திருப்பிக்கொண்டாள்.

அவன் அவளை விட்டுப் பார்வையை அகற்றவில்லை. அந்தச் சிறுமியின் உடலில் குழந்தையும் மங்கையும் போட்டி போட்டுக்கொண்டிருந்தனர். அதில் ஒரு தனி வசீகரம் இருந்தது. அவன் பார்த்துக்கொண்டே இருந்தான்.

அவள் சிறிது அச்சத்துடன் மீண்டும் ஜாடையாக அவன் பக்கம் கவனித்தபோது அவன் ஒரு மலர்ந்த சிரிப்புடன் "ஐஸ்க்ரீம் நல்லாயிருக்கு. உனக்கு ஐஸ்க்ரீம் பிடிக்குமா?" என்றான்.

அவன் பேசுவானென்று அவள் எதிர்பார்க்கவில்லை; சற்றுத் திடுக்கிட்டாள். பதில் சொல்லவில்லை. முன் பின் தெரியாதவர்களோடெல்லாம் பேசுவது தப்பில்லையா?

"ஏன் பேசாம இருக்கே? ஐஸ்க்ரீம் வேணாமா? ஐஸ்க்ரீம்காரன் இன்னும் ரொம்ப தூரம் போகலே. நான் கூப்பிட்டு வாங்கித் தரேன்."

அவள் இப்போதும் பேசவில்லை. கைகள் சில்லிட்டன. ஆனால் அவன் பேச்சில், சிரிப்பில், பயப்படும்படி ஒன்றும் இல்லையே? சிநேக பாவம்தானே தெரிகிறது?

"சொல்லும்மா! பேசாமலிருந்தா எப்படி? ஐஸ்க்ரீம் வாங்கித் தரவா? பயப்படாம பதில் சொல்லும்மா!"

"வேணாம்!" அவள் குரல் சிறிது நடுக்கத்துடன் சன்னமாய் வந்தது.

"ஏன் வேணாம்? பிடிக்காதா? தொண்டை கட்டிக்குமா?"

"எனக்கு வேணாம்!" அவள் சற்றுத் தயங்கிவிட்டு மேலே கூறினாள்: "ஆனா நீங்க சாப்பிட்டப்புறம் அந்த ஸ்பூனைக் குடுக்கறதானா குடுங்க."

"வெறும் ஸ்பூனா! எதுக்கு?"

"என் தம்பிக்குப் பிடிக்கும்." அவள் குழந்தையின் கையிலிருந்த ஸ்பூன் கொத்தை எடுத்துக் காட்டினாள். "இது தான் கிலுகிலுப்பை!"

"அட! ரொம்ப நல்ல ஐடியாவாயிருக்குதே! இதையும் கட்டாயம் தரேன் . . . இவன் தான் உன் தம்பியா?"

"ஆமா."

"இன்னும் தம்பி தங்கச்சியெல்லாம் வீட்ல இருக்காங்களா?"

"ஊஹூம். இவன் மட்டும்தான். மத்தவங்கள்ளாம் செத்துப் போயிட்டாங்க." பேசத் தொடங்கிய பின் சற்றுத் தெம்பு வந்தாப் போல் இருந்தது.

"அட பாவமே! செத்தா போய்ட்டாங்க? ஸாரி. உங்கப்பா எங்கே இருக்காரு?"

"அவரும் செத்துப் போய்ட்டாரு."

"என்னடாது! அவருமா! அம்மா? அவங்களாவது உயிரோடு இருக்காங்களா, இல்லையா?" என்று அவன் சிரித்துக்கொண்டே கேட்டான். அவளுக்கும் 'க்ளுக்'கென்று சிரிப்பு வந்துவிட்டது.

"ஓ, இருக்காங்களே! அடையாறில் ஒரு நர்ஸிங் ஹோம்ல ஆயாவா யிருக்காங்க. எங்கப்பாவோட பழைய மொதலாளி எங்க மேல இரக்கப் பட்டு சிபாரிசு செஞ்சு, அம்மாவுக்கு அந்த வேலை வாங்கிக் குடுத்தாரு. அம்மா காலை ஏழு மணிக்கு பஸ் புடிச்சிப் போனாங்கன்னா ராத்திரி ஏழுக்குத்தான் திரும்புவாங்க."

"நீ என்ன செய்றே? ஸ்கூலுக்குப் போறியா?"

"போய்க்கிட்டுத்தான் இருந்தேன். ஆனா அப்பா செத்துப் போய் அம்மா வேலைக்குப் போக ஆரம்பிச்சதுமே வீட்டையும் தம்பியையும் கவனிச்சுக்க என்னை ஸ்கூல்லேந்து நிப்பாட்டிட்டாங்க" என்று வருத்த மாய்க் கூறியவள், "ஆனா நான் நல்லாத்தான் கவனிச்சுக்கறேன்!" என்று பெருமையாய் முடித்தாள்.

"பலே! அதுதான் கெட்டிக்காரப் பொண்ணு. உன் பேரென்ன?"

"எஸ். வஞ்சிக்கொடி. என் தம்பி பேர் எஸ். சோலை. எஸ். சோலைதானேடா நீ?"

"ச்ச்செய்ய்ய்வ்வூய்யாயா!"

"இவனுக்குப் பேச்சு வராதா?"

"இன்னும் வரலே. ஆனா இப்படி ஏதாச்சும் சத்தம் போட்டுட்டே இருப்பான்... என்கிட்ட ரொம்ப ஆசை இவனுக்கு!"

"அப்படியா? வெரிகுட்."

○

அவன் அவளையே பார்த்துக்கொண்டிருந்த விதம் அவளுக்கு ஒரு பக்கம் சங்கடத்தையும், இன்னொரு பக்கம் இன்னதென்று சொல்லத் தெரியாத ஒரு கிளர்ச்சியையும் அளித்தது. ஏனோ அந்தப் பத்திரிகையில் இருந்த படங்களின் நினைவு கண நேரம் வந்து போயிற்று.

"உன் வீடு எங்கே வஞ்சிக்கொடி?"

வேளாளர் தெரு அருகிலிருந்த தன் முகவரியை அவள் சொல்லி விட்டு "என்னை யாரும் வஞ்சிக்கொடின்னு கூப்பிடறதில்ல. வஞ்சின்னு தான் கூப்பிடுவாங்க" என்றாள்.

"நீ தினமும் சாயங்காலம் இங்கே வந்துண்டிருக்கியா வஞ்சி?"

"ஊஹூம், தினம் வர்றதில்லே, என்னிக்கானும்தான். பொழுது போகறது ரொம்ப கஷ்டமாயிருந்துச்சுன்னா இங்கே கொஞ்ச நேரம் வந்து உக்காருவேன். எல்லாம் இந்தச் சனியனாலத்தான். இவனை வச்சுக்கிட்டு ஸ்கூலுக்கும் போக முடியாது, சிநேகிதங்க கூடவும் விளையாட முடியாது" என்றாள். இப்போது பயமும் தயக்கமும் அறவே நீங்கி இயல்பாகப் பேச வந்தது.

"போனாப் போகுது, நீ இங்கே தான் வாயேன். நானும் வரேன். நாம பேசிகிட்டிருக்கலாம். நான் உனக்குக் கதையெல்லாம் சொல்றேன். ஊர்ல நடக்கற தமாஷெல்லாம் சொல்றேன்."

"நிஜம்மாவா?"

"ஆமா."

"இவனையும் அழைச்சிட்டு வரலாமா? வீட்ல இவனைத் தனியா விட்டுட்டு வர முடியாது. இவன் ரொம்ப சாதுங்க! கையில ஏதாச்சும் சாமான் குடுத்துட்டா போதும், உக்காந்த இடத்திலேயே விளையாடி கிட்டிருப்பான். நாம பேசிட்டிருக்கறப்ப இவனால தொந்தரவே இருக்காது."

"கட்டாயம் அழைச்சிட்டு வா. எனக்கும் இவனை ரொம்பப் பிடிச்சிருக்குது. ஏ சோலை, இந்த ஸ்பூனையும் உனக்காக நாளைக்குக்

கழுவி எடுத்துட்டு வரப்போறேண்டா குட்டிப் பையா! வஞ்சி, நீ தினமும் இங்கே பார்க்குக்கு வா, என்ன?"

"ஓ, வரேங்க!" அவள் கண்கள் ஒளிர்ந்தன.

அவன் அவளையே பார்த்தான். அவனுக்கும் பொழுது போகவில்லை. கல்வி எப்போதோ முடிந்துவிட்டது. இன்னும் வேலை கிடைக்கவில்லை. வேலை வாய்ப்பு வேண்டும் என்று கிளர்ச்சி செய்த கூட்டங்களோடு சேர்ந்து பஸ்களை எரித்தான். பல அரசியல் கட்சிகளின் சார்பில் "வாழ்க" "ஒழிக" ஊர்வலங்களில் கலந்து கொண்டான். நகரில் வெளிநாட்டுத் திரைப்படங்கள் நடக்கும் போது டிக்கெட்களை நான்கு ரூபாய்க்கு வாங்கி இருபது ரூபாய்க்கு விற்றான். இன்னும் இதுபோன்ற பல செயல்கள் தான் உத்தியோகம் இல்லாத நிலையில் பொழுது போக்குகளாக இருந்தன. இப்போது இந்தப் பெண்ணைப் பார்த்தபோது, இன்னும் ஒரு புதிய வகையிலும் பொழுது போக்க முடியுமோ என்று தோன்றியது.

"நாளையிலேருந்தே வர ஆரம்பிச்சிடு வஞ்சி, என்ன? நானும் தினம் வரேன். இந்த பார்க்குக்கு வந்துட்டியானா அப்புறம் இன்னும் கூட நிறைய இடங்களுக்குப் போகலாம். நான் அழைச்சிட்டுப்போறேன். சோலையையும் தான்! வரியா நாளைக்கு?"

"ம், வரேன்."

"எத்தனை மணிக்கு வரே?"

சமையலையும் நாலுக்குள் முடித்து விட்டால் காப்பி குடித்ததுமே கிளம்பி விடலாம். பிறகு அம்மா வருவதற்கு முன் வீடு திரும்பினால் போதும் . . .

"நாலரைக்குள் வந்துடறேங்க."

"கட்டாயம் வந்துடு!"

"ஓ, வந்துடறேன்."

○

அந்த மனிதனுக்கு டாடா சொல்லிவிட்டுத் தம்பியைத் தூக்கிக் கொண்டு வீடு வந்து சேர்ந்தபோது வஞ்சியின் மனத்தில் உல்லாசம் ததும்பிக்கொண்டிருந்தது. அப்பாடா! நேரத்தைக் கழுத்தைப் பிடித்துத் தள்ள வேண்டியிருக்கிற அன்றாடப் பிரச்னை இனிமேல் இல்லை. மாலையின் நினைப்பிலும் அதற்குத் தயாராவதிலும் பகலைச் சுலபமாய் கழித்துவிடலாம். பிறகு பார்க்கில் அவனுடன் உட்கார்ந்து பேசிக் கொண்டிருந்தால் நேரம் பறந்து விடும் . . . பார்க், அப்புறம் இன்னும எங்கெல்லாமோ கூட அழைத்துக் கொண்டு போவானாமே?. . .

நாளையிலிருந்து வஞ்சிக்கு நன்றாய்ப் பொழுதுபோகும். அம்மாவுக்குத் தெரியாது, பாவம் அம்மா!

மங்கை, செப்டம்பர் 1979

இரண்டாவது அப்பா

தேனிலவு முடிந்து அவள் கணவனோடு தன் வீட்டுக்குத் திரும்பியபோது, வாசலிலேயே காத்து நின்றிருந்த மது, "அம்மா!" என்று அழைத்தவாறே ஓடி வந்து அவளைக் கட்டிக்கொண்டான்.

"மது! என் ராஜா! எப்படிடா இருக்கே கண்ணா?" குழந்தையை வாரி அணைத்த அஞ்சுகம் சிறிது நேரம் இன்பத்தில் மூழ்கிப் போனாள்.

போம்மா! நீ ஏன் இத் . . . தனை நாள் என்னை விட்டுட்டுப் போனே?" என்று தாயின் கழுத்துக்குள் புதைந்திருந்த முகத்திலிருந்து மங்கலாய் ஒலி வெளி வந்தது.

"இனிமே போக மாட்டேண்டா கண்ணா! இனிமே அம்மா மதுவை விட்டுட்டு எங்கேயும் போக மாட்டா."

"ப்ராமிஸ்?"

"ப்ராமிஸ்?"

அம்மா . . . அம்மா . . . அந்தச் சொல்லிலேயே ஏதேதோ ஐசுவரியங்களைச் சுவைப்பதுபோல் மது திரும்பத் திரும்பச் சொல்லிக்கொண்டிருந்தான். அஞ்சுகம் அவன் தலையையும் முதுகையும் ஆசைதீரத் தடவிக் கொடுத்தாள். பிறகு அவனை நிமிர்த்தி முகத்தைத் தடவிக் கொடுத்தாள், தலைமுடியைக் கோதிவிட்டு நெற்றியில் முத்தமிட்டாள். பிறகு மறுபடியும் அணைத்துக்கொண்டாள். கண்களில் நீர் சுரந்தது.

"மது . . . என் மதுக் கண்ணா . . ." ஒருவாறு உணர்ச்சி வசத்தைக் கட்டுப்படுத்திக்கொண்டு அவள் இயல்பாய்க் கேட்டாள்: "நீ தினம் ஸ்கூலுக்குப் போனியோ?"

"ஓ போனேனே!"

"அழாம போனீயோ?"

"ஒருநாள் கூட அழலே."

"அதான் என் சமத்துப் பையன்! பாட்டியைப் படுத்தாம இருந்தியோ?"

"ஒருநாள் கூடப் படுத்தலே."

"ரொம்ப ரொம்ப சமத்து... மதுக்கண்ணா! நான்... நான் உனக்கு என்னமோ கொண்டு வந்திருக்கேனே!"

"என்னம்மா?" கண்கள் விரிந்தன. "பந்தா? ஏரோப்ளேனா?"

"இல்லே..."

"கௌபாய் டெஸ்ஸா?"

"இல்லே."

"பின்னே?"

அவள் பேசாமலிருந்தாள்.

"வேறென்னம்மா? சொல்லேன்!" சின்னக் கைகள் அவள் தோள்களை உலுக்கின.

"ஒரு... ஒரு அப்பா."

மது புரியாமல் பார்த்தான். அஞ்சுகம் தலையைத் திருப்பிப் பார்வையைப் பின்புறம் செலுத்தினாள். அந்தக் குறிப்புக்காகக் காத்திருந்தவன்போல் செந்தில் முன்னே வந்தான்.

"பார்த்தியா மது?"

"இது... யாரு?"

"உன் அப்பா."

"ஊஹூம், இல்லே."

"ஆமாம். நான் உன் அப்பா தான்" என்று செந்தில் புன்னகை புரிந்தான்.

குழந்தையின் முகத்தில் குழப்பம் படர்ந்தது. "என் அப்பா... சாமிகிட்ட போய்ட்டாரு. பாட்டி சொல்லியிருக்காங்க."

"அது பழைய அப்பா. நான் புது அப்பா."

"ம்?"

"அப்பா உனக்கு என்னென்ன கொண்டு வந்திருக்கேன் தெரியுமா? நீ கேட்டியே, அது எல்லாம்."

"பந்தா?"

"பந்து, ஏரோப்ளேன்..."

"நீ ஒண்ணும் என் அப்பா இல்லே."

மது தாயின் மேல் ஒட்டிக்கொண்டான். அஞ்சுகம் செந்திலை ஒரு தரம் பார்த்துவிட்டுக் குழந்தையுடன் வீட்டுக்குள் சென்றாள்.

"அம்மா, நான் வந்துட்டேம்மா! நீ எப்படியிருக்கே?"

"எனக்கென்ன கேடு? நல்லாத்தான் இருக்கேன். எல்லாக் கண்றாவியையும் பார்த்துச் சகிச்சுகிட்டுக் குத்துக்கல்லாட்டம் உசிரோட இருக்கணும்னுதானே என் தலையில் எழுதியிருக்குது!" என்றாள் தங்கம்மாள். மனைவியைத் தொடர்ந்து வீட்டினுள் வர இருந்த செந்தில் அப்படியே திரும்பி வாசலிலேயே நின்றுவிட்டான்.

அஞ்சுகம் தன் தாயைக் கோபத்துடன் விழித்துப் பார்த்தாள். "வீட்டுக்கு வரவங்களுக்கு நீ செய்யற மரியாதையாம்மா இது? அவ்வளவு வெறுப்பாயிருந்தா, இன்னிக்கு நாங்க ஊரிலேர்ந்து வந்து இங்கே குளிச்சு சாப்ட்டுட்டுப் போறோம்னு நான் லெட்டர் போட்டப்பவே வேணாம்னு எழுதிடறதுதானே?"

"எப்படி வேணாங்கிறது? என் வயத்தில் பொறந்து தொலைச் சிட்டியே!"

"உன் வயத்தில் பொறந்து தொலைச்ச மகளாச்சேன்னுதான் என் சந்தோஷத்தில் உனக்கு இத்தனை அக்கறை இருக்குது, இல்லே?"

"அஞ்சு!" வெளியிலிருந்து செந்திலின் குரல் வந்தது. அஞ்சுகம் அங்கு போனாள்.

"அஞ்சு, ஏன் இப்படிப் பொறுமை இழந்து பேசறே? அவங்க உன் அம்மா. எத்தனை கோவமிருந்தாலும் உன்கிட்ட அன்பு உள்ளவங்க. அவங்க பேச்சையே உன்னால தாங்கிக்க முடியலேன்னா இந்தச் சமூகத்தை எப்படி எதிர்த்துச் சமாளிக்கப்போறே?"

அஞ்சுகம் உள்ளே வந்தாள். "அம்மா, நான் எதிர்த்துப் பேசினதை மன்னிச்சிடு. நாங்க மதுவை அழைச்சுகிட்டு இப்பவே போயிடறோம்."

"என்னது! மதுவை அழைச்சுகிட்டா! என்னடி உளர்றே?"

"உளறலென்ன?"

"மது உன்கூட இருக்கிறதாவது?"

"ஒரு குழந்தை தன் அம்மாகிட்ட இல்லாம வேறெங்கே இருக்கும்?"

"அந்த ஆளு . . ."

"அவர் இனிமே மதுவோட அப்பா."

"என்வரைக்கும் அப்படி இல்லே."

"அது உன் இஷ்டம். எங்க வரைக்கும் அப்படித்தான். எங்களோடத் தான் மது இருப்பான். இதெல்லாம் நாங்க முந்தியே தீர்மானம் பண்ணியாச்சு."

"நடக்கற காரியமா?"

"மூத்தாள் குழந்தைங்க இளையாள்கூட வாழறதில்லையா?"

"எதோடு எதை... குழந்தையை நான் அனுப்ப முடியாது அஞ்சு. உன் நிழல்ல அவன் வளர வேணாம்."

"மதுக்கண்ணா, வா, நீயும் நானுமா உன் சாமானங்களையெல்லாம் மூட்டை கட்டலாம்."

"அடியே, அடியே... சரி சரி, முதல்ல காப்பி குடி. அப்புறமாப் பேசிக்கலாம்."

"இல்லேம்மா, நாங்க போறோம்."

"இரண்டு பேரையும்தாண்டி காப்பி குடிக்கச் சொல்றேன்! நீ எழுதினாப்பலேயே குளிச்சிட்டுச் சாப்ட்டுட்டே போகலாம்... ஆமா, எங்கே போகப் போறீங்க?"

"ஹோட்டலுக்கு. ஹோட்டல்ல இருந்தபடியே வீடு தேடிகிட்டுக் குடிபோயிடுவோம்."

"அவங்க வீட்லயும் உங்களைச் சேர்க்க மாட்டேன்னுட்டாங்களாக்கும்?"

"அதில் என்ன ஆச்சரியம்? என்னைச் சேர்ந்தவங்க மனோபாவமே இப்படி இருக்குதே!"

"இப்படி ரெண்டு பக்கத்துக் குடும்பங்களையும் விரோதிச்சுகிட்டாவது ஒரு கல்யாணம் செஞ்சுகாட்டி என்ன?"

"காப்பி தரேன்னியேம்மா."

"கேட்டதுக்குப் பதில் சொல்லுடி! இது ஒரு கல்யாணமா? அப்பட்டமான சுயநலம். குழந்தையைப் பத்தி நினைச்சியா?"

"இதெல்லாம்தான் நாம முந்தியே ஆயிரம் வாட்டி விவாதம் பண்ணித் தீர்த்துட்டமே."

"தீர்க்கலேடி! இது தீர்ந்து போற விவாதமில்லே."

"பின்னே அதைப்பத்தி எதுக்குப் பேசணும்? அதுவும் கல்யாணம் முடிஞ்சதுக்கப்புறம்?"

"என்னால் வெளியே தலைகாட்ட முடியலே. வாய்க்கு வாய் கேக்கறாங்க, என்னம்மா உங்க மக இப்படிப் பண்ணிட்டாளே அப்படின்னு."

"உன் மக என்ன பண்ணினா? கொலையா கொள்ளையா?"

"பாவி பாவி!"

"மதுக் கண்ணா, வா! அப்பா, அம்மா, மது, மூணுபேருமா ஹோட்டலுக்குப் போய்க் காப்பி குடிப்பாங்களாம்."

"இருடி, காப்பி கொண்டாறேன்!... இதில் ஒண்ணும் குறைச்சலில்லே..."

"உன் மாப்பிள்ளையை வாசல்லயே நிக்க வச்சுத்தான் காப்பி கொடுக்கப் போறியா?"

"என் மாப்பிள்ளை அதோ அங்கே சுவத்திலே படமாய்த் தொங்கறார்."

"இல்லே, வாசல்லதான் நிக்கறார்."

"சரி சரி, இங்கே அழைச்சு வந்து உக்கார சொல்லு."

செந்தில் அறைக்குள் நுழைந்து "வணக்கம்" என்று சொல்லி முடிப்பதற்குள் தங்கம்மாள் முகத்தைத் திருப்பிக்கொண்டு உள்ளே போக ஆரம்பித்துவிட்டாள். அஞ்சுகத்தின் முகம் கடுமையாயிற்று. செந்தில் அவளைப் பார்த்துச் சமாதானமாய்ப் புன்னகை செய்தவாறு "டேக் இட் ஈஸி" என்றான்.

"நீங்க இப்படி உக்காந்திருங்க செந்தில், நான் கொஞ்சம் உள்ளே போய்ட்டு வரேன்."

"அம்மாவோட சண்டை போடாதே!"

"எனக்கு வேற வேலை இல்லையாக்கும்!"

அவள் போனபின் செந்தில் அறையை நோட்டம் விட்டான். மது எங்கே? எப்போது இங்கிருந்து நழுவினான்? அறையின் ஒரு கோடியில் சுவரில் சுமார் முப்பது வயதுள்ள ஓர் இளைஞனின் மார்பளவுப் புகைப்படம் சட்டமிட்டு மாட்டப்பட்டிருந்தது. செந்தில் அங்கு சென்று அதன் எதிரே கைகளைப் பின்னால் கோத்துக்கொண்டு நின்றான்.

பலபேரைக்கொண்ட ஒரு போட்டோவிலிருந்து இந்த உருவம் மட்டும் தனியாய்ப் பெரிதாக்கப்பட்டிருந்ததுபோல் தோன்றியது. களையான முகம்; முகம் முழுவதையும் ஆக்கிரமித்து ஒளி வீசும் புன்னகை. என்னென்ன கனவுகள் முகிழ்த்துக்கொண்டிருந்தன அந்தச் சிரிப்பின் ஆழத்தினுள்? இள வயது, மனைவி, குழந்தை... வாழ்வின் தொடக்கம். அங்கேயே திரையா, புத்தகம் 'பைண்ட்' செய்பவன் தவறுதலாய் 'முற்றும்' பக்கத்தை முதலிலேயே வைத்துவிட்டது போல்? உள்ளே புழுங்கிக்கொண்டிருந்திருக்கும் குறைகளும் ஏக்கங்களும் எப்படித்தான் அவனைச் சாக விட்டன?...

கவலைப்படாதே, நான் நிறைவேற்றுகிறேன் அவைகளை. அதுதான் உனக்கும் நியாயம், அவளுக்கும் நியாயம்.

"காப்பி."

திரும்பிப் பார்த்தான். மது. தங்கம்மாள் காப்பித் தம்ளரை மேஜை மேல் வைத்துவிட்டு உள்ளே போய்க்கொண்டிருந்தாள். காப்பி வந்திருப்பதை அவனுக்கு அறிவிப்பதற்காகத்தான் பேரனை அழைத்து வந்தாளா?

குழந்தை அவனை ஒரு தரம் நிமிர்ந்து பார்த்துவிட்டுப் பாட்டியைத் தொடர்ந்து செல்ல இருந்தான்.

"மது கொஞ்சம் நில்லேன்!"

இளங்கண்களில் அச்சம்.

"நான் உன்னை ஒண்ணும் பண்ணமாட்டேன். ஒரே ஒரு விஷயம் கேக்கணும். இங்கே வாயேன்."

இன்னும் அச்சம் மாறவில்லை. மது ஒதுங்கியவாறே தலையை மறுப்பாக ஆட்டினான்.

"என் பக்கத்தில் கூட வர வேணாம். அங்கேயே நின்னா போதும்."

சில நொடிகள் நிச்சயமின்மை. பிறகு மது தயங்கியவாறே நின்றான். "என்ன?"

"இந்தப் படத்தைப் பார்க்க உனக்குப் பிடிக்குமோ?"

"ஓ, பிடிக்கும்!" என்று உற்சாகமாய் உடனே பதில் வந்தது.

"எனக்கும் பிடிக்கும்"

மது பேசவில்லை.

"நாம ரெண்டு பேரும் சேர்ந்து அதைப் பார்க்கலாமா?"

மீண்டும் மறுப்புத் தலையாட்டல்.

"உனக்கு இதைப் பார்க்கப் பிடிக்கலையா? அப்போ சரி, நீ போ. நான் மட்டும் பார்க்கறேன்."

அவன் குழந்தைக்கு முதுகைக் காட்டிக்கொண்டு புகைப் படத்தைப் பார்த்தவாறு நின்றான். சிறிது நேரம் சென்றதும் கடைக்கண்ணால் பக்கத்தில் பார்த்தான். அந்த இடம் காலியாயிருந்தது. இரண்டாம் முறை பார்த்தான். மூன்றாம் முறை பார்த்தபோது அங்கு மது இருந்தான். படத்தைப் பார்ப்பதும் அவ்வப்போது செந்திலின்மேல் சந்தேகப் பார்வை பாய்ச்சுவதுமாயிருந்த குழந்தையின் கண்களில் பொறாமை தெரிந்தது.

"நீ ஏன் இந்தப் படத்தைப் பார்க்கறே?" என்றான் மது.

"ஏன்னா எனக்கு இது பிடிச்சிருக்குது."

"நீ ஒண்ணும் பார்க்கவேணாம்." மது கண நேரம் மௌனமாயிருந்தான். "இது யார் தெரியுமா? என் அப்பா."

"ஆமாம், என் மாதிரி."

"நீ ஒண்ணும் என் அப்பா இல்லே."

"அப்பாதான். புது அப்பா. இந்தப் படத்திலிருக்கறவர் உன் பழைய அப்பா. நான் உன் புது அப்பா."

"ஒண்ணுமில்லே. நீ வெறும் அங்க்கிள்."

"நான் உனக்காகக் கொண்டுவந்த சாமானையெல்லாம் பார்த்தியோ?"

"பந்தா? பந்துன்னுதானே சொன்னே?"

"ஆமாம். அப்புறம் எரோப்ளேன், நீ கேட்ட மாதிரி. அப்புறம் ஜுமிருகமெல்லாம் போட்ட பொம்மைப் புஸ்தகம்.

மதுவின் பார்வையில் ஆவல் நிறைந்தது. அடக்கிக்கொண்டான்.

"நீ ஒண்ணும் அதெல்லாம் கொண்டு வரல்லே."

"நிச்சயமாக் கொண்டு வந்திருக்கேன். காட்டறேன் வரியா?"

"எனக்கு அதெல்லாம் ஒண்ணும் வேணாம்."

"சரி, உனக்கு வேணாம்னா போ. இங்கே இருக்கற இன்னொரு மதுவுக்கு நான் அதெயெல்லாம் குடுக்கறேன்."

"இங்கே வேற மது கெடயாதே? நான் மட்டும்தான்."

"இல்லேல்லே. நான் வாங்கி வந்திருக்கிற சாமானையெல்லாம் ஆசையா வேணும்னு சொல்ற ஒரு மது இங்கே இருக்கான். உன்னைச் சொல்லலே. உனக்குத்தான் வேணாமே."

செந்தில் வாசல் வராந்தாவிலிருந்து தன் தோல் பெட்டி ஒன்றை உள்ளே எடுத்து வந்தான். திறந்து ஒரு பலவர்ணப் பந்து, தண்ட வாளத்தைப் பொருத்தி ஓட வைக்கும் ரயில், அலுமினிய எரோப்ளேன், சின்னச் சின்னதாய் ஒரு டிராக்டர், ஒரு க்ரேன், பருத்த அட்டையுள்ள ஒரு புத்தகம் – இவைகளை வெளியே எடுத்து வைத்தான். மதுவின் பக்கம் திரும்பாமலேயே "ஒரு கிரிக்கெட் ஸெட்கூட வாங்கினேனே சமத்து மதுக்காக! எங்கே அது? வேற பெட்டியில வச்சிட்டேனா?" என்று தனக்கே உரக்கச் சொல்லிக்கொண்டான்.

மது மெள்ள நடந்து அருகில் வந்து நின்று அந்தப் பொருட்களைப் பார்த்தான். ஒவ்வொன்றுமே கண்ணைக் கவர்ந்தது. புத்தகத்தின் அட்டையில் ஒரு யானை அழகாகத் தும்பிக்கையைத் தூக்கிக் கொண்டிருந்தது. ஏரோப்ளேன், பந்து . . . இந்த மாதிரி ரயிலை அவன் எல்.கே.ஜி. வகுப்பு நண்பன் சுரேஷ் வீட்டில் பார்த்திருக்கிறான். அதை இயக்கக் கைகள் பரபரத்தன. அந்த அழகான மற்ற இரண்டும் என்ன? ரோட் எஞ்சினா? இன்னொன்று? அந்த அங்கிளைக் கேட்டால் சொல்வாரா? இன்னும் கிரிக்கெட் ஸெட் வேறேயாமே! எல்லாம் அவனுக்கா!

"இதெல்லாம் . . . யாருக்கு?"

"அதான் சொன்னேனே. அந்த இன்னொரு மதுவுக்கு."

"இன்னொரு மது யாரு?"

"உன் அம்மாவைக் கேளு. இங்கே மதுன்னு ஒரு சமத்துப் பையன் இருக்கான், நான் ஆசையா வாங்கிட்டு வந்த சாமானையெல்லாம் ஆசையா எடுத்துப்பான்னு உன் அம்மாதான் என்கிட்ட சொன்னாங்க."

"இங்கே நான் ஒரே ஒரு மதுதான்."

செந்தில் பேசவில்லை. மதுவும் சிறிது நேரம் மௌனமாயிருந்தான். பிறகு தயக்கத்துடன் செந்திலை ஓரக்கண்ணால் பார்த்தான். இந்த அங்க்கிளை நம்பலாமா? கண நேரம் அவன் பார்வை உள் பக்கம் சென்றது. பாட்டி கதவுக்குப் பின்னால் மறைந்து நின்றுகொண்டிருப்பது தெரிந்தது. கிட்டத்தான். அங்க்கிள் ஏதாவது பொல்லாத்தனமாய் நடந்துகொண்டால் சட்டென்று பாட்டியிடம் ஓடிப்போய்விட முடியும்.

"இங்கே வேற மது இல்லே." ஒரு சிறு மௌனம். பிறகு: "இந்த சாமானெல்லாம் . . . எனக்குத் தானே?"

"நீதான் அந்தச் சமத்து மதுவா?"

"ம்."

"அப்போ உனக்குத்தான்."

"ப்ராமிஸ்?"

"ப்ராமிஸ்."

மது மெதுவாக முன்வந்து விளையாட்டுப் பொருட்களை ஒவ்வொன்றாகத் தொட்டுப் பார்த்தான்.

சிறிது நேரத்துக்குப் பின் அஞ்சுகம் குளித்துவிட்டு அங்கு வந்த போது அப்படியே நின்றுவிட்டாள். மேஜைமீது செந்திலின் காப்பி குடிக்கப்படாமல் ஆறி ஆடை கட்டியிருந்தது. வர்ணப் பந்து தரையில் ஓர் ஓரமாகக் கிடந்தது. மது விளையாடி அங்கு கடைசியாய் உதைத்திருக்க வேண்டும். தரையில் மதுவும் செந்திலும் உட்கார்ந்து ரயில் தண்டவாளத் துண்டுகளை இணைப்பதில் மிகத் தீவிரமாய் முனைந்திருந்தார்கள். அருகில் க்ரேன், எரோப்ளேன், டிராக்டர், ஒரு பக்கம் சிங்கமும் இன்னொரு பக்கம் இரண்டு முயல்களுமாய்த் திறந்திருந்த புத்தகம்.

தண்டவாளத்தைப் பெரிய வட்டமாக இணைத்தாயிற்று. செந்தில் மதுவுக்குக் காட்டியவாறே ரயிலுக்குச் சாவி கொடுத்துக் கீழே பொருத்தினான். ரயில் தண்டவாளத்தின் மேல் சுற்றிச் சுற்றி ஓடலாயிற்று. மது குதூகலத்துடன் கை கொட்டினான். "ரயில் ஓடுது! என் ரயில்!" அவன் விழிகளும் ரயிலோடு சுற்றின. செந்தில் புன்னகையுடன் அவனையே பார்த்துக்கொண்டிருந்தான். அஞ்சுகம் சப்தமின்றி அங்கிருந்து அகன்றாள்.

மது ரயிலின் ஓட்டத்தில் மூழ்கியிருந்தான். பிறகு ஏரோப்ளேனை இயக்கினான். பிறகு பந்தை அறையின் கோடிக்குக் கோடி உதைத்து உருட்டினான். புத்தகப் படங்களைத் திறந்த வாய் மூடாமல் பார்த்தான். விளையாட்டுகளில் உலகத்தையே மறந்திருந்தான். திடீரென்று நினைவு வந்தாப்போல் திரும்பிச் செந்திலைப் பார்த்து, டீச்சர் முன்பு சொல்லிக் கொடுத்திருந்ததை நினைவில் கொண்டுவந்து, பெரிய மனித தோரணையில் "தாங்க் யூ, அங்க்கிள்" என்றான்.

செந்தில் மென்மையாக "தாங்க் யூ அப்பா" என்று திருத்தினான்.

“ஊஹூம், நீ ஒண்ணும் என் அப்பா இல்லே.”

“உன் அப்பாத்தான்.”

குழந்தையின் முகத்தில் ஒரு கலக்கம் படர்ந்தது. செந்திலை ஒருமுறை ஏறிட்டுப் பார்த்துவிட்டுச் சுவர்ப் பக்கம் நடந்து புகைப் படத்தை அண்ணாந்து நோக்கினான். “இதான் என் அப்பா. என் அப்பா சாமிகிட்ட போய்ட்டாரு. பாட்டி எனக்குச் சொல்லியிருக்காங்க.”

“ஆமாம்.” செந்தில் வந்து அவன் பின்னால் நின்றான். “உன்னோடய அந்தப் பழைய அப்பா சாமிகிட்ட போய்ட்டார். அதனாலத்தான் அவரால் வர முடியாதே, மதுவுக்கு அப்பா இல்லாம கஷ்டமாயிருக்குமே அப்படின்னு என்னை உனக்குப் புது அப்பாவாய் இருக்க அனுப்பி வச்சார்.”

“என் அப்பாவா உன்னை அனுப்பிவச்சாரு?”

“ஆமாம்.”

“நீ என் புது அப்பாவா?”

“ஆமாம்.”

“ப்ராமிஸ்?”

“ப்ராமிஸ்.”

மது ஏக்கமும் மகிழ்ச்சியும் குழப்பமும் கலந்த ஒரு முகபாவத்துடன் அவனைப் பார்த்தவாறு நிச்சயமின்றி நின்றான். செந்தில் மென்மையான குரலில், “இல்லாதபோனா உனக்காக ஆசையா பொம்மையெல்லாம் வாங்கிட்டு வந்திருப்பேனா மதுக்கண்ணா?” என்றவாறு முதல் முறை யாகக் குழந்தையைத் தொட்டுத் தலைமுடியைத் தடவிக்கொடுத்தான்.

மதுவின் முகத்தில் மலர்ச்சி குபீரிட்டது. உடனேயே சிணுக்கத்துடன் தலையைப் பின்னுக்கு இழுத்துக்கொண்டு, “ஊஹூம், அதெல்லாம் ஒண்ணுமில்லே, நீ ஒண்ணும் என் அப்பா இல்லே, போ” என்றான்.

“டே மது, அப்படிச் சொல்லக்கூடாது, அவர்தான் இனிமே உன் அப்பா” என்ற குரல் கேட்டு இருவருமே திரும்பினார்கள். அறைக்குள் அஞ்சுகம் வந்திருந்தாள். ஆனால் பேசியிருந்தது அவளல்ல, அவளுக்குப் பின்னால் கண்களில் நீர் மல்க நின்றிருந்த அவள் தாய்.

முகங்கள், 15.4.1980

தேவகி

கண் விழிக்கும்போதே உலகம் அழகாயிருந்தது. வேறு யாருக்காகவும் இல்லாமல் தனக்காகவே, தன்னுள் சுரக்கும் இனிமைக்காகவே இதழ்களில் ஒரு புன்னகை.

'இன்று பார்ப்பேன், இன்று பார்ப்பேன், இன்று பார்ப்பேன்' என்று ரத்த நாளங்களில் பாயும் சங்கீதம்.

கண்ணாடி மீதிருந்து உருண்டோடும் நீர்த் துளியைப்போல் படுக்கையிலிருந்து துள்ளித் தெறித்து எழுந்தாள்.

வறுமை அவள் மீது போர்த்தியிருந்த வயோதிகம் கழன்று விழுந்து உடல் தன் சுய முப்பத்தைந்து வயதை உடுத்தி நின்றது.

ஜமக்காளத்தில் தலையணையையும் போர்த்துக்கொள்ளும் துப்பட்டியையும் வைத்துச் சுருட்டி மூலையில் எறிந்தாள்.

பல் விளக்கி முகம் கழுவிக்கொண்டு வந்தபோது அருகில் எங்கிருந்தோ அன்றாடம் கேட்காத ஒரு புதிய ஒலி கேட்பதை உணர்ந்து திகைத்தாள். ஒரு கணம். அது தன் தொண்டையிலிருந்தே வரும் பாட்டின் முணுமுணுப்பு என்று புரிந்த போது குபீரென்று சிரிப்பு எழுந்தது.

"என்னடி கிரிஜா? யாரானும் வந்திருக்காங்களா? என்னைக் கூடக் கவனிக்காம அங்கேயே என்னமோ சிரிச்சிட்டிருக்கியே?"

"வந்துட்டேம்மா." எஜமானியம்மாளைக் கவனிக்க விரைந்து வந்தாள். வழக்கம் போல் தனக்குப் பல் விளக்க உதவிகள் செய்து படுக்கையைத் தட்டிப் போட்டு நாற்காலியை ஜன்னல்லோரமாய் எடுத்து வந்து உட்காரவைத்துச் சூடாகக் காப்பி கொண்டுவந்து தந்தவளை, நீலமணி அம்மாள் ஒரு தரம் ஏற இறங்கப் பார்த்தாள். மூன்று மாதங்களாய் அவள் அறிந்த பணிப் பெண். ஆனால் இன்று இது என்ன புது முகம்? இந்தத் துள்ளல், இந்த மந்தகாசம், எல்லாமே புதுமைகள். இந்தப் பரிச்சயமான சுறுசுறுப்புக்கூட இன்று ஒரு புதியவளுடையது.

"யாரானும் வந்திருந்தாங்களா?"

"இல்லேயேம்மா?"

"பின்னே சிரிச்சுக் கிட்டிருந்தியே?"

"அது வந்து... சும்மா நானே தான்..."

"பைத்தியம் பிடிச்சிடிச்சா?"

"இன்னிக்குக் குழந்தையைப் பார்க்கப்போகப்போறேனில்லே?"

நீலமணியின் முகத்தில், 'அட, ஆமாம்!' என்று அந்த ஞாபகம் எட்டிப் பார்த்துச் சென்றது. எதிரே இருந்தவளைப் பார்த்தாள். கிரிஜாவின் அகால நரை இழைகள் கூட இன்று கூந்தலின் புன்னகைகள் போல் ஒளிர்ந்தன.

"இன்னிக்கே போகணுமா என்ன? நேத்து சாயங்காலம் தானே ஊர்லேருந்து வந்தோம்? எனக்கு ரயில் அலுப்பு உடம்பெல்லாம் இன்னும் நோகுது. இன்னிக்குக் கொஞ்சம் என் பக்கத்திலே இருந்து கவனிச்சிட்டு நாளைக்குப் போயிட்டு வாயேன்."

"இல்லேம்மா... வந்து..."

"ரெண்டரை மாசமாய்ப் பார்க்காம இருந்தவளுக்கு இன்னும் ஒரு நாள் பொறுக்கறது கஷ்டமாயிடிச்சாக்கும்?"

கிரிஜாவின் முகம் துடித்தது. "இன்னிக்கு முதல் தேதி... ஆர்ஃபனேஜ்ல குழந்தைங்களைப் பார்க்க அனுமதிக்கிற ஒரே நாள் மாசத்தில் இதுதானே? அதனாலே இன்னிக்கு விட்டால்... அப்புறம் அடுத்த முதல் தேதிதான் போய்ப் பார்க்க முடியும்..."

கவலையோடு நீலமணியின் முகத்தைப் பார்த்தாள். அந்த வாயிலிருந்து வரப்போகிற சொல் தனது இன்ப துன்பத்தை நிர்ணயிக்கப் போகிறது என்று எண்ணியபோது இத்தகைய ஒரு சக்தியை ஒரு மனிதன் இன்னொருவனின் மீது வகிக்க உரிமையே இல்லை. இப்படி ஒரு நிலை மனித உறவுகளிடையே செயல்படுவது அநீதி என்று கத்த வேண்டும் போல் இருந்தது.

"நீ மத்தியானம் மூணு மணிக்குக் கிளம்பினாயானா திரும்பி வர ஆறு மணியோ – எழு மணியோ ஆயிடும். அதுக்குள் எனக்கு ஒரு மருந்துக்காவது நேரம் வந்திருக்கும். நீ இல்லாட்டி நானாய் எடுத்துச் சாப்பிடணும். உடம்பெல்லாம் ஓய்ச்சலாயிருக்குது, படுக்கையை விட்டு இப்ப எழுந்திருக்கவே கஷ்டமாயிருந்திச்சு. பம்பாய் வைத்தியத் திலும் தான் ஏதும் பிரயோஜனமில்லாமப் போயிடிச்சே... நீ இருந்தால் நான் படுத்துக்கிட்டே இருக்கலாம். மருந்து எடுத்துக் கொடுத்து காலைக் கையைப் பிடிச்சு விடுவே..."

"இன்னிக்கு முதல் தேதிம்மா..."

"இன்னும் ரெண்டு மூன்று நாள் கழிச்சுப் போய் இப்பதான் வர முடிஞ்சிதுன்னு நைய்ச்சியமாய்ச் சொன்னா குழந்தையைப் பார்க்க விடாமலா போய் விடுவாங்க?"

கிரிஜாவின் கண்களில் நீர் தளும்பிவிட்டது.

"நான் திரும்பி வந்து ராத்திரி முச்சூடும் வேணுமானாலும் உங்களுக்கு உடம்பை பிடிச்சு விடறேம்மா! மருந்தையெல்லாம் உங்களுக்குக் கஷ்டமில்லாமே பக்கத்தில் எடுத்து வச்சுட்டுப் போறேன். கொஞ்சம் தயவு செய்யுங்க, குழந்தையைக் கண்ணால பார்த்துட்டு உடனே திரும்பிடறேன் . . . பார்க்கணும்னு மனசு ரொம்ப அடிச்சுக்கு தும்மா . . . ரெண்டரை மாசமாய்ப் பார்க்கவேயில்லையே . . . அதுவும் ரொம்ப ஏங்கிப் போயிடும் . . ."

நீலமணி அவளை விழித்துப் பார்த்தாள். பிறகு தலையைத் திருப்பிக்கொண்டாள். "இத்தனை நாள் பழகியும், என் சௌகரியம் அசௌகரியம் உனக்கு முக்கியமாய்த் தெரியலே, ம்? சரி, சரி. போய்ட்டு வா. போகத்தான் போவேன்னா வேறென்ன செய்யறது?"

"ரொம்ப நன்றிம்மா!" ஆறுதலில் கண நேரம் மூச்சு முட்டியது. "உங்களுக்கு குளிக்க வென்னீர் தயார் பண்றேம்மா." கிரிஜா அங்கிருந்து விரைவாய் அகன்றாள். அப்புறமும் நீலமணியின், "குழந்தைங்க இருக்கறவங்கன்னாலே இந்தத் தொல்லை தான்" என்ற முணுமுணுப்பு அவள் காதில் விழத்தான் செய்தது.

உடல் குன்றி வரும் தனக்கு உடனிருந்து உதவிகளும், பணிவிடைகளும் செய்ய ஒரு சேவகப் பெண் தேவை என்று கேட்டிருந்த நீலமணி அம்மாள், தன் சௌகரியத்தில் இடையூறு நேரக் கூடாது என்பதற்காகத்தான் குழந்தைகளோ வேறு பந்தங்களோ இல்லாத தனி மனுஷி வேண்டும் என்று நிபந்தனை விதித்திருந்தாள். முழுவதும் தகுந்த நபராய் யாரும் கிடைக்காதபோது, ஓரளவுக்கேனும் அவள் நிபந்தனைக்கேற்றவளாய் கிரிஜாதான் ஒரு நாள் வேலை கேட்டுக் கொண்டு வந்து சேர்ந்தாள்.

கிரிஜா தனி மனுஷிதான். பிறந்தகம், புக்ககம். இருவகையிலும் நிறையச் சொந்தக்காரர்கள் இருந்த போதிலும் யாவருக்கும் பாரமாகிவிட்டதால் அவள் தனி மனுஷி. அவளைக் காப்பாற்ற கணவன் உயிரோடு இருந்த வரையில் அவர்களும் அவளைப் பாரமாய் நினைக்கவில்லை. அவன் திடீரென்று ஒருநாள் மூளைக் காய்ச்சலில் கண்ணை மூடியபோது அவர்களுக்கும் அவள் திடீரென்று பாரமாகிப் போனாள். நாள் கடந்து பிறந்த ஒரே குழந்தைக்கு இன்னும் ஒரு மாதம் நிரம்பவில்லை. எங்கே குழந்தையும் கையுமாய் அவளைப் பராமரிக்கும் பொறுப்பு ஒட்டிக்கொண்டு விடுமோ என்ற பயத்தில் எல்லாரும் உதவியை உதட்டளவில் முடித்துக்கொண்டு கதவை அடைத்துக்கொண்டு விட்டார்கள்.

அதன் பிறகு சில மாதங்கள் கிரிஜா குழந்தையோடு பிழைப்புத் தேடி அலைந்தாள். முதலில் இரண்டொரு வீடுகளில் சமையல் வேலை கிடைத்தது. ஆனால் நிலைக்கவில்லை. பிறகு பட்டினி கிடக்கும்

அனாதைக் கூட்டத்தில் கலந்து, வாய்க்கும், கைக்குமாய் பிச்சைக்கார வாழ்வு வாழ்ந்தாள். குழந்தை கண் முன் தேய்ந்து வருவதைக் கண்டபோது கிலி பிடித்துக்கொண்டது. இதையும் ஒருநாள் இழந்து விடுவாளோ? எப்படியாவது குழந்தைக்காவது ஒரு வழி செய்ய முடிந்துவிட்டால்!

அநாதை ஆசிரமங்களைப் பற்றி யாரோ அப்போது குறிப்பிட்டார்கள். கிரிஜா அத்தகைய ஓர் இடத்தில் குழந்தையைச் சேர்க்க இரவும் பகலும் முயன்றாள். சென்னை நகரத் தெருக்களெல்லாம் அவளது காய்ந்து போன பாதங்களுக்கு அத்துபடியானது தான் மிச்சம். அவள் குழந்தை 'ஆர்ஃபன்' இல்லையாம். ஏனென்றால் தாய் உயிரோடு இருக்கிறாளாம்.

ஒன்று அவள் சாக வேண்டும். இல்லையானால் அவள் உயிரோடு இருக்கும் பாவத்துக்காக அவள் குழந்தை சாக வேண்டும். இது தானே அர்த்தம்.

கிரிஜா எரிமலையானாள். கண்ணகிகளை உருவாக்கும் சக்து அவளுள்ளிருந்து வெடித்தெழத் தயாராகியது. தற்செயலாக அந்தச் சமயம் உண்மையான மனித நேயம் படைத்த ஒரு சமூக சேவகி அவள் உதவிக்கு வர நேர்ந்தது. அந்தப் பெண்மணி எடுத்துக் கொண்ட முயற்சியின் பயனாய் கிரிஜாவின் குழந்தைக்கு அவளது பரம வறுமையை முன்னிட்டு ஓர் அனாதைப் பாலர் விடுதியில் இடம் கிடைத்தது. தாயார் உயிரோடு இருந்தாலும் அந்தக் குழந்தை அநாதை தான் என்று நிலை நாட்டி ஒரு சாதனை புரிந்தாயிற்று.

ஆறு மாதக் குழந்தை அவள் மேல் ஒட்டிக்கொண்டு விலக மறுத்து அழுததை இப்போது நினைத்துக்கொண்டாலும் கிரிஜாவின் அடி வயிற்றில் ஆயிரம் தேள்கள் கொட்டின. தன் இதயத்திலிருந்தே ஒரு பாகம் பறிக்கப்படுவதைப் போல் அவளுடைய எலும்புக் கூட்டு உடல் மீதிருந்து குழந்தையை விடுதிப் பணிப் பெண் ஒருத்திப் பிய்த்தெடுத்துக்கொண்ட போது அவளும் தாங்க மாட்டாமல் உடைந்து போய் அழுதுவிட்டாள்.

விடுதியின் தலைவி அவளைப் பார்த்த கண்டிப்பான பார்வையில் இரக்கமும் கலந்திருந்தது.

"இதோ பாரும்மா. அழக்கூடாது. குழந்தை நல்லா இருக்கணும்னு தானே இங்கே சேர்த்திருக்கிறே? அப்புறம் எதுக்கு அழுகை? குழந்தையை நாங்க பார்த்துக்கறோம், கவலைப்படாதே. ஒவ்வொரு மாசமும் முதல் தேதி பார்வையாளர்களை நாங்க அனுமதிக்கிறோம். ஏதேனும் எமர்ஜென்ஸின்னா தவிர அதுக்கு மேல் அனுமதிக்கிறதில்லே. நீ, பாவம், இப்பத்தான் குழந்தையை விட்டுப் பிரிஞ்சிருக்கிறே. அதனால, இன்னும் முதல் தேதிக்க அஞ்சு நாள்தான் இருக்குன்னாகூட அன்னிக்கு வந்து பாரு. அப்புறம் அதுக்கடுத்த ஒண்ணாந் தேதி வந்தா போதும்."

"நடுவிலே வரவே கூடாதுங்களா?" என்று அவள் விம்மினாள்.

"குழந்தையையும் சேர்த்துட்டு அப்புறம் இப்படிப் பேசினா என்னம்மா அர்த்தம்?"

"இல்லேல்லே, கோவிச்சுக்காதீங்க..." சிறிது சிறிதாய் அழுகையை வென்று மூக்கை உறிஞ்சிக் கண்களைத் துடைத்துக்கொண்டாள்.

"குழந்தையைப் பத்தி மட்டும் கவலையே படாதே. இங்கே ஒப்படைச்சுட்டே இல்ல? இனி அது நல்லா இருக்க வேண்டியது எங்க பொறுப்பு."

"ரொம்ப நன்றிங்க... நான் வரேங்க. கண்ணு, அம்மா வரட்டுமா ராஜா?" கண்களில் குழந்தையைத் ததும்பத் ததும்ப நிறைத்துக்கொண்டு அவள் திரும்பினாள்.

ஒன்று இரண்டு மூன்று நான்கு ஐந்து என நாட்களை எண்ணிக் கொண்டிருந்துவிட்டு முதல் தேதி அன்று குழந்தையைப் பார்க்க ஓடிச் சென்றாள். அவளைக் கண்டதுமே குழந்தை பணிப் பெண்ணின் கரங்களிலிருந்து தாவிக்கொண்டு அவள் அணைப்புக்குள் வந்து அவள் மீது ஒட்டிக்கொண்டது. ஏதேதோ ஒலிகள் எழுப்பியது. நாய்க்குட்டி போல் உரசியது. அவள் தோளில் கன்னத்தைப் பதித்துக் கொண்டது. அவள் முகத்தைப் பார்த்து ஏங்கி ஏங்கி அழுதது. அழுகையும் சிரிப்புமாய்க் கேவியது.

கிரிஜா வயிற்றுள் ஒரு ஜுவாலையை உணர்ந்தாள். குழந்தையை முத்தமிட்டு இறுக அணைத்துக்கொண்டு கண்ணீர் பெருக்கினாள். ஒரு கணம் பாசமும் பிரிவுத் துயரும் குழந்தையைத் தன்னோடு திரும்ப எடுத்துப் போய்விடலாமா என்றுகூட அவளை வெறிகொள்ள வைத்தன. அதன் பாதுகாப்பை எண்ணி ஒருவாறு தன்னைச் சமாளித்துக் கொண்டாள்.

விடைபெறும் சமயத்தில் குழந்தையை விடுதிப் பெண் எடுத்துக் கொண்டபோது அது மீண்டும் அழுது கதறியது. சிறு கரங்களை அவள் பக்கம் நீட்டி உடலை வளைத்துத் திமிறி அவளிடம் திரும்பி வர முயன்றது. மாலை மாலையாய்க் கண்ணீர் வழியும் அந்தப் பிஞ்சு முகத்தையே எண்ணி அன்றிரவு முழுவதும் கிரிஜா அழுது கொண்டே இருந்தாள்.

நீலமணிக்கு ஒரு 'பர்ஸனல்' வேலைக்காரி தேவை என்ற தகவல் காதில் விழுந்து அவள் அங்கு வேலை தேடிப்போனது, இதற்கு இரண்டு நாட்களுக்குப் பிறகுதான். மாதத்தில் ஒருநாள் தேனாம்பேட்டையில் அநாதைக் குழந்தையர் விடுதிக்குச் சென்று தன் குழந்தையைப் பார்த்து வருவதைத் தவிர தனக்கு வேறெங்கும் போக வேண்டியதில்லை என்றும், யாருமற்ற தனியாளான தன்னால் வீட்டோடு இருந்து அம்மாள் விருப்பம் போல் எல்லாப் பணிவிடைகளையும் செய்ய முடியும் என்றும் அவள் சொன்னபோது, ஓரளவுக்காவது தன் தேவைக்கேற்பக் கிடைத்த ஊழியக்காரியாய் நினைத்து நீலமணி அவளை வேலையில் அமர்த்திக்கொண்டாள்.

ஒரு வாரம் அமைதியாய் வேலை பார்த்த கிரிஜாவைத் திடீரென்று ஓர் அதிர்ச்சி எதிர்கொண்டது. நீலமணியின் மூத்த மகன் பம்பாயில் உத்தியோகம் பார்த்து வந்தான். தன் தாயின் உடல் நலிவுக்குத் தக்க வைத்தியம் அங்கே கிடைக்க வாய்ப்பு இருக்கிறதென்றும், எப்படியும் தன் குழந்தைகளின் கோடை விடுமுறையின் போது அவர்களுடன் அவள் இருந்தால் கலகலப்பாய்ப் பொழுது போக்குவாளென்றும் கூறி இரண்டு அல்லது மூன்று மாதங்களுக்குத் தன்னுடன் வந்து தங்கும்படி எழுதினான். அந்த அழைப்பை ஏற்றுக்கொண்ட நீலமணியும் தன் பணிப் பெண்ணைத் தன்னோடு கிளம்பத் தயாராக மூட்டை கட்டிக்கொள்ளச் சொன்னாள்.

கிரிஜாவால் வெகு நேரம்வரை இந்த அதிர்ச்சியை ஜீரணிக்க முடியவில்லை. இரண்டு அல்லது மூன்று மாதங்கள் சென்னையை விட்டுப் போவதா? அதாவது, தன் குழந்தையைப் பாராது இருப்பதா? எப்படி முடியும்? ஆனால் முடியாமல் வேறென்ன செய்வது? குழந்தையின் நன்மையைக் கருதி அதை விடுதியில் விட்டபோதே பிரிவுக்குத் தயாராகத்தானே இருந்தாள்? சிறு பிரிவு, பெரும் பிரிவு எதுவானால் என்ன? எனினும் உயிரினுள் நோவு வண்டாய்க் குடைகிறதே!

மாத நடுவில் பம்பாய்க்குப் பயணமாவதற்கு முந்தைய தினம் மீண்டும் விடுதிக்குச் சென்று தலைவியைச் சந்தித்து நிலைமையை விளக்கி, அன்று முதல் தேதி இல்லாவிட்டாலும் குழந்தையைப் பார்க்க எப்படியோ மன்றாடி அனுமதி பெற்றாள். மீண்டும் ஒருமுறை தாயும் சேயும் கண்ணீருடன் சந்தித்தார்கள். மீண்டும் ஒருமுறை தன் கழுத்தை அணைத்து ஓட்டிக்கொண்டிருந்த பிஞ்சுக் கரங்களைப் பிய்த்தெடுத்துக் கொடுத்துவிட்டு அவள் திரும்பினாள். அடுத்த இரண்டரை மாதங்களுக்கு அந்தச் சந்திப்பின் நினைவே துணை, தீப்புண் எல்லாம். நாட்கள் வெறுமைச் சங்கிலியாய்க் கிடந்தன.

இப்போது சென்னை திரும்பியாகிவிட்டது. இதோ ஒரு முதல் தேதி பொன்னாய்ப் புலர்ந்துவிட்டது. இன்று மாலை மீண்டும் அவள் கண்கள் பசியாறும். வேதனை தணியும். கரங்களுக்குள் இப்போதே குழந்தை இருப்பது போல் மெத்தென்று உணர்வாகிறதே!

வெறித்து ஓடும் நெஞ்சத்துடிப்பு. உணவை இறங்கவிடாத தாப உச்சம். உடம்பையும் மனசையும் முட்டி மோதி நிலைகுலைக்கும் இன்பக் கிளர்ச்சி. இவையாவும் சேர்ந்து கிரிஜாவாயின.

இரண்டரை மாதங்களில் குழந்தை எப்படி வளர்ந்திருப்பான்! இப்போது கொஞ்சம் பேச்சு வந்திருக்குமோ? 'அம்மா' என்று சொல்ல வருமோ? விடுதியின் பராமரிப்பில் உடல் தேறியிருப்பானோ? அல்லது தாய்க்கு ஏங்கும் ஏக்கத்தில் இன்னமும் துரும்பாய்த்தான் வாடியிருப்பானோ?

'என் குழந்தை!'

பிற்பகல் மூன்று மணிக்குள் எஜமானியம்மாளுக்கு எல்லா வசதிகளையும் செய்து வைத்துவிட்டுக் கிளம்பிவிட்டாள். "போய்ட்டு வந்துடறேம்மா!" என்றாள் போய்க்கொண்டே.

"குழந்தையைப் பார்க்கறேன் பேர்வழின்னு அங்கேயே டேரா போட்டுடாதே. போனேன் வந்தேன்னு திரும்பி வந்து சேரு."

நீலமணியின் குரலைப் பின்னே விட்டுவிட்டுக் கிரிஜா மேலே விரைந்தாள். சம்பளப் பணத்திலிருந்து ஒரு பிஸ்கெட் பொட்டலமும், ஒரு சின்ன பிளாஸ்டிக் குதிரைப் பொம்மையும் வாங்கிக் காகிதத்தில் சுற்றிக்கொண்டாள்.

பஸ்களெல்லாம் உடனுக்குடன் கிடைத்துவிட்டதால் மூன்றே முக்காலுக்குள் விடுதியை அடைந்துவிட்டாள். இந்த நேரத்தில் அதிக பார்வையாளர்கள் இல்லை. வந்திருந்த சிலரின் பக்கம் அவள் கவனம் பதியவுமில்லை. தலைவியைச் சந்தித்து வணக்கம் செய்தாள். வணக்கத்தையும் முந்திக் கொண்டு கேள்வி வந்து விழுந்தது.

"குழந்தை எப்படிங்க இருக்குது?"

"நல்லாத்தான் இருக்குது. நீயே பார்க்கப் போறியேம்மா! இப்படி உக்காந்திரு. கொண்டுவரச் சொல்றேன்."

வராந்தா நாற்காலியில் உடல் நிலை கொள்ளவில்லை. எழுந்து நடை பயின்றாள். திரும்ப உட்கார்ந்தாள். உள்ளே எட்டிப் பார்த்தாள். காகிதத்துள் இருந்த பொருட்களைத் தொட்டுப் பார்த்து மகிழ்ந்து கொண்டாள். மறுபடி எழுந்தாள். உள்ளே எட்டிப் பார்த்தாள். கண்களும் கரங்களும் தகித்தன. உள்ளே எட்டிப் பார்த்தாள்.

இதோ!

விடுதியைச் சேர்ந்த ஒரு பெண்ணின் கரத்தில்...

அவள் குழந்தை!

எத்தனை அழகாயிருக்கிறான்! உடம்பு நன்றாய்த் தேறியிருக்கிறதே! சதை வைத்து, தலைமுடி வளர்ந்து, கன்னங்கள் உருண்டையாக மின்ன..! சிறிது வளர்ந்துமிருந்தான். தூக்கிப் பிடித்திருந்த அந்தப் பெண்ணின் கரத்துக்குக் கீழே இளங் கால்கள் முன்பை விட நீளமாய்த் தொங்கின.

கருணை நெஞ்சங்களின் வெதுவெதுப்பில் அழகு மடலவிழ்த்துக் கொண்டிருக்கும் தன் சின்னஞ்சிறு அரும்பைப் பார்த்தவாறு மூச்சிரைக்க நின்றபோது உடலெல்லாம் சிலிர்த்துக் கண்கள் குப்பென்று நீர் சுரந்து மங்கின.

மறுகணம் பாய்ந்து அணுகினாள்.

"கண்ணு!... ராஜா!..." உதடுகள் துடித்தன. "வா!"

ஆர். சூடாமணி

கரங்கள் நீட்டினாள்.

குழந்தை அவளைப் பார்த்தது. ஏதோ ஒரு நினைவலை ஆழத்திலிருந்து லேசாய் எழுந்து அசைந்தாற்போல் கண நேரம் ஓர் உன்னிப்பு அப்பார்வையில் தெரிந்தது. இதழ்களில் புன்னகை தொடங்கியது. அது முடியுமுன்பே குழந்தை தலையைத் திருப்பிக்கொண்டது.

“வா கண்ணு! அம்மா கிட்டே வா!” கரங்கள் நெருங்கி வந்தன. அந்தப் பெண் குழந்தையை அவள் பால் நீட்டினாள்.

குழந்தை தாவிக்கொண்டு வரவில்லை. திமிறியபோது முன் பக்கமாய் அவளை நோக்கித் திரும்பவில்லை. பின்னுக்குத் திமிறிக் கொண்டு அந்தப் பெண்ணின் கழுத்தைக் கட்டிக்கொண்டது. லேசாய்க் கண்களைத் திருப்பிக் கிரிஜாவைப் பார்த்தது.

“கண்ணு ... என் ராஜாக் கண்ணு! நான் அம்மாடா! அம்மாவைத் தெரியலே? அம்மாவண்டை வா கண்ணு!”

நடுங்கும் விரல்களால் பூஞ்சதையைத் தொட்டாள். “ஹூம்” என்ற சிணுங்கலுடன் குழந்தை நெளிந்து அந்தப் பெண்ணின் மீது பின்னும் இறுக்கமாய் ஒட்டிக்கொண்டது.

“இதோ பார்த்தியா, உனக்காக என்னகொண்டு வந்திருக்கேன்னு? பொம்மை, பிஸ்கோத்து ... குதிரை பார்த்தியா குதிரை?”

குழந்தை குதிரையைப் பார்த்தது, சிரித்தது. அவள் நீட்டிய போது வாங்கிக்கொண்டது. மீண்டும் அவள் தொட்டபோது சிணுங்கி விலகிக்கொண்டது.

“ராஜா! என்னடா இது? அம்மாவை மறந்துட்டியா? உன் அம்மாவை மறந்துட்டியா? உன் அம்மாடா நான்! அம்மா!”

குழந்தை அந்தப் பெண்ணைப் பார்த்துச் சிரித்தது.

கிரிஜா அசைவிழந்து நின்றாள். சிறிது நேரம் உலகமே உறைந்து போயிற்று.

இன்று குழந்தை அவளுக்காக ஏங்கி அழாது. அவள் உடம்போடு ஒட்டிக்கொண்டிருக்கும் அதை அவள் பிய்த்தெடுத்துக் கொடுத்துவிட்டுப் போக வேண்டி வராது.

அவள் கரங்கள் அநாதையாய்த் தொங்கின. லேசாய்த் திறந்த வாய் ஊமையாயிற்று. கண்கள் பெரிதாக இன்னும் இன்னும் பெரிதாக விரிந்து குழந்தையை வெறித்துப் பார்த்தவாறே அவள் அசைவற்று நின்றாள்.

தினமணி கதிர் தீபாவளி மலர், **நவம்பர் 1980**

நீல ரிப்பனும் வானவில்லும்

கடல் மீது சீறிக்கொண்டு நுரை பொங்க உயரே சுழித்தெழும்பும் அலையை யாரோ பிடித்து ஆகாயத்தில் மாட்டி வைத்தது போல் ஒரு மேகம். அதன் கீழே, தெருப் புழுதியில், சில குழந்தைகள் விளையாடிக் கொண்டிருந்தார்கள்.

அவர்களிடையே ஒரு பின்புறத் தோற்றம். காக்கி அரை நிஜார். மேலே சட்டை இல்லை. முதுகில் நிக்கர் பட்டைகளின் 'எக்ஸ்'. அதன் இருபுறமும் இறங்கும் சாண் நீளச் செம்பட்டை இரட்டைப் பின்னல்கள். ஒரு பின்னலின் முனையில் நீல ரிப்பன் கட்டியிருந்தது ரிப்பன் இல்லை. நிஜார் போட்ட பெண் குழந்தையா அல்லது பின்னல் போட்ட ஆண் குழந்தையா? திரும்பிய பிறகும் முகத்திலோ குரலிலோ பால் பேதம் தெரியவில்லை. வெறும் குழந்தைப் பருவமான வடிவம். மற்றக் குழந்தைகளின் இந்த அரை நிர்வாணம் ஒரு வித்தியாசம், ஒரு தீவு.

சிந்தாதிரிப் பேட்டையின் அந்தக் குறுகிய சந்தில் வரிசையாய்க் கடைகள், கூடவே சின்னச் சின்னக் குடியிருப்புகள். ஒரு சைக்கிள் ரிப்பேர்க் கடையின் முகப்பில்தான் (அது கடையின் முகப்பா அல்லது தெருவின் நடைபாதையா?) இந்தக் குழந்தைகள் விளையாடிக் கொண்டிருந்தார்கள். அந்தக் குடியிருப்புகளினின்று வந்திருக்கலாம். கடைச் சொந்தக்கார வாலிபன் தன் தொழிலுக்கிடையே அவ்வப்போது முகம் உயர்த்தி அவர்களைப் பார்த்துப் புன்சிரித்தான். மாலை நேரத்து இந்த விளையாட்டு அங்கு ஒரு மாமூல்.

கவுன் விளிம்பை இரு விரல் நுனிகளால் நாசூக்காய்த் தூக்கிப் பிடிக்கும் மிடுக்கில், அதன் கிழிசல் ஒட்டுகளை மறைந்து போகச் செய்யும் ஒரு பெண் குழந்தை, "நான்தான் சீதேவி" என்று அறிவித்தாள்.

"நேத்து ஸ்ரீப்ரியான்னு சொன்னியே?" என்றான் கடைக்காரன்.

"நேத்துதானே?"

ஆர். சூடாமணி

அந்த இள உலகில் இன்று என்பது நேற்றிலிருந்து ஒரு ஜன்ம தூரம்.

ஓர் ஆண் குழந்தை தெருவில் யாரோ நசுக்கி எறிந்திருந்த அவிந்த பீடி முனையை எடுத்து வாய்க்குச் சற்றுத் தொலைவிலிருந்து சுண்டிப் போட்டு உதடுகளில் கௌவிக்கொள்ள முயன்றவாறே, "இது ரஜினி ஸ்டைல்" என்றான். அவன் நேற்று கமலாய் இருந்தவன்.

வானத்தில் அலைகள் மறைந்து, மரங்களும் மனித முகங்களும் தோன்றியிருந்தன. சட்டென்று படரும் ஒரு லேசான கருமை. காற்றில் ஒரு சிலுசிலுப்பு. தொலைவுப் பட்டாசாக எங்கோ விண்வெளியில் உருண்டோடும் ஒரு சப்தம். மழை வருமோ?

குழந்தைகள் கண்ணாமூச்சி, சடுகுடு போன்றவையும் வேறு பிறவும் விளையாடிக் கொண்டிருந்தார்கள். அருகில் வாகன நெரிசலுக்கு உயிரை நிமிடத்துக்கொருமுறை பணயம் வைத்து மீளும் ஆபத்தையோ, தெருவின் அசுத்தங்களில் உடம்புகள் மேலும் அழுக்காவதையோ பொருட்படுத்தாமல் விளையாடினார்கள். சிலர் தமது களிப்பினால் கந்தலைச் சிரிக்க வைத்தார்கள். வேறு சிலர் ஆட்டம் ஆடி, அந்தப் புழுதித் தெருவை நடன அரங்கமாக்கினார்கள்.

வரிசைக் கடைகளில் ஒரு பாக்கு புகையிலைக் கடைக்கு வந்த வாடிக்கையாளர், கையிலிருந்த ஐந்து ரூபாய் நோட்டை ஸ்டூல் மேல் வைத்துவிட்டு வயதான கடைக்காரரிடம், "வழக்கம்போல அம்பது கிராம் வாசனைப் பாக்கு" என்று கூறி அங்கு சுவரில் வாடிய பூமாலை யுடன் காணப்பட்ட கஜலக்ஷ்மி படத்துக்கு ஒரு கும்பிடு போட்டார்.

"இந்தாங்க."

பிளாஸ்டிக் உறை மடிப்பில் பாக்குத் தூள். அருகில் மிச்சப் பணம். பார்த்தவர் திடுக்கிட்டார். "என்னய்யா இது, மூணேகால் ரூபாயில்ல தரணும்? மூணு தந்திருக்கீங்களே!"

"சாமானுங்க விலையெல்லாம் ஏறிப் போயிடிச்சே சார்! பாக்கு மட்டும் பின்னாலேயே நிக்குமா? இப்ப அம்பது க்ராம் ரெண்டு ரூபா."

'பகல் கொள்ளை' என்று வாய்க்குள் ஒரு முணுமுணுப்பு. "இந்த நாள்ல வியாபாரிங்கதான் பிழைக்க முடியறது" என்று வெளியில் ஓர் எரிச்சலான சிரிப்பு. வாடிக்கையாளரின் பார்வை தெருவுக்கு அலைந்தது. தெருவில் பத்து வயதுப் பையன் ஒருவன், ஒரு தட்டில் இரண்டு கண்ணாடித் தம்ளர்களில் காப்பி எடுத்துப் போய்க் கொண்டிருந்தான்.

தெருத் திருப்பத்திலிருந்த 'கீதா கபே'யிலிருந்து யாரோ தருவிப்பதை அவர்களுக்கு எடுத்துப் போகும் ஏவலாளன் போலும். பையன் சற்று நின்றான். ஒரு தம்ளரை எடுத்து மெல்ல ஒரு வாய் காப்பியை

தனிமைத் தளிர்

உறிஞ்சினான். கண் மலர, உதட்டை நாவால் நக்கிக்கொண்டான். பிறகு அந்தத் தம்ளரை வைத்துவிட்டு, இரண்டாம் தம்ளரை எடுத்து அது போலவே ஒரு வாய் காப்பியைப் பருகி ரசித்தான். பிறகு வாயைத் துடைத்துக்கொண்டு 'ஸீரியஸ்' முகத்துடன் தட்டைச் சுமந்தவாறு மேலே விரைந்தான்

"எல்லாம் திருட்டுப் பசங்க. ஏமாத்துக்காரங்க" என்றார் பாக்கு வாடிக்கைக்காரர். வாய்விட்டு யாரையோ ஏச முடிந்ததில் ஒரு திருப்தி. இரண்டு கடைகள் தாண்டி விளையாடிக் கொண்டிருந்த குழந்தைகள் மேல் பார்வை சென்றது. பழசானாலும் வர்ணமயமாய் சட்டைகள், கவுன்கள், பாவாடைகள், நிக்கர்கள். 'தரையில் விழுந்த நிறங்கள்' என்று சினிமாப் பாணியில் ஒரு தலைப்பு வரி மனத்தில் தோன்றியது. வர்ணங்களிடை அந்தக் காக்கித் தீவைச் சட்டென்று கவனித்தார்.

"அட! பான்ட், பின்னல்! ஆணா பொண்ணாய்யா?"

பாக்குக் கடைக்காரர் முன்னால் வந்து தலையை நீட்டி வெளியே எட்டிப் பார்த்தார். ஆள் அடையாளத்துக்காக அல்ல. அந்த வர்ணனையே இனம் காட்டியது. சேர்ந்து பார்க்கிற சுவாரஸ்யத்துக்காகத்தான் எட்டிப் பார்த்தார்.

"ஆம்புளைக் கொழந்தைதான். பேரு ஒலகநாதன். திருத்தணியில் முடி குடுக்கிறதாய்ப் பிரார்த்தனை. பாவம், பரிதாபக் கேசு சார். அப்பன் இது வயித்திலே இருந்தப்பவே கண்ணை மூடிட்டான். இந்தத் தெருவிலேயே என்னை மாதிரிக் கடை வச்சிருந்தவன்தான். மூக்குப்பொடிக் கடை. சின்னான் கடைகாரப் பொடின்னா வட்டாரத் திலேயே பிரசித்தம். காரில்கூட வந்து வாங்கிக்கிட்டுப் போவாங்க. பொட்டுனு ஒருநா மாரடைப்பில மண்டையைப் போட்டுட்டான். ஹூம், அவனோடகூட வசதியும் போச்சு. அம்மாக்காரி அப்பப்போ கூலி வேலையோ வெறென்ன வேலை கெடக்கிதோ செஞ்சு அரை வயித்துக்குத் தின்னு புள்ளையையும் காப்பாத்தறா. இந்த ஒரு வாண்டு இருக்கிற பிடிப்பில உசிரை வச்சிருக்கேன்னு அடிக்கடி சொல்லுவா, பாவம். இதைத் திருத்தணிக்குக் கூட்டிப்போய் முடி குடுக்கணும்னு என்னமோ ஒரு ஆசை ...

உலகநாதனின் ரிப்பன் கட்டாத பின்னல், அவன் குதித்த குதியில் அவிழ்ந்து போயிருந்தது. செம்பட்டை முடி சடைத் திரிகளாய்த் தொங்கியது ... காற்றில் அலைந்து கண்ணில் புகுந்து ஆட்டத்துக்கு ஊறு செய்தது. பையன் அடிக்கடி சிணுங்கலுடன் இடது கையால் முடியைப் பின்புறம் தள்ளி விட்டுக்கொண்டான்.

"என்னா அர்த்தநாரீசுரரே! ஒரு பின்னலுக்கு ரிப்பன் என்னாச்சு?" என்று பாக்குக்கடைக்காரர் குரல் கொடுத்தார்.

"எம் பேரு அர்தத்தநாரீசுரரில்ல" என்று முதலில் திருத்திவிட்டுப் பையன், "எங்கம்மா கட்டி விடல" என்றான்.

“நேரமிருந்திருக்காது அண்ணாச்சி! நாலு நா பட்டினிக்கப்புறம் இன்னிக்குத்தான் எங்கேயோ சித்தாள் வேல கெடச்சிருக்குன்னு ஓடியிருக்குதாம் இவங்கம்மா. மூணாம் வூட்ல சொன்னாங்க. இதுக்கு ரிப்பன் போட்டுக் கட்டி அழகு பாக்கத்தானா நேரம் கெடைக்கப் போகுது?” என்றான் சைக்கிள் கடைக்காரன்.

“ஒரு பின்னலுக்கு நேரம் இருந்து இன்னொண்ணுக்குத் தான் அவசரம் வந்திடிச்சாங்காட்டியும்? ஏண்டா அர்த்தநாரீ, வீட்ல இன்னொரு ரிப்பன் இல்லையா? அப்ப ஒரே பின்னலாப் பின்னிக்கலா மில்ல? திருத்தணி சாமி கூடாதுங்குதா? ரெட்டைப் பின்னல் என்ன ஸ்டைல் பாளாப் போகுது?”

“எம் பேரு அர்த்தநாரியில்ல. இன்னொரு ரிப்பன் இருந்திச்சு. ஆனா எங்கம்மாவுக்கு அது பிடிக்கலே. வேணாம்னுட்டது.”

“பெரிய மகாராணி தாண்டாப்பா உங்கம்மா! பொளப்பே சிங்கியடிக்குது, இதிலே பிடிச்ச ரிப்பன், பிடிக்காத ரிப்பன் வேறயா?’

“அடியே பூங்கோதே!” என்று தெருக் கோடியிலிருந்து ஒரு பெண்ணின் குரல் கேட்டது.

குழந்தைக் குவியலிலிருந்து “என்னம்மா?” என்று ஓர் எரிச்சலான பதில்.

“சமயம் பாத்து எங்கேடீ ஒழிஞ்சு போயிட்டே? பெரிய வூட்டாண்ட போய்க் கெணத்துல தண்ணி சேந்தியாராண்டாம்? மளை வரும் போலிருக்கு. வந்துட்டாக் கதவை அடைச்சிட மாட்டாங்க? அப்புறம் தண்ணிக்கு எங்கே போய் சாவுறது? வா வா, வாளியை எடுத்துக்கிட்டு ஓடு.”

“இன்னும் ரவூண்டு நேரம் வெள்ளாடிட்டு . . .”

“வெள்ளாடுமாச்சு செம்மறியாடுமாச்சு! இப்ப ஒடனே வாரியா இல்லியா? வெளக்குமாறு முறிஞ்சிப்போயிடும், கய்தே. டீ பூங்கோதே, ஒன்னத்தாண்டி!”

மனமின்றி ஸ்ரீதேவி பூங்கோதையானாள். “தோ வாரேம்மா!” சகாக்களை ஏக்கத்துடன் திரும்பித் திரும்பிப் பார்த்துக்கொண்டே, “நாளக்கென்ன, நீ ஸ்ரீவித்யாவா?” என்ற கடைக்கார வாலிபனின் கேள்வியைப் பொருட்படுத்தாமல், தன் வீடு நோக்கி நடந்தாள்.

“சீ, எளவெடுத்த முடி பூரா அவுந்துபோச்சு” என்று உலகநாதன் அவிழ்ந்த குட்டை முடியை இடது கைப் பிடிக்குள் அடைத்துக் கடைக் கண்ணால் கோபமாய், முறைத்தான், செம்பட்டை பதிலுக்குக் கனன்றது.

“இருக்கற ரிப்பனைப் போட்டுக் கட்டிவிட்டிருக்கக் கூடாது உங்கம்மா? இப்ப படு அவஸ்தை. ஏண்டா அர்த்தநாரி, உனக்காகவே பின்னல் போட்டுக்கத் தெரியாதா?” என்றார் பாக்குக் கடைக்காரர். பையன் பதில் சொல்லவில்லை.

“என்னடா பொடியா, கேட்டுக்கிட்டே இருக்கேன் கம்முனு நிக்கிறே? கொளுப்பா?”

“அர்த்தநாரின்னு கூப்பிட்டா பதில் சொல்ல மாட்டேன்.”

“அட்ரா சக்கைன்னான்! இம்புட்டுப் பெரிய மனுஷனாய்ட்டியா நீ? சரி, வுடு, ஒனக்கே பின்னல் போட்டுக்கத் தெரியாதாடா ஒலகு?”

“ஊஹூம், இந்தச் சனியனை வெட்டி எறின்னாலும் அம்மா கேக்க மாட்டேங்குது.”

“சீசீ சாமிக்குக் கொடுக்கப் போற முடிடா! சனிகினின்னெல்லாம் பேசப்பட்டது. கண்ணு அவிஞ்சு பூடும். சாமியை நெனச்சு மன்னாப்புக் கேட்டுக்கிட்டுக் கன்னத்தில் போட்டுக்க.”

உலகநாதன் பயந்தவனாய்ச் சாமியை நினைக்க முயன்றான். சடுகுடு ஆட்டத்தின் நடுவே அது எளிதாயில்லை. திடீரென்று மகாத்மா காந்தி சொன்ன வகையில் சாமி அவன் முன் பிரத்தியட்சமானார். அவன் அசைவிழந்தான்.

‘கீதா கபேயில்’ டபிள் ஸெவன் குடித்துவிட்டுக் கையில் பொட்டலம் நிறைய முறுக்குகளுடன் கொறித்துக்கொண்டே வந்த ஓர் இளம் ஜோடி, இந்தக் குழந்தைகளைக் கண்டதும் சிரித்தவாறு அருகில் வந்து ஆளுக்கொரு முறுக்கு வழங்கினார்கள். இமைப்பொழுதில் விளையாட்டு நின்று பரபரப்பான உடல்களில் கண்கள் விரிந்தன. கைகள் நீண்டன. ஒரு சிறுமி முறுக்கைக் கொஞ்சம் சுவைத்துவிட்டு மிச்சத்தைக் கிழிசல் கவுனில் ஜாக்கிரதையாய் முடிந்து வைத்துக் கொண்டாள். இன்னொருத்தி அவசரமாய் வாய் மேல் உள்ளங்கையை அழுத்திப் புழுதியும் வேர்வையும் சேர முறுக்கை இரண்டே கவளத்தில் உள்ளே தள்ளிவிட்டு, மறுபடியும் கையை நீட்டினாள். ஒரு சிறுவன் முறுக்கைத் தின்ற பின், திட்டாக அழுக்குப் படிந்திருந்த நிக்கர் பின் பக்கத்தில் கையைத் துடைத்துக்கொண்டான். இன்றைய ரஜினிகாந்த் முறுக்கை ஒடித்து சிகரெட் புகைத்த அதே ரஜினி ஸ்டைலில் சுண்டிப் போட்டுத் தின்றான்.

உலகநாதன் நாவில் எச்சில் ஊறியது. எனினும் கைகளைப் பின்னால் வைத்துக்கொண்டு மிடுக்காக, “எனக்கு வேணாம்” என்றான்.

“ஏண்டா பையா, அப்படி? முறுக்கு நல்லாயிருக்கும். இவங்கள்ளாம் தின்றாங்களில்ல. நீயும் வாங்கிக்க” என்று அந்த ஜோடி வற்புறுத்தியது.

உலகநாதன் தலையை உறுதியாய் ஆட்டினான். கண்கள் முறுக்கின் மீது படிந்தபோது அவைகளில் நீர் சுரந்தது. கூடவே மூக்கும் ஒழுகியது. உறிஞ்சிக்கொண்டான். உணவைப் பிடுங்கிக்கொள்ள வெளியே தானாகவே கழன்று விழுந்துவிடும் போலிருந்த காலி வயிற்றை அடக்கி வைத்தான்.

“ஊஹூம் வேணாம் . . .”

“ஏண்டா?”

“எங்கம்மா யாரண்டையும் கை நீட்டக் கூடாதுன்னு சொல்லி யிருக்குது. இன்னக்கி வேலை பார்த்துக் கூலி வாங்கி எனக்குப் பன் வாங்கியாரேன்னு சொல்லியிருக்குது.”

“சரிதான் போடா. பெரிசா பிகு பண்ணிக்கிறான். கமான் லெட்ஸ் கோ.”

அந்த ஜோடி சென்றுவிட்டது. பாக்குக் கடைக்காரர், “என்னாடா அல்டாப்பு. இம்புட்டு ராங்கிக்காரனா எப்ப ஆனே நீ? ம். தலையெழுத்து கோணலாயிருந்தா யாரு மாத்த முடியும்? கெட பட்டினி. கை நீட்ட மாட்டாரமில்ல ஐயா! பெரிய ஜமீன்தார் பரம்பரைன்னு நெனப்பு. அப்படித் தானே அர்த்தநாரி – ஸாரி – மிஸ்டர் உலகநாதன்?” என்று வேதனைக் கோபத்துடன் இரைந்துவிட்டு, மீண்டும் கடைக்குள் வந்து வியாபாரத்தைக் கவனிக்கலானார். அந்த வாடிக்கையாளர் போய் வேறு சிலர் வந்திருந்தார்கள். தெருவில் கூட்டம் மாறிக்கொண்டே இருந்தது. விளையாட்டுக் குழுவில் குழந்தைகள் ஒவ்வொருவராய்க் கலைந்துவிட்டார்கள். மழை தூறலுக்கு மேல் வலுக்கவில்லை. எங்கோ பெய்த நல்ல மழையின் வாலாக மேகங்களூடே ஒரு வானவில் தோன்றியது.

“வானவில்!”

“ரேய்ன்போ!”

“அங்கே பாருங்க!”

“அஸ்தமன சூரியன்தான் கலர் கலரா தெரியுது. வானவில் இல்லே.”

“இல்லீங்க, வானவில்லே தான்.”

“பட்டையா தனியாகத் தெரியுதே! வளைவா மேலே போகுது, பாருங்க, தெரியலே? அதோ பச்சைக் கலர் வேற. ரேய்ன்போதான்.”

யாராரோ பேசிக்கொண்டார்கள். உலகநாதன் அது ஒன்றையும் கவனிக்கவில்லை. அவன் கண்முன் இன்னும் அந்த முறுக்குதான் இருந்தது. கடுக் முடுக் என்று சகாக்கள் கடித்துத் தின்ற சப்தம் காதுகளில் ஒலித்தது. நாவில் ஊறிய நீரைப் பிடிவாதமாய்த் துப்பினான்.

மண்ணில் ஈர மணம் எழுந்தது. இப்படி இளந்தூறலுடன் நின்று விடும் மழை நிச்சயம் பின்னால் புழுக்கத்தை அதிகமாக்கும். ஆனால் இந்தக் கணம் தண்ணென்று காற்று வீசியது உடம்புக்குச் சுகமாயிருந்தது. ஒரு போலிக் குளிரின் ஆனந்தம் உறைத்தது. உலகநாதன், வெற்று மார்பில் கரங்களைச் சேர்த்து இறுக்கிக்கொண்டான். கைப்பிடியிலிருந்து நழுவிக் காற்றின் அலைப்பில் கண்களுள் புகுந்த செம்பட்டை முடியைத் தலை உதறலில் தவிர்த்துக்கொள்ள முயன்றவாறு, சைக்கிள் கடைக்கார னிடம் “எங்கம்மா வார வரைக்கும் இப்படியே படியண்ட கொஞ்சம் குந்தியிருக்கட்டுங்களா?” என்றான்.

“சரி.”

ஓரமாய் உட்கார்ந்துகொண்டான். வானத்தைப் பார்த்தான். உற்றுப் பார்த்தால் ஆரஞ்சா – மஞ்சளா – அல்லது நீலமா – பச்சையா – என்று பேதம் புரியாதவாறு கண்களை ஏய்த்துக் கரைந்து போய்விடும். அத்தனை நிறங்களும் ஒரு குறுகிய வட்ட வளைவுக்குள் ஜாலம் காட்டின. மாலை முற்றவே வானம் தன் வில்லையும் எடுத்துக்கொண்டு மெல்ல மறைய ஆரம்பித்தது.

"அடே ஒலகு! என்னாடா உக்காந்தே தூங்குறியா? பசியொறக்கமாடா கண்ணு?"

கண்களைத் திறந்தபோதுதான் கண்கள் மூடியிருந்ததையே உணர்ந்தான் உலகநாதன். எதிரே பார்த்ததும் முகம் மலர்ந்தது. 'அம்மா!'

"வூட்டுக்குப் போகலாமா?... இந்தா, அதுக்கு முந்தி இதைத் துண்ணு."

கையிலிருந்த ஒரு பேப்பர் பொட்டலத்தையும், தையல் இலைப் பொட்டலத்தையும் அவனிடம் அவள் கொடுத்தாள். உள்ளே ஒரு பன், மூன்று இட்டலிகள்.

"இட்லிம்மா!" என்று சிறுவன் மகிழ்ச்சியில் கூவினான்.

"ஒனக்குத்தான். துண்ணு."

"ஒனக்கும்மா?"

"நான் வாரப்பதான் டீ குடிச்சேன். ஒரு பன்னும் வச்சிருக்கேன். போதும். இன்னும் துட்டு இருக்கு. ராவிக்கு வேறு எதுனாச்சும் வேணும்னாலும் வாங்கிக்கலாம்."

பையன் ஆவலாய் உண்ணத் தொடங்கினான். அவள் புன் சிரிப்போடு அக்காட்சியை ரசித்தாள். அந்தப் புன்சிரிப்பைத் தவிர வேறு எந்த மலர்ச்சியும் அவளிடம் தென்படவில்லை. ஒட்டி உலர்ந்த உடம்பு. மெலிவினால் வாய் சற்று முன்னால் நீட்டிக்கொண்டிருப்பது போல் தோற்றமளித்தது. அழுக்குப் படிந்த உடைகள், காதுகளில் ஈர்க்குச்சி, வெறுங்கழுத்து, மணிக் கட்டில் கண்ணாடி வளையல்கள். கண்களின் களைப்பு அந்த ஒரு நாளைய வேலைப் பிரயாசையின் விளைவல்ல. அது வாழ்வைச் சுமக்கும் களைப்பு, சொல்லப்போனால், இன்று அவளது அதிருஷ்ட நாட்களில் ஒன்று. இன்று வேலை கிடைத்திருக்கிறது. சோறு கிடைத்திருக்கிறது.

வேர்வை நெடி வீசும் சேலை முந்தானையால் முகத்தையும் கழுத்தையும் அவள் துடைத்துக்கொண்டாள். "ரிப்பன் இல்லாமல் பின்னால் அவுந்து போயிடிச்சு, இல்லே?" என்றவாறு மகனின் அவிழ்ந்த முடியை விரல்களால் கோதிச் சரியாகப் பின்னிவிட்டாள். பிறகு, தன் முந்தானை நுனியிலிருந்த முடிச்சை உவகையுடன் அவிழ்த்து அதனுள்ளிலிருந்து ஓரடி நீளத்துக்கு ஒரு புதிய நீல ரிப்பனை எடுத்தாள்.

"ஒரு பின்னலுக்கு அளகா நீல ரிப்பன் கட்டினேன். வூட்ல இருக்கற இன்னொண்ணு கறுப்பில்லே? அதை எப்படிக் கட்டுறது,

அது எப்படி நீலத்தோட சோடி சேரும்? ரெட்டைப் பின்னலல்ல ஒவ்வொரு பின்னலுக்கு ஒவ்வொரு கலர் ரிப்பன் கட்டினா அசிங்கமா யிருக்காதா? அதான் இன்னிக்கிக் கெடச்ச துட்டில இதுக்கு சோடியா இன்னொரு நீல ரிப்பனே புச்சா வாங்கியாந்துட்டேண்டா" என்று பேசிக்கொண்டே அந்த நீல ரிப்பனை மகனின் இரண்டாம் பின்னலில் வைத்துக் கட்டி முடிபோட்டாள். இரு பின்னல்களையும் மாறி மாறிப் பார்த்தவளின் கண்கள் பிரகாசமாயின.

"இப்பத்தான் அளகாயிருக்குது! இப்பத்தான் ரெண்டும் ஒரே கலராய்ப் பொருத்தமாயிருக்குது!"

கடையைப் பூட்டுவதற்குத் தயாராக வாசல் கதவுப் பக்கம் வந்த பாக்குக்கடைக்காரனின் கண்கள் அந்தக் காட்சியில் நிலைத்தன. இரு பின்னல்களில் முடிந்த இரு நீல ரிப்பன்களுடன் மகன், அவன் பின் தாய். இரு ரிப்பன்களையும் மாறி மாறிப் பார்த்து, ஜோடிப் பொருத்தத்தை ரசிக்கும் அவளுடைய குழி விழுந்த கண்களின் பிரகாசம்.

சிறிது நேரம் பார்த்துக்கொண்டிருந்த பின், அவர் பார்வை வானத்தை நோக்கி அண்ணாந்தது. அங்கு இப்போது வானவில் இல்லை. மின்னல் காட்சியாகச் சிறு பொழுது வெளிவந்து உள்ளடங்கும் வானவில். ஆனால் வானத்தை எத்தனை அழகாக்கிவிடுகிறது!

அவர் மறுபடியும் உலகநாதனின் தாயைப் பார்த்தார். அவள், தான் அப்போது பின்னி விட்டிருந்த இரண்டாம் பின்னலைத் திருப்தியோடு கையில் பிடித்துப் பார்த்துக்கொண்டிருந்தாள். வானவில் அவள் கையில் ஒரு நீல ரிப்பனாக இறங்கியிருந்தது.

***தினமணி கதிர்*, 30.10.1981**

வாழ்த்துக்கள்

உலகத்திலேயே மிகப் பெரிய அழகு சாதனம் சந்தோஷம் தான் என்று நீலாவுக்குத் தோன்றியது, மாதுரியைப் பார்த்தபோது.

தன் சாதாரண முகத்தில், உடலில், மாதுரி கனவுச் செல்வங்களாக என்னென்ன அழகுகளுக்காக ஏங்கியிருக்கக் கூடுமோ அவை அனைத்தும் 'இதோ வந்தேன். வந்தேன்' என்று ஓடிவந்து அவள் மீது ஏறி அமர்ந்துவிட்டனவா என்ன? கிளைக்குக் கிளை அழகு பழுக்கும் மரமாகிவிட்டாளே கணப்பொழுதில்!

"என்ன ஒரே குஷியில் இருக்கே? கல்யாணம் கில்யாணம் நிச்சயமாயிருக்குதா?" என்று நீலா சிரித்துக்கொண்டே சிநேகிதியைக் கேட்டாள்.

"ஒரு பெண் சந்தோஷமாயிருந்தா கல்யாணம்தான் காரணமாயிருக்கணுமா?" என்ற புது அழகி, "இந்தா, ஸ்வீட் சாப்பிடு. ஐ ஹாவ் ஸம்திங் டு ஸெலிப்ரேட்" என்றாள்.

"அதுதான் என்னன்னு கேக்கறேன்?"

"என் பேரு என்ன சொல்லு?"

"இதென்னடா புதிராயிருக்கு..! அப்படின்னா..?"

"எ—ன் பெ—ய—ர் எ—ன்—ன?"

"மாதுரின்னு இவ்வளவு நாள் நினைச்சிட்டிருந்தேன், மாத்திக் கிட்டியா? நான் இன்னிக்கு இன்னும் பேப்பர் பார்க்கலே..!"

"என்ன பேரு சொன்னே..?"

"மாதுரி. மாதுரி அல்லது, மா—து—ரி அளகேசன் இப்பச் சரியா?"

"தப்பு."

"பின்னே?"

"டாக்டர் மாதுரி அளகேசன்!"

ஆர். சூடாமணி

"என்ன! பிஎச்.டி. கிடைச்சிடுச்சா?"

இமைப்பொழுது மௌனம். "கங்கிராஜுலேஷன்ஸ்!"

"தாங்க் யூ நீலா!"

நீலா தோழியைக் கட்டிக்கொண்டாள். பேசுவதற்குச் சற்று சிரமப்பட வேண்டியிருந்தது.

"ரொம்ப ... சந்தோஷம் ... எப்போ தகவல் தெரிஞ்சுது?"

"நேத்து."

"குட் ... அனஃபிஷியலா ..?"

"இல்லேல்ல. எனக்கே பர்ஸனலாய் யூனிவர்ஸிடியிலேர்ந்து இன்டிமேஷன் வந்தது."

"ஐஸீ ... பிஎச்.டி.க்கு ஸெலக்ட் ஆயிடிச்சுன்னா ..?"

"ஆமாம்."

"ஐ ஸீ ... சந்தோஷம் உன் 'தீஸிஸ்' ஸப்ஜெக்ட் என்னன்னு சொல்லியிருந்தே? மறந்து போய்ட்டேன். இதெல்லாம் யாருக்கு நெனவிருக்கு!"

"இந்தியக் காவியங்களில் பெண்ணின் பிம்பம்!"

"இனிமே நீ பேருக்கு முன்னால டாக்டர்னு பெருமையாப் போட்டுப்பே! இல்லே? பலே, பலே! ஏதோ கல்யாணம் ஆகாததுக்கு இப்படியானும் ஒரு சாதனை ..!"

மாதுரி அவளை ஏறிட்டுப் பார்த்துப் புன்சிரித்தாள்.

"உனக்கு 'கைட்' பண்ணின ப்ரொஃபெஸர் பழனிவேல் ஒரு பிரம்மச்சாரி; இல்லே மாதுரி ..?"

"ஆமாம், ஏன்?"

"ஒண்ணுமில்லே ... அவருக்குப் பெண்கள்னா ரொம்பப் பிடிக்கும்னு கேள்விப்பட்டேன்."

"அப்படியா?"

"என் சித்தப்பாதான் சொன்னார். தெரியுமோ? சித்தப்பாவோட பையனுக்கு மெடிக்கல்ல அட்மிஷன் கிடைக்கலே. எம்.எல்.ஏ. சிபாரிசோடு வந்த இன்னொரு பையனுக்குக் கிடைச்சுது."

"அப்படியா?"

"இந்த நாள்ல எது ஒண்ணுமே சிபாரிசு பேர்லதானே கிடைக்குது? உன் டாக்டரேட் அப்படிக் கிடைச்சுதுன்னு சொல்லலே ... பொதுவாகச் சொல்றேன். நீ கெட்டிக்காரி. எனக்குத் தெரியாதா என்ன ..?"

"காப்பி குடிக்கிறாயா?"

“ஸ்வீட் சாப்பிட்டவுடனே காப்பி குடிச்சா கசக்கும். வந்து . . . மாதுரி, ப்ரொஃபெஸர் பழனிவேலுக்கு என்ன வயசிருக்கும்? சுமார் அம்பது இருக்குமா?”

“இருக்கும்.”

“பார்க்க எப்படி இருப்பார்?”

“அம்பது வயசுக்காரர் மாதிரி இருப்பார்!” என்று மாதுரி திவான் மீது உட்கார்ந்துகொண்டாள்.

“பெரிய தமாஷ்காரியாய் இருக்கியே . .! உனக்கு அப்பப்போ அவர் கிட்டப் போய்ப் பேசிக்கிட்டிருந்தது – ஆராய்ச்சி சம்பந்தமாய்த் தான் – விவாதம் பண்றது, ஆலோசனை கேக்கறது, எல்லாம் நல்ல பொழுதுபோக்காயிருந்திருக்கும். இனிமே பொழுது போறது கஷ்டம், பாவம் . . .”

மாதுரி அருகில் மேஜைமேல் இருந்த ‘ரீடர்ஸ் டைஜஸ்ட்’டை எடுத்துக்கொண்டு திண்டின்மேல் சாய்ந்துகொண்டாள்.

“எதுக்குச் சொல்றேன்னா, குடும்பம், புருஷன், குழந்தை குட்டி அப்படின்னு இருந்தா பொழுது நிமிஷமா ஓடிடும். உனக்கு அதெல்லாம் எதுவும் இல்லே பாரு . . .”

“ஆமாம்.”

“ஆனா, அதெல்லாம் இருந்தா நீ ஏன் ஆராய்ச்சி, டாக்டரேட், மண்ணாங்கட்டின்னு அலையப்போறே? பாவம், தலையெழுத்தா . .?”

“அதாவது, படிப்பு – பட்டம் என்கிறதையெல்லாம் அதுக்காகவே விரும்பி ஒரு பெண் செய்ய முடியாதுன்னு சொல்றே, அப்படித்தானே நீலா?”

“ஆனா நீ ஒண்ணும் கவலைப்படாதே மாதுரி. எனக்குத் தெரிஞ்சு ஒரு பொண்ணுக்கு முப்பத்திரண்டு வயசில் கல்யாணமாகியிருக்கு. முப்பத்திரண்டு வயசுன்னா பெண் என்ன, மாமின்னுதான் சொல்லணும். உனக்கு அடுத்த மாசம் நாலாம் தேதி முப்பதுதானே முடியப் போகுது? அது ஒண்ணும் ‘டூ லேட்’ இல்லே.”

“பரவாயில்லையே, என் பிறந்த நாளை நல்லா ஞாபகம் வச்சிருக்கியே!”

“நீ என் சிநேகிதி இல்லையா . .? மறப்பேனா?”

“அது சரி. ஆமாம், உன்னைவிட நான் ஒரு வயசு பெரியவ . . .”

“ஒரு வயசு, நாலு மாசம், பதினோரு நாள் பெரியவ.”

“இப்போ காப்பி குடிக்கிறயா? கசப்பு கொஞ்சம் குறைஞ்சிருக்கலாம்” என்றாள் மாதுரி சிரித்துக்கொண்டே.

“இருக்கட்டும். என்ன அவசரம்? ஸ்வீட் ரொம்ப நல்லாயிருந்தது. ‘பாம்பே மிட்டாய்வாலா’ வா?”

"வீட்லயே நான் செஞ்சது ..."

"அப்படியா? அடி சக்சை! ஆராய்ச்சியும் செய்வே; அடுப்பும் மூட்டுவியா? ஹ்ம், பாவம் ... இருக்குமில்ல! உன் 'ப்ரிபரேஷன்ஸை' என் மாதிரி சிநேகிதங்களுக்குத்தான் இப்பக் கொடுக்க முடியுது. இப்படி வகைவகையாப் பண்ணித் தன் குழந்தைங்களுக்குக் கொடுக்கணும்னு ஏக்கமில்லாமப் போகுமா ..? பிஎச்.டி பட்டத்தை என்ன, கையில குழந்தையாய் வச்சுக்கிட்டுக் கொஞ்சவா முடியும்? இல்லே, தாலியாய்க் கழுத்தில் கட்டிக்க முடியுமா? என்னமோ போ. ஆனா நீ ஒண்ணும் கவலைப்படாதே மாதுரி. வேளை வந்திட்டா தானே கல்யாணம் ஆயிடும். நானும் உனக்கு வரன் பார்க்கறேன்."

"தாங்க் யூ."

"உனக்குத் திருப்தியாயிருக்கும்னா நாலு ஸ்வீட் ஒரு ப்ளாஸ்டிக் பையிலே போட்டுக்குடு. என் குழந்தைங்களுக்குக் கொண்டுபோய் 'மாதுரி மாமி குடுத்தாங்க'ன்னு சொல்லிக் குடுக்கறேன். மாமின்னு சொல்றேனேன்னு தப்பா எடுத்துக்காதே. குழந்தைங்களுக்கு அப்படிச் சொன்னாத்தானே புரியும். வனிதாவுக்கு ஸ்வீட்ஸ்னா பைத்தியம். விடவே மாட்டா! 'அடி, பல்லு கெட்டுப் போகும்படி, அப்புறம் நாளைக்கு உன்னை எவன் கட்டுவா'ன்னு நானும் தலை தலையா அடிச்சுக்கறேன். கேட்டாத்தானே? கல்யாணம் ஆகாமஅவளும் நாளைக்கு உன் மாதிரி ஆராய்ச்சிதான் பண்ணப் போறாளோ, என்னமோ, அவ அப்பா உயிரையே விட்டுடுவார் ..."

"ஸ்வீட்ஸ் கட்டித் தரேன், கொண்டுபோய்க் குடு."

"டாக்டர் மாதுரி அளகேசன் ... நானும் டாக்டரேட் பண்ணியிருப்பேன் ... ஆனா, வலுவில பெண் கேட்டு வந்தாங்கன்னு என்னைத் தான் எங்க வீட்ல பி.ஏ. முடிச்சதுமே கல்யாணம் செஞ்சு கொடுத்துட்டாங்களே ... அப்புறம் படிக்கிறதுன்னா லேசா? ஆனா அதைப் பத்தி எனக்கு ஒண்ணும் குறையேயில்லே. நான் எவ்வளவு சந்தோஷமாயிருக்கேன் தெரியுமா? என் புகுந்த வீட்ல எல்லாரும் என் மேல உசிரா இருக்காங்க. மாமனார் மாமியாருக்கு நீலா நீலான்னு எதுக்கும் நான்தான். நாத்தி, கொழுந்தன்மாருக்கெல்லாம் அண்ணி வச்சதுதான் சட்டம்! அப்புறம் மணி மணியா ரெண்டு குழந்தைங்க வேற ... என் வீட்டுக்காரருக்கோ ஒரு நிமிஷம் நான் இல்லாட்டிப் போனால் சரிப்படாது போயேன் ... நான்தான் கூடவே இருந்து எல்லாம் பார்த்துச் செஞ்சு ஆபீசுக்கு அனுப்பி வைக்கணும். சாயங்காலம் அவர் வரப்ப பளிச்சுனு சிரிச்சுக்கிட்டு வாசல்ல நிக்கணும். இல்லேன்னா, 'என் டார்லிங் ரிஸப்ஷன் கமிட்டி எங்கே?'ன்னு மத்தவங்க பக்கத்தில இருக்கறதைக்கூடப் பொருட்படுத்தாம கூச்சல் போடுவார். எனக்கு வெக்கத்தில் உயிரே போறாப்பல இருக்கும். இப்பவும் முக்கால்வாசி நாள் சாயந்திரம் வரப்ப கையில் எனக்காகப் பூவோ, பழமோ, பட்சணமோ இல்லாம வரதில்லே ... 'என்னங்க இது, வீட்ல பெரியவங்க, குழந்தைங்க, இன்னும் எல்லாரும் இருக்கறப்ப எனக்கு மட்டும் வாங்கி வரீங்களே'ன்னு சொன்னா. 'நீ மட்டும்தானே

என் பெண்டாட்டி'ன்னு காதில கிசுகிசுப்பாரு. சே . . . ரொம்ப மோசம் அவர் மாதுரி! பகல், ராத்திரி எப்பவும் அவருக்கு நான் இல்லாட்டி முடியாது. அதெல்லாம் உனக்குப் புரியாது பாவம் . . ."

நீலா தோழியின் முகத்தைக் கூர்ந்து நோக்கினாள். மாதுரி சலனமற்று உட்கார்ந்திருந்தாள். நீலா ஓர் ஏமாற்றப் பெருமூச்சுடன் வந்து அவளருகில் திவான் மீது உட்கார்ந்துகொண்டாள்.

"டாக்டர் மாதுரி அளகேசன் . . . உன் 'தீஸிஸ்' ரொம்பப் பெரிசா? என்கிட்டக் குடேன். நேரம் கிடைக்கறப்ப முடிஞ்சா படிச்சுப் பார்க்கறேன் . . ."

"ஓ அதுக்கென்ன தரேன். உன் அபிப்பிராயத்தைச் சொல்லு . . ."

"என் அபிப்பிராயம் இனிமே உனக்கெதுக்கு? நீதான் டாக்டர் பட்டம் வாங்கியாச்சே . . . பை த வே, உன் ப்ரொஃபெஸர் என்ன சொல்றார் அதைப் பற்றி? சந்தோஷமாய் கங்கிராஜுலேட் பண்ணி யிருப்பார் இல்லையா? நீ அவர்கிட்ட கொஞ்சம் ஜாக்கிரதையாவே பழகணும் மாதுரி. இவ என்ன நமக்கு அட்வைஸ் பண்றதுன்னு நினைக்காதே. நான் வெறும் பி.ஏ. தான். ஒத்துக்கறேன். உன் மாதிரி பிஎச்.டி. பண்ணினவ இல்லே . . . இருந்தாலும் உனக்கு உலகம் தெரியாது பாரு! கல்யாணமா, கார்த்தியா? நான் வயசில் உன்னைவிடச் சின்னவளானாலும் உலக அனுபவம் உள்ளவ. நான் சொல்றதைக் கேட்டு உஷாராப் பழகு. அவருக்குப் பொம்புளைங்கன்னா பிடிக்கும். நீ ஒண்ணும் சின்னஞ்சிறுசு இல்லேன்னா கூட பொம்புளை பொம்புளை தானே? பாவம். உன் மனசிலும் ஆயிரம் ஏக்கங்கள் இருக்கும் . . . இந்த ஆராய்ச்சி விஷயமா அவரை அடிக்கடி பார்த்துப் பேச வேண்டி யிருந்திருக்கும், இல்லே? உன் ப்ரொஃபெஸரை உனக்கு ரொம்பப் பிடிக்குமோ . .?"

"அப்படின்னா?"

"சேச் சே! நான் ஒண்ணும் தப்பா கேக்கல்லே. அவர் கெட்டிக் காரர்னு கேள்விப்பட்டிருக்கேன்." என் கொழுந்தன் யூனிவர்ஸிடியிலே எம்.ஏ. பண்ணினப்ப அவர் லெக்சர்ஸைச் கேட்டிருக்கான். அவன் சொல்வான், அவர் ரொம்பக் கெட்டிக்காரர்னு. அதான் உனக்குப் பிடிக்குமான்னு கேட்டேன் . . . ஆமாம், உன் 'தீஸிஸ்'ல என்ன எழுதியிருக்கே? காவிய காலத்துப் பெண்கள் எவ்வளவு சிறந்தவங்க அப்படின்னா . .?"

"ஆமாம். முக்கியமாய், திரௌபதி."

"ஏன்?" – நீலா நுட்பமாய்ப் புன்முறுவலித்தாள். "அஞ்சு புருஷனைக் கல்யாணம் கட்டினாளே, அதனாலா? பாவம். உனக்கு காம்ப்ளெக்ஸ் . . ."

"அஞ்சு புருஷனைக் கட்டினதுக்காக இல்லே. கிருஷ்ணனோட அவளுக்கிருந்த பந்தத்துக்காக . . ."

"ஓ, அந்தப் பக்தியா . .?"

“பக்திங்கறதைவிட ஒரு உயர்ந்த நட்புன்னு நான் அதைக் கருதறேன். எப்படிப்பட்ட எடுத்துக்காட்டு! ஒரு ஆணுக்கும் ஒரு பெண்ணுக்கு மிடையில் நட்பு. ஆனா அதில் பாலுறவு அம்சம் கிடையாது. தூய்மை யான, அறிவுப்பூர்வமான, மனுஷ சமத்துவத்தின் அடிப்படையில் அமைஞ்ச ஒரு நட்பு. தந்தை – மகள், கணவன் – மனைவி. சகோதரன் – சகோதரி அப்படின்னெல்லாம் சம்பிரதாயமாய் அங்கீகரிக்கிற ஆண் – பெண் ஜோடியில்லே அவங்க. உறவில்லாத ஆணும் பெண்ணும் நெருங்கிப் பழகினா பால் கவர்ச்சிதான் காரணமாயிருக்கணும்கிற மூடக் கொள்கைக்கு ஆதாரமே கிடையாதுன்னு சொல்றாப்பல ஒரு தொடர்பு அது. உனக்கென்ன தோணுது?”

நீலாவின் முகம் வெகுவாய்ச் சிவந்து போய்விட்டது. பார்வையை விலக்கிக்கொண்டாள்.

“பெண்ணுக்கு ஒரு சக – மனிதக் கௌரவத்தைக் குடுக்கற அந்தக் கிருஷ்ண – திரௌபதித் தத்துவம் நம்ம சமுதாயத்தில ஏன் வேர் பிடிக்கவே இல்லே நீலா ..?”

“நான் என்னடியம்மா கண்டேன் உன் தத்துவமெல்லாம்..? உன் மாதிரி மெத்தப் படிச்சவளா..? வெறும் பி.ஏ. சரி சரி! காப்பி வேணுமான்னு கேட்டியே இப்போ குடு, தாகமாயிருக்கு ...”

மாதுரி எழுந்து சமையலறைக்குச் சென்றாள். அழகு பூத்த புது மாதிரி. இது என்ன ரசவாதம் ... பேப்பர்களில் செய்தி வரும் ... நீலா சேலைத் தலைப்பால் கழுத்தையும் முகத்தையும் துடைத்துக் கொண்டாள். சித்திரை பிறப்பதற்குள் இப்படி ஒரு வேர்வையா?

மாதுரி இரு தம்ளர்களில் காப்பியோடு வந்து ஒன்றை தோழியிடம் தந்தாள். நீலா ஒரு வாய் பருகினாள்.

“சரியாயிருக்கா?”

“சரியாயில்லாம வேறெப்படி இருக்கும்? பிஎச்.டி போட்ட காப்பியில்ல!...” என்று சிரித்த நீலா, “கோச்சுக்காதே மாதுரி, சும்மா தமாஷுக்குச் சொன்னேன். ஆமாம், மேலே உனக்கு என்ன உத்தேசம்? கல்யாணந்தானே? எப்படியும் கடைசில அதானே?” என்றாள்.

“ஸ்லேவ் ட்ரேட், வரலாறு, இன்னிக்குவரை அதன் விளைவுகள், இதையெல்லாம் பத்தி ஒரு ஆராய்ச்சி செய்யணும்னு ஆசையிருக்கு. வெளிநாட்டு ஸ்காலர்ஷிப்களுக்கு முயற்சி செய்யலாம்னு இருக்கேன் ...”

காப்பித் தம்ளர் கையில் அப்படியே நின்றது. “ஃபாரின் ஸ்காலர்ஷிப் கிடைக்கறது அவ்வளவு சுலபமா என்ன ..?”

“சுலபமில்லே. ஏதோ முயற்சிதான்.”

நீலா மீண்டும் காப்பியைப் பருகலானாள்.

“அது சரி, அதெல்லாம் லேசான காரியமா?”

சட்டென்று ஒரு மிகையான சிரிப்பு. "ஆனா உனக்குக் கிடைச்சிடும், நீ கெட்டிக்காரியாச்சே? டாக்டர் மாதுரி அளகேசன். ஹ்ம், பாவம், கல்யாணம் ஆகாததுக்கு இந்தப் பெருமைதான் கண்டது!" – சிரிப்பு மறைந்து குரல் உள்வாங்கியது. – "டாக்டர் மாதுரி அளகேசன்."

மாதுரியின் தந்தை அளகேசன் அலுவலகத்திலிருந்து திரும்பி வந்தார். "என்னம்மா நீலா நல்லாயிருக்கியா? எங்கே ரொம்ப நாளாச்சு இந்தப் பக்கம் வந்து?"

"அதை ஏன் ஸார் கேக்கறீங்க..? குடும்பத்தில் ஆழ்ந்துட்டா அங்கே இங்கே அசையறதுக்கு ஆயிரம் யோசனை இல்லே செய்ய வேண்டியிருக்கு? இப்பக்கூட என் வீட்டுக்காரர் வீடு திரும்பறதுக்குள் போயாகணும். நான் டிபன் காப்பி குடுக்கலேன்னா அவருக்குச் சரிப்படாது. அப்புறம் மாமியார் மாமனாருக்கு ராத்திரிப் பலகாரம் தயார் பண்ணணும். நான் பண்ணற ருசிதான் நல்லாயிருக்குன்னு அவங்க மெச்சிப்பாங்க" என்ற நீலா தோழியைப் பார்த்துச் சிரித்தாள்.

"நீ குடுத்து வச்சவம்மா. குழந்தைங்க எப்படி இருக்காங்க?"

"சௌக்கியந்தான் ஸார். வனிதா எப்பவும் 'க்ளாஸ்'ல முதல். சுரேஷ் இப்பவே டென்னிஸ் ஸ்டார்ஸ் படங்களை ஆசையா சேர்க்க ஆரம்பிச்சிருக்கான். பின்னால பெரிய டென்னிஸ் ஆட்டக்காரனாய் வருவானோ என்னமோ! குழந்தைங்களை நினைச்சாலே பெருமையாத் தான் ஸார் இருக்கு. வேறென்ன வேணும் சொல்லுங்க ஒரு பெண்ணுக்கு?"

"ரொம்ப கரெக்ட். உன் சிநேகிதிக்கும் கொஞ்சம் எடுத்துச் சொல்லேன்! டாக்டரேட் பண்ணிட்டா. இன்னமும் ஆராய்ச்சி செய்யணுமாம். இல்லேன்னா காலேஜ் ப்ரொஃபெஸராய் வேலைக்குப் போறேங்கறா. தன் ஸப்ஜெக்ட்ஸ்ல புஸ்தகம் எழுதறேங்கறா. 'ஃப்ரீ – லான்ஸ் ஜர்னலிஸம்' செய்யறேங்கறா. கல்யாணத்தில் நாட்டமே இல்லாம மத்த எல்லாவிதத் திட்டங்களும் போடறா."

"பாவம், கல்யாணம் ஆகாதபோனா அப்புறம் அதில் நாட்டம் இல்லாத மாதிரிதானே பேசியாகணும்? பின்னே கல்யாணமாகாத குறையை ஒரு பெண் வெளிப்படையாச் சொல்லிப்பாளா..? ஏதோ இப்படி பிஎச்.டி... ஆராய்ச்சி திட்டங்கள்னு பொழுது போக்கி மனதைச் சமாதானப்படுத்திக்க வேண்டியதுதான். என்ன மாதுரி..?"

மாதுரி எதுவும் சொல்லாமல் அவளையே புன்சிரிப்போடு பார்த்துக் கொண்டிருந்தாள்.

"அதுக்கில்லேம்மா. தாயில்லாப் பொண்ணு. அப்பன்காரன் மகள் கல்யாணத்தைப் பத்திக் கவலைப்படாம இருக்கான்னு என்னைத் தானே சொல்வாங்க?"

"விடுங்க ஸார். கல்யாணத்துக்கென்ன, தன்னால ஆகுது... முப்பது வயசுதானே அவளுக்கு இப்ப? என்னை விட ஒரு வயசுதான் பெரியவ..."

“ஒரு வயசு, நாலு மாசம், பதினோரு நாள்” என்றாள் மாதுரி.

“கிண்டலைப் பாரு! நான்கூட அவள்கிட்ட சொன்னேன் ஸார். தெரிஞ்ச ஒருத்திக்கு முப்பத்திரண்டு வயசில்கூடக் கல்யாணம் ஆகியிருக்கு, நீ ஒண்ணும் கவலைப்படாதே. உனக்கும் ஆயிடும்னு . . .”

“ஏதோம்மா, உன் வாக்குப் பலிச்சால் சரி.”

“அப்போ நான் கிளம்பட்டுமா ஸார்?”

“நான் வந்ததுக்காத நீ கிளம்பிட்டியா நீலா? நான் என் ரூமுக்குப் போறேன். நீ சாவகாசமா உன் பிரெண்டோட பேசிட்டே போ.”

“இல்லே; எனக்கும் நேரமாகுது. நான்தான் சொன்னேனே, என் வீட்டுக்காரர் வரப்ப நான் எதிரே நிக்காத போனா அவர் முகமே வாடிப் போயிடும். மாதுரியைப் பார்த்து நாளாச்சேன்னுதான் இன்னிக்கு வந்தேன். வந்தா அவ தன் டாக்டரேட் செய்தியைச் சொல்றா! இத்தனை நேரம் அவளுக்கு அதுக்குத்தான் ‘வாழ்த்துக்கள்’ சொல்லிக் கிட்டிருந்தேன். வரட்டுமா ஸார் ..? வரேன் மாதுரி – ஸாரி – டாக்டர் மாதுரி பிஎச்.டி!”

“போய்ட்டு வா. இந்தா, உன் குழந்தைங்களுக்கு ஸ்வீட்ஸ்” – ‘மாதுரி மாமிகிட்டேருந்து’ என்று சொல்ல வந்ததை நீலாவின் முகத்தைப் பார்த்து ஓர் இரக்கத்தில் அவள் நிறுத்திக்கொண்டாள்.

இனிப்புகளை வாங்கிக்கொண்டு நீலா வெளியேறினாள்.

“உனக்கு ஒரு நல்ல சிநேகிதி இந்த நீலா” என்றார் அளகேசன்.

“ஆமாம், நல்ல சிநேகிதி” என்றாள் மாதுரி.

இதயம் பேசுகிறது, 16.5.1982

கதவை யாரோ தட்டும்போது

அந்தக் குழந்தையிடம் தமக்குள்ள அன்பை விவரிக்க வேண்டுமானால் அவர்கள் ஒரு புதுமொழிதான் உருவாக்க வேண்டும்.

“பெரியம்மா!” என்ற கோபியின் குரலைக் கேட்டதுமே காதில் பாய்வது இன்பம். அவனுக்குத் தேவையான பொருள் களை வாங்கி வருவது இன்பம். அவனுக்காகச் சமைப்பது, சாப்பாடு போட்டுப் பள்ளிக்குத் தயார்செய்து அனுப்புவது, திரும்பி வருபவனை எதிர்பார்த்து எதிர்கொண்டு அழைத்து வந்து டிபனும் போர்ன்விடாவும் கொடுத்துத் தலையை வருடிய வாறே அவன் சொல்லும் பள்ளிச் செய்திகளை அவன் மேல் லயித்த கண்களுடன் கேட்டுக்கொண்டிப்பது, அவனை வெளியே எங்காவது அழைத்துப் போய் வருவது, அவனுக்குப் பள்ளிப் பாடங்களில் உதவுவது, இரவில் படுக்க வைத்துக் கண்ணுறங்கும் சிறுவனைப் பார்த்தபடி அமர்ந்திருப்பது – எல்லாமே எல்லாமே இன்பம், நீலமணிக்கு மட்டுமல்ல, வசந்திக்கும்தான்.

ஆனால் மாலையிலும் இரவிலும் தவிர மற்ற வேளைகளில் வசந்திக்கு இந்தத் தொண்டுக்கு நேரமிருக்காது. அவள் அலுவலகம் சென்று வேலை பார்க்கிறவள். எனினும், அங்கும் வேலையையும் பொறுப்பையும் திறமையையும் உள்ளொளியாய் ஊடுருவி வெளிச்சமூட்டுவது கோபியின் நினைவுதான். போன டெஸ்ட்டில் அறிவியலில் எத்தனை மார்க் வாங்கிவிட்டான் குழந்தை! படுசுட்டி. அப்படியே ராதாவைக் கொண்டிருக்கிறான் மூளைக்கு . . . ஜோடு பழசாகி விட்டதென்றானே? இன்று மாலையே ‘பாட்டா’வுக்கு அழைத்துப் போக வேண்டும் . . . பெரியவனான பின் ஏரோநாடிக்ஸ் அல்லது மெரீன் என்ஜினியரிங் படிக்க வேண்டுமாம். அடேயப்பா, அந்தச் சின்னத் தலைக்குள் எத்தனை கனவுகள்!

“அவன் என்ன ஆசைப்பட்டாலும் நாம நிறைவேத்திக் கொடுத்துடலாம் அக்கா” என்பாள் வசந்தி. நீலமணி தீவிரமாய்த்

தலையசைத்து ஆமோதிப்பாள். கோபியின் ஆசை எதுவும் நிறைவேற்றம் இன்றிப் போவது என்ற பேச்சுக்கே அவர்கள் வாழ்க்கையில் இடமில்லை. சாரமற்ற ஒரு வாழ்வுக்குக் குழந்தையற்ற இரு விதவையர் தம்மைச் சமரசப்படுத்திக்கொண்டு நாட்களைக் கடத்தி வந்தபோது திடீரென சூனியத்தில் ஒரு வெளிச்சமாய்க் கோபி கிடைத்தது முதல் அவன் திருப்தியே அவர்கள் வாழ்வின் குறிக்கோளாயிற்று. உயிரோடிருப் பதற்கு ஓர் அர்த்தம் ஏற்பட்டது.

இந்தப் பாக்கியம் கிடைத்த வழியை நினைத்தால் உள்ளம் இப்போதும் பதறாமல் இல்லை. அவர்கள் தங்கை ராதா, கணவனின் அளவு மீறிய சந்தேகக் குணத்தாலும் கொடூரப் பேச்சுக்களாலும், மனமுடைந்து தற்கொலை செய்துகொண்டாள். “அந்தச் சனியன் எனக்குப் பிறந்ததில்லே, தூக்கி எறி” என்று ராதாவின் கணவன் ஆறு மாதக் குழந்தையைப் புறக்கணித்ததன் விளைவாய் அக்குழந்தை இவர்கள் அரவணைப்புக்கு வந்து சேர்ந்தது. தாங்கள் இழந்த வாழ்வை யெல்லாம் தங்கை சேர்த்து வைத்து வாழ வேண்டுமென்று விருப்பம் – ஆவல் – ஆசி. யாவும் ஏமாற்றத்திலும் வேதனையிலும் கருகிப்போயின. அழுதுகொண்டே குழந்தையை எடுத்து அணைத்தார்கள். ஆனால் விரைவிலேயே குழந்தை அழுகைக்கு மருந்தானான்.

“பெரியம்மா!” என்று அழைக்கையில் “ஏண்டா கண்ணா” என்று ஓடிவரும் உருவம் நீலமணியோ வசந்தியோ, அந்த முகபாவத்தின் அன்பில் வித்தியாசமில்லை. பெரியம்மா என்னும் சொல்லுக்கு அர்த்தமான கனிவு – அக்கறை – இதம் – அது இருமுகங்களின் உறுப்பு வேறுபாட்டைத் தாண்டிய பொதுமை. சொந்தத் தாய் இருந்திருந்தால் ஒருத்தியின் பாசம் கிடைத்திருக்கும். கோபி தாயை இழந்து இரு தாயாரின் அன்பைப் பெற்றான்.

“பெரியம்மா. இன்னிக்கு பி.டி. மாஸ்டர் நல்லா முதுகை ஒடிச் சிட்டாரு பெரியம்மா. இன்னிக்கு எங்க க்ளாஸ்ல ஹைட்ராபாட்லேர்ந்து ஒரு பையன் புதுசா வந்து சேர்ந்திருக்கான். ஐயாயிரம் ரூபா டொனேஷன் வாங்கிக்கிட்டாங்க ஸ்கூல்ல.”

பிறகு ஒருநாள்:

“பெரியம்மா, இன்னிக்கு ஸ்கூலுக்கு எங்கப்பா வந்திருந்தாரு.”

இருபுறமும் இரு முகங்கள் அதிர்ச்சியுற்றன.

“எ . . . என்ன கோபி? என்ன சொன்னே?”

“அப்பா வந்திருந்தாரு என்னைப் பார்க்க. என் அப்பா.”

அவனை உற்றுப் பார்த்தார்கள். அவன் முகத்தில் ஒரு புதிய கிளர்ச்சி. அப்பாவாவது? அந்தக் கயவன்தான் பிஞ்சுக் குழந்தையை

எப்போதோ உதறி விட்டுப் போய்விட்டானே! அம்மா இறந்து விட்டதாகவும் அப்பா எங்கோ காணாமற்போனதாகவும் குழந்தைக்குச் சொல்லி அவன் அக்குறையை உணராதபடி தாமிருவரே இரு பெற்றோராக இருந்து ஒரு புது முழுமையை உருவாக்கிய பின் இப்போது திடீரென்று பிள்ளையின் ஒன்பதாவது வயதில் ஓர் அப்பா எங்கிருந்து முளைத்தான்?

குமுறி எழுந்த எண்ணங்களின் வீச்சிலிருந்து வசந்தி தான் முதலில் தன்னைச் சமாளித்துக்கொண்டாள்.

"என்னடா சொல்றே கண்ணா? யார் வந்திருந்தாங்க? என்ன நடந்திச்சு . . ?"

"இன்னிக்கு கடைசி கிளாஸ் நடந்துக்கிட்டிருந்தப்போ ஹெட் மாஸ்டர் கூப்பிட்டனுப்பினாரு. என் அப்பான்னு சொல்லிட்டு யாரோ என்னைப் பார்க்க வந்திருக்கார்ன்னு சொன்னாரு. என்னை அழைச்சுக் கிட்டுத் தன் ரூமுக்குப் போனாரு. அங்கே புதுசா ஒருத்தர் உட்கார்ந் திருந்தார். என்னைப் பார்த்ததுமே அவர் எழுந்து வந்தார். உயரமா, அழகா, அமிதாப்பச்சன் மாதிரி இருந்தாரு பெரியம்மா! சிரிச்சுக்கிட்டு என் தலையைத் தடவிக்கொடுத்தாரு. 'நீதான் கோபியாடா கண்ணா? நான் உன் அப்பா சோமசுந்தரம்'னாரு. 'எங்கப்பாதான் காணாமப் போயிட்டாரேன்'னேன் 'இப்பத்தான் கிடைச்சுட்டேனே!'ன்னு சொல்லி என் தோளைத் தட்டிக்கொடுத்து, 'ஜம்முனு இருக்கியே!' அப்படின்னார் . . ."

ஏதோ ஒரு மகத்தான அனுபவத்துக்குச் சிறுவன் உட்பட்டிருந்தான். அந்தப் படபடக்கும் கண்கள், புன்னகையில் புதியதோர் உயிர்த் துடிப்பு . . .

"ஒரு பிளாஸ்டிக் கவர் நிறைய எக்ளேர் என்கிட்ட நீட்டி, 'எடுத்துக்க கோபி, உனக்குத்தான்' அப்படின்னார். ஹெட் மாஸ்டர்தான் 'இதெல்லாம் ஸ்கூல்ல வேணாம்'னு சொல்லித் தடுத்துட்டாரு . . ."

நல்ல காரியம்தான் செய்தார். அந்தப் பாவி சாக்லேட்டில் விஷம் வைத்துக்கொடுத்தாலும் கொடுப்பான் . . .

"அப்பா என்கிட்ட 'நான் உன் அட்ரெஸ், நீ படிக்கிற ஸ்கூல், இன்னும் உன்னைப் பத்தி எல்லாம் விசாரிச்சுத் தெரிஞ்சுக்கிட்டு வந்தேன். ஒருநாள் வீட்டுக்கு வரேன்னு உன் பெரியம்மாங்ககிட்ட சொல்லு, அவங்களோட பேசணும்' அப்படின்னார். அப்புறம் போறதுக்கு முந்தி அப்பா என்னைக் கட்டிக்கிட்டுத் தட்டிக் கொடுத்துட்டுப் போனாரு . . ."

"என்னடா அப்பா, அப்பா, அப்பா? அப்பான்னு கண்டயோ? திடீர்னு இத்தனை வருஷம் கழிச்சு எவனோ தடியன் உன்னை ஸ்கூல்ல வந்து பார்க்கறான் நீயும் அப்பான்னு குதிக்கிறியே! எவனாச்சும்

பிள்ளை பிடிக்கிறவனாய்க்கூட இருக்கலாம். இனிமே இப்படி யாரானும் புது ஆளுங்க வந்து உன்னைப் பார்க்கணும்னா மாட்டேன்னு சொல்லு ...”

ஆவேசமாய் வெடித்த நீலமணியின் கையை வசந்தி சட்டென்று பற்றி அழுத்தினாள். “அக்கா, கொஞ்சம் கண்ட்ரோல் பண்ணிக்க, ப்ளீஸ் குழந்தைக்கு எதிரே ...”

“ஆமா, குழந்தை. நம்ம குழந்தை. அதைத்தான் எல்லோரும் தெரிஞ்சுக்கணும் ...”. நீலமணி பையனை வெறியுடன் இழுத்து அணைத்துக்கொண்டாள். அந்த ஆவேசத்திலும் இறுக்கிய பிடியிலும் கோபி சற்று மருண்டவனாய் மெல்லத் தன்னை விடுவித்துக்கொண்டு “டிபன் தரியா பெரியம்மா? அப்புறம் அஸைன்மெண்ட் எழுதணும்” என்றான், தரையைப் பார்த்து.

வசந்திதான் அவனை அழைத்துப் போய்ச் சிற்றுண்டி தந்தாள். பிறகு பாடம் எழுத அவனை உட்கார்த்திவிட்டுச் சகோதரியுடன் வந்து சேர்ந்துகொண்டாள். நீலமணி அத்தனை நேரமும் அசைந்திருக்க வில்லை தரையை வெறித்தவாறு உட்கார்ந்திருந்தாள். வசந்தியின் நெஞ்சிலும் அதிர்ச்சி, கலக்கம். உதட்டை ஈரமாக்கிக்கொண்டு திடமாய்ப் பேச முயன்ற போதும் குரலின் நடுக்கத்தில் உள்ளம் தெரிந்தது.

“கவலைப்படாதே அக்கா ...”

“அவனுக்கென்ன உரிமை? எங்கேயிருந்து முளைச்சான்? அது அவன்தானா? யாராவது இம்ப்போஸ்டரா? இத்தனை காலம் எங்கிருந்தான்? இப்ப எதுக்கு வந்திருக்கான்? எதுக்கு கோபியை ஸ்கூல்லப் போய்ப் பார்க்கணும்? எதுக்கு இங்கே வரேன்னு சொல்லணும்? நம்மோட அவனுக்கு என்ன சம்பந்தம்? ...”

“அக்கா, அக்கா!”

“வசந்தி ...” நிமிர்ந்து பார்த்தவளின் கண்கள் பரபரத்தன. “இங்கே ... இங்கே நம்மோட பேச ... ஏன் வரான் ..?”

“சும்மா தன் மகன் முன்னேற்றத்தைப் பத்தி நம்மகிட்ட விசாரிச்சிட்டுப் போறதுக்கு இருக்கலாம் ...” தான் சொல்வதைத் தானே நம்ப வசந்தி பெரிதும் பிரயத்தனப்பட்டாள். “தன் பழைய நடத்தையை நினைச்சு ஒருவேளை வெக்கப் படறானோ என்னவோ, அதனால கோபியையும் நம்மையும் வந்து பார்த்துட்டுப் போகணும்னு தோணி யிருக்கலாம் ...”

“ஆமாம், இருக்கலாம் ...”

அன்றிரவு சிறுவன் படுத்துக்கொண்டபின் இருவரும் படுக்கையின் இருபுறத்தில் அமர்ந்துகொண்டார்கள். கண் மூடியிருந்த அவனையே பார்த்திருக்கையில் அடி வயிற்றிலிருந்து தீப்பிழம்பு கிளம்பி உயிரைக் கௌவியது. குமுறி வந்த உணர்ச்சி வேகத்தில் அடி உதட்டைக் கடித்துக் கொண்டு நீலமணி சட்டென்று அங்கிருந்து எழுந்து வெளியேறினாள்.

சிறிது நேரத்தில் கோபி மெல்லக் கண் திறந்து பார்த்தான். வசந்தி மட்டும் இருப்பதைக் கண்டதும் தாழ்ந்த குரலில் "பெரியம்மா!" என்றான்.

"என்னடா கண்ணா?" அவன் நெற்றியைத் தடவிக் கொடுத்துத் தலை முடியை மெல்ல அளைந்தாள்.

"எனக்கு எக்ளேர் பிடிக்கும்னு அப்பாவுக்கு எப்படித் தெரியும்?"

வசந்தி ஒருகணம் அதிர்ந்து போனாள். அவன் குரலில் ஆர்வத்தைக் கவனித்தபோது திடீரென்று மிகவும் பயமாயிருந்தது.

மறுநாள் முழுவதும் சகோதரிகளுக்குத் திகிலிலேயே கடந்தது. காலையில் ஸ்கூல் பஸ் வந்து நின்றபோது கோபியைக் கண்பார்வையிலிருந்து மறைய விடவே விரும்பாதவர்கள் போல் அவனுக்கு இரு புறமும் நடந்து வாசல்வரை வந்து அவன் பஸ் ஏறித் தெரு முனையில் மறையும் வரை பார்த்துக்கொண்டே நின்றார்கள். மாலை வேலையிலிருந்து திரும்புகையில் 'ஏதேனும் செய்தி இருக்குமோ?' என்ற பயம் வசந்தியின் தயங்கிய செருப்பொலியில் தெரிந்தது. நீலமணி கோபியைப் பள்ளிக்கு அனுப்பியபின் மாலை வரை அடிக்கடி வாசலையே பார்த்துக்கொண்டிருந்தாள். கோபி வீடு திரும்புவானா? 'யாரோ அவனைக் கடத்திக்கொண்டு போய்விட்டார்கள்' என்று தகவல் வருமோ? ஸ்கூல் பஸ்ஸிலிருந்து குதித்து இறங்கியவனை என்றுமில்லாத தாபத்துடன் அணைத்துக்கொண்டாள். முகத்தைத் தடவிக்கொடுத்தாள். தலையை வருடினாள்.

"என்ன பெரியம்மா?"

"இன்னிக்கு... ஸ்கூலுக்கு யாரும் வரல்லையே உன்னைப் பார்க்க?"

கோபி தலைகவிழ்ந்து "இல்லே" என்றான்.

அப்பாடா!... அணைத்த கை விலகாமலே உள்ளே அழைத்து வந்தாள். வீடு திரும்பிய வசந்தி சிறுவனின் மறுபக்கத்தை ஆக்கிரமித்துக் கொண்டாள். இருபுறமும் இரு பாதுகாவலர், நடுவில் ஒரு பொக்கிஷம்.

வாசல் கதவைத் தாளிட்டுக்கொண்டார்கள். எனினும் கண்ணும், காதும் அந்தத் திசைக்கே மீண்டும் திரும்பின. வீட்டுக்கு வெளியே டாக்ஸி அல்லது ஆட்டோ வந்து நிற்கும் சப்தம் கேட்கிறதோ? யாரோ கதவைத் தட்டும் ஒலி வருகிறதோ? 'கோபி!' என்று ஓர் ஆண்குரல் கூப்பிடுகிறதோ?

சிறுவனுக்குப் பள்ளிப் பாடத்தில் உதவிசெய்து உணவு பரிமாறிப் படுக்க வைத்தார்கள். இரவு பதினொரு மணிக்குத்தான் சிறிது நிம்மதி. இத்தனை நேரத்துக்கு மேல் யாரும் வரமாட்டார்கள், இல்லையா..?

வெகுநேரம் உறக்கம் வராமல் இரண்டு மணிக்குமேல் தூங்கிக் காலை ஐந்து மணிக்குக் கண்விழித்தார்கள். மீண்டும் காதும், கண்ணும் வாசலையே சுற்றி வந்தன.

வசந்தி அலுவலகத்துக்கும் கோபி பள்ளிக்கும் சென்ற பின் நீலமணி வாசலில் நின்றிருக்கையில் தபால்காரர் ஓர் உறையை அவளிடம் கொடுத்துவிட்டுப் போனார். அவள் பெயருக்கு வந்திருந்த உறை.

நீலமணிக்குச் சுரீரென்று மனத்தில் ஏதோ அதிர்ந்தது. கைகள் நடுங்கின. கடிதத்தை வெறித்துப் பார்த்தாள். யாரிடமிருந்து கடிதம்? சாதாரணமாய் அவளுக்கோ வசந்திக்கோ கடிதங்கள் அதிகம் வருவதில்லை. அவர்களுக்குத் தெரிந்தவர்கள் மிகவும் குறைவு.

அறைக்குள் வந்தபின் வெகு நேரம் உறையைப் பிரிக்காமல் பார்த்துக்கொண்டே உட்கார்ந்திருந்தாள். பிறகு தடுமாறும் விரல்களிடை உறை கிழிய, கடிதத்தை உருவி எடுத்தாள்.

முகவரியில் அவள் பெயர் மட்டும் இருந்தாலும் கடிதத்தை அவளுக்கும் வசந்திக்குமாகச் சேர்த்துத்தான் எழுதியிருந்தான் சோம சுந்தரம். முன்பு தான் ராதாவிடம் நடந்துகொண்ட விதத்துக்கும், குழந்தையைக் கைவிட்டுச் சென்றதற்கும் இப்போது மிகவும் வருந்தி அவர்களிடம் மன்னிப்புக் கேட்டுக்கொள்கிறானாம். கடந்த எட்டு ஆண்டுகளுக்கு மேலாக வாழ்க்கை அனுபவங்கள் அவனுக்கு முதிர்ச்சியை யும் உண்மையான மதிப்புகளையும் கற்றுக் கொடுத்திருக்கின்றனவாம். இப்போது புது மனிதனாகிவிட்டானாம். தன் மகனிடம் அன்பு உணர்வாகிறதாம். இப்போது சென்னைக்கருகில் வேலை மாற்றலாகி வந்திருக்கிறானாம். கோபிக்குத் தான் செய்த துரோகத்துக்குக் கழுவாயாக இனி அவனைத் தன்னிடமே வைத்துக்கொண்டு வளர்க்க நினைக் கின்றானாம். மறுமணம் செய்துகொண்டு மூன்று வயதில் ஒரு பிள்ளையும் இப்போது அவனுக்கு இருக்கிறதாம். அவன் இரண்டாம் மனைவி மிகவும் நல்லவளாம். கோபி தங்களுடன் இருக்க வேண்டுமென்று அவளும் மிக விரும்புகிறாளாம். தந்தை – தாய், தம்பி என்று ஒரு முறையான வீடும், குடும்பமும் கோபிக்குக் கிடைக்கச் செய்வது அவன் கடமையாம்.

“நீங்களிருவரும் அவனை எடுத்து வளர்த்து ஆற்றியுள்ள நன்மை களையெல்லாம் நான் ஒரு நாளும் மறக்க மாட்டேன். என் மனப்பூர்வ மான நன்றி உங்களுக்கு என்றும் உண்டு. என் கடமையை நீங்கள் செய்தீர்கள். இனி உங்களுக்கு அந்தப் பொறுப்பிலிருந்து நான் விடுதலை அளிக்கிறேன். நீங்களிருவரும் இத்தனை காலம் அவனைப் பராமரித்தச் செலவை ஓரளவு பண ரீதியாக ஈடு செய்யவும் நான் தயார், கூடிய விரைவில் உங்களைப் பார்த்துப் பேச நான் அங்கு வரும்போது இதைக் கணக்குச் செய்து தீர்மானித்துக்கொள்ளலாம். கோபியை என்னிடம் ஒப்படைக்க நீங்கள் மறுக்க மாட்டீர்களென்று நம்புகிறேன். என்ன இருந்தாலும் அவன் என் மகன் . . .”

"அதான் அவன் உன் மகன் இல்லேன்னு தூக்கி எறிஞ்சிட்டுப் போனியேடா, இப்ப திடீர்னு எங்கிருந்து உறவு வந்திச்சு?" என்று தான் தனியே இருப்பதையும் மறந்து உரக்கக் கத்தினாள் நீலமணி.

நாள் முடியப் பிரமிப்புக் கலையவில்லை. சாப்பாடு நினைவில்லை. உடம்பே நினைவில்லை. இப்போது என்ன செய்வது? குழந்தையை அவர்களால் பிரிய முடியாது... அந்த மனிதனுடன் ஒருநாளும் குழந்தையை அனுப்ப முடியாது. கேட்க அவனுக்குத்தான் என்ன உரிமை..? கோபியை அழைத்துக்கொண்டு ஊரைவிட்டே ஓடி விடலாமா..?

உட்கார்ந்தாள், எழுந்தாள், அழுதாள், மூடிய வாசல் கதவை வெறித்தாள், அறையில் மேலும் கீழும் நடந்தாள், உட்கார்ந்தாள், எழுந்தாள், மேஜைமேல் கையை ஓங்கி ஓங்கிக் குத்தினாள், முகத்தை மூடிக்கொண்டு அழுதாள். உட்கார்ந்தாள், அழுதாள், மாலையில் கோபி வந்ததும் அவனைக் கட்டிக்கொண்டு உடல் அதிர ஓசையின்றி விம்மினாள்.

"என்ன பெரியம்மா இது? விடு என்னை!" பெரியம்மா, விடேன்!"

அலுவலகத்திலிருந்து திரும்பி பயத்துடன் உள்ளே காலெடுத்து வைத்த வசந்தியின் முன் நீலமணி நிலைகுலைய ஓடி வந்தாள்.

"வசந்தி, வசந்தி, இந்த லெட்டரைப் படிச்சுப் பாரேன்! இடி விழுந்திடிச்சுடி!..."

உடலில் பலமெல்லாம் வற்றியவளாய்ச் சுருண்டு நாற்காலியில் சரிந்தாள்.

மெல்லக் கடிதத்தை வாங்கிப் படித்தாள் வசந்தி. முகம் சாம்பியது. சிறிது நேரம் அசையவும் முடியாமல் நின்றாள். பிறகு தட்டுத் தடுமாறி உட்கார்ந்தாள். கைகளில் கடிதம் தகிக்க, தரையையே வெறித்தாள். கண்களை நிமிர்த்தாமலே ஒரு கையை நகர்த்திச் சகோதரியின் கையை பற்றிக்கொண்டாள். அந்தத் தீண்டலில் நீலமணியின் விம்மல்கள் பீறியெழுந்தன. பிறகு மெள்ள மெள்ளச் சமனப்படுத்தி நிமிர்த்தியபோது வசந்தியும் அவள் பக்கம் திரும்பினாள். இருவரின் பார்வைகளும் சந்தித்தன. திகைத்து மருண்டன. இரு அநாதைச் சிறுமியர் போல் கைகளைப் பிணைத்து ஒருவரையொருவர் பார்த்தபடி உட்கார்ந்து கொண்டே இருந்தார்கள்.

நீலமணி வெறித்தாள். "நமக்கு நன்றி சொல்றானாம், பணத்தால் ஈடு செய்யறானாம். சீ, அந்த மூளைக்கு வேறென்ன புரியும்... நம்மகிட்டேர்ந்து குழந்தையைப் பறிக்க அவனுக்கென்ன உரிமை?"

"அவன் மகன் அக்கா!" என்றாள் வசந்தி உயிரற்ற குரலில்.

"அதெப்படி? கோபி நம்ம குழந்தை. அவனை வளர்த்தது நாம். பாசத்தைக் கொட்டி உயிருக்கு மேலாய் வெச்சிருக்கறவங்க நாம்.

ஆறு மாசக் குழந்தையைத் தன்னுதில்லேன்னு வாய் கூசாமச் சொல்லிட்டுப் போனவன் இப்போ எதுக்குத் திரும்பி வந்து உரிமை கொண்டாடணும்?"

வசந்தி பேசவில்லை. தொண்டையில் வந்து அடைக்கும் எதையோ போராடிச் சமாளிப்பதிலேயே இருந்தாள்.

"முடியாது, முடியாது ..." நீலமணி யந்திரம் போல் தலையை ஆட்டினாள். "கோபியை அவன்கிட்ட கொடுக்கவே முடியாது. கோபி நம்முடையவன் ..."

"பெரியம்மா, என் யூனிஃபார்முக்கு இஸ்திரி போடணும்." உள் அறையிலிருந்து கோபி வந்தான்.

"கோபி, கொஞ்சம் இப்படி வாடா கண்ணா" என்று வசந்தியின் நலிந்த குரல் அழைத்தது. அவன் வந்தான்.

"உன் அப்பா ... உன் அப்பா லெட்டர் போட்டிருக்காரு கோபி ... உன்னை அவர்கூட அழைச்சுக்கிட்டுப் போகணும்னு விரும்பறாரு. நீ ... உன் இஷ்டம் எப்படி?"

கடைசிக் கேள்வி வரும் முன்பே கோபியின் கண்கள் சட்டென்று மலர்ந்து ஆவல்கொண்டு ஒளிர்ந்தன. அவன் முகத்தையே கண்ணும் இதழும் துடிக்கப் பார்த்துக்கொண்டிருந்த நீலமணி அடியுண்டவள் போல் கணநேரம் சுருங்கிப் போனாள். பிறகு ஆவேசமாய் எழுந்து நின்று, "நீ ஒத்துக்க மாட்டியே? எங்களை விட்டுட்டு உன் அப்பாகூடப் போயிட மாட்டியே?" என்றவாறு அவன் தோள்களைப் பிடித்து உலுக்கினாள்.

"என்ன பெரியம்மா இது? தோளைவிடு, நோகுது." பையன் தன்னை விடுவித்துக்கொண்டு அங்கிருந்து விரைந்தான்.

நீலமணி அவன் சென்ற திக்கையே வெறித்தாள். தலையைத் திருப்பிக் கண்களை விரித்துத் தங்கையைப் பார்த்தாள். "இந்த அநியாயத்தைப் பார்த்தியா வசந்தி? நாம அவனையே நம்ம உலகம்னு நினைச்சிருக்கோம். ஆனா அவனுக்குத் துளி அன்பு இருக்குதா நம்ம மேல? அப்பா கூப்பிடறார்ன்னு சொன்னதுமே ..."

"குழந்தையை நொந்துக்காதே அக்கா. அவனுக்கு நம்ம மேல அன்பு இல்லேன்னு ஏன் அர்த்தம் பண்ணிக்கறே? அவன் மனசுல என்ன ஏக்கமோ! கூடப் படிக்கிற பிள்ளைங்க ஒருவேளை உன் அப்பா எங்கேடான்னு கேட்டுப் பரிகாசம் பண்ணியிருக்கலாம். நம்மகிட்ட அவன் எதுவும் சொல்லலையே தவிர மனசுக்குள் அவனுக்கு என்னென்ன தோணுதோ, யார் கண்டாங்க? அப்படியிருந்தா ... நடந்திருக்கிறது அவன் வரைக்கும் ... நல்லதுதானே ..."

நீலமணி நாற்காலியில் முடங்கினாள். முகத்தை மூடிக்கொண்டாள். வசந்தியின் தலை கவிழ்ந்திருந்தது. அவ்வப்போது ஒரு பெருமூச்சு

அவளை உலுக்கிக்கொண்டு வெளிவந்தது. கைவேர்வையில் கடித எழுத்துக்கள் நீலக்குட்டைகளாய்க் குழம்பின.

வாசல் கதவை யாரோ தட்டும் சப்தம் கேட்டது. இருவரும் தூக்கிவாரிப் போட்டுக்கொண்டு நிமிர்ந்தார்கள். கண்கள் பீதியில் அகல, ஒருவரையொருவர் பார்த்தார்கள். வசந்தி மெல்ல எழுந்தாள். கால்கள் தொய்ந்தன. தடுமாறி நடந்து சென்று கதவை அணுகினாள். ஒருகணம் தயங்கி நின்றாள். இதயம் படபடத்தது. கை பிடிப்பின்றி நடுங்கியது. எப்படியோ தாளை நீக்கினாள். கதவைத் திறந்தாள். வெளியே ஓர் ஆள் நின்றிருந்தான்.

"காஸ் கொண்டு வந்திருக்கேம்மா. நீங்கதான் கேட்டிருந்தீங்களா? அட்ரஸ் சரியாத் தெரியலே."

சிறிது நேரமாயிற்று வசந்திக்கு, பேச இயல.

"இல்லேப்பா. இந்த வீடு இல்லே."

மீண்டும் கதவைத் தாளிட்டுக்கொண்டு திரும்பியவள் ஆழ மூச்சு விட்டவாறு கோபியைத் தேடி உள்ளே போனாள். சகோதரிகள் இருவருக்கும் சிறிது ஆசுவாசமாயிருந்தது. ஆசுவாசமாகவே இருக்கும், அடுத்த முறை யாராவது கதவைத் தட்டும் வரை!

கல்கி தீபாவளி மலர், அக்டோபர் 1984

வெளியே நல்ல மழை

வெளியே நல்ல மழை. மூடிய ஜன்னலின் கண்ணாடிக் கதவு வழியே பார்த்தபோது உலகம் திரை போர்த்துக்கொண்டிருந்தது. அதனூடே வாகனங்கள் நிழலாய் ஊர்ந்தன.

ஹாலில் 'ஸ்க்ராபிள்' விளையாட்டில் ரமேஷ் தோற்றுக் கொண்டிருந்தான். அவன் ஸ்கோர்கள் அனேகமாய் ஒற்றை இலக்கத்தைத் தாண்டுவதில்லை. சுரேஷ் எப்படி அடிக்கடி நிறைய பாயின்ட் தரும் எழுத்துக்களும் பெற்று அவைகளை இருமடங்கு ஸ்கோர் தரும் முறையிலும் வார்த்தைகளாய் அமைக்கிறான்?

"நீ திருட்டுத்தனமா லெட்டர்ஸைப் பார்த்து எடுக்கறே, அழுகுணி!" என்று திடீரென்று கத்தினான்.

"நானொண்ணும் பார்த்து எடுக்கலே. எனக்கு அதிர்ஷ்டம், பெரிய லெட்டர்ஸ் வருது, அவ்ளவுதான்."

"அதெப்படி ஒவ்வொரு வாட்டியும் வரும்? உன் ஸ்கோர் பாட்டுக்கு ஏறிகிட்டே போவுது. எனக்கு மட்டும் ஏறமாட்டேங்குது."

"உனக்கு பெரிய லெட்டர்ஸ் வந்தாலும் ஸ்கோர் ஏறாது. பெரிய வார்த்தைங்க பண்ணத் தெரிஞ்சாத்தானே?"

"அதெல்லாம் ஒண்ணுமில்லே, நீ ஏமாத்தறே." ரமேஷ் ஆத்திரமாய் விளையாட்டு அட்டையைத் தூக்கி எறிந்து ஆட்டத் தைக் கலைத்தான். எழுத்துச் சதுரங்கள் அறையெங்கும் சிதறின.

"தோத்தாங்குள்ளி! உனக்கு ஆடத் தெரியாட்டி அதுக்காக நான் ஜயிக்கிறதைப் பார்த்து வயிறெரிஞ்சு ஆட்டத்தைக் கலைக்கிறியா?"

சுரேஷ் தம்பியின் மேல் பாய்ந்தான். மல்லாந்து விழுந்த ரமேஷின் கால்களும் கைகளும் பெரியவன் வலிமைக்கு முன் வலுவிழந்தன. உடம்பில் அடி உதைகள் நோக, உலுக்கப்பட்ட தலைமுடி கலைந்து கண்ணீர் வழியும் முகத்துடன் தேம்பிக் கொண்டு உள்ளே தாயிடம் வந்தான்.

"அம்மா, பாரும்மா இந்த சுரேஷை, ஆட்டத்தில் அழுகுணி பண்ணிட்டு என்னையும் அடிச்சிட்டான் ..."

பின்னோடு தொடர்ந்து வந்த சுரேஷின் உடம்பிலும் தம்பி கிள்ளிய, கடித்த இடங்கள் ஜிவுஜிவுத்துக்கொண்டிருந்தன. "நான் அடிச்சதை மட்டும் சொல்றியே! இவனும் என்னை அடிச்சாம்மா! இதோ பாரு, கடிச்சுக்கூட இருக்கான் நாய் மாதிரி. நம்ம டைகரோட இவனையும் இனிமே கட்டிப்போட வேண்டியது தான் ..."

"அதுக்காகத் தம்பியைப் போய் இப்படி மொத்துவாங்களாடா சுரேஷ்?" என்ற அம்மா இளையவனை அருகில் இழுத்துக் கண்களைத் துடைத்தாள். சுரேஷுக்குத் துக்கம் பொங்கி வந்தது. "தம்பியாயிருந்தா மட்டும் என்ன வேணும்னாலும் செய்யலாமோ? இவனுக்கு நிறைய வார்த்தைங்க தெரியாம ஸ்க்ராபிள்ல தோத்துக்கிட்டிருந்தான். அதுக்காக ஆத்திரப்பட்டு ஆட்டத்தைக் கலைக்கறதா?"

மீண்டும் தம்பிமேல் பாய இருந்தவனை அம்மா தடுத்து ஒருவாறு சமாதானம் செய்துவைத்தாள். "ஸ்க்ராபிள் வேணாம் வேறெதானும் ஆடுங்க. ஒருநாள் மழையாயிருந்து வீட்டுக்குள்ள விளையாடினா ... அதைச் சண்டை போட்டுக்காம செய்ய முடியாதா? நல்ல பிள்ளைங்க! போய்ச் சத்தமில்லாம விளையாடுங்க போங்க. நான் கொஞ்சநேரம் படுத்துத் தூங்கப் போறேன்."

ஹாலுக்குத் திரும்பிய சிறுவர்கள் சிறிது நேரம் பேசாமல் முகத்தைத் தூக்கி வைத்துக்கொண்டு ஆளுக்கொரு மூலையாய் உட்கார்ந்தார்கள். ஸ்க்ராபிளை எடுத்துப் பெட்டியில் போட்டபின் வேறேதும் விளையாட வில்லை. வீட்டுக்குள் அவர்கள் ஆடும் மற்ற விளையாட்டுகள் – ரம்மி, மொனாபலி, சைனீஸ் செக்கர்ஸ், கேரம் – எதிலும் மனம் லயிக்கவில்லை. எல்லாமே பழையவை, அலுத்துப்போன விளையாட்டுக்கள்.

சாதாரண நாட்களில் மாலை நேரத்தில் கிரிக்கெட்டோ வேறு ஆட்டங்களோ ஆட நண்பர்களுடன் வெளியே போவார்கள். நண்பர்கள் இங்கு வருவார்கள். விடுமுறை நாட்களானால் இந்தப் பிற்பகல் நேரத்தில் எல்லோருமாக நல்லதொரு பொழுதுபோக்கைத் திட்டமிட்டுக் கொண்டு ஈடுபடுவார்கள். இப்போதைய விடுமுறையோ முறையான ஒன்றல்ல. கடுமையான மழையினால் பள்ளியில் கொடுத்த எதிர்பாராத விடுமுறை. மழை காரணமாய் நண்பர்கள் ஒருவர் வீட்டுக்கு மற்றவர் போக முடியவுமில்லை. வீட்டுக்குள்ளேயே குடும்பம் மட்டுமாய் முடங்கியிருந்தபோது உடன்பிறந்தவர்களுள் நட்பின் சமத்துவமில்லாமல் பெரியவன் – சின்னவன் அடிப்படையில் சச்சரவுகள் மூண்டன.

சுரேஷ் ஜன்னலருகில் வந்து வெளியே பார்த்தான். இப்போது வாகனச் சின்னங்கள் கூடத் தெரியவில்லை. உலகம் மழையாகவே மாறிவிட்டது.

அண்ணன் பார்த்த ஏதோ சுவாரஸ்யக் காட்சியைத் தான் இழந்து விடக் கூடாது என்று ரமேஷும் அவனருகில் வந்து நின்று வெளியே பார்த்தான்.

"ஒண்ணுமே இல்லையே! என்ன பார்க்கறே?"

"உன் தலை."

"இப்படியெல்லாம் பேசினியானா அம்மாகிட்ட சொல்லுவேன்."

"க்ரைபேபி, கோள் சொல்றதைத் தவிர உனக்கு வேறென்ன தெரியும்?"

"அம்மா . . ."

"வாய மூடுடா! அடிச்சு நொறுக்கிடுவேன்."

"அம்மா, சுரேஷ் என்னை அடிக்கறாம்மா!"

"டே புளுகுணி, பொய் சொன்னா நரகத்தில எலிங்க உன் நாக்கைக் கடிச்சுத் தின்னும்டா!"

ரமேஷ் சற்றுத் திடுக்கிட்டு அண்ணனை நிமிர்ந்து பார்த்தான். சுரேஷ் அலுப்புடன் வெளியிலேயே பார்த்துக்கொண்டிருந்தான். பொழுது போகாமல் மழையை வெறித்துக்கொண்டு வீட்டுக்குள் முடங்கியிருப்பது போரடித்தது.

ஜன்னலுக்கு வெளியே மழையின் அடர்த்தியில் அது என்ன, புதிதாய் ஓர் அசைவா?

கண்கள் உன்னிப்பாயின.

அசைவுதான். மழையில் அசையும் ஒரு மொத்தை. இந்த வாசல் இரும்புக் கதவின் கிறீச்சிடலில் அது உள்ளே நுழைகிறது. சின்ன வெள்ளைக் கூடாரமாக நகர்ந்து வருகிறது; நெருங்குகிறது.

சிறுவர்களின் பார்வைப் பரிமாற்றத்தில் 'என்ன இது? யார்?' என்ற கேள்விகள்.

சிறிது நேரத்தில் ஹால் கதவு வெளியிலிருந்து தட்டப்படும் சப்தம் கேட்டது. முதலில் மழை ஓசையில் அது அந்தச் சப்தம்தானா என்றுகூடப் புரியவில்லை. பிறகு மீண்டும் தட்டல், மெதுவாக, தயக்கமாக.

"யாரு?" என்றான் சுரேஷ்.

தட்டல் நின்றது பயந்து நிற்கும் அழுகை போல. பிறகு மீண்டும் ஒலித்தது.

"யாரது, காலிங்பெல் அடிக்காம கதவைத் தட்டறது?"

"நான் . . . நாந்தான்."

வெடுக்கென்று கதவைத் தாள் நீக்கித் திறந்தான் சுரேஷ். கண்கள் உடனே தாழவேண்டியிருந்தது. அவன் மார்பளவுக்கே நிற்கும் உருவம். ஐந்து வயதிருக்குமா அந்தப் பையனுக்கு? அழைப்பு மணி எட்டாமல் தான் கதவைத் தட்டியிருக்கிறான். தலைக்குமேல் மூடியிருந்த பிளாஸ்டிக் துண்டு கூடாரமாய்ப் பக்கவாட்டில் விரிந்து இறங்கியது. அதன்

மேல் கண்ணாடிச் சிதறல்கள்போல் மின்னும் மழைத்துளிகள், சாயம் போன நீலச் சட்டை, விளிம்பில் இழை பிரியும் காக்கி நிக்கர். அவனுடன் உள்ளே நுழைந்திருந்த மழையினால் அவன் நின்ற இடத்தில் ஒரு சிறு குட்டை. பையன் நல்ல கறுப்பு. மழைநீரில் வர்ணம் கரைந்து ஓடுமோ என்று நினைக்குமளவு அடர்ந்த கறுப்பு. கரிய முகத்திலிருந்த இரு அகலமான கண்கள் அண்ணாந்து பார்த்தன. சுரேஷும் ரமேஷும் அவனைக் குனிந்து பார்த்ததில் விச்வரூபமெடுத்து நின்றார்கள். அவர்களது பதிமூன்று, பத்து வயதுகள் வானத்தை எட்டின,

"யார்டா நீ?" என்றான் சுரேஷ்.

" ... ..."

"சொல்லுடா!"

"மணி."

"கடியார மணியா? கோக்கற மணியா?"

சகோதரர்களின் சிரிப்பில் பையன் சுருங்கிப் பின்வாங்கினான்.

"பதில் சொல்லுடா, கேக்கறேனில்ல?"

"நான்... வெறும் மணி."

"ஓ, வெறும் மணியா? எங்கடா வந்தே வெறும் மணி?"

"நான்... எங்கம்மா அனுப்பினாங்க."

"யார் உங்கம்மா?"

"இங்க வேலை செய்யறாங்களே..."

"ஓஹோ! நாகம்மா மகனா? வேலைக்காரங்கள்ளாம் பின்பக்கமா வரணும்னு தெரியாது? ஏன் முன் வழியா வந்து ஹால் கதவைத் தட்டினே?"

"ரொம்பக் கொழுப்பு" என்றான் ரமேஷ்.

மணி பயத்துடன் "இல்லீங்க... எனக்குத் தெரியாது பின் பக்கமா வரணும்னு" என்றான்.

"எதுக்கு வந்தே?"

"வீட்ல தங்கச்சிக்குக் காய்ச்சல்... டாக்டரண்டை போய் ஊசி குத்திகிட்டு வர பத்து ரூபா கேட்டு வாங்கி வரச் சொன்னாங்க எங்கம்மா. கையில துட்டில்லையாம்."

"இங்கயும் துட்டில்லே. போ."

தம்பியை சுரேஷ் ஒரு பார்வையால் அடக்கினான். ஒரு புதிய விளையாட்டு கிடைத்திருப்பதைப் புரிந்துகொள்ளாமல்... அட முட்டாளே!

ஆர். சூடாமணி

"இருக்கட்டும் ரமேஷ், அவனை விரட்டாதே. சின்னப்பையன் தானே! ஏண்டா மணி, யார்கிட்ட ரூபா வாங்கிகிட்டு வரச்சொல்லிச்சு உங்கம்மா?"

"எஜமானியம்மாகிட்ட."

"அது எங்கம்மா தான். நான் கேட்டு வாங்கித் தரேன். ஆனா முதல்ல கொஞ்ச நேரம் நீ எங்ககூட விளையாடணும், என்ன?"

கறுப்பு முகம் சட்டென்று மலர்ந்தது.

"ஓ, விளையாடறேனே! நான் உங்க ரெண்டு பேரையும் அண்ணான்னு கூப்பிடட்டுமா?"

பேசி முடித்த அடுத்த கணம் அவன் கன்னத்தில் அறை விழுந்தது.

"வேலைக்காரி பையன், எங்களை அண்ணன்னாடா கூப்பிடணும் நீ? அடிச்சு நொறுக்கிடுவேன் மரியாதையா 'ஸார்'னு சொல்லு, தெரிஞ்சுதா?"

சுரேஷின் அறை, சுரேஷின் முகம், சுரேஷின் குரல் – மூன்று கத்திகள் சிலீரென்று அடிவயிற்றில் பாய, மணி கன்னத்தைப் பிடித்துக் கொண்டு பிரமித்து நின்றான். கண்ணீர் ததும்பியது.

"நான்... நான் போயிடறேன். விளையாடலே."

"ரூபா வேணாமா?"

"வேணும்."

"நான் சொல்றபடி கேட்டாத்தான் எங்கம்மாகிட்டேருந்து ரூபா வாங்கித் தருவேன்."

மணி உதட்டைக் கடித்துக்கொண்டான். கன்னம் இன்னும் எரிந்து கொண்டிருந்தது. "சரி."

"என்ன சொன்னே?"

"சரின்னு சொன்னேன்." பயத்தில் குரல் சரியாய் எழும்பவில்லை.

"ஸார்னு கூப்பிடணும்னு சொல்லலே மறந்துட்டியா?"

அண்ணன் மறுபடி அந்தப் பையனை அறைவான் என்று எதிர் பார்த்து ஏமாந்த ரமேஷ் இம்முறை தானே கையை ஓங்கினான். அடி விழுமுன் மணி:

"வேணாங்க. அடிக்க வேணாம். சரி ஸார், அடிக்க வேணாம் ஸார் ..."

"ராஸ்கல்" என்றான் ரமேஷ்.

"ம், உள்ளே வா."

மணி ஓரடி முன்னே எடுத்து வைத்தபோது சுரேஷின் குரல் மீண்டும் உயர்ந்தது.

"டே டே அசிங்கம் புடிச்ச பயலே, எங்க வீட்டு வராண்டாவை யெல்லாம் ஈரமாக்கிட்டியேடா! உன் கால் மண்ணு வேற. ம், எல்லாத்தையும் முதல்ல துடைச்சு சுத்தம் பண்ணிட்டு உள்ளே வா."

"துணி?"

"தனியா இதுக்குத் துணி தரணுமா? உன் சட்டை இல்லே? கழட்டி அதால துடை."

"என் சட்டையாலயா!"

"ஆமா."

நிமிர்ந்து பார்த்த பார்வை கெஞ்சியது. சுரேஷின் முகத்தில் அசைவில்லை. ரமேஷின் வலதுகை மூடி மூடித் திறந்துகொண்டிருந்தது. பையன் அந்தக் கையிலிருந்து வேகமாய் ஒதுங்கித் தலையின் ப்ளாஸ்டிக் துண்டை அகற்றிவிட்டுச் சட்டையைக் கழற்றித் தரையைத் துடைத்தான். தொண்டைக்குள் என்னமோ சுருண்டு சுருண்டு வந்து அடைத்தது.

"ம். நல்லா உள்ளங்காலையெல்லாம் கூட அழுத்தித் துடை. ஆச்சா? குட். அந்தத் துணியை ஓரமா எறிஞ்சிட்டு இப்படி வா."

மணி தயங்கிக்கொண்டே அறைக்குள் வந்தான். மழைச் சிலிர்ப்பால் வெற்று மார்பு நடுங்கியது. சுரேஷ் கதவை மூடித் தாளிட்டான்.

"கொஞ்ச நேரம் பந்தாடலாம், என்ன ரமேஷ், நம்ம பந்தைக் கொண்டாடா."

வெளிர் சிகப்பில் முக்கால் கால்பந்தளவுக்கு ஒரு ரப்பர் பந்து வந்தது. அறையில் சோபா நாற்காலிகள் ஓரளவு ஓரமாகவே இருந்தன. நடுவிலிருந்த இரண்டு மேஜை ஸ்டூல்களை "ம், நீயும் வந்து பிடிடா" என்று மணியையும் கூட்டிக்கொண்டு சகோதரர்கள் ஒரு பக்கமாய்த் தூக்கி வைத்தார்கள்.

"இதோ பாரு மணி. நீ அப்படி அங்கே நில்லு. ரமேஷ் இங்கே நிப்பான். நான் அந்தப் பக்கம். நாங்க காலால பந்தை உதைச்சு உன் பக்கம் தள்ளறப்ப நீ உதைச்சு எங்க பக்கம் தள்ளணும் என்ன?"

"சரி ஸார்."

"நீ ஆரம்பி ரமேஷ்."

ரமேஷ் பந்தை மணியின் பக்கமாய் உதைத்தான். மணி உன்னிப்பில் நுனி நாக்கு வெளித் தெரியப் பந்தைத் திருப்பி உதைக்க இருக்கையில், மின்னலாக அருகில் பாய்ந்த சுரேஷின் கால், பந்தை அவன் எட்டுமுன் வேறு திசைக்கு உதைத்துத் தள்ளியது. மணி சுறுசுறுப்பாய் அதன் பின்னே ஓடி உதைக்க இருந்த கணத்தில் ரமேஷ் சட்டென்று இடையில் புகுந்து பந்தை அண்ணன் பக்கமாய் உதைத்தான். விலகியோடும் பந்தை மணி துரத்தி ஓடிச்சென்று நெருங்கி... இதோ காலால் தொட்டுக் கூட விட்டான்! ஆவல் மேலெழ... ஆனால் பந்து உருளவில்லையே? எங்கிருந்தோ முளைத்த சுரேஷ் பந்தை உருளவிடாமல் தடுத்துத்

தானே எதிர்ப்புறம் வேகமாய் உதைத்துத் தள்ளினான். விளையாட வேண்டுமென்ற ஆர்வத்தில் உடலின் குளிரை மறந்து மணி பந்தின் பின்னே ஓடி அதை எட்டும் கணத்தில் ரமேஷ் பந்தை உதைத்து வேறு புறம் பாய்ச்சினான். சிறிது நேரம் மணி இப்படியும் அப்படியுமாய் மூச்சு வாங்க ஓடி ஓடிப் பிறகு ஏமாற்றம் முகத்தில் படர நின்று அவர்களை அண்ணாந்து பார்த்தான்.

"ஏண்டா நின்னுட்டே? பந்து விளையாட வேணாம்?" என்றான் சுரேஷ்.

"நான் உதைக்கவே விடமாட்டேங்கறீங்களே?"

"ஆட்டம்னா அப்படித்தான் போட்டி இருக்கும்."

"நீ சாமர்த்தியமா ஆடிப் பந்தை உதைக்கணும்."

"நீ மக்கா?"

மணி 'இல்லை' என்பதாகத் தலையை ஆட்டினான்.

"பின்னே ஆடு."

சிறிது நேரம் ஆட்டம் அதே முறையில் தொடர்ந்தது. ஓடி ஓடி மணிக்கு இரைத்தது. பந்து அவனை ஏய்த்துவிட்டுச் சுற்றிப் பறந்தது.

"ம், பந்தை உதைடா பொடியா. ஆடத்தெரியாத முட்டாளா யிருக்கியே!"

"இப்படி உதைக்கணும்டா!" ரமேஷ் அவன் காலடியிலிருந்து பந்தை உதைப்பதுபோல் காலை வீசி உதைக்க, மணி தன் காலைப் பிடித்துக்கொண்டு "ஐயோ அம்மா!" என்று கூவித் தரையில் உட்கார்ந்து விட்டான்.

"என்னை உதைச்சிட்டியே!"

"என்ன சொன்னே?" சுரேஷ் அவனை விழித்துப் பார்த்தான். மணி கலவரத்துடன் எழுந்து நின்றான்.

"என்னை உதைச்சிட்டீங்களே ஸார்!"

"ஆட்டம்னா அப்படித்தான் சில சமயம் அடி உதை நம்ம மேலே படும் – கவனமா ஆடணும்."

"நான் ஆடலே, போறேன். அம்மாகிட்டே ரூபா வாங்கிக் கொடுங்க."

"ஒரு வாட்டியாவது நீ பந்தைச் சரியா உதைச்சு விளையாடினால் தான் வாங்கிக் கொடுப்பேன்."

"ரூபா வேணாம். நான் போறேன்." மணி கதவை நோக்கி நடத்தான். சுரேஷ் இரண்டெட்டில் சென்று கதவின் முன் நின்றுகொண்டான்.

"நீ போக முடியாது."

மருண்ட கண்களை உயர்த்தி மணி சகோதரர்களைப் பார்த்தான். அவர்கள் சிரித்துக்கொண்டிருந்தார்கள்.

"நான் போகணும்! போகணும்!" மணி கத்தினான். வீட்டின் உட்புறம் எங்கிருந்தோ எதிரொலிபோல் ஒரு நாய் குரைக்கும் சப்தம் வந்தது.

மணி உறைந்து நின்றான்.

"இங்கே ... ... இங்கே நாய் இருக்குதா?"

"உனக்கு நாயின்னா பயமா?"

"ஆமாம் ... ... ரொம்பப் பயம்."

"கதவைப் பார்த்துக்கடா ரமேஷ், இதோ வரேன்." சுரேஷ் உள்ளே போனான்.

"இரு இரு, நீ சரியா ஆடாததால நாயை உன் மேலே விட்டுக் கடிக்கச் சொல்றோம்" என்றான் ரமேஷ். மணியின் உடம்பு நடுங்கத் தொடங்கியது. வாயை இரண்டு மூன்று தரம் திறந்தபோது பேச முடியவில்லை. பிறகு ஒலிகள் தடுமாற ... "வேணாங்க ... வேணாங்க ..."

திடீரென்று அவன் கண்கள் விரிந்தன. பூதாகாரமாய் ஒரு பயம் அவற்றுள் பாய்ந்தது. வாய்மூட மறந்தது. உடம்பு பின்வாங்கிச் சுருங்கியது. அவன் முன் சுரேஷ் ஒரு பழுப்பு நிறப் பொமோரியனை கழுத்துப் பட்டைச் சங்கிலியால் பிடித்துக்கொண்டு நின்றிருந்தான். புதியவனைக் கண்டு நாய் குரைத்து முன்னே வர முனைந்தது.

மணி வேர்வை வெடித்தெழச் சுவரோடு ஒட்டிக்கொண்டான். முகத்தில் ரத்தம் வற்றியது.

"மரியாதையா விளையாடறியா இல்லே நாயை உன்மேல விடட்டுமா?" என்றான் சுரேஷ் புன்னகையுடன்.

மணிக்குப் பேச்சு வரவில்லை. மரத்துப்போன உடம்பில் கைகள் மட்டும் 'வேண்டாம்' என்ற சைகையில் அசைந்தன. கண்கள் மந்திரத்தில் கட்டுண்டது போல் நாயின் மீதே பிரம்மாண்டமாய் உறைந்து போயின.

சுரேஷ் நாயின் கழுத்தைத் தடவிக் கொடுத்தான். "டைகர், அந்தப் பையன் ஏதாச்சும் தப்பா நடந்துகிட்டா அப்ப அவன்மேல உன்னை விடறேன். அது வரை சும்மா இரு."

நாய் லேசாய் உறுமியது.

மணிக்குக் கண்கள் இருண்டன.

வெளியே மழை குறையவில்லை.

பகல் வெளிச்சத்திடையே மின்னல் விட்டுவிட்டு ஸர்ச்லைட் வீசியது. தொடர்ந்து இடி.

"டே மணி, இப்ப நான் விளையாடலே. நாயைப் பிடிச்சுகிட்டு இப்படியே நிக்கறேன். ரமேஷூம் நீயும் விளையாடுங்க. ரமேஷ்

பந்தை உதைப்பான். நீ ஓடி அதைக் கையால பிடிச்சு நிறுத்தணும். என்ன, சரியா?"

மணி கல்லாய் நின்றான்.

"ஏண்டா, கேக்கறேனில்ல. பதில் சொல்லேன். திமிரா? இதோ பார், நாயை விடறேன் உன்மேல்."

நாய் ஓரடி முன்னே வர, மணி சுரீரென்று உயிர் பெற்றான். "செய்யறேன் செய்யறேன் நாய விடாதீங்க ... நாய விடாதீங்க ஸார் ..."

"அப்படி வா வழிக்கு." சுரேஷ் சங்கிலியைப் பின்னுக்கு இழுத்துக் கொண்டான். "சும்மா இரு டைகர். ம், இப்ப விளையாடுங்க ரெண்டு பேரும்."

ரமேஷ் பந்தை உதைத்தான். மணி அசையவில்லை. நாயைப் பார்த்தபடி சுவரோடு ஒடுங்கிய நிலையிலேயே நின்றான்.

"டே மணி, இப்ப ஆடப்போறியா இல்லையா? டைகர் ..."

"இதோ ஆடறேன்!"

கறுப்புக்கால்கள் விரைந்தன. கறுப்புக் கைகள் குனிந்து பந்தைத் தொட யத்தனிக்கையில் ரமேஷ் பந்தை அவன் பிடிக்கு வராமல் வேறுபுறம் உதைத்து ஓட்டினான். மணி பின்னாலேயே ஓடினான். மார்பு படபடத்தது. மூச்சு முட்டியது. பயம் உறைந்து போனதில் அழுகைகூட வரவில்லை. நாய் – பயம் – ஓடும் கால்கள் – பாயும் கைகள் – விலகியோடும் பந்து – வேறு உலகமே இல்லை. வேறு உண்மையே இல்லை.

"என்னடா ஃபூல் ஒரு வாட்டிகூடப் பந்தைப் பிடிக்க முடியலையே! சோம்பேறித்தனமா? நாயை விட்டுடவா?"

இன்னும் வேகமாய்க் கறுப்புக்கால்கள் இன்னும் தாபமாய்க் கறுப்புக்கைகள் முன்பு பந்தை உதைக்க முயன்றதைவிட இப்போது பிடிக்க முயல்வதில் குனிந்து குனிந்து முதுகு வலித்தது. ஆனால் வலி தெரியவில்லை. மழை ஓசை மாறவில்லை. பின்புறத்தில் லேசாய் ஒலித்துக்கொண்டிருந்த நாயின் உறுமல் ஒன்றுதான் உறைத்தது.

ரமேஷ் உதைக்க, அவன் கைகள் தாவ, மீண்டும் ரமேஷின் மின்னல் உதையில் எகிறியோடும் பந்து. அவன் கைக்கு எட்டாமல் ஏமாற்றும் பந்து.

"நீ வேகமாவே ஓடலேடா மணி, ரொம்ப சோம்பேறியாயிருக்கே. இரு டைகர் வந்தா உனக்கு சூடு பொறக்கும். டைகர், அந்தப் பையனை விரட்டு பார்க்கலாம்!"

"ஐயோ வேணாம் வேணாம் ..."

சுரேஷ் சங்கிலிப்பிடியை நெகிழ்த்தினான். நாய் சுதந்திரமாய் ஓடும் அளவுக்குச் சங்கிலியை நீளமாக்கிப் பிடித்துக்கொண்டான்.

டைகர் மணியை நோக்கிப் பாய்ந்தது. குரைத்துக்கொண்டு பாய்ந்து வரும் நாயின் திசையிலிருந்து மணி மிரண்டு விலகித் துள்ளிக் குதித்து ஓட ஓட அது துரத்தியது. அது துரத்தத் துரத்த மணி விழி பிதுங்க மூலைக்கு மூலை சாய்ந்து ஓடினான்.

"ம், டைகர்! நல்லா துரத்து அவனை!" மணி இன்னும் வேகமாய் ஓடினான். கால்கள் பறந்தன. வேகத்தில் கால்கள் தனியாய்த் தெரியாமல் அவற்றின் இயக்கம் ஒரு தொடர்ச்சியான கறுப்புக் கோடாகியது. வாயில் எச்சில் வழிந்தது. பிரக்ஞை முழுவதும் நாயிடம் இருந்து தப்பிக்க வேண்டுமென்ற ஒரே புள்ளியில் இறுகியது.

"அட, நல்லா ஓடறானே பொடியன்! எங்கே, இன்னும் வேகமா ஓடு பார்க்கலாம்? டைகர், பிடி அவனை!"

மணி முன்னிலும் வேகமாய் ஓடினான். நிக்கரும் காலும் நனைய மின்னலாய்ப் பாய்ந்தான். சுற்றிச் சுற்றி ஓடினான். துள்ளிப் பாய்ந்து ஓடினான். ஓட்டமாகவே மாறினான்.

சுரேஷும் ரமேஷும் சிரித்தார்கள். "குட் குட், நீ கெட்டிக்காரன் தான் மணி, ஜோரா ஓடறியே! இன்னும் கொஞ்ஞ்ஞ்சம் வேகமா ஓடிடு, போதும். கொஞ்சம்தான் டைகர், ம்!"

"ஏ பிள்ளைங்களா, என்ன அங்கே ரகளை, கொஞ்ச நேரம் நிம்மதியாத் தூங்க விடாம? டைகர் ஏன் குரைக்குது?"

உள்ளேயிருந்து சகோதரர்களின் தாய் வெளிப்பட்டாள்.

சுரேஷ் சட்டென்று சங்கிலியை இழுத்துப் பிடித்து நாயை அடக்கினான். குரைப்பு அடிக்குரல் உறுமலாய் இறங்கி நாய் நின்றது. ரமேஷ் சாதுவாய் நின்றான். அவர்கள் பந்து ஒரு சோபாவின் அடியில் கிடந்தது. ஐந்து வயதுக் கறுப்புப் பையன் ஒருவன் பீதியே கண்களாகி மூச்சிரைக்க சுவரோரம் பதுங்கிக் கிடந்தான். உடம்பைத் தூக்கித் தூக்கிப் போட்டுக்கொண்டிருந்தது. உதடுகளும் மோவாயும் துடித்துக் கொண்டிருந்தன. உடலைச் சுருக்கிக் கண்கள் விரிய டைகர் இருந்த பக்கமே பார்த்துக்கொண்டிருந்தான்.

அந்தப் பெண் அவனைப் பார்த்தாள். பிறகு மகன்களின் பக்கம் திரும்பினாள்.

"யார் இந்தப் பையன்?"

"நாகம்மா மகனாம்" என்று தரையைப் பார்த்து முனகினான் சுரேஷ்.

"எதுக்கு வந்தான்?"

"அவன் அம்மாவுக்கு அவசரமா பத்து ரூபா தேவையாம். தங்கச்சிக்குக் காய்ச்சலாம் அதுக்காக."

"நீங்க ரெண்டு பேரும் அவனை என்ன செஞ்சீங்க?"

"ஒண்ணும் செய்யலே."

அம்மா அவர்களைப் பார்த்தாள். சங்கிலியிலிருந்து திமிற முயன்று கொண்டிருந்த நாயைப் பார்த்தாள். உடலெல்லாம் பதற சுருங்கிப் பதுங்கிக்கொண்டிருந்த புதுப்பையனைப் பார்த்தாள்.

"சீ! வெக்கமாயில்லே உங்களுக்கு? உள்ளே போங்கடா ரெண்டு பேரும். சாயங்காலம் அப்பா வரட்டும், பெல்ட் பிஞ்சிடப் போகுது இன்னிக்கு."

தலை குனிந்து சகோதரர்கள் டைகருடன் உள்ளே சென்று மறைந்தார்கள்.

அவள் மணியின் அருகில் வந்து அவன் முன் மண்டியிட்டு உட்கார்ந்து அவன் கலைந்த தலைமுடியைச் சரி செய்தாள்.

"பயந்து போய்ட்டியாடா குழந்தே? அதெல்லாம் நாய் ஒண்ணும் செய்யாது. நான் பார்த்துக்கறேன்."

பயம் அப்பியிருந்த கண்கள் அவளை நோக்கி நிமிர்ந்தன. வாய் துடித்தது. தொண்டைக்குள் கேவல்கள் அடைத்தன. அடுத்த கணம் கண்ணீர் உடைப்பெடுத்தது.

"அழாதேப்பா! பிஸ்கெட் சாப்பிடறயா? அடடா, சட்டை போட்டுக்காம வந்திட்டியே! இரு, நான் ஒரு சட்டை தரேன்..."

"...நான் போறேன்... கதவைத் தெறந்து விடுங்க, வூட்டுக்குப் போறேன்... எங்கம்மாகிட்ட போறேன்..."

ரூபாயை வாங்கிக்கொள்ளக்கூட அவன் நிற்கவில்லை. அவள் கதவைத் திறந்ததுமே பிளாஸ்டிக் துண்டையோ சுருணையாகியிருந்த சட்டையையோ எடுத்துக்கொள்ளவும் தோன்றாமல் அவன் கேவிக் கொண்டே வெளியே பாய்ந்து மழையில் ஓடி மறைந்தான்.

அவன் போனபின் வீட்டுக்கார அம்மாள் கதவைத் தாளிட்டுக் கொண்டு உள்ளே வந்து மகன்களைக் கடிந்துகொண்டாள். அதை ஏதோ ஒரு நியமம் போல் தலைகுனிந்து கேட்டுக்கொண்ட சுரேஷும் ரமேஷும் பிறகு மறுபடியும் ஹாலில் வந்து உட்கார்ந்தார்கள். அம்புலி மாமா படிக்க முயன்றார்கள்; பிடிக்கவில்லை. போரடித்தது. சிறிது நேரம் எதுவும் செய்யாமல் மௌனமாய் உட்கார்ந்திருந்தார்கள்.

சுரேஷின் கண்கள் ஒரு சுவாரஸ்யத்தில் மின்னின. "டே ரமேஷ், அவன் நிக்கர்லேயே ஒண்ணுக்குப் போய்ட்டான்டா!"

இருவரும் அம்மாவுக்குக் கேட்காமல் வாயைப் பொத்திக்கொண்டு சிரித்தார்கள்.

மழை நிதானமாய்ப் பெய்துகொண்டிருந்தது.

கணையாழி, ஆகஸ்ட் 1985

அம்மா பிடிவாதக்காரி!

அம்மா இவ்வளவு பிடிவாதமாய்க் கிளம்பிவிடுவாள் என்று அவன் நினைக்கவில்லை. "ஓர்க்கிங் விமன்ஸ் ஹாஸ்டலுக்குப் போயிடலாம்னு நினைக்கிறேண்டா அருண் ..." என்று சென்ற மாதம் ஒருநாள் தேவானை சொன்னபோது, அவன் அதைப் பெரிதாய் எடுத்துக்கொள்ளவில்லை. "கிண்டல் பண்ணாதேம்மா! என்னை விட்டுட்டுப் போயிடுவியாக்கும்!" என்று கொஞ்சலாய்ச் சிரித்தான். பிறகு அந்த விஷயத்தை மறந்தே போனான்.

அம்மா கிண்டல் பண்ணியிருக்கவில்லை என்று இப்போது புரிந்தது. ஏற்பாடுகளில் முனைந்திருக்கிறாள் ... சமூகநல வாரியத்தில் இருந்த ஒரு சிநேகிதியின் உதவியை நாடியிருக்கிறாள். பணமெல்லாம் கட்டியாகிவிட்டதாம். வருகிற முதல் தேதியன்று புறப்பட்டுப் போகிறாள் ... இன்னும் பன்னிரண்டே நாட்கள்.

ஏன்? ஏன்?

அம்மாவுக்கும் – அவனுக்குமிடையே என்றுமே சுமுகமான உறவுதான் இருந்திருக்கிறது. அம்மாவுக்குப் பதினெட்டு வயதில் திருமணம். இருபது வயதில் அவன் பிறந்தான். இருபத்தாறு வயதில் கணவனை மூளைக்காய்ச்சலில் பறி கொடுத்தாள். தகப்பனற்ற ஒரே குழந்தையைக் கெடுக்காமல் வளர்ப்பது ஒரு தாய்க்குச் சாதனைதான்!

அவன் தாய் அதைச் செய்தாள். மகனிடம் அன்பைப் பொழிந்த அதேசமயம் அவன் தனித்தன்மை பழுதுறாமல் பார்த்துக்கொண்டாள். அவர்கள் தாயும் மகனும் மட்டுமல்ல; நல்ல நண்பர்களும்கூட என்று அவன் உறுதியாய் நம்பினான். பின்னே, இப்போது ஏன் போகவேண்டுமென்கிறாள்? அவனைப் பிரிய அவளுக்கு எப்படி மனம் வந்தது?

"ஏம்மா போகணும்? திடீர்னு என்ன ஆயிடுச்சு உனக்கு?"

தேவானை சிரித்தாள். "ஒண்ணும் ஆகலேடா! என்ன, இந்த விஷயத்துக்கு இப்படிப் பதறிப் போறே?"

அம்மா சிரிப்பே தனி அழகுதான்!

சீரான, பளீரென்ற பற்கள் தெரிய உதட்டில் தொடங்கும் புன்னகை முகமெங்கும் பரவிவிடும். கண்களுள் மட்டும்தான் அது நுழைய முடிவதில்லை.

"இது என்ன, சாதாரண விஷயமா? உன்னை விட்டுட்டு என்னால இருக்க முடியாதம்மா!"

"பச்சை பிள்ளையாட்டம் பேசறியே! நீ பெரியவன்டா அருண் ... உத்தியோகம் பார்க்கிறவன். இப்போ கல்யாணமும் ஆனவன். உனக்குத் துணை வந்தாச்சு!"

"அதுக்காக இனி அம்மா வேணாம்னு அர்த்தமா? நீ இப்படிச் சொல்வேன்னு தெரிஞ்சிருந்தா, நான் கல்யாணம் செய்துக்கவே சம்மதிச்சிருக்க மாட்டேன்."

"போடா அசடு! அப்படியெல்லொம் சொல்லாதே ... உன்னை மாலையும் கழுத்துமாய் பார்த்து என் மனசு எப்படிப் பூரிச்சுப் போச்சு தெரியுமா? உன் அப்பா கண்ணை மூடின நாளாய் உன்னை வளர்த்து ஆளாக்கிப் படிக்க வச்சு என்ஜினீயராய்ப் பார்த்தபோதுகூட இல்லே; கடைசியா கிரகஸ்தனாய் கல்யாணக் கோலத்தில் பார்த்தப்ப தான் என் பொறுப்பும், கடமையும் முடிஞ்சுது. மனசு நிறைஞ்ச மாதிரி இருந்தது. இந்த குடும்பத்துக்கு விளக்கேத்த ஒருத்தி வந்தாச்சு ..."

"அதாவது, என்னை இன்னொருத்திகிட்ட கைகழுவி விட்டுட்டு ஹாயாய் இருக்கேன்னு சொல்றே, இல்லே? போம்மா, உனக்கு என்கிட்ட பிரியமே இல்லே ..."

"குழந்தையாட்டம் சிணுங்கறியே!" அம்மா அவன் தலையைத் தடவிக்கொடுத்தாள். அந்த சுகமே தனி! அவள் கையைப் பிடித்துக் கொண்டான்.

"என் பிரியத்தை உனக்கு நான் சொல்லித்தான் தெரியணுமா அருண்?"

"பின்னே ஏன் என்னை விட்டுட்டுப் போறேங்கறே?"

"நம்ம வீடு சின்னது பார்! ரெண்டுபேர் குடும்பம் நடத்தத்தான் இந்தப் புது ப்ளாட் லாயக்கு. ஒண்ணுமில்லை – சமையல்கட்டுக்குள்ள நான் போனா மல்லி வெளியே வர வேண்டியிருக்கு; மல்லி போனா நான் வெளியே வரவேண்டியிருக்கு."

"சும்மா சாக்குச் சொல்லாதேம்மா ... எத்தனையோ சின்ன வீடுகளில் மாமியார் – மாமனார், பிள்ளை – மருமக, கொழுந்தன், நாத்தின்னு ஒரு பட்டாளமே வசிக்கலையா என்ன?" தங்கள் தனியறை யிலிருந்து முகம் திருத்திப் பொட்டு வைத்துக்கொண்டு அப்போது வெளிப்பட்ட தன் மனைவியைப் பார்த்து அருண், "என்ன மல்லி, நான் சொல்றது சரிதானே?" என்று தொடர்ந்து கூறி, எழுந்து போய் அவள் தோளைச் சுற்றிக் கை போட்டுக்கொண்டான்.

“சும்மா இருங்க, வெட்கமில்லாமே!” என்று மல்லிகா சங்கடத்துடன் நெளிந்தாள்.

“என் அம்மாவுக்கெதிர எனக்கென்ன வெக்கமாம்?”

“ரொம்ப அழகுதான்!” என்று தன்னை விடுவித்துக்கொண்ட மல்லிகா, தேவானையை நெருங்கி சோபாவில் அவளருகில் உட்கார்ந்தாள்.

“அத்தே! வீட்டுக்கு மருமகள் வந்ததுமே மாமியாரை வெளிய விரட்டிட்டா என்கிற பேர் எனக்கு வரணுமா?”

தேவானை அவள் தலைமுடியை வருடினாள். “யார் அப்படிச் சொல்வாங்க மல்லி? நானும் இதே மெட்ராஸில்தான் இருக்கப் போறேன். நாம அடிக்கடி ஒருத்தரையொருத்தர் சந்திச்சுக்கப் போறோம். யாரும் எதுவும் சொல்ல இடமே வராதும்மா! கவலைப்படாதே!”

அம்மாவின் தீர்மானம் தளரவில்லை.

அருண் ஒரு புதுக்கருக்கு அழியாத மணமகன். திருமணமாகி மூன்று மாதங்களே ஆகியிருந்தன. கம்பெனியில் விடுப்பு எடுத்துக்கொண்டு தேனிலவு என்று பெங்களூருக்குப் போனது பத்து நாட்கள்தான். ஆனால் திரும்பிய பின்னும் அவன் வரையில் தேனிலவு தொடர்ந்தது. மல்லிகா அவர்கள் தனியறையில் பீரோவிலிருந்து பெட்ஷீட் எடுக்கும் போதுதான் அவனுக்கும் அந்த அறையில் தலைசீவிக்கொள்ள அவசரம் வரும்! சமையலறையில் அவள் காப்பி கலக்கும்போதுதான் அவனுக்கும் அங்கே போய், ‘நேத்து அன்னபூர்ணாவில் வாங்கின மிக்சர் எங்கே வச்சிருக்கே?’ என கேட்க வேண்டியிருக்கும்... குளியலறைக்குப் போனால், ‘மல்லி, சோப்பு எங்கே?’ ‘மல்லி, என் டவலை கொண்டா!’ ‘மல்லி, இந்த ஷர்ட் வேணாம். என் நீலச்சட்டையை எடுத்துட்டு வா!’ என்று எதற்காவது அவளைக் கூப்பிட்டுக்கொண்டே இருப்பான். முன் ஹாலில்கூட, பிறர் முன்னிலையிலும், அவளிடம் ஏதாவது சொல்ல வேண்டிய சந்தர்ப்பங்களில் கிட்டே போய் தோளையோ, தலையையோ தொட்டு, ‘இதோ பார்’ என்று பேசத் தொடங்கினால் தான் அவனுக்குப் பேசிய மாதிரி இருக்கும்.

ஆனால் மனைவியிடம் இத்தனை ஈடுபாடு இருந்தாலும் அம்மா விடம் அவன் பிணைப்பு அதனால் சற்றும் குறைந்துவிடவில்லையே! இது அம்மாவுக்குத் தெரியாதா? அம்மாவும் அவனும் நண்பர்கள் என்ற உண்மை அவனுக்குக் கல்யாணமாகிவிட்டதால் மாறிவிடுமா என்ன? அம்மா இல்லாமல் அவன் எப்படி இருப்பான்?

இரவு தங்கள் தனியறைக்கு மல்லிகாவுடன் சென்றபோதும் அவனுக்கு அம்மாவின் நினைவுதான்... சுவருக்கு அந்தப் பக்கம் அம்மாவின் அறை. அவள் இன்னும் படுக்கப் போகாமல் அறையில் நடமாடிக் கொண்டிருந்ததை இங்கிருந்து உணரமுடிந்தது. அவள் அசைவுகள்

அதிக சப்தமில்லாமல் மென்மையாக, நாசூக்காய்த்தான் இருக்கும். எனினும், மெல்லிய இடைச்சுவர் வழியே லேசான ஒலிகள்கூட ஓர் அறையிலிருந்து இன்னோர் அறைக்குக் கேட்கும். அம்மா தலையணையைத் தட்டிப் போடும் சப்தம் கேட்டது. ஸ்விட்ச் தட்டும் சப்தம் கேட்டது. விளக்கை அணைத்துவிட்டுப் படுத்துக்கொள்கிறாள்... பிறகு மீண்டும் ஸ்விட்ச் சப்தம். புத்தகப் பக்கங்கள் புரட்டப்படும் சப்தம். அடக் கடவுளே! மேஜை விளக்கை ஏற்றிக்கொண்டு படுத்தபடியே படிக்க ஆரம்பித்துவிட்டாளே!

“ஏம்மா, இன்னும் முழிச்சிகிட்டுப் படிக்கிறே?’ விளக்கை அணைச் சிட்டுப் படுத்துத் தூங்கு. இப்படிக் கண் முழிச்சா உடம்புக்கு ஆகுமா? காலையில சீக்கிரமா வேறு எழுந்துக்கறே...” என்று அருண் இங்கிருந்தே குரல் கொடுத்தான்.

“என்னைப்பத்தி கவலைப்படாதேப்பா...” என்று அடுத்த அறை யிலிருந்து பதில் வந்தது.

“உன்னைப்பத்தி நான் கவலைப்படாம வேறு யார் படுவாங்களாம்? நீ வேணும்னா என்னைப்பத்தி அக்கறையில்லாம மூட்டை கட்டிகிட் டிருக்கே...”

ஏதும் பதிலில்லை.

“ஹூம்! ஆனாலும் பிடிவாதக்காரி. தனியே போய் இருந்து தலையைக் காலை வலிச்சுதுன்னா அப்போ இந்த மகன்தானே உதவிக்கு வரணும்? வேணாம்னு சொல்லிடுவியோ?”

பதில் இல்லை. அருண் ஆத்திரமாய்க் கண்களைத் திருப்பினான். அவர்கள் இரட்டைக் கட்டிலில் படுக்கைகளை மல்லிகா தட்டிப் போட்டுக்கொண்டிருந்தாள். அந்த சப்தமும், அந்தக் காட்சியும் மனத்தை அள்ளின. அவன் மெல்லப் பேச, மல்லிகா மெல்லச் சிரித்தாள். அவன் அம்மாவை மறந்து போனான்.

❍

இன்னும் இரண்டு நாட்களில் அம்மா கிளம்புகிறாள்...

மாலை அவன் வீடு திரும்பச் சற்று நேரமாகிவிட்டது. அப்படியும் அம்மா வீட்டில் இல்லை.

“அம்மா எங்கே மல்லி?”

“கபாலீசுவரர் கோவிலுக்குப் போயிட்டு வரேன்னு சொன்னாங்க.”

‘என்ன திடீர்னு? இன்று கோவிலில் ஏதாவது உற்சவமா? ஆனால், அம்மா சம்பிரதாய பக்தி உள்ளவளில்லையே?’

“இன்னிக்கென்ன புது வழக்கமாய் கோவில்?”

“மனசு சரியில்லையோ என்னமோ? பாவம்!”

"நான்சென்ஸ்! நம்மதைவிட திடமாய்த்தான் இருக்கு அவங்க மனசு... ஆமா, எனக்கு ஏதானும் சாப்பிடக் கொண்டுவரப்போறியா, இல்லே உன்னைப் பார்த்துக்கிட்டிருந்தாலே வயறு நிறைஞ்சிடும்கிற தைரியமா?" என்றவாறு மனைவியை அணுகினான்.

சிறிது நேரத்தில் ஹால் கதவு வெளியிலிருந்து தடாலென்று திறக்கவே, இருவரும் திடுக்கிட்டு முகம் சிவந்து அவசரமாய் விலகி நின்றார்கள். உள்ளே நுழைய இருந்த விசாலம் மாமியும் சட்டென்று பின் வாங்கி - பிறகு அவனுடைய, 'வாங்க மாமி'யில் சமாளித்துக் கொண்டு உள்ளே வந்தாள். அம்மாவின் நெடுங்கால சிநேகிதி இந்த விசாலம் மாமி.

"உக்காருங்க மாமி... காப்பி குடிக்கறீங்களா? அம்மா கோவிலுக்குப் போயிருக்காங்க. இப்ப வந்திடுவாங்க" என்றான் அருண். சங்கட உணர்வு இன்னும் நீங்கவில்லை. சே, கதவைத் தாளிடாமல் போனேன்... அம்மாவாயிருந்தால் பரவாயில்லை. மாமி என்ன இருந்தாலும் மூன்றாம் மனுஷி...

"நானும் கோவில்லேருந்துதான் வரேன்... உங்கம்மாவை அங்கே பார்த்தேன். ஒண்ணாத்தான் இங்கே நடந்து வந்துண்டிருந்தோம். வழியில் ஒரு ஆள் கூடையில ஃப்ரெஷ்ஷா கறிகாய் வித்துண்டிருந்தான். 'ரெண்டொன்னு வாங்கிண்டு வரேன்' நீ முன்னால போன்னு தேவானை சொன்னா..." – பேசிக்கொண்டிருந்த மாமி சட்டென்று நிறுத்திவிட்டு, அவனை ஒரு பிரமிப்புடன் பார்த்தாப்போல் தோன்றியது.

"என்ன பார்க்கறீங்க மாமி?"

'அசப்பில, சட்டுனு ஒரு நிமிஷம்... அப்படியே உன் அப்பாவைப் பார்க்கறாப்பல இருந்தது!"

"நான் என் அப்பா ஜாடை என்கிறது ஆயிரம் தடவை கேட்டு அலுத்துப்போன விஷயம்! புதுசா சொல்லுங்க..."

"தேவானை நாளை மறுநாள் ஹாஸ்டலுக்குக் கிளம்ப எல்லாம் தயார் பண்ணிட்டாளா? 'பாக்கிங்' எதுக்காவது உதவி தேவைப் படுமோன்னுதான் நான் வந்தேன்."

"அம்மா செய்யறது ரொம்ப தப்பு, இல்லே மாமி?"

"எதைச் சொல்றே?"

"ஹாஸ்டலுக்குப் போறது."

"அதில என்ன தப்பு?"

"போங்க மாமி... நீங்க உங்க பிரெண்டுக்குத்தான் பரிஞ்சுகிட்டு வருவீங்க!"

"தெரிஞ்சிருக்கில்ல..? பின்னே ஏன் என்கிட்ட புகார் பண்றே?"

ஆர். சூடாமணி

“சமாளிக்காதீங்க . . . அம்மா எதுக்காக இங்கிருந்து போகணும்? என்னைக் கேட்டா, அவங்க தன் க்ளார்க் உத்தியோகத்துக்குத் தலை முழுகிட்டு நிம்மதியா வீட்டோட இருக்கலாம். அப்போ, ஒர்க்கிங் விமன்ஸ் ஹாஸ்டல்னு பேசக்கூட முடியாது பாருங்க!”

மாமி சிரித்தாள். “நல்ல பாயிண்ட் தான்!”

“நானென்ன, ஒவ்வொரு பிள்ளை மாதிரி தாயைப் பாரம்னு நினைக்கிறவனா? மல்லிதான் மாமியார் ஆகாதுன்னு சொல்ற ரகமா? அம்மாவுக்கு நான் ஒரே மகன் – ஒரே குழந்தை. ஒரு விதவைத் தாய் மகனை விட்டுப் பிரிஞ்சு தனியா வாழறேன்னு சொல்றது சரியா?” – அவன் குரல் லேசாய் நடுங்கியது. “என்மேல அம்மாவுக்கு என்ன கோபம்?”

“ஒரு கோபமுமில்லே . . . உன்னையும், மல்லியையும் பத்தி தங்கமான குணம்னு உங்கம்மா வாய்க்கு வாய் புகழறா!”

“புகழ்ந்துட்டு வெளியே போயிடறேன்னா என்ன அர்த்தம்?” – அருண் வெடித்தான்: “ஆனாலும் அம்மாவுக்குப் பிடிவாதம் ஜாஸ்தி!”

“நீங்க அவங்களுக்கு எடுத்துச் சொல்லுங்க மாமி . . . நீங்க சொன்னா அம்மா கேப்பாங்க. அவங்க செய்யறது முறையில்லே. எதுக்காக அவங்க போகணும்?”

“சிறிசுகள் கல்யாணமானதும் தனிக்குடித்தனம் பண்ணிண்டு ஜாலியா இருக்கட்டுமேன்னு உங்கம்மா நினைக்கலாம், இல்லையா?”

“இப்ப நாங்க ஜாலியா இருக்க அம்மா ஒண்ணும் தடையாயில்லே . . .”

மாமி அவனைப் பார்த்த பார்வை விசித்திரமாயிருந்தது.

“மேலும், நாங்களே தனிக் குடித்தனமாயிருக்கணும்னு கேக்காத போது அம்மாவுக்கென்ன? வேறேதோ காரணமிருக்கு . . .”

மாமி மௌனமாயிருந்தாள்.

“மாமி! பல அம்மாமாருங்க, மகனை – அதுவும் ஒரே மகனாய் இருக்கிறவனை – வளரவே விடமாட்டாங்க . . . மடியில் பொத்திப்பொத்தி வச்சுப்பாங்க. ஆனா, எங்கம்மா ஆயிரத்தில் ஒருத்தி, என்னை ஒரு தனி நபராய்த்தான் என்னிக்கும் நடத்தி வந்திருக்காங்க. எனக்கு அறிவு தெரிஞ்ச நாள் முதல் ஒரு சிநேகிதனாய், தனக்குச் சமமானவனாய் அந்தஸ்து கொடுத்து பழகி வராங்க . . . அந்த தோழமையை என்னால இழக்க முடியாது!”

அறை மிகவும் நிசப்தமாகிவிட்டது. விசாலம் மாமியின் கண்கள் சுவரை வெறித்தன. சுவரைத் தாண்டி வேறேதோ சிந்தனை வெளியில் மனம் விலகினாப்போல் இருந்தது. பிறகு மெல்ல அவன் மீது கண்களை திருப்பினாள். பேசவந்தவள் ஏதோ தயங்கி நிறுத்தினாள். பிறகு சொன்னாள்:

“உங்கம்மா உன்னைத் தனி மனுஷனாய் நடத்தியிருக்கலாம் அருண் ... ஆனா, நீ என்னதான் உங்களை நண்பர்கள்னு ரொம்ப முற்போக்காய் சொல்லிண்டாகூட, தேவானையைத் தனி மனுஷியாய் நீ பார்க்கலே; உன் அம்மாவாய் மட்டும்தான் பார்க்கறே அப்படின்னு நினைக்கிறேன். அந்த உறவிலேர்ந்து பிரிச்சு அவளை ஒரு மனுஷியாய் தூரநிறுத்தி வச்சுப்பார் ...”

“புரியலே.”

“விடு பின்னே ... அப்புறம் என்ன சமாசாரம்? நீ எப்படி இருக்கே? ஏதானும் சினிமா பார்த்தேளா, ரெண்டுபேரும்? ஏம்மா மல்லிகா, மத்தியானமெல்லாம் எப்படிப் பொழுதுபோக்கறே?”

“மாமி ...”

– மாமியைக் குறுக்கிட்டு அவன் பேசத் தொடங்குகையில், மல்லிகா ஜன்னல் வழியே வெளிகேட்டைத் தாண்டி தெருவைப் பார்த்தவள், “அதோ, அத்தை வராங்க ...” என்று கூறி தேவானையை எதிர்கொள்ள எழுந்து சென்றாள்.

“சொல்லுங்க மாமி, நீங்க சொன்னதுக்கு என்ன அர்த்தம்? அம்மாவை நான் ஒரு மனுஷியாய்ப் பார்க்காம என்ன செஞ்சுட்டேன்? ஆடு, மாடு மாதிரி கடுமையா நடத்தறேனா?”

“கோச்சுக்காதே அருண் ... தேவானைகிட்ட உனக்குள்ள பாசமும், பக்தியும் எனக்குத் தெரியாதா?”

“பின்னே என்ன? அம்மா ஏன் போகணும்?”

“இந்த வீடு சின்னது ...”

“அப்படியா?”

“நீயும் மல்லிகாவும் புதுமண ஜோடி ...”

“எனக்குத் தெரியாதே!”

“நீ அப்படியே உன் அப்பா ஜாடை ...”

“இது ஆயிரத்தோராவது தடவை!”

மாமி சற்று மௌனமானாள். பிறகு,

“நான் என்ன சொல்றேன்னா அருண் ... அம்மா என்கிறவள் நம்மை குழந்தைப் பருவத்திலிருந்தே தெரிஞ்சு, பழகி, பரிச்சயமாகிப் போன ஒரு ஜீவன். அதனால அவள் இருப்பை ரொம்ப சகஜமாய் எடுத்துண்டுடறோம். தவிர, அம்மா என்கிறபோது அது ஒரு வடிவம், ஒரு ‘இமேஜ்’ – அவ்வளவுதான்! அந்த வடிவத்துக்கு சில சம்பிரதாய லட்சணங்கள் இருக்கு ... தாய்ப் பாசத்தைக் கொட்டறவள், நம்ம தேவைகளை கவனிக்கிறவள், நம்ம அன்புக்கும் – மரியாதைக்கும் உரியவள், முந்தின தலைமுறையைச் சேர்ந்தவள் – இப்படி. இந்த

வடிவத்தைத் தாண்டி அம்மாவை ஒரு மனுஷியாய் – அதாவது தனிமனுஷியாய், ஒரு இண்டிவிஜுவலாய் – பார்க்கிறபோதுதான் அவளுக்கும் உணர்ச்சிகள் உண்டு, ஆசாபாசங்கள் உண்டு என்பதை புரிஞ்சுக்க முடியும் . . .”

“அம்மாவுக்குத் தாராளமாய் ஆசாபாசங்கள் இருக்கட்டுமே! வீட்டோட இருந்து குழந்தைகளையும், பேரக்குழந்தைகளையும் பார்த்துக்கிட்டிருக்கிறதுக்குமேல் ஒரு தாய்க்கு வேறென்ன ஆசையும், பாசமும் இருக்க முடியும்? நான் போன வருஷம் கல்யாணம் செய்துகிட்டிருந்தேனா அம்மா இந்நேரம் பாட்டியாய்க்கூட ஆகியிருந் திருக்கலாம்!”

“நாப்பத்தஞ்சு வயசுல ஒருத்தி பாட்டியாகலாம் அருண்! கிழவியாக முடியாது . . .”

அவன் வெறித்தான். பொறுமையின்றி எழுந்துகொண்டான். இந்த மாமியிடம் உதவி எதிர்பார்த்துப் பயனில்லை. சம்பந்தமில்லாமல் ஏதேதோ சொல்கிறாள், அவன் சொல்வது புரியாமல்.

‘கேட்’டுக்கருகில் தேவானையும் மல்லிகாவும் நின்று பேசிக்கொண் டிருந்தார்கள். அம்மாவின் கையில் அது என்ன, கோவிலுக்கு எடுத்து போயிருந்த அர்ச்சனை கூடையா? அதில் இப்போது காய்கறிகள். அவற்றை மல்லிகாவுக்கு காட்டி ஏதோ சொல்லிக்கொண்டிருந்தாள்.

ஊஹூம் . . . அவனால் அம்மாவைப் பிரிந்திருக்க முடியாது. அவள் இங்கிருந்து போகக்கூடாதென்று மறுபடியும் வாதாடிப் பார்க்க வேண்டும் . . .

அம்மாவும் மல்லிகாவும் பேசிக்கொண்டே வீட்டை நோக்கி வர ஆரம்பித்தார்கள். தற்செயலாய்த் தலைநிமிர்ந்த தேவானை மகனைக் கண்டு புன்னகை செய்தாள். அவள் சிரிப்பு பளீரென்று பிரகாசித்தது.

ஏனோ தெரியவில்லை – திடீரென்று அம்மாவை அப்படிப் பார்க்கையில் அவனுள் புதிதாக ஒரு சோகம் எங்கிருந்தோ வெடித்துக் கொண்டு வந்தது.

***சிறுகதை களஞ்சியம்,* 1.10.1985**

ஒரு நாற்காலியும் ஒரு மரணமும்

தன் பெயர் சகுந்தலா என்று அவள் சொன்னபோது பெரியம்மாவுக்கு முதலில் வியப்புத் தோன்றியது. மறுகணம் ‘அசடு’ என்று தன்னையே செல்லமாய்க் கடிந்துகொண்டாள். வேலைக்காரி என்றாலே பெயர் முனியம்மா அல்லது கருப்பாயி என்பது போல்தான் ஏதாவது இருக்க வேண்டுமா என்ன?

பெரியம்மாவின் பிள்ளையும் மருமகளும் நல்ல எஜமானர்கள். ஆட்கள் அவர்களிடம் சந்தோஷமாய் வேலை பார்ப்பார்கள். சகுந்தலாவும் விதிவிலக்கல்ல. சிரித்த முகத்துடன் ஓடியாடி வீட்டுவேலைகளை உற்சாகமாய்ச் செய்தாள். வீட்டுக்கு பின்னால் சிறு அவுட்ஹவுசில் அவளுக்கு இடம் கொடுத்திருந்தார்கள். தன் குடும்பத்துடன் அவள் அங்கு வசித்தாள். அவள் புருஷன் தட்சணாமூர்த்தியும் (குப்பனோ மாடசாமியோ இல்லை என்று பெரியம்மா சிரிப்புடன் நினைத்துக்கொண்டாள்.) நேர்மையான வாலிபன். அருகிலிருந்து கடைத் தெருவில் ஒரு பழக்கடை வைத்திருந்தான். வீட்டை விட்டால் கடை, கடையை விட்டால் வீடு. கண்டவர்களோடு சுற்றுவது, கள்ளச் சாராயம் குடிப்பது என்ற பேச்சு எதுவும் கிடையாது. கண்ணியமான இளம் தம்பதி என்று பெரியம்மா திருப்தியுடன் மனசுக்குள் சான்றிதழ் கொடுத்தாள். அக்குடும்பத்தை அவளுக்குப் பிடித்துவிட்டது; சகுந்தலாவை, தட்சிணாமூர்த்தியை எல்லாவற்றுக்கும் மேலாக அவர்களுடைய மூன்று வயதுக் குழந்தை முத்துக்குமரனை.

முத்துகுமரன் நல்ல கறுப்பு. நல்ல அழகு, உயர்த்தித் தாழ்த்தும் பெரிய கண்களில் காண்போர் இதயங்களை அள்ளிப் போட்டுக்கொண்டு வந்துவிடுவான். முதல்முறை பார்த்தபோதே பெரியம்மாவுக்கும் அவனுக்குமிடை ‘கண்டதும் காதல்.’

“வணக்கம் சொல்லுடா பெரியம்மாவுக்கு!” என்று கூறியிருந்தாள் சகுந்தலா அப்போது. முத்து சொல்லவில்லை. வெட்கத்துடன் அவள் பின் மறைந்துகொண்டான். பெரியம்மா, “இப்படி வாடா

குழந்தே!” என்று சகுந்தலாவின் சேலைக்குப் பின்னிருந்து கணநேரம் மின்னலிட்ட கண்ணொளியை நோக்கி அழைத்தாள். வழக்கமாக யாரைக் கண்டாலும் தாயின் முன்றானைக்குப் பின் மறைந்துகொண்டு விடும் வெட்க சுபாவ முத்து, வெள்ளைத் தலையும் வெள்ளைச் சிரிப்புமாய் “இப்படி வாடா! குழந்தே!” என்று பெரியம்மா கையை நீட்டியபோது, இரண்டு தடவைகளுக்கு மேல் அந்த அழைப்பைத் தள்ள முடியாமல் சிறிது முன்வந்து ஒருமுறை பார்வையை அவள் முகத்துக்கு ஏற்றித் தாழ்த்திய பின் அந்த நீட்டிய கையின் ஸ்பரிசத்துக்கு உட்பட்டான். பெரியம்மா அவன் தோளைத் தட்டி தலையை மெல்லத் தடவிக் கொடுத்தாள்.

“உன் பேரென்னடா?”

ஒரு பார்வை, ஒரு சிரிப்பு, குனிந்த முகத்துக்குக் கீழே சிந்தும் ஒரு மழலைக் குரல். “முத்துக் கொமலன்”.

“டே முத்து. பெரியம்மா கேக்கறப்ப இப்படியா பதில் சொல்வாங்க? ‘முத்துக் குமரனுங்க பெரியம்மா’ அப்படின்னு மருவாதியா சொல்லணும்” என்று சகுந்தலா கண்டித்தாள்.

“குழந்தைக்கு எதுக்குடீ மரியாதையும் மண்ணாங்கட்டியும்? அவன் பாட்டுக்கு இருக்கட்டும். முத்து, என் பேர் என்னன்னு உனக்குத் தெரியுமோ?”

இம்முறை பெரிய கண்கள் அவள் முகத்திலிருந்து இறங்கவில்லை. “ஊஹூம்” என்று தலை அசைந்தது.

“பாட்டிம்மா. இல்லாட்டி, பெரியம்மா. எங்கே, சொல்லு பார்க்கலாம்?”

“பெலீம்மா” என்று குழந்தை வெட்கத்துடன் சொன்னான்.

“வெரிகுட். வா, இப்படி, இங்கே உக்காரு!”

தன் சாய்வு நாற்காலியின் பக்கத்திலிருந்த இரும்பு மடக்கு நாற்காலியைச் சுட்டிக் காட்டி அழைத்தாள் பெரியம்மா. முத்து அதை நோக்கி வர ஆரம்பித்ததுமே சகுந்தலா அவனைப் பிடித்து நிறுத்தினாள். “சீச்சி, நாக்காலி மேலெல்லாம் உக்காரக் கூடாது. வேணும்னா தரையிலே உக்காரு.”

“மறுபடியும் மரியாதையா? இதோ பாருடியம்மா சகுந்தலா, எங்க பேச்சுக்கு நீ வராதே. முத்துவும் நானும் சிநேகிதமாயிட்டோம். இல்லேடா முத்து? அதனாலே நீ பாட்டுக்கு உன் வேலையைப் பார்த்துக்கிட்டுப் போ.”

முறமும் வாருகோலும் கைப்பிடிக்குள் உறைய சகுந்தலா நின்றிருந்தபோது, பெரியம்மா குழந்தையின் கையை மெல்லப் பற்றி இழுத்து நாற்காலிமேல் ஏறி உட்கார அவனுக்கு உதவினாள். ஒருகணம் தாயைப் பார்த்துவிட்டு முத்து பிறகு பெரியம்மாவைப் பார்த்துப்

புன்சிரித்தான். நாற்காலி ஓரத்தில் கால்கள் தரைக்குமேல் தொங்கத் தொற்றி உட்கார்ந்தவனை நோக்கிப் பெரியம்மா, "நல்லா பின்னாலே சாய்ஞ்சுகிட்டு உக்காரு" என்றதும் கைகளைக் கீழே ஊன்றி, மெல்லப் பின்னுக்குச் சரிந்து 'ஸீட்' மீது சின்னக் கால்கள் ஓரம் தாண்டி நேராக நீட்டிக்கொண்டிருக்க, நாற்காலி முதுகில் சாய்ந்து உட்கார்ந்து, பெரியம்மாவைப் பார்த்தான். "வெரிகுட், கெட்டிக்காரப் பையன்" என்று அவள் சொன்னதும் கறுப்பு முகமெல்லாம் பெருமையை அப்பிக்கொண்டு வெட்கத்துடன் புன்னகை செய்து தலையைக் குனிந்து கொண்டான்.

இந்த நாற்காலி விஷயம் தெரிந்தபோது பெரியம்மாவின் பிள்ளையும் மருமகளும் ஆட்சேபித்தார்கள். அவர்கள் நல்ல எஜமானர்கள். நல்லவர்கள், ஆனால் எஜமானர்கள்.

"அந்தப் பையனை நாற்காலியில் உக்காரச் சொல்லாதீர்கள் அம்மா. வேணும்னா உங்க பக்கத்தில் தரையில் உட்காரட்டும்" என்றான் பிள்ளை.

"ஏண்டா! நாற்காலியில் உட்கார்ந்தால் என்ன? உன் அந்தஸ்து குறைஞ்சு போகுமா?"

"முதல்லேருந்தே எல்லாரும் அவங்கவங்க இடத்திலே இருந்துட்டா அப்புறம் வம்பில்லே."

"அது குழந்தைடா! நம்ம உஷாவைவிட ரெண்டு வயசு சின்னது. இந்த வித்தியாசத்தையெல்லாம் அதுங்கிட்ட காட்டணுமா?"

"அதுக்கில்லே அத்தே. இப்ப குழந்தை, சரிதான். ஆனா இப்படிப் பழக்கப்படுத்திட்டா பெரிசாகும்போதும் இதே பழக்கம்தானே வரும்?" என்றாள் மருமகள்.

"வந்தா என்ன? இந்த மாதிரியான வித்தியாசங்களெல்லாமே தப்புத்தானே?"

"போங்க அத்தை, அதெப்படி!"

அங்கு ஹாலில்தான் தொலைக்காட்சிப் பெட்டி வைத்திருந்தார்கள். நிகழ்ச்சிகளை எல்லோரும் ஒன்றாய் உட்கார்ந்து பார்ப்பது வழக்கம். பெரியம்மாவின் பேத்தி ஐந்து வயதுக் குழந்தை உஷாவும் எந்த நிகழ்ச்சியானாலும் – தனக்குப் புரியாவிட்டாலும் அதைப் பார்ப்பது தன் உரிமை என்பதுபோல் – தந்தையருகில் உட்கார்ந்து பார்ப்பாள். குழந்தை அப்பாச் செல்லம். பெரியம்மா தன் பிரத்தியேக சாய்வு நாற்காலியிலும் பிள்ளை மருமகள் பேத்தி ஆகியோர் வேறு நாற்காலி களிலும் உட்கார்ந்த பின் நல்ல எஜமானர்கள். "சகுந்தலா, நீயும் உன் புருஷனும் கூட அப்படி வந்து உக்கார்ந்து படம் பாருங்க. தமிழ் சினிமா உங்களுக்குப் புரியும்" என்பார்கள். 'அப்படி' என்று அவர்கள் காட்டும் இடம் குடும்பத்தினரிடமிருந்து விலகி இன்னொரு பக்கமாய்த் தரையில் ஓர் ஓரம். தட்சிணாமூர்த்தியும் சகுந்தலாவும்

அடக்கத்துடனும் தாயின் முன்றானை மறைப்பில் முத்துவுடனும் வருவார்கள்.

முதல் தடவை இப்படி அவர்கள் டீ.வி.க்காக வந்த அன்று முத்துவின் கண்கள் பெரியம்மா முகத்திலும் பிறகு அவள் அருகிலுள்ள காலி மடக்கு நாற்காலி மீதும் படிந்தன. பெரியம்மாவின் கண்களும் அவனைக் கனிவாய் அணைக்க, அவள் கை பக்கத்து நாற்காலியை மெல்லத் தடவி அழைத்தது.

முத்து தயங்கித் தயங்கி அவளை அணுகி வந்து நின்றான். பிறகு மடக்கு நாற்காலியை மெல்ல நெருங்கி அதன் ‘ஸீட்’டின்மேல் ஒரு விரலால் கோடு இழுத்த வண்ணம், சுற்றியிருந்தவர்களை அரைப் பார்வையாய்ப் பார்ப்பதும் தலை குனிவதுமாய் நின்றான். எஜமானன், எஜமானி, எஜமானக் குழந்தை மூவரும் அவனையே பார்த்துக்கொண் டிருந்தார்கள். தட்சிணாமூர்த்தி “ச், முத்து, இங்க வா” என்றான் அடிக் குரலில். முத்து ஒரு கணம் தலையை நிமர்த்திப் பெரியம்மா முகத்தைப் பார்த்தான். அவள் புன்னகை செய்தாள். அவன் ஊக்கம் பெற்று நாற்காலி மேல் கைகளை ஊன்றி ஏறி உட்கார முனைந்தான்.

“பாட்டி, பாட்டி, வேலைக்காரப் பையன் நாற்காலியில் உக்காரப் பார்க்கறான் பாருங்க!”

“முத்து, நீ நல்ல பிள்ளையில்லே. இதுமேலே உக்காரக் கூடாது, அப்படிப் போய் உங்கப்பா அம்மாவோட கீழ உக்காந்துக்க, ம். போப்பா!”

“டே முத்து, வாடா இங்கே!”

உஷா, உஷாவின் தந்தை, சகுந்தலா ஆகிய மூவரின் குரல்களும் அடுத்தடுத்த அலைகளாய் எழும்பித் தன் முகத்தில் மோதியதும் முத்து மிரண்டுபோய் நாற்காலியில் உட்காரும் செயலைக் கைவிட்டுத் தாயை நோக்கித் திரும்பியபோது அவளும் விரைந்து வந்து, “வாடா களுதை, நாக்காலி கேக்குதோ தொரைக்கு? இன்னொரு வாட்டி இப்படி செஞ்சியானா செம்மையா ஒதை வாங்குவே, வா இப்படி என்று கடிந்து அவனை இழுத்துக்கொண்டு போய்த் தரையில் தன் இடத்தில் உட்கார்ந்து அவனைப் பக்கத்தில் அமர்த்திக்கொண்டாள்.

பெரியம்மாவின் மகன் திருப்தியோடு தன் தாயைப் பார்த்தான். அவள் கண்கள் கூரை மேல் சூனியப் பார்வையாய்க் கிடந்தன.

சினிமா நிகழ்ச்சி முடிந்ததும் குடும்பத்தினர் இரவு உணவுக்காக எழுந்து உள்ளே போனார்கள். பெரியம்மாவுக்கு தட்டில் உணவைத் தயாராய் எடுத்து வைத்த பின் மருமகள் வந்து அழைப்பது வழக்கம். தட்சிணாமூர்த்தியும் எழுந்து போனான். சகுந்தலா தன் மடிமேல் தலைவைத்துத் தூங்கிப் போயிருந்த மகனை உலுக்கி, “டேமுத்து, எந்திரிடா கண்ணு, அம்மா போறேன்; நீயும் வந்து சோறு தின்னுட்டு அப்புறம் படுத்துத் தூங்கு” என்று அவனை எழுப்பி உட்கார வைத்துவிட்டு அங்கிருந்து சென்றாள்.

தூக்கத்தில் கனத்திருந்த கண்களைப் புறங்கைகளால் தேய்த்துக் கொண்டு கொட்டாவியுடன் முத்து எதிரே பார்த்தபோது பெரியம்மாவின் சிரித்த முகம் தென்பட்டது.

"முத்து!" தாழ்வான, ரகசியக்குரல், "இங்கு வந்து உக்காரு." பெரியம்மாவின் கை பக்கத்து நாற்காலியைத் தொட்டுக் காட்டியது. முத்து புரியாமல் விழித்தான். தூக்கக் கலக்கம் பாதி, நொடிக்கு நொடி மாறும் பெரியவர்களின் நடப்பு அளிக்கும் வியப்பு பாதி.

"வா, இப்ப வேற யாரும் இங்க இல்லை பார்த்தியா. நீயும் நானும் மட்டும்தான். ஜம்முனு இது மேல் வந்து உட்கார்ந்துக்க, வா."

முத்துவின் தூக்கம் சுவடு தெரியாமல் மறைந்தது. கண்கள் ஆர்வமாயின, ஆனால் தயக்கம் தீரவில்லை. பயத்துடன் இங்குமங்கும் பார்த்தான்.

"யாருமே இல்ல இப்போ. யாரும் வரத்துக்கு முந்தி வந்து உட்கார்ந்துடு."

முத்து எழுந்தான். ஆவலாக ஓடி வந்து மடக்கு நாற்காலி மீது எறி உட்கார்ந்து பின்னால் சாய்ந்து கால்களை நீட்டிக்கொண்டு பெரியம்மாவைச் சந்தோஷத்துடன் பார்த்தான்.

"குட், குட். என் சமத்துப் பையன் முத்து". பெரியம்மா அவன் இடுப்பைச் சுற்றிக் கையை வளைத்து அணைத்துக்கொண்டு அவனைப் புன்னகையோடு பார்த்தாள். மெல்லிய குரலில், "நீ தினம் யாருமில்லாத நேரங்கள்ல இப்படி வந்து என் பக்கத்தில இந்த நாற்காலியில் உக்காந்துக்க, என்ன?" என்றாள். முத்து உற்சாகமாய்த் தலையை ஆட்டினான்.

அதுவே நியமமாயிற்று.

டீ.வி. பார்க்கத் தாயின் முன்றானைக்குள் மறைந்து கொண்டு வருகிற குழந்தைக்கும் சாய்வு நாற்காலியில் சாதுவாக அமர்ந்திருக்கும் கிழவிக்குமிடையே ஒரு சங்கேதப் பார்வை ஓடும். சாய்வு நாற்காலியின் பக்கத்திலுள்ள மடக்கு நாற்காலி ஒரு நாடகத்தின் முக்கிய கதா பாத்திரம்போல் அவர்களிருவருக்கும் மட்டுமே தெரிந்த முக்கியத்துவத் துடன் அந்த ரகசிய உலகின் மூன்றாவது உறுப்பினராகக் காட்சியளிக்கும்.

டீ.வி. நிகழ்ச்சி முடிந்து மற்றவர்கள் அறையிலிருந்து மறையும் போதும், ஆபீஸ் என்றும் பள்ளி என்றும் போய்விடுவோர் போக வீட்டிலிருப்பவர்கள் உள்ளே ஓய்வெடுக்கும் பகல் நேரங்களிலும், அந்த ஹாலில் தனியே உட்கார்ந்திருக்கும் பெரியம்மாவின் முகத்தில் மலர்ச்சியை வருவித்துக்கொண்டு முத்து ரகசிய விரைவுடன் ஓடிவந்து அவள் பக்கத்து நாற்காலி மீது ஏறி அமர்வான். முகமெங்கும் ஒரு மகிழ்ச்சியும் பெருமையும் இழையவிட்டவாறு அவளை நோக்கிப் புன் முறுவல் செய்வான். கரிய முகத்தில் பற்களும் விழிகளின் வெள்ளைப்

பகுதிகளும் மூன்று வெண் திட்டுகளாய் மின்னுவதை பெரியம்மா ரசனையுடன் பார்ப்பாள்.

"இங்க நாற்காலி மேல ஜம்முனு உக்காந்திருக்கிற சமத்துப் பையன் பேர் என்ன?"

"முத்து."

"முத்துப் பையன் என்ன செய்யறான்?"

"நாற்காலி மேல ஒக்காந்திருக்கான்."

"யார் பக்கத்தில?"

"பெலீம்மா பக்கத்தில்."

"இன்னும் கொஞ்ச நாள்ல முத்துப் பையன் எங்க போவான்?"

"கூல் போவான்."

"ஸ்கூல்ல என்ன செய்வான்?"

"படிப்பான்"

"படிச்சுத் தெரிஞ்சுகிட்டதையெல்லாம் யார்கிட்ட வந்து சொல்லுவான்."

"பெலீம்மாகிட்ட."

"இல்லேடா! முதல்ல அம்மாகிட்டயும் அப்பாகிட்டயும் சொல்லணும்."

"அப்பொலம் பெலீம்மாகிட்ட..."

"பெரியம்மாகிட்ட எங்கே உட்கார்ந்து சொல்லுவான்?"

"நாக்காலி மேலே..."

"அந்த நாற்காலி எங்கே இருக்கும்?"

"பெலீம்மா பக்கத்தில."

ஜோடியாய் உட்கார்ந்திருக்கையில் பேசத்தான் வேண்டும் என்பதில்லை. மௌனமும் சுகமாயிருக்கும். பரஸ்பரப் பார்வைகளும் புன்சிரிப்புகளும் பேசிக்கொள்ளும். இருவருமாய் உட்கார்ந்திருக்கும் போது சில சமயம் பெரியம்மா தன்பாட்டில் புத்தகம் படித்துக் கொண்டிருப்பாள். சில சமயம் மூக்குக் கண்ணாடியோடு அப்படியே தூங்கியும் போய்விடுவாள். இதனாலெல்லாம் தோழமை கெடாது. பக்கத்து நாற்காலியில் கால்களை நீட்டிச் சாய்ந்து உட்கார்ந்திருப்பது ஒன்றிலேயே முத்துவுக்குப் பெரியம்மாவின் தோழமை புலனாகும். சாய்ந்த நிலையில் தலையை நாற்காலி முதுகில் இப்படியும் அப்படியுமாய் உருட்டுவான். நீட்டிய கால்களை மடக்கி மடக்கி நீட்டுவான். கால் விரல்களை நெளித்துப் பார்த்து மகிழ்ந்துகொள்வான். நாற்காலியை கையால் தட்டித் தட்டி அந்த ஓசையை ரசிப்பான். பெரியம்மா

தூங்கியிருந்ததால் இது எதுவும் அவளைத் தொந்தரவு செய்யாது. விழித்திருந்தால் இச்செயல்களை ஒரு புன்னகையோடு ரசிப்பாள்.

"ஐயாவும் அப்பாவும் ஏன் நான் இங்க நாக்காலி மேலே ஒக்காலக் கூடாதுங்கலாங்க?"

"போறாங்க விடு. அவங்களுக்கு ஒண்ணும் தெரியாது."

"எங்கப்பா அம்மாவும் அப்படித்தான் சொல்வாங்க."

"அவங்களுக்கும் ஒண்ணும் தெரியாது."

பெரியம்மா நிமிர்ந்து உட்கார்ந்தாள். குழந்தையின் முகத்தைக் கைகளில் ஏந்திக்கொண்டாள். "இதோ பாரு முத்து? நீ இங்க இப்படி உக்கார்றதுதான் சரி. இது சரின்னு உனக்கும் எனக்கும் மட்டும்தான் தெரியும். மத்தவங்களுக்கெல்லாம் தெரியாது. அவங்க அசடுங்க."

இதைக் கேட்க முத்துவுக்கு மிகவும் சந்தோஷமாயிருந்தது.

"ஐயையோ, அதோ அம்மா வலாங்க. நான் போலேன் பெலீம்மா..."

உள்ளேயிருந்து நிழல் தட்டியதுமே முத்து அவசரமாய் நாற்காலியிலிருந்து இறங்கி ஓடிவிடுவான். அப்படியும் ஓரிரு முறைகள் பெரியம்மாவின் மருமகள் பார்த்துவிட்டாள்.

"என்ன அத்தை இது? இன்னுமா இந்தப் பழக்கம்? அந்தப் பையனை இப்படி உங்களுக்குச் சமமா பக்கத்தில நாற்காலி மேலே உக்கார வச்சுக்கலாமா?"

பெரியம்மா பதில் சொல்லமாட்டாள். பார்வை கூரைக்கு ஏறிவிடும்.

எஜமானி வேலைக்காரியிடம் சொல்லிப் பார்த்தாள்.

"அடி சகுந்தலா, இது நல்லால்லே. அது குழந்தைதான். அதுக்காக ஒரு தாரதம்மியம் வேணாமா? ஹால்ல அது வந்து நாற்காலி மேலே உக்காந்துக்கறதுன்னா பார்க்கறவங்களுக்கே ஒருமாதிரி இருக்காது?"

"நான் அதைத் தடுத்துத் தடுத்துத்தான் வைக்கறேம்மா! களுதை; சொன்ன பேச்சை கேக்க மாட்டேங்குதே..."

சகுந்தலா கணவனிடம் முறையிட, தட்சிணாமூர்த்தி ஒரு நாள் பையனைப் போட்டு அடித்துவிட்டான். குழந்தையின் அழுகையைக் கேட்டுப் பெரியம்மா அவுட் ஹவுஸுக்கு ஓடி வந்தாள்.

"நிறுத்துடா அடிக்கிறதை! பச்சைக் குழந்தையை இப்படியாப் போட்டுக் கொல்லுவாங்க?"

"அது எங்க பேச்சைக் கேக்க மாட்டேங்குதே பெரியம்மா! நாக்காலி மேலே உக்காராதேடா ராஸ்கோல்னா"

"நான்தானே உக்காரச் சொல்றேன்? அது தப்புன்னா நீ என்னைத் தான் அடிக்கணும்."

“ஐயையோ பெரியம்மா, என்ன வார்த்தை சொல்றீங்க!”

“இன்னொரு வாட்டி குழந்தை மேலே கைவச்சியானா என்னை அடிக்க முடியாமத்தான் அவனை அடிக்கறேன்னு அர்த்தம்.”

அதன்பின் முத்துவை அவன் பெற்றோர் அடிக்கவில்லை.

முத்து பள்ளி செல்ல ஆரம்பித்த பின் அன்றாடம் செய்திகளை முதலில் பெரியம்மாவிடம்தான் வந்து சொன்னான். “உங்கம்மா அப்பாகிட்ட முதல்ல சொல்லுடா!” என்றாலும் கேட்பதில்லை. “உன்கிட்ட சொல்லத்தான் பிடிக்குது பெலீம்மா!” என்று வெட்கத்துடன் வெளிவரும் சொற்களை மீறிப் பெரியம்மாவால் அவனை வற்புறுத்த முடிவதில்லை. கனிவுக்குக் கனிவே எதிரொலித்தது. சாய்வு நாற்காலி – மடக்கு நாற்காலி ஜோடியில் புன்னகைகளைப் பரிமாறிக்கொள்ளும் போது அதைத் தாண்டி ஓர் உலகம் இருக்காது. மடக்கு நாற்காலியின் முதுகுக்கு மேல் இளந்தலை முன்பைவிட சற்று அதிக உயரத்தில் இருப்பதையும் நாற்காலி மீது நீட்டிய கறுப்புக் கால்கள் இன்னும் சிறிது நீளமாய் நீட்டிக்கொண்டிருப்பதையும் பார்க்கையில் பெரியம்மாவின் மனம் மகிழ்ச்சியால் நிறையும். தொடர்ந்துகொண்டே போகும் அந்தத் தோழமையும் நெருக்கமும் நாளாக நாளாகப் பின்னும் இறுகுவதுபோல் தோன்றும். நாளாக நாளாக . . .

“ஏங்க, இந்த வாரம் டீ.வி.யில் என்ன தமிழ்ப்படம்?”

“ஏதோ பேர் போட்டிருந்துதே! மறந்துட்டேன். இரு பார்த்துச் சொல்றேன். ரஜனி படம்னு நினைக்கிறேன்.”

அந்த ஞாயிறு மாலை ஹாலில் வழக்கம் போல் குழுமியிருந்தார்கள். பெரியம்மா, அவள் மகன், மருமகள், பேத்தி ஒருபுறம் நாற்காலியில். சற்றுத் தள்ளித் தரையில் சகுந்தலா, தட்சிணாமூர்த்தி, அவன் இரும்புப் பிடிக்குள் முத்து.

“அடேயப்பா, என்ன சண்டை. என்ன சண்டை . . . சரியான போர்.”

“வெறும் மசாலாப் படம்.”

“நல்லா ஆக்ட் குடுத்திருக்காரு, இல்லேங்க?”

பலவகை விமர்சனங்கள் திரைப்பட முடிவில் ஒலித்தன பெரியம்மாவையும் முத்துவையும் தவிர அனைவரும் எழுந்து சென்றார்கள். முத்து வழக்கம் போல் தாயின் மடியில் தலை வைத்துத் தூங்கிப் போயிருந்தான். அவனை உலுக்கி உட்கார வைத்து “முளிச்சுக்கடா முத்து, எந்திரிச்சு வா” என்ற உத்தரவுடன் சகுந்தலா சென்றிருந்தாள்.

முத்து கண்களைத் தேய்த்து விட்டுக்கொண்டு எதிரே பார்த்தான். பெரியம்மாவின் சிரித்த முகத்தைக் கண்டு புன்னகை செய்தான்.

"எல்லாரும் போய்ட்டாங்க முத்து. இப்படி வா" என்று வழக்கம் போல் மெல்லிய குரலில் பெரியம்மா தன் பக்கத்திலிருந்த மடக்கு நாற்காலியைத் தட்டிக் காட்டி அழைத்தாள்.

முத்து எழுந்து வந்தான். மடக்கு நாற்காலியை அணுகி ஒருகணம் நின்றான். பிறகு அதன் பக்கத்தில் தரை மீது பெரியம்மாவின் காலருகில் உட்கார்ந்துகொண்டான்.

"ஏ முத்து!"

"நான் இப்படி இங்கே தரையிலேயே உக்காந்துக்கறேன் பெரியம்மா. சொல்லுங்க. என்ன பேசணும்?"

பெரியம்மா பனிக்கட்டியாய் உறைந்து போனாள்.

அதன்பிறகு, முத்து மறுபடியும் பெரியம்மாவின் பக்கத்தில் நாற்காலியில் உட்காரவில்லை. ஆகவே பெரியம்மாவும் தன் சாய்வு நாற்காலியில் உட்காருவதை விட்டுவிட்டாள். அதனருகில் இருந்த மடக்கு நாற்காலியையும் ஒரு மூலையில் தூக்கிப் போடச் சொல்லிவிட்டாள். அவள் கண்களைப் பார்த்தால் ஏதோ ஒரு மரணத்துக்காக அழுதுகொண்டிருப்பதுபோல் இருந்தது.

கல்கி தீபாவளி மலர், அக்டோபர் 1987

இறுக மூடிய கதவுகள்

பார்வை மங்கியது. எதிரில் கிடந்த அம்மாவின் முகம் பனிப்படலத்தினூடே மொத்தையாய்த் தெளிவின்றித் தெரிந்தது. கண் டாக்டர், மருந்து போட்டுக் கண் பாப்பாக்களை விரித்து வைத்தால் இருக்குமே, அந்த மாதிரி.

கண்களைத் துடைத்துக்கொண்டேன்.

இந்தக் கண்ணீர் ஏதோ நிமோனியாவில் காய்ச்சல் தகிக்க ஆக்ஸிஜன் குழாயினால் மூச்சு விட்டுக்கொண்டு நினைவின்றிப் படுத்திருக்கும் அம்மாவுக்காக மட்டும் தானா?

எனக்காகவும் தான்.

மற்றவருக்காக அழும்போது அந்த அழுகை பெரும்பாலும் நமக்காகவே தான் இருக்கிறது. நாம் அவருக்குச் செய்யத் தவறிய கடமைகளுக்காக, அவரிடம் காட்டாத அனுதாபத்துக்காக, அவரைப் புரிந்துகொள்ளாமல் போனதற்காக.

அம்மாவும் மாநிறம். இப்போது காய்ச்சல் வேகத்தில் கறுப்பாகவே தெரிந்தாள். கரிய முகத்தில் ஜுரப் பளபளப்பு. கரிய முடியில் தலை சாமான் வைத்துக் கட்டியது போல், வகிட்டையொட்டி நெற்றியின் மேல் விளிம்பில் இருபுறமும் வெள்ளை முடி. திலகமில்லாத வெறும் நெற்றி. எனக்கு நினைவு தெரிந்த நாளாக வெறுமையாய் இருந்து வரும் நெற்றி.

டாக்டர் இனி அதிக நம்பிக்கை இல்லை என்று சொல்லி விட்டார். அதாவது, "பார்ப்போம் மிஸ்டர் கேசவன், நம்மாலான முயற்சியெல்லாம் செய்யறோம். காட் இஸ் க்ரேட்" என்று சொன்னார்.

அறைக் கதவிடை சலனம். வேகமாய்த் திரும்பிப் பார்த்தேன். என் மனைவிதான். என் முகம் விழுந்துவிட்டதா? என் ஏமாற்றத்தை அவள் உணர்ந்திருக்க வேண்டும்.

"யாரை எதிர்பார்க்கிறீங்க?"

“ம்? யாரையுமில்லே.”

“இந்த நேரத்துக்கு நான்தான் வருவேன்னு உங்களுக்குத் தெரியும்.”

“ஆமாம்.”

“பின்னே?”

“பின்னே? ஒண்ணுமில்லே.”

“நாலு நாளா கவனிக்கறேன். வீட்டிலேயும் சரி, இங்கேயும் சரி, அடிக்கடி வாசல் பக்கமே பார்த்துக்கிட்டிருக்கீங்க. யாரை எதிர் பார்க்கறீங்கன்னு நான் தெரிஞ்சுக்கக் கூடாதா?”

அவள் குரலில் சற்று சூடு உறைத்தது. நியாயம் இருக்கும் இடத்தில் சூடு அவசியம் இருக்கும். அன்பான மனைவி. முகம் கோணாமல் தன் தாயைக் கவனித்துக்கொள்பவள். நான் யாரை எதிர்பார்க்கிறேன். யாருக்கு உடல்நிலை பற்றி எழுதி அனுப்பியிருக்கிறேன் என்று அறிந்து கொள்ள அவளுக்கு உரிமை இல்லையா என்ன? ஆனால் அது அம்மாவின் உரிமையில் குறுக்கிடுவதாயிருந்தால்? யாருக்கும் தம் அந்தரங்கத்துக்கான உரிமை உண்டல்லவா?

“முக்கியப்பட்ட யாருமில்லை நீலா” என்று பொய் சொன்னேன்.

“இருந்தாலும் எனக்குச் சொல்றது! யாரது?”

“எங்களோட ஒரு பழங்காலக் குடும்ப நண்பர். அப்பாவுக்கு ரொம்ப வேண்டியவர். சொந்தம்னு அதிகமா யாருமில்லாத எங்களுக்கு அவரை ஒரு சொந்தக்காரராய் நினைச்சு, அம்மா முடியாமல் படுத்திருக் கிறதைத் தெரிவிச்சிருக்கேன், அவ்வளவுதான்” என்றேன், அதில் அதிக சிரத்தை இல்லாதவன் போல்.

மிஸ்டர் செல்லப்பா இந்த ஊரில் இருந்ததே எனக்குத் தற்செயலாய்ச் சென்ற மாதம்தான் தெரிய வந்திருந்தது. அப்போதிலிருந்தே அம்மாவிடம் சொல்லலாமா என்ற எண்ணம். அவரை வீட்டுக்கு அழைக்க வேண்டும் என்ற துடிப்பு. என் நினைவில் தெரிந்த வாலிப செல்லப்பா வெளியூருக்கு மாற்றலாகிச் சென்று இப்போது வயோதிகச் செல்லப்பா தம் இலாகாவின் தலைவராய்ச் சென்னைக்கே வந்து சேர்ந்திருக்கிறார். முடி பஞ்சாய் நரைத்திருக்குமோ? வழுக்கை? கைத்தடி? சேசே, அவருக்கு ஐம்பத்தைந்து ஐம்பத்தாறு வயதுக்கு மேல் இருக்காதே. நிமிர்ந்த உடலும் சுறுசுறுப்பான நடமாட்டங்களும் கருமை மாறாத தலைமுடியுமாய் நாற்பது என்று மதிக்கத்தக்க எத்தனையோ ஐம்பத்தைந்துகளை நான் பார்த்ததில்லையா என்ன? இது ஓர் அசட்டுத்தனம், நமக்கு முந்தைய தலைமுறை என்றதுமே தொண்டுக் கிழமாய்க் கற்பனை செய்துகொள்வது. குழந்தைக் கண்களுக்குத் தான் முப்பது என்றாலே முதுமை. என் வயதிலுமா?

அவரை நான் வீட்டுக்கு அழைக்கவில்லை. அம்மாவிடம் சொல்லக் கூட இல்லை. சொல்ல வேண்டும் என்று நினைத்துக்கொண்டே இருக்கையில் அம்மா கடுமையான நிமோனியாவில் படுத்துவிட்டாள்.

அம்மா முகத்தைப் பார்த்துக்கொண்டே உட்கார்ந்திருந்தேன். மனம் உணரும் உணர்ச்சிகளையெல்லாம் பேச நாவுக்குத் திறமை இல்லை. ஆனால் கண்களுக்கு உண்டு. உணர்ச்சிகள் வெள்ளமிட்டு வரும்போது கண்களால் மட்டும்தான் பேச முடிகிறது. புலன் ஆற்றல் ஒன்று இடம் மாறிப் போகிறது.

"என்ன அப்படியே உட்கார்ந்திருக்கீங்க? எழுந்து வீட்டுக்குக் கிளம்புங்க. நான்தான் வந்துட்டேனே."

நான் மெள்ள எழுந்துகொண்டேன்.

"அப்பப்பா! இன்னிக்கு அந்த ரெண்டு வாலுங்களையும் ஸ்கூலுக்கு அனுப்பறதுக்குள் போதும் போதும்னு ஆயிடிச்சு. 'அப்பா லீவு போட்டிருக்காரே. நாங்க மட்டும் போடக் கூடாதோ?'ன்னு ஒரே ரகளை. சாயங்காலம் அதுங்க வர்றப்பக் கொஞ்சம் அதட்டி கொஞ்சம் நயமாப் புத்தி சொல்லி டிபன் சாப்பிட்டுட்டுப் பாடம் படிக்கச் சொல்லுங்க" என்றாள் நீலா.

"ஆஸ்பத்திரிக்கு வந்து பாட்டியைப் பார்க்கணும்னு அருண் நேத்தே சொன்னான். சாயங்காலம் அழைச்சிட்டு வரட்டுமா? பார்த்துட்டு உன்கூட வீட்டுக்குத் திரும்பிடட்டுமே?"

அவள் கணநேரம் யோசித்தாள். "எதுக்கு . . . இப்ப எதுக்குங்க? சின்னப் பையன். இந்த ஆக்ஸிஜன் குழாயையெல்லாம் பார்த்துப் பயந்துப்பான். நாலு நாள் போகட்டுமே. அதுக்குள்ள அத்தைக்கும் கொஞ்சம் குணம் தெரிஞ்சு டாக்டர் ஆக்ஸிஜனை எடுத்துடலா மில்லையா?"

ஆக்ஸிஜனை எடுத்துவிடலாம் என்பது உண்மை. குணம் தெரிவதால் தானா? இன்னொரு சாத்தியக்கூறு பற்றி நாங்கள் பேசிக்கொள்ள வில்லை, எங்கள் மௌனத்துள் அது ஆயிரம் நாவுகளோடு பதுங்கியிருந்தது.

நீலா பகலுணவு சாப்பிட்டாகிவிட்டது. கையில் கொண்டுவந்திருந்த புத்தகத்தையும் பிற்பகல் காப்பி இருந்த பிளாஸ்கையும் மூலையிலிருந்த மேஜை மேல் வைத்துவிட்டுக் கட்டிலை நெருங்கிக் குனிந்து, என் தாயின் பிரக்ஞையற்ற வடிவைச் சில கணங்கள் உற்றுப் பார்த்தாள். பிறகு என் முகம் நோக்கி நிமிர்ந்தாள். நோயாளியின் நிலையில் எவ்வித மாற்றமுமில்லை. எங்கள் கண்கள் சந்தித்தபோது பேச இவ்வளவுதான் விஷயம்.

"அப்ப. நான் கிளம்பறேன் நீலா"

"ம், ஸிஸ்டர் வந்து இன்ஜெக்ஷன் போட்டுட்டாங்க. இல்லே?"

"ஆச்சு. டாக்டர் பன்னிரண்டு மணிக்குத்தான் வருவாராம்."

"நான் பார்த்துக்கறேன்."

தனிமைத் தளிர் ૯ 489 ৩

தெருவில் இறங்கினேன். முற்பகல் வெயில் சுள்ளென்று உறைத்தது. நான் வீடு வந்து சேர்ந்தபோது மணி பத்தரை. ஆஸ்பத்திரியிலிருந்து நடக்கும் தூரத்தில்தான் வீடு. குளித்தேன். ஹாட்ஃப்ளாஸ்கில் நீலா எனக்கு வைத்திருந்த உணவை உண்டுவிட்டு ஆயாசத்துடன் படுத்துக் கொண்டேன். ஆயாசம் வெயிலினால், ஐந்து நாட்களாய் ஆபீசுக்கு லீவு போட்டுவிட்டு ஆஸ்பத்திரிக்கும் வீட்டுக்குமாய் அலைவதனால், அம்மாவைப் பற்றிய கவலையினால், மனப் பாரத்தால்.

இரவு முடிய ஆஸ்பத்திரியில் அம்மாவின் பக்கத்தில் உட்கார்ந்து கண் விழித்திருந்ததால் இப்போது கண்கள் எரிந்தன. மூடிக்கொண்டேன். விட்டுவிட்டுத் தூக்கம். அதில் கனவென்று சொல்ல முடியாத தாறுமாறான பிம்பங்கள். அமுங்கி அமுங்கி வெளிவரும் அம்மாவின் முகம். கூட ஓர் எட்டு வயதுச் சிறுவன். ஒரு விநாடி கண்களைத் திறந்துவிட்டு மூடினேன். மறுபடியும் தூக்கமா? இப்போது வேறொரு முகம். சிவந்த நீளவாட்டு முகம். இதமான புன்சிரிப்பு. பிரகாசக் கண்களில் ஆழமான பார்வை. சுருட்டை கிராப். நான் பார்த்துக் கொண்டிருக்கையிலேயே அந்த முகமும் நழுவியது. திடுக்கிட்டு விழித்துக்கொண்டேன்.

புரண்டு படுத்தேன். மறுபடியும் அரைத் தூக்க நிலை. கண்களுள் மீண்டும் இளம் அம்மாவின் முகம். அதில் ஒருவித ஆவல். உதடுகள் ஏதோ சொல்கின்றன. சிறுவனின் கண்களில் அதிர்ச்சி. மறுப்புக் குறியில் தலை இடவலமாய் அசைகிறது மறுபடியும் விழித்துக் கொண்டேன். உடல் முழுவதும் வியர்வை, ஆழ்ந்த, தொடர்ச்சியான உறக்கமில்லாததால் ஓய்வு எடுத்த உணர்வே இல்லை. எழுந்து உட்கார்ந்து கடிகாரத்தைப் பார்த்தேன். பிற்பகல் மூன்று மணி. போய் முகம் கழுவிக்கொண்டு காஸ் அடுப்பை ஏற்றிப் பாலைக் காய்ச்சி உப்புமா செய்தேன்.

வாசல் மணி ஒலிப்பது கேட்டது. ஓடிப் போய்க் கதவைத் திறந்தேன். தபால்காரர். ஒரு நண்பர் வீட்டுத் திருமணத்துக்கு வந்திருந்த அழைப்பிதழைக் கொடுத்துவிட்டுப் போனார்.

நான் எதிர் பார்த்தவர் வரவே மாட்டாரா? அம்மாவின் உயிர் பிரியுமுன் அவள் முகத்தையாவது அவர் பார்க்கட்டும் என்று எண்ணி அவள் உடல்நிலை பற்றியும் மற்ற விவரங்களையும் அவருக்கு எழுதி யிருந்தேனே, அந்த அற்பப் பணி செய்வதுகூட எனக்குக் கொடுத்து வைக்கவில்லையா? நேரில் போய்ச் சொல்லலாமென்றால் காலையும் மாலையும் அவர் வீட்டில் இருக்கும்போது நான் ஆஸ்பத்திரியில் அம்மாவுடன் இருக்கிறேன். பகல் முடிய எனக்கு நேரம் இருக்கும்போது அவர், அலுவலகம் போயிருப்பார். நீலாவைப் போய்ச் சொல்லச் சொல்லலாமென்றால் அவளுக்கு இவ்விஷயத்தின் முக்கியத்துவம் தெரியாது. அதை அவளுக்கு விளக்க எனக்குத் தயக்கம்தான். இன்று மாலை ஆஸ்பத்திரிக்குப் போனபின் சிறிது நேரம் பணிப்பெண் எவளையாவது அறைக்குள்ளேயே இருக்கச் சொல்லிவிட்டு நானே போய் அவரிடம் சொல்லிவிட்டு வந்தால் என்ன? டாக்டரின் முகமோ,

‘இன்னும் அதிக காலமில்லை’ என்று சொல்லிவிட்டது. இன்னும் இரண்டு நாட்கள் ஞாயிற்றுக்கிழமைக்காகக் காத்திருந்தால் காலம் கடந்துவிடலாம்.

மாலை நாலரை மணிக்கு என் குழந்தைகள் பத்மாவும் அருணும் பள்ளியிலிருந்து திரும்பினார்கள். அவர்களுக்குச் சிற்றுண்டியும் காப்பியும் கொடுத்துவிட்டு நீலாவுக்குத் தனியாய் எடுத்து வைத்துவிட்டு நானும் உட்கொண்டேன்.

“பாட்டி இன்னிக்கு எப்படிப்பா இருக்காங்க?” என்றான் அருண்.

“அப்படியேதான். புதுசா ஒண்ணுமில்லே.”

“நான் உங்ககூட ஆஸ்பத்திரிக்கு வந்து பாட்டியை பார்க்கறேம்ப்பா!”

“அண்ணா வந்தா நானும் வருவேன்” என்றாள் பத்மா.

“ரெண்டு பேருமே இப்ப வேணாண்டா கண்ணு.” பத்மாவை தூக்கி மடியில் வைத்துக்கொண்டேன். “ஒரு நாள் ரெண்டு நாள் போகட்டும். பாட்டிக்கு எப்படி இருக்குன்னு பார்த்துகிட்டு நானே உங்களை அழைச்சுக்கிட்டுப் போறேன்.”

“இப்ப கொஞ்ச நேரத்தில் நீங்க ஆஸ்பத்திரிக்குப் போயிடுவீங்க. நாங்க ரெண்டு பேரும் தனியாத்தானே இருக்க வேண்டியிருக்குது?”

“தனி என்ன? ஒரு அரை மணி நேரம் பக்கத்து வீட்டு ஆன்ட்டி கிட்டப் போய் இருக்கப் போறீங்க. அரை மணியில் அம்மா ஆஸ்பத்திரி யிலேர்ந்து திரும்பி உங்களை வந்து அழைச்சுகிட்டு இங்கே வந்துடப் போறங்க.”

“நீங்க எப்பப்பா மறுபடியும் ராத்திரியில வீட்டிலே இருப்பீங்க? எனக்குக் கதை சொல்லுவீங்க?” என்று என் மேல் நெருங்கி ஒன்றிக் கொண்டாள் பத்மா. அவள் தலைமுடியைக் கோதி முத்தமிட்டேன்.

“பாட்டி ஆஸ்பத்திரியில் இருக்கிறவரைக்கும் நான் அவங்ககூடத் துணைக்கு அங்கே இருக்க வேணாமா கண்ணு? சொந்த மனுஷங்க யாரானும் கூடவே இருக்கணும்னு டாக்டருங்க சொல்றாங்களே, அதனாலதானே அம்மாவும் நானும் மாத்தி மாத்தி பாட்டியோடு இருக்கோம்.”

“ஊஹூம், நீங்க இங்கேதான் இருக்கணும், ஆஸ்பத்திரிக்குப் போகக் கூடாது . . .”

அழத் தொடங்கிய குழந்தையைத் தேற்றிச் சமாதானப்படுத்தினேன். “அழக் கூடாதும்மா கண்ணு. சமர்த்தில்ல? ராத்திரியில் பாட்டி கண் விழிச்சுப் பார்த்து ‘ஐயோ, நம்ம மகன் இங்கே இல்லையே’ அப்படின்னு வருத்தப்படக் கூடாதில்லையா? பாட்டி வீட்டுக்கு வந்ததுமே நானும் வந்திடுவேனே! அப்புறம் ராத்திரியிலேயும் வீட்டில் தான் இருப்பேன், பத்மாவுக்கு ஒவ்வொரு ராத்திரியும் புதுப் புதுக் கதையெல்லாம் சொல்லுவேன் . . .”

இந்தக் குழந்தை சொல்வதைக் கேட்டு நான் ஆஸ்பத்திரிக்கு போகாமலே இருந்தால் எவ்வளவு தவறாக அநியாயமாக இருக்கும்! குழந்தைகளுக்கு என்ன தெரியும்? அவர்களுடைய பேச்சில் எதைப் பெரிதாய் எடுத்துக்கொண்டு மதிப்பளிக்க வேண்டும், என்னும் அறிவும் தெளிவும் பெரியவர்களுக்கல்லவா இருக்க வேண்டும்?

அம்மா ஏன் அந்த எட்டு வயதுச் சிறுவனின் பேச்சைக் கேட்டாள்?

மறுபடியும் மாலையில் ஆஸ்பத்திரி, அம்மாவின் பிரக்ஞையற்ற உருவம்.

"டாக்டர் வந்தாரா நீலா?"

"ம்."

"புதுசா ஏதானும் சொன்னாரா?"

"ஊஹூம். மருந்துகள், இன்ஜெக்ஷன், ஆக்சிஜன், காட் இஸ் க்ரேட் எல்லாமே வழக்கம் போல்."

சற்றுத் தயங்கிவிட்டு "அவர் வந்திருந்தாரா? அதான் நான் சொல்லியனுப்பினேன்னு சொன்னேனே, அந்தாளு" என்றேன்.

"யாரும் வரேல்லே" என்றவள் என்னைக் கூர்ந்து பார்த்தாள். 'முக்கியப்பட்டவரில்லை என்கிற ஒருவருக்காகவா இப்படிப் பறக்கிறாய்? இதை என்னை நம்பச் சொல்கிறாயா?' என்று கேட்கும் பார்வை.

நான் தலையைத் திருப்பிக்கொண்டேன். நீலாவுக்குச் சொல்ல வேண்டியதுதான். ஆனால் அவளுக்குச் சம்பிரதாய மனம். அம்மாவைப் பற்றிக் குறைவாக நினைத்துவிட்டால்?

"அப்போ நான் வீட்டுக்குப் போகவா?"

"ம், கிளம்பு. குழந்தைங்க எதிர்பார்த்துக்கிட்டிருக்கும்."

அவள் போன பின் அம்மாவின் பக்கத்தில் உட்கார்ந்துகொண்டேன்.

அம்மா சலனமின்றிப் படுத்திருந்தாள். செயற்கை சுவாசத்தில் நோயின் முனகல்கள் ஏதுமில்லை. மார்பு சீராய் ஏறி இறங்கியது. ஒருகால் இந்த மயக்கத்தின் திரைக்குப் பின்னே ஆழ் மனத்தில், வேறேதோ ஒரு காலத்தில் இப்போது வாழ்ந்துகொண்டிருக்கிறாளா?

நெற்றியின் கோடுகள். வாழ்வின் தடங்கள். அதில் ஒரு தடத்தில் நிற்கும் அம்மா. இளைய அம்மா. பயம் கலந்த ஒரு சந்தோஷத்தில் உருவமே வேறாகி ஒளியால் நிறைந்தது போன்ற அம்மா. அவள் அணைப்பினுள் எட்டு வயதுப் பையன்.

'செல்லப்பா அங்கிளை உனக்குப் பிடிச்சிருக்குதா கேசவா?'

'ஓ. ரொம்பப் பிடிக்குமே!'

'எனக்கு ... எனக்குக் கூட அவரைப் பிடிக்குதுடா கண்ணா!'

'நல்ல அங்க்கிள் அவரு.'

'அவரை ... அந்த நல்ல அங்க்கிளை ... உனக்கு அப்பாவாய்ப் பண்ணட்டுமா?'

பையன் முகத்தில் ஒன்றும் புரியாத வெற்றுப்பார்வை. அது ஒரு தடை என்பது போல், அம்மாவின் முகத்தில் கணநேரத் தடுமாற்றம்.

'என்னம்மா?'

'அவரை ... நான் கல்யாணம் செய்துக்கட்டுமா?'

இப்போது அதிர்ச்சியே வடிவாய் உருமாறும் மகன்.

'ஊஹூம், கூடாது அது தப்பு!'

'உனக்கு ஒரு அப்பா கிடைப்பார்டா கண்ணா!'

'என் அப்பா செத்துப் போய்ட்டார். நீ என் அம்மா. அம்மால்லாம் தப்புச் செய்யக் கூடாது ...'

மறுப்பில் தலையாட்டும் மகன்.

அந்தத் தலையாட்டலில் ஒரு வாழ்க்கைக் கதவை இறுக மூடிப் பூட்டிவிட்டதை அந்தச் சிறுவன் அறிய மாட்டான். நான்தான் அதை அறிந்து, உணர்ந்து, நொந்து, வெட்கி, அதற்காகக் கண்ணீர் வடித்துக் கொண்டிருந்தேன்.

குழந்தைகளின் உலகம் சுயத்தில் தொடங்கிச் சுயத்தில் முடிகிறது. தம்முடன் சம்பந்தப்படுத்தித்தான் எதையும் அவர்களால் பார்க்க முடியும். என் அம்மா. என் அப்பா. என்தம்பி. என் நண்பன். என் டீச்சர்.

மனிதர்களைத் தனி மனிதர்களாய்ப் பார்க்கும் ஆற்றல் ஒரு குழந்தைக்கு எப்படிச் சாத்தியமாகும்? அவனைப் பொறுத்தவரை அம்மா ஒரு பெரியவள், தன் பாதுகாப்பான பின்னணி.

அம்மாவை முப்பது வயதான வாலிப மங்கையாக, எதிர்பார்ப்புகள் நிறைந்தவளாக, வருங்காலம் தன் முன் நீண்டு கிடக்கக் காண்பவளாக, இனம் கண்டுகொள்கிற முதிர்ச்சியும் விலகி நின்று வெறும் பார்வை யாளராய்ப் பார்க்கும் தெளிந்த கண்ணோட்டமும் ஒரு குழந்தைக்கு எப்படி வரும்?

அந்தக் குழந்தையின் பேச்சை நீ ஏனம்மா கேட்டாய்? தன் அம்மா என்பதற்கு மேல் நினைக்கத் தெரியாத குழந்தையின் பேச்சை ஏன் கேட்டாய்? விதவை மறுமணம் தவறு என்று கருதும் ஒரு மரபுச் சமுதாயத்தின் வார்ப்படமான குழந்தையின் பேச்சை ஏன் கேட்டாய்?

முதலில், ஒரு குழந்தையிடம் யோசனை கேட்பதே தவறில்லையா? குழந்தையைக் குழந்தையாகவே வைத்துவிட்டு உன் இதயம் காட்டிய வழியில் நீ சென்றிருந்தால் அந்தக் குழந்தை முதலில் முரண்டிருக்கலாம். ஆனால் நான் புரிந்துகொண்டிருப்பேன்; மகிழ்ந்திருப்பேன். இரண்டு பேரின் சந்தோஷ வாய்ப்பைக் கெடுத்துவிட்ட குற்றச் சுமையை நெஞ்சில் தாங்கி இப்படி வருஷக் கணக்காய்ப் பரிதவித்துக்கொண்டிருக்க மாட்டேன்.

எல்லாம் வேறு விதமாய் நடந்திருந்தால்!

அம்மாவின் நெற்றியில் குங்குமம், சிரிப்பில் சந்தோஷம், முகத்தில் பிரகாசம். முதுமையும் மரணமும் யாருக்கும் நேர்வதுதான். ஆனால் தனிமை இருந்திருக்காது. நாளுக்கு நாள் வளர்ந்து பெரியவனாகித் தன் வாழ்வை நோக்கிக் கிளை பிரிந்து போகும் மகன் – அடுத்த தலைமுறையினன் – எத்தனை பாசமிருந்தாலும் எந்த அளவுக்கு தோழனாயிருக்க முடியும் பெற்றவளுக்கு?

அம்மாவின் தலைமுடியைத் தடவிக்கொடுத்தேன். கன்னத்தை மெல்லத் தீண்டினேன். கையைப் பற்றினேன். எதற்குமே அவளிடம் எதிர் விளைவு இல்லை. உடம்பில் அசைவில்லை.

அம்மா, அம்மா, உன்னை எப்படி எட்டுவேன்? உன்னுடன் நான் எத்தனையோ பேச வேண்டும். எனினும் என் நாவு புரளவில்லை. நான் பேசினாலும் உனக்குக் கேட்காது. ஆனால் உன் மனம் என் மனத்தை உணர்கிறதா? என் அன்பை, என் துயரத்தை, என் கழி விரக்கத்தைப் பேச்சின்றியே புரிந்துகொள்கிறாயா? இப்போது உடல் குலுங்க நான் மௌனமாய்க் கொட்டும் இந்தக் கண்ணீர் உனக்காக மட்டுமல்ல எனக்காகவும்தான் என்பதை நீ உணர்கிறாயா அம்மா? உணர்ந்து என்னை மன்னிக்கிறாயா?

நெடு நேரம் ஆகியிருக்குமென்று நினைக்கிறேன். தலை நிமிர்ந்து மூக்கை உறிஞ்சிக் கண்களைத் துடைத்துக்கொண்டேன். குளியலறைக்குச் சென்று வாளியிலிருந்து சிறிது நீரை முகத்தில் இறைத்துக் கழுவிக் கொண்டேன்.

மணி எட்டை நெருங்கியிருந்தது. ஒரு நர்ஸை அழைத்து அம்மா பக்கத்தில் அமர்த்திவிட்டு மிஸ்டர் செல்லப்பாவின் வீட்டுக்கே நான் போய் . . .

எண்ணம் முடியவில்லை. எதிரே அறைக்கதவுக்கு வெளியே, நின்றிருந்தவரை என் கண்கள் கண்டுகொண்டன.

சிவந்த நீளவாட்டு முகத்தில் இப்போது சில சுருக்கங்கள். சுருள் முடியில் அங்கங்கே நரை. எனினும் அந்த முகத்தின் நேர்த்தியை இதமான புன்சிரிப்பை, ஒளிமிக்க விழிகளை எட்டு வயதுப் பையனுக்குப் பரிச்சயமான அவன் அப்பாவின் நண்பரை, எனக்கும் அடையாளம் புரிந்தது.

பேசத் தெரியாமல் அவரையே பார்த்துக்கொண்டு நின்றேன் வந்துவிட்டார். வந்துவிட்டார்.

"கேசவ்? கேசவன்தானே? நான் செல்லப்பா."

அந்தக் குரலும் மாறவில்லை.

'தெரியும்' என்று எப்படியோ தடுமாறிக் கூறினேன்.

"நான் ரெண்டு வாரமா ஊர்ல இல்லே. இன்னிக்குச் சாயங்காலம் தான் வந்தேன். உன் – உங்க – லெட்டரைப் பார்த்தேன். உடனே கிளம்பி வந்தேன்."

அவர் கண்கள் படுக்கை மீது கிடந்த உருவத்தில் சென்று நிலைத்தன. உதடுகள் லேசாய்த் துடிப்பது தெரிந்தது. அவர் பார்வையில் ஒரு வாழ்நாளின் உணர்ச்சிகள் அனைத்தும் ஒருங்கே கட்டவிழ்ந்து உடைந்தன. கணப்பொழுதில் அம்மாவுடன் அவர் அங்கே தனியாய் இருந்தார், இது அவ்விருவருடைய கணம். அவர்களுடையதாய் இருந்திருக்க வேண்டிய எத்தனையோ ஆண்டுகளின் ஒரு சின்னஞ்சிறு, கடைசிப் பிரதிநிதி.

"உள்ளே வந்து உட்காருங்க ஸார். நான் இதோ வந்துடறேன்" என்று கூறி அந்த அறையை விட்டு நான் வெளியேறினேன்.

கல்கி, 12.6.1988

ஒரு நாளின் 24 மணி நேரம்

கண்களின் மேல் வலது கையால் கூரை கட்டி "யாரு?" என்றவளை, "நீ உள்ளே போம்மா. யாராயிருந்தா உனக்கென்ன! எதுக்கெடுத்தாலும் நீதான் முதல்ல வந்து விசாரிக்கணுமா?" என்று அதட்டிவிட்டு நடேசன் "வாங்க பாலு" என்று என்னை வரவேற்றான்.

"பாலுவா! அதாரு பாலு? புதுப்பேரா இருக்கே? உன் ஆபீஸ் சிநேகிதனா?"

"ஆமாம், உனக்கு எல்லாம் சொல்லியாகணும். அவர் ஜாதகத்தையே வேணா தரட்டுமா? உள்ளே போம்மான்னா"

எனக்கு சங்கடமாயிருந்தது. "உங்க அம்மாவா நடேசன்?"

"ஆமாம். ரொம்ப நல்லவதான். ஆனா தொணதொணப்பு தாங்காது. நீங்க இப்படி வந்து உக்காருங்க."

அந்த விமரிசனத்தைக் கண்டுகொள்ளாமல் நான் "வணக்கம் மாமி! நான் மிஸ்டர் நடேசனோட ஆபீஸ் சிநேகிதன்தான். கொஞ்ச நாளாத்தான் பழக்கம். நான் புதுசா மாத்தலாகி வந்தவன். இன்னிக்கு இங்கே வந்து கொஞ்ச நேரம் பேசிட்டிருந்துட்டு அவர் கூடவே சாப்பிட்டுட்டு ரெண்டு பேருமா ஒரு இங்கிலீஷ் படம் நூன் ஷோ போகலாம்னு சொல்லியிருந்தார்" என்றேன்.

"அப்படியா! ரொம்ப சந்தோஷம். இப்பல்லாம்தான் குழந்தை களுக்குச் சனிக்கிழமை ஸ்கூல் லீவ் விடுறமாதிரி ஆபீஸ்களுக்கும் லீவாச்சே! அதான் பகல்ல சினிமா போக முடியறது!" என்றாள் அந்தம்மாள் சிரித்தபடி. அவள் சிரித்த விதத்தில் இருந்த தோழமை, கேட்பவரையும் சிரிக்க வைப்பதாய் இருந்தது. ஆகவே நடேசனின் "நீ இப்ப சும்மா இருக்க மாட்டே அம்மா?– நீங்க ஒண்ணும் தப்பா நினைச்சுக்காதீங்க பாலு" அவசியமாகவே இல்லை.

"தப்பென்ன இதுல! நீங்க சொல்றது ரொம்ப சரி மாமி" என்றேன்.

அந்த அம்மாளுக்கு அறுபது வயது இருக்கலாம்! மாநிறம். ஒல்லி உடம்பு. களையான முகம். கண்கள் மட்டும் இரண்டு

இமைகளுக்கிடையே நசுங்கிவிட்டது போல் கோடாய்த் தெரிந்தன. தலை முழுவதுமாய் நரைத்திருந்தது. அந்த வயதுக்குக்கூட அப்படி நரைத்திருக்க வேண்டியதில்லை. தலையின் வெள்ளை கொஞ்சம் நெற்றியில் வழிந்த மாதிரி விபூதிக்கீற்று. சிரிப்பில் தெரிந்த சீரான பல்வரிசையில் நரைக்குப் பொருந்தாத இளமை.

"உனக்குக் கல்யாணம் ஆயிடுத்தோ?" என்றாள் அந்தம்மாள் என்னிடம், கண்களை இடுக்கி என்னைப் பார்த்தவாறே.

"அம்மா!" நடேசன் அதட்டினான்.

"இன்னும் இல்லை" என்றேன் நான்.

"நினைச்சேன். உன்கூட ஒரு பொண் வரலை பாரு. கல்யாண மாயிருந்தா நடேசு புருஷன் – பெண்ஜாதி ரெண்டு பேரையும்தானே ஜோடியா அழைச்சிருப்பான்? ஏன்னா அவனுக்குக் கல்யாணமாயிருக்கே, அதுனால சொல்றேன். நீங்க ரெண்டு சிநேகிதா மட்டும் சினிமாவுக்குப் போறதுக்குப் பதில் ரெண்டு ஜோடியா நாலு பேர் போயிருப் பேளோல்லியோ?"

நடேசன் உறுதியாய்த் தாயின் புஜத்தை பற்றினான். "உள்ளே போம்மா."

"விடுடா என்னை! . . . ஏம்ப்பா பாலு, உனக்கு என்ன வயசாறது? கூடப்பிறந்தவா எத்தனை பேர்? அப்பா, அம்மா இருக்காளா?"

இம்முறை நடேசன் வார்த்தைகளை வீணடிக்கவில்லை. தாயாரை இழுக்காத குறையாக உள் அறைக்குத் தள்ளிக்கொண்டு போனான். "உன்னால மானம் போறது" என்ற அவன் உறுமலும் "என்னடா பண்ணிட்டேன் அப்படி மானம் போறாப்பல? அந்தப் பிள்ளை யாண்டான் நல்லவனாயிருப்பான் போல் இருக்கு. கொஞ்ச நாழி பொழுது போக்காய் அவனோட நான் பேசிண்டிருக்கப்படாதா?" என்ற அந்தம்மாளின் பதிலும் என் காதுக்கு எட்டின.

நான் கொண்டு வந்திருந்த பிரிட்டானியா பிஸ்கெட் பாக்கெட்டை அங்கிருந்த மேஜைமேல் வைத்தேன். அந்தச் சிறிய வரவேற்பறையில் அங்குமிங்கும் நோட்டமிட்டேன். வழக்கமான மேஜை நாற்காலிகள். சுவரில் ஒரு திருப்பதி வேங்கடாசலபதி. ஓர் இயற்கைக் காட்சி. ஒரு காலண்டர். கண்ணாடி அலமாரி ஒன்றில் புத்தகங்கள் தெரிந்தன. அருகில் போய்த் தலைப்புகளைப் பார்த்தேன். தமிழிலும் ஆங்கிலத்திலும் வரலாறு, தத்துவம், கவிதை, புனைக்கதை. தன் காலஞ்சென்ற தகப்பனார் பள்ளி ஆசிரியராயிருந்து ஓய்வுபெற்றவர் என்று நடேசன் சொல்லியிருக் கிறான். நல்ல படிப்பாளியாய் இருந்திருக்க வேண்டும் அவர்.

நடேசன் அறைக்குள் வந்தான்.

"ரொம்ப ஸாரி பாலு."

“எதுக்கு ஸாரி? இந்தாங்க, இந்த பிஸ்கெட் பாக்கெட் உங்க குழந்தைக்காக கொண்டு வந்தேன்.”

“இதெல்லாம் எதுக்கு!”

“இருக்கட்டும். குழந்தை இருக்கற வீட்டுக்கு வெறுங் கையோடவா வருவாங்க.”

வீட்டின் உட்பகுதியிலிருந்து ஒரு பெண் வெளிப்பட்டாள். கூடவே அவளுடைய பொம்மை. ‘மாடல்’ போல் அவளே அச்சாக நாலைந்து வயதில் ஒரு பெண் குழந்தை.

“என் வொய்ப் சரோஜா. சரோ, இவர்தான் என் புது ‘கலீக்’ மிஸ்டர் பாலசுந்தரம்.” நடேசன் அறிமுகம் செய்வித்தான்.

“வணக்கம்” என்றேன்.

“வணக்கம். உக்காருங்க, காப்பி கொண்டுவரேன்.”

“வேணாங்க. இன்னும் கொஞ்ச நேரத்துல சாப்ட்டுட்டுக் கிளம்பணுமே. நூன் ஷோன்னா பதினோரு மணிக்காவது கிளம்ப வேணாமா?”

“பேபி, அந்த அங்கிள் உனக்கு பிஸ்கெட் கொண்டு வந்திருக்கார் பார்த்தியா? நீங்களே கொடுங்க பாலு.”

கொடுத்தேன்.

“யாரேனும் ஏதானும் கொடுத்தா என்ன சொல்லணும்?”

“தாங்க் யூ” என்றாள் பேபி தாயின் முன்றானைக்குள்.

“தாங்க் யூ – அப்புறம்?”

“தாங்க் யூ அங்க்கிள்.”

“ஆங்!! குட் கர்ல்!”

“அப்போ நான் உள்ளே போய் சமையலை முடிச்சுடறேன்” என்று கூறிவிட்டுச் சரோஜா உள்ளே மறைய, கூடவே மாடலும் நெஞ்சோடு அழுத்திய பிஸ்கெட் பாக்கெட்டுடன் சென்றது.

“என் அம்மா போரடிச்சதையெல்லாம் மிஸ் அண்டர்ஸ்டாண்ட் பண்ணிக்காதீங்க பாலு” என்றபடி நடேசன் உட்கார்ந்தான். “ப்ளீஸ் ஸிட் டவுன்.”

நான் உட்கார்ந்தபடியே “மிஸ் அண்டர்ஸ்டாண்ட் பண்ணிக்க என்ன இருக்கு” என்றேன்.

அவன் திடீரென்று வெடித்தான்.

“பெரியவாளுக்கெல்லாம் கொஞ்சம் விதரணை வேணும். அப்பாவுடைய பென்ஷன் பணம் முன்னூறு ரூபா அம்மாவுக்கு மாசாமாசம் வந்துண்டிருக்கு. அதை வச்சுண்டு நான் என்னமோ எனக்குன்னு

பெரிய மாளிகை கட்டிண்டுடறாப்பல அம்மாவுக்கு எண்ணம். அந்தப் பணம் இல்லாவிட்டாலும் நான் அவளை ஒண்ணும் தெருவில் விட்டுடமாட்டேன். நான் அப்படிப்பட்டவன் இல்லை. இங்கே அவளுக்கு என்ன குறை? நான் அம்மாவை வயிறு வாட விடறதில்லை பாலு. சாப்பாடு போடறேன். புடவை வாங்கித் தரேன், ஒரு ஜுரம் தலைவலின்னா டாக்டர்கிட்ட அழைச்சுண்டு போறேன். சரோஜாவும் அம்மாவை அக்கறையாப் பார்த்துக்கறா – பார்த்துக்காட்டா நான் அவளைச் சும்மா விடமாட்டேன். இதுக்கு மேல அம்மாவுக்கு என்ன வேணும்? ஆனாலும் என் மேல ஏகப்பட்ட குறை அவளுக்கு . . . வேளா வேளைக்குச் சாப்ட்டுண்டு நிம்மதியா ஒரு மூலையில் உக்காந்திருக்கலாமில்லையா? ம்ஹூம். அது கிடையாது. யார் வந்தாலும் என்ன பேசினாலும் முன்னால வந்து மூக்கை நுழைக்கணும், தொண தொணன்னு பேசிண்டிருக்கணும், நாலு பேருக்கெதிரே என் மானத்தை வாங்கணும் . . . சே!”

நடேசன் பேசப் பேச நான் செய்வதறியாமல் நெளிந்தேன். எங்களுக்குள் அதிகப் பரிச்சயமில்லை. எதற்காக இதையெல்லாம் என்னிடம் சொல்ல வேண்டும்?

“இருக்கட்டும் விடுங்க நடேசன். என்ன இருந்தாலும் பெரியவங்க . . . நாமதான் அட்ஜெஸ்ட் பண்ணிக்கிட்டுப் போகணும்.”

“பெரியவாளுக்கும் கொஞ்சம் விவஸ்தை இருக்கணும் பாலு.”

நான் பேச்சை மாற்றி வேறு விஷயத்தை எடுத்தேன். மறுபடியும் சரோஜா வந்து “சாப்பாடு ரெடி” என்று சொல்கிறவரையில் பொது விஷயங்கள் பேசினோம்.

நடேசன் எழுந்து தாய் இருந்த அறைக்குள் எட்டிப் பார்த்தான். “அம்மா. சாப்பிட வரியா?”

“நீயும் உன் சிநேகிதனும் சாப்ட்டுடுங்கோ. நீங்கதான் வெளிய போகணும். நான் அப்புறமாச் சாப்பிடறேன்.”

நாங்கள் சாப்பிட உட்கார்ந்தோம். சரோஜா உபசரித்துப் பரிமாறினாள். உணவு முடித்துக் கை கழுவியதும் நடேசன் “நான் போய் டிரெஸ் மாத்திண்டு ரெடியாயிட்டு வரேன் பாலு. ஆட்டோ ஸ்டாண்ட் கிட்டத்தான் இருக்கு, நீங்க ஹாலுக்குப் போய் உக்காருங்க. ஸ்மோக் பண்ணணும்னா பண்ணலாம்” என்றான்.

“அதுக்கென்ன, பரவாயில்லே” என்று நான் மறுபடி ஹாலுக்கு வந்தேன்.

அந்தப் புத்தக அலமாரி திறந்திருந்தது. அதனருகில் நடேசனின் தாய் நின்றிருந்தாள். புத்தகங்களைத் தடவித் தடவிப் பார்த்துக்கொண்டிருந்தவள் காலடியோசை கேட்டதும் தலையைத் திருப்பி “நடேசு?” என்றாள்.

"இல்லே மாமி, பாலு."

"பாலுவா? ரொம்ப சந்தோஷம்ப்பா." கண்களை இடுக்கி அண்ணாந்து என்னைப் பார்த்தவாறே புன்சிரிப்போடு பேசினாள். "வீட்டுக்கு யாரேனும் வந்தா எனக்கு எப்பவுமே சந்தோஷம்தான். கொஞ்சம் பேசிண்டிருக்கலாம் பாரு! இன்னும் உனக்குக் கல்யாணம் ஆகலேன்னு சொன்னே, இல்லே? ஏன் பண்ணிக்கலே? கல்யாணத்துக்குத் தங்கை எவளாவது இருக்காளா? அப்பா அம்மா இருக்காளோல்லியோ? ஏன் கேக்கறேன்னா, பெரியவா இருந்தா வரன் பார்க்கற பொறுப்பு அவாளோடதாயிடும் . . ."

பேசிக்கொண்டே இரண்டடி முன்னால் வந்தவள் அங்கிருந்த நாற்காலியில் இடித்துக்கொண்டு விழப்போனபோது நான் விரைந்து அவள் தோளைப் பற்றி நிறுத்தினேன். "பார்த்து, மாமி!"

"நாற்காலி இருக்கு இல்லே? கண்ணை மறைக்கறதுப்பா ஒண்ணுமே தெரியமாட்டேங்கறது . . . வீட்டுக்குள்ளே ஏதோ சமாளிச்சு நடந்துடறேன்னாகூட சிலசமயம் இடிச்சுண்டுடறேன் . . ."

அவள் மறுபடியும் அலமாரிப் பக்கம் திரும்பிப் புத்தகங்களைத் தொட்டுத் தொட்டுத் தடவினாள். அவள் விரல்கள் புத்தகங்களின் மேல் ஒட்டிக்கொண்டன, விலக மனமில்லாதவைபோல்.

"இந்தப் புஸ்தகமெல்லாம் நடேசுவோட அப்பா எனக்காகத்தான் வாங்கினார், தெரியுமோ பாலு? அவருக்கும் படிப்பில் ஆசை உண்டு – ஸ்கூல் மாஸ்டர் இல்லையா? ஆனா அவரைவிட எனக்குத்தான் இன்னும் ஜாஸ்தி பைத்தியம் புஸ்தகங்கன்னா . . . நான் அந்தக் காலத்து எஸ்.எஸ்.எல்.ஸி.யாக்கும்! படிக்கறது மட்டுமில்லே, என் கையெழுத்துக் கூட நன்னாயிருக்கும். அவருக்கு எப்பாவது களைப்பாயிருந்தா ஈசிச்சேரில் சாஞ்சுண்டபடியே நோட்ஸ் ஆஃப் லெஸன்ஸ் டிக்டேட் பண்ணுவார், நான் எழுதுவேன். 'உன் எழுத்து மணி மணியா இருக்கு'ன்னு மெச்சிப்பார் . . ."

புன்சிரிப்பு மாறாமல் அவள் புத்தகங்களை விரல்களால் கொஞ்சிய படியே இருந்தாள். விரல்கள் நடுங்குவது இந்த அருகாமையில் தெரிந்தது. தள்ளாமையாலா அல்லது உணர்ச்சிவசத்தாலா அல்லது இரண்டினாலுமா என்று கணிக்க முடியவில்லை.

"இப்போ . . . எழுத்தே தெரியலே. பார்வை மறைக்கறது. மனுஷா ளாவது ஏதோ நிழலாட்டம் மங்கலா தெரியறது. எழுத்து சுத்தமா தெரியலே . . . அதுவும் இப்ப ஒரு மூணு மாசமா எழுத்தைப் பொறுத்த வரை குருடியேதான் . . ."

"காட்ராக்ட்டா மாமி?"

"ஆமாம்."

"அதுக்கு ஆபரேஷன் பண்ணி மூக்குக் கண்ணாடி போட்டுட்டா சரியாயிடுமே?"

"தெரியும், டாக்டரும் சொன்னார். ஆனா ஆபரேஷன் கண்ணாடி ... இதுக்கெல்லாம் செலவாகாதா? நடேசுவுக்கு இஷ்டமில்லே. நீ இப்போ புஸ்தகம் படிச்சு என்ன ஆகணும்கறான். யாருக்கு உக்காந்து கடுதாசி எழுதப் போறேங்கறான் ... அவன் மேலயும் தப்பில்லே. ஆயிரம் செலவு அவனுக்கு ... முந்தி நாட்டுப் பெண்ணும் வேலைக்குப் போயிண்டிருந்தா, குழந்தை பிறந்ததும் விட்டுட்டா. இப்போ பணத்தட்டுப்பாடு தான். எத்தனை வந்தாலும் போறலை ... இதுல ரெண்டாவது உண்டாயிருக்கா ... எத்தனையோ செலவு இருக்கு ..."

அவள் ஒரு கணம் பேச்சை நிறுத்தியபோது நானும் மௌனமாயிருந்தேன்.

"இருந்தாலும் பாலு ... நான் பாலு பாலுன்னு கூப்பிடறதில் உனக்கொண்ணும் ஆட்சேபமில்லையே?"

"அதெல்லாம் ஒண்ணுமில்லே சொல்லுங்க."

"அதானே. நான் கிழவி. சின்னவாளைப் பேர் சொல்லிக் கூப்பிட்டா தப்பில்லை. அம்பத்தொம்பது வயசாறதுப்பா எனக்கு. உன் அம்மாவுக்கு என்ன வயசிருக்கும்? நடேசு என்னை நன்னாப் பார்த்துக்கறான். நாட்டுப் பெண்ணும் அப்படித்தான். அவாகிட்ட எனக்கு ஒரு குறையுமில்லே. ஒரே ஒரு வருத்தம்தான். நடேசு என்னைப் புரிஞ்சுக்காம இருக்கானேங்கற வருத்தம். எனக்கு வயிறார சோறு போடறான். துணி வாங்கிக் கொடுக்கறான். ஆனா இது மட்டுமே போறுமா பாலு ஒரு மனுஷிக்கு? திங்கற நேரத்தையும் உடுத்தற நேரத்தையும் தவிர மிச்ச நேரத்தையெல்லாம் நான் எப்படிக் கழிக்கிறது? ஒரு நாளில் இருபத்துநாலு மணி நேரம்னா இருக்கு? நாள் பூரா தூங்க முடியுமா? எனக்குக் கண் ஆபரேஷனைப் பண்ணிக் கண்ணாடி வாங்கிக் குடுத்துட்டா அப்புறம் நான் ஏன் இன்னொருத்தர் ஜோலிக்குப் போறேன்? கிருஷ்ணா ராமான்னு ஒரு மூலையில் சதா காலமும் புஸ்தகம் படிச்சுண்டே ஆயுஸைக் கழிச்சுடுவேன். இப்ப நான் என்ன செய்யறது சொல்லு? பார்வை மங்கிக் கையில் நடுக்கம் வந்துட்டாலும் மூளை சரியாத்தானே இருக்கு? பொழுது போக வேண்டாமா? ரேடியோவில பாட்டுக் கேக்கறேன், வீட்டுக்கு யாரானும் வந்தா அவாளோட பேச ஆரம்பிச்சுடறேன். ஏன் இப்படித் தொணதொணக்கறேன்னு நடேசு கோச்சுக்கறான். வரவா முன்னால நான் அசடு மாதிரி பேசிண்டு நின்னா மானம் போறதுங்கறான். அவன் பேரிலும் தப்பில்லே. ஆனா நான் என்ன பண்ணுவேன் சொல்லு ..."

"என்ன பாலு, போகலாமா? மணி பதினொண்ணே கால் ஆகப் போறது" என்றபடி நடேசன் உள்ளேயிருந்து வந்தான். வேட்டி சட்டையை மாற்றி பான்ட்டும் ஸ்லாக்கும் அணிந்து தலை சீவியிருந்தான். முகத்தில் லேசாய் பவுடர் பளபளப்பும் தெரிந்தது. "என்ன, அம்மா மறுபடியும் பிடிச்சுண்டுட்டாளா உங்களை? சரிதான், சக்கையா போரடிச்சிருப்பாளே! அம்மா, நீ உள்ளே போய்ச் சாப்பிடு. சரோ உனக்கு எல்லாம் தட்டில் தயாரா வச்சிருக்கா."

"இதோ போறேன்."

வாசலில் சைக்கிள் மணி சப்தம் கேட்டது. "ஸார் போஸ்ட்! கல்யாணி அம்மாளுக்கு மணியார்டர்."

"ஓ, இன்னிக்கு முப்பதாம் தேதியில்ல? அம்மா, உன் பென்ஷன் பணம்தான் வந்திருக்கு" என்ற நடேசன் உள்பக்கம் பார்த்து "சரோ, கொஞ்சம் வந்து அம்மாவை வாசலுக்கு அழைச்சுண்டு போறயா? எங்களுக்கு நாழியாறது" என்று குரல் கொடுத்தான். அவன் மனைவி வந்து மாமியாரின் தோளைப் பற்றி வாசலுக்கு நடத்திச் சென்றாள். வாசலை நெருங்கும்போதே நடேசனின் தாய் கண்களை இடுக்கி அவைகளின் மேல் வலது கையால் கூரை அமைத்துக்கொண்டாள். "வெய்யிலைப் பார்க்க முடியலே..."

நடேசனும் நானும் அவர்களைத் தாண்டி வெளி வாசலை அடைந்தோம். அப்போதே ஒரு காலி ஆட்டோ தெருவில் எதிர்ப்படவே நடேசன் "ஆட்டோ!" என்று கை தட்டி அழைத்தான்.

ஆட்டோ நெருங்கும் வரை அங்க நின்றிருந்த சில நிமிடங்களில் நான் ஒரு முறை தலையைத் திருப்பி, மாளாத படிப்பு ஆர்வத்துக்கும் மணியான கையெழுத்துக்கும் சொந்தகாரியான அந்த முதியவளைப் பார்த்தேன். அவள் வெயிலில் கூசலில் மருமகளின் துணையுடன் மெல்ல சமாளித்து நடந்து வந்து மணியார்டர் தாளில் தபால்காரர் காட்டிய இடத்தில் இடது கைப் பெருவிரலால் கை நாட்டு வைத்தாள்.

தினமணி கதிர், 25.12.1988

இருட்டில் இருந்தவள்

வனஜாவும் வந்திருந்தாள்.

'இந்தச் சோகத்திலும் இவள் என்ன அழகு!' என்ற எண்ணம் தான் அவளை அடையாளம் கண்டுகொண்டதன் முதல் அறிகுறி யாக எழுந்தது ஹேமாவின் மனத்தில். உடனேயே: 'அம்மா பார்க்காமலிருக்க வேண்டுமே!'

அம்மா இங்கே ஹாலில் இல்லை. தனியாக நேற்றிரவு ஒருவேளை அப்பாவின் பக்கத்தில் அழுது புரண்டிருப்பாள். இப்போது குனிந்த தலையுடன் உள் அறையில் உட்கார்ந்திருப்பவள் யார் வந்தார்கள், யார் போனார்கள் என்று கவனித்துக்கூட இருக்கமாட்டாள். துக்கம் கேட்க வந்த மற்றவர்களைப் போல் வனஜா உள்ளே வந்து அம்மாவிடம் அநுதாபம் தெரிவிக்கத்தான் முடியுமா? அம்மாவின் கழுத்தில் தாலி இருக்கிறது, அகற்ற. வனஜாவின் கழுத்தில் இல்லை. அந்த வேற்றுமையைத் தவிர இருவர் துக்கமும் ஒன்றுதான். யாருக்கு யார் அநுதாபம் தெரிவிப்பது? மேலும், வனஜா உள்ளே வருவதை யார் அநுமதிப் பார்கள் – இப்போது அதிர்ச்சி கலந்த சுவாரஸ்யத்துடன் அவளைப் பார்ப்பவர்கள் உட்பட?

இருவர் துக்கமும் ஒன்றுதானா என்ற கேள்வி ஹேமாவிடம் எழுந்தது. அங்கீகரிக்கப்பட்ட துக்கம் அம்மாவுடையது. இப்போது கூட அவள் ஹாலுக்கு வந்து கணவனின் சடலத்தின் மேல் விழுந்து கதறியழலாம். வந்திருக்கும் கூட்டம் ஆமோதிக்கும், அநுதாபம் காட்டும், தொட்டுத் தேற்றும். வனஜா அப்படிச் செய்ய முடியாது. அவளுக்கும் அப்பாவுக்குமிடை இருந்த உறவு ஊரறிந்த ரகசியம்தான் என்றாலும், ஊரறிந்த ரகசியம் என்ற நிலைக்கு மேல் இம்மியளவுகூட அது தாண்டி வரமுடியாது.

ஹேமாவுக்கு ஓடிச் சென்று அவளிடம் ஆறுதலாய் ஏதாவது சொல்லிவிட்டு வர வேண்டும் போல் இருந்தது.

பதினைந்து ஆண்டுகளுக்கு முன் ஹேமா பதினைந்து வயதுச் சிறுமியாக இருந்தபோது வனஜாவை இருமுறை சந்தித்திருக்கிறாள். பிறகு ஒருதரம் இருபதாம் வயதில், தன் திருமணத்தின்போது. இப்போது இந்த முப்பது வயதுக்காரியை வனஜாவுக்கு ஒருவேளை அடையாளம் தெரியாவிட்டாலும் 'நான்தான் ஹேமா' என்று சொல்லிக்கொள்ளத் தயங்க வேண்டியதில்லை. அவர்களுக்கு ஒருவரையொருவர் சட்டென்று பிடித்துப் போயிருந்தது அந்த சந்திப்புகளில். "உங்க மகள் உங்க மாதிரியே அழகு" என்று வனஜா அப்பாவிடம் பாராட்டினாள் முதல் சந்திப்பில். ஒரு நாள் மாலை ஹேமா ஒரு பள்ளித்தோழியைப் பார்த்துவிட்டு வீடு திரும்பிக்கொண்டிருக்கையில் எதிரே அப்பா அவளுக்குப் பரிச்சயமில்லாத ஒரு மங்கையுடன் நடந்து வந்தபோது தான் நிகழ்ந்திருந்தது அந்த முதல் சந்திப்பு. அப்பா "ஹாய் ஹேமா, என்ன, சிநேகிதி வீட்டுக்குப் போய்ட்டு வரியா?" என்று சகஜமாய் விசாரித்தபோது அந்தப் புதியவளின் முகம் கலவரமடைந்தது. ஆனால் அப்பாவோ தொடர்ந்து, "என்ன பயந்துட்டே வனஜா? இந்த ஹேமா என் மகள்தான். ரொம்ப முற்போக்கான மனம். உன்னை நிச்சயம் ஏத்துப்பா. ஹேமுக்குட்டி, திஸ் இஸ் வனஜா. என் சிநேகிதி" என்று சிரித்தார்.

அந்த மாலை நேரப் பொற் கதிரவனின் ஒரு ரேகை இறங்கி வந்து பெண்ணாய் நிற்பது போல் ஒளி மயமாகத் திகழ்ந்தவளை நோக்கி ஹேமா பெருமையில் மிதந்தாள். அழகுக்காகப் புகழப்படுவது – அதுவும் சினிமா நட்சத்திரம் போன்ற ஒரு பேரழகியால்! பதினைந்து வயதில் அது ஒரு போதையாய் இருந்தது. அப்பா ஹேமாவின் தோளை அணைத்து "மகள்னு சொல்றது கூடச் சரியில்லே. மகன். ஷி இஸ் மை ஸன்" என்று கூற, வனஜா "சரியான அப்பா செல்லம் போலிருக்கு!" என்று பூவாய்ச் சிரிக்க, ஹேமாவுக்கு அவ்விருவரையும் சேர்த்துத் தன்னுடன் அணைத்துக்கொள்ளத் தோன்றியது. அம்மாவும் அவளை 'அப்பாச் செல்லம்' என்று சொல்வதுண்டு. ஆனால் புகழ்ச்சியாய் அல்ல. "அவர் செல்லம் கொடுத்துக் கொடுத்து நீ குட்டிச் சுவராய்ப் போய்க்கிட்டிருக்கே. வீட்டில் எதையும் கவனிக்கிறதில்லை. என் பேச்சைக் கேட்கிறதில்லை" என்று கடிந்து கூறுவாள். அது எங்கே, இந்தப் பெருமை எங்கே!

இரண்டாம் முறை அவள் வனஜாவைச் சந்தித்தது அப்பாவே ஏற்படுத்திய சந்தர்ப்பம். மகளை அழைத்துக்கொண்டு ஒரு நாலு நட்சத்திர ஓட்டலுக்கு அவர் சென்றபோது அங்கு வனஜா இவர்களுக்காகக் காத்திருப்பதை ஹேமா கண்டாள். அப்பா இருவரையும் 'குடும்ப அறை'க்கு அழைத்துச் சென்றார். சுவையான பம்பாய் உணவு. அதற்கு மேல் சுவையான கலைப் பேச்சு. அப்பா ஒரு தனியார் நிறுவன உத்தியோகஸ்தர் என்பதைவிட ஓர் அமெச்சூர் ஓவியர் என்பதுதான் அவரைப் பொறுத்தவரை முக்கிய விஷயம். சில கண்காட்சிகள் நடத்தியிருந்தார். சென்னையின் சிறந்த கலைஞர்கள் பட்டியலில் மெள்ள மெள்ள இடம் பெற்றுக்கொண்டிருந்தார். வனஜா ஒரு பள்ளியில் ஓவிய ஆசிரியை. ஒருகால் அவர்கள் அறிமுகம்

அந்த வகையில் தொடங்கியிருக்கலாம் என்று பின்னால் ஹேமா நினைத்துக்கொண்டதுண்டு.

கண்களில் ஆர்வ ஒளி மின்ன அவ்விருவரும் இந்தியக் கலை, மேனாட்டுக் கலை, மரபு உத்திகள், தற்காலப் போக்குகள் என்று விதவிதமாய்க் கலையின் உயிர் நாடியை ஆராய்ந்துகொண்டிருந்ததை ஒரு பக்திப் பரவசத்துடன் மௌனமாய்ச் செவியுற்றவாறு அமர்ந்திருந்த ஹேமா, 'அடடா, இப்படிப்பட்ட ஒருத்தியையல்லவா அப்பா மணந்திருக்க வேண்டும்!' என்று எண்ணிக்கொண்டாள். ஒத்த ருசிகளில் மட்டுமல்ல, அழகில், அறிவில், அனைத்திலுமே இவர்கள்தான் பொருத்த மான ஜோடி. அம்மாவும் இருக்கிறாளே – மாநிறமாய், சாதாரணத் தோற்றமாய், சமையலறையைத் தவிர வேறொன்றும் தெரியாதவளாய்!... 'வனஜா என் தாயாக இருந்தால்!' என்ற ஏக்கம் அந்தப் பதினைந்தாம் வயதில் மிகத் தீவிரமாய் உறைத்தது.

ஒரு வேகத்தில் ஹாலை விட்டுச் சென்று வாசல் வெளி 'கேட்'டிடை வனஜாவை எட்டினாள். எதிரே நின்றாள். பேச முடியவில்லை. பிறகு ஒரு பிரயாசையில், குரல் தாழ, "நான்... ஹேமா" என்றாள்.

மூன்றாம் முறை இவளைச் சந்தித்தது தன் கல்யாணத்தின்போது. அவளை மணக்கோலத்தில் பார்க்க வனஜா விரும்பினாளாம். அந்தச் சந்தர்ப்பத்தில் தன் பெற்றோரிடையே நடந்த வாக்குவாதம் ஹேமாவுக்கு இன்னும் நினைவிருந்தது.

திருமண நாளன்று அம்மாவின் கண்கள் அழுது சிவந்திருந்தன. அது அவள் முகத்தைப் பின்னும் விகாரமாக்குவதாய்த் தோன்ற, ஹேமா கல்யாணக் கூட்டத்தில் தொலைவிலிருந்து தன்னைப் புன்னகை யுடன் பார்த்துக்கொண்டிருந்த பேரழகியைக் கண்டு பதிலுக்குப் புன்னகை செய்தாள்.

இப்போது வனஜாவிடம் புன்னகை இல்லை. அவள் கண்கள் அழுது சிவந்திருந்தன. ஆனால் அம்மாவைப் போலன்றி இந்தக் கண் சிவப்பும் இவளுக்கு அழகாகவே இருந்தது. இவளுக்கு ஏறத்தாழ அம்மாவின் வயது இருக்கும். ஆனால் அம்மா கிழவி போல் ஆகி விட்டிருக்க, இவளிடம் இளமை குன்றவில்லை. பத்தாண்டுகளுக்கு முன் தன் திருமணத்தின் போது பார்த்திருந்த வடிவத்தில் அதிக மாற்றமில்லை.

"ஹேமா – எனக்குத் தெரியுமே! எப்படி இருக்கே?"

"நல்லாத்தானிருக்கேன்..." பதிலுக்கு நீங்கள் நலமா என்று கேட்பதா? இந்தச் சந்தர்ப்பத்திலா?"

"இப்ப டில்லியிலிருக்கே, இல்ல? குழந்தைக்கு ஆறு வயசு இருக்குமா? பையன்தானே?"

"ஆமாம்."

தனிமைத் தளிர்

எப்படித் தெரியும் என்று வியக்கத் தேவையில்லை. அப்பா சொல்லி யிருப்பார்.

"எப்ப வந்தே?"

"முந்தாநாள் காலைல. அப்பாவுக்கு டயபெடீஸ் ரொம்ப முத்திப் போய் கோமாவில் விழுந்ததுமே அம்மா தந்தி கொடுத்துட்டாங்க."

வனஜா பேசவில்லை. தலை கவிழ்ந்து நின்றிருந்தாள். ஹேமா சங்கடப்பட்டாள். என்ன பேசுவது? என்னவென்று ஆறுதல் சொல்வது? இவளோடு பேச ஓடி வந்திருக்கவே வேண்டாம். அர்த்தமற்ற செயல். தன் துயரத்தோடு இவளைத் தனியே போக விட்டிருக்கலாம்.

வனஜா நிமிர்ந்தாள். அழுகையா புன்னகையா என்று புரியாத ஓர் உதட்டசைவோடு ஹேமாவைப் பார்த்துத் தலை அசைத்துவிட்டு விரைந்து நடந்து சென்றாள்.

வீட்டுக்குள் திரும்ப ஹேமா தலை திருப்பியபோது மாடி ஜன்னலில் அம்மாவின் முகம் தெரிந்தது. வனஜாவோடு தான் பேசிக்கொண்டிருந்ததை அவள் பார்த்திருக்க வேண்டும். வெறுமை நிறைந்த அம்முகம் உணர்ச்சி களை மறைக்க நல்லதொரு திரை.

ஆண் வாரிசு இன்றி இறந்து போனவருக்கு ஒரு தாயாதிப் பையன் இறுதிச் சடங்குகள் நடத்த, அப்பாவின் காரியம் முடிந்தது.

வீட்டில் தங்கியிருந்த உறவினர்கள் அனைவரும் உறங்கிய பிறகும் இரவு ஹேமாவுக்குத் தூக்கம் வரவில்லை. புரண்டு புரண்டு படுத்தவள் எழுந்து உட்கார்ந்தாள். அறைக்கு வெளியே இருட்டில் 'பால்கனி'யில் சாய்வு நாற்காலியில் அம்மா உட்கார்ந்திருப்பது நிழலாய்த் தெரிந்தது. எழுந்து அங்கு சென்றாள்.

"படுத்துக்கலையாம்மா?"

"ஆகட்டும். படுக்கறேன்."

ஜலதோஷம் பிடித்தாற்போல் கனத்து ஒலித்த குரலிலிருந்து அம்மா அழுதிருக்கிறாள் என்று தெரிந்தது. தொட்டுச் சமாதானப்படுத்தலாமா? ஆனால் அம்மாவிடம் அதுபோன்ற நெருக்கம் அவளுக்கு என்றுமே இருந்ததில்லை. கையைப் பிடித்துக்கொள்வது, முழங்கால் மேல் தலையைச் சாய்த்துக்கொள்வது, கொஞ்சுவது, எல்லாம் அப்பாவிடம்தான்... அப்பா என்ற நினைப்பில் உள்ளே வெடித்த விம்மலை அடக்கிக் கொண்டாள்.

"இருட்டில் உட்கார்ந்திருக்கியேம்மா. விளக்குப் போடட்டா?"

"வேண்டாம்."

தாயின் அருகில் தரையில் உட்கார்ந்தாள். சிறிது நேரம் கடந்தபின்:

"போய்ப் படுத்துக்க ஹேமா."

"தூக்கம் வரல்லே."

"உண்மைதான். அப்பாவும் நீயும் ரொம்ப நெருக்கமில்லையா? இந்தத் துக்கம் ஆற உனக்கு நாளாகும்."

"உனக்கு மட்டும் என்னவாம்?"

"என் விஷயம் வேறு."

"சும்மா சொல்லாதேம்மா. உன் குரலே காட்டிக் கொடுத்துடுத்து. நீ இங்கே இருட்டில் அழுதுக்கிட்டுத்தானே இருந்தே?"

அம்மா பேசவில்லை.

"நிஜத்தைச் சொல்லும்மா!"

"ஆமாம்."

"பின்னே?"

"ஆனால், நான் உன் அப்பாவுக்காக அழல்லே."

"என்னம்மா சொல்றே! இதை நான் நம்புவேன்னு நினைக்கிறாயா?"

"ஏன் அழணும், உன் அப்பாவுக்காக? அவருக்கு என்ன குறை? வாழ்ந்தவரையில் சந்தோஷமாய் வாழ்ந்தார். எல்லா ஆசைகளையும் நிறைவேத்திக்கிட்டார். யாருக்காகவும் எதையும் விடல்லே. நேரம் வந்தபோது போனார். அவருக்காக நான் துக்கப்பட என்ன இருக்கு?"

ஹேமா மௌனமானாள். தாயின் முகத்தை ஏறிட்டாள். விளக்கு ஏற்றாவிட்டாலும் நிலவொளி இருந்தது. அம்மாவின் சாதாரண முகத்தையும் அதில் படிந்து இறுகியிருந்த விரக்தியையும் தெளிவாய்க் காட்டியது.

இந்த அம்மா ஒரு மனைவி. கணவன் – மனைவி உறவு முறையானது, மரபு சார்ந்தது. எனவே அதில் கவர்ச்சி இல்லை. 'ரொமான்ஸ்' இல்லை. எப்போதுமே உலகின் கவனம் காதலியின்மீதுதான். அவளைக் கண்டனம் செய்யும்போதுகூட முக்கியத்துவம் அவளுக்குத்தான். காதலியின் அன்பு, அழகு, சமூக அங்கீகாரம் இன்றியே தன்னைத் தரும் செயலில் உலகம் காணும் தியாகம், சமுதாயத்தில் ஓரத்தில் ஒதுங்கி நிற்கும் அவள் தனிமை – இவைதானே பெரிதாய் வெளிச்சம் போட்டுக் காட்டப்படுபவை? இவைதானே காவியச் சரக்கு ஆகின்றவை?

தானும்தானே சிறுமிப் பருவத்தில் வனஜாவிடம் கிறக்கம் கொண்டு, அவளும் அப்பாவும் நல்ல ஜோடி என்று பாராட்டி...

மரபு மீறலின் இந்தக் கவர்ச்சி, கிளர்ச்சி இவற்றின் மினுமினுப்பு ஏதுமின்றி மறைவினுள் புழுங்கும் ஒரு துரோகிக்கப்பட்ட உள்ளம் – அதைப் பற்றிய பிரக்ஞையே அந்த முற்றாத கனவுலகப் பருவத்தில் அவளுக்கு வரவில்லை. பிறகு வந்தது – மெல்ல மெல்ல, வயதாக ஆக, காவியமில்லாத கண்ணீர் புரியப் புரிய.

தனிமைத் தளிர்

டில்லியில் ஒரு சமயம் சிநேகிதி ஒருத்தி, "அடி ஹேமா, உன் வீட்டுக்காரரை நேத்து சாயங்காலம் ஒரு சினிமா தியேட்டர் வாசலில் வேறொரு பெண்ணோடு பார்த்தேன்" என்று சொல்ல, பின்னால் அவள் கணவன் தான் ஒரு நண்பனையும் அவன் மனைவியையும் தன் காரில் சினிமாவுக்கு அழைத்துப் போய் இறக்கிவிட்டதாகவும் நண்பன் டிக்கெட் வாங்கச் சென்றிருந்தபோது அவன் வரும்வரை அவன் மனைவிக்குத் துணையாய்ப் பேசிக்கொண்டு நின்றிருந்ததாகவும் விளக்கிக் கூறியதும் மனக்குமுறல் அடங்கி நிம்மதியுற்ற தினம், அம்மாவை நினைத்து அவள் வெகுநேரம் அழுதிருந்தாள்.

மறுபடியும் ஹேமா தாயின் முகத்தை நிமிர்ந்து பார்த்தாள். அது வேறு பக்கமாய்த் திரும்பியிருந்தது. அம்மா தனியாயிருக்க விரும்புகிறாளா? 'நீ அப்பா பெண்தானே? என்னைப் பற்றி உனக்கென்ன வந்தது?' என்கிறாளா?

ஹேமா மெல்ல எழுந்தாள். "அப்போ நான் போய்ப் படுக்கறேம்மா." இரண்டடி எடுத்து வைத்தாள். தயங்கினாள். இருளில், தனிமையில், அமர்ந்திருந்த நிழலுருவை நோக்கினாள். மனசுக்குள் ஒரு கனம் அழுத்தியது. என்றுமில்லாத வழக்கமாய்க் கையை நீட்டி அந்த உருவத்தின் தோளை மென்மையாய்த் தொட்டாள்.

'எனக்குப் புரிகிறது' என்ற அந்த மௌனச் செய்தியில் ஒரு பாலத்தை உணர்ந்தவள் போல் அம்மா முகத்தைத் திருப்பாமலே, தன் தோளைத் தொட்ட கையைக் கணநேரம் தன் கையால் பற்றி மூடிக்கொண்டாள்.

கல்கி, 3.6.1990

ஆர். சூடாமணி

நாமாவளி

இது என்னைப் பற்றிய கதை. நான் யார் என்கிறீர்களா? நான்தான் கடவுள். இதேதடா பைத்தியம் என்று நினைக்கிறீர்கள், இல்லையா? பைத்தியமாயில்லாவிட்டால் இதுபோன்ற ஓர் உலகத்தைப் படைத்திருக்குமா? என்றுகூட ஒரு வேளை நினைக் கலாம். ஏனென்றால், நான் இவ்வுலகத்தைப் படைத்தேன் என்பது உங்கள் கருத்து.

எனக்குப் பல பெயர்கள் உண்டு. ஈசுவரன், ஜிஹோவா, புத்தன். அருகன், பரமபிதா, அல்லா. அஹுராமஜீத்... சரி சரி, நிறுத்திக்கொள்கிறேன். மனிதர்களான உங்களில் யாருக்குமே பிறரின் பெருமிதங்களைக் கேட்க விருப்பமோ பொறுமையோ இருப்பதில்லை என்று எனக்குத் தெரியும். இவை தவிர வேறு பல பெயர்களும் எனக்குண்டு. உங்களுக்கு அலுப்பூட்டுவதால் சற்று இடைவெளி விட்டு வேறு விஷயங்களைப் பற்றிப் பேசிய பின் அந்தப் பெயர்களைச் சொல்கிறேன்.

என்னைப் பற்றி நீங்களெல்லாம் வைத்திருக்கும் ஒரு தவறான கருத்து, 'நான் சர்வ வல்லமை பொருந்தியவன்' என்பதுதான். (பொருந்தியவன் என்றே ஏன் சொல்கிறீர்கள்? பொருந்தியவள் என்று இருக்கக் கூடாதா? நான் பெண்ணா ஆணா அல்லது அஃறிணைப் பொருளா என்று உங்களுக்கு எப்படித் தெரியும்? ஏதோ சில பேர் தேவி என்றும் சொல்கிறீர்களே தவிர... போகட்டும், ஒரு பேச்சுக்கு ஆண்பாலையே பயன்படுத்துவோம். ஏனென்றால், முன்னே குறிப்பிட்ட என் பல நாமங்களையும் நீங்கள் ஆண்பாலாகத்தானே கற்பித்திருக்கிறீர்கள்.)

என்ன சொல்லிக்கொண்டிருந்தேன்? ஆமாம், சர்வ வல்லமை, நான் சொல்ல விரும்புவதெல்லாம் எனக்குச் சர்வவல்லமை இல்லை, இல்லை, இல்லை. இருந்திருந்தால் உலகத்தில் இத்தனை துன்பமும் அநியாயமும் தலை விரித்தாட விட்டிருப்பேனா? இதே துன்பம் முதலிய காரணத்தால்தானே உங்களில் சிலர் "வாழ்க்கைக்கு எவ்வித அர்த்தமும் இல்லை. எல்லாம் அலங்கோலம். கடவுள் என்பதாக எதுவுமே கிடையாது" என்றும் பேச ஆரம்பித்

தீர்கள்? தெரியாமல்தான் கேட்கிறேன். நான் இருப்பதாக முதலில் உங்களிடம் சொன்னேனா? பிறகு திடீரென்று காணாமற் போய் விட்டேனா? உங்கள் ஆத்திக, நாத்திகத்துக்கும் எனக்கும் என்ன சம்பந்தம்?

நான் உலகைப் படைத்தேன் என்பது தவறு. உலகிலுள்ள உங்கள் படைப்பு நான். உங்கள் வசதிக்காகவும் உங்கள் மரண பயத்திலிருந்து புகல் தேடவும் நீங்கள் என்னைப் படைத்திருக்கிறீர்கள் . . .

அது என்ன, எங்கிருந்தோ ஒரு பெண் கூவும் குரல்?

“அடக் கடவுளே, உனக்குக் கண்ணில்லையா?”

இதுதானே வேண்டாமென்கிறது! நீங்களாக என்னை உருவாக்கி விட்டு அப்புறம் எனக்குக் கண்ணில்லையா மூக்கில்லையா என்றால் என்ன அர்த்தம்? இருக்கட்டும், அங்கே என்ன கலவரம் என்று போய்ப் பார்க்கிறேன். இங்கிருந்தபடியே அது எனக்குத் தெரியும் என்று நினைக்கிறீர்களா? அதுதான் இல்லை. உங்களைப் போலவே எனக்கும் ஓர் இடத்துக்குச் சென்றால்தான் அங்கு என்ன நடக்கிற தென்று தெரியும். உங்களைவிட எனக்கு ஆற்றல் அதிகமென்று எண்ண வேண்டாம். நான் உங்கள் படைப்பு என்று முன்பே சொன்னேன். கலையின் தரம் அதனைப் படைத்த கலைஞனின் தரத்துக்கு மேற்பட்டதாய் எப்படி இருக்க முடியும்?

அந்தப் பெண்ணுக்கு முப்பத்தைந்து வயது இருக்கலாம். உருவத்தின் அழகு துயரத்தினால் மழைக்கால மாலை நேரம் போல் மங்கியிருந்தது. அந்த அழகு ததும்பித் தெறித்த துளிகளாக அருகில் அவள் ஜாடை யிலேயே பதினான்கு வயது மகள், பத்து வயதுப் பிள்ளை.

அவள் ஏழையல்ல. லட்ச ரூபாய் பெறுமானமுள்ள இந்த சிறு வீடு அவளுக்குச் சொந்தம். அவள் கணவன் நல்ல நிலையில் இருந்தபோது வாங்கியது. ஆனால் சண்பகம் பணக்காரியும் இல்லை. அதுதான் இப்போதைய பிரச்னை.

அவள் கணவனும் அவள் அண்ணனும் தனித்தனியே தொழில் செய்ய ஆரம்பித்ததில் அண்ணன் அருணகிரி மேன்மேலும் லாபமீட்டி முன்னேறி இன்று மோட்டார் கம்பெனி முதலாளியாகக் கொடிக்கட்டிப் பறக்கிறான். தம்பி கனகராசாவோ பெயரில் ஒன்றும் குறைச்சலில்லை. தோல், மரச்சாமான்கள் விற்பனைத் தொழிலில் ஈடுபட்டு அதிருஷ்டம் அல்லது திறமைக் குறைவினால் தொடர்ந்து கையைச் சுட்டுக்கொண்டு, சொத்தையெல்லாம் கரைத்தான். எஞ்சிய சொத்து இந்த வீடு ஒன்று தான். ஆனால் வீடு என்பது விற்றால்தான் சொத்து. மற்றபடி உட்கார நிழல் மட்டுமே, வயிற்றுப் பசிக்கு அது சோறு போடாது. வேறு சம்பாத்தியம் வேண்டும். கனகராசன் வேலை தேடி அலைந்து கடைசியில் சிறு தனியார் கம்பெனி ஒன்றில் எழுத்தர் வேலை பார்த்து நால்வர் அடங்கிய தன் குடும்பத்தைப் பராமரித்து வந்தான்.

திடீரென்று அவன் வயிற்றில் ஒரு வலி தோன்றி வளர்ந்தது. குடலில் பெரிய கோளாறாம். முப்பதாயிரம் ரூபாய் செலவு வைக்கும் மேஜர் ஆபரேஷன் செய்தாக வேண்டும்.

கனகராசன் கடனுக்காக அண்ணனை அணுகினான். முப்பதாயிரம் ரூபாய் கிடைத்தது. ஆபரேஷன் நடந்தது. ஆனால் ஆயுள் இல்லை. குடும்பம் தலைவனை இழந்தது.

அதன் பிறகு கடந்து போன எட்டு மாதங்களில் சண்பகம் உணர்வுகள் செத்த நிலையிலிருந்து மெல்ல மெல்ல மீண்டு வந்து கொண்டிருந்த நிலையில் இன்று அவள் மைத்துனன் அவள் நெஞ்சில் நெருப்பை அள்ளிக் கொட்ட வந்திருக்கிறான்.

முப்பதாயிரம் ரூபாயை அவன் தம்பிக்கு வெறும் கடனாகவோ வட்டிக்குக் கடனாகவோ மட்டும் கொடுத்திருக்கவில்லை. இந்த வீட்டை அடமானம் வைத்தால்தான் கடன்தர முடியுமென்று சொல்லித் தம்பியின் நெருக்கடி நிலையைப் பயன்படுத்திக் கொண்டிருந்தான். வீட்டுப் பத்திரமும் அடமானப் பத்திரமும் அவன் வீட்டு இரும்பு அலமாரியில் பத்திரமாய் இருந்தன.

இப்போது முப்பதாயிரத்தை வட்டியோடு உடனே திருப்பித்தர வேண்டுமாம். இல்லையென்றால் அந்தத் தொகைக்கு மேல் அவன் இப்போது கொடுக்கத் தயாராய் இருக்கும் இன்னொரு பத்தாயிரத்தைப் பெற்றுக்கொண்டு வீட்டை அவன் பெயருக்கு எழுதித் தந்துவிட வேண்டுமாம்.

"இது என்னங்க அக்கிரமம்!" என்று கூவினாள் சண்பகம்.

"அக்கிரமம் என்ன? உன்னால முப்பதாயிரத்தை ஐயாயிரம் வட்டியோட திருப்பித் தர முடியுமா? முடியும்னா சொல்லு. மறு பேச்சில்லாமல் வாங்கிக்கிட்டு உன் கடன் தீர்ந்து போச்சுன்னு ரசீது கொடுத்துடறேன்!"

"இப்படிப் பரிகாசம் பண்ணலாமா அண்ணா? நான் எந்த நிலையில் இருக்கேன்றதைத் தெரிஞ்சுகிட்டு இப்படிப் பேசறீங்களே! திடீர்னு இத்தனை பணத்துக்கு நான் எங்கே போவேன்? உங்க தம்பி போன நாளிலேர்ந்து ஏதோ தெரிஞ்சவங்க செய்யற உதவியில் வீடு நடக்குது. போன மாசத்திலேர்ந்துதான் அவர் கம்பெனியில் கருணை அடிப்படை யில் அவர் வேலையை எனக்குப் போட்டு கொடுத்திருக்காங்க. நாங்க மானமா வாழணும். குழந்தைகளை நான் முன்னுக்குக் கொண்டு வரணும். இருக்கிற ஒரு சொத்தையும் எடுத்துக்கிட்டீங்கன்னா நாங்க என்ன செய்வோம்? எங்கே போவோம்? உங்க வீட்லயானும் எங்களுக்கு இடம் கொடுப்பீங்களா?"

"அதெப்படி முடியும் சண்பகம்? நான் ஒத்துக்கிட்டாலும் உன் ஓரகத்தி ஒத்துக்க மாட்டாளே! அவ விதவைத் தாயாரும் இன்னும் கல்யாணமாகாத தங்கச்சியும் எங்ககூடத்தானே இருக்காங்க. நம்ம சேது வேற இப்ப பெரிய ஆபீசராயிட்டானா? வரவங்க போறவங்கன்னு

அவனுக்கே ஏகப்பட்ட அலுவல். தனியா ஆபீஸ் ரூம்னு ஒழிச்சு விட்டிருக்கேன். அதுவும் தவிர நாளைக்கே அவனுக்கு ஒரு கல்யாணம் காட்சின்னு ஆனா அவன் குடும்பம்னு ஏற்பட்டுப் போகும். அப்போ எங்களுக்கே இடம் பத்தாது. அப்புறம் உனக்கும் உன் பிள்ளைகளுக்கும் எங்கேர்ந்து இடம் கொடுக்கிறது?"

"அதனால நாங்க எப்படிச் சீரழிஞ்சாலும் அக்கறையில்லைன்னு சொல்றீங்க, அதானே?"

"என்ன, நாக்கு ரொம்பத்தான் நீளுது."

"போதுங்க. இந்த வீட்டை வித்தே உங்க கடனை அடைச்சிட்டு மிச்சத் தொகையை பாங்க்ல போட்டு என் பிள்ளைங்களும் நானும் நிம்மதியாய்ச் சாப்பிடலாம்..."

"வீட்டுப் பத்திரம் என்கிட்ட இருக்கு. மறந்துடாதே அது இல்லாம வீட்டை எப்படி விப்பே? அதுவுந்தவிர, அடமானத்தில் இருக்கற வீட்டை எவன் வாங்குவான்?"

அவள் துவண்டு போனாள்.

'சொல்றதைக் கேளு சண்பகம். நான் தர்ற பத்தாயிரத்தை வாங்கிக்க. ஃபிக்ஸட் டெபாஸிட்டில் போடு. வட்டியோட சேர்ந்துகிட்டு வரும். ஒரு ஆபத்து அவசரத்துக்கு உதவும். உனக்கு எப்படியும் வேலை இருக்கு சாப்பாட்டுக்கு. ஏதேனும் ஒரு ஸ்டோரில் நூறு நூத்தம்பது ரூபா வாடகையில் இடம் கிடைக்காம போகாது. ஆச்சு, நாளைக்கே உமா ப்ளஸ் டூ முடிச்சாள்னா அவளை நானே ஏதேனும் வேலையில் இழுத்து விடறேன். கனகு குழந்தைக்கு இதைக்கூடச் செய்யமாட்டேனா? என்ன சொல்றே? நாளைக் காலை சேதுவைப் பத்தாயிரத்துக்கு 'செக்'கோட... இல்லே, உனக்கு பாங்க் அக்கௌன்ட் கிடையாது. பத்தாயிரம் ரொக்கத்தோட அனுப்பறேன், என்ன? பார், உன்னை நம்பி முதலில் உனக்கு பணத்தைத் தரேன். அப்புறம் அடமானம் வச்சவருக்கே வீட்டை வித்துட்டேன்னு சொல்லி என் பேருக்கு நீ வீட்டை ரிஜிஸ்டர் பண்ணிடலாம்."

அவன் கண்கள் பளபளத்தன. இந்த வீட்டின் மீது எத்தனை காலமாக அவனுக்கு குறி?

"அண்ணா! கொஞ்சம் அவகாசம் கொடுங்க. சிறுகச் சிறுக உங்க கடனை எப்படியானும் அடைச்சிடறேன். உங்க தம்பி உயிரோட இருந்தால் அந்தத் தெம்பே தனி. அவரைப் பறிகொடுத்த துக்கம் ஆறறதுக்குள்ள இப்படி இன்னொரு அடியைக் கொடுக்காதீங்க. எங்களுக்கிருக்கிற ஒரே ஒரு பக்க பலத்தையும் பிடுங்கிடாதீங்க. என்னையும் என் பிள்ளைங்களையும் தெருவில் நிறுத்திடாதீங்கண்ணா, உங்களைக் கையெடுத்துக் கும்பிடறேன்!"

கும்பிட்டாள்.

அருணகிரி விஷமமாய்ச் சிரித்தான்.

"தெருவில் நிப்பானேன் சண்பகம்! நீயும் பார்க்க நல்லாயிருக்கே. உன் பொண்ணும் உன் ஜாடை. பொம்பளைங்க மனசு வச்சா பிழைக்கறது தானா கஷ்டம்!"

அடப்பாவி என்றது அவளது சிலிர்த்தெழுந்த தலை. அவன் கன்னத்தில் மூர்க்கமாய் அறைந்தது அவள் கனல் கக்கும் பார்வை.

"உங்களுக்கெல்லாம் இப்ப இருக்கிற நரகங்கள் போதாதுங்க. புதுசா ஒரு ஸ்பெஷல் நரகம் சிருஷ்டி பண்ணித்தான் உங்க மாதிரி யானவங்களைப் போடணும்..." துடிக்கும் விழிகள் மேலே பார்த்து முறையிட்டன. "அடக் கடவுளே, உனக்குக் கண்ணில்லையா?"

"அப்போ நான் வரேன் சண்பகம். நாளைக்கு சேதுவைப் பணத்தோட அனுப்பறேன். அதை நீ வாங்கிக்கிட்டா அப்புறம் வீடு என் பேரில். இல்லாட்டி என் கடனைத் திருப்பிக் கேட்டு உனக்கு வக்கீல் நோட்டீஸ் வரும்."

அருணாகிரி வெளியேறினான்.

என்ன சொல்கிறீர்கள்? "ஒரு பெண் தலையில் இடிமேல் இடி விழுந்து இப்படி அல்லல்படுகிறாளே, நீ போய்க் காப்பாற்றுவதற்கென்ன? செய்யாவிட்டால் உனக்குக் கண் இல்லை என்பது நிஜந்தான்" என்கிறீர்களா?

எனக்குச் சிரிப்புத்தான் வருகிறது. யாரிடம் சொல்கிறீர்கள் இதை? வெற்று வெளிக் காற்றிடமா? நான் அவ்வளவுதானே! நான் உங்கள் ஆசை வானில் அலையும் காற்று, உங்கள் கனவுகளின் உச்ச நிலை, உங்கள் உயர்ந்த லட்சியங்கள் அனைத்தின் மொத்த வடிவம். என்னை இயக்குவது நீங்கள். பின்னே எங்கே போய் எதைச் செய்ய? நீங்கள் விரல் அசைக்காமல் சும்மா கடவுளே கடவுளே என்று கூவினால் நான் எங்கிருந்து வருவது? நீங்கள் கண்ணை மூடிக்கொண்டால் எனக்குப் பார்வை ஏது?

அதோ, அங்கே பொழுது விடிந்துவிட்டது. சண்பகம் இரவு முடியத் தூங்கவில்லை என்பது அவள் கண்களைப் பார்த்தாலே தெரிகிறது.

என்ன முடிவு சொல்வது இன்று? பத்தாயிரத்தைப் பெற்றுக்கொண்டு வீட்டைக் கை கழுவி விட்டுவிடுவதா? அல்லது மறுத்துவிட்டு... மறுத்துவிட்டு?

திடீரென்று அவள் உடம்பு குலுங்கியது. வாசலில் பைக் வந்து நிற்கும் சப்தம் பூகம்பமாய்க் காதுகளுள் வெடித்தது.

அவள் அசையவும் பலமின்றிக் கல்லாய் நின்றபோது சேதுராமன் உள்ளே வந்தான்.

தனிமைத் தளிர்

இருபத்தாறு வயது இளைஞன். நல்ல உயரம். முறுக்கிய மின்சாரக் கம்பிபோல். உள்ளே வைரம் பாய்ந்த ஒல்லி உருவம். அழகிய முகம் இப்போது அரக்க முகமாய் அவளுக்குத் தெரிந்தது.

"சித்தி! எப்படி இருக்கீங்க? பாலு, உமா, நல்லாயிருக்கீங்களா? என்ன நம்ம வீட்டுப் பக்கமே வரதில்ல? அண்ணனை மறந்துட்டீங்களா?"

தன்னை நேராகப் பார்க்காமல் குழந்தைகளைப் பார்த்து அவன் பேசியது சண்பகத்தின் திகிலை அதிகப்படுத்தியது. இறுகிய உதடு களிடையேயிருந்து எப்படியோ "வாப்பா" என்ற ஒரு சொல்லை விடுத்தாள்.

அவன் இப்போது அவளைப் பார்த்தான். புன்னகையில் ஒரு கூச்சம் தெரிந்தது. "சித்தி, உங்ககிட்ட இதைக் கொடுத்துட்டுப் போகத் தான் வந்தேன்" என்று தன் கையிலிருந்த தோல்பையின் ஜிப்பை இழுத்துத் திறந்தான்.

அவள் படபடப்பு உச்சிக்கு ஏறியது. ஒரு சங்கடமான கடமையில் வந்திருப்பதற்குச் சேது கூச்சப்படுகிறான். தகப்பனாரைப் போல் எவ்விதக் கலக்கமும் இன்றி நெஞ்சைப் பஞ்சால் துடைத்துவிட்டுப் பேச இன்னும் வயதாக வேண்டும்.

பையிலிருந்து அவன் ஒரு பழுப்பு உறையை எடுத்து அவளிடம் நீட்டினான். நீண்ட, பருத்த, உறை. ஒரு வெடிகுண்டைப் பார்ப்பது போல் அவள் அதைப் பயத்துடன் பார்த்தாள். கை எழும்பவில்லை.

"இந்தாங்க சித்தி."

"இ . . . இது . . . என்னப்பா இது? ப் . . . பணமா?"

"இதுக்குள் உங்க வீட்டுப் பத்திரமும் சித்தப்பா என் அப்பாகிட்ட முப்பதாயிரம் ரூபாய் வீட்டின்பேர்ல கடன் வாங்கிகிட்டு ஸ்டாம்ப் பேப்பரில் எழுதிக் கையெழுத்து போட்டுக் கொடுத்த அடமானப் பத்திரமும் இருக்கு. வாங்கிக்குங்க."

அவள் வெறித்து நோக்கினாள்.

"இந்த அடமானப் பத்திரத்தைக் கிழிச்சு போடுங்க டைட்டில் டீடை ஜாக்கிரதையா உள்ளே எடுத்து வையுங்க."

"எனக்கு . . . ஒண்ணும் புரியலையே சேது . . . உங்கப்பா நான் பத்தாயிரம் ரூபாய் வாங்கிகிட்டு இந்த வீட்டைக் கொடுத்துடணும்னு இல்ல சொன்னார்?"

"என்கிட்டயும் அப்படித்தான் சொன்னார்."

"பின்னே?"

"பெரியவங்க பேச்சுக்குச் சின்னவங்க மதிப்புக் கொடுக்க வேண்டியது முறைதான் சித்தி. ஆனா சின்னவங்களுக்கு வயசு

வந்து சுயமாய் யோசிக்கிற அறிவு முதிர்ச்சி வந்த பிறகு, பெரியவங்க பேச்சிலுள்ள நியாய அநியாயத்தை அவங்க ஆராய்ஞ்சு பார்க்க வேணாமா?"

சண்பகத்தின் நெஞ்சு பொங்கி வந்தது.

"இதைப் பிடியுங்க சித்தி."

"முப்பதாயிரம் ரூபாய் வீட்டின் பேர்ல கடன் வாங்கியிருக் கோம்ப்பா! அது இன்னிக்கு வட்டியோடு சேர்த்து."

"இந்தப் பத்திரங்களை நீங்க வாங்கிக்கிட்டீங்கன்னா வீட்டை அடமானம் வச்சதுக்கு அத்தாட்சி இருக்காது அந்தக் கடனை நீங்க திருப்பித் தர வேணாம்."

"இல்ல இல்ல, வாங்கின கடனைத் திருப்பித் தராம இருக்க மாட்டேன்."

"சரி; உங்க நாணயத்தில் நான் குறுக்கே நிற்கலே. ஆனா அந்தக் கடன் விஷயத்தில் வீட்டைச் சம்பந்தப்படுத்த வேணாம் வீடு என்னிக்கும் உங்களுதுதான். அடமானப் பத்திரத்தைக் கிழிச்சுப் போட்டுட்டு எந்த வித நிபந்தனையுமில்லாம கடனை உங்க செளகரியம் பேல மெள்ள மெள்ளத் திருப்பிக் கொடுங்க, போதும் அதுக்கு நானும் உதவறேன்."

"நீ உதவறது சரியில்லே சேது."

"ப்ளீஸ், மறுக்காதீங்க. எனக்கு உங்க குடும்பத்தில் சம்பந்தமில்லையா? சித்தப்பா போன பிறகு உங்களையும் இந்தக் குழந்தைகளையும் காப்பாத்த வேண்டிய கடமையை என் அப்பா தட்டிக் கழிச்சிட்டாலும் அந்தக் கடமையில் எனக்கும் பங்கு இருக்கு சித்தி! இவங்க ரெண்டு பேரும் அன்னியர்களில்லே. என் தங்கச்சியும் தம்பியும். கவரைப் பிடியுங்க. அப்பாவை நினைச்சுப் பயப்பட வேணாம். நான் பேசிக்கறேன். அவரோட."

அவள் நாத் தழுதழுக்க நன்றி கூறுமுன் அவன் போய்விட்டான். அதன் பிறகும் ஒரு கனிந்த புன்னகை அவளெதிரே நின்றுகொண்டே இருந்தது. அதை வெறித்தபடி, கையில் அவன் திணித்திருந்த கனமான உறையுடன், நெஞ்சம் ஆறுதலும் நன்றியும் சேர்ந்து குழம்பிப் படபடக்க, வெகு நேரம் ஒரு மரத்த நிலையில் அவள் உட்கார்ந்திருந்தாள்.

"கடைசியில் நீ கண் திறந்து பார்த்துவிட்டாய்! நீ கடவுள்தான்!" என்றா கூச்சலிடுகிறீர்கள்? நான் அங்கே இருந்தேன் என்பது உண்மை யானாலும் என்னை அழைத்து வந்தவன் சேதுராமன் தான். முன்பே சொன்னேனில்லையா, நீங்களின்றி எனக்கு இயக்கமில்லை என்று? சரிசரி, கதை முடிந்தது, நீங்கள் வீட்டுக்குப் போகலாம். உங்களுக்கு ஆயிரம் அலுவல்கள் இருக்கும். ஜெட் யுக மனிதர்களில்லையா!...

தனிமைத் தளிர் ☙ 515 ❧

என்ன? என்னைப் பற்றிய கதை என்று சொல்லிவிட்டு வேறு கதை சொன்னேன், என்கிறீர்களா? வேறு கதை நடுவில் வந்தாலும் நான் முதலில் அறிவித்திருந்தபடி என் கதையாய்த்தானே கடைசியில் முடிந்தது? அதுவரையில் எனக்குத் திருப்திதான், நான் (உங்களைப் போல்) பொய் சொல்வதில்லை என்று.

"உன் கதை எங்கே வந்தது? 'என்னால் என்ன முடியும்' என்று போலிப் பணிவோடு சொல்கிறாய். கூடவே பேச்சோடு பேச்சாக 'நான் அங்கே இருந்தேன்' என்று ஜம்பமடித்துக் கொள்கிறாய். நீ அங்கே எங்கே இருந்தாயாம்? உன்னை நாங்கள் பார்க்கவில்லையே? அங்கு நாங்கள் கண்ட பாத்திரங்களெல்லாம் சண்பகம், அவள் குழந்தைகள், அருணகிரி, சேதுராமன் – அவ்வளவு தானே?"

அப் . . . பா, என்ன கூச்சல் போடுகிறீர்கள்! எனக்குக் காதுகள் இருந்தால் நிச்சயம் செவிடாகியிருக்கும். என்னை அங்கு நீங்கள் பார்க்கவில்லை. அதுதானே? மன்னிக்கவும், அது உங்கள் தவறு. முதலிலேயே நான் எனது எல்லாப் பெயர்களையும் சொல்ல நீங்கள் விட்டிருந்தால் என்னை அங்கே அடையாளம் கண்டுகொண்டிருப்பீர்கள். அதுதான் ஈசுவரன் என்று தொடங்கி நாலைந்து பெயர்கள் சொன்னதுமே என் பெருமைகளைக் கேட்கப் பொறுமையின்றி முகம் சுளித்தீர்களே! போகட்டும், இப்போதாவது கேட்டுக்கொள்ளுங்கள். நான் முதலில் சொன்ன பெயர்களைத் தவிர வேறு பெயர்களும் எனக்கு உள்ளன. உதாரணமாய்க் கருணை, நியாய உணர்வு, மனிதாபிமானம் . . .

கல்கி பொன் விழா மலர், ஆகஸ்ட் 1992

புவனாவும் வியாழக் கிரகமும்

ஒரு திடீர் உந்துதலில்தான் அவருக்கு லிஃப்ட் கொடுத்தேன்.

மௌன்ட் ரோடின் அந்தப் பெட்ரோல் நிலையத்தில் பெட்ரோலுக்கு பில் வாங்கிக்கொண்டு முன் கார்களின் வரிசை கலைவதற்காகக் காத்திருந்தபோது எதிரே பஸ் நிறுத்தத்தில் அவர்.

ஐம்பது வயது இருக்குமா?

வேட்டியும் சட்டையும் வேர்வையில் சிறிது சிறிதாய் நிறம் மாற. அகன்றுவிட்ட முன் நெற்றி வெயிலில் பளபளக்க, செருப்புப் பாதங்களில் அவ்வப்போது இதற்கும் அதற்குமாய்க் கனம் மாற்றியபடி முகத்தைத் துடைத்தவாறு, அக்குளிரில் இடுக்கிய கறுப்புத் தோல்பையை அடிக்கடி சரிப்படுத்திக்கொண்டு கண்கள் தொலைவில் பதிந்த கோலத்தில் நின்ற அவரைப் பார்த்தபோது, வெகுநேரமாய் அவர் பஸ்ஸுக்காகக் காத்திருக்கிறார் என்ற உணர்வு எழுந்தது. நிறுத்தத்தில் வேறு யாருமில்லை. பதைபதைக்கும் வெயிலில் அவர் ஒற்றையாய் அநாதைபோல் ...

முந்தைய இரண்டு கார்களும் சென்றபின் என் அம்பாசடரை முன்னே செலுத்திப் பெட்ரோல் போட்டுக்கொண்டேன். 'பங்க்'குக்கு வெளியே ஓட்டிவந்து மெதுவாய் அவர் அருகில் நிறுத்தினேன். ஜன்னலுக்கு வெளியே தலையை நீட்டி, "எக்ஸ்கியூஸ்மீ. ஸாருக்கு எங்கே போகணும்?" என்றேன்.

அவர் முகத்தில் அதிர்ச்சி வெளிப்படையாய்த் தெரிந்தது. புத்தம் புது மனிதன் நின்று விசாரித்ததால் ஏற்படும் புரியாமை. அதில் விளையும் இனந்தெரியாத சிறு கலவரம். ஓங்கிய கையின் முன்னே எதிர்விளைவுபோல் உடல் தானாகச் சற்றுப் பின் வாங்கியது.

"யாரு ... ஸார் யாருன்னு தெரியலையே?"

“எனக்கும் உங்களைத் தெரியாது. எதிர் ‘பங்கு’க்கு பெட்ரோலுக்காக வந்தப்போ இங்கே நீங்க நிக்கறதைப் பார்த்தேன். ரெண்டுபேரும் ஒரே வழியில் போறதானா உங்களை ஏத்திகிட்டுப் போகலாமென்று தோணிச்சு. அவ்வளவுதான்.”

அவர் குழப்பத்துடன் என்னைப் பார்த்தார். கொஞ்சம் லூஸோ என்று நினைத்திருக்கலாம். அருகிலிருந்து பார்க்கும்போது அவர் முகத்தில் ஐம்பதின் அடையாளங்கள் இல்லை. அந்த அவசர வழுக்கையும் மெலிந்து களைத்த தோற்றமும் நிச்சயம் வயதில் விளைந்தவை அல்ல.

“என் பேர் ராஜசேகர். எஸ்.டி. ராஜசேகர், சரவணா எக்ஸ்போர்ட்ஸில் அக்கௌண்ட்ஸ் மானேஜர்.”

புஷ் ஷர்ட் பையில் கைவிட்டு ‘வாலட்’டை எடுத்துத் திறந்து பெயர் அட்டையை உருவி அவரிடம் நீட்டினேன்.

“சேசே, இதெல்லாம் எதுக்கு . . .”

“நான் நிஜச்சரக்குன்னு உங்களுக்குத் தெரியணுமில்லை! ஏதோ கடத்திகிட்டுப் போற ஆளுன்னு நீங்க நினைச்சிட்டா?”

அவர் பெரிதாய்ச் சிரித்தார். பற்கள் பளீரென்று மின்னின.

“என்னைக் கடத்திகிட்டுப் போக என்ன இருக்கு! நான் என்ன லட்சாதிபதியா? அரசியல் புள்ளியா? இல்லே இளம் பெண்ணா? இருக்குமிடம் தெரியாத ஒரு அன்றாடங்காய்ச்சி ஆம்பிளை!”

என்னால் அந்தச் சிரிப்பைப் பார்க்க முடியவில்லை.

“ரொம்ப நேரமா பஸ்ஸுக்காக நிக்கறீங்க. இல்லையா?”

“பழக்கம்தான்.”

“எங்கே போகணும்?”

“தி நகர், திருமலை தெரு.”

“காரில் ஏறிக்குங்க.” முன்பக்கக் கதவைத் திறந்தேன்.

“வேணாம் சார், பாவம், நீங்க எங்கே போகணுமோ . . .” அவர் கண்கள் தொலைவில் கலைந்தன.

“நான் பஸுலுல்லா ரோடுக்குத்தான் போறேன். உங்களை இறக்கிட்டுப் போறேன்.”

“வீண் சிரமம்.”

“ஒரு சிரமமுமில்லே. எனக்கும் கம்பெனியாச்சு. எத்தனை நேரந்தான் வெயிலில் நின்னு கஷ்டப்படுவீங்க?”

“குடை கொண்டுவர மறந்துவிட்டேன். அதான் தப்பாயிடிச்சு.”

அவர் மறுபடியும் சாலையைத் தேடினார். பஸ்ஸின் சுவடே இல்லை.

“பஸ்ஸுக்காகக் காத்திருந்து பிரயோஜனமில்லே. திடீர்னு ஏதாவது ஸ்ட்ரைக்காய்க்கூட இருக்கலாம். பேசாம ஏறிக்குங்க.”

“நீங்க நிஜம்மாத்தான் பஸுலுல்லா ரோடுக்குப் போறீங்களா?”

“சும்மா ஏறி உக்காருங்க சார்! பேசறதையெல்லாம் வண்டியில் போய்க்கிட்டே பேசுவமே?”

அவருக்கு இன்னமும் தயக்கம்தான். ஆனால் நின்று நின்று களைத்துப்போன கால்கள் அவருக்கு முன்பாகவே சம்மதித்து விட்டிருந்தன.

காரில் ஏற வந்தவர் சற்று நின்று “என் பேர் மகாலிங்கம். ஒரு பிரைவேட் கம்பெனியில் க்ளார்க்காயிருக்கேன்” என்றார், அந்த அறிமுகத்தால் தமக்கும் ஒரு நிஜத்தன்மை அளித்துக்கொள்வதுபோல. பிறகு தொடர்ந்து ஏறி என் பக்கத்து இருக்கையில் உட்கார்ந்தார். நான் கதவை மூடிவிட்டு வந்து உட்கார்ந்து வண்டியைக் கிளப்பினேன்.

களைத்த கால்களை விச்ராந்தியாக நீட்டிக்கொண்டார். கண்களை மூடி ஓர் ஆசுவாசப் பெருமூச்செறிந்தார். ஆனால் தோல் பையைப் பற்றியிருந்த கைகளில் இறுக்கம் தளரவில்லை.

“ரொம்ப முக்கியமான பை போல இருக்கு” என்றேன் பேச்சுப் போக்காக.

“ஆமாம்.” இன்னும் இறுகப் பற்றிக்கொண்டார்.

“அப்படி என்ன பொருள் உள்ளே இருக்குன்னு தெரிஞ்சுக்கலாமா?”

“ஜாதகம். என் பெண்ணின் ஜாதகம்.” திடீரென்று சிரித்தார். “ஒரு சராசரி கீழ் நடுத்தர வர்க்கக் குடும்பஸ்தனுக்கு இதைவிட முக்கியமான பொருள் வேறென்ன சார் இருக்க முடியும்?”

வண்டி ஓட்டத்தினால் உள்ளே வீசிய காற்றையும் மீறி அவர் முகத்தில் வேர்வை மின்னியது. ஒவ்வொரு வேர்வைத் துளியும் ‘பெண்ணின் தந்தை’ என்று பறைசாற்றுவது போல் இருந்தது.

சட்டென்று எண்ணம் தடைபட்டது. நானும் ஒரு பெண்ணின் தந்தைதான். ஆனால், என்னிடம் வெயிலில் நின்ற வேர்வை இல்லை. வேர்வை நெடிக்குப் பதில் ஆஃப்டர் ஷேவ் லோஷன் நெடிதான். அவருடைய கைத்தறி வேட்டிக்குப் பக்கத்தில் என் டெரீன் பாண்ட். கால் நீட்டலால் லேசாய்க் கழன்று தொங்கிய செருப்புக்கருகில் என் பளபளக்கும் கறுப்பு ஜோடுகள்.

“எனக்கும் ஒரு பெண் இருக்கா. நிரஞ்சனின்னு பேரு. உங்க பெண் பேரென்ன?”

“புவனேச்வரி, புவனான்னு கூப்பிடறது.”

நிரஞ்சனியை நிக்கி – டிக்கி என்று கூப்பிடுகிறோமென்பதை நான் சொல்லவில்லை.

"திருமலை தெரு வீட்டில் அவள் ஜாதகத்தைக் கொடுக்கத்தான் எடுத்துட்டுப் போறேன்" என்றார் அவர் தொடர்ந்து.

"தெரிஞ்ச இடமா?"

"இல்லே, ஆபீசில் ஒருத்தர் மூலமா கேள்விபட்டதுதான். அதிகம் எதிர்பார்க்கமாட்டாங்கன்னு சொன்னார். சரி. புவனா ஜாதகத்தைக் கொண்டுபோய்க் கொடுப்போம். பிராப்தம் இருந்தா நடக்கட்டுமேன்னு கிளம்பினேன்."

"வீட்டு நம்பர் தெரியுமா?"

"ம்" அவர் பையின் ஜிப்பை இழுத்துத் திறந்து சில காகிதங்களை எடுத்துப் புரட்டிப் பார்த்தார். நாலு மூலைகளில் மஞ்சள் தடவிய ஜாதகம் கண்ணில் பட்டது. இன்னும் ஏதேதோ காகிதங்கள். போக வேண்டிய முகவரி இருந்திருக்கும். நண்பர் ஏதேனும் கடிதம் கொடுத்திருக்கலாம். அல்லது வேறு விஷயங்களைப் பற்றியனவாய் இருக்கலாம்.

நேரே பார்த்துக்கொண்டு வண்டியைச் செலுத்தினேன். ஒரு சிகப்பு சிக்னலில் நின்றபோது அவர் சொன்னார்: "இதைப் பார்த்தீங்களா?"

தலையைத் திருப்பினேன், சிறு காகித உறைக்குள்ளிருந்து பாஸ்போர்ட் அளவு புகைப்படமொன்றை எடுத்து நீட்டியிருந்தார்.

"இதுதான் புவனா."

பிரமாத அழகு என்று சொல்ல முடியாவிட்டாலும் முகத்தில் பால் வடிந்தது. பெரிய கண்கள். கன்னங்கரிய கூந்தலைத் தலையோடு சேர்த்துக் கோந்து போட்டு ஒட்ட வைத்ததுபோல் அழுத்தி வாரிப் பின்னியிருந்தது. சின்ன ஒற்றைக்கல் தோடுகள். கறுப்பு வெள்ளைப் படத்தில் கறுப்பாகத் தெரிந்ததால் சிகப்புக் கல்லாக இருக்கலாம். நிச்சயம் வைரமில்லை. நெற்றிப் பொட்டு அந்தப் பால் முகத்துக்குச் சற்று பெரிதுதான். சிறிது ஒப்பனை செய்திருந்தால் அழகு கூடியிருக்கும். எனினும், ஆவலில் மலர்கிற பெரிய கண்களால் உலகத்தைப் பார்க்கும் பார்வையில் எந்த இளமைக்குமே உரிய பொலிவு மிளிர்ந்தது.

"இதுதான் புவனா" என்று மறுபடியும் சொல்லியவாறு ஒரு மலர்ந்த புன்னகையுடன் என் முகத்தைப் பார்த்தார் மகாலிங்கம்.

"நல்ல லட்சணமாயிருக்கா. என்ன வயசாகுது?"

"போன டிசம்பருக்குப் பத்தொம்பது முடிஞ்சுட்டுது."

"பத்தொம்பதுதானா! அதுக்குள்ள கல்யாணத்துக்கு என்ன அவசரம்?" என்றபோது, இருபதை முடித்த என் நிக்கிடிக்கி 'எம்.பி.ஏ. முடிச்சப்புறம் கம்யூட்டர்ஸ் படிச்சிட்டு ஏதானும் ஃபாரின் டிகிரி வாங்கணும்ப்பா!' என்று சொல்வது நினைவுக்கு வந்தது.

"என்ன அவசரமாவது? வரன் பார்க்க ஆரம்பிச்சதுமே கல்யாணம் கூடிவந்துடுமா? புவனா பதினெட்டு முடிச்சதுமே அவ ஜாதகத்தை எடுத்துக்கிட்டு நான் கிளம்பியாச்சு. இதுவரை ஒரு இடமும்

அமையலே” என்றவாறே, புகைப் படத்தை மீண்டும் உறையிலிட்டுத் தோல்பையில் வைத்துக்கொண்டார்.

“பதினெட்டா! பதினெட்டில் ஒரு பெண் இன்னும் குழந்தை சுவாமி!”

“இது அவள் எந்த மாதிரி குடும்பத்தில் பிறக்கிறாள் என்கிறதைப் பொறுத்திருக்கு.”

மண்டையில் யாரோ ஓங்கி அடித்ததுபோல் இருந்தது. நான் பதில் சொல்லவில்லை. பச்சை விளக்கு வந்தது. மீண்டும் வண்டியைக் கிளப்பினேன். கலைவாணர் சிலையைத் தாண்டிச் சென்றோம்.

“என்னாலானது அவளை ப்ளஸ் டூ வரை படிக்க வச்சிட்டேன். கீழே இன்னும் ஒரு பெண்ணும் ஒரு பையனும் இருக்கு. பெண்டாட்டி வீட்டிலிருந்தபடியே தையல் வேலை செஞ்சு நாலு காசு சம்பாதிக்கறா. இருந்தாலும் . . . ஒரு பெண் கல்யாணத்தை நடத்தறதுன்னா லேசா? மாப்பிள்ளைங்களுக்கு ஆனை விலை குதிரை விலை . . . என்ன செய்யப்போறேனோ! அதுக்காகப் பெண் குழந்தையைக் கல்யாணம் செய்யாம வச்சிருக்க முடியுமா?”

பேசப் பேச அவரை மீண்டும் ஒரு களைப்பு சுற்றி போர்த்திக் கொள்வதுபோல் இருந்தது, வண்டியின் சுகப் பிரயாணத்தை மீறி.

திருமலைத் தெருவில் இரண்டு வீடுகள் தள்ளியே இறங்கிக் கொண்டார்.

“நான் கார்ல வந்து இறங்கறதை அவங்க பார்க்க வேணாம் சார். பணக்காரன்னு நினைச்சு ரேட்டை ஏத்திடுவாங்க. அப்போ வரட்டுமா? லிஃப்டுக்கு ரொம்ப நன்றி. ஏதோ இன்னிக்கு கார் சவாரி பிராப்தம் இருந்தது.” அவர் கை கார்க் கதவை ஒரு விநாடி தடவிக்கொடுத்தது. “வரேன் சார்!”

கை குவித்து வணங்கினார், நானும் வணங்கினேன். சரக் சரக்கென்று செருப்புக் கால்கள் விரைவாய்த் தெருவில் நடந்து சென்றன.

நான் என் அம்பாசடரை மயிலாப்பூர் திசையில் செலுத்தினேன். தொழிலதிபரான ஒரு நண்பரைப் பார்த்து வர. பெண்ணின் லட்சியம் ஈடேறுவதற்குக் கடவுளைப் பிரார்த்திப்பதைத் தவிர இப்படிப்பட்டவர்கள் காதிலும் போட்டுவைப்பது நல்லதுதானே.

பஸுலுல்லா ரோடில் எனக்கெதுவும் வேலை இல்லை.

கடவுளின் அருள் பூரணமாய் இருந்தது. நிக்கி டிக்கி நிர்வாகப் பட்டம் உயர்ந்த முறையில் பெற்றாள். பிறகு நண்பரின் தொழில் நிறுவனத்தில் கம்ப்யூட்டர் டிப்ளமா பெற்று மாணவர் விசாவில் அமெரிக்கா சென்று கம்ப்யூட்டர் விஞ்ஞானம் பயின்று பட்டம் பெற்று ஓராண்டு வேலையும் பார்த்துவிட்டு இந்தியா திரும்பினாள். இன்று பெங்களூரில்

பெரிய கம்பெனி அதிகாரியாய் இருக்கிறாள். கணவனும் அவளுக்கு நிகராக ஃபாரின் பட்டம் பெற்ற என்ஜினீயர். நாலு லட்சத்தில் நான் வளைத்துப்போட்ட மாப்பிள்ளை. குடும்பநலத் திட்டப்படி அவர்களுக்கு ஒரே ஒரு குழந்தை. பெற்றோரின் செல்வம், செல்லம் அனைத்துக்கும் ஒரே வாரிசான குட்டி நிக்கி கான்வென்ட்டில் ஆங்கிலம் மிழற்றிக்கொண்டிருக்கிறாள்.

என்னையும் கடவுள் கைவிட்டுவிடவில்லை என்பது வெளிப்படை. என் திறமையால் முதலில் கம்பெனி ஜி.எம்.மாக உயர்ந்தேன். பிறகு டைரெக்டர்களில் ஒருவனானேன். பொருளாதார நிபுணன் என்ற அங்கீகாரம் பெற்றேன். ஐம்பத்தெட்டு வயதில் வேலையிலிருந்து ஓய்வு பெற்றபின் சொந்தமான 'நிக்கி ஃபைனான்ஸ்' என்று ஒரு கம்பெனி தொடங்கி இன்று செல்வத்தில் கொழிக்கிறேன்.

என் மனைவி கொளுத்தும் வெயிலில்கூடப் பட்டுச்சேலை தவிர வேறெதுவும் உடுத்துவதில்லை. அவளுக்கு மிகவும் பிடித்த பொருட்கள் சீனா ஜேட் நகைகளும் ஆம்ஸ்டர்டாம் வெட்டு அமைந்த ப்ளூ ஜாகர் வைரங்களும். நாங்கள் வசிப்பது பம்பாயில். மூன்று ஆண்டுகளுக்கு ஒருமுறை சென்னை வருகிறோம். இங்கே சொந்தக்காரர்கள் இருக்கிறார்கள். மேலும், தமிழ்மொழி சகஜமாய்ப் புழங்கும் காற்றை சுவாசிக்க வேண்டும். மெரீனா பார்க்க வேண்டும். என்னதான் நீரிழிவுப் பத்தியமும் தலை நரையை மறைக்க கோத்ரெஜ் முடிச் சாயமும் எனக்கு வந்து சேர்ந்துவிட்டதென்றாலும் இளம் பருவ நிலைக்களனின் மயக்கம் யாரைத்தான் கவர்ந்திழுக்கவில்லை? அப்படியே மனைவிக்குப் பட்டு ஜவுளி எடுக்கக் காஞ்சீபுரம் போக வேண்டியிருப்பதும் ஒரு காரணம்தான்.

இன்று மீண்டும் என்மீது வீசுவது சென்னைக் காற்று.

பெட்ரோல் போட்டுக்கொள்வதற்காக 'பங்க்'கில் காருக்குள் உட்கார்ந்திருந்தேன். அம்பாசடர் போய், பிறகு மாருதி போய் இப்போது காண்டெஸா வாங்கியிருக்கிறேன். இங்கு சென்னையில்தான். சென்ற வாரம். பிறகு பம்பாய்க்கு அனுப்ப வேண்டும். புதுக் காரில் முதல் நீண்ட பயணம் கோயிலுக்காக இருக்கட்டும் என்று நாளைக் காலை மனைவியுடனும் ஊரிலிருந்து வந்திருக்கும் மகள் குடும்பத்துடனும் மாங்காடு போவதாய்த் திட்டம். அதற்குத்தான் பெட்ரோல் டாங்க்கை நிரப்பிக்கொள்ள வந்திருந்தேன்.

சிறிது நேரமாகும்போல் இருந்தது. இறங்கி நின்று சாலையைப் பார்த்தேன். ஜன நெரிசலிலும் பல்வேறு இரைச்சலிலும் வாகன மிகுதியிலும் கட்டட உயரங்களிலும் சென்னை வேகமாய்த்தான் மற்ற முன்னணி மாநகரங்களுடன் போட்டி போட்டுக்கொண்டிருந்தது. கண் நிமிர்த்தும் இடந்தோறும் வீட்டு உச்சிகளில் டிஷ் ஆன்டென்னா, இரவும் பகலும் காது செவிடுபட கேபிள் டீவி, ஸ்டார் டீவி, எல்லா நகரங்களுக்குமே முகம் ஒன்றுதானா? ஆனால் சாலையில் "யோவ், என்னாய்யா, வூட்ல சொல்லிகிட்டா வந்துட்டே? சாவு கிராக்கி,

தள்ளிப் போய்யா கஸ்மாலம்" என்று ஒரு கார் ஓட்டுநர் பாதசாரியைப் பார்த்துக் கூவிக்கொண்டு போன இனிய மெட்ராஸ் தமிழ் இதைச் சென்னை என்று அடையாளம் காட்டியது.

விஷ்ஷ் விஷ்ஷ் என்று குறுக்கும் நெடுக்குமாய் பஸ்களும் டாக்சிகளும் ஆட்டோக்களும் கார்களும் பாய்ந்து பாய்ந்து சப்தப் பின்னல் பின்னி ஓய்ந்ததில் கிடைத்த கணநேர இடைவெளித் தெளிவில் ஒரு காட்சி என் பிரக்ஞையில் இடறி அப்படியே பொறிகளில் ஒட்டிக் கொண்டது.

அவர்.

சித்திரை வேர்வையில் வேட்டியும் சட்டையும் நிறம் மாற மாற அவர் நின்றிருந்தார். அக்குளில் அடக்கிய கறுப்புத் தோல் பை. அது பஸ் நிறுத்தம். புருவங்கள்மேல் கையை அண்டை கொடுத்து அடிக்கடி தொலைவில் தேடும் அக்கண்கள் நிச்சயம் அவர் ஏறவேண்டிய பஸ்ஸைத்தான் எதிர்பார்க்கின்றன.

அவசரமாய்க் கறுப்புக் கண்ணாடியை அகற்றிவிட்டு உற்றுப் பார்த்தேன். சதை வளர்ச்சி நீக்கப்பட்டு 'கான்டாக்ட் லென்ஸ்' பொருத்திய என் கண்களில் பார்வை தீட்சண்யமாகவே இருந்தது. அவர்தான், சந்தேகமில்லை. என்ன பெயர்? சொக்கலிங்கம்? ராமலிங்கம்? இப்போது மூக்குக் கண்ணாடி ஒன்று ஏறியிருந்தது. தலை அனேகமாய் முழு வழுக்கையாகவே ஆகிவிட்டது. ஆயினும் முகஜாடை புரிந்தது.

ஒருகணம் என் மூளை சுழன்றது. குறும்புக்காரச் சிறுவன் ஒருவன் கடியார முட்களை வேண்டுமென்றே பின்னோக்கித் திருப்பிக்கொண்டிருக்கிறானா? சாலைக்கு இந்தப் பக்கம் பெட்ரோல் 'பங்க்'கில் நான், அந்தப் பக்கம் பஸ்ஸுக்காகக் காத்து நிற்கும் அவர். இதே காட்சி முன்பு எத்தனை ஆண்டுகள் முன்பு? ஆயிரத்துத் தொள்ளாயிரத்து எழுபத்தி ... ஆமாம், ஏறத்தாழப் பதினைந்து ஆண்டுகளுக்கு முன்பு. பதினைந்து ஆண்டுகள்!

பதினைந்து முறைகள் காலண்டர் மாறிவிட்டது. ஒரு மாமாங்கம் வந்து போய்விட்டது. நாடு ஆறு பிரதமர்களைக் கண்டுவிட்டது. உலக அரங்கில் ஒரு வல்லரசு மறைந்தது. இருபத்தெட்டு ஆண்டுகள் சிறைவாசத்துக்குப் பின் ஒரு சுதந்திர வீரருக்கு விடுதலை கிடைத்தது. வியாழக் கிரகத்தை நோக்கி அமெரிக்க 'வாயேஜர்', விண்வெளியில் மேலும் பல கோடி மில்லியன் கிலோ மீட்டர்கள் பாய்ந்தோடிவிட்டது.

அவர் இன்னமும் அங்கேயே நின்றுகொண்டிருக்கிறார்.

தலையை உலுக்கிக்கொண்டேன். காலத்தை மீண்டும் ஒழுங்குக்குள் கொண்டுவந்தேன். பெட்ரோல் போட்டுக்கொண்டதும் காரை நேரே அவரிடம் ஓட்டிச்சென்று நிறுத்தினேன். இறங்கி கைகுவித்தப் புன்னகையுடன் "சௌக்கியமா சார்? என்னைத் தெரியுதா?" என்றேன்.

அந்தத் திடுக்கிடலும் நான் முன்பு பார்த்ததுதான். இன்னவென்று புரியாத குழப்பத்தில் புருவங்கள் உயர்ந்தன. புருவ மயிரில் ஒரு

வெள்ளை இழை கண்ணில் பட்டது. தலை வழுக்கையைத் தவிர முகத்தில் நிறையக் கோடுகள்.

"நான்தான் ராஜசேகர். எஸ்.டி. ராஜசேகர். பதினஞ்சு வருஷத்துக்கு முந்தி இதேபோல் பஸ் ஸ்டாண்டில் உங்களுக்கு லிஃப்ட் கொடுத்தேனே ஞாபகமிருக்கா?"

அவருக்கு உடனடியாய் ஞாபகமில்லை என்பது அந்தக் காலி முகத்தில் தெரிந்தது, கைகள் தோல் பையை இன்னும் இறுக்கமாய்ப் பற்றிக்கொண்டன. அந்தச் செயலால் சட்டென்று என் நினைவு குலுங்கித் தெளிவு பெற, "உங்க பேர் மகாலிங்கம் இல்லே?" என்றேன்.

"ஆமாம்."

"முன் தடவை நீங்க உங்க பெண் ஜாதகத்தை எடுத்துகிட்டு திருமலைத் தெருவுக்குப் போக வேண்டியிருந்தப்ப நான் காரில் அழைச்சிட்டுப் போனேன். இப்பவும் வாங்க. எங்கே போகணுமோ இறக்கிவிடறேன்."

"லேசா ஞாபகம் வருது ... நீங்க பஸுலுல்லா ரோடுக்குப் போறதாகச் சொன்னீங்க இல்லே?"

"எஸ்."

"போனீங்களா?"

நான் சிரித்துவிட்டேன். "நல்ல ஆளு ஸார் நீங்க! வாங்க, காரில் ஏறிக்குங்க, பேசிகிட்டே போவோம்." வண்டியின் முன் கதவைத் திறந்து பிடித்தேன்.

"உங்க பேர் என்னன்னு சொன்னீங்க?"

"எஸ்.டி. ராஜசேகர். ஏறிக்குங்க ..."

"உங்களுக்கேன் சிரமம் ..."

"ஒரு சிரமமுமில்லை."

"நான் சிந்தாதிரிப்பேட்டையில் ஒரு அட்ரெஸுக்குப் போகணும்."

"நானும் அந்தப் பக்கம்தான் போறேன்."

இம்முறை அவர் சிரித்துவிட்டார். பற்கள் முன்புபோல் மின்னவில்லை. அவற்றுக்குக்கூட முதுமை வந்துவிட்டாற்போல் மங்கியிருந்தன.

"உங்களுக்கு ரொம்ப நல்ல மனசு ஸார். இருந்தாலும் ... இப்ப என் பஸ் வந்துடும்".

"வரட்டுமே! ரொம்ப நாளுக்கப்புறம் சந்திக்கிற ஒரு பழைய நண்பருக்கு கம்பெனி கொடுக்கிறதாய் நினைச்சு வாங்களேன்."

அவருடைய சோர்ந்த முகம் என் அழைப்பை ஏற்றுக்கொள்ளத் துடித்தது. எனினும் பண்பாடு மீண்டும் தொலைவில் தேடியது. அவருக்குத் தேவையில்லாத ஒரு பஸ் வந்தது, நின்றது, சென்றது.

“பஸ்ஸைப்பத்தி மறந்துடுங்க மிஸ்டர் மகாலிங்கம். வண்டியில் ஏறுங்க சொல்றேன். இங்கே கார் நிற்கக்கூடாது. ராங் ஸைட். போலீஸ்காரன் பார்த்தா பிடிச்சுக்குவான். சீக்கிரம் ஏறுங்க.”

“தாங்ஸ்.” முன் பக்கம் ஏறி உட்கார்ந்தார். மூக்குக் கண்ணாடியைக் கழற்றி அதையும் முகத்து வேர்வையையும் சட்டை நுனியால் துடைத்துவிட்டு மீண்டும் கண்ணாடியை அணிந்துகொண்டார். “வெயில்ல வரபோது குடை கொண்டு வந்திருக்கணும். மறந்துட்டேன்” என்றார்.

நான் கதவை மூடிவிட்டுச் சுற்றி வந்து ஓட்டுநர் இருக்கையில் உட்கார்ந்து, எங்கே போகணும்? என்றேன்.

“பெரியார் சாலையில் திரும்பி ப்ரிட்ஜ் தாண்டி மேலே போகணும்.”

நான் காரைச் செலுத்தலானேன். இருண்ட கார் ஜன்னல்களுள் ஏர்கண்டிஷன் குளிர்ச்சி இதமாய் இருந்தது. சிறிது நேரம் இருவருமே பேசவில்லை.

அவர் தூங்கிவிட்டாரோ என்று நான் நினைக்கத் தொடங்குகையில் அவர் “நான் ரிடையர் ஆய்ட்டேன்” என்றார்.

“இருக்கணும். பதினஞ்சு வருஷமில்ல ஆகுது!”

“மனைவி மூணு வருஷம் முந்தி காலமாய்ட்டா.”

“அடடா! ஐ’ம் வெரி ஸாரி.”

“போகவேண்டிய நேரம் . . . ஒருவகையில் கொடுத்துவச்சவள் தான் . . . ரிடையரானப்புறம் இப்ப ஒரு ஸ்கூல் கரெஸ்பாண்டெண்டுக்குக் குமாஸ்தாவா இருக்கேன். ஹெட்மாஸ்டர் தெரிஞ்சவர். அவர் தயவு . . .”

நான் பதில் சொல்லவில்லை. வேப்பங்காயைக் கடித்துவிட்ட கசப்பு நெஞ்சில் இறங்கியது. ஏர்கண்டிஷன் குளிர்ச்சி கணநேரம் கனவாயிற்று.

அவர் தோல்பையைத் திறந்து உள்ளேயிருந்து ஒரு பழுப்புக் காகிதப் பொட்டலத்தை வெளியே எடுத்துவிட்டு வேறேதோ பொருட்களையும் சில காகிதங்களையும் சரி பார்த்தார். பிறகு மீண்டும் எல்லாவற்றையும் பையில் எடுத்து வைத்தார்.

“இன்னிக்குச் சனிக்கிழமை பாருங்க ஸ்கூல் இல்லை.”

“அப்போ வீட்டில் விச்ராந்தியா ஓய்வெடுக்கலாமே. ரொம்ப களைப்பா தெரியறீங்க.”

“அதுக்குப் பார்த்தா முடியுமா? ஆனா இப்ப ஜோலி முடிஞ்சு வீட்டுக்குப் போனதுமே ஜில்லுனு ஒரு டம்ப்ளர் மோர் குடிச்சிட்டுப் படுத்துடுவேன்.”

மீண்டும் மௌனம். மனிதர்கள், வீடுகள், சாலைகள், கடைகள், சினிமாச் சுவரொட்டிகள், அரசியல் கட் – அவுட்கள் யாவையும்

கடந்து கடந்து கார் சென்றுகொண்டிருந்தது. பெரியார் சாலை வந்துவிட்டது.

"நீங்க இப்ப எங்கே இருக்காப்பல?" என்றார் அவர்.

"பம்பாய்."

"மெட்ராஸுக்கு எப்பவானும் வருவீங்களாக்கும்."

"மூணு வருஷத்துக்கு ஒரு தடவை."

"பம்பாய்க்கப்புறம் மெட்ராஸ் சப்புனு இருக்கும்."

"ஆனாலும் பிறந்த மண்ணில்லையா?"

"அது சரி... கார் புதிசுபோல் இருக்கு. ஏர்கண்டிஷனெல்லாம் பண்ணி நல்லாயிருக்கு."

"தாங்ஸ்." நான் ஒரு திருப்பத்தில் காரை வளைத்தேன். "பெங்களூரி லேர்ந்து என் மகள், மாப்பிள்ளை, பேத்தி எல்லாரும்கூட வந்திருக்காங்க. குடும்பமாய் நாளைக் காலை கார்லயே மாங்காட்டுக் கோயிலுக்குப் போகலாம்னு உத்தேசம்."

"ரொம்ப நல்ல விஷயம். போய்ட்டு வாங்க. அப்படியே காமாட்சி யம்மன்கிட்ட என் புவனாவுக்குக் கல்யாணமாகணும்னு வேண்டிக்குங்க."

சடாரென்று அவரைத் திரும்பிப் பார்த்ததில் கணநேரம் கவனம் சிதறி எதிரே வந்துகொண்டிருந்த ஒரு டாக்ஸியின் மேல் காரை மோத இருந்தேன். "பார்த்துப் போங்க ஸார்! படிச்சவராட்டம் தெரியறீங்க, இப்படியா..." டாக்சி சாரதியின் குரல் பின்னே தேய்ந்து மறைந்தது.

"புவனாவுக்கா? புவனேச்வரின்னு முந்தி சொன்னீங்களே, அவளுக்கா?"

"ஆமாம், இன்னும் அவளை வியாழன் கண் திறந்து பார்க்கலே. இப்பவும் அவள் ஜாதகத்தைத்தான் அந்த சிந்தாதிரிப்பேட்டை அட்ரஸில் கொடுக்கப் போய்க்கிட்டிருக்கேன்."

என்னால் பேச முடியவில்லை. தகதகவென்று உடம்பு எரிவது போல் இருந்தது. தலையில் சுழன்று வட்டங்கள். விபத்து ஏதுமின்றி அவர் குறிப்பிட்ட தெருவை எப்படி அடைந்தேன் என்று நானே வியக்கும்படியான நிலை.

"இந்தச் சந்துக்குள் கார் நுழைய முடியாது ஸார். இப்படியே நிறுத்திடுங்க. நான் இறங்கி நடந்து போயிடறேன்."

யந்திரம்போல் வண்டியை நிறுத்தி இறங்கிச் சுற்றி வந்து அவர் பக்கத்துக் கதவைத் திறந்தேன். அவர் இறங்கினார்.

"ரொம்ப நன்றி ஸார். வரட்டுமா?"

இறங்கிய வேகத்தில் அவரது தோல்பையிலிருந்து அந்தக் காகிதப் பொட்டலம் கீழே மண்தரையில் விழுந்தது. ஜிப்பை மூட மறந்திருக்கிறார்.

குனிந்தேன். விழுந்ததனால் லேசாய்ப் பொட்டலம் பிரிந்து உள்ளே யிருந்து இமைப்பொழுது வெளிப்பட்ட பொருளை அப்படியே அவர் கவனிக்காமல் காகிதத்துள் தள்ளி மூடி அவரிடம் எடுத்துக் கொடுத்தேன்.

"தாங்ஸ் ஸார். புவனா வாங்கி வரச்சொன்ன ஒரு பொருள். இதைக் கீழேயே விட்டுட்டுப் போயிருந்தா மறுபடியும் கடைத் தெருவுக்கு ஓடணும்."

பொட்டலத்தைப் பையில் வைத்து இம்முறை ஜிப்பை இழுத்துப் பொருத்தினார். "அப்ப நான் வரட்டுமா ஸார்? உங்களுக்குத்தான் ரொம்ப சிரமம் கொடுத்துட்டேன். ஸாரி. வரேன்."

துவண்ட செருப்புக் கால்கள் சந்துக்குள் மெதுவாக நடந்து சென்றன.

நான் காருக்குள் சாரதி இருக்கையில் ஏறி அமர்ந்தேன். குனிந்து என் விலையுயர்ந்த 'கூசி' காலணிகளைப் பார்வையின்றி வெறித்தேன். ஓட்டுச் சக்கரத்தின் மேல் தொய்ந்து தலைசாய்த்தேன்.

அந்தப் பொட்டலத்துக்குள் இருந்தது ஒரு குப்பி கோத்ரெஜ் முடிச்சாயம்.

புதிய பார்வை, செப்டம்பர் 1992

வழிகள் பல

நல்லவள்தான். ஆனால் மனப் பக்குவமே இல்லையே? அன்பு செய்வது முக்கியம்தானென்றாலும் பந்த பாசங்களிலேயே கட்டுண்டு கிடப்பது பேதமையல்லவா? வயது ஐம்பத்தாறு ஆகிறது. அவரைவிட ஆறு வயது சின்னவள். இந்த வயதிலா குழந்தைகளை நினைத்து ஏக்கம்? பெண்களும் பிள்ளைகளும் வயதுக்கு வந்து திருமணமாகித் தத்தம் வாழ்வை வாழப் போய் விட்டார்கள். அது இயற்கை. நியாயம். ஆனால் அவர்களை நினைத்து இவள் ஏங்கிக்கொண்டிருக்கிறாள், இளம் பெண் காதலனை எண்ணி ஏங்குவதுபோல்!

“கோமு! நீ இவ்வளவு அஞ்ஞானப் படக்கூடாது. குஞ்சுகள் ரெக்கை முளைச்சதும் கூட்டைவிட்டுப் பறந்துதான் போகும். அது அவர்கள் உரிமையில்லையா?”

அவர் எவ்வளவு எடுத்துச் சொன்னாலும் கோமதியின் சோர்வு மாறவில்லை. யோசனையில் மூழ்கி வெகுநேரம் அசையாமல் உட்கார்ந்திருப்பாள். நீள நீளமாய்ப் பெருமூச்சு விடுவாள். திடீரென்று நினைவுப் பெருக்கெடுத்துப் பேசுவாள்:

“இதுதான் நம்ம ஜானு ரெண்டாம் டோஸ் காப்பி குடிக்கற நேரம்.” “இந்த மாதிரிக் கத்திரிக்காய் புளிக்கூட்டுன்னா நம்ம சேதுவுக்கு உயிர். எவ்வளவு தடவை கேட்டுப் போட்டுப்பான்!” “மாம்பழக்காரன் தினம் வாசலோடு போறான். நம்ம நாட்டுப் பெண்ணுக்கு மாம்பழம்னா எத்தனை ஆசை! தயிர் சாதத்துக்குக் கூட அதுவே போதும். ஊறுகாய் வேணாம்பாளே! அவாள்ளாம் நம்பகூடவே இருந்திருக்கக் கூடாதா? பிள்ளைக்கு உத்தியோக மாத்தல் ஏன் வந்துது!?” “வீடு முழுக்க நம்ப சரோ சிரிக்கறது ஒலிச்சுண்டே இருக்காப்பல இருக்கு, இல்லே?”

சரோஜாதான் கடைக்குட்டி; அண்மையில் அவளும் திருமணமாகிக் கணவனோடு வேறு மாநிலம் போய்விட்டாள். கூட்டில் இப்போது எந்தக் குஞ்சும் மிச்சமில்லை.

“வீடு வெறிச்சுனு ஆயிடுத்து இங்கே தனியா இருக்கவே எனக்குப் பிடிக்கலே” என்று கோமதி பொருமுவாள்.

நடேசய்யருக்குக் கோபம் வரும். "தனியாவது! நான் ஒருத்தன் குத்துக் கல்லாட்டம் இல்லே? இப்பவே உன்னை விதவைன்னு நினைச்சுண்டுட்டியா?"

"சிவசிவா! என்ன அச்சானியப் பேச்சு இது? நான் . . . சொல்ல வந்ததே வேற. நாம ரெண்டுபேர் மட்டும் 'நீயும் நானுமடி எதிரும் புதிருமடி'ன்னு உக்காண்டிருந்தா நன்னாவா இருக்கு? ஒரு கலகலப்பு, நாலுபேர் நடமாட்டம் – இதெல்லாம் வேணாமா? பிள்ளைகள், பெண்கள், நாட்டுப் பெண்கள், பேரன் பேத்திகள் அப்படின்னு இல்லாத வீடு ஒரு வீடா?"

"அறிவிருக்கா உனக்கு? வாழ்க்கையில் எல்லாத்துக்கும் அதனதன் இடம் உண்டு. நாம் நல்லபடியாய், சந்தோஷமாய், குழந்தை குட்டிகளோடு முழு வாழ்க்கை வாழ்ந்துட்டோம். இப்போ அவாளெல்லாம் தங்கள் தங்கள் வாழ்க்கையை அமைச்சுக்கப் போய்ட்டா. இதுவும் முறைதான். வாழ்க்கையின் மத்த கட்டங்கள் மாதிரியே இதையும் நாம் சந்தோஷமாய் ஏத்துக்கணுமே தவிர, இதைத் தனிமை அல்லது வெறுமைன்னு நினைச்சு வெறுத்துக்கலாமா? நமக்கு என்ன குறை? இந்த அமைதியான கட்டத்துக்கும் ஒரு அழகு இருக்கு. உனக்கு நானும்; எனக்கு நீயும் இருக்கோம். இன்னும் என்ன வேணும்?"

"ஆனாலும் ரெண்டே பேராய் ஒருத்தர் மூஞ்சியை ஒருத்தர் பார்த்துண்டு . . ."

"ஏன், நம்ம மூஞ்சிகள் பார்க்கும்படியாய் இல்லையா?" நடேசய்யர் சிரித்தார். "கோச்சுக்காதே கோமு! வா, என்னோடு சேர்ந்து பகவத்கீதை படி. நான் சுவாமிக்குப் பூஜை பண்றபோது நீயும் சேர்ந்து பண்ணு."

"வாழ்க்கையை விடப் பெரிய பூஜை வேறொண்ணும் இல்லே."

"முதுமையும் வாழ்க்கைதாண்டி ஜடமே! அந்த முதுமையில் வருகிற அமைதியும் ஏகாந்தமும் கூட வாழ்க்கைதான்."

அவர் எவ்வளவு சொன்னாலும் கோமதிக்குச் சமாதானமில்லை. அவளுக்கும் சுவாமி, பூஜை என்ற நம்பிக்கைகள் உண்டு. ஆனால் அவளைப் பொறுத்தவரையில் அவை அன்றாடம் காலையில் ஸ்நானம் செய்தபின் கண் மூடி ஆழ்ந்திருக்கும் ஒரு கால்மணி நேரச் சடங்கு மாத்திரம்தான். வாழ்க்கையோடு அதற்குச் சம்பந்தமில்லை. வாழ்க்கைக்கு அது மாற்றுமில்லை. அவள் உணர்ச்சிகளில் வாழ்பவள். பாசத் தளைகளைக் காதலிப்பவள். தன் குழந்தைகளைக் கவனிப்பதிலும், அவர்கள் சுகத்துக்காகச் சின்னச் சின்னப் பணிகளில் சதா ஈடுபட்டிருப்பதிலும் நிறைவு கண்டிருந்தவள். மக்களில் ஒருவராவது வீட்டில் தங்கியிருந்தவரையில் மகிழ்ச்சியோடு இருந்தாள்.

இப்போது வீடு காலியாகிவிட்ட நிலையில் கோமதி, வேடம் எதுவும் தரப்படாத நடிகன் போல், வெறிதாய் நின்றாள். அவளும் கணவனும் மட்டுமே உள்ள வீட்டில் வேலை என்று அதிகமில்லை. பொழுது அர்த்தமில்லாமல் நீண்டது. அன்புக்கே அர்த்தமில்லை போல் தோன்றியது.

நடேசய்யருக்குத் தம் குழந்தைகளிடமிருந்த அன்பு, அவளுடையதை விட எவ்வகையிலும் குறைந்ததல்ல. ஆனால் அவர் அந்த உணர்ச்சி யிலேயே அழுந்திப் போய்விடவில்லை. அன்பு இருந்தபோதிலும் அது முதிர்ந்த அறிவாகக் கனிந்து விவேகத்துடன் விளங்கியது. எதிலும் தன்னை இழந்துவிடாமல் விலகியிருந்து பார்க்க அவரால் முடிந்தது. அதில் நிறைவு காணவும் முடிந்தது.

இளவயதிலிருந்தே அவருக்குப் புத்தகங்களிலும், நுண்கலைகளிலும், இயற்கையின் அழகிலும் ஈடுபாடு உண்டு. அவருடைய குடும்ப அன்பு இந்த விரிந்த அன்புகளில் வேர் கொண்டது. மிகவும் மென்மையான தருணங்களில் மனைவி அல்லது குழந்தையின் அழகை அவர் ஒரு சூரியோதயக் காட்சி அல்லது ஒரு கவிதையின் நயத்தோடு ஒப்பிட்டுப் பேசுவார். புராணங்களையும் காவியங்களையும் வேதாந்த நூல்களையும் முதலில் விஷயங்களைத் தெரிந்துகொள்வதற்காக மட்டும் படிக்க ஆரம்பித்தாரெனினும், நாளடைவில் அந்த நோக்கம்கூடப் பின்னடைந்து, படிப்பு என்பதே தன்னளவில் ஒரு மகத்தான இன்ப அனுபவமாகி விட்டது. அதற்கு அதுவே காரணமும் பயனுமாகிவிட்டது.

"இதைக் கொஞ்சம் கேளேன் கோமு" என்று மனைவியை அழைப்பார், வால்மீகி ராமாயணம் படித்துக்கொண்டிருக்கும்போது. "எவ்வளவு ஆழமான கருத்து! அதைச் சொல்ல எத்தனை அழகான கவிதை!"

கோமதிக்கு அதில் சுவை ஏற்பட்டதே இல்லை. அவர் புத்தகங்களின் இன்பத்தில் லயித்து உட்கார்ந்திருக்கும் போது அவள் அவருடைய உடல் சௌகரியத்தைப் பற்றிக் கவலைப்படுவாள். முதுகுக்கு ஒரு தலையணையை அண்டை கொடுப்பாள். சரியான நேரத்தில் காப்பி கொண்டுவந்து தருவாள்.

"என்னோட சேர்ந்து படி கோமு!"

"எனக்கு இதெல்லாம் என்ன புரியும்."

"படிச்சுத்தான் பாரேன்! கொஞ்ச நாழி வீட்டை மறந்துட்டு இப்படி வந்து உக்காரு. நான் எல்லாம் விளக்கிச் சொல்றேன். அப்புறம் உனக்கே சுவாரஸ்யம் வந்துடும் பார்!"

"இல்லேன்னா – நீங்க படியுங்கோ. நான் மார்க்கெட்டுக்குப் போய் ஹைதராபாத் திராட்சை கிடைச்சா வாங்கிண்டு வரேன். வாசுவுக்குப் பிடிக்கும் / மூணாம் வீட்டு ராமசுப்பு நாளைக்கு விருத்தாசலம் போறாராம். வாசுவைப் பார்த்துக் கொடுத்துட்டு வரச் சொல்லலாம்னு இருக்கேன்."

குழந்தைகள் சம்பந்தப்பட்டதாய்ப் பேசும்போது மட்டும் முகத்தில் ஒரு தற்காலிக ஜீவகளை. மற்றபடி எப்போதும் சகலத்தையும் பறி கொடுத்துவிட்டதுபோல் ஒரு வாட்டம். எப்போதும். எப்போதும்.

"இந்த மோகம் ரொம்ப தப்பு கோமு. குழந்தைகளுக்கு நம்ம கடமையைச் செய்துவிட்டோம். எல்லாரும் அவா அவா இடத்தில் க்ஷேமமாயிருக்கா. இதை நினைச்சு சந்தோஷப்படறதுதான் இப்போ

நம்ம அன்புக்கு அடையாளம். அவா இங்கே வர சமயங்களில வரவேற்போம்; சீராட்டுவோம். அதுக்காக அவா இல்லாதபோது ஏங்கிண்டு அந்த ஏக்கத்திலயே கரைஞ்சு போயிண்டிருக்கிறது எவ்வளவு சிறுபிள்ளைத்தனம்! இப்ப நீயும் நானும் நம்ம வாழ்க்கையை அமைதியா வாழணும். வாழ்க்கையின் அந்தி வேளைக்கு அதுதான் முறை, அதுதான் நம்ம நிறைவு."

நீளமாய் அவர் பேசி முடிக்கும் வரை காத்திருந்துவிட்டு அவள் "வீடு வெறிச்சுனு இருக்கு" என்பாள்.

அவருக்குத் தாங்க முடியாத கோபம் வரும். "உன்கிட்ட சொல்றதை விடக் குட்டிச் சுவத்தில முட்டிக்கலாம்."

"நான் செய்ய எதுவுமே இல்லை. பொழுதைப் பிடிச்சுத் தள்ள வேண்டியிருக்கு."

"பொழுது போறதுதானா கஷ்டம்? வீட்ல தோட்டம் போடு. அக்கம்பக்கத்திலிருக்கற மனுஷாளுக்கு உன்னாலான உதவியைச் செய். என்னோடு வெளியே 'வாக்கிங்' வா, சேர்ந்து படி."

"நாம் நம்ம குழந்தைகள் ஒவ்வொருத்தரோடும் மாத்தி மாத்திக் கொஞ்ச நாள் இருக்க நீங்க ஒத்துண்டா என்னவாம்?"

"முட்டாள்தனமா உளறாதே. வயசாகாக பந்தபாசங்களிலேருந்து மெள்ள மெள்ள விடுபடறதை விட்டுட்டு இன்னும் அதிகமாக்கிக்கணுங் கறியே, பைத்தியமா உனக்கு? கீதையில் பகவான் என்ன சொல்றார் தெரியுமோல்லியோ? மனுஷன் தாமரை இலைத் தண்ணீர் மாதிரி, விருப்பு வெறுப்பில்லாமல் தன் கடமைகளை . . ."

"ஏன்னா, நம்ம கீதா தினம் ராத்திரியில் தவறாம பால் குடிச்சுண் டிருப்பளோ?"

'இது தேறாத கேஸ்' என்று நடேசய்யர் அலுத்துப் போனார். புன்னகையை மறந்துவிட்ட அம்முகத்தைப் பார்த்து 'மனமுதிர்ச்சியற்ற ஜடம்' என்று நொந்துகொண்டார். அவள் வாட்டம் அவருக்கு ஆத்திரமூட்டியது. கூடவே பரிதாபமாயுமிருந்தது. இப்படி சூரிய ஒளி காணாத செடிபோல் துவண்டு போகிறாளே! வாழ்க்கையே சாரமற்றுப் போனாற்போல் வெறுமையில் ஆழ்ந்து உட்கார்ந்திருக் கிறாளே! இவளுக்கு எப்படித் தெளிவை அளிப்பது? தமது உயரத்துக்கு எப்படித் தூக்கிவிடுவது?

○

திடீரென்று எல்லாம் மாறியது.

ஒரு நாள் மாலை அவர் உலாவச் சென்று திரும்பி வந்தபோது கோமதி முகத்தில் ஒளியும் உற்சாகமும் துள்ள அவரிடம் ஓடி வந்தாள். அவள் கையில் ஒரு பிரித்த கடிதம்.

"இதைக் கேட்டேளா? ரொம்ப நல்ல சேதி! நம்ம சேது லெட்டர் போட்டிருக்கான். அவனை அவன் கம்பெனியில் வேலை சம்பந்தமா

ஏதோ விசேஷப் பயிற்சிக்காக ரெண்டு வருஷம் ஜப்பானுக்கு அனுப் பறாளாம். பெண்டாட்டியை அழைச்சுண்டு போறானாம். குழந்தைக்குப் படிப்புக் கெட்டுப் போயிடுமேன்னு அழைச்சுண்டு போகலை. பள்ளிக் கூடத்தில் டி.ஸி. வாங்கிக்கொடுத்து ரெண்டு குழந்தைகளையும் இங்கே நம்மகிட்ட ரெண்டு வருஷத்துக்கு விட்டுட்டுப் போகப் போறானாம்! . . ."

உற்சாக வெள்ளத்தில பொங்கிப் பெருகிக்கொண்டு வார்த்தைகள் வந்து விழுந்தன. கண்கள் பளபளத்தன. உடம்பில் மீண்டும் புத்துயிர் பாய்ந்துவிட்டவள் போல் கிளர்ச்சியுடன் பேசினாள்:

"இனிமேல் வீட்டில் மறுபடியும் களையும் கலகலப்பும் வந்துடும்! . . . உடனே ஒரு நல்ல வேலைக்காரி பார்க்கணும். நான் பாட்டுக்குக் குழந்தைகளைக் கவனிச்சுண்டிருக்கறபோது வீட்டு வேலையைப் பார்க்க யாரானும் வேணுமில்லையா? . . . கொஞ்சம் முறுக்கு சீடை பண்ணி வச்சுடறேன், பெரியவனுக்குப் பிடிக்கும். ஏதானும் கொறிச்சுண்டே இருக்கணும் அவனுக்கு. ம், மறந்துட்டேனே! பூக்காரிகிட்ட அடுத்த வாரத்திலேர்ந்து தினம் ரெண்டு முழம் மல்லிப்பூ கொடுக்கச் சொல்லி ஏற்பாடு பண்ணிடணும். சின்னவளுக்குப் பூன்னா கொள்ளை ஆசை. குழந்தைகள் தங்கள் சாமன்களை வச்சிக்க அந்தச் சின்ன ரூமை ஒழிச்சு விட்டுடறேன். ஆனா அங்கே தூங்க வேணாம். பத்திரமாய் என் பக்கத்திலயே தூங்கட்டும். எக்ஸ்ட்ரா கவர்பாலுக்கு உடனே ஏற்பாடு பண்ணுங்கோ. ஏன்னா, காம்பவுண்டைச் சுத்தி வேலி போட்டுடலாமா? சின்னது எங்கேயானும் விளையாடறபோது தெருவுக்குப் போயிடப் போறது. பாவம்! உங்களுக்கு என்ன தோண்றது? . ."

பேசிக்கொண்டே போனாள். ஆளே மாறிவிட்டாளே! உற்சாகம் உடம்பெல்லாம் குதிபோடுகிறது. ஒளி ஒன்று மனித உரு எடுத்துச் சங்கீதத்தைச் சொற்களாக்கிப் பேசுவதுபோல் இருக்கிறது. நடேசய்யர் மலைத்துப்போனார். என்ன பெண் பிள்ளையடா இவள்! இந்தப் பேதமைக்கு முடிவே இல்லையா? இப்படி ஒரு அஞ்ஞானமா?

"என்ன, காதுல விழறதா? இன்னிக்கு நமக்கு எத்தனை சந்தோஷ மான நாள்! தனிமைக்கும் வெறுமைக்கும் முடிவு கட்டியாச்சு. வீட்டுல மறுபடியும் உயிர்க் களை ததும்பப் போறது! இனிமே இங்கே கலகலப்பு இருக்கும். குழந்தைகள் சிரிக்கும், குஞ்சுக் கால்கள் குடுகுடுன்னு ஓடற சத்தம் கேக்கும் . . ."

நடேசய்யர் கோபத்தை விழுங்கிக்கொண்டு பதில் பேசாமல் தம் அறைக்குச் சென்றார். மன அமைதிக்காக பகவத்கீதையைப் பிரித்தார். ஆண்டவன் சொல்கிறார்: வாழ்க்கையோடு உன்னைப் பிணைத்துக்கொள்ளாதே. கடமையைச் செய், ஆனால் விலகி நின்று செய்.

இங்கேயோ! கோமதி பேரக் குழந்தைகளை வரவேற்பது வெறும் கடமையுணர்வினால் அல்ல. அன்பைத் தலையாக்கி அணிந்துகொண்டு மகிழ்கிறாள். இவளுக்கு எப்போதாவது மன முதிர்ச்சி வருமா?

தம் ஆத்திரத்தையும் கசப்பையும் மறக்க கீதையின் வாசகங்களைப் படிக்க ஆரம்பித்தார். உடம்பு வெறும் சட்டை... கிழிந்த சட்டையை உதறிவிட்டு ஆத்மா வேறு புதிய சட்டை அணிகிறது. ஆத்மாவுக்கு அழிவில்லை... எவன் என்னையே எங்கும் கண்டு, என்னிலேயே எல்லாம் காண்கிறானோ அவன் என்னை இழப்பதில்லை...

அச்சு வரிகளில் விரியும் மேலான ஞானமும் தத்துவமும் மெல்ல மெல்ல உணர்வுகளை ஆட்கொண்டபோது மனத்தில் ஆழ்ந்த அமைதி பரவியது. கோபம் சிறிது சிறிதாய் மறைந்தது. படிக்கும் விஷயத்தில மனம் தோய்ந்து, அந்த இன்பத்துடன் தற்செயலாய்க் கணநேரம் கண்களை உயர்த்தினார் நடேசய்யர்.

எதிரிலிருந்த பீரோவின் முழு நீள நிலைக்கண்ணாடி அவர் உருவத்தைப் பிரதிபலித்தது. அதில் தெரிந்த தமது முகபாவத்தைக் கண்டு அவர் திடுக்கிட்டு வியப்பில் மூழ்கினார். இது என்ன விசித்திரம்? பேரக் குழந்தைகள் வரப்போகும் செய்தியைக் கூறியபோது கோமதியின் முகத்தில் பொங்கித் ததும்பிய அதே பரவசமல்லவா இப்போது அவர் முகத்தில்?

அப்படியானால்...

உயரிய வேதாந்தக் கருத்துக்கள் அவருக்கு எத்தகைய நிறைவு அளிக்கிறதோ அந்த நிறைவைத்தான் அவள் தன் சின்னச் சின்னப் பாசப் பிணைப்புகளில் காண்கிறாளா? இன்பம் என்பது கடைசியில் அனைவருக்கும் ஒண்ணுதானா? அவரவர் தன் தன் மனத்துக்கும் ருசிக்கும் உகந்த வழியில் அதை எய்துகிறார்கள் என்பதுதான் உண்மையா? அவ்வாறாயின் இதில் உயர்ந்தது எது தாழ்ந்தது எது என்று யார் சொல்வது? 'எவன் என்னை எவ்வழியில் தேடுகிறானோ, அவன் என்னை அவ்வழியிலேயே அடைகிறான்' என்பது இறைவன் வாக்கு. இந்த விதிதான் ஒருவேளை இன்பத்தின் விஷயத்துக்கும் பொருந்துகிறதோ?

தம்மை எண்ணிச் சுருக்கென்று தைத்த அவமானத்தில் அவர் முகம் சிவந்தது.

ஏதோ உயர்ந்த பீடத்திலிருந்து குனிந்து பார்ப்பதுபோல் அவளை இகழ்ச்சியுடன் பார்த்ததும், அவளுக்கு ஆசானாய் இருந்து அவளை மாற்றித் தம் வார்ப்பிலேயே அவளை வடிக்க விரும்பியதும்...

அவர் தலையைக் குனிந்துகொண்டார்.

அந்தப் பணிவினூடே மின்னல் போல் மனசுக்குள் 'யாரையும் அவர்கள் உள்ளபடியே ஏற்றுக்கொள்வது தான் உண்மையான மன முதிர்ச்சி' என்று இன்னொரு கீதோபதேசம் ஒலிப்பதுபோல் இருந்தது.

புதிய பார்வை தீபாவளி சிறப்பிதழ், நவம்பர் 1993

காவலை மீறி

அதே பழைய ஓட்டு வீடு. முன் சுவர்களில் காரை முன்பு இவ்வளவு அதிகம் உதிர்ந்திருந்ததாய் அவளுக்கு நினை வில்லை. இந்தப் பத்து வருஷங்களில் ஒரு தடவை கூடவா வீட்டுக்கு வெள்ளை அடித்திருக்க மாட்டார்கள்? அல்லது அடித்தும் இவ்வளவுதான் தாக்குப் பிடித்ததா?

ஆட்டோவிலிருந்து இறங்கிய இந்து அதை அனுப்பிவிட்டு, சுற்றியிருந்த கம்பி வேலியின் மரக்கதவைத் திறந்துகொண்டு காம்பவுண்டில் நுழைந்தாள். வீட்டின் முன்கதவு மூடியிருந்ததைக் கண்டதும் கால்கள் தயங்கின. கையிலிருந்த பிளாஸ்டிக் பழக்கூடை கனத்தது. மூடிய கதவும் சிரிப்பில்லாத முகமும் ஒன்றுதான். இரண்டிலுமே வரவேற்பில்லை.

திரும்பிவிடலாமா?

ஆனால் இந்த வீட்டின் முன் கதவு என்றைக்குத்தான் திறந்திருந்தது! இதுதான் வழக்கம், எப்போதும் மூடல். வாசற் கதவு, கொல்லைக்கதவு இரண்டுமே. கடுங்காவல். ரத்தினம் மாமா, காந்திமதி மாமி இருவரும் காவலர்கள். தம் மூன்று பெண்களுக்கும் கடுங்காவலர்கள். அந்த மூன்று பெண்களுமே கடைசியில் ஒவ்வொருத்தியாய் இந்த மூடிய கதவை ஏமாற்றி விட்டுப் பெற்றோர் அறியாமல் இரவோடிரவாய் வீட்டை விட்டு வெளியேறிப் போனார்கள்.

இனி யாரைப் பாதுகாக்க இந்தக் கதவு மூடல்? குதிரை தப்பியோடிய பின் லாயத்தை மூடுவது என்பார்களே, அந்தக் கதைதான்.

போகட்டும். மூன்று குழந்தைகளை உயிரோடு இழந்த பெற்றோர் எப்படியிருக்கிறார்களோ, பாவம்.

இந்து, சுவரின் மேல் கண்களை ஓட்டினாள். அழைப்பு மணி எதுவும் தென்படவில்லை. எல்லாம் பழையபடிதான். இவர்கள் எதிலுமே மாறவில்லை.

கதவைத் தட்டினாள். நாலைந்து முறை தட்டிய பிறகு கதவு திறந்தது. கதவு இருந்த இடத்தில் காந்திமதி இருந்தாள்.

பத்தாண்டுகளில் உருவத்தில் அதிக மாற்றமில்லை. மாமி எப்போதுமே ஒல்லி. தலைமுடி, இந்தக் குடும்பத்தோடு இந்துவுக்குப் பரிச்சயம் ஏற்பட்ட காலத்திலிருந்தே வெள்ளை தான். “அதென்ன கோளாறோம்மா! எங்க வம்சத்தில் வேறு யாருக்குமே இல்லாம எனக்கும் மதுரையிலிருக்கற என் தங்கை ஒருத்திக்கும் முப்பது வயசிலேயே தலை குப்புனு நரைச்சிடிச்சு” என்று மாமி சொல்லி யிருக்கிறாள். மாமியின் நெற்றியிலும் வகிட்டிலும் இன்னும் குங்குமம் இருப்பதை இந்து நிம்மதியோடு கவனித்தாள். தாலிக்கயிற்றில் ஊக்கினால் கோத்து மாட்டியிருந்த இரண்டு மூன்று சாவிகள் மாமியின் நீல நூல் சேலையினூடே லேசாய் மின்னின.

“யார்?” என்று மாமி கேட்கவில்லை. பார்த்ததுமே பரிச்சயம் கண்களிலும் புன்னகையிலும் வெளிப்பட்டது.

“வா இந்து, உள்ள வா” என்றாள் சகஜமாக, ஏதோ நேற்றுத்தான் சந்தித்துப் பிரிந்தவள் போல். மாமி எப்போதுமே நிதானம்தான். இல்லாவிட்டால் ஒரு சர்வாதிகாரக் கணவனோடு பதினெட்டு வயது முதல் இந்த அறுபத்து மூன்று வயது வரை குடித்தனம் நடத்தியிருக்க முடியாது.

இந்து வரவேற்பறையுள் நுழைந்ததுமே காந்திமதி கதவை மீண்டும் மூடித் தாளிட்டாள்.

“எதுக்கு மாமி? திறந்தே இருக்கட்டுமே! நாம இங்கதானே இருக்கோம். காத்து வரும்.”

“வேணாம் இந்து, மாமாவுக்குப் பிடிக்காது. அதுவும் . . . உனக்குத் தான் தெரியுமே. அதெல்லாம் நடந்தப்புறம் அவர் கடுமை இன்னும் அதிகமாயிடிச்சு. ‘கதவை மூடு. இது மாதிரி குழந்தைகளைப் பெத்ததுக்கு நமக்கு சிறைவாச தண்டனை’ அப்படிங்கறார். போகுது, நீ எப்படி இருக்கே சொல்லு. இப்படி உக்காரு. புருஷனுக்கு மாத்தலாகி ஊரை விட்டுப் போனாத்தான் என்ன? நாம ஒரே தெருவாசிகளாய் இல்ல? சிநேகிதங்களாய்ப் பழகலே? இப்படியா பத்து வருஷமாய் வந்து பார்க்காமலே இருக்கறது?”

“கோச்சுக்காதீங்கோ மாமி. தப்புத்தான். என்ன செய்யட்டும்? இந்தப் பத்து வருஷத்தில அவருக்கு மூணு தரம் மாத்தலாயிடித்து. வட இந்தியாவில் நிறைய சுத்தியாச்சு போங்களேன்! ஒவ்வொரு இடத்திலும் செட்டிலாகற மும்முரம், குழந்தைகள் படிப்புப் பிரச்னை, வேலைக்காரா பிரச்னை, அந்தந்த ஊர் காத்துக்கு அட்ஜஸ்ட் பண்ணிக்கிற தொல்லை – இல்லையா? ஏதோ ஒண்ணு மாத்தி ஒண்ணு. ஊர்ப் பக்கம் வரவே முடியல. இப்பத்தான் என் மச்சினர் பொண் கல்யாணம் வந்துது. சரி, இதைச் சாக்கிட்டு எல்லோருமா ஒரு நடை மெட்ராஸ் போய்ட்டு வரலாம்னு கிளம்பி வந்தோம். எனக்கும் சொந்தக்காரா,

சிநேகிதா எல்லாரையும் பார்க்க ஒரு சான்ஸ். இந்தாங்கோ, பழங்கள் கொண்டுவந்தேன். வாங்கி உள்ள வையுங்கோ."

"எதுக்கும்மா இதெல்லாம்? நீ வந்ததே சந்தோஷம்."

"இருக்கட்டும் மாமாவுக்கு ஆப்பிள் பிடிக்குமேன்னு வாங்கிண்டு வந்தேன்."

"அவருக்கு இப்போ பல்லு கிடையாது, ஆப்பிள் கடிக்கற மாதிரி."

அப்படியானால் பத்து ஆண்டுகளில் ஏதோ ஒரு மாறுதலாவது நேர்ந்திருக்கிறது!

"பின்னே நீங்க சாப்பிடுங்களேன்."

"நீ இவ்வளவு பிரியமா கொண்டு வந்திருக்கியே! கட்டாயம் சாப்பிடறேன். மாமாவுக்கும் ஜூஸ் பண்ணிக் கொடுக்கறேன். உக்காரேன் இந்து."

"முதல்ல உள்ள போய் மாமாவுக்கு ஹலோ சொல்லிட்டு வந்துடறேன்."

"தூங்கிகிட்டிருக்கார்."

"ஓ, ஆமாம். மத்தியானம் ஒண்ணுலேர்ந்து ரெண்டு வரை அவர் தூங்கற நேரமில்லே? எதுவுமே மாறலே போல இருக்கே மாமி!"

"எதுவுமே மாறலேம்மா – அவர் கோபம் உள்பட."

மாமியின் துயரமும் தான் மாறியிருக்காது. ஆனால் மாமி அதை வெளியில் காட்டிக்கொள்ளவில்லை. மூன்று பெண்களோடு வாழ்ந்த வீட்டில் இப்போது . . . எப்படி இருக்கும், பாவம்! கல்யாணம் செய்து கொடுத்து முறையாய் விடை தந்து அனுப்பியிருந்தால் இந்தச் சோகமில்லை அவளவள் தன் வழியைப் பார்த்துக்கொண்டு திருட்டுத் தனமாய் ஓடிப் போவதென்றால்?

இந்து அவளை ஆழ்ந்து நோக்கினாள். காந்திமதியிடம் வெளிச் சலனம் ஏதுமில்லை. ஆனால் அந்தக் கண்களின் ஆழத்தினுள் என்னென்ன அடங்கியிருக்கிறதோ?

நாற்காலியில் உட்கார்ந்தவாறே கேட்டாள்: "உங்க பெண்களைப் பத்தி ஏதாவது தகவல் தெரிஞ்சுதா மாமி?"

அப்போது உள் அறையிலிருந்து கர்ஜனை வெடித்தது.

"யார் பேசறாங்க இந்த வீட்ல, அந்த ஓடுகாலிகளைப் பத்தி?"

இந்து திடுக்கிட்டு எழுந்துவிட்டாள். காந்திமதி பதற்றத்துடன் உள்ளே ஓடினாள். அவள் குரல் கேட்டது.

"ஒண்ணுமில்லேங்க. பதட்டப்படாதீங்க . . ."

"அந்த மூதேவிகள் பேச்சு இந்த வீட்ல ஒலிக்கக் கூடாதுன்னு சொல்லியிருக்கேனில்ல? யாரது பேசினது?"

“கோச்சுக்காதீங்க. நம்ம இந்து ஊரிலேர்ந்து வந்து நம்மைப் பார்க்க வந்திருக்கு. ஏதோ சாராரணமாய்த்தான் அவங்களைப் பத்தி ...”

“நமஸ்காரம் மாமா!” அந்த உரையாடல் மேலே தொடராமல் இந்து சரேலென்று உள்ளே நுழைந்தாள். “எப்படியிருக்கேள் தூக்கத்தில் டிஸ்டர்ப் பண்ணி எழுப்பிட்டேனா?”

“வாம்மா.” கிழ தேகம் தன்னைச் சமாளித்துக்கொண்டு கட்டிலில் எழுந்து உட்கார்ந்தது. முகத்தில் கோபம் இன்னும் தங்கியிருந்தாலும் மரியாதைப் பாங்கில் சொற்கள் தாமாக உதிர்ந்தன. “நல்லாயிருக்கியா? உன் வீட்டுக்காரர் நல்லாயிருக்காரா? உக்காரு. ரொம்ப வருஷமாயிடிச் சில்ல நீ வடக்கே போயி?” பேசும்போது, காற்று கலந்து வந்தது. இரு பல் வரிசைகள் ரோஸ் நில ஈறுகளுடன் பக்கத்து மேஜை மேல் தம்ளர் தண்ணீரில் மிதந்தன.

அந்த உருவத்தைக் கண்டு இந்து அதிர்ச்சியுற்றாள். மாற்றமெல்லாம் ஒட்டுமொத்தமாய் இவரிடம் வந்துவிட்டதா? பல் இழந்த நிலை அவர் மெலிவின் குறியீடா? பல்லைப் பிடுங்கிய பாம்பு! ரத்தினம் மாமா வாட்டசாட்டமான ஆகிருதி உள்ளவர். இப்போது கயிறாக இளைத்து, முடி உதிர்ந்து, முகமும், கண்களும் சுருங்கி ... உயரம்கூடக் குறைந்துவிட்டது போல் இதென்ன ஒடுக்கம்? மகள்களை இழந்த துயரமா? ஆனால் அந்தத் துயரம் பாசத்தில் விளைந்ததுதானா என்று தெரியவில்லை. எப்போதுமே ஆதிக்க இயல்போடு மனைவி மக்கள் மீது அதிகாரம் செலுத்துவதில் இறுமாப்புக் கொண்டிருந்தவர். அந்த அதிகாரத்தை எதிர்த்து உடைத்துக்கொண்டு மூன்று மகள்களுமே வெளியேறிவிட்டதில் ஒரு சர்வாதிகாரியின் ஆணவத்தின் மீது விழுந்த அடி. அது தாங்காத துயரமா இது? அந்தக் கோபமா? பெண்கள் மூவரும் அவர் முன்னிலையில் உரக்கப் பேசக்கூட அஞ்சியிருந்தவர்கள். ‘அதைச் செய்யாதே’ ‘இதைப் பேசாதே’ ‘அங்கே நிற்காதே’ ‘இப்படிச் சிரிக்காதே’ என்று சதா கண்டிப்பும் தடைகளும் தான். எவளாவது துணிந்து மறுமொழி கூற முனைந்தால் வயதுக்கு வந்த பெண் என்றுகூடப் பாராமல் பெல்ட்டைக் கழற்றி வீறுவார். எதிர்ப்பு சுவடு தெரியாமல் மறைந்து போகும்.

முதல் பெண் கமலா அவளிடம் வந்து அழுதது இப்போதும் நினைவிருக்கிறது.

கமலாவுக்கு அப்போது இருபத்தெட்டு வயது. எங்கோ ஒரு சிற்றூரில் எழுத்தர் பணியில் இருக்கும் தம் அக்காள் மகன் தனது உடன் பிறப்புகளையெல்லாம் கடையேற்றிவிட்டு ஒருநாள் கமலாவின் கழுத்தில் தாலி கட்ட வருவான் என்ற எதிர்பார்ப்பில் அவளுக்கு ரத்தினம் வேறு வரன் பார்க்காமலேயே இருந்தார். கமலா திருமணத்தை வெறுக்கவுமில்லை. அதற்காக ஏங்கவுமில்லை. ஆனால் பள்ளிப் படிப்போடு கல்வியை முடித்துவிட்டு ஆண்டுக் கணக்காக சும்மா வீட்டில் உட்கார்ந்திருப்பதில் அலுப்பு மிகுந்தது. ஒரு நாள் சிநேகிதி ஒருத்தியைப் பார்க்கப் போயிருந்தாள். பெண்கள் எங்கே போனாலும் மாலை ஆறு மணிக்குள் வீட்டில் இருக்க வேண்டுமென்பது தகப்பனாரின்

ஆணை. கமலாவின் சிநேகிதி, தான் அறிந்த ஒரு மாதர் சங்கத்தக்கு அவளை அழைத்துப் போனாள். அங்கு நடைபெறும் சமூக நலப் பணிகள் கமலாவை ஈர்த்தன. பிறருடன் கலந்து பழகுவதும் உதவுவதும் அவள் ருசிக்கு உகந்ததாயிருந்தது. சங்கத்திலிருந்து தோழியின் வீட்டுக்கு வந்து, அங்கு சங்கத்தைப் பற்றி ஆர்வமாய் பேசிக்கொண்டிருந்துவிட்டு வீடு திரும்பியபோது இரவு எட்டு மணியாகிவிட்டது. வாசலிலேயே ரத்தினம் காத்திருந்தார். அவளைப் பார்த்ததுமே எதுவும் சொல்ல வில்லை. உள்ளே இழுத்து வந்தார். வாசற்கதவை மூடித் தாளிட்டார். அன்று பெல்ட் பிய்ந்து போயிற்று. "அக்கா . . . அக்கா . . . நான் என்னதான் பண்ணுவேன் அக்கா – ஒண்ணு, கல்யாணமாகணும். இல்லே, ஏதாவதொரு ஈடுபாட்டுல மனசை செலுத்தணும். ரெண்டு மில்லாம இப்படி ஒவ்வொரு நிமிஷமும் அப்பாகிட்ட பயந்துகிட்டு அடி வாங்கி செத்துச் செத்துப் பிழைக்கிறதைவிடத் தற்கொலை பண்ணிக்கலாம் . . ." எவ்வளவு தேற்ற முயன்றும் அந்தக் கண்ணீர் நிற்கவில்லை.

அன்றிலிருந்து சரியாய்ப் பத்து நாள். இரவு கமலா வீட்டிலிருந்தாள். கதவுகள் வழக்கம் போல் பூட்டியிருந்தன. பொழுது விடிந்தபோது முன் கதவு திறந்திருந்தது. கமலா வீட்டில் இல்லை. ஒரு துண்டுக் காகிதத்தில் சில எழுத்துக்கள் இருந்தன:

"நான் போகிறேன். என்னைத் தேட வேண்டாம்."

எப்படி வந்தது இந்தத் துணிச்சல்? கையில் பெல்ட்டைப் பிடித்துக் கொண்டே தூங்கும் அப்பா. சிறு சப்தமானாலும் சட்டென்று விழித்துக் கொள்ளும் லேசான தூக்கமுடைய அம்மா. இவர்களை மீறி அவள் எப்படிக் கதவைத் திறந்துகொண்டு போனாள்?

"உனக்கு ரெண்டு குழந்தைங்க இருக்கு, இல்லே?" என்றார் ரத்தினம் திடீரென்று.

"ஆமாம் மாமா."

"பொண்ணு இருக்கில்ல?"

"ஒண்ணு."

"கால்ல சூடு போட்டு வை."

"இந்து, அவர் இன்னும் கொஞ்ச நேரம் தூங்கட்டும், நீ அந்தப் பக்கம் வா, நாம பேசிகிட்டிருக்கலாம்" என்று காந்திமதி அவசரமாய்க் குறுக்கிட்டாள்.

இந்து சட்டென்று எழுந்தாள். "சரி மாமா, நீங்க . . ."

அவள் இருப்பையே அலட்சியம் செய்வது போல் ரத்தினம் மனைவியைப் பார்த்து "எனக்குக் குடிக்கக் கொஞ்சம் தண்ணி கொண்டு வந்து கொடுத்துட்டு அப்புறமா வம்படிக்க உக்காரு" என்றார்.

காந்திமதியைத் தொடர்ந்து இந்து அறையைவிட்டு வெளி வந்தாள். பிறகு தம்ளரில் தண்ணீருடன் காந்திமதி கணவன் அறைக்குள்

செல்வதைப் பார்த்தாள். அடுத்த கணம் ரத்தினத்தின் உரத்த குரல் "ஏண்டி சனியனே, தண்ணியைப் படுக்கையில் சிந்தாம கொடுக்கத் தெரியாது?" என்பதைத் தொடர்ந்து ஸ்டீல் தம்ளர் தரையில் மோதி உருளும் சப்தம் கேட்டது.

"மன்னிச்சிடுங்க. கை தவறி..."

"ஈரத்தில படுத்திருந்து நிமோனியா வந்து நான் செத்துத் தொலையணுங்கறது உன் எண்ணமா? நான் வேணாம்னா ஏண்டி என் சாவுக்காகக் காத்திருக்கறே? உன் வயித்தில பொறந்த மூணு நச்சுப் பாம்புகள் மாதிரி நீயும் கதவைத் திறந்துகிட்டு வெளிய நடக்க வேண்டியதுதானே?"

"சிவ சிவா! இப்படியெல்லாம் பேசாதீங்க. உங்க காலடியில விழுந்து கிடக்கற ஜன்மம் நான். கொஞ்சம் எழுந்திருந்தீங்கன்னா பெட்ஷீட் மாத்திடுறேன். முதல்ல குடிக்க வேறு தண்ணி கொண்டு வரேன்..."

"கொண்டு வந்து உன் தலையில கொட்டிக்க."

இந்து பெருமூச்சு விட்டாள். இந்தச் சூழ்நிலையிலிருந்து தப்பி ஓட அந்த மூன்று பெண்களும் விரும்பியதில் வியப்பில்லை. வீட்டை இப்படியும் அப்படியுமாய் நோட்டம் விட்டாள். முன்பக்க கதவு. பின்கட்டுக் கதவு இரண்டும் மூடியிருந்தன. இந்தப் பிற்பகல் நேரத்தில் பாதுகாப்புக் கருதி எல்லா வீடுகளிலும் இது சகஜம்தான் என்றாலும் இந்தக் குறிப்பிட்ட வீட்டில் இது ஒரு கடுமையான தடுப்பை ருசிப்பது போல் இருந்தது.

இந்தச் சிறையிலிருந்து அவர்கள் எப்படித் தப்பினார்கள்? பகலில் வெளியே போயிருந்த சமயம் அப்படியே வீடு திரும்பாமல் மறைந்தார்கள் என்றிருந்தாலும் புரிந்துகொள்ளலாம். சொல்லி வைத்தாற்போல் மூவருமே இரவு வேளையில் துண்டுக் காகிதம் எழுதி வைத்துவிட்டுக் காவலுக்கு சவால் விடுவது போல் கதவைத் திறந்துகொண்டு வெளியேறினார்களே! எப்படி?

அவளுக்கு ஓர் ஊகம் இல்லாமலில்லை. எனினும்...

கமலா சென்றுவிட்ட பிறகு வீட்டில் கண்காணிப்பு அதிகமாயிற்று என்பதைக் காந்திமதியே அவளிடம் சொல்லியிருக்கிறாள். எம்.எஸ்ஸி. முடித்து உத்தியோகம் பார்க்கும் இரண்டாவது மகள் விமலாவை ஆபீசுக்கு பஸ் ஏற்றிவிட அவளே போவாள். மாலையில் திரும்பி வரும் நேரத்தில் ரத்தினம், தாம் வேலையிலிருந்து திரும்பும்போது விமலா இறங்க வேண்டிய பஸ் நிலையத்தில் சென்று காத்திருந்து அவளுடன் சேர்ந்து வீடு திரும்புவார். பி.ஏ. பொருளாதாரம் படிக்கும் மூன்றாவது மகள் அமலா யாரேனும் ஒரு தோழியோடுதான் கல்லூரி செல்ல வேண்டும். மாலையில் காந்திமதி கல்லூரி வாசலில் நின்று அவளை வீட்டுக்கு அழைத்து வருவாள். இரவில் வீட்டுக் கதவுகள் மூடப்பட்ட பிறகு, எளிதில் உறக்கம் வராத ரத்தினம் முன்னிரவு

முழுவதும் அவ்வப்போது எழுந்து வந்து வட்டார வாட்ச்மேன் போல் வீட்டுக்குள் ரோந்து சுற்றுவார். காந்திமதிக்கு ரோந்து சுற்ற வேண்டிய அவசியமே இல்லை. லேசான ஒலி கேட்டாலும் தூக்கம் விழிக்கும் இயல்பு. எனினும் இரவு ஒருமணிக்கு ரத்தினம் ஆழ்ந்து உறங்கத் தொடங்கியதும் பின்னிரவு முழுவதும் கண்காணிக்க வேண்டியது அவள் பொறுப்பாதலால் இரண்டு மூன்று முறை எழுந்து வந்து, பெண்கள் பத்திரமாய்ப் படுக்கையில் இருக்கிறார்களா என்று பார்த்துவிட்டுப் படுப்பாள்.

இந்தக் கட்டுப்பாடு நடவடிக்கைகளைக் காந்திமதி கேள்வி கேட்காமல் கடைப்பிடித்தாள். கணவனின் உத்தரவை மீறி அவளுக்குப் பழக்கமில்லை. மேலும், அவளே இந்துவிடம் சொல்லியிருப்பது போல்: “கமலா வீட்டைவிட்டுப் போய்ட்டப்புறம் நாலுபேர் நாலுவிதமாப் பேசறாங்கன்னு உனக்குத் தெரியும் இந்து. மறுபடியும் இந்தப் பெண்களும் எங்க முகத்தில் கரியைப் பூச வாய்ப்பு தரக்கூடாதுன்னு அவர் சொல்றது நியாயம்தானே? காலம் கெட்டுக் கிடக்குது பார். இதுங்களை ஒருத்தன் கையில் பிடிச்சுக் கொடுக்கிற வரைக்கும் கவனமாய்த்தான் இருக்கணும்.”

அப்படியும் தப்பிவிட்டார்களே!

அடுத்ததாக மூன்றாம் மகள் அமலா வெளியேறினாள்.

கன்ஸ்யூமர் மார்க்கெட்டிலும் லா ஆஃப் டிமினிஷிங் ரிடர்ன்ஸிலும் அவள் மனம் ஒன்றவில்லையாம். ஓவியம் தீட்ட ஆத்மா விழைகிறதாம். அவளுடைய வகுப்புத் தோழிகளில் ஒருத்தி ஓர் ஓவியக் கல்லூரி முதல்வரின் மகள். அமலாவின் சில ஓவிய முயற்சிகளை எடுத்துப் போய்த் தன் தந்தையிடம் காட்டிவிட்டு வந்தவள் “உனக்கு ரொம்ப நல்ல திறமை இருக்குன்னு அப்பா சொல்றார் அமலா! நீ அவருடைய காலேஜ்ல சேர்ந்து முறையாகக் கத்துக்கிட்டா பெரிய ஆர்ட்டிஸ்டாய் வருவேன்னு சொல்றார்” என்றாள்.

“பி.ஏ. முடிச்சதுமே ஆர்ட் காலேஜ்ல சேர்ந்து கத்துக்கறேன் அப்பா” என்று வீட்டில் அமலா கெஞ்சினாள். கமலா வெளியேறி அப்போது மூன்று ஆண்டுகள்.

“பல்லைப் பேத்துடுவேன், படமா வரையணும்? அது வேலையத்த சோம்பேறிகளின் பொழுது போக்கு. நீ படிப்பை முடிச்சு வேலைக்குப் போய் சம்பாதிச்சுத்தான் உன் வரதட்சிணையைச் சேர்த்தாகணும். நாங்க உனக்காகப் பண்ணி வச்சிருக்கிற அஞ்சு பவுன் நகை எந்த மூலைக்குக் காணும்? என்ன நினைச்சுகிட்டு ஓவியம் கீவியம்னு நாக்கு மேல பல்லு போட்டுப் பேசறே?” என்று ரத்தினம் பெல்ட்டைக் கையிலெடுத்தார்.

பழைய கதை மீண்டும் நிகழ்ந்தது. இரண்டு மாதங்களில் பி.ஏ. இறுதித் தேர்வு எழுதி முடித்ததற்கு மறுநாள் இரவு கதவைத் திறந்துகொண்டு அமலா காணாமற் போனாள். அவளுடன் சேர்ந்து காணாமற் போனவை: இரும்பு பீரோவில் வைத்துப் பூட்டிய,

அவளுக்காகச் செய்து வைத்திருந்த ஐந்து பவுன் பெறுமானமுள்ள தங்க வளையல்கள், கழுத்துச் சங்கிலி மற்றும் காந்திமதியின் ஐந்து பவுன் பெரும் பழங்காலத்துத் தங்கக் காப்புகள்.

தான் விடுதலையை நாடிப் போவதாக எழுதிய ஒரு குறிப்பு அவளுடைய மிச்சமாகத் தங்கியிருந்தது.

ரத்தினம் நெற்றிக்கண் நெருப்பானார். ஆனால் எரித்துப்போட எதிரில் மன்மதன் இல்லை. கோபமும் அவமானமும் அலைக்கழித்தன. எத்தனை துணிச்சல் அவரை எதிர்த்து வெளியேற! எப்படிச் சாத்திய மாயிற்று இது? காந்திமதியின் கண்ணில் அந்த ஓடுகாலி எப்படி மண்ணைத் தூவினாள்? இரவு தாயின் உணவில் ஏதேனும் மயக்க மருந்து கலந்துவிட்டாளா? காந்திமதிக்கும் இதே திகைப்பு. "பாவி, எப்படிப் போனாளோ தெரியலையே ... முருகா இதென்ன மேலே மேலே சோதனை?" என்று இடிந்து உட்கார்ந்துவிட்டாள்.

ஓவியக் கல்லூரி முதல்வரின் மகளான வகுப்புத் தோழி முகவரியை விசாரித்து அறிந்துகொண்டு பெற்றோர்கள் அங்கு போய் விசாரித்தார்கள். அங்கும் அமலாவைப் பற்றித் தெரியவில்லையென்று சொன்னபோது போலீஸ் ஒன்றுதான் மிஞ்சியது. முதல் பெண் காணாமற்போனபோது "போலீஸில் சொன்னால் அவமானம்" என்று இருந்துவிட்டதுபோல் இன்றி இம்முறை புகார் கொடுத்தார்கள். பயனேதும் கிட்டவில்லை.

"இப்படிப் பண்ணிட்டாளே பண்ணிட்டாளே" என்று ஆற்றாமையில் வெதும்பினார் ரத்தினம். கூடவே மகளுக்கு என்ன ஆயிற்றோ என்ற கவலையும் இருந்திருக்கும். ரோசம் அதைக் காட்ட விடவில்லை. காந்திமதி மறுபடியும் சரியாய்ச் சாப்பிடத் தொடங்க வெகு காலமாயிற்று.

இரண்டாண்டுகள் கடந்தன.

விமலாவுக்குக் காதல் வந்துவிட்டது. அலுவலகத்தில் சக ஊழியன். அவனுக்கும் விருப்பம். அவன் பெற்றோருக்கு முழுச் சம்மதம். படியேறி வந்து முறையாய்ப் பெண் கேட்டார்கள். சீர், வரதட்சிணை என்று எதுவும் வேண்டாம். பெண்ணை தாரை வார்த்துக் கொடுத்துக் கட்டிய சேலையுடன் அனுப்புங்கள் போதும் என்றார்கள்.

காந்திமதி கணவனிடம் கெஞ்சினாள்.

"இதோ பாருங்க. ரெண்டு பொண்ணுக நம்மை ஏமாத்திட்டுப் போய்ட்டாளுக. இவளையாச்சும் முறையாக கட்டிக் கொடுத்து நாமே நல்லபடி விடைகொடுத்து வீட்டைவிட்டு அனுப்புவமே! வயசு முப்பதாச்சு அவளுக்கு. நமக்கும் வேறு வரன் கிடைக்கலே. அவ ஆசைப்படறா. பையனும் அவன் மனுஷங்களும் நல்லவங்களாய் இருக்காங்க. பேசாம சரின்னு சொல்லுங்க. நம்ம வீட்டில் ஏற்பட்ட அதிர்ச்சிகளுக்கப்புறம் ஒரு நல்ல காரியமாவது இங்கே நடக்கட்டும்."

ரத்தினம் வெகுண்டெழுந்தார்.

"என்னடி உளர்றே, அறிவு கெட்ட முண்டம்? கல்யாணமென்ன இவளாய்ப் பார்த்து முடிவு செய்யற விஷயமா? நான் செத்தா

போய்ட்டேன்? அத்தனை மாப்பிள்ளை வறட்சி வந்திடிச்சா நமக்கு? அந்த ரெண்டு சிறுக்கிகள் என்னை மீறிப் போனப்புறம் இவளாவது எனக்கு அடங்கி, நான் பார்த்து வர பையனுக்குத்தான் கழுத்தை நீட்டணும். நீ சும்மா கிட."

அந்த வரனின் பெற்றோரை அவமதித்து வெளியே விரட்டினார்.

திரும்பிச் செல்லும் முதுகுகளை விமலா கண்ணீர் மல்க நோக்கினாள். இரவு வெகுநேரம் வரை அழுதாள். பொழுது விடிந்த போது அவள் வீட்டிலில்லை. முன் வாசற் கதவுதான் திறந்திருந்தது.

ஆனால் இம்முறை மகள் எங்கே போனாள் என்று மர்மமாக இல்லை. விரும்பியவனை மணந்துகொள்ளப் போவதாக எழுதி வைத்து விட்டே போனாள். இரண்டு வாரங்களில் மாலையும் கழுத்துமாய்க் கணவனோடு பெற்றோரிடம் ஆசி பெற வந்தாள். ரத்தினம் அவர்களை வாசலிலிருந்தே துரத்தியடித்தார்.

அதன்பின் ஓரிரு மாதங்களில் இந்துவின் என்ஜீனியர் கணவனுக்கு லக்னோவுக்கு மாற்றலாகிவிட, அவள் குடும்பத்துடன் சென்னையை விட்டு அகன்றாள்.

○

ரத்தினத்துக்கு மீண்டும் குடிநீர் கொடுத்துவிட்டு அவரை மெல்லச் சமாதானப்படுத்தி எழுந்திருக்கச் செய்து படுக்கை விரிப்பு மாற்றிவிட்டு அவர் படுத்தபின் காந்திமதி சமையலறைக்கு வந்து உஸ்ஸ்ஸ்... என்று ஒரு மலையேறி வந்த பெருமூச்சு விட்டாள்.

"இப்படி வா இந்து. இங்கே உக்காந்து பேசினம்னா அவருக்குக் கேக்காது, டிஸ்டர்ப் ஆகாம தூங்குவார். நாம் விச்ராந்தியாப் பேசலாம்."

இந்து வந்து பக்கத்தில் அமர்ந்ததும் அவளை நலம் விசாரித்தாள்.

"கடவுள் புண்ணியத்தில எங்களுக்கு ஒண்ணும் குறையில்லை மாமி. உங்களைப் பத்திச் சொல்லுங்கோ."

"சொல்லப் புதுசா என்னம்மா இருக்கு."

"நீங்க அதிகம் மாறலே, உள்ளுக்குள்ளயே உறைஞ்சு போய்ட்டேள்னு நினைக்கறேன், மாமாதான் வெளியிலயும் ஒரேயடியாய் உருக்குலைஞ்சு போய்ட்டார்."

"லேசுப்பட்ட அதிர்ச்சியா அவருக்கு, பாவம்? மூணு அடி வாங்கிட்டாரே. கொஞ்சம் காப்பி அல்லது டீ குடிக்கிறயா இந்து? நீ கொண்டுவந்த பழத்தோட சேர்த்துச் சாப்பிடலாம்."

"அப்புறம் ஆகட்டுமே. விமலா புக்ககத்தில் நன்னா இருக்காளா மாமி? இங்கே இப்போ போக்குவரத்து உண்டா?

"கிடையாது. உன் மாமாவின் கோபம் மூணு பேர் விஷயத்திலயுமே தீரல்லே. விமலாவும் அவள் புருஷனும் இப்ப செங்கல்பட்டில் இருக்காங்க."

“அப்படின்னா அவளோடு உங்களுக்குத் தொடர்பு இருக்கா?”

“இல்லேல்லே. பராபரியாய்க் காதுல விழுந்த செய்திதான். அவரை மீறிப் போனவங்களோடு எனக்கு என்ன உறவு?”

காந்திமதி ஒரு கத்தியும் தாம்பாளமும் எடுத்து வந்து இரண்டு ஆப்பிள் பழங்களைக் கழுவித் தோல் சீவ ஆரம்பித்தாள்.

“மத்த ரெண்டுபேரைப் பத்தி ஏதாவது தகவல் தெரியுமா? பாவம் அமலா. எல்லாரிலும் சின்னவ. நகைகளை வேற எடுத்துண்டு போனாளே. பத்திரமாயிருந்தால் சரி. ஊருக்குப் போனப்புறமும் ரொம்ப நாள் எனக்கு அவளைப் பத்தித்தான் கவலையாயிருந்தது. உங்களுக்குக் கூட ஒரு தரம் லெட்டர் போட்டிருந்தேனே. நீங்கதான் எதுவும் தகவல் தெரியாதுன்னு ஒரே வரியில் அந்த விஷயத்தை முடிச்சுட்டு ‘நீ சௌக்யமா – நான் சௌக்யம்’ பாணியில் பதில் போட்டுட்டேள்.”

“என்ன செய்யறது இந்து, அந்த சமயம் எதுவும் தெரியாமத்தான் இருந்துது.”

“அப்புறம் தெரிஞ்சுதா?”

“ம், பராபரியாய்க் காதுல விழுந்துது. அமலா முதல்ல அந்த ஓவியக் கல்லூரி முதல்வருடைய சொந்தக்காரரர் ஒருத்தர் வீட்ல போய் மறைவாய் இருந்தாளாம். அவள் தோழி ஏற்பாடுதான். அப்புறம், தன்னைத் தேடற மும்முரம் குறைஞ்சிருக்கும்னு தோணற அளவு காலம் கடந்தது. முதல்வர் வீட்டுக்கே திரும்பி வந்து அவர் குடும்பத்தோடு தங்கி அவர் காலேஜ்ல சேர்ந்து பயின்றாளாம். எடுத்துப் போயிருந்த நகைகளை வித்து பாங்க்கில் போட்டு அதன் வட்டியை மாசா மாசம் தனக்காகும் செலவுக்காக அவங்க கையில் கொடுத்து வந்தாளாம். பயிற்சி முடிஞ்சு டிப்ளமா வாங்கினதுமே அந்த முதல்வர் சிபாரிசால் ஒரு நல்ல பிரைவேட் பள்ளிக்கூடத்தில் ஆர்ட் மிஸ்ட்ரஸ் வேலை கிடைச்சுதாம். இப்போ ஆசிரியையாய் சம்பாதிச்சுக்கிட்டு கலைஞராய் ஓவியங்கள் தீட்டிகிட்டும் இருக்காளாம். சில ஓவியக் கண்காட்சிகளில் கூட அவள் எழுதின படங்களை வச்சிருந்தாங்களாம்.”

இந்து அவளையே உற்றுப் பார்த்துக்கொண்டு அமர்ந்திருந்தாள்.

“பி.ஏ. எழுதி முடிச்சாளே. டிகிரி வாங்கிட்டாளா இல்லையா?”

“தபால் மூலமாய் பிறகு வாங்கிட்டாளாம். கான்வகேஷனுக்கு வந்தால் ஒருவேளை எங்களுக்குத் தெரிஞ்சுடுமில்ல? அதுக்காகத்தான்.”

இந்துவின் பார்வை இன்னும் அவள் மீதே ஒட்டியிருந்தது.

“கமலாவைப் பத்தியும் இந்த மாதிரி ஏதானும் தகவல்... காதுல விழுந்துதா?”

“கமலா மதுரையில் இருக்கா – இருக்காளாம். முதல்ல ஒரு பெண்கள் நிறுவனத்தில் சேர்ந்து அவங்களுடைய சில சமூகப் பணிகளில் பங்கு எடுத்துகிட்டாளாம். அவளுடைய ஆர்வத்தையும் அக்கறையையும்

பார்த்து, இப்ப அவங்க நிர்வாகத்தில் நடக்கற ஒரு குழந்தைகள் விடுதிக்கு இவளை வார்டனாய் நியமிச்சிருக்காங்களாம்."

இந்துவின் உதட்டோரம் புன்னகை நெளிந்தது.

"மதுரையில் உங்க தங்கைகூட ஒரு பெண்கள் நிறுவனத்தில் செக்ரடரியாய் இருக்காங்க, இல்லே?"

காந்திமதி ஒரு விநாடி நிமிர்ந்து அவள் கண்களைச் சந்தித்துவிட்டு மீண்டும் தலைகுனிந்து தொடர்ந்து தீவிரமாய்ப் பழங்களை அரிந்தாள்.

"பரவாயில்லை மாமி. உங்களுக்கு மூணு பெண்களைப் பத்தியும் நிறையவே தகவல்கள் தெரிஞ்சிருக்கு – பராபரியாய்த்தான்!"

"துண்டங்கள் போட்டுட்டேன், பழம் எடுத்துக்க" என்று காந்திமதி தட்டை அவள் முன் தள்ளினாள்.

"நீங்களும் எடுத்துக்குங்கோ, ரெண்டு பேருமாய் சாப்பிடலாம். எனக்கு எப்பவுமே ஒரு விஷயம் ரொம்ப ஆச்சரியமாயிருந்தது மாமி."

"என்ன அது?"

"அந்த மூணு பேருமே ராத்திரி நேரத்தில் வெளியேறியிருக்கா. மாமா கண்ணில் விளக்கெண்ணெய் விட்டுண்டு ராத்திரி பூரா வீட்டைச் சுத்தி வந்தவர். அட, அவராவது பாதிராத்திரிக்கு மேல் அசந்து தூங்கிடுவார். நீங்க! முணுக்குனா முழிச்சிக்கற சுபாவம். உங்களுக்குத் தெரியாம பாதி ராத்திரிக்கு மேல ஒருத்தி இல்ல. ரெண்டு பேர் இல்ல. முழுசா மூணு பேர்; எப்படிக் கதவைத் திறந்துண்டு வெளியே போனா? அதுவும், அந்த நகைகள் . . . இரும்பு பீரோ சாவி எப்பவும் உங்க தாலிச் சரட்டில் தொங்கும்னு எனக்குத் தெரியும். அதை எப்படி அமலா உங்க தூக்கம் கலையாம கழுத்திலேர்ந்து கழட்டிப் போய் மறுபடியும் கொண்டு வந்து மாட்டினாள்?"

மாமியையே இமைக்காமல் நோக்கிய அவளைக் காந்திமதியும் நேராகச் சில நொடிகள் உற்றுப் பார்த்தாள். இந்துவின் புன்னகை அவளையும் தொற்றிக்கொண்டது. பிறகு குபீரென்று சிரித்தாள்.

"நீ ரொம்ப புத்திசாலி இந்து."

சிரிப்பு மறைந்து மறுகணம் முகபாவம் தீவிரமாயிற்று. பார்வை உள்நோக்கமாக இதயத்துள் லயித்தது.

"குழந்தைகளைப் பெத்து வளர்த்துவிட்டால் மட்டும் போதாது இந்து. அவங்க சந்தோஷமாயிருக்கவும் வழி செய்யணும். நீயும் ஒரு தாய். உனக்குப் புரியும்."

மௌனம் கவிந்தது.

"அவாளெல்லாம் சௌக்கியமாயிருக்கறது மாமாவுக்குத் தெரியுமா?"

"தெரியும். நாளடைவில் கொஞ்ச கொஞ்சமாய் நான் சொன்னேன், நான் கேள்விப்பட்ட செய்திகள்னு சொல்லி."

"அவருக்கு ஆறுதலாயிருந்திருக்கணுமே?"

"இல்லை. இன்னும் கோபம்தான் முன்னே நிக்குது. ஓடுகாலின்னு தான் பேசறார். தன்னை மீறி, தன் அதிகாரத்தை எதிர்த்துகிட்டுப் போனாங்க என்கிற நினைப்பை அவரால் இன்னும் ஜீரணிச்சுக்க முடியலை."

"நான் ஒண்ணு கேட்டால் கோச்சுக்காம இருப்பேளா மாமி?"

"கேளும்மா."

"அவரை எதிர்த்துண்டு போக அவர்களுக்கு வழி அமைச்சுக் கொடுத்தது நீங்க. அப்புறமும் அவருக்குப் பயந்து அடங்கின மாதிரி நீங்க நடந்துக்கறதெல்லாம்... வேஷமா..?"

"வேஷமில்லை இந்து, மனிதாபிமானம். அவருக்கு ஆதிக்க மனப்பான்மை அதிகம். பெண்களின் காரணமாய் அதில் பலமாய் அடி விழுந்திடிச்சு. யாரானும் ஒருத்தராவது அந்த ஆணவத்துக்குத் தீனி போடாத போனால் அவர் உடைஞ்சு போயிடுவார்."

காந்திமதியின் முகத்தில் மூட்டம் சூழ்ந்தது.

"அவர் கோபம் ஆறி மகள்களை மன்னிக்கணும்னு நான் தினம் கடவுளை வேண்டிக்கறேன். ஒருவேளை அப்படி நடக்காம போனால் நடந்த உண்மையை ஒருநாள் நான் வெளியிட வேண்டி வரலாம். அப்போ அவர் ஆத்திரம் என் மேல் திரும்பி அவங்களோடு சமாதான மாயிட மாட்டாரா அப்படின்னு ஒரு நப்பாசை..."

இருவரும் மௌனமானார்கள். தட்டிலிருந்த பழத் துண்டங்கள் மேல் ஈ ஒன்று சுற்றிச் சுற்றி வந்து உட்கார முயன்றது. காந்திமதி யந்திரப் போக்காய் அதைக் கையால் விரட்டிக்கொண்டிருந்தாள்.

ரத்தினத்தின் குரல் இடி முழக்கமாய் வந்தது.

"ஏய். எங்கேடி போய்த் தொலைஞ்சே? வந்து இந்த ஃபேனை முடுக்கிட்டுப் போ. நான் புழுக்கத்திலயே வெந்து சாகணும்னு உனக்கு ஆசையா?"

"ஐயோ, கோச்சுக்காதீங்க. இதோ வந்துட்டேன்!"

காந்திமதி வாரிச் சுருட்டிக்கொண்டு எழுந்து அறையிலிருந்து ஓடினாள்.

புதிய பார்வை, **ஜனவரி (16 – 31) 1994**

ஞாயிறு மாலை

வெளியிலிருந்து அந்தக் கட்டிடத்தைப் பார்க்கும்போது அதில் நான்கு குடித்தனங்கள் இருப்பதாய் யாரும் நினைக்க மாட்டார்கள். இருந்தன.

எட்டடிச் சதுரத்தில் இரண்டு அறைகள். நினைத்துக்கொண்டு ஒட்ட வைத்தது போல் ஒரு சமையல் குச்சு. இதுதான் 'போர்ஷன்'. இந்த மாதிரி கீழே இரண்டு, மாடியில் இரண்டு போர்ஷன்கள். கீழ் போர்ஷன் ஒன்றில் வீட்டுச் சொந்தக்காரரே மனைவியுடன் குடியிருந்தார்.

கீழே கொல்லைப்புறத்தில் இரண்டு குளியலறைகள், இரண்டு கழிப்பறைகள். இதனால் இவற்றில் ஒவ்வொன்றை இரண்டிரண்டு குடும்பங்கள் பகிர்ந்துகொள்வதாய் அர்த்தமில்லை. வீட்டுச் சொந்தக்காரர் குடும்பத்துக்கு ஒரு குளியலறையும் ஒரு கழிப்பறையும் தனி உரிமை. மற்ற ஒவ்வொன்றை மூன்று குடித்தனக்காரர்களும் பகிர்ந்துகொள்ள வேண்டும். வீட்டு வாடகை நானூறு ரூபாய். மின்சாரத்துக்கு ஐம்பது ரூபாய். தண்ணீருக்கு ஐம்பது. முன் வாசல் வராந்தாவில் எந்தக் குடித்தனக்காரர் வேண்டுமானாலும் உட்கார்ந்து காற்று வாங்கலாம். அதற்குக் கட்டணம் கிடையாது.

தண்ணீர் பம்ப் பழுதானால் அதற்குக் காரணமென்று கருதப்படும் குடும்பம் தன் செலவில் செப்பனிட வேண்டும். யாராவது 'கூரை ஒழுகுது', 'தரை பெயர்ந்திருக்கு' என்பதுபோல் குறை கூறுவதானால் அவர்கள் தாராளமாய் வேறு இடம் பார்த்துக்கொண்டு போகலாம். வீட்டுக்காரருக்குந் தடையில்லை. இந்த போர்ஷனுக்கு எழுநூறு எண்ணூறு என்று வாடகை தந்து குடியேற ஒரு பெரிய க்யூவே காத்திருக்கிறது. அவர்தான் இவர்களை 'ஐயோ பாவம்' என்று வெளியே விரட்டாமல் இருக்கிறார். இந்தச் சென்னைப் பட்டினத்தில் புரசவாக்கம் போன்ற வட்டாரத்தில் வேறு எந்த மடையன் நானூறு ரூபாய்க்கு வீடு தருவான்.

வீட்டுச் சொந்தக்காரர் வேங்கடாசலத்துக்கு இதுபோல் இன்னும் மூன்று வீடுகள் சென்னையில் இருந்தன. உட்கார்ந்த இடத்தில் வாடகை களாலேயே வசதியாய் வாழ்கிறார். இள வயதில் என்ன உத்யோகம் பார்த்தார், எப்படி நாலு வீடுகளுக்குச் சொந்தக்காரர் ஆனார் என்பதெல் லாம் யாருக்கும் தெரியாது. இன்று வடஇந்தியாவில் இரண்டு பிள்ளைகள் நல்ல வேலையில் இருக்கிறார்கள். ஆனால் வேங்கடாசலம் அவர்களிடம் போக விரும்பவில்லை. அறுபது வயதிலும் சுதந்திரமாய் சொந்த வீட்டில் கால் மேல் கால் போட்டு உட்கார்ந்து மனைவியை அதிகாரம் பண்ணிக்கொண்டு நரையோடிய மீசையைக் கையால் வருடியவாறே குடித்தனக்காரர்களுக்கு சிம்ம சொப்பனமாய் விளங்கும் சுகானுபவம் மகன் வீட்டில் அவன் ஆதீனத்தில் விருந்தே புசித்தாலும் கிடைக்குமா?"

மாடியில் வலதுபுற போர்ஷனில் குடியிருப்பவர்கள் முப்பதிலிருந்து முப்பத்தைந்து வயதுக்குள்ளிட்ட தம்பதி. ராஜன், வளர்மதி, எட்டு மற்றும் ஆறு வயதுகளில் ஆசைக்கொரு பெண், ஆஸ்திக்கு இன்னொரு பெண் இவர்களைக் கொண்ட குடும்பம். கணவன், மனைவி இருவரும் வேலைக்குப் போகிறார்கள். சின்னக் கம்பெனிகளில் வேலை. பிரமாத வருமானம் ஒன்றுமில்லை. கடன்களுக்கும், கனவுகளுக்கும் இடையே சதா ஊசலாடும் சராசரி நடுத்தர வர்க்கக் குடும்பம். காலை கண் விழித்தது முதல் இரவு படுக்கையில் அப்பாடா என்று விழும் வரை வீட்டுப் பணிகள், அலுவலக மும்முரம், குழந்தைகள் தொல்லை, அவர்களுக்கான கவலை என்று இந்த இடைவிடாத பரபரப்பிலேயே கண்ணுக்குத் தெரியாமல் விரலிடுக்கில் நழுவிப் போய்க்கொண்டிருக்கும் வாழ்க்கை.

மாடி இடதுபுற போர்ஷனில் குடியிருப்பது தன்னந்தனியான ஒரு மூதாட்டி. பெயர் நாகலட்சுமி, வயது அறுபத்தைந்துக்குக் குறைவில்லை. இளமையில் இவளையும் பொற்சிலை என்று வர்ணித் திருப்பார்களோ? இப்போது இவள் முகத்திலும் உடல்மீதும் காலம் தன் கதையை வரிவரியாய் எழுதியிருக்கிறது. எனினும் கலை நேர்த்தி பொருந்திய அந்த நீளவாட்டு முகம். ஆழமும் அகலமுமான கண்கள், உணர்ச்சித் துடிப்புள்ள மெல்லிய உதடுகள் – அவற்றின் அழகு மகிழம் பூ போன்றது. பூ வாடிய பிறகும் மணம் போகவில்லை.

ஒரு காலத்தில் நல்ல நிலையில் இருந்தவளாம். பிறகு கணவன் கைவிட்டு விட்டானோ என்னமோ அல்லது திருமணம் ஆகாதவளாகவும் இருக்கலாம். நெற்றியில் குங்குமம் இருந்தபோதிலும் கழுத்தில் தாலி இல்லை. எவனையாவது நம்பி ஏமாந்திருக்க வேண்டும். அவன் அவளுடைய சொத்துக்களை விழுங்கிவிட்டு ஓடியிருப்பான். இந்த விவரங்கள் குடித்தனக்காரர்கள் ஊகித்தவைதான். தன் சொந்த விஷயங் களை அவள் யாரிடமும் திறந்து பேசுவதில்லை. அவளுடைய அக்கா பையனாம் ஒருவன். அவன்தான் இவளுக்கு எஞ்சிய சொற்ப உடைமை களை விற்று அந்தத் தொகையோடு தானும் ஒரு தொகை சேர்த்து நல்ல முறையில் முதலீடு செய்து இன்று இவள் தெருவுக்கு வந்து

விடாமல் கௌரவமாக எளிய வாழ்வாவது வாழும் ஒரு நிலையை ஏற்படுத்தியிருக்கிறான். இது ஓரளவு அவளாகவே தெரிவித்த தகவல்.

கீழேயுள்ள வலது புற போர்ஷன் ஓய்வுபெற்ற பள்ளி ஆசிரியர் சிவநேசனுடையது. அவருடன் அவர் மனைவி நீலமணி, மகள் தாமரை. தாமரைக்கு இருபத்தெட்டு வயதாகிறது. பி.ஏ. முடித்ததும் காலா காலத்தில் அப்பாவின் பள்ளி ஆபீசிலேயே மெஷின் தட்டும் வேலைக்குப் போனாள். இரண்டு அண்ணன்மார் இருக்கிறார்கள். இருவரும் கல்யாண மானதுமே தனியாய்ப் போய்விட்டார்கள். தாமரைக்குத் திருமணம் கூடி வரவில்லை. காரணம், அப்பாவுக்குச் சொத்தில்லை; அண்ணன் களுக்கு அக்கறையில்லை. பெற்றோர் அவளைக் கண் கலங்கப் பார்த்துப் பார்த்து உள்ளேயே வெதும்பினார்கள்.

ஆனால் தாமரை வெதும்பவில்லை. இயற்கையிலேயே அவள் உற்சாகி. தன்னிரக்கம் அற்றவள். எல்லாரோடும் கலகலப்பாய்க் கலந்து பழகும் சுபாவம். அண்ணன்மார் மனைவி சகிதம் மாலையில் உல்லாசமாய் வெளியே எங்காவது செல்லும் நாட்களில் தம் குழந்தை களை இங்கு விட்டுச் செல்வார்கள். "தாமரை, கொஞ்சம் இவங்களைப் பார்த்துக்கறியா? உனக்கு குழந்தைங்கன்னா ரொம்ப இஷ்டமாச்சே! இதுங்களுக்கும் அத்தைன்னா உயிர். நாங்க வீட்டுக்குத் திருப்பறப்ப வந்து அழைச்சிட்டுப் போறோம்" என்பது போன்ற சொற்கள் பெற்றோரைத்தான் ஆத்திரப்படுத்துமே தவிர தாமரை முகம் சுளிக்க மாட்டாள். குழந்தைகளுடன் சந்தோஷமாய் விளையாடுவாள். அக்கறை யாய்க் கவனித்துக்கொண்டு இரவு உணவு கொடுத்து தூங்க வைப்பாள். அதுபோன்ற நாட்களில் டி.வி.யில் தமிழ் சினிமா பிடித்திருந்தாலும் முழுவதையும் தொடர்ந்து பார்க்க முடியாமல் போவது பற்றி வருந்த மாட்டாள்.

ஒரு சமயம் பெற்றோர் மிகவும் சோகித்து இருப்பதைக் கண்டபோது அவள் சொன்னாள்: "அண்ணன் ரெண்டு பேரும் உங்க பெண்கள். கல்யாணமாகி வெளியே போய்ட்டாங்க. நான் உங்க பிள்ளை. என்னிக்கும் உங்க கூடவே இருப்பேன். அப்படி நினைச்சுக்குங்க."

அப்படி நினைத்துத் தம்மைத் தேற்றிக்கொள்ள முடியுமா? ஆனால் அதை அவள் மனப்பூர்வமாய்ச் சொன்னாள். அந்தச் சொற்களைச் சொல்லக்கூடிய அழகு அவளிடம் இருந்தது.

அண்ணன்மார் குழந்தைகளை மட்டும்தான் அவள் கவனித்துக் கொள்வாள் என்பதில்லை. மாடி வளர்மதியின் குழந்தைகளையும் கவனித்துக்கொள்ளத் தயார். வளர்மதியும், ராஜனும் சில நாட்கள் வேலையிலிருந்து திரும்ப நேரமாகும். பள்ளியிலிருந்து சீக்கிரம் திரும்பும் குழந்தைகளுக்குச் சிற்றுண்டியும் பாலும் தயாராக வைத்திருப் பதோடு, அவற்றை அவர்களுக்கு எடுத்துக் கொடுத்து உதவி செய்து கவனித்துக் கொள்ளும் பொறுப்பை வளர்மதி, மாடியின் மற்றொரு குடித்தனக்காரியான நாகலட்சுமியிடம்தான் ஒப்படைப்பாள். "பாட்டியை ஏங்க்கா தொந்தரவு செய்றீங்க? நான் பார்த்துக்கறேன் உங்க பிள்ளைங்

களை" என்று வலிய முன்வரும் தாமரையை முறைத்துப் பார்த்து, 'வேணாம்' என்று ஒரே வார்த்தையில் துண்டிப்பாள்.

எல்லோரோடும் சகஜமாய்ப் பழகுவதுபோல் தாமரை ராஜனிடமும் பழகுவது வளர்மதிக்குப் பிடிக்கவில்லை. "பாவம், விகல்பமில்லாத பொண்ணு" என்று அவன் ஆரம்பித்தால், "போதும் நிறுத்துங்க. என்ன இருந்தாலும் ஒரு ஆம்புளையோடு பழகறோம்கிற அடக்கம் வேணாம்?" என்பாள். கல்யாணத்துக்காக 'வெம்பிக் கிடக்கும்' தாமரை, தன் கணவனுக்குக் கண்ணால வலை வீசுகிறாள் என்று அவளுக்குச் சந்தேகம். குழந்தைகளைக் கவனித்துக்கொள்ள தாமரை முன்வருவதே மெல்ல ராஜனுடன் நெருக்கத்தை வளர்த்துக்கொள்ளத்தான் என்பது அவள் திடநம்பிக்கை.

நாகலட்சுமிக்கோ அந்தக் குழந்தைகளைக் கவனித்துக்கொள்வது பற்றி அரை மனசுதான். உதவக்கூடாது என்பதில்லை. ஆனால் அந்த வால்கள் டிபனை முடித்துவிட்டுச் சும்மா கிடந்தால்தானே? "பாட்டி பாட்டி" என்று அவள் போர்ஷனுக்குள் வந்து கும்மாளமிடும். சாமான் களை இங்குமங்குமாய்க் கலைத்துப் போடுவதும் அவள் படுக்கை மேல் ஏறிக் குதித்துத் துகைப்பதும் மடித்து வைத்த துணிகளைப் பிடித்திழுத்து "இது உங்க பெட்டிகோட்டா பாட்டி? எங்கம்மாவுது இன்னும் நீளமாயிருக்கும்" என்பதும் சமையலறைக்குள் புகுந்து காஸ் சிலிண்டரைத் திறக்கப் பார்ப்பதும் "ராத்திரி என்ன சாப்பிடப் போறீங்க?" என்று மூடியுள்ள பாத்திரங்களைத் திறந்து போடுவதுமாய் . . . அப்பப்பா! நேரே கிஷ்கிந்தையிலிருந்து வந்த ஜன்மங்கள்.

சில சமயம், "பாட்டி, ஒரு கதை சொல்லுங்க" என்று மேலே விழுந்து பிடுங்கும்.

"சும்மா என்ன பாட்டி பாட்டின்னு? நான் யாருக்கும் பாட்டி இல்ல போங்க. உங்க ஈசாப் கதை, பஞ்சதந்திரக் கதையெல்லாம் எனக்கொண்ணும் தெரியாது."

"தெரிஞ்ச கதை ஏதானும் சொல்லுங்களேன்!"

"ம்? . . . சினிமாக்கதை?"

"ஓ, சொல்லுங்க சொல்லுங்க. சினிமாதான் எங்களுக்கு ரொம்பப் பிடிக்குமே! டுமீல் டுமீல் . . . 'என் மச்சான் கண்ணி வச்சான் . . .'" – பாட்டும் ஆட்டமுமாய் ஒரே அமர்க்களம்.

"ஒரு ராஜா இருந்தாராம். அவருக்கு ரொம்ப அழகாய் ஒரு பெண் இருந்தாளாம் . . ."

நாகலட்சுமி கதைக்குள் அமிழ்ந்து போவாள். கண்கள் மெல்ல மென்மையுறும். புன்னகையில் புதிதாய் ஓர் ஒளி ஏறும்.

"அப்புறம் என்ன ஆச்சு?"

கதை முடியும்போது குழந்தைகள் கைகொட்டி ஆரவாரிப்பார்கள் "இன்னொரு கதை பாட்டி?"

"ஊஹூம். நான் படுத்துக்கப் போறேன். முழங்கால் நோகுது. நீங்களும் உங்க இடத்துக்குப் போய் ஹோம் ஒர்க் பண்ணுங்கம்மா. உங்கப்பா அம்மா வரபோது இங்க கதை கேட்டுக்கிட்டு உக்காந்திருந்தா உதைப்பாங்க."

உடம்பை ஒடுக்கி ஒருக்களித்து, கசங்கிய துணிபோல் அப்படியே படுக்கையில் சுருண்டுகொள்வாள் நாகலட்சுமி. ஒரு பெருமூச்சுடன் கண்களை மூடிக்கொள்வாள்.

அறைக்குப் போய்ப் பாடம் படிக்கப் பிடிக்காமல் கீழே வந்து குழந்தைகள் நடுக்கூடத்தில் விளையாடும்போது வேங்கடாசலம், "ஏய், என்ன லூட்டி இங்கே? பேசாம மாடிக்குப் போங்க நாகுப் பாட்டிகிட்ட, ஒரு சத்தம் கேக்கக்கூடாது, கொன்னுடுவேன்" என்று அதட்டுவார்.

"பாட்டிதான் கீழ போன்னு விரட்டிட்டாங்க" என்று பயத்துடன் பதில் வரும்.

வேங்கடாசலத்தின் மனைவி பாக்கியத்தம்மாள், "கலியாணம் செஞ்சு பிள்ளை குட்டி பெத்திருந்தால்ல அந்த அருமை தெரியும்! இப்படி என்கிட்ட வாங்கம்மா குழந்தைகளா ... சத்தம் மட்டும் போடாதீங்க. ஐயாவுக்குப் பிடிக்காது" என்பாள்.

"பிள்ளைங்களைப் பெத்துட்டா மட்டும் ஆயிடிச்சா? இதோ, தென்னம் பிள்ளையாய் ரெண்டு பெத்திருக்கேனே, பெத்தவங்களையோ தங்கச்சியையோ கவனிக்காத சுயநலப் பிசாசுகளை! இந்த மாதிரி பிள்ளைங்களைப் பெறாமலேயே இருக்கலாம்" என்று நீலமணியின் குரல் வரும். கூடவே, 'பேசாம இரு நீலா, நம்ம விதி நம்மோடு' என்று சிவநேசனின் குரல் தொடரும்.

"வளர்மதியக்காவும் ராஜனண்ணனும் சம்மதிச்சால் நான் வீட்ல இருக்கற சமயங்களில் எட்டூருக்குப் பார்த்துப்பேன் இந்தக் குழந்தைகளை" என்பாள் தாமரை.

இதைக் கேட்டுக்கொண்டே வளர்மதி அலுவலகத்திலிருந்து வந்து விட்டால் "பண்பு கெட்ட யாரும் என் பிள்ளைகளைப் பார்த்துக்க வேணாம் (ராஜனண்ணனாம். யாரை ஏமாத்தப் பார்க்கறா?). ஏ அனு, சுபா ஓடுங்கடி மாடிக்கு! இங்க வந்து கண்டவங்களோடெல்லாம் பேசிக்கிட்டு நின்னீங்க, காலை ஒடிச்சிடுவேன்" என்று குழந்தைகளை மாடிக்கு விரட்டிக்கொண்டே படியேறுவாள்.

படிக்கட்டின் மேல்நிலையில் இப்போது வந்து நிற்கும் நாகலட்சுமி, "மத்தவங்களுடைய பண்பைப் பத்திப் பேசறவங்க முதல்ல தன் குழந்தைகளுக்குப் பிறத்தியார் வீட்ல எப்படிப் பண்போடு பழகறதுன்னு சொல்லிக் கொடுக்கணும்" என்று இடம் பார்த்துத் தாக்குவாள்.

நான்கு மூலைகளிலிருந்தும் கத்திப் பார்வைகள் ஒன்றையொன்று வெட்டி வீழ்த்தியபின் எல்லாரும் அவரவர் போர்ஷனுக்குள் மறைவார்கள்.

○

ஆனால் இந்தச் சின்னப் பூசல்கள், வாதங்களெல்லாம் மறைந்து போகும்படி அனைவரையும் ஒன்றாய் ஒரே இடத்தில் ஒரே நோக்கத் தோடு கட்டிப்போடும் நேரம் ஒன்று இருந்தது: ஞாயிற்றுக்கிழமைகளில் மாலை வேளைகளில் தொலைக்காட்சியில் இடம்பெறும் தமிழ் சினிமா நேரம்.

தொலைக்காட்சிப் பெட்டி கீழே நடுக்கூடத்தில் ஒரு நீலச் சுவரையொட்டி குழல் விளக்கின்கீழ் மேஜை மீது சொகுசாக வீற்றிருந்தது. அதற்குக் கிடைத்த மரியாதைக்கு 'வீற்றிருந்தது' தவிர, வேறெப்படியும் சொல்லமுடியாது. வேங்கடாசலம் அதற்குப் பூஜை செய்யாத குறைதான் (அதைக்கூடச் செய்திருக்கிறார் ராமாயணத் தொடர் ஒளிபரப்பான போது. இந்தி புரியாவிட்டால் என்ன? ராமர் எந்த மொழியிலும் ராமர்தானே? சீதா கல்யாணம், பாதுகா பட்டாபிஷேகம், ராம பட்டாபிஷேகம் ஆகிய கட்டங்களில் டி.வி. பெட்டிக்கு மாலை போட்டு சூடம் கொளுத்திக் கும்பிட்டிருக்கிறார்).

அன்றாடம் தானே டி.வி. பெட்டியின் உறையைக் களைந்து பெட்டியைக் கவனமாய் முன்னும் பின்னும் பளபளவென்று தட்டித் துடைத்தபின் உறையை உதறி மீண்டும் போர்த்துவார். வாரத்துக்கொரு தரம் உறையை தானே ஏரியல் சோப்பு போட்டுத் துவைப்பார். உறை இல்லாத சமயங்களில் பெட்டியின் மேல் நாளுக்கொரு அலங்காரப் பதுமை வைத்து அழகு செய்வார்.

பெட்டியை அவரைத் தவிர வேறு யாரும் – மனைவி உள்பட – தொடக் கூடாது. அவரே இயக்குவார். வண்ணம், ஒளி, ஒலி இவற்றை சரி செய்வார். ரீமோட் கண்ட்ரோல் அவரிடம்தான் இருக்கும். நிகழ்ச்சி முடிந்த பின் டி.வி.யை அவரே நிறுத்துவார். அவர் ஒரு கீழ் போர்ஷனில் குடியிருப்பதற்கு முக்கிய காரணமே நமக்குத் தெரியாமல் யாரும் தம் டி.வி.யைத் தொட்டுவிடக் கூடாது என்பதுதான். பாக்கியத் தம்மாள் மிகவும் ஆத்திரம் வரும் தருணங்களில் நீலமணியிடம் "அது அவருக்கு ரெண்டாம் பொண்டாட்டி" என்று தெரியாமல் முணுமுணுப்பதுண்டு.

தமிழ் சினிமாவைப் பார்க்க அவர் கையில் காபித் தம்ளருடன் வந்து பெட்டியின் எதிரே சரியான தொலைவில் போட்டிருக்கும் இரண்டே இரண்டு சோபாக்களில் ஒன்றில் திண்டின் மேல் வசதியாய்ச் சாய்ந்து உட்கார்ந்தாரானால் இனி மற்றவர்களும் வரலாம் என்று தாராள மனப்பான்மையுடன் அனுமதி அளித்ததாய் அர்த்தம்.

தனிமைத் தளிர்

ஒவ்வொருவராய்க் குடித்தனக்காரர்கள் வந்து நாற்காலிகளில் உட்காருவார்கள்.

“கொஞ்ச நேரத்துக்கு நம்ம கவலைகளை மறந்துவிட்டு இருக்கலாமில்ல” இது நீலமணி சொல்லிக்கொண்டு வருகிற காரணம்.

“சில சமயம் நல்ல கருத்துக்களும் வரதுண்டு. அதுவும் பழைய படமாயிருந்தால்” இது சிவநேசன்.

“இப்பல்லாம் வர்ற படங்களில் ஒரே அடி, குத்து, கொலை. இல்லாட்டி பொம்புளை ஆபாசம், கண் கொண்டு பார்க்க முடியறதில்லை. ஆனா இன்னிக்கு உலகம் அப்படித்தானே இருக்கு?” பெருமூச்சு விட்டுக்கொண்டே தவறாமல் வந்து பட்டமகிஷி போல் வேங்கடாசலம் பக்கத்தில் இரண்டாவது சோபாவில் அமரும் பாக்கியத்தம்மாள்.

எதுவும் பேசாமல் முகமும் கண்களும் தீவிரமாகி முழங்காலைப் பிடித்துக்கொண்டே ஒவ்வொரு படியாய் அவசர அவசரமாய் இறங்கி வந்து உட்காரும் நாகலட்சுமி.

வளர்மதியும் ராஜனும்கூட ஞாயிறன்று மாலையில் வேறெங்கும் போகாத நாட்களில் கீழே இறங்கி வந்து சினிமா பார்க்க உட்காருவார்கள். “தமிழ்ப் படங்கள்னாலே சுத்த பாடாவதிப் படங்க” என்று ராஜன் சொல்வான். அதற்காகப் பார்க்காமல் இருக்கவும் முடியாது. பார்த்தால் தான் எவ்வளவு பாடாவதி என்று தெரிந்துகொள்ள முடியும்.

வளர்மதிக்குத் தமிழ் சினிமா பிடிக்கும். படித்த, நாகரிக இளம் பெண்கள் “அமெரிக்கப் படம் போல ஆகுமா?” “இத்தாலியப் படம் போல ஆகுமா?” என்ற மாதிரியெல்லாம் பேசும்போது தமிழ்ப் படம் பிடிக்கும் என்று சொல்ல வெட்கம். “ஏதோ, பொழுது போக்குன்னு வரேன். ரொம்ப போரடிக்குது” என்று கவனமாய் விளக்கியவாறே வந்து உட்காருவாள். இந்தப் பொழுது போக்கு ஓசியில் கிடைப்பது ஒரு கூடுதல் கவர்ச்சி. “ஏதோ, வீட்ல கொண்டு வந்து காட்டறான். காசா பணமா?”

ஆனால் கணவனுடனும் குழந்தைகளுடனும் கீழே வந்து திரைப்படம் பார்க்கும் போதும் அதை அனுபவிப்பதில் முழுக்கவனம் செலுத்த முடிவதில்லை. தாமரை இவர்கள் யாருடைய பக்கத்திலும் உட்காராமல் பார்த்துக்கொள்ள வேண்டும். தன் கணவனுக்குக் கண் ஜாடை செய்யாமல் இருக்கிறாளா என்று கவனிக்க வேண்டும். அந்த மனிதனும் (கடைசியில் ஆண்புத்தி தானே!) ஒழுங்காய்ச் சின்னத்திரையை மட்டும்தான் பார்க்கிறானா என்று கண்காணிக்க வேண்டும். இடையில் ‘விஸ்பர்’ விளம்பரம் வந்து குழந்தைகள் “இது என்னம்மா?” என்று உரக்கக் கேட்கும் போது முகம் சிவக்க மெல்லிய குரலில் அவர்களை சமாளிக்க வேண்டும்.

தாமரை எவ்வித முன்கருத்தும் இல்லாமல் வந்து உட்காருவாள். அண்ணன்களில் ஒருவன் தன் குழந்தையை விட்டுச் சென்றிருந்தால்

அதையும் தன்னுடன் அமர்த்திக்கொள்வாள். படம் பிடிக்காவிட்டால் பாதியில் எழுந்து போய்விடுவாள். பிடித்திருந்தாலும் முழுவதும் பார்க்க முடியாமல் அந்தக் குழந்தையின் சாப்பாட்டு, தூக்க நேரங்களில் அதையும் அழைத்துக்கொண்டு உள்ளே போவாள். குழந்தையும் இல்லாமல் படமும் பிடித்திருந்தால் முழுவதும் தொடர்ந்து பார்ப்பாள்.

குடித்தனக்காரர்களைத் தவிர, தினம் விடியலில் வந்து இரண்டு மணி நேரத்தில் அந்த நான்கு போர்ஷன்களிலும் வேலை செய்துவிட்டுப் போகும் வேலைக்காரியும் வந்து தரையில் உட்கார்ந்து படம் பார்ப்பாள். இதற்கு வேங்கடாசலத்தின் அரை மனதான அனுமதி உண்டு. வேறு வழி இல்லை. டி.வி.யில் தமிழ் சினிமா பார்க்க அனுமதிக்காவிட்டால் அந்தப் பெண் வேலைக்கு வரமாட்டாள். அவள் பார்த்திராத சமகாலத் தமிழ்ப் படங்களே இல்லை எனலாம். அவை பற்றி அவளுக்கு அபார ஞானம். எந்தப் படத்தில் யாருடன் யார் 'ஆக்ட் குடுத்திருக்காங்க,' குறிப்பிட்ட படத்தில் இரண்டாவது கதாநாயகியாய் வரும் நடிகை ஜானுஸ்ரீயா, பானுஸ்ரீயா என்பதெல்லாம் அவளைக் கேட்டால் தெரியும்.

பழங்காலப் படமென்றால் பெரிசுகளுக்குத் தனி உற்சாகம். தியாகராஜ பாகவதர், பி.யு.சின்னப்பா, கண்ணாம்பா, ராஜகுமாரி, அஞ்சலிதேவி என்று மகிழ்ந்து போவார்கள்.

"நின்னா பாட்டு உக்கார்ந்தா பாட்டு – என்ன போர்!" என்று ராஜன் சலித்துக்கொள்ளும் போது நாகலட்சுமி மறுத்துப் பேசுவாள்.

"அதென்ன அப்படிச் சொல்லிட்டீங்க? அந்த நாளைய படங்கள்ல எத்தனை நல்ல கதையம்சம்! இப்பவும் பிடிக்கிறாங்களே, தலையும் புரியாம காலும் புரியாம!"

இப்படிப் பேசினாலும் அந்தப் பழங்காலத்திலிருந்து தற்காலம் வரையுள்ள எந்தக் காலகட்டத்துப் படமானாலும் கடைசிவரை விடாமல் பார்ப்பாள் நாகலட்சுமி.

"பாட்டிக்கு சினிமான்னா உயிர் 'வணக்கம்' போட்டப்புறம்கூட உக்கார்ந்திருப்பாங்க!" என்று வேங்கடாசலம் சிரிப்பார்.

"உங்களுக்குக்கூட நான் பாட்டியா என்ன?" அந்த மெல்லிய உதடுகளில் வார்த்தை சூடாகத் தெறிக்கும்போது வளர்மதி அவசரமாய் "என்னம்மா இது, நீங்க ஒண்ணு! அவர் ஏதோ விளையாட்டுக்குச் சொன்னா அதைப் போய்..." என்று ஒரு மோதல் நிகழ்வதைத் தவிர்க்க முனைவாள். வேங்கடாசலத்தைக் கோபப்படுத்துவது ஆபத்து. கோபம் வந்தால் அவர் டி.வி.யைப் பாதிப் படத்தில் அணைத்துவிட்டுப் போய்விடுவார்.

○

ஆனால் இன்று அனேகமாய் அணைக்கமாட்டார். நாற்பத்தைந் தாண்டு பழைய சினிமா. அவர் ரசித்துப் பார்க்கக் கூடியது. பள்ளி மாணவனாய் இருந்தபோது முதல் தடவை பார்த்திருப்பாரோ?

பாக்கியத்தம்மாள், நாகலட்சுமி, நீலமணி, சிவநேசன் இவர்களும் சுவாரஸ்யமாய்ப் பார்த்துக்கொண்டிருந்தார்கள். "இது ரொம்ப நல்ல, உருக்கமான கதை. நான் பார்த்திருக்கேன்" என்று முன்கூட்டியே சான்றிதழ் வழங்கியிருந்தார் சிவநேசன்.

நாகலட்சுமி எதுவுமே பேசவில்லை. தொலைக்காட்சிப் பெட்டிக்கு மிக அருகே நாற்காலியைப் போட்டு அமர்ந்துகொண்டு திரைப்படத்தில் தன்னை இழந்திருந்தாள்.

ராஜா – ராணி கதை. ராஜாவும் ராணியும் நல்லவர்கள். ஒரே வாரிசாக அழகான மகள் சந்திரவதனி. அவளை மணந்து அரசையும் கைப்பற்ற சூழ்ச்சி செய்யும் பொல்லாத சேனாதிபதி குரூரவர்மன். அவனது சதித்திட்டங்களை முறியடித்து அரசனையும் அரசையும் காப்பாற்றி இளவரசியின் காதலைப் பெற்று இறுதியில் அவளுக்கு மாலையிடும் (இதுவரை தான் யார் என்பதை வெளியிடாத) அண்டை நாட்டின் அழகிய வீர இளவரசன் ராஜசிம்மன். அந்தக் கதாநாயகப் பாத்திரத்தில் நடித்த மாயவரம் கமலநாதனும் இளவரசியாக நடித்த கதாநாயகி ஜி. திலோத்தமாவும் அந்தக் காலத்தின் பிரபல முன்னணி நட்சத்திரங்கள்.

இளவரசிக்கு சுயம்வரம் நடப்பதாக இருந்தபோது சபையில் கூடியிருந்த ராஜகுமாரர்களைப் பார்த்து நீலமணி, "ஹ்ம், அந்த நாளில் ஒரு பெண்ணைக் கட்டிக்க எத்தனை பையன்கள் வலுவில் வந்தாங்க!" என்று சற்று தொலைவில் அமர்ந்திருந்த மகளை வேதனையுடன் பார்த்தாள். "இப்பவும் வருவாங்க, ராஜா மகளாய் இருந்தால்" என்கிறார் சிவநேசன். "ராஜா மகள் என்னிக்குமே ராஜா மகளாய் இருந்துடறதில்லையே" என்றாள் நாகலட்சுமி, திரையிலிருந்து கண்களை விலக்காமல்.

"ஷ், பேசாதீங்க, படத்தைக் கவனிக்கணும்" என்ற வேங்கடாசலத்தின் உத்தரவைத் தொடர்ந்து நிசப்தம் படர்ந்தது.

இளவரசி சந்திரவதனி மாளிகை உப்பரிகையில் நின்று அண்ணாந்து பார்த்து, தன் மனம் ஏன் முன்பின் தெரியாத ஒரு காட்டுவாசி இளைஞனைச் சந்தித்தது முதல் இப்படி நிலைகொள்ளாமல் தவிக்கிறது என்று கல்யாணி ராகப் பாட்டில் வானத்து நிலவைக் கேட்டுக்கொண்டிருந்தாள்.

குழந்தைகள் இருவரும் களைத்திருந்தார்கள். சீக்கிரமே தாயின் காலடியில் தரையில் படுத்துத் தூங்கிப்போனார்கள்."

"பாட்டி, டி.வி.க்கு அவ்வளவு கிட்ட உக்காராதீங்க. கண்ணுக்குக் கெடுதல்" என்ற ராஜன், தொடர்ந்து "விட்டால் பெட்டிக்குள்ளேயே நுழைஞ்சிடுவாங்க போல் இருக்கே!" என்று சிரித்தான்.

நாகலட்சுமி உண்மையாகவே அப்படித்தான் பார்த்துக்கொண்டிருந்தாள். கண்களாலேயே சந்திரவதனியை விழுங்கிக்கொண்டிருந்தாள்.

'சரியான சினிமாப் பித்து' என்று நினைத்தவாறு தாமரை எழுந்து நின்றாள். படம் அலுப்பூட்டியது. அண்ணன்மார் குழந்தைகளும் இன்று யாரும் வரவில்லை. உள்ளே போய் சிறிது நேரம் படுத்துக் கொள்ளலாம்.

இரண்டடி எடுத்து வைத்தபோது சின்னத்திரையில் ஜி. திலோத்தமா வின் இளம் முகம் க்ளோஸ் – அப்பில் தெரிந்தது. சுரீரென்று அறிவில் ஒரு கூர்மை தாக்க, கால்கள் நின்றன, தாமரை அந்த முகத்தை உன்னிப்பாய் நோக்கினாள்.

கலை நேர்த்தி பொருந்திய நீளவாட்டு முகம், ஆழமான கண்கள், உணர்ச்சித் துடிப்புள்ள மெல்லிய உதடுகள்.

திரும்பி நாகலட்சுமியைப் பார்த்தாள். திரையைப் பார்த்துக் கொண்டிருந்த கிழக் கண்கள் லேசாய்ப் பனித்திருந்தன. கணநேரம் அந்த உருவத்தின் மீதிருந்து காலத்திரை சுழன்று விழுந்து உருவம் வேறாகித் தெரிவதை மூச்சடங்கிய வியப்புடன் தாமரை பார்த்துக் கொண்டு நின்றாள்.

இந்தியா டுடே, ஜூன் (6 – 20) 1994

பாட்டி

ஜன்னலுக்கு இந்தப் பக்கத்திலிருந்து அந்தப் பக்க வராந்தாவிலிருந்த குழந்தையைப் பார்க்க முடியவில்லை. ஆனால் அதன் குரல் ஆவிபோல் சுவரை ஊடுருவி வந்தது. அதன் பாட்டு வராந்தாவெங்கும் வழிந்தோடியது. "என்னைப் பார் என்னைப் பார்" என்று காதுகளைத் தட்டிக் கொஞ்சியது.

பாட்டியாவதில் மூட்டுவலி, முதுகு கூன், கண் திரை போன்ற விலை கொடுத்தாலும் பேரக்குழந்தையின் மழலைக் குரலில் வரும் பாட்டைக் கேட்க முடிவது பெரிய லாபம். சுகமான வியாபாரம்தான்.

"அம்மா, சாப்ட்டியா?"

பிள்ளை வந்து விசாரித்தார். வயது ஐம்பத்தாறு. ஆனால் இப்போதும் தாயைப் பார்க்கும்போது பச்சைக்குழந்தை. அவளை விசாரிக்காமல் வேலைக்குக் கிளம்புவதில்லை.

"ஆச்சுடா."

சதை மறைப்பை விலக்கக் கண்ணாடியணிந்து மகனைப் பார்த்தபோது, தலைக்குழந்தையை மார்பில் அணைத்து முகம் பார்த்துப் பூரித்த நிறைவுதான் இப்போதும் இருந்தது. இந்தத் தலைப்பிள்ளையை அடுத்து இன்னொரு பிள்ளை, பிறகு இரண்டு பெண்கள். நான்கு பேருக்குமே இன்றளவும் அம்மா என்றால் தேவதா விசுவாசம். அப்பா இறந்தபின் இவர், "அம்மா இனி என்னோடுதான்" என்று கண்டிப்பாய்ச் சொல்லிவிட்டார். தம்பிக்குச் சற்று மனத்தாங்கல்தான். "ஏன், எனக்கு மட்டும் அவள் அம்மா இல்லையா?" ஆனால் சிரிப்புடன் பதில் வந்தது: "அம்மா என்கிற அனுபவம் என்னென்னு அவளுக்கு முதலில் கத்துக்கொடுத்தது நான்தானே! அதனால் உங்க மூணு பேரைவிட அவள் எனக்குக் கொஞ்சம் ஜாஸ்தி அம்மா."

இரண்டாம் பிள்ளை ஆண்டுக்கொரு முறை வருவது தவிர தமது உரிமையை நிலைநாட்டிக்கொள்ள தில்லியிலிருந்து மாதாமாதம் அம்மாவுக்கு செக் அனுப்பினார். இரண்டு

ஆர். சூடாமணி

பெண்களும் அவ்வப்போது வந்து அண்ணனின் குடும்பத்தோடு சீராடித் தாயிடம் கொஞ்சிவிட்டுப் போனார்கள். நால்வரின் குழந்தைகளுக்கும் பாட்டி இனிமையின் கருவூலம்.

தலைமுறை இடைவெளி, ஒருவரையொருவர் புரிந்துகொள்ளாமை போன்ற பிரச்சனைகள் இந்தக் குடும்பத்தில் இல்லை. கிழவர்கள், இளையவர்கள் என்று வகைப்படுத்திக் கோடுகிழித்து அன்னியமாக்கி விடாமல் அனைவரும் கலந்து பழகியதால் இழைகள் ஒன்றோடொன்று இறுகப் பின்னியிருந்தன. குழந்தைகளுக்குப் பாட்டி ஒரு தோழி. மாமியாருக்கு மருமகள் ஒரு மகள். பிள்ளைக்கோ எல்லாருமே ஒரு மகனாகவும் கணவனாகவும் தந்தையாகவும் சகோதரனாகவும் வெவ்வேறு வடிவங்களில் அன்பு செலுத்தத் தமக்கு வசதி செய்து கொடுக்கும் இனியவர்கள்.

இப்போது பாட்டியின் கடைசி பெண் தன் இரு குழந்தைகளுடன் அவர்களின் பள்ளி விடுமுறையை இங்கு கழிக்கச் சேலத்திலிருந்து வந்திருக்கிறாள். அவளுடைய இரண்டாவது குழந்தை மூன்று வயதான பாபுவின் இசைதான் வராந்தாவை நிறைத்துக்கொண்டிருக்கிறது.

மேல் ஸ்தாயிக்கு ஏறியபோது அந்த உயரத்தில் மோதிக் குரல் கீச்சிட்டு உடைந்தது. மூச்சு இரைத்திருக்கும். முகம் சிவந்திருக்கும். ஆனாலும் குரல் பாட்டை விடவில்லை.

"பாட்டு அமர்க்களப்படறாப்பல இருக்கு" என்றார் மகன். குரலிலேயே புன்சிரிப்பு.

"ஆமா."

"ஒரே மழலைதான் இன்னும், வார்த்தை எதானும் புரியறதா?"

"எதுக்குப் புரியணும்? பாடறதோல்லியோ? அதுதான் குழந்தை."

"அந்தப் பாட்டா?"

"அந்தப் பாட்டு, அந்த சந்தோஷம், நான் இருக்கேன் பார் பார்னு உலகத்துக்கு அறிவிக்கறதே, அந்த உற்சாகம்."

"நீ விஷயங்களைப் புரிஞ்சுக்கிற விதமே அழகாயிருக்கும்மா!" தாயின் அருகில் வந்து அவள் கையைப் பற்றிக்கொண்டார். "உன் மாதிரி ஒரு ஆத்மா இருந்துவிட்டால் அப்புறம் கவலையே கிடையாது. அதனால்தான் மஞ்சுவுக்கும் நீ எடுத்துச் சொன்னால் சமாதான மாயிடுவாள்னு எனக்கு ஒரு நிச்சயம்.

மஞ்சுளா அவருடைய ஒரே மகள். மூன்று ஆண்டுகளுக்கு முன் திருமணம் நடந்தது. ஆறு மாதங்களுக்கு முன் குழந்தை பிறந்து, பிறந்த அன்று இரவே ஏதோ நூதன ரத்தக்கோளாறினால் இறந்து போயிற்று. மஞ்சு துக்கத்தில் மூழ்கியவள் இன்னும் மீண்டு வெளிவர வில்லை. மனமாற்றத்துக்காக ஒரு மாதம் இங்கே அனுப்பி வைக்கும்படி மாப்பிள்ளைக்கு எழுதினார். அதன்படி மஞ்சு நாளை பம்பாயிலிருந்து வருகிறாள்.

தனிமைத் தளிர்

"என்ன அசட்டுப்பொண்ணு பாரும்மா. குழந்தை கொஞ்சகாலம் வளர்ந்து அப்புறம் இறந்துபோனால் துக்கம் கட்டாயம் இருக்கும். பிறந்ததை உணர்றதுக்கு முந்தியே மறைஞ்சு போனால் 'மிஸ்' பண்ண என்ன இருக்கு? விடிஞ்சு விடிஞ்சு இருபத்தாறு வயசாறது. காலமெல்லாம் இருக்கு குழந்தை பெத்துக்க. நான்கூட நடுவுல இத்தனை வருத்தப் படறாளே, ஒரு வேளை இனிமேல் குழந்தையே பிறக்க முடியாம ஏதானும் கோளாறு ஆயிடுத்தோன்று பயந்தேன். அப்புறம் டாக்டர் கிட்ட விசாரிச்சதில் அப்படி எதுவும் இல்லேன்னு தெரிஞ்சுது. பிறகென்ன மீளாத சோகம்? நன்னா உறைக்கிற மாதிரி எடுத்துச் சொல்லு."

பாட்டி ஜன்னல் வழியாக வெளியே பார்த்துக்கொண்டிருந்தாள்.

"என்னம்மா? என்ன யோசனை?"

"ம் . . . சொல்றேன்."

மகன் நிம்மதியுடன் வெளியேறினார்.

"பாத்தி"

ஜன்னல் திரைவழியே வெளியே ஒரு சின்னத் தலை உச்சி நிழலாய்த் தெரிந்தது. பாட்டி திரை ஓரத்தை மெல்ல விலக்கிக் குனிந்து எட்டிப் பார்த்தாள். கருவண்டுக் கொத்தாய் ஓர் உச்சந்தலை. அதன் கீழே இரண்டு கறுப்புச் சுடர்கள். அவற்றுக்குக் கீழே எதுவுமில்லை. இதற்கே குழந்தை எம்பி நின்றிருக்க வேண்டும்.

"குட்டிப்பயலே"

பாபு ஒரு சிரிப்போடு துள்ளி மறைந்தான். உருவம் மறைந்த பிறகும் சிரிப்பு அசரீரியாய் ஒலித்துக்கொண்டிருந்தது.

திரையை மூடிவிட்டுப் பாட்டி காத்திருந்தாள். அவளுள் சிரிப்பும் காத்திருந்தது.

சற்று நேரத்தில் . . .

"பாத்தி!"

மீண்டும் திரைவிலக்கல், குட்டிப்பயலே, துள்ளி மறையும் உச்சந்தலை.

இந்த விளையாட்டு சிறிது நேரம் தொடர்ந்தது. பாட்டி மெல்ல எழுந்து வாசற்பக்கம் நடந்து தோட்டத்துக்கு வந்தாள். அடுத்த முறை குழந்தை ஜன்னல் முன் எம்பி நின்று உள்ளே பார்த்துப் "பாத்தி" என்றபோது "இதோ உன் பின்னாலேயே இருக்கேண்டா பயலே" என்று பாட்டி சிரிக்க, பாபு திரும்பி அவளை வயிற்றைச் சுற்றி அணைத்துக்கொண்டான். பாட்டியின் கரங்களும் பதிலணைப்புக்குத் தயாராகவே இருந்தன.

"பாத்தி"

"ம் ?"

“நீ ஏன் எப்பவும் குனிஞ்சு நடக்கறே? என் மாதிரி ஜம்முனு நிமிந்து நில்லேன்?”

“என் முதுகு மேல எழுபத்து நாலு வருஷம் உக்காண்டு அமுக்கறதுடா கண்ணா! அதனாலத்தான் என்னால நிமிந்து நிக்க முடியலே.”

பாபு அணைப்பை விலக்கி அவள் முதுகைச் சென்று பார்த்தான்.

“இங்க ஒண்ணும் உக்காண்டில்லையே?”

“அது உன் கண்ணுக்கு இப்போ தெரியாது.”

“மூக்கண்ணாடி போட்டுண்டா தெரியுமா?”

பாட்டி சிரித்துக்கொண்டே, “உள்ளே போகலாமா? வெயில் ஏற ஆரம்பிச்சுடுத்து பார்” என்றாள்.

“பாத்தி, நாளக்கி மஞ்சூக்கா வராளாமே?”

“ஆமா.”

“அம்மாதான் சொன்னா, மஞ்சூக்கா யாரு?”

“உன் மாமாவோட பொண்ணு.”

“நான் அவளப் பார்த்திருக்கேனோ?”

“அவளுக்குக் கல்யாணமாகச்சே நீ ரெண்டு மாசத்துப் பாப்பா. அதுக்கப்புறம் அவளும் நீயும் பார்த்துக்கலே.”

“ஆனா பாப்பாவாயிருந்தப்பதான் பார்த்திருக்கேனே! எனக்கு நாபகம் இருக்கு.”

மஞ்சூக்காவைப் பார்த்தவுடனேயே அவனுக்குப் பிடித்துப்போய் விட்டது. மஞ்சுவும் வீட்டுக்குள் நுழைந்ததுமே “பாபுதானே?” என்று நேரே அவனிடம் வந்து அணைத்துக்கொண்டாள். பூஞ்சதை மேலே அழுந்த, சத்தமில்லாமல் உடம்பு குலுங்கியது.

“சரி சரி வா, காப்பி குடிச்சிட்டு ரயிலழுக்குப் போக முதல்ல குளி” என்றாள் அம்மா.

ஒவ்வொன்றாய் எழுந்து எழுந்து அமிழும் நாட்கள். அவற்றின்மீது மஞ்சு கால்பாவாமல் மிதந்தாள். எத்தனை அழகாய் இருப்பாள் முன்பு! நின்ற இடம் பூப்பூக்குமே! இப்போது இளைத்து நலிந்து... இது மஞ்சுவின் நிழல். அவளை நினைவுறுத்தும் வெறும் முகஜாடை.

பெற்றோர், பாட்டி, அத்தை, குழந்தைகள். அவர்களிடை இயல்பாய் மஞ்சுவின் வாய் பேசியது. சிரித்தது. கால்கள் ஓடியாடிப் பெரியவர் களுக்கு உதவின. கரங்கள் பிஞ்சுகளைச் சீராட்டின. குரல் பாபுவோடு சேர்ந்து பாட்டுப்பாடியது. ஆனால் மஞ்சு எங்கே தொலைந்து போயிருந்தாள்.

தனிமைத் தளிர் ❨ 559 ❩

“ஏண்டி எப்பப் பார்த்தாலும் மூஞ்சிய தொங்கப் போட்டுண்டே இருக்கே? பீச்சுக்குப் போகலாம் வரியா?”

“டீ.வி.யில் சாயங்காலம் கிரிக்கெட் ஹைலைட்ஸ் காட்றான். கபில்தேவ் 432 விக்கெட் சாதனை வரும். பார்க்கலாமா?”

“ஸ்டார் டீ.வி.யில் என்ன ப்ரோகிராம் பார்ப்போமா?”

“இல்லாட்டா ‘மகாநதி’ படம் போகலாமா?”

“அது ஒரே சோகம். கொஞ்சம் லைட்டா ஏதாவது சொல்லேன்! சரிதானே மஞ்சு?”

எண்ணெய் மீது நீர் போல் பேச்சுக்கள் அவள்மேல் ஒட்டாமல் வழுக்கிச் சென்றன. வெட்ட வெளியைக் கொத்திக் கொத்தி அலைந்து நிற்கும் விழிகள். அவற்றின் எதிரே முகங்கள். அந்த முகங்கள் உதிர்க்கும் குரல்கள். அம்மா, அத்தை, அப்பா.

பாட்டி இன்னும் “சாப்டியா மஞ்சு?” “பேப்பர்ல ஏதேனும் விசேஷம் உண்டா மஞ்சு?” “சிலுசிலுன்னு இருக்கு. ராத்திரி மழை வந்தாலும் வரும், இல்லே மஞ்சு?” போன்றவையைத் தாண்டி நெருங்கி வரவில்லை. மஞ்சுவின் தந்தை தம் தாயை ரகசியமாக முறைத்தார். மஞ்சு வந்து இரண்டு வாரமாகிறது.

“இன்னும் அவளுக்கு நல்ல புத்திமதி சொல்லாம என்னம்மா பண்றே? அப்படியே உம்மணா மூஞ்சியா உக்காண்டிருக்கா பார்.”

பாட்டி பதில் சொல்லவில்லை.

“அவளோட பேசப்போறியா இல்லையா?”

“பேசறேன்டா பேசறேன்.”

பாட்டி சொல்லக்கூடிய புத்திமதிக்குப் பயந்து மஞ்சுவும் பாட்டியைக் கூடியவரை நெருங்காமலே இருந்தாள்.

இத்தனை பேரிடையேயும் மஞ்சுவின் தனிமை அகலவில்லை. இவர்களெல்லாம் வேறு மொழி பேசுகிறார்கள். மனம்விட்டு அழக்கூட முடியவில்லை. ஒவ்வொருவரும் நாக்கு நுனியில் ஒரு பதிலைத் தயாராக வைத்துக்கொண்டு அவளைச் சமாளிக்கக் காத்திருக்கிறார்கள்.

காலையில் அவள் கண்கள் சிவந்திருக்கும்.

“ராத்திரியெல்லாம் அழுதியான்ன? நல்ல பொண்ணு போ? குழிப்பிள்ளை மடியிலேன்னு வசனம். தன்னால இன்னொண்ணு பொறக்கறது. இதுக்கு இப்படியா ஒரு ஆகாத்தியம், ஆறு மாசத்துக்கப்புறமும்?”

பம்பாய்க்குப் பறந்துவிடலாமா?

ஆனால் அங்கே மட்டும்,

முதலிலெல்லாம் கணவன் மிகுந்த அனுதாபம் காட்டினான். அவள் கண்ணீரோடு தன் கண்ணீரைச் சேர்த்து ஆறுதல் தந்தான் பெற்றான்.

பிறகு சிறிதுசிறிதாய் . . .

"சினிமாவுக்குப் போவோமா மஞ்சு?"

"உங்களுக்குப் போகணும்னா போவோம்."

ஒருநாள் அவன் பொறுமை சிதறியது.

"இன்னும் எத்தனை நாளுக்குத்தான் இப்படி அழுமூஞ்சியா இருக்கப் போறே? குழந்தை போன துக்கம் எனக்கு மட்டும் இல்லையா? நமக்கென்ன இனிமேல் குழந்தையே பிறக்காதா? என்னமோ வாழ்க்கையே முடிஞ்சு போய்ட்டாப்ல . . . சீ!"

அவள் உஷாரானாள். சிரிக்கப் பழகிக்கொண்டாள். அழுகையைக் கண்களுக்குப் பின்னால் தள்ளினாள். அது உள்ளேயே கசிந்து இதயத்தைத் துருப்பிடிக்க வைத்தது. உதட்டுப் புன்னகையின் பொய்ம்மையைப் புரிந்துகொண்டபோது அவன் சொன்னான்.

"உங்கப்பா லெட்டர் போட்டிருக்கார். அவர் சொல்றபடி ஒரு மாசம் பிறந்த வீட்டுக்குப்போய் மனசைத் தேத்திண்டு வா. திரும்பி வரபோது என் பழைய உற்சாக மஞ்சுவாய் வரணும்."

இரவின் இருட்டில் தோட்டத்துக் கொய்யா மரத்திலும் மல்லிகைக் கொடிகளிலும் உற்சாகத்தைத் தேடுபவள்போல் மஞ்சு எல்லாவற்றையும் உற்று உற்று பார்த்தாள். மல்லிகையின் சுகந்தம் இரவை நிறைத்தது. மெத்தென்ற பூ இதழ்களை மெல்லத் தொட்டுத் தடவினாள். இந்த மென்மை, இந்த மணம், காலிக்கரங்களுள் சுரந்துவரும் நினைவுகள் . . .

உள்ளேயிருந்து பீறிடத் தயாராகி வரும் வெள்ளத்தின் முதல் சலனத்தை உணரத் தொடங்கியபோது பின்னால் காலடி அரவம் கேட்க, விம்மல் அவள் சிசுவைப்போல் அற்பாயுளாய் அக்கணமே மடிந்தது.

"மஞ்சு."

நல்ல வேளை. இருட்டில் பாட்டியால் அவள் முகத்தைப் படிக்க முடியாது.

"இன்னும் தூங்கலையா நீ?"

"தூக்கம் வரல்லே பாட்டி."

"எனக்கும் வரல்லே. அதான் சித்தக் காத்து வாங்கிண்டு போகலாம்னு எழுந்து வந்தேன். வா. இப்படி வராண்டாப் படியில் உக்காந்துக்கலாம்."

மஞ்சு அவசரமாக, "இல்லே பாட்டி, நான் உள்ளே போய்ப் படுத்துக்கறேன், தூக்கம் வரும்போல இருக்கு" என்றாள்.

“இருக்கட்டும். ஒரு பத்து நிமிஷம் உக்காரேன்.”

தயங்கியவாறே அவள் பாட்டியருகில் அமர்ந்தாள்.

இப்போது பொன்மொழிகள் உதிரும்.

– பகவான் கொடுத்தான். பகவான் எடுத்துண்டான். மனுஷா என்ன செய்ய முடியும்?

– நமக்குக் கொடுப்பினை அவ்வளவுதான். மனசைத் தேத்திக்கோ.

– காலம் எல்லா துக்கத்தையும் ஆத்திடும்.

– அது புண்யாத்மா. பொசுக்குனு ஒரே நாளில் தன் கர்மத்தைத் தொலைச்சுட்டுப் போயிடுத்து. அதுக்குப் போய் துக்கப்படலாமோ?

– குழிப்பிள்ளை மடியிலே. அடுத்த வருஷமே இன்னொரு குழந்தை பிறந்தா இது தன்னால மறந்துடும்.

– காலமெல்லாம் இருக்கு குழந்தை பிறக்க. நீ என்ன கிழமா கட்டையா? கண்ணைத் துடை முதல்ல.

– இருபத்து நாலு மணி நேரம்கூட வாழாத குழந்தையோடு எத்தனை நெருக்கம் இருக்க முடியும்? அதுக்குத் துக்கம் கொண்டாடி எப்ப பார்த்தாலும் அழுதுண்டிருக்கிறது சுத்த அபத்தம்.

– மாப்பிள்ளைக்கு ரொம்ப வெறுப்பேத்திண்டு இருக்கே. ஜாக்கிரதை.

– இதப்பாருடி கண்ணு! அழப்படாது, என்ன? போய் மூஞ்சி அலம்பி சுவாமி படத்துக்கு நமஸ்காரம் பண்ணிண்டு வா. எல்லாம் சரியாப்போயிடும்.

அவள் கண்களை மூடிக்கொண்டாள். பாட்டியின் குரல் கிளம்பு வதற்காகக் காத்திருக்கும்போது துப்பாக்கி முனைக் கைதிபோல் தாக்குதலுக்குத் தன்னைத் தயாராக்கிக்கொண்டாள்.

“மஞ்சு!”

பதிலில்லை.

“மஞ்சும்மா.”

கிழக்குரல் இருளின் மௌனத்துள் மறைந்தது.

மஞ்சு பாட்டியின் பெருமூச்சைக் கேட்டாள். எனினும் வாய் திறக்கவில்லை. அங்கிருந்து ஓடிவிட வேண்டும் என்ற வேகத்தை அடக்கிக்கொண்டாள்.

“உன்னைச் சமாதானப்படுத்தச் சொன்னான் என்கிட்ட உன் அப்பா . . .”

அவள் உடல் விறைத்துக்கொண்டது.

"ஆனா நான் உன்னை என்ன சொல்லி சமாதானப்படுத்துவேன்? நீ துக்கத்தில் இருக்கறது எனக்குப் புரியறது. ஆனா அது எந்த மாதிரியான துக்கம்னு புரியலே. புரிய முடியாது. என் வார்த்தைகளுக்கு அர்த்தமில்லை. நான் பெத்தது நாலும் உயிரோடு இருக்கு. புத்திர சோகம் எனக்குத் தெரியாது."

சடாரென்று அவள் தலை திரும்பியது. இருட்டில் பாட்டியின் கண்களுள் தேடிக் கண்கள் முயன்றன.

பாட்டி கைகளை உயர்த்தி அவள் தலையைத் தடவிக்கொடுத்தாள். கன்னங்களை ஏந்திக்கொண்டாள். எலும்பு எலும்பாய் விரல்கள் தன் முகத்தின் மீது நடுங்குவது மஞ்சுவுக்குத் தெரிந்தது.

"நீ அழு. நன்னா மனசவிட்டு அழு. உன் துக்கத்துக்கு முன் நான் வெறும் தூசு. உனக்கு நான் செய்யக்கூடியதெல்லாம் ஈசுவரன் உன் பங்கில் இருக்கட்டும்னு வேண்டிக்கறதும்..." பாட்டி நெருங்கி உட்கார்ந்து அவளை மார்போடு சேர்த்து அணைத்துக்கொண்டாள். "இதுவும்தான்."

இந்த அணைப்பு தரும் ஆறுதல்... எப்படிப் புரிந்தது பாட்டிக்கு?

மனத்தில் வெடித்த உணர்ச்சிகளுக்குக் குரல் இல்லை. கிழ மடியில் அவள் தலை புதைந்தது. இதயத்தின் மூலைதோறும் மூடிக் கவிந்த துக்கம் வெடித்துக்கொண்டு கிளம்பி இரவின் முகத்தை தாரை தாரையாய் நிறைத்தது. முதுகு குலுங்க சொல்லற்ற அழுகை நெஞ்சின் ஊற்றுக்கண்ணிலிருந்து பெருகிக்கொண்டிருந்தபோது அதன் பின்னே தொலைவில் சிறு உதயமாய் ஏதோ ஒரு கனம் மெல்லக் கரைந்து லேசாய் ஆகத்தொடங்கியது.

தினமணி கதிர், 11.9.1994

நடன விநாயகர்

"உன் பேர் என்ன தெரியுமா?"

சிறுமி சிரித்தாள்.

"ஐயே! எம்பேர் எனக்குத் தெரியாதோ?"

"சொல்லேன் பார்க்கலாம்."

"ஓனக்குத்தான் முந்தியே சொல்லியிருக்கேனே!"

"இன்னொரு தடவை சொல்லேன்!"

"மீஈஈனலோசனீஈஈஈ!"

பெயரோடு தானும் நீண்டு ஐந்து வயதுப் பிரம்மாண்டமாய் நிமிர்ந்து நின்றாள்.

"இல்ல."

"ம்?"

"உன்பேர் மீனலோசனி இல்ல!"

"மீனலோசனிதான்."

"இல்ல."

"பின்ன என்னவாம்?"

"சுதந்திரா."

மந்திரம் சொல்வதுபோல் மிருதுவான குரலில் மூச்சோடு மூச்சாக அந்தப் பெயரை உச்சரித்தாள் நந்து. "உன் பேர் சுதந்திரா."

குழந்தையின் முகம் கோணியது. "இல்ல, எம்பேர் மீனலோசனி தான். நீ சொன்ன பேர் எனக்கு புடிக்கலே. ஒன்னையும் புடிக்கலே."

அழுகை ததும்பியது குரலில். தன் பெயர் மறுக்கப்பட்ட போது தன் இருப்பே மறுக்கப்பட்ட அதிர்ச்சி. 'நான் யார்' என்ற குழப்பம் குழந்தைமைக்கு ஒவ்வாத பெரிய பாரம்.

திரும்பிக் கொண்டுபோக முனைந்த குழந்தையின் கையைப் பற்றித் தடுத்தாள் நந்து.

"கோச்சுக்காதே. நீ மீனலோசனிதான். மத்த எல்லோருக்கும். உனக்கும்கூட. ஆனா எனக்கு நீ சுதந்திரா. உன்னை எனக்கு ரொம்பப் பிடிக்குமானதால செல்லப் பேர் வச்சிருக்கேன். இப்ப உனக்கு ரெண்டு பேர். மீனலோசனி, சுதந்திரா."

போனஸ் பெற்ற மகிழ்ச்சியைத் திடீரென்று உணர்ந்து சுதந்திரா சிரித்தாள்.

அழுக்குத் துணி மூட்டைகள் அடுக்கிய கைவண்டியைத் தெருவில் ஒரு முதியவர் இழுத்துக்கொண்டு நடக்க, உச்சி மூட்டைக்கு மேல் ஒரு ராணிபோல் அலட்சியமாய் உட்கார்ந்திருந்த சிறுமியைக் கண்டதுமே அவள் காலடியில் 'சுதந்திரா' என்று பெயர் எழுதி ஒட்டியிருந்ததுபோல் நந்து உணர்ந்தாள். பாப்பாவைக் கைகளில் தூக்கிக்கொண்டு அவனுக்கும் வெளிக்காற்று கொடுத்த மாதிரி இருக்கும், அம்மாவுக்கும் உதவியாய் இருக்கும் என்று நினைத்துத் தாணாத் தெருவுக்கு நடந்துபோய்க் காய்கறிகள் வாங்கிய பை ஒரு கையில் தொங்கத் திரும்பி வந்துகொண்டிருந்தபோதுதான் சுதந்திராவை அப்படி ஒரு தரிசனமாய்க் கண்டாள். கீழிறங்கும் சூரியக் கதிர்களின் ஒரு தற்செயலான கோணம் அந்தக் குழந்தைக்கு ஒரு பொன்னிற விசிறலைப் பின்னணியாக்கியிருந்தது. அது ஒளிவட்டம். தெய்வங்களுக்கு இருப்பதுபோல் உலகக் கவலைகள் தீண்டாத உயரத்தில் அமர்ந்திருக்கும் சுதந்திரத் தெய்வம் அந்தக் குழந்தை.

குழந்தை, சுதந்திரம் ஒரே பொருளில் இரண்டு சொற்கள்

நாலு நாள் சென்று அந்தப் பெரியவர், பேத்தி பின்தொடர இவர்கள் வீட்டுக்கே சலவைத் துணிகளைக் கொடுத்துவிட்டு, அழுக்குத் துணிகள் எடுத்துப்போக வந்தபோது, நந்துவின் வியப்பு மகிழ்ச்சியில் கரைந்தது. உள்ளே தாத்தா துணிகளைப் பிரித்துக்கொண்டிருந்தபோது, குழந்தை வாசல் வராந்தாப் படியில் உட்கார்ந்து தனக்குள்ளாக ஏதோ பாடிக் கொண்டிருந்தாள். கறுப்பு உடம்பில் குட்டை மஞ்சள் கவுன் பளிச்சென்று இருந்தது. சுருட்டை முடியைச் சீவிப் பின்னி, பின்னல் உச்சியில் ஒரு ஊதா நிற க்ளிப் குத்தி அலங்கரித்திருந்தாள், வீட்டில் ஓர் ஆசைமிக்க அம்மா அல்லது ஆயா. நந்து கைகளில் பாப்பாவுடன் மெல்ல அவளை அணுகி அமர்ந்தாள். நட்புக்கு அச்சாரமாய் ஒரு புன்னகையை வைத்தாள்.

"உன் பேர் என்னம்மா?"

குழந்தை ஏற இறங்க அவளைப் பார்த்துவிட்டு மிடுக்காக முகத்தைத் திருப்பிக்கொண்டாள்.

"பதில் சொல்லேன்."

சொல்லவில்லை.

"என் பேர் என்ன தெரியுமா? நந்தினி."

நந்துவின் தந்திரம் பலித்தது. குழந்தை தலையைத் திருப்பி "எம்பேர் மீனலோசனி" என்றாள் பெயர்ப் போட்டியில் பின்தங்கி விடாமல். பிறகு புருவங்களை உயர்த்தினாள். "நீ யாரு? ஒன்ன இதுக்கு முந்தி நா பார்த்ததில்லையே?"

"இந்த வீட்டு அம்மாவையும் அய்யாவையும் உனக்குத் தெரியுமா?"

"ம்."

"நான் அவங்க மக."

"சின்னம்மாதான் அவங்க மக."

"நான் அவங்க பெரிய மக. பெங்களூர்லேந்து வந்திருக்கேன். இவன் என் பையன்."

மீனலோசனியின் பார்வை பையன் மேல் இறங்கியது. "உன் பேர் என்ன?"

"அவன் சொல்ல மாட்டான்."

"பேசத் தெரியாதா? இத்தினி பெரீவனாயிருக்கானே! அப்ப நீ சொல்லு அவம்பேரு."

"பாப்பா."

"ஐயே, பாப்பான்னுதான் தெரியிதே! பேர் என்னான்னு கேக்கறேன்."

"பேரும் பாப்பாதான்."

'மதனகோபாலா' என்று வாய் நிறைய அழைத்து "என்னம்மா?" என்று இவன் சிரித்தபடி ஓடி வந்து அவள் கழுத்தைக் கட்டிக்கொள்ளும் காலம் வருமா?

பாப்பா அவள் பக்கத்தில், அவள் உட்காரவைத்த நிலையிலேயே உட்கார்ந்திருந்தான். விழுந்துவிடாமல் அவள் ஒரு கையால் அணைத்துப் பிடித்திருந்தாள். இரண்டு வயதுக்கான உடல் வளர்ச்சி இருந்தது. ஆனால் நிலை குத்தி நோக்கும் கண்களில் ஜீவன் இல்லை. லேசாய்த் திறந்த வாயிலிருந்து சொட்டிக்கொண்டிருந்த எச்சிலை அவள் டவலால் துடைத்தாள்.

உள்ளேயிருந்து குரல்கள் வந்துகொண்டிருந்தன.

"வேஷ்டி?"

"ரெண்டு."

"ஜாக்கெட்?"

"நாலு."

"அந்தப் புது சில்க் ஜாக்கெட் இருக்கா? நீலத்துல கட்டம் போட்டுது?"

"இதோ இருக்கும்மா."

"சரி சுடிதார்?"

"நாம சிநேகிதங்களாய் இருக்கலாமா?" என்றாள் நந்து.

நல்ல சிநேகிதர்களான பிறகுதான் அந்த ரகசியத்தை அவளுக்குச் சொன்னாள்: "உன் பேர் சுதந்திரா."

"இந்த நாளில் எந்த சலவைக்காரன் வீட்டுக்கு வந்து துணி எடுக்கறான்? ஏதோ, பழங்கால மனுஷராய் இந்த வயசாளி கிடைச்சிருக்காரு. அதுவும் இங்க புரசவாக்கத்திலேயே. என் அதிர்ஷ்டம்தான்" என்றாள் அம்மா. குக்கரை அடுப்பில் ஏற்றிவிட்டு முன் அறைக்கு வந்து அமர்ந்தபடி.

டி.வி. பெட்டியின் மேல் வைத்திருந்த சந்தன நிற எனாமல் வர்ணச்பூச்சு பளபளக்கும் மாக்கல் நடன விநாயகர் குட்டிச்சிலை வடிவைப் பார்த்தவாறு நின்றிருந்தாள் நந்து. விநாயகரின் மகுடமோ நான்கு கரங்களோ தரையில் ஊன்றியிருக்கும் இடது பாதமோ பெரிய விஷயமாய்த் தோன்றவில்லை. வலது முழங்கால் பக்கவாட்டில் மடங்கி, வலது பாதத்தில் குதிகால் உயர்ந்து, விரல் நுனிகள் மட்டும் தரையைத் தீண்டியிருந்தன. ஒரு நடன அசைவில் அவரைச் சிறைப்படுத்தியிருந்தான் கலைஞன். அடுத்த கணம் அந்தப் பாதம் கீழே பதிய, இடது பாதம் எழும்பி தரையில் விரல் நுனிகளின் மேல் நிற்கப்போகிறது. இரு பாதங்களும் மாற்றி மாற்றி, தக்கித் தரிகிட. தரையில் பாவாத விரல் நுனிகளில் நடனத்தின் இன்பம் முழுவதும், ஆடுகிற சுதந்திரம் முழுவதும் சங்கமித்திருக்கிறது.

"இல்லேன்னா வேலக்காரி வராத நாள்களில் துணிகளைத் தூக்கிக் கிட்டு நான் ஓடணும் லாண்டரிக்கு."

நந்து தாயைத் திரும்பிப் பார்தது, "ஏன்? கலாவோ அப்பாவோ போகக்கூடாதா?" என்றாள்.

"கலாதானே? உன் தங்கைக்குத்தான் காதல் பண்ணவே நேரம் போதலையே! உங்கப்பாவைச் சொல்லு. நல்லா போவாரே லாண்டரிக்கு! நான் தூக்கிக்கிட்டுப் போகணுமா துணி மூட்டையை வண்ணானாட்டம்? அப்படின்னு குடி முழுகிட்ட மாதிரி சத்தம் போடுவார். வீட்டு வேலைன்னா அப்படி. உனக்குத் தெரியாதா உங்கப்பா குணம்?"

தன் அப்பா குணம் மட்டுமா? பாப்பாவின் அப்பா குணமும் அவளுக்குத் தெரியும். காய்ச்சல் அடித்து வடிந்த களைப்போடு ஒரு

காலைப்பொழுதில், "முத்து, டயர்டா இருக்கு. இன்னும் கொஞ்ச நேரம் படுத்திருக்கேன். பாலை மட்டும் கொஞ்சம் காய்ச்சி எறக்கிட றீங்களா? நான் வந்து காப்பி கலக்கிறேன்" என்றாள்.

"அதெல்லாம் நம்மால முடியாது. வீட்டு வேலைங்க உன்னுது."

"வீடு உங்களுதும்தானே?"

"பெண்ணியம் பேசறியா?"

"மனுஷத்தனம் வேணும்னு கேட்டா பெண்ணியமா?"

"அப்போ நான் மிருகங்கறியா?"

அது பதச்சோறு. ஐந்தாண்டுத் திருமண வாழ்வில் அவனுக்குள் பல அவலட்சணங்களைக் காண நேர்ந்தபோது அதிர்ச்சியாய் இருந்தது. நம்பிக்கையுடன் ஏற்றுக்கொண்ட பந்தம். வாழ்க்கை முழுவதும் ஒரு நல்ல நட்பு உடன்வரும் என்று கண்ட கனவு. எல்லாம் 'இவனையா மணந்தேன்?' என்ற கேள்வியாய் முடிந்து போயிற்று.

கடைசியில் முத்தாய்ப்பாக அந்தப் பேச்சு.

"நந்து, நாளை சாயங்காலம் ஒரு பெரிய மனுஷரையும் அவர் சம்சாரத்தையும் நம்ம வீட்ல டிபனுக்குக் கூப்டிருக்கேன். வேலை ரீதியில் பழக்கமானவர். ஊரில் பெரிய பிஸினஸ்மேன். அவர் நம்ம வீட்டுக்கு வரதே பெரிசு. நல்ல டிஃபனாய் பண்ணு. அவர் மிஸஸூம் வரதால நீயும் எங்கக்கூட கலந்துக்கணும். சுப்ரதிவ்யமாய் ஒண்ணு பெத்து வச்சிருக்கியே, அதை வழக்கம்போல் கையில் தூக்கிட்டு வந்து நிக்காதே. அவங்க வந்துட்டுப் போற வரைக்கும் அதும் மூஞ்சி வெளிய தெரியக்கூடாது."

ஈரமற்ற இயல்பின் சிகரம் பெயர்ந்து தலையில் விழுந்ததுபோல் இருந்தது.

இனியும் இவனுடன் வாழ வேண்டுமா?

குழந்தையுடன் பிறந்தகம் வந்த நாளிலிருந்து இதே சிந்தனைதான்.

அம்மா பயந்துவிட்டாள்.

"என்னடி வெடிகுண்டு தூக்கிப்போடறே?"

"அங்கே நடந்ததெல்லாம் உனக்குத் தெரியாதும்மா. சொல்லவே மனசு நடுங்குது. ஒரு நாளா ரெண்டு நாளா? அஞ்சு வருஷம்! அவர் பேச்சும் குணமும் . . . போதும்மா!" கையெடுத்துக் கும்பிட்டாள்.

"உளறாதே. எப்படிப்பட்டவனானாலும் பெண்டாட்டி பிள்ளைய வச்சுக் காப்பாத்தறாரில்ல."

"என்னால என்னையும் எம்பிள்ளையையும் காப்பாத்திக்க முடியும். நானும் எம்.ஏ. படிச்சவதான்."

“ஆனா ஒரு குழந்தைக்குத் தகப்பனோட பாதுகாப்பு எத்தனை முக்கியம்! அத யோசிச்சியா? அதுவும்... இந்தக் குழந்தைக்கு!”

“நீ வச்ச பேர் எனக்குப் புடிக்கலே. என் மீனலோசனின்ற பேர்தான் புடிச்சிருக்கு” என்றாள் மீனலோசனி.

“அப்படிச் சொல்லாதே சுதந்திரா! நான் வச்ச பேர் ரொம்ப அழகான பேர். எத்தனை அழகான பேர்னு நீ பெரியவளானப்புறம் தெரிஞ்சுப்பே.”

இருவரும் வாசல் வராந்தாவில் அமர்ந்திருந்தார்கள். நட்பு வேர் விட்ட பிறகு பாட்டன் சலவைத் துணிகளுடன் வராத நாட்களில்கூட சுதந்திரா சில சமயம் அவளைப் பார்க்க வந்தாள். பாப்பாவை ஒரு பொம்மைபோல் சிறிதுநேரம் மடியில் வைத்துக்கொண்டு உற்றுப் பார்ப்பாள்.

“இவன் ஏன் இப்படி இருக்கான்? ஒண்ணும் பேசாம, ஒரே எடத்த பார்த்துக்கிட்டு, பச்சைப் பாப்பாவாட்டம் எப்பப்பாரு சொள்ளு விட்டுக்கிட்டு.”

“பச்சைப் பாப்பா சொள்ளுவிடும்னு உனக்குத் தெரியுமா?”

“தெரியுமே! எங்க வூட்லயே பாப்பா இருக்கு. ஆனா அது எப்பவும் சொள்ளு விட்டுக்கிட்டிருக்காது. கண்ணை நல்லாத் திருப்பி நாலு பக்கமும் பாக்கும். சிரிக்கும். தவுந்து வரும். இப்பவே என்ன ‘க்கா’ன்னு கூப்பிடுது!”

நடைபெற்று வரும் மருத்துவ சிகிச்சையால் ஒரு நாள் பாப்பாவும் அப்படி ஆகமாட்டானா?

அந்தச் சிகிச்சை தொடர்ந்து நடப்பதற்கே கூட முத்துவின் பிரபல எலக்ட்டானிக்ஸ் கம்பெனி மேலாளர் பதவி தருகிற பொருளாதார தைரியம் தேவைப்படுகிறதா?

சிலுசிலுவென்று காற்று எங்கிருந்தோ கிளம்பியது. காம்பவுண் டிலிருந்த மாமரத்தின் இலைகளிடையே புகுந்து புகுந்து காற்று விளையாடியது. மா இலைகளுக்குத் திடீரென்று மகிழ்ச்சி வெறி. துள்ளிக்குதித்து ஆட ஆரம்பித்தன. மழைத்துளிகள் வானத்தைத் துளைத்துக்கொண்டு விழுந்த கணத்தில் பூமிக்குள்ளிலிருந்து புதையல் போல் ஒரு குளிர்ச்சி வெடித்துக்கொண்டு வெளிப்பட்டது.

மீனலோசனி பாப்பாவைப் பொத்தென்று தரையில் வைத்துவிட்டு, ஒரு சந்தோஷக் கூவலுடன் படியிறங்கி, மரத்தின் அருகில் ஓடிப்போய் கைகளை ஆட்டிக்கொண்டு சுழன்று சுழன்று நடனமாடினாள். கிழிசல் தைத்த பச்சை சட்டை போட்டிருந்தாள். அவள் வேகச் சுழற்சியில் சட்டைப் பச்சைக்குள் பூமியின் பசுமை அனைத்தும் வெண்ணெயாய்த் திரண்டு புகுந்துவிட்டது.

பாப்பாவைக் கரங்களுள் பதுக்கிக்கொண்டு நந்து பார்த்தபடி அமர்ந்திருந்தாள்.

சுதந்திரா ஆடுகிறாள். சுதந்திராதான் ஆட முடியும். கால்களில் விலங்கு இல்லை. அல்லது நடன விநாயகர் ஆட முடியும். பூமியில் மின்னலிடும் அந்த கால்விரல் நுனிகளில் சுதந்திரம் ஆனந்த நடனமாடுகிறது.

"அடுத்த மாசம் நான் பி.ஏ. எழுதி முடிச்சதுமே எங்க கல்யாணம் நடந்துடணும்னு அப்பாவும் அம்மாவும் விரும்பறாங்க" என்றாள் கலா. இரவு சாப்பாட்டுக்குப் பிறகு சகோதரியோடு டி.வி.யில் ஆங்கிலச் செய்திகள் பார்த்து முடித்ததும் அதை அணைத்துவிட்டு அவள் அருகில் வந்து உட்கார்ந்திருந்தாள்.

"இல்லேன்னா வரம்பு மீறிடுவோமோன்னு அவங்களுக்குப் பயம்!" என்று சிரித்தாள்.

"பையன் வீட்ல என்ன சொல்றாங்க?"

"ரவியோட அப்பா ஓகே சொல்லிவிட்டார். அம்மாவுக்குத்தான் அவ்வளவா இஷ்டமில்லேன்னு தோணுது. அவங்க அண்ணன் மகள் மருமகளாகணும்னு ஆசை. ஆனா பிள்ளையோட விருப்பத்துக்காகக் கடைசில விட்டுக்கொடுத்துடுவாங்கன்னு நினைக்கறேன்."

"அதுவரைக்கும் நிம்மதி. எப்படியோ கல்யாணம் பிரச்சனை யில்லாம நடந்துடுமில்ல."

"அதான்க்கா ... பிரச்னை இருக்கக்கூடாது, இல்லையா? ஏதாவது சாக்கு கிடைச்சா கூட அந்தம்மா இந்தக் கல்யாணம் வேணாம்னுடு வாங்களோன்னு பயமாயிருக்கு."

"சாக்குன்னா?"

கலா அவளை ஒருமுறை ஏறிட்டுப் பார்த்துவிட்டுத் தலையைத் தாழ்த்திக்கொண்டாள். "இல்லையா ஏதானும்? சும்மா ... பொண்ணு சரியா விழுந்து கும்பிடலே, இல்லாட்டி பொண்ணோட அம்மா வாசலுக்கு வந்து வரவேற்கல, இல்லாட்டி பொண்ணோட அக்கா ... பொண்ணோட அக்கா வாழாவெட்டியாய் வந்துட்டா ... இல்லையா? இப்படி ஏதானும் அசட்டுச்சாக்கு ..."

கலா சிரிக்க முயன்று தோற்று, ஒருமுறை நிமிர்ந்து பார்த்துவிட்டு மௌனமானாள்.

நந்து எழுந்துகொண்டாள்.

"நான் போய் பாப்பா தூக்கத்துல துணியை நனைச்சுக் கிட்டானான்னு பார்க்கறேன் கலா. அப்படியே படுத்துக்கறேன். தூக்கம் வருது. குட் நைட்."

நந்து உள்ளே போக இரண்டடி எடுத்து வைத்தாள்.

"அக்கா!"

நடந்தவள் நின்றாள்.

"நான் ரவியை... ரொம்ப விரும்பறேன்."

இரவில் விளக்கு வெளிச்சத்தில் பின்னாலுள்ள சுவரில் விழும் பதுமையின் நிழலில் நடன நிலை இன்னும் துல்லியமாய்த் தெரிகிறது. கால்விரல் நுனிகளில் குதூகலம் குதி போடுகிறது.

"அம்மா, இந்த பொம்மய எனக்குத் தரியா?"

"தாராளமா எடுத்துட்டுப் போயேன்! விநாயகர் உன் வீட்ல நுழையற வேளை ஒரு புது ஆரம்பமாய் உன் வாழ்க்கை நல்லா இருக்கட்டும்."

அம்மாவின் குரல் பாசத்தில் கனிந்தது. நந்து கணநேரம் நெகிழ்ந்தாள். மறுகணம் விரக்தி மூடியது. எந்த உறவுதான் அழகாயில்லை? எதுதான் அன்பில் ஆரம்பிக்கவில்லை? கணவன் என்ற உறவு. குழந்தை என்ற உறவு. உடன்பிறப்பு என்ற உறவு. ஒவ்வொன்றுமே இனிமையாய்த் திகழ வேண்டிய பந்தம். வாழ்வை வளமாக்க வேண்டிய செல்வம். ஆனால் இன்று அவள் நிம்மதியை நோக்கிப் பறக்க முடியாமல் தடுக்கும் விலங்குகள் அவை. கணவன் என்ற விலங்கு. குழந்தை என்ற விலங்கு. உடன்பிறப்பு என்ற விலங்கு.

"தாங்ஸ்ம்மா."

பதுமையைத் தோள் பையில் போட்டுக்கொண்டாள். ஊருக்குக் கிளம்பும் தினமும் ஒரு தோளை அணைத்தாற்போல் குழந்தை, இன்னொரு தோளில் தொங்கும் பை.

சாமான்களை டாக்ஸியில் ஏற்றியாகிவிட்டது. அப்பா அவசரப்படுத்தினார்.

"சீக்கிரம் வாம்மா நந்து. பிருந்தாவன் நமக்காகக் காத்திருக்காது. டாக்ஸி வந்து நின்னபோது கடியாரத்தில் மணி அடிச்சுது. நல்ல சகுனம்."

புதுமணப் பெண்ணை முதல் முறை கணவன் வீட்டுக்கு அனுப்புவதுபோல்தான் அப்பாவும் அம்மாவும் நடந்துகொண்டார்கள். திடீரென்று கிளம்பி வந்துவிட்டாள் என்று மாப்பிள்ளை கோபித்துக் கொள்ளாமல், அவரைச் சமாதானப்படுத்தும் வகையில், தாமே நேரில் போய் மகளை ஒப்படைத்துவிட்டு வருவதற்காக அப்பா வேலைக்கு லீவ் போட்டுவிட்டுக் கிளம்புகிறார்.

"ஒரு நிமிஷம் இருங்கப்பா! நான் அவளை வரச்சொல்லியிருந்தேன்... இதோ வந்துட்டாளே!"

சுருட்டை முடி குலுங்க, கால்கள் இருப்பதே தெரியாத வேகத்தில் பறந்தோடி வந்து பழுப்பு நிறக் கவுன் மேல் மூச்சிரைப்புத் தெரிய நின்றாள் சுதந்திரா.

"சுதந்திரா!"

நந்து கீழே மண்டியிட்டு, பாப்பாவை அணைத்த நிலையிலேயே அவளையும் சேர்த்து அணைத்துக்கொண்டு கன்னத்தில் முத்தமிட்டாள்.

"கஷ்டம் கஷ்டம்..." வராந்தாப்படியில் நின்றிருந்த அம்மா முணுமுணுப்பது கேட்டது.

"ஊருக்குப் போய் வரட்டுமா சுதந்திரா? ஸாரி, மீனலோசினி. நான் வச்ச பேர் பிடிக்கலே இல்லே?"

"இப்பப் புடிச்சிருக்கு" இரண்டு மாதப் பழக்கத்தில் அவளிடம் ஒட்டிக்கொண்டுவிட்ட சிறுமியின் கண்கள் கலங்கியிருந்தன.

"திருப்பியும் எப்ப வருவே?"

"என் தங்கச்சி கல்யாணம் நடக்கறப்ப வருவேன்."

"அப்போ இவன் பேசுவானா?"

நந்து தோள்பையிலிருந்து காட்பரீஸ் ஜெம்ஸ் பாக்கெட் எடுத்துக் கொடுத்தாள்.

"ஹை, ஜெம்ஸ் பாண்ட்!"

"உனக்குத்தான். சாப்பிடு. இதுவும் உனக்கு." மாக்கல் விநாயகரை எடுத்துக்கொடுத்தாள்.

"புள்ளையார் சாமி!"

"டான்ஸ் ஆடற புள்ளையார் சாமி."

"எனக்கே எனக்கா!"

"ஆமா. நீ பெரியவளாகிக் கல்யாணம் கட்டறப்ப இதை யாரேனும் இப்ப நீ இருக்கற மாதிரி ஒரு சின்னப் பெண்ணுக்குக் கொடுத்துடு. நான் போய் வரட்டுமா?" பாப்பாவுடன் டாக்ஸியில் ஏறிக்கொண்டாள்.

"நீ டான்ஸ் பண்ணு சுதந்திரா! அன்னிக்கு ஒரு நாள் மழையில் பண்ணினியே, அந்த மாதிரி டான்ஸ். நான் பார்த்துக்கிட்டே போறேன்."

சுதந்திரா கண்ணீர் தளும்பக் கரங்களை வீசி உடலைச் சுழற்றி நடனமாடத் தொடங்கினாள்.

கல்கி, 26.5.1996

ஆர். சூடாமணி

அடிக்கடி வருகிறான்

அன்று மறுபடியும் முகுந்தன் வந்திருந்தான்.

கஸ்தூரிக்குத் தவிப்பாக இருந்தது. அடிக்கடி சுதாவைப் பார்க்க வருகிறான். அவன் வரும் நேரம் இந்தப் பெண் வீட்டில் இல்லையே?

"உக்காருங்க" என்று புன்னகையோடு உபசரித்தாள்.

"தாங்ஸ்" அவன் உட்காரவில்லை. வரவேற்பறையின் எளிய அலங்காரத்தில் அவனுடைய எளிய கம்பீரம் பொருந்தியது. சில பேருடைய கம்பீரம் அவர்களின் அங்கமாய் இருக்கிறது என்று கஸ்தூரி நினைத்துக்கொண்டாள். இவன் தன் மகளுக்கு வாய்ப்பது அதிருஷ்டம்தான்.

"உட்காருங்க" என்றாள் மறுபடியும்.

"நீங்க நிக்கறீங்களே!"

முந்தானையைத் தோள் மேல் இழுத்துக்கொண்டு கஸ்தூரி ஓர் ஓரநாற்காலியில் உட்கார்ந்தபின் அவனும் எதிரே அமர்ந்தான்.

"சுதா ஒரு சிநேகிதி வீட்ல டிபன் காபிக்கு கூப்பிட்டாங்கன்னு போயிருக்கா. இப்ப வந்துருவா."

"இருக்கட்டும். ஒரு புஸ்தகம் கொண்டு வந்திருக்கேன், மிஸஸ் ராஜன்." முகுந்தன் காகிதச் சுற்றிலிருந்து புத்தகத்தை எடுத்து அவள் முன் மேஜை மேல் வைத்தான். அட்டை மீது "திருப்பாவையில் கவிதை நயம்" என்ற தலைப்பு பொன்னிற பின்னணியில் சிவப்பு எழுத்துகளில் பளிச்சென்று தெரிந்தது. "நீங்க படிக்க விரும்பறதாய் அன்னிக்கு சொன்னீங்க."

"அந்தப் புஸ்தகமா!" நன்றி சொல்லகூட மறந்து நூலை அள்ளிக்கொண்டாள்.

முந்தைய தரம் முகுந்தன் வந்திருந்தபோது மார்கழி மாத இறுதியின் 'கூடாரைவெல்லி' நாள். பேச்சு இயல்பாக ஆண்டாள்,

திருப்பாவை என்று திரும்பியது, திருப்பாவையின் பக்தி அம்சத்தை சுதா புகழ்ந்து பேசினாள். இத்தனைக்கும் அவள் திருப்பாவை படித்ததில்லை. படித்தவர்கள் சொல்லக் கேட்டதை வைத்துக்கொண்டு ஜோடித்தாள். முகுந்தனை அசத்துவதற்கு அத்தனை ஆர்வம்! கஸ்தூரி உள்ளூர சிரித்துக்கொண்டாள். வெளியில் சகஜமாக "பக்தி இருக்கட்டும், அதைவிட ஆண்டாளின் கவிதைத் திறமை அதில் எப்படி வெளிப்படுது!" என்று சில எடுத்துகாட்டுகளைக் கூறிப் பாராட்டினாள். நல்ல படிப்பாளி அவள்.

"இந்த சப்ஜெக்டில் சமீபத்துல ஒரு நூல்கூட வெளிவந்திருக்குதே மிஸஸ் ராஜன்!" என்றிருந்தான் முகுந்தன் அப்போது.

"தெரியும். புலவர் கார்வண்ணன் எழுதியது. பேப்பரில் மதிப்புரை படிச்சேன். புஸ்தகத்தை படிக்க ஆசையாயிருக்கு, ஆனா கிடைக்கலே" என்று கூறிய கஸ்தூரி, வருங்கால மருமகனுக்கு சர்க்கரைப் பொங்கலும் காப்பியும் கொண்டுவந்து வைத்தாள். "நீங்க ரெண்டு பேரும் பேசிக்கிட்டிருங்க. எனக்கு உள்ளே கொஞ்சம் வேலையிருக்கு" என்று இளம் ஜோடியை தனியாய்ப் பேசிக்கொண்டிருக்க விட்டுவிட்டு அங்கிருந்து சென்றாள். கால்மணியில் வேறெதற்கோ அந்த அறைக்கு திரும்பி வந்தபோது சுதா மட்டும் இருப்பதைக் காண வியப்பாயிருந்தது.

"முகுந்த் எங்கே சுதா?"

"யாரோ ஃப்ரெண்டைப் பார்க்கப் போகணும்னு அப்பவே போய் விட்டார்."

முகுந்தனுக்குப் பதில் சர்க்கரைப் பொங்கலும் காப்பியும்தான் தங்கியிருந்தன.

அன்று சொன்னதை நினைவு வைத்துக்கொண்டு இன்று அந்த நூலைக் கொண்டு வந்திருக்கிறார். அடடா, இன்னும் தாங்க்ஸ் சொல்லவில்லையே . . .

"ரொம்ப தாங்க்ஸ் முகுந்த்!"

"வெல்கம்."

எவ்வளவு நல்ல பையன்! அதோடு, எடுப்பான தோற்றம். மாநிறமானாலும் 'மூக்கும் முழியுமாய்' நல்ல களை. உயரம். எப்போதும் சிரித்த முகம். வங்கி ஆபீசர். அவளுடைய வருங்கால மாப்பிள்ளை . . . சில சமயம் அவளுக்கே விசித்திரமாய் இருந்தது.

நாற்பத்து மூன்று வயதில் ஒருவனை மாப்பிள்ளை என்று உறவு சொல்வது வேடிக்கைதான். முகுந்த் என்று அழைப்பதே இன்னும் இயல்பாயிருந்தது. அது அவனே எடுத்துக்கொடுத்தது. அவனை எப்படி அழைப்பது என்று முதலில் அவள் தயங்கியபோது "என்னை சாதாரணமாய் பேர் சொல்லி முகுந்தன்னே கூப்பிடுங்க" என்றிருந்தான் இயல்பாக. அவன் மட்டும் மரியாதையுடன் மிஸஸ் ராஜன் என்றே எப்போதும் அழைத்தான்.

மிஸஸ் ராஜன். பதினெட்டாம் வயதில் வந்து ஒட்டிக்கொண்ட பெயர். பதினெட்டு வயதில் மனைவி, இருபதில் தாய். முப்பதில் கைம்பெண். திடீரென்று ராஜனுக்கு வந்த மூளைக்காய்ச்சல் தந்து விட்டுப்போனது அந்தக் கடைசிப் பெயர்.

இப்போது நாற்பத்து மூன்று வயது. யார் சொல்வார்கள்? வெடவெடவென்று நளின உடலும் கருங்கூந்தலும் வெளிச்சக்கண்களும் முப்பதுகூட இல்லை என்று கோஷமிட்டன. தாலியையும் பூக்களையும் துறந்துவிட்டாள் எனினும் நெற்றித் திலகத்தை மாற்றவில்லை.

"இப்போ மணையில் உக்கார வச்சு கல்யாணம் பண்ணலாம் போல இருக்கியேடி ..." என்று ஒரு வயதான அம்மாள் – இவள் குடும்பத்தை அறிந்தவள் – வருத்தத்துடன் ஒரு சமயம் சொன்னபோது இவள் உதடுகள் சிரிப்பில் சுழித்தன. அல்லது அழுகையில்.

முப்பது வயதில் கிழவியாவது சுலபமாயில்லை. தன் மனசும் தன் உடம்புமே எதிரிகளானபோது வெற்றி சுலபமாயில்லை; சாதித்தாள். குழந்தையைத் துணையாய்ப் பற்றிக்கொண்டாள். இனி சுதாவை வளர்த்து படிக்கவைத்து ஆளாக்குவதே தன் வாழ்வின் குறிக்கோள் என்று சங்கல்பித்துக்கொண்டாள். கணவன் விட்டுச்சென்றது பெரிய ஐசுவரியமில்லை என்றாலும் வாழ்க்கையின் ஆகாரத் தேவைகளுக்கும் சில சிறு வசதிகளுக்கும் போதியதாய் இருந்தது. சிக்கனமாய் வாழ்ந்தாள். இதோ சுதா இருபத்துமூன்று வயதில் எம்.ஏ.பட்டதாரி. திருமணத்துக்கும் ஏற்பாடு நடந்துகொண்டிருக்கிறது. யாரை மணையில் உட்கார வைப்பது என்பதில் இனி சந்தேகம் தேவையில்லை.

"காபி கொண்டு வரட்டுமா?"

"நோ, தாங்க்ஸ்."

இந்த முகுந்தனும் இவன் பெற்றோரும் சென்ற மாதம் சம்பிரதாயமாக வந்து சுதாவை பெண் பார்த்தார்கள். முடிவு இன்னும் சொல்லவில்லை. சொல்ல வேண்டிய அவசியமில்லை. அவன்தான் ஓடி ஓடி வருகிறானே வாரத்தில் மூன்று நாட்களாவது சுதாவைப் பார்க்க!

"இந்த சுதாவை என்ன செய்யறதுன்னே தெரியலே முகுந்த். எம்.ஏ. முடிச்சாலும் முடிச்சா, சிநேகிதிங்க வீடு எங்கே, ஊரில் நடக்கற எக்ஸ்பிஷன் எங்கேன்னு பொழுதன்னிக்கும் இதே சுத்தல்தான். நீங்க தப்பாய் நினைக்கக்கூடாது."

"இதில் தப்பு என்ன இருக்கு. மிஸஸ் ராஜன்? இத்தனை காலம் படிப்பு படிப்புன்னு அதிலேயே மூழ்கியிருந்திருப்பாங்க. இப்ப ஒரு சுதந்திர உணர்ச்சி. நாளைக்கு கல்யாணம் ஆயிடுச்சுன்னா அப்புறம் முடியாதேங்கிற எண்ணமாயும் இருக்கலாம். இல்லையா?"

"நல்லாப் பரிஞ்சுக்கிட்டு வரீங்களே!" கஸ்தூரி சிரித்தாள். "கல்யாணத்தைப்பத்தியே நினைச்சுட்டிருக்கீங்க போல் இருக்கு! அவளும் அப்படித்தான்."

"எனக்கு முந்தி இன்னொரு வரன் வந்து பார்த்தாரில்ல?"

அவள் திடுக்கிட்டாள். "எப்படித் தெரியும்?"

"உங்க அண்ணன் சொன்னார்."

பெண் பார்க்க பையனின் கோஷ்டி வரும்போது தன் குடும்பத்தில் ஓர் ஆண்பிள்ளையும் இருக்க வேண்டும் என்ற நினைப்புடன் உள்ளூரிலிருந்து தன் ஒன்றுவிட்ட சகோதரனை அவள் வருவித்திருந்தாள். அவர் முகுந்தனிடம் பேசியிருப்பார் போல் இருக்கிறது. அதற்கு முந்தைய பையனும் அவன் மனிதர்களும் வந்தபோதுகூட இதுபோலவே அண்ணாவையும் அழைத்திருந்தாள்.

"ஆமாம் இன்னொரு வரன் வந்தது. என் வசதிக்கு ஓரளவுதான் செய்ய முடியும்னு முன்னேயே சொல்லியிருந்தும் கூட இங்கே வந்தப்புறம் எட்டு லட்சத்துக்கு சீர் லிஸ்ட், ஒரு லட்சம் ரொக்கம், பையனை ஃபாரின் அனுப்பி எம்.பி.ஏ. படிக்க வைக்கற செலவு, அப்புறம் டீஸன்ட் – அப்படின்னா அர்த்தம் அவங்கவங்க கற்பனைக்கு விட்டுடலாம் – கல்யாணம் . . . இந்த ரீதியில் பேசினாங்க . . ."

கேட்க கேட்க அவள் கோபம் பீறிட்டது. கனன்றெழும் தீக்கொழுந்தாக எழுந்து நின்றாள்.

"நீங்கள்ளாம் மனுஷங்கதானா? எழுந்துபோய் ஏரோப்ளேனுக்குத் தாலி கட்டி தங்க மாளிகையை நாள் பார்த்து வீட்டுக்கு அழைச்சுக்குங்க, போங்க."

நினைவில் தன்னை பார்த்துக்கொண்டபோது அந்தக் கனல் இப்போதும் உள்ளே தகித்தது. மெல்ல சுயநிலைக்கு வந்தாள். முகுந்தன் அவளையே பார்த்துக்கொண்டிருந்தான்.

"ஏரோப்ளேனுக்குத் தாலி கட்டி, தங்க மாளிகையை வீட்டுக்கு அழைச்சுக்கணும், இல்லை?" சிரித்துக்கொண்டே சொன்னான்.

அவள் வியப்புடன் பார்த்தாள். முகத்தில் ரத்தம் ஏறியது. இப்படியா அண்ணன் இவனிடம் எல்லாவற்றையும் சொல்வார்?

ஆனால் அன்று அவள் சீற்றத்துக்கு மகளிடம் சரியான எதிரொலி எழவில்லை. சுதாவின் முகத்தில் ஏமாற்றம். வந்தவர்கள் போனபின் கஸ்தூரி ஆச்சரியத்துடன் கேட்டாள்: "என்ன சுதா, நான் பேசினது தப்புன்னு நினைக்கிறியா?"

"இல்லேம்மா. ஆனா . . . எனக்குக் கல்யாணமாய்ட்டா நீ நிம்மதியாய் இருக்கலாமில்லையா?"

"இத்தனை பணத்துக்கு நான் எங்கே போவேன்? கடனாளியாய், பிச்சைகாரியாய் ஆய்ட்டா எனக்கு நிம்மதியிருக்குமா?"

"உன்னை யாரும் பிச்சைக்காரி ஆகச் சொல்லலே. எனக்குக் கல்யாணமும் வேணாம் ஒரு எழவும் வேணாம், நீ நிம்மதியாயிரு."

சுதா முகத்தை தூக்கிக்கொண்டு போனாள். கஸ்தூரிக்கு அதிர்ச்சி மாற சிறிது நேரமாயிற்று. இந்த பெண்ணுக்குக் கல்யாணத்தில் இத்தனை ஆசையா! அவளும் வரன் பார்த்துக்கொண்டுதானே இருக்கிறாள்?

மகளைத் தொடர்ந்து சென்றாள். “என்ன விஷயம் சுதாம்மா? என் கஷ்டம் உனக்கு தெரியாதா? இந்த இடம் நம்ம சக்திக்கு மீறினதுன்னு புரியலையா?” சற்று நிறுத்தினாள். “அந்த பையனை உனக்கு ரொம்பப் பிடிச்சு போயிடிச்சா?”

“அதெல்லாம் இல்லேம்மா,” ஒரு நீண்ட மௌனத்துக்குப் பின் சுதா தாழ்ந்த குரலில் கூறினாள்: “நேத்து சாயங்காலம் நீயும் நானும் சேர்ந்து வாக்கிங் போயிருந்தோமில்லையா? என் ஃப்ரெண்ட் மாலதி யோட அம்மா பார்த்திருக்காங்கபோல இருக்கு. இன்னிக்கு நான் மாலதி வீட்டுக்கு போயிருந்தப்ப என்கிட்ட ‘நேத்து உன்கூட நடந்து போய்கிட்டிருந்தது உன் அக்காவா’ன்னு கேட்டாங்க... ரொம்ப பேர் இப்படியேதாம்மா கேக்கறாங்க.”

மகள் தன்னை விட்டுப் பிரிந்துபோக அவசரப்படுவதன் காரணம் புரிந்தபோது கஸ்தூரி துவண்டு போனாள். கடவுளே, இதற்கு எது நிவாரணம்? நெற்றியில் திலகத்துக்குபதில் திருநீறு அணியலாமா? இனி சாம்பிய நிறங்களையே சேலை உடுத்து முந்தானையால் முன்புறம் மடிக்கட்டிக்கொள்ளலாமா? கூந்தலுக்கு கறுப்புச் சாயம் போல் வெள்ளைச்சாயம் என்று ஏதாவது இருக்கிறதா?

“இன்னும் கொஞ்ச நாளில் நீ என் தங்கையான்னு கூட எல்லோரும் கேக்கப்போறாங்க, பாரேன்!” சுதா விஷயத்தை விளையாட்டாய் மாற்றினாள்.

கஸ்தூரி வரன் வேட்டையை தீவிரமாக்கினாள். கடைசியில் தரகர் மூலம் இந்த நல்ல இடம் பற்றித் தெரியவந்தது. நல்ல என்றால் சீர், வரதட்சணை, டீஸண்ட் கல்யாணம் என்றெல்லாம் எதுவும் கேட்காத நல்ல மனிதர்கள்.

“போகட்டும் முகுந்த், அந்த வரனைப்பத்தி இப்ப என்ன? சுதாவின் அதிருஷ்டம், நீங்களும் உங்க பெற்றோரும் வந்து அவளைப் பார்த்தீங்க. இந்த தைமாசக் கடைசிக்குள் ஒரு நல்ல முகூர்த்தம் உங்க வீட்ல பார்த்துச் சொல்லிட்டீங்கனா கல்யாணத்தை நடத்திடலாம். சரியா? என் அண்ணா உங்க வீட்டுக்கு வந்து விசாரிச்சுக்கிட்டு வரணும்னு நினைச்சீங்கன்னா அவரை அனுப்பறேன். இல்லே அடுத்த தடவை நீங்க வர்றப்ப, உங்க வீட்ல தீர்மானிக்கற தேதியை வந்து சொன்னாலும் சரி.”

“அடுத்த தடவை நான் வர்றப்ப இந்தப் புஸ்தகத்தைப் படிச்சு வைச்சிருங்க. ரொம்ப சுவாரஸ்யமாயிருக்கு. நாம விவாதிக்கலாம்.”

என்னமோ நெருடியது.

“புஸ்தகத்தை உங்களுக்காகதான் வாங்கி வந்தேன். திருப்பித் தரவேணாம்.”

அவளுக்குள் ஒரு கோபம் துளிர்விடத் தொடங்கியபோது வாசலில் செருப்பொலியைத் தொடர்ந்து சுதா சுடிதார் உடையில் உள்ளே வந்தாள்.

"அம்மா, டக்கர் அயிட்டம்ஸ் வசந்தி வீட்ல... ஓ, மிஸ்டர் முகுந்தன்! குட் ஈவ்னிங். எப்ப வந்தீங்க? ரொம்ப நேரமாச்சா?"

"விசாரணை போதும் சுதா, உக்காரு. அவர் வர நேரத்துக்கு சரியா நீ வெளியே போய்ட்டே. இப்பவானும் உக்காந்து பேசு.

"என்னம்மா இது! நான்தான் போனவாட்டி அவர் வந்திருந்தபோதே இன்னிக்கு சாயங்காலம் நான் வீட்ல இருக்கமாட்டேன், வசந்தி வீட்ல பார்ட்டிக்குப் போறேன்னு சொல்லியிருந்தேனே. இல்லையா மிஸ்டர் முகுந்தன்?"

கஸ்தூரி அவனைச் சட்டென்று திரும்பிப் பார்த்தபோது அவன் சுதாவிடம் "டக்கர் அயிட்டம்ஸ் என்னன்னு நீங்க இன்னும் சொல்லலையே மிஸ் சுதா!" என்றான்.

"அதை ஏன் கேக்கறீங்க! பட்டர் மசாலா தோசை, முந்தரிப் பருப்பு பக்கோடா, சாக்லெட் கேக், ஆரஞ்ச் கஸ்டர்ட்..."

சுதாவிடம் தாயின் சாயல் இழைகள் இருந்தன. அந்த உயரமும் உறுப்புகளும் நிச்சயம் ஒரு தொடர்ச்சிதான். ஆனால் எங்கோ ஒரு மாற்று குறைந்தது. ஒளியாகக் கிளம்பிய ஒன்று ஏதோ ஒரு புள்ளியில் மெலிந்து மினுங்கி மறைந்து போய்விட்டது. கஸ்தூரியும் இவளும் சகோதரிகளா என்று தோற்ற ஒருமைகளை வைத்துக் கேட்பதைப் புரிந்துகொள்ளலாம். ஆனால் இவளால் ஒருநாளும் 'ஏரோப்ளேனுக்குத் தாலிகட்டு' என்று சொல்லியிருக்க முடியாது.

"இந்த லிஸ்ட்டைக் கேட்டதுமே வயிறு ரெம்பிடுது இல்லே? அம்மா, இன்னிக்கு நான் சாப்பிட்டிருக்கறது மூணு நாளைக்கும் தாங்கும். ராத்திரி சாப்பாடு வேணாம். மிஸ்டர் முகுந்தன்! ஒரு அஞ்சு நிமிஷம் இருங்க. அத்தனை சாப்பாட்டுக்கப்புறம் நாக்கை வறட்டுது. போய் தண்ணி குடிச்சிட்டு வந்துடறேன்."

"நானும் கிளம்பிக்கிட்டிருக்கேன். இன்னொரு நாள் பார்க்கலாம்" என்று முகுந்தன் எழுந்தான்.

"உக்காருங்க முகுந்த். சுதா, நீ போய் அவருக்குக் காபி கலந்து எடுத்து வா, அவர் இன்னும் காபி குடிக்கலே" என்று கஸ்தூரி சொன்னதும் சுதா அவளை ஒருதரம் ஏறிட்டுப் பார்த்துவிட்டு எழுந்து உள்ளே போனாள். கஸ்தூரி சில விநாடிகள் மௌனமாயிருந்தாள். பிறகு: "சுதா இருக்கமாட்டாள்னு தெரிஞ்சுதான் வந்தீங்களா முகுந்த்?" அவனுக்கு சற்று தள்ளி பின்னால் இருந்த சுவர்ப்பகுதியைப் பார்த்துக்கொண்டு கஸ்தூரி கேட்டாள்.

"ஆமாம்."

“இனியும் எங்கக் கூட பூனை – எலி விளையாட்டு விளையாடாம நிஜத்தைச் சொல்லுங்க.” இப்போது அவனை நேராகப் பார்த்தாள். தைரியத்தை வரவழைத்துக்கொண்டாள். “கல்யாணத்தைப்பத்தி நல்ல முடிவு இல்லையா? அதை அவளுக்கெதிரில் சொல்ல வேணாம்னு நினைச்சுதான் அவள் இல்லாதப்ப வந்தீங்களா?”

“கல்யாணத்தைப் பத்தி நல்ல முடிவுதான் மிஸஸ் ராஜன். ஆனா கல்யாணம் சுதாவுக்கும் எனக்குமில்லை. என் நெருங்கின நண்பன் தினகர்னு ஒருவன் இருக்கான். பாங்க்கில் என்கூட வேலை பார்க்கறவன். ரொம்ப நல்லவன். பார்க்க என்னைவிட நல்லாயிருப்பான். அவனும் காசு வாங்காம கல்யாணம் செய்துக்கணும் என்கிற கொள்கையோட இருக்கான். நான் நாளைக்கே உங்க தரகர்கிட்ட அவனைப் பத்தின விவரங்கள் சொல்லி சம்பந்தப் பேச்சுகளை ஆரம்பிச்சுடச் சொல்கிறேன். சுதா கல்யாணம் அவனோடு சீக்கிரமே நல்லபடியா நடக்கும். கவலைப் படாதீங்க.”

அவன் நிறுத்தினான். அவ்வளவுதானே? பேச்சு முடிந்துவிட்டது. இனி அவன் போக வேண்டியதுதானே?

அவன் போகவில்லை. அவள் மீதிருந்து அவன் பார்வை விலகவில்லை. பேச்சு இன்னும் முடியவில்லையென்பதுபோல் நின்றுகொண்டிருந்தான். இன்னும் என்ன பாக்கி? அதுதான் சொல்லியாகிவிட்டதே. அவள் மகளை மறுத்துவிட்டான்... ஒரு தாயின் ரோஷம் பீறியெழுந்தது.

“இன்னொருத்தனை சிபாரிசு செய்தாலும் செய்வீங்களே தவிர நீங்க கட்டிக்கமாட்டீங்க இல்லே? அப்படி என்ன குறை கண்டீங்க என் மகள்கிட்ட?”

“ஒரு குறையுமில்லே. சுதா நல்ல பெண். படிச்ச பெண். அழகான பெண்.”

“பின்னே?”

“மனைவியாய் என்னால பார்க்க முடியாது.”

“பின்னே பெண் பார்க்க ஏன் வந்தீங்க?”

“அப்போ இந்த முடிவு இல்லே. இது அப்புறம் ஏற்பட்ட முடிவு.”

“அப்புறம் இந்த முடிவு ஏற்பட்டதில்ல? அதுக்குப் பிறகும் சுதாவைப் பார்க்க இங்கே ஏன் அடிக்கடி வரணும்?”

“நான் இங்க அடிக்கடி வந்தது சுதாவைப் பார்க்க இல்லே.”

மூச்சு உள்வாங்க அவள் கைகள் தன்னிச்சையாய் வாயைப் பொத்திக்கொண்டன. முகம் வெளிறிப் பிறகு ரத்தமாய்க் குழம்பியது. அதிர்ச்சி மலைப்பில் பேச்சு உடனடியாய் எழவில்லை.

அடுத்த கணம் கோபத்தின் உச்சிக்குப் போனாள். உடம்பு நடுங்கத் தொடங்கியது. கண்கள் கனல, சொற்கள் தெறித்து விழுந்தன.

"என்ன துணிச்சல் உனக்கு!"

"நம்ம ஊரில்தான் இதுக்கு இந்தக் கோபம். மேல் நாடாயிருந்தா இது ஒரு பிரச்சனையே இல்லை."

"வெளியே போடா ராஸ்கல்! இல்லே, செருப்பு பிஞ்சிடும்!"

ஒரு கணம் முகுந்தன் அவள் முகத்தை மனத்தில் பதித்துக் கொள்பவன்போல் மௌனமாய் உற்று நோக்கினான். பார்வையும் குரலும் பூக்களாய் அவள்மேல் உதிர்ந்தன.

"இதோ போறேன். இனிமேல் இங்கே வரமாட்டேன். என் ஆயுசு உள்ளவரை உன்னை மறக்கவும் மாட்டேன் கஸ்தூரி."

சுதா காபியுடன் வந்தபோது கஸ்தூரி தனி ஒருத்தியாய் ஜன்னலருகில் நின்றுகொண்டிருந்தாள்.

"மிஸ்டர் முகுந்தன் எங்கேம்மா? காபி கொண்டு வரச்சொன்னியே?"

கஸ்தூரி கோபமுகம் தெரியச் சுழன்று திரும்பினாள்.

"மிஸ்டராவது முகுந்தனாவது! வெறும் பயலுக்கு மரியாதை ஒரு கேடா?" மேஜை மீதிருந்த புத்தகத்தை எடுத்து ஆத்திரமாய்த் தரையில் விட்டெறிந்தாள். "புஸ்தகம் கொண்டு வரானாம் புஸ்தகம், சோதாப்பயல் . . .

"என்னம்மா ஆச்சு? ஏன் இத்தனை கோபமாயிருக்கே?"

"திமிர் பிடிச்ச பயல். எப்படிப் பேசிட்டான்! யார்கிட்ட என்ன சொல்றதுன்னு ஒரு வெவஸ்தை வேணாம்?" மார்பு வேகமாய் ஏறி ஏறித் தணிந்தது.

"அப்படி என்ன சொன்னார்?"

"என்னவோ சொன்னான். விட்டுத்தள்ளு. காபியை இப்படிக் கொண்டா, நாம ரெண்டு பேரும் சாப்பிட்டு செலிப்ரேட் பண்ணலாம்."

"எத செலிப்..."

"ஒரு கயவன்கிட்டேயிருந்து நீ தப்பிச்சியே, அதைத்தான். ராஸ்கல், என்னன்னு நினைச்சுக்கிட்டான் . . . நீ ஒண்ணும் கவலைப்படாதே சுதாம்மா. இவனைவிட ஒசத்தியான மாப்பிள்ளை உனக்கு நான் பார்த்துக் கட்டிவைக்கறேன். இவனை விட்டால் உலகத்துல வேறு பையன்களே இல்லையா என்ன?... என்ன மாதிரி பேசிட்டான்! அந்த நாக்கை ஒட்ட அறுக்கவேணாம்?...

சுதா காபி தம்ளரை மேஜைமேல் வைத்துவிட்டு அகன்றாள். அம்மா சொன்னதில் ஒன்றுதான் புரிந்தது. இந்த முறையும் கல்யாணம் கூடிவரவில்லை.

கஸ்தூரி நின்றுகொண்டே இருந்தாள். உடம்பு நடுங்கிக்கொண்டிருந்தது. மார்பு வெடித்துவிடும்போல் படபடத்தது. வெகு நேரம் அப்படியே நின்றாள்.

கண்கள் நகர்ந்தன. குத்திட்ட பார்வை தரையில் அலங்கோலமாய்க் கவிழ்ந்து கிடந்த புத்தகத்தின் மேல் நிலைத்தது.

பாவம், புத்தகம். அது என்ன செய்யும். புத்தகம் கலைமகளின் அம்சம். அதை அவமதிப்பது தவறு...

மெல்ல வந்து தரையில் மண்டியிட்டுப் புத்தகத்தைச் சிறிது நேரம் பார்த்தவாறிருந்தாள். கண்களுள் ஊசி உறுத்தியது. இதழ்கள் துடித்தன.

குனிந்து இரண்டு கைகளாலும் புத்தகத்தை மிருதுவாய் எடுத்தாள். சென்று நாற்காலியில் அமர்ந்தாள். மடியில் புத்தகத்தை ஏந்திக் கொண்டாள். விரல்கள் அதை மெல்லத் தடவிக்கொடுத்தன.

நேரம் ஆக ஆக தரையில் இருள் கவிந்தது. அவள் விளக்கை ஏற்றவில்லை. இருளும் தானுமாய் அமர்ந்திருந்தாள்.

மனசுக்குள் ஒரு சிலிர்ப்பு.

நீர் ததும்பும் விழிகளை கஸ்தூரி மூடிக்கொண்டாள். தன் இதழ்கள் புன்னகை செய்துகொண்டிருப்பது அவளுக்கு தெரியாது.

இந்தியா டுடே, பிப்ரவரி (6 – 20) 1997

சாம்பலுக்குள்

சில பேருடைய வாழ்க்கையைப் பார்க்கும்போது வாழ்க்கைக்கும் மரணத்துக்கும் ஏதாவது அர்த்தம் இருக்கிறதா என்று கேட்கத் தோன்றுகிறது. பிறக்கிறார்கள். சிறிதுகாலம் மூச்சு விடுகிறார்கள். ஒருநாள் இறந்து போகிறார்கள். அந்தச் சிறிது காலத்தில் சிலருக்குச் சுகம். சிலருக்குத் துன்பம். இரண்டுமே நேர்க்கோட்டுச் சாதாரணங்கள். ஆச்சரியமான நிகழ்வுகளோ செயல்பாடுகளோ இல்லாத சாரமற்ற தொடர்கள். சுடரற்ற வெறும் சாம்பற் குவியல்கள்.

ராஜாமணி மாமியின் வாழ்க்கைக்கு என்ன அர்த்தம்?

ராஜாமணி. பதினெட்டு வயதுவரை பெருமாள் கோயில் ஏழைப் பரிசாரகரின் தாயற்ற மகள். பதினெட்டு வயதில் தனியார் கம்பெனி குமாஸ்தாவின் மனைவி. பத்தொன்பது வயதில் ஓர் ஆண் குழந்தையின் தாய். பத்தொன்பதரை வயதில் குழந்தையை இழந்த தாய். இருபத்தொரு வயதில் இரண்டு அபார்ஷன்களைத் தாண்டி வந்து நலிவுற்ற சீக்காளி. இருபத்தொரு வயது மூன்று மாதங்களில் வாழாவெட்டி.

ஐம்பத்தோரு வயதில் இதோ என்னெதிரே பிணமாய்க் கிடக்கும் இப்போது வரை வாழாவெட்டி.

ராஜாமணியைப் படைக்க உட்கார்ந்தபோது பிரம்மதேவன் மிகவும் சந்தோஷமாக இருந்திருக்க வேண்டும். அழகைப் பாதாதிகேசமாய்த் தொடங்கி முகத்துக்கு வரும்போது உடல் மற்றும் அழகு இரண்டின் உச்சியை ஒருசேர எட்டிவிடும் நோக்கத்துடன் செயல்பட்டிருக்க வேண்டும். தங்க நிறமும் பூம்பாதங்களும் தளிர் விரல்களும் ஒயிலுடைய நீண்ட கால்களும் வடிவமைத்துச் செதுக்கிய இடை, வயிறு, மார்பு, கழுத்து, தோள்கள் இவையும் . . . பிறகு அவனுக்கென்ன ஆயிற்று? கை ஏன் தடுமாறியது? ‘பிரம்ம சிருஷ்டிகள் அழிந்துபோகும். கலைமகளின் அருட்பார்வை பெறும் படைப்புகளுக்கு அழிவில்லை’ என்று யாரோ ஒரு கவிஞன் பாடிய குரலைக் கேட்டு மனைவியிடம் நேர்ந்த பொறாமையால் கவனம் பிசகிவிட்டதா?

வீனஸ் உடம்பின்மேல் சோளக்கொல்லைப் பொம்மையின் முகம் வந்து உட்கார்ந்துகொண்டது.

தனியார் கம்பெனி குமாஸ்தா உடலைப் பார்த்தான். தலை யசைத்தான்.

பணச்செலவு இல்லாமல் வலுவில் வரும் வரனைவிட வேறென்ன பாக்கியம் இருக்க முடியும் ஏழைப் பரிசாரகருக்கு? திருமணம் நடந்தது. ராஜாமணி 'எனக்கு இத்தனை அதிருஷ்டமா!' என்று எண்ணி எண்ணி உருகினாள். மணமகன் அப்படியொன்றும் மன்மதன் இல்லை. ஆனால் இந்த முகத்தின் அருகில் எந்த ஆடவனும் நூறு மன்மதனுக்குச் சமம்.

அந்த முகம் அவளுடைய இருபத்தோராம் வயதில்தான் கணவன் கண்களுக்குத் தெரிந்தது. முன்துருத்திய பற்களையும் சப்பை மூக்கையும் பிதுங்கும் உருண்டை விழிகளையும் பிசுபிசுத்த தலைமுடியையும் அப்போதுதான் பார்ப்பவன்போல் பார்த்தான். முகம் சுளித்தான். விரைவிலேயே வேறு துணை தேடிக்கொண்டு அவளைவிட்டு நீங்கினான்.

மூன்று வருஷங்கள் ஆயிற்றாம் அவளுக்கு, அவன் திரும்பி வரமாட்டான் என்று புரிய. வாழாவெட்டி என்ற பெயருடன் பிறந்தகம் திரும்பி, தகப்பனாரின் கரண்டிக்கு வாரிசாகி வீடுகளில் சமையல் வேலை செய்து சம்பாதித்தவள் தினமும் கணவனுக்காக உணவு தயாரித்து வைத்துக் காத்திருந்தாள். திடீரென்று அவன் வந்தால் வயிறு வாடக்கூடாதே! விலக்கு நாட்களில் எஜமான வீடுகளில் உள்ளே அனுமதிக்க மாட்டார்கள். அந்த நாட்களில் அப்பாகூட அவள் கையால் சாப்பிடமாட்டார். கோயில் மடப்பள்ளி உணவையும் அவளைத் தொடவிட மாட்டார். தாமே அவளுக்குச் சமைத்துப் போடுவார். அதில் பாதியை அவள் கணவனுக்காக மீத்து வைப்பாள்.

மூன்று ஆண்டுகள் ராஜாமணி இவ்வாறு கணவனுக்கு உணவு தயாராக வைத்திருந்தாள். ஒருநாள்கூட தவறாமல் ஆயிரத்துத் தொண்ணூற்றைந்து நாட்கள்.

பிறகு ஒருநாள் அப்பா செய்து தந்த உணவு முழுவதையும் தானே உண்டாள்.

"என்ன ராஜி? ஆச்சரியமாயிருக்கே!"

தட்டில் அப்பா வைத்திருந்த சாதத்தில் கடைசியாய் மிச்சமிருந்ததையும் வழித்து இலையில் போட்டுக்கொண்டு மோர் ஊற்றி, மீதமிருந்த வத்தல் குழம்பு முழுவதையும் தொட்டுக்கொண்டு இரண்டு வாய் அள்ளி உறிஞ்சிப் புசித்தவள் நிமிர்ந்து பார்த்து புன்னகை செய்தாள். உருண்டைக் கண்களில் எந்த உணர்ச்சியும் தெரியவில்லை.

ஒரு பிரசவமும் இரண்டு குறைப் பிரசவங்களும் மூன்றாண்டின் எதிர்பார்ப்புத் துடிப்பும் சேர்ந்து நலிவுறுத்திவிட்ட உடம்பு சிறிது சிறிதாய் தேற ஆரம்பித்தது.

தனிமைத் தளிர்

அதே காலகட்டத்தில் ஏழைப் பரிசாரகர் நோய்வாய்ப்பட்டு படுக்கையில் விழுந்தார். பக்கவாதம்.

தகப்பனாரைக் காப்பாற்றும் பொறுப்பை ராஜாமணி ஏற்றுக் கொண்டாள். கோவிலில் அவர் பணியைத் தான் செய்ய முன்வந்தாள். அர்ச்சகர் நல்லவர். ஒப்புக்கொண்டு வேலையில் அமர்த்தி, மாதத்தில் மூன்று நாட்களுக்கு வேறொரு தவசிப்பிள்ளையை ஏற்பாடு செய்து அவளை ஒரு மகள்போல் கண்ணியமாய் நடத்தினார். ஆனால் விரைவிலேயே வேறு மாதிரி பேச்சுகள் சுற்றிலும் எழுந்தன. அர்ச்சகர் கண்களில் நீர் துளித்தது.

"நான் என்னம்மா செய்வேன் ராஜி. பெருமாள் சாட்சியா நம்ம ரெண்டு பேர் மனசிலும் கல்மிஷம் இல்லே. நான் வயசானவன். நீ என் குழந்தை மாதிரி. உன் வீட்டுக் கஷ்ட நிலை தெரியும். வயத்தில் அடிக்கிறேன்னு நினைக்காதே. சுவாமிக்குப் பூ எடுத்துப்போடறவன் நாலு பேர் பேச்சுக்கு அப்பாற்பட்டவனாய் இருக்கணுமேம்மா . . ."

அவள் சில வினாடிகள் அவரைப் பார்த்தவாறு மௌனமாய் நின்றாள். விழுந்து அவர் கால்களில் வணங்கினாள்; வெளியேறினாள்.

அப்பாவும் அவளும் சாப்பிட வேண்டும். நோயாளிக்குச் சிகிச்சை வேண்டும். பராமரிப்பு வேண்டும். கோயில் வேலையில் வருமானம், உணவு இரண்டுமே கிடைத்திருந்தன. அந்த வேலையை நம்பிக்கொண்டு தனி வீடுகளில் வேலையை விட்டிருந்தாள். அப்பாவை கவனிக்க வேண்டியிருந்ததால் அதற்கு நேரமும் இல்லை.

இப்போது அந்த வீடுகளுக்கு மீண்டும் சென்று பார்த்தபோது வேறு நபர்களை அமர்த்தியிருந்தார்கள்.

வேலை வேட்டையில் இறங்கினாள்.

எட்டு கிலோமீட்டர் தொலைவில் இரண்டு வீடுகளில் கிடைத்தது.

மழையோ பனியோ காலை மூன்று மணிக்குக் கண்விழித்து அப்பாவைக் கவனித்துச் சுத்தப்படுத்தி தர்ம ஆஸ்பத்திரியில் சொல்லி யிருந்த லேசான உடற்பயிற்சிகளை செய்வித்துக் காப்பி கொடுத்துத் தானும் காப்பி என்ற பெயரில் எதையோ குடித்து இடையில் ஒரு சாதம் வடித்து இறக்கி அவசரக் குளியல் முடித்து அடுத்த போர்ஷன் மாமியின் பாதுகாப்பில் அப்பாவைக் கூனிக் குறுகி ஒப்படைத்துவிட்டு "வரேப்பா!" என்ற குரலின் எதிரொலி அடங்குமுன் பஸ்ஸைத் துரத்திப்பிடித்து ஆறு மணிக்குச் சேருமிடம் போய்ச் சேர்ந்தால் சில நாட்கள் பத்து நிமிஷத் தாமதத்துக்காக "சொன்னா சொன்ன டயத்துக்கு டாண்ணு வந்து நிக்கணும். இல்லேன்னா வேலைக்கு வராம வீட்டுல ராணி மாதிரி சொகுசாய் உக்காந்திருக்கணும். கூழுக்கும் ஆசை மீசைக்கும் ஆசைன்னா முடியுமோ?" என்ற பேச்சு கேட்க நேரும்.

அலைச்சலும் கவலையும் உழைப்புமாய் உடல் நலம் இறங்கினாலும் செலவும் கடனும் ஏறிக்கொண்டிருந்தன.

அவளுடைய இருபத்தெட்டாம் வயதில் அப்பா காலமானார்.

செலவு குறைந்ததென்னமோ உண்மை. ஆனால் மனதில் சோகம் சுமை கூட்டியது. நோயாளியாய் ஒரு மூலையில் முடங்கிக் கிடந்தாலும் அப்பா இருக்கிறார் என்ற தெம்பு முன்பு இருந்தது. இப்போது தனிமை இருந்தது. ஆண் துணை இல்லாத இளம் வாழாவெட்டி என்றால் சுலபமான வேட்டை என்பதுபோல் நடந்துகொள்ளும் ஆட்களைச் சமாளிக்க வேண்டிய சங்கடம் இருந்தது.

"ராஜிம்மா!" என்ற தீனமான அழைப்பும், "நாராயணா!" என்ற வேதனையான முனகலும் குழறும் நாவிலிருந்து மறுபடியும் ஒலிக்காதா என்ற ஏக்கம் இரவெல்லாம் துணையிருந்தது அப்பாவுக்குப் பதிலாய்.

பனியையும் மழையையும் பொருட்படுத்தாத உழைப்பு நிமோனியா காய்ச்சலாக விளைந்தது. மூன்று வாரம் படுக்கையில் கிடந்தாள். அக்கம் பக்கத்து நல்ல நெஞ்சங்கள் உதவின. ஆனால் கடன் ஏறியது. நன்றிக்கடன். பணக்கடன். யாரும் திருப்பிக் கேட்டு வற்புறுத்தவில்லை. ஏழைக்கு ஏழை உபகாரம் என்றார்கள். கண்ணில் நீருடன் அனைவரையும் கும்பிட்டாள். குணமாகி எழுந்தபோது உடம்பின் பலம் முன்னிலும் பாதியாய்க் குறைந்துவிட்டது. ஆனால் அதன் அழகு குறையவில்லை.

வேலை செய்த வீடுகளில் "நீ பாட்டுக்கு வராம இருந்துட்டா எங்களுக்கு எப்படித் தெரியும்? இந்த மாதிரி ஜுரம்னு ஒரு வார்த்தை சொல்லியானும் அனுப்பினயா? ஒரு வழியா நின்னுக்கோ" என்று அனுப்பிவிட்டார்கள்.

வேலையில்லாமல் வயிறு காய்ந்தது. அக்கம்பக்கம் மட்டும் லட்சாதிபதிகளா என்ன? எல்லாரும் கைக்கும் வாய்க்குமாய் உயிர் வாழும் வர்க்கம்தான். ஒரு நெருக்கடி, ஆபத்து என்றால் இயன்ற உதவி செய்வார்கள். வைத்துக் காப்பாற்ற யாருக்கு சக்தி இருந்தது?

இவளுடைய இரண்டு அறை போர்ஷன் உள்ளிட்ட ஸ்டோர் சொந்தக்காரனுக்கு இருந்தது. அவளைப் பராமரிக்கிறேன் என்றான். வாடகையே தரவேண்டாம் என்றான். பழைய வாடகைப் பாக்கியை மன்னித்துவிடத் தயார் என்றான். இதற்கெல்லாம் ஒரு விலை வைத்தான்.

அந்த விலையைத் தர அவள் ஒப்பவில்லை. தன் ஒரே சொத்தான அப்பா எந்தக் காலத்திலோ தங்கம் மலிவாயிருந்தபோது செய்துபோட்ட, தங்கத்தோடுகள் ஜதையை அவனிடம் கொடுத்தாள். இக்கால மதிப்புக்கு வாடகைப் பாக்கியை ஈடு செய்யும் என்றாள்.

"அப்போ இனிமே ஓசியில் குடியிருக்கப் போறேன்னு அர்த்தமா? முதல்ல வீட்டைக் காலி செய்."

செய்தாள்.

பெருமாள் கோவில் அர்ச்சகருக்குத் தெரிந்த ஒரு குடும்பத்தின் நிழலில் சிறிது காலம் ஒண்டியிருந்து வேலை தேடினாள். கடைசியில்

ஒரு தனியார் மருத்துவமனையில் ஆயா வேலை கிடைத்தது. அங்கேயே தங்கலும் உணவும். ஆனால் இரவும் பகலும் வேலை இடுப்பை ஒடித்தது. ஆயா, நர்ஸ், சமயங்களில் தோட்டி, சமையல் சிப்பந்தி என்று எந்த அவதாரமானாலும் சொன்ன சுருக்கில் எடுக்க வேண்டும். உடம்பைத் தேய்த்து உழைத்தாள். முப்பத்தைந்து வயது வரை அங்கேயே வாசம்.

ஒருநாள் கக்கூஸ் கழுவிக்கொண்டிருந்தபோது இருமல் வந்தது. பினாயில் நெடி என்று நினைத்தாள். மறுபடியும் இருமல் வந்தது. இப்போது இருமலோடு ரத்தமும் வந்தது.

நோயுற வேண்டுமானால் ஆஸ்பத்திரியைவிடப் பொருத்தமான இடம் வேறென்ன இருக்க முடியும்? ஆனால் காசம் தொற்று நோயாயிற்றே. அந்த உடம்பை விதம் விதமாய்த் தொட்டுப் பரிட்சை செய்தும் அந்த மார்பின்மேல் திரும்பத் திரும்ப ஸ்டெத் வைத்துப் பரிசோதித்தும் பலமுறை வெறும் துண்டைச் சுற்றிக்கொண்டு அவளை நுரையீரல் எக்ஸ்ரேக்கு நிற்க வைத்தும் ஆண் டாக்டர்கள் அது காசம்தான் என்று உறுதி செய்துவிட்டபிறகு அவளை எப்படி இனியும் அங்கிருக்க அனுமதிக்க முடியும்? மருத்துவமனையின் மற்ற பணியாளர்கள், நோயாளிகளைப் பற்றி யோசிக்க வேண்டாமா? நிர்வாகம், "பாவம் ராஜாமணி. குட் ஒர்க்கர். வாட் எ பிட்டி" என்று வருத்தம் தெரிவித்து, ஒரு மாதத்துக்கான மாத்திரைகளும், ஒரு மாதச் சம்பளமும் கொடுத்து அவளை வெளியே அனுப்பிவிட்டது.

நான்கு மாதங்களுக்குப்பின் நோயும் பட்டினியுமாய் ஓர் உச்சிவேளையில் அவள் சாலையோரம் மயங்கிக் கிடந்தபோது ஒரு மகளிர் சேவை மையத்தின் உறுப்பினி அவளைப் பார்க்க நேர்ந்து மையத்துக்கு எடுத்துச் சென்றாள்.

செங்கல் சிமெண்ட் என்ற பெயரில் அன்பும் மனித நேயமும் கொண்டு கட்டிய அந்த மையத்தில் அவளுக்கு இருக்க நிழல் கிடைத்தது. நோய்க்கு மருந்து கிடைத்தது.

நோய் குணமான பின் அவள் அங்கேயே தங்கித் தன்னாலியன்ற பணிகளைச் செய்தாள். அனாதைகளின் சுய சார்புக்காக அங்கு பல கைவினைகள் கற்பித்தார்கள். அவள் தையலும் காகித உறைகள் செய்வதும் கற்றுக்கொண்டாள். கிடைத்த ஊதியத்தை மையத்துக்கே கொடுத்தாள். சமையலறையிலும் உதவி செய்தாள்.

மையத்தில் புகல் பெறுபவர்கள் அங்கேயே நிலையாக இருக்க வேண்டும் என்ற கட்டாயமில்லை. வெளியில் கௌரவமான உழைப் புக்கும் வாழ்க்கைக்கும் வாய்ப்புக் கிடைத்தால் ஏற்றுக்கொண்டு செல்லலாம்.

மையத்தின் தலைவியின் ஒரு சிநேகிதி என் அத்தைக்கு தெரிந்த வளாக இருந்தாள். அத்தை வீட்டில் பல காலமாய் இருந்த வயதான சமையற்காரம்மாள் காலமானபோது சமையலுக்கு வேறு ஆள் தேவைப்பட்டது. அத்தை தம் தோழியிடம் சொல்ல, அவர் மையத்தின் தலைவியிடம் பேசினார்.

“கௌரவமான இடம். நல்ல மனிதர்கள். சமையலுக்கு நல்ல பெண் பிள்ளை வேண்டுமாம். நியாயமான சம்பளம் தருவார்கள். நன்றாய்ப் பார்த்துக்கொள்வார்கள். வீட்டோடு இருக்க வேண்டும். அங்கிருந்து யாராவது வருவார்களா?”

இப்படித்தான் ராஜாமணி மாமி என் அத்தை வீட்டில் சமையற்காரம்மாளாக வந்து சேர்ந்தாள். அத்தையைப் பார்க்க அதன்பின் ஒருநாள் நான் போயிருந்த சமயம் காப்பி கொண்டுவந்து வைத்தபோது அந்த உடம்பைப் பார்த்து சிறிது நேரம் அசந்து போனேன். இத்தனைக்கும் மாமிக்கு அப்போது நாற்பத்திரண்டு வயது. நான் இருபது வயதான எம்.ஏ. முதலாண்டு மாணவன்.

மறுகணமே இப்படி வெறிப்பது அநாகரிகம் என பார்வையை விலக்கிக்கொண்டேன். துருத்திய பற்களும், சப்பை மூக்கும், உருட்டுக் கண்களும் அங்கங்கே மண்டை தெரிய மெலிந்திருந்த தலைமுடியையும் கவனித்தபோது சற்று அருவருப்பாக இருந்தது.

அத்தையிடம் ராஜாமணி மாமி ஒன்பதாண்டுகள் வேலை செய்தாள். இருவரிடையே நட்பும் நெருக்கமும் ஏற்பட்ட பிறகு மாமி தன் கதையை என் அத்தையிடம் சொல்ல, பிறகு அத்தையிடமிருந்து எனக்குத் தெரியவந்தது. இந்த ஒன்பதாண்டு காலத்தில் ஒரு சமயம் ஸ்டவ்விலிருந்து தீச்சுடர் ஒன்று மாமியின் வலது கண்ணில் பாய்ந்து சிகிச்சைகளை மீறி அந்தக் கண்ணில் பார்வை போய்விட்டது. அத்தை சமையலறையில் உதவி செய்ய முன்வந்த போதிலும் மாமி மறுத்து விட்டாள். ஒற்றைக்கண் பார்வையோடு எப்போதும் போலவே தேவாமிருதமாய் சமைத்தாள். அப்படியே ஒரு ஞாயிறன்று மதியம் வீட்டுக்காரர்களுக்கு தேவாமிருதம் பரிமாறிவிட்டுத் தலைவலி என்று படுத்தாள். நாலு நாட்களில் பிரக்ஞையற்ற நிலையில் அரசு பொது மருத்துவமனையில் சேர்க்கப்பட்டாள். இரண்டாம் வாரத்தில் செத்துப் போனாள். மூளையில் கட்டி.

அழுது சிவந்த கண்களுடன் அத்தை கொள்ளி போடும்படி என்னைக் கேட்டாள். அத்தையின் பிள்ளை ஜெர்மனியில் கல்லூரி ஆசிரியராய் இருந்தான். இங்கிருந்தால் அவனிடம் கேட்டிருப்பாள்.

ஒப்புக்கொண்டேன். இதோ ஓட்டேரி மயானத்தில் சிதையின் மேல் கிடக்கும் மாமியைக் கடைசி முறையாய்ப் பார்த்துக்கொண்டு நிற்கிறேன். அந்த அழகான உடலமைப்பையும், அழகற்ற முகத்தையும் தாண்டி ராஜாமணி என்ற மனுஷியைப் பற்றிச் சிந்திக்கிறேன். இருபத்தொன்பது வயதில் அதற்கான பக்குவம் இருந்தது.

என்ன அர்த்தம் இந்த மனுஷியின் வாழ்க்கைக்கு? சாரமற்ற வாழ்வு. சாரமற்ற சாவு. பிறந்தாள். துன்பப்பட்டாள். இறந்தாள். இது ஒரு வாழ்க்கையா? தொடர் சங்கிலியாய் துர்பாக்கியங்கள். மீளாத அவலம். விதி எப்படிக் கொடுமைப்படுத்தியிருக்கிறது இந்த நல்ல ஆத்மாவை! பரிதாபத்துக்குரியவள்.

எரியூட்டினேன்.

தனிமைத் தளிர் ❨ 587 ❩

அத்தை திரும்பி நடந்து கொஞ்சதூரம் சென்றுவிட்டார்.

நான் நெருப்பு ஜுவாலையை பார்த்துக்கொண்டு சிறிது நேரம் நின்றேன். பிறகு திரும்பினேன். பின்னால் ஒருவர். நடுத்தர உயரம். நரைமுடி. சுருக்க முகம். பளிச்சென்ற பாலியஸ்டர் வேட்டி, சட்டை. கண்ணில் ஈரம் காயவில்லை.

நான் திரும்பியதும் கை குவித்து எனக்கு ஒரு கும்பிடு போட்டு விட்டுத் திரும்பிச் செல்ல முனைந்தார்.

எனக்கு ஆச்சரியமாயிருந்தது.

"ஸார், கொஞ்சம் நில்லுங்க!"

நின்றார்.

"உங்களை எனக்குத் தெரியாதே! ஏன் கும்பிடறீங்க?"

கண நேரம் தயங்கி, "அவளுக்குக் கொள்ளி போட்டதுக்கு" என்றார் தாழ்ந்த குரலில்.

அவளுக்கு, வேற்று மனிதர்கள் 'அவள்' என்றா பண்பில்லாமல் சொல்வார்கள்? ஏதோ சொந்தக்காரர்தான்.

"மன்னிக்கணும். நீங்க மாமிக்கு என்ன ஆகணும்?"

"கணவன்"

உறைந்து நின்ற கணங்கள் கடந்தபின் இகழ்ச்சி தலைதூக்கியது. "ஓகோ! இருபத்தோரு வயசுப்பெண்ணை வாழா வெட்டியாய் அம்போன்னு நிறுத்திட்டு விலகிப் போன கணவன்."

"ராஜி வாழ்நாள் முடிய வாழாவெட்டியாய் இருந்திருக்க வேண்டிய தில்லை. அவளை விட்டுட்டுப் போனப்புறம் நான் சில வருஷங்களில் மனசு திருந்தி, வேண்டாத சிநேகங்களையெல்லாம் விட்டுத் தொலைச் சிட்டு அவளைத் தேடிப் போனேன். குமாஸ்தா வேலையை விட்டுட்டு சின்ன அளவில் சொந்தமா இரும்புச் சாமான்கள் தொழில் செஞ்சு கொஞ்சம் வசதியாயும் இருந்தேன். நல்ல முறையில் நான் முன்னுக்கு வந்துண்டிருந்த காலம் அது. அவளுக்கு அப்போ முப்பது வயசு. அப்பா செத்து, வீட்டைவிட்டு விரட்டப்பட்டு வேலை தேடி அலைஞ்சுண் டிருந்தாள். நான் அவள்கிட்ட மன்னிப்புக் கேட்டுண்டு அவளை என்னோடு திரும்பி வந்து சௌகரியமாய் வாழும்படி கூப்பிட்டேன். அவள் வர மறுத்துவிட்டாள்."

சாரமற்ற வாழ்க்கை என்கிறோம். சாம்பற்குவியல் என்று நினைத்திருப் பதிலிருந்து எதிர்பாராமல் ஒரு தீக்கங்கு வெளிப்படும்போது எவ்வளவு அதிசயம்!

ராஜாமணி மாமி செய்தது சரியா, தவறா என்று எனக்குத் தெரியாது. ஒரு மனிதன் தன் தவறுக்கு வருந்தி மனம் திருந்தி

ஆர். சூடாமணி

வரும்போது மன்னிக்காமல் இருக்கலாமா என்ற தார்மீக கேள்விக்கு என்னிடம் விடை இல்லை. அதேபோல், தொடர்ந்து ஆயிரத்துத் தொண்ணூற்றைந்து நாட்கள் உணவு சமைத்து வைத்துக்கொண்டு வராத கணவனுக்காகக் காத்திருந்து ஏமாந்து போகும் பெண்ணின் மனதில் என்ன நிகழ்ந்திருக்கும் என்பதையும் யாராலும் சொல்ல முடியாது.

ஆனால் ஏதோ நிகழ்ந்திருக்க வேண்டும். தன்மானம் அடிபட்டுத் துடித்திருக்கலாம். துயரம் விரக்தியாய் இறுகிப் போயிருக்கலாம். அன்பு அறவே செத்திருக்கலாம். அது எதுவானாலும் அதன் காரணமாய் அவள் தன் வாழ்வில் சுகத்துக்கும் கஷ்டத்துக்குமிடையே தேர்ந்தெடுக்கும் ஒரு தருணம் வந்தபோது கஷ்டத்தைத் தேர்ந்தெடுத்தாள். நல்ல நிலையிலிருந்த கணவனுடன் சென்று வசதியாய் வாழ்ந்து அவள் தன் துன்பங்களுக்கெல்லாம் முடிவு கட்டியிருக்க முடியும். ஆனால் அதை அவள் புறக்கணித்தாள். அவள் வாழ்வின் தலையாய கணம் அது. தன் மனதுக்கு சரி என்று தோன்றியதற்கேற்ப முடிவெடுத்து அவள் தானாக ஏற்றுக்கொண்டது அவளுடைய அவல வாழ்வு. எனவே அது பரிதாபத்துக்குரியதல்ல. மரியாதைக்குரியது. கம்பீரம் கொண்டது.

அந்தக் கம்பீரம் அவளுக்கு எத்தகைய அந்தரங்கப் பொக்கிஷமாய் இருந்திருக்க வேண்டும். தன்னைப் பற்றி என் அத்தையிடம் எல்லாம் சொன்னபோது இந்த விஷயத்தை மட்டும் சொல்லவில்லையே!

ராஜாமணி மாமியை அவள் மரணத்துக்குப் பிறகுதான் பார்க்கிறேன்.

அந்த மனிதர் எப்போது போனார்?

நான் சென்று அத்தையுடன் சேர்ந்துகொண்டேன். "ஹம், பாவம் ராஜி" என்று அத்தை பெருமூச்சு விட்டார்.

நான் எதுவும் சொல்லவில்லை.

தினமணி மகளிர் மலர், மார்ச் 1997

வடிகாலன்

அவன் ஒரு யோகி. மற்றவர்கள் கணிப்பில்.

காலில்லாதவன் யோகி. உலகத்தின் பார்வை இது.

காலை இழந்தவன் ஆசாபாசங்களையும் இழந்துவிட வேண்டும். அவன் மரக்கட்டை. சாத்வீகன். காஷாயம் கட்டாத துறவி.

"ரவியா? அய்யோ பாவம்! மூணாவது வயசில் இளம்பிள்ளை வாதம் வந்து சக்கர நாற்காலியில் முடங்கிட்டான். ஆனா என்ன? 'இராமலிங்கம் ஓதாதுணர்வான்' அப்படின்னு வள்ளலார் பத்தி ஈச்வரன் சொன்னாப்பல, இவனும் பிறவி ஜீனியஸ். வீட்டிலிருந்தபடியே அவன் படிக்காத புத்தகம் கிடையாது. இந்தப் பேட்டையிலேயே எல்லாருக்கும் அவன்கிட்ட மதிப்பு. பெரிய பெரிய தத்துவ விஷயங்களைப் பிட்டுப்பிட்டு வைக்கிறான். ஞானி அய்யா அவன்! முப்பது வயசிலேயே அறுபது எழுபது வயசுக்காரர்களைவிடப் பெரிய ஞானி."

ஞானி என்ற பிறகு அவன் உணர்ச்சிகளைப் பற்றிக் கவலைப் படத் தேவையில்லை. ஞானிக்கு உணர்ச்சிகள் ஏது? அப்படியிருந் தாலும் இன்பத்தையும் துன்பத்தையும் ஒரே மாதிரி பார்க்கும் ஞானிக்கு அவை ஒரு பொருட்டா என்ன?

மன்றாடுகிற அம்மாவை அதட்டி அடக்கிவிட்டு வாயில் வெற்றிலைச் சிவப்பும் கண்களில் கிறக்கமுமாக "இஞ்சி இடுப்பழகி" என்று மெல்லப் பாடிக்கொண்டே மயில் கண் வேட்டியின் நுனியைத் தூக்கிப் பிடித்தவாறு வெளியே செல்லும் அப்பாவைப் பார்க்கையில் அவனுள் ஆத்திரம் கனலுமென்று யார் நினைப் பார்கள்?

அந்த நாளில் புருஷன் தன்னிடம் எத்தனை அந்நியோந்நிய மாய் இருந்தார் என்பதை அம்மா அவனிடம் விவரிப்பாள். "ஒரு காலத்தில் என்னை உங்கப்பா வாய்க்கு வாய் 'என் பச்சைக்கிளி'ன்னுதாண்டா கூப்பிடுவார்! மாமியார் சொல்ற வேலையெல்லாம் முடிச்சுண்டு ராத்திரி ரூமுக்கு வர கால்

மணி நேரம் தாமதமாய்ட்டா 'ஏன் லேட்?'னு குதியா குதிப்பார். இப்ப இந்த வயசில் ... அலையறார் இப்படி ..." என்று தன் துக்கத்தைச் சொல்லிக்கொள்ளும்போது ஒரு வளர்ந்த மகனிடம் பேசுகிறோம் என்ற நினைவே இருக்காது. ஏனெனில் அவன் யோகி. ஒரு சந்நியாசி. அவனிடம் எதுவும் பேசலாம். அவன் ஒரு வடிகால் மட்டுமே.

அநேகம் பேருக்கு அவன் தம் உணர்ச்சிகளை வெளியிட்டுக்கொள்ள ஒரு வடிகால்தான். உலகம் ஒரு பிரம்மாண்டமான வாய். அதற்கு அவன் ஒரு நிரந்தரச் செவி. 'காப்டிவ் ஆடியன்ஸ். நாற்காலியை விட்டு எழுந்து ஓட முடியாதல்லவா?' என்று நினைத்துக்கொள்வான்.

"என்னடா ரவி! என்ன பண்ணிண்டிருக்கே? வழக்கம்போல புத்தகம் படிச்சாகறதோ? மேதாவிப்பா நீ!"

அப்பாவின் ஆருயிர் நண்பர். வழுக்கைத் தலையும் ஒடிசலான உடம்பும் கொண்ட இவரும், ஆறடி உயரத்தில் இன்னும் இளமைப் பொலிவு மாறாதிருக்கும் அப்பாவும் நெருக்கமானவர்கள் என்றால் நம்புவது கஷ்டம்தான். ஆனால் நட்புக்கு உருவ ஒற்றுமை எதற்கு? ஜிம்கானா கிளப்பும் பில்லியர்ட்ஸ் ஆட்டத்தில் விருப்பமும் ஒத்திருந்தால் போதும்.

"வாங்கோ மாமா! மேதாவியுமில்லை. ஒண்ணுமில்லை. பொழுது போக்கப் படிக்கறேன். உட்காருங்கோ" என்றான் ரவி. மரியாதைக்கு ஒரு புன்னகை.

"நீ சிரிக்கிறபோது அச்சு அசல் உங்கப்பாதான். உடம்பு வாகும் அப்படியே. இந்தப் போலியோ மட்டும் வந்திருக்காட்டா அப்படியே அவரோட ஜெராக்ஸ் காப்பி." செயலிழந்த கால்களை மூடியிருந்த சால்வையைப் பார்த்தவாறு சொன்னார்.

"வேறேதானும் பேசலாமே மாமா! என்ன விஷயமா வந்தேள்? அப்பா வீட்ல இல்லை."

"உங்கப்பா என்னிக்குச் சாயந்தரம் ஆறு மணிக்கு வீட்ல இருந்தார்? 'அங்கே'ருந்து கிளம்பவே ராத்திரி பதினோரு மணி ஆயிடுமே!" குரலை இறக்கினார். "அவளப் பார்த்திருக்கியோ நீ? சும்மா லட்டு மாதிரி தளதளன்னு இருப்பா."

"இந்தப் புத்தகத்துல புதுமைப்பித்தன் ..."

"மனசு ரொம்ப கனமாயிருக்குப்பா ரவி. அதான் உன்கிட்ட ஒரு குரல் சொல்லி அழுதுட்டுப் போகலாம்னு வந்தேன். என் பிஸினஸ் பார்ட்னர் இருக்கானே – அதாம்ப்பா நரஹரி நரஹரின்னு பெரிய ஃபிலிம் கிரிட்டிக்னுகூட பேரு (அலட்டல்!) என்ன செய்தான் தெரியுமா? வியாபார லாபத்துல பாதிக்கு மேல் முடக்கித் தன் மச்சினன் பேர்ல வீடுகளும் ஷேர்களுமா வாங்கிப் போட்டுட்டு எனக்குக் கை விரிச்சுட்டாம்பா. பச்சை நம்பிக்கைத் துரோகம். ஏற்கெனவே – உன்கிட்ட சொல்றதுக்கென்ன – முன்னே நடந்த பாங்க்

ஸ்காம்ல எனக்கு ஏகப்பட்ட நஷ்டம். இப்போ இந்த இரண்டாவது இடி. எப்படித் தாங்கப் போறேனோ என்ன செய்யப் போறேனோ ..?"

தான் சொல்வது அவனுக்கு சுவாரஸ்யமாய் இருக்குமென்பதில் அவருக்குச் சந்தேகமில்லை. அவனோடு பேசும் யாருக்குமே அந்தச் சந்தேகம் வருவதில்லை.

"உன் மாதிரி இருந்துட்டா பரவாயில்லப்பா. நீ யோகி. இதெல்லாம் உனக்குத் தூசுக்குச் சமானம். அந்தப் படுபாவி இருக்கானே ..."

❍

தன் அறையை ஒட்டியிருந்த பால்கனியில் உட்கார்ந்து எதிரே பார்த்தால் எதிர்வீட்டுக் காம்பவுண்டில் உயரமான பெரிய நாகலிங்க மரம். வீட்டை ஒரு திரைபோல் மூடியிருக்கும் அதன் அடர்ந்த இலைகள்.

ஒரு சமயம் அந்த மரம் காற்றில் சருகுகள் அனைத்தையும் உதிர்த்துவிட்டு வெறும் கிளைக்கோடுகளுடன் நின்றபோது அவற்றில் இடைவெளியில் பளிச்சென்று ஒரு பெண் முகம் எதிர்வீட்டு ஜன்னலில் தெரிந்தது.

முதல்முறை முகங்கள் திடுக்கிட்டு விலகின. சில முறைகளுக்குப் பின் பார்வைகள் நிலைத்தன. இன்னும் சிறிது காலத்தில் காற்றசைவில் இலைகள் விலகி முகங்கள் தெரிந்தபோது பரிச்சயப் புன்னகைகள் தோன்றத் தயாராயிருந்தன. உள்ளேயிருந்து யாரோ "சாந்தா!" என்று அழைத்ததற்கு "இதோ வரேம்மா!" என்ற பதிலுடன் அந்த முகம் ஜன்னலிலிருந்து மறைந்த தினம் சாந்தா என்ற பெயர் மிகவும் அழகானதாய் இவனுக்குத் தோன்றியது.

❍

பால்கனியில் அமர்ந்து புத்தகம் படித்துக்கொண்டிருந்த ஒரு வேளையில் நண்பன் கோபாலன் வந்தான். இவன் வயதுதான் இருக்கும். அந்த வட்டாரத்தில் இவனைத் தம் நண்பனென்று சொல்லிக்கொண்டு பேச வருகிறவர்களில் கோபாலன் ஒருவன். அவர்களுக்கெல்லாம் ரவி ஒரு பெரிய வசதி. மனசில் தோன்றுவதை அப்படியே இறக்கி வைக்கலாம்.

"என்னடா ரவி, புத்தகம் படிச்சிண்டிருக்கியா?" சக்கர நாற்காலி பக்கத்தில் தரையில் அமர்ந்தான்.

"புத்தகத்தைக் கையில் வச்சுண்டிருக்கிறவங்க சாதாரணமா செய்யறது அதைத்தான்." ரவி ஆத்திரத்தைப் புன்னகையில் மூடினான்.

"நல்லாப் பேசறேப்பா நீ! புத்திசாலி. அதனாலதான் உன்கிட்டப் பேசினா மனசு லேசாகுது. எங்க வீட்ல என்ன நடக்குது தெரியுமா? பொழுது விடிஞ்சா பொழுது போனா என் அம்மாவுக்கும் மனைவிக்கும் சண்டை. வரவர சகிக்க முடியலை. மனைவி சொல்றா ஒருநாள் –

உன்கிட்ட சொல்றதுக்கென்ன, 'நீ சரியான ஆம்புளையாயிருந்தா, ஒண்ணு என்னை அழைச்சிட்டுப் போய் தனிக்குடித்தனம் வை. இல்லாட்டி டைவர்ஸ் கொடு எனக்கு!' அப்படிங்கறா ரவி! எப்படி யிருக்கு பாத்தியா? நானுந்தான் கேக்கறேன். கல்யாணமாகி அஞ்சு வருஷத்துக்குப் பிறகுதான் நான் சரியான ஆம்புளையா இல்லையான்னு உனக்குச் சந்தேகம் வருதா? எங்கம்மாவை விட்டுடச் சொல்றியே, உங்கம்மாவை நீ விடுவியா?"

அத்தை பிள்ளை சுந்தரம் ஒருநாள் வந்திருந்தான். சொன்னான்: "ரவி! எனக்கு இங்க எதுவுமே பிடிக்கலைடா. எந்தப் பக்கம் திரும்பி னாலும் ஊழல், வறுமை, சாதிப் பாகுபாடு, திறமைக்கு ஸ்கோப் இல்லை. நான் எம்.பி.ஏ. முடிச்சகையோடு சில அமெரிக்கன் யூனிவர்சிடி களில் மானேஜ்மென்ட் மேல்படிப்புக்கு அப்ளை பண்ணியிருக்கேன். எங்க அப்பா அம்மாவுக்குக் கூடத் தெரியாது. ஆனா உன்கிட்ட சொல்றதுக்கென்ன! அங்கே எங்கேயானும் இடம் கிடைச்சுட்டா படிப்பு, உத்தியோகம்னு மெல்லக் காலூன்றிண்டு கடைசில குடியுரிமை வாங்கிண்டு அங்கேயே செட்டில் ஆயிடலாம்னு இருக்கேன். இதை உன் மனசோடு வச்சுக்கோ. ஆனா நீ யார்கிட்ட சொல்லப்போறே? பாவம்! சந்நியாசியாட்டம் வம்புதும்புக்குப் போகாதவன்."

❍

சாந்தா அவன் தாயோடு பரிச்சயமாகி அந்த வீட்டுக்கு வந்து போகத் தொடங்கியபின் அவன் உடம்பில் புதுத்தெம்பு வந்ததுபோல் இருந்தது.

அவள் அவனோடு சகஜமாய்ப் பேசிப் பழகினாள். அவனிடமிருந்து புத்தகங்களை இரவல் வாங்கிச் சென்றாள். சக்கர நாற்காலியை பால்கனிக்கு அவளே செலுத்திச் சென்று நிறுத்திக் கீழே அமர்ந்துகொண்டு, படித்த புத்தகங்களை அவனுடன் விவாதித்தாள். மலர்ந்த களையான முகம். கச்சிதமான உடலமைப்பு. பேச்சிலும் நடப்பிலும் கனிவு.

அவள் வரும் நேரங்களைத் தான் ஆவலாக எதிர்பார்ப்பதாக ரவி உணர்ந்தான். அடிக்கடி ஸ்டாண்ட் கண்ணாடியை எடுத்து முகம் பார்த்துக்கொண்டான். 'ராஜா மாதிரி' சிவப்பு. சுருள்முடி. பரந்த நெற்றி. (அறிவொளி முத்திரை?) பெரிய கண்கள். உதடுகள்தான் சற்று அதிகப் பருமன். ஆனால் சிரிக்கும்போது பற்களின் நேர்த்தியால் அந்தக் குறை மறைந்துவிடுகிறது. தன்னிடமும் ஏதோ ஒரு பொலிவு, ஒரு கம்பீரம் . . .

சால்வை மறைக்கும் சூம்பிய கால்களைத் தாண்டி தன்னையும் எவளாவது – விரும்பக்கூடும் ஒருவேளை . . .

க்ரீம் போட்டுத் தலை சீவிக்கொள்வதிலும், பளிச்சென்ற வண்ணங்களில் சட்டை அணிவதிலும் அக்கறை பிறந்தது.

❍

பூங்காவில் அமர்ந்திருந்தான். அவன் தாய்மாமன் ஒருவர் அனைவரையும் அவன் நாற்காலியையும் காரில் ஏற்றி அழைத்து வந்திருந்தார். ஒரு சிமெண்ட் பெஞ்ச் அருகில் நாற்காலியோடு அவனை இருத்திவிட்டு, "கொஞ்சம் நடந்துட்டு வரேன் ரவி" என்று கூறிச் சென்றார்.

ஒரு பெரியவர் பெஞ்ச் மீது வந்து அமர்ந்தார். அவனைப் பார்த்த பார்வையில் சுவாரஸ்யம், ஆராய்ச்சி.

"பாவம்! உடம்புக்கு என்னப்பா?"

அவன் பேசவில்லை.

"போலியோவா? அல்லது ஏதானும் விபத்தா? வைத்தியம் பார்க்கலையா?"

மௌனம்.

"தனியாவா வந்தீங்க? யார் அழைச்சிட்டு வந்தாங்க? வீடு பக்கமா?"

"எதிரிலே அந்தப் பூக்கள் அழகா இருக்கு. இல்லையா சார்?"

"ஆமாமாம். சாமந்தி."

"டேலியா."

"உங்களுக்கு எல்லாம் தெரியறதே! கடவுள் ஒண்ணை எடுத்தால் இன்னொன்று குடுக்கறார். ஹ்ம், எனக்கும் அப்படி ஏதானும் ஒரு நல்லதைக் குடுக்கக்கூடாதா? குடும்பக் கஷ்டங்கள் ரொம்ப ஜாஸ்திப்பா. படிச்சுட்டு வேல கிடைக்காம அலையற பையன். கால் விளங்காத பெண். உங்க மாதிரி ஆம்புளையாயிருந்துட்டா கவலையில்ல. பெண்ணாச்சே! எவன் கையிலானும் பிடிச்சுத் தர வேணாமா? அவளுக்கு வைத்தியம் பார்க்கக் கடன் வாங்கி வாங்கி இப்போ விழி பிதுங்கறது. பெண்டாட்டி கழுத்தில் மஞ்சக்கயிறு ஒண்ணுதான் மிச்சம்." மேல்துண்டால் கண்களை லேசாய்த் துடைத்துக்கொண்டார். "வேலை பார்க்கற இடத்திலானும் நிம்மதி உண்டா? நான் பதினஞ்சு வருஷமா எங்க ஆபீசில் க்ளார்க்காயிருக்கேம்ப்பா. என் வயசில் பாதி இருக்கும். நேத்து வந்த பயல் மேலதிகாரியாய் ஏஸி ரூம்ல உக்கார்ந்து துரை தர்பார் பண்றான். வயசுக்கு ஒரு மரியாதை தர வேணாமா? உங்கக்கிட்ட சொல்றதுக்கென்ன! சில சமயம் தற்கொலை பண்ணிக்கலாமான்னு கூடத் தோன்றது . . ."

முன்பின் தெரியாதவர்களுக்குக்கூட நான் வடிகாலா? என் முகத்திலேயே 'இது குப்பைத் தொட்டி. உங்கள் கவலைகளை இங்கே கொட்டுங்கள்' என்று எழுதியிருக்கிறதா?

○

"வா, சாந்தா! என்ன ஒரு வாரமா ஆளையே காணோம்."

அம்மா ஹாலில் கேட்டது தன் அறையில் அவன் காதில் விழுந்தது. ரவி நாற்காலியில் நிமிர்ந்து உட்கார்ந்தான். தலைமுடியை இரண்டு

கை விரல்களாலும் கோதிக்கொண்டான். வரவேற்புக்கு ஆயத்தமாய் இதழோரத்தில் புன்னகை அரும்பியது.

"கொஞ்சம் வேலை இருந்தது மாமி. அதான்" என்றது சாந்தாவின் குரல்.

என்ன வேலை என்பது பால்கனியில் இருவரும் அமர்ந்து பேசிக் கொண்டிருந்தபோது அவனுக்குத் தெரிந்தது.

மாலை வானத்துச் சிவப்பொளியின் மெத்தென்ற வெம்மையினூடே காற்று படர்ந்தது. ரவியின் மனத்தில் உற்சாகம்.

"கடவுளின் பாத நிழலுக்கு வீசுதென்றலையும் ஓர் உவமையாய்ச் சொன்ன நாவுக்கரசரை எவ்வளவு பாராட்டினாலும் தகும், இல்லையா சாந்தா?" என்றான். இருவரும் பழைய – புதிய – தமிழ்ப் பாடல்கள் பற்றிப் பேசி அப்போதுதான் நிறுத்தியிருந்தார்கள்.

கவிதையின்பம் மனத்தில் இன்னும் ததும்பிக்கொண்டிருந்தது. அதன் தொடர்ச்சியாகவே அவன் பேசினான். மாலைப் பொன்னொளி யும் கவிதைச்சுவையும் அவள் நெருக்கமும் இனிமையை எளிதாக்கின.

"ரொம்ப சரி மிஸ்டர் ரவி. இன்னிக்கு என்னால முன்னே மாதிரியே கவிதையை ரசிக்கவும் விவாதிக்கவும் முடியுது. ஏன் தெரியுமா?"

"ஏன்"

"ஏன்னா இன்னிக்கு நான் ரொம்ப சந்தோஷமாயிருக்கேன்."

"கேட்கவே நிறைவாயிருக்கு."

"ஒரு வாரமாய் ஒரே கவலை, சர்ச்சைகள், ஆட்சேப சமாதானங்கள்." அவள் புன்னகை செய்தாள்.

"உங்கக்கிட்ட சொல்றதுக்கென்ன! நான் ஒருவரை விரும்பறேன். எங்க காலேஜ் அஸிஸ்டென்ட் லெக்சரர். பழனிவேல்னு பேரு. அவருக்கும் இஷ்டம். ஆனா எங்க இரண்டு பேர் வீட்லயும் எதிர்ப்பு. ஜாதிப் பிரச்னைதான். வேறென்ன? அவர் ரொம்ப நல்லவர் மிஸ்டர் ரவி! நான் பொதுவா யார்கிட்டயும் சகஜமாய்ப் பழகமாட்டேன். உங்க கிட்ட பயமில்லாம பழகறாப்போல எல்லா ஆம்பிளைகள்கிட்டயும் பழக முடியுமா என்ன?"

ரவியின் முகம் சுருக்கென்று கூசியது.

"ஆனா பழனி விஷயம் வேறு. பார்த்ததுமே உத்தமர்னு பட்டுது. பழகினோம். கல்யாணம் செய்துக்க ஆசைப்படறோம். பெற்றோர் சம்மதிக்காததால் மேலே என்ன செய்யறதுன்னு இந்த ஒரு வாரமாய் அடிக்கடி ரகசியமாய் சந்திச்சு விஷயத்தைப் பல கோணங்களிலேர்ந்து அலசினோம். கடைசில பெற்றோர் சம்மதம் கிடைக்காட்டா ஒண்ணாய் ஓடிப்போயாவது கல்யாணத்தைச் செய்துக்கறதுன்னு தீர்மானிச் சிருக்கோம். இன்னும் ஒரு வாரம் பத்து நாள் வீட்ல கெஞ்சி வாதாடிப்

பார்க்கப்போறோம். பிரயோஜனம் இல்லாமப் போய்ட்டா திருட்டுக் கல்யாணம்தான்."

அவள் புன்னகையுடன் பெருமூச்சு விட்டாள்.

"உங்கக்கிட்ட சொன்னாலே மனசு லேசாயிடுது மிஸ்டர் ரவி. நீங்க அறிவாளி. எதையும் சரியாப் புரிஞ்சுக்கிறவர்…"

"எழுந்துபோ வெளியே!"

சிவந்து கோணலாகி ஆக்ரோஷம் பொங்கும் அவன் முகத்தை சாந்தா திடுக்கிட்டு ஏறிட்டாள். ரவிக்கு மூச்சு இரைத்துக்கொண்டிருந்தது. துடிக்கும் உதடுகளிடையேயிருந்து ஆத்திரச் சொற்களோடு எச்சில் தெறித்தது.

"இதையெல்லாம் என்கிட்ட ஏன் வந்து சொல்றே? நான்தான் எல்லோருக்கும் ஃபாதர் கன்ஃபெஸரா? நீ யாரையானும் காதலிச்சுக்கோ. கல்யாணம் செஞ்சுக்கோ, எனக்கென்ன? ஊரிலிருக்கறவாளின் அந்தரங்கத்தையெல்லாம் சுமக்கணும்னு எனக்குத் தலையெழுத்தா? என்கிட்ட யாரும் எதுவும் சொல்லாதீங்க. நான் மரக்கட்டை இல்லை. எழுந்து போ முதல்ல!"

"மிஸ்டர் ரவி…"

"போ, போ, போய்த் தொலை! மிஸ்டர் ரவியாம், மிஸ்டர் ரவி…"

அச்சமும் குழப்பமுமாய் சாந்தா திரும்பித் திரும்பிப் பார்த்துக் கொண்டே தன் வீட்டை அடைந்தபிறகு கூட எதிர் வீட்டிலிருந்து "போ! போ!" என்ற ஆவேசக் குரலின் சப்தம் ஓர் எழுகை ஓலம்போல் வந்துகொண்டிருந்தது.

அமுதசுரபி தீபாவளிமலர், அக்டோபர் 1997

பூமாலை

அன்புள்ள ரம்யா,

உன் கடிதம் கண்டு மிகவும் வருத்தமடைந்தேன். சக்கையாய்ப் புலம்பித் தீர்த்திருக்கிறாய். என் வருத்தம் நீ துக்கப்படுகிறாயே என்பதற்காக இல்லை. இப்படி இருக்கிறாயே என்பதற்காக.

கடைசியில் உன் துக்கம்தான் என்ன? சிறு வயதில் உன் சித்தி உன்னைக் கொடுமைப்படுத்தினாள். உன் அப்பா தனியாய் உன்னிடம் வந்து "எனக்காகப் பொறுத்துக்கோம்மா ரமி! அப்பாவுக்கு உன்கிட்ட கொள்ளைப் பிரியம். ஆனா சித்தியை நான் கண்டிக்க முடியாது. அப்புறம் வீட்ல பிரளயம்தான் வரும். எனக்காகப் பொறுத்துக்கோ" என்று சொல்வாரே தவிர உன்னைச் சித்தியின் கொடுமையிலிருந்து காப்பாற்ற எதுவும் செய்யவில்லை. உனக்கு நான்கு வயதாகும்வரை உன் அம்மா உயிரோடு இருந்தாள். "என் பட்டுச் சுட்டி! என் செல்லக் குட்டி!" என்றெல்லாம் கொஞ்சி உன் உள்ளங்கையில் அவள் முத்தமிடுவது ஏதோ கனவுபோல் உனக்கு லேசாய் நினைவிருக்கிறது. திருமணமாகி இரண்டு ஆண்டுகள் வரை உன்னைச் சீராட்டி செல்லம் கொடுத்து உன் சுருள் முடியைச் சீவிக் கிருஷ்ணன் கொண்டை போட்டு அழகு பார்த்திருந்த அதே சித்தி, தனக்கு ஒரு மகன் பிறந்த பிறகு உன்னை வெறுத்துத் துன்புறுத்தலானாள் என்ற நினைவு அதைவிட அதிகமாய்த் தகிக்கின்றது.

அப்புறம் உன் கணவர்.

கல்லூரிப் பேச்சுப் போட்டிகளில் உன் தர்க்கப் புலமையைக் கண்டு பிரமித்து உன்னை மணக்க விரும்பியவர். அவர் பெற்றோர் உன்னைப் பார்க்க வந்தபோது உன் சித்தி பேசியதையெல்லாம் குறிப்பிட்டிருக்கிறாய்.

"ரமியையா பிடிச்சிருக்காம் உங்க பையனுக்கு? நிச்சயமாய் இந்த வீட்டு ரம்யாதானா?"

"ஆமாம்."

"அவ அவ்வளவு சேப்புகூட இல்லையே? கிட்டத்திலேர்ந்து பார்த்தாரா?"

"அவ மேடைப் பேச்சில் அறிவு ததும்பித்தாம்."

"குடித்தனம் பண்ணப் போற பெண்ணுக்கு எதுக்கு அறிவும் பேச்சும்? எதிர்த்து வாயாடவா?"

"ஏன் பார்க்கவும்தான் அழகாயிருக்கா!"

"அதுசரி. கழுதைகூட பருவத்தில் அழகாய்த்தானிருக்கும்."

இது எதுவும் உன் நினைவிலிருந்து இன்னும் அழியவில்லை. இது போல் எத்தனையோ குரூரங்களைச் சித்தியிடம் சந்தித்து நீ உணர்ந்த நோவும் அவமானமும் கோபமும் இன்னும் மறக்கவில்லை. ஐம்பது வயதாகிறது உனக்கு!

நான்கு மாதங்கள் முன்பு நீ அரை நூற்றாண்டு முடித்தபோது உன் கணவர் உனக்கு மல்லி மொக்கு டிஸைன் தங்க நெக்லஸ் வாங்கிப் பரிசளித்தார்.

"உனக்கும் நாட்டுக்கும் பிறந்த நாள் பொன்விழா. என் ரம்யா தேவிக்கு அன்பான வாழ்த்துக்கள்."

அவர் முகத்தில் மலர்ச்சி. பல ஆண்டுகள் முன்பு முதல் முதலில் உன்னைக் கண்டு வரித்திருந்த அதே லயிப்பு.

நீ முகம் சுளித்தாய். எனக்கு எழுதியிருக்கிறாய்.

"ஆமாம். தங்க நகை பரிசளித்தால் ஏமாந்துவிடுவேனாக்கும்! பொன்விழா அது இது என்று அலங்காரமாய்ப் பேசிவிட்டால் போதுமா? பேச்சில் இருக்கும் அன்பு மனசில் இருக்க வேணாமா? கண்தான் அலைகிறதே?"

அவர் மனசில் என்ன இருக்கிறதோ என்னமோ, உன் மனசில் ஊட்டி இன்னும் இருக்கிறது.

அப்போது உனக்கு இருபத்தைந்து வயது. நளினி, மூன்று வயதுக் குழந்தை. உன் மடியில் நளினி. சுற்றிலும் உதகமண்டலத்தின் குளிர்ச்சி. தொலைவில் வானத்துக்கு அவாவுறும் யூகலிப்ட்ஸ் மரங்கள். பொட்டானிகல் கார்டன்ஸில் இருக்கிறாய். பூக்களஞ்சியத்தின் வர்ணக் கோலாகலம். டெலியா, பிட்டூனியா, கிளாடிபோலஸ், சாமந்தி, ரோஜா, லார்க்ஸ்பர். பெயர்களை அடுக்குவதால் இன்பம் கூடுமா என்ன? இன்பம் ஒரு பரிபூரணம். கூடுவதோ குறைவதோ அதற்கில்லை. மேடுகளின் உச்சியிலுள்ள மரங்களின் இலைப் பின்னல் வெப்பத்தை வடிகட்டித் தணித்துத் தரும் மிருதுவான சூரிய ஒளி. சரிவுகளில் சறுக்கி விளையாடும் பட்டுக் குழந்தைகள். வண்ண வண்ண ஸ்வெட்டர் களுள் ரோஜாக் கன்னங்கள் குலுங்க பந்துகளாய் உருண்டுவரும் உற்சாக ஒளிக் குவியல்கள். அவர்களின் கலீர் கலீரென்ற சிரிப்பு.

நீ அழகின் நடுவில் அமர்ந்திருந்தாய்.

பிக்னிக் கூடையை திறந்து ஃப்ளாஸ்கிலிருந்து சூடான மணமிக்க தேநீரை ஒரு 'கப்'பில் வார்த்து உன்னிடம் புன்னகையோடு நீட்டினார் உன் கணவர்.

"களைப்பாத் தெரியறே ரமி. ஸ்நாக்ஸ் அப்புறம் சாப்பிடலாம். முதல்ல டீயைக் குடி."

நீ கையை நீட்டினாய். உன்னை நோக்கியிருந்த அவர் விழிகள் கணநேரம் அசைந்தன. எங்கே பார்க்கிறார்? நீயும் தலையை லேசாய்த் திருப்ப, கண்ணைக் கட்டி நிறுத்தும் ஒரு வடிவம். பச்சை நிறச் சேலையில் அழகின் பூர்ண அருள்பெற்ற உருவம். கூந்தல் மல்லிகையை விட வெள்ளையாய்ப் புன்னகை. உடனிருந்தவர்களிடம் ஏதோ சொல்லிச் சிரித்துக்கொண்டிருந்தாள். இந்தத் தொலைவில் பேச்சு கேட்கவில்லை. ஆனால் இவள் பேசினால் அந்தப் பேச்சும் அழகாய்த்தானிருக்க வேண்டும் என்று எண்ண வைக்கும் தோற்றம்.

உன் முகத்தில் மலர்ச்சி மறைந்து சுருசுருவென்று கோபம் ஏறியது. "எனக்கு டீயும் வேணாம் ஒரு இழவும் வேணாம்." குழந்தையைப் பொத்தென்று தரையில் இறக்கிவிட்டு எழுந்து நடந்தாய்.

உன் மனசில் ஊட்டி இன்னும் மறையவில்லை. அதனால்தான் இப்போதுகூட உன் ஐம்பதாம் பிறந்த நாளுக்கு அவர் பரிசளிக்கும் போது 'பேச்சில் இருக்கிற அன்பு மனசில் இருக்க வேணாமா?' என்று கேட்கத் தோன்றுகிறது உனக்கு.

எப்படி அழுது தள்ளியிருக்கிறாய். இதையெல்லாம் நினைவுகூர்ந்து! 'சுவரோடாயினும் சொல்லி அழு என்பதற்கிணங்க எழுதுகிறேன்' என்று பழமொழியை வேறு துணைக்கு அழைத்திருக்கிறாய். நான் சுவர் இல்லை ரம்யா. உன்னுள் இருக்கும் கண்ணாடி. உன்னை நீ என்னில் பார்த்துக்கொள்ளலாம்.

இந்த அழுகையெல்லாம் ஒரு பீடிகைதான், உச்ச அழுகைக்கு வருவதற்கு.

சித்தியின் பிள்ளை உனக்குக் கடிதம் எழுதியிருக்கிறான். ஒரு புது மனிதன் போல் தன்னை அறிமுகம் செய்துகொண்டபின்.

"அக்கா! சென்ற காலத்தில் ஏதேதோ நடந்திருக்கலாம். அது ஒன்றையும் மனசில் வைத்துக்கொள்ளாதே. என்னை மன்னித்துவிடு. நான் உன் சகோதரன் என்ற உரிமையை என்னிடமிருந்து பறித்துவிடாதே. அந்த உரிமையின் பேரில் உன் கருணையை எதிர்நோக்கும் தீனனாக, இந்த வேண்டுகோளை உன்முன் வைக்கிறேன்.

"அம்மாவுக்கு தீவிர இருதய நோய். சில ஆண்டுகளாகச் சிகிச்சை அளித்து வந்தும் பயனில்லை. வால்வ் கோளாறு. இனி அறுவைச் சிகிச்சை செய்வதுதான் ஒரே நம்பிக்கை என்று டாக்டர்கள் ஒன்று போல் சொல்லிவிட்டார்கள்.

தனிமைத் தளிர்

"என் பொருளாதார நிலை மோசமென்று சொல்ல மாட்டேன். ஆனால் நான் பணக்காரனுமில்லை. பட்டு போர்த்திய வைக்கோல். பொம்மையான மத்திய வர்க்கக் குடும்பஸ்தன். அறுதியிட்ட வருவாயில் செலவு போக சேமிப்பு அதிகமில்லை. நிச்சயமாகத் தொடரும் வைத்தியச் செலவுகளுக்கு ஈடு கொடுக்கும் செழுமை இல்லை. அதற்காக விதவைத் தாயைக் கைவிட முடியுமா? அங்கே இங்கே கடன் வாங்கி பெரும்பாலும் பணம் புரட்டிவிட்டேன். ஆனால் சுமார் முப்பதாயிரம் ரூபாய் தேவைப்படுகிறது. தயவுசெய்து தந்து உதவுவாயா? தொழிலதிபரான உன் கணவரின் செல்வச் செழிப்புப் பற்றிக் கேள்விப்பட்டிருக்கிறேன். இந்தத் தொகை உனக்குப் பெரிசில்லை. கேட்கும் உரிமை எனக்கு இல்லை என்று நீ கருதலாம். ஆயினும் என் தாயின் உயிரைக் காப்பாற்ற, ஒரு மனித உயிரைக் காப்பாற்ற, இந்த நெருக்கடி சமயத்தில் இவ்வுதவியை நீ செய்வாயா அக்கா?"

"என்ன, கொழுப்பா!" என்று நீ வெகுண்டாய். "அக்காவாவது ஆட்டுக்குட்டியாவது! எத்தனையோ காலமாய்த் தொடர்பு விட்டுப் போன ஒருவன் இப்போது உதவி தேவைப்படுகிறதென்று உறவு கொண்டாடுகின்றானா?" என்று பொங்கினாய். 'என் கணவரிடம் பணம் இருப்பது மாற்றாம் மாமியாருக்கு வைத்தியம் பார்க்கவா?' என்று நினைத்துப் பொருமினாய்.

உன்னைக் கொடுமை செய்த சித்தி சாகக் கிடக்கிறாள் என்ற எண்ணம் இனிக்கிறது. சாகட்டும் என்று வஞ்சம் தீர்க்கும் எண்ணம் இனிக்கிறது.

பின்னே உனக்கென்ன பிரச்னை? "பணம் தர முடியாது" என்று தம்பிக்கு எழுதிப் போட்டுவிட்டு உன் இனிப்பான எண்ணங்களை ரசித்துக்கொண்டிருக்க வேண்டியதுதானே? மாறாக, வாழ்க்கையில் உனக்குள்ள குறைகளையெல்லாம் பட்டியலிட்டு, போதாததற்கு உன் ரத்தக் கொதிப்பு, சர்க்கரை நோய், மெனோபாஸ் தொல்லை போன்ற உடல் உபாதைகளையும் சொல்லி ஒரு பாட்டம் அழுதுவிட்டு "நான் எத்தனை கஷ்டப்படுகிறேன்! இப்போதும் படுகிறேன்! இந் நிலையில் அந்தப் பயல் வேறு பணம் கேட்டு என்னைத் தொந்தரவு செய்கிறானே! இது எனக்கு இழைக்கப்படும் அநீதியில்லையா?" என்ற தன்னிரக்கத்தில் புலம்பி, உன் மனசைக் கொட்டிக் காற்றில் எனக்கொரு கடிதம் எழுதியிருக்கிறாயே, இது ஏன்? உன் எண்ணத்தை நான் ஆமோதிக்க வேண்டும் என்பதற்காகவா? என் ஆமோதிப்பு உனக்கு அத்தனை முக்கியமா?

ஆனால் எனக்குக் குமட்டுகிறது ரம்யா! வருஷக் கணக்காய் வெறும் குப்பையாகவே மனசில் சேர்த்து வைத்திருக்கிறாயே! எப்படி இதனோடு வாழ்கிறாய்? இந்த மக்கிய நாற்றம் அருவருப்பாயில்லையா?

கசப்பும் வெறுப்புமாக எண்ணங்கள், வெறும் குப்பைகள். மனசில் எடுத்து வைத்துக்கொள்ள உனக்குப் பூக்களே கிடைக்கவில்லையா ரம்யா? அதாவது, நல்ல விஷயங்களோ இனிய நினைவுகளோ ஏதுமில்லையா?

ஆர். சூடாமணி

அம்மா முத்தமிட்ட உள்ளங்கையிலே சித்தி சூடு போட்டாள் என்று ஏழு வயசில் நடந்ததை ஐம்பது வயதிலும் அக்கறையாய் நினைவு வைத்துக்கொண்டு அழுதிருக்கிறாய். வரிசையாய்க் கொஞ்சம் மாற்றிப் பாரேன்! சித்தி சூடு போட்ட உள்ளங்கையில் அம்மா முத்தமிட்டிருந்தாள். இப்படி நினைத்து அந்த இனிமையில் ஆழ்ந்து போகலாமே! குப்பையைத் தள்ளு, பூவை எடுத்துக்கொள்.

தனக்கொரு மகன் பிறந்த பின் சித்தி உன்னைக் கொடுமைப்படுத்த லானாள் என்பதை ஏன் நினைக்கிறாய்? தனக்கொரு மகன் பிறக்கும் வரை உன்னிடம் பாசத்தைப் பொழிந்தாள் என்பதை நினைத்துக் கொள்ளேன். இன்னொரு பூ.

சித்தி உன்னை வெறுத்தாள் என்பதை விட்டுவிட்டு, அப்பாவின் அன்பு உனக்கு எப்போதும் இருந்தது என்பதை மனசில் பதித்துக்கொள். குழந்தையான உன்னிடம் இரவில் வந்து உன்னைக் கையிலேந்திக் கண்ணைத் துடைத்து, ‘உன் கண்ணில் நீர் வழிந்தால் என் நெஞ்சில் உதிரம் கொட்டுதடி’ என்று நெஞ்சுருகப் பாடிக் கதை சொல்லிப் படுக்கவைத்துத் தட்டித் தூங்கச் செய்வாரே ... அந்த நினைவை உன்னுள் பத்திரப்படுத்திக்கொள். ஆமாம், அப்பா சித்தியின் கொடுமை யிலிருந்து உன்னைக் காப்பாற்றவில்லை என்பதை வெகு அக்கறையாய் நினைவு வைத்துக்கொண்டு எழுதியிருக்கிறாயே, அப்பாவைப் பற்றிய இந்த நல்ல நினைவை ஏன் குறிப்பிடவில்லை?

உன் சித்தியின் விஷப் பேச்சால் உன் கல்யாணம் ஒன்றும் நின்று போய்விடவில்லையே! பேச்சுப் போட்டியில் உன் அறிவை வியந்தவர் இன்றுவரை உன்னிடம் அன்பு மாறாமல்தான் இருக்கிறார். அவர் கண் அழகிய பெண்ணின் பக்கமாய் அலைந்ததாம், பைத்தியமா உனக்கு? அழகை அதன் எந்த வெளிப்பாட்டிலும் ரசிப்பது என்பது மனித இயல்பு. ஊட்டியின் பசுமையான எழில் சூழலில் பச்சை ஆடையுடுத்தி நின்றவள் அந்தக் கணம் அவ்விடத்தின் உயிர்நாடியாக, அதன் அழகுக்கெல்லாம் ஒரு முத்தாய்ப்பாகத் தோன்றியிருக்கலாம். ஏன் கூடாது? உன்னிடம் அவர் அன்பின் ஆந்தரிகம் என்றாவது மாறியதுண்டா? விகல்பமில்லாத அந்தப் பார்வையால் முகம் சுளித்த நீ அதற்குப் பதில் அந்த இடத்தின் வண்ண மலர்களும் பட்டுக் குழந்தைகளும் தண்ணென்ற காற்றும் மெத்தென்ற கதிரொளியுமான அழகிய சூழ்நிலையின் இனிமையை மனசில் தேக்கியிருக்கலாமே! உன் மடியில் குழந்தையோடு நீயே அழகின் மடியில் அமர்ந்திருந்த இன்பம் உன் மனசில் புகவில்லை. தேநீர் எடுத்து நீட்டிய அவர் அக்கறை, அந்த இன்பத்தின் ஒரு பாகமாய் உனக்குத் தோன்றவில்லை. அவர் கண் அலைந்தது என்று ஒரு கசப்பைத்தான் உள்வாங்கிக் கொண்டாய்.

வேறு நினைவுகளுக்கு எத்தனை சந்தர்ப்பங்கள் இருக்கின்றன. டைஃபாய்ட் ஜுரத்தில் நீ படுத்தபோது இரவு பகல் பாராது அவர் உனக்குப் பணிவிடை செய்ததும், நீ விரும்பிக் கேட்டிருந்த புத்தகத்தைக் கொட்டும் மழையில் ஊரெல்லாம் அலைந்து தேடி எங்கோ நகர்க்

கோடியில் ஒரு சிறு சந்துக் கடையில் கண்டுபிடித்து வாங்கிவந்து உன் கையில் வைத்து உன் முகம் மலர்வதைக் கண்டு பூரித்து நின்றதும்... இவை போன்ற எதுவும் உன் நினைவில் தங்கவில்லை. ஊட்டி கசப்பு ஒன்றைத்தான் இத்தனை ஆண்டுகளும் நெஞ்சில் காப்பாற்றி வைத்திருக்கிறாய். குப்பை சேர்ப்பதில்தான் உனக்கு எத்தனை ஆசை!

உனக்கென்ன குறைச்சல் ரம்யா? வளமான வாழ்க்கை, அன்பான கணவன், எம்.எஸ்ஸி., எம்.சி.ஏ., முடித்து வெளிநாட்டில் கணிப்பொறி உயர்நிலைக் கல்வி பயிலும் அறிவு மிக்க மகள். எத்தனை பூக்கள் உனக்கு!

எனினும் நீ புலம்புகிறாய். இப்போது உன் முக்கியப் புலம்பல், உன்னைக் கொடுமை செய்த சித்தியின் வைத்தியத்துக்காக அவள் பிள்ளை உன்னிடம் பணவுதவி கேட்பது உனக்கு இழைக்கப்படும் அநீதி என்பது. அவள் உயிர் பிழைக்க நீ ஏன் உதவ வேண்டும்? அவள் செத்தால் உனக்கென்ன? சொல்லப்போனால் அது உனக்கு மகிழ்ச்சியல்லவா தரும்?

இருப்பினும், உடனடியாய்த் தம்பிக்கு ஒரு மறுப்புக் கடிதம் எழுதிப் போடாமல் என் ஆமோதிப்புக்காகக் காத்திருந்து காலம் தாழ்த்துகிறாய். அப்படியானால் உன் முடிவைப்பற்றி உனக்கே மூலையில் எங்கோ ஒரு சிறு சந்தேகம் இருக்கிறதென்று அர்த்தமா?

ஆபத்து என்று கேட்கும்போது உதவ மறுத்தால் அது உனக்குள் எங்கேயோ உறுத்தும்போல் தோன்றுகிறது. அதுதானே? அவள் இறந்தால் நீ சந்தோஷப்படுவாய் என்ற நினைப்பைவிட அதிக சுமையாயிருக்கிறதா இந்த உறுத்தல்?

"இல்லை!" என்று கூவுகிறாய். 'பணம் அனுப்ப முடியாது என்று இப்போதே அவனுக்கு எழுதிவிடுகிறேன்.' காகிதமும் பேனாவுமாய் மேஜையடியில் உட்கார்ந்துவிட்டாய்.

ஒரு நிமிஷம் பொறு ரம்யா. நான் சொல்லும் மிச்சத்தையும் கேட்டபிறகு எழுது. ப்ளீஸ், எனக்காக.

'சரி, சொல்லு!'

நமக்கு யாரையாவது பிடிக்கவில்லை என்றால் அவர்களோடு வாழ்வது சுலபமான காரியமா?

'இல்லை, ஒருபோதும் இல்லை.'

கடைசி மூச்சுவரை நாம் நம்மோடுதானே வாழ்ந்தாக வேண்டும் ரம்யா?

"ஆமாம்."

அப்படியானால் நம்மை நமக்குப் பிடிக்க வேண்டியது எவ்வளவு அவசியம்!

'நீ என்ன சொல்ல வருகிறாய்'

நீ காப்பாற்றியிருக்கக்கூடிய ஒரு மனித உயிர் உதவி கிடைக்காததால் இறந்து போயிற்று என்றால் அதன்பிறகு உன்னை உனக்குப் பிடிக்குமா? உன்னோடு நீ வாழச் சகிப்பாயா?

சிறிது நேரம் வரை உன்னிடம் பேச்சில்லை; அசைவில்லை. சுவரை வெறித்துக்கொண்டு உட்கார்ந்திருக்கிறாய். பிறகு பேனாவை மெல்ல மூடி வைக்கிறாய். நெற்றியில் கைபதித்து யோசனையில் ஆழ்கிறாய்.

உன்னை வெறுப்பவளுக்கு இந்த உதவியைச் செய்தாயானால் அதில் உனக்கும் பெரிய லாபம் இருக்கிறது ரம்யா. வெறுப்பு, கசப்பு என்றெல்லாம் மனசில் நீ சேர்த்து வைத்திருக்கும் குப்பைக் கூளங்கள் அனைத்தையும் இந்த ஒரே செயல் ஒரே வீச்சில் பெருக்கித் தள்ளித் துப்புரவாக்கிவிடும். அப்படிச் சுத்தமாகிய இடத்தில், நீ இதுவரை புறக்கணித்து வந்துள்ள நல்ல நினைவுகளை அந்தப் பூக்களை எடுத்து வந்து வைத்துக்கொள்ளலாம். அவற்றை அழகான மாலையாய்த் தொடுக்கலாம். சித்திக்கு உதவி செய்வதன் மூலம் கசப்புத் தளை உடைந்து நீ பெறும் விடுதலையுணர்வு அந்தப் பூமாலையில் ஒரு பாரிஜாத மலர் போல் நடு நாயகமாய் விளங்கும். எனக்கும் குப்பையின் மக்கிய நாற்றம் நீங்கிப் பூமணம் கமழும் உன் மனசில் குடியிருப்பது கொஞ்சம் வசதியாய் இருக்கும்.

மீண்டும் பேனாவை எடுத்துத் திறக்கிறாய். மூக்குக் கண்ணாடியைச் சரிசெய்துகொள்கிறாய். என்ன எழுதப் போகிறாய்?

உனக்குப் பதில் சொன்னதோடு என் வேலை முடிந்தது. இனி உன் இஷ்டம். வரட்டுமா ரம்யா?

உன் பிரிய
ரம்யா.

கல்கி, 21.6.1998

அமெரிக்க விருந்தாளி

ரோஜாப் பூவைக் குழைத்து வெண்பனி கலந்து பூசினாற் போன்ற சரும நிறம். சற்று நீளமாய் வெட்டிய தங்க ரேகை ஓடும் இளம் பழுப்புத் தலைமுடி. நீல விழிகள். தென்னிந்தியப் புக்ககத்துக்குத் தந்த சலுகைபோல் முழங்கால் மூடிய நீளமான நீல நிற ஸ்கர்ட், வெள்ளை ப்ளவுஸ், குதிகால் உயராத சாதாரண சாண்டல்ஸ்தான் அணிந்திருந்தாளென்றாலும் அசப்பில் கோபிக்கு சமமான உயரம்போல் தோன்றினாள். ஆரத்தி சுற்று வதற்காக இருவரையும் அருகருகாய் நிற்க வைத்தபோதுதான் கோபு முழுசாய் ஓர் அங்குலம் மனைவியைவிட அதிக உயரம் என்பது தெரிந்தது.

மீனம்பாக்கம் விமான நிலையம் சென்று சர்வதேச முனையில் அவர்கள் வந்து இறங்கி சுங்க சாங்கியங்கள் முடித்துக்கொண்ட பின் அவர்களிடம் “ஹலோ கோபி! ஹலோ சில்வியா! ஹொ வாஸ் தி ஃபிளைட்?” போன்ற விசாரிப்புகள் செய்து அப்பாவின் மாருதி சுஜுகியில் அவர்களைச் சேத்துப்பட்டில் தம் வீட்டுக்கு ஓட்டிவந்திருந்த கோபியின் அண்ணன் சுந்தரம் ஒரு புறமாய்த் தள்ளி நின்றான். அம்மா மங்களமும் பெரிய மருமகள் ஜனனியும் தம்பதிக்கு ஆரத்தி சுற்றினார்கள். “சீதா கல்யாண வைபோகமே . . . ராம கல்யாண வைபோகமே . . .” என்று மெல்லிய குரலில் இழுத்தாள் ஜனனி.

“வாட் ஆர் தே டூயிங்?” என்று சில்வியா கணவனைக் கேட்டாள்.

“நம்மை வரவேற்கிறார்கள்,” சொல்லிவிட்டு கோபி பவ்யமாய் நின்றான்.

மணப்பெண் ஓரகத்தியை நோக்கிப் புன்சிரித்து “ஹாய், ஜென்னி!” என்று முகமன் கூறினாள் நட்புடன்.

இரண்டு ஆண்டுகள் முன்பு ஃப்ளாரிடாவில் திருமணம் நடந்தபோது சுந்தரமும், ஜனனியும் சென்றிருந்தார்கள். ஆகவே சில்வியாவுக்குப் பரிச்சயம் இருந்தது. வாயில் நுழையாத

எத்தனையோ இந்தியப் பெயர்களிடையே ஜனனி என்பது சற்று எளிதாகவும் ஜென்னி என்னும் மேல்நாட்டுப் பெண்பால் பெயரோடு ஓரளவு ஒத்திருந்ததாலும் சுலபமாய்ச் சொல்ல வந்தது. ஜனனி 'ஜென்னி'யாகவே ஆகிவிட்டாள்.

ஜனனி பதில் புன்னகையுடன் ஆரத்தி நீரை வாசலில் கொட்டி விட்டு வந்தபிறகு, சில்வியா இந்திய வணக்க முறையைத் தெரிந்து கொண்டிருந்த பெருமையோடு கைகளைக் குவித்து மாமியாருக்கு வணக்கம் செய்தாள்.

மங்களத்துக்குத் திருப்தியாக இருந்தது. என்னதான் 'நம்மூர்ப்பெண்' மாதிரி கீழே விழுந்து நமஸ்காரம் செய்யத் தெரியாவிட்டாலும் பெரியவர்களுக்குக் கைகூப்பும் பண்பு இருக்கிறது இவளிடம்.

"நன்னாயிரும்மா!" சட்டென்று தமிழ் உறைக்க, "ஐ மீன் மை ப்ளெஸ்ஸிங்ஸ் டு யூ" என்று திருத்திக்கொண்டாள். இரண்டு பக்க வீடுகளிலும் ஜன்னல்களிடையே முகங்கள் மொய்த்திருந்தன. தான் அமெரிக்க மருமகளுக்கு ஆரத்தி சுற்றி வரவேற்பதையும் அவளோடு ஆங்கிலத்தில் பேசுவதையும் அவர்கள் பார்த்திருப்பார்கள் என்று நினைக்க மங்களத்துக்குப் பெருமையாயிருந்தது.

"கம் இன் சில்வியா! முதலில் வலது பாதம் வைத்து வா" என்று ஆங்கிலத்தில் கூறிவிட்டு "மணமகளே மருமகளே வா வா – உன் வலது காலை எடுத்து வைத்து வா வா!" என்ற பாடல் வரிகளைக் குறும்பாகச் சீட்டியடித்த பெரிய மகனை ஒரு முறைப்பு முறைத்துவிட்டு மிடுக்காய் வீட்டுக்குள் போனாள்.

❍

மாலை மஞ்சளில் தங்கமாய்த் தகதகக்கும் மெரீனா மணற்பரப்பு. முழுக் குடும்பமும் வந்து அமர்ந்திருந்தார்கள். சில்வியா கடலையும் அலைகளினோரம் சங்குகள் விற்போரையும் எவ்வளவு முறை பார்த்தாலும் அலுக்காதிருந்தாள். அவ்வப்போது கோபியும் அவளுமாய் சற்று தூரம் மணலில் நடந்து போய்விடுவார்கள். மடித்துவிட்ட பாண்ட் மற்றும் ஜீன்ஸ் கால்களில் ஈரம் கறுப்பாய்த் தெரிய அலைகளிடையிலிருந்து திரும்புவார்கள்.

"ஃபன்டாஸ்டிக் சன்ஸெட்! நான் படம் பிடித்திருக்கிறேன். எப்படி வந்திருக்கிறதோ!" என்றாள் சில்வியா பூரிப்புடன். அவள் கையில் எப்போதும் ஃப்ளாஷ் காமிரா. வீட்டில் எல்லோரையும் புகைப்படம் எடுத்தாயிற்று. வெளியில் எங்கு சென்றாலும் அவள் கவனத்தை ஈர்க்கும் அனைத்தும் காமிராவுக்குள் முடக்கப்பட்டுவிடும்.

கடற்கரையில் அவள் எதைத்தான் படம் பிடிக்கவில்லை? சுண்டல் விற்பனையை, அம்மணக் குழந்தையுடன் பிச்சை எடுப்பவளை, பஸ் ஓடும்போது அதன் பின்னால் ஏணியில் தொற்றிக்கொண்டு ஆபத்தாய் சவாரி செய்யும் உற்சாகமிக்க நிக்கர் பையன்களை, குதிரைமேல் வீரத்துடன் அல்லது பயத்துடன் அமர்ந்து ஒரு குட்டி ஓட்டம் போய்

தனிமைத் தளிர் ☙ 605 ❧

விட்டு வரும் சிறார்களை, எம்.ஜி.ஆர். சமாதியை, ஓடி ஓடிப் பூ விற்கும் மொட்டவிழ் சிறுமிகளை . . .

"ஓ, ஹௌ நைஸ், ஹௌ இன்ட்ரெஸ்ட்டிங்!"

ஜனனிக்கு லேசாய் எரிச்சல். இவளுக்கு இந்தியாவில் எல்லாமே காட்சிப் பொருள்தானா? தன் தாய்நாட்டின் மதிப்பு வெளியார் கண்ணில் இவ்வளவுதானா? சரியான டூரிஸ்ட் மனப்பான்மை.

நாட்களின் போக்கில் மகாபலிபுரம் சிற்பக் கோயில்கள், கபாலீசுவரர் ஆலயக் கோபுரம் போன்ற பலவும் சில்வியாவின் புகைப்பட ஆர்வத்துக்கு இலக்காகியிருந்தன.

எலியட்ஸ் பீச்சில் ஒரு சமயம் தட்டுப்பட்ட ஒரு நரிக்குறவ தம்பதியை அவள் சுவாரஸ்யத்துடன் பார்த்தாள். கோவணாண்டியான ஆண், பச்சைப் பாவாடையும் பாதி உடம்பு தெரிய மஞ்சள் ரவிக்கையும் வகை வகையாய் வண்ணப் பாசிமணி மாலையுமாய்ப் பெண். இடுப்பில் ஒரு கூடை. ஆணின் தோள்மேல் ஒரு குரங்கு.

"ஹௌ கலர்ஃபுல்!" என்று சில்வியா காமிராவில் அவர்களைப் பதித்துக்கொண்டாள்.

அவள் அவர்களை வெறித்த அதே அளவு குறுகுறுப்புடன் அவர்களும் அவளை வெறித்தார்கள். ஜனனிக்கு இதுவும் பிடிக்கவில்லை. சில்வியா எங்கே வெளியில் சென்றாலும் போவோர் வருவோர் தவறாமல் வெறித்துப் பார்த்தார்கள், என்னமோ வெள்ளைத் தோலையே முன்பின் பார்த்திராதவர்கள்போல். அதுவும் நாலு இந்தியர்களோடு சேர்ந்து ஒரு வெளிநாட்டுக்காரியைப் பார்த்துவிட்டால் குறுகுறுப்பு அதிகம். சில்வியாவும் இவர்களுக்கு ஒரு காட்சிப்பொருள் தான் என்று நினைக்கும்போது வருத்தமாக இருந்தது.

பொடிசுகள் சில சமயம் விடாமல் அவளைப் பின்தொடர்ந்து "மிஸ்ஸி, குட்மார்னிங் மிஸ்ஸி, இந்த மணியை வாங்கிக்குங்க மிஸ்ஸி. அம்பது ரூபாதான். ஃபிப்டி ருபீஸ் மிஸ்ஸி!" என்று ஐந்து ரூபாய் பெறாத பாசிமணியை ஐம்பது ரூபாய்க்கு அவள் தலையில் கட்டப் பார்ப்பதைக் காணும்போது ஆத்திரம் வந்தது ஜனனிக்கு. வெளிநாட்டார் என்றாலே சுலபமாய் ஏமாறக்கூடிய கொழுத்த பணக்காரர்கள் என்று எண்ணம்! அவளுக்கு அவமானமாயிருந்தது.

❍

ஆனால் வீட்டைப் பொறுத்தவரை சில்வியா காட்சிப் பொருளல்ல. மங்களம், சாம்பமூர்த்தி இருவருமே அவளை ஒரு மனுஷியாய், மருமகளாய், ஏற்றுக்கொண்டாகிவிட்டது.

கோபு ஒரு அமெரிக்கப் பெண்ணை மணக்க விரும்புவதாக அவன் எழுதிய கடிதத்திலிருந்து முதலில் அறிந்தபோது அதிர்ச்சியாய் இருந்ததென்னவோ உண்மை. அழகாய் அம்சமாய் குத்துவிளக்கு போல் தழையத் தழையப் புடவையும், தொங்கத் தொங்கத் தாலியுமாய்

பளிச்சென்று தமிழ் பேசிக்கொண்டு 'நம்மூர்ப்பெண்' ஒருத்தி நாட்டுப் பெண்ணாய் வாய்த்திருந்தால் திவ்யமாய் இருந்திருக்கும். அதைவிட்டு எங்கோ கண் காணாத தேசத்தில் ஒரு பதிவு அலுவலகத்தில் சில்வியா மேரி ஹாரிஸனும், ஆத்தூர் சாம்பமூர்த்தி கோபாலனும் கையெழுத்திட்டு இணைவதென்றால் . . .

ஆனால் மேற்கல்வி என்று அயல்நாடு சென்று தேறி அங்கேயே எலக்ட்ரானிக்ஸ் என்ஜினியராக உத்தியோகத்தில் அமர்ந்துவிட்ட தோளுக்கு மிஞ்சிய தோழன் "இது என் விருப்பம்" என்ற பிறகு தடுக்க முடியுமா? தடுத்து நிறுத்தினாலும் பிறகு பிள்ளையின் வாட்ட முகத்தைப் பார்த்திருக்க மனம் சகிக்குமா?

தனிப்பட்ட முறையில் சில்வியாவிடம் எந்தக் குறையும் இல்லை. நல்ல பெண். ஹோட்டலில் தங்காமல் இங்கு இவர்களுடன் தங்க முழு மனத்துடன் இசைந்திருக்கிறாள். மாமியார், மாமனார், மைத்துனன், ஓரகத்தி நால்வரும் அமெரிக்காவிலிருந்து அவளும் கோபியும் வாங்கி வந்திருந்த பரிசுப் பொருட்களைத் தன் கையாலேயே அவர்களிடம் முகமலர்ச்சியுடன் கொடுத்தாள். அசைவ உணவு கேட்பாளோ என்று அவர்கள் பயந்துகொண்டிருந்ததற்கு மாறாக அசைவம் என்ன முட்டை கூட அவள் கேட்கவில்லை. அரிசியைவிட கோதுமையை அதிகம் விரும்பி உண்கிறாள் என்பது தவிர மற்றபடி காய்கறிகள், தயிர், பால் முதலிய அனைத்தும் வீட்டில் மற்றவர்கள் சாப்பிடுவதே தனக்கும் போதும் என்று சொல்லிவிட்டாள். இவர்களாகத்தான் அவளுக்காக வீட்டில் எப்போதும் ப்ரெட், வெண்ணெய், ஜாம், பழம், சோளஅவல் என்று வாங்கி வைத்திருந்தார்கள். காப்பியை சில்வியா மிகவும் விரும்பிக் குடித்தாள். "ஃப்ரென்ச் காஃபிக்குப் பிறகு இந்த வீட்டில்தான் இந்த ருசியைப் பார்க்கிறேன் ஜென்னி. டெலீஷஸ்!" என்று வாயாரப் பாராட்டியவாறே பருகுவாள்.

கோபியோடு அறிமுகமான புதிதில் சில்வியா அவனை 'மிஸ்டர் கோபாலன்' என்றுதான் அழைப்பாளாம். ஆத்தூர் சாம்பமூர்த்தி கோபாலன் என்பதை மேனாட்டு முறையையொட்டி முதல் பெயர் நபரின் தனிப்பட்ட பெயரென்றும் இரண்டாம் பெயர் நடுப்பெயர் என்றும் கடைசிப் பெயர் குடும்பப் பெயர் (சர்நேம்) என்றும் எண்ணி, மரியாதை சம்பிரதாயப்படி குடும்பப் பெயரால் அழைத்திருந்தாள். நன்கு தெரிந்தவர்களும் நண்பர்களும் உறவினர்களும்தான் ஒருவரை முதல் பெயரால் அழைக்கும் சலுகை பெற்றவர்கள். அதற்கிணங்க அவள் அவர்களுக்கிடையே பழக்கமும் அன்பும் ஏற்பட்ட பிறகு, நெருக்க பாவத்தை வெளியிடும் விதமாக மிகுந்த காதலுடன் "ஓ டார்லிங் ஆட்டூழ்!" என்று அழைக்க, அரண்டுபோன கோபி தென்னிந்தியப் பெயர்ப்பாணியை அவளுக்கு விளக்கியதன் பேரில் அவனை 'கோபி' என்று அழைக்க ஆரம்பித்தாளாம். இதெல்லாம் பின்னால் கோபி சொல்லித் தெரிந்துகொண்டவை.

கோபி திருமணத்துக்குப் பிறகு இரண்டாண்டுகள் சென்றபின் இப்போதுதான் ஒரு மாத விடுப்பில் மனைவியுடன் இந்தியா வந்திருக்

கிறான். மாமியாரும், மாமனாரும் முதல்முறை அவளைச் சந்திக்கிறார்கள். மாடியில் தம்பதிக்காக ஒழித்துவிட்டிருந்த அறையை சில்வியாவுக்குக் காட்டியபோது அவள் "உங்கள் ஏற்பாடுகள் மிகவும் நன்றாக உள்ளன. ஆனால் எனக்காக ஏன் இத்தனை சிரமப்பட்டீர்கள்? நீங்கள் எந்த இடத்தைக் கொடுத்தாலும் நான் அட்ஜெஸ்ட் செய்துகொண்டிருப்பேனே!" என்றாள். கிழக்கு – மேற்கு நாடுகளிடையிலான நேர வித்தியாசத்தின் 'ஜெட்லாக்' பாதிப்பினால் பகலில் தூங்கி வழிந்துகொண்டும் நள்ளிரவில் தூக்கம் வராமல் பசிக்கு ப்ரெட்டைக் கடித்தபடி உட்கார்ந்துகொண்டும் கழித்த முதல் ஒரு வாரத்தில்கூட இவர்களுடன் இனிமையாய்ப் பழகுவதில் அவள் குறை வைக்கவில்லை.

ஆயினும் . . .

எங்கோயோ ஓர் 'ஆயினும்' இருந்தது.

○

வரலட்சுமி நோன்பு.

மங்களம் ஸ்நானம் முடித்து நோன்பின் பொருட்டு மடிசார் புடவை அணிந்து பூஜைக்கு வேண்டிய ஏற்பாடுகளைக் கவனித்துக் கொண்டிருந்தபோது சில்வியா அவளைக் கவனித்துக்கொண்டிருந்தாள். இந்தப் பாணியில் சேலை உடுத்திய பெண்களை அவள் காரில் போகும் போது சாலையில் பார்த்திருக்கிறாள். ஆனால் இங்கே வீட்டிலேயே – மாமியாரே ஏதோ விசேஷத்துக்காக! மாடிக்கு ஓடிப்போய் காமிராவை எடுத்து வந்தாள். பூவும் புதுச்சேலையும் குங்குமமும், மாலையுமாய் தேவியை அலங்கரித்திருந்த அம்மன் கலசத்தை முதலில் ஒரு படம் எடுத்துக்கொண்ட பின் மாமியாரிடம் "உங்களை இந்த சம்பிரதாய உடை பாணியில் ஃபோட்டோ பிடித்துக்கொள்ளட்டுமா?" என்று கேட்டாள்.

மங்களத்துக்கு உள்ளே ஆத்திரம் எழுந்தது. அன்றொரு நாள் நரிக்குறவர்களை படம் எடுத்துக்கொண்டது போல் இப்போது மடிசாரில் மாமியாரா? இது என்ன, ஃபான்ஸிட்ரெஸ் காட்சியா? ஊர் திரும்பித் தன் அமெரிக்க நண்பர்களிடம் "இவர்கள் ஓர் இந்தியப் பழங்குடி நாடோடி இனத்து ஜோடி. இந்தம்மாள் என் ஹஸ்பெண்டின் தாய். விசேஷ காலங்களில் தமிழ்நாட்டின் ப்ராமின் குடும்பத்துப் பெண்கள் புடவை அணிகிற 'ஆர்த்தடாக்ஸ்' பாணி இது" என்று புத்தக அடிக்குறிப்பு போல் வியாக்கியானம் செய்வாளா?

"எதற்கு இதெல்லாம்" என்று மறுத்து பார்த்தாள்.

"எனக்காக அம்மா! ப்ளீஸ்!"

அமெரிக்க மழலையில் ஒலிக்கும் அந்த அம்மா அவள் கற்றிருந்த ஒரே ஒரு தமிழ்ச்சொல். கணவனின் தாயாருக்குத் தந்த தனிச் சலுகை.

"சரி, உன் இஷ்டம்,"

ஜனனியும் அப்போது மடிசார் கோலத்தில் அங்கே வரவும் சில்வியாவின் குதூகலம் இரட்டிப்பாக்கியது. “ஓ ஜென்னி, திஸ் இஸ் கிரேட்!” மாமியாரை தனியாக படம் எடுத்தபின் இருவரையும் சேர்த்து இன்னொன்று எடுத்துக்கொண்டு சில்வியா மாடிக்கு போய் விட்டாள்.

“ஜனனி, எனக்கு ஒரு ஆசையடி.”

“சொல்லுங்கோம்மா.”

“இவ இன்னிக்கு ஒரு நாளாவது புடவை கட்டிண்டு நான் பார்க்கணும்.”

“பழக்கம் இல்லையேம்மா! எங்கயாவது நடக்கத் தெரியாம தடுக்கி விழுந்தாள்னா?”

“நீ சொல்லிக் குடேன்.”

“உங்க ஊர் பெண்களே சூரிதாரும் சல்வார் கமீஸும் உடுத்தறபோது நான் ஏன் புடவை உடுத்தணும்னு கேக்கலாம்.”

“இன்னிக்கு ஒரு நாளுக்குத்தானே! அதுவும் பூஜை முடியற வரைக்கும்தான். இங்கே வந்ததுலேர்ந்து பார்க்கறேன். ஒருநாள்கூட அவ புடவை கட்டலே பார்த்தியா! எப்பவும் ஸ்கர்ட், ஜீன்ஸ், பான்ட் ஸூட் – இந்த மாதிரிதான். ஒரு இந்தியனைத் தானே கல்யாணம் பண்ணிண்டிருக்கா? அவன் தாயார் தகப்பனார் கண்குளிர ஒருதடவை புடவை கட்டிக் காட்டணும்னு தோணாதா?”

ஜனனிக்குப் பரிதாபமாக இருந்தது. “கேட்டுப் பார்க்கறேம்மா.” சற்றுத் தயங்கிய பின் – “அப்புறம் . . . இந்தியன்னு சொன்னேனில்லையா? கோபி ரொம்ப காலம் இந்தியனாய் இருக்கமாட்டான்.”

“அப்படின்னா?”

“சில வருஷங்களில் அமெரிக்கப் பிரஜையாகப் போறான். அவண்ணாகிட்டயும் என்கிட்டயும் சொல்லிண்டிருந்தான். சில்வியா விருப்பமாம்.”

மங்களத்தின் முகம் சாம்பியது. ஜனனியின் மனமும் பாரமாயிருந்த தென்றாலும் மாமியாரை சமாதானம் செய்ய முயன்றாள்.

“பார்க்கப்போனா இதில் வருத்தப்பட ஒண்ணுமில்லேம்மா. யோசிச்சுப் பாருங்கோ. கோபிக்கு அங்கே நல்ல உத்தியோகம். திறமைக்கு அங்கீகாரம். அந்தத் திருப்தியும் வாய்ப்பும் சம்பளமும் அவனுக்கு இங்கே கிடைக்குமா? எப்படியும் அங்கேதான் செட்டில் ஆகப்போறான். அமெரிக்க மனைவி வேற. அடுத்தது அமெரிக்கக் குடியுரிமைதான்! தவிர்க்க முடியுமா? நாளைக்குக் குழந்தைகள் பிறந்தாலும் இதுதான் வசதி.”

மங்களம் பெருமூச்செறிந்தாள். மருமகளின் கையைப் பற்றிக் கொண்டாள். “நீயும் சுந்தரும் இருக்கேள், எங்க கடைசி காலத்துக்கு.”

“கட்டாயம் இருப்போம். கவலைப்படாதீங்கோ, கோபிக்கு மட்டும் உங்கக்கிட்ட பாசம் போயிடுமான்ன? என்ன உதவி வேணும்னாலும் நிச்சயம் செய்வான். நம்மையெல்லாம் பார்க்க சில வருஷங்களுக்கு ஒரு தடவையாவது வந்துண்டுதான் இருப்பான்.”

“அமெரிக்க பாஸ்போர்ட்ல”

❍

புடவை விஷயத்தை ஜனனி சொன்னபோது சில்வியா நாசுக்காய், ஆனால் உறுதியாய் மறுத்துவிட்டாள்.

ஒரே ஒருமுறை தன் கணவனைப் பெற்றவர்களின் திருப்திக்காக சிறிதுநேரம் சேலை அணிவதில் இவளுக்கு என்ன ஆட்சேபம்? இதில் விட்டுக்கொடுத்தால் எதை இழந்துவிடுவோம் என்று அஞ்சுகிறாள்? கலந்து பழகுவதுபோல் மேலுக்குத் தோன்றினாலும் தன் வித்தியாசத்தை வற்புறுத்துவதில் ஏன் இந்தத் தீவிரம்? புடவை என்னும் உடுப்பு முறையை இந்தியப் பெண்ணுக்கு உருவகமாக்கி “என் அடையாளம் வேறு” என்று அழுத்திக் கூறுகிறாளா?”

கல்யாணத்துக்காக சாம்பமூர்த்தியும் மங்களமும் பெரிய பிள்ளை, மருமகள் மூலம் மணமக்களுக்கு அனுப்பிய பரிசுப்பொருட்களில் மணப்பெண்ணு க்கென்று நகைகளும் இரண்டு அகல சரிகைக் கரைப் பட்டுச்சேலைகளும் கூட அனுப்பியிருந்தார்கள். அந்தச் சேலைகளை வெட்டி அழகான டிரஸ்கள் தைத்து அணிந்துகொண்டு பார்ட்டிகளுக்குச் சென்று பாராட்டுப் பெற்றதாக சில்வியா சொல்லியிருந்தது ஜனனிக்கு இப்போது நினைவு வந்தது.

❍

மாலையில் சில உறவுக்காரர்கள் வந்திருந்தார்கள். இவர்கள் அமெரிக்காவிலிருந்து வந்தது முதல் இவர்களைப் பார்க்க அனேகமாய் ஒவ்வொரு நாளும் விருந்தினர் வருகைதான். மங்களம் இளைய மருமகளை அறிமுகம் செய்துவைத்தாள்.

வந்த அனைவருக்கும் ‘அந்த ஊர்க்காரி’யைச் சந்திப்பதில் அலாதி ஆர்வம். காதல் கல்யாணம் என்பதால் எதைக் கண்டு மோகித்தான்? என்னும் ரீதியில் அவள் உருவத்தைப்பற்றி மனசுக்குள் சீர்தூக்கல், ஆங்கிலம் அறிந்தவர்களெல்லாம் அவளுடன் ஆங்கிலத்தில் பேசிப் பெருமைப்பட்டுக்கொண்டார்கள். அவளுடைய அமெரிக்க உச்சரிப்பு புரியாதபோது புரிந்த மாதிரி நடித்தார்கள்.

சில்வியா மற்றவர்களிடமிருந்து சற்று விலகி அமர்ந்து எல்லோரை யும் குறிப்பாகத் தன் கணவனை – கவனித்துக்கொண்டிருந்தாள். தன் குடும்பத்தாருடன் உட்கார்ந்து விருந்தாளிகளுடன் உரையாடியவாறிருந்த கோபியின் முகத்தில் எத்தனை உற்சாகம், எத்தனை மகிழ்ச்சி! ஆங்கிலம் பேசத் தெரியாத முதிய பெண்மணிகளுடன் தமிழில் பேசினான். பொதுவாகவே சில்வியாவுடன் பேசும்போது தவிர – அங்கு உரையாடலில்

நிறையத் தமிழ் இடம்பெற்றிருந்தது. சில்வியா புரியாமல் பார்த்தபடி இருந்தாள். கோபி மிகுந்த நகைச்சுவையுடன் ஏதோ சொல்லியிருக்க வேண்டும். குபீரென்று அறை முழுக்க சிரிப்பு எதிரொலித்தது. சுந்தரம் என்னமோ சொல்லிக்கொண்டே சிரிப்புடன் தம்பியின் முதுகில் 'ஷொட்டு' தட்டினான். பிறகு விருந்தாளிகளில் ஒருவன் கோபியின் ஹாஸ்யத்தை சில்வியாவுக்கு மொழிபெயர்த்தபோது அவளுக்குச் சிரிப்பு வரவில்லை.

ஜனனி எல்லோருக்கும் காப்பி கலந்து இரண்டு தடவைகளில் தட்டில் வைத்து எடுத்து வந்தாள். விநியோகத்தில் சில்வியா அவளுக்கு உதவினாள். அவள் காப்பி கொடுத்தவர்களில் கோபியும் ஒருவன். அவள் நீட்டிய தம்ளரை வாங்கிக்கொண்டே அவன் எதிரிலிருந்த தன் ஒன்றுவிட்ட சித்தியுடன் தொடர்ந்து உரையாடியவாறு இருந்தான். சில்வியா சில விநாடிகள் காத்து நின்றாள். முகம் மெல்லச் சிவந்தது. கோபி காலி செய்த காப்பி தம்ளரை வாங்குபவள்போல் குனிந்து அவன் காதருகில் சன்னமான ஆனால் இறுக்கமான குரலில் "ஸே தாங்க்யூ டு மீ!" என்று சொன்னது பின்னால் வந்துகொண்டிருந்த ஜனனியின் காதில் துல்லியமாக விழுந்தது.

கோபி சட்டென்று நிமிர்ந்து மனைவியைப் பார்த்தான். முகத்தில் லேசாய் ஒரு கலவரம் "தாங்க்யூ சில்வி . . . தாங்க்யூ வெரி மச் . . ."

அன்றிரவு நிச்சயம் அவளை சமாதானப்படுத்தும் வேலை அவனுக்கு இருக்கிறது என்று ஜனனி நினைத்துக்கொண்டாள்.

கணவன் – மனைவி பந்தம் என்பது இதுபோன்ற சிறு சிறு மரியாதை களின் தேவையைக் கடந்த நெருக்கமில்லையா?

இரவு சில்வியா முற்றிலும் சமாதானமடையவில்லை என்று தோன்றியது. மறுநாள் முழுவதும் முகத்தைத் தூக்கி வைத்துக்கொண்டு தான் இருந்தாள். கோபி அவளைக் கவனித்துக்கொள்வதிலேயே முனைந்திருந்தான். உணவு நேரத்தில் அவளுக்குத் தட்டு எடுத்து வைத்து அவள் தம்ளரில் 'டீம் வாட்டர்' நிரப்பினான். அவள் உட்கார நாற்காலியை சரியாய் இழுத்து வைத்தான். காப்பி எடுத்து வந்து கையில் கொடுத்தான். எல்லோரும் உட்கார்ந்து பேசிக்கொண்டிருக்கும் போது அவள் "நான் மாடிக்குப் போய் சற்று ஓய்வெடுக்கிறேன், எக்ஸ்கியூஸ்மீ" என்று எழுந்து போனபோது தானும் பின்னாலேயே மாடிக்குப் போனான்.

மின்சார வெட்டு நேர்ந்த அன்று அந்திமாலைப்பொழுது வீடு இருளில் மூழ்கியது. கோபி தவித்துப்போய்விட்டான். ஃபோன்மேல் போன் போட்டு (ஓ ஹெல், என்ன போன் இது! சமயத்தில் மக்கர் பண்றது. அப்பா முதல்ல இந்த சனியனைத் தூக்கி எறிஞ்சுட்டு செல்ஃபோன் வச்சிக்குங்கோ) எம்.இ.எஸ்.காரர்களை வருவித்து அவர்கள் சுந்தரம் காட்டிய டார்ச் வெளிச்சத்தில் மீட்டர் பெட்டியைத் திறந்து ஆராய்ந்துகொண்டிருந்தபோது "ஆச்சா ஆச்சா" என்று அவசரப் படுத்தி வெறுப்பேற்றினான்.

“கொஞ்சம் பொறுமையாயிரு கோபி! அவாளும் வேலைய கவனிச்சுண்டுதானே இருக்கா.”

“ஆனா சில்வி ரொம்ப கஷ்டப்படறா அண்ணா! இதெல்லாம் அவளுக்குப் பழக்கமில்லே. ஃபான் இல்லாம அவளுக்கு வேர்த்து வேர்த்துக் கொட்டறது.”

“ஃபான் இல்லாட்டா யாருக்கும் வேர்த்து வேர்த்துத்தான் கொட்டும்!” என்று சுந்தரம் சிரித்தான்.

கோபி குட்டி போட்ட பூனையாக மேலும் கீழும் நடந்தான். அவ்வப்போது சிம்னி விளக்குடன் மாடிக்குப்போய் மெழுகுவத்தி வெளிச்சத்தில் மனைவியிடம் “கரண்ட் சீக்கிரம் வந்துடும், டோன்ட் ஓர்ரி” என்று ஆசுவாசப்படுத்திவிட்டு வந்தான். மின் இணைப்பு மீண்டபிறகுதான் சரியாய் மூச்சுவிட்டான்.

“அடடா, என்ன அலட்டு அலட்டறான். என்னமோ உலகத்துல பெண்டாட்டி படைச்சவன் இவன் ஒருத்தன்தான் மாதிரி!” என்று சாம்பமூர்த்தி மனைவியிடம் சொல்லி சிரித்தார். அந்தச் சிரிப்பில் வருத்தமும் கலந்திருந்தது. மேலை நாட்டுக்காரியை மணந்தால், யாரோ தேவலோகத்துப் பிரஜை பெரிய மனது பண்ணி இறங்கி வந்து தன்னை மணந்துகொண்டதாக அல்லவா பல இந்திய இளைஞர்கள் நினைக்கிறார்கள்?

நாலைந்து நாட்களில் சில்வியா சகஜமாகிவிட்டாள். அவளும் கோபியும் ஒருநாள் யு.எஸ்.ஐ.எஸ். அமெரிக்க நூலகத்துக்கு சுந்தரத்தின் டிக்கெட்டுடன் போய் வந்தார்கள். கடற்கரைக்குச் செல்ல மாலையில் பாந்தியன் சாலை வழியே குடும்பத்தினர் மாருதியில் சென்றுகொண் டிருந்தபோது மியூசியம் தியேட்டர் வாயிலில் ‘தி மெட்ராஸ் பிளேயர்ஸ்’ வழங்கும் ஆங்கில நாடகத்தின் அறிவிப்பைப் பார்த்துவிட்டு மறுநாள் கணவனோடு சென்று நாடகத்தைப் பார்த்து வந்தபோது சில்வியா சந்தோஷமாக இருந்தாள்.

❍

அடுத்த தெருவிலிருந்த பேக்கரியில் ஒரு பாக்கெட் சதுரவிள்ளல் பிஸ்கட்டுகள் (சில்வியா அவற்றை “ஓ, குக்கீஸ்!” என்று ஆசையாய் சாப்பிடுவாள்) வாங்கி வர மாலை ஐந்தரை மணிக்குச் சகோதரனுடன் சென்றிருந்த கோபி இன்னும் வீடு திரும்பவில்லை. மணி ஏழேகால். ஹாலில் ஜனனியுடன் பேசிக்கொண்டிருந்த சில்வியாவின் கண்கள் அடிக்கடி கைக்கடியாரத்தின் மீதே சென்றன.

“ஜென்னி வழக்கமாய் இவர்கள் இப்படிச் செய்வதில்லையே! என்ன ஆகியிருக்குமென்று நினைக்கிறாய்?”

“வழியில் எவனாவது சிநேகிதனைப் பார்த்திருப்பார்கள். அரட்டை யில் நேரம் போனது தெரிந்திருக்காது. வந்துவிடுவார்கள். கவலைப் படாதே.”

"மோஸ்ட் இர்ரெஸ்பான்ஸிபிள்."

ஏறக்குறைய எட்டு மணிக்குச் சகோதரர்களின் கலகலப்பான பேச்சுக்குரல்கள் வாசலில் கேட்டன. இருவரும் உள்ளே வந்தார்கள்.

"என்ன இவ்வளவு தாமதம்?" என்றாள் சில்வியா கணவனிடம்.

"தெரிந்தவர்கள் யாராவது மாட்டினார்களாக்கும்!" என்று ஜனனி சிரித்துக்கொண்டே கேட்க கோபியும் சிரித்தான்.

"சரியாய்ச் சொன்னேள் மன்னி!" தன்னிச்சையாய்த் தமிழில் பேசிய கோபி உடனே நாவைக் கடித்துக்கொண்டு ஆங்கிலத்துக்கு மாறினான்.

"ஒரு பழைய நண்பனை வழியில் பார்த்தோம். பேச்சுவாக்கில் அவன் எங்களுடைய பழைய பள்ளிக்கூட பிரின்சிபால் மிஸ்டர் அருணாச்சலம் கொஞ்ச காலமாய் ஆர்த்தரைட்டீஸ் தொல்லையால் மிகவும் முடக்கப்பட்டு வீட்டைவிட்டு அதிகம் வெளியே போக முடியாமல் இருப்பதாய்ச் சொன்னான். அவர் வீடும் இங்கே பாலத்தின் பக்கத்தில்தான். விஷயம் தெரிந்தபின் உடனே பார்க்காமல் இருக்க மனசு வருமா?"

"நாங்கள் வந்ததில் அவருக்கு ரொம்ப சந்தோஷம்! உட்கார வைத்து மனைவியிடம் எங்களுக்கு காபியெல்லாம் கொடுக்கச்செய்து பேசிக்கொண்டே இருந்தார்" என்றான் சுந்தரம்.

"பாவம் அவரைப் பார்க்க யாருமே வருவதில்லைபோல் இருக்கிறது. எங்களைப் போகவிட்டால்தானே! நல்லவேளை கையில் அப்போது வாங்கிய குக்கீஸ் இருந்தது. 'உங்களுக்குத்தான் ஸார்' என்று அவரிடம் கொடுத்துவிட்டேன்."

"மிஸ்டர் அருணாசலம் ரொம்ப நல்லவர்" என்றான் சுந்தரம்.

"சொல்லமாட்டாயா பின்னே! அவருக்கு இவன் ரொம்ப செல்லம் சில்வி!" என்று கோபி சிரித்தபடி அண்ணனின் புஜத்தில் விளையாட்டாய்க் குத்தினான்.

"நான் என்னடா செல்லம்? இவன் என்ன பண்ணுவான் தெரியுமா சில்வியா? மகா குறும்பு! ஒருதரம் கணக்குப் பாடத்தில் கவனக்குறைவாய் இரண்டும் இரண்டும் ஐந்து கூட்டிவிட்டான். கணக்கு மாஸ்டர் என்னடா இது? இரண்டும் இரண்டும் எவ்வளவு? என்று அதட்டிய போது முகத்தை சாதுவாய் வைத்துக்கொண்டு 'இதுகூடத் தெரியாதா ஸார்?' என்றானே பார்க்கலாம்! மாஸ்டருக்குக் கோபமான கோபம். கடைசியில் வாய்த்துடுக்குப் பயல் என்று பிரின்ஸிபலிடம் புகார் போயிற்று. அவர் நியாயமாய் இவனைத்தானே கூப்பிட்டுக் கண்டிக்க வேண்டும்? அதற்குப் பதில் என்னைக் கூப்பிட்டனுப்பி, டே சுந்தர், நீதான் பெரியவன். பெரிய கிளாஸில் படிக்கிறவன். உன் தம்பி பேசாமல் ஒழுங்காய் நடக்கும்படி பார்த்துக்கொள்ள வேண்டியது உன் பொறுப்புத்தான் என்றார். இப்போது நீயே சொல். அவருக்கு யார் செல்லம்?"

தனிமைத் தளிர்

"இவன் பேச்சை நம்பாதே சில்வி, சும்மா அளக்கிறான்... பிரின்ஸியின் உடல்நிலை பற்றி விசாரித்தோம். ஹி இஸ் பெட்டர் நௌ. அவரும் எங்களைப் பற்றி நிறைய விசாரித்தார். ரொம்ப பிரியமாய்ப் பேசிக்கொண்டிருந்தார்."

"கோபி அமெரிக்காவில் பெரிய உத்தியோகம் பார்க்கிறானென்பதில் அவருக்கு ஒரே பெருமை."

"அவருடன் நேரம் இனிமையாய் கடந்தது. இல்லையா அண்ணா?"

"டெஃபனட்லி."

"அவர் பையன் ஒருவன் மாயவரத்தில்..."

"ஜென்னி, எனக்குப் பசிக்கவில்லை. சாப்பாடு வேண்டாம். நான் மாடிக்குப் போகிறேன்" சில்வியா வெடுக்கென்று எழுந்து போய்விட்டாள்.

இனிய இசையில் ஓர் அபசுரம் விழுந்துவிட்டதை மூவரும் உணர்ந்தார்கள். கோபு திடுக்கிடலில் கணநேரம் உறைந்து நின்று பிறகு மனைவியைத் தொடர்ந்து மாடிக்கு ஓடினான்.

இரவு ஒன்பது மணி அளவில் ஜனனி, இரண்டு சப்பாத்தியும் காரட் கூட்டும் சில்வியாவிற்குப் பிடித்த யோகர்ட்டும் ஒரு தட்டில் வைத்து எடுத்துக்கொண்டு இப்போதாவது சாப்பிடுகிறாளா பார்க்கலாம் என்ற அங்கலாய்ப்புடன் மாடிக்குப் போனபோது அந்த அபசுரத்தின் தெளிவான வடிவம் புலனாகியது. உள்ளே கணவன் – மனைவி வாக்குவாதம் சிறிது நேரமாய் நடந்துகொண்டிருந்திருக்க வேண்டும். அவள் அறைக்கு வெளியிலேயே நின்றுவிட்டாள்.

"...அதுதான் சொல்கிறேன். இந்தியாவுக்கு வந்து நீ முழுக்க முழுக்க இந்தியனாகவே ஆகிவிட்டாய். அன்று நான் காப்பி கொடுத்த போது தாங்ஸ் சொல்லத் தவறினாய். உன் மனிதர்கள் யாராவது வீட்டுக்கு வந்துவிட்டால் சந்தோஷத்தில் பூரித்துப்போகிறாய். மற்ற எல்லாம் மறந்துவிடுகிறது. இன்று நான் இல்லாமல் என்னிடம் சொல்லாமலே கூட உன் சகோதரனுடன் வெளியே போய் இனிமையாய் நேரம் கடத்திவிட்டு வந்திருக்கிறாய். இருவரும் மாற்றி மாற்றி மெய்மறந்து ஏதேதோ பேசுகிறீர்கள். நீங்கள் வர்ணித்த விஷயங்களில் எனக்கென்ன சம்பந்தம்? நான் விலக்கலான ஒரு தனியுலகில்தானே உன் அண்ணனுடன் சஞ்சரித்தாய்? பெண்ணை மதிக்காத 'டிப்பிகல்' இந்திய ஆண்தானா நீ கடைசியில்?"

"சில்வி, இதோ பார், எப்போதோ ஒரு சமயம் இங்கே வரும் போது..."

"கோபி... கோபி..." அவள் குரலில் கண்ணீர் தொனித்தது. "எங்கே உன் வேர்கள் மறுபடி உன்னை இழுத்துக்கொண்டுவிடுமோ என்று பயமாயிருக்கிறது கோபி..."

"அப்படி நினைக்காதே சில்வி. உன்னிடமிருந்து என்னை எதுவும் இழுத்துச் சென்றுவிட முடியாது."

அவன் அவளை அணைத்துத் தேற்றியிருக்க வேண்டும். சில நொடிகள் நிசப்தத்திற்குப் பிறகு அவளுடைய மெல்லிய குரல் கேட்டது.

"கோபி!"

"யெஸ் ஹனி?"

"நீ... நீ ஒரு தமிழ்ப் பெண்ணை மணந்துகொண்டிருந்தால் இன்னும் சந்தோஷமாய் இருந்திருப்பாயா? அப்படி மணக்கவில்லையே என்ற குறை உனக்கு இருக்கிறதா?"

"என்ன அபத்தக் கேள்வி! எனக்கு வேண்டியது இந்த ஒரு பெண்தான். ஐ லவ் யு சில்வி! உனக்குத் தெரியாதா?"

ஜனனி வந்த சுவடு தெரியாமல் கீழே இறங்கிப்போனாள். மனம் கனத்தது.

தம் பரஸ்பர அன்பின் உறுதியில் அந்தப் பெண்ணுக்கு நம்பிக்கை இல்லையா? அதை ஏன் ஒரு பத்திரமற்ற, எந்நேரமும் ஆபத்துக்கு உள்ளாகக்கூடிய ஒரு பொருளாய் உணர்கிறாள்? அவன் தன்னுடையவன் என்பதை வலியுறுத்தத்தான் அவனை அமெரிக்கன் ஆகும்படித் தூண்டுகிறாளா?

❍

அதன்பிறகு ஊருக்குத் திரும்பும்வரை கோபி அவளில்லாமல் வெளியே எங்கும் போகவில்லை. அவன் போகுமிடமெல்லாம் அவளும் போனாள். தெருக்கோடித் தபால் பெட்டியில் கடிதம் போட்டுவரப் போனபோதும், தலைமுடி வெட்டிக்கொள்ள சலூன் போனபோதும் கூட. ("அவனுக்கு எந்த ஹேர்ஸ்டைல் நன்றாயிருக்கிறதென்று நான் தான் சொல்ல முடியும்.")

இதனால் மற்றவர்களுடன் வெளியே போகவில்லை என்று அர்த்தமில்லை. குடும்பத்தினர் எல்லோருமாகவோ அல்லது பெற்றோர் நீங்கலாக மற்ற நால்வருமாகவோ சினிமா, பொருட்காட்சி, சிற்றுலா என்றெல்லாம் போய்வந்தார்கள். எனினும் கோபியும் சில்வியாவும் மட்டுமாக வெளியே சென்ற தருணங்களையே சில்வியா அதிகம் விரும்பினாள்போல் ஜனனிக்குத் தோன்றியது.

இருவரும் கடைக்குப்போய் அமெரிக்காவிலிருந்த நண்பர்கள், உறவினர்களுக்கெல்லாம் பரிசுப்பொருட்கள் வாங்கி வந்தபோது சில்வியா சந்தோஷமாய்த் தெரிந்தாள். ஒருநாள் இரவு உணவு நேரத்தில் ஓரகத்தியிடம் "அடுத்த புதன்கிழமை இந்நேரம் நாங்கள் ஃப்ளாரிடாவில் இருப்போம். அஃப்கோர்ஸ், அங்கே இந்நேரமில்லை, காலை நேரம்" என்றபோது இன்னும்கூட அதிக சந்தோஷமாய்த் தெரிந்தாள்.

❍

விமான தளத்தில் எல்லோரிடமும் விடைபெற்றுக்கொண்டபோது சில்வியா அவர்களை அமெரிக்காவுக்கு அழைத்தாள். மாமியாரிடம் "சாப்பாட்டைப் பற்றிக் கவலைப்படாதீர்கள் அம்மா! நீங்கள் வருவ தானால் ரசம், சாம்பார் எல்லாம் செய்யக் கற்றுக்கொண்டு நானே உங்களுக்கு செய்து பரிமாறுகிறேன்" என்று மனப்பூர்வமாய் சொன்னாள்.

"நீ சொன்னதே மனசு குளிர்ந்துட்டதம்மா! இரண்டு பேரும் ஷேமமாயிருங்கள்" என்றாள் மங்களம். இளைய மகனைப் பார்த்த போது பெற்றோர் கண்கள் கலங்கின. மறுபடி எப்போது வருவானோ?"

"ஜென்னி, நான் ஊருக்குப் போய் என்னென்ன பிக்சரெல்லாம் நன்றாய் வந்திருக்கிறதோ உனக்கு காப்பி எடுத்து அனுப்புகிறேன்."

முந்தைய நாள் ஆறுபேரும் சேர்ந்து ஃபோட்டோவுக்கு அமர்ந்து பக்கத்து வீட்டுப் பையனை 'க்ளிக்' செய்யச் சொல்லி எடுத்த படம் இன்னம் அவள் எடுத்திருந்த முந்தைய படங்கள், சமீபத்தில் எடுத்த வள்ளுவர் கோட்டம், காந்தி மண்டபம், திருவல்லிக்கேணி கோயில் யானை முதலிய பல படங்கள் எல்லாவற்றையும் தன்னுள் அடக்கிக் கொண்டு காமெரா அவள் தோளிலிருந்து தொங்கிக்கொண்டிருந்தது.

கூடவே வழியனுப்ப வந்துகொண்டிருந்த குடும்பத்தினர், அவர்கள் பாதுகாப்புப் பகுதிக்குள் சென்றதும் இந்தப் பக்கம் நின்றுவிட்டார்கள். சிறிது நேரத்தில் விமானம் வானத்தில் எழும்பிச் சிறுத்து மறைந்தது.

மங்களம் விம்மலை அடக்கிக்கொண்டாள். நால்வரும் காருக்குத் திரும்பினார்கள்.

"ஹம், பாவம் கோபி, பொண்டாட்டிக்கிட்ட நடுங்கறான்" என்றான் சுந்தரம் வீட்டை நோக்கிக் காரைச் செலுத்தியபோது.

"அவளும்தான் பயப்படறாள்" என்றாள் ஜனனி.

"சில்வியாவா? யார்கிட்ட?" சுந்தரம் கேட்டான்.

ஜனனி பதில் கூறாமல் யோசனையில் ஆழ்ந்தாள்.

***லேடீஸ் ஸ்பெஷல் தீபாவளி மலர்*, நவம்பர் 1999**

உயர்த்திய விரல்

வீட்டைத் திறந்து காட்டிவிட்டு நிர்மலா வெளியே வந்த போது புது வேலைக்காரியும் அவள் தகப்பனாரும் தொடர்ந்து வெளிவந்தார்கள். சிறுமி மட்டும் உள்ளேயே கண்விரிய நின்றாள்.

"வாடி வசந்தா. புது எஜமானியம்மா கோச்சுக்கப் போறாங்க."

"இங்கே பாத்ரூம் இருக்கும்மா!"

"வா வா."

எட்டடிச் சதுர அறை. அதன் ஒருபுறம் சமையலுக்கும் இன்னொரு புறம் குளியலுக்குமாக இரண்டு சிறிய அறைகள். குளியலறையின் மூலையிலேயே கழிப்பறை வசதி. பங்களா காம்பவுண்டின் பக்கவாட்டு ஓரத்தில் இந்தச் சின்ன அவுட்ஹவுஸ்.

"இங்கேயே நீங்க தங்கிக்கலாம். மூணு அறைகளிலுமே லைட் இருக்கு. பல்ப் ஃப்யூஸ் ஆனா மட்டும் நீங்களாய் வாங்கிப் போட்டுக்கணும். மத்தபடி கரண்ட் சார்ஜோ வேற செலவுகளோ உங்களுக்கு கிடையாது" என்றாள் நிர்மலா.

நிர்மலாவின் மாதர் மன்றத் தோழி ஒருத்திதான் அஞ்சுகத்தை சிபாரிசு செய்திருந்தாள்.

"நல்ல மனுஷி. சுத்த பத்தம். எட்டு வயசுல வசந்தான்னு ஒரு பொண்ணு இருக்கு. புருஷன் செத்தபிறகு அஞ்சுகம் கிராமத்துல அண்ணன் வீட்ல போய் இருந்தாள். அவள் அப்பா வுக்கே அங்கே இடிச்சோறு. இவள் வயக்காட்டுலயும் வீட்டிலயும், சாப்பிட்ட சோறுக்கு வஞ்சம் இல்லாம உழைச்சா. ஆனாலும் அண்ணி பேச்சைத் தாங்கிக்க முடியலே. எங்கேயானும் வீட்டு வேலை செஞ்சு பிழைச்சுக்கலாம்னு பெண்ணோடு இங்கே சென்னைக்கு வந்துட்டா. அடையாறில் ஒரு வீட்ல வேலை கிடைச்சுது. அங்கேயே தங்கிக்கலாம். ஆனா வீடு நிறைய மனுஷங்க. வீட்டு வேலையோடு கூட, நோயாளியான ஒரு பெரியம்மாவை யும் இவள் கவனிச்சுக்கணும். அதனால பொண்ணைக் கூட வச்சுக்க அவங்க அனுமதிக்கலே. வசந்தாவை இங்கே நுங்கம்

பாக்கத்தில் ஒரு வீட்ல வேலைக்கு விட்டா. சின்னக்குழந்தையைப் பார்த்துக்கற ஆயா வேலை. வீட்டோடு வச்சுக்கிட்டு சோறு போட்டு நல்லாத்தான் கவனிச்சாங்கன்னு தோணுது. ஆனா அந்தப் பொண்ணுக்கு என்னமோ அங்கே பிடிக்கலை. இவளுக்கும் பொண்ணை விட்டுட்டு இருக்க முடியலைன்னு நினைக்கறேன். கிராமத்திலேர்ந்து துணைக்கு அப்பாவை அழைச்சு வந்துட்டாள். வேறெங்கயானும் வேலை செய்த படி தானும் அப்பாவும் வசந்தாவும் ஒண்ணாவே இருந்துடலாம்னு யோசனை. அவள் புருஷன் இருந்த காலத்தில் எனக்கு அவளைத் தெரியும். நல்ல வீட்ல எங்கயானும் வேலைக்குப் பொம்பளை ஆள் வேணும்னா சொல்லுங்கம்மான்னு என்கிட்ட கேட்டாள். உனக்கும் வேலைக்காரி வேணும்கறே.”

நாலாம் நாள் அவர்கள் மூவரும் இவள் வீட்டில் நின்றார்கள். சுமார் அறுபத்தைந்து வயது மதிக்கத்தக்க பெரியவர் நாகசாமி. தளர்ந்த உடம்பில் வெண்கறுப்பு மீசை பொருத்தமில்லாமல் விறைத்திருந்தது. அஞ்சுகத்துக்கு முப்பத்தைந்து வயதென்று அவளே சொன்னாள். நடுத்தர உயரம். மாநிறம். பளீரென்ற பற்களானாலும் அவள் அதிகம் சிரிக்கவில்லை.

சிறுமி வசந்தா நல்ல நிறமாயிருந்தாள். (‘அதும் அப்பா மாதிரி’ – அஞ்சுகம்) எட்டு வயதுக்கேற்ற உயரமோ ஆகிருதியோ இல்லை. இந்தக் குழந்தையையா ஆயாவாக்கி இன்னொரு குழந்தையை இடுப்பில் கொடுத்தார்கள்? ஆனால் கண்கள் உலகத்தையே உள்வாங்கிக் கொள்ள இங்குமங்கும் துறுதுறுவென்று அலைந்தன. சாயம்போன நீலத்தில் ஒரு பழைய கவுன் அணிந்திருந்தாள். கூழை பாய்ந்த முடியைக்கூட அவள் ஆசைப்படி தாயார் இரட்டைப் பின்னலாக்கித் தொங்கவிட்டிருந்தாள்.

“எல்லாம் சம்மதம்தானே?”

“சம்மதம்மா.”

நிர்மலாவின் கணவன் ஜெயகுமார் ஒரு டாக்டர். மூன்றாம் தெருவில் நர்சிங்ஹோம் வைத்திருந்தான். காலையில் அஞ்சுகம் அங்குச் சென்று அறைகளை ஒழுங்குபடுத்தித் தரை பெருக்கித் துடைத்துவிட்டு வரவேண்டும். மற்றபடி இங்கே வீட்டு வேலைதான். நாகசாமி இங்குச் செடி கொடிகளுக்குத் தண்ணீர்ப் பாய்ச்சித் தோட்டத்தைப் பராமரிக்கும் பணியைச் செய்யத் தாமே முன்வந்தார். இருவருக்கும் சம்பளம் தீர்மானமாகிவிட்டது.

“அப்புறம் வசந்தா, நீ. நீ என்ன செய்யப்போறே?” நிர்மலா சிரித்துக்கொண்டே கேட்டாள்.

வசந்தா பதில் சொல்லவில்லை. துறுதுறுத்த கண்கள் தாழ்ந்து தலைகவிழ்ந்தது.

“சொல்லிக் கொடுத்தம்னா அது எல்லா வேலையும் செய்யும்மா! முந்தி இருந்த வீட்லகூட ஒரு சமயம்னா தரைகூட்டிக் கோலம் போடும்” என்றாள் அஞ்சுகம்.

“அதெல்லாம் வேணாம். இது படிக்கிற வயசில்ல? ஏன் வசந்தா நீ படிக்கறியா?”

மௌனம்.

“சொல்லு. உன்னை ஸ்கூல்ல சேர்த்தா படிக்கறியா?”

இப்போதும் பதிலில்லை. “சொல்லேண்டி! அம்மா கேக்கறாங்க ளில்ல?” என்று தூண்டினாள் அஞ்சுகம்.

தலை நிமிரவில்லை. ஆனால் ‘சரி’ என்று அசைந்தது. “ம்”

“பார்ப்போம். கார்ப்பரேஷன் ஸ்கூல்ல விசாரிக்கலாம்.”

வசந்தா மெல்ல தாயின் பக்கம் நகர்ந்து ஏதோ முணுமுணுப்பாய்ச் சொன்னாள்.

“என்னவாம்? ஸ்கூல் பத்தி ஏதானும்...”

“இல்லம்மா...” என்று இழுத்த அஞ்சுகம் மகளைப் பார்த்து “போணுன்னா போயேண்டி. இதைப்போய் அம்மா முன்னால...” என்று சின்னக் குரலில் கடுகடுத்தாள்.

“என்னதான் விஷயம்.”

வசந்தா கூச்சத்துடன் தலைநிமிராமல் ஒரு விரலைத் தூக்கிக் காட்டிய அதே விநாடியில் அஞ்சுகம் “பாத்ரூம் போகணுமாம்” என்றாள்.

நிர்மலா வாய்விட்டுச் சிரித்தாள். சிறுமியின் கால்கள் அவுட்ஹவுஸை நோக்கிப் பாய்ந்தன.

“அப்போ சரி அஞ்சுகம். நான் வீட்டுக்குள் போறேன். கொஞ்ச காலமாய் வீட்டோடு இருக்கற ஆள் இல்லாம அவுட்அவுஸ் பூட்டியே கிடந்தது. அதான் தூசியும் தும்புமாயிருக்கு. நீ முதல்ல வீட்டை நல்லா ஒட்டடை அடிச்சு தரையைக் கழுவி இடமெல்லாம் சுத்தம் பண்ணிக்க. மூணு பேருமா உங்க சாமான்களைக் கொண்டுவந்து ஒழுங்கு பண்ணிக்குங்க. நீயும் உங்கப்பாவும் நாளையிலேர்ந்து எங்களுக்கு வேலை பார்க்க ஆரம்பிக்கலாம்.”

“சரிம்மா.”

மாலை நான்கு மணி. மாதர் மன்றத்திலிருந்து திரும்பியிருந்த நிர்மலா ஹால் சோபாவில் சாய்ந்து அமர்ந்திருந்தாள்.

பக்கத்து நாற்காலியில் கையில் நோட்டும் பென்சிலுமாய் வசந்தா.

திறந்த கதவு வழியே இங்கிருந்து தோட்டத்துச் செடிகள் தெரிந்தன. செம்பருத்தி, பவழமல்லி இரண்டிலும் நல்ல வளம். நாகசாமியின் கைவண்ணம்.

"எழுதிட்டியா வசந்தா?"

"எழுதிட்டேம்மா."

"கொண்டா... என்னம்மா இது! 'இது முருகன் வீடு' என்கிறதில் முருகனுக்கு 'ன்' போட விட்டுட்டியே!"

வசந்தா நகத்தைக் கடித்தாள். கண்ணுயர்த்தி, மன்னியுங்கள் என்ற பாவனையில் தயக்கப் புன்னகை காட்டினாள்.

நிர்மலாவுக்குப் பரிதாபமாயிருந்தது. பள்ளிக்கே போகாமல் தாய்க்கு உதவியாய் உழைத்து வாழ்ந்துவிட்ட குழந்தைப்பெண். அஞ்சுகம் இங்கே வேலைக்கு வந்த சமயமே பார்ப்பரேஷன் பள்ளியில் வகுப்புகள் தொடங்கி இரண்டு மாதங்கள் ஆகிவிட்டிருந்தன. இனி அடுத்த ஆண்டுதான் புது அட்மிஷன்கள். அதுவும் எழுத்து வாசனையே அற்ற பெண். அடுத்த ஆண்டு ஒன்பது வயதாகியிருக்குமென்றாலும் ஒன்றாம் வகுப்பில்தான் சேர்த்துக்கொள்ள முடியுமாம். அதுகூட வட்டாரத்தில் நல்ல பெயர் உள்ள டாக்டர் ஸார் சொன்னதற்காக.

"சரி நிம்மா. அடுத்த வருஷம் அந்தக் குழந்தைக்கு ஒரு ஏற்பாடு செய்யலாம். அதுவரை நீ வீட்லயே ஏதோ கொஞ்சம் கத்துக்கொடு" என்றிருந்தான் ஜெயக்குமார்.

"நானும் அதான் நினைக்கறேன். கொஞ்சம் தமிழும் கணக்கும் படிச்சுக்கட்டும். முடிஞ்சா ரெண்டாம கிளாசில் சேர்க்கப் பார்க்கலாம்."

இந்தப் பெண்ணுக்கானால் படிப்பிலேயே கவனம் செல்ல வில்லையே?

"இன்னொரு தடவை எழுது வசந்தா. இந்த வாட்டி சரியா எழுதணும்."

"சரிங்க." பளிச்சென்று சிரித்தாள். இந்த நான்கு மாத காலத்தில் வெட்கம் குறைந்து சகஜமாய் பேசுகிறாள். துறுதுறுத்த கண்களில் புதுமலர்ச்சி தெரிகிறது.

"நீ நல்லாப் படிச்சா அறிவியல் பாடம் கூட கத்துக்கொடுக்கறேன். அடுத்த வருஷம் நீ பெரிய வகுப்புக்குப் போகலாம்."

"சரிம்மா."

நோட்டை மேஜைமேல் வைத்து தலைசாய்த்து நுனி நாக்கு நீட்டி பென்சிலை அழுத்திப் பிடித்து "இது..." என்று பெரிய எழுத்தாய் சிரமப்பட்டு எழுதினாள்.

"குட். மேல எழுது. முருகனுக்கு 'ன்' மறக்காம போடு"

"அம்மா."

"என்ன?"

வெட்கப் புன்னகையுடன் வலதுகை ஆள்காட்டி விரலை உயர்த்திக் காட்டினாள்.

"பாத்ரூமா? சரி. போய்ட்டு சீக்கிரம் வா."

வசந்தா எழுந்து அவுட்ஹவுஸ் நோக்கித் துள்ளி ஓடினாள். திரும்பி வந்தபின் கால்மணி நேரம் மீண்டும் கல்விப் பிரயாசை.

"முருகன் சரியா எழுதினயா? வெரிகுட். அடடா, 'வீடு'க்கு 'விடு'ன்னு எழுதியிருக்கியே? என்ன இது வசந்தா, எங்கே கவனம்?"

"இப்ப சரியா எழுதறேம்மா."

ஜெயகுமார் நர்சிங் ஹோமிலிருந்து காரில் வந்து இறங்கினான்.

"ரொம்ப தலைநோவாய் இருக்குன்னு வந்தேன். மறுபடி அஞ்சரை மணிக்குப் போகணும். ஒரு கப் டீ தரியா நிம்மா? குடிச்சிட்டுக் கொஞ்சம் படுக்கறேன்."

"இதோ..." நிர்மலா எழுந்து சமையலறைக்குப் போனாள். தேநீருடன் அவள் திரும்பி வந்தபோது ஜெயகுமார் சோபாவில் தலையைப் பின்னால் சாய்த்து அமர்ந்திருந்தான். வசந்தாவைக் காணோம்.

"இந்தாங்க டீ. வசந்தா எங்கே? பாடம் எழுதிட்டிருந்தாளே?"

"பாத்ரூமுக்குப் போய்ட்டு வரேன்னு சொல்லி எழுந்துபோனா."

"இதென்ன குமார், இப்பத்தானே கால்மணிக்கு முந்தி போய்ட்டு வந்தா?"

வசந்தா திரும்பிவந்து நோட்டையும் பென்சிலையும் எடுத்துக் கொண்டாள். முன்பைவிடச் சற்று அடர்த்தியாயிருந்த தலைமுடியின் இழைகள் நெற்றிமேல் விளையாட, நாக்கு நுனி துருத்திக்கொள்ள, முயற்சி தொடர்ந்தது.

"இப்பப் பாருங்கம்மா!"

மகிழ்ச்சிக் கூவல். முழுவாக்கியம் சரியாய் எழுதியிருந்தாள். அவளையே விசித்திரமாய்ப் பார்த்துக்கொண்டிருந்த நிர்மலாவுக்கு அதைப் பாராட்டக்கூடத் தோன்றவில்லை.

நள்ளிரவில் நிர்மலா விழித்துக்கொண்டாள். உடனே மறுபடி தூக்கம் வராததால் ஏதேதோ யோசனைகள். மாதர் மன்றச் சார்பிலான நாளையப் பணிகள். அடுத்த வாரம் ஓர் அநாதைச் சிறுவர் விடுதியின் நிறுவன நாள் வெள்ளி விழாவுக்காக இனிப்புத் தயாரித்து எடுத்துப் போதல். தங்களுக்குக் குழந்தைகள் இல்லை என்பதற்காகக் குறைப் படாமல் அவளும் ஜெயகுமாரும் அந்த விடுதியை தத்து எடுத்துக் கொண்டுவிட்டார்களென்றே சொல்லலாம். ஜெயகுமார் அங்கு

இலவச மருத்துவ உதவி அளித்தான். அடுத்த மாதம் மும்பையிலிருந்து பெரிய நாத்தனார் வருகிறாள். அவளும் டாக்டர். இருவார ஓய்வும் மாறுதலும் பெற வருகிறாள். அவளுக்குப் பிடித்த நடிகர்களுள்ள தமிழ் சினிமாக்களுக்கு அழைத்துப்போனால் சந்தோஷப்படுவாள். மயிலாப்பூரில் அம்மாவுக்கு உடல்நிலை சரியில்லை. வழக்கமான முழங்கால் வலியோடு தலைவலி, இலேசாய்க் காய்ச்சல். ஜெயகுமார் மருந்து கொடுத்திருக்கிறான். எப்படி இருக்கிறாள் என்று ஒரு நடை போய்ப் பார்த்து வரவேண்டும்.

தாகமெடுத்தது. பக்கத்தில் உறங்கிக்கொண்டிருந்த கணவனின் தூக்கம் கெடாமல் மெதுவாகக் கட்டிலைவிட்டு எழுந்தாள். ஜன்னல் பக்கம் வந்தபோது தோட்டத்திலிருந்து பவழமல்லியின் நறுமணம் இனிமையாய் மூச்சில் புகுந்தது. ஜன்னல் வழியாக அவுட் ஹவுஸ் தெரிந்தது. அங்கு குளியல் – கழிப்பறையில் விளக்கு எரிந்துகொண்டிருந்தது. இவள் பார்த்துக்கொண்டிருந்தபோதே அணைந்தது.

தண்ணீர் குடித்துவிட்டு வந்து படுத்தாள். தூக்கம் பிடிக்க ஒருமணி நேரமாயிற்று. அந்த நேரத்துக்குள் அவுட்ஹவுஸ் பாத்ரூமில் மூன்று முறை விளக்கு எரிந்து அணைவதைக் கவனித்தாள். மறுநாள் அஞ்சுகம் ஹாலைப் பெருக்கிக்கொண்டிருந்தபோது அவளிடம் கேட்டாள்: "நேத்து ராத்திரி நீ சரியா தூங்கலியா அஞ்சுகம்?"

"தூங்கினேனேம்மா! ராத்திரி படுத்துத் தூங்கினவ காலை அஞ்சு மணிக்குத்தான் கண்ணு முழிச்சேன்."

"உங்கப்பா தூங்கினாரா?"

"இங்க வந்தப்புறம் அப்பன் நல்லாத் தூங்குதும்மா. அண்ணன் வீட்ல பேச்சு கேட்டுக்கேட்டு ராத்தூக்கம் இல்லாம அழுதுகிட்டிருந்த காலமெல்லாம் போச்சு. இங்கே எங்கக் கூட அன்பான குடும்பமில்லீங்களா? நல்லாத் தூங்குது. ராவுல அனேகமா எழுந்திருக்கறதே இல்லே."

அப்படியானால் வசந்தாதான்.

"வசந்தாவுக்கு வயிறு ஏதானும் சரியில்லையா? பேதி ஆகுதான்னா?"

"அதெல்லாம் ஒண்ணுமில்லையே? ஏன் கேக்கறீங்க?"

"முகம் ஒரு மாதிரி இருந்தது. வயித்து நோவோன்னு நினைச்சேன். வாசல் பெருக்கியாயிடிச்சா?"

சிறுநீர்தான். ஒரு மணி நேரத்தில் மூன்று முறை. இவள் பார்த்த வரையில். அதற்கு முன்பும் பின்பும் எத்தனை தடவையோ? பகலிலும் அப்படித்தான் செய்கிறாள். இவளிடமே எத்தனை முறை ஒற்றை விரலை உயர்த்திக் காட்டியிருக்கிறாள்!

ஏன் இப்படி!

"ஏதாவது யூரின் இன்ஃபெக்‌ஷன் இருக்கலாம். நான் டெஸ்ட் பண்றேன்" என்றான் ஜெயகுமார். அவனிடம் அவள் அதைப்பற்றிப் பேசியபோது, "எத்தனை நாளா இப்படி இருக்காளாம்?"

"தெரியலே."

"கேட்டுக் சொல்லு. டயபெடீஸுக்கும் டெஸ்ட் பண்ணிடலாம். அடிக்கடி தாகம்னு தண்ணி குடிக்கிறாளாமா? ஏதானும் கோளாறால் ப்ளாடர் பாதிக்கப்பட்டிருந்தாலும் பலகீனமாகி நீரை அதிக நேரம் வச்சுக்க சக்தியற்றுப் போயிருக்கலாம்."

அவள் அஞ்சுகத்தை விசாரித்தாள்.

"உன் மகள் அடிக்கடி சிறுநீர் கழிக்கறாப்போல இருக்கே அஞ்சுகம்? நான் ரெண்டொரு தரம் கவனிச்சேன். அதனால கேக்கறேன். தப்பா எடுத்துக்காதே."

"இதுல தப்பா எடுத்துக்க என்னம்மா!"

"இப்படியிருந்தா அவளுக்குத்தான் தொல்லை, பாவம். பிறந்த திலேர்ந்தே இப்படியா?"

"இல்ல."

"பின்ன எப்பலேர்ந்து?"

"வந்து ... கொஞ்ச காலமாத்தான்."

"அடிக்கடி தண்ணி குடிக்கிறாளா?"

"இல்லையே?"

"அய்யா டாக்டர்னு உனக்குத் தெரியும். பரீட்சை பண்ணிப் பார்த்து மருந்து குடுத்து சரிப்படுத்திடலாம்னு சொல்றார்."

அஞ்சுகம் அவசரமாய், "அதெல்லாம் வேணாம்மா! வசந்தாப் பொண்ணுக்கு உடம்பு ஒண்ணுமில்ல. ஏதோ கொஞ்ச காலமா இப்படி ஒரு பழக்கம். தன்னால சரியாயிடும்" என்றாள்.

"இது உடம்புக்கு நல்லதில்லை அஞ்சுகம். எதுக்கும் அய்யா பார்த்துடட்டுமே."

அடுத்த முறை பாடம் படிக்க வந்தபோது பத்து நிமிடங்களில் வசந்தா ஒற்றை விரலை உயர்த்தினாள்.

"என்னம்மா இது வசந்தா. படிக்க வரதுக்கு முந்தியே போய்ட்டு வந்திருக்கக்கூடாதா? சரிசரி, போனேன் வந்தேன்னு வா."

தாமதமின்றித் திரும்ப வந்த வசந்தா கால்மணி நேரத்தில் மறுபடியும் விரலைத் தூக்கியபோது நிர்மலாவுக்கு இலேசாய்க் கோபம் வந்தது. "இதோ பார் வசந்தா, நீ இப்படி அடிக்கடி பாத்ரூமுக்கு ஓடிட்டிருந்

தியானா பாடம் படிக்க முடியாது. படிக்க இஷ்டமில்லைன்னா வேணாம். விட்டுடு. எழுந்து போ."

"இல்லம்மா, எனக்குப் படிக்க இஷ்டம்தான். ஸ்கூலுக்குப் போகணும். இப்பல்லாம் 'ன்' விடாம எழுதறேனே! ஒண்ணுக்கிருந்துட்டு ஒடனே வந்துடறேன்."

"இப்படி அடிக்கடி ஒண்ணுக்குப் போய்ட்டே இருக்கறது ரொம்ப தப்பு. தெரியுமா?"

சிறுமியின் முகம் இமைப்பொழுதில் வெளிறியது. துறுதுறுத்த கண்கள் நிலைத்து அவளை வெறித்தன.

"அடிப்பீங்களா?"

நிர்மலா அதிர்ச்சியுற்றாள். சட்டென்று பரிவுடன் சிறுமியின் தலையைத் தடவிக்கொடுத்தாள். "சேசே என்னம்மா இப்படிப் பயந்து போய்ட்டே வசந்தா? என்ன பேச்சு இது? உன்னைப்போய் அடிப்பேனா? உன்னை எனக்கு எவ்வளவு பிடிக்கும்! நீ பாத்ரூமுக்குப் போய்ட்டு வா. எவ்வளவு தடவை வேணும்னாலும் போ. நீ வரும்போது படிக்கலாம். அய்யா உனக்கு மருந்து குடுத்து குணமாக்கிடுவார்."

நீரிழிவு இல்லை. சிறுநீர்ப் பையில் ஏதும் கோளாறில்லை. எவ்வித இன்ஃபெக்ஷனும் இல்லை. நீர், ரத்தப் பரீட்சைகளின் முடிவில் வந்த லேப் ரிப்போர்ட்களைக் கையில் வைத்துப் பார்த்துக்கொண்டிருந்த ஜெய்குமார் ஒன்றும் பிடிபடாமல் குழம்பினான்.

"ஏதானும் சைகலாஜிகல் காரணம் இருக்குமா?" என்றான். இரவு மனைவியோடு பேசிக்கொண்டிருக்கும்போது, "அவள் நடவடிக்கை யிலேர்ந்து உனக்கு ஏதானும் தோணுதா நிம்மா?"

"ஒண்ணும் தெரியலையே குமார். ஒரே ஒருநாள்தான் அவள் ரியாக்ஷன் எனக்குக் கொஞ்சம் விசித்திரமாப்பட்டது."

"என்ன அது?"

"இப்படி அடிக்கடி சிறுநீர் போறது தப்பில்லையான்னு கேட்டேன். நடுங்கிப்போய் அடிப்பீங்களா?ன்னு கேட்டாள். ஏன் அப்படித் தோணணும்னு ஆச்சரியமாயிருந்தது."

"ஒருவேளை இதுக்கு முந்தி வேலை செஞ்ச வீட்டில் எதுக்கானும் அடிச்சிருப்பாங்களா? அதில் பயந்துபோய் இந்தக் கோளாறு ஆரம்பிச் சிருக்குமா?"

"அப்படிக்கூட ஆகுமா?"

"புரியலே. ஆனா மனுஷ மனம் விசித்திரமானது. எதுவானாலும் இப்படியே விட்டால் உடம்பு பலவீனமாயிடும். நல்லவேளை,

ஊரிலேர்ந்து அக்கா வராங்க. அவங்க சைக்கியாட்ரிஸ்டாய் இருக்கறது நல்லதாப் போச்சு. வசந்தாவோடு பேசி அந்தக் குழந்தை மனசில் ஏதானும் பயம் ஒளிஞ்சிருக்கான்னு பார்க்கச் சொல்லலாம்."

"பாவம் . . . அவங்க ரெஸ்டுக்கு வராங்க."

"அதுக்கென்ன செய்யறது? ஒரு டாக்டராய் இருந்துக்கிட்டு உதவி செய்ய மறுக்க முடியுமா? ஆமாம், உங்கம்மாவைப் போய் பார்த்தியா?"

"பார்த்தேன். இப்ப நல்லாயிருக்காங்க."

"குட்."

மறுநாள் இருவரும் அஞ்சுகத்தை விசாரித்தார்கள்.

"ஏம்மா அஞ்சுகம், உன் மகள் முந்தி வேலை செஞ்ச வீட்டில் அவளை நல்லா நடத்தினாங்களா?" என்று ஜெயக்குமார் கேட்டான்.

"நடத்தினாங்கய்யா."

"சரியா சாப்பாடு போட்டாங்களா?"

"ரெண்டு வேளை வயிறு முட்ட சாப்பாடு. காலைல நாஷ்தா, டீ. சாய்ந்திரம் டீ. ஒண்ணும் குறையில்ல."

"பிரியமாயிருந்தாங்களா?"

"ஆமாம்ய்யா."

"ஆனாலும் அவளுக்கு அங்கே பிடிக்காம போயிடிச்சாமில்ல" என்றாள் நிர்மலா. தன் மாதர் மன்ற சிநேகிதி கூறியதை நினைத்தவாறு.

அஞ்சுகம் சற்றுத் தயங்கி, "அதொண்ணுமில்லையம்மா. என்னை விட்டுட்டு இருக்க அதுக்குக் கஷ்டமாயிருந்திச்சு, அதான்" என்றாள்.

"அவளை என்னிக்கானும் அங்கே அடிச்சாங்களா?"

ஒரு கணம் அஞ்சுகம் கலவரமடைந்தாற்போல் நின்றாள். உடனே சமாளித்துக்கொண்டு "இல்லையே ..? அப்படியொண்ணும் இல்லைம்மா ..." என்றபோது குரல் மிகவும் தாழ்ந்துவிட்டது.

"இல்லையா? அப்ப சரி. அது போகட்டும். முதல்ல அவள் சிறுநீர் பிரச்னையைக் கவனிக்கணும். இது ஆரோக்கியமில்லை. அவளுக்கும் தொந்தரவு."

"இல்ல டாக்டரய்யா, இது அவளுக்குத் தொந்தரவே இல்ல. ஏதோ ஒரு பழக்கம். சின்னப்பிள்ளைதானே சரியாயிடும். அவ ரொம்ப சந்தோஷமாயிருக்காய்யா! இந்த வீட்டுக்கு வந்தப்புறம் ரொம்ப நிம்மதியாயிருக்கா."

"அப்படின்னா?"

“அ ... அதான், அவ உடம்புக்கு ஒண்ணுமில்லேன்னு சொல்றேன். அவ நல்லா இருக்கா. வசந்தாப்பொண்ணு நல்லா இருக்கா.”

இருளும் பூமணமும் சூழ்ந்த இரவு.

அஞ்சுகம் அவுட்ஹவுஸ் அறையில் படுத்திருந்தாள். தூக்கம் பிடிக்கவில்லை. பகலில் அம்மாவும் அய்யாவும் கேட்டதையெல்லாம் மனசு அசைபோட்டது. “அடிச்சாங்களா?” என்று கேட்டார்களே எப்படி?

மூலையில் நாகசாமி இலேசாய் குறட்டைவிட்டுத் தூங்கிக்கொண்டிருந்தார். பாத்ரூமுக்குப் போயிருந்த வசந்தா அங்கு விளக்கை அணைத்துவிட்டு திரும்பி வந்து தாயின் பக்கத்தில் தன் வழக்கமான இடத்தில் படுத்ததும் அஞ்சுகம் ஒருக்களித்து ஒரு கையால் மகளின் முகத்தையும் தலையையும் தடவிக்கொடுத்தாள். தோள்மேல் கைபோட்டு அணைத்துக்கொண்டாள்.

என் குழந்தை. என் குட்டி மகள். ஏழு மாத காலம் அந்த முந்தைய வீட்டில் என்ன அவஸ்தைப்பட்டது பாவம்! வயிறார உணவு கொடுத்துவிட்டால் ஆயிற்றா? கைக்குழந்தையைத் தூக்கி வைத்துக்கொள்வதுகூட கஷ்டமாயில்லை. அவர்கள் அதை ஒரு பாரச் செயலாக ஆக்கவில்லை. “கை நோகப் போகுதும்மா! கொஞ்ச நேரம் பாப்பாவைத் தொட்டிலில் விட்டுடு” என்று சொல்வார்கள்.

ஆனால் ...

இரவில் வீட்டு எஜமானி வாசற்கதவையும் கொல்லைக் கதவையும் தாளிட்டுப் பூட்டிவிடுவாள். டி.வி.யில் தமிழில் செய்திகள் கேட்டபின் கணவனோடும் குழந்தையோடும் தமது அறையில் படுத்துக் கதவைத் தாளிட்டுக்கொள்வாள். அந்த அறைக்கு வெளியே தரையில் வசந்தாவுக்குப் பாயும் தலையணையும் போர்வையுமாய் படுக்கை.

வேலைக்காரர்களுக்கான கழிப்பறை கொல்லைப்புறத்தில் இருந்தது. எட்டு மணிக்குப் படுக்க வருமுன் வசந்தா ஒருமுறை சிறுநீர் கழித்து விட்டு வந்தபிறகு காலையில் வீட்டுக்காரம்மாள் எழுந்து கொல்லைக் கதவின் பூட்டைத் திறக்கும்போதுதான் வெளியே வந்து அவள் மறுபடியும் கழிப்பறைக்குச் செல்ல முடியும்.

சிறுமிக்கு சிறுநீர்ப்பை கனத்துக்கொண்டே போகும். சித்திரவதை. என்ன அவசரமென்றாலும் வீட்டுக்குள் இருக்கும் குடும்பத்தினர் பாத்ரூமை வேலையாட்கள் உபயோகிக்கக்கூடாது.

‘அம்மா கொஞ்சம் பின்பக்கக் கதவைத் திறந்து விடுங்கம்மா ஒண்ணுக்கு வருது ...’ எஜமானர்கள் படுக்குமறையின் கதவை இடிக்கும் சின்னக் கைகள். ‘என் தூக்கத்தைக் கெடுக்காதே. இப்ப எழுந்திருக்க முடியாது. ஒண்ணுக்கு வந்தா அடக்கிக்கோ.’ ‘அம்மா ... அம்மா ..!’ ‘சும்மா படு.’

அடக்கப் பார்த்துப் பார்த்துத் தவிக்கும் குழந்தை. இரவு நெருங்குகிறதே என்று பீதி கொள்ளும் குழந்தை. தண்ணீர் குடிக்கவே அஞ்சும் குழந்தை. சாயம்போன கவுனுக்குள் உடல் நடுங்குகிற பிஞ்சுக் குழந்தை.

ஒருமுறை ஒரே ஒருமுறை ... இயற்கை முந்திக்கொண்டுவிட்டது. அவள் பிரயாசையையெல்லாம் மீறி கவுன் நனைய கால்கள் நனைய தரை நனைய ஊற்றிவிட்டபோது ...

"சனியன் மூதேவி, டர்ட்டி கேர்ல், நடுவீட்லயா ஒண்ணுக்குப் போறே?"

கன்னத்திலும் முதுகிலும் மாறி மாறி அறைகள்.

"அம்மா, வேணும்னு செய்யலேம்மா ... அடிக்காதீங்கம்மா ... தாங்க முடியாம வந்திடிச்சு."

"மூடுடி வாயை."

அடி வயிற்றையும் கன்னத்தையும் அமுக்கிப் பிடித்துக்கொண்டு, கண்ணீர் முகத்து வியர்வையில் கலக்க, கண்ணீர் தரையின் சிறுநீர்ப் பெருக்கில் கலக்க, நிலைகுலைந்து அவமானமுற்று முகம் கலங்கி நின்றாள் வசந்தா.

"முதல்ல தரையெல்லாம் கழுவி ஃபெனாயில் போட்டுச் சுத்தம் பண்ணு. டர்ட்டி கேர்ல். காட்டு ஜன்மம் ..."

அடுத்தமுறை அடையாறிலிருந்து தாய் தன்னைப் பார்க்க வந்த போது குழந்தை அவளைக் கட்டிக்கொண்டு கதறி அழுதாள்.

"இனிமே இங்கு இருக்க மாட்டேம்மா ... ரொம்ப கஷ்டமா யிருக்கு. நாம வேறெங்கயாச்சும் போயிடலாம். பாய் பக்கத்திலேயே ஊத்திடுச்சும்மா. நான் வேணுமின்னு செய்யலே. அடக்க முடியலே. ரொம்ப நேரம் அடக்கிப் பாத்தேன். முடியலே ... அடிச்சுட்டாங்கம்மா! ரொம்ப நோகுச்சு ..."

"அடி என் கண்ணே!" அஞ்சுகம் துடித்துவிட்டாள்.

"வெளிய சொல்லாதேம்மா. இப்படி ஆகிப்போய் அதுக்காக அடிச்சாங்கன்னு தெரிஞ்சா எல்லாரும் கேலி செய்வாங்க, டர்ட்டி கேர்ல்னு என்னை ஏசுவாங்க ..."

நெஞ்சோடு சேர்த்துக் குழந்தையைத் தழுவிக்கொண்டாள் அஞ்சுகம்.

அந்த நினைவில் இப்போதும் அள்ளி இறுக்கிக்கொண்டாள்.

என் குழந்தை. என் குட்டி மகள் ... இங்கு வந்ததுமே 'நம்ம வீட்டுக்குள்ளயே பாத்ரூம் இருக்கும்மா! எப்ப வேணும்னாலும் போலாம்!' அதைத்தான் கொண்டாடுகிறாள் குழந்தை. 'எப்போது

வேண்டுமானாலும் சிறுநீர் கழிக்க முடியும்' என்ற சுதந்திரத்தைத்தான் அனுபவிக்கிறாள், அடிக்கடி பாத்ரூமுக்கு ஓடுவதன் மூலம். ஒவ்வொரு முறையுமா கழிக்கிறாள்? பெரும்பாலும் சும்மா போய்வருவதுதான். நினைத்தபோதெல்லாம் அப்படிப் போக முடிவது ஒரு சுகம், ஒரு சந்தோஷம். நாளடைவில் பழக்கம் மறைந்துவிடும். இதற்கு ஏன் டாக்டரும் மருந்தும்?

இங்கே வந்தபின் குழந்தை மீதிருந்த ஓர் அழுத்தம் அகன்றுவிட்டது. நிம்மதியும் சிரிப்பும் வந்துவிட்டன. உடல் தேறுகிறது. தலையில் முடி வளர்கிறது.

மென்மையாய் பிஞ்சு நெற்றியில் முத்தமிட்டாள்.

"அம்மா!"

"என்னடி கண்ணு?"

"ஒண்ணுக்கு வருது."

"போய்ட்டு வா."

வசந்தா எழுந்து பாத்ரூமுக்கு ஓடினாள். மறுநொடி அங்கு விளக்கு எரிந்தது.

"அக்காவுக்கு ஏதாவது காரணம் புரியலாம்" என்று ஜெயகுமார் மனைவியிடம் சொல்லிக்கொண்டிருந்தான்.

கல்கி தீபாவளி மலர், அக்டோபர் 2000

அடையாளம்

வாசலில் நுழையும்போதே வெளி கேட் முகப்பில் 'எஸ். சுகந்தி' என்ற பெயர்ப்பலகை கண்ணில் பட்டது. ரமா புருவங்களை உயர்த்தி இலேசாய் சிரித்துக்கொண்டாள். பளபள வென்று கரிய பளிங்குக் கல்லில் பொறித்த பொன்வர்ண எழுத்துக்கள், சுகந்தி மாமி எப்போதிலிருந்து பெயர்ப் பலகை வைத்துக்கொண்டிருக்கிறாள்? இரண்டு மாதம் முன்பு மாமியின் அறுபதாண்டு நிறைவை முன்னிட்டுப் பரிசு கொடுக்கவும், கால் தொட்டு வணங்கவும் இவள் வந்திருந்தபோது கூட, இந்தப் பலகை இல்லை. அறுபது வயது என்பதால் கொஞ்சம் 'பந்தா' பண்ணிக்கொள்ளத் தகுதி வந்துவிட்டதாய் மாமி நினைக்கிறாளோ என்னமோ!

"மாமி!" அழைத்துக்கொண்டே அவள் வீட்டினுள் நுழைந்தாள்.

"வாடி வா ரமா, வழி தெரிஞ்சுதா!"

சுகந்தி கேட்டுக்கொண்டே உள்ளேயிருந்து வந்தாள். ஒரு கணம் அந்தக் கேள்வி ரமாவுக்கு விசித்திரமாய்ப் பட்டது. பலகாலம் கழித்து வருபவர்களிடம் கேட்கும் வரவேற்புக் கேள்வியை இரண்டே மாதம் முன்பு சந்தித்திருந்தவர்களிடம் கேட்பதென்றால்... மறுகணம் ரமா அந்த வியப்பை மறந்து முகமலர்ச்சியுடன் "எப்படி மாமி இருக்கீங்க?" என்றாள். சுகந்தி அவள் கைகளைப் பற்றிக்கொள்ள, இருவரும் சோபாவில் அமர்ந்தனர்.

மாமி சற்று சோர்வாய்த் தெரிந்ததை ரமா கவனித்தாள். உடம்புகூட இளைத்திருந்தது. கண்களில்... அது என்ன, பயத்தின் நிழலா? மாமிக்கு பயமா? ஆச்சரியம். பயத்துக்கு இடம் கொடுக்காத தன்னம்பிக்கை உள்ளவள் சுகந்தி மாமி. அவள் தாய் அவள் சிறுமிப் பருவத்திலேயே இறந்துவிட்டாளாம். தகப்பனார் நிறைய காலம் வாழ்ந்து, முதுமையில் ஒரு கொடிய நோய்க்கு ஆளாகி இறந்தாராம். மாமியின் நாற்பத்தைந்து வயதுக்குள் அவளை குழந்தையற்ற விதவையாய் நிறுத்திவிட்டு அவள் கணவரும் காலமானார். ஆனால் எதனாலும் தைரியம் இழக்காதவள்

சுகந்தி, என்று ரமாவிடம் அவள் தாய் சொல்லியிருக்கிறாள். அம்மாவும் மாமியும்தான் முதலில் சிநேகிதிகள். அம்மா மூலம் மாமியை மதிக்கத் தெரிந்துகொண்ட பிறகு ரமா தானும் மாமியின் சிநேகிதியானாள். இயன்ற போதெல்லாம் மாமியைப் பார்க்க வந்து போகிறாள்.

சுகந்தியின் மாநிற முகத்தில் அவயங்கள் நேர்த்தியுடன் தெளிவாக இருக்கும். உயரம், மிதமான பருமன். வாளிப்பான கழுத்து. கம்பீர நடை. அந்த கம்பீரம் உள்ளத்தின் பிரதிபலிப்பு என்று தோன்றும். கணவன் இறந்ததும் ஒடுங்கி உட்கார்ந்துவிடவில்லை. சமுதாய அலுவல்களில் பங்குகொண்டாள். நுகர்வோர் உரிமைக்குக் குரல் கொடுத்தாள். 'நமக்குப் பிறந்தால்தான் குழந்தையா?' என்று அநாதைக் குழந்தைகளைத் தன் சேவையால் அரவணைத்தாள்.

நிறையப் படித்தாள். படிக்கும் ஒவ்வொரு எழுத்தும் மனத்தில் கல்சிற்பமாய்ப் பதிந்திருக்கும். முகம் எப்போதும் மலர்ந்திருக்கும். வாழ்வோடு இணைந்த உற்சாக மனுஷி.

அத்தகையவளிடம் இந்தச் சோர்வும் பயமும் புதுக்காட்சிகள். என்ன ஆகிவிட்டது மாமிக்கு?

"உடம்பு சரியில்லையா மாமி? ஒரு மாதிரி இருக்கீங்களே!"

சுகந்தி சிறிது நேரம் வெறித்துக்கொண்டு உட்கார்ந்திருந்தாள். பிறகு தலையைச் சிலுப்பியவாறு ஒரு புன்னகை.

"ஒண்ணுமில்லயே? வெயில்தான் தாங்க முடியலை, இல்லே?"

கையால் முகத்தைத் துடைத்துக்கொண்டாள். பொடிப்பொடியாய் வியர்த்திருந்தது.

"இருங்க, ஃபேன் போடறேன்."

ரமா எழுந்து சென்று மின்விசிறி விசையை முடுக்கினாள். விசைக்குப் பக்கத்தில் சுவரில் காலண்டர் தொங்கிக்கொண்டிருந்தது. அதன் அடிப்பாகத்தில் எழுத்துக்கள்: எஸ். சுகந்தி.

திரும்பி மாமியைப் பார்த்தாள் இதை என்னவென்று சொல்வது? ஒரு பக்கம் அஞ்சுவது போன்ற முகபாவம். இன்னொரு பக்கம் தன் பெயர் முக்கியமாகிப் போன இந்த 'ஈகோ'. இது முரண் அல்லவா?

மறுபடி வந்து சோபாவில் மாமி அருகில் அமர்ந்தாள். மின்விசிறிக் காற்று அனற் சுழற்சியாய் இருந்தது.

"நான் நன்னாத்தான் இருக்கேன் ரமா. நீ எப்படி இருக்கே? பசங்க எப்படி இருக்கா? அம்மா சௌக்யமா?"

சிறிது நேரம் பேசிக்கொண்டிருந்தார்கள்.

"இரு, நான் போய் நம்ம ரெண்டு பேருக்கும் காபி கலந்து எடுத்துண்டு வரேன்."

"உள்ளே அன்னம்மா இருக்காங்க இல்லையா? நான் போய்ச் சொல்லிட்டு வரேன். நீங்க உக்காந்திருங்க மாமி."

"இருக்கட்டும். கார்த்தால ரவா கேசரி பண்ணினேன். அதுவும் கொஞ்சம் கொண்டு வரேன்."

மாமி கலகலப்பாய்ப் பேசினாள். எழுந்து உள்ளே போனபோது நடையிலும் முகத்திலும் வழக்கமான உற்சாகம். மாமியாவது பயப் படுவதாவது!

"என்னடி பொண்ணே இப்படி பயந்து சாகறே! மிஸ் என்ன உன் தலையையா இறக்கிடுவாங்க? ஆனா நீயும்தான் பாடலைச் சரியாய் மனப்பாடம் பண்ணிச் சொல்லணும். எங்கே, இப்போ சொல்லு பார்க்கலாம்?"

இது சுகந்தி மாமி அவளுக்குச் சொன்னது. ரமாவுக்குப் பதினான்கு வயது அப்போது. பள்ளி வகுப்பில் வள்ளலார் பாடல்கள் ஒப்பித்தலில் போட்டி. இவள் மனப்பாடம் செய்ததெல்லாம் அடிக்கடி மறந்து போயிற்று. மிஸ் இவளை தமிழில் நல்ல மாணவி என்று நினைத் திருந்தாள். பொதுவாக அப்படித்தான். ஏனோ மனப்பாடம் செய்தல் மட்டும் இவளுக்கு வருவதில்லை. போட்டியில் தோற்றால் மிஸ் ஏமாற்றமடைவாள் என்று ரமாவுக்கு மிகவும் பயமாயிருந்தது.

"எதுக்கெடுத்தாலும் பயப்படக் கூடாது ரமா. எங்கே, இப்போ எனக்கெதிரே உரக்க ரிசைட் பண்ணு பார்க்கலாம்."

ரமா தொடங்கினாள். "உன்னை மறந்திடுவேனோ? மறப்பறியேன். மறந்தால் . . . மறந்தால் . . . தெரியலே மாமி."

"சரிதான். மறப்பறியேன்று சொல்லிட்டே மறந்துட்டியா? நல்ல பொண்ணு! இப்போ நான் சொல்றேன். பின்னோடு சொல்லிண்டு வா."

"இதோ புத்தகத்தை எடுத்து வந்து தரேன்."

"புத்தகம் எதுக்குடி? எனக்கு மனப்பாடமாய்த் தெரியும். 'மறந்தால் உயிர் விடுவேன் . .!'"

"உயிர் விடுவேன்!"

"கணந்தரியேன் . . ."

"கணந்தரியேன்!"

"உன்னாணை இது . . ."

முழுப் பாடலை மாமி சொல்ல, ரமா பின்னோடு சொல்லிக்கொண்டு வந்தாள். "இது தருணம் அருட்ஜோதி எனக்கு விரைந்தருளே!" என்று

பாடலை முடித்தபடி சுகந்தி, “எங்கே இப்போ நீ பூரா பாட்டைச் சொல்லு” என்றாள்.

“உன்னை மறந்திடுவேனோ மறப்பறியேன் ... மறப்பறியேன் ... அப்புறம் நினைவில்லை. ஸாரி மாமி.”

“முதல் தடவை அடுத்த வார்த்தையாவது உனக்கு நினைவிருந்தது. இப்போ ‘ஒட்டக்கூத்தன் பாட்டுக்கு ரெட்டைத் தாப்பாள்’ கதைதான்!” மாமி சிரித்தபோது அம்மாவும் சேர்ந்து சிரித்தாள். பிறகு அம்மா இவளிடம் “உனக்குத் தெரியுமோ ரமா? இந்தப் பாடலை சுகந்தியும் நானும் ஏழாம் கிளாஸில் படிச்சோம். இப்போ கூட எப்படி ஒப்பிக்கறா பார்! அந்த நாளிலேயே அவள் ஞாபக சக்தியை டீச்சரெல்லாம் பாராட்டுவாங்க” என்றாள். ரமா கண்களை விரித்தாள்.

“பயப்படாதே. உனக்கு நான் எல்லாம் மறுபடியும் சொல்லித் தரேன். போட்டியில் நீதான் ஜெயிப்பே, பாரேன்” என்று சுகந்தி தைரியமளித்தாள்.

“மாமி எப்பவுமே தைரியசாலிதான்” என்று நினைத்தபோது ரமாவின் இதழ்கள் இப்போது புன்முறுவலித்தன.

இன்னுமா காப்பி கலக்கிறாள்?

எதிரே சின்ன புத்தக பீரோ இருந்தது. இப்போதும் வள்ளலார் இருப்பாரோ? இன்னும் யார் யார்? புத்தகங்கள் தமிழா ஆங்கிலமா?

இரண்டும் இருந்தன. ஒரு தமிழ் நூலை உருவி எடுத்துப் பாதியில் பிரித்தாள். நல்ல வேளை, கவிதை இல்லை! உரைநடைதான். படித்த ஒரு ‘பாரா’ நல்ல நடையில் இருந்தது. ஆசிரியர் யார்? முதல் பக்கத்துக்குத் திருப்பினாள். ஆசிரியர் பெயர், நூல் தலைப்பு, இரண்டுக்கும் மேலே பேனாவால் ‘எஸ். சுகந்தி’.

தன் புத்தகத்தில் தன் பெயரை எழுதிக் கொள்வது வியப்பில்லை. பெரும்பாலோர் வழக்கம் அதுதான். ஆனால் மாமியிடம் முன்பெல் லாம் அந்த வழக்கம் இல்லை ... ஏதோ உந்துதலில் அவள் பீரோ தட்டுகளிலிருந்து புத்தகங்களை அங்கங்கே எடுத்து முதல் பக்கங்களைப் பார்த்தாள். ஒவ்வொன்றிலும் மாமியின் கையெழுத்தில் ‘எஸ். சுகந்தி’.

புத்தகங்களை பீரோவில் வைத்து மூடிவிட்டுத் திரும்பினாள் ரமா. நான்காக மடிக்கப்பட்டிருந்த அன்றைய நாளிதழ், ஸ்டூல் மேலிருந்து கீழே குப்புற விழுந்து கிடந்தது. எடுத்து அதைச் சரியாகத் திருப்பி ஸ்டூல் மீது வைத்தாள். நாளிதழ் ஓரத்தில் ‘எஸ். சுகந்தி’.

இனம் புரியாத ஒரு சலனம் நெருடியது.

“பால் ரொம்ப ஆறிப்போயிருந்தது. சூடுபண்ணி காப்பி கலந்து, கேசரிக்கு தட்டு, ஸ்பூன் பார்த்து எடுத்துண்டு ... அதான் நாழி.”

யோசனையோடு மாமியைப் பார்த்துக்கொண்ட ரமா ஸ்வீட், காப்பியை உட்கொண்டாள்.

“என்ன அப்படிப் பார்க்கறே ரமா? எனக்கு ஒண்ணும் இல்லைடி! கவலைப்படாதே. இந்த சுடிதார் எங்கே வாங்கினே? உனக்கு ரொம்ப அழகாயிருக்கு. ரீசன்ட்டா ஏதானும் நல்ல புத்தகங்கள் படிச்சயா?”

மாமி பேச்சைத் திசை திருப்புவது புரிந்தது. “அது வந்து மாமி . . .” என்று அவள் ஏதோ சொல்ல முற்படுகையில், வாசலில் ஒரு கார் வந்து நிற்கும் சப்தம் கேட்டது. கதவை அறைந்து மூடும் ஒலியைத் தொடர்ந்து சங்கர் உள்ளே வந்தான். சுகந்தியின் அக்கா மகன். வேட்டி சட்டை உடை. கையில் ஒரு ரோஜா நிற பாலிதின் உறை.

“வாடா சங்கர்?”

“ஹலோ சித்தி. யார், மிஸஸ் ரமாவா? சௌக்யமா?”

“சௌக்யம்தான். நீங்க நல்லா இருக்கீங்களா மிஸ்டர் சங்கர்.”

“ஏதோ, வண்டி ஓடுது. போன வாரம் உங்க ஹஸ்பெண்டை லஸ் கார்னரில் பார்த்தேன். நிறைய பேசிண்டிருந்தோம்.”

“சொன்னார். இந்திய அரசியலை ரெண்டு பேருமா ஒரு பிடி பிடிச்சீங்களாமே!”

அவன் சிரித்தான்.

“என்னடா பளபளன்னு பட்டு வேஷ்டியும் அதுவுமா மாப்பிள்ளை கணக்கா வந்திருக்கே! என்ன விசேஷம்?” என்றாள் சுகந்தி.

“ரொம்ப அழகுதான் சித்தி! தெரியாத மாதிரி கேக்கறியே! இன்னிக்கு என் சித்தப்பா பெண் கல்யாணமில்லையா? அதுக்குப் போய்ட்டுத்தான் வரேன். நீ ஏன் வரலே? நேரில் வந்து அழைச்சாளாம், கட்டாயம் வரேன்னு சொன்னியாமே? நீ வரல்லேன்னு அங்கே எல்லாருக்கும் ரொம்ப வருத்தம்.”

சுகந்தி காப்பி பருகுவதை நிறுத்திவிட்டு தம்ளரை மேஜைமேல் வைத்தாள். அவனை வெறித்து நோக்கினாள்.

“என்ன! கல்யாணமா! இன்னிக்கா கல்யாணம் விசாலத்துக்கு?”

“விசாலம் இல்லை, விமலா. இன்னிக்குத்தான் கல்யாணம். உனக்குத் தெரிஞ்சதுதானே.”

“மறந்து போய்ட்டேண்டா!” குரல் பாதாளத்துக்குத் தேய்ந்தது. “மறந்து போய்ட்டேன் . . .”

“இந்தா, தாம்பூலப் பை. என் சித்தப்பா சம்சாரம் சித்தி, என் அம்மாவின் தங்கை சித்திக்காக கொடுத்தனுப்பிச்சது.” சங்கர் தாம்பூலப் பையை அவள் முன் மேஜைமேல் வைத்தான். இயந்திரம் போல் பையைப் பார்த்தாள். ரோஜா நிறப் பையின்மேல் சிவப்பு வண்ணத்தில் “திருமணம்: சௌ. விமலா எம்.எஸ்ஸி – சிரஞ். ஸ்ரீதரன் எம்.எஸ்ஸி. எம்.பி.ஏ.”

"இதைக் கொடுக்கத்தான் வந்தேன். அவசரமாப் போகணும், கிளம்பட்டுமா? ஏன் சித்தி, உடம்பு சரியில்லையா! என்னமோ மாதிரி இருக்கிறே?"

". . . ஒண்ணுமில்லையே . . ."

"ஓகே. அப்போ நான் கிளம்பறேன். வரேன் மிஸஸ் ரமா."

கார் வரை சென்று அவனை வழியனுப்பி விட்டு ரமா திரும்பிய போது சுகந்தி சோபாவில் தலைகவிழ்ந்து அமர்ந்திருந்தாள். இரு கை ஆள்காட்டி விரல்களால் தலையின் இரு பக்கங்களில் அழுத்தியபடி தொய்ந்து உட்கார்ந்திருந்த கோலத்தை ரமாவால் சகிக்க முடியவில்லை. அருகில் அமர்ந்து மாமியின் தோளைத் தொட்டாள். நிமிர்ந்து பார்த்த சுகந்தியின் முகம் வெளிறியிருந்தது.

"கல்யாணத் தேதியை மறந்துட்டேன். இத்தனைக்கும் பெண்ணின் அம்மா ரொம்ப நாள் பழக்கம் . . . என்னோட நல்ல சிநேகிதி . . . இப்பல்லாம் அடிக்கடி இப்படித்தான் . . . விஷயங்கள் மறந்துபோறது . . ."

திக்கித்திக்கி வரும் வார்த்தைகள். சுபாவமாய் தெளிவும் தைரியமும் கொண்ட கண்களில் பிதுங்கும் இந்த பீதி.

"வழி தெரிஞ்சுதா?" மறதியில் விளைந்த கேள்வி. 'விசாலம் இல்லை, விமலா' என்ற சங்கரின் திருத்தம்.

"கவலைப்படாதீங்க மாமி. வயசானால் அப்பப்போ ஞாபகமறதி ஏற்படறது ஒண்ணும் ஆச்சரியமில்லை. பயப்படாதீங்க."

புன்னகைத்தாள். மாமியும் ஒருவாறு சமாளித்துக்கொண்டு பிரயாசையுடன் புன்னகை செய்தாள். ஒடுங்கியிருந்தாள். கரு முடியில் அங்குமிங்குமாய்த் தெரிந்த நரை இழைகள் புதுசா? இரண்டு மாதங்கள் முன்புகூட இல்லை போல் இருக்கிறதே.

"நல்லா சாஞ்சு உக்கார்ந்து ரிலாக்ஸ் பண்ணுங்க மாமி. நான் தட்டு, தம்ளரெல்லாம் உள்ளே கொண்டு வச்சிட்டு வரேன். அப்படியே இந்த வெற்றிலை பாக்குப் பையை உங்க ரூமில் வச்சிடட்டுமா?"

"ம்."

ஒரு கையில் பாத்திரங்களும் ஒரு கையில் பாலிதீன் பையுமாக ரமா முதலில் மாமியின் அறைக்குச் சென்றாள். பையை டிரெஸ்ஸிங் டேபிள்மீது இருந்த லெட்டர், பேப்பர் பேட் பக்கத்தில் வைத்துவிட்டுத் தலையைத் திருப்ப இருந்தபோது, ஏதோ கண்ணில் தட்டுப்பட்டது. மேஜைக் கண்ணாடியின் மரச் சட்டத்தின் மேல் வெள்ளைக் காகிதத்தில் எழுதி ஒட்டியிருந்த எழுத்துக்கள்: 'எஸ். சுகந்தி'.

நகர்ந்தாள். அருகில் சுவர்மீது: 'எஸ். சுகந்தி'.

சுள்ளென்று ஒரு சங்கடம். என்ன ஆகிக்கொண்டிருக்கிறது மாமிக்கு?

இளங்காதலர்கள் அடி மரத்தின் மீது தங்கள் பெயர்களைக் கத்தியால் செதுக்கி எழுதிக்கொள்வார்கள். சிறைக் கைதிகள் விடுதலை நம்பிக்கையை இழந்து, தாம் வாழ்ந்திருந்த சுவடே அழிந்துபோய்விடக் கூடாது என்ற தவிப்பில், சிறைச் சுவர்களில் தமது பெயர்களை எழுதி வைப்பார்களாம். மாமியை என்ன சிறை வெருட்டுகிறது?

சமையலறைக்கு வந்தாள். கதவைத் தாண்டியதுமே எதிர்ச் சுவரில் கறுப்பு மையில் 'எஸ். சுகந்தி'.

காப்பி தம்ளர்களை ஸிங்க்கில் கழுவ முனைந்தபோது சமையற் காரம்மாள் அன்னம், "இப்படி என்கிட்ட கொடுங்கம்மா!" என்று அருகில் வர, இருவருமாய் பாத்திரங்களைக் கழுவினார்கள்.

"நல்லாயிருக்கீங்களா அன்னம்மா?"

"இருக்கேம்மா. நீங்க?"

"எனக்கு ஒண்ணுமில்லை. மாமியைப் பத்திதான் கவலையாயிருக்கு. எப்பவும் கலகலன்னு உற்சாகமாய் இருக்கிறவங்களுக்கு என்ன ஆயிடுச்சு? உடம்பு சுகமில்லையா?"

"அதை ஏம்மா கேக்கறீங்க!"

"ஏன், என்ன விஷயம்?"

"காய்ச்சலா, தல நோவா, குறிப்பிட்டுச் சொல்ல? ஒண்ணரை மாசமிருக்கும். மாமிக்குத் தெரிஞ்ச ஒரு அம்மாளுடைய குழந்தை, ஏழு வயசுப் பொண்ணுக்கு, பித்தப்பையில் ஏதோ கோளாறுன்னு ஆபரேஷன் நடந்தது. நல்ல டாக்டர், ஆஸ்பத்திரின்னு தெரிஞ்சவங்க மூலம் ஏற்பாடு செஞ்சு உதவினதெல்லாம் மாமிதான். ஆபரேஷனுக்குப் பிறகு ஆஸ்பத்திரி ரூமில் ஒரு வாரம் போல குழந்தையை வச்சிருந் தாங்க. அந்தக் குழந்தைக்கு பயந்த சுபாவம். ராத்திரியானா பக்கத்துல அம்மா இருக்கணும். அந்தம்மாவும் அப்படியே இருந்தாங்க. நாலு நாளிருக்கும். திடீர்னு அவங்களுக்குச் சொந்தக்காரங்க வீட்டிலேர்ந்து ஒரு சாவுச் செய்தி. போயே ஆகணும். ராத்திரி தங்கிட்டு மறுநாள் தகனம் ஆனப்புறம்தான் வர முடியும். அந்த ஒரு ராத்திரி மாமி ஆஸ்பத்திரியில் போய் குழந்தைக்குத் துணையாய்ப் படுத்துக்க முடியுமான்னு கேட்டாங்களாம். கட்டாயம் போறேன்னு மாமி உடனே ஒத்துக்கிட்டாங்களாம்."

அன்னம் கணநேரம் மௌனமானாள்.

"அப்புறம் . . . மறந்துட்டாங்க."

மீண்டும் சிறிது மௌனம். பிறகு –

"எனக்கு விஷயம் பின்னாலதான் தெரியும். இல்லாட்டி நானாவது ஞாபகப்படுத்தியிருப்பேன். அதிலேருந்துதான் மாமி என்னமோ கிலி பிடிச்சாப்பல ஆயிட்டாங்கம்மா. மூளை கூட கலங்கிடுச்சோன்னு

சில சமயம் பயமாயிருக்கு. வீடு நெடுக தன் பெயரை எழுதி எழுதி வைக்கறாங்க. இந்த சுவரைக் கூடத்தான் பாருங்களேன். முந்தியெல்லாம் இப்படி இல்லை."

"ம்... அந்தக் குழந்தைக்கு ஏதும் கெடுதலாய்...?"

"அதெல்லாம் இல்லை. ஒரு வாரத்தில் நல்லபடியாய் டிஸ்சார்ஜ் ஆகி வீட்டுக்குப் போயிடுச்சு."

ரமா மாமியிடம் திரும்பி வந்தாள். தலைகவிழ்ந்து அமர்ந்திருந்த சுகந்தியின் அருகில் உட்கார்ந்து அவள் கையை ஆதரவாய்ப் பற்றினாள்.

"ரொம்ப மறதி வந்துடுத்து ரமா..." மெல்லிய முணுமுணுப்பு, திரும்பத் திரும்ப நிலை குத்திய பார்வை.

"விடுங்க மாமி. எத்தனையோ பேருக்கு உள்ள கோளாறு. ஏன் பெரிசு பண்றீங்க? கல்யாணத் தேதி மறந்து போறது ஒரு குற்றமா?"

"அது மட்டுமில்ல... இன்னொன்று... இன்னும் பெரிசு... ஒரு குழந்தைக்குத் துணையிருக்கேன்னு சொல்லியிருந்தேன்..."

"தெரியும் அன்னம்மா சொன்னாங்க. அதையே நினைச்சு உங்களை வருத்திக்காதீங்க மாமி."

"குழந்தை ரொம்ப பயந்து அழுதுட்டாளாம்..."

"மாமி, மாமி..."

"நல்ல வேளையா நைட் நர்ஸ் இங்கிதமானவளாய் இருந்திருக்கா. குழந்தையை அணைச்சு, பக்குவமாப் பேசி சமாதானம் பண்ணி, மைல்ட் தூக்க மாத்திரை கொடுத்து தூங்கவச்சிருக்கா. காலை வேளையில் குழந்தைக்குப் பயம் இல்லை. பகலுக்குள் அவளம்மாவும் வந்துட்டா?"

"எல்லாம் தான் நல்லபடியாய் ஆயிடுச்சே. இன்னும் மனசை ஏன் உழப்பிக்கறீங்க? வேறேதானும் பேசலாம் மாமி."

சுகந்தியின் கண்கள் தவித்துப் படபடத்தன. "குழந்தைகள் பூ மாதிரி... ஒரு குழந்தையின் தேவையை எப்படி மறந்து போனேன்? இனி நான் எதைத்தான் மறக்கமாட்டேன்? பயமாயிருக்கு ரமா. ரொம்ப பயமாயிருக்கு..."

நிமிர்ந்து நோக்கிய விழிகளில் மருட்சியின் ஆழம் அறியக் கூடியதாக இல்லை. ரமா இரக்கம் பொங்க அவள் முதுகைத் தடவிக் கொடுத்தாள். "பயப்படாதீங்க மாமி. என்னை பயப்படக் கூடாதுன்னு தைரியப்படுத்தினவங்க இல்லையா நீங்க?"

சுகந்தியின் முகம் வெளிறியிருந்தது. மெல்லிய உயிர்ப்பாய் குரல் வந்தது. "எங்கே கொஞ்சம் கொஞ்சமா எங்கப்பா மாதிரி எனக்கும் ஆயிடுமோன்னு பயமாயிருக்கு."

ஆர். சூடாமணி

“என்ன ஆச்சு உங்கப்பாவுக்கு?”

“அது முதுமையில் வரக்கூடிய ஒரு மூளை நலிவு நோயாம். அதனால, படிப்படியாய் மனச் சிதைவு. அப்பாவுக்கு புத்தி மாறாட்டமும் மறதியும் வந்துடுத்து. எனக்கும் அந்த மாதிரி மறதிதான் ஆரம்பிச்சிருக்கா? எனக்கும் அந்த நோய் வந்துடுமா? ரொம்ப பயமாயிருக்கு ரமா . . . உன் பேர் ரமாதானே? விமலா இல்லையே?”

“இல்லை, ரமாதான். பார்த்தீங்களா? உங்களுக்கு எதுவும் மறக்கலே. கவலைப்படாதீங்க.”

“அப்பா நட்ட நடு ராத்திரியில் எழுந்து ‘நான் குளிக்கணும்’னு சொல்லி உடுப்பைக் கழட்ட ஆரம்பிச்சுடுவார். ஒரு தரம் பரப்பிரம்மமாய் தெருவில் இறங்கி ரொம்பதூரம் எங்கேயோ நடந்து போய்ட்டார். பன்னண்டு கிலோ மீட்டர் தாண்டி ஒரு சுடுகாட்டில் போய் உக்கார்ந் திருக்கார். தற்செயலாய்ப் பார்த்தவா யார், என்னன்னு விசாரிச்சிருக்கா. அவருக்குப் பதில் சொல்லத் தெரியலே. ‘உங்க பெயரையாவது சொல்லுங்க’ன்னு கேட்டபோது அவர் அதைக்கூடச் சொல்லத் தெரியாம வெறிச்சுப் பார்த்துட்டு ரைம்ஸ் சொல்ல ஆரம்பிச்சுட்டாராம். அப்புறம் தெரிஞ்சவர் ஒருவர் பார்க்க நேர்ந்து, அப்பாவை வீட்டில் கொண்டுவந்து விட்டுட்டுப் போனார்.”

மாமி எழுந்து நின்றாள். ரமாவைப் பார்த்து ஆவேசமாய்க் கூறினாள்: “என் மறதி அந்த மாதிரி ஒரு நிலைமைக்கு ஆரம்பமாயிடக் கூடாது. எனக்கு என் பெயர் மறந்து போறதுக்கு முன் பகவான் என்னை அழைச்சுண்டு போயிடணும். எனக்கு என் பெயர் வேணும். என் அடையாளம் வேணும். நான் சுகந்தி. எஸ். சுகந்தி. அது மறந்து போகக் கூடாதுன்னு வீடு முழுக்க அங்கங்கே என் பெயரை எழுதி வைக்கறேன்.”

ஈகோ விஞ்சுவதால் தன் பெயரை எழுதுகிறாள் என்று நினைத் தாளே! மாறாக, ஈகோவின் அழிவை அஞ்சி எழுதுகிறாள்.

“டிரெஸ்ஸிங் டேபிள் கண்ணாடியில் முகம் பார்த்து தலை சீவிக்கிறபோது, இந்த முகம் யாருன்னு மறந்து போயிடுமோன்னு நினைச்சா பகீர்ங்கறது. அதனால, கண்ணாடியைப் பார்க்கற போதெல் லாம் தெரியறமாதிரி அதன் சட்டத்தில் என் பெயரை எழுதியிருக்கேன்.”

பரபரவென்று ரமாவின் கையைப் பற்றி இழுத்துக்கொண்டு தன் அறைக்குச் சென்று, நிலைக் கண்ணாடிச் சட்டத்தைக் காட்டினாள்.

“பார்த்தியா?”

“பார்த்தேன்.”

கண்ணாடியின் எதிரே அமர்ந்து அதனுள் தன் பிம்பத்தைப் பார்த்தாள். குரல் ஆவேசம் தணிந்து மிருதுவாய் ஒலித்தது. தன் பிம்பத்தைப் பார்த்துக்கொண்டே பேசினாள்.

தனிமைத் தளிர் 637

"வள்ளலார் பாடல் ஒண்ணு இருக்கு ரமா. உனக்குத் தெரியுமோ? 'உன்னை மறந்திடுவேனோ?' அப்படின்னு ஆரம்பிக்கும். 'மறந்தால் உயிர்விடுவேன் கணந்தரியேன்'னெல்லாம் வரும். வள்ளலார் கடவுளைக் குறிச்சுப் பாடினதுதான். ஆனா நான் கண்ணாடியில என் முகத்தைப் பார்க்கறபோதெல்லாம் என் மனசு 'உன்னை மறந்திடு வேனோ?'ன்னு அதைப் பார்த்து எனக்காகத்தான் ஓலமிடறது . . ."

வேதனை தளும்பும் விழிகளில் நீர் வடியலாயிற்று. ரமா அவள் முகத்தைத் தன் வயிற்றோடு சேர்த்து அணைத்துக்கொண்டாள்.

மேஜை மீதிருந்த 'லெட்டர் பேப்பர் பேட்' மேலட்டை காற்றில் படபடத்துத் திறந்துகொண்டது. முதல் பக்கத் தாளில் வரிசை வரிசையாக 'வேல் முருகன் துணை' என்பது போல, 'ஸ்ரீ ராம ஜயம்' என்பதுபோல் –

எஸ். சுகந்தி

எஸ். சுகந்தி

எஸ். சுகந்தி . . .

கல்கி தீபாவளி மலர், அக்டோபர் 2003

பின்னிணைப்பு

ஆர். சூடாமணி கேள்வி – பதில்

(எழுத்தாளர் ஆர். சூடாமணி நேர்காணல், பேட்டி என்று எந்த ஊடகத்திலும் வெளிப்படாதவர். தனது கதைகளை 2002இல் ஆய்வு செய்த எம்.பில். மாணவி மா. மங்கையர் திலகத்திற்கு அவர் அளித்த எழுத்து வழியிலான பேட்டி இது.)

சிறுகதை எழுத வேண்டும் என்ற ஆர்வம் தங்களுக்குள் எழுந்தது எப்படி?

எழுதுவதில் எனக்கு எப்போதும் ஆர்வம் உண்டு. சிறுகதையின் கூரிய பார்வையும் கவிதைக்குரிய செறிவும் அதற்கு ஒரு தனிப்பட்ட ஆற்றலைத் தருவதாக நினைக்கிறேன். தவிர, என் அனுபவ வட்டம் சிறியது, சிறுகதையின் ஒற்றைப் பொறியைப் பதியவைப்பது இந்த வட்டத்தினுள் இயலும்.

இன்றைய 'தொகுப்பு முயற்சிகள்' பற்றிய தங்களின் கருத்து?

இன்றைய தொகுப்பு முயற்சிகள் காலத்தின் தேவையையொட்டி எழுந்தவை. இன்று நம்மிடையே சிறுகதை இலக்கியம் புத்துயிர் பெற்றிருக்கிறது. உலகச் சிறுகதை இலக்கியப் போக்குகள் பற்றி அறிந்த உயர்தரத் தமிழ்ச் சிறுகதைப் படைப்பாளிகள் பலர் நம்மிடையே உள்ளனர். இலக்கியப் பிரக்ஞையுடன் அருமையான நவீனச் சிறுகதைகள் படைக்கிறார்கள். பிற இந்திய மொழித் தொகுப்புகள் மொழிபெயர்ப்பாகி வெளிவருகின்றன. கதைத் தொகுப்புகள் இன்று அர்த்தமுள்ளவை, வரவேற்புக்குரியவை.

உங்கள் சிறுகதைகளில் குழந்தைகள், சிறுவர், சிறுமியர்க்கும் ஒரு பங்கு அளிக்கிறீர்கள். இது இத்தகைய கதாபாத்திரங்களைத் தங்களது கதைகளில் உலவவிட வேண்டும் என்ற உங்களது ஆசையா? அல்லது இயல்பாகவே இவ்வாறு அமைந்துவிடுகிறதா?

இரண்டும் சரி. குழந்தைப் பாத்திரங்கள் கதையின் தேவைக்கிணங்க இயல்பாகத்தான் அமைய வேண்டும். அதே நேரம், அவர்களைச் சித்திரிப்பதில் எனக்கு ஆசையும் உண்டு.

'சூடாமணி கதைகள்' முதற்பதிப்பு 2001இல் ஆங்கிலச் சொற்களும் வடமொழிச் சொற்களும் கலந்து இடம்பெற்றுள்ளன. இது உங்களுக்கே உரிய தனி பாணியாக (Style) பின்பற்றுகிறீர்களா?

வடமொழி இந்தியக் கலாச்சாரத்தைச் சேர்ந்தது. நான் வடமொழிச் சொற்களை விலக்கவில்லை. ஆங்கிலச் சொற்களை எளிமை, தேவை, வழக்கொழியாமை ஆகியவற்றையொட்டி உரையாடல்களில் ஓரளவு பயன்படுத்தினால் தவறில்லை என்பது என் கருத்து. அதைவிட அதிகமாய் நான் பயன்படுத்தியிருந்தால் அது என் நடையிலுள்ள பிழைதான்.

உங்களது கதைகள் விறுவிறுப்பாகச் செல்வதோடு எதிர்பாராத முடிவினையும் தருகின்றன. இது வாசகர்களைக் கவருவதற்குத் தாங்கள் கையாளும் உத்தியா?

விறுவிறுப்பு, எதிர்பாராத முடிவு, வாசகர்களைக் கவர்தல்(!) இப்படித்தானா பார்க்கிறீர்கள் என் எழுத்தை? ஆச்சரியம். ஒரு கதையின் போக்கும் முடிவும் அந்தக் கதை கூற முனையும் செய்தியையும் ஏற்படுத்த நினைக்கும் தாக்கத்தின் தன்மையையும் பொருத்தே அமையும்.

கதைத் தலைப்பை மிகப் பொருத்தமாக அமைக்கின்ற நீங்கள் கதை எழுதிய பிறகு தலைப்பிடுவீர்களா? அல்லது தலைப்பினைத் தேர்வு செய்துகொண்டு கதை எழுதுவீர்களா?

கதை எழுதிய பிறகுதான் தலைப்பு. சில சமயம் கதையின் உட்கிடை மனத்தில் தோன்றும்போதே பளீரென்று தலைப்பும் தோன்றிவிடுவது உண்டு.

நூலகங்களில் தங்களது படைப்புகளை அதிகம் காண இயலவில்லை. இது என் போன்ற ஆராய்ச்சியில் ஈடுபடுவோர்க்கு இடர்ப்பாடாக உள்ளது. இதற்குரிய காரணமாகத் தாங்கள் கருதுவது யாது?

காரணம், நான் ஜனரஞ்சக எழுத்தாளர் இல்லை.

உங்களது படைப்புகளில் உறவுமுறைகள் அதிகம் கொண்டு வருகின்றீர்கள். அதன் காரணம் யாது?

நான் அதிகம் பழகுவது உறவினர்களுடன் என்பதால் இருக்கலாம்.

தங்களது கதைகள் நடுத்தர வர்க்கத்தைச் சுற்றிய கதைகளாகப் பின்னப்படுவதற்குரிய காரணம் யாது?

நான் ஓரளவேனும் அறிந்தது அந்த வர்க்கம்தான்.

தங்களது தொகுப்பில் தீண்டாமை பற்றி இரு கதைகளில் சொல்லப் பட்டிருக்கிறது. இது குறித்த தங்களது கருத்து யாது? (விஜயா, ராசாக்கண்ணு)

'ராசாக்கண்ணு' தீண்டாமை பற்றியதல்ல. 'விஜயா', 'எனக்குத் தெரியாது' ஆகிய இரண்டும்தான் அந்த வகை.

வெறும் பிறப்பு காரணமாய் ஒரு பிரிவினரைத் 'தீண்டாதார்' என்று சமூக எல்லைக்கு அப்பால் ஒதுக்கிவைத்துக் கொடூரங்கள் இழைப்பது மாபெரும் அரக்கத்தனம் என்று பேச்சளவில் ஒப்புக் கொண்டுவிட்டால் மட்டும் போதாது. தடுப்புச் சட்டங்கள் இயற்றினால் மட்டும் போதாது. இதை எதிர்த்துத் தனிக்குரல்கள் ஒலித்தால் மட்டும் போதாது. சமூகம் மாற மனித சிந்தனை அடிப்படையில் மாற வேண்டும். 'தீண்டாதார்' இக்கொடுமையை எதிர்த்துப் புரட்சி செய்வதோடுகூட, இந்தச் சமூக அநீதியினால் பயனடையும் மேல் வருணத்தாரும், அப்படிப் பயனடைவது அதர்மம் என்று உணர்ந்து, நாடு தழுவிய அளவில் இந்தக் கொடுமையை எதிர்த்துக் குரல் கொடுக்க வேண்டியது மிகவும் அவசியம்.

கணவனால் கைவிடப்பட்ட பெண், மறுபடியும் கணவனால் ஏற்றுக் கொள்ளும் நிலையில் அவனை ஏற்காத நிலைக்குத் தங்களது கதாபாத்திரம் அமைவதற்குத் தாங்கள் கூறும் காரணம் யாது?

ஒரு கதையில் எல்லாவற்றையுமே விளக்கி முடித்துவிட வேண்டும் என்று அவசியமில்லை. வாழ்க்கையில் யாரையும் முழுமையாய்ப் புரிந்துகொள்ள முடியாதது போல்தான் இலக்கியத்திலும். சில சமயம் ஒன்றுக்கு மேற்பட்ட காரணங்கள் மனிதனின் செயல்பாட்டை உருவாக்குகின்றன. அந்தக் கதாபாத்திரம் எடுத்த தீர்மானம் முக்கியம். கதைப் போக்கிலிருந்து அதன் காரணத்தை வாசகர்கள் தம் மனோபாவப் படித் தீர்மானிக்கலாம்.

'விலை' என்ற கதையில் வசுதேவரும் தேவகியும் பிரிந்திருந்தால் என்ற கோணத்தில் கதை செல்கிறது. இங்கு கண்ணன் அவதாரம் பற்றியும் சிந்திக்க வேண்டியுள்ளது. இது குறித்துத் தாங்கள் கூற விரும்புவது?

காவிய, புராணக் கதைகள்மீது புதுப்பார்வை செலுத்தும்போது அவற்றைக் கதைகளாய் மட்டும்தான் பார்க்க முடியும். பாத்திரங்களை மானிடர்களாக மட்டும்தான் அணுக முடியும். அவதாரம் போன்ற தெய்வீகக் கருத்துக்களை அதில் கொண்டுவர முடியாது. இதுபோன்ற கதைகளைத் தூண்டுவதே மனிதக் கோணம்தான்.

சில அறிஞர்கள் புராணக் கதைகளில் கைவைப்பதும் தவறு என்று கருதுகிறார்கள். அதுவும் ஒரு கண்ணோட்டம்.

தங்களது கதைகளில் பெரும்பாலானவை 'பின்னோக்கு நிலையில்' அமைந்துள்ளன. இந்த உத்தியைத் தாங்கள் கையாளுவது குறித்துக் கூற விரும்புவது?

பின்னோக்குப் பார்வை கதைகளில் இயல்பாக இடம்பெற்றுவிடும் போது நான் அவற்றைத் தனியாக உணர்வதில்லை. சுட்டிக் காட்டியதற்கு நன்றி.

பெண்களுக்கு இழைக்கப்படும் கொடுமைகள் குறித்துத் தாங்கள் கூற விரும்புவது?

கல்வி, உத்தியோகம், பொருளாதாரத் தன்னிறைவுக்கான வாய்ப்புகள் போன்றவற்றில் பெண்களின் நிலை முன்னேறியிருந்தாலும் அவர்களை இரண்டாம்தரப் பிரஜைகளாய்க் கருதும் எண்ணப் பழக்கம் ஆண்களின் ஆழ்மனத்தில் இன்னும் விலகவில்லை என்றே தோன்றுகிறது. பெண்ணை உடைமைப் பொருளாகவும் போகப் பொருளாகவுமே பெரும்பாலும் காண்கிறார்கள். பெண்மீது இழைக்கப் படும் பல கொடுமைகளுக்கு இந்த ஆணாதிக்கச் சர்வாதிகாரப் போக்கு தான் அடிப்படைக் காரணம். உடலளவில் பெண் மெலிந்தவள் என்பதால் உயிரோடு எரித்தல், கற்பழிப்பு போன்ற கொடூரங்கள் நிகழ்கின்றன. அதுவும் ஏழை அல்லது 'கீழ்சாதி'ப் பெண் என்றால் அவள் மீதான அரக்கத்தனங்களுக்கு எல்லையே இல்லை.

திருமணமாகாத பெண் வாழ்க்கையில் தோல்வியடைந்தவள் என்று கருதுவதைவிடப் பெண்ணுக்குச் சிறுமை வேறு இல்லை. பெண்ணுக்குத் திருமணம் அத்தியாவசியம் என்று நினைப்பதால்தான் வரதட்சிணைக் கொடுமை சமூகத்தில் வேரூன்றிவிட்டது. பெண் கொலையும் பெண்சிசுக் கொலையும் அதன் விஷ விளைவுகள்.

ஆண் பெண் சமத்துவக் கருத்தைத் துவக்கத்திலிருந்தே வீட்டிலும் பள்ளியிலும் எல்லாக் குழந்தைகளுக்கும் பயிற்றுவித்தல் அவசியம். அப்போதுதான் பெண்ணை சக மனுஷியாய் மதித்து மரியாதையுடன் நடத்தும் பழக்கம் ஆணுக்கு இயல்பாய் ஏற்படும். சமூக மாற்றம் நிகழ வழி பிறக்கும்.

ஆண்களைக் காட்டிலும் பெண்கள் படைப்புலகத்தில் அதிகம் ஈடுபடாததற்கான காரணமாகத் தாங்கள் கூற விரும்புவது?

நேரமின்மையும் பெண்ணின் படிப்பு மதிக்கப்படாமையும் பழைய காலத்தில் இதற்கு முக்கியக் காரணங்களாய் இருந்திருக்கலாம். இன்று நிலைமை வேறு. வெளியில் போய்ப் பணியாற்றினாலும் வீட்டையும் பெண்தான் கவனிக்க வேண்டும் என்ற நிலை இன்னும் பல இடங்களில் நிலவுவதால் நேரமின்மை என்ற காரணம் அடியோடு மறையவில்லை. என்றாலும், பொதுவாக அவளுடைய படைப்பார்வத்தை இன்று குடும்பத்தில் தடுப்பதில்லை. கள ஆய்வுக்காக அவள் வேறு

இடங்கள் செல்வதை யாரும் தவறாக நினைப்பதில்லை. அவளுடைய தரமான ஆக்கங்களுக்கு வெளி உலகில் உள்ள பெண் படைப்பாளிகள் படைப்புலகில் பெயரெடுக்க இன்று தடையேதும் இல்லை. ஆனால் ஆர்வக் குறைவோ சில வீடுகளில் உள்ளதுபோல் அதிகமான குடும்ப நெருக்கடிகளோ இருந்தால் எதுவும் செய்ய முடியாது.

சிறுகதைகளைக் காட்டிலும் நாவல்கள் அதிகம் பிரபலமாவதற்கும், படைக்கப்படுவதற்கும் உரிய காரணங்களாகத் தாங்கள் கூற நினைப்பது?

சிறுகதைகள் வாழ்க்கையைச் சிறு துண்டுகளாகவும் கணநேர மின்னல்களாகவும் காட்டுவதால் பலருக்கு அதில் மனம் ஒன்றுவதில்லை. மாறாக, நாவல் என்பது விரிவான காட்சியாக, வாழ்க்கை அனுபவத்தில் பெரிய அளவில் பங்குகொள்வதான உணர்வை வாசகனுக்கு ஏற்படுத்து கிறது. அதன் மூலம் ஒருவித நிறைவளிக்கிறது. காரணம் இதுவாக இருக்கலாம்.

நாவல்களை அதிகமாக எழுதுகின்ற படைப்பாளர்களே, சிறுகதை படைப்பதில் அதிக ஆர்வம் காட்டுவதில்லை. இது பற்றிய தங்களது கருத்து?

சிறுகதை, நாவல் இரண்டும் இரு வேறு கலை வடிவங்கள். இவற்றில் ஒவ்வொரு துறைக்கும் அதற்கே உரிய கட்டுக்கோப்பும் லட்சணங்களும் உள்ளன. ஒன்றில் ஈடுபாடு உள்ளவர்களும் மற்றதிலும் இருக்க வேண்டும் என்ற கட்டாயமில்லை.

சிறுகதைகளில் அதிக அளவு ஈடுபாடு காட்டும் தாங்கள் நாவல்களில் அதிக அளவு ஆர்வம் காட்டாதது ஏன்?

முந்தைய கேள்வியின் விடையே இதற்கும் பொருந்தும்.

மாதர் மன்றம் பற்றித் தாங்கள் கூற விரும்புவது?

மாதர் மன்றம் என்பது மேல்தட்டுப் பெண்களின் வெறும் பொழுது போக்கு மையமாக இருப்பதும் உண்டு. உண்மையான மனிதநேயமும் சமூக உணர்வும் கொண்டு, உதவி தேவைப்படும் பெண்களுக்கு ஓடிப் போய் கை கொடுக்கும் தொண்டு நிறுவனமாக இருப்பதும் உண்டு.

இளைஞர்களின் வெளிநாட்டு மோகம் பற்றிய தங்களது கருத்து?

இது இன்றைய காலகட்டத்தின் ஒரு தவிர்க்க முடியாத அம்சம். நம் நாடு வளர்ச்சியின் எல்லாப் படிகளிலும் முன்னேறி இளைஞர்கள் விழையும் நலங்கள் அனைத்தும் இங்கேயே சாத்தியமாகும் காலம் வரும்போது இந்த மோகம் குறையலாம்.

தற்போதைய தொலைக்காட்சி விளம்பரங்கள் குறித்த தங்களது கருத்து?

ஒரு சில, நல்ல ரசனையோடு உள்ளன. பெரும்பாலானவை அப்படி இல்லை. குழந்தைகளை விளம்பரங்களுக்குப் பயன்படுத்துவது மிகத் தவறு. இலவசமாய் ஒரு பொருளைப் பெறுவது குறித்துச் சிரித்து மகிழ்வதும், திருமணத்துக்காக ஒரு பெண் தன் சரும நிறத்தைச் சிவப்பாக்கிக்கொள்வதும் போன்ற விளம்பரங்கள் தீவிர கண்டனத்துக் குரியவை.

'பழைய மரபுகள்' போற்றப்படல் சரியா, தவறா?

குடும்பப் பாசம், பெரியவர்களிடம் மரியாதை போன்ற பண்புகளைக் கூறும் மரபுகளைப் போற்றலாம். மனிதாபிமானத்துக்கு எதிரான பழைமைவாதம், மூடநம்பிக்கைகள், சாதிக் கொடுமை, பெண்ணை ஒடுக்குதல் போன்றவையை நிலைநிறுத்த முனையும் மரபுகளைத் தூக்கி எறிவதே சரி.

சிறுகதை வளர்ச்சிக்குத் தாங்கள் கூற விரும்புவது?

சிறுகதை எழுத்தாளர்கள் உலகத்துச் சிறந்த சிறுகதைகளைப் படிக்க வேண்டும். சிறுகதை இலக்கியத்தின் சமகாலப் போக்குகளை அறிந்திருத்தல் நல்லது. வாழ்க்கையின் நுட்பங்களைக் கவனிக்க வேண்டும். கவர்ச்சிக்காக இன்றி தரத்துக்காக எழுத வேண்டும். முக்கியமாய், சிறுகதையை நாவல் எழுத ஒரு பயிற்சியாய் நினைக்காமல் அது தனித்துவம் வாய்ந்த ஒரு முழுமையான சிறு கலை உலகம் என்பதை உணர்ந்து எழுத வேண்டும்.

சிறுகதை வளர்ச்சியில் ஈடுபாடு காட்டும் இலக்கிய அமைப்புகளின் செயல்பாடுகள் பற்றித் தாங்கள் கூற விரும்புவது என்ன?

நல்ல முறையில் நூல் வெளியீட்டு நிகழ்ச்சி, மாதாந்தரக் கூட்டங் களில் சிறுகதை நூல்களின் விமர்சனம், மாதத்தின் சிறந்த சிறுகதைத் தேர்வு இவை ஆக்கப்பூர்வமான செயல்பாடுகள். இத்தகைய அமைப்பு களிடம் தேர்வுபெற எழுத்தாளர்கள் தரமான கதைகள் தர முனை கின்றனர். வெகுஜனப் பத்திரிகைகள்கூட இலக்கிய எழுத்தாளர்களின் கதைகளை வெளியிடுவதற்கும் இலக்கியத் தரமான ஒரு துணைப் பத்திரிகை கொண்டுவருவதற்கும் இது போன்ற அமைப்புகளிலும் தேர்வு பெற்றுத் தமது பிம்பத்தை உயர்த்திக்கொள்ள வேண்டும் என விரும்புவது ஒரு காரணமாக இருக்கலாம்.

சில அறக்கட்டளைகள் சிறுகதை நூல்களுக்குப் பரிசு வழங்குவதும் சிறுகதை வளர்ச்சிக்கு ஊக்கமளிக்கிறது.

சிறுகதையின் எதிர்காலம் சிறப்புற அமைய தாங்கள் கூற விரும்புவது?

சுருக்க அளவுள்ள சிறுகதை வடிவம், இந்த அவசர யுகத்துக்கு ஏற்கனவே பொருத்தமான இலக்கிய வகைதான். இன்று பல சிறுகதை எழுத்தாளர்களிடம் ஆழ்ந்த இலக்கிய உணர்வு இருக்கிறது. தரமான எழுத்தாளர்களின் துவக்க நிலை எழுத்தே பெரும்பாலும் முந்தைய நாள் வளர்ந்த எழுத்தாளருக்கு இணையாக இருப்பதாய்ச் சொல்லலாம். இவர்கள் எழுதி எழுதி சராசரி வாசகனின் ரசனையின் தரத்தை உயர்த்த வேண்டும். இலக்கியத் தரமான சிறுகதைகள் படிப்பது வாசகனுக்கு இயல்பானதாய் ஆக வேண்டும். இதனால் எழுத்தாளர்களுக்கும் நல்ல இலக்கியம் தர மேலும் உற்சாகம் தோன்றும். இவ்வாறு படைப்பாளியும் வாசகனும் பரஸ்பரம் நல்ல எழுத்தை வளர்த்தால் அதற்கு வெகுஜன 'மவுசு'ம் உண்டாகும். பதிப்பகங்கள் வரவேற்று வெளியிடும் சிறுகதையின் எதிர்காலம் சிறப்புடன் அமையும்.

தங்களது படைப்புகள் பற்றித் தாங்கள் கூற விரும்புவது?

நான் பார்த்து, கேட்டு அறிந்த விஷயங்களையும் மனிதர்களையும் எனக்குள் தோன்றும் ஒரு கதைப் பொறியில் அமைத்து எழுத முயல்கிறேன். மனித மனத்தின் சித்திரிப்பும் கலை நோக்கும் சரியாக வந்திருப்பதாய்த் தோன்றினால் மகிழ்வடைகிறேன்.

ஆசிரியரின் பிற நூல்கள்

நாவல்கள்

- ❖ மனதுக்கு இனியவள் — கலைமகள் காரியாலயம், 1960
- ❖ புன்னகை பூங்கொத்து — மல்லிகைப் பதிப்பகம், 1965
- ❖ நீயே என் உலகம் — மல்லிகைப் பதிப்பகம், 1967
- ❖ தீயினில் தூசு — மல்லிகைப் பதிப்பகம், 1967
- ❖ தந்தை வடிவம் — இமயப் பதிப்பகம், 1967
- ❖ மானிட அம்சம் — இமயப் பதிப்பகம், 1974
- ❖ கண்ணம்மா என் சகோதரி — கலைஞன் பதிப்பகம், 1980

குறுநாவல்கள்

- ❖ விடிவை நோக்கி — கலைமகள் காரியாலயம், 1959
- ❖ ஆழ்கடல் — மல்லிகைப் பதிப்பகம், 1964
- ❖ செந்தாழை — குயிலன் பதிப்பகம், 1964
- ❖ சோதனையின் முடிவு — தமிழ் உறவு, 1967
- ❖ வாழ்த்துவோம் — பாரி புத்தகப் பண்ணை, 1971
- ❖ உள்ளக்கடல் — கலைமகள் காரியாலயம், 1972
- ❖ இரவுச்சுடர் — இமயப் பதிப்பகம், 1974
- ❖ இறுதியின் நிழலில் — இந்திரா பதிப்பகம், 1994

சிறுகதைத் தொகுப்பு

- ❖ ஒளியின் முன் — பாரிநிலையம், 1959
- ❖ பிஞ்சுமுகம் — குறுநாவல், சிறுகதைகள் கலைஞன் பதிப்பகம், 1964
- ❖ என்ன மாயமோ — மல்லிகைப் பதிப்பகம், 1965
- ❖ பணம் பறித்த செல்வம் — அருணா வெளியீடு, 1965

- ❖ அவன் வடிவம் — அன்னை நிலையம், 1965
- ❖ படிகள் — ராதா பதிப்பகம், 1965
- ❖ உடன்பிறப்பு — மல்லிகைப் பதிப்பகம், 1967
- ❖ உயர்வு உள்ளத்திலே — குறுநாவல், சிறுகதைகள், இமயப் பதிப்பகம், 1967
- ❖ அந்த நேரம் — மல்லிகைப் பதிப்பகம், 1969
- ❖ இழந்த மகுடம் — மல்லிகைப் பதிப்பகம், 1973
- ❖ ஓர் இந்தியன் இறக்கிறான் — இமயப் பதிப்பகம், 1975
- ❖ ஆர். சூடாமணியின் சிறுகதைகள் — தமிழ் எழுத்தாளர் கூட்டுறவு சங்கம், 1978
- ❖ உலகத்திடம் என்ன பயம் — இமயப் பதிப்பகம், 1978
- ❖ சுவரொட்டி — தமிழ் எழுத்தாளர் கூட்டுறவு சங்கம், 1985
- ❖ அம்மா — நர்மதா பதிப்பகம், 1987
- ❖ கிணறு — இமயப் பதிப்பகம், 1991
- ❖ அஸ்தமனக்கோலங்கள் — இமயப் பதிப்பகம், 1993
- ❖ காவலை மீறி — இமயப் பதிப்பகம், 1996
- ❖ ஆர். சூடாமணிக் கதைகள் — ராஜராஜன் பதிப்பகம், 2001

நாடகங்கள்

- ❖ இருவர் கண்டனர் — தமிழ் உறவு, 1965
- ❖ அருணோதயம் — பாரி நிலையம், 1967
- ❖ அருமை மகள் — தமிழ் உறவு, 1967